संपूर्ण महाभारत

(सुरस मराठी भाषांतर)

खंड - २

वनपर्व

◆ संपादक ◆

प्रा. भालबा केळकर

◆ भाषांतर ◆

विद्यावाचस्पती अप्पाशास्त्री राशिवडेकर

आठ खंडांची संपूर्ण किंमत : ६०००/-

वरदा बुक्स

'वरदा', सेनापती बापट मार्ग, 397/1, वेताळबाबा चौक, पुणे 411016.
फोन : 020-25655654 मो. : 9970169302
E-mail : Vardaprakashan@gmail.com www.varadabooks.com

मुद्रक व प्रकाशक : वरदा बुक्स
397/1, सेनापती बापट मार्ग, पुणे 411016.

मुद्रण स्थळ : रेप्रो इंडिया लि. 50/2, टी. टी. एम.आय.डी.सी.
इंडस्ट्रियल एरिया, महापे, नवी मुंबई. फोन : 022-27782011

मुखपृष्ठ : धिरज नवलखे

पहिली आवृत्ती : 1904
नवी आवृत्ती : 1 फेब्रुवारी 1982
दुसरी आवृत्ती : ऑक्टोबर 1984
तिसरी आवृत्ती : 15 मार्च 1986
चौथी आवृत्ती : नोव्हेबर 2016

नारायणं नमस्कृत्य नरं चैव नरोत्तमम् ।
देवीं सरस्वतीं चैव ततो जयमुदीरयेत् ।।

ज्या अखिलब्रह्मांडनायकाच्या लीलेने या जगाची यच्चयावत्
कार्ये घडतात, ज्याच्या कृपेने ह्या अनिवार मायामोहाचे
निरसन करिता येते व अल्पशक्ती जीवांना परमपद
प्राप्त करून घेता यावे म्हणून जो त्यांस
बुद्धिसामर्थ्यं देतो, त्या

परमकारुणिक

श्रीमन्नारायणाच्या चरणी

त्याच्याच कृपेने पूर्ण झालेला हा ग्रंथ
अर्पण असो.

———

। शुभं भूयात् ।

महान व्यक्तिमत्व घडवणारा वनवास

आदर्श जीवन- श्रीरामचंद्रापासून अगदी सध्याच्या भारतीय जीवनातील व्यक्तींपर्यंत जर आपण इतिहास पाहिला तर आपल्याला सहज मनावर ठसा उमटवणारी एक विशेष गोष्ट जाणवते, तीच वन-पर्वाच्या या प्रस्तावनेच्या प्रारंभालाच मी सांगणार आहे.

श्रीरामचंद्र, राजा हरिश्चंद्र, राजा नल, राजा धर्मराज, राजा चंद्रगुप्त, राणा प्रतापसिंह, राजा शिवाजी, राजा राजाराम, थोरला बाजीराव, थोरला माधवराव, राजा रामराजा, पेशवा दुसरा नानासाहेब, तात्या टोपे, वासुदेव बळवंत, लोकमान्य टिळक, महात्मा गांधी, स्वातंत्र्यवीर सावरकर, नेताजी सुभाषचंद्र बोस अशी एक ना अनेक व्यक्तिमत्वे आणि त्यांची जीवनचरित्रे पाहिली म्हणजे त्यांच्या व्यक्ति-मत्वाच्या महानतेचा विशेष पाया म्हणजे, त्या सर्वांना या ना त्या स्वरूपात, प्रत्यक्ष वा अप्रत्यक्षरीत्या भोगावा लागलेला वनवास वा अज्ञातवास अथवा जगावे लागलेले वनवास सदृश व अज्ञातवास-सदृश जीवन. आणि याला कारण, त्यांच्या प्रखरतेने जाणवणाऱ्या गुणसमुच्चया-मुळे त्यांना मिळू पाहाणारी कीर्ती, त्यांचे अत्यंत महत्त्वाचे असे इतिहास घडवणारे स्थान, त्यांचे इतर संबंधित कर्तृत्वपूर्ण व्यक्तींच्या दैवाशी बांधलेले दैव, हीच आहेत, असे प्रकर्षाने जाणवते.

श्रीरामचंद्राचे पुरुषोत्तमत्व त्याने भोगलेल्या चौदा वर्षांच्या खडतर वनवासात आहे. त्याच्या व्यक्तिमत्वाला त्या खडतर जीवनातील अनेक संकटमय प्रसंगानी जे क्लेश झाले, त्या संकटातून यशस्वीरीत्या पार

पडण्यासाठी कर्तृत्व गाजवताना मानसिक आणि शारीरिक कष्ट भोगावे लागले, त्या टाकीच्या घावांनी त्यांचे महान व्यक्तिमत्व घडले. ऋषीमुनी, त्यागमय जीवन जगणारी वंद्य व्यक्तिमत्वे, यांच्या सहवासाने जी ज्ञान-प्राप्ती झाली त्यामुळे श्रीरामाच्या घडणाऱ्या व्यक्तिमत्वाला झळाळी आली. मुक्त आणि प्रसन्न असा निसर्ग पाहून व्यक्तिमत्वाला विशालता प्राप्त झाली. अनेक लहानमोठ्या माणसांच्या संपर्काने मानवी जीवनाचा जवळून अभ्यास झाला. एकांतवासाने चिंतन होऊन विचारांना सखोलत्व प्राप्त झाले. सद्‌गुणांची कसोटी घेतली गेली आणि मनाचे कंगोरे घासले गेले. इतकेच नव्हे तर मनुष्य म्हणून त्यांचे तथाकथित उणेपण होते, त्याची सद्‌गुणात परिणती झाली. श्रीरामचंद्राचे जीवन हे एक उदाहरण म्हणून घेतले. पण उपरिनिर्दिष्ट सर्वच व्यक्तींच्या बाबतीत असे प्रत्यक्ष वा अप्रत्यक्ष घडले आहे. म्हणूनच त्यांना भारतीय सांस्कृतिक इतिहासात, राजकीय, सामाजिक इतिहासात महानत्व प्राप्त झाले, आणि त्यांची जीवने ही मार्गदर्शक, उद्‌बोधक जीवने म्हणन मानली गेली.

राजा हरिश्चंद्राने विश्वामित्राला राज्यदान दिले आणि दक्षिणा-पूर्तीसाठी वनवास, हालअपेष्टा, मानहानी, कष्ट, स्मशानातल्या नोकरी-सारखी हीन नोकरी, डोंबाचे दास्य, प्रत्यक्ष पत्नीचा लिलाव, पत्नी-हत्येसाठी शस्त्रधारणा ही सारी सहन केली. पण धर्माचरण सोडले नाही. सत्त्व ढळू दिले नाही. शेवटी विश्वामित्राला हार खावी लागली. राजा हरिश्चंद्र, त्याची सत्त्वशीलता तावून सुलाखून झळझळीत दैदीप्य-मान झाल्यावर, जास्तच मानाने राजपदावर प्रस्थापित झाला.

राजा नल, हा त्याच्या सात्विक वैभवामुळे, कपटद्यूताचा बळी झाला. दमयंतीसह वनवासात गेला. अनंत हालअपेष्टा भोगताना त्याने दमयंतीचा त्याग केला. तो स्वरूप बदलून सारथ्य कर्म करीत, एका राजाकडे दासाचे जिणे जगत राहिला. पण शेवटी कलीलाच पराभव पत्करून पळ काढावा लागला आणि नल-दमयंती वनवासातून अग्नि-परीक्षा झाल्यासारखी जास्तच तेजस्वी होऊन राजपदावर पुन्हा आरूढ झाली.

राजा चंद्रगुप्ताला वनवास भोगल्यावर, नंदांचा निःपात करून

राज्यपदाची प्राप्ती आर्य चाणक्यामुळे झाली.

राणा प्रतापसिंहाने स्वत्व आणि रजपुतांच्या स्वातंत्र्य-रक्षणासाठी वनवास पत्करला. अकबराशी सतत झगडा केला. पराभव पत्करले. गवताची शय्या आणि कसलीही ओली कोरडी भाकरी खाऊन कुटुंबासह रानावनातल्या झोपडीत दिवस काढले. पण शरणागती पत्करली नाही. शेवटी मेवाड स्वतंत्र झाला. राणा प्रताप राष्ट्राचे स्फूर्तिस्थान ठरला.

राजा शिवाजीने तर जवळ जवळ शून्यातून स्वराज्य निर्माण केले. मावळमराठ्यांची संघटना तयार करताना अक्षरशः जीवाचे रान केले. राजमहाल असूनही रानावनातून मावळ्यांना घेऊन वणवण केली व स्वराज्याचे तोरण बांधले. त्याला शहाजीसारखे सरदार होऊन सहज राहाता आले असते, पण महानतेची बीजे होतीच शिवाजीराजाच्या व्यक्तिमत्वात. त्याने अप्रत्यक्ष वनवासच भोगला.

औरंगजेबाच्या दक्षिणेवरील स्वारीचे वेळी मराठ्यांनी त्याला यशस्वीपणे तोंड दिले. राजाराम महाराजांना सुरक्षिततेसाठी कर्नाटकात जिंजी गाठावी लागली. त्या वेळी अक्षरशः वनवास आणि अज्ञातवास याचाच त्यांना अनुभव घ्यावा लागला. हालअपेष्टा सोसाव्या लागल्या. रानोमाळ भटकावे लागले. संन्यासी यात्रेकरू म्हणून अज्ञातवासात दिवस कंठावे लागले. पण त्यांच्याच यशस्वी नेतृत्वाखाली मराठ्यांनी औरंगजेबाला गनिमीकाव्याने बेजार केले.

दिल्लीवर धाडसाने स्वारी करणारा आणि मराठी साम्राज्याची ग्वाही देणारा पहिला बाजीराव, याने तर बापाबरोबर चंद्रसेन जाधवाच्या जाचाने लहान वयातच वनवास आणि वणवण भोगली. जीवावरची संकटे तो तरून गेला. आणि त्यातून त्याची लढाऊवृत्ती, रणावरचा मत्सद्दीपणा आणि धाडसी प्रवृत्ती ही घडली.

थोरला माधवराव, याला तर राघोबाच्या घरभेदी वृत्तीमुळे, राज्यतृष्णेमुळे राजप्रसादात राहूनही पाहिली काही वर्षे वनवासाची दुःखेच भोगावी लागली. धरले तर चावते व सोडले तर पळते अशी अवस्था त्याला, राघोभरारी म्हणून गाजलेल्या चंचल काकांच्या कारस्थानामुळे, विवंचनेच्या टोचण्या लागून, जन्मभर शांतपणे सोसावी

लागली. त्यातूनच पानिपतच्या पराभवाची हानी भरून काढून, पुन्हा मराठ्यांच्या पराक्रमाचा दरारा त्याने निर्माण केला.

शाहूनंतर साताऱ्याचा छत्रपती झाला ताराबाईचा नातू रामराजा, वेड्या शिवाजीचा मुलगा. त्याला राजसबाईच्या– सवतीच्या मुलाच्या तावडीतून– संभाजीच्या तावडीतून वाचवताना, धनगरवस्तीत जवळ जवळ वनवासात, अज्ञातवासात ठेवून वाचवावा लागला असे म्हणतात. म्हणजें पर्यायानें त्याला वनवास व अज्ञातवास भोगावाच लागला.

अठराशे सत्तावनच्या स्वातंत्र्यसमराचा नेता ब्रह्मावर्ताचा दुसरा नानासाहेब यालाही परिस्थितीनुरूप रानावनात दिवस काढून, स्वातंत्र्य-समर अयशस्वी झाल्यावर, नेपाळात अज्ञातवासात जावेच लागले.

तात्या टोपे हा तर शेवटच्या दिवसांत यशस्वी लढा देत नऊ निष्णात इंग्रज सैन्याधिकाऱ्यांच्या हातावर तुरी देऊन दक्षिणेत उतरला, तेव्हा जगानेच त्याचा जयजयकार केला. त्यालाही वनवास आणि अज्ञातवास या टाकीचे घाव सोसावेच लागले.

वासुदेव बळवंत फडके, दामोदर चाफेकर, चंद्रशेखर आझाद, भगतसिंह आदि क्रांतिकारकाना, बेचाळीसच्या लढ्यातील जयप्रकाश-नारायण, अच्युत पटवर्धन, नाना पाटील आदि क्रांतिकारकांना प्रत्यक्ष व भूमिगत म्हणून वनवास-अज्ञातवास प्रत्यक्ष वा अप्रत्यक्ष सहन करावा लागला.

भारतीय स्वातंत्र्याचे उद्‌गाते आणि स्वातंत्र्य चळवळीला महान् घोषमंत्र देणारे लोकमान्य टिळक. यांनी तर जन्मभराच्या कार्यात, जो देशासाठी मंडालेचा व इतरही तुरुंगवास भोगला, तो पर्यायानें वनवासच होता. हालअपेष्टा, खडीफोड अशी कामे, अवहेलना सहन करावी लागली, शरीरकष्ट व मानसिक कष्ट सोसावे लागले. त्यांच्या अनुपस्थितीत झालेल्या पत्नीनिधनाच्या वेदना शांतपणे स्वीकाराव्या लागल्या. पण त्यातच गीतारहस्यासारखा कर्मयोगाचे महान तत्त्वज्ञान पटवणारा ग्रंथ साकार झाला. त्याच लोकमान्यांनी साऱ्या देशभर ‘स्वराज्य हा माझा जन्मसिद्ध हक्क आहे, तो मी मिळवणारच,’ ही घोषणा उमटवली आणि सर्वसामान्यापर्यंत स्वराज्यप्रीतीचे लोण पोहोचवून सारा देश जागा केला.

महात्माजींनी आफ्रिकेतल्या लढ्यात भाग घेऊन हालअपेष्टा सोसल्या आणि देह कष्टवला. त्यांनीच असहकार आणि अहिंसामय लढा करून स्वातंत्र्यप्राप्तीचा जगावेगळा मार्ग भारतीय जनतेला दाखविला.

स्वातंत्र्यवीर सावरकर या महान् क्रांतिकारकाचे जीवन म्हणजे तर जळती मशालच आहे. स्वातंत्र्यप्राप्ती केलेल्या क्रांतिकारी लढ्यात त्यांनी खुद्द शत्रूच्या गोटातच धांदल उडवली. त्याच्या तोंडात हात घालून 'अठराशे सत्तावनचें स्वातंत्र्यसमर' ही दीप्तिमान सत्यघटनांची क्रांतिगीता निर्माण केली. ब्रिटिश वॉरंटमुळे ते अक्षरशः वनवासी झाले. अंदमानची शिक्षा भोगली. तिथे तर हालअपेष्टांना पारावार नव्हता. पण तिथेही जागृती केली. नंतर रत्नागिरीत, अज्ञातवासच जणूकाही, अशी स्थिती भोगली. आणि त्या वेळी सामाजिक जागृती केली. त्याचे फल म्हणजे राजकारणात ते भविष्यवेत्ते ठरले आहेत आणि त्यांचे 'जयोऽस्तुते...' हे गीत स्वातंत्र्यदेवतेचे गीत म्हणून प्रभातकाळी आकाशवाणीवर मानाने प्रसृत होते आहे, स्फूर्ती देते आहे.

नेताजी सुभाषचंद्र बोसानीही देशासाठी स्वातंत्र्य प्राप्तीचे प्रयत्न करताना वनवासच जणूकाही अशी भटकंती व हालअपेष्टा भोगल्या आहेत, आणि त्यातूनच आझाद हिंद सेनेचे दिव्य उभे राहिले आहे.

या सर्व महान व्यक्तींनी जीवनातल्या स्वीकृत ध्येयाच्या वाटचालीत, 'मातृभूमीला स्वातंत्र्य मिळवून देणे' हा एकच विचार मनात जपला आणि त्यासाठी सतत प्रयत्न हेच आपले धर्माचरण मानले. अनेकविध संकटे सोसून मानहानी सहन करून, हालअपेष्टा भोगूनही, कुठलाही हीन मार्ग वा अधर्ममार्ग स्वीकारला नाही. आणि त्याचे फलित भारताच्या स्वातंत्र्याने त्यांना मिळाले.

या साऱ्यांपेक्षा वेगळे असे, श्रीकृष्ण हे एकच व्यक्तिमत्व आहे की ते पूर्ण वैभवात राहून यशस्वी होत गेले. पण दुर्जनाशी, अधर्माशी, अन्यायाशी, असत्याशी 'शठं प्रति शाठ्यम्' हाच खरा धर्म ठरवून श्रीकृष्णाने जीवनात यश मिळवले. गीता आचरली. पण गीता घडवायलाही, त्याला जन्मदात्या आई-वडिलांची कुशी सोडून गोकुळातला वनवास-अज्ञातवास

भोगावा लागलाच. पण शेवटी श्रीकृष्ण हे काही झाले तरी जगावेगळे अलौकिक आणि अपवादात्मक आगळेच व्यक्तिमत्व. व्यवहारी-सत्याला, व्यवहारी धर्मानेच उत्तर हाच त्याचा धर्म होता. आणि म्हणून एकनाथांनी त्याचे आगळे वर्णन केले आहे, 'अधर्मे राखिला धर्म' व म्हणूनच श्रीकृष्णही परखड धर्माचरणाची, निखळ सत्याची पूजाच करणारा होता. धर्मराजाचे परखड धर्माचरण, हेच न्यायाची बाजू जास्त तेजस्वी करीत पांडवांना अंतिम विजय मिळवून देणार आहे, याची त्याला खात्री होती. 'व्यावहारिक यशाला धर्माचरणाचा पाया भक्कम हवा,' हे धर्मराजाचे शहाणपण त्याला मान्य होते. जीवनात खऱ्या धर्माला परिस्थितीशी व दैवाशी खरे प्रामाणिक द्यूत खेळत, प्रसंगी अपयश पत्करत, कपटद्यूताला उघडे पाडावे लागते, लाचारीचे पितळ प्रकाशात आणून, त्या लाचारांचे ज्ञान व अनुभव हे फसवे सुवर्ण आहे, हे प्रत्यक्ष सिद्ध करीत अंतिम विजय मिळवावा लागतो. दुर्जनांच्या अहंकाराचे दुर्जनांवरच उलटणारे शस्त्र बनवण्याचे कार्य सज्जनांच्या, सद्वृत्तांच्या धर्माचरणानेच होत असते. आणि म्हणूनच धर्मराज, त्याचे आज्ञाधारक बंधू आणि द्रौपदी, यांनी धर्मराजाच्या धर्माचरित आज्ञेनुसार स्वीकारलेला वनवास आणि अज्ञातवास, हा त्यांच्या जीवनाला न्याय, सत्य, धर्म यांचा भक्कम पाया मिळवून देणारा होता. अंतिम विजय मिळवून धर्म, न्याय, सत्य यांचे राज्य स्थापन करणार होता.

यासाठीच धर्मावर (धर्मराजावर), बल (भीम), पराक्रम (अर्जुन) विवेक (नकुल), सौंदर्य (सहदेव) व तेज (द्रौपदी) यांनी प्रभुत्व न गाजवता, धर्माची अवज्ञा न करता, त्याच्या आज्ञेप्रमाणे, त्याच्या मार्गाला अनुसरून वनवास-अज्ञातवासाचा मार्ग स्वीकारला होता.

धर्म तेथे समृद्धी हे दाखवण्यासाठीच जणू, पांडवांना अन्न कमी पडू नये आणि तरीही मिताहाराने त्यांनी निरोगी आणि कार्यक्षम राहावे, म्हणून सूर्याने त्यांना अन्न-समृद्धीसाठी सूर्यस्थाली दिली. सूर्य असेतो तिच्यामुळे अन्न मिळेल, सूर्यास्तानंतर मिळणार नाही, असा सूर्यानेच नियम घालून दिला होता. सूर्यापासून मिळणाऱ्या उर्जेने अन्न

शिजविण्याचा हा पुराणकालीन ‘ सोलर कुकर ’ असेल का ? असेलही असे म्हणायला हवे. सूर्यास्तानंतर त्याचा उपयोग नाही. हा विचार पटेलच असे नाही, पण पटण्यास हरकत नसावी.

श्रीकृष्णाची भेट, हा पांडवांना वनवासातला सुखदायक आणि तसाच दुःखावेग आणणाराही प्रसंग. श्रीकृष्ण म्हणाला की, ‘ मी हे अनर्थकारी द्यूतच होऊ दिले नसते.’ त्याने असेही आश्वासन दिले की ‘आत्ता कौरवांचा निःपात करून मी तुम्हाला– पांडवांना राज्य मिळवून देतो.’ पण धर्मराजाने ‘ धर्माचा अतिक्रम नको, ’ असेच उत्तर दिले.

द्रौपदी, भीम आणि श्रीकृष्ण हे व्यवहारी डोळसपणाशिवाय जीवनात यशस्वी होणे अशक्य आहे, असा युक्तिवाद करीत होते. द्रौपदीने नीती-अनीती, न्याय-अन्याय, धर्म-अधर्म याबद्दल अत्यंत ज्वलंत विचार मांडले. भीमाने त्यांना दुजोरा दिला. पण धर्म शांत होता. त्याने अत्यंत ठामपणे सांगितले, ‘ माणसाची परीक्षा त्याच्यावर दुःखाचे डोंगर कोसळले म्हणजेच होत असते. दुःखाच्या कसोटीवरच माणसाची पारख होत असते. धर्मशास्त्राच्या मर्यादेचे उल्लंघन माझ्याकडून कधीही घडत नाही. धर्म ही व्यवहारातली देवघेव करण्याची वस्तू नाही. धर्माच्या पालनानेच शुद्ध हृदयाची प्राप्ती होते. धर्म निष्फळ कधीच होत नाही. अधर्माचेसुद्धा फळ भोगल्यावाचून गत्यंतर नसते. धर्माचरणाचे फळ तात्काळ प्राप्त झाले नाही म्हणून धर्मावर अविश्वास दाखविणे केव्हाही इष्ट नाही. ‘ कर्मांचे फळ प्राप्त झाल्याशिवाय कधीही राहात नाही,’ या धर्मशास्त्राच्या विधानावर श्रद्धा ठेवलीच पाहिजे. धर्मपालनानेच कोणत्याही कृतीचा पाया जास्त कणखर होतो. ’

भीमाने क्षत्रियधर्माच्या पालनाबद्दल आपले अत्यंत तेजस्वी असे विचार मांडले. ‘ बलाचा आश्रय घेऊन पुरुषार्थ करणे हाच क्षत्रियधर्म आहे. म्हणूनच युद्ध या एकाच मार्गाने आपण कौरवांकडून आपले राज्य परत मिळवले पाहिजे.’

या सर्व युक्तिवादाला धर्माचे एकच उत्तर होते, ‘ इतरांनी अधर्माचरण केले तरी आपण धर्माचरण सोडता कामा नये. कारण आपल्या प्रत्येक कृतीला शेवटी धर्माचरणानेच योग्य अर्थ आणि यश

प्राप्त होत असते. म्हणून दैवाचे आघात सहन करीत कणखर होऊनच शेवटी धर्माचा विजय होतो. तिथे असत्याला, अधर्माला, अन्यायालाही मान खाली घालावी लागते. शत्रूलाही, स्वतःच्या अस्मितेसाठी, धर्माचरणाच्या प्रभावाने सत्य आणि न्याय्य मार्गच स्वीकारावा लागतो.'

वनवासाची अनुकूल फलिते पांडवांना अनेक रूपाने प्राप्त झाली. व्यासांनी वनवासात पांडवांची भेट घेतली. त्यावेळी त्यांनी अर्जुनाला उपदेश केला, तो म्हणजे 'अस्त्रविद्या प्राप्त करून घेऊन भविष्यकालातील संभाव्य घटनांच्या दृष्टीनें सिद्धता करणे.' अर्जुनानें त्यासाठी प्रयाण केले आणि श्रीशिवशंकरांना प्रसन्न करून त्यांच्याकडून पाशुपतास्त्राची प्राप्ती करून घेतली. श्रीशिवशंकरांनीही कसोटी घेऊनच विद्या दिली. किराताच्या रूपानें, वराहवधाचे निमित्तानें भांडण उकरून काढून अर्जुनाची धैर्यवृत्ती तपासली. पराक्रम आणि सत्याग्रह यांचा समन्वय जाणन घेतला. त्यानंतर देवराज इंद्रानेही अर्जुनाला देवनगरी अमरावतीला नेला. तिथे उत्कृष्ट अस्त्रविद्या शिकविली. निवातकवच राक्षसांशी युद्ध करायला लावून, गृहितज्ञानाची परीक्षा घेतली आणि राक्षस– निःपात घडवून शत्रूचा नायनाटही अनायासे घडवून आणला. तिथेच इंद्राच्या उर्वशीनामक प्रिय अशा अप्सरेचा अर्जुनाशी परिचय झाला. अर्जुनाच्या व्यक्तिमत्वावर भुलून गेल्यासारखे करून तिने त्याची परीक्षा घेतली. त्याचा अनुनय केला. 'वश हो' म्हणून शृंगार करून जाऊन प्रार्थना केली. पण अर्जुन धर्मवृत्तीपासून ढळला नाही. तो इंद्रोपासनेनें झालेला पांडुपुत्र होता. इंद्राची प्रिय अप्सरा त्याने मातेसमान मानून तिला त्याने परत पाठवली. तिने त्याला शाप दिला, 'तुला (अर्जुनाला) एक वर्षभर षंढ म्हणजे तृतीयपंथी जीवन जगावे लागेल.' अर्जुन खिन्न झाला. पण इंद्राने अर्जुनाला समजाविले की 'अज्ञातवासाचे वेळीं हा शापच वरदान ठरेल,' कारण अर्जुनाचे पराक्रमी व्यक्तिमत्व इतके सहज लपून राहाणे शक्य नव्हते. ते षंढ वेषात आणि स्त्रियांच्या समुहात बुडून राहिले, तरच सुरक्षित आणि अज्ञात राहील. अर्जुनाने परत आल्यावर धर्मराजास सारा वृत्तांत सांगितला. धर्मराजानें त्याला धर्माचरणाबद्दल धन्यवाद दिले. अर्जुनानें अज्ञातवासात उपयुक्त ठरेल

असे नृत्य, गायनादि कलांचे शिक्षणही गंधर्वांकडून घेतले होते. त्याचे निवेदन केले.

धर्मराजाची वनवासाबद्दल अत्यंत दृढ धारणा होती, की वनवास हे ज्ञानप्राप्तीचे एक अत्युत्तम साधन आहे. तीर्थयात्रेने नानाविध जनांच्या, परिस्थितीचा, समाजजीवनाचा, धर्मजीवनाचा, चालीरीतीचा जो संपर्क साधतो, त्यामुळे माणूस मनाने जास्त समृद्ध होतो. अनेक उद्‌बोधक जीवनकथा त्याला ऐकायला मिळून आपोआप ऐकणाऱ्याच्या जीवनाला सहजच मार्गदर्शक तत्त्वांचा स्पर्श होतो आणि जीवन समृद्ध होते, त्याबद्दलचे ज्ञान सखोल होते.

पांडवांना वनवासात अनेक ऋषिमुनींचा सहवास घडला. त्यांनी द्वैतवन, काम्यकवन, किर्मीरवन इत्यादी नानाविध वनात वास आणि संचार केला, प्रभासादी तीर्थांच्या तीर्थयात्रा केल्या, त्यांना लोमश, मार्कंडेय आदी ऋषींच्या बरोबर ज्ञानसत्राच्या निमित्ताने चर्चा व वादविवाद करून ज्ञानसंपन्नता प्राप्त झाली, विशाल दृष्टी प्राप्त झाली. तीर्थयात्रेच्या योगाने समाजपुरुषाचा संपर्क, जनता-जनार्दनाची जवळून ओळख झाली. आत्मोन्नती करणाऱ्या महान पुरुषांची अविस्मरणीय स्मारके म्हणजे तीर्थक्षेत्रे होत, याची जाण पांडवाना आली. नारदऋषी ही एक महान आणि देश व कालव्यापी संघटना होती. नारदाच्या सदस्यांचा त्रिखंड संचार अनिर्बंध असायचा आणि सत्कार्य पूर्णतेला नेण्यात त्यांचा कायम सिंहाचा वाटा असायचा. परशुराम हीसुद्धा उन्मत्त राज्यकर्त्यांना शासन करणारी आणि सद्‌वृत्त व नम्र क्षत्रिय वीराना, तसेच ब्राह्मणांना शस्त्रास्त्रविद्येत निष्णात करणारी, एक यशस्वी व सर्वमान्य अध्यापक-परंपरा होती. परशुराम-परंपरेच्या आदिपुरुषाची, आद्य परशुरामाची कथा पांडवाना ऋषींच्याकडून ऐकायला मिळाली आणि त्यांच्या ज्वलंत अस्मितेला व तसेच धर्मनिष्ठेला एकप्रकारे खतपाणीच मिळाले.

अगस्त्यांनी लोककल्याणासाठी केलेला इल्वल व वातापी यांचा संहार, अगस्त्यांचे विंध्यवृद्धिप्रतिबंधक कार्य आणि त्यायोगाने आर्य-धर्माच्या प्रसाराचे दक्षिणभारतात केलेले कार्य. समुद्रोल्लंघन— पर्यायाने प्राशन करून आर्यधर्माचे विश्वप्रसाराचे आरंभिलेले कार्य, वृत्रासुरवधा-

साठी दधिची ऋषींनी, वज्रनिर्मितीसाठी अस्थी देण्याकरिता, केलेला देहत्याग इत्यादी कथांनी पांडवांची गुणवृद्धी झाली, मनें ज्ञानसंपन्न झाली.

नलाख्यानाने वनवासाचे दुःख हलके झाले आणि नियतीच्या चक्रातली ती एक अनिवार्य घटना म्हणूनच केवळ वनवास प्राप्त झाला, याचे समाधान त्यांना मिळाले.

भगीरथाच्या, गंगा पृथ्वीवर आणण्यासाठी केलेल्या प्रयत्नांच्या कथेने, पांडवाना अविरत आणि सद्‌वृत्त प्रयत्नातून ध्येयप्राप्ती कशी होते, याचा संदेश मिळाला.

इंद्र-च्यवनऋषी यांच्या संघर्षकथेतून, ' गर्व झाला म्हणजे इंद्र जरी असला तरी त्याचे घर खालीच होते, ' याचे जीवनातले महत्त्वपूर्ण मार्गदर्शन झाले.

अष्टावक्रकथेनें झालेली तत्त्वज्ञानाची सखोल जाण पांडवाना सुखावून गेली, ज्ञानी करून गेली.

वनवासात किर्मीरराक्षसाचा– बकासुराच्या भावाचा– वध करून आणि जटासुराचा वध करून, काही भावी शत्रूंचा निःपात केला आणि ऋषिमुनींच्या यज्ञयागादी लोककल्याणमय धर्मकार्यातील विघ्नकारक व्यक्ती दूर केल्या.

भीम-गर्वहरण हा या वनवासात साधलेला एक महत्त्वाचा लाभ. बलाला अस्मितेची जाण आणि नम्रतेची शान हवी. नाहीतर बल हे विध्वंस-कृत्याकडेच झुकते. या दृष्टीनें अजगर-भीम प्रसंग आणि भीम-मारुती प्रसंग फारच उद्‌बोधक ठरला.

अजगरानें भीमास बांधून टाकल्यावर, धर्म-अजगर प्रश्नोत्तरात ब्राह्मणाचे स्थानमहत्त्व, संस्काराचे महत्त्व, सुखदुःखशून्यता बाणवून ज्यानें जीवनातला समतोल साधला आहे, तो ब्राह्मण, परब्रह्माचे ज्ञान झालेला तो ब्राह्मण, इत्यादींचा उहापोह झाला आणि उन्मत्तपणाचे फल सांगून अजगर भीमाला मुक्त करून नहुषरूपानें स्वतः मुक्त झाला. ही लाक्षणिक कथा सर्वसामान्य सत्य सांगून जाते.

हनुमंतानें भीमाचे गर्वहरण केले आणि नंतर त्यास आपले सामर्थ्यंही दिले. सौगंधिक कमलाच्या शोधाचे निमित्तानें पांडव कुबेर

मैत्री झाली.

याच सुमारास श्रीकृष्ण सत्यभामेसह पांडवांचे समाचाराला आला. तेव्हा झालेला द्रौपदी-सत्यभामा संवाद हा पती-पत्नी नात्याच्या दृष्टीने आधुनिक जगालाही उद्‌बोधक आहे. पती-पत्नी सौहार्द हे परस्परावरील अधिकारापेक्षा परस्पर निःस्वार्थ प्रेमातून निर्माण होते, हे तत्त्व द्रौपदीने सत्यभामेला पटवून दिले.

घोषयात्रेच्या प्रसंगात प्रकट झालेले धर्मराजाचे सत्त्वशील व्यक्तिमत्व व धर्माचरण आणि पांडवांची आज्ञाधारकता व सद्‌वृत्ती यांच्या दर्शनाने पांडवांचा विजय का झाला आणि विजय होणे अटळ कसे होते हे मनावर बिंबते.

जयद्रथाच्या, द्रौपदीबाबतच्या दुर्वृत्त आचरणाने, कौरवांच्या पक्षाची हीनताच जास्त प्रकर्षाने प्रकट होते. इथेही धर्मराजाने दाखविलेली क्षमाशीलता आणि धर्मवृत्ती ही पांडवांच्या पक्षाला न्याय, सत्य व धर्म यांचा कणखर पाया रचण्यात फार उपयुक्त ठरली यात शंका नाही.

धर्म हा शहाणा आणि ज्ञानी होता. कठीण कसोटी ही नेहमी सत्त्वशीलतेलाच पार करावी लागते; आणि ती पार करीत असता, अगतिकतेने अधर्माचरण न करता, अत्यंत शांतपणे, विचलित न होता, धर्माचरणाचे सातत्य धैर्याने आणि समंजसपणाने कायम राखणे, हे सत्त्वशीलांना जीवनात अंतिम विजय मिळवून देते, हे तत्त्व धर्मराजाने सतत ध्यानात ठेवून जन्मभर, अवहेलना सोसून धर्माचरण केले.

तहान लागल्याने यक्षाचा अधिकार असलेल्या सरोवरातील पाणी पिताना भीम, अर्जुन, नकुल, सहदेव असे सारेच मरणाधीन झाल्यासारखे पडले. आणि यक्षाचे न ऐकता पाणी प्यायल्यामुळे हे आक्रीत घडले, हे धर्मराजाला कळले. तेव्हा झालेली धर्मराज व यक्ष यांची प्रश्नोत्तरे जीवनाचे तत्त्वज्ञान विशद करतात. धर्मराजाचे धर्मज्ञान ऐकून संतुष्ट झालेला यक्ष जेव्हा धर्माला विचारतो, तुझ्या उत्तरानी मी संतुष्ट झालो आहे. तुझ्या भावापैकी एकाला मी जीवन देऊ शकेन. कुणाला देऊ सांग.'

धर्मराज म्हणाला, 'नकुलाला दे!'

यक्ष चकीत होऊन म्हणाला, 'भीम, अर्जुन सोडून नकुल का निवडलास ?'

तेव्हा धर्माने दिलेल्या उत्तराने, तो किती कणखरपणाने धर्माचरण करीत होता, याची जाण येऊन मन त्याच्यापुढे नम्र होते. तो म्हणाला, 'आपण आपल्या धर्माचा नाश केला, तर नष्ट झालेला धर्म कर्त्यालासुद्धा नष्ट करून टाकतो. धर्माचे रक्षण केले, तर धर्मसुद्धा कर्त्याचे रक्षण करतो. म्हणून मी धर्माचा नाश कधी होणार नाही याची काळजी घेतो. कुंती आणि माद्री या माझ्या माता आहेत. दोघींना पुत्रवती राखणं हा माझा ज्येष्ठतम पुत्र म्हणून धर्मच आहे. म्हणून नकुलाला जीवन दे. माझा विवेक जागा राहू दे.'

(पाच पांडव म्हणजे धर्म, बल, पराक्रम, विवेक व सौंदर्य यांचे अनुक्रमे प्रतीकच होते.)

तेव्हा यक्ष म्हणाला, 'धर्मराजा ! तू अर्थ आणि काम यांच्यापेक्षा दया आणि समतेचा समादर करून धर्माची प्रतिष्ठा राखलीस, म्हणून तुझ्या सर्वच बंधूंना मी जीवन देतो.'

याचा मतितार्थ लाक्षणिक दृष्टया ध्यानात घेणे आवश्यक आहे. 'अर्थ व काम यांच्या वर्चस्वाच्या काळातही, जर शुद्ध धर्माचरण हाल-अपेष्टा सोसूनही, सतत परखडपणे व कणखरपणे कायम ठेवले, तर बल, पराक्रम, विवेक आणि सौंदर्य ही सहजच प्राप्त होतात आणि मग जीवन सदैव तेजाची अस्मिता सांभाळून अंतिम विजय प्राप्त करतेच.'

पांडवांच्या व द्रौपदीच्या वनवासाची हीच फलश्रुती होती.

भालबा केळकर

* * *

अनुक्रमणिका.

वनपर्व.

अध्याय.		पृष्ठ.

आरण्यकपर्व.

अध्याय.	पृष्ठ.
१ ला. मंगलाचरण. उपक्रमणिका. पौर- विचार. युधिष्ठिराचें भाषण.	१
२ रा. ब्राह्मणयुधिष्ठिरसंवाद. युधिष्ठिरास शौनकाचा उपदेश. युधिष्ठिरप्रश्र. शौनकाचें उत्तर.	४
३ रा. युधिष्ठिरधौम्यसंवाद.	९
४ या. धृतराष्ट्रविदुरसंवाद.	१३
५ वा. विदुरसमागम.	१५
६ वा. विदुरप्रत्यागमन.	१६
७ वा. दुर्योधनादिकांचे विचार.	१८
८ वा. धृतराष्ट्राला व्यासांचा उपदेश.	१९
९ वा. व्यासधृतराष्ट्रसंवाद.	१९
१० वा. मैत्रेयागमन. दुर्योधनास मैत्रे- याचा उपदेश व शाप.	२१

किर्मीरवधपर्व.

अध्याय.	पृष्ठ.
११ वा. किर्मीरवध.	२३

अर्जुनाभिगमनपर्व.

अध्याय.	पृष्ठ.
१२ वा. पांडवांस श्रीकृष्णदर्शन व अर्जुन- कृत श्रीकृष्णवर्णन. द्रौपदीचें वृत्तांतनिवेदन.	२७
१३ वा. श्रीकृष्णाचें भाषण.	३३
१४ वा. शाल्ववधाचा संक्षिप्त वृत्तांत.	३४
१५ वा. द्वारकेंतील व्यवस्थेचें वर्णन.	३५
१६ वा. शाल्वमंत्रिवध.	३७
१७ वा. प्रद्युम्नशाल्वसंग्राम.	३८
१८ वा. प्रद्युम्नप्रत्यागमन.	३९
१९ वा. शाल्वप्रद्युम्नसंग्राम.	४१
२० वा. श्रीकृष्णाचें द्वारकेस प्रत्यागमन. श्रीकृष्णाची शाल्वराजावर स्वारी.	४२
२१ वा. शाल्वाची माया.	४४

अध्याय.	पृष्ठ.
२२ वा. शाल्ववध श्रीकृष्णाचें द्वारकेस प्रयाण.	४६
२३ वा. पांडवांचें द्वैतवनाकडे प्रयाण.	४९
२४ वा. पांडवांचा द्वैतवनप्रवेश.	५०
२५ वा. पांडवांला मार्कंडेय मुनींची भेट.	५१
२६ वा. युधिष्ठिरास बकमुनीचा उपदेश.	५२
२७ वा. द्रौपदीचें भाषण.	५४
२८ वा. द्रौपदीनें सांगितलेला प्रह्लाद- बलिसंवाद.	५६
२९ वा. युधिष्ठिराचें उत्तर.	५८
३० वा. द्रौपदीचें प्रत्युत्तर.	६१
३१ वा. युधिष्ठिराचें प्रत्युत्तर.	६३
३२ वा. द्रौपदीचा नीतिवाद.	६६
३३ वा. भीमसेनाचा अभिप्राय.	७०
३४ वा. युधिष्ठिराचें उत्तर.	७५
३५ वा. पुनरपि भीमाचें भाषण.	७७
३६ वा. युधिष्ठिराचें उत्तर. व्यासांचें दर्शन व प्रतिस्मृतिविद्येची प्राप्ति.	७९
३७ वा. युधिष्ठिराचा अर्जुनास विद्योपदेश. अर्जुनाचें प्रयाण. द्रौपदीचा निरोप. अर्जुनास इंद्राचें दर्शन व उपदेश.	८१

कैरातपर्व.

अध्याय.	पृष्ठ.
३८ वा. जनमेजयाची जिज्ञासा. वैश- पायनाचें उत्तर. तपश्चर्येसाठीं अर्जुनाचा वनप्रदेश.	८५
३९ वा. किरातअर्जुनयुद्ध.	८६
४० वा. अर्जुनास पाशुपतास्त्राची प्राप्ति.	९०
४१ वा. अर्जुनास लोकपालांकडून अस्त्रप्राप्ति.	९२

इंद्रलोकाभिगमनपर्व.

अध्याय.	पृष्ठ.
४२ वा. अर्जुनाचें स्वर्गलोकीं गमन.	९५
४३ वा. अर्जुनाचा इंद्रसभाप्रवेश.	९७

अध्याय.	पृष्ठ.
४४ वा. अर्जुनास अत्रें व गंधर्वविद्या यांची प्राप्ति.	९८
४५ वा. अर्जुनाविषयीं इंद्राचा उर्वशीस निरोप.	९९
४६ वा. उर्वशीचें अर्जुनाकडे गमन. उर्वशीचा अभिप्राय. अर्जुनकृत उर्वशीनिषेध. उर्वशीचा अर्जुनास शाप. इंद्रकृत अर्जुनसांत्वन.	१००
४७ वा. इंद्राचा लोमशांबरोबर धर्माला निरोप.	१०३
४८ वा. संजयापाशीं धृतराष्ट्राचें उद्गार.	१०५
४९ वा. संजय व धृतराष्ट्र यांचे कौरवांविषयींचे विचार.	१०६
५० वा. पांडवांचा आहार.	१०७
५१ वा. धृतराष्ट्रापाशीं संजयानें पांडववृत्त निवेदन.	१०८

नलोपाख्यानपर्व.

५२ वा. भीमाचें युधिष्ठिरापाशीं भाषण. युधिष्ठिराचें उत्तर.	१११
५३ वा. नलचरितांचा उपक्रम व हंसाचें दूतकर्म.	११४
५४ वा. दमयंतीच्या स्वयंवराचा उपक्रम. नारद व पर्वत यांचें इंद्रलोकीं गमन. लोकपालांचें स्वयंवरार्थ प्रयाण.	११५
५५ वा. नलाची दूताच्या कामीं योजना. नलाचें दूतकर्म.	११७
५६ वा. नलदमयंतीसंवाद व दमयंतीचा निश्चय. लोकपालांस नलाचें कृतकार्यनिवेदन.	११८
५७ वा. दमयंतीस्वयंवर.	१२०
५८ वा. लोकपालांस कलीचें दर्शन व कलीचा निश्चय.	१२२
५९ वा. नलाचें पुष्करबरोबर द्यूत. पौर व मंत्री यांचें नलाकडे येणें व निराशा.	१२३
६० वा. नलास द्यूतापासून परावृत्त करण्याविषयीं दमयंतीचा प्रयत्न. दमयंतीची सारथ्यास विनंती.	१२४
६१ वा. नलराजाचा बनवास.	१२५

अध्याय.	पृष्ठ.
६२ वा. नलकृत दमयंतीत्याग.	१२७
६३ वा. अजगरप्रसतदमयंतीमोचन.	१२८
६४ वा. दमयंतीचा विलाप. दमयंतीस मुनिदर्शन. दमयंतीस व्यापारी लोकांशी भेट.	१३०
६५ वा. व्यापारी लोकांची दाणादाण. दमयंतीचा सुबाहूच्या नगरांत प्रवेश व चैरंध्रीपणाचा स्वीकार.	१३७
६६ वा. नलकृत कर्कोटकोद्धार. कर्कोटकाचा प्रत्युपकार.	१४०
६७ वा. नलराजाचा अश्वातवास.	१४२
६८ वा. नल व दमयंती यांच्या शोधार्थ भीमकृत ब्राह्मणप्रेषण. सुदेवास दमयंतीचें दर्शन व त्यानें केलेलें तिचें वर्णन. सुदेवास दमयंतीची भेट.	१४३
६९ वा. सुदेवकथित दमयंतीवृत्तांत. राजमातेस दमयंतीची ओळख व दमयंतीचें पितृगृहीं आगमन. नलाच्या शोधार्थ ब्राह्मणप्रेषण. दमयंतीचें ब्राह्मणास सांगणें.	१४५
७० वा. नलाचा शोध व दमयंतीची योजना.	१४८
७१ वा. ऋतुपर्णाचें विदर्भनगरीकडे प्रयाण. नलाचे विचार. वार्ष्णेयाचे विचार.	१४९
७२ वा. मार्गक्रमण. ऋतुपर्णाचें गणितज्ञान. नलास कलिचें दर्शन.	१५१
७३ वा. ऋतुपर्णाचा विदर्भनगरींत प्रवेश. रथध्वनि ऐकून दमयंतीचे विचार. ऋतुपर्णाचें स्वागत.	१५३
७४ वा. दमयंतीचें दूतीप्रेषण. बाहुकदूती- संवाद.	१५५
७५ वा. पुनश्च दमयंतीचें दूतीप्रेषण. केशिनीचें बाहुकवृत्तनिवेदन. पुनश्च दमयंतीचें दूतिप्रेषण.	१५७
७६ वा. दमयंती व बाहुक यांची भेट. बाहुकदमयंतीसंवाद. दमयंतीचें दिव्य ! नळ व दमयंती यांची भेट.	१५८

अध्याय.	पृष्ठ.
७७ वा. नल व भीम यांची भेट. ऋतु-	१६१
पर्णे व नल यांची भेट व संवाद.	
७८ वा. नलराजाचें आपल्या नगरीं गमन	१६२
व पुष्कराशीं द्यूत. पुष्करपराजय	
व नलास राज्यप्राप्ति.	
७९ वा. नलचरिताचा उपसंहार. युधि-	१६४
ष्ठिरास अक्षविद्येची प्राप्ति.	

तीर्थयात्रापर्व.

८० वा. पांडवांचा काम्यकवन सोडण्या-	१६६
विषयींचा विचार.	
८१ वा. युधिष्ठिरास नारदाचें दर्शन. धर्मा-	१६७
चा नारदास तीर्थफलाविषयीं	
प्रश्न. नारदांचें उत्तर.	
८२ वा. तीर्थयात्रेविषयीं भीष्माची जिज्ञा-	१६८
सा. पुलस्त्योक्त तीर्थयात्राफल.	
पुलस्त्यकृत नानातीर्थवर्णन.	
८३ वा. तीर्थनिर्देश.	१७४
८४ वा. तीर्थनिर्देश.	१८३
८५ वा. तीर्थनिर्देश.	१९१
८६ वा. युधिष्ठिराची धौम्यमुनींस प्रार्थना.	१९७
८७ वा. धौम्योक्त तीर्थयात्रा.	१९८
८८ वा. धौम्योक्त दक्षिणतीर्थें.	१९९
८९ वा. धौम्योक्त पश्चिमतीर्थें.	२०१
९० वा. धौम्योक्त उत्तरतीर्थें.	२०१
९१ वा. युधिष्ठिरास लोमश मुनींची भेट.	२०३
९२ वा. लोमशयुधिष्ठिरसंवाद. युधिष्ठि-	२०४
राची आज्ञा.	
९३ वा. ब्राह्मणांची युधिष्ठिरास प्रार्थना.	२०६
व्यासादि मुनींचा धर्मास उपदेश.	
९४ वा. धर्म आणि अभ्युदय यांचा संबंध.	२०७
९५ वा. युधिष्ठिराची तीर्थयात्रा. शमठोक्त	२०८
गयचरित्र.	
९६ वा. वातापिवधाचा उपक्रम. इल्वला-	२१०
चें दुष्कर्म. अगस्त्यास पितरांचें	
दर्शन. लोपामुद्रोत्पत्ति.	
९७ वा. अगस्त्याचा विवाह. लोपामुद्रेची	२११
प्रार्थना.	
९८ वा. अगस्त्याची द्रव्ययाचना.	२१३

अध्याय.	पृष्ठ.
९९ वा. अगस्त्यकृत वातापिहमन, अग-	२१४
स्त्याची इल्वलाकडे द्रव्ययाचना.	
अगस्त्यपुत्रजन्म. मृगुतीर्थनिर्देश.	
परशुरामतेजोहानिकथन.	
१०० वा. दधीचोपाख्यान व वज्रनिर्माण.	२१८
१०१ ला. वृत्रासुराचा वध.	२१९
१०२ रा. कालकेयदैत्यांचें घोरकर्म. देवांची	२२०
श्रीविष्णूस प्रार्थना.	
१०३ रा. देवांस विष्णूनीं सांगितलेली युक्ति.	२२१
देवांचें अगस्त्यमुनीकडे गमन.	
१०४ था. अगस्त्यकृत विंध्यवृद्धिप्रतिबंध.	२२३
अगस्त्यांचें समुद्रगमन.	
१०५ वा. अगस्त्यकृत समुद्रप्राशन. देव-	२२४
कृत कालेयवध.	
१०६ वा. सगरास पुत्रोत्पत्ति.	२२५
१०७ वा. सगराचा अश्वमेध. कपिलकृत	२२६
सगरपुत्रदाह. असमंजाचा वृत्तांत.	
अंशुमानास कपिलांचा वर.	
१०८ वा. भगीरथकृत गंगाराधन (हिमालय-	२२९
वर्णन). भगीरथकृत शंकराराधन.	
१०९ वा. गंगावतरण.	२३१
११० वा हेमकूट वृत्तांत. ऋष्यशृंगचरित.	२३२
लोमपादाच्या देशांत अवर्ष-	
णाचें कारण. ऋष्यशृंगांका	
आणविण्याचा उपाय.	
१११ वा. वेश्येचा विभांडकाश्रमीं प्रवेश.	२३५
ऋष्यशृंग आणि वेश्या ह्यांचा	
संवाद. ऋष्यशृंगाचा मोह.	
११२ वा. ऋष्यशृंगांचें पित्यास उत्तर.	२३६
११३ वा. विभांडकानें केलेली समजूत.	२३७
वेश्याबरोबर ऋष्यशृंगाचें प्रयाण.	
ऋष्यशृंगाचा राजमंदिरप्रवेश.	
विभांडककोपशमन.	
११४ वा. वैतरणीवृत्त.	२३९
११५ वा. परशुरामचरिताचा उपक्रम.	२४१
ऋचीकमुनीचा विवाह. भृगुमुनींचा	
वर व जमदग्नीचा जन्म.	
११६ वा. रेणुकेचा शिरच्छेद व पुनरुज्जी-	२४१
वन. कार्तवीर्यार्जुनवध. जमदग्निवध,	

अध्याय.		पृष्ठ.
११७ वा.	परशुरामकृत क्षत्रियनिर्मूलन व पृथ्वीदान.	२४४
११८ वा.	युधिष्ठिराची तीर्थयात्रा. श्रीकृष्ण-समागम.	२४५
११९ वा.	बलरामाचें भाषण.	२४७
१२० वा.	सात्यकीचें भाषण.	२४८
१२१ वा.	गययज्ञवर्णन.	२५१
१२२ वा.	च्यवनचरित्र.	२५२
१२३ वा.	च्यवनमुनीस तारुण्यप्राप्ति.	२५३
१२४ वा.	शर्यातीच्या यज्ञाचा उपक्रम. च्यवनमुनीचें अश्विनीकुमारांसाठीं सोमरसग्रहण व इंद्रकृत प्रतिबंध इंद्रवधार्थ कृत्या निर्माण.	२५५
१२५ वा.	अश्विनीकुमारांस सोमप्राप्ति.	२५६
१२६ वा.	मांधातृचरित.	२५८
१२७ वा.	सोमकचरित.	२६०
१२८ वा.	सोमककृत पुत्रहोम व शतपुत्र-प्राप्ति. सोमक व त्याचा पुरोहित ह्यांची पारलौकिक गति.	२६१
१२९ वा.	नानास्थाननिर्देश.	२६२
१३० वा.	नानातीर्थनिर्देश.	२६३
१३१ वा.	शिबिराजाचें सत्वपरीक्षण.	२६४
१३२ वा.	अष्टावक्रचरितोपक्रम. गर्भामध्यें अष्टावक्रास शाप व त्याच्या पित्याचा वध. अष्टावक्राचें जनक-यज्ञाकडे प्रयाण.	२६६
१३३ वा.	अष्टावक्राचा राजाशीं संवाद. अष्टावक्र आणि द्वारपाल यांचा संवाद. राजा आणि अष्टावक्र ह्यांचीं प्रश्नोत्तरें.	२६८
१३४ वा.	अष्टावक्राचा बंदीशीं वाद व बंदीचा पराजय.	२७१
१३५ वा.	यवक्रीतोपाख्यान. वेदप्राप्त्यर्थ यवक्रीताची तपश्चर्या. यवक्रीतास वरप्राप्ति. भरद्वाजयवक्रीतसंवाद.	२७४
१३६ वा.	यवक्रीताचें दुर्वर्तन. रैभ्यकोप व यवक्रीतवध.	२७७
१३७ वा.	भरद्वाजाचा पुत्रशोक व अग्निप्रवेश.	२७८
१३८ वा.	परावसूकडून रैभ्याचा वध. परावसूची कृतघ्नता. अर्वावसूचें तप व रैभ्यादिकांचें पुनरुज्जीवन.	२७९
१३९ वा.	पांडवांचा कैलासप्रवेश.	२८१
१४० वा.	पांडवांचें पुढें प्रयाण.	२८२
१४१ वा.	युधिष्ठिराचे उद्गार.	२८४
१४२ वा.	लोमशकृत तीर्थनिर्देश-नरका-सुरवधवृत्त. वराहावतारवृत्त.	२८५
१४३ वा.	भयंकर वादळ व वृष्टि.	२८८
१४४ वा.	द्रौपदीची ग्लानि व घटोत्कचा-गमन.	२८९
१४५ वा.	नरनारायणाश्रमप्रवेश.	२९१
१४६ वा.	सौगंधिक कमलें आणण्यासाठीं भीमाचें प्रयाण. भीमसेनास मारुतीचें दर्शन.	२९३
१४७ वा.	भीममारुतिसंवाद. भीमसेनगर्व-हरण. मारुतिचरित्र.	२९८
१४८ वा.	मारुतिचरित्र.	३००
१४९ वा.	चतुर्युगवर्णन.	३०१
१५० वा.	मारुतीचें पूर्वस्वरूपाविष्करण. मारुतीचा भीमास धर्मोपदेश.	३०४
१५१ वा.	मारुतीचें भीमसेनास वरदान.	३०७
१५२ वा.	भीमास सौगंधिकवनदर्शन.	३०७
१५३ वा.	भीमास कुबेरसरोवराचें दर्शन.	३०८
१५४ वा.	भीम व सरोवरसंरक्षक राक्षस यांचा संवाद आणि संग्राम.	३०९
१५५ वा.	पांडवांचें सौगंधिकवनाकडे प्रयाण व भीमाची भेट.	३११
१५६ वा.	पांडवांचें नरनारायणाश्रमाकडे प्रत्यागमन.	३१२

जटासुरवधपर्व.

१५७ वा.	जटासुराचा वध.	३१४

यक्षयुद्धपर्व.

१५८ वा.	गंधमादनवर्णन.	३१८
१५९ वा.	आर्ष्टिषेणयुधिष्ठिरसंवाद.	३२२
१६० वा.	भीमसेनास द्रौपदीचें सांगणे. भीमाचें गंधमादनशिखरारोहण. भीमसेन व राक्षस यांचें युद्ध.	३२४

अध्याय.		पृष्ठ.
१६१ वा.	पांडवांचें गंधमादनशिखरारोहण. युधिष्ठिराचा भीमास उपदेश. कुबेर व पांडव यांची भेट. कुबेराचें भाषण. कुबेरशापवृत्त.	३२८
१६२ वा.	कुबेराचा युधिष्ठिरादिकांस उपदेश.	३३१
१६३ वा.	पांडवांस मेरुदर्शन.	३३३
१६४ वा.	पांडवांचें गंधमादनावर वास्तव्य.	३३५

निवातकवचयुद्धपर्व.

अध्याय.		पृष्ठ.
१६५ वा.	अर्जुनप्रत्यागमन.	३३७
१६६ वा.	पांडवांस इंद्रसमागम.	३३७
१६७ वा.	अर्जुनाचें आत्मवृत्त. (श्रीशंकराकडून अस्त्रप्राप्ति)	३३८
१६८ वा.	लोकपालास्त्रप्राप्तिवृत्त.	३४१
१६९ वा.	निवातकवचयुद्धारंभ.	३४५
१७० वा.	निवातकवचयुद्ध.	३४६
१७१ वा.	भयंकर मायावी संग्राम.	३४७
१७२ वा.	निवातकवचसंहार. अर्जुनाचा दैत्यनगरप्रवेश. दैत्यनगराचें संक्षिप्त पूर्ववृत्त.	३४९
१७३ वा.	हिरण्यपुरवृत्तांत. अर्जुनहस्तें पौलोमकालकंजवध. अर्जुनाचें स्वर्गप्रयाण व इंद्रसमागम.	३५१
१७४ वा.	अर्जुनाचें अवशिष्टवृत्तनिवेदन.	३५४
१७५ वा.	अर्जुनाचा दिव्यास्त्रदर्शनारंभ. देवकृत अर्जुनानिषेध.	३५५

अजगरपर्व.

अध्याय.		पृष्ठ.
१७६ वा.	पांडवांचा गंधमादनत्याग.	३५७
१७७ वा.	पांडवांचा द्वैतवनप्रवेश.	३५८
१७८ वा.	अजगराचें भीमसेनास धरणें.	३६०
१७९ वा.	अजगरभीमसंवाद. धर्मराजास अपशकुन व त्याचें भीमसेनाच्या शोधार्थ प्रयाण.	३६२
१८० वा.	अजगराचीं व युधिष्ठिराचीं प्रश्नोत्तरें.	३६५
१८१ वा.	अजगरयुधिष्ठिरसंवाद. अजगराचें पूर्ववृत्त व भीमसेनाची सुटका.	३६८

मार्कंडेयसमास्यापर्व.

अध्याय.		पृष्ठ.
१८२ वा.	वर्षाकालवर्णन. शरदृतूचें वर्णन. पांडवांचें काम्यकवनाकडे प्रयाण.	३७१
१८३ वा.	श्रीकृष्णाचें पांडवांकडे आगमन व भाषण. मार्कंडेयागमन. युधिष्ठिराचा मार्कंडेयांस प्रश्न. मार्कंडेयोक्त पारलौकिक गति.	३७२
१८४ वा.	अरिष्टनेमिप्रभाव.	३७७
१८५ वा.	भूपतीचें महत्त्व.	३७९
१८६ वा.	तार्क्ष्यसरस्वती संवाद.	३८१
१८७ वा.	वैवस्वतमनूचें चरित्र.	३८४
१८८ वा.	युधिष्ठिराचा प्रश्न. युगनिरूपण. युगांतकालचे लोकाचार. मार्कंडेयमुनींस श्रीविष्णूंचें दर्शन व त्यांच्या उदरांत प्रवेश. मार्कंडेयांचें निर्गमन व श्रीविष्णूंस प्रश्न.	३८६
१८९ वा.	श्रीविष्णूंचें स्वस्वरूपकथन.	३९३
१९० वा.	कलियुगांतील लोकवृत्त व कल्कीचा आवतार.	३९६
१९१ वा.	कृतयुगाचा आरंभ, मार्कंडेय मुनींचा युधिष्ठिरास उपदेश.	४००
१९२ वा.	राजा परिक्षित् व मंडूककन्या. सुशोभना. परिक्षिरपुत्रचरित.	४०२
१९३ वा.	इंद्रबकसंवाद व दीर्घायुषी पुरुषांचीं सुखदुःखें.	४०७
१९४ वा.	क्षत्रियमाहात्म्य.	४०९
१९५ वा.	ययातीचें औदार्य.	४१०
१९६ वा.	वृषदर्भाचा दानधर्म.	४१०
१९७ वा.	शिबीचें धर्मवीर्य.	४११
१९८ वा.	पुनश्च शिबिमाहात्म्य.	४१३
१९९ वा.	इंद्रद्युम्नकीर्ति.	४१५
२०० वा.	निष्फल दानें आणि जन्म. ब्राह्मणमाहात्म्य. दानार्ह ब्राह्मण आणि दानें. यमलोकमार्ग व त्यांतून तरण्याचा उपाय. ब्राह्मणमाहात्म्य. ब्राह्मणांचा शुचिर्भूतपणा. अंतःकरणशुद्धीचें महत्त्व. आत्मज्ञानाचा उपाय. दानधर्म.	४१७

६ अनुक्रमणिका.

अध्याय.		पृष्ठ.
२०१ ला.	धुंधुमारचरित. उत्तंकमुनीचें तप व त्यास वरप्राप्ति.	४२४
२०२ रा.	इक्ष्वाकुवंशांतील कांहीं राजे उत्तंक मुनीचा बृहदश्वास उपदेश.	४२५
२०३ रा.	बृहदश्वाचें उत्तर. मधुकैटभवधवृत्त.	४२७
२०४ था.	धुंधुदैत्याचा वध.	४२८
२०५ वा.	गुरुसेवा आणि पतिसेवा ह्यांचें महत्त्व.	४३०
२०६ वा.	पतिव्रतेचें माहात्म्य.	४३१
२०७ वा.	धर्मव्याधोपाख्यान. धर्मव्याधाचें स्वकर्मसमर्थन. शिष्ट आणि शिष्टाचार.	४३४
२०८ वा.	हिंसेविषयीं धर्मव्याधाचें मत.	४३९
२०९ वा.	धर्मव्याधाचे पूर्वकर्मविचार. जीव शाश्वत आहे. मनुष्यजन्माची प्राप्ति व पुण्यपापसंबंध.	४४१
२१० वा.	मनुष्य पापी कसा बनतो ? ब्रह्मविद्या.	४४५
२११ वा.	पंचमहाभूतांचे गुण व इंद्रियनिग्रह.	४४६
२१२ वा.	सत्त्वादिगुणविचार.	४४८
२१३ वा.	अध्यात्मविचार.	४४९
२१४ वा.	ब्राह्मणास धर्मव्याधाच्या मातापितरांचें दर्शन.	४५२
२१५ वा.	धर्मव्याधाचा ब्राह्मणास उपदेश. धर्मव्याधास पूर्वजन्मीं ब्राह्मणशाप.	४५३
२१६ वा.	धर्मव्याधावर मुनीचा अनुग्रह. ब्राह्मण आणि धर्मव्याध ह्यांचा संवाद.	४५५
२१७ वा.	अग्नीपासून अंगिरामुनीस पुत्रप्राप्ति.	४५७
२१८ वा.	अंगिरामुनीची संतति.	४५८
२१९ वा.	अग्निवंशकथन.	४५८
२२० वा.	उक्थ्यादि अग्नींची संतति.	४६०
२२१ वा.	अग्निवंश.	४६१
२२२ वा.	पुनश्च अग्निवंश.	४६३
२२३ वा.	इंद्रकृत देवसेनासंरक्षण.	४६४
२२४ वा.	कार्तिकेयचरिताचा उपक्रम. अग्नीचा मुनिस्त्रियांविषयींचा अभिलाष व वनप्रवेश.	४६५
२२५ वा.	स्वाहादेवीचीं वेषांतरें व अग्निसमागम. कार्तिकेयाची उत्पत्ति.	४६७
२२६ वा.	सप्तर्षींचा भार्यात्याग. इंद्रास देवांची प्रार्थना. लोकमाताकृत स्कंदसंरक्षण.	४६९
२२७ वा.	इंद्र व कार्तिकेय यांचा संग्राम व इंद्राचें कार्तिकेयास शरण जाणें.	४७१
२२८ वा.	स्कंदाचे पारिषद.	४७२
२२९ वा.	स्कंदास देवसेनापत्याभिषेक. स्कंदाचा देवसेनेशीं विवाह.	४७३
२३० वा.	स्कंदमाता. स्कंदग्रह व त्यांचीं कर्में.	४७५
२३१ वा.	स्वाहादेवीस स्कंदाचें वरप्रदान. कार्तिकेयास ब्रह्मदेवाचा उपदेश. श्वेतपर्वतावर कार्तिकेयाचें वास्तव्य. श्रीशंकरांचें भद्रवटाकडे प्रयाण. श्रीशंकरांचें कार्तिकेयास वरप्रदान. देवदान व संग्राम कार्तिकेयकृत महिषासुरवध.	४७८
२३२ वा.	कार्तिकेयाची नामावळी.	४८४

द्रौपदीसत्यभामासंवादपर्व.

२३३ वा.	सत्यभामेस द्रौपदीचें स्वाचारनिवेदन.	४८६
२३४ वा.	द्रौपदीचा सत्यभामेस उपदेश.	४८९
२३५ वा.	सत्यभामेचें द्रौपदीशीं सात्वनपूर्वक व उत्तेजनपर भाषण.	४९०

घोषयात्रापर्व.

२३६ वा.	धृतराष्ट्राचे पांडवांविषयीं उद्गार.	४९१
२३७ वा.	दुर्योधनास शकुनि व कर्ण यांचा उपदेश.	४९३
२३८ वा.	घोषयात्रानिश्चय.	४९५
२३९ वा.	धृतराष्ट्राची दुर्योधनाच्या प्रयाणास अनुज्ञा. दुर्योधनाचें द्वैतवनाकडे प्रयाण.	४९६
२४० वा.	दुर्योधनाची मृगया. गंधर्व व दुर्योधनसेना ह्यांचा संवाद.	४९७

अध्याय.	पृष्ठ.
२४१ वा. दुर्योधनगंधर्वसंग्राम.	४९९
२४२ वा. गंधर्वांचें दुर्योधनग्रहण व दुर्यो- धनसैन्याचें पांडवांस शरण आणें. दुर्योधनसेनिकांस भीमसेनाचें उत्तर.	५००
२४३ वा. युधिष्ठिराचा पांडवांस उपदेश व अर्जुनाची प्रतिज्ञा.	५०१
२४४ वा. पांडवगंधर्वयुद्ध.	५०२
२४५ वा. अर्जुनकृत गंधर्वपराजय अर्जुनकृत चित्रसेनपराजय. पांडवचित्रसेन- समागम.	५०३
२४६ वा. गंधर्वांनीं दुर्योधनास पकडण्याचें कारण. गंधर्वादिकांचें युधिष्ठिर- दर्शन व दुर्योधनाची सुटका. दुर्योधनास युधिष्ठिराचा उपदेश. दुर्योधनवें प्रयाण.	५०५
२४७ वा. कर्णकृत दुर्योधनाभिनंदन.	५०६
२४८ वा. दुर्योधनावें ग्रामबृतनिवेदन.	५०७
२४९ वा. दुर्योधनाचा प्रायोपवेशनाविषयीं निश्चय. दुर्योधनाचा दुःशासनास उपदेश. दुःशासनाचा शोक.	५०८
२५० वा. कर्णाचा दुर्योधनास उपदेश.	५१०
२५१ वा. दुर्योधनास शकुनीचा उपदेश. दुर्योधनाची हितचिंतकांस आशा व निश्चयाची दृढता. दुर्योधनाचा पाताळप्रवेश.	५११
२५२ वा. दैत्यांचा दुर्योधनास उपदेश. दुर्योधनावें प्रत्यागमन व पूर्व- विचारत्याग. कर्णांचें भाषण. दुर्यो- धनावें नगराकडे प्रयाण.	५१२
२५३ वा. दुर्योधनास भीष्मांचा उपदेश. कर्णाचा दिग्विजयाविषयीं विचार.	५१५
२५४ वा. कर्णाचा दिग्विजय. कर्णांचें प्रत्या- गमन व धृतराष्ट्रदर्शन.	५१६
२५५ वा. दुर्योधनाचा राजसूय यज्ञ कर- ण्याचा विचार. पुरोहिताचा दुर्यो- धनास उपदेश. वैष्णव यज्ञ कर- ण्याचा निश्चय.	५१८

अध्याय.	पृष्ठ.
२५६ वा. दुर्योधनाचा वैष्णव यज्ञ.	५१९
२५७ वा. दुर्योधनाचा नगरप्रवेश. कर्णाची अर्जुनवधाविषयीं प्रतिज्ञा. युधिष्ठि- राच्या कल्पना.	५२०

मृगस्वप्नोद्भवपर्व.

२५८ वा. मृगांची प्रार्थना व पांडवांचा द्वैतवनत्याग.	५२२

व्रीहिद्रौणिकपर्व.

२५९ वा. युधिष्ठिराची अस्वस्थता. पांडवांस व्यासांचा उपदेश. दान आणि तप ह्यांच्या गौरवागौरवाविषयीं विचार.	५२३
२६० वा. मुद्गलाचा दानधर्म. दुर्वासंकृत मुद्गलसत्त्वपरीक्षण व अनुग्रह देवदू- तांचें आगमन व त्यास मुद्गलाचा प्रश्न.	५२५
२६१ वा. स्वर्गांचे गुणदोष.	५२७

द्रौपदीहरणपर्व.

२६२ वा. दुर्वासमुनीचें दुर्योधनास वरप्रदान.	५३०
२६३ वा. दुर्वासमुनीचें पांडवांकडे अति- थींच्या रूपानें आगमन. द्रौपदीकृत कृष्णस्तव. श्रीकृष्णाचें आगमन. दुर्वासमुनीचें शिष्यसह पलायन.	५३१
२६४ वा. जयद्रथाचें काम्यकवनांत आग- मन व द्रौपदीकडे दूतप्रेषण.	५३३
२६५ वा. कोटिकास्याची द्रौपदीस पृच्छा.	५३४
२६६ वा. द्रौपदीचें उत्तर.	५३५
२६७ वा. कोटिकास्याचें जयद्रथास द्रौपदी- वृत्तिनिवेदन. जयद्रथाची द्रौपदिस प्रार्थना व तिजकडून त्याचा निषेध.	५३६
२६८ वा. द्रौपदीकृत जयद्रथनिर्भर्त्सना. द्रौपदजियद्रथसंवाद. जयद्रथाचें द्रौपदीहरण.	५३७
२६९ वा. धर्मराजास अपशकुन. पांडवांचें प्रत्यागमन. द्रौपदीच्या दासीकडून द्रौपदीवृत्तशान. पांडवांची जयद्र- थावर चाल.	५३९
२७० वा. द्रौपदीकडून जयद्रथास पांडवांची माहिती.	५४१
२७१ वा. पांडवजयद्रथसंग्राम. द्रौपदी-	५४३

अध्याय.	पृष्ठ.

प्रल्हादहरण व जयद्रथपलायन.
जयद्रथाचा शोध व पाठलाग.

जयद्रथविमोक्षणपर्व.

२७२ बा. जयद्रथाची मानहानि व सुटका. ५४७
जयद्रथांचें तप व वरप्राप्ति.

रामोपाख्यानपर्व.

२७३ वा. युधिष्ठिराचा मार्कंडेयमुनींस प्रश्न ५५१
२७४ वा. रामादिकांचें जन्म. कुबेर आणि ५५१
विश्रवा ह्यांची उत्पत्ति.
२७५ वा. रावणादिकांचें जन्म. रावणादि- ५५२
कांची तपश्चर्या व वरप्राप्ति.
रावणास लंकेच्या राज्याची प्राप्ति.
२७६ वा. वानरादिकांची उत्पत्ति. ५५४
२७७ वा. रामाचा वनवास. रावणाचें ५५५
सीताहरणार्थ प्रयाण.
२७८ वा. मारीचवध व सीताहरण. ५५८
२७९ वा. जटायुवध, रावणाचा लंका- ५६०
प्रवेश. कबंधवध व गंधर्वदर्शन.
२८० वा. रामाचें सुग्रीवाशीं सख्य. वालि- ५६१
वध. सीतेचा लंकावास. त्रिजट-
कृत सीतासांत्वन.
२८१ वा. रावणाची सीतेस प्रार्थना. ५६६
सीताकृत रावणानिषेध.
२८२ वा. सीतेचा शोध. ५६८
२८३ वा. वानरसैन्यागमन श्रीरामाचें लंके- ५७१
कडे प्रयाण. समुद्रोल्लंघन. बिभी-
षणागमन. शुकसारणागमन व
अंगददूतप्रेषण.
२८४ वा. अंग ाची शिष्टाई. अंगद प्रत्या- ५७४
गमन. लंकेवर हल्ला.
२८५ वा. रामरावणयुद्धाचा आरंभ. ५७६
२८६ वा. प्रहस्त व धूम्राक्ष ह्यांचा वध. ५७७
कुंभकर्णनिर्गमन.
२८७ वा. कुंभकर्णवध. ५७८
२८८ वा. इंद्रजितयुद्ध व रामलक्ष्मणपतन ५८०
२८९ वा. इंद्रजिताचा व रावणाचा सीता- ५८१
वधविचार व अभिव्यक्त निषेध.
२९० वा. रामरावणसंग्राम. इंद्ररथागमन. ५८३
रावणवध.

अध्याय.	पृष्ठ.

२९१ वा. सीताशुद्धि. रामाचा सीतास्वी- ५८४
कार व अयोध्याप्रयाण.
२९२ वा. मार्कंडेयकृत युधिष्ठिरसांत्वन. ५८८

पतिव्रतामाहात्म्यपर्व.

२९३ वा. सावित्रीचें जन्म. सावित्रीचें वरा- ५८९
न्वेषणार्थ प्रयाण.
२९४ वा. अश्वपतिनारदसंवाद. ५९१
२९५ वा. सावित्रीविवाह. ५९२
२९६ वा. सावित्रीचें व्रताचरण व पतीसह ५९४
वनप्रयाण.
२९७ वा. सत्यवानाचा मृत्यु. सावित्रीयम- ५९५
संवाद. सत्यवानाचें पुनरुज्जीवन
व साधित्रीशीं संवाद. सत्यवानाचें
सावित्रीसह आश्रमाकडे प्रयाण.
२९८ वा. सत्यवानाशीं आणि त्याच्या ६०२
मातापितरांची भेट. सावित्री आणि
सत्यवान् ह्यांचें वृत्तान्तनिवेदन.
२९९ वा. द्युमत्सेनास राज्यप्राप्ति. ६०४

कुंडलाहरणपर्व.

३०० सूर्याचा कर्णास उपदेश व कर्णाचें ६०५
उत्तर.
३०१ ला. कर्णास सूर्याचा पुनश्च उपदेश. ६०७
३०२ रा. कर्णसूर्यसंवाद. ६०८
३०३ रा. कुंतिभोजराजाचें ब्राह्मणास वचन ६०९
व कुंतीस उपदेश.
३०४ था. कुंतीची ब्राह्मणसेवेकडे योजना. ६११
३०५ वा. कुंतीची ब्राह्मणसेवा व वरप्राप्ति. ६१२
३०६ वा. कुंतीचें मंत्रद्वारा सूर्याला आह्वान. ६१३
३०७ वा. कुंती आणि सूर्य यांचा समागम. ६१४
३०८ वा. कुंतीकृत कर्णपरित्याग. ६१६
३०९ वा. राधेसकर्णाची प्राप्ति. ६१७
३१० वा. कर्णाला इंद्रापासून अमोघ शक्तीची ६१८
व इंद्रास कर्णापासून कवचकुंडलांची प्राप्ति.

आरणेयपर्व.

३११ वा. मृगान्वेषण. ६२१
३१२ वा. नकुलादिकांचें पतन. ६२२
३१३ वा. यक्षप्रश्न. ६२४
३१४ वा. नकुलादिकांचें जीवन व वरप्राप्ति. ६३२
३१५ वा. अज्ञातवासविचार ६३४

श्रीमन्महाभारत.

वनपर्व.

अध्याय पहिला.

मंगलाचरण.

नारायणं नमस्कृत्य नरं चैव नरोत्तमम् ।
देवीं सरस्वतीं चैव ततो जयमुदीरयेत् ॥

ह्या अखिल ब्रह्मांडांतील यच्चयावत् स्थावर-जंगम पदार्थांच्या ठिकाणीं चिदाभासरूपानें प्रत्ययास येणारा जो नरसंज्ञक जीवात्मा, नरसंज्ञक जीवात्म्यास सदासर्वकाळ आश्रय देणारा जो नारायण नामक कारणात्मा, आणि नर-नारायणात्मक कार्यकारणसृष्टीहून पृथक् व श्रेष्ठ असा जो नरोत्तमसंज्ञक सच्चिदानंदरूप परमात्मा, त्या सर्वांस मी अभिवंदन करितों; तसेंच नर, नारायण व नरोत्तम ह्या तीन तत्त्वांचें यथार्थ ज्ञान करून देणारी देवी जी सरस्वती तिलाही मी अभिवंदन करितों; आणि त्या परमकारुणिक जगन्मातेनें लोकहित करण्याविषयीं माझ्या अंतःकरणांत जी स्फूर्ति उत्पन्न केली आहे, तिच्या साहाय्यानें ह्या भवबंधविमोचक जय म्हणजे महाभारत ग्रंथाच्या वनपर्वास आरंभ करितों. प्रत्येक धर्मशील पुरुषानें सर्वपुरुषार्थप्रतिपादक अशा शास्त्राचें विवेचन करितांना प्रथम नर, नारायण आणि नरोत्तम ह्या भगवन्मूर्तीचें ध्यान करून नंतर प्रतिपाद्य विषयाचें निरूपण करण्यास प्रवृत्त व्हावें, हें सर्वथैव इष्ट होय.

उपक्रमणिका.

जनमेजय म्हणालाः—हे ब्राह्मणश्रेष्ठा, ह्याप्रमाणें वैराचें उत्कृष्ट प्रकारें बीजारोपण करणाऱ्या दुष्ट धृतराष्ट्रपुत्रांनीं आणि त्यांच्या अमात्यांनीं द्यूतामध्यें जिंकून जेव्हां क्रोध आणला आणि जेव्हां कानांवर जातील अशा रीतीनें कर्णकठोर भाषणें केलीं, तेव्हां माझ्या पूर्वजांनीं अर्थात् पितामह पांडव ह्यांनीं काय केलें? एकाएकीं ऐश्वर्यभ्रष्ट झाल्यामुळें कष्टी होऊन गेले असतांही, पराक्रमांत इंद्राच्या तोडीचे

असणारे ते पृथापुत्र वनांत कसे विहार करूं लागले ? ते अशा बिनतोड संकटांत सांपडले असतांही त्यांची बाजू कोणी उचलली ? पुढें ते महात्मे कोठें जाऊन राहिले ? आहार कशाचा करीत होते ? आचरण कसलें करीत होते ? आणि, हे ब्राह्मणश्रेष्ठ महामुने वैशंपायना, त्या शत्रूंचा फडशा उडविणाऱ्या शूर महात्म्यांचीं बारा वर्षे वनांत कशा रीतीनें गेलीं? तसेंच राजकन्या द्रौपदी ही सर्व स्त्रियांमध्यें श्रेष्ठ, पतिव्रता, निरंतर सत्यभाषण करणारी आणि महाभाग्यशालिनी असल्यामुळें तिजला दुःख होणें योग्य नसतांही भयंकर वनवास कसा भोगावा लागला ? हा सर्व वृत्तांत, हे तपोधना, मजला आपण विस्तृतपणें सांगा. कारण, पराक्रम हेंच ज्यांचें विपुल द्रव्य त्या पांडवांचें चरित्र आपल्या तोंडून ऐकावें अशी मला बलवत्तर इच्छा आहे.

पौरविचार.

वैशंपायन म्हणालेः-ह्याप्रमाणें ते दुष्ट धृतराष्ट्रपुत्र आणि त्यांचे अमात्य ह्यांनीं द्यूतामध्यें पराजित केल्यामुळें क्रुद्ध होऊन पांडव हस्तिनापुरांतून निघाले आणि वर्धमाननामक नगरद्वारांतून बाहेर पडून हातीं शस्त्रें घेऊन द्रौपदीसह उत्तरेकडे निघून गेले. तेव्हां इंद्रसेन वगैरे चौदा भृत्य आपल्या सर्व स्त्रिया बरोबर घेऊन शीघ्रगामी रथांतून त्यांच्या मागून चालते झाले. पांडव गेले असें जेव्हां कळलें तेव्हां नागरिक लोक शोकानें अत्यंत पीडित होऊन भीष्म, विदुर, द्रोण आणि गौतम ह्यांस वारंवार दूषणें देऊं लागले व एकत्र जमून निर्भयपणें आपापसांत बोलूं लागले.

पौर म्हणालेः—ज्या ठिकाणीं शकुनीनें संगोपन केलेला हा दुष्ट दुर्योधन, कर्ण आणि दुःशासन ह्यांच्या संगतीनें हें राज्य करूं इच्छित आहे, त्या ह्या ठिकाणीं आमचें हें सर्व कुल, आह्मी व आमचीं घरेंदारें ह्यांच्या अस्तित्वाचा भरंवसा नाहीं. गुरूचा द्वेष करणारा, सदाचार आणि आप्तजन ह्यांचा त्याग करणारा, द्रव्यलोभी, अभिमानी, नीच आणि प्रकृत्याच निर्दय असा हा दुष्ट दुर्योधन पापिष्ठ लोकांचें साहाय्य घेऊन ज्या ठिकाणीं राज्य करण्याची इच्छा करीत आहे, त्या ठिकाणीं कुलही टिकावयाचें नाहीं, आचारही असावयाचा नाहीं आणि धर्म व अर्थ हेही असणार नाहींत; मग सुख तरी कोठून असणार! फार कशाला? जीवर दुर्योधन राज्य करूं लागेल त्या ह्या संपूर्ण पृथ्वीचें देखील अस्तित्व नष्ट झालेंच म्हणून समजावें. तेव्हां आतां आपण सर्वांनीं मिळून दयाशील, लोकलज्जासंपन्न, कीर्तिमंत, धर्माचरणाविषयीं तत्पर व इंद्रियें आणि शत्रु ह्यांचा विजय करणारे महात्मे पांडव जिकडे जात आहेत तिकडेच जावें हें ठीक.

वैशंपायन म्हणालेः—ह्याप्रमाणें बोलून ते सर्व लोक पांडवांच्या मागून चालले आणि त्या कुंतीच्या व माद्रीच्या पुत्रांची-पांडवांची-भेट घेऊन हात जोडून त्यांस ह्मणाले "आपलें कल्याण असो. आपण दुःखीकष्टी झालेल्या आह्मांला टाकून कोणीकडे चाललां आहां? आपण जिकडे जाल तिकडे आह्मींही बरोबर येऊं. दयेला फांटा देऊन आपल्या शत्रूंनीं आपणांला अन्यायानें जिंकिलें असें कानावर आल्यामुळें आह्मीं सर्वही अत्यंत उद्विग्न होऊन गेलों आहों. तेव्हां अशा स्थितींत आपण आमचा त्याग करणें योग्य नाहीं आह्मी आपले भक्त आहों, आपल्यावर प्रेम करीत आहों, आपल्याविषयीं आमचें अंतःकरण चांगलें आहे आणि सदोदीत आपलें प्रिय व हित करण्यांत आह्मीं आसक्त आहों. ह्यामुळें ह्या दुष्ट राजाच्या राज्यांत राहून सर्वथैव नाश करून घेऊं नये, अशी आमची इच्छा आहे व ह्मणूनच आह्मी

आपल्याबरोबर येणार. राजा दुष्ट असला म्हणून आमचा नाश कसा होईल असें म्हणाल तर त्याचें कारण संसर्ग हें होय. हे नरश्रेष्ठहो, शुभ अथवा अशुभ ह्यांचें वास्तव्य ज्याच्या ठिकाणीं असेल त्याचा संसर्ग गुण अथवा दोष कसे उत्पन्न करितो तें ऐका. वस्त्र, पाणी, तीळ आणि भूमि ह्यांना पुष्पाचा सहवास झाला म्हणजे त्याच्या सुगंधानें तीं सुगंधित होतात; त्याचप्रमाणें संसर्गजन्य गुणाची स्थिति आहे. मूर्ख लोकांचा समागम अज्ञानपटलाचें उत्पत्तिस्थानच असून प्रत्यहीं घडणारा साधूंचा सहवास हा धर्माची केवळ जन्मभूमिच होय. तेव्हां, शांतीच्या प्राप्तीविषयीं तत्पर असलेल्या लोकांनीं ज्ञानसंपन्न, वृद्ध, सुस्वभावी आणि तपोनिष्ठ अशा सज्जनांशींच संबंध ठेवावा; व विद्या, जाति आणि कर्म हीं तीनही ज्यांचीं शुद्ध असतील त्यांचीच संगति करावी. कारण, त्यांच्याशीं सहवास ठेवणें हें शास्त्रज्ञानापेक्षांही फार महत्त्वाचें आहे. आह्मी पुण्यशील साधूंसाठीं कांहींही उद्योग न करितां केवळ त्यांच्या सहवासासच जरी राहिलों तरी पुण्यप्राप्ति होईल; पण पापी लोकांच्या सहवासानें मात्र आह्मांस पापच लागेल. असज्जनांचें दर्शन, त्यांचा स्पर्श, त्यांच्याशीं भाषण आणि त्यांच्याबरोबर एका ठिकाणीं बसणें ह्यांच्या योगानें धर्मनिष्ठ पुरुषांची देखील मोठी हानि होते व त्यांस सिद्धि मिळत नाहीं. मनुष्याची बुद्धि नीच लोकांच्या सहवासानें निकृष्ट, मध्यम लोकांच्या सहवासानें मध्यम आणि उत्तम लोकांच्या सहवासानें उत्कृष्ट होते. (ह्यास्तव नीच, विषयप्राप्तीच्या मार्गास लागलेले व अधर्मनिष्ठ अशा लोकांशीं विशेषसा सहवास ठेवूं नये.) धर्म, अर्थ आणि काम ह्यांपासून निर्माण होणारें, लौकिक आचारांपासून उत्पन्न झालेले, शिष्ट लोकांस संमत असलेले आणि वेदामध्यें निर्दिष्ट केलेले जे गुण लोकांमध्यें प्रसिद्ध आहेत ते सर्व सद्गुण, एकवटून म्हणा अथवा निरनिराळ्या प्रकारें म्हणा, तुमच्यापाशीं वास्तव्य करीत आहेत. म्हणून आपल्यासारख्या गुणी लोकांमध्यें वास करावा अशी आमची इच्छा आहे. कारण, आह्मांला स्वतःच्या कल्याणाची आशा आहे."

१ जुन्या प्रतींत हें नाहीं.

युधिष्ठिराचें भाषण.

युधिष्ठिर म्हणालाः—प्रेम आणि कारुण्य ह्यांनीं जखडून गेल्यामुळें आपण ब्राह्मणप्रभृति प्रजा आमच्या अंगीं नसणाऱ्याही गुणांचें वर्णन करीत आहां, एवढ्यामुळेंच आम्हीं धन्य आहों. आतां मी आणि माझे बंधु जी आपणां सर्वांची प्रार्थना करीत आहों तिच्याविरुद्ध आपण जाऊं नये, हेंच आह्मांवर असणाऱ्या आपल्या प्रेमाचें आणि अनुग्रहाचें लक्षण होय. आमचा पितामह राजा भीष्म, विदुर, आमची माता आणि प्रायः आमचें सर्व मित्रमंडळ हे सर्वजण हस्तिनापुरांतच असून ते आमच्या ह्या प्रयाणामुळें शोक व संताप यांनीं विह्वल होऊन गेले आहेत. तेव्हां आमच्या हितासाठीं आपण त्या सर्वांचेंच प्रयत्नपूर्वक पालन करा. जा आतां परत. बरेच दूर आलां आहां. तुह्मांला शपथ आहे. आतां आम्हांबरोबर येऊं नका. आमची पूर्वोक्त मंडळी ही आम्हीं आपणांकडे ठेव ठेविली आहे. तेव्हां त्यांजविषयीं आपलें मन दयार्द्र असूं द्या. कारण, माझीं जीं कांहीं कर्तव्यें आहेत त्यांपैकीं माझ्या अंतःकरणांत घोळत असलेलें हें एक श्रेष्ठ प्रतीचें कर्तव्य आहे. ह्यामुळें तें बजाविलें असतां माझा संतोष आणि सत्कार केल्यासारखें होईल.

वैशंपायन म्हणालेः—अशा रीतीनें धर्म-

राजानें आपलें मत प्रदर्शित केल्यानंतर त्या ठिकाणीं एकत्र जुळलेले ते प्रजाजन "हाय हाय ! हे राजा !" असें ह्मणून दीनवाण्या-स्वरानें भयंकर आक्रोश करूं लागले. धर्मराजाच्या गुणांचें स्मरण होऊन त्याच्या भावी वियोगामुळें ते फारच पीडित आणि दुःखाकुल होऊन गेले; व नंतर पुनः पांडवांची भेट घेऊन ते आपली इच्छा नसतांही परत फिरले. ह्याप्रमाणें नागरिक लोक परत फिरल्यानंतर रथांत बसून पांडव भागीरथीच्या तीरावर असणाऱ्या प्रमाण नांवाच्या एका मोठ्या वटवृक्षाखालीं आले. प्रजा परत फिरल्यानंतर जेवढा दिवस अवशिष्ट राहिला होता तेवढ्यामध्यें ते पांडव त्या वटवृक्षाखालीं जाऊन पोहोंचले. नंतर दुःखवश झालेल्या त्या वीर पांडवांनीं शुद्ध जलाचा स्पर्श करून त्या रात्रीं तेथेंच वास्तव्य केलें व केवळ उदकावरच ती रात्र काढिली. त्या ठिकाणीं देखील कांहीं साग्निक व कांहीं निरग्निक ब्राह्मण आपले शिष्यगण आणि बांधव ह्यांसह प्रेमानें त्यांच्या पाठोपाठ आले आणि त्यांच्या भोंवतीं बसले. तेव्हां त्या ब्रह्मवादी ब्राह्मणांच्या योगानें धर्मराजास एक प्रकारची शोभा आली. पुढें, वैदिक कर्मांच्या आरंभामुळें रम्य—पण राक्षसादिकांच्या संचारामुळें भयंकर-अशा वेळीं अग्नि प्रज्वलित करून ते ब्राह्मण वेदवचनास महत्त्व येईल अशा प्रकारचें संभाषण करूं लागले व हंसाप्रमाणें मधुर कंठ असलेल्या त्या ब्राह्मणश्रेष्ठांनीं सर्व रात्रभर कुरुकुलश्रेष्ठ धर्मराजाला धीर देऊन त्याचें मनोरंजन केलें.

अध्याय दुसरा.

—:०:—

ब्राह्मणयुधिष्ठिरसंवाद.

वैशंपायन ह्मणाले:—पुढें उजाडल्यानंतर ते सरळमार्गी पांडव वनास जावयास निघूं लागले असतां ते भिक्षुक ब्राह्मणही त्यांच्या पुढें जाऊन उभे राहिले. तेव्हां कुंतीपुत्र राजा युधिष्ठिर त्यांस ह्मणाला कीं, "महाराज, आमचें सर्वस्व, राज्य आणि संपत्ति हीं सर्व शत्रूंनीं हिरावून घेतलीं असल्यामुळें दुःखी होऊन आह्मी वनांत चाललों आहों. ह्या वेळीं आमचा आहार ह्मणजे फळें, मुळें आणि मांस हा होय. शिवाय अरण्यामध्यें व्याघ्रादिक अनेक हिंसक प्राणी आणि सर्प ह्यांचें वास्तव्य असल्यामुळें तें केवळ संकटांनीं जणू भरून गेलेलें आहे. ह्यामुळें आपण जर आह्मांबरोबर आलां तर आपणांला खात्रीनें क्लेश होतील. ब्राह्मणांना क्लेश झाले ह्मणजे त्या योगानें देवतांसही पीडा होते. तेव्हां, आपण ह्यापुढें आतां आह्मांबरोबर कशाला येतां ? विप्रहो, वाटेल त्या रीतीनें आतां आपण परत फिरा."

ब्राह्मण ह्मणाले:—हे राजा, ज्या मार्गाचें अवलंबन तूं करीत आहेस त्याच मार्गाचा आश्रय करण्याविषयीं आह्मीही उद्युक्त झालों आहों. तेव्हां सद्धर्माचें ज्ञान असलेल्या आह्मां भक्तजनांचा त्याग करणें तुजला योग्य नाहीं. कारण, देवता देखील आपल्या भक्तांवर व विशेषेंकरून सदाचारांचें अवलंबन करणाऱ्या ब्राह्मणांवर अनुग्रह करितात.

युधिष्ठिर ह्मणाला:—हे द्विजहो, माझी देखील ब्राह्मणांवर अत्यंत भक्ति आहे, पण काय करूं ? माझ्या साहाय्यकर्त्यांची आणि माझी जी ताटातूट झाली आहे ती जणू मजला क्षीण करून सोडीत आहे. ह्या प्रसंगीं माझ्या बंधूंनीं फळें, मुळें आणि मृग आणून द्यावयाचे, पण तेही शोकजन्य दुःखानें मूढ होऊन गेले आहेत. ह्मणून, द्रौपदीचा अपमान आणि शत्रूंनीं केलेला राज्याचा अपहार ह्यामुळें दुःख-

पीडित झालेल्या ह्या माझ्या बंधूंस पुनः क्लेश देण्याची मजला उमेद येत नाहीं.

ब्राह्मण म्हणाले:—हे राजा आमचें पोषण करण्याविषयीं तूं आपल्या अंतःकरणांत काळजी बाळगूं नको. आम्हीं अन्न स्वतः मिळवून आणून त्यावर उपजीविका करूं आणि ईश्वराचें ध्यान व जप करून तुझें कल्याण करीत राहूं. तसेंच अत्यंत रमणीय अशा गोष्टी सांगत तुझ्या सहवासांत आम्हीं आनंदानें दिवस काढूं.

युधिष्ठिर म्हणालाः—हें अगदीं बरोबर आहे ह्यांत संशय नाहीं. मलाही ब्राह्मणांच्या योगानें आनंद होतो. तथापि मी निःसत्त्व झाल्यामुळें जणू त्याज्य झालों आहें असें मला वाटतें. आपण क्लेश भोगण्यास अयोग्य असतां मजविषयींच्या भक्तीमुळें क्लेश भोगावे व सर्वांनींही स्वतः अन्न संपादन करून भोजन करावें हें मी पहावें तरी कसें ? धिक्कार असो त्या दुष्ट धृतराष्ट्रपुत्रांना, कीं ज्यांच्या योगानें आम्हांला ही दशा भोगावी लागत आहे !

युधिष्ठिरास शौनकाचा उपदेश.

वैशंपायन म्हणाले:—असें बोलून तो राजा शोक करीत भूमीवर बसला असतां परमात्म्याच्या ठिकाणीं आसक्त व योग आणि सांख्य ह्या शास्त्रांमध्यें निष्णात असलेला शौनक नांवाचा एक विद्वान् ब्राह्मण त्याला म्हणाला, " हे राजा, शोकाचीं हजारों व भीतीचीं शेंकडों स्थानें प्रत्यहीं मूर्ख मनुष्याच्या मनांत शिरतात, पण तीं ज्ञानी मनुष्याच्या अंतःकरणांत प्रवेश करूं शकत नाहींत. तुझ्यासारखे ज्ञानसंपन्न लोक ज्ञानाचा विरोध करणाऱ्या आणि अनेक प्रकारच्या दोषांनीं युक्त असणाऱ्या व म्हणूनच मोक्षरूपी श्रेयाच्या नाशास कारणीभूत अशा कर्माविषयीं आसक्ति बाळगीत नाहींत. हे राजा, सर्व प्रकारच्या दुष्कृतांचा निःपात करणारें, शुश्रूषादिक आठ अंगांनीं युक्त आणि श्रुति व स्मृति ह्यांच्याशीं संबद्ध असलेलें जें ज्ञान सांगितलें आहे तें तुझ्या ठिकाणीं वास्तव्य करीत आहे. तुजसारखे लोक जरी द्रव्याविषयींचें दुस्तर संकट प्राप्त झालें अथवा स्वजनावर भयंकर प्रसंग ओढवले, तरीही शारीर अथवा मानसिक दुःखांनीं क्लेश पावत नाहींत. तथापि जर तुजला क्लेश होत असतील तर पूर्वी महात्म्या जनकानें आत्म्याच्या ठिकाणीं स्वास्थ्य उत्पन्न करणारे जे श्लोक सांगितले आहेत ते तुजला सांगतों, ऐक. शारीर आणि मानस ह्या दोन दुःखांच्या योगानें हें जग पीडित झालेलें आहे. तेव्हां त्या दोहों प्रकारच्या दुःखांच्या प्रशमनाचा उपाय प्रथम सविस्तर व नंतर संक्षेपानें सांगतों, तो ऐक. व्याधि, अनिष्ट वस्तूंचा समागम, श्रम आणि इष्ट वस्तूंचा त्याग ह्या चार कारणांमुळें शारीर दुःख सुरू होतें. हें शारीर दुःख उत्पन्न होतांच त्याचा प्रतिकार करणें अथवा सदोदीत त्याजविषयीं विचार करून तें उत्पन्नच न होईल अशा रीतीनें वर्तन ठेवणें, अर्थात् त्याच्या कारणाचा त्याग करणें ह्या दोन गोष्टी केल्या म्हणजे शारीरिक दुःखाचें प्रशमन होतें. इतकेंच नव्हे, तर त्यांच्या योगानें मानसिक दुःखांचीही शांति होते. ज्ञानसंपन्न वैद्य लोक ह्या शारीर दुःखांचा प्रतिकार करण्यापूर्वी मनास गोड वाटतील अशा गोष्टी सांगून व उपभोग्य वस्तु देऊन प्रथम मनुष्यांच्या मानसिक दुःखांची शांति करितात. कारण, ज्याप्रमाणें लोखंडाचा गोळा तापला म्हणजे तो बुडतांच घागरींतील पाणी तापतें त्याप्रमाणें मानसिक दुःखांच्या योगानें शरीरास ताप होतो. ह्यास्तव, ज्याप्रमाणें पाण्यानें अग्नि विझवावयाचा त्याप्रमाणें ज्ञानानें मानस दुःखांची शांति केली पाहिजे. कारण मानस दुःख नाहींसें झालें म्हणजे मनुष्याचें शारीर दुःखही नाहींसें होतें. मानसिक दुःखाचें

मूलकारण पाहूं गेलें तर स्नेह हेंच होय, असें दिसून येतें. कारण, स्नेहामुळेंच प्राणी त्या त्या ठिकाणीं आसक्त होतो आणि दुःखही पावतो. दुःखाचें मूलकारण स्नेह हेंच असून भीतिही स्नेहापासूनच उत्पन्न होते. आनंद, शोक आणि श्रम हे सर्वही स्नेहापासूनच जन्म पावतात. स्नेहापासूनच विषयप्रीति आणि त्याज्यविषयींचा द्वेष हीं उत्पन्न होतात. हीं उभयतांही अकल्याणाचींच कारणें आहेत हें खरें; तथापि, त्यांतील पहिलें म्हणजे प्रीति हें कारण अधिक जोराचें आहे. ज्याप्रमाणें वृक्षाच्या ढोलींत पेटलेला अग्नि त्या वृक्षाचा समूळ नाश करितो, त्याप्रमाणें विषयप्रीतिरूपी दोष जरी थोडाही असला तरी तो धर्म आणि अर्थ ह्या उभयतांचाही नाश करितो. कोणाशींही वैर न करणाऱ्या आणि कोणासही उपसर्ग न देणाऱ्या मनुष्यानें विषयावरील आसक्ति एकदा सोडून दिली म्हणजे पुनः तिचा अंगीकार करूं नये; व विषयांचा समागम झाला तर त्यांतील दोषांकडे दृष्टि ठेवावी; तरच त्यास वैराग्याची प्राप्ति होते. पण ही गोष्ट स्नेह असल्यास घडावयाची नाहीं. ह्यास्तव मित्र अथवा द्रव्य संचय इत्यादिकांविषयींच्या स्नेहाची इच्छा करूं नये. तसेंच, स्वतःच्या शरीराविषयीं जें प्रेम असेल तें ज्ञानसंपादनानें नष्ट करावें. ज्याप्रमाणें कमलपत्रास पाणी चिकटून रहात नाहीं त्याप्रमाणें ज्ञानसंपन्न, योगनिष्ठ आणि शास्त्रज्ञ व ह्मणूनच कृतकृत्य झालेल्या मनुष्यांच्या ठिकाणीं स्नेह जडून रहात नाहीं. मनुष्यास प्रेमानें घेरलें म्हणजे त्यास काम आपल्याकडे ओढूं लागतो व नंतर त्याच्या ठिकाणीं इच्छा उत्पन्न होते आणि एकदा ती उत्पन्न झाली म्हणजे हांव सुटते व तीही वृद्धिंगत होऊं लागते. ही हांव सर्वांमध्यें अत्यंत पापिष्ट, निरंतर उद्वेग करणारी व भयंकर पाप जोडणारी आहे असें सांगितलेलें आहे, ज्यांची बुद्धि चांगली नसेल त्यांस हिचा त्याग करितां येणें कठीण आहे. मनुष्य जरी क्षीण होऊं लागला तरी देखील ही क्षीण होत नाहीं. ही हांव म्हणजे एक प्राणांतिक रोगच आहे. हिचा जो त्याग करील त्यासच सुखाची प्राप्ति होते. ज्याप्रमाणें काष्ठादिकांमध्यें असणारा अग्नि त्यांच्याच नाशास कारणीभूत होतो, त्याप्रमाणें आदि व अंत यांनीं विरहित असणारी ही हांव मनुष्यांच्या शरीरांमध्यें वास करून त्यांचाच नाश करिते. लोभ हाही फार वाईट आहे. ज्याप्रमाणें काष्ठ हें आपल्यापासूनच उत्पन्न झालेल्या अग्नीनें नाश पावतें, त्याप्रमाणें अंतःकरणाचा निग्रह न केलेला मनुष्य नैसर्गिक लोभामुळें नाश पावतो. ज्याप्रमाणें प्रत्येक प्राण्यास मृत्यूपासून त्याप्रमाणें द्रव्यसंपन्न पुरुषास राजापासून, जलापासून, अग्नीपासून, चोरांपासून किंबहुना स्वजनांपासूनही भीति असते. ज्याप्रमाणें मांस आकाशांत असेल तर त्याजवर पक्षी झडप घालितात, भूमीवर असेल तर श्वापदें भक्षण करितात व जलांत असेल तर मत्स्य खाऊन टाकतात, त्याप्रमाणें द्रव्यसंपन्न मनुष्य कोठेंही असला तरी लोक त्याच्या संपत्तीचा क्षय करितात; कांहीं लोकांच्या तर अनर्थाला द्रव्य हेंच कारण होतें. मनुष्य द्रव्याचें कल्याण (पालनादिक) करण्यांत गुंतला म्हणजे तो आपल्या कल्याणास मुकतो. सारांश, कोणत्याही प्रकारें द्रव्यप्राप्ति झाली तरी ती लोभ आणि मोह ह्यांच्या वृद्धीसच कारण होते. दैन्य, गर्विष्ठपणा, अभिमान, भीति आणि खेद हीं जीं दुःखाचीं कारणें प्राण्यास प्राप्त होतात तीं द्रव्यजन्यच होत, हें ज्ञानी लोकांस माहीत आहे. द्रव्य संपादन करण्याच्या वेळीं, त्याचें संरक्षण करण्याच्या वेळीं आणि त्याचा नाश होऊं लागला असतांही मनुष्यास अतिशय दुःख सहन करावें

लागतें. द्रव्याकरितां मनुष्यें खूनही करितात. द्रव्याचा त्याग करणें हें दुःखदायक होत असून त्याचें पालन केलें तरीही तें शत्रूच बनतें व त्याचें संपादनही दुःखानेंच होतें. सारांश, द्रव्य हें नाशास कारणीभूत आहे, ह्यास्तव तें मनांत सुद्धां आणूं नये. मूर्ख लोक नेहमीं असंतुष्टच असतात; पण ज्ञानी मात्र संतोषच पावत असतात. आशेला अंतच नसल्यामुळें तिचा त्याग करून संतोष मानणें हेंच अत्यंत सुख होय. ह्मणूनच ज्ञानी लोक संतोष हाच इहलोकामध्यें श्रेष्ठ आहे असें मानितात. तारुण्य, सुस्वरूप, जीवित, रत्नसंचय, ऐश्वर्य आणि प्रिय वस्तूंचा सहवास हीं अनित्य असल्यामुळें ज्ञानी मनुष्यानें त्यांविषयीं हांव धरूं नये. सारांश, द्रव्यसंचयाचा त्याग करावा आणि त्यामुळें जरी क्लेश झाले तरी तेही सहन करावे. कारण, द्रव्यसंचय असलेला कोणताही पुरुष क्लेशरहित आहे असें आढळून येत नाहीं. ह्मणूनच धार्मिक लोक निरभिलाषीपणाचीच प्रशंसा करीत असतात. जो मनुष्य धर्माकरितां द्रव्याची इच्छा करीत असेल त्यानें तसें न करितां निरिच्छपणानेंच रहावें, हें बरें. कारण, चिखल प्रथम अंगास लावून नंतर तो धुऊन टाकण्यापेक्षां अंगास त्याचा स्पर्शच न होऊं देणें हें उत्तम होय. ह्यास्तव, हे युधिष्ठिरा, तूं कसल्याही प्रकारची इच्छा करणें योग्य नाहीं. तुला जर धर्म करावयाचा असेल तर तूं द्रव्याविषयींची इच्छा सोडून दे."

युधिष्ठिरप्रश्न.

युधिष्ठिर ह्मणालाः—हे ब्रह्मनिष्ठा, मी कांहीं विषयोपभोगासाठीं द्रव्य संपादन करूं इच्छीत नाहीं, तर ब्राह्मणांचें पोषण करण्यासाठींच त्याची इच्छा करीत आहें. सारांश, ही इच्छा लोभामुळें नव्हे. हे ब्रह्मन्, गृहस्थाश्रमामध्यें असणाऱ्या आह्मांसारख्या पुरुषांना आपल्या अनुयायी लोकांचें पालनपोषण केल्यावाचून कसें रहावेल ? गृहस्थाश्रमीयानें संपादन केलेल्या प्रत्येक पदार्थात सर्वही प्राण्यांचा वांटा असतो ह्मणून त्यानें त्यांस दान केलें पाहिजे. तसेंच जे उदरपोषणार्थ अन्न शिजवीत नाहींत त्या संन्यासी वगैरे लोकांनाही त्यानें अन्नदान केलें पाहिजे. कांहीं नसलें तरी दर्भादिक तृण, भूमि, जल हीं तीन आणि चौथें प्रिय भाषण ह्यांचा सज्जनांच्या घरीं केव्हांही समूल नाश होत नाहीं. तेव्हां इतर गोष्टींचें सामर्थ्य नसलें तर यांच्या योगानें तरी आपल्या अनुयायांचा उपयोग केला पाहिजे. पीडित झालेल्या मनुष्यास शय्या अर्पण करावी, दमून उभा राहिलेल्यास आसन द्यावें, तृषितास जल अर्पण करावें, आणि क्षुधितास भोजन द्यावें. त्याजकडे प्रेमानें अवलोकन करावें, त्याजवर लक्ष्य ठेवावें, त्याच्याशीं चांगलीं भाषणें करावीं आणि तो येतांच आपण उठून त्यास आसन द्यावें, हा सनातन धर्म होय. सारांश अतिथि येतांच त्याला उत्थापन देऊन सामोरें जावें आणि त्याचें योग्य प्रकारें पूजन करावें. कारण अग्निहोत्र, वृषभ, ज्ञाति, अतिथि, बांधव, पुत्र, पत्नी आणि भृत्य ह्यांची योग्य वेळीं विचारपूस केली नाहीं तर ते तसें करणाऱ्यास दग्ध करून सोडतात. स्वतःसाठीं केव्हांही अन्न शिजवूं नये; यज्ञादिकांवांचून अन्य कालीं पशूचा वध करूं नये आणि ज्याचें यथाविधि दान केलें नसेल तें अन्न आपण भक्षण करूं नये. सकाळीं आणि सायंकाळीं श्वान, चांडाळ आणि पक्षी ह्यांच्याकरितां भूमीवर अन्न अर्पण करावें. ह्याला वैश्वदेव असें ह्मणतात. गृहस्थाश्रमीयानें प्रत्यहीं विघस आणि अमृत याचें भक्षण करावें. अतिथिप्रभृतींनीं भोजन करून अवशिष्ट राहिलेलें अन्न

विघस् आणि यज्ञ करून उरलेलें अन्न अमृत होय. अतिथींवर प्रेममय दृष्टि ठेवावी, त्यांजकडे लक्ष्य द्यावें, त्यांच्याशीं प्रिय भाषणें करावीं, ते जाऊं लागले असतां त्यांस पोहोंचवावयास जावें व त्यांची सेवा करावी. असें करणें हा विपुलदक्षिणायुक्त असा एक यज्ञच होय. जो मनुष्य पूर्वी केव्हांही न पाहिलेल्या आणि चालून थकलेल्या प्रवाशास भरपूर अन्न देतो त्याला मोठें पुण्य लागतें. ह्याप्रमाणें जो गृहस्थाश्रमी मनुष्य वागेल त्याला उत्कृष्ट प्रकारचा धर्म घडतो असें ह्मणतात. तेव्हां, हे विप्रा, ह्याविषयीं आपलें काय मत आहे ?

शौनकाचें उत्तर.

शौनक म्हणालाः—हें जग अगदीं विपरीत आहे ही किती तरी शोचनीय गोष्ट होय ! ज्या कृत्यानें सज्जनांस लज्जा वाटेल त्याच कृत्यानें असज्जनांस संतोष होतो. मोह आणि प्रेम ह्यांच्या ताब्यांत गेल्यामुळें त्यांनीं आक्रांत करून सोडलेला व त्या त्या इंद्रियाच्या विषयास वश होऊन त्यांच्या अनुरोधानें वागणारा अज्ञ मनुष्य शिश्न आणि उदर ह्यांच्यासाठींच पुष्कळ भोग्य वस्तूंचा संग्रह करून ठेवितो आणि त्यामुळें त्याची शुद्धि नाहींशी होते. नंतर ज्याप्रमाणें बेफाम झालेले खोडसाळ घोडे सारथ्याला भलतीकडेस ओढून नेतात त्याप्रमाणें त्या मनुष्यास मरणसमयीं देखील इंद्रियें आपल्याकडेसच ओढीत असतात. ज्या वेळीं सहा इंद्रियें आणि त्यांचे विषय ह्यांचा संयोग होतो त्या वेळीं पूर्वसंस्कारजन्य विषयवासना उत्पन्न होते. नंतर ज्या इंद्रियांच्या विषयांचें सेवन करण्याकडे अंतःकरण धावतें, त्या विषयांच्या संबंधानें मनुष्य उत्सुक होतो व त्याची तिकडे प्रवृत्ति होऊं लागते. पुढें संकल्पाच्या योगानें निर्माण होणाऱ्या कामानें विषयरूप बाणांनीं विद्ध केलेला तो मनुष्य प्रकाशाच्या लोभानें अग्नीवर पडणाऱ्या पतंगाप्रमाणें लोभरूपी अग्नीमध्यें पडतो व यथेच्छ आहार आणि विहार ह्यांच्या योगानें मोहित होऊन सुखाप्रमाणें भासणाऱ्या महामोहामध्यें मग्न होऊन जातो. त्यामुळें त्यास स्वतःचीही ओळख नाहींशी होते. अशा रीतीनें अज्ञानाचें कार्य जी तृष्णा तिच्या योगानें निरनिराळ्या जातीमध्यें उत्पन्न होऊन तो ह्या संसारामध्येंच चक्राप्रमाणें घिरट्या घालीत पडून राहतो; व जल, भूमि आणि अंतरिक्ष ह्यांच्या ठिकाणीं वारंवार जन्म पावून ब्रह्मादिक तृणान्त जे प्राणी त्यांच्या ठिकाणीं भ्रमण करीत रहातो. ही अज्ञानी लोकांची गति झाली. आतां ज्ञानी लोकांची सांगतों, ऐक. जे लोक कल्याणकारक अशा धर्माच्या ठिकाणीं आसक्त असून मोक्षप्राप्तिविषयींही प्रेम बाळगितात त्यांच्यासाठीं "कर्म कर आणि त्याचा त्यागही कर" असें वेदांमध्यें सांगितलें आहे. ह्यास्तव, ह्या सर्वही धर्मांचें आचरण अभिमान सोडून देऊन करावें. यज्ञयोग, अध्ययन, दान, तप, सत्य, क्षमा, इंद्रियांचा निग्रह आणि लोभाचा अभाव हे धर्माचे आठ मार्ग आहेत असें सांगितलें आहे. ह्यांपैकीं पहिले चार पितृयानसंज्ञक मार्गाच्या प्राप्तीस कारणीभूत आहेत. ह्यास्तव, जें कोणतेंही कर्म करावयाचें असेल तें कर्तव्य म्हणून करावें. त्या विषयींचा अभिमान बाळगून करूं नये. शेवटचे चार मार्ग हे देवयानसंज्ञक मार्गाच्या प्राप्तीस कारणीभूत असून सज्जन निरंतर त्यांचेच अवलंबन करीत असतात. ह्या चार धर्ममार्गांचें अवलंबन अंतःकरणाची शुद्धि करून अष्टांगमार्गानेंच करावें. तीं आठ अंगें—उत्कृष्ट प्रकारची इच्छा धरणें, उत्तम प्रकारें इंद्रियनिग्रह करणें, चांगल्या प्रकारें व्रतविशेषांचें आचरण करणें, उत्कृष्ट प्रकारें गुरुसेवा करणें, चांगल्या प्रकारचा आहार करणें, उत्कृष्ट प्रकारें अध्ययन

करणें, उत्तम प्रकारें कर्मफलांचा त्याग करणें आणि अंतःकरणाचा उत्कृष्ट प्रकारें निरोध करणें हीं होत. ह्याप्रमाणें संसारांतून मुक्त होण्याची इच्छा असणारे लोक राग आणि द्वेष ह्यांचा त्याग करून हीं कर्में करीत असतात. देवतांस देखील हीं कर्में केल्यामुळेंच ऐश्वर्यप्राप्ति झाली आहे. रुद्र, साध्य, आदित्य, वसु आणि अश्विनीकुमार हे हीं कर्में केल्यामुळेंच योगजन्य ऐश्वर्यानें युक्त होऊन ह्या लोकांचें पालन करीत आहेत. ह्यास्तव, हे भरतवंशजा युधिष्ठिरा, तूंही ह्याचप्रमाणें विपुल अशा शांतीचा अवलंब करून तपश्चर्येच्या आचरणानें अणिमादिक अष्टसिद्धि आणि योगफल हीं संपादन कर. तुजला बीजशुद्धिरूपी पितृसिद्धि, योनिशुद्धिरूपी मातृसिद्धि आणि जातकर्मादिसंस्काररूपी कर्मसिद्धि प्राप्त झालीच आहे. तेव्हां, आतां तूं तपश्चर्या करून ब्राह्मणांचें पोषण करण्याविषयींची सिद्धि मिळीव ह्मणजे झालें. कारण, सिद्धिसंपन्न लोक जें जें इच्छितात तें तें दयार्द्रदृष्टीनें करूं शकतात. ह्यास्तव, तूं तपश्चर्या करून आपलें अभीष्ट संपादन कर.

अध्याय तिसरा.

—:०:—

युधिष्ठिरधौम्यसंवाद.

वैशंपायन म्हणाले:—यापमाणें शौनकानें भाषण केल्यानंतर कुंतीपुत्र युधिष्ठिर आपल्या पुरोहिताकडे गेला आणि बंधूंमध्यें बसून त्यांस म्हणाला.

युधिष्ठिर म्हणालाः—मी वनाला चाललों असतां माझ्यामागून हे वेदपारंगत ब्राह्मणही येत आहेत, पण मी अतिशय दुःखी असल्यामुळें ह्यांचें पोषण करण्याविषयीं असमर्थ आहें. सारांश, मला ह्यांचा त्यागही करितां येत नाहीं व ह्यांना कांही देण्याचीही माझ्या अंगीं शक्ति नाहीं. तेव्हां आतां, हे भगवन्, मीं येथें कसें करावें, तेवढें आपण मला सांगा.

वैशंपायन म्हणाले:—हें ऐकून त्याचा पुरोहित उत्कृष्ट प्रकारचा धार्मिक धौम्यमुनि हा क्षणभर ध्यानस्थ बसला आणि धर्मबलानें त्याजवर उपाय शोधून काढून युधिष्ठिरास असें म्हणाला.

धौम्य म्हणालाः—जगन्नियंत्यानें पूर्वीं निर्माण केलेले हे प्राणी क्षुधेनें पीडित होत आहेत असे पाहून त्यांचा केवळ पिताच असा सूर्य दयेनें उत्तरायणाकडे जाऊन आपल्या किरणांच्या योगानें वनस्पत्यादिकांतील रस आणि वीर्य हीं आकर्षण करून घेतो; व दक्षिणायनाकडे परत फिरला ह्मणजे तो तें वीर्य आणि रस हीं पृथ्वीमध्यें घालितो. ह्याप्रमाणें तीं पृथ्वीमध्यें जाऊन क्षेत्रस्वरूपी बनून गेलीं ह्मणजे चंद्र आकाशांतील तेज आकर्षण करून घेऊन जलाच्या योगानें त्यांच्या ठिकाणीं ओषधि उत्पन्न करितो. अशा रीतीनें चंद्राच्या तेजाचा सेक झाल्यानंतर सूर्य हाच ओषधींच्या रूपानें पृथ्वीरूपी उत्पत्तिस्थानांतून बाहेर पडतो. त्या षड्रसांनीं युक्त असणाऱ्या पवित्र वनस्पति हेंच भूतलावरील प्राण्यांचें अन्न होय. सारांश, प्राण्यांच्या प्राणधारणास कारणीभूत असणारें जें अन्न तें सर्व सूर्यस्वरूपीच आहे. म्हणून श्रीसूर्य हाच सर्व प्राण्यांचा पिता होय. तेव्हां, तूं त्यालाच शरण जा. शुद्ध योनीमध्यें उत्पन्न झालेले व शुद्ध अशींच कर्में करणारे सर्वही महात्मे राजे विपुल तपश्चर्या करूनच प्रजेचा संकटांपासून उद्धार करितात. भीम, कार्तवीर्य, वैन्य आणि नहुष ह्यांनीं तपश्चर्या व अंतःकरणवृत्तीचा निरोध हीं करून समाधीचा अवलंब केला व त्या योगानें आपल्या प्रजांचा संकटांतून उद्धार केला. त्याच-

प्रमाणें, हे धर्मात्म्या भरतवंशजा, तूं देखील जातकर्मादिकांच्या योगानें शुद्ध झाला आहेस; ह्यामुळें तपश्चर्या करून धर्माच्या अनुरोधानें ब्राह्मणांचें पोषण कर.

जनमेजय म्हणालाः—त्या कुरुकुलश्रेष्ठ राजा युधिष्ठिरानें ब्राह्मणांकरितां, आश्चर्यकारक स्वरूप असणाऱ्या सूर्याचें आराधन कोणत्या प्रकारें केलें?

वैशंपायन म्हणालेः—हे राजा, तूं शुचिर्भूत होऊन, अंतःकरण एकाग्र करून आणि लक्ष्य देऊन हें ऐक. थोडा वेळ दम धर, ह्मणजे, हे राजेंद्रा, मी तुला हें सर्व सांगेन. प्रथम, हे महामते, धौम्यानें त्या महात्म्या युधिष्ठिराला सूर्याचीं जीं एकशें आठ नांवें सांगितलीं तीं सांगतों, ऐक.

धौम्य म्हणालाः—सूर्य, अर्यमा, भग, त्वष्टा, पूषा, अर्क, सविता, रवि, गभस्तिमान्, अज, काल, मृत्यु, धाता, प्रभाकर, पृथ्वी, आप्, तेज, आकाश, वायु, परायण, सोम, बृहस्पति, शुक्र, बुध, अंगारक, इंद्र, विवस्वान्, दीप्तांशु, शुचि, शौरि, शनैश्चर, ब्रह्मा, विष्णु, रुद्र, स्कंद, वैश्रवण, यम, वैद्युताग्नि, जाठराग्नि, ऐंधनाग्नि, तेजसांपति, धर्मध्वज, वेदकर्ता, वेदांग, वेदवाहन, कृत, त्रेता, द्वापार, कलि, सर्वमलाश्रय, कला, काष्ठा, मुहूर्त, क्षपा, याम, क्षण, संवत्सरकर, अश्वत्थ, कालचक्र, विभावसु, पुरुष, शाश्वत, योगी, व्यक्ताव्यक्त, सनातन, कालाध्यक्ष, प्रजाध्यक्ष, विश्वकर्मा, तमोनुद, वरुण, सागर, अंशु, जीमूत, जीवन, अरिहा, भूताश्रय, भूतपति, सर्वलोकनमस्कृत, स्रष्टा, संवर्तक, वन्हि, सर्वादि, अलोलुप, अनंत, कपिल, भानु, कामद, सर्वतोमुख, जय, विशाल, वरद, सर्वधातुनिषेचिता, मन, सुपर्ण, भूतादि, शीघ्रग, प्राणधारण, धन्वंतरि, धूमकेतु, आदिदेव, दितिसुत, द्वादशात्मा, अरविंदाक्ष, पिता, माता, पितामह, स्वर्गद्वार, प्रजाद्वार, मोक्षद्वार, त्रिविष्टप, देहकर्ता, प्रशांतात्मा, विश्वात्मा, विश्वतोमुख, चराचरात्मा, सूक्ष्मात्मा मैत्रेय आणि करुणान्वित; ह्या प्रमाणें, अत्यंत तेजस्वी, आणि नामग्रहण करण्यास योग्य अशा श्रीसूर्याचीं एकशें आठ नांवें प्रत्यक्ष ब्रह्मदेवानें सांगितलीं आहेत. देवगण, पितर आणि यज्ञदेवता ह्यांनीं सेवन केलेला, असुर, राक्षस आणि सिद्ध यांनीं वंदन केलेला व उत्कृष्ट प्रकारचें सुवर्ण किंवा अग्नि ह्यांप्रमाणें कांति असलेला जो श्रीसूर्य त्यास मी आपल्या हितासाठीं प्रणाम करितों. जो मनुष्य एकाग्र अंतःकरण करून सूर्योदयकालीं ह्या अष्टोत्तरशत नामांचें पठण करील त्यास पुत्र, स्त्री, द्रव्य व रत्नसंचय यांची प्राप्ति होईल. तसेंच, त्या मनुष्यास पूर्वजन्माचें स्मरण रहातें व सदोदित धैर्य आणि ग्राहकशक्ति असलेली बुद्धि हीं प्राप्त होतात. ह्या देवश्रेष्ठ श्रीसूर्याच्या स्तुतीचें जो मनुष्य अंतःकरण शुचिर्भूत व एकाग्र करून संकीर्तन करील, तो सागराप्रमाणें अफाट असणाऱ्या शोकरूपी दावाग्नींतून मुक्त होईल व त्यास अभीष्ट वस्तूंची यथेष्ट प्राप्ति होईल.

वैशंपायन म्हणालेः—ह्याप्रमाणें धौम्यानें त्या कालास साजेल असें भाषण केल्यानंतर, विप्रांस दान करावयासाठीं चित्त एकाग्र करून व अंतःकरणाचें संयमन करून अढळ व्रत धारण करणारा आणि अंतःकरण शुद्ध असलेला तो धर्मराजा पुष्पादिक पूजासाहित्य आणि बलिदान ह्यांच्या योगानें श्रीसूर्याची पूजा करून उत्कृष्ट प्रकारें तपश्चर्या करूं लागला. तो धर्मात्मा राजा जलामध्यें प्रवेश करून सूर्याकडे तोंड करून उभा राहिला आणि योगनिष्ठ होऊन व इंद्रियांचा निग्रह करून वायुभक्षण करून राहूं लागला; तसेंच तो भागीरथीच्या जलानें आचमन करून शुचि-

भूतपणें मौन धारण करून प्राणायाम करीत उभा राहिला आणि स्तोत्र करूं लागला.

युधिष्ठिर म्हणाला:—हे भगवन् भानो, तूं ह्या जगताचे नेत्र, सर्वही प्राण्यांचा आत्मा, सर्वही भूतांचें उत्पत्तिस्थान, कर्मनिष्ठ लोकांचा आचार, सकल सांख्यांची गति, योगी लोकांचा श्रेष्ठ असा आधार व संसारांतून मुक्त होऊं इच्छिणाऱ्या लोकांचें उघडलेलें मोक्षद्वार आहेस. ह्या लोकांस तूंच धारण करतोस, तूंच त्यांस प्रकाश देतोस आणि तूंच पवित्र करून निष्कपटपणें त्यांचें पालन करितोस. वेदांमध्यें पारंगत असणारे ब्राह्मण आपापल्या शाखांस विहित असलेले मंत्र उच्चारून ऋषिगणांनीं अर्चन केलेल्या तुजसमीप येऊन तुझें आराधन करितात; तुझा दिव्य रथ चालूं लागला म्हणजे वरप्राप्तीच्या इच्छेनें सिद्ध, चारण, गंधर्व, यक्ष, गुह्यक आणि सर्प हे त्याच्या मागून जाऊं लागतात. विष्णु आणि इंद्र ह्यांसह तेहेतीस कोटि देव व विमानांतून संचार करणारे इतरही देवतागण ह्यांस तुझ्याच आराधनेच्या योगानें सिद्धि मिळाली. विद्याधरश्रेष्ठही तुजकडे येऊन सुंदर अशा मंदारपुष्पांच्या मालांनीं तुझेंच आराधन करितात व त्यामुळें त्यांस अभीष्ट वस्तूंची प्राप्ति होते. गुह्यक आणि दिव्यसंज्ञक व मानुषसंज्ञक सात पितृगण हेही तुझ्याच आराधनेच्या योगानें प्राधान्य पावले आहेत. वसु, मरुत्, रुद्र, साध्य आणि तुझे किरण प्राशन करून रहाणारे वालखिल्यादि सिद्धगण हेही तुझेंच पूजन केल्यामुळें प्राण्यांमध्यें श्रेष्ठत्व पावले आहेत. ब्रह्मलोकासहवर्तमान जे सात लोक आहेत त्या सर्वांमध्यें असा एकही प्राणी आहे असें मला वाटत नाहीं कीं, जो आपल्या तेजानें सूर्याच्याही वर ताण करील. वीर्यवान् आणि मोठमोठे असे दुसरे प्राणी नाहींत असें नाहीं; पण तुजसारखी कांति आणि प्रभाव हीं मात्र त्यांच्या ठिकाणीं नाहींत. जगतांतील सर्वही तेजें तुझ्याच ठिकाणीं आहेत. कारण, तूं सर्वही तेजांचा अधिपति आहेस. सत्य, सत्त्व आणि सर्वही सात्त्विक धर्म ह्यांस तुझाच आधार आहे. विष्णूनें ज्याच्या योगानें देवशत्रू दानव ह्यांचा विध्वंस केला तें उत्कृष्ट नाभि (तुंबा) असलेलें सुदर्शनचक्र विश्वकर्म्यानें तुझ्याच तेजाचें केलें. तूंच ग्रीष्मकालीं आपल्या किरणांच्या योगानें सर्वही प्राणी आणि सर्वही औषधि व रस ह्यांतील तेज आकर्षण करून घेऊन वर्षाकालीं पुनः ते भूमीवर सोडितोस. तुझेच कांहीं किरण लोकांस ताप देतात; कित्येक दग्ध करून टाकितात व कित्येक वर्षाकालीं मेघस्वरूपी बनून गर्जना करीत चमकत रहातात व वर्षावही करितात. अग्नि असो, प्रावरणें असोत अथवा कांबळीं असोत, त्यांच्यापासून तुझ्या किरणांप्रमाणें, थंडी आणि वारा ह्यांनीं पीडित झालेल्या लोकांस सुख होत नाहीं. तूं तेरा द्वीपांनीं युक्त असणाऱ्या पृथ्वीस आपल्या किरणांनीं प्रकाशित करितोस आणि त्रैलोक्याचें कल्याण करण्याविषयीं एकटाच प्रवृत्त होतोस. तुझा जर उदय झाला नाहीं तर हें सर्व जग अंध बनून जाईल व धर्म, अर्थ आणि काम ह्या पुरुषार्थांकडे विद्वान् लोकांचीही प्रवृत्ति होणार नाहीं. अग्न्याधान, पशुयाग, सोमयाग, मंत्र, यज्ञ आणि तपश्चर्या इत्यादिक कर्में हीं तुझ्याच प्रसादामुळें ब्राह्मण, क्षत्रिय आणि वैश्य ह्यांच्या समुदायाकडून पूर्णपणें घडतात. ब्रह्मदेवाचा सहस्रयुगात्मक जो दिवस सांगितला आहे त्याचा आदि व अंत तूंच आहेस असें कालज्ञान असलेले लोक म्हणतात. मनु, मनुपुत्र, मनूपासून निर्माण झालेलें सर्व जग, सर्वही मन्वंतरें आणि ईश्वर ह्यांचाही अधिपति तूंच आहेस. जगताचा संहारकाल प्राप्त झाला

म्हणजे तुझ्या क्रोधापासून संवर्तक नांवाचा अग्नि निर्माण होऊन तो त्रैलोक्य भस्म करून टाकतो. पुढें तुझ्या किरणांपासून निर्माण झालेले, अनेक प्रकारचा रंग असलेले व ऐरावत आणि वज्र ह्यांनीं युक्त असलेले मोठमोठे मेघ सर्व पृथ्वीस केवल समुद्रमय करून सोडितात. पुढें तूंच आपल्या शरीराचे बारा विभाग करून बारा आदित्यांचीं स्वरूपें धारण करितोस आणि केवल समुद्रमय बनून गेलेलें जग आपल्या किरणांनीं शुष्क करितोस. तुलाच इंद्र असें म्हणतात व तूंच विष्णु, रुद्र, प्रजापति आणि अग्नि असून मन, प्रकृति, पुरुष व शाश्वत ब्रह्म हीं आहेस. हंस, सविता, भानु, अंशुमाली, वृषाकपि, विवस्वान्, मिहिर, पूषा, मित्र, धर्म, सहस्ररश्मि, आदित्य, तपन, गवांपति, मातड, अर्क, रवि, सूर्य, शरण्य, दिनकर, दिवाकर, सप्ताश्व, धाम, केशी, विरोचन, आशुगामी, तमोघ्न आणि हरिताश्व हीं सर्व तुझींच नांवें आहेत. जो मनुष्य अहंकाराचा त्याग करून सप्तमी अथवा अष्टमी दिवशीं भक्तीनें व उत्साहानें तुझें पूजन करील त्याजकडे लक्ष्मी आपण होऊन येते. जे लोक अनन्यभावानें तुजला नमस्कार करितात त्यांस मानसिक अथवा शारीरिक दुःखें आणि संकटें प्राप्त होत नाहींत. तुझ्यावर भाव ठेवणारे तुझे भक्त सर्व प्रकारचे रोग व पातकें यांनीं विरहित होऊन सुख पावतात व दीर्घायुषी होतात. सारांश, तूं आपल्या भक्तांचे सर्वही मनोरथ पूर्ण करितोस. ह्यास्तव, हे अन्नपते, तूं कृपा करून मजलाही सर्व बाजूंनीं अन्न अर्पण कर. कारण, मला सर्वही अतिथींचा सत्कार करण्याची इच्छा असल्यानें त्यासाठीं अन्न हवें आहे. हे सूर्या, तुझ्या चरणांचा आश्रय करून रहाणारे माठर, अरुण आणि दंड इत्यादिक जे तुझे अनुचर त्यांस व निक्षुभानामक तुझ्या पत्नीस मी नमस्कार करितों, तसेंच क्षुभा, मैत्री इत्यादि ज्या इतरही भूतमाता आहेत त्या सर्वांचेंही मी पूजन करितों. त्या मज शरणागताचें रक्षण करोत.

वैशंपायन म्हणालेः—ह्याप्रमाणें धर्मराजानें स्तोत्र केल्यानंतर, प्रज्वलित झालेल्या अग्नीप्रमाणें शरीर देदीप्यमान् असलेल्या सूर्यानें प्रसन्न होऊन त्यास दर्शन दिलें.

सूर्य म्हणालाः—तुला जें कांहीं पाहिजे असेल तें सर्व मिळेल. मी तुला बारा वर्षेंपर्यंत अन्न देईन. हे नियमनिष्ठ राजा युधिष्ठिरा, ही मी तुला तांब्याची तपेली देतों, ती घे आणि जा. जोंवर हें पात्र पांचालीच्या हातीं असेल तोंवर तुझ्या स्वयंपाकामध्यें फळें, मुळें, मांस आणि मसाला वगैरे घालून तयार केलेल्या भाज्या इत्यादि जें कांहीं असेल त्याचेंच चार प्रकारचें अन्न बनेल व त्याचा केव्हांही नाश होणार नाहीं. ह्याप्रमाणें आजपासून चौदा वर्षें निघून गेलीं म्हणजे पुनः तुला राज्य मिळेल.

वैशंपायन म्हणालेः—असें बोलून भगवान् सूर्य त्याच ठिकाणीं गुप्त झाला. जो मनुष्य मनोनिग्रह करून वरप्राप्तीच्या इच्छेनें एकाग्र अंतःकरणानें ह्या स्तोत्राचें पठन करील त्याच्या इच्छा सूर्य पूर्ण करील व त्यानें इच्छिलेला पदार्थ जरी फार दुर्मिळ असला तरीही तो त्यास मिळेल. जो मनुष्य हें स्तोत्र निरंतर हृदयांत वागवील अथवा वारंवार श्रवण करील, त्यास पुत्राची इच्छा असल्यास पुत्र, द्रव्याचा अभिलाष असल्यास द्रव्य, विद्या हवी असल्यास विद्या व स्त्री पाहिजे असल्यास स्त्री मिळेल. संकटांत पडलेल्या स्त्रीनें अथवा पुरुषानें प्रतिदिवशीं सकाळसंध्याकाळ जर ह्या

१ ह्या सूर्यस्त्रीचें वर्णन भविष्यपुराणांत आहे.

स्तोत्राचें पठण केलें तर ते त्या संकटांतून मुक्त होतात; इतकेंच नव्हे, तर ते बद्ध झाले असले तरीही बंधमुक्त होतात. हें स्तोत्र पूर्वी ब्रह्मदेवानें महात्म्या इंद्राला सांगितलें, इंद्रापासून नारदाला मिळालें. पुढें तें धौम्याकडे आलें व धौम्यापासून युधिष्ठिराला मिळून त्या योगानें त्याचे सर्व मनोरथ परिपूर्ण झाले. ह्या स्तोत्राचें पठण करणारा मनुष्य संग्रामांत निरंतर विजयी होतो, विपुल संपत्ति मिळवितो आणि सर्व प्रकारच्या पातकांपासून मुक्त होऊन सूर्यलोकास जातो.

वैशंपायन म्हणाले:—ह्याप्रमाणें वर मिळाल्यानंतर धर्मवेत्ता युधिष्ठिर जलांतून वर आला व त्यानें प्रथम धौम्यमुनीस प्रणाम करून नंतर आपल्या बंधूंस आलिंगन दिलें. तदनंतर, हे राजा, पाकशालेंत जाऊन त्यानें द्रौपदीची गांठ घेतली व तिनें नमस्कार केला असतां त्या वेळीं तिजकडून त्यानें स्वयंपाक तयार करविला. त्या वेळीं जरी थोडेंच अन्न तयार केलें तरी तें वृद्धि पावूं लागलें व अक्षय्य वृद्धि पावणाऱ्या त्या अन्नाचें त्यानें ब्राह्मणांस भोजन घातलें. ब्राह्मणांनीं भोजन केल्यावर आपल्या बंधूंसही भोजन घालून जें अवशिष्ट राही तें विघससंज्ञक अन्न युधिष्ठिर भक्षण करी. युधिष्ठिराला वाढून जें अवशिष्ट राही तें अन्न द्रौपदी भक्षण करीत असे व तिचें भोजन झालें म्हणजे मग अन्न नाहींसें होई. ह्याप्रमाणें, सूर्यतुल्य कांति असलेल्या युधिष्ठिरानें सूर्याकडून आपले मनोरथ पूर्ण करून घेऊन ब्राह्मणांस अन्नदान केलें. अशा रीतीनें तो अन्नदान करूं लागल्यानंतर पुरोहितप्रभृति ब्राह्मणांचीं यज्ञकर्में तिथि, नक्षत्रें आणि पर्वें ह्यांवर कल्प, सूत्र आणि वेद ह्यांच्या अनुरोधानें चालूं लागलीं. नंतर बरोबर ब्राह्मणसमुदाय असलेले ते पांडव पुण्याहवाचन करून धौम्यमुनीसहवर्तमान काम्यक वनास निघून गेले.

अध्याय चौथा.

—:०:—

धृतराष्ट्रविदुरसंवाद.

वैशंपायन म्हणाले:—ह्याप्रमाणें पांडव वनांत निघून गेल्यानंतर इकडे अंबिकापुत्र अंध धृतराष्ट्र ह्याच्या अंतःकरणास ताप होऊं लागला. पुढें तो एकदा सुखानें बसला असतां अगाध ज्ञान असलेल्या धर्मात्म्या विदुरास ह्मणाला.

धृतराष्ट्र ह्मणाला:—विदुरा, तुझी बुद्धि शुक्राप्रमाणें शुद्ध असून तुला श्रेष्ठ आणि सूक्ष्म अशा धर्माचें ज्ञान आहे. तसेंच, आह्मी व पांडव हे उभयतांही तुजला सारखेंच लेखितों. तेव्हां ते आणि आह्मी ह्या उभयतांना हितकारक असेल असें कांहीं सांग. विदुरा, अशा स्थितीमध्यें आज आह्मीं काय केलें पाहिजे? पौरलोक आमच्या बाजूला कसे वळतील? व आम्हीं काय केलें असतां ते आमचा समूळ नाश करणार नाहींत, तें आम्हांला सांग. कारण, तुला कर्तव्याचें चांगलें ज्ञान आहे.

विदुर म्हणाला:—धर्म, अर्थ आणि काम ह्या त्रिवर्गाचें मूलकारण धर्म हेंच आहे? इतकेंच नव्हे, तर धर्म हाच ह्या राज्याचा देखील मूळ पाया आहे. तेव्हां, तूं आपल्या शक्तीप्रमाणें धर्मानें वागून आपले पुत्र व पांडव ह्या उभयतांचेंही संरक्षण कर. जो राज्यप्राप्तीचें मूळ कारण त्या धर्माशीं शकुनिप्रभृति ह्या दुष्टांनीं प्रतारणा केली. सत्यप्रतिज्ञ कुंतीपुत्र युधिष्ठिर ह्यास बोलावून आणून तुझ्या पुत्रानें द्यूतामध्यें त्याचा पराभव केला. हे राजा, तुजकडून जें हें दुष्कृत्य घडलें आहे त्याच्या प्रतिकाराचा, ज्या योगानें

तुझा पुत्र पापमुक्त होऊन लोकांत प्रतिष्ठा पावेल असा एक उपाय मला दिसतो आहे. तो हाच कीं, हे राजा, तूं जें पूर्वीं दिलें होतेंस तें सर्व पांडवांना मिळावें. कारण, तें त्यांचें आहे, तुझें नव्हे. राजानें जें स्वकीय असेल तेवढ्यावरच संतोष मानून रहावें, दुसऱ्याच्या द्रव्याचा अपहार करण्याची हांव धरूं नये. हाच उत्तम प्रतीचा धर्म होय. असें झालें म्हणजे तुझी कीर्ति नाहींशी होणार नाहीं, आपल्या बाधवांमध्यें फाटाफूट होणार नाहीं आणि अधर्मही लागणार नाहीं. तेव्हां, आज तुझें सर्वांत मुख्य कर्तव्य झटलें म्हणजे पांडवांना संतुष्ट करणें आणि शकुनीचा अपमान करणें हें होय. अशा रीतीचा प्रतिकार जर तुला पुत्राकडून करवितां आला तरच तूं विलंब न करितां हें राज्य करूं लाग. तूं जर तसें न करशील तर मात्र कौरवांचा खात्रीनें नाश होईल. एकदा कां भीम अथवा अर्जुन खवळला म्हणजे तो आपल्या शत्रूचा एकही मनुष्य अवशिष्ट ठेवणार नाहीं. राजा, ज्यांच्यामध्यें अस्त्रविद्येंत चतुर असणारा व दोन्हीं हातांनीं बाण सोडणारा अर्जुनासारखा योद्धा, जगतामध्यें अतिशय बळकट असें गांडीव धनुष्य आणि भीमसेनासारखा बाहुबलसंपन्न वीर आहे, त्या पांडवांना ह्या जगतामध्यें दुष्प्राप्य असें काय आहे ? तुला जेव्हां पुत्र झाला त्याच वेळीं मीं जें हितकारक होतें तें सांगितलें होतें. तें असें:—हा तुझा पुत्र कुलाचें अकल्याण करणारा आहे तेव्हां तूं त्याचा त्याग कर. हें माझें सांगणें तुझ्या अत्यंत हिताचें होतें, पण तूं तें केलें नाहींस. तसेंच, राजा, मीं आणखीही तुला तुझ्या हिताची गोष्ट सांगितली होती कीं, जर तूं असें न करिशील तर पुढें तुला पश्चात्ताप होईल. असो; आतां जर मी सांगतों ह्या गोष्टीस तुझ्या पुत्रानें संतोषानें अनुमोदन दिलें व पांडव आणि आपण ह्या उभयतांनीं मिळून राज्य करावें असें जर ठरविलें, तर तुला ताप होणार नाहीं. कारण, त्या योगानें पांडवांशीं तुझें प्रेम जडेल. तुझा पुत्र जर असें करीत नसेल तर तूं आपल्या सुखासाटीं त्याचा निग्रह कर आणि त्या अकल्याणकारक दुर्योधनाचा निग्रह केल्यानंतर पांडुपुत्र धर्मराज ह्यास राज्यावर बशीव. हे राजा, तो अजातशत्रु व रागद्वेषादिक नसणारा युधिष्ठिर पृथ्वीचें पालन करूं दे. असें केलें म्हणजे तत्काल सर्वही राजे वैश्यांप्रमाणें आम्हांकडे येतील आणि दुर्योधन, शकुनि व कर्ण हे प्रेमानें पांडवांची सेवा करूं लागतील. भरसभेंत दुःशासन हा भीम आणि द्रौपदी ह्यांची प्रार्थना करील. मग तूं युधिष्ठिराचें सांत्वन कर आणि त्याचा बहुमान करून त्यास राज्यावर बशीव. तूं विचारिलेंस म्हणून मीं हें तुला सांगितलें. ह्याहून आणखी मीं तुला काय सांगावयाचें आहे ? हे राजा, तूं एवढें केलेंस म्हणजे आपलें कतर्व्य बजाविलेंस असें होईल.

धृतराष्ट्र म्हणाला:—विदुरा, पांडव आणि मी ह्या उभयतांविषयींचा विचार करून तूं जें ह्या मंडळींत बसून भाषण केलेंस तें पांडवांच्या हिताचें आणि माझ्या पुत्रांच्या अकल्याणाचें आहे हें सर्व माझ्या अंतःकरणाला कळत नाहीं काय ? अर्थातच कळतें. हें जें तूं आतां त्या पांडवांकरितां भाषण केलेंस तें तसें करावयाचें म्हणून केव्हांपासून ठरविलें होतेंस ? त्या भाषणावरून तूं माझा हितचिंतक नाहींस असें मला वाटतें. अरे, मीं पांडवांकरितां आपल्या पुत्रांचा त्याग काय म्हणून करावा ? तीं देखील माझींच लेंकरें आहेत ह्यांत कांहीं संशय नाहीं. तथापि, दुर्योधन हा साक्षात् माझ्या देहापासून निर्माण

झाला आहे. अंतःकरणामध्यें समता ठेवणारा कोणता मनुष्य असें सांगेल कीं, तूं परकीयांसाठीं आपल्या शरीराचा त्याग कर म्हणून ? सारांश, हे विदुरा, तूं हें सर्व वांकडें बोलत आहेत. तुला फार ताठा चढला आहे असें मला वाटतें तेव्हां, आतां तुझी मनधरणी करण्यांत कांहीं अर्थ नाहीं. तुला वाटेल तर बैस, नाहीं तर चालता हो. पतिव्रता नसणाऱ्या स्त्रीची कितीही मनधरणी केली तरी ती सोडून जावयाचीच !

वैशंपायन म्हणालेः—हे राजा, इतकें बोलून धृतराष्ट्र एकदम उठून घरांत निघून गेला व विदुरही 'हें असें नव्हे' असें ह्मणत तेथून निघाला आणि ज्या ठिकाणीं पांडव होते तिकडे वेगानें चालला.

अध्याय पांचवा.

—:०:—

विदुरसमागम.

वैशंपायन ह्मणालेः—इकडे वनवासाच्या उद्देशानें ते भरतकुलश्रेष्ठ पांडव आपल्या अनुयायांसहवर्तमान भागीरथीच्या तीरावरून निघून कुरुक्षेत्राकडे गेले. पुढें मार्गांत सरस्वती, दृषद्वती आणि यमुना ह्यांचें दर्शन घेऊन ते वनावनांतून सारखे पश्चिमेकडे चालले. नंतर गुप्तरूपानें असणाऱ्या सरस्वतीच्या तीरावर निर्जल मैदानांत असणारें ऋषिप्रिय काम्यकवन त्यांच्या दृष्टीस पडलें. तेव्हां हे भरतवंशजा, अनेक मृग आणि पक्षी ह्यांनीं युक्त असणाऱ्या त्या अरण्यामध्यें ते राहिले. ह्या वेळीं ते बसले ह्मणजे ऋषिही त्यांच्याजवळ येऊन बसत आणि त्यांचें सांत्वन करीत. इकडे विदुरास पांडवांच्या दर्शनाची निरंतर अत्यंत लालसा असल्यामुळें त्यानें जो एकदा त्यांच्याकडे जाण्याकरितां रथ जोडला तो शोभासंपन्न अशा काम्यकवनांत गेल्यानंतर सोडला. ह्याप्रमाणें शीघ्रगति अश्व जोडलेल्या रथांतून काम्यकवनास गेल्यानंतर द्रौपदी, बंधु आणि ब्राह्मण ह्यांच्यासहवर्तमान निर्जन प्रदेशांत बसलेला धर्मात्मा युधिष्ठिर विदुराच्या दृष्टीस पडला. नंतर त्या सत्यप्रतिज्ञ युधिष्ठिरानेंही विदुर वेगानें आपल्याकडे येतो आहे असें दुरूनच पाहिलें आणि तो आपला बंधु भीमसेन यास म्हणाला कीं, 'हा क्षत्तो[१] आमची गांठ घेऊन आह्मांला काय सांगणार ? निवृत्तिमार्गाकडे लागलेला हा विदुर शकुनीच्या सांगण्यावरून आह्मांला द्यूत करण्यासाठीं आव्हान करण्यास तर आला नसेलना ? द्यूतामध्यें आमचीं आयुधेंही जिंकून घ्यावींत असा तर त्या हलकट शकुनीचा विचार नसेलना ? भीमसेना, मला जर कोणीं ये म्हणून आह्वान केलें तर नाहीं म्हणण्याचें कांहीं माझें सामर्थ्य नाहीं; आणि जर त्यांनीं द्यूताकरितांच बोलावलें असेल तर मी गेलों ह्मणजे गांडीवधनुष्य देखील आपणापाशीं टिकण्याचा संशयच असल्यामुळें राज्यप्राप्ति होणें ही गोष्ट देखील संशयितच रहाणार ! मग ती घडणार कोठून ?'

वैशंपायन म्हणालेः—ह्याप्रमाणें तो बोलत आहे तोंच विदुर तेथें आला; तेव्हां त्या सर्वांही पांडवांनीं उठून त्याला आपल्याजवळ घेतलें. त्यांनीं ह्याप्रमाणें सत्कार केल्यानंतर तो विदुर त्या पांडुपुत्रांस यथायोग्यपणें भेटला. पुढें जरा विश्रांति घेतल्यानंतर त्या नरश्रेष्ठ पांडवांनी त्यास येण्याचें कारण विचारलें. तेव्हां त्यानेंही तें त्यांस विस्तृतपणें सांगून त्याच्याबरोबरच अंबिकापुत्र धृतराष्ट्र ह्याचें वर्तन कसें आहे तेंही सांगितलें.

विदुर म्हणालाः—धृतराष्ट्रानें माझा बहुमान केला आणि मला घेऊन एकांतांत

१ ही एक संकीर्ण जात आहे.

जाऊन म्हटलें कीं, अशा प्रसंगीं तूं समबुद्धि ठेवून आह्मांला आणि पांडवांना दोघांनाही जें हितकारक असेल तें सांग. तेव्हां मींही जें तुम्हां कुरुवंशजांना हितकारक आणि धृतराष्ट्राच्याही कल्याणास कारणीभूत तेंच सांगितलें; पण तें त्याला रुचलें नाहीं. तथापि, मीं जें सांगितलें त्याहून दुसरें कांहीं योग्य आहे असें मला वाटत नाहीं. हे पांडवहो, मीं जें त्याच्या अत्यंत हिताचें होतें तें सांगितलें. पण ज्याप्रमाणें रोगग्रस्त झालेल्या मनुष्यास पथ्यकारक अन्न रुचत नाहीं, त्याप्रमाणें त्यालाही तें माझें सांगणें रुचलें नाहीं व म्हणूनच त्या अंबिकापुत्र धृतराष्ट्रानें तें ऐकूनही घेतलें नाहीं. हे अजातशत्रो, एकदा का स्त्री अत्यंत दूषित झाली ह्मणजे ती श्रोत्रियाच्या घरामध्यें नेऊन ठेविली तरीही जशी श्रेयस्कर होत नाहीं, त्याचप्रमाणें ज्याचें अंतःकरण एकदा दुष्ट झालें त्याचा नीतिमंदिरांत प्रवेश केला तरीही तो श्रेयस्कर होत नाहीं. ज्याप्रमाणें कुमारिकेला साठ वर्षांचा वृद्ध पति रुचत नाहीं, त्याप्रमाणें त्या धृतराष्ट्रालाही नीतीचा उपदेश रुचावयाचा नाहीं. हे राजा, कौरवांचा खात्रीनें नाश होणार; तथापि धृतराष्ट्र त्याविषयींचा कांहींही विचार करीत नाहीं. ज्याप्रमाणें कमलाच्या पानावर शिंपडलेलें पाणी त्याला चिकटून रहात नाहीं, त्याप्रमाणें हिताची गोष्ट सांगितली तरी ती धृतराष्ट्राच्या लक्ष्यांत येत नाहीं. असो; मीं असें सांगितल्यानंतर, हे भरतवंशजा, धृतराष्ट्र क्रुद्ध झाला आणि मला म्हणाला कीं, ' ज्यांच्यावर तुझी श्रद्धा आहे त्यांच्याकडे तूं चालता हो. ही पृथ्वी अथवा नगर ह्यांचें पालन करण्याच्या कामीं मी कांहीं पुनः तुझें साहाय्य घेणार नाहीं.' ह्याप्रमाणें धृतराष्ट्रानें त्याग केल्यामुळें, हे राजा, तुला उपदेश करण्यासाठीं मी तुजकडे आलों आहें. तेव्हां मीं पूर्वी सभेमध्यें तुजला जें सांगितलें आहे आणि आतां फिरून जें सांगणार आहें, तें सर्व तूं लक्ष्यांत ठेव. जो मनुष्य शत्रूंनीं भयंकर क्लेश दिले तरीही ते सहन करून अल्पशा वैराग्नीची अभिवृद्धि करण्यासाठीं इंद्रियें आवरून धरून काळ काढितो, त्याला एकट्यालाच पृथ्वीचा उपभोग घ्यावयास सांपडतो. हे राजा, साहाय्य करणाऱ्या लोकांस ज्याच्या द्रव्याचा वांटा मिळतो, त्याला दुःख प्राप्त झालें असतां साहाय्यकर्ते लोकही त्याचे वांटेकरी बनतात. हाच साहाय्यकर्ते लोक संपादन करण्याचा मार्ग आहे. साहाय्यकर्ते लोक मिळाले म्हणजे पृथ्वीची प्राप्ति होते. हे पांडवा, व्यर्थ बडबड न करितां खरें आणि श्रेयस्कर असेंच भाषण करावें. आपले साहाय्यकर्ते आणि आपण मिळून सारख्याच प्रकारचें अन्न भक्षण करावें आणि आपल्या साहाय्यकर्त्यांपुढें केवळ आपलाच सत्कार करून घेऊं नये. असें वर्तन ठेविलें म्हणजे राजाचा अभ्युदय होतो.

युधिष्ठिर म्हणालाः—तुजकडून हें मला उत्कृष्ट प्रकारचें ज्ञान मिळालें असल्यामुळें, तूं सांगतो आहेस त्याप्रमाणें मी आचरण करीन. याशिवाय आणखीही देश, काल ह्यांच्या मानानें जें योग्य असेल तें मला सांग, म्हणजे मी तेंही सर्व करीन.

अध्याय सहावा.

—:०:—

विदुरप्रत्यागमन.

वैशंपायन म्हणालेः—राजा जनमेजया, विदुर जेव्हां पांडवांच्या आश्रमाकडे निघून गेला तेव्हां महाज्ञानी धृतराष्ट्रास पश्चात्ताप झाला. संधि, विग्रह इत्यादिकांच्या ज्ञानामुळें विदुराच्या अंगीं असलेलें सामर्थ्य आणि पुढें

होणारा पांडवांचा अभ्युदय ह्यांचा विचार करून तो सभेच्या दाराशीं आला व विदुराच्या भाषणाचें स्मरण होऊन मोहित झाल्यामुळें तेथें असलेल्या श्रेष्ठ अशा राजांच्या समोर मूर्च्छित होऊन पडला. पुढें शुद्धीवर आल्यानंतर तो जमिनीवरून उठला आणि जवळच असलेल्या संजयास म्हणालाः—संजया, विदुर हा माझा बंधु, मित्र व जणू दुसरा मूर्तिमंत धर्मच असल्यामुळें आज त्याचें स्मरण होऊन त्याच्या वियोगामुळें माझें अंतःकरण फाटून जात आहे. तेव्हां त्या माझ्या धर्मवेत्त्या बंधूला सत्वर घेऊन ये. असें म्हणून तो राजा दीनपणें रडूं लागला आणि पश्चात्तापानें अत्यंत संतप्त झालेला व विदुराचें स्मरण झाल्यामुळें मोहित होऊन गेलेला तो राजा धृतराष्ट्र बंधुप्रेम उत्पन्न झाल्यामुळें संजयास म्हणाला, "संजया, जा आणि मीं दुष्टानें क्रोधानें अपमान केलेला माझा बंधु विदुर जिवंत तरी आहे काय याचा शोध कर. त्या माझ्या अत्यंत बुद्धिमान् आणि ज्ञानसंपन्न बंधूनें पूर्वी केव्हांही माझें अगदीं थोडें सुद्धां अप्रिय केलेलें नाहीं; पण माझ्याकडून मात्र त्या अतिशय बुद्धिमान् अशा माझ्या बंधूला फारच दुःख झालें आहे. तेव्हां, हे सुज्ञा संजया, जा, त्याला घेऊन ये; नाहीं तर मी आतां प्राणत्याग करीन."

वैशंपायन म्हणालेः—तें त्या राजाचें भाषण ऐकल्यानंतर 'ठीक आहे' असें म्हणून संजय त्याचें अनुमोदन घेऊन काम्यकवनाकडे वेगानें चालता झाला. थोड्याच वेळानें, ज्या ठिकाणीं पांडव रहात होते त्या ठिकाणीं तो पोहोंचला. तेथें त्यास धर्मराजाचें दर्शन झालें. ह्या वेळीं धर्मराजानें कृष्णाजिन परिधान केलें होतें व विदुर आणि हजारों ब्राह्मण यांच्यासह तो बसला होता. देव ज्याप्रमाणें इंद्राचें संरक्षण करितात त्याप्रमाणें त्याचे बंधु त्याचें संरक्षण करीत होते पुढें संजय युधिष्ठिराकडे आला व त्यानें त्याची पूजा केली. नंतर भीम, अर्जुन, नकुल आणि सहदेव ह्यांनींही त्याचा योग्य प्रकारें सत्कार केला. पुढें धर्मराजानें त्यास कुशलप्रश्न केल्यानंतर संजय जरा स्वस्थपणें बसला आणि नंतर त्यानें आपल्या येण्याचा हेतु सांगून विदुराकडे वळून भाषण केलें.

संजय म्हणालाः—विदुरा, अंबिकापुत्र राजा धृतराष्ट्र तुझें स्मरण करीत आहे; तेव्हां तूं लवकर जाऊन एकदां त्याची भेट घे आणि त्या राजाला जीवदान दे. हे साधुवर्या, तूं आतां नरश्रेष्ठ कुरुनंदन पांडवांची अनुज्ञा घेऊन त्या राजश्रेष्ठ धृतराष्ट्राच्या आज्ञेवरून येथून परत निघून जा.

वैशंपायन म्हणालेः—ह्याप्रमाणें त्यानें भाषण केल्यानंतर, स्वजनांविषयीं प्रेम असलेला ज्ञानसंपन्न विदुर युधिष्ठिराची अनुज्ञा घेऊन पुनरपि हस्तिनापुराकडे गेला. तेव्हां त्याची गांठ पडल्यानंतर, शत्रूकडून झालेला अपमान बिलकूल सहन न करणारा, अतिशय पराक्रमी धृतराष्ट्र त्यास म्हणालाः—हे धर्मज्ञा, माझें भाग्य म्हणूनच तूं आज मला मिळालास. हे निष्पापा, तुला माझी आठवण आहे हेंही माझें भाग्यच होय! हे भरतकुलश्रेष्ठा, तुझ्यासाठीं मला रात्रंदिवस जागरण होत असून माझा देह देखील तुजवांचून मला चमत्कारिक भासू लागला आहे. असें म्हणून विदुरास त्यानें आपल्या मांडीवर बसविलें आणि त्याचें मस्तक हुंगून "हे निष्पापा, मी जें तुला बोललों त्याची मला क्षमा कर." असें म्हटलें.

विदुर म्हणालाः—हे राजा, मीं पूर्वीच क्षमा केली आहे. कारण, तूं मजपेक्षां फार वडील आहेस आणि म्हणूनच तुझ्या दर्शनाविषयीं तत्पर होऊन मी इतक्या त्वरेनें आलों. हे नरश्रेष्ठा, ज्यांच्या अंतःकरणांत धर्मबुद्धि

वास्तव्य करिते ते लोक दीन लोकांच्या पक्षाकडे वळावयाचेच. ह्याविषयीं मुळींच विचार करावयास नको. ह्मणूनच धृतराष्ट्रा जरी पांडव आणि तुझे पुत्र हे मला सारखेच आहेत तरी पांडव दीन आहेत एवढ्याचमुळें माझी बुद्धि त्यांच्याकडे धावते.

वैशंपायन म्हणाले:—ह्याप्रमाणें ते महातेजस्वी उभयतां बंधु विदुर आणि धृतराष्ट्र हे परस्परांचें सांत्वन करून अत्यंत आनंद पावले.

अध्याय सातवा.

—:०:—

दुर्योधनादिकांचे विचार.

वैशंपायन म्हणाले:—विदुर परत आला असून धृतराष्ट्रानें त्याचें सांत्वन केलें असें कानांवर येतांच, बुद्धि दुष्ट असलेल्या दुर्योधनाला संताप आला आणि शकुनि, कर्ण, दुःशासन ह्यांस बोलावून आणून तो अज्ञानजन्य अंधकारामध्यें शिरून म्हणाला, ‘ हा पहा बुद्धिमान् धृतराष्ट्राचा मंत्री आणि पांडवांचा हितकर्ता मित्र विद्वान् विदुर परत आला आहे. तेव्हां आतां जोंवर पांडवांस परत आणण्याविषयीं विदुरानें धृतराष्ट्राची बुद्धि वळविली नाहीं, तोंवर आपण माझ्या हिताविषयींचा विचार करा. आतां पांडव येथें आले आहेत असें जर मजला कोणत्याही प्रकारें दिसेल, तर मी जलप्राशन अथवा कोणत्याही वस्तूचा स्वीकार हीं न करितां क्षीण होऊन जाईन, विषभक्षण करीन, गळफांस लावून घेईन, शस्त्रानें आत्मघात करीन किंवा अग्निप्रवेश करीन ! कारण त्यांना पुनः वैभवसंपन्न झालेले अवलोकन करावे अशी माझी इच्छा नाहीं. ’

शकुनि म्हणाला:—हे राजा, हे काय तूं मनांत मूर्खासारखे विचार चालविले आहेस? ते पांडव एकदां प्रतिज्ञा करून गेलेले आहेत, तेव्हां ते परत येतील अशी गोष्ट होणारच नाहीं. हे भरतकुलश्रेष्ठा, सर्वही पांडवांची सत्यावर निष्ठा आहे. तेव्हां ते तुझ्या पित्याचें देखील भाषण केव्हांही मान्य करणार नाहींत. तथापि जर तें मान्य करून व तो ठराव मोडून ते ह्या नगरांत आलेच, तर आपण पण लावूं आणि आम्हीं सर्वहीजण मध्यस्थ होऊन बाहेरून धृतराष्ट्राच्या मनाप्रमाणेंच वागत आहों असें दाखवूं व गुप्तरूपानें पांडवांचीं छिद्रें पहात राहूं म्हणजे झालें.

दुःशासन म्हणाला:—अहो महाज्ञानी मामा, आपण जें सांगतां तें अगदीं बरोबर आहे. आपण जो ज्ञानोपदेश करतां तो मला नेहमींच आवडतो.

कर्ण म्हणाला:—राजा दुर्योधना, आम्हीं सर्वही तुझें अगदीं अभीष्ट चिंतन करीत आहों व ह्या गोष्टीविषयीं आम्हां सर्वांचें मत एकच आहे असें मला वाटतें. अमुक कालपर्यंत आह्मी येणार नाहीं अशी प्रतिज्ञा केल्यामुळें ती खरी केल्याखेरीज ते धैर्यसंपन्न पांडव परत येणार नाहींतच; आणि जर अज्ञानामुळें आलेच तर पुनः द्यूत करून त्यांना जिंकून सोड म्हणजे झालें.

वैशंपायन म्हणाले:—ह्याप्रमाणें त्या वेळीं कर्णानें भाषण केलें, पण दुर्योधनाच्या अंतःकरणास फारसा आनंद झाला नाहीं व म्हणूनच त्यानें तत्काल तोंड फिरविलें; तेव्हां त्याचा आशय लक्ष्यांत आणून कर्णानें सुंदर डोळे वटारिले आणि अंतःकरण स्थिर करून क्रोधानें दुःशासन, शकुनि आणि दुर्योधन ह्यांस म्हटलें:—हे भूपतींनो, आतां माझें स्वतःचें मत काय आहे तें आपण ऐका. आह्मी सर्वजण सेवकांप्रमाणें हात जोडून धृतराष्ट्राचें प्रिय करूं आणि ह्या दुर्योधनाचें मात्र हित करण्याविषयीं निर-

लसपणें उद्युक्त होणार नाहीं काय ? आपण सर्व जण मिळून आतां शस्त्रें घेऊन व कवचें घालून रथांत बसूं आणि वनांत असलेल्या पांडवांचा वध करण्यास जाऊं. त्यांना एकदा गुप्तपणें ठार करून टाकिलें म्हणजे धृतराष्ट्रपुत्रांना आणि आम्हांला कलह म्हणून उरणार नाहीं. जोंवर पांडव अतिशय हीन स्थितींत आहेत, जोंवर ते शोकाकुल झालेले आहेत, आणि जोंवर त्यांचा साहाय्यकर्ता कोणीही नाहीं, तोंवर त्यांना नाहींसें करणें शक्य आहे असें माझें मत आहे. हें भाषण ऐकिल्याबरोबर ते सर्वहीजण मिळून त्या कर्णाची वारंवार प्रशंसा करूं लागले आणि "ठीक ठीक !" असें म्हणून पांडवांचा वध करण्याविषयींचा निश्चय करून, निरनिराळ्या रथांत बसून अतिशय त्वरेनें निघाले. ते निघाले आहेत असें दिव्य दृष्टीनें अवलोकन करून, अंतःकरण पवित्र असलेले भगवान् लोकपूज्य व्यासमुनि त्यांजकडे आले; व त्यांचा निषेध करून, धृतराष्ट्र बसला होता त्या ठिकाणीं त्वरेनें आले व त्यास म्हणाले.

अध्याय आठवा.

—:०:—

धृतराष्ट्रास व्यासांचा उपदेश.

व्यास म्हणाले:—हे महाज्ञानी धृतराष्ट्रा, मी तुजला सर्वही कौरवांच्या उत्कृष्ट हिताची गोष्ट सांगतों, ती ऐक. हे महावीरा, दुर्योधनादिकांनीं अपमान करून पांडवांचा पराजय केला आणि त्यामुळें ते वनास गेले हें माझ्या मनासारखें झालें नाहीं. धृतराष्ट्रा, ते तेरा वर्षेंपर्यंत आपणांला होणाऱ्या क्लेशांचें स्मरण करीत राहतील आणि तेरावें वर्ष पूर्ण झालें कीं खवळून जाऊन कौरवांवर विषाचा वर्षाव करितील. तेव्हां, हा अत्यंत जडबुद्धीचा तुझा दुष्ट पुत्र प्रत्यहीं अतिशय क्रुद्ध होऊन राज्यप्राप्तीसाठीं पांडवांचा वध करण्याची उगीच कशाला इच्छा करीत आहे ? अरे, ह्या मूर्खाला चांगल्या रीतीनें आवरून धर. तुझा हा पोरगा शांत होऊं दे. ते पांडव अरण्यांत आहेत तरी त्यांचा वध करण्यासाठीं हा आपला प्राण सोडितो आहे. ज्याप्रमाणें ज्ञानसंपन्न विदुर, भीष्म, आह्मी, कृप आणि द्रोण, त्याचप्रमाणें तूंही सज्जन आहेस ह्मणूनच तुला सांगावयाचें. हे महाज्ञानसंपन्ना, स्वजनांशीं कलह करणें हें निंद्य होय. तेव्हां, धर्म आणि कीर्ति ह्या दोहोंच्याही विरुद्ध असणाऱ्या कलहास तूं अनुमति देऊं नको. धृतराष्ट्रा, पांडवांविषयीं तुझ्या ह्या मुलाचे जे विचार आहेत त्यांची जर उपेक्षा केलीस तर त्यापासून मोठा अन्याय होईल; तेव्हां त्यांची उपेक्षा करूं नको; किंवा, हे राजा तुझा हा अत्यंत जडबुद्धि पुत्र एकटाच कोणासही बरोबर न घेतां पांडवांबरोबर वनांत जाऊं दे. म्हणजे कदाचित् संसर्गामुळें जर तुझ्या पुत्राचें पांडवांशीं सख्य झालें तर तूं एकदांचा कृतकृत्य होशील. किंवा असें करून तरी काय होणार ? कारण, हे महाराजा, मनुष्य उत्पन्न होतांच त्याच्या ठिकाणीं जो एक स्वभाव उत्पन्न होतो तो तो मृत्यु पावल्यावांचून नाहींसा होत नाहीं. असो; याविषयीं भीष्म, द्रोण, विदुर ह्यांचीं काय मतें आहेत आणि तुझेंही मत काय आहे तें सांग. जें योग्य असेल तें आतांच केलें पाहिजे, नाहीं तर पुढें तुमचे हेतु जागच्या जागींच जिरून जातील.

अध्याय नववा.

—:०:—

व्यासधृतराष्ट्रसंवाद.

धृतराष्ट्र म्हणाला:—हे भगवान् व्यासमुने, मला देखील हें द्यूत करणें आवडत नाहीं; परंतु तें भवितव्यतेनें माझ्या हातून घडवून

आणिलें. तें भीष्माला, द्रोणाला अथवा विदुरालाही आवडत नाहीं. गांधारीलाही द्यूताची इच्छा नाहीं. पण तें आम्हीं अज्ञानामुळें सुरू केलें. कारण, दुर्योधनाचा पडला आग्रह ! आणि दुर्योधन जरी अचेतनासारखें वर्तन करितो हें मला माहीत आहे, तरी देखील, हे नियमनिष्ठ भगवन्, पुत्रप्रीतीमुळें माझ्यानें त्याचा त्याग करवत नाहीं.

व्यास म्हणाले:---हे विचित्रवीर्यपुत्रा राजा धृतराष्ट्रा, तूं म्हणतोस तें अगदीं खरें आहे. पुत्र हा फार प्रिय आहे व पुत्रावांचून अधिक प्रिय असें दुसरें कांहींही नाहीं हें आम्हांला पूर्णपणें माहीत आहे. इंद्राला देखील अश्रुपात करणाऱ्या सुरभीनें जेव्हां बोध केला, तेव्हां इतर वस्तूंची जरी पुष्कळ समृद्धि असली तरी ती पुत्रापेक्षां अधिक आहे असें तो मानीनासा झाला. ह्याविषयीं, हे राजा, इंद्र आणि सुरभि ह्यांच्या संवादात्मक एक उत्कृष्ट आख्यान मी तुला सांगतों. बा राजा, एकदा स्वर्गामध्यें असलेली धेनूची माता सुरभि रडूं लागली, तेव्हां इंद्राला दया येऊन त्यानें तिला विचारलें.

इंद्र ह्मणाला:---हे कल्याणी, तूं अशी रडतेस कां? देव, मनुष्यें आणि नाग हे खुशाल आहेतना? तूं कांहीं अल्पशा कारणानें रडावयाची नाहींस म्हणून विचारतों.

सुरभि म्हणाली:---इंद्रा, तुजवर कांहीं संकट ओढवल्याचें मजला दिसून आलेलें नाहीं. मला माझ्या पुत्रासंबंधानें शोक झालेला आहे आणि ह्मणूनच मी रडतें आहें. हे देवाधिपते, हा पहा माझा पुत्र नांगराला जुंपल्यामुळें पीडा होऊन पडूं लागला आहे; त्याला आतां आपण यांतून सुटूं अशी उमेद आहे. तथापि हा एक हलकट शेतकरी त्या माझ्या बलहीन पुत्राला पुनः नांगराला जोडून चाबकानें मारीत आहे. हे देवेंद्रा, हें पाहून मला करुणा आली व माझें अंतःकरण उद्विग्न होऊं लागलें. इंद्रा, नांगराला दोन बैल जोडले आहेत; त्यांतील एक चांगला शक्तिमान् असून जूं अधिक वहातो आहे, पण दुसऱ्याच्या अंगीं सामर्थ्य नसून तो कृश आहे ह्यामुळें त्याच्या सर्वांगावर शिरा दिसत आहेत, त्याला हा भार ओढल्यानें फार कष्ट होत आहेत, म्हणून त्याविषयीं मला वाईट वाटत आहे. इंद्रा, त्याला वरचेवर चाबकानें मारिलें किंवा शस्त्रानें टोंचिलें तरीही त्याच्यानें तो भार ओढवत नाहीं. यामुळें त्याच्याविषयीं मी शोकाकुल झालें आहें व म्हणूनच अत्यंत कष्टी होऊन नेत्रांतून अश्रु ढाळीत कळवळ्यानें रडत आहें.

इंद्र म्हणाला:--हे कल्याणि, तुझ्या हजारों पुत्रांना लोक अशी पीडा देतात. मग ह्या एकाच पुत्राला मारलें म्हणून तुझ्या अंतःकरणांत कां दया उत्पन्न होत आहे ?

सुरभि म्हणाली:—मला जरी हजारों पुत्र आहेत तरी त्या सर्वांशीं माझें सारखेंच वर्तन आहे. तथापि, इंद्रा, स्वभावतःच दीन असून पुनः पीडित झालेल्या अशा मुलावर माझी अधिक कृपा आहे.

व्यास म्हणाले:–हे धृतराष्ट्रा, तें सुरभीचें भाषण ऐकून इंद्राला अत्यंत आश्चर्य वाटलें आणि तेव्हांपासून तो आपल्या पुत्रांना प्राणापेक्षांही अधिक मानूं लागला. पुढें भगवान् इंद्रानें शेतकऱ्यांस विघ्न करण्यासाठीं त्या ठिकाणीं एकाएकीं अत्यंत वृष्टि केली. असो; हे राजा, सुरभीनें इंद्राला सांगितलें त्याप्रमाणें सर्वही पुत्रांवर तुझें सारखेंच प्रेम असावें; पण त्यांतल्या त्यांत जे दीन असतील त्यांच्यावर अधिक कृपा असावी. मुला, ज्याप्रमाणें मला पांडु आणि महाज्ञानी विदुर त्याचप्रमाणें तूंही आहेस. ह्यामुळें मी हें तुला प्रेमानें सांगतों आहें. धृतराष्ट्रा, तुला फार दिवसांनीं एकशें एक पुत्र

झाले व पांडूला पांचच झालेले आहेत, पण तेही अत्यंत कष्टी आणि भाग्यहीन झालेले दिसत आहेत. तेव्हां ते चिरकाल वांचतील कसे आणि त्यांचा अभ्युदय कसा होईल अशा विषयीं मला सारखी हुरहूर लागली आहे. हे राजा, जर कौरवांनीं जिवंत रहावें अशी तुझी इच्छा असेल तर ह्या तुझ्या पुत्रानें म्हणजे दुर्योधनानें पांडवांशीं शांतपणें वागलें पाहिजे.

अध्याय दहावा.

—:०:—

मैत्रेयागमन.

धृतराष्ट्र म्हणालाः—हे महाज्ञानी व्यास मुने, आपण म्हणतां तें अगदीं खरें आहे आणि तें मला व ह्या सर्व राजांनाही कळत आहे. आपणांला कौरवांच्या अभ्युदयासाठीं जें करणें बरें वाटतें तेंच मजला विदुरानें, भीष्मानें आणि द्रोणानेंही सांगितलें. तेव्हां, जर मी आपल्या अनुग्रहाला पात्र असेन व जर कौरवांवर आपली दया असेल तर ह्या माझ्या दुष्ट पुत्राला अर्थात् दुर्योधनाला आपण उपदेश करा.

व्यास म्हणालेः—हे राजा, हा भगवान् मैत्रेयमुनि पांडवांचा शोध करून आमची भेट घेण्यासाठीं इकडेच येत आहे. हा मुनिवर्य तुझ्या पुत्राला व त्याच्या कुलाला शांति मिळावी म्हणून योग्य प्रकारें उपदेश करील. पण, धृतराष्ट्रा, तो जें सांगेल तें निःशंकपणें केलेंच पाहिजे. कारण, त्यानें करावयास सांगितलेली गोष्ट जर केली नाहीं तर तो क्रोधानें तुझ्या पुत्राला शाप देईल.

वैशंपायन म्हणालेः—असें सांगून व्यास निघून गेल्यानंतर मैत्रेय दृष्टीस पडला. तेव्हां राजा धृतराष्ट्र आणि त्याचे पुत्र यांनीं त्याचें पूजन करून त्यास बसवून घेतलें. नंतर अर्घ्य-दानादिक उपचार केल्यावर त्या मुनिवर्याचे श्रम परिहार झालेले पाहून अंबिकापुत्र राजा धृतराष्ट्र त्यास विनयानें म्हणालाः—महाराज, आपणांला कुरुजांगलप्रदेशांतून येतांना कांहीं त्रास झाला नाहींना ? पांचही बंधु वीर पांडव खुशाल आहेतना ? त्या भरतकुलश्रेष्ठांना ठरल्याप्रमाणें वागण्याची इच्छा आहेना ? आणि कौरवांवरील त्यांचें बंधुप्रेम नष्ट होणार नाहींना?

मैत्रेय म्हणालाः—तीर्थयात्रा करीत करीत साहजिक रीतीनें मी कुरुजांगलप्रदेशांत गेलों, तेव्हां तेथें असणाऱ्या काम्यकवनांत मला धर्मराजाचें दर्शन झालें. हे राजा, जटा धारण केलेल्या व कृष्णाजिन परिधान करून मुनिजनांमध्यें वास्तव्य करणाऱ्या त्या महात्म्या धर्मराजास अवलोकन करण्यासाठीं त्या वेळीं ऋषींचे समुदाय आले होते. त्या ठिकाणीं, हे महाराजा, तुझ्या पुत्रांचे खेळ, द्यूतरूपी अन्याय आणि त्यामुळें नजीक येऊन ठेपलेला अनर्थ हीं माझ्या कानांवर आलीं. तेव्हां, एकदा कौरवांची भेट घ्यावी म्हणून मी तुझ्याकडे आलों आहें. कारण, हे प्रभो, माझें तुझ्या ठिकाणीं सदोदीत अतिशय प्रेम असून तुझ्या योगानें मला आनंद होतो. हे राजा, तूं आणि भीष्म हे जिवंत असतां तुझे पुत्र परस्परांशीं विरोध करीत आहेत हें कोणत्याही प्रकारें योग्य नाहीं. राजा, तूं निग्रह आणि अनुग्रह ह्यांविषयीं समर्थ असून सर्वांचा आधारस्तंभ आहेस.मग असा भयंकर अनर्थ घडूं लागला असतांही त्याची उपेक्षा काय म्हणून करीत आहेस? धृतराष्ट्र !सभेमध्यें जें दरोडेखोरासारखें आचरण घडलें, त्यामुळें तपस्वी लोकांचा समागम झाला तरीही तुझ्या ठिकाणीं उल्हास दिसत नाहीं !

वैशंपायन म्हणालेः—असें बोलून भगवान् मैत्रेयमुनि दुर्योधनाकडे वळला आणि त्या तापट राजाला मधुर वाणीनें सांगूं लागला.

दुर्योधनास मैत्रेयाचा उपदेश व शाप.

मैत्रेय म्हणालाः—हे उत्कृष्ट वक्त्या महाभा-

ग्यशाली महावीरा दुर्योधना, मी जें तुझ्या हितार्चे भाषण करीत आहें तें तूं ऐकून घे. हे राजा, तूं पांडवांशीं द्रोह करूं नको. ह्यांतच, हे नरश्रेष्ठा, तुझें स्वतःचें, पांडवांचें, इतर कौरवांचें आणि लोकांचेंही कल्याण आहे. कारण, ते सर्वही नरश्रेष्ठ पांडव वीर आणि पराक्रमी योद्धे असून सर्वांतही दहा दहा हजार हत्तींचें सामर्थ्य आहे; त्यांचीं शरीरेंही वज्राप्रमाणें बळकट आहेत; ते सर्वही सत्यव्रताचें पालन करीत असून सर्वांसही शौर्याचा अभिमान आहे; व म्हणूनच, इच्छेस वाटेल तसें स्वरूप घेणाऱ्या हिडिंब आणि बक इत्यादि राक्षसांचा आणि दैत्यांचा त्यांनीं वध केला आहे. ते महात्मे येथून निघून चालले असतां, भयंकर स्वरूप धारण करून जो निश्चल पर्वताप्रमाणें त्यांच्या मार्गांत आडवा आला तो किर्मीरराक्षस,युद्धप्रसंगानें आनंदित होणाऱ्या अत्यंत बलिष्ठ भीमसेनानें--वाघानें जसा एखादा क्षुद्र पशु मारावा त्याप्रमाणें--आपल्या सामर्थ्यानें ठार करून सोडला ! हे राजा धृतराष्ट्रा, दिग्विजयाच्या वेळीं दहा हजार हत्तींचें बळ असलेल्या महाधनुर्धर जरासंधाला भीमानें कसें भूमीवर लोळविलें इकडेही तूं दृष्टि दे. अरे, ज्यांचा संबंधी साक्षात् श्रीकृष्ण असून पृषतराजाचे सर्वही वंशज ज्यांचे श्यालक आहेत त्यांच्याशीं —ज्यास जरा आणि मरण हीं लागलेलीं आहेत असा—कोणता मनुष्य युद्धामध्यें टक्कर देऊं शकणार ? अर्थातच कोणाही मनुष्यास त्यांच्यांशीं युद्ध करितां यावयाचें नाहीं. तेव्हां, हे भरतकुलश्रेष्ठा, पांडवांशीं तुझें शांतीचेंच वर्तन असावें. हे राजा, हें माझें सांगणें तूं ऐक; उगीच क्रोधाच्या अधीन होऊन जाऊं नको.

वैशंपायन म्हणाले:—जनमेजया, मैत्रेय जेव्हां असें बोलूं लागला, तेव्हां दुर्योधन पायानें भूमीवर रेषा काढीत जरा हंसला आणि हत्तीच्या सोंडेप्रमाणें पुष्ट असणाऱ्या आपल्या मांडीवर थाप देऊन तो दुर्बुद्धि कांहीं एक भाषण न करितां खालीं मान घालून बसला. तेव्हां, हे राजा,दुर्योधन आपलें भाषण श्रवण करूं इच्छित नसून जमिनीवर रेषा काढीत आहे असें पाहून मैत्रेय कोपाविष्ट झाला व भवितव्यतेनें प्रेरणा केल्यामुळें त्या मुनिश्रेष्ठ मैत्रेयानें दुर्योधनास शाप देण्याचें मनांत आणिलें. पुढें क्रोधानें डोळे लाल झालेल्या मैत्रेयानें जलस्पर्श करून त्या दुष्ट धृतराष्ट्रपुत्राला शाप दिला कीं, “ ज्या अर्थी तूं माझ्या भाषणाची अवहेलना करितोस व मी सांगतों त्याप्रमाणें वागूं इच्छित नाहींस, त्या अर्थी तुला ह्या तुझ्या ताठ्याचें फल तात्काळ मिळेल. ह्या तुझ्या द्वेषामुळें पुढें भयंकर युद्ध होईल आणि त्यामध्यें बलवान् भीमसेन गदाप्रहारानें तुझी मांडी भग्न करून टाकील !”असें त्यानें भाषण करितांच राजा धृतराष्ट्रानें त्याला शांत केलें आणि असें होऊं नये म्हणून त्याची विनवणी केली,तेव्हां मैत्रेय म्हणाला:—राजा,जर तुझा पुत्र सलोख्यानें वागला तर मीं शाप दिला आहे त्याप्रमाणें घडणार नाहीं; पण जर तो ह्याच्या विपरीत वागला तर मात्र तसें घडून येईल.

वैशंपायन म्हणाले:—पुढें, भीमाच्या पराक्रमामुळें आश्चर्यचकित झालेला दुर्योधनाचा पिता राजा धृतराष्ट्र मैत्रेयास विचारूं लागला कीं, भीमानें किर्मीरनामक राक्षसाचा निःपात कसा केला?

मैत्रेय म्हणाला:-आतां मी तुला पुनः कांहीं सांगणार नाहीं. कारण, तें तुझ्या मुलाला ऐकून घेण्याची इच्छा नाहीं. तेव्हां, मी निघून गेलों म्हणजे विदुर तैं तुला सारें सांगेल. इतकें बोलून मैत्रेय आल्या मार्गानें चालता झाला व भीमसेनानें किर्मीराचाही वध केला ह्यामुळें उद्विग्न होऊन दुर्योधनही तेथून बाहेर पडला.

किर्मीरवधपर्व.

अध्याय अकरावा.

--:०:--

किर्मीरवध.

धृतराष्ट्र म्हणाला:---विदुरा, किर्मीराच्या वधाची हकीकत ऐकावी अशी मला इच्छा आहे तेव्हां ती सांग. भीमाची आणि त्या राक्षसाची गांठ तरी कशी पडली?

विदुर म्हणाला:---पांडवांच्या जेव्हां गोष्टी चालत होत्या तेव्हां मध्यें मध्यें मीं हें भीमाचें अत्यंत अलौकिक कृत्य वारंवार ऐकिलें आहे, तें तुला सांगतों, ऐक. धृतराष्ट्रा, द्यूतामध्यें पराजय झाल्यानंतर पांडव जे येथून निघाले ते तीन दिवसांनीं काम्यक नांवाच्या त्या अरण्यास जाऊन पोहोंचले. ह्या वेळीं गाढ अंधकार असलेली अत्यंत कष्टदायक मध्यरात्र उलटून गेली होती व घोरकर्मी मनुष्यभक्षक राक्षसांचा संचार सुरू झाला होता; गोपाल जरी वनांतून नेहमीं संचार करीत असतात तरी ते देखील राक्षसांच्या भीतीमुळें ह्या वनाचा दुरूनच त्याग करीत व तपस्वी लोकही तेथें रहात नसत. धृतराष्ट्रा, त्या अरण्यांत जेव्हां पांडव जाऊं लागले तेव्हां नेत्र तेजस्वी असलेला एक भयंकर राक्षस हातांत चूड घेऊन, बाहु मोठे करून आणि तोंड अक्राळविक्राळ करून--ज्या मार्गानें पांडव चालले होते तो--मार्ग आडवून उभा राहिला. त्याच्या आठ दाढा स्पष्ट दिसत होत्या, डोळे लाल होते, मस्तकावरील केश अग्नीप्रमाणें प्रदीप्त दिसत होते व ह्यामुळें तो बगळे आणि विद्युत्समूह ह्यांच्या योगानें जसा मेघ दिसावा त्याप्रमाणें दिसत होता. राक्षसी माया निर्माण करून तो अत्यंत गर्जना करणाऱ्या सजल मेघाप्रमाणेंच मोठ्यानें आरोळ्या ठोकीत होता. त्याच्या त्या गर्जनेनें भयभीत होऊन त्या वनांतील सर्वही स्थलचर व जलचर पक्षी ओरडत दाही दिशा पळून जाऊं लागले होते. तसेंच, त्याच्या त्या गर्जनेनें वनांतील हरिणें, वाघ, गवे आणि अस्वलें इत्यादिक पशु पळून जाऊं लागल्यामुळें त्यांच्या रूपानें जणू तें अरण्यच प्रयाण करूं लागलें आहे असें वाटे. तो चालूं लागला असतां त्याच्या मांड्यांच्या वेगानें जो वायु उत्पन्न होई त्याचा आघात झाल्यामुळें अतिशय दूर असणाऱ्या लता देखील आरक्तवर्ण पल्लवरूपी बाहूंनीं जवळच असलेल्या वृक्षास जणू भीतीनेंच मिठी मारीत आहेत असे वाटे. त्या वेळीं अत्यंत भयंकर वारा सुटला आणि त्याच्या योगानें धुरळा उडून त्यानें आकाश आच्छादित होऊन गेलें. त्यामुळें आकाशांतील नक्षत्रें नष्टच होऊन गेलीं आहेत कीं काय असा भास झाला. पुढें, आत्यंतिक शोक हा जसा श्रोत्रादि पांच इंद्रियांच्या शब्दादिक विषयांचा, त्याचप्रमाणें पांचही पांडवांचा तो माहितींत नसलेला महाशत्रु किर्मीर कृष्णाजिन परिधान केलेल्या पांडवांस दुरूनच पाहून त्या वनाच्या दाराशीं आला. पुढें मैनाक पर्वताप्रमाणें स्थूल असणाऱ्या त्या राक्षसानें तें द्वार आडविलें. पूर्वीं केव्हांही अवलोकनांत न आलेला तो राक्षस दृष्टीस पडतांच कमललोचना द्रौपदी घाबरून गेली व तिनें भीतीमुळें डोळे मिटले, जिच्या मस्तकावरील केश दु:शासनाच्या हातून सुटल्यामुळें अस्ताव्यस्त होऊन गेले होते ती द्रौपदी पांच पर्वतांच्या मध्यभागीं असलेल्या नदीप्रमाणें पांचही पांडवांच्या मध्यभागीं असूनही अत्यंत व्याकूळ होऊन गेली. ती अत्यंत मूर्च्छित होऊं लागली, तेव्हां, विषयावर आसक्त झालेलीं इंद्रियें ज्याप्रमाणें विषयप्रीतीस धरून बसतात त्याप्रमाणें पांचही पांडवांनीं

तिला धरिलें. नंतर, अनेक प्रकारच्या रक्षोघ्न मंत्रांचा उत्कृष्ट प्रकारें प्रयोग करून धौम्यमुनींनीं त्या ठिकाणीं उत्पन्न झालेली ती भयंकर राक्षसी माया पांडव पहात आहेत तोंच नाहींशी करून टाकिली. पुढें माया नाहींशी झाल्यामुळें क्रुद्ध होऊन डोळे वटारलेला तो अत्यंत बलवान्, स्वेच्छानुरूप शरीर धारण करणारा, क्रूर किर्मीर काळासारखा पुढें दिसूं लागला. तेव्हां अत्यंत बुद्धिमान् राजा युधिष्ठिर त्याला म्हणाला कीं, 'तूं कोण, कोणाचा आणि तुला काय कार्य करावयाचें आहे, तें सांग.' हें ऐकून त्या राक्षसानें युधिष्ठिरास उत्तर दिलें कीं, 'मी बकासुराचा बंधु किर्मीर या नांवानें प्रसिद्ध असून ह्या काम्यक नांवाच्या निर्जन अरण्यामध्यें प्रत्यहीं युद्धांत जिंकलेल्या मनुष्यांवर उदरनिर्वाह करीत निर्भयपणें रहात असतों. माझें भक्ष्य होऊन माझ्याकडे आलेले तुम्ही कोण आहां ? मी आतां तुम्हां सर्वांनाही जिंकून शांतपणें भक्षण करणार !

वैशंपायन म्हणाले:—हे भरतवंशजा, त्या दुष्टाचें हें भाषण ऐकल्यानंतर युधिष्ठिरानें त्यास आपला वंश, नांव इत्यादिक सांगितलें.

युधिष्ठिर म्हणाला:—मी पांडुपुत्र धर्मराज आहें. माझें नांव कदाचित् तुझ्या कानांवर आलें असेल. हे जे माझ्याबरोबर दुसरे चौघेजण आहेत ते भीमसेन, अर्जुन इत्यादिक सर्व माझे बंधु होत. माझें राज्य शत्रूंनीं हिरावून घेतलें ह्यामुळें वनांत जाऊन रहावें अशी बुद्धि होऊन मी तुझ्या ताब्यांतील ह्या घोर अरण्यांत आलों आहें.

विदुर म्हणाला:--हें ऐकून किर्मीर त्याला म्हणाला कीं, " देवांनीं फार दिवसांनीं हा माझा मनोरथ पूर्ण केला हें माझें भाग्य होय. मी भीमसेनाच्या वधासाठीं सदोदित शस्त्र उगारून सज्ज होऊन सर्व पृथ्वीवर फिरत होतों तरी देखील मला तो सांपडला नव्हता. तेव्हां ज्याची मी फार दिवस वाट पहात होतों तो हा माझ्या बंधूला ठार मारणारा भीम आज मला मिळाला हें माझें भाग्य होय. राजा, ह्यानें ब्राह्मणाचें कपटस्वरूप धारण करून स्वाभाविक बल नसतां केवल विद्याबलाचा आश्रय करून वेत्रकीयवनामध्यें माझा प्रिय बंधु बक ह्याचा वध केला. तसेंच ज्या दुष्टानें पूर्वीं वनांत राहणाऱ्या माझ्या हिडिंबनामक प्रिय मित्राचा वध करून त्याची भगिनी हरण केली, तो हा मूर्ख आज माझ्या ह्या घोर अरण्यांत आमच्या संचाराच्या वेळींबरोबर मध्यरात्रीं—आला आहे. तेव्हां, फार दिवस सांचून राहिलेल्या ह्याच्या वैराची मी आज फेड करणार आणि आज राक्षसांस कंटकाप्रमाणें असणाऱ्या ह्या भीमाचा वध करून त्याच्या पुष्कळशा रक्तानें बकाचें तर्पण करणार ह्मणजे तो माझा बंधु आणि मित्र हिडिंब ह्यांच्या ऋणांतून मी मुक्त होऊन अत्यंत शांति पावेन. युधिष्ठिरा, पूर्वीं जरी बकानें ह्या भीमसेनाला सोडून दिलें तरी आज मी तुझ्या समक्ष त्याला भक्षण करणार; आणि ज्याप्रमाणें अगस्त्यानें वातापिनामक महादैत्यास भक्षण करून पचवून सोडिलें, त्याप्रमाणें मी ह्या अत्यंत शक्तिसंपन्न भीमाला ठार करून भक्षण करून पचवून सोडणार ! "

याप्रमाणें किर्मीरानें भाषण केल्यानंतर ' असें केव्हांही घडणार नाहीं ! ' असें ह्मणून सत्यप्रतिज्ञ धर्मात्मा युधिष्ठिर यानें क्रुद्ध होऊन त्या राक्षसाची निर्भर्त्सना केली. नंतर महावीर भीमसेनानें वेगानें जाऊन एक दहा वांव लांब असा वृक्ष मोडला आणि तो उचलून धरून त्याचीं पानें काढून टाकिलीं. विजयी अर्जुनानेंही वज्रास देखील चूर करून टाकण्याइतकें जाड असलेलें गांडीवधनुष्य एका क्षणांत सज्ज केलें.

धृतराष्ट्रा, तेव्हां अर्जुनाला बाजूस सारून भीम मेघाप्रमाणें गर्जना करणाऱ्या त्या राक्षसावर चालून गेला आणि " थांब थांब " असें म्हणाला. पुढें लागलीच त्या पांडुपुत्र भीमसेनानें क्रुद्ध होऊन काचा आवळिला आणि हातावर हात चोळून व आयुधाप्रमाणें वृक्ष हातांत घेऊन तो बलिष्ठ भीमसेन दांतओंठ खात वेगानें त्याच्यावर धावला; आणि ज्याप्रमाणें इंद्रानें वज्रप्रहार करावा त्याप्रमाणें त्यानें त्या यमदंडाप्रमाणें असलेल्या वृक्षाचा त्याच्या मस्तकांत जोरानें प्रहार केला. तथापि तो राक्षस त्या युद्धांत गडबडून गेला आहे असें दिसलें नाहीं. इतकेंच नव्हे, तर त्यानें प्रज्वलित असणाऱ्या वज्राप्रमाणें आपल्या हातांतील देदीप्यमान् चूड भीमसेनाच्या अंगावर फेंकिली. श्रेष्ठ प्रतीचा योद्धा भीमसेन ह्यानेंही ती त्यानें फेंकलेली चूड येतांच डाव्या पायाची लाथ मारून परत फेंकली असतां ती त्या राक्षसाकडे परत फिरली. तेव्हां किर्मीरही एकदम एक वृक्ष उपटून घेऊन समरांगणांत भीमसेनावर क्रोधानें यमाप्रमाणें धावला. पूर्वी स्त्रीच्या अभिलाषानें युद्ध करणारे सुग्रीव आणि वाली यांच्या युद्धाप्रमाणें त्या उभयतांमध्यें तें वृक्षांचा विनाश करून टाकणारें युद्ध झालें. ज्याप्रमाणें हत्तीच्या मस्तकावर मारलेल्या कमलाच्या देठांचे तुकडे तुकडे होऊन जातात त्याप्रमाणें त्यांनीं परस्परांच्या मस्तकांवर प्रहार केलेले पुष्कळ वृक्ष अनेकवार मोडून जाऊन त्यांचे मोळासारखे बारिक बारिक तंतु होऊन गेले; व त्यामुळें ते वृक्ष, अरण्यामध्यें जशीं वल्कलें पसरून टाकावीं त्याप्रमाणें दिसूं लागले. हे भरतकुलश्रेष्ठा धृतराष्ट्रा, राक्षसश्रेष्ठ आणि नरश्रेष्ठ ह्या उभयतांमध्यें तें वृक्षयुद्ध दोन घटिका चाललें. नंतर त्या राक्षसानें क्रुद्ध होऊन एक शिळा उचलली आणि समरांगणांत उभा राहिलेल्या भीमावर फेंकली. तथापि त्यामुळें भीम डगमगला नाहीं. तेव्हां, ज्याप्रमाणें राहु आपल्या बाहूंनीं किरणांचा निरोध करून सूर्यावर धावून जातो त्याप्रमाणें शिळेच्या प्रहारानें सुस्त होऊन गेलेल्या भीमावर तो राक्षस धावून गेला. परस्परांशीं भिडून ओढाओढ करूं लागलेले ते उभयतांही त्या वेळीं माजलेल्या पोळांप्रमाणें दिसूं लागले. ह्या युद्धांत मदोन्मत्त झालेल्या व्याघ्रांप्रमाणें नखें आणि दंष्ट्रा हींच त्या उभयतांचीं आयुधें होतीं. त्यांचें तें युद्ध अतिशय गर्दीचें आणि भयंकर झालें. भीम हा बाहुबलामुळें स्वभावतः चढून गेला असून दुर्योधनानें त्याचा अपमान केला व त्या वेळीं द्रौपदीनेंही त्याजकडे दीनवाणी दृष्टि फेंकिली, ह्यामुळें अतिशयच खवळून गेला होता. पुढें, ज्याप्रमाणें गंडस्थलांतून दानोदकाचा प्रवाह चाललेला हत्ती दुसऱ्या हत्तीच्या अंगावर जातो त्याप्रमाणें क्रुद्ध झालेल्या भीमसेनानें धावून जाऊन त्या राक्षसास आपल्या बाहूंनीं धरिलें. उलट त्या वीर्यवान् राक्षसानेंही त्याला धरिलें. तेव्हां श्रेष्ठ प्रतीच्या बलवान् भीमसेनानें त्यास हिसका दिला. त्या बाहुयुद्धांत त्या दोघांही बलिष्ठ योद्ध्यांचे बाहु परस्परांस घांसूं लागल्यामुळें वेळू फुटतात त्याप्रमाणें भयंकर शब्द होऊं लागला. नंतर, प्रचंड वायूनें ज्याप्रमाणें एखाद्या वृक्षास हालवावें त्याप्रमाणें भीम त्या राक्षसाला जोरानें हिसका देऊन कंबर धरून वेगानें हालवूं लागला. बलवान् भीमसेनानें युद्धामध्यें धरितांच तो राक्षस डळमळूं लागला आणि आपल्या आटोक्यांत येईल अशा रीतीनें भीमास ओढूं लागला. भीमाला तो अगदीं दमून गेला असावा असें वाटलें; व ज्याप्रमाणें एखाद्या पशूला दोरीनें आवळावें त्याप्रमाणें त्यानें त्याला आपल्या बाहूंनीं जखडून टाकिलें; आणि

फुटलेल्या नगाऱ्याप्रमाणें मोठा आवाज काढून गर्जना करणाऱ्या व बराच वेळ तडफड करून पुढें कांहीं सुचेनासें झालेल्या त्या राक्षसास त्यानें गरगरां फिरविलें; व तो अगदीं खिन्न झाला आहे असें लक्ष्यांत येतांच झट्दिशीं त्याला आपल्या बाहूंनीं धरून त्याचे हात, पाय उचलले आणि गचांड्या देऊन मारण्याचें सुरू केलें. त्या दुष्ट राक्षसाची कंबर भीमसेनानें आपल्या गुडघ्यानें दाबून धरिली आणि दोहों हातांनीं त्याचा कंठ पिळून काढिला. नंतर त्याचें सर्वांग जर्जर होऊन गेलें असून डोळे फिरून गेले आहेत असें पाहून भीमसेनानें त्याला भूमीवर आपटून म्हटलें, ‘ अरे दुष्टा, गेलासच तूं यमसदनाला ! आतां हिडिंब आणि बक ह्यांच्या दुःखाश्रूंचें परिमार्जन करणें तुझ्या हातून घडावयाचें नाहीं ! ’ असें म्हणून, अंतःकरण क्रोधानें व्याप्त झालेल्या त्या अत्यंत वीर्यवान् भीमसेनानें, अलंकार आणि वस्त्रें अस्ताव्यस्त होऊन तडफड करीत पडलेल्या व अंतःकरण मोहित झालेल्या त्या राक्षसास ठार करून फेंकून दिलें ! ह्याप्रमाणें भीमानें त्या मेघाप्रमाणें दिसणाऱ्या राक्षसाचा वध केल्यामुळें इतर पांडवांस आनंद झाला व त्यांनीं भीमसेनाच्या अनेक गुणांची प्रशंसा केली. नंतर द्रौपदीस पुढें करून ते द्वैतवनाकडे चालते झाले.

विदुर म्हणालाः—धृतराष्ट्रा, ह्याप्रमाणें धर्मराजाच्या सांगण्यावरून भीमानें युद्धामध्यें त्या राक्षसाचा वध केल्यानंतर निष्कंटक झालेल्या त्या वनांत तो अजिंक्य धर्मात्मा युधिष्ठिर द्रौपदीसहवर्तमान वास करूं लागला.

असो; ह्या भीमाच्या कृत्यामुळें सर्वही पांडवांचीं अंतःकरणें आनंदित होऊन त्यांनीं प्रेमानें त्याची प्रशंसा केली आणि द्रौपदीला धीर दिला. ह्याप्रमाणें भीमाच्या बाहुबलानें चूर होऊन तो राक्षस नष्ट झाल्यानंतर त्या वीरांनीं निष्कंटक व ह्मणूनच निर्भय झालेल्या त्या अरण्यांत प्रवेश केला. मी ज्या वेळीं वनांत चाललों होतों त्या वेळीं भीमसेनानें स्वसामर्थ्यानें ठार केलेला तो दुष्ट भयंकर राक्षस मार्गामध्यें पडलेला मला त्या महावनामध्यें दिसला. त्या ठिकाणीं कांहीं ब्राह्मण आले होते व बोलत होते तेव्हां त्यांच्या तोंडून भीमाचें कृत्य मीं ऐकिलें.

वैशंपायन म्हणालेः—ह्याप्रमाणें राक्षसश्रेष्ठ किर्मीर ह्याचा भीमानें युद्धांत वध केला हें ऐकून राजा धृतराष्ट्र चिंताक्रांत झाला व दुःखाकुल झालेल्या मनुष्याप्रमाणें सुस्कारे टाकूं लागला.

अर्जुनाभिगमनपर्व.

अध्याय बारावा.

—:०:—

पांडवांस श्रीकृष्णदर्शन. व अर्जुनकृत श्रीकृष्णवर्णन.

वैशंपायन ह्मणाले:—धृतराष्ट्रानें पांडवांस घालवून दिलें हें ऐकून वृष्णि अंधक, आणि भोज ह्यांचे वंशज त्या महावनांत दुःखानें त्रस्त झालेल्या त्या पांडवांच्या भेटीस आले. तसेंच पांचालराजाचा वंशज धृष्टकेतु, चेदिदेशाचा अधिपति आणि महावीर व लोकप्रसिद्ध केकयदेशाचे अधिपति ह्यांस हें कौरवांचें कृत्य सहन न झाल्यामुळें क्रोध आला व तेही पांडवांच्या भेटीस गेले; आणि धृतराष्ट्रपुत्राची निर्भर्त्सना करून " आतां काय करावें ? " असें ह्मणूं लागले. पांडवांची भेट घेतल्यानंतर ते सर्वही क्षत्रियश्रेष्ठ श्रीकृष्णास पुढें करून युद्धामध्यें न डगमगणाऱ्या धर्मराजासभोंवतीं बसले. पुढें श्रीकृष्ण धर्मराजास वंदन करून खिन्न होऊन बोलूं लागले.

श्रीकृष्ण म्हणाले:—भूमीला दुर्योधन, कर्ण, दुरात्मा शकुनि आणि दुःशासन ह्यांचें रक्त प्राशन करण्याचा समय येणार. कारण, ते व त्यांचे अनुयायी राजे ह्या सर्वांचा पराजय करून संग्रामामध्यें स्थिर असणाऱ्या धर्मराजास आह्मी सर्वजण मिळून राज्याभिषेक करणार. जो आपणाशीं कपटाचें वर्तन करील त्याला ठार करणें हा कायमचा धर्मच आहे.

वैशंपायन ह्मणाले:—पांडवांचा अपमान झाल्यामुळें क्रुद्ध होऊन श्रीकृष्ण सर्वही लोकांस भस्म करून टाकण्याची इच्छा करीत आहेत असें पाहून अर्जुनानें त्यांस शांत केलें. सत्यकीर्ति, महात्मे, परब्रह्मस्वरूपी, अज्ञेय, त्रिकालाबाधित, निःसीमतेजस्वी, दक्षादि प्रजापतींचें पालन करणारे, लोकनायक, ज्ञानसंपन्न, विश्वव्यापक श्रीकृष्ण क्रुद्ध झाले आहेत असें पाहून अर्जुनानें त्यांच्या पूर्वावतारांतील कर्मीचें वर्णन करण्यास आरंभ केला.

अर्जुन म्हणाला:—कृष्णा, पूर्वीं तूं मुनिवृत्तीचें आचरण करून संचार करितां करितां ज्या ठिकाणीं सायंकाळ होईल त्या ठिकाणीं त्या रात्रीं वास्तव्य करावयाचें, अशा रीतीनें गंधमादनपर्वतावर दहा हजार वर्षे फिरलास. पुष्करदेशामध्यें तूं केवळ जलभक्षण करून अकरा हजार वर्षें राहिला होतास. हे मधुसूदना, बदरिकाश्रमामध्यें हात वर करून शंभर वर्षेंपर्यंत तूं वायुभक्षण करीत एका पायावर उभा राहिलास. द्वादशवार्षिक सत्र चाललें होतें त्या वेळीं सरस्वतीच्या तीरावर तूं अंगावरील वस्त्राचाही त्याग करून वास करीत होतास; त्या वेळीं अत्यंत कृश झाल्यामुळें तुझें शरीर शिरांनीं अगदीं व्याप्त होऊन गेलेलें होतें. तसेंच, लोकांची धर्माकडे प्रवृत्ति व्हावी ह्मणून नियमनिष्ठ होऊन तूं पुण्यसंपन्न लोकांना वास करण्याला योग्य अशा प्रभासतीर्थावर गेलास; आणि हे महातेजस्वी कृष्णा, त्या ठिकाणींही तूं एक हजार दिव्य वर्षेंपर्यंत एका पायावर उभा राहिलास, असें मला व्यासांनीं सांगितलें आहे. श्रीकृष्णा, तूं अंतरात्मा असून सर्वही प्राण्यांचें आदिकारण व लय पावण्याचें स्थान, तसेंच तपाचा केवळ सांठा व अविनाशी यज्ञच आहेस. कृष्णा, सर्वांपेक्षां प्रथम उत्पन्न केलेल्या भूमिपुत्र नरकाचा वध करून, त्याचीं रत्नमय कुंडलें ग्रहण करून अश्वमेधयज्ञ करण्यासाठीं तूं अश्व सोडलास. सर्व लोकांमध्यें श्रेष्ठ असणाऱ्या व सर्वांचाही पराजय करूं शकणाऱ्या तुजकडून हें कृत्य घडल्यानंतर, जे लोक

यज्ञास प्रतिबंध करण्यासाठीं तुजपुढें आले त्यांचा तूं वध केलास; आणि, हे महाबाहो, इंद्राला सर्वांचें आधिपत्य देऊन मनुष्यांमध्यें अवतीर्ण झालास. हे शत्रुमर्दना, नंतर तूं नारायण झालास व श्रीहरीचेंही स्वरूप घेतलेंस. तूंच ब्रह्मदेव, चंद्र, सूर्य, धर्म, प्रजापति, यम, अग्नि, वायु, कुबेर, शिव, काल, आकाश, पृथ्वी, दिशा, विष्णु, रुद्र आणि दक्षादि प्रजापतिही आहेस. तथापि, हे देवश्रेष्ठा मधुसूदना अत्यंत तेजस्वी कृष्णा, चैत्ररथवनामध्यें यज्ञ करून तूं सर्वोत्कृष्ट अशा देवतेचें आराधन केलेंस; त्या वेळीं तूं प्रत्येक यज्ञामध्यें कोटि कोटि सुवर्ण अशा भरपूर द्रव्याचें दान केलेंस. हे यादवनंदना प्रभो, तूं अदितीचा पुत्र होऊन विष्णु ह्या नांवानें प्रसिद्ध असा इंद्राचा धाकटा बंधु झालास. हे शत्रुतापना कृष्णा, तूंच बालकाचें स्वरूप घेऊन तिन पावलें टाकून आपल्या तेजानें पृथ्वी, आकाश आणि स्वर्ग ह्यांस आक्रांत करून सोडलेंस. प्राण्यांच्या ठिकाणीं जीवस्वरूपानें वास करणाऱ्या कृष्णा, देदीप्यमान अशा अंतरिक्षांत असणाऱ्या सूर्यमंडलामध्यें वास्तव्य करून तूं आपल्या तेजानें सूर्यापेक्षांही अत्यंत शोभूं लागलास. हे प्रभो श्रीकृष्णा, तूं त्या त्या हजारों अवतारांमध्यें, अधर्मावर प्रीति करणाऱ्या शेंकडों दैत्यांचा फडशा पाडिला आहेस. तूं मुरनामक दैत्यानें निर्माण केलेले पाश तोडून टाकलेस आणि निषुंद व नरक ह्या दैत्यांचा वध करून प्राग्ज्योतिषनगराकडे जाणारा मार्ग निर्भय करून टाकिलास. जारुथीनामक नगरामध्यें आहुति, क्राथ, परिवारासह शिशुपाल, जरासंध, शैब्य आणि शतधन्वा यांचा तूं पराजय केलास. तसेंच सूर्याप्रमाणें देदीप्यमान व मेघाप्रमाणें ध्वनि असलेल्या रथांतून जाऊन रुक्मीचा युद्धांत पराजय करून तूं भोजवंशामध्यें निर्माण झालेली रुक्मिणी आपली पट्टराणी केलीस. इंद्रद्युम्न, यवन, कशेरुमा आणि सौभनगराधिपति राजा शाल्व ह्यांचा कोपाविष्ट होऊन तूंच वध केलास व सौभनामक नगर पाडून टाकिलेंस. तसेंच, इरावतीच्या काठीं, कार्तवीर्याप्रमाणें पराक्रमी असणाऱ्या भोजराजाचा तूंच युद्धामध्यें पराजय केलास. गोपति आणि तालकेतु ह्या उभयतांनाही तूंच ठार केलेंस. हे जनार्दना, उपभोग्य वस्तूंनीं पूर्ण, पवित्र आणि ऋषींनींही वास्तव्य करण्यासाठीं इच्छिलेली द्वारका तूं आपल्या ताब्यांत घेऊन समुद्रामध्यें नेऊन सोडलीस. हे यदुवंशजा श्रीकृष्णा, तुझ्या ठिकाणीं क्रोध, मात्सर्य, असत्यता अथवा क्रूरपणा हीं वास्तव्य करीत नाहींत. मग तुझ्या अंगीं कौटिल्य कोठून असणार? स्वतः आपल्या तेजानें देदीप्यमान असणारा तूं देवालयामध्यें बसला असतां, हे श्रीकृष्णा, सर्वही ऋषींनीं तुजकडे येऊन अभय मागितलें. हे शत्रुतापना कृष्णा, प्रलयकालीं सर्वही भूतांचा संहार केल्यानंतर त्यांचा आपल्या ठिकाणीं लय करून तूं एकटाच राहिला होतास. हे यादवा, ह्या सर्व जगाचा जो कर्ता तो स्थावरजंगमात्मक विश्वाचा प्रवर्तक ब्रह्मदेव युगाच्या आरंभीं तुझ्याच नाभिकमलापासून उत्पन्न झाला. पुढें त्याचा वध करण्यासाठीं उद्युक्त झालेल्या मधु आणि कैटभ ह्या दोन भयंकर दैत्यांचा उद्दामपणा पाहून श्रीविष्णुस्वरूपी तूं कोपाविष्ट झालास;तेव्हां तुझ्या ललाटापासून हातीं त्रिशूल घेतलेला त्रिलोचन रुद्र उत्पन्न झाला. सारांश, ब्रह्मा आणि रुद्र हे उभयतां देवाधिपतीही तुझ्याच शरीरापासून निर्माण झाले असून तुझे आज्ञाधारक आहेत असें मला नारदमुनि म्हणाले होते. हे नारायणा श्रीकृष्णा, पूर्वीं तूं चैत्ररथवनामध्यें विपुल-

१ एकप्रकारचें सोन्याचें नाणें.

दक्षिणायुक्त असें यज्ञस्वरूपी महासत्र केलेंस. हे देवा श्रीकृष्णा, तूं बाळपणीं देखील अत्यंत बलसंपन्न असून, बलरामाच्या साहाय्यानें, जीं पूर्वी कोणीं केलीं नाहींत व पुढें कोणी करणार नाहीं अशीं अलौकिक कर्मे केलींस. तूं कैलासावर देखील ब्राह्मणांसहवर्तमान जाऊन वास केलास.

वैशंपायन म्हणाले:—श्रीकृष्णांचा केवल दुसरा प्राणच असा अर्जुन ह्याप्रमाणें भाषण करून स्तब्ध झाला असतां श्रीकृष्ण त्यास ह्मणाले, “ अरे, माझाच तूं आणि तुझाच मी. जे लोक माझे आहेत ते तुझेही आहेत, ह्या मुळें जो तुझा द्वेष्टा तो माझा द्वेष्टा असून जो तुझा अनुयायी तो माझाही अनुयायी होय. हे अजिंक्य अर्जुना, तूं नर असून मी श्रीहरिस्वरूपी नारायण आहें. सारांश, नरनारायणसंज्ञक जे दोन ऋषि ते आह्मी उभयतां वेळेवरच ह्या लोकामध्यें अवतीर्ण झालों आहों. अर्जुना, तूं मजपासून निराळा नाहींस व मीही तुझ्याहून भिन्न नाहीं. हे भरतश्रेष्ठा, आपणां उभयतांतील अंतर कोणासही कळणें शक्य नाहीं.

वैशंपायन ह्मणाले:—ह्याप्रमाणें महात्म्या श्रीकृष्णांनीं भाषण केल्यानंतर त्या सर्वही वीर्यसंपन्न राजसमूहांत गडबड उडून गेली. तेव्हां धृष्टद्युम्नप्रभृति आपल्या वीर बंधूंमध्यें बसलेली द्रौपदी क्रुद्ध होऊन, आपल्याला आधार मिळावा या इच्छेनें, बंधूंसहवर्तमान बसलेल्या आणि संरक्षण करण्यास समर्थ असलेल्या श्रीकृष्णाकडे जाऊन बोलूं लागली.

द्रौपदीचें वृत्तांतनिवेदन.

द्रौपदी म्हणाली:—कृष्णा, सृष्टीपूर्वी तूं एकच होतास असें पूर्वींचे लोक म्हणतात. जगताच्या उत्पत्तिकालीं तूंच प्रजापतीच्या वरूपानें वास करीत असून सर्व लोकांचा उत्पादक आहेस असें असित, देवल इत्यादिकांनीं म्हटलें आहे. हे मधुसूदना, तूंच अजिंक्य असा विष्णु असून यज्ञ, यज्ञकर्ता आणि होमद्रव्य हींही आहेस असें जामदग्न्यानें सांगितलें आहे. हे पुरुषोत्तमा, ऋषि तुला क्षमा आणि सत्य असें म्हणतात. त्या सत्यापासून झालेला यज्ञही तूंच आहेस असें कश्यपानें सांगितलें आहे. हे देवाधिदेवा, तूंच साध्य आणि रुद्र ह्यांचा अधिपति असून लोकांचा नियंता व भूतांचा स्वामी आहेस असें नारदानें म्हटलें आहे. हे नरश्रेष्ठा, लहान मुलें जशीं खेळणीं घेऊन खेळतात त्याप्रमाणें ब्रह्मा, रुद्र, इंद्र इत्यादिक देवसमूहांच्या योगानें तूं वारंवार क्रीडा करितोस. हे प्रभो, तुझ्या मस्तकानें स्वर्ग आणि पायानें पृथ्वी व्याप्त केली असून सर्व लोक हें तुझें उदर होय. सारांश, तूं सनातन पुरुष आहेस. विद्यारूपी तपांतून तावून निघालेले, तपश्चर्येच्या योगानें अंतःकरण शुद्ध झालेले आणि परमात्मसाक्षात्काराच्या योगानें तृप्त झालेले जे ऋषि त्यांस प्राप्त होणारें परब्रह्मही तूंच आहेस. हे पुरुषश्रेष्ठा, सर्व प्रकारच्या धर्मांनीं युक्त, पुण्यसंपन्न आणि युद्धांत माघार न घेणाऱ्या राजांची गतिही तूंच आहेस. तूंच जगन्नियंता, विश्वव्यापक आणि जीवस्वरूपी असून सर्वही कर्मांचा कर्ता आहेस. लोकपाल, लोक, नक्षत्रें, दाही दिशा, आकाश, चंद्र आणि सूर्य हे सर्वही तुझ्याच ठिकाणीं वास्तव्य करितात. हे महाबाहो, प्राण्यांची मरणशीलता आणि देवांचें अमरत्व ह्या सर्वांसही तूंच कारण असून तूंच लोकांच्या सर्वही कार्यास अधारभूत आहेस. हे मधुसूदना, स्वर्ग आणि मृत्यु ह्यांमध्यें वास करणाऱ्या सर्वही प्राण्यांचा स्वामी तूंच आहेत. तेव्हां मी आतां प्रेमामुळें माझें दुःख तुला सांगतें. हे प्रभो श्रीकृष्णा, पांडवांची भार्या, तुझी मैत्रीण आणि

धृष्टद्युम्नाची भगिनी अशा मजसारख्या स्त्रीला भरसभेमध्यें ओढून नेणें कसें बरें योग्य होईल? पण, कृष्णा, मी रजस्वला, शोणितानें भिजलेली आणि केवल एक वस्त्र धारण केलेली असून दुःख होऊन थरथरां कांपत असतां मला कौरवांच्या सभेमध्यें ओढून नेलें. मजपासून रजाचा अत्यंत स्राव चालला आहे असें पाहून दुष्टबुद्धि धृतराष्ट्रपुत्रांनीं राजांच्या सभेंत माझी थट्टा आरंभिली; आणि कृष्णा, पांडव, पांचाल आणि यादव हे धडधडीत जिवंत असतांना, त्यांनीं मला दासी करून माझा उपभोग घेण्याचें मनांत आणिलें. कृष्णा, ज्या अर्थी मला दासी केलें त्या अर्थी मी भीष्म आणि धृतराष्ट्र ह्या उभयतांचीही धर्मदृष्ट्या सूनच नसेन; पण त्यांना काय दोष द्यावयाचा आहे ? जे श्रेष्ठ प्रतीचे योद्धे आणि महाबलवान् असून ज्यांनीं कीर्तिसंपन्न अशा आपल्या धर्मपत्नीचा छळ चाललेला आपल्या डोळ्यांनीं पाहिला त्या पांडवांनाच मी दोष देतें. श्रीकृष्णा, धिक्कार असो त्या भीमसेनाच्या सामर्थ्याला ! आणि अर्जुनाच्या गांडीव धनुष्याला ! कीं हलकट लोकांनीं माझा छळ केला तरीही ज्यांनीं सहनशीलता स्वीकारिली ! सामर्थ्य जरी कमी असलें तरी भर्त्यांनीं आपल्या स्त्रीचें संरक्षण केलें पाहिजे हा सज्जनांनीं सदोदीत आचरण केलेला असा शाश्वत धर्ममार्ग आहे. स्त्रीचें संरक्षण केलें ह्मणजे संततीचें संरक्षण केल्यासारखें होतें आणि संततीचें संरक्षण झालें म्हणजे आपलेंच संरक्षण झाल्यासारखें होतें. भर्त्याचा आत्माच भार्येच्या ठिकाणीं पुत्ररूपानें जन्म पावतो ह्मणूनच तिला जाया असें म्हणतात. यास्तव आपण जर पतीचें संरक्षण केलें नाहीं तर तो आपल्या पोटीं जन्माला कसा येईल ? अर्थातच यावयाचा नाहीं, हें लक्ष्यांत आणून स्त्रीनेंही आपल्या पतीचें संरक्षण केलें पाहिजे; अरे, हे पांडव जर कोणी शरण आला तर त्याचा केव्हांही त्याग करीत नाहींत, पण मी शरण आलें तरीही त्यांनीं मजवर कृपा केली नाहीं. ह्या पांचही पतींपासून मला अत्यंत तेजस्वी असे पांच पुत्र झालेले आहेत. त्यांच्या संगोपनासाठीं म्हणून तरी, कृष्णा, ह्यांनीं माझें संरक्षण केलें पाहिजे होतें. मला युधिष्ठिरापासून प्रतिविन्ध्य, भीमापासून सुतसोम, अर्जुनापासून श्रुतकीर्ति, नकुलापासून शतानीक आणि सहदेवापासून श्रुतकर्मा असे पुत्र झाले असून ते सर्वही खरोखर पराक्रमी आहेत. कृष्णा, जसा तुझा प्रद्युम्न तसेच हे महारथी आहेत. असो; हे पांडव धनुर्विद्येमध्यें उत्कृष्ट प्रकारचे निष्णात असून समरांगणामध्यें शत्रूंना अजिंक्य आहेत. असें असतां ते ह्या धृतराष्ट्राच्या दुबळ्या पोरांविषयीं काय म्हणून क्षमा धरून बसले आहेत कोण जाणे ! त्यांनीं अन्यायानें राज्य हिरावून घेतलें, सर्वांना दास केलें आणि रजस्वला व एक वस्त्र धारण केलेली अशी असतां मला भरसभेंत ओढून नेलें ! ह्याहून आणखी करावयाचें तें काय उरलें ? कृष्णा, अर्जुन, भीम आणि तूं ह्यांवांचून दुसऱ्याला जें गांडीवधनुष्य सज्जही करितां यावयाचें नाहीं तें असून काय उपयोग ? धिक्कार असो त्या भीमसेनाच्या सामर्थ्याला आणि अर्जुनाच्या शौर्याला ! कीं जे विद्यमान असतां दुर्योधनानें एक क्षणभर देखील जिवंत रहावें ! दुर्योधनानें ह्यांचे कांहीं कमी अपराध केलेले नाहींत ! कृष्णा, पूर्वीं लहानपणीं हे ब्रह्मचारी असून अध्ययन करीत होते, तेव्हां ह्यांनीं कोणासही उपद्रव दिला नसतां त्यानें ह्यांना ह्यांच्या आईसुद्धां राष्ट्रांतून दूर घालवून दिलें. ज्याला पाहतांच भीतीमुळें शरीरावर रोमांच उभे राहतील असें कालकूट नांवाचें

जालीम आणि ताजें विष आणून त्या दुष्टानें भीमसेनाच्या अन्नांत घातलें ! हे पुरुषोत्तमा महावीरा कृष्णा, भीमसेनाचें आयुष्य अवशिष्ट होतें ह्यामुळें तें त्याच्या अन्नामध्येंच जिरून गेलें ही गोष्ट निराळी. कृष्णा, भागीरथीच्या तीरावर असणाऱ्या प्रमाण नांवाच्या वटवृक्षाखालीं भीमसेन निर्भयपणें निजला असतां तो दुष्ट त्याला बांधून गंगेंत फेंकून देऊन नगराकडे चालता झाला. पण हा कुंतीपुत्र महावीर भीमसेन जेव्हां जागा झाला तेव्हां तो अतिशय बलवान् असल्यामुळें बंधनें तोडून पाण्यांतून वर निघाला. तसेंच, ज्यांच्या दाढांमध्यें विष भरलेलें आहे अशा कृष्णसर्पांकडून त्यानें भीमसेनाच्या सर्वांगास दंश करविला. पण ह्याच्या हातून शत्रु ठार व्हावयाचे असल्यामुळें ह्याला मृत्यु आला नाहीं. झोंपेंतून जागा होण्याबरोबर भीमानें ते सर्वही सर्प चेंचून टाकिले आणि त्या दुर्योधनाच्या प्रिय सारथीचा हाताच्या पाठीचे तडाखे देऊन वध केला. बरें, दुर्योधन एवढेंच करून राहिला असें नाहीं, तर पुनः बाळपणीं वारणावतनगरामध्यें हे आणि सासूबाई झोंपीं गेले होते, तेव्हां त्यानें ह्यांना जाळून टाकण्याचा प्रयत्न केला. कृष्णा, हें करणें कोणाला तरी योग्य होईल का ? त्या वेळीं सासूबाई रडूं लागल्या आणि सभोंवार अग्नीचा भडका उडाल्यामुळें संकटांत सांपडून भीतीनें पांडवांना ह्मणाल्या, 'हाय हाय ! मेलें मी आज ! आतां आह्मांला या अग्नींतून कोठली शांति मिळणार ? ह्या वेळीं अनाथ असल्यामुळें माझा आणि ह्या माझ्या लहान अर्भकांचा नायनाट होणार !' ह्या प्रसंगीं वायूप्रमाणें वेग असणाऱ्या ह्या पराक्रमी महावीर भीमसेनानें सासूबाईस आणि बंधूंस धीर दिला. हा ह्मणाला, 'जसा पक्षिश्रेष्ठ विनतापुत्र गरुड उडून जातो त्याप्रमाणें मी तुह्मांला घेऊन उडून जाईन. ह्या ठिकाणीं तुह्मांला बिलकूल भीति नाहीं.' असें ह्मणून ह्यानें आपल्या डाव्या मांडीवर सासूबाईंना, उजव्या मांडीवर राजा युधिष्ठिराला, दोहों स्कंधांवर नकुलसहदेवांना आणि पाठीवर अर्जुनाला बसवून सर्वांनांही घेऊन एकदम जोरानें उडी मारिली व हे बंधु आणि सासूबाई ह्यांना अग्नीच्या तडाक्यांतून सोडविलें. पुढें ते कीर्तिसंपन्न सर्वही पांडव मातेला बरोबर घेऊन रात्रीं निघाले ते जवळच असणाऱ्या हिडिंबवननामक मोठ्या अरण्यांत गेले. त्या ठिकाणीं स्नान करून ह्यांची माता आणि हे अतिशय श्रम झाल्यामुळें थकून जाऊन निजले. ते झोंपीं जातांच हिडिंबानामक राक्षसी त्यांच्याजवळ गेली. तिनें पांडव आणि त्यांची माता हीं भूमीवर निजलीं आहेत असें पाहिलें; आणि तिचें अंतःकरण मदनानें पछाडलें जाऊन तिला भीमसेनाविषयीं इच्छा झाली. पुढें ती सुंदरी भीमसेनाचे पाय आपल्या मांडीवर घेऊन सुकुमार हातांनीं आनंदानें चेपूं लागली. त्या वेळीं, खरा पराक्रमी, बलवान् आणि प्रमाणाबाहेर शरीर असणारा भीमसेन ह्यास तिचा अभिप्राय कळून आला व तो तिला विचारूं लागला कीं, 'हे साध्वि, ह्या ठिकाणीं तूं कोणत्या इच्छेनें आली आहेस ?' असें भीमसेनानें भाषण करितांच, इच्छेस वाटेल तसें स्वरूप धारण करणारी ती साध्वी राक्षसी महात्म्या भीमसेनाला म्हणाली, "पळा येथून लवकर. माझा वीर्यसंपन्न बंधु तुमचा संहार करण्यासाठीं येथें येणार आहे, तेव्हां जाच तुह्मी. वेळ लावूं नका." हें ऐकून भीम अभिमानानें तिला म्हणाला, "मला कांहीं त्याची भीति वाटणार नाहीं. तो येथें आला कीं मी त्याला ठार करून टाकीन." हा त्या दोघांचा संवाद ऐकून, दिसण्यांतही भयंकर

आणि आकारानेंही भेसूर असणारा तो राक्षस मोठ्यानें आरोळी ठोकीत त्या ठिकाणीं आला.

राक्षस म्हणाला, हिडिंबे, कोणाबरोबर गोष्टी करीत बसली आहेस? आण त्याला माझ्याजवळ, विलंब करूं नको, म्हणजे आपण त्याला खाऊन टाकूं.' तो असें म्हणाला, पण त्या बुद्धिमान् स्त्रीच्या अंतःकरणांत दया उत्पन्न झाली व तिला तें त्यास सांगावेसें वाटेना. तेव्हां, तो मनुष्यभक्षक राक्षस भयंकर गर्जना करीत त्या वेळीं भीमसेनावर चालून आला आणि क्रोधानें व मोठ्या वेगानें अंगावर धाऊन जाऊन त्या बलवान् राक्षसानें एका हातानें भीमसेनाचा हात धरिला व वज्राप्रमाणें घटना असून बळकट आणि इंद्राच्या खड्गाप्रमाणें कठीण असलेल्या दुसऱ्या हाताची मूठ वळून ती एकदम भीमसेनावर उगारली. ह्याप्रमाणें त्या राक्षसानें जेव्हां हातांत हात धरिला तेव्हां मात्र तें सहन न होऊन भीमसेनाला क्रोध आला. त्या वेळीं, सर्व प्रकारच्या अस्त्रविद्येचें ज्ञान असलेले भीमसेन आणि हिडिंब ह्या उभयतांमध्यें वृत्रासुर आणि इंद्र ह्यांच्या संग्रामाप्रमाणें तुंबळ युद्ध झालें. त्यांत, कृष्णा, बराच वेळ त्या राक्षसाशीं खेळल्यासारखें करून शेवटीं महावीर बलवान् भीमसेनानें त्या निर्बल राक्षसाचा प्राण घेतला. हिडिंबराक्षसाचा वध केल्यानंतर, जिच्यापासून घटोत्कचाची उत्पत्ति झाली त्या हिडिंबेला पुढें करून तो भीम आपल्या बंधूंसहवर्तमान तेथून निघून गेला. पुढें ते शत्रूंस त्रास देणारे सर्वही पांडव मातेला बरोबर घेऊन एकचक्रानगरीकडे चालले. ह्या वेळीं त्यांच्याबरोबर पुष्कळ ब्राह्मणांचा परिवार होता. मार्गामध्यें त्यांना प्रियकर व हितचिंतक अशा व्यासमुनींची भेट झाली व त्यांनीं गुप्त रीतीनें उपदेश केल्यानंतर हे प्रशंसनीय आचरण असलेले पांडव एकचक्रानगरींत गेले. तेथेंही त्यांची पुरुषभक्षक, महाबलवान् आणि भयंकर अशा हिडिंबासारख्याच बकनामक राक्षसाशीं गांठ पडली असतां, प्रहार करणाऱ्यांमध्यें श्रेष्ठ अशा ह्या भीमसेनानें त्याचाही वध केला; व नंतर सर्वही बंधूंस बरोबर घेऊन द्रुपदाच्या नगराकडे प्रयाण केलें. कृष्णा, त्या ठिकाणीं वास करूं लागल्यानंतर, ज्याप्रमाणें भीष्मकाची कन्या रुक्मिणी तूं जिंकून घेतलीस त्याप्रमाणें मलाही अर्जुनानें मिळविलें. स्वयंवराच्या वेळीं भयंकर युद्ध झालें तरी देखील, कृष्णा, अर्जुनानें इतरांस दुष्कर असा मोठा पराक्रम करून त्या वेळीं मला जिंकून घेतलें आणि आतां मात्र मला सासूबाईंना सोडून अशा रीतीनें असंख्यात क्लेश भोगीत अतिशय कष्टानें रहावें लागत आहे. मी आतां धौम्यमुनींनाच मुख्य समजतें. सारांश, हे पांडव सिंहासारखे पराक्रमी आणि वीर्यानें शत्रूंहून देखील अधिक असतां नीच लोक छळ करीत असतांही माझी कशी उपेक्षा करीत आहेत कोण जाणे ! त्या अतिशय दुर्बल, पापी आणि दुराचारी कौरवांनीं अशा रीतीनें दिलेलीं दुःखें सहन करावीं लागल्यामुळें पुष्कळ दिवस माझें अंग पेटून गेल्यासारखें झालें आहे. मी दैविक विधीनें मोठ्या कुलांत जन्मास आलें असून पांडवांची प्रिय पत्नी, महात्म्या पांडूची स्नुषा आणि उत्कृष्ट प्रकारची साध्वी आहें. असें असतां, कृष्णा, ह्या पांचही पांडवांदेखत शत्रूंनीं माझे केश कीरे धरिले ! असें म्हणून ती मृदुभाषिणी द्रौपदी कमलकलिकेप्रमाणें दिसणाऱ्या हातांनीं मुख झांकून घेऊन रडूं लागली. परस्परांशीं संलग्न, शुभ लक्षणांनीं युक्त, स्थूल आणि उन्नत अशा तिच्या स्तनांवर दुःखाश्रूंच्या बिंदूंचा एकसारखा वर्षाव होऊं लागला. दुःखाश्रूंमुळें तिचा

कंठ भरून आला व ती वारंवार डोळे पुशीत आणि दुःखाचे सुस्कारे टाकीत रागानें म्हणाली, " ह्या वेळीं हे पतिही माझे नव्हेत, पुत्रही माझे नव्हेत, बंधुही माझे नव्हेत, पिताही माझा नव्हे, आणि, कृष्णा, तूंही माझा नव्हेस! ह्मणूनच त्या हलकटांनीं माझा छळ केला तरी-ही शोक न झाल्याप्रमाणें तुह्मी माझी उपेक्षा करीत आहां. त्या वेळीं कर्ण जो मला हसला त्यामुळें झालेलें तें माझें दुःख शांत होत नाहीं. कृष्णा, तुझा माझा आप्तसंबंध आहे; मी तुजहून वडील आहें; तुजवर माझी भक्ति आहे आणि तुझ्या अंगीं सामर्थ्य आहे. ह्या चार कारणांमुळें तूं तरी सदोदीत माझें संरक्षण केलें पाहिजेस."

वैशंपायन म्हणालेः—हें तिचें भाषण ऐकून श्रीकृष्ण त्या वीरमंडलामध्यें तिला ह्मणाले.

श्रीकृष्ण ह्मणालेः—द्रौपदि, ज्यांच्यावर तुझा हा क्रोध आहे त्या तुझ्या शत्रूंच्या स्त्रिया आपले पति अर्जुनाच्या बाणांनीं व्याप्त होऊन रुधिरप्रवाहानें भरून गेले आहेत आणि ठार होऊन भूमितलावर पडले आहेत, असें पाहून अशाच रीतीनें रोदन करूं लागतील! पांडवां-करितां जें करावयाचें तें मी करीन. तूं शोक करूं नको. मी तुला प्रतिज्ञापूर्वक खरेंच सांगतों कीं, पांडव राजे होणार आणि तूं त्यांची राणी होणार! द्रौपदि, आकाश देखील कोसळून पडेल; हिमालयाचे देखील तुकडे होतील; पृथ्वी देखील दुभंगून जाईल; समुद्रही शुष्क होईल; पण माझें भाषण मात्र खोटें होणार नाहीं.

हें श्रीकृष्णाचें उत्तर ऐकतांच द्रौपदीनें ति-रव्या नजरेनें अर्जुनाकडे पाहिलें. तेव्हां, जन-मेजया, अर्जुन द्रौपदीला ह्मणालाः—सुंदरि, रोदन करूं नको! ह्या रोदनामुळें तुझे हे सुं-दर नेत्र कसे लाल होऊन गेले आहेत! श्री-कृष्णानें जें सांगितलें आहे तें अगदीं तसें होणार; हें अन्यथा नव्हे.

धृष्टद्युम्न ह्मणालाः—हे भगिनि, मी द्रो-णाचा वध करीन, शिखंडी भीष्माला ठार करील, भीमसेन दुर्योधनाचा प्राण घेईल आणि अर्जुन कर्णाला गतप्राण करील. कारण, बल-राम आणि श्रीकृष्ण ह्यांचा आश्रय असल्या-मुळें प्रत्यक्ष इंद्राशीं युद्ध झालें तरीही आम्ही अजिंक्यच असणार! मग धृतराष्ट्राच्या पोरांची काय कथा?

वैशंपायन म्हणालेः—असें भाषण होतांच ते वीर श्रीकृष्णाच्या समोर येऊन उभे राहिले, तेव्हां महावीर श्रीकृष्णांनीं त्यांमध्यें भाषण केलें.

अध्याय तेरावा.

—:०:—

श्रीकृष्णाचें भाषण.

श्रीकृष्ण ह्मणालेः—हे पृथ्वीपते राजायुधि-ष्ठिरा, मी जर पूर्वीं द्वारकेमध्यें असतों तर तुजवर हें संकट ओढवलें नसतें. हे अजिंक्या, मला जरी राजा दुर्योधनानें, धृतराष्ट्रानें आणि इतर कौरवांनीं आह्वान केलें नसतें, तरीही मी द्यूताच्या ठिकाणीं आलों असतों आणि त्यां-तील अनेक दोष दाखवून देऊन तें द्यूत बंद केलें असतें. तसेंच भीष्म, द्रोण, कृप आणि बाल्हीक ह्यांस बोलावून आणून मी धृतराष्ट्रास म्हणालों असतों कीं, " पुरे करा आतां आपल्या पुत्रांचें हें द्यूत. कारण, हे राजेंद्रा, ह्या कृत्याला तूंच कारणीभूत आहेस असें होईल." असें ह्मणून, ज्यांच्या योगानें द्यूत करण्याविषयीं तूं उद्युक्त झालास व ज्यां-च्या योगानेंच पूर्वीं वीरसेनपुत्र नलराजा राज्यभ्रष्ट झाला, त्या अक्षां-(फाशां)-विषयींचे दोष मीं स्पष्टपणें सांगितले असते; आणि द्यूताच्या योगानें अकल्पित होणारा नाश व एकदां द्यूत केलें ह्मणजे त्याची चट लागून वारंवार येणारे प्रसंग ह्यांचें मीं हुबेहूब वर्णन

केलें असतें. ज्यांच्या योगानें मनुष्य दरिद्री बनतो अशीं स्त्रिया, द्यूत, मृगया आणि मद्य-पान हीं कामजन्य चार व्यसनें फारच दुःखदायक आहेत असें सांगितलें आहे. शास्त्रज्ञ लोक ह्या सर्वांतच दोष आहे असें मानतात तथापि, त्यांतल्या त्यांत तज्ज्ञ लोक विशेषें-करून द्यूतच अधिक दोषास्पद आहे असें समजतात. ह्या द्यूतानें एकाच दिवसांत सर्व द्रव्याचा नाश होतो, खात्रीनें दुःख प्राप्त होतें, जरी द्रव्य मिळालें तरी त्याचा उपभोग घेण्यापूर्वींच नाश होऊन जातो, आणि केवल कठोरपणानें तोंडातोंडी मात्र होते.

धर्मराजा, त्या प्रसंगीं झणझणीत वाटेल अशा रीतीनें मी द्यूताविषयीं हें व आणखीही धृतराष्ट्राकडे जाऊन बोललों असतों. मीं असें भाषण केल्यानंतर जर त्यांनीं माझें म्हणणें स्वीकारिलें असतें, तर कुरुकुलवर्धना, कौरवांचें कल्याणही झालें असतें आणि त्यांच्या हातून न्यायाचें वर्तनही घडलें असतें. पण, हे भरतकुलश्रेष्ठा, माझें हिताचें असूनही मधुर असणारें भाषण जर त्यांनीं मान्य केलें नसतें, तर मीं बलात्कारानें त्यांचा निग्रह केला असता. पुढें जर मित्राच्या नांवाखालीं मोडणार शत्रुभूत सभासद अन्यायानें त्यांच्याच बाजूस वळले असते तर त्या द्यूतकर्त्यांचाही मीं वध केला असता. धर्मराजा, त्या वेळीं मीं आनर्त-देशामध्यें गेलों असल्यामुळें लांब पडलों व म्हणूनच द्यूत करून तुम्हांला ह्या संकटांत पडावें लागलें. हे कुरुकुलश्रेष्ठा पांडुपुत्रा युधिष्ठिरा, पुढें द्वारकेस आल्यानंतर मीं सात्यकीच्या तोंडून तुजवर आलेल्या संकटांची इत्थंभूत वार्ता ऐकिली. हे राजेंद्रा, ती श्रवण करतांच माझ्या अंतःकरणाला अत्यंत वाईट वाटलें व तुझी भेट घेण्याच्या बुद्धीनें मी तत्काल इकडे आलों. अरेरे! युधिष्ठिरा, तुम्हां सर्वांवरच हें संकट ओढवलें आहे! असो; मी त्या कृत्यांत गुंतलों होतों म्हणूनच आतां तूं बंधूंसहवर्तमान ह्या दुःखामध्यें मग्न झाला आहेस हें मला पहावें लागत आहे!

अध्याय चौदावा.

—:०:—

शाल्ववधाचा संक्षिप्त वृत्तांत.

युधिष्ठिर म्हणालाः—हे यदुनंदना श्रीकृष्णा, त्या वेळीं तूं तेथें कसा नव्हतास? कोणीकडे गेला होतास? व जाऊन काय केलेंस?

कृष्ण म्हणालेः—हे भरतकुलश्रेष्ठा युधिष्ठिरा, मी शाल्वराजाचा वध करण्यासाठीं त्याच्या सौभनामक नगराला गेलों होतों. कां तें सांगतों, ऐक. युधिष्ठिरा, तूं राजसूययज्ञ केलास त्या वेळीं तूं माझी पूजा केलीस हें सहन न झाल्यामुळें महातेजस्वी, महावीर आणि अत्यंत कीर्तिसंपन्न दमघोषपुत्र दुरात्मा शिशुपाल क्रुद्ध झाला तेव्हां मीं त्याचा वध केला. हें ऐकून शाल्वास अतिशय क्रोध आला आणि मी इकडे येऊन राहिल्यामुळें मोकळी पडल्याप्रमाणें झालेल्या द्वारकेवर त्यानें स्वारी केली. ह्याप्रमाणें इच्छेनुरूप संचार करणाऱ्या सौभनामक नगरावर आरूढ होऊन एखाद्या घातकी मनुष्याप्रमाणें तो तेथें आला. तेव्हां, यादवश्रेष्ठ अशा कुमारांनीं त्याच्याशीं तोंड दिलें. पुढें त्या दुष्टानें त्या अनेक शूर यादवकुमारांचा वध करून तें नगर आणि तेथील उपवनें ह्यांचा विध्वंस केला; व हे महाबाहो, तो म्हणाला, "कोठें गेला आहे तो यादवकुलांतील नीच, मूर्ख, वसुदेवाचा पोरटा वासुदेव? त्याला युद्ध करण्याची इच्छा आहे, ठीक आहे! मीही संग्राम करून त्याच्या गर्वाचा फडशा पाडणार! हे आनर्तदेशनिवासी जनहो, खरेंच सांगा कोठें गेला आहे तो;

ह्मणजे मीही तिकडे जाईन. ह्या आयुधाची शपथ घेऊन मी तुह्मांला खरें सांगतों कीं, कंस आणि केशी ह्यांचा वध करणाऱ्या त्या कृष्णाला ठार करूनच मी परत फिरेन; त्यावांचून मागें फिरणार नाहीं. कोठें, कोठें आहे तो?" असें म्हणून मजशीं युद्ध करण्याच्या इच्छेनें तो सौभनगराधिपति इकडे तिकडे धावूं लागला आणि म्हणाला, "शिशुपालाचा वध केला हें सहन होत नसल्यामुळें मी आज त्या पापकर्म करणाऱ्या विश्वासघातकी क्षुद्राला यमसदनास पाठवितों. ज्या पाप्यानें माझा बंधु पृथ्वीपति शिशुपाल ह्याचा वध केला त्याला मी ठार करणार! शिशुपाल हा प्रत्यक्ष बंधु, वयानें लहान, राजा आणि बेसावध असतां ज्यानें त्या वीराचा—संग्रामामध्येंही नव्हे—वध केला त्या कृष्णाला मी ठार करणार!" हे महाराजा युधिष्ठिरा, इत्यादि प्रकारें बडबड करून तो माझी निंदा करीत सौभनगरांतून आकाशांत निघून गेला. पुढें मी द्वारकेस गेल्यानंतर, मार्तिकावत देशांत वास करणाऱ्या त्या दुष्ट शाल्वानें तेथें कसें कसें आचरण केलें हें ऐकिलें तेव्हां माझें अंतःकरण कोपानें व्याप्त होऊन गेलें व त्यामुळें मीं त्याचा वध करण्याचें निश्चयपूर्वक मनांत आणलें. कारण, हे युधिष्ठिरा, त्या दुराचारी शाल्वानें आनर्तदेशामध्यें धुमाकूळ उडविला असून माझी निंदा चालविली आहे व त्याला फार गर्व चढला आहे असें मला कळून आलें. तदनंतर, हे पृथ्वीपते, मी त्या शाल्वाचा वध करण्यासाठीं निघून त्याचा शोध करूं लागलों असतां, समुद्रांतील एका बेटामध्यें तो मला दिसला. तेव्हां मीं पांचजन्यनामक आपला शंख वाजविला आणि शाल्वास युद्धाविषयीं आव्हान करून संग्रामामध्यें उभा राहिलों. तत्क्षणींच त्या ठिकाणीं दैत्यांशीं माझें युद्ध सुरू झालें व ते आटोक्यांत येतांच मी त्या सर्वांनाही भूमीवर लोळविलें. असो; हे महाबाहो युधिष्ठिरा, हेंच काम असल्यामुळें त्या वेळीं मी आलों नाहीं. पुढें आतां जेव्हां हस्तिनापुराविषयींची हकीकत, अन्यायानें उपस्थित झालेलें द्यूत व त्यापासून आपणांस झालेलें दुःख हीं माझ्या कानीं आलीं, तेव्हां आपलें दर्शन घेण्याच्या इच्छेनें मी सत्वर इकडे आलों.

अध्याय पंधरावा.

—:०:—

द्वारकेंतील व्यवस्थेचें वर्णन.

युधिष्ठिर म्हणालाः—हे महावीरा, तूं सांगितलेंस एवढ्यानेंच माझी तृप्ति होत नाहीं. करितां, हे महामते, शाल्वराजाच्या वधाचा वृत्तान्त मला सविस्तर कथन कर.

श्रीकृष्ण ह्मणालेः—हे महाबाहो, श्रुतश्रवेचा पुत्र शिशुपाल ह्याचा मीं वध केला आहे हें ऐकून शाल्वानें द्वारकेवर स्वारी केली. हे पांडुपुत्रा युधिष्ठिरा, त्या ठिकाणीं त्या दुष्ट शाल्वराजानें युद्ध करण्यास योग्य अशा रीतीनें त्या आपल्या आकाशगामी नगराची स्थापना केली आणि द्वारकेस वेढा देऊन युद्ध सुरू केलें. हें युद्ध चालू असतां त्या नगरींतून सर्व बाजूंनीं इतकीं आयुधें बाहेर पडत होतीं कीं, त्यामुळें तिजमध्यें कोठें छिद्रही दिसेनासें झालें होतें. द्वारकानगरीच्या सभोंवतीं पताका लावलेल्या आहेत; तिच्या बाहेर दरवाजे केलेले आहेत; आंत सैन्य ठेविलेलें आहे; तिजला बुरूज आहेत; तिजमध्यें तोफा आहेत; भुयार खणणारे लोक आहेत; त्या नगरीच्या प्रांतभागीं राजमार्ग असून मध्यें मोठमोठे वाडे व गोपुरें आहेत; ठिकठिकाणीं मोर्चे बांधिलेले आहेत; व शत्रूंनीं सोडलेल्या तोफांच्या गोळ्यासही हाणून पाड-

णारीं शक्तिसंज्ञक आयुधेंही तिजमध्यें आहेत. हे भरतकुलश्रेष्ठा, तिजमध्यें तैलादिक स्निग्ध पदार्थ ठेवण्याचे चर्मी बुदले असून भेरी, पणव, आनक इत्यादिक वाद्यें आहेत. तसेंच, हे राजा, तोमर.अंकुश, शतघ्नी, लांगल, भुशुंडी इत्यादिक आयुधें, पाषाणांचे गुंड, धनुष्यें, परशु, लोखंडाच्या ढाली, अग्न्युत्पादक द्रव्यें भरलेले गोळे उडविण्याचीं शृंगाकार यंत्रें हीं तिजमध्यें आहेत. हे भरतश्रेष्ठा, त्या वेळीं तिजमध्यें शास्त्रोक्त कर्मे चालली होतीं. हे कौरवश्रेष्ठा, संग्रामामध्यें ज्यांचा पराक्रम दृष्टोत्पत्तीस आला आहे अशा अत्यंत प्रख्यात कुलांत उत्पन्न झालेल्या व शत्रूंचें निवारण करण्याविषयीं समर्थ असलेल्या गद, सांग, उद्धव इत्यादिक वीर पुरुषांनीं नानाप्रकारच्या रथांमध्यें आरूढ होऊन तिचें संरक्षण चालविलेलें होतें; व ज्यावर आरूढ झालेले योद्धे चोहों बाजूस असणाऱ्या शत्रूंस अवलोकन करून प्रहार करूं शकतात अशा गुल्मसंज्ञक नगराच्या मध्यभागीं असणाऱ्या उच्च प्रदेशावर संरक्षक लोकांनीं आणि शत्रूंच्या गुल्माचा फडशा पाडणाऱ्या व पताका घेऊन अश्वावर आरूढ झालेल्या वीरांनींही तिचें उत्कृष्ट प्रकारें संरक्षण चालविलेलें होतें. ह्या वेळीं कोणीही गैरसावध असूं नये ह्मणून उग्रसेन, उद्धव इत्यादिक यादवांनीं "कोणीही मद्यप्राशन करूं नये" अशी दवंडी पिटविली होती. आपण जर गैरसावध राहिलों तर शाल्वराजा आपणांवर हल्ला करील असें मनांत आणून ते सर्वही वृष्णि आणि अंधक ह्या कुलांतील पुरुष सावधगिरीनें राहिले होते. त्यांनीं आपल्या द्रव्यसंचयाचें संरक्षण करण्याच्या हेतूनें त्या नगरींत असलेले आनर्तदेशवासी नट, नर्तक व गवई ह्यांस बाहेर घालवून दिलें; सर्वही पूल मोडून टाकिले; नौकांचें येणेंजाणें बंद केलें; खंदक आणि विहिरी ह्यांमध्यें अगदीं एकास एक लागून असे सूळ रोविले; सभोंवार एक कोसपर्यंत सुरुंग लावून ठेविले आणि जमीन उंचसखल करून सोडली. द्वारकेचा किल्ला हा स्वभावतःच मोठा कठीण आहे; स्वाभाविकपणेंच तो सुरक्षित आहे; आणि निसर्गतःच तो आयुधसंपन्न आहे. तथापि, हे निष्पापा, त्या वेळीं तो अधिकच तशा प्रकारचा झालेला होता. हे भरतकुलश्रेष्ठा युधिष्ठिरा, त्या वेळीं तें नगर अतिशय सुरक्षित, सर्व कृत्यें अत्यंत गुप्तपणें चालत असलेलें आणि सर्व प्रकारच्या आयुधांनीं युक्त असल्यामुळें इंद्रभुवनासारखेंच बनून गेलें होतें. हे राजा, शाल्वराजा येऊन भिडला तेव्हां तर राजाच्या शिक्क्याचें अनुमतिपत्र घेतल्यावांचून कोणास त्या नगरींतून बाहेर पडतां येत नसे व आंतही जातां येत नसे. हे राजेंद्रा, त्या वेळीं प्रत्येक राजमार्गावर व चव्हाट्यावर पुष्कळ गज आणि अश्व यांनीं युक्त असणारें सैन्य उभें होतें. हे महावीरा, त्या वेळीं त्या सैन्यास द्रव्य, अन्न, आयुधें आणि इतरही साहित्य दिलें असून इनामेंही दिलेलीं होतीं. कोणालाही सुवर्ण आणि रजत ह्यांच्या नाण्यावांचून दुसऱ्या प्रकारचा पगार नव्हता. कोणाचाही पगार ठेविलेला नव्हता. त्या वेळच्या त्या वेळीं अनुग्रहाकरितां ह्मणून कोणाचीही सैन्यांत भरती केलेली नव्हती व ज्याचा पराक्रम दृष्टोत्पत्तीस आलेला नाहीं असाही कोणी सैन्यांत ठेविलेला नव्हता. हे राजा, ह्याप्रमाणें त्या नगरीमध्यें त्या वेळीं उत्कृष्ट प्रकारची व्यवस्था ठेविलेली होती; तिजमध्यें अनेक चतुर पुरुष होते; आणि हे कमललोचना राजा, उग्रसेन हा तिचें संरक्षण करीत होता.

अध्याय सोळावा.

——:०:——

शाल्वसैन्यवध.

श्रीकृष्ण ह्मणालेः—हे राजेंद्रा, त्या वेळीं त्या नगरीपाशीं आल्यानंतर सौभनगराधिपति शाल्वराजानें विपुल मनुष्यें आणि असंख्य गज असलेल्या सैन्यानिशीं तेथें तळ दिला. शाल्वराजानें संरक्षण केलेल्या त्या चतुरंग सेनेचा तळ विशाळ आणि मध्यभागीं सुंदर असणाऱ्या मैदानामध्यें पडला. श्मशानें, देवमंदिरें, वारुळें आणि थडग्यांवरील वृक्षांखालचा प्रदेश ह्यांवांचून इतरत्र तें सैन्य तळ देऊन राहिलें होतें. हे राजा, शाल्वाच्या शिबिरामध्येंही सैन्याचा विभाग करून सहा मार्ग व नऊ चव्हाटे केलेले होते. त्याच्या सर्वही सैन्यापाशीं सर्व प्रकारचीं आयुधें एकसारखींच होतीं व तें सर्वही शस्त्रांमध्यें निष्णात, रथ, गज यांनीं व्याप्त व पदाति आणि ध्वज ह्यांनीं भरून गेलेलें असें होतें. त्याचें सैन्य संतुष्ट, पुष्ट, सामर्थ्यसंपन्न, वीरांच्या लक्षणांनीं संपन्न, नानाप्रकारचे ध्वज, चिलखतें, विलक्षण प्रकारचे रथ आणि धनुष्यें ह्यांनीं युक्त होतें. नरश्रेष्ठा युधिष्ठिरा, ह्याप्रमाणें सैन्याचा तळ दिल्यानंतर त्यानें गरुडासारख्या वेगानें द्वारकेवर त्या सैन्याची चाल केली. शाल्वदेशाधिपतीचें तें सैन्य चाल करून येत आहे असें पाहतांच वृष्णिकुलोत्पन्न कुमार नगरांतून बाहेर पडून त्याच्याशीं युद्ध करूं लागले. युधिष्ठिरा, शाल्वराजा द्वारकेवर चाल करून येत आहे हें सहन न झाल्यामुळें चारुदेष्ण, सांब व महारथी प्रद्युम्न यांनीं चिलखतें चढविलीं आणि तऱ्हेतऱ्हेचे अलंकार व ध्वज धारण करून ते सर्वहीजण रथारूढ होऊन शाल्वराजाच्या अनेक श्रेष्ठ श्रेष्ठ अशा योद्ध्यांशीं जाऊन भिडले. त्या संग्रामांत सांबानें धनुष्य घेऊन शाल्वराजाचा मंत्री व सेनापति क्षेमवृद्धि ह्याच्याशीं आनंदानें युद्ध केलें; व ज्याप्रमाणें इंद्र पर्जन्यवृष्टि करितो त्याप्रमाणें त्या जांबवतीपुत्र सांबानें त्याजवर बाणांचा एकसारखा वर्षाव चालविला. हे महाराजा, सेनापति क्षेमवृद्धि यानेंही हिमालयाप्रमाणें निश्चलपणें राहून तो बाणांचा प्रचंड वर्षाव सहन केला. पुढें, हे राजेंद्रा, क्षेमवृद्धीनेंही मायेनें बाणसमुदाय निर्माण करून त्याचा सांबावर पूर्वीपेक्षांही मोठा वर्षाव केला. पण सांबानें त्या मायानिर्मित शरसमूहाचे मायेच्याच योगानें तुकडे तुकडे करून टाकिले व त्याच्या रथावर हजारों बाणांचा वर्षाव केला. तेव्हां सांबाच्या बाणांनीं अत्यंत पीडित झालेला व ते शरीरांत घुसलेला तो सेनापति क्षेमवृद्धि शीघ्रगामी अश्वावर आरोहण करून युद्धांतून पळून गेला. तो पळून गेल्यानंतर शाल्वाचा दुसरा सेनापति वेगवान्नामक बलवान् दैत्य माझ्या पुत्रावर चाल करून आला. हे राजा, तो समोर येऊन भिडला तरीही वृष्णिकुलधुरंधर वीर सांब त्याचा वेग सहन करीत उभा राहिला. युधिष्ठिरा, पुढें त्या अमोघपराक्रमी सांबानें वेगानें जाणारी गदा हातीं घेऊन गरगरां फिरविली आणि सेनापति वेगवान् यावर फेंकिली. तिचा आघात होतांच, ज्याप्रमाणें मुळें जीर्ण झालेला वृक्ष वायूच्या आघातानें उपटून व चूर होऊन पडतो त्याप्रमाणें तो भूमीवर पडला. ह्याप्रमाणें गदेच्या प्रहारानें त्या वीरास ठार केल्यानंतर माझा पुत्र त्या प्रचंड सैन्यांत शिरून युद्ध करूं लागला. इकडे महारथी म्हणून प्रसिद्ध असलेला महाधनुर्धर विविंध्यनामक दैत्य चारुदेष्णाशीं येऊन भिडला. तेव्हां, हे राजा, ज्याप्रमाणें पूर्वी वृत्रासुर आणि इंद्र ह्यांमध्यें युद्ध झालें होतें त्याप्रमाणें चारुदेष्ण आणि विविंध्य ह्या उभयतांमध्यें तुंबळ युद्ध झालें. महाबलवान्

सिंहांप्रमाणें प्रचंड गर्जना करीत करीत ते उभयतांही अत्यंत क्रुद्ध होऊन परस्परांवर शस्त्रप्रहार करूं लागले. इतक्यांत माझा पुत्र महारथी प्रद्युम्न ह्यानें अग्नि अथवा सूर्य ह्यांप्रमाणें तेजस्वी व शत्रूंचा फडशा पाडणारा एक बाण महास्त्रमंत्रानें अभिमंत्रित करून धनुष्यास जोडला; आणि, हे राजा, विविंध्यास आव्हान करून तो क्रोधानें त्याजवर फेंकिला. ह्यामुळें तो विविंध्य गतप्राण होऊन पडला. ह्याप्रमाणें विविंध्याचा वध झाल्यामुळें सैन्यांत चळवळ उडून गेली आहे असें पाहून तो शाल्व स्वेच्छागामी सौभनामक शहरामध्यें आरोहण करून चालून आला. हे महाबाहो राजा युधिष्ठिरा, सौभनगरांत बसलेल्या त्या शाल्वराजास अवलोकन करितांच द्वारकेंतील सर्वही सैन्य व्याकूळ होऊन गेलें. तेव्हां, हे युधिष्ठिरा, प्रद्युम्नानें बाहेर पडून त्या द्वारकावासी सैन्याला धीर दिला आणि म्हटलें, "तुम्ही सर्व स्वस्थ उभे रहा आणि मी हे सौभनगर आणि त्यांत असणारा राजा शाल्व ह्यांना युद्धामध्यें स्वसामर्थ्यानें कसा प्रतिबंध करितों तो पहा. यादवहो, हा मी आतां आकर्ण ओढल्यामुळें वक्र झालेल्या धनुष्यास जोडलेले जणू लोखंडी सर्पच असे बाण सोडून शाल्वराजाच्या सैन्याचा फडशा उडवून देतों. धीर धरा; भिऊं नका. आता मी जाऊन भिडलों कीं हा दुष्ट शाल्व राजा नष्ट होईल." युधिष्ठिरा, ह्याप्रमाणें प्रद्युम्नानें आनंदांत भाषण केल्यामुळें त्या सैन्यास धीर आला आणि तें सुखानें युद्ध करूं लागलें.

अध्याय सतरावा.

—:०:—

प्रद्युम्नशाल्वसंग्राम.

श्रीकृष्ण म्हणाले:—हे भरतश्रेष्ठा, याप्रमाणें यादवांना सांगून तो रुक्मिणीपुत्र प्रद्युम्न चिलखताप्रमाणें असणाऱ्या झुली घालून सज्ज केलेले व जणू आकाशांत उडून जाणारे अश्व जोडलेल्या रथांत आरोहण करून, आ पसरून बसलेल्या अंतकाप्रमाणें असलेला मकरांकित ध्वज फडकावीत, शत्रूंची निर्भर्त्सना करीत व आपल्या उत्कृष्ट प्रतीच्या धनुष्याचा ठणत्कार करीत शत्रूवर चालून गेला. त्याच्या रथाचे अश्व अत्यंत शक्तिमान् होते. त्या वीरानें पाठीस तूणीर लाविलें असून हातीं खड्ग घेतलें होतें. गोधा[१] आणि अंगुलित्राण हीं जेथल्या तेथें बांधलीं होतीं. तो विजेसारखें चमकणारें चाप वरचेवर ह्या हातांतून त्या हातांत व त्या हातांतून ह्या हातांत घेत होता. त्यानें त्या सौभनगरामध्यें वास करणाऱ्या दैत्यास मोहित करून सोडिलें. तो ज्या वेळीं संग्रामामध्यें शत्रूवर प्रहार करूं लागला तेव्हां तो धनुष्य आकर्षण केव्हां करितो आणि त्याला बाण केव्हां लावितो हें अतित्वरेमुळें कोणाच्याही लक्ष्यांत येईना! त्याच्या मुखावरची कांति बदलली नाहीं आणि अवयवांस कंपही सुटला नाहीं. तो सिंहाप्रमाणें मोठ्यानें गर्जना करूं लागला म्हणजे त्याचें उत्कृष्ट प्रतीचें शौर्यकर्म लोकांच्या कानांवर जाई. या वेळीं प्रद्युम्नाच्या श्रेष्ठ अशा रथावर असणाऱ्या ध्वजाच्या अग्रभागीं सुवर्णमय दंडावर सर्वही मत्स्यांचा फडशा पाडणारा व जबडा पसरून बसलेला असा मत्स्य शोभत असून शाल्वाच्या आघाडीच्या सैन्याला त्याची भीति वाटत होती. युधिष्ठिरा, तदनंतर शत्रुनाशक प्रद्युम्न जोरानें पुढें सरसावला आणि युद्ध करण्याच्या इच्छेनें शाल्वावर धावून

१ धनुष्याच्या दोरीचा आघात लागूं नये म्हणून मनगटापासून कोंपरापर्यंत जी एक चामड्याची पट्टी बांधलेली असते तिजला गोधा असें म्हणतात.

गेला. तेव्हां, हे कुरुकुलश्रेष्ठा, त्या भयंकर संग्रामामध्यें वीर प्रद्युम्न ह्यानें केलेली चाल सहन न झाल्यामुळें शाल्व खवळून गेला व यथेष्ट संचार करणाऱ्या सौभनगरांतून खालीं उतरून शत्रूंचीं नगरें हस्तगत करणारा तो मदोन्मत्त शाल्व कोपाविष्ट होऊन प्रद्युम्नाशीं युद्ध करूं लागला. शाल्व आणि यादववीर प्रद्युम्न ह्या उभयतांमध्यें तें इंद्र व बली ह्यांच्या युद्धाप्रमाणें चाललेलें तुंबळ युद्ध तेथें जमलेल्या लोकांनीं अवलोकन केलें. वीरा युधिष्ठिरा, त्या शाल्वराजाचा रथ मायेनें निर्माण केलेला असून सोन्यानें मढवून सुशोभित केलेला होता; व त्याजवर सुंदर फरारे लावलेला ध्वज असून त्याचा कणा भक्कम होता; तसेंच त्यांत बाणाचे भातेही ठेविलेले होते. हे प्रभो, त्या उत्कृष्ट रथामध्यें आरोहण करून तो महाबलवान् शाल्व प्रद्युम्नावर बाण सोडूं लागला. तेव्हां प्रद्युम्नानेंही संग्रामांत वेगानें बाणांचा वर्षाव करून आपल्या बाहुबलानें शाल्वास जणू मोहित करून सोडिलें. संग्रामामध्यें त्या बाणांचा मार होऊं लागला हें शाल्वास सहन झालें नाहीं. त्यानेंही माझ्या पुत्रावर प्रदीप्त झालेल्या अग्नीच्या तोडीचे बाण सोडिले. तो बाणांचा समुदाय आपणावर येत आहे असें पहातांच माझ्या महाबलवान् पुत्रानें त्याचे तुकडे केले. तेव्हां शाल्वानेंही दुसरे जाज्वल्यमान बाण सोडिले. ह्याप्रमाणें जेव्हां शाल्वाच्या बाणांनीं तो रुक्मिणीपुत्र विद्ध झाला तेव्हां त्यानें त्या संग्रामांत जलदी करून मर्मभेदक असा एक बाण त्याच्यावर सोडला. माझ्या पुत्रानें सोडिलेला तो बाण शाल्वाचें कवच फोडून तत्काल त्याच्या हृदयांत शिरला, ह्यामुळें तो मूर्च्छित होऊन पडला! ह्याप्रमाणें तो वीर शाल्वराजा बेशुद्ध होऊन पडला, तेव्हां त्याच्या पक्षाकडील सर्वही दैत्य वेगानें पळूं लागले. ह्यामुळें पृथ्वी दुभंग होते कीं काय असें वाटूं लागलें. हे पृथ्वीपते युधिष्ठिरा, तो सौभनगराधिपति शाल्वराजा मूर्च्छित होऊन पडला तेव्हां त्याच्या सैन्यामध्यें हाहाकार उडून गेला. पुढें कांहीं वेळानें सावध होऊन तो महाबलवान् शाल्वराजा उठला; आणि, हे कुरुवंशजा, एकदम प्रद्युम्नावर बाण सोडूं लागला. त्यानें सोडलेले ते बाण समरांगणांत उभा राहिलेल्या महाबलवान् वीर प्रद्युम्नाच्या स्कंधप्रदेशाच्या सांध्यांत येऊन घुसले, ह्यामुळें तो त्या वेळीं रथांत व्याकूळ होऊन पडला! हे महाराजा, ह्याप्रमाणें प्रद्युम्नास बाणांनीं विद्ध केल्यानंतर त्या शाल्वराजानें सिंहनाद करून पृथ्वी अगदीं दणाणून सोडिली. युधिष्ठिरा, पुढें ज्या वेळीं माझा पुत्र मूर्च्छित झाला त्या वेळीं त्या शाल्वानें जलदी करून पुनः दुसरे दुःसह बाण त्याजवर सोडिले. हे कौरवश्रेष्ठा, त्या अनेक बाणांचा आघात झाल्यामुळें प्रद्युम्न रणांगणांत निश्चेष्ट होऊन पडला!

अध्याय अठरावा.

—:०:—

प्रद्युम्नप्रत्यागमन

श्रीकृष्ण म्हणतातः—तो अत्यंत बलवान् प्रद्युम्न शाल्वाच्या बाणांनीं पीडित झाला असतां सैन्यांत असणारे सर्वही वृष्णिकुलोत्पन्न लोक आपला मनोरथ भग्न झाल्यामुळें क्लेश पावूं लागले. वृष्णि आणि अंधक ह्यांच्या सर्वही सैन्यामध्यें प्रद्युम्न मूर्च्छित झाल्यामुळें हाहाकार उडून गेला व शत्रूस अत्यंत आनंद झाला. तो त्याप्रमाणें मूर्च्छित झाला आहे असें पाहून त्याचा सुशिक्षित सारथि दारुकपुत्र ह्यानें घोडे वेगानें सोडून त्याला त्या संग्रामांतून सत्वर बाहेर नेलें. तो रथ फारसा दूर गेला नाहीं तोंच सामर्थ्यसंपन्न रतिश्रेष्ठ प्रद्युम्न सावध झाला आणि

धनुष्य घेऊन सारथ्यास म्हणाला, "अरे सूतपुत्रा, हें तूं काय चालविलें आहेस ? तूं शत्रूस काय म्हणून पाठ दाखवितो आहेस ! वृष्णिकुलांतील वीरांचा हा युद्धधर्म नव्हे. सूतपुत्रा, संग्रामामध्यें शाल्वराजास पाहिल्यामुळें तुला भ्रम तर पडला नाहींना ? अथवा युद्ध अवलोकन केल्यामुळें तुला भीति वाटूं लागली ? काय झालें असेल तें खरें सांग."

सौति ह्मणालाः—मला भ्रमही पडला नाहीं आणि भीतिही उत्पन्न झाली नाहीं. मात्र, हे कृष्णपुत्रा, शाल्वराजा तुला भारी आहे असें मला वाटतें; म्हणूनच हे वीरा, सामर्थ्यसंपन्न असतांही मीं पाप्यानें हळू हळू संग्रामांतून बाहेर पाय काढिला. युद्धांत शूर रथी मूर्च्छित झाला ह्मणजे सारथ्यानें त्याचें रक्षण केलें पाहिजे अशी नीति आहे. तूं रथी आहेस यामुळें मी सदोदीत तुझें संरक्षण केलें पाहिजे व तूंही माझें पालन केलें पाहिजेस. सारांश, सारथ्यानें रथी पुरुषाचें सदोदीत संरक्षण केलें पाहिजे हें मनांत आणून मी संग्रामांतून बाहेर चाललों आहें. तशांतूनही, हे महावीरा रुक्मिणीपुत्रा, तूं एकटा आणि दैत्य अनेक आहेत. तेव्हां, हा संग्राम बरोबरीचा नाहीं असें समजून मी परावृत्त होत आहें.

श्रीकृष्ण म्हणालेः- युधिष्ठिरा, सारथि असें बोलूं लागतांच तो मकरध्वज प्रद्युम्न त्याला ह्मणाला, "सूता, फिरीव रथ मागें." प्रद्युम्न आणखीही ह्मणाला, "हे दारुकपुत्रा सौते, जोंवर माझ्या शिवांत जीव आहे तोंवर तूं आतां पुनः केव्हांही मोठें संकट ओढवलें तरीही युद्धांतून पळ काढूं नको. अरे, जो युद्ध सोडून जाईल, जो योद्धा पडल्यानंतर त्यावर प्रहार करील, अथवा मी तुमचा आहें असें म्हणणारा, स्त्रिया, बालक, वृद्ध, रथ नष्ट झालेला, अस्ताव्यस्त होऊन गेलेला आणि शस्त्रास्त्रें भग्न होऊन गेलेला ह्यांचाही जो वध करील, तो वृष्णिकुलामध्यें जन्मलेलाच नव्हे असें म्हटलें पाहिजे. हे दारुकपुत्रा, तूं सारथ्यांच्या कुलामध्यें उत्पन्न झालेला आहेस; सारथ्यांच्या कर्माचें शिक्षण संपादन केलेलें आहेस; आणि वृष्णिकुलांतील पुरुषांचा युद्धधर्म कशा प्रकारचा आहे हेंही तुला माहीत आहे. सारांश, वृष्णिकुलांतील पुरुष सैन्याच्या आघाडीवर राहून कोणत्या प्रकारचें कर्म करीत असतात ह्याचें तुला ज्ञान आहे. तेव्हां, हे सौते, तूं पुनः मोठें संकट ओढवलें तरीही असा पळ काढूं नको. युद्धांतून मी परावृत्त झालों आहें व शत्रूंनीं माझ्या पाठीवर प्रहार केला आहे असें पाहिलें ह्मणजे अजिंक्य असणारा गदाग्रज श्रीकृष्ण मला काय म्हणेल ? श्रीकृष्णाचा ज्येष्ठ बंधु, नीलवस्त्र परिधान करणारा, मदानें धुंद होऊन गेलेला महावीर बलराम माझी गांठ पडतांच काय म्हणेल ? हे सूता, महाधनुर्धर नरश्रेष्ठ सात्यकी, युद्धांत जय मिळविणारा सांब, दुर्जय चारुदेष्ण, गद, सारण आणि महाबाहु अक्रूर हे मी रणांतून परावृत्त झालों तर काय म्हणतील ? फार कशाला ? मी वीर, प्रतिष्ठित, ताप सोसणारा आणि सदोदीत शौर्याचा अभिमान बाळगणारा असूनही आतां समरांतून परत फिरलों यामुळें यादववीरांच्या सर्व स्त्रिया एके ठिकाणीं जमल्या ह्मणजे मला काय ह्मणतील ह्याचा तूं विचार केला आहेस काय ? त्या ह्मणतील, 'हा प्रद्युम्न भिऊन गेला आणि भयंकर युद्ध टाकून देऊन परत फिरला आहे; धिक्कार असो याला !' त्या कांहीं हें मीं चांगलें केलें असें ह्मणणार नाहींत. मला अथवा मजसारख्या मनुष्याला कोणी थट्टेमध्येंही 'धिक्कार असो !' असें म्हटलें तरी तें मृत्यूहूनही अधिक होय. तेव्हां, हे सौते, तूं पुनः केव्हांही

पळ काढूं नको. माझ्यावर सगळा भार टाकून मधूसारख्या दैत्यांचा वध करणारा श्रीकृष्ण भरतकुलश्रेष्ठ युधिष्ठिर ह्याच्या यज्ञास गेला आहे, तेव्हां आज घडलेलें माझें वर्तन तो सहन करूं शकणार नाहीं. हे सौते, वीर कृतवर्मा शाल्वाशीं युद्ध करण्यास निघणार होता, पण मीच त्याला ' तूं स्वस्थ रहा. मी शाल्वाचें निवारण करितों. ' असें सांगितलें; तेव्हां तें संभवनीय वाटल्यामुळें तो हृदिकपुत्र मागें फिरला, पण आतां युद्धाचा त्याग करून गेल्यानंतर गांठ पडली ह्मणजे त्या महारथीला मी काय सांगूं? शंख, चक्र, गदा धारण करणारा, कमलनेत्र, महाबलवान्, दुर्जय श्रीकृष्ण मजकडे आला ह्मणजे मीं त्याला काय सांगावें? तसेंच सात्यकि, बलदेव ह्यांस आणि अंधक व वृष्णि ह्यांच्या कुलांतील जे कोणी लोक सदोदीत माझ्याशीं स्पर्धा करीत असतात त्यांनां मी काय बरें सांगूं? खरोखर, हे सूतपुत्रा, पाठीवर शत्रूचे प्रहार घेऊन मीं युद्धाचा त्याग केला असतां तूं मला येथून घेऊन गेलास तर मीं अत्यंत व्याकूळ होईन, इतकेंच नव्हे तर मुळीं जगणारही नाहीं! तेव्हां, हे दारुकपुत्रा, फीर लवकर रथ घेऊन परत. जरी अनेक संकटें आलीं तरी पुनः केव्हांही कोणत्याही प्रकारें असें करूं नको. हे सौते, पाठीवर शत्रूंच्या बाणांचे प्रहार घेऊन भीतीनें युद्धांतून पलायन केल्यानंतर जिवंत रहाण्यांत कांहीं किंमत आहे असें मला मुळींच वाटत नाहीं. सूतपुत्रा, एखाद्या निंद्य पुरुषाप्रमाणें मीं भयविव्हल होऊन पूर्वीं तरी केव्हां रणाचा त्याग करून पळून गेल्याचें तुला माहीत आहे काय? हे दारुकात्मजा, मला युद्ध करण्याची उत्कट इच्छा असतां तूं संग्राम सोडून जावेंस हें योग्य नाहीं. तेव्हां, जिकडे युद्ध चाललें असेल तिकडे चल."

अध्याय एकोणिसावा.

———:o:———

शाल्वप्रद्युम्नसंग्राम.

श्रीकृष्ण ह्मणालेः—युधिष्ठिरा, हें ऐकून तो सूतपुत्र अत्यंत बलवान् प्रद्युम्नास मधुर आणि मनोहर अशा शब्दांनीं लागलींच ह्मणाला, "हे रुक्मिणीपुत्रा, युद्धामध्यें घोडे हांकण्यास मला मुळींच भीति वाटत नाहीं व वृष्णिकुलांतील पुरुषाची युद्धपद्धतिही मला माहीत आहे हें मुळींच खोटें नाहीं. तथापि, हे वीरा, प्रत्येक गोष्टीमध्यें रथी पुरुषाचें संरक्षण केलें पाहिजे असा सारथ्यकर्म करणाऱ्यास शास्त्राचा उपदेश आहे व तूंही त्या वेळीं अतिशय पीडित झाला होतास. कारण, शाल्वानें सोडलेल्या बाणांचे तुजवर प्रहार झालेले होते; इतकेंच नव्हे, तर, हे वीरा, मूर्च्छा येऊन तूं अगदीं मृतप्राय होऊन गेला होतास; ह्यामुळें मीं तेथून पळ काढिला. हे यादवश्रेष्ठा कृष्णपुत्रा, आतां तूं सावध झाला आहेस, तेव्हां अश्व चालविण्याविषयींचें माझें शिक्षण आतां साहजिकपणेंच तुझ्या दृष्टीस पडेल. मी दारुकापासून उत्पन्न झालों आहें आणि त्यानें मला योग्य प्रकारें शिक्षणही दिलें आहे. ह्यामुळें, मी आतां ह्या शाल्वराजाच्या विस्तीर्ण सैन्यामध्यें निर्भयपणें शिरतों."

श्रीकृष्ण ह्मणालेः—हे वीरा, इतकें ह्मणून त्यानें घोडे युद्धाकडे वळविले आणि कासण्या धरून घोडे उडवीत तो वेगानें शाल्वराजाच्या सैन्यावर चाल करून गेला. हे राजा, त्यानें त्या उत्कृष्ट प्रतीच्या अश्वांना कोरड्याचा तडाका देऊन कासण्या धरून उत्कृष्ट प्रकारें चालीवर धरिलें ह्मणजे ते जणू आकाशांतच उड्या घेत आहेत असें वाटे. चालते वेळीं ते अश्व आश्चर्योत्पादक, सरळ, वांकडीं, उजवीं आणि डावीं अशीं सर्व प्रकारचीं

मंडलें काढीत असत. राजा, दारुकपुत्रानें हातचलाखी चालविली आहे असें पाहून ते तापट घोडे त्या वेळीं इतके वेगानें चालूं लागले कीं, भूमीला त्यांच्या पायांचा स्पर्श देखील होत नाहीं असें पहाणाऱ्यास वाटूं लागलें. नंतर, हे भरतकुलश्रेष्ठा, त्यानें फारसा प्रयास न पडतांच शाल्वराजाच्या सैन्यास डावें घातलें ही गोष्ट खरोखर आश्चर्य करण्यासारखी घडली. प्रद्युम्नानें आपणांस डावें घातलें हें शाल्वराजास सहन झालें नाहीं. त्यानें प्रद्युम्नाच्या सारथ्यावर तीन बाण सोडून त्यास अतिशय घायाळ केलें. तथापि, हे महाबाहो, त्या बाणांच्या वेगाकडे मुळींच लक्ष्य न देतां तो दारुकपुत्र पुनरपि त्यास डावें घालून चालला. तेव्हां, हे वीरा, त्या सौभपतीनें पुनः रुक्मिणीपुत्रावर नानाप्रकारचे बाण सोडले. पण शत्रूंच्या वीरांचा फडशा पाडणाऱ्या त्या रुक्मिणीपुत्रानें किंचित् हास्य करून ते येऊन भिडण्यापूर्वींच त्यांचे तुकडे करून आपली हातचलाखी दाखविली. प्रद्युम्नानें त्या बाणांचे तुकडे करून सोडले असें पाहून तो सौभपति शाल्व भयंकर आसुरी मायेचा आश्रय करून बाण सोडूं लागला. तो दैत्य अतिशय जोरानें अस्त्र सोडितो आहे असें समजतांच प्रद्युम्नानें ब्रह्मास्त्र सोडून मध्येंच तें छिन्न करून टाकिलें व दुसरेही बाण सोडले. शत्रूंचें रक्त प्राशन करणाऱ्या त्या बाणांनींही तत्काल तें अस्त्र धुडकावून लावून शाल्वाचें हृदय, मुख आणि मस्तक ह्यांस छिद्र पाडलीं. त्यामुळें तो मूर्च्छित होऊन पडला बाण लागल्यामुळें तो क्षुद्र शाल्वराजा पीडित होऊन पडल्यानंतर शत्रूंचा नाश करणाऱ्या प्रद्युम्नानें धनुष्यास दुसरा बाण जोडला. सर्वही यादवसमूहास पूज्य आणि विषारी सर्प अथवा प्रदीप्त झालेला अग्नि ह्यांप्रमाणें प्रखर असणारा तो बाण धनुष्याच्या दोरीस लावला जात आहे असें दृष्टिगोचर होतांच अंतरिक्षांत हाहाकार उडून गेला. नंतर इंद्र व कुबेरप्रभृति सर्व देवगणांनीं नारद व अंतःकरणाप्रमाणें वेग असणारा वायु ह्या उभयतांस प्रद्युम्नाकडे पाठवून दिलें. त्या उभयतांनीं प्रद्युम्नाकडे येऊन त्यास देवांचें ह्मणणें सांगितलें. ते ह्मणाले, “हे वीरा, तूं ह्या शाल्वराजाचा वध मुळींच करूं नको. त्याजवर हा बाण सोडण्याचें बंद कर. कारण, संग्रामामध्यें ह्या बाणानें ठार होणार नाहीं असा कोणीही नाहीं; व ह्याचा तर वध तुझ्या हातून होतां कामा नये. कारण, हे महाबाहो, ह्याला श्रीकृष्णाच्याच हातून मृत्यु यावा असें विधात्यानें ठरविलेलें आहे व तें खोटें होणें योग्य नाहीं.” हें त्यांचें भाषण ऐकून प्रद्युम्नानें अत्यंत आनंदानें तो आपला उत्कृष्ट बाण धनुष्यावरून काढून भात्यांत घालून ठेविला. युधिष्ठिरा, प्रद्युम्नाच्या बाणांनीं पीडित झालेला तो दुरात्मा शाल्वराजा तत्काल सैन्यासह परत निघून गेला. हे राजेंद्रा, ह्याप्रमाणें द्वारका सोडल्यानंतर यादवांनीं त्रस्त केलेला तो क्रूर शाल्व सौभनगरामध्यें बसून आकाशांत चालता झाला.

अध्याय विसावा.

—:०:—

श्रीकृष्णाचें द्वारकेस प्रत्यागमन.

श्रीकृष्ण म्हणाले:—राजा युधिष्ठिरा, तो द्वारकानगर सोडून गेला; इतक्यांत राजसूयनामक तुझा महायज्ञ संपूर्ण झाला व मी तिकडे गेलों. तेव्हां, हे महाराजा, मला द्वारका निस्तेज झाली आहे असें दिसलें. तिजमध्यें वेदाध्ययन चाललेलें नव्हतें व यज्ञादि कर्मेंही सुरू नव्हतीं. ह्यामुळें ती एखाद्या उत्कृष्ट पण अलंकारविरहित झालेल्या स्त्रीप्रमाणें दिसत

होती. द्वारकेंतील उपवनेंही ओळखितां न येण्यासारखीं होऊन गेलीं होतीं असें पाहून मला शंका आली व मीं कृतवर्म्यास विचारिलें कीं, ' हे नरश्रेष्ठा, हे वृष्णीच्या कुलांतील स्त्रीपुरुष अतिशय अस्वस्थ झालेले आहेत असें दिसतें, तें कां ? ह्याचें खरें कारण ऐकण्याची माझी इच्छा आहे.' हे नृपश्रेष्ठा, मी ह्याप्रमाणें विचारतांच शाल्वराजानें द्वारकेस वेढा दिल्याचा व त्यांतून सुटका झाल्याचा सर्व वृत्तांत कृतवर्म्यानें मला सविस्तर सांगितला. त्या वेळीं तें सर्व ऐकल्याबरोबर, हे युधिष्ठिरा, मीं शाल्वराजाचा विनाश करण्याचें मनांत आणिलें. पुढें, हे भरतकुलश्रेष्ठा, राजा उग्रसेन, वसुदेव आणि पौरजन ह्यांस धीर देऊन सर्वही यादववीरांस आनंद होईल अशा रीतीनें मी म्हणालों, " हे यादवश्रेष्ठहो, आपण सर्वांनींही ह्या नगराविषयीं सदोदीत सावधपणें राहिलें पाहिजे. शाल्वराजाचा फडशा पाडण्यासाठीं मीं निघालोंच असें समजा. त्याला ठार केल्यावांचून मी द्वारकेला परत येणार नाहीं. सौभनगरासहवर्तमान शाल्वाचा निःपात केल्यानंतरच मी पुनः आपलें दर्शन घेईन. वाजवा हा शत्रूंच्या अंतःकरणांत भीति उत्पन्न करणारा युद्धप्रयाणसूचक दुंदुभि तीन वेळ ! " हे भरतकुलश्रेष्ठा, याप्रमाणें मीं त्या वीरांना यथायोग्यपणें धीर दिला असतां ते सर्वही आनंदित होऊन मला म्हणाले, "जा आणि शत्रूंना ठार कर !" नंतर अंतःकरण आनंदित झालेल्या त्या वीरांनीं आशीर्वाद देऊन माझें अभिनंदन केलें.

श्रीकृष्णाची शाल्वराजावर स्वारी.

पुढें मी ब्राह्मणश्रेष्ठांचे आशीर्वाद घेऊन त्यांना नमस्कार केला; व शैब्य आणि सुग्रीव नामक अश्व जोडलेल्या रथांतून निघालों. त्या वेळीं मी आपला पांचजन्य नांवाचा उत्कृष्ट शंख वाजवून त्याच्या ध्वनीनें दाही दिशा दणाणून सोडल्या. माझ्याबरोबर मोठ्या चतुरंग सैन्याचा परिवार असून तें विजयशाली, प्रयत्नशील आणि निवडक होतें. ह्याप्रमाणें निघाल्यानंतर अनेक देश, पुष्कळ पर्वत व असंख्यात वृक्ष, सरोवरें आणि नद्या ह्यांचें उल्लंघन करून मी मार्तिकावत देशांत जाऊन पोहोंचलों. हे नरश्रेष्ठा, त्या ठिकाणीं शाल्वराजा सौभनगरांत आरोहण करून समुद्राच्या तीराकडे चालला आहे असें माझ्या कानीं आलें. तेव्हां मीं त्याच्या पाठोपाठ गेलों. हे शत्रुनाशका, मोठमोठ्या तरंगांनीं युक्त असलेल्या त्या समुद्राजवळ गेल्यानंतर सौभनगरांत आरोहण केलेला तो शाल्वराजा जलपूर्ण अशा त्याच्या प्रदेशीं भोंवऱ्यावर जाऊन राहिला. युधिष्ठिरा, त्या दुष्टानें दुरूनच मजला पाहून किंचित् हसल्यासारखें करून मजला वारंवार युद्धार्थ आह्वान केलें. तेव्हां मी शार्ङ्गधनुष्यास जोडून अनेक मर्मभेदी बाण सोडिले, पण ते त्याच्या नगरास जाऊन लागले नाहींत; तेव्हां मात्र माझ्या अंगांत क्रोधाचा संचार झाला. हे राजा, प्रकृत्याच पापिष्ठ असणाऱ्या त्या दुर्जयी नीच दैत्यानेंही मजवर हजारों बाणांचा वर्षाव केला आणि त्या योगानें माझ्या सैन्यांतील सर्व लोक, सारथि आणि अश्व ह्यांस व्याप्त करून सोडिलें. तथापि आह्मी त्याच्या बाणांकडे लक्षच न देतां युद्ध करूं लागलों. तेव्हां, शाल्वराजाच्या शूर पायदळानें त्या युद्धामध्यें गांठी बारीक केलेले हजारों बाण मजवर सोडिले. इतकेंच नव्हे, तर त्या वेळीं दैत्यांनीं मर्मभेदक बाण सोडून माझे घोडे, रथ आणि सारथि दारुक ह्यांस आच्छादित करून टाकिलें. हे वीरा, त्या बाणांनीं आच्छादित झाल्यामुळें माझे सैनिक, घोडे, रथ आणि सारथि दारुक हे अगदीं दिसेनातसे झाले. युधिष्ठिरा, नंतर

मींही दिव्य विधींनीं अभिमंत्रण केलेले लक्षावधि बाण धनुष्यांतून सोडिले. हे भरतवंशजा युधिष्ठिरा, त्या वेळीं माझ्या सैन्यास त्या सौभनगरांत जातां येण्यासारखें नव्हतें. कारण, तें नगर सुमारें एक कोसभर उंचीवर असून आकाशाला जाऊन चिकटल्यासारखें दिसत होतें. पुढें एखाद्या रंगभूमीवर असावें त्याप्रमाणें त्या ठिकाणीं असणाऱ्या सर्वेही प्रेक्षकांनीं सिंहनाद व टाळ्यांचा गजर करून मजला अत्यंत आनंदित करून सोडिलें. त्या वेळीं माझ्या हस्ताग्रांतून सुटलेले, सुंदर पंख लावलेले बाण टोळांप्रमाणें दैत्यांच्या शरीरांवर जाऊन आंत शिरूं लागले व त्या प्रखर अशा बाणांनीं ठार होऊन ते दैत्य महासागरामध्यें पडूं लागल्यामुळें सौभनगरांत हाहाकार माजून गेला. ते दैत्य दिसण्यामध्यें केवल धडांसारखे दिसत होते व बाहु आणि स्कंधप्रवेश हीं माझ्या बाणांनीं तुटतांच भयंकर आवाज करीत समुद्रांत पडत होते. ते पडले कीं, समुद्रांतील प्राणी त्यांस भक्षण करून टाकीत. नंतर गोदुग्ध, कुंद, चंद्र, मृणाल (कमलाचा देंठ) अथवा रौप्य ह्यांप्रमाणें शुभ्र कांति असलेला पांचजन्य नांवाचा शंख मीं जोरानें फुंकला. ह्याप्रमाणें ते दैत्य पडले असें पाहून सौभनगराधिपति शाल्व मोठें मायामय युद्ध करून मजशीं लढूं लागला. तेव्हां, गदा, लांगलनामक आयुध, इटें, भाले, शक्ति, परशु, खड्ग व कार्तिकेय, इंद्र, वरुण आणि यम यांचीं जीं शक्ति, वज्र, पाश आणि दंड हीं आयुधें त्यांच्याहीवर ताण करणारे बाण, पट्टे आणि भुशुंडी ह्यांचा मजवर एकसारखा वर्षाव चालला. मींही मायेनेंच त्याच्या मायेशीं टक्कर देऊन तिचा फडशा पाडला. तेव्हां, तो शाल्व पर्वतांचीं शिखरें घेऊन मजशीं युद्ध करूं लागला. युधिष्ठिरा, नंतर तो शत्रु पुनरपि मायेचाच आश्रय करून युद्ध करूं लागला यामुळें क्षणांत अंधकार तर क्षणांत प्रकाश, क्षणांत मेघमंडल तर क्षणांत निरभ्र आकाश, क्षणांत थंडी तर क्षणांत उन्हाळा अशी स्थिति होऊं लागली व इंगळ, धूळ आणि शस्त्रें यांचा एकसारखा वर्षाव होऊं लागला. तें सर्व माझ्या लक्ष्यांत आलें व मींही मायेनेंच तें सर्व नष्ट करून योग्य वेळीं युद्ध केलें आणि बाण सोडून सर्वेही प्रदेश व्याप्त करून सोडिला. तदनंतर, हे महाराजा, नानाप्रकारचीं अस्त्रें सोडल्यामुळें आकाशांत शेंकडों चंद्र, शेंकडों सूर्य आणि हजारों तारका आहेत असें दिसूं लागलें. त्या वेळीं दिवस, रात्र व दिशा ह्यांचें मुळींच ज्ञान होईना! ह्यामुळें मोह पावून मीं धनुष्यास प्रज्ञासंज्ञक अस्त्र जोडलें. युधिष्ठिरा, ज्याप्रमाणें वायु कापसास उडवून देतो त्याप्रमाणें त्या माझ्या अस्त्रानें दैत्याचें तें मायामय अस्त्र उडवून दिलें. हे राजेंद्रा, ह्याप्रमाणें त्याच्या मायेचा नाश केल्यानंतर प्रकाश पडला व पुनरपि मी शत्रूशीं युद्ध करूं लागलों. सारांश, ह्या वेळचें युद्ध तुंबळ आणि अंगावर शहारे येतील असें झालें.

अध्याय एकविसावा.

—:*:—

शाल्वाची माया.

श्रीकृष्ण ह्मणाले:—हे पुरुषश्रेष्ठा, तो महाकांतिमान् शाल्वराजा समरांगणामध्यें मजशीं युद्ध करीत करीत पुनरपि आकाशांत गेला आणि तो जडबुद्धि शतघ्नी, मोठमोठ्या गदा, जाज्वल्यमान शूल, मुसल आणि खड्ग हीं आयुधें आपणास जय मिळेल अशा बुद्धीनें मजवर फेकूं लागला. तेव्हां, हे भरतकुलश्रेष्ठा, मींही तात्काळ बाण सोडून मजवर आकाशांतून येणाऱ्या त्या अस्त्रांस प्रतिबंध केला व त्यांचे

दोन दोन तीन तीन तुकडे करून टाकिले. ह्यामुळें अंतरिक्षांत शब्द होऊं लागला. पुढें गांठी बारीक असलेले हजारों बाण सोडून त्यानें माझा सारथि दारुक आणि रथ व घोडे ह्यांस व्याप्त करून सोडिलें. तेव्हां, व्याकूळ झाल्यासारखा होऊन दारुक मला ह्मणूं लागला कीं, 'केवळ रहावयाचें ह्मणून मी येथें उभा राहिलों आहें इतकेंच. वस्तुतः शाल्वाच्या बाणांनीं अत्यंत पीडित झाल्यामुळें मी निःशक्त होऊन गेलों आहें व माझें अंग मोडून आल्यासारखें झालें आहे!' बाणांनीं पीडित झालेल्या त्या सारथ्याचें असें दीनवाणें भाषण ऐकून मी त्याच्याकडे पाहूं लागलों. पाहतों तों त्याचें वक्षःस्थल, मस्तक आणि दोन्ही बाहु किंबहुना सर्वही शरीर हीं तीक्ष्ण बाणांनीं व्याप्त होऊन गेलीं होतीं! युधिष्ठिरा, त्याच्या शरीरावर एवढी सुद्धां जागा मोकळी राहिली नव्हती. अतिशय प्रखर बाण लागल्यामुळें त्याच्या शरीरांतील रक्तास जणू पूरच येऊन गेला होता व त्यामुळें सोनकाव असलेल्या पर्वतावर पर्जन्यवृष्टि झाली ह्मणजे त्यांतून जसा तांबडा प्रवाह सुरू होतो त्याप्रमाणें त्याच्या शरीरांतून अतिशय रक्त वाहूं लागलें. हे महाबाहो, त्या संग्रामामध्यें शाल्वराजाच्या बाणांनीं अत्यंत पीडित झाल्यामुळें व्याकूळ होऊन गेलेल्या व हातांत घोड्यांच्या काढण्या धरलेल्या त्या सारथीस मीं अवलोकन करून धीर दिला. इतक्यांत द्वारकेंत राहणारा कोणी एक पुरुष त्वरेनें मजकडे आला व मित्रभाव दाखविल्यासा करून माझ्या रथावर चढला आणि बोलूं लागला. हा खिन्न झालेला मनुष्य उग्रसेनाचा सेवक असावा व त्यानें कंठ सद्गदित करून सांगितलेलें तें भाषण उग्रसेनाचें असावें, असें दिसलें. युधिष्ठिरा, तो काय म्हणाला तें ऐक. तो म्हणालाः—केशवा, ये आणि तुझ्या पित्याचा मित्र द्वारकाधिपति वीर उग्रसेन ह्यानें तुला निरोप सांगितला आहे तो ऐकून घे. उग्रसेनानें सांगितलें आहे कीं, "हे यदुनंदना, तूं इकडे गुंतून पडला आहेस असें पाहून आज शाल्वानें द्वारकेवर चाल केली आणि तुझ्या दुर्जयी वसुदेवास बलात्कार करून ठार केलें. तेव्हां, हे जनार्दना, आतां युद्ध पुरे कर आणि परत येऊन द्वारकेचें संरक्षण कर हेंच ठीक. कारण, हेंच कार्य तुला महत्त्वाचें आहे." त्याचें हें भाषण ऐकून माझ्या अंतःकरणास अत्यंत वाईट वाटलें व काय करावें आणि काय न करावें हें कांहींच मला ठरवितां येईना! युधिष्ठिरा, ही अतिशय अप्रिय वार्ता ऐकून मी मनांत सात्यकि, बलदेव आणि महारथी प्रद्युम्न ह्यांचा निर्भर्त्सना करूं लागलों. कारण, हे कुरुनंदना, मीं द्वारकेच्या आणि माझ्या पित्याच्या संरक्षणाचें काम त्यांजवर सोपवून सौभाधिपति शाल्वाचा निःपात करण्याकरितां निघालों होतों. असें असून ही गोष्ट घडली ह्यामुळें महावीर बलराम, शत्रुनाशक सात्यकि, वीर्यवान् प्रद्युम्न, चारुदेष्ण आणि सांबप्रभृति यादव तरी जिवंत असतीलना? असा विचार येऊन माझे मनास अत्यंत दुःख झालें. कारण, हे नरश्रेष्ठा, जोंवर हे जिवंत आहेत तोंवर प्रत्यक्ष इंद्रास देखील वसुदेवाचा वध करितां येणें कोणत्याही प्रकारें शक्य नाहीं; आणि वसुदेव तर ठार झाला आहे, ह्यामुळें बलदेवप्रभृति सर्वही यादव गतप्राण झाले हें उघडच आहे; असा माझ्या बुद्धीचा निश्चय होऊन गेला. हे महाराजा, ही सर्व नाशाची गोष्ट माझ्या मनांत वरचेवर येऊं लागल्यामुळें मी अत्यंत व्याकूळ झालों, तथापि पुनरपि शाल्वाशीं युद्ध करूं लागलों. तेव्हां, हे वीरा, त्या वेळीं त्या सौभनगरांतून वसुदेव खालीं पडत आहे असें मला दिसलें. तेव्हां

मात्र मला कांहीं सुचेनासें झालें. युधिष्ठिरा, सौभनगरांतून खालीं पडणाऱ्या त्या माझ्या पित्याचा आकार पुण्य क्षीण झाल्यामुळें स्वर्गांतून भूमीवर पडणाऱ्या ययातीसारखा होता. त्याचे किरीट फुटलेले व मलिन होऊन गेलेले असून वस्त्रें व केश हीं अस्ताव्यस्त झालेलीं होतीं. तो खालीं पडतेवेळीं पुण्य क्षीण झालेला एखादा ग्रहच आहे कीं काय असें वाटत होतें. तेव्हां माझें अत्यंत उत्कृष्ट असें शार्ङ्गधनुष्य माझ्या हातांतून गळलें आणि मी भ्रमिष्टासारखा होऊन रथाच्या मध्यभागीं बसलों. युधिष्ठिरा, मी रथाच्या मध्यभागीं गतप्राण झाल्याप्रमाणें निश्चेष्ट होऊन बसलों आहें, असें पाहून माझ्या सर्वही सैन्यांत हाहाकार उडून गेला. हातपाय पसरून जेव्हां माझा पिता खालीं पडूं लागला त्या वेळीं त्याचा आकार मला गरुडासारखा दिसला. हे महाबाहो वीरा युधिष्ठिरा, तो खालीं पडत असतां दैत्य हातीं शूल व पट्टे घेऊन त्याजवर एकसारखे प्रहार करीत होते. ह्यामुळें तर माझ्या अंतःकरणाचा धीर सुटला! क्षणभरानें मी पुनः सावध झालों आणि पहातों तों त्या प्रचंड संग्रामांत मला सौभनगरही दिसेना, शत्रु शाल्वही दिसेना आणि माझा वृद्ध पिताही दिसेना! तेव्हां माझ्या मनांत आलें कीं, ही खात्रीनें मायाच असावी. हें कळून आल्यानंतर मी पुनरपि शेंकडों बाण फेंकूं लागलों.

अध्याय बाविसावा.

—:०:—

शाल्ववध.

श्रीकृष्ण ह्मणाले:—हे भरतकुलश्रेष्ठा, तदनंतर मीं आपलें सुंदर धनुष्य हातीं घेतलें आणि बाणांनीं सौभनगरांतील दैत्यांचीं मस्तकें छिन्न करून खालीं पाडूं लागलों. मी विषारी सर्पाच्या आकाराचे, प्रखर तेज असलेले, ऊर्ध्वगामी आणि उत्कृष्ट प्रकारचीं पंखें लावलेले बाण घेऊन शार्ङ्गधनुष्यांतून शाल्वराजावर सोडूं लागलों असतां, कुरुकुलश्रेष्ठा, त्या वेळीं तें सौभनगर मायेनें अंतर्हित झाल्यामुळें दिसेनासें झालें. ह्यामुळें मी आश्चर्यचकित झालों हें पाहून वांकडींतिकडीं तोंडें व केश असलेले ते दैत्यसमुदाय मोठ्यानें ओरडूं लागले. तेव्हां मी त्या प्रचंड संग्रामामध्यें त्यांचा वध करण्यासाठीं त्वरा करून शब्दवेधी अस्त्र धनुष्यास जोडलें. इतक्यांत तो शब्द बंद झाला. तथापि ज्यांनीं पूर्वी तो शब्द केला होता ते सर्वही दैत्य, जाज्वल्यमान असल्यामुळें सूर्याप्रमाणें दिसणाऱ्या त्या शब्दवेधी बाणांनीं ठार करून सोडिले. युधिष्ठिरा, तो शब्द बंद होतांच पुनः दुसरीकडे शब्द होऊं लागला. तेव्हां मीं तिकडेही बाण सोडिले. ह्याप्रमाणें त्या दैत्यांनीं शब्द करून दाही दिशा आडव्या उभ्या बाजूंनीं दणाणून सोडिल्या व मींही त्यांना ठार केलें. वीरा युधिष्ठिरा, पुढें तें इच्छेनुरूप संचार करणारें सौभनगर पूर्वसमुद्राच्या तीरावर असणाऱ्या प्राग्ज्योतिष नामक नगराकडे गेल्यावर दृग्गोचर होऊं लागलें. त्याच्या अवलोकनानें माझ्या दृष्टीस मोह पडूं लागला. पुढें लोकनाशक व आकारानें भयंकर असलेल्या त्या दैत्यानें एकदम शिळांचा प्रचंड वर्षाव करून मला आच्छादित करून सोडिलें. हे राजेंद्रा, ह्याप्रमाणें जेव्हां तो राक्षस वारंवार पर्वतवृष्टि करून मजला प्रतिबंध करूं लागला, तेव्हां पर्वतांत बुजून गेल्यामुळें मी वारुळाप्रमाणें दिसूं लागलों. हे राजा, त्यानें सर्वही बाजूंनीं पर्वतांत बुजवून टाकिल्यामुळें मी, माझे घोडे आणि सारथि दिसेनासे झालों. तेव्हां माझ्या सेनेंत असलेले सर्वही यादववीर भयभीत होऊन एकदम

पळून जाऊं लागले. हे राजा, मी दिसेनासा होतांच स्वर्ग, भूमि व आकाश ह्यांमध्यें हाहाकार उडून गेला. माझ्या मित्रमंडलाचें अंतःकरण खिन्न होऊन गेलें व ते दुःख आणि शोक ह्यांनीं व्याकूळ होऊन विलाप आणि आक्रोश करूं लागले. त्यामुळें माझ्या द्वेष्ट्याला आनंद व मजशीं द्वेष न करणाऱ्यास दुःख झालें, असें पुढें मीं त्याला जिंकल्यानंतर माझ्या कानांवर आलें. इकडे मी पर्वतांत आच्छादित झाल्यानंतर, सर्वही पाषाणांचा भेद करणारें इंद्राचें आवडतें वज्र उगारून ते सर्व पर्वत चूर करून टाकिले. युधिष्ठिरा, त्या पर्वतांचा भार पडल्यामुळें माझ्या अश्वांची श्वासोच्छ्वासाची क्रिया देखील मंद पडली व त्यामुळें ते कापूं लागले. ह्याप्रमाणें मी पर्वतांचा भेद करून, मेघमंडलाचा भेद करून आकाशामध्यें उदय पावलेल्या सूर्याप्रमाणें दृग्गोचर झाल्यानंतर मजला पाहून माझे सर्वही बांधव पुनरपि आनंदित झाले. पुढें, पर्वताच्या भारानें आक्रांत झाल्यामुळें अश्वांची श्वासोच्छ्वासक्रिया शिथिल पडली आहे असें पाहून माझ्या सारथ्यानें त्या वेळेस योग्य असें भाषण केलें. तो ह्मणाला, " हे वृष्णिकुलोत्पन्ना, सौभनगराधिपति शाल्व कोठें आहे तें चांगल्या रीतीनें अवलोकन कर. कृष्णा, त्याची उपेक्षा करूं नको. उत्कृष्ट प्रकारचा प्रयत्न कर. हे केशवा, आतां तूं शाल्वाविषयींचा स्नेह आणि मृदुपणा सोडून दे; आणि, हे महाबाहो, त्याला ठार कर, जिवंत ठेवूं नको. हे शत्रुनाशना, पाहिजे त्या तऱ्हेचा पराक्रम करून शत्रु ठार केला पाहिजे. शत्रु जरी दुर्बल असला तरी अत्यंत बलवान् पुरुषानें देखील त्याची उपेक्षा करणें योग्य नाहीं. एखादा शत्रु जरी निव्वळ आसनावर बसून राहिला व विरुद्ध उठला नाहीं तरी देखील त्याचा उपेक्षा करितां कामा नये. मग जो समरांगणांत येऊन ठाकला असेल, त्याजविषयीं काय सांगावयाचें आहे ? तेव्हां, हे प्रभो यदुकुलश्रेष्ठा कृष्णा, आतां तूं वेळ दवडूं नको. सर्वही प्रकारच्या अस्त्रांचा प्रयोग करून त्याला ठार कर. अशा मृदुपणानें ह्याचा पराजय करितां यावयाचा नाहीं. शिवाय, त्याच्याशीं अशा रीतीनें वागावयास तो कांहीं तुझा मित्रही नाहीं. कारण, हे वीरा, ह्यानेंच तुझ्याशीं युद्ध सुरू केलें आणि द्वारका उध्वस्त करून सोडली. " युधिष्ठिरा, सारथ्याचें हें भाषण ऐकतांच 'हें अगदीं खरें आहे ' असें समजून मीं शाल्वराजाचा वध आणि सौभनगराचा निःपात करण्यासाठीं युद्ध करण्याचें मनांत आणलें व दारुकाला म्हणालों, ' वीरा, जरा एक क्षणभर थांब.' असें म्हणून अत्यंत वीर्यवान् अशा मीं अभेद्य, सर्व प्रकारचा वेध करणारें, अतिशय तेजस्वी व युद्धांत दैत्यांचा नाश करणारें, अकुंठित आणि दिव्य असें माझें आवडतें आग्नेयास्त्र घेऊन धनुष्यास जोडलें. हें अस्त्र यक्ष, राक्षस आणि प्रतिपक्षी राजे ह्यांना युद्धांमध्यें भस्म करून टाकणारें होतें. तसेंच, वस्तऱ्याप्रमाणें तीक्ष्ण धार असलेलें, प्रलयकालीं जगाचा संहार करणाऱ्या यमाप्रमाणें शत्रूंचा धुव्वा उडविणारें, निर्मल आणि अद्वितीय असें सुदर्शनचक्र अभिमंत्रण करून " तूं शाल्वराजा आणि ह्या ठिकाणीं दुसरेही जे माझे शत्रु असतील त्यांना ठार कर." असें म्हणून दंडाच्या जोरावर मीं क्रोधानें तें त्या शाल्वावर सोडिलें. मीं सोडितांच जेव्हां तें सुदर्शन आकाशांतून जाऊं लागलें, तेव्हां तें प्रलयकालीं जोरानें वर येणारा जणू दुसरा सूर्यच कीं काय असें दिसूं लागलें. त्या सुदर्शनानें सौभनगर गांठलें आणि ज्याप्रमाणें उंच असें लांकूड करवतानें कापून टाकावें त्याप्रमाणें तें निस्तेज होऊन गेलेलें नगर मधोमध कापून काढिलें. ह्याप्रमाणें सुद-

र्शनचक्राचा जोरानें आघात होऊन दोन तुकडे झाल्यामुळें तें सौभनगर श्रीशंकराच्या बाणानें उडवून दिलेल्या त्रिपुराप्रमाणें खालीं पडलें. तें खालीं पडतांच सुदर्शनचक्र माझ्या हातीं आलें. तेव्हां मीं त्यास पुनः घेऊन " आतां वेगानें शाल्वराजावर जा " असें म्हटलें. मी असें ह्मणतांच तें चक्र हातांत मोठी गदा घेऊन ती गरगरां फिरवूं लागलेल्या शाल्वावर जाऊन पडलें व त्या प्रचंड युद्धामध्यें त्यानें एकाएकीं शाल्वराजाचे दोन तुकडे केले. ह्या वेळीं तें चक्र तेजानें अत्यंत प्रदीप्त होऊन गेलें होतें. ह्याप्रमाणें तो वीर शाल्वराजा ठार झाल्यानंतर आधींच माझ्या बाणांनीं जर्जर करून सोडलेल्या इतर दैत्यांच्या अंतःकरणांत भीति उत्पन्न झाली व ते हाहाकार करीत दाही दिशांस पळून गेले. पुढें मी आपला रथ सौभ नगरासमीप नेऊन उभा केला व आनंदानें शंख फुंकून आपल्या मित्रांस आनंदित केलें. त्या नगराचा आकार मेरुपर्वताच्या शिखरासारखा असून त्यांतील मोठमोठे वाडे व गोपुरें ह्यांचा विध्वंस होऊन गेला होता. सुदर्शनचक्रापासून उत्पन्न झालेल्या अग्नीनें तें नगर दग्ध होऊन जात आहे असें पाहून त्यांतील स्त्रिया पळून गेल्या. असो; ह्याप्रमाणें सौभनगराचा निःपात व शाल्वराजाचा वध करून मीं पुनरपि आनर्तदेशांत येऊन आपल्या मित्रवर्गास आनंदित केलें. प्रतिपक्षी वीरांचा नाश करणाऱ्या राजा युधिष्ठिरा, मी जो त्या वेळीं हस्तिनापुरांत आलों नाहीं त्याचें हेंच कारण होय. हे वीरा, मी जर आलों असतों तर मुळीं द्यूत झालेंच नसतें; आणि जर झालें असतें तर दुर्योधन जिवंत राहिला नसता. पण आतां ही तुझी स्थिति दरड फुटून गेलेल्या पाण्यासारखी झाली आहे; तेव्हां मी काय करणार ?

श्रीकृष्णाचें द्वारकेस प्रयाण.

वैशंपायन ह्मणालेः—ह्याप्रमाणें युधिष्ठिराशीं भाषण करून महावीर पुरुषश्रेष्ठ श्रीकृष्णांनीं पांडवांचा निरोप घेतला व धर्मराज युधिष्ठिर ह्यास वंदन करून ते नगराकडे जाऊं लागले. त्या वेळीं धर्मराज आणि महावीर भीम ह्यांनीं त्याच्या मस्तकाचें अवघ्राण केलें; अर्जुनानें त्यास आलिंगन दिलें; नकुलसहदेवांनीं प्रणाम केला; धौम्यमुनींनीं त्याचा बहुमान केला; द्रौपदीचे नेत्र अश्रूंनीं भरून आले व तिनेंही त्याची पूजा केली. ह्याप्रमाणें पांडवांनीं सत्कार केल्यानंतर सुभद्रा आणि अभिमन्यु ह्यांस रथांत बसवून श्रीकृष्ण रथारूढ झाले व युधिष्ठिरास धीर देऊन शैब्य आणि सुग्रीवनामक अश्व जोडलेल्या देदीप्यमान अशा रथांतून ते द्वारकेला निघून गेले. ह्याप्रमाणें यदुकुलोत्पन्न श्रीकृष्ण निघून गेल्यानंतर पृषताचा वंशज धृष्टद्युम्न हाही द्रौपदीच्या पुत्रांस घेऊन आपल्या नगरीकडे निघून गेला. तदनंतर, चेदिदेशाचा अधिपति धृष्टकेतु हाही आपली भगिनी नकुलाची पत्नी करेणुमती हिजला घेऊन पांडवांचें दर्शन घेऊन शक्तिमतीनामक आपल्या नगराकडे निघून गेला. पुढें अत्यंत तेजस्वी अशा युधिष्ठिराची अनुमति मिळाल्यानंतर, हे जनमेजया, सहदेवाचे श्यालक केकयदेशचे अधिपति हेही सर्व पांडवांचा निरोप घेऊन निघून गेले. पुढें ब्राह्मण, वैश्य व इतरही तद्देशवासी लोक ह्यांस जरी पूर्णपणें निरोप मिळाला तरी त्यांनीं पांडवांस सोडिलें नाहीं. जनमेजया, काम्यकवनामध्यें असणारा तो त्या महात्म्या लोकांचा समुदाय पाहणाऱ्यास थक्क करून सोडील असा होता. पुढें तेथून निघण्याची वेळ येतांच उदारबुद्धि युधिष्ठिरानें त्या ब्राह्मणांची परवानगी घेऊन आपल्या सेवकांस रथ जोडण्याविषयीं आज्ञा केली.

अध्याय तेविसावा.

—:०:—

पांडवांचें द्वैतवनाकडे प्रयाण.

वैशंपायन ह्मणाले:——ह्याप्रमाणें यादवाधिपति श्रीकृष्ण निघून गेल्यानंतर, श्रीशंकराप्रमाणें तेजस्वी असे युधिष्ठिर, भीमसेन, अर्जुन, नकुल आणि सहदेव हे वीर, द्रौपदी व त्यांचा पुरोहित हे घोडे जोडून तयार केलेल्या श्रेष्ठ प्रतीच्या बहुमूल्य रथांत बसून दुसऱ्या वनाकडे जावयास निघाले. ह्या वेळीं वेदवेदांगें जाणणाऱ्या ब्राह्मणांस त्यांनीं शेंकडों सुवर्णाचे निष्कें१, वस्त्रें व धेनु अर्पण केल्या. त्यांच्यापूर्वी हातीं शस्त्रें घेतलेले त्यांचे वीस सेवकलोक धनुष्यें, शस्त्रें, देदीप्यमान बाण, धनुष्याच्या दोऱ्या, यंत्रें आणि खड्ग हीं घेऊन द्वारकेकडे निघून गेले. ते निघून गेल्यानंतर इंद्रसेनही द्रौपदीचीं वस्त्रें, दाया, चाकरमाणसें आणि अलंकार घेऊन द्वारकेकडे त्वरेनें निघून गेला. पुढें अत्यंत उदार अंतःकरणाच्या पुरवासी लोकांनीं कुरुकुलश्रेष्ठ धर्मराजास प्रदक्षिणा घातली. ब्राह्मण व कुरुजांगलप्रदेशांतील सर्वही मुख्य मुख्य लोक ह्यांनीं संतोषानें त्यास प्रणाम केला व बंधूंसहवर्तमान धर्मराजानेंही संतोषपूर्वक त्यांस नमस्कार केला. कुरुजांगलप्रदेशांतील लोकसमुदाय पाहून तो महात्मा राजा युधिष्ठिर त्या ठिकाणीं उभा राहिला. त्या वेळीं, ज्याप्रमाणें पिता पुत्रावर प्रेम करितो, त्याप्रमाणें त्या कुरुकुलश्रेष्ठ महात्म्यानें त्यांजवर प्रेम केलें. त्या भरतकुलश्रेष्ठाविषयीं त्या लोकांचेंही वर्तन ज्याप्रमाणें पुत्राचें वर्तन पित्याविषयीं असावें त्याचप्रमाणें होतें. पुढें त्या सर्वही मुख्य लोकांचा समुदाय कुरुकुलांतील वीर युधिष्ठिर ह्याच्या सभोंवतीं जमून उभा राहिला आणि 'हाय हाय! हे प्रभो! हे धर्मा!' असें ह्मणून अश्रु ढाळूं लागला. जनमेजया, पांडवांना ही स्थिति भोगावी लागत असल्यामुळें त्या राज्यांत राहण्याचीही त्या लोकांस लाज वाटूं लागली. ते ह्मणाले, "ज्याप्रमाणें पित्यानें पुत्राचा त्याग करावा त्याप्रमाणें नगर आणि देश ह्यांमध्यें वास्तव्य करणाऱ्या आह्मां सर्वही प्रजाजनांचा त्याग करून हा कुरुदेशाधिपति नरश्रेष्ठ धर्मराजा कोणीकडे बरें चालला आहे? हे राजा, धिक्कार असो त्या क्रूरबुद्धीच्या दुर्योधनाला, शकुनीला आणि पापबुद्धि कर्णाला! कीं जे दुष्ट सदोदीत धर्मनिष्ठ असणाऱ्या तुजवरही अशा रीतीनें अनर्थ ओढवावा अशी इच्छा करितात! अचिंत्य कर्में करणारा महात्मा धर्मराज कैलासनगराप्रमाणें शोभायमान असें अद्वितीय इंद्रप्रस्थनामक नगर स्वतः वसवून आतां तें सोडून देऊन कोणीकडे चालला आहे! महात्मा मय ह्यानें देवांच्या सभेप्रमाणें दिसणारी अशी जी अद्वितीय सभा निर्माण केली, त्या देवांनीं संरक्षण केलेल्या देवमायेप्रमाणें भासणाऱ्या सभेचा त्याग करून हा धर्मराज कोणीकडे निघाला आहे!" त्यांचें हें भाषण ऐकून धर्म, अर्थ आणि काम ह्या पुरुषार्थांचें ज्ञान असलेला अत्यंत तेजस्वी अर्जुन त्या सर्वांसही मोठ्यानें म्हणाला, "वनवास भोगून झाल्यानंतर राजा युधिष्ठिर हा सांप्रत शत्रूंच्या कीर्तीस कारणीभूत होणारीं दिव्यसभादिक स्थानें जिंकून घेईल. आतां तुम्ही तपोनिष्ठ व धर्म, अर्थ इत्यादिक पुरुषार्थांचें ज्ञान असलेल्या ब्राह्मणश्रेष्ठांस एकत्र जमवून अथवा त्यांची निरनिराळ्या तऱ्हेनें भेट घेऊन त्यांस प्रसन्न करून आमचें अभीष्ट सिद्ध होण्यासाठीं त्यांची प्रार्थना करा." राजा जनमेजया, ह्याप्रमाणें अर्जुनानें भाषण केल्यानंतर त्या ब्राह्मण आणि इतरही सर्व वर्णांतील प्रजांनीं आनंदानें व प्रेमानें त्यांचें अभिनंदन केलें आणि

१ एक प्रकारचें नाणें.

सर्वांनी मिळून अत्यंतश्रेष्ठ धर्मनिष्ठ राजा युधिष्ठिर ह्यास प्रदक्षिणा घातली. नंतर राजा धर्म, भीमसेन, अर्जुन, नकुल, सहदेव आणि द्रौपदी ह्यांजवळ त्यांनीं निरोप मागितला व युधिष्ठिरानें तो देतांच खिन्न होऊन ते लोक आपापल्या देशाकडे निघून गेले.

अध्याय चोविसावा.

—:०:—

पांडवांचा द्वैतवनप्रवेश.

वैशंपायन ह्मणाले:—ह्याप्रमाणें ते प्रजाजन निघून गेल्यानंतर सत्यप्रतिज्ञ धर्मात्मा कुंतीपुत्र युधिष्ठिर सर्वही बंधूंस ह्मणाला कीं, " आह्मांला बारा वर्षेपर्यंत निर्जन अशा अरण्यामध्यें राहिलें पाहिजे. तेव्हां, ज्यांत पुष्कळ पशुपक्षी वास करीत असून जो अनेक पुष्पें व फलें ह्यांच्या योगानें रम्य, पवित्र अशा लोकांनीं युक्त व शुभकारक असून ज्या ठिकाणीं आह्मांस संपूर्ण बारा वर्षे सुखानें राहतां येईल असा ह्या महावनांतील एखादा प्रदेश तुम्ही पाहून या." ह्याप्रमाणें त्यानें भाषण केल्यानंतर, सर्वही मनुष्यांचा केवल पिताच अशा धर्मराजास पित्याप्रमाणें मान देऊन अर्जुनानें उत्तर दिलें.

अर्जुन ह्मणाला:—तूंच वृद्धवृद्ध महामुनींची सेवा करणारा आहेस. तुला विदित नाहीं असें ह्या मनुष्यलोकांत कांहींही नाहीं. हे भरतकुलश्रेष्ठा, द्वैपायनप्रभृति ब्रह्मनिष्ठ आणि देवलोक, ब्रह्मलोक, गंधर्वलोक आणि अप्सरोलोक इत्यादि सर्वही लोकांच्या दारांशीं नेहमीं संचार करणारा महातपस्वी मुनि नारद ह्यांची तूं उपासना केली आहेस. हे पृथ्वीपते, तुला सर्वही ब्राह्मणांचें कर्तव्य व अकर्तव्य ह्यांविषयींचें ज्ञान असून त्यांचें सामर्थ्यही निःसंशय माहीत आहे. हे महाराजा, तुलाच कोणता प्रदेश कल्याणकारक होईल ह्याची माहिती आहे, तेव्हां जिकडे जाण्याची तुह्मी इच्छा असेल तेथेंच जाऊन आह्मी वास्तव्य करूं. ह्या द्वैतवननामक सरोवरांचें देखील पाणी पवित्र असून अनेक पुष्पें व सर्भोवतीं असणाऱ्या वृक्षांचीं फलें ह्यांच्या योगानें हें रम्य दिसत आहे. तसेंच ह्यांत अनेक प्रकारचे पक्षीही क्रीडा करीत आहेत. तेव्हां, हे महाराजा, जर तुह्मी अनुमति मिळाली तर याच्या तीरावरच आपण बारा वर्षे सुखानें घालवावीं असें मला वाटतें. आपलें मत याहून कांहीं निराळें आहे काय ?

युधिष्ठिर ह्मणाला:—अर्जुना, तूं जें ह्मटलेंस तें मलाही मान्य आहे. चला आपण त्या सुप्रसिद्ध, पवित्र आणि विशाल अशा द्वैतवन सरोवराकडेच जाऊं.

वैशंपायन ह्मणतात:—धर्मराजानें असें ह्मटल्यानंतर ते सर्वही धर्मनिष्ठ पांडव त्या पवित्र द्वैतवन सरोवराकडे चालले. त्या वेळीं त्यांच्याबरोबर अनेक ब्राह्मणही होते. कारण, ते चालले त्या वेळीं अग्निहोत्र असलेले, तें नसलेले, गृहस्थाश्रमी, अध्ययन करणारे, ब्रह्मचारी आणि वानप्रस्थ अशा अनेक ब्राह्मणांचा युधिष्ठिरापाशीं मोठा परिवार जमला होता. त्या ब्राह्मणांमध्यें सिद्ध व प्रशंसनीय व्रतांचें आचरण करणारे शेंकडों महात्मेही होते. ह्याप्रमाणें बरोबर असणाऱ्या अनेक ब्राह्मणांसहवर्तमान ते भरतकुलश्रेष्ठ पांडव ज्या ठिकाणीं द्वैतवननामक सरोवर होतें त्या पवित्र अशा द्वैतवननामक रम्य अरण्यांत गेले. तेव्हां त्या वनांत असणारे सागवान, ताड, उत्कृष्ट प्रकारचे मोहे, काळा अशोक अथवा सुपारी, कळंब, सर्ज (ज्यापासून राळ उत्पन्न होते तो वृक्ष), अर्जुनसादडा आणि पांगारा ह्यांस ग्रीष्मऋतु निघून गेल्यामुळें पुष्पें आलेलीं होतीं. तें महावन राजा युधिष्ठिराच्या दृष्टीस पडलें. तेथें मोठमोठ्या वृक्षांच्या शेंड्यावर मोर, पाणकावळे

आणि चकोर ह्यांचे समुदाय व बर्हिण (एक प्रकारचे पक्षी) आणि कोकिल इत्यादिक पक्षी मंजूळ शब्द करीत बसलेले होते. त्या अरण्यांत हत्तिणींचे कळप बरोबर घेऊन चाललेल्या, मदोन्मत्त झालेल्या, आपल्या कळपांचें संरक्षण करणाऱ्या व पर्वतांप्रमाणें दिसणाऱ्या मोठमोठ्या हत्तींचे समुदाय युधिष्ठिराच्या नजरेस पडले. पुढें, हे वीरा, जटा धारण करणाऱ्या व अंतःकरण शुद्ध असलेल्या धर्मनिष्ठ लोकांचें वसतिस्थान अशा त्या वनांत रम्य अशा सरस्वती नदीच्या समीप जातांच त्यांस अनेक सिद्ध व ऋषि ह्यांच्या समुदायाचें दर्शन झालें. नंतर तो अत्यंत तेजस्वी धार्मिकश्रेष्ठ राजा युधिष्ठिर वाहनांतून खालीं उतरला व आपले बंधु आणि इतर लोक ह्यांस बरोबर घेऊन, इंद्र जसा स्वर्गांत प्रवेश करितो त्याप्रमाणें त्या वनांत गेला. तेव्हां त्या सत्यप्रतिज्ञ व विचारसंपन्न भूपालश्रेष्ठ धर्मराजास पाहण्याच्या इच्छेनें चारण व सिद्ध ह्यांचे समुदाय आणि त्या अरण्यामध्यें वास्तव्य करणारे लोक हे सर्वजण मिळून त्याजकडे येऊन त्याच्या सभोंवतीं उभे राहिले. तेव्हां त्या धार्मिकश्रेष्ठ राजा युधिष्ठिरानें सर्वही सिद्धांस वंदन केलें व त्यांनींही राजा अथवा देव ह्यांच्याप्रमाणें त्याचा सत्कार केला. नंतर तो त्या सर्वही ब्राह्मणश्रेष्ठांसहवर्तमान अरण्यांत जाऊन एका प्रफुल्ल अशा मोठ्या वृक्षाखालीं राहिला. त्या ठिकाणीं अनेक धर्मनिष्ठ तपस्वी लोकांनीं येऊन त्या पुण्यशील महात्म्या धर्मराजाचा आपल्या पित्याप्रमाणें बहुमान केला. जनमेजया, नंतर थकून गेल्यामुळें भीम, द्रौपदी, अर्जुन, नकुल, सहदेव हेही त्या ठिकाणीं येऊन बसले व रथांचे घोडे सोडून त्यांचे सेवकलोक आणि इतर परिवार हेही तेथें येऊन बसले. लतांच्या विस्तारानें व्याप्त होऊन गेल्यामुळें नम्र झालेला तो महावृक्ष, मुळाशीं ते पांच धनुर्धर महात्मे पांडव वास्तव्य करण्यासाठीं येऊन बसल्यामुळें, हत्तींच्या कळपांतील म्होरक्यांच्या योगानें शोभणाऱ्या महापर्वताप्रमाणें भासूं लागला.

अध्याय पंचविसावा.

—:०:—

पांडवांस मार्कंडेयमुनींची भेट.

वैशंपायन म्हणालेः—राजा, सुखोपभोग घेण्यास योग्य असतांही ह्याप्रमाणें वनवास प्राप्त झाल्यामुळें ते इंद्रतुल्य पांडव त्या अरण्यांत जाऊन वास करून सरस्वतीच्या तीरावर उत्कृष्ट प्रकारच्या शालवनामध्यें सुखानें दिवस काढूं लागले. त्या ठिकाणीं कुरुश्रेष्ठ महासामर्थ्यसंपन्न राजा युधिष्ठिर हा उत्कृष्ट प्रकारचीं फळें मुळें ह्यांच्या योगानें यति, मुनि व इतरही सर्व ब्राह्मणश्रेष्ठ ह्यांस संतुष्ट करूं लागला. त्या महावनामध्यें पांडवांस पित्याप्रमाणें असणारा अत्यंत तेजस्वी पुरोहित धौम्य हा त्या क्षत्रियजातीय पांडवांचे दर्शपूर्णमासादिक याग, श्राद्धादिक पितृकर्में आणि इतरही क्रिया करीत असे. ह्याप्रमाणें राज्य सोडून देऊन ते कांतिमान् पांडव अरण्यांत जाऊन राहिले असतां एकदा वृद्ध, अत्यंत प्रखर व विपुल तेज असलेले मार्कंडेयमुनि त्यांच्या आश्रमांत अतिथि आले. प्रज्वलित झालेल्या अग्नीप्रमाणें कांति असलेले व देव, मुनि आणि मानव ह्यांस पूज्य असे ते महामुनि मार्कंडेय येतांच अद्वितीय सत्वगुण व अलौकिक वीर्य ह्यांनीं युक्त असणाऱ्या उदारबुद्धि कुरुकुलश्रेष्ठ धर्मराजानें त्यांचें पूजन केलें. पुढें सर्वज्ञ अशा त्या महात्म्या मार्कंडेयमुनींनीं द्रौपदी, युधिष्ठिर, भीमसेन आणि अर्जुन ह्यांजकडे पाहिलें, तेव्हां मनांत रामाचें स्मरण होऊन त्यांनीं त्या ऋषींमध्येंच किंचित् हास्य केलें. ह्यामुळें धर्मराज

किंचित् खिन्न झाल्यासारखा होऊन त्यांस ह्मणाला कीं, "हे सर्वही तपस्वी नम्रपणें ह्या ठिकाणीं बसले आहेत; असें असतां आपण ह्यांच्या समक्ष मजकडे पाहून आनंदित होऊन हसल्यासारखें करितां हें काय?"

मार्कंडेय ह्मणाले:—बा युधिष्ठिरा, मला आनंदही होत नाहीं व हसूंही येत नाहीं व आनंद झाल्यामुळें गर्व चढत नाहीं. आज तुजवर आलेलें संकट पाहून मला सत्यपरायण दाशरथिरामाची आठवण झाली. युधिष्ठिरा, तो राजा रामदेखील पित्याच्या आज्ञेवरून लक्ष्मणा-सहवर्तमान हातीं धनुष्य घेऊन ऋष्यमूक पर्वताच्या टेकडीवर संचार करीत होता, हें मींच पाहिलें आहे. तो महात्मा दाशरथि प्रत्यक्ष यमाचा देखील निग्रह करण्यास समर्थ आणि साक्षात् नमुचिनामक दैत्याचा वध करणाऱ्या इंद्रासारखा असतांही पित्याच्या आज्ञेवरून स्वधर्म समजून वनामध्यें वास करूं लागला. त्याचा देखील प्रभाव प्रत्यक्ष इंद्रासारखा असून सामर्थ्यही मोठें होतें व तो युद्धामध्यें अजिंक्यही होता; तथापि तो महात्मा उपभोग्य वस्तूंचा त्याग करून वनांत संचार करूं लागला. बरोबरच आहे: पराक्रम गाजविण्याचें जरी सामर्थ्य असलें तरी अधर्म करणें योग्य नाहीं. बा युधिष्ठिरा, नभाग, भगीरथ इत्यादिक राजांनीं जरी समुद्रवलयांकित पृथ्वी जिंकली होती तरी देखील सत्याचाच अवलंब करून त्यांनीं सर्व लोकांस वश केलें होतें. कारण, जरी बाहुबल प्रकट करण्याचें सामर्थ्य असलें तरी अधर्म करणें बरें नाहीं विधात्यानें वेदवचनांच्या योगानें जो अग्निहोत्रादिक विधि सांगितला आहे त्याचेंच आचरण करून सप्तर्षि आकाशामध्यें वास्तव्य करितात. ह्याचेंही कारण हे नरश्रेष्ठा युधिष्ठिरा, जरी पराक्रम करण्याचें सामर्थ्य असलें तरी अधर्म करूं नये, हेंच होय. राजा युधिष्ठिरा, हे दिग्गज पर्वताच्या शिखरांएवढे असून उत्कृष्ट प्रकारचे दांत आणि अतिशय सामर्थ्य ह्यांनीं युक्त आहेत; तथापि पहा ते कसे विधात्याच्या आज्ञेंत राहिले आहेत ते! सारांश, अंगीं सामर्थ्य असलें तरी देखील अधर्म करूं नये. फार कशाला? हे राजा, तूं सर्वही प्राणी पहा—ते विधात्यानें आपापल्या जातीस लावून दिलेलेंच कर्म सदोदीत करीत असतात. त्यांना दुसऱ्याचें कर्म करण्यास सामर्थ्य नसतें असें नाहीं. ह्याचें तरी कारण, जरी सामर्थ्य असलें तरी अधर्माचें आचरण करूं नये, हेंच होय. सत्याचा अवलंब करून व धर्मावर निष्ठा ठेवून नियमानें योग्य प्रकारचें वर्तन केल्यामुळेंच तुझी कीर्ति सर्वही मनुष्यांच्या कीर्तीवर ताण करणारी झाली असून तेजही सूर्याप्रमाणें अत्यंत देदीप्यमान आहे. तेव्हां, हे महाप्रभावा युधिष्ठिरा, ह्या वनामध्यें तूं आपल्या प्रतिज्ञेप्रमाणें हा दुःखदायक वास उपभोगिल्यानंतर त्या आपल्या तेजाच्या योगानें देदीप्यमान अशी संपत्ति कौरवांपासून हरण करशील व पृथ्वीपति होशील.

वैशंपायन ह्मणाले:—ह्याप्रमाणें त्या ऋषींमध्यें भाषण केल्यानंतर ते मार्कंडेय मुनि धौम्य, त्यांचे मित्र व एकत्र बसलेले ते सर्व पांडव ह्यांचा निरोप घेऊन उत्तर दिशेकडे निघून गेले.

अध्याय सव्विसावा.

—:०:—

युधिष्ठिरास बकमुनीचा उपदेश.

वैशंपायन म्हणाले:—ह्याप्रमाणें ते महात्मे पांडव द्वैतवनामध्यें राहूं लागले तेव्हां तें महावन ब्राह्मणांनीं उच्चारिलेल्या वेदघोषानें चोहोंकडे गजबजून गेलें. द्वैतवन सरोवर तर ब्रह्मलोकाप्रमाणें पवित्र होऊन गेलें. ब्राह्मणांनीं उच्चारिलेल्या ऋग्वेद, यजुर्वेद, सामवेद आणि

ब्राह्मणादि गद्यग्रंथ ह्यांचा हृदयास आकर्षण करणारा ध्वनि त्या ठिकाणीं चोहोंकडे होऊं लागला. ज्ञानसंपन्न ब्राह्मणांच्या वेदघोषाप्रमाणेंच पांडवांच्या धनुर्गुणाचाही टणत्कार त्या ठिकाणीं होत असे. ह्यामुळें ब्राह्मणाशीं संबंध जडल्यामुळें क्षत्रियजातीस त्या वेळीं एक विशेष प्रकारची शोभा आलेली होती. पुढें एकदा संध्याकाळीं सभोंवतीं ऋषि असून मध्यें कुंतीपुत्र धर्मराज युधिष्ठिर बसला असतां दाल्भ्यकुलोत्पन्न बकनामक ऋषि त्याला म्हणालाः— युधिष्ठिरा, पहा हा ह्या द्वैतवनांतील तपस्वी ब्राह्मणांचा होमकाल. हे कुरुकुलश्रेष्ठा, सांप्रत भृगु, अंगिरा, वसिष्ठ, कश्यप, महाभाग्यशाली अगस्त्य व उत्कृष्ट प्रकारचें व्रत धारण करणारे अत्रि मुनि ह्यांच्या कुलांतील सर्वही ब्राह्मण तूं संरक्षण केल्यामुळें ह्या पवित्र अरण्यामध्यें व्रतस्थ राहून धर्माचरण करीत आहेत. सर्वही जगतांतील श्रेष्ठ श्रेष्ठ ब्राह्मण आज तुझ्या सहवासांत आहेत. तेव्हां हे कुरुवंशजा, कुंतीपुत्रा युधिष्ठिरा, मी सांगतों तें तूं आपल्या बंधूंसहवर्तमान ऐक. हे भारता, ब्राह्मणांशीं क्षत्रियांचा व क्षत्रियांशीं ब्राह्मणांचा संबंध जडला ह्मणजे उभयतांही अत्यंत सामर्थ्यसंपन्न होतात; आणि अग्नि व वायु हे ज्याप्रमाणें वन दग्ध करून सोडितात त्याप्रमाणें ते शत्रूंना भस्म करून टाकितात. बा युधिष्ठिरा, इहलोक अथवा परलोक हस्तगत करण्याची इच्छा असल्यास चिरकाल ब्राह्मणांचें साहाय्य घेतल्यावांचून राहूं नये. कारण, धर्म आणि अर्थ ह्यांत उत्कृष्ट प्रकारचें शिक्षण मिळविलेल्या व ह्मणूनच अज्ञानविरहित असलेल्या ब्राह्मणांचें साहाय्य मिळालें तरच राजास शत्रूला धुडकावून लावितां येतें. राजा, बलि हा पूर्वी प्रजापालनाच्या योगानें घडणाऱ्या मोक्षजनक धर्माचें आचरण करीत होता. त्या वेळीं त्यास इहलोकामध्यें ब्राह्मणांवांचून दुसरा गुरु मिळाला नाहीं. ब्राह्मणांशीं अत्यंत मिळून वागल्यामुळें विरोचनपुत्र बलि ह्याचे मनोरथ पूर्ण होण्यांत उणीव पडली नव्हती व त्याची संपत्तिही अक्षय्य झाली होती. पण पुढें ब्राह्मणांविषयीं दुष्ट प्रकारचें आचरण केल्यामुळेंच त्याचा अगदीं नाश होऊन गेला. ज्याला ब्राह्मणांचें साहाय्य नसेल अशा दुसऱ्या कोणत्याही वर्णाकडे ही ऐश्वर्यानें युक्त असणारी भूमि फार वेळ जाऊन राहत नाहीं. पण जो अत्यंत सुशिक्षित राजा ब्राह्मणांचे आज्ञेमध्यें वागत असेल त्याच्याच पुढें ही समुद्रवलयांकित पृथ्वी हात जोडून असते. अंकुश टोंचून वळविणारा महात नसला म्हणजे जसें संग्रामांत गजाचें बल कमी होतें, त्याप्रमाणेंच ब्राह्मणाचें साहाय्य नसलेल्या क्षत्रियाचें सामर्थ्य नष्ट होऊन जातें. कारण, ब्राह्मणाच्या ठिकाणीं अप्रतिम ज्ञान असून क्षत्रियाच्या ठिकाणीं निरुपम सामर्थ्य आहे. ह्यामुळें ते उभयतां जेव्हां परस्परांच्या साहाय्यानें वागूं लागतात तेव्हांच लोक प्रसन्न राहतात. ज्याप्रमाणें अग्नि जरी मोठा असला तरी वायूच्या साहाय्यानेंच तो तृण दग्ध करितो, त्याप्रमाणें ब्राह्मणांच्या साहाय्यानें क्षत्रिय शत्रूंस भस्म करून टाकितो. ह्यास्तव, बुद्धिमान् क्षत्रियानें अप्राप्त वस्तूंची प्राप्ति आणि प्राप्त झालेल्या द्रव्यादिकांची अभिवृद्धि ह्यांसाठीं जर ज्ञानाचा शोध करावयाचा असेल तर तो ब्राह्मणांमध्येंच करावा. कारण, हीं कर्में करावयाचें ज्ञान ब्राह्मणांवांचून इतरत्र असावयाचें नाहीं. तेव्हां हे धर्मराजा, अप्राप्त वस्तूंची प्राप्ति व्हावी, प्राप्त झालेल्या वस्तूंची अभिवृद्धि व्हावी व यथायोग्य अशा सत्पात्रास दान घडावें म्हणून तूं कीर्तिसंपन्न, वेदज्ञ, विद्वान् आणि बहुश्रुत अशा ब्राह्मणांसच जवळ ठेवून घे. युधिष्ठिरा, ब्राह्म-

णांविषयीं नेहमीं तुझें वर्तन उत्कृष्ट प्रकारचें आहे, म्हणूनच तुझी विशाल कीर्ति सर्वही लोकांमध्यें प्रकाश पावत आहे.

वैशंपायन ह्मणाले:—असें म्हणून तो दाल्भ्य-कुलोत्पन्न मुनि बक युधिष्ठिराची प्रशंसा करूं लागला असतां तेथें असणाऱ्या सर्वही ब्राह्मणांचीं अंतःकरणें सुप्रसन्न झालीं व त्यांनीं त्या बकमुनींचें पूजन केलें. नंतर द्वैपायन, नारद, जामदग्न्य, पृथुश्रवा, इंद्रद्युम्न, भालुकी, कृतचेता, सहस्रपात, कर्णश्रवा, मुंज, लवणाश्व, काश्यप, हारीत, स्थूलकर्ण, अग्निवेश्य, शौनक, कृतवाक्, सुवाक्, बृहदश्व, विभावसु, ऊर्ध्वरेता, वृषामित्र, सुहोत्र आणि होत्रवाहन ह्यांनीं व आणखीही प्रशंसनीय नियम व व्रत धारण करणाऱ्या अनेक ब्राह्मणांनीं, ऋषि जसा इंद्राचा संमान करितात तसा युधिष्ठिराचा बहुमान केला.

अध्याय सत्ताविसावा.

—:*:—

द्रौपदीचें भाषण.

वैशंपायन म्हणाले:—पुढें एकदा अरण्यांत वास करणारे ते पांडव द्रौपदीसहवर्तमान बसून दुःख आणि शोक ह्यांविषयींच्या गोष्टी करूं लागले असतां दर्शनीय, ज्ञानसंपन्न आणि पतिव्रता अशी त्यांची प्रिया द्रौपदी धर्मराजास असें म्हणाली.

द्रौपदी म्हणाली:—खरोखर त्या दुष्ट, घातकी आणि पापिष्ठ दुर्योधनाला आम्हांविषयीं यत्किंचित्‌ही वाईट वाटत नाहीं. कारण, हे राजा, कृष्णाजिनें परिधान करवून मजसहवर्तमान तुला वनाकडे धाडून दिल्यानंतरही त्या दुष्टाला पश्चात्ताप झाला नाहीं. खरोखर त्या दुष्टाचें हृदय लोखंडाचेंच बनलेलें आहे, म्हणूनच त्या वेळीं तो तूं धर्मनिष्ठ व वडील असतांही तुजला कर्णकठोर शब्द बोलला. तूं केवल सुखाचाच उपभोग घेणें योग्य असून दुःखोपभोगास पात्र नाहींस असें असतां तो दुष्ट पापी तुला अशा दुःखांत पाडून आपल्या मित्रमंडलासहवर्तमान आनंद पावत आहे. हे भरतवंशजा, हे कुरुकुलश्रेष्ठा, तूं कृष्णाजिनें परिधान करून वनाकडे जावयास निघालास तेव्हां इतर सर्वही कुरुवंशज दुःखानें व्यास होऊन गेले व त्यांच्या नेत्रांतून ढळढळां अश्रु गळूं लागले. पण, हे राजा, कर्ण, दुरात्मा शकुनि, दुर्योधन आणि त्याचा दुष्ट व घोर कृत्यें करणारा बंधु दुःशासन ह्या चौघां दुष्टाच्या नेत्रांतून मात्र अश्रूचा बिंदुही पडला नाहीं. हे महाराजा, तुझी पूर्वींची शय्या आणि ही आतांची शय्या ह्यांचा विचार केला ह्मणजे दुःखोपभोगास अयोग्य व सुखसेवन करण्यास योग्य अशा तुजविषयीं मला वाईट वाटतें. तुझें तें सभेच्या मध्यभागीं असणारें व रत्नखचित असल्यामुळें सुशोभित असलेलें हस्तिदंती आसन आणि आतां असलेली ही दर्भाची चटई ह्यांजकडे लक्ष्य जातांच हा शोक मला अगदीं घेरून सोडितो. हे राजा, पूर्वीं सभेमध्यें तुजभोंवतीं राजांचा परिवार जमत असें हें मीं पाहिलें आहे, पण तें आतां दृष्टिगोचर होत नाहीं. मग माझ्या अंतःकरणाला कसली शांति असणार? हे भरतवंशजा, सूर्याप्रमाणें तेजस्वी अशा ज्या तुजला चंदनाचें अनुलेपन लाविलेला मीं पूर्वीं पाहिला आहे, त्याच तुला आज चिखल आणि मळ ह्यांनीं लिप्त झालेला पाहून मी वेड्यासारखी होऊन जात आहें. हे राजेंद्रा, जिनें पूर्वीं तुला शुभ्र अशीं रेशमी वस्त्रें परिधान केलेला पाहिला आहे तीच मी आज तुला वल्कलें परिधान केलेला पहात आहें. राजा, पूर्वीं मसाले घालून तयार केलेलें व सर्वांसही इष्ट असलेलें अन्न सुवर्णाच्या पात्रांतून हजारों ब्राह्मणांस तुझ्या घरांतून वाढून दिलें जात

असे; यति, ब्रह्मचारी आणि गृहस्थाश्रमी ह्यांस, हे प्रभो धर्मराजा, तुजकडून उत्कृष्ट प्रकारचें अन्नदान केलें जात असे; पूर्वीं तुझ्या गृहामध्यें हजारों अतिथींच्या सर्वही इच्छा पूर्ण होऊन त्यांचा सत्कार झालेला आहे; कारण त्या वेळीं तूं त्यांच्या सर्वही इच्छा उत्कृष्ट प्रकारें पूर्ण करून सत्कार करीत होतास; आणि, हे राजा, आतां तर तें माझ्या दृष्टीस-सुद्धां पडत नाहीं, मग कसली आली आहे माझ्या मनाला शांति? हे महाराजा, पूर्वीं स्वच्छ अशीं कुंडलें धारण करणारे तरुण आचारी उत्कृष्ट प्रकारचीं अशीं मसालेदार मिष्टान्नें तुझ्या बंधूंस वाढीत असत; पण ते तुझे सर्वही दुःख भोगण्यास अयोग्य असे बंधु आज ह्या अरण्यामध्यें अरण्यांतीलच फलमूलादिकांवर उपजीविका करीत आहेत असें माझ्या दृष्टीस पडत आहे. ह्यामुळें, हे राजा, माझ्या अंतः-करणाला स्वस्थता वाटत नाहीं. हा भीमसेन वनवासाचे कष्ट सोशीत आहे हें लक्ष्यांत येऊन, समय प्राप्त झाला असतांही तुझ्या क्रोधाला कसें भरतें येत नाहीं? केव्हांही न डग-मगणारा हा भीमसेन सुखोपभोग घेण्यासच योग्य असून दुःखी झालेला आहे व त्याला स्वतःला अनेक कामें करावीं लागत आहेत; हें पाहून देखील तुझा क्रोध कसा भडकून जात नाहीं? नानाप्रकारचीं वाहनें आणि लहानमोठीं वस्त्रें हीं देऊन पूर्वीं ज्याचा बहुमान केला तो हा भीमसेन आज वनांत येऊन पडला आहे, हें पाहून देखील तुझा क्रोध कसा वृद्धिंगत होत नाहीं? ह्या सामर्थ्यसंपन्न भीमसेनाला युद्धामध्यें सर्वही कौर वांना ठार करण्याची उमेद आहे. तथापि तो केवळ तुझ्या प्रतिज्ञेकडे दृष्टि देऊन हें दुःख सहन करीत आहे. बाणयुद्ध करण्यामध्यें चलाख असल्यामुळें जो अर्जुन दोन बाहु असतांही अनेक बाहु असणाऱ्या सहस्रार्जुनाच्या तोडीचा व प्रत्यक्ष प्रलय-कालीं प्रजेचा संहार करणाऱ्या यमासारखा आहे; आणि, हे महाराजा, ज्याच्या शस्त्रप्रभावा-नेंच तुझ्या यज्ञामध्यें सर्वही राजे नम्र होऊन ब्राह्मणांचें पूजन करीत होते, तो हा देव-दैत्यादिकांनीं बहुमान केलेला पुरुषश्रेष्ठ अर्जुन चिंताक्रांत होऊन बसलेला आहे, हें पाहून देखील तुला कसा क्रोध येत नाहीं? दुःख भोगण्यास अयोग्य व केवळ सुख भोगण्यासच योग्य असलेला हा अर्जुन अरण्यांत येऊन पडलेला आहे हें पाहून देखील तुझ्या क्रोधाला जोर येत नाहीं ह्यामुळें मी वेड्यासारखी होऊन गेलें आहे. ज्या अद्वितीय रथी अर्जु-नानें देव, मनुष्यें व सर्प ह्यांचा पराजय केला तो आज वनांत येऊन पडला आहे, हें पाहून देखील तुझा क्रोध कसा वाढत नाहीं? जो शत्रूस ताप देणारा अर्जुन दिसण्यांत अत्यंत आश्चर्यकारक असे अश्व आणि गज ह्यांचा परिवार बरोबर घेऊन जाऊन बलात्कारानें राजांपासून द्रव्य हरण करीत असे व जो एका वेगासरशीं पांचशें बाण सोडूं शकतो, तो अर्जुन आज अरण्यांत वास्तव्य करीत आहे हें पाहून तुझा कोप कसा प्रज्वलित होत नाहीं? ढाल घेऊन युद्ध करण्यामध्यें श्रेष्ठ असा हा तरुण, धिप्पाड आणि श्यामवर्ण नकुल वनामध्यें वास करीत आहे हें पाहून देखील तुझा क्रोध कसा जोरांत येत नाहीं? हे पृथ्वी-पते, हा शूर आणि देखणा माद्रीपुत्र सहदेव वन-वास भोगीत आहे हें पाहून देखील तूं कसा सह-नशील होऊन बसला आहेस? हे नरेंद्रा, दुःखोप-भोगास अयोग्य असणारे नकुल आणि सहदेव हे उभयतां दुःख भोगीत आहेत, हें धडधडीत दिसत असतांही तुझ्या क्रोधाला कसा जोर येत नाहीं? ही पुरुषांची गोष्ट राहिली

ह्मणा, पण द्रुपदाच्या कुलांत जन्म पावलेली महात्म्या पांडूची स्नुषा, धृष्टद्युम्नाची भगिनी, तुह्मां वीरांची तुमच्या इच्छेप्रमाणें वागणारी पत्नी अशी मीही वनांत येऊन पडलें आहें हें दिसत आहे तरी देखील तूं क्षमेचाच अवलंब काय ह्मणून करितोस? हे भरतकुलश्रेष्ठा, मला वाटतें खरोखर तुझ्या अंगीं क्रोधच नाहीं, ह्मणूनच हे बंधु आणि मी ह्यांची स्थिति पाहून सुद्धां तुझ्या अंतःकरणाला व्यथा होत नाहीं. ज्याला क्रोध येत नाहीं तो क्षत्रियच नव्हे अशी लोकांमध्यें ह्मण आहे; पण तूं क्षत्रिय असतांही ती ह्मण आज तुझ्या ठिकाणीं मला अगदीं उलट दिसत आहे. हे पार्था, प्रसंग आला तरीही जो क्षत्रिय आपलें तेज प्रकट करीत नाहीं त्याचा सर्वही प्राणी सदोदीत तिरस्कार करीत असतात. तेव्हां, तूं शत्रूंना कोणत्याही प्रकारें क्षमा करूं नको. कारण, पराक्रमाच्याच योगानें त्यांचा वध होणें शक्य आहे ह्यांत संशय नाहीं. करावयाची त्या वेळेला क्षमाही करावी, नाहीं असें नाहीं; कारण, जो क्षत्रिय क्षमा करण्याच्या वेळींही शांतीचा स्वीकार करीत नाहीं, त्याला इहलोक नाहीं व परलोकही नाहीं असें होतें व तो सर्वही प्राण्यांस अप्रिय होऊन जातो.

अध्याय अठ्ठाविसावा.

—:०:—

द्रौपदीनें सांगितलेला प्रल्हादबलिसंवाद.

द्रौपदी ह्मणालीः—ह्याविषयीं प्रल्हाद आणि विरोचनपुत्र बलि ह्यांचा संवाद ह्मणून एक पूर्वीचा इतिहास सांगत असतात, तो असाः—

एकदा बलीनें धर्मसंपन्न, महाज्ञानी आणि असुरश्रेष्ठ असा आपला पितामह प्रल्हाद ह्यास प्रश्न केला.

बलि म्हणालाः—बाबा, क्षमा श्रेष्ठ कीं, तेज श्रेष्ठ ह्याविषयीं संशय आल्यामुळें मी आपणांला विचारतों आहें, तेव्हां आपण जें योग्य असेल तें सांगा. हे धर्मज्ञा, ह्या दोहोंमध्यें कोणतें श्रेष्ठ आहे तें आपण मला सांगितलें ह्मणजे मी निःसंशयपणें आपल्या सांगण्याप्रमाणेंच सर्व गोष्टी करीत जाईन. ह्याप्रमाणें त्यानें विचारलें असतां, सर्व प्रकारच्या निर्णयांचें ज्ञान असलेल्या त्याच्या ज्ञानसंपन्न पितामहानें त्याला तें सर्व सांगितलें.

प्रल्हाद ह्मणालाः—बा बले, सदोदीत कडकपणाही बरा नाहीं आणि निरंतर सहनशीलताही चांगली नाहीं, हें तूं ह्या दोहोंविषयीं निःसंशय लक्ष्यांत ठेव. मुला, जो सदोदीत सहनशील होऊन राहतो त्याच्या ठिकाणीं अनेक दोष उद्भवतात. कारण, सेवक लोक, तटस्थवृत्तीनें राहणारे आणि शत्रु हे सर्वही सहनशील मनुष्याचा तिरस्कार करूं लागतात व कोणीही प्राणी ह्याच्याशीं केव्हांही नम्रपणानें वागत नाहींत. ह्मणूनच, बाळा, सुज्ञ लोक सदोदीत सहनशीलतेला दोष देत असतात. सेवक लोक देखील सहनशील मनुष्याची अवज्ञा करून अनेक प्रकारें अपराधी बनतात व ते क्षुद्रबुद्धीचे लोक त्याच्या द्रव्याचा अपहार करण्याची इच्छा करितात. त्यानें नेमलेले अधिकारी लोक देखील अविचारी बनून वाहनें, वस्त्रें, अलंकार, शय्या, आसनें, भोजन, पेय पदार्थ आणि इतरही सर्व प्रकारचें सामान आपणांस वाटेल त्या रीतीनें ह्याजकडून हिरावून घेतात व त्या मालकानें आज्ञा केली तरीही एखाद्याला देण्याची ती वस्तु देत नाहींत. मालकाचा जसा बहुमान केला पाहिजे तसा ते ह्याचा कोणत्याही प्रकारें बहुमान करीत नाहींत. सारांश, त्याचा अपमान होतो आणि अपमान होणें हें तर ह्या लोकांत मरणा-

पेक्षां देखील वाईट आहे. मुला, अशा प्रकारचा सहनशील मनुष्य असला ह्मणजे दूत काय, पुत्र काय; चाकर काय आणि तटस्थ वृत्तीनें राहणारे काय, सर्वच कठोर बोलूं लागतात. इतकेंच नव्हे, तर त्या क्षमाशील मनुष्याचा अपमान केल्यानंतर कांहीं लोक त्याच्या स्त्रीचीही इच्छा करितात; आणि हा क्षमाशील असल्यामुळें अविचारी बनून गेलेली ह्याची स्त्री देखील स्वच्छंदपणें व्यवहार करूं लागते. सारांश, प्रभु क्षमाशील असल्यामुळें निरंतर आनंदीआनंद करीत राहणाऱ्या सेवक लोकांस जर त्याच्याकडून थोडी सुद्धां शिक्षा झाली नाहीं, तर त्यांच्या अंगीं दोष उत्पन्न होतात व तसें झालें ह्मणजे ते अपाय करूं लागतात. क्षमाशील मनुष्याचे हे व आणखीही पुष्कळ दोष कायमचेच आहेत. आतां, हे विरोचनपुत्रा, ज्यांनीं क्षमेचा त्यागच केला आहे त्यांचेही हे दोष लक्ष्यांत घे. रजोगुणानें व्याप्त झालेला मनुष्य कोपाविष्ट होऊन आपल्या अंगीं असणाऱ्या कडकपणामुळें—योग्य असो अथवा अयोग्य असो—सदोदीत नानाप्रकारच्या शिक्षा करीत राहतो; ह्यामुळें त्या कडक मनुष्याचा मित्राशीं देखील विरोध उत्पन्न होतो व सर्व लोक किंबहुना त्याचे आप्तइष्ट ह्यांचाही तो द्वेष्य बनतो. अपमान केल्यामुळें द्रव्यहानि, दूषणें, अनादर, संताप, द्वेष, मोह आणि शत्रु ह्यांचीही त्या मनुष्यास प्राप्ति होते. क्रोधामुळेंच मनुष्यांस अनेक प्रकारच्या शिक्षा केल्यामुळें तो मनुष्य कठोर ठरतो; लौकरच ऐश्वर्यभ्रष्ट होतो; त्याचे आप्तइष्ट त्याचा त्याग करितात; किंबहुना त्याचा प्राणघातही होतो. ज्याप्रमाणें सर्प घरांत शिरला ह्मणजे लोक अत्यंत भयभीत होतात, त्याप्रमाणेंच उपकार करणारे व पीडा देणारे ह्या उभयतांवरही सारख्याच प्रकारचा अंमल चालविणाऱ्या ह्या मनुष्याच्या योगानें लोक उद्विग्न होतात. ज्याच्या योगानें लोकांना उद्वेग होतो त्याचा अभ्युदय कसा होणार! अर्थातच होणार नाहीं. संधि सांपडली कीं लोक त्याला खात्रीनें त्रास देऊं लागतात. ह्यास्तव, फारसा अंमलही गाजवूं नये आणि अगदीं मृदुपणाही स्वीकारूं नये; तर ज्या ज्या प्रकारची वेळ येईल त्या त्या वेळेस अनुसरूनच मनुष्यानें योग्य असेल तसें मृदुपणानें अथवा कडकपणानें वागावें. जो मनुष्य योग्य वेळीं मृदु आणि योग्य वेळीं कडक असतो त्यालाच इहलोकीं व परलोकींही सुखप्राप्ति होते. आतां, जे केव्हांही वायां दवडणें योग्य नाहीं असें ज्ञानसंपन्न लोकांनीं सांगितलें आहे ते क्षमा करण्याचे काल मी तुला सविस्तर सांगतों, ऐक. ज्यानें पूर्वी उपकार केला असेल त्यानें जरी अत्यंत मोठा अपराध केला असला तरीही त्याच्या पूर्वीच्या उपकारामुळें तूं त्याला क्षमा कर. ज्यांच्या हातून बुद्धिपूर्वक अपराध घडला नसेल त्यांच्यावरही क्षमा कर. कारण, मनुष्य सर्वच गोष्टींत शहाणा असतो असें नाहीं; ह्यामुळें चुकून एखादे वेळीं अपराध घडणें संभवनीय आहे. पण जे बुद्धिपूर्वक अपराध करून तो आपल्या हातून नकळत घडला असें ह्मणत असतील त्या दुष्टांचा अपराध थोडा असला तरीही त्यांचा वध केला पाहिजे. तसेंच जे वक्र मार्गानें वागत असतील त्यांचाही वध करावा. कोणत्याही प्राण्यानें एकच अपराध केला असेल तर तूं त्याला क्षमा करीत जा; पण त्यानें दुसऱ्या वेळीं जर थोडा सुद्धां अपराध केला तर त्याला वधाची शिक्षा दे. एखाद्या मनुष्याच्या हातून जर एखादा अपराध नकळत घडला आहे असें पूर्णपणें परीक्षा होऊन ठरलें तर त्याला क्षमा केली पाहिजे असें सांगितलें आहे. मृदुत्वाच्या योगानें आपणांशीं क्रूरपणानें

वागणाऱ्या मनुष्यासही मारितां येतें. कारण, दुसऱ्यानें मोठा अपराध केला असतांही आपण शांतीचा अवलंब करून त्याचें कांहींही वाईट केलें नाहीं ह्मणजे तो पश्चात्ताप पावून मेल्यासारखा होतो. तसेंच, मृदुपणाच्या योगानें कडकपणानें वागणाऱ्या मनुष्यासही मारितां येतें. कारण, जो कडक नसतो त्यानें अपराध केला असतां जर आपण मृदुपणानें वागलों तर पुढें त्याला मरणप्राय दुःख होतें. सारांश, मृदुपणाच्या योगानें ताब्यावर आणण्यास अशक्य असें कांहींही नाहीं. ह्यास्तव मृदु हेंच अतिशय कडक होय. पण तो मृदुपणा देखील देश, काल व आपलें सामर्थ्य आणि असामर्थ्य ह्यांचा पूर्णपणें विचार करूनच अंगीकारिला पाहिजे. योग्य देश आणि काल नसल्यास कांहींही घडून यावयाचें नाहीं. ह्यास्तव, तूं देश आणि काल ह्यांची प्रतीक्षा करीत जा. तसेंच, लोकांच्या भीतीमुळेंही अपराध्याला क्षमा केली पाहिजे. ह्याप्रमाणें हे क्षमा करण्याचे काल सांगितलेले आहेत. हें जें क्षमा करण्याला योग्य असें अपराध्याचें वर्तन सांगितलें त्याच्या उलट वर्तन घडेल तो कडकपणा दाखविण्याचा काल होय असें सांगितलेलें आहे.

द्रौपदी ह्मणालीः—तेव्हां, हे राजा, मला वाटतें, लोभिष्ट आणि सदोदीत अपकार करणाऱ्या धृतराष्ट्रपुत्रांविषयीं कडकपणानें वागण्याचाच हा तुझा काल आहे. कौरवांवर क्षमा करण्याचा आतां कोणत्याही प्रकारचा समय उरलेला नाहीं. सारांश, पराक्रम गाजविण्याचा प्रसंग प्राप्त झाल्यामुळें तूं आतां आपलें तेजच प्रकट करणें योग्य आहे. मनुष्य मृदुपणानें वागूं लागला ह्मणजे लोक त्याचा तिरस्कार करितात आणि कडकपणानें वागला ह्मणजे त्याच्यापासून उद्विग्न होतात. तेव्हां प्रसंग आला ह्मणजेच ह्या दोहोंचा उपयोग करावयाचा हें ज्याला माहीत असेल तोच खरा भूपति होय.

अध्याय एकोणतिसावा.

—:०:—

युधिष्ठिराचें उत्तर.

युधिष्ठिर ह्मणालाः—क्रोध हाच मनुष्याच्या प्राणघातास कारणीभूत असून तोच त्याच्या अस्तित्वासही साधन होतो. सारांश, हे महाज्ञानी द्रौपदि, मनुष्याचें अस्तित्व आणि त्याचा अभाव ह्यांस क्रोध हाच कारण आहे असें समज. कारण, हे सुंदरि, ज्या मनुष्यानें क्रोधाचा संहार केला असेल त्याचें अस्तित्व कायम राहतें अर्थात् त्याचा अभ्युदय होतो; पण जो मनुष्य क्रोध सहन करीत नाहीं त्याला तो भयंकर क्रोध नामशेष करून सोडतो. क्रोधामुळेंच प्रजेचा नाश होतो असें लोकांमध्यें दिसून येतें. तेव्हां लोकांच्या विध्वंसास कारणीभूत असणारा क्रोध माझ्यासारख्यानें कसा प्रकट करावा? मनुष्य कोपाविष्ट झाला म्हणजे तो पाप करील; संमाननीय पुरुषांचाही वध करील आणि अतिशय श्रेष्ठ अशा लोकांनाही कठोर बोलून त्यांचा उपमर्द करील. कारण, कोपाविष्ट झालेल्या मनुष्यास काय बोलावें आणि काय न बोलावें ह्याचें मुळीं केव्हांही भानच राहत नाहीं. कोपाविष्ट झालेला मनुष्य अमुक एक करणार नाहीं आणि अमुक एक बोलणार नाहीं असें मुळींच नाहीं. क्रोधामुळें मनुष्य हा वध करण्यास अयोग्य अशांचीही हिंसा करील व ठार करण्यास योग्य अशांचाही बहुमान करील, किंबहुना तो स्वतःलाही यमसदनास पाठविण्याला कारणीभूत होईल. हे ह्या क्रोधामध्यें दोष आहेत असें कळून आल्यामुळें आणि

इहलोकीं व परलोकींही उत्कृष्ट प्रकारें आपलें कल्याण व्हावें ह्या इच्छेनें विद्वान् लोकांनीं ह्या क्रोधास जिंकिलेलें आहे. अशा प्रकारचा विद्वान् लोकांनीं सोडलेल्या ह्या क्रोधाचा अंगीकार मजसारखा मनुष्य कसा करणार ? द्रौपदि, हें सर्व लक्ष्यांत आल्यामुळेंच माझा क्रोध वृद्धिंगत होत नाहीं. क्रुद्ध होणाऱ्या मनुष्यावर जो मनुष्य रोष करीत नाहीं तो आपलें व दुसऱ्याचें अर्थात् क्रोध करणाऱ्याचेंही मोठ्या भीतीपासून संरक्षण करितो. कारण, अशा प्रकारचा मनुष्य उभयतांच्याही स्वस्थतेस कारणीभूत होत असतो. जो मूर्ख मनुष्य, क्लेश होतात म्हणून, सामर्थ्य नसतांही बलिष्ठ मनुष्यावर रागावतो, तो आपणच आपल्या नाशास कारणीभूत होतो. अशा रीतीनें तो अविचारी मनुष्य स्वतःच्या नाशास कारणीभूत झाला म्हणजे त्याला उत्तम लोकाची प्राप्ति होत नाहीं. म्हणून, द्रौपदी, ज्याच्या अंगीं सामर्थ्य नसेल त्यानें आपला क्रोध आवरून धरिला पाहिजे असें सांगितलें आहे. तसेंच, जो ज्ञानसंपन्न मनुष्य सामर्थ्य असतां व क्लेशही होत असतां क्रुद्ध होऊन क्लेश देणाऱ्याचा नाश करीत नाहीं तो इहलोकीं व परलोकींही आनंदांत राहतो. ह्यास्तव, प्राणी बलवान् असो अथवा असमर्थ असो, त्याजवर मनुष्यानें निरंतर क्षमाच केली पाहिजे. मग तो क्षमा करणारा अनेक संकटांत सांपडलेला असो आणि आपणावर संकटें कशीं ओढवलीं ह्याचें त्याला पुरें ज्ञानही असो. द्रौपदि, सज्जन हे क्रोधाच्या निग्रहाचीच प्रशंसा करीत असतात. कारण, क्षमाशील सज्जनांचाच इहलोकीं उत्कर्ष होत असतो असें सत्पुरुषांचें मत आहे. असत्य भाषणापेक्षां सत्य हें जसें श्रेष्ठ आहे त्याप्रमाणें क्रूरपणापेक्षां मृदुपणाच श्रेयस्कर होय. असो; तेव्हां ज्यांत ह्याप्रमाणें अनेक प्रकारचे दोष आहेत व सत्पुरुषांनीं ज्याचा त्याग केला आहे त्या क्रोधाचा अवलंब मजसारखा पुरुष दुर्योधनाच्या वधाकरितां तरी कसा करणार ? दूरदृष्टि ज्ञानी लोक ज्याला तेजस्वी असें म्हणतात त्याच्या अंतःकरणांत क्रोधाचें वास्तव्य नसतें हें अगदीं ठरीव आहे. क्रोध उत्पन्न झाला तरीही जो मनुष्य ज्ञानशक्तीच्या योगानें त्याचा प्रतिबंध करितो त्यालाच तत्त्वदर्शी विद्वान् लोक तेजस्वी असें म्हणतात. हे सुंदरी, कोपाविष्ट झालेल्या मनुष्यास कर्तव्याचें ज्ञान बरोबर होत नाहीं, अकर्तव्य काय हेंही कळत नाहीं आणि त्याला आपली मर्यादाही समजत नाहीं.कोपाविष्ट झालेला मनुष्य ज्याचा वध करणें योग्य नाहीं त्याचाही प्राण घेतो व गुरुजनांसही पीडा देतो. सारांश, जर अंगीं तेज असेल तर क्रोध बाजूला ठेविला पाहिजे. क्रोधानें घेरून सोडलेल्या मनुष्यास दक्षता, असहिष्णुता, शौर्य आणि चलाखी हे तेजाचे गुण सत्वर संपादन करितां येत नाहींत. क्रोधाचा त्याग केला म्हणजे मात्र मनुष्यास उत्कृष्ट प्रकारच्या तेजाची प्राप्ति होते. हे महाज्ञानी द्रौपदि, योग्य वेळीं उपयोग केला म्हणजे तेज हें क्रुद्ध झालेल्या मनुष्यासही अत्यंत दुःसह होतें. जे लोक अज्ञानी असतात तेच क्रोधाला तेज असें निश्चयपूर्वक ह्मणत असतात, परंतु वस्तुतः तसें नाहीं. कारण, क्रोध हा रजोगुणाचा परिणाम असून तो लोकांचा विनाश करण्यासाठींच मनुष्याच्या ठिकाणीं उत्पन्न केलेला आहे; तसें तेज नाहीं. ह्यास्तव, सद्वर्तनी पुरुषानें क्रोधाचा नेहमीं त्यागच केला पाहिजे. स्वधर्मभ्रष्ट होणारा मनुष्य बरा, पण कोपाविष्ट झालेला चांगला नाहीं, असा शास्त्राचा निश्चय आहे. असो; अशा रीतीनें अज्ञानी आणि क्रोधामुळें स्मरणशक्ति नष्ट

झालेल्या लोकांकडून हे पूर्वोक्त अतिक्रम घडतात. पण, हे अनिंदिते, मजसारख्याकडून हा अतिक्रम कसा घडणार ? जर मनुष्यांमध्यें पृथ्वीसारखे क्षमाशील पुरुष नसते तर त्यांच्यामध्यें केव्हांही समेटच राहिला नसता. कारण, क्रोध हा कलहाचेंच मूळ आहे; समेटाचें साधन नाहीं. कोपिष्ठ मनुष्य दुसऱ्यानें ताप दिला म्हणजे त्याला ताप देईल; व वडील मनुष्यांनीं जरी मारिलें तरीही त्यांना मारील. असें होऊं लागलें म्हणजे क्रोधाच्या योगानें सर्वही प्राण्यांचा विनाश होऊन अधर्माचा फैलाव होईल. क्रोधी पुरुषाला जर कोणी शिव्याशाप देऊं लागला तर तोही लागलाच त्याला उलट शिव्याशाप देईल; कोणीं प्रहार केला तर तोही लागलीच त्याजवर प्रहार करील आणि कोणीं मरणप्राय दुःख दिलें तर तोही त्यास तशाच प्रकारचें दुःख देईल. क्रोधाच्या योगानें पिते पुत्रांचा वध करितील; पुत्रही पित्यांस ठार करतील; स्त्रिया पतींचे प्राण घेतील आणि पतिही स्त्रियांचे खून करितील. फार कशाला? हे द्रौपदि, अशा रीतीनें लोक कोपाविष्ट होऊं लागले म्हणजे जीवित टिकावयाचें नाहीं. हें जग जर कोपाविष्ट होऊन गेलें तर प्रजोत्पत्ति देखील होणार नाहीं. कारण, हे सुंदरि, स्त्रीपुरुषांचें मीलन हेंच प्रजोत्पत्तीचें मूलकारण आहे. द्रौपदि, तशी स्थिति झाली तर क्रोधाच्या योगानें सर्वही प्रजा क्षय पावतील. सारांश, क्रोध हा प्रजेच्या विनाशाचें आणि निकृष्ट स्थितीचें कारण आहे. क्षमेमध्यें पृथ्वीचीही बरोबरी करणारे लोक दृष्टिगोचर होत आहेत, म्हणूनच प्राण्यांची उत्पत्ति व अभ्युदय हीं होतात सुंदरि, कोणत्याही प्रकारची विपत्ति प्राप्त झाली तरी देखील मनुष्यानें क्षमाच केली पाहिजे. कारण, क्षमाशील मनुष्यें हींच प्राण्यांच्या उत्पत्तीस आणि अभ्युदयास कारणीभूत आहेत असें सांगितलेलें आहे. जो मनुष्य निरंतर क्रोधाचा निग्रह करितो; व असमर्थ मनुष्यानेंही शिव्याशाप दिले, ताडण केलें आणि क्रोध आणिला तरीही सहन करितो, तोच विद्वान्, सत्पुरुष आणि प्रतापशाली होय; त्यालाच अविनाशी अशा स्वर्गादि लोकांची प्राप्ति होते. कोपिष्ठ पुरुषाला ज्ञान कमी असल्यामुळें त्याचा इहलोकांत व परलोकांत नाशच होतो. द्रौपदि, ह्याविषयीं क्षमाशील महात्मा काश्यप ह्यानें सांगितलेल्या क्षमासंपन्न पुरुषांविषयींच्या गाथा सांगत असतात, त्या अशाः—

क्षमा हाच धर्म, क्षमा हाच यज्ञ, क्षमा हेच वेद, आणि क्षमा हेंच शास्त्र आहे, असें ज्याला ज्ञान झालें असेल तोच सर्व कांहीं सहन करूं शकेल. ब्रह्म, सत्य, भूत, भविष्य, तप आणि शुद्धता हीं सर्व क्षमेचींच स्वरूपें होत. क्षमा आहे म्हणूनच हें जग अस्तित्वांत आहे. क्षमाशील लोकांनीं ज्या लोकांची प्राप्ति होते ते यज्ञ करणाऱ्या लोकांसही मिळत नाहींत; इतकेंच नव्हे, तर ब्रह्मज्ञानी अथवा तपस्वी ह्यांनाही त्या लोकांची प्राप्ति होत नाहीं. यज्ञादिक श्रौत कर्में करणारे व जातकर्मादि स्मार्त कर्में करणारे ह्यांस मिळणारे लोक क्षमाशील पुरुषांस प्राप्त होणाऱ्या लोकांहून भिन्न आहेत. कारण, क्षमासंपन्न लोक ब्रह्मलोकास जातात व त्या ठिकाणीं त्यांस अत्यंत उत्कृष्ट अशीं भोगसाधनें मिळतात. क्षमा हेंच तेजस्वी लोकांचें तेज, तपस्वी लोकांचें ब्रह्म आणि सत्यनिष्ठ पुरुषांचें सत्य असून क्षमाच यज्ञ व क्षमाच शांति आहे.

द्रौपदि ! ब्रह्म, सत्य, यज्ञ आणि लोक ह्यांनाही जिच्या योगानें स्थिरत्व आलें आहे अशा त्या क्षमेचा त्याग मजसारख्याच्यानें कसा बरें करवेल ? समंजस मनुष्यानें सदोदीत क्षमाच केली पाहिजे. कारण, ज्या वेळीं मनुष्य सर्व कांहीं सहन करितो त्याच वेळीं

तो ब्रह्मस्वरूपी बनतो. क्षमाशील पुरुषांस इह लोकही आहे व परलोकही आहे. कारण, त्यांचा इहलोकांत बहुमान होतो आणि परलोकीं त्यांस उत्कृष्ट प्रकारची गति मिळते. ज्या मनुष्याच्या अंगीं असणाऱ्या क्षमेनें क्रोधाचा नाश झाला असेल त्यासच अत्यंत श्रेष्ठ अशा लोकांची प्राप्ति होते. ह्मणूनच क्षमा ही श्रेष्ठ होय असें मानिलें आहे. असो; द्रौपदि, काश्यपानें सदोदीत क्षमाशील असणाऱ्या पुरुषांविषयींच्या ज्या ह्या गाथा सांगितल्या आहेत त्या ऐकून तूं संतोषानें रहा; क्रोध पावूं नको. पितामह भीष्म हा देखील शांतीलाच बहुमान देईल; देवकीपुत्र श्रीकृष्ण हा देखील शांतीचीच प्रशंसा करील; आचार्य द्रोण व क्षत्ता विदुर हे शांतीचाच अवलंब करावयास सांगतील व कृप आणि संजय हेही शांतीचीच स्तुति करतील. सोमदत्त, युयुत्सु, अश्वत्थामा आणि आमचा पितामह व्यास हेही सदोदीत शांतीच्याच गोष्टी सांगत असतात. तेव्हां ते दुर्योधनाला खात्रीनें शांतीच्या बाजूला वळवितील व ते तसे वळवूं लागले ह्मणजे तो आह्मांला राज्य देईल असें माझ्या बुद्धीला वाटतें. कदाचित् लोभामुळें त्यानें असें न केल्यास त्याचा नाश होईल. कारण, हे सुंदरि, हा काल भरतवंशांतील पुरुषांना फार कठिण आणि खात्रीनें अकल्याणकारक असा प्राप्त झाला आहे, हें सदोदीत माझ्या दृष्टीसमोर आहे. दुर्योधन अनधिकारी आहे, ह्मणून तो क्षमेचा अवलंब करीत नाहीं; व मी त्या विषयीं अधिकारी आहें, ह्मणूनच क्षमेनें आपण होऊन माझा अंगीकार केला आहे. सारांश, क्षमा आणि घातकीपणाचा अभाव हेंच जितेंद्रिय पुरुषाचें कर्तव्य असून हाच सनातन असा धर्म आहे. ह्यास्तव विलंब न करितां मी त्याचाच अवलंब करणार !

अध्याय तिसावा.

द्रौपदीचें प्रत्युत्तर.

द्रौपदी ह्मणाली:—नमस्कार असो त्या जगताच्या उत्पादकाला आणि पालकाला, कीं ज्यांनीं तुला ह्या मोहांत पाडिलें आहे ! वाडवडील ज्या मार्गानें गेले त्याच मार्गानें जाणें योग्य असतां तुला ही भलतीच बुद्धि आठवली आहे ! उत्कृष्ट अथवा निकृष्ट अशा प्रत्येक योनीमध्यें जीं निरनिराळ्या प्रकारचीं विषयोपभोगाचीं साधनें असतात तीं सर्व कर्माच्याच योगानें प्राप्त होतात. कर्माचें फल कोणासही चुकवितां यावयाचें नाहीं; त्यांतून मुक्त होण्याची इच्छा करणें हें निवळ अज्ञान होय. इहलोकीं मनुष्याला जी संपत्ति मिळावयाची ती धर्मानें मिळत नाहीं; घातुकपणा नसला ह्मणूनही मिळत नाहीं; क्षमेनें मिळत नाहीं; सरळपणानें मिळत नाहीं अथवा लोकांची कींव केली ह्मणजे देखील केव्हांही मिळत नाहीं, हेंच खरें. ह्मणूनच, हे भरतवंशजा, तुजवर हें दुःसह संकट ओढवलें आहे. जसा तूं तसेच हे तुझे महातेजस्वी बंधु देखील दुःख भोगण्यास योग्य नाहींत. कारण, ते सुद्धां धर्मावांचून आपल्या जीवितापेक्षां देखील दुसरें कांहीं प्रिय आहे असें पूर्वीही मानीत नव्हते आणि आतांही मानीत नाहींत. तुझें राज्य धर्मासाठींच असून प्राण देखील धर्मार्कस्तिांच आहे, हें ब्राह्मण, गुरु आणि देवता ह्यांना देखील माहितच आहे. मला वाटतें, तूं भीमसेनाचा, अर्जुनाचा, ह्या नकुलसहदेवांचा आणि माझा देखील धर्माच्या पायीं त्याग करशील, पण धर्म सोडणार नाहींस! राजा धर्माचें संरक्षण करूं लागला ह्मणजे धर्मही त्याचें संरक्षण करितो असें मीं चांगल्या लोकांच्या तोंडून ऐकिलें आहे. पण मला वाटतें, तो तुझें

मात्र संरक्षण नीट करीत नाहीं! हे पुरुषश्रेष्ठा, मनुष्याची छाया जशी सदोदीत त्याच्या मागें असते तशी तुझी बुद्धि निरंतर धर्माकडे लागलेली असते; दुसऱ्या कशाहीकडे नसते. तूं आपल्या बरोबरीच्या अथवा आपल्याहून निकृष्ट प्रतीच्या लोकांचाही कधीं अपमान केला नाहींस. मग अधिक योग्यतेच्या लोकांच्या अपमानाची गोष्ट तरी कशाला पाहिजे? संपूर्ण पृथ्वी प्राप्त झाली तरीही तुला गर्व चढला नाहीं. हे पार्था, स्वाहाकार, स्वधाकार आणि पूजा ह्यांच्या योगानें तूं सदोदीत देव, पितर आणि ब्राह्मण ह्यांची सेवा करीत असतोस; सर्वही प्रकारचे मनोरथ पूर्ण करून ब्राह्मणांना तूं निरंतर संतुष्ट कारितोस; मोक्षनिष्ठ, संन्यासी आणि गृहस्थाश्रमी हे तुझ्या घरीं सुवर्णपात्रांत भोजन करीत होते आणि मी त्यांची सेवा करीत होतें; वानप्रस्थ लोकांस तूं सुवर्णपात्रें अर्पण करीत होतास; सारांश, ब्राह्मणांस द्यावयाचें नाहीं असें तुझ्या घरीं कांहींही नव्हतें. सर्व देवतांच्या उद्देशानें तुझ्या घरांत जें शांत्यर्थ अन्न तयार होत असे तें अतिथींला अर्पण करून त्यांतूनच अवशिष्ट राहिलेलें तूं प्राणधारणार्थ भक्षण करीत होतास. इष्टचा, पशुबंध, काम्य व नैमित्तिक असे अष्टका, पार्वणश्राद्ध, कार्तिकी, अश्वयुजी, आग्रहायणी आणि चैत्री हे पाकयज्ञ व इतरही यज्ञक्रिया हीं निरंतर तुझ्या गृहीं चाललेलीं असत. फार कशाला? आपल्या राज्यांतून बाहेर पडून ह्या दरोडेखोर वसत असलेल्या निर्जन महावनांत येऊन राहिला आहेस तरीही तुझ्या धर्माचरणांत कांहीं कमी पडलेलें नाहीं. अश्वमेध, राजसूय, पुंडरीक आणि गोसव हे महायज्ञ देखील तूं विपुल दक्षिणा देऊन केलेस. सारांश, तूं सर्व प्रकारचें धर्माचरण केलेंस तरीही, राजा, तुझ्या बुद्धीवर दैवाचा घाला पडून द्यूतामध्यें तुझा भयंकर पराजय झाला व तुझें राज्य, संपत्ति, आयुधें, फार तर काय, तुझे बंधु आणि मी हीं देखील शत्रूंनीं जिंकून घेतलीं. तूं सरळ, कोमल अंतःकरणाचा, उदार, विनयशील आणि सत्यवादी असा असूनही तुला द्यूतरूपी संकट उत्पन्न करणारी ही बुद्धि आठवली तरी कशी? तुझें दुःख आणि ही अशा प्रकारची विपत्ति पाहिली ह्मणजे माझें मन अगदीं भ्रमिष्टासारखें होऊन जाऊन खिन्न होतें. सर्वही लोक ईश्वराच्याच अधीन आहेत, स्वतंत्र नाहींत, अशा विषयीं पूर्वींचा असा एक इतिहास लोक सांगत असतात. प्राण्याचीं सुखें, दुःखें आणि प्रिय व अप्रिय गोष्टी हीं सर्व त्याच्या गर्भोत्पत्तीसाठीं शुक्राची प्रवृत्ति होण्यापूर्वींच परमेश्वरानें ठरवून ठेविलेलीं असतात, हें अगदीं खास आहे. हे नरवीरा, ज्याप्रमाणें लांकडाची कळसूत्री बाहुली तिच्या चालकानें हालविली ह्मणजे अंग नाचवूं लागते त्याचप्रमाणें ह्या सर्व लोकांची स्थिति आहे. हे भरतवंशजा, परमेश्वर आकाशाप्रमाणें सर्वही प्राण्यांस व्यापून राहिला आहे व तोच त्यांच्या हातून पुण्य अथवा पातक घडवितो. ज्याप्रमाणें दोरीला बांधून ठेविलेला एखादा पशु असतो त्याप्रमाणेंच खरोखर प्राणी हा अस्वतंत्र आहे. तो ईश्वराच्या अधीन असल्यामुळें त्याची दुसऱ्यावरही सत्ता नसते व स्वतःवरही नसते. सूत्रांत ओंविलेला माणि अथवा वेसण घातलेला बैल ह्यांप्रमाणें ह्या प्राण्याची पराधीन स्थिति असल्यामुळें तो परमेश्वराच्या आज्ञेनुसार वागत असतो. ठीकच आहे; कारण, जर जन्माच्या पूर्वीं हा परमेश्वरस्वरूपीच होता व शेवटींही त्याच्याच ठिकाणीं लीन होऊन जाणार, तर मग ह्या मध्यस्थितींत तरी तो दुसऱ्याच्या अधीन कसा असणार? नद्यादिकांच्या तीरावरून पडून प्रवाहांत सांपडलेल्या वृक्षाप्रमाणें मनुष्य कांहीं वेळ देखील स्वतंत्र नसतो. प्राणी

हा खरोखर अज्ञानी असून तो स्वतःच्या सुखाविषयीं अथवा दुःखाविषयींही स्वतंत्र असत नाहीं. ईश्वर जशी प्रेरणा करील त्याप्रमाणें हा स्वर्गाला किंवा नरकाला जातो. हे भरतवंशजा, ज्याप्रमाणें गवताचीं अग्रें प्रचंड वायूच्या अधीन होऊन रहातात त्याप्रमाणें सर्वही प्राणी परमेश्वराच्या अधीन झालेले असतात. परमेश्वर हा सर्वही प्राण्यांस व्यापून राहिलेला असून त्यांची शुभ अथवा अशुभ कर्माकडे प्रवृत्ति करीत असतो, पण तो अमुक ह्मणून मात्र ओळखितां येत नाहीं. तो प्रभु परमात्मा ज्याच्याकडून शुभाशुभ फलदायक कर्म करवितो तें हें शरीर त्याचें वसतिस्थान असून केवळ निमित्तमात्र आहे. पहा ईश्वरानें कसा हा मायेचा प्रभाव करून ठेविला आहे तो! तो आपल्या मायेनें प्राण्यास मोहित करितो व त्याच्या मायेनें मोहित झाल्यामुळेंच प्राणी इतर प्राण्यांचा वध करितात. वेदवेत्त्या मुनींच्या दृष्टीनें त्या प्राण्यांचें स्वरूप निराळ्या प्रकारचें (परमात्मस्वरूपी) असतें. पण ईश्वराच्या मायेनें मोहित झाल्यानें ते निराळ्याच मार्गानें वायूच्या सोसाट्याप्रमाणें वेगानें चाललेले असतात. मनुष्य त्या त्या गोष्टी एका प्रकारानें होतील असें मानीत असतो, पण परमेश्वर त्या निराळ्या प्रकारच्याच करितो अथवा त्यांचा नाशही करून टाकितो. युधिष्ठिरा, ज्याप्रमाणें अचेतन आणि क्रियाशून्य अशा काष्ठानें काष्ठ तोडावयाचें अथवा पाषाणानें पाषाण फोडावयाचा किंवा लोखंडानेंच लोखंडाचे तुकडे करावयाचे, त्याप्रमाणें तो स्वयंभू भगवान् प्रपितामह परमेश्वर माया निर्माण करून प्राण्यांकडूनच प्राण्यांचा वध करवितो. ज्याप्रमाणें बालक खेळणीं घेऊन खेळत असतो त्याप्रमाणें हा स्वैरवृत्ति भगवान् ह्या प्राण्यांच्या योगानें क्रीडा करीत असतो; तो त्यांच्या परस्परांच्या भेटीही करतो आणि त्यांची ताटातूटही करतो. हे राजा, मला वाटतें, हा परमेश्वर प्राण्यांशीं मातेप्रमाणें अथवा पित्याप्रमाणेंच वर्तन करीत नसून त्याचें त्यांजविषयीं इतर एखाद्या प्राण्याप्रमाणें रोषाचेंच वर्तन असतें. ह्मणूनच, सदाचारसंपन्न आणि विनयशील अशा सज्जनांस उदरनिर्वाहाच्या काळजीमुळें कृश व्हावें लागत आहे आणि दुष्ट लोक सुखी असून द्रव्याविषयींचा विचार करण्यांत गुंग झाले आहेत, असें दिसून येतें. युधिष्ठिरा, तुझी ही विपत्ति आणि दुर्योधनाचें तें ऐश्वर्य हीं पाहूनच मला त्या विषमदृष्टि परमेश्वराची निंदाच करावी लागत आहे. आर्यांच्या शास्त्राचा अतिक्रम करणारा, क्रूर, लोभी आणि धर्माचा अपकर्ष करणारा अशा दुर्योधनाला ऐश्वर्य दिल्यानें ह्या परमेश्वराला फळ तरी काय मिळालें कोण जाणे! जर कर्माचा संबंध हा केवळ कर्त्याशींच असून इतरांशीं नसतो हें खरें आहे, तर दुर्योधनासारख्या दुष्टास ऐश्वर्य देणें व तुजसारख्या धर्मनिष्ठास विपत्तींत पाडणें ह्या दुष्कर्माच्या योगानें परमेश्वर खरोखर निर्दय ठरत आहे. पण, जर कर्मजन्य पातकांचा संबंध कर्त्याकडे मुळींच नाहीं असें ह्मटलें, तर दुर्योधनाला ऐश्वर्य मिळणें हें ईश्वराकडे नसून त्याला बल हेंच कारण आहे असें ठरतें व त्यामुळें तुजसारख्या दुबळ्या लोकांची मला कींव येते.

अध्याय एकतिसावा.

—:०:—

युधिष्ठिराचें प्रत्युत्तर.

युधिष्ठिर ह्मणालाः—द्रौपदि, तूं केलेलें भाषण मीं ऐकिलें. तें उत्कृष्ट आहे, त्यांतील पदांची ठेवण विलक्षण आहे व त्यांत सुकुमारपणाही आहे हें खरें, पण त्यांत नास्तिकपणा आहे. हे राज-

कन्ये, मी फलाच्या इच्छेनें केव्हांही कर्म करीत नाहीं. दान करणें हें कर्तव्य असल्यामुळेंच मी दान करितों व होम करणें हें-ही कर्तव्य असल्यामुळेंच मी होम करितों. द्रौपदि, कर्मजन्य फल मिळत असो अथवा नसो, गृहस्थाश्रमी मनुष्यानें तें अवश्य केलें पाहिजे ह्मणूनच मी तें शक्त्यनुसार करीत असतों. हे सुंदरि, शास्त्रमार्गाचें अतिक्रमण न करितां सज्जनांच्या आचरणाकडे लक्ष्य देऊन मी जें हें धर्माचरण करीत आहें तें कांहीं त्याच्या फलप्राप्तीसाठीं नव्हे. द्रौपदि, माझें अंतःकरण स्वभावतःच धर्माच्या ठिकाणीं निश्चल होऊन राहिलें आहे. मला फलाची इच्छा नाहीं. धर्म करावा आणि फल मिळ-वावें हा केवल व्यापार होय. असला धर्माचा व्यापार करणारा मनुष्य धर्मवेत्त्यांमध्यें निकृष्ट आणि निंद्य मानलेला आहे. फलप्राप्तीच्या इच्छेनें धर्म करणाऱ्या मनुष्यास धर्मफलाची प्राप्ति होत नाहीं. तसेंच वेदावर विश्वास नस-ल्यामुळें धर्माचें फल मिळेल किंवा नाहीं ह्याविषयीं ज्या दुरात्म्यास शंका वाटत असेल त्यालाही तें मिळत नाहीं. वेद हेंच मुख्य प्रमाण असल्यामुळें त्याच्या अनुरोधानें मी तुला असें सांगतों कीं, तूं धर्माविषयीं केव्हां-ही शंका बाळगूं नको. कारण, धर्माविषयीं संशय घेणाऱ्या मनुष्यास पशुपक्ष्यादिकांच्याच योनींत जन्म घ्यावा लागतो. तसेंच जो विचार-शक्तिशून्य मनुष्य धर्माविषयीं अथवा श्रुति-स्मृत्यादिक प्रमाणांविषयीं संशय बाळगितो तो वेदांस मुकणाऱ्या शूद्राप्रमाणें अजरामर अशा मोक्षास मुकतो. हे विचारवति, वेदाचें अध्य-यन करणारा, धर्मनिष्ठ आणि सत्कुलांत जन्म पावलेला पुरुष जरी लहान असला तरी धर्म-निष्ठ राजांनीं त्याची वृद्धांमध्यें गणना करावी. जो मंदबुद्धि पुरुष शास्त्राचें अतिक्रमण करून धर्माविषयीं संशय बाळगितो, तो शूद्रापेक्षांही अत्यंत पातकी असून तस्कराच्याही वर आहे. महातपस्वी महात्मे मार्कंडेयमुनि हे धर्माच्याच योगानें दीर्घायुशी होऊन इहलोकीं संचार करीत आहेत हें तूं प्रत्यक्षच पाहिलेलें आहेस. व्यास, वसिष्ठ, मैत्रेय, नारद, लोमश, शुक आणि इतरही सर्व ऋषि ह्यांचींही अंतःकरणें धर्माच्याच योगानें शुद्ध झालेलीं आहेत व त्यांना अलौकिक सामर्थ्य प्राप्त झालें आहे. तूं प्रत्यक्ष पहातेच आहेस कीं, ह्यांच्या अंगीं अलौकिक सामर्थ्य असून हे निग्रह आणि अनुग्रह ह्यांविषयीं समर्थ व देवापेक्षांही अत्यंत श्रेष्ठ आहेत. पण हे निष्पापे, लौकिक आणि यौगिक ह्या दोहों-प्रकारच्या प्रत्यक्षांचें व संपूर्ण वेदांचें ज्ञान असलेले हे देवतुल्य मुनि, धर्म हेंच मनुष्याचें पहिलें कर्तव्य होय असें सांगत असतात. तेव्हां, हे कल्याणि राजपत्नि द्रौपदि, तूं अज्ञान बुद्धीनें परमेश्वराची अथवा धर्माची निंदाही करूं नको आणि त्याविषयीं संशयही घेऊं नको. धर्माविषयीं संशय घेणारा अज्ञ मनुष्य ज्यांना धर्मतत्त्वाच्या निर्णयाचें ज्ञान झालें आहे त्या सर्वही लोकांना वेडे समजतो, तो दुसऱ्याचें खरें मानीत नाहीं, आपलेंच तेवढें खरें समजतो, उद्धट बनतो, व त्यामुळें त्याच्या हातून स्वतःच्या कल्याणाची अर्थात् धर्माची हेळसांड होते. ज्याच्या योगानें इंद्रियें संतुष्ट होतील अथवा ज्याचें इंद्रियांस ज्ञान होईल असें लोकांस प्रत्यक्ष दिसणारें तेवढें काय तें आहे असें त्या मूर्खाला वाटतें. इतर गोष्टीं-विषयीं तो अज्ञ बनून जातो. धर्माविषयीं संशय घेणाऱ्या मनुष्यास प्रायश्चित्त देखील नाहीं. तसेंच विषयाचें चिंतन करीत रहाणाऱ्या त्या कृपण आणि पापी मनुष्यास सद्गति मिळत नाहीं. वेद व शास्त्र ह्यांतील गोष्टींची निंदा करणाऱ्या मनुष्यानें शिष्टाचाराचा त्याग केला

असल्यामुळें तो काम आणि लोभ ह्यांच्याच ठिकाणीं अत्यंत आसक्त होतो व त्यामुळें नरकास जातो. तसेंच, हे कल्याणि, जो सुज्ञ मनुष्य संशय न घेतां धर्माचेंच अवलंबन करितो, त्याला मरणोत्तर ब्रह्मरूपाची प्राप्ति होते. जो मनुष्य ऋषींनीं सांगितलेल्या प्रमाणांचें अतिक्रमण करितो, धर्मपालन करीत नाहीं व शास्त्रमर्यादेचें उल्लंघन करितो त्या मूर्खास कोणत्याही जन्मामध्यें सुख लागत नाहीं.सुंदरि,त्याला ऋषिवचनें अथवा शिष्टाचार हे प्रमाण नसतात. त्याला इहलोकही नाहीं व परलोकही नाहीं हें अगदीं ठरलें आहे. ह्मणूनच, हे द्रौपदि, सर्वज्ञ व सर्व प्रकारचा विचार करणारे अशा ऋषींनीं कर्तव्य ह्मणून सांगितलेला व शिष्ट लोकांनीं आचरिलेला जो सनातनधर्म त्याविषयीं तूं संशय घेऊं नको. हे द्रौपदि, समुद्राच्या परतीरावर जाऊं इच्छिणाऱ्या व्यापाऱ्यास जशी नौका, तशीच स्वर्गास जाण्याची इच्छा करणाऱ्या मनुष्यास धर्म हीच तारून नेणारी नौका होय. हे अनिंदिते, धर्मनिष्ठ लोकांनीं आचारिलेला धर्म जर निष्फल असता तर हें सर्वही जग घोर अंधकारामध्यें मग्न होऊन गेलें असतें, कोणासही मोक्ष मिळाला नसता, सर्वही पशूंप्रमाणेंच उपजीविका करून राहिले असते, ब्रह्मविद्येकडे कोणाचीच प्रवृत्ति झाली नसती व कोणालाही आपल्या अभीष्ट वस्तूंची प्राप्ति झाली नसती. तपश्चर्या, ब्रह्मचर्य, यज्ञ, वेदाध्ययन, दान आणि सरलता हीं जर निष्फलच असतीं तर मग आमच्या पूर्वींच्या व त्याच्याही पूर्वींच्या श्रेष्ठ लोकांनीं धर्माचरण केलें नसतें. ह्या सर्वही धर्मक्रिया जर अत्यंत निष्फल असून केवल फसवणुकीच्या असत्या तर ऋषि, देव, गंधर्व, असुर आणि राक्षस हे सामर्थ्यसंपन्न लोक आदरानें धर्माचरण काय म्हणून करते ? अर्थात् मुळींच करतेना ! पण, द्रौपदि, पुण्याचें फल परमात्मा देतोच हें पूर्णपणें समजूनच त्यांनीं धर्माचरण केलेलें आहे. कारण, धर्म हाच अविनाशी सुखाचा हेतु होय. सारांश, धर्मही निष्फल नाहीं व अधर्मही निष्फल नाहीं. कारण, विद्या आणि तपश्चर्या ह्यांचीं फलें हीं प्रत्यक्षच दृष्टिगोचर होतात. द्रौपदि, तुझ्या जन्माचा जो वृत्तान्त ऐकण्यांत येतो त्याचाच तूं विचार कर, म्हणजे झालें. पराक्रमी धृष्टद्युम्न कसा उत्पन्न झाला हें तर तुला माहीतच आहे. सुंदरि, एवढाच दृष्टान्त धर्मफलाच्या प्राप्तीविषयीं बस्स आहे, ज्ञानी मनुष्याला कर्मांच्या फलाची तर प्राप्ति होतेच, पण ती जरी थोडी झाली तरीही ज्ञानी लोकांस संतोष होतो; आणि अविचारी अज्ञानी लोक पुष्कळ फल मिळालें तरीही असंतुष्टच राहतात. असल्या लोकांना परलोकामध्यें धर्मजन्य सुख मिळत नाहीं. हे सुंदरि, शास्त्रांत सांगितलेल्या पुण्य व पाप कर्मांच्या फलाची उत्पत्ति व प्राण्यांची उत्पत्ति आणि नाश ह्यांचें ज्ञान देवांनीं गुप्त ठेविलें आहे. बहुतकरून हे सर्वही लोक ह्यांविषयीं अज्ञानीच असतात. एखाद्यालाच ह्यांचें ज्ञान होतें व तेंही हजारों कल्पांच्याच अंतीं ! पण तें झालें तर त्याचें कल्याण होत नाहीं. कारण, ह्या गोष्टी देवांना गुप्त ठेवावयाच्या आहेत. ह्यामुळें ह्यांचें ज्ञान मनुष्यास होणें इष्ट नाहीं. देवतांची माया अज्ञेय असते हें प्रसिद्धच आहे. जे आशेचा नाश करून नियमनिष्ठपणें राहतात व तपश्चर्येनें आपलें पातक दग्ध करून सोडून शुद्ध अंतःकरण करितात, त्या ब्राह्मणांसच ह्या गोष्टींचें ज्ञान होतें, इतरांस होत नाहीं. ह्मणूनच फल दृष्टिगोचर होत नाहीं. ह्मणून देवता अथवा धर्म ह्यांविषयीं शंका घेऊं नये. दोषदृष्टि न होतां प्रयत्नपूर्वक दान करावें व यज्ञयाग

करावे. धर्माचा हा सार्वकालिकच स्वभाव आहे कीं, त्याचें फल इहलोकांत मिळतें असें ब्रह्मदेवानें आपल्या पुत्रांना सांगितलें हें कश्यपमुनीस माहीत आहे. ह्यास्तव, द्रौपदि, तुझा हा संशय धुक्याप्रमाणें एकदम नाहींसा होऊन जाऊं दे. तूं तें सर्वही खरें आहे असा पक्का निश्चय कर, ही नास्तिकबुद्धि सोडून दे, परमेश्वराची निंदा करूं नको, धर्माला दोष देऊं नको, तर त्याचें अध्ययन कर व त्याविषयीं पूज्य बुद्धि वागवित जा. पुनः तुझे विचार अशा प्रकारचे होऊं नयेत. द्रौपदि, ज्याच्या अनुग्रहानें भक्त अमरपणा पावतो, त्या उत्कृष्ट देवतेची अर्थात् परमेश्वराची अवज्ञा तूं कोणत्याही प्रकारें करूं नको.

अध्याय बत्तिसावा.

—:*:—

द्रौपदीचा नीतिवाद.

द्रौपदी ह्मणालीः— पार्था, मी धर्माला दोषही देत नाहीं व त्याचा अवमानही करीत नाहीं. प्रजापालक परमेश्वराची अवज्ञा मी काय ह्मणून करीन? हे भरतवंशजा, दुःख झाल्यामुळें मी अशी बडबडत आहें, असें समज; व आणखी देखील मी बडबडणार! तें तूं शांत मनानें ऐकून घे. हे शत्रुनाशका, ज्ञानी मनुष्यानें इहलोकीं कर्म अवश्य केलें पाहिजे. कारण, कर्म न करितां केवळ वृक्षादिक स्थावरांची उपजीविका चालते, इतर लोकांची चालत नाहीं. गाईचीं वासरेंही क्षुधा लागतांच स्तनपान करितात व सूर्यकिरणांचा ताप झाला ह्मणजे छायेचा आश्रय करितात. सारांश, युधिष्ठिरा, कर्माच्याच योगानें प्राण्यास उपजीविकेची प्राप्ति होते. हे भरतकुलश्रेष्ठा, जंगम प्राण्यांमध्यें विशेषेंकरून मनुष्यें कर्माच्याच योगानें इहलोकींची व परलोकींचीही उपजीविका संपादन करण्याची इच्छा करितात. हे भरतवंशजा, सर्वही प्राण्यांस उद्योग कसा करावयाचा ह्याचें ज्ञान असतें व उद्योग केल्यामुळेंच त्यांना लोकांस दृग्गोचर होणारें असें प्रत्यक्ष फल मिळतें. प्रत्येक प्राणी—मग तो जगताचा उत्पादक असो अथवा पालक असो—आपापल्या प्रयत्नावरच उपजीविका करीत असतो असें दिसून येतें. ह्याला दृष्टान्त पाण्यांत उभा राहणारा बगळा हा होय. प्राण्यांनीं जर कर्मच (उद्योग) सोडून दिलें तर त्यांची कोणत्याही प्रकारें उपजीविका चालावयाची नाहीं. ह्यास्तव, त्यानें उद्योगाचाच अवलंब केला पाहिजे; त्याचा कोणत्याही प्रकारें त्याग करितां कामा नये. तेव्हां तूंही उद्योग कर; असा खिन्न होऊन बसूं नको; चढीव आपल्या शरीरावर उद्योगाचें चिलखत. आपण जें कांहीं करावयाचें तें केलें आहे असें ज्यास वाटत असेल असला पुरुष हजारांमध्यें सुद्धां असेल कीं नाहीं ह्याचा संशयच आहे; आणि तो आहे असें जरी घेऊन चाललें तरी देखील संपादन केलेल्या वस्तूंचें संरक्षण व त्यांची अभिवृद्धि ह्यांसाठीं त्याला प्रयत्न हा केलाच पाहिजे. नाहींतर संपत्ति कितीही असली तरी तिचा नाश होऊन जाईल. दान आणि उपभोग ह्यांच्या योगानें हिमवान् पर्वताचा सुद्धां क्षय होईल, मग इतरांची कथा काय! सारांश, जर कर्म (उद्योग) केलें नाहीं तर सर्वही लोकांचा उच्छेद होऊन जाईल. कर्माचें जर फल मिळत नसतें तर लोकांचा अभ्युदयही झाला नसता. मनुष्यें निष्फल कर्म करीत असतात असें दृष्टिगोचर होतें, पण त्यांची उपजीविका मात्र कर्म केल्यावांचून कोणत्याही प्रकारें चालत नाहीं. सारांश,कर्म एखादे वेळीं निष्फल होईल, पण फल मात्र कर्मावांचून मिळावयाचें नाहीं. ह्या लोकामध्यें

दैववादी व हठवादी (कोणतीही गोष्ट आपोआपच घडूच येते, त्याला दैवही नको व उद्योगही नको, असें मानणारे) हे उभयतांही शठ असून कर्मवादी पुरुषच प्रशंसनीय होय. जो मनुष्य केवळ दैववादी बनून सुखानें झोंप घेऊं लागेल तो दुर्बुद्धि उदकांत पडलेल्या कच्च्या मडक्याप्रमाणें नष्ट होऊन जाईल. त्याचप्रमाणें हठवादाची दुर्बुद्धि असणारा मनुष्य देखील कर्म करण्याचें सामर्थ्य असतां ते न करितां स्वस्थ बसला तर एखाद्या अनाथ आणि दुबळ्या मनुष्याप्रमाणें फार दिवस वांचणार नाहीं. मनुष्यांस अकस्मात् एखादी वस्तु मिळाली तर ती आपोआपच मिळाली असें ते मानितात; कारण तीविषयीं कोणींही प्रयत्न केलेला नसतो. ह्यासच हठवाद असें म्हणतात. तसेंच, हे पार्था, मनुष्याला लौकिक उपायांवांचून पूर्वजन्मीं केलेल्या कर्माचें जें फल मिळतें तेंच दैव होय असा सिद्धान्त आहे. पुरुषाला स्वतःच्या प्रयत्नानें जें फल मिळतें त्याला पौरुष असें ह्मणतात. हें प्रत्यक्ष दिसणारें आहे. हे पुरुषश्रेष्ठा, साहजिक रीतीनें एखाद्या गोष्टीविषयीं मनुष्य प्रवृत्त झाला असतां कारणावांचून जें त्याला फल मिळतें त्याला स्वभाव असें ह्मणतात. ह्याप्रमाणें हठानें असो, दैवानें असो, स्वभावानें असो, अथवा प्रयत्नानें असो, मनुष्याला जी कांहीं प्राप्ति होते तें त्याच्या पूर्वकर्माचेंच फल होय. परमेश्वर देखील निरनिराळ्या प्रकारचे हेतु धरून, मनुष्यानें जीं पूर्वजन्मीं कर्में केलीं असतील त्यांचा विभाग करून त्यांच्या अनुरोधानेंच त्यास फल देतो. मनुष्य जें जें कांहीं बरें वाईट कर्म करीत असतो तें परमेश्वरानेंच त्याजकडून घडविलेलें असतें व पूर्वजन्मींच्या कर्माचें फल हेंच त्याच्या उत्पत्तीचें कारण असतें असें समज. तें कर्म करण्याचें साधन देह हेंच असून परमात्म्याचीं कर्में करण्यासाठींच ह्याचें अस्तित्व आहे. तो ज्याप्रमाणें प्रेरणा करील त्याप्रमाणें हा पराधीन देह कर्म करितो. हे कुंतीपुत्रा, सर्वही प्राणी जरी पराधीन आहेत तरी परमेश्वर निरनिराळ्या कृत्यांकडे योजना करून त्यांजकडून कर्में करवीत असतो. हे वीरा, प्रथम मनुष्य प्रत्येक गोष्ट कशी करावयाची हें सुज्ञपणें विचार करून मनांत ठरवितो आणि नंतर प्रयत्न करूनच त्या संपादन करितो. सारांश, पुरुष हा त्यांच्या प्राप्तीस कारण आहे. हे पुरुषश्रेष्ठा, कर्में किती प्रकारचीं आहेत ह्याची गणनाही करणें अशक्य आहे. कारण गृहें, नगरें इत्यादिकांच्या सिद्धीस पुरुष कारण होतो व अशा प्रकारची सिद्धिही अनेक प्रकारची असल्यानें तन्मूलक कर्माचेही प्रकार अत्यंत आहेत हें उघडच आहे. तिळामध्यें तेल, गोस्तनामध्यें दूध आणि काष्ठामध्यें अग्नि आहे हें प्रथम ज्ञानसंपन्न मनुष्याच्या बुद्धीला समजतें व नंतर त्याच्या प्राप्तीविषयींचा उपाय तो शोधून काढतो; आणि पुढें साधनें संपादन करून त्यांची प्राप्ति करून घेण्याविषयीं प्रवृत्त होतो. ह्याप्रमाणें प्राणी ज्या प्राप्तीवर उपजीविका करितात ही कर्माचीच सिद्धि होय. कर्मांतील विशेषावरून, हें कर्म चांगलें उत्कृष्ट प्रकारें केलेलें असल्यामुळें तें चतुर अशा कर्त्यानें केलेलें असावें आणि हें तसें नसल्यामुळें अनभिज्ञ कर्त्याकडून घडलेलें असावें असें अनुमान करितां येतें. सारांश, फळ उत्कृष्ट अथवा निकृष्ट प्रकारचें मिळणें हें कर्त्याच्याच गुणांवर अवलंबून आहे. जर प्रयत्नानें साध्य होणाऱ्या गोष्टींना पुरुष हा कारण नसता, तर मग त्याला यज्ञयागादिक इष्ट व वापीकूपादिक पूर्त ह्या कर्मांचें फल मिळालें नसतें. तसेंच, कोणी शिष्यही झाला नसता व कोणी गुरुही झाला नसता. कारण, शिष्य व

गुरु हें नातें त्यांच्या कर्मावरच अवलंबून आहे. मनुष्य हा कर्ता आहे ह्मणूनच कर्म सिद्ध झालें ह्मणजे त्याची प्रशंसा करितात आणि त्याची सिद्धि झाली नाहीं तर पुरुषाची निंदा करितात. मग तो त्या कर्माचा कर्ता नाहीं असें कसें होईल ? सर्वच गोष्टी आपोआप घडतात असें कित्येक ह्मणतात; त्यांना दैवच कारण आहे असें कांहीं लोक सांगतात; व प्रयत्नच त्यांस कारणीभूत आहेत असे कांहीं पुरुष उद्गार काढितात. ह्याप्रमाणें तीन प्रकारचीं मतें सांगितलेलीं आहेत. ह्या तीनच कारणांच्या योगानें कार्य घडतें असें नाहीं. कारण, दैव, हठ अथवा पुरुषप्रयत्न हीं सर्व पूर्वजन्मींच्या कर्माचींच रूपांतरें आहेत, असें दुसऱ्या कांहीं लोकांचें मत आहे. अर्थात् जशीं हीं तीन त्याचप्रमाणें पूर्वकर्म हेंही एक कार्यसिद्धीचें कारण आहे. ह्यावर कांहीं लोक असें ह्मणतात कीं, हठाच्या योगानें व दैवाच्या योगानेंही पुष्कळ गोष्टी घडून आलेल्या दिसतात. सारांश, मनुष्याला मिळणारें फल कांहीं दैवाच्या योगानें, कांहीं हठाच्या योगानें व कांहीं स्वभावाच्या अर्थात् प्रयत्नाच्या योगानें मिळतें; ह्यांशिवाय त्याला चौथें पूर्वकर्मरूपी कारण मुळींच नाहीं. असा सिद्धान्त करणारे लोक मोठे शहाणेच समजले पाहिजेत. सारांश, हें त्यांचे ह्मणणें अगदीं चुकीचें आहे. तत्त्वज्ञानी लोक असें ह्मणतात कीं, परमेश्वर जीं इष्ट अथवा अनिष्ट फलें प्राण्यांस देतो तीं त्यांच्या पूर्वकर्माच्याच अनुरोधानें देतो. असें नसतें तर प्राण्यांमध्यें कोणीही दैन्ययुक्त झाला नसता. जर पूर्वकर्म नसतें तर मग मनुष्य ज्या ज्या गोष्टीच्या प्राप्तीसाठीं जें जें कर्म करितो तें तें सफलच झालें पाहिजे. कारण, त्याच्या प्रयत्नांत कोणत्याही प्रकारची कसूर झालेली नसते. सारांश, हठादिक तीन गोष्टी ह्या कार्यसिद्धीचें द्वार असून कर्म हेंच मुख्य कारण आहे, असें ज्यांस वाटत नसेल आणि ह्या कारणांच्या योगानें कोणतीही गोष्ट सिद्ध होणार नाहीं असें ज्यांचें मत असेल ते लोक मूर्ख होत. कर्म (प्रयत्न) हें केलेंच पाहिजे, असा मनूचा सिद्धान्त आहे. कारण, जर मनुष्यानें प्रयत्नच केला नाहीं तर तो अगदीं हीन दशेस पोहोंचतो. युधिष्ठिरा, प्रयत्न करणाऱ्या मनुष्यास प्रायः फलप्राप्ति होते. पण फलप्राप्ति जरी निश्चयानें होण्यासारखी असली तरीही ती आळशी अर्थात् प्रयत्न न करणाऱ्या मनुष्यास होत नाहीं. प्रयत्न करूनही जर फलप्राप्ति झाली नाहीं तर आपलें दुष्कर्मच त्यास प्रतिबंधक आहे असें समजावें, पण प्रयत्न केल्यावांचून राहूं नये. कारण, हे राजेंद्रा, प्रयत्न (कर्म) केला ह्मणजे मनुष्यावरचा दोष उडतो. जो मनुष्य आळशीपणानें कांहींएक उद्योग न करितां निजून राहिलेला असतो त्याला दारिद्य येतें; व उद्योगी अर्थात् प्रयत्न करणाऱ्या मनुष्यास निःसंशय फलप्राप्ति होऊन ऐश्वर्य उपभोगावयास मिळतें. फलप्राप्ति होईल किंवा नाहीं अशा संशयांतच पडून राहिलेल्या लोकांचीं कार्यें केव्हांही घडत नाहीत; तर जे अशा प्रकारचा संशय टाकून देतील त्यांचींच कार्यें सिद्धि पावतात. पण अशा प्रकारचे संशय सोडून देऊन कार्य करण्यामध्यें सक्त झालेले लोक खरोखर दुर्मिळ असतात. सारांश, मनुष्यानें प्रयत्न केला पाहिजे; आळशीपणानें स्वस्थ राहून उपयोगी नाहीं. आज हा आम्हांवर अतिशय अनर्थ ओढवलेला आहे, पण जर तूं प्रयत्न करूं लागलास तर तो निःसंशय टळेल. तूं प्रयत्न केल्यानंतरही जर फलप्राप्ति झाली नाहीं तर तुझ्या, भीमसेनाच्या, अर्जुनाच्या आणि नकुलसहदेवांच्या हातून

कार्यसिद्धि होत नाहीं असें तरी ठरून जाईल दुसऱ्यांच्या अर्थात् शत्रूंच्या प्रयत्नास फल येतें, कीं आपलेच प्रयत्न सफल होतात हें, प्रयत्न केल्यानंतर बऱ्याच वेळानें जें फल येईल त्यावरूनच कळून येत असतें; कर्म केल्यावांचून कळून येत नाहीं. शेतकरी नांगरानें जमीन नांगरून त्यांत बीज पेरून स्वस्थ बसतो. कारण, बीज उगवून येण्याला पर्जन्य हा कारण आहे. तेव्हां, पर्जन्यानेंच जर अनुग्रह केला नाहीं व त्यामुळें फलही मिळालें नाहीं तर त्याजविषयींचा दोष शेतकऱ्याकडे नाहीं. कारण, त्याच्या हातून जें होण्यासारखें होतें तें त्यानें केलेलेंच आहे. दुसऱ्या पुरुषानें जें जें केलें असतें तें तें सर्व मींही केलें आहे, असें असतांही जर त्याचें फल मिळालें नाहीं तर त्यांत माझा कोणत्याही प्रकारें दोष नाहीं, असा विचार प्रयत्न करणाऱ्या धैर्यसंपन्न मनुष्यानें केला पाहिजे. त्याबद्दल त्यानें स्वतःस दोष देणें योग्य नाहीं. हे भरतवंशजा, प्रयत्न केला असतांही आपली गोष्ट सिद्ध होत नाहीं ह्मणून मनुष्यानें खेद बाळगूं नये. कारण, कार्यसिद्धि होण्याला जसे प्रयत्न तशी दुसरींही दोन कारणें आहेत. प्रयत्न केला ह्मणजे सिद्धि होईल अथवा एखादे वेळीं न होईल, पण प्रयत्नाकडे मुळीं प्रवृत्तिच नसणें हें मात्र ह्याच्या अगदीं उलट आहे. कारण, प्रयत्न जर केला नाहीं तर सिद्धि होणार किंवा नाहीं हें कळण्यालाही मार्ग नाहीं. प्रयत्न केला तरीही एखादे वेळीं कार्यसिद्धि होत नाहीं ह्याचें कारण; कार्यसिद्धीला पुष्कळ गोष्टी जुळून याव्या लागतात. ह्या अंगभूत गोष्टी जर जुळून आल्या नाहींत तर फल कमी मिळतें अथवा मुळीं मिळतही नाहीं, ही गोष्ट खरी आहे. पण तेवढ्यामुळें कार्याविषयीं मुळीं उद्योगच करूं नये असें ह्मणणें चुकीचें आहे. कारण, कार्याविषयीं उद्योगच न केल्यास त्याचें सिद्धिरूपी मुख्य फलही मिळणार नाहीं व आपल्या अंगीं असणारे शौर्यादिक गुण देखील केव्हांही दिसून यावयाचे नाहींत. देश, काल इत्यादिक कार्यसिद्धीचीं अंगें आहेत. ह्मणूनच सुज्ञ मनुष्य आपला उत्साह आणि सामर्थ्य ह्यांच्या मानानें देश, काल, सामादिक उपाय व आपलें कल्याण ह्यांचा विचार संपत्तीच्या अभिवृद्धीसाठीं आपल्या बुद्धीनें करीतच असतात. कारण तीं कार्यसिद्धीचीं साधनेंच आहेत. पण त्यानें कार्याची सिद्धि होईलच असें नाहीं, पराक्रम हाच काय तो कार्यसिद्धि कशी होते तें सांगणारा आहे. कारण, कार्यें करूं लागलें तरीही त्यांची सिद्धि मुख्यत्वेंकरून पराक्रमावरच अवलंबून असते. पराक्रमाचा उपयोग सर्वत्र व्हावयाचा नाहीं हें खरें; व ह्मणूनच, बुद्धिमान् मनुष्याला ज्या वेळीं आपला प्रतिपक्ष आपल्यापेक्षां अनेक गुणांनीं अधिक आहे असें वाटेल त्या वेळीं सामोपचाराच्याच योगानें त्यानें आपली कार्यसिद्धि करण्याचें मनांत आणावें, पण त्याचा पराजय करण्याविषयींचा प्रयत्न करीतच असावें. युधिष्ठिरा, प्रत्यक्ष समुद्र किंवा पर्वत ह्यांसारखा अजरामर जरी शत्रु असला तरी देखील त्याला संकटांत पाडण्याची आणि देशांतून हांकलून देण्याची इच्छा केली पाहिजे. प्रतिपक्षास पराजित करण्याची संधि आलेली दिसतांच त्याविषयीं उद्योग करूं लागणारा मनुष्य, उद्योग जरी सफल झाला नाहीं तरी कर्तव्य बजावल्यामुळें आपल्या व दुसऱ्याच्या ऋणांतून मुक्त होतो. उद्योगाचें फल मिळालें नाहीं ह्मणून स्वतःस तुच्छ समजूं नये. कारण, आपणाला तुच्छ समजणाऱ्या मनुष्यास केव्हांही चांगलें ऐश्वर्य प्राप्त होत नाहीं. हे भरतवंशजा, लोकांच्या कार्यसिद्धीची ही अशी व्यवस्था

आहे. काल व स्थिति ह्यांच्या मानानें प्रयत्न करणें हेंच त्या सिद्धीचें मूळ कारण आहे. हे भरतकुलश्रेष्ठा, पूर्वी माझ्या पित्यानें एक पंडित ब्राह्मण घरीं ठेऊन घेतला होता, त्यानें ही बृहस्पतिप्रोक्त नीति माझ्या पित्याला सांगितली व बंधूंना शिकविली. त्या वेळीं त्यांच्याकडून मीं ती घरामध्यें ऐकिली होती. पुढें कांहीं कामाकरितां मी एकदा पित्याजवळ जाऊन ऐकत बसलें होतें, तेव्हां त्या ब्राह्मणानें मलाही ती समजावून सांगितली.

अध्याय तेहतिसावा.

—:०:—

भीमसेनाचा अभिप्राय.

वैशंपायन ह्मणाले:—जनमेजया, द्रौपदीचें भाषण ऐकल्यानंतर क्रुद्ध होऊन गेलेला असहिष्णु भीमसेन सुस्कारे टाकीत धर्मराजाजवळ येऊन क्रोधानें ह्मणाला:—युधिष्ठिरा, सत्पुरुषास योग्य अशा राज्यप्राप्तीच्या—धर्मास अनुसरून असलेल्या—मार्गास लाग. धर्म, अर्थ आणि काम हीं न मिळवितां आम्ही निवळ वनांत राहून काय उपयोग ! दुर्योधनानें आमचें राज्य धर्मानें, सरळपणानें अथवा पराक्रम गाजवून घेतलेलें नसून मायावी द्यूत करून बळकाविलेलें आहे. ज्याप्रमाणें एखाद्या उष्टीं खाऊन राहणाऱ्या निर्बल कोल्ह्यानें अत्यंत बलिष्ठ अशा सिंहाच्या ताब्यांतील मांस कपटानें काढून घ्यावें, त्याप्रमाणें त्यानें आमचें राज्य हिरावून घेतलें आहे. हे राजा, थोड्याशा धर्माच्या छायेखालीं राहून त्याच्यासाठीं धर्म आणि काम ह्यांच्या उत्पत्तीचें स्थान अशा अर्थाला झुगारून देऊन तूं काय ह्मणून दुःख भोगीत राहिला आहेस ? तुझ्याच असावधपणामुळें, गांडीवधनुष्य धारण करणाऱ्या अर्जुनानें संरक्षण केलें असल्यामुळें जें प्रत्यक्ष इंद्राला देखील हिरावून घेतां यावयाचें नाहीं तें आमचें राज्य शत्रूंनीं पाहतां पाहतां हिरावून घेतलें ! थोट्या मनुष्याचीं बेलफळें अथवा पांगळ्यांच्या गाई ह्यांप्रमाणें आमचें ऐश्वर्य आह्मी धडधडीत जिवंत असतांना परक्यांनीं बळकाविलें. त्याला कारण केवळ तूं आहेस. हे भरतवंशजा, धर्मवासनेवर विश्वास ठेवून असणाऱ्या तुजला रुचलें आहे ह्मणूनच आह्मी अशा तऱ्हेचा दुःखाचा स्वीकार करून राहिलों आहों. हे भरतकुलश्रेष्ठा, तूं केलेल्या शास्त्रोपदेशाच्या योगानें अंतःकरण आवरून धरून आह्मी आपल्या मित्रांना काळजीनें कृश आणि शत्रूंना मात्र आनंदित करीत आहों. आह्मी तुझें शास्त्र ऐकत बसलों आणि त्याच वेळीं त्या धृतराष्ट्राच्या कारट्यांना ठार करून सोडिलें नाहीं ह्या दुष्कृत्यामुळें आह्मांला ताप भोगावा लागत आहे. तें असो; पण, राजा, तुला स्वतःला प्राप्त झालेल्या ह्या वनवासरूपी पशुवृत्तीकडे तरी लक्ष्य दे. ह्या वृत्तीचें अवलंबन दुबळे लोकच करीत असतात; बलसंपन्न लोक तिचा आश्रय करीत नाहींत. श्रीकृष्ण, अर्जुन, अभिमन्यु, संजय, मी, नकुल अथवा सहदेवही ह्या वृत्तीस चांगलें ह्मणत नाहीं. राजा, तूं “ धर्म धर्म ! ” ह्मणत सदोदीत व्रतें करून कृश होऊन गेला आहेस. एखाद्या क्लीबाला योग्य अशा तऱ्हेची ही उपजीविका तुला वैराग्यामुळें तर प्राप्त झाली नसेलना ? ऐश्वर्य संपादन करण्याविषयीं असमर्थ असणारे निंद्य लोक स्वार्थाचा विघात करणाऱ्या ह्या वैराग्यावरच प्रेम करीत राहतात. ह्मणूनच, राजा, तूं दूरदर्शी असून व आम्हांमध्यें पौरुष आहे हें तुला दिसत असतांही तूं क्रूरपणाच्या अभावाचाच पिच्छा धरून आपणावर ओढवणाऱ्या अनर्थाकडे मुळींच लक्ष्य देत नाहींस. आह्मांला संग्रामांत मरण आलें तरी त्याचें दुःख नाहीं,

पण आह्मी सामर्थ्यसंपन्न असतां अपराध सहन करूं लागल्यामुळें हे धृतराष्ट्राचे पोरटे आह्मांला निःशक्त असें समजतात ह्याचें मात्र दुःख वाटतें. समरांगणांत जाऊन माघार न घेतां सरळपणानें युद्ध करीत असतां आतां सर्वांनाही जरी मरण आलें तरी देखील तें फार उत्तम. कारण, त्यामुळें आह्मांला सद्गति मिळेल; आणि, हे भरतकुलश्रेष्ठा, आह्मींच जर त्यांना ठार केलें व सर्व पृथ्वी संपादन केली तरी तेंही अतिशय उत्तमच आहे. सारांश, वैराची फेड आणि विपुल कीर्ति ह्यांची इच्छा असल्यामुळें, स्वधर्मानें वागणाऱ्या आमचें युद्ध हें सर्वथैव कर्तव्यच आहे. कर्तव्याचें स्वरूप जाणन स्वतःसाठीं युद्ध करीत असतां त्यामध्यें पराजय येऊन जरी शत्रूंनीं राज्य पटकावलें तरी देखील आमची प्रशंसाच होईल; निंदा होणार नाहीं. हे राजा, जो धर्म मित्रांच्या आणि आपल्याहा अपकर्षास कारण होतो तो धर्म नसून प्रत्येक दुःख अथवा अधर्माचें बीज होय. बा युधिष्ठिरा, मनुष्य सदोदीत सर्वथैव इतर पुरुषार्थांचा त्याग करून धर्माचरण करूं लागला ह्मणजे तो धर्म अर्थसाध्य असल्यामुळें धर्माचरणाविषयीं असमर्थ बनतो; आणि असें झालें ह्मणजे, सुख आणि दुःख हीं जशीं प्रेताला सोडून जातात त्याप्रमाणें धर्म आणि अर्थ हे दोन्ही पुरुषार्थ त्याचा त्याग कारतात. ज्याचा धर्म केवळ धर्माकरितांच आहे तो केवल दुःख भोगणारा, शहाणा नव्हे. ज्याप्रमाणें अंध मनुष्याला सूर्याच्या कांतीचें ज्ञान होत नाहीं त्याप्रमाणें त्याला धर्माचा अर्थच समजत नाहीं असें ह्मटलें पाहिजे. तसेंच, ज्याचा अर्थ हा स्वतःकरितांच असेल त्यालाही अर्थाचें तत्त्व कळलें नसून, ज्याप्रमाणें पोटभरू लोक स्वतःच्या उदरपोषणाकरितांच अरण्यामध्यें धेनूंचें संरक्षण करीत असतात त्याच प्रकारचा तो होय. जो अर्थाभिलाषी पुरुष धर्म आणि अर्थ ह्या दुसऱ्या दोन पुरुषार्थांचें मुळींच आचरण करीत नाहीं तो वध करण्यास योग्य व ब्रह्महत्या केलेल्या मनुष्याप्रमाणें सवही प्राण्यांमध्यें निंद्य होय. तसेंच, सदोदीत केवळ कामाचा अभिलाष धरून जो मनुष्य दुसऱ्या दोन ह्मणजे अर्थात् धर्म व अर्थ ह्या पुरुषार्थांचें आचरण करीत नाहीं त्याला मित्र नाहींतसे होतात आणि तो धर्म व अर्थ ह्या दोहोंपासूनही भ्रष्ट होतो. पाणि नाहींसें झालें ह्मणजे ज्याप्रमाणें मत्स्यांना मृत्यु येतो, त्याप्रमाणें स्वैरपणें कामामध्येंच रममाण होऊन राहिलेल्या धर्मार्थशून्य अशा त्या मनुष्याला कामाचा नाश झाला ह्मणजे निश्चयानें मृत्यु येतो. ह्मणूनच शहाणे लोक धर्म आणि अर्थ ह्या पुरुषार्थांकडे केव्हांही दुर्लक्ष्य करीत नाहींत. कारण, ज्याप्रमाणें अरणी ही अग्नीचें उत्पत्तिस्थान त्याप्रमाणेंच धर्म आणि अर्थ हे कामाचें उत्पत्तिस्थान होत. सारांश, अर्थ हा सर्वथैव धर्ममूलक व धर्म हाही सर्वथैव अर्थमूलक असून ते उभयतां मेघ आणि समुद्र ह्यांच्याप्रमाणें परस्परांच्या उन्नतीस कारणीभूत आहेत पुष्पांच्या माला, चंदनादिकांचा स्पर्श व सुवर्णादिकांची प्राप्ति इत्यादिकांच्या योगानें जो आनंद होतो तो अंतःकरणाचा संकल्प हाच काम होय. त्याचें शरीर दृग्गोचर होत नाहीं. हे राजा, अर्थाचा अभिलाष करणारा पुरुष त्याच्या प्राप्तीसाठीं विपुल धर्म करूं इच्छितो व कामाची इच्छा करणारा पुरुष त्याच्या प्राप्तीसाठीं अर्थसंपादन करूं पाहत असतो. अर्थात् धर्म हा अर्थाचें व अर्थ हा कामाचें साधन आहे असें सिद्ध होतें. कामाच्या योगानें इतर पुरुषार्थ संपादन करण्याची मनुष्य इच्छा करीत नाहीं. कामाच्या योगानें इतर अभीष्टाची सिद्धि व्हावयाची नाहीं. कारण, सिद्धि

होण्यास साधन लागतें व काम हा इतर पुरुषार्थांचें साधन नसून, ज्याप्रमाणें काष्ठापासून झालेलें भस्म असतें त्याप्रमाणें तो केवल फल असतो व त्याचा प्रत्यक्ष प्रीति उत्पन्न करणें हा उपयोग होऊन गेलेला असतो. ह्यामुळें तो फलच आहे, साधन नव्हे, असें शास्त्रज्ञांनीं ठरविलेलें आहे. हे राजा, ज्याप्रमाणें पक्ष्यांचा वध करून त्यांवर उपजीविका करणारा मनुष्य त्या पक्ष्यांचा वध करितो त्याप्रमाणें प्राण्यांची हिंसा करणें हें अधर्माचें स्वरूप होय. काम आणि लोभ ह्यांच्या अधीन होऊन जो मनुष्य धर्माच्या स्वरूपाचें ज्ञान संपादन करीत नाहीं तो दुष्ट इहलोकीं व परलोकींही सर्व प्राण्यांचा वध्य होऊन राहतो. असो; हे राजा, स्त्रीधनादिक वस्तु हा ज्याचा परिवार आहे त्या अर्थाचें तुला अगदीं स्पष्ट ज्ञान आहे. तसेंच ह्याचीं साधनें व त्यांचे अनेक प्रकारचे परिणाम ह्यांचीही तुला माहिती आहे. कामाचा जो स्त्रिया, धेनु, अश्व इत्यादिक परिवार आहे त्याची प्राप्तिच न होणें, झाल्यानंतर वियोग होणें, त्याला जरा अर्थात् क्षय लागणें किंवा मरण येणें ह्यांसच अनर्थ असें ह्मणतात. हा आज आमच्यावर आहेच. चक्षुरादिक पांच इंद्रियें, मन आणि बुद्धि हीं आपापल्या विषयाचे ठिकाणीं आसक्त झालीं ह्मणजे जी प्रीति उत्पन्न होते तोच काम होय असें मला वाटतें. हेंच कर्माचें उत्कृष्ट प्रकारचें फल होय. सारांश, मीं सांगितलें आहे अशाच रीतीनें धर्म, अर्थ आणि काम ह्यांचा भेद आहे असें समजून मनुष्यानें केवल धर्म, केवल अर्थ अथवा केवल काम ह्याचाच अवलंब न करितां सदोदीत सर्वही पुरुषार्थांचें सेवन करीत असावें. प्रतिदिवशीं आरंभीं धर्माचें, मध्यें अर्थाचें आणि शेवटीं कामाचें आचरण करावें, असा शास्त्राचा नियम आहे. आपल्या वयामध्यें सुद्धां प्रथम काम, मध्यें अर्थ व शेवटीं धर्म आचरण करावा असा शास्त्रविहित विधि आहे. तेव्हां, हे उत्कृष्ट वक्त्या युधिष्ठिरा, पुरुषार्थांच्या सेवनाचा काल जाणणाऱ्या सुज्ञ मनुष्यानें निरनिराळ्या वेळा ठरवून धर्म, अर्थ आणि काम ह्या पुरुषार्थांचें योग्य प्रकारें सेवन करावें. हे कुरुनंदना राजा युधिष्ठिरा, सुखाभिलाषी पुरुषांच्या आत्यंतिक कल्याणाचें साधन एक मोक्ष अथवा दुसरें निश्चय ठरवून व उपायांची योजना करून मिळविलेला अभ्युदय हें होय. तेव्हां तूं एक मोक्ष तरी सत्वर मिळीव अथवा अभ्युदय तरी संपादन कर. कारण, धड तेंही नाहीं व हेंही नाहीं, अशा रीतीनें मध्येंच लडबडत राहणाऱ्या पुरुषाला आपलें आयुष्य रोगग्रस्त मनुष्याच्या आयुष्यासारखें कष्टदायक होतें. धर्म कोणता हें मलाही माहीत आहे आणि तूं तर सदोदीत त्याचें आचरणच करीत आहेस. युधिष्ठिरा, धर्माचे प्रकार जरी अनेक आहेत तरी अत्यंत विचारसंपन्न असे ज्ञाते लोक कर्मविधायक वाक्यांचीच प्रशंसा करीत असतात. सारांश, ज्ञान्यांच्या मतें कर्मरूपी धर्म हाच श्रेष्ठ आहे. ह्यामुळें दान, यज्ञ, सज्जनांचा संवाद, वेदाचें अध्ययन आणि सरळपणाचें वर्तन हाच धर्म श्रेष्ठ असून इहलोकीं व परलोकीं फलदायक होणारा आहे. पण, हे पुरुषश्रेष्ठा, जरी इतर सर्व गुण असले तरीही अर्थ नसल्यास ह्या धर्माचें आचरण करितां येणें शक्य नाहीं. हे राजा, धर्म हें सर्व जगताचें मूळ कारण असून धर्माहून श्रेष्ठ असें दुसरें कांहींही नाहीं हें खरें, पण हा धर्म विपुल अर्थ असेल तरच आचरण करितां येणें शक्य आहे. सारांश, जरी धर्माची इच्छा असली तरी त्यासाठीं प्रथम अर्थ संपादन केला पाहिजे. पण, राजा, केवल धर्मावर अंतःकरण ठेवून भिक्षा मागितल्यानें अथवा धाडस न केल्यानें मनुष्याला केव्हांही अर्थसंपादन

करितां येणें शक्य नाहीं. ब्राह्मणाला याचनेच्या योगानें अर्थप्राप्ति होते, पण ती याचना तूं क्षत्रिय असल्यामुळें तुला निषिद्ध आहे. तेव्हां, हे नरश्रेष्ठा, तूं आपल्या पराक्रमानेंच अर्थसंपादन करण्याविषयीं प्रयत्न कर. क्षत्रियाला भिक्षावृत्ति अथवा वैश्य आणि शूद्र ह्यांच्या वृत्तिही विहित नसून स्वतःच्या सामर्थ्यावर उपजीविका करणें हाच त्याचा उत्कृष्ट प्रकारचा धर्म आहे, असें ह्मटलेलें आहे. तेव्हां तूं स्वधर्माचें अवलंबन कर, आपणावर चालून येणाऱ्या शत्रूंचा संहार कर आणि अर्जुनाकडून व मजकडून ह्या धृतराष्ट्रपुत्ररूपी अरण्याचा धुव्वा उडवून दे. ऐश्वर्यरूपी अभ्युदय हाच—धर्माचें फल असल्यामुळें—धर्म होय असें ज्ञानी लोकांनीं सांगितलें आहे. तेव्हां तूं ऐश्वर्यरूपी अभ्युदयाचेंच अवलंबन कर. अशा निकृष्ट स्थितींत रहाणें तुला योग्य नाहीं. हे राजेंद्रा, अजून तरी शुद्धीवर ये. तुला सनातनधर्माचें ज्ञान आहेच; तेव्हां तुझा धर्म कोणता हें कांहीं कोणीं सांगावयाला नको. ज्याच्या योगानें लोक उद्वेग पावतात तें संग्रामासारखें क्रूर कर्म हाच ज्यांचा धर्म त्या क्षत्रियांच्या कुलांत तुझा जन्म झाला आहे. प्रजेच्या पालनासाठीं घडून येणारें क्रौर्यरूपी कार्य करणें हें तुजला निंद्य नाहीं. कारण, हे राजा, तूं क्षत्रिय असल्यामुळें परमेश्वरानेंच तुझा हा धर्म कायमचाच ठरविलेला आहे. तेव्हां, हे पार्था, त्याचें आचरण न करितां जर तूं निकृष्ट स्थितीस पोहोंचलास तर लोकांमध्यें तुझा उपहास होईल. कारण मनुष्यें स्वधर्मभ्रष्ट होऊं लागलीं तर त्यांची कोणी प्रशंसा करीत नाहींत. तेव्हां, हे कुरुवंशजा, तूं हा अंतःकरणाचा शिथिलपणा टाकून देऊन त्याला क्षत्रियाप्रमाणें कठोर बनीव आणि शौर्याचा अवलंब करून औताच्या बैलाप्रमाणें हें कार्याचें जूं आपल्या मानेवर घे. राजा, केवल धर्मावर अंतःकरण ठेवून आजपर्यंत कोणाही राजाला केव्हांही पृथ्वी मिळालेली नाहीं; ऐश्वर्य प्राप्त झालेलें नाहीं व संपत्तीचाही लाभ झालेला नाहीं. ज्याप्रमाणें साळंतरपक्षी मांसभक्षणाविषयीं लुब्ध झालेल्या क्षुद्र मधुमक्षिकांस भुलविण्याकरितां जीभ बाहेर काढून बसतो, व तिजवर त्या बसतांच त्यांस भक्षण करितो, त्याप्रमाणें अनेक क्षुद्र लोकांस लांचलुचपत देणें इत्यादि शाठ्य केल्यानेंच राज्यप्राप्ति होते. हे नृपश्रेष्ठा, देवांनींही शाठ्याचा अवलंब करूनच अत्यंत ऐश्वर्यसंपन्न व वडील असल्यामुळें ऐश्वर्योपभोगास योग्य अशा आपल्या बंधूंनाही—असुरांना—जिंकिलें आहे. सारांश, हे महाबाहो राजा, ज्याच्या अंगीं सामर्थ्य असेल त्यालाच सर्व मिळावयाचें हें लक्षांत वागवून तूं अत्यंत शाठ्याचा देखील अवलंब करून शत्रूंना ठार कर. तुला साहाय्य नाहीं असेंही नाहीं. कारण संग्रामाच्या कामीं अर्जुनासारखा धनुर्धर योद्धा अथवा मजसारखा गदायुद्ध करणारा पुरुष आजही कोणी नाहीं व पुढेंही कोणी होणार नाहीं. हे पांडुपुत्रा राजा युधिष्ठिरा, अत्यंत बलवान् जरी पुरुष असला तरी शौर्याच्याच योगानें तो युद्ध करूं शकतो; केवळ शरीर, सैन्य इत्यादिकांचें प्रमाण अथवा उत्साह ह्यांच्या योगानें करूं शकत नाहीं. तेव्हां तूं शौर्याचें अवलंबन कर. कारण, शौर्य हेंच अर्थप्राप्तीचें मूलकारण असून त्याहून भिन्न असें सर्व कांहीं निष्फल व ह्मणूनच तें हेमंतऋतूंतील वृक्षच्छायेप्रमाणें निरुपयोगी आणि अप्रासंगिक होय. उत्कृष्ट प्रकारच्या अर्थाची प्राप्ति होण्यासाठीं अर्थाचाही त्याग केला पाहिजे हें खरें, पण तो बीजाप्रमाणें केला पाहिजे. अर्थात् ज्याप्रमाणें शेतकरी लोक सर्व धान्यापैकीं कांहीं धान्य बीजासाठीं राखून

ठेवून इतराचाच खर्च करितात, त्याप्रमाणें अर्थाच्या कांहीं भागाचाच त्याग केला पाहिजे. ह्याविषयीं, हे कुंतीपुत्रा, तूं संशय मानूं नको. हा देखील अर्थत्याग—ज्या ठिकाणीं अर्थाच्या बरोबरीनें अनर्थाची प्राप्ति होईल, अभ्युदय मुळींच होणार नाहीं, त्या ठिकाणीं करूं नये कारण, तशा ठिकाणीं अर्थत्याग करणें ह्मणजे गाढवाला खरारा करण्यासारखें आहे. ज्याप्रमाणें पुष्कळ अर्थाची प्राप्ति व्हावी ह्मणून थोड्याशा अर्थाचा त्याग करावयाचा, त्याचप्रमाणें, हे नरश्रेष्ठा, जो मनुष्य थोड्याशा धर्माचा त्याग करूनही विपुल धर्म संपादन करील तोच खरा ज्ञानी, असें अगदीं ठाम मत आहे. शत्रूला जर पुष्कळ साहाय्यकर्ते असले तर चतुर पुरुष त्यांच्या—त्यांच्यांत फाटाफूट करितात व अशा रीतीनें त्या ज्ञानशून्य शत्रूला मित्रांनीं सोडिलें ह्मणजे ते वश करून घेतात. सारांश, राजा, मनुष्य जरी अत्यंत बलवान् असला तरी तो शौर्याच्याच योगानें युद्ध करूं शकतो. केवल उद्योग अथवा गोडीगुलाबीनें बोलणें ह्यांच्या योगानें सर्व प्रजा कोणासही आपल्या ताब्यांत ठेवतां येणार नाहीं. दुर्बलांना देखील जर संघशक्ति असली, तर ते, मधुमक्षिका ज्याप्रमाणें मध काढूं जाणाऱ्या मनुष्यास ठार करूं शकतात, त्याप्रमाणें आपल्या बलवत्तर शत्रूचाही सर्वथैव नाश करूं शकतात. सारांश, शत्रु दुर्बल आहेत असें समजून स्वस्थ रहाणेंही योग्य नाहीं. तेव्हां, हे राजा, तूं सूर्याप्रमाणें हो आणि ज्याप्रमाणें सूर्य आपल्या किरणांनीं प्रजेस भक्षणही करितो अर्थात् तींतील रस शोषून घेतो व वृष्टि करून तिचें संरक्षणही करितो, त्याचप्रमाणें तूंही शिष्टांचें पालन आणि दुष्टांचा संहार कर. पृथ्वीचें यथाविधि पालन करणें हाच आमचा अनादिसिद्ध स्वधर्म होय असें मीं ऐकिलेलें आहे व आमचे वाडवडीलही आजपर्यंत तेंच करीत आलेले आहेत. हे राजा, क्षत्रियास विहित असें युद्ध केल्यानें अथवा इतरही प्रकारें जय मिळाल्यानें जशी सद्गति मिळते तशी तपश्चर्येच्या योगानें मिळत नाहीं. तुझें हें दुःख पाहून लोकांचा असा निश्चय झाला आहे कीं, सूर्यांतून देखील प्रकाश निघून जाईल आणि चंद्रांतूनही त्यांची कांति निघून जाईल ! कारण, ज्याप्रमाणें प्रकाश हा सूर्याचा अथवा कांति हा चंद्राचा निसर्गसिद्ध धर्म आहे, त्याचप्रमाणें पराक्रम हा तुझा स्वाभावसिद्ध धर्म आहे; असें असतांही तो तुला सोडून गेला आहे. हे राजा, प्रजेचीही तुजवर भक्ति आहे. कारण, निरनिराळ्या सभा जमल्या ह्मणजे त्यांमध्यें तुझी अनेक प्रकारें प्रशंसा होत असते आणि तुझ्या प्रतिपक्ष्याची अनेक प्रकारची निंदा चाललेली असते. त्यांतून देखील हें तर फारच अधिक आहे कीं, सर्व ब्राह्मण आणि कौरवही आनंदानें तूं सत्यप्रतिज्ञ आहेस असें सांगत असतात. तूं मोहामुळें, दैन्यामुळें, लोभामुळें, भीतीमुळें, कामप्राप्तीसाठीं अथवा अर्थ संपादण्याच्या हेतूनेंही कधीं कोणत्याही प्रकारें असत्य भाषण केलेलें नाहींस हें खरें आहे; तथापि ह्या वेळीं तूं आपल्या प्रतिज्ञेचा भंग केलास तरीही हरकत नाहीं. कारण, पृथ्वीच्या प्राप्तीसाठीं राजाच्या हातून जें पातक घडतें तें सर्व पृथ्वी मिळाल्यानंतर विपुलदक्षिणायुक्त यज्ञ करून घालवितां येतें. तेव्हां, राज्यप्राप्ति झाल्यानंतर तूं ब्राह्मणांना गांवें इनाम दे आणि हजारों गोप्रदानें कर, ह्मणजे तुझें पातक नष्ट होईल. कारण, ज्याप्रमाणें चंद्र अंधकारापासून मुक्त होतो त्याप्रमाणें हा विधि करणारा राजा सर्वही पातकांपासून मुक्त होतो. हे कुरुनंदना युधिष्ठिरा, राजधानी आणि देश

ह्यांमध्यें वास्तव्य करणारे सर्वही आबालवृद्ध लोक सांप्रत तुझी प्रशंसा करीत आहेत. तेव्हां हाच तुझा राज्य मिळविण्याचा समय आहे. ‘ ज्याप्रमाणें कुत्र्याच्या चामड्याच्या बुधल्यांत दूध घातलेलें असावें, शूद्राच्या तोंडीं वेद असावे, दरोडेखोराच्या ठिकाणीं सत्यानें वास्तव्य करावें, अथवा स्त्रीच्या ठिकाणीं सामर्थ्य वसत असावें, त्याप्रमाणेंच दुर्योधनाच्या ठिकाणीं असलेला राजेपणा होय.’ अशा तऱ्हेची लोकांमध्यें ह्मण पडली असून तिचें एकसारखें पुरश्चरण चाललेलें आहे. इतकेंच नव्हे, तर, हे भरतवंशजा, आह्मांसहवर्तमान तूं अशा स्थितींत असल्यामुळें ह्या प्रजेपैकीं स्त्रिया आणि बालक हे तर ही ह्मण स्वाध्यायासारखी समजून हिचें अध्ययन करीत असतात. अशी स्थिति असतां, हे शत्रुमर्दना, राज्यभ्रंशरूपी आमच्या पीडेला जर तूंच कारण झालास तर खात्रीनें आह्मी सर्वहीजण नामशेष होऊन गेलों असें समज. तेव्हां आतां तूं विलंब न करितां सर्वसाहित्यसंपन्न अशा ह्या रथामध्यें आरोहण करून ब्राह्मणांस देण्यासाठीं अर्थ संपादन करण्याकरितां ब्राह्मणांचे आशीर्वाद घेऊन आजच हस्तिनापुरावर स्वारी कर. ज्याप्रमाणें इंद्र देवांस आपल्याबरोबर घेतो त्याप्रमाणें तूं अस्त्रवेत्ते, बळकट धनुष्यें धारण केलेले व विषारी भुजंगांसारखे शूर बंधु बरोबर घे; आणि, हे महाबलसंपन्ना युधिष्ठिरा, असुरांचें मर्दन करणाऱ्या इंद्राप्रमाणें तूं आपल्या पराक्रमानें शत्रूंचें मर्दन करून धृतराष्ट्राच्या पोरांपासून राज्य काढून घे. अर्जुनाच्या गांडीव धनुष्यांतून सुटलेल्या, गृध्रपक्ष्यांचीं पंखें लावलेल्या, विषारी सर्पांसारख्या बाणांचा नुसता स्पर्श देखील कोणाही मनुष्यास सहन होणें शक्य नाहीं, मग प्रहाराची गोष्ट पाहिजे कशाला? तसेंच, हे भरतवंशजा, असा कोणीही वीर, हत्ती अथवा घोडाही नाहीं, कीं जो मी संग्राममध्यें क्रुद्ध होऊन गेलों ह्मणजे माझ्या गदेचा वेग सहन करील. ह्याशिवाय सृंजय, कैकेय आणि यादवश्रेष्ठ ह्यांचें जर साहाय्य आहे तर आह्मांला युद्धांत जय मिळणार नाहीं हें होईल तरी कसें? हे राजा, तुझें सामर्थ्य मोठें असतांही तूं युद्धाविषयीं प्रयत्न करून शत्रूंच्या हस्तगत झालेली पृथ्वी काय म्हणून हिरावून घेत नाहींस?

अध्याय चौतिसावा.

—:*:—

युधिष्ठिराचें उत्तर.

वैशंपायन ह्मणाले:-ह्याप्रमाणें भीमानें भाषण केल्यानंतर, तो महाप्रभावशाली सत्यनिष्ठ राजा युधिष्ठिर हा धिमेपणानें त्यास असें बोलूं लागला.

युधिष्ठिर म्हणाला:-हे भरतवंशजा भीमा, वाक्यरूपी बाणांच्या टोंकांनीं बोंचून तूं जो मला कमीपणा देत आहेस तो अगदीं खरा आहे; त्याबद्दल मी तुला दूषण देत नाहीं. कारण, माझ्याच अनीतीमुळें तुमच्यावर संकट ओढवलें आहे. मीं राष्ट्र आणि राज्यलक्ष्मी हीं धृतराष्ट्राच्या पुत्रांकडून हिरावून घेण्याच्या इच्छेनें द्यूताचा अंगीकार केला व त्या वेळीं दुर्योधनानें मजबरोबर खेळावयाचें असतां त्याच्यासाठीं कपटी शकुनि माझ्याशीं खेळूं लागला. ह्या महामायावी पर्वतदेशाधिपति शकुनीनें सभेंत पुष्कळ फांसे टाकून मायावी नसणाऱ्या माझा कपटानें पराभव केला; व त्यामुळेंच, भीमसेना, हें कष्टदायक संकट मला पहावें लागलें! शकुनीचे फांसे सम असोत अथवा विषम असोत, अगदीं बरोबर त्याच्या इच्छेप्रमाणें पडतात असें दृष्टिगोचर होतांच मला अंतःकरण आवरून धरितां

आलें असतें हें खरें आहे, पण क्रोध हा मनुष्याच्या धैर्याचा ध्वंस करीत असतो हें लक्ष्यांत ठेवलें पाहिजे. बा भीमा, शौर्य, अभिमान आणि प्रयत्न ह्यांनीं जखडून गेलेलें अंतःकरण केव्हांही आवरून धरितां येणें शक्य नसतें व ह्मणूनच मला तसें करितां आलें नाहीं. भीमा, मी तुझ्या वाणीला दोष देत नाहीं. कारण, माझ्या मतें ती गोष्ट तशी होणारच होती. भीमा, आमचें राज्य हिरावून घेण्याच्या इच्छेनें त्या धृतराष्ट्रपुत्र दुर्योधनानें ज्यामध्यें द्रौपदी हाच आमचा केवळ आधार अशा संकटांत आह्मांला पाडलें आणि दास करून सोडिलें. आह्मी त्या सभेंत गेल्यानंतर सर्वही भरतवंशजासमक्ष एका पणाकरितां मला तो काय ह्मणाला हें तुलाही माहीत आहे व अर्जुनालाही ठाऊक आहे. तो ह्मणाला होता कीं, "राजपुत्रा युधिष्ठिरा, द्यूतांत पराजय झाला तर अरण्यामध्यें जाऊन बारा वर्षेंपर्यंत तूं तुझ्या इच्छेप्रमाणें हवें तर प्रकटपणेंही रहा, पण शेवटीं एक वर्षपर्यंत बंधूंसहवर्तमान वेष बदलून गुप्तपणें अज्ञातवास केला पाहिजे. अज्ञातवासांत असतां जर तुह्मी आहां असें आमच्या कानावर आलें अथवा भरतवंशजांच्या हेरांस तुह्मी कळून आलां तर पुनःबारा वर्षें वनवासांत आणि एक वर्ष अज्ञातवसांत राहिलें पाहिजे. तेव्हां, पार्था, ह्याचा काय तो निश्चय कर आणि मग प्रतिज्ञा कर. हे राजा, जर इतक्या वेळांत आमच्या हेरांस देखील तुझा शोध लागला नाहीं, तर तूं अज्ञातवासांतून सुटल्यानंतर आह्मी चकित होऊन जाऊं. ह्या कौरवांच्या सभेंत मी तुला खरेंच सांगतों कीं, पुढें हा पंचनद देश तुझाच आहे. कारण, असें केलेंस ह्मणजे तूं आह्मांला जिंकल्याप्रमाणें होईल व त्या वेळेपासून आह्मी भोग्य वस्तूंचा त्याग करून राहूं." असें त्या राजानें कौरवांच्या देखत मला सांगितलें व मींही त्याला 'ठीक आहे' असें उत्तर दिलें. त्या द्यूतांत आमची बाजू ढिली पडली आणि आम्ही पराजित झालों. ह्यामुळेंच आज अशा रीतीनें प्रत्यक्ष दुःखरूपी बनून कष्टमय अशा अनेक देशांतून व अरण्यांतून आह्मी संचार करीत आहों. त्या वेळीं दुर्योधन शांतीची इच्छा न धरितां केवळ क्रोधाच्याच अधीन झाला, ह्यामुळें सर्वही कुरुवंशज उद्विग्न झाले व ह्मणूनच त्याला कोणीही वश झाले नाहींत. असो; सज्जनांच्या समोर त्या वेळीं अशा प्रकारची प्रतिज्ञा करून आतां राज्यासाठीं तिचा त्याग कोण बरें करूं शकेल? मला वाटतें, धर्माचा अतिक्रम करून पृथ्वीचें पालन करणें हें सज्जनाला मरणापेक्षां अत्यंत कष्टप्रद होईल. भीमा, ज्या वेळीं द्यूतामध्यें शकुनीचे बाहु दग्ध करण्याच्या इच्छेनें तूं परिघास (एक प्रकारच्या आयुधास) हात घातलास आणि अर्जुनानें तुला थांबविलें, त्या वेळींच जर तूं हें वीरकर्म केलें असलेंस तर तें कांहीं दुष्कर झालें असतें काय? मुळींच नाहीं. बरें, तुला जर आपल्यापाशीं पौरुष आहे असें ज्ञान होतें, तर मग प्रतिज्ञा करण्याच्यापूर्वींच तूं मला कां सांगितलें नाहींस? प्रसंग आला त्या वेळीं तूंच चुकलास आणि पुढें आतां मला काय वरचेवर विचारितोस? भीमा, द्रौपदी अत्यंत क्लेश पावत आहे असें पाहून शत्रूला क्षमा केल्याबद्दल मला अतिशय दुःख होत आहे आणि प्रत्यक्ष विषप्राशन केल्याप्रमाणें मी क्लेश पावत आहें. तथापि, हे भरतवंशजा वीरा, कौरववीरांमध्यें मी प्रतिज्ञा करून जें सांगितलें आहे तें अन्यथा होणें शक्य नाहीं. तेव्हां, ज्याप्रमाणें धान्य पेरणारा शेतकरी तें पक्वदशेस येण्याची वाट पाहत असतो, त्याप्रमाणें तूं आपल्या सुखोत्पत्तीची मार्गप्रतीक्षा करीत रहा. शत्रूंनी पूर्वीं फसविलेल्या मनुष्यानें, ते

चांगले शौर्यादिक साधनरूपीं पुष्पें आणि ऐश्वर्यरूपीं फळें ह्यांनीं युक्त आहेत असें कळून आल्यानंतर जर त्यांना कापून काढिलें तरच त्याच्या पौरुषाला अत्यंत महत्त्व येतें. खरोखर तोच वीर ह्या मृत्युलोकामध्यें जिवंत असणारा होय; त्याला संपूर्ण ऐश्वर्याची प्राप्ति होते; शत्रुही त्याजपुढें मान वांकवितात; व ज्याप्रमाणें देव इंद्राची सेवा करितात त्याप्रमाणें मित्रही लवकरच त्याची सेवा करूं लागून त्याच्या आश्रयानें आपली उपजीविका करूं लागतात. सारांश, माझी प्रतिज्ञा अगदीं खरी आहे हें तूं पक्कें समज. मोक्षाचा अथवा प्रत्यक्ष जीविताचाही त्याग करावा लागला तरीही मी सत्यरूपी धर्माचा स्वीकार करणार! कारण राज्य, पुत्र, कीर्ति आणि द्रव्य ह्यांना सत्याचा एका षोडशांशाची सुद्धां सर यावयाची नाहीं!

अध्याय पसतिसावा.

—:०:—

पुनरपि भीमाचें भाषण.

भीमसेन ह्मणाला:—हे महाराजा, तूं कालानें जखडून गेलेला मनुष्य आहेस; व ह्मणूनच, पाण्यावरील फेंसाप्रमाणें क्षणिक अथवा वृक्षावरील फळाप्रमाणें पतनशील आहेस. असें असतांही सर्वांचा संहार करणारा, प्रवाहस्वरूपी, अमर्याद, अनंत, बाणाप्रमाणें शीघ्र जाणारा व प्रत्यक्ष यमस्वरूपीच असा जो काल त्यावर प्रेम करून तूं त्याला एखाद्या प्रत्यक्ष दिसणाऱ्या वस्तूप्रमाणें स्वाधीन ठेवतां येण्यासारखा समजत आहेस. पण वस्तुतः तशी स्थिति नाहीं. हे कुंतीपुत्रा, डोळ्यांत काजळ घालण्याच्या सळईच्या योगानें क्रमाक्रमानें नाश पावणाऱ्या कज्जलाप्रमाणें निमेषांच्या योगानेंही ज्याचें आयुष्य कमी होतें त्या मनुष्यानें कालाची काय ह्मणून प्रतीक्षा करावी? ज्याचें आयुष्य खरोखर अमर्याद असेल अथवा आपल्या आयुष्याच्या प्रमाणाचें व त्यांतूनही सर्व कालीं घडणाऱ्या गोष्टींचें ज्याला प्रत्यक्ष ज्ञान असेल, त्यानें कालाची प्रतीक्षा केली तर चालेल; पण, हे राजा, आमची स्थिति तशी नसल्यामुळें, जर आह्मी तेरा वर्षेपर्यंत कालाचीच प्रतीक्षा करीत राहिलों तर तो आमच्या आयुष्याचा ऱ्हास करून आह्मांला मृत्यूच्याही समीप घेऊन जाईल. कारण, मरण हें प्राण्यांच्या शरीराला नेहमींचेंच लागलेलें आहे. तेव्हां तें येण्यापूर्वीच आह्मीं राज्यप्राप्तीसाठीं प्रयत्न केला पाहिजे. जो मनुष्य आपल्या वैराचा प्रतीकार करीत नाहीं व ह्मणूनच कीर्ति न मिळाल्यामुळें अप्रसिद्धपणेंच राहतो, त्याच्या योगानें भूमीला तर पीडा होतेच; कारण तो भूमीला भारभूतच असतो; पण तो स्वतः देखील चिखलांत रुतलेल्या धेनूप्रमाणें क्लेश पावतो. जो मनुष्य उद्योग आणि शौर्य हीं कमी असल्यामुळें वैराचा प्रतीकार करूं शकत नाहीं, त्याचें जन्म निरर्थक असून तो केवळ संकटेंच भोगण्याकरितां जन्मास आला आहे असें मी समजतों. धर्मा, तुझे बाहु ह्मणजे प्रत्यक्ष सुवर्णमयच आहेत. कारण, त्यांच्याच योगानें—बाहुबलानें—सुवर्णप्राप्ति होत असते. तसेंच, तुझी कीर्तिही पृथुराजाप्रमाणें उत्कृष्ट प्रकारची आहे. तेव्हां संग्रामामध्यें बाहुबलानें तूं सुवर्णादिक द्रव्य संपादन करून त्याचा उपभोग घे. हे शत्रुमर्दना राजा, मनुष्यानें आपणाला अपकार करणाऱ्याचा वध केल्याबद्दल जरी तो तात्काळ नरकाला गेला तरी त्याला तो नरक स्वर्गाच्याच योग्यतेचा आहे! धर्मा, क्रोधामुळें होणारा संताप खरोखर अग्नीपेक्षां देखील अत्यंत प्रखर आहे व ह्मणूनच त्याच्या योगानें अत्यंत संतप्त होऊन गेल्या-

मुळें मला रात्रंदिवस झोंप येत नाहींशी झाली आहे. हा पृथापुत्र अर्जुन देखील धनुष्याची प्रत्यंचा ओढण्यामध्यें—नेमके बाण मारण्यामध्यें—अत्यंत श्रेष्ठ असतांही पिंजऱ्यांत असणाऱ्या सिंहाप्रमाणें केवळ अत्यंत संतप्त होऊनच राहिला आहे. सर्व जगतांत एक असा जो हा अर्जुन एकंदर धनुर्धारी लोकांस मुळींच जुमानीत नाहीं, तोच बंधनांत असलेल्या एका महागजाप्रमाणें अंतःकरणास होणाऱ्या संतापाचें संयमन करीत आहे. तसेंच नकुल, सहदेव, वीरमाता अशी आमची वृद्ध माता व इतरही आमचें बरें व्हावें अशी इच्छा करणारे लोक केवळ मूर्खाप्रमाणें अथवा मुक्याप्रमाणें होऊन बसलेले आहेत. सृंजयांसहवर्तमान सर्वही बांधव तुझें प्रिय व्हावें अशी इच्छा करीत आहेत; आणि एक मी व प्रतिविंध्याची माता द्रौपदी अशी दोघें मात्र संतप्त झालों आहों. तरी पण मी जें कांहीं सांगत आहें तें सर्वांनाही प्रिय असेंच आहे. कारण, सर्वही संकटांत पडले असून सर्वही संग्रामाचें अभिनंदन करीत आहेत. हे राजा, कमी बलाचे नीच शत्रु आमचें राज्य हिसकावून घेऊन उपभोगीत आहेत. ह्याहून दुसरी अत्यंत निंद्य अशी विपत्तिच असणें संभवनीय नाहीं. हे शत्रुतापना, स्वभावामध्यें दोष असल्यामुळें तुझ्या शरीरांत कारुण्याचा संचार झालेला आहे व त्यामुळेंच तूं अहिंसक बनून हे क्लेश सहन करीत राहिलेला आहेस. पण, हे राजा, दुसरा कोणीही ह्या तुझ्या कृत्याची प्रशंसा करीत नाहीं. हे राजा, तूं वेदवेत्याप्रमाणें आळशी व विचारशून्य असून तुझी बुद्धि वेदाध्ययनामुळें कुंठित होऊन गेलेली आहे व ह्यामुळेंच तिला खरें काय हें कळेनासें झालें आहे. तूं दयाळू व ह्मणूनच ब्राह्मणाच्या स्वभावाचा आहेस. मग क्षत्रियजातींत उत्पन्न तरी कसा झालास कोण जाणे ! कारण, ह्या जातीमध्यें बहुतकरून क्रूर बुद्धीचेच लोक जन्मास येत असतात. तूं मनूनें सांगितलेले राजधर्म ऐकिलेले आहेस. असें असतां, हे महाराजा, क्रूर, शाठ्यसंपन्न, अशांतिप्रिय आणि शासन करण्यास योग्य अशा धृतराष्ट्रपुत्रांची क्षमा काय ह्मणून करीत आहेस? हे पुरुषश्रेष्ठा, तूं बुद्धि, शौर्य आणि शास्त्रज्ञान ह्यांनीं युक्त असून सत्कुलामध्यें जन्म पावलेला आहेस; असें असतां आपल्या कर्तव्याविषयीं कांहींच विचार न करितां असा अजगरासारखा स्वस्थ काय बसला आहेस? हे कुंतीपुत्रा, आह्मां सर्वांना गुप्तरूपानें ठेवण्याची तुझी इच्छा ह्मणजे निवळ एक मूठभर गवतानें हिमवान् पर्वतास आच्छादित करण्याचीच इच्छा होय. हे पार्था, ज्याप्रमाणें आकाशामध्यें सूर्याला अज्ञात स्थितींत राहतां येणें शक्य नाहीं, त्याप्रमाणें पृथ्वीवर प्रख्यात असणाऱ्या तुलाही गुप्त वेषानें राहून अज्ञातवास कंठितां येणें शक्य नाहीं. पाणथळ जमीनीमध्यें डाहाळ्या, फुलें आणि पानें असलेल्या मोठ्या वृक्षाला अथवा शुभ्रवर्ण हत्तीला ज्याप्रमाणें अज्ञातस्थितींत राहतां येणें अशक्य आहे, त्याचप्रमाणें अर्जुनाला तरी गुप्तपणें कसा संचार करितां येईल ? हे पार्था, सिंहाच्या तोडीचे नकुल आणि सहदेव हे बालावस्थेंत असलेले तुझे बंधु अज्ञातवासांत कसे राहणार ? युधिष्ठिरा, उत्कृष्ट प्रकारची कीर्ति असलेली राजपुत्री द्रुपदकन्या, वीरमाता कृष्णा, प्रख्यात असतां गुप्तपणें कशी राहणार ? हे राजा, ह्या आबालवृद्ध सर्वही प्रजा मला ओळखीत आहेत. असें असतां मी अज्ञातवासांत राहणें ह्मणजे मेरूनें गुप्त होऊन राहण्यासारखें आहे असें मला वाटतें. ही झाली आमची गोष्ट ! त्यांतूनही जरी आम्ही अज्ञातपणें राहिलों तरी आम्हांला दुसरे लोक तशा स्थितींत राहूं देणार नाहींत.

कारण, पूर्वी आह्मी राज्यांतून हांकलून दिलेले व ह्मणूनच धृतराष्ट्राच्या अनुरोधानें वागूं लागलेले अनेक राजे व राजपुत्र आहेत, ते कांहीं थंड होऊन राहिलेले नाहींत; कारण, आह्मीं त्यांस पीडा दिलेली आहे अथवा त्यांस हांकलून दिलेलें आहे; व ह्मणूनच धृतराष्ट्राचें प्रिय करण्याच्या इच्छेनें ते आह्मांला अवश्य पीडा देणारच असा संभव आहे. ते आमच्या शोधासाठीं गुप्त अशा अनेक हेरांची योजना करतील आणि आमचा शोध लावून धृतराष्ट्रास सांगतील; असें झालें म्हणजे मात्र आह्मांला अतिशय भय प्राप्त होईल. आतां, आह्मी ह्या अरण्यामध्यें चकचकीत तेरा महिने राहिलोंच आहों. ह्याच्याच मानानें तितक्याच वर्षांच्या स्थितीचा विचार कर म्हणजे झालें. कारण, ज्याप्रमाणें पूतिकनामक वृक्ष हा सोमवल्लीचा त्याचप्रमाणें महिना हा वर्षाचा प्रतिनिधि आहे असें विद्वान् लोक म्हणतात. तसेंच तूंही हें कर. आतां, आपण असत्य भाषण केल्याबद्दल पातक लागलें असें जर तुला वाटलें तर तूं राज्यप्राप्तीनंतर त्याचें प्रायश्चित्त कर म्हणजे झालें. हे राजा, उत्कृष्ट प्रकारें जूं ओढणाऱ्या चांगल्या बैलाला पोटभर खावयाला घालून तृप्त केलें म्हणजे मनुष्य ह्या पातकांतून मुक्त होतो. सारांश, हे राजा, तूं शत्रूंना ठार करण्याचा निश्चय कर. कारण प्रत्येक क्षत्रियाला संग्रामावांचून दुसरा धर्मच नाहीं.

अध्याय छत्तिसावा.

—:०:—

युधिष्ठिराचें उत्तर.

वैशंपायन म्हणाले:-ह्याप्रमाणें भीमसेनाचें भाषण ऐकून शत्रुतापन पुरुषश्रेष्ठ कुंतीपुत्र युधिष्ठिर सुस्कारा टाकून मनांत म्हणूं लागला कीं, 'मीं राजधर्मही श्रवण केलेले आहेत आणि वर्णांचेही आचार ऐकिलेले आहेत. पण नुसते धर्म ऐकून काय उपयोग? जो भविष्यकालाकडे आणि वर्तमानकालाकडेही लक्ष देऊन वागतो तोच खरा ज्ञानसंपन्न होय. जिचें ज्ञान होणें अत्यंत कठीण अशी उत्तम प्रकारची धर्मव्यवस्था जाणत असतां मी मेरुपर्वताप्रमाणें उन्नतावस्थेंत असणाऱ्या शत्रूंचें केवळ बलात्कारानें कसें मर्दन करूं शकणार?' ह्याप्रमाणें क्षणभरसा विचार करून व इतिकर्तव्यतेची दिशा ठरवून तो तात्काळ भीमसेनाला असें म्हणाला.

युधिष्ठिर म्हणाला:— हे महाबाहो भरतवंशजा भीमा, तूं ह्मणतोस तें अगदीं खरें आहे. तथापि, हे भाषणज्ञा, माझें आणखी हें दुसरेंही म्हणणें ऐकून घे. हे भरतवंशजा भीमा, केवळ धाडसानें जीं कर्मे अत्यंत पापकारक असतांही आरंभिलीं जातात तीं पुढें दुःखदायक होतात. हे महाबाहो, उत्कृष्ट प्रकारची सल्लामसलत, उत्तम प्रकारचा पराक्रम, चांगलें पुण्य आणि अतिशय विचार हीं असतील तरच सर्वही गोष्टी सिद्ध होतात; त्या देखील जर दैव अनुकूल असेल तर! आतां, तूं सामर्थ्याच्या अभिमानानें ताठून गेला असल्यानें केवळ चापलानें जें हें कार्य आरंभावें म्हणतोस त्याविषयीं माझें मत ऐक. भूरिश्रवा, शल, वीर्यवान जरासंध, भीष्म, द्रोण, कर्ण, शौर्यसंपन्न द्रोणपुत्र अश्वत्थामा आणि दुर्जय असे दुर्योधनप्रभृति धृतराष्ट्रपुत्र हे सर्वही अस्त्रविद्येमध्यें चतुर असून शत्रूंचा वध करण्याविषयीं उद्युक्त आहेत. तसेंच, आह्मीं ज्यांना ताप दिला होता अशा मांडलिक आणि पृथ्वीपति राजांनीं कौरवांच्या पक्षाचा आश्रय केला असून सांप्रत त्यांजवर त्यांचें प्रेमही बसलें आहे. ह्यामुळें, हे भरतवंशजा, ते जसे दुर्योधनाच्या हिताविषयीं उद्युक्त आहेत तसे आमच्या हिताविषयीं नाहींत. इतकेंच नव्हे, तर द्रव्यसंचय आणि

सैन्य ह्यांनीं संपन्न असणारे ते राजे आपले पुत्र, अमात्य व सैन्य ह्यांच्यासह सर्वही कौरवसैन्याचें संरक्षण करण्याचा प्रयत्न करतील. कारण, दुर्योधनानें त्या वीरांना आपल्या प्राप्तीचा कांहीं अंश व सर्व प्रकारच्या उपभोग्य वस्तु ह्यांचे वांटेकरी बनविलें असून त्यांचा विशिष्ट प्रकारें बहुमानही चालविलेला आहे. ह्यामुळें ते संग्रामामध्यें त्याच्यासाठीं आपले प्राणही देतील, अशी माझी अगदीं खात्री आहे. हे महाबाहो, जरी भीष्म, द्रोण आणि महात्मा कृप ह्यांचें आह्मांशीं आणि त्यांच्याशीं सारखेंच वर्तन आहे, तथापि, त्यांनीं जें राजाचें अन्न खाल्लेलें आहे त्याचीच फेड ते अवश्य करितील असें मला वाटतें; व ह्मणूनच त्याग करण्यास अत्यंत कठीण अशा प्राणांचाही ते संग्रामामध्यें दुर्योधनार्थ त्याग करतील. त्या सर्वांनाही दिव्य अस्त्रांचें चांगलें ज्ञान आहे; सर्वही धर्मनिष्ठ आहेत आणि इंद्रप्रभृति देवांनाही अजिंक्य आहेत असें मला वाटतें. त्यांपैकीं कर्ण तर असहिष्णु, सदोदीत खवळून गेलेला, सर्व प्रकारचीं अस्त्रें जाणणारा आणि अभेद्य कवचानें आच्छादित असा आहे. त्याचा केव्हांही पराजय करितां येणें शक्य नाहीं. सारांश, ह्या सर्वही नरश्रेष्ठांचा युद्धांत पराजय केल्यावांचून सहाय्यशून्य अशा तुजला दुर्योधनाचा वध करितां येणें अशक्य आहे. भीमा, सूतपुत्र कर्णाची हातचलाखी सर्वही धनुर्धर वीरांच्यावर ताण करणारी आहे, हें अंतःकरणांत घोळत असल्यामुळें मला झोंप देखील येत नाहीं.

व्यासांचें दर्शन व प्रतिस्मृतिविद्येची प्राप्ति.

वैशंपायन म्हणालेः—हें भाषण ऐकून अत्यंत असहिष्णु अशा भीमसेनाचें अंतःकरण खिन्न झालें व त्रासून गेल्यामुळें पुढें त्यानें कांहींही भाषण केलें नाहीं. ह्याप्रमाणें त्या उभयतां पांडुपुत्रांचा संवाद चालला असतां उत्कृष्ट प्रकारचे वक्ते असे महायोगनिष्ठ सत्यवतीपुत्र व्यासमुनि हे त्या ठिकाणीं आले व पांडवांची भेट घेऊन त्यांनीं यथायोग्य पूजन केल्यानंतर धर्मराजास म्हणाले.

व्यास ह्मणालेः—हे महाबाहो नरश्रेष्ठा, तुझ्या मनांत काय आहे तें आपल्या बुद्धीनें ओळखून मी ह्याठिकाणीं त्वरेनें प्राप्त झालों आहें. हे भरतवंशजा, भीष्म, द्रोण, कृप, कर्ण, अश्वत्थामा, राजपुत्र दुर्योधन आणि दुःशासन ह्यांची जी भीति तुझ्या अंतःकरणांत एकसारखी घोळत आहे तिचा शास्त्रोक्त कर्माच्या योगानें मी नाश करीन. तेव्हां, सांगतों तें ऐक आणि धीर धरून त्याप्रमाणें कर्म कर. हे राजेंद्रा, तूं तसें कर्म केलेंस म्हणजे लागलीच तुझा त्रास नाहींसा होईल. असें म्हणून भाषणपटु अशा व्यासमुनींनीं युधिष्ठिरास एकांतांत नेलें आणि युक्तियुक्त असें भाषण केलें. ते म्हणालेः—हे भरतकुलश्रेष्ठा, तुझ्या कल्याणाची उत्कृष्ट वेळ आलेली आहे. कारण, धनुर्धर अर्जुन संग्रामामध्यें शत्रूंचा पराजय करणार आहे. आतां, त्यासाठीं मूर्तिमंत सिद्धिच अशी ही जी मी सांगतों, ती प्रतिस्मृतिनामक विद्या तूं ग्रहण कर. तूं मला शरणागत आहेस, म्हणून जिची प्राप्ति होतांच महाबाहु अर्जुनाला सिद्धि मिळेल, अशी ती विद्या मी तुला सांगतों. ही विद्या मिळाल्यानंतर, हे पांडुपुत्रा, अर्जुनाला इंद्र, रुद्र, वरुण, कुबेर आणि यम ह्यांजकडे जाऊं दे. तपश्चर्या आणि पराक्रम ह्यांच्या योगानें ह्याला देवतांचें दर्शन होणें शक्य आहे. हा अर्जुन श्रीनारायणाचें साहाय्य असलेला, अनादि, अनंत, नित्य, महातेजस्वी असा ऋषि, इतकेंच नव्हे तर प्रत्यक्ष परब्रह्मस्वरूपी व ह्मणूनच अजिंक्य असा आहे. त्यांतूनही इंद्र, रुद्र आणि सर्वही लोकपाल ह्यांजकडून ह्यानें अस्त्रें संपादन केलीं म्हणजे हा महाबाहु हें संग्रामरूपी

महाकर्म साहजिकच करूं शकेल. हे कुंतीपुत्रा राजा युधिष्ठिरा, आतां तूं ह्या वनाशिवाय तुम्हांला राहण्यास योग्य असें दुसरें एखादें वन शोधून काढ; कारण, एकाच ठिकाणीं फार वेळ राहणें आनंददायक होत नाहीं. तसेंच, तुह्मी येथें चिरकाल राहिल्याच्या योगानें सर्व तपस्वी लोकांना त्रास होईल; मृगांचा नाश होऊन जाईल व वेली आणि औषधी नामशेष होऊन जातील. तूं तर वेद आणि वेदांगें ह्यांमध्यें पारंगत असणाऱ्या अनेक ब्राह्मणांचें पोषण करीत असतोस व त्याकरितां ह्या वनस्पत्यादिकांची अपेक्षा आहे.

वैशंपायन म्हणालेः—ह्याप्रमाणें भाषण केल्यानंतर, लोकव्यवहाराचीं तत्त्वें जाणणाऱ्या, योगनिष्ठ, ज्ञानसंपन्न, सत्यवतीपुत्र भगवान् प्रभु व्यासांनीं पवित्र आणि शरणागत अशा त्या धर्मराजास अत्यंत उत्कृष्ट अशी ती विद्या सांगितली व त्याचा निरोप घेऊन ते त्याच ठिकाणीं गुप्त झाले. बुद्धिमान् धर्मात्मा युधिष्ठिर ह्यानेंही अंतःकरणाचा निग्रह करून व वेळोवेळीं निरंतर अभ्यास करून ती विद्या आपल्या अंतःकरणांत ठसविली. व्यासांच्या भाषणानें त्यास आनंद झाला व पुढें तो त्या द्वैतवनांतून निघून सरस्वतीच्या तीरावरील काम्यक नांवाच्या अरण्यांत गेला. तेव्हां, हे महाराजा जनमेजया, ज्याप्रमाणें देवर्षि देवेंद्राच्या मागून जातात त्याप्रमाणें तपोनिष्ठ आणि शिक्षादिक वेदांगें व वेद ह्यांमध्यें चतुर असलेले ब्राह्मण त्याच्या मागून गेले. हे भरतकुलश्रेष्ठा, निरंतर आपल्या सहवासास असणारे लोक आणि इतर परिवार ह्यांच्या सहवर्तमान ते महात्मे पुनरपि काम्यकवनांत जाऊन राहिले. राजा जनमेजया, पुढें त्या ठिकाणीं धनुर्वेदनिष्ठ असे ते ज्ञानसंपन्न वीर कांहीं कालपर्यंत उत्कृष्ट प्रकारच्या वेदाचें श्रवण करीत वास करीत होते. त्या ठिकाणीं ते मृगप्राप्तीसाठीं विषलिप्त नसलेले बाण सोडून सदोदीत मृगया करीत असत आणि ब्राह्मण, देवता व पितर ह्यांस यथाविधि द्रव्यादिकांचें दान करीत असत.

अध्याय सदतिसावा.

—:०:—

युधिष्ठिराचा अर्जुनास विद्योपदेश.

वैशंपायन म्हणाले:—पुढें कांहीं काळ निघून गेल्यावर मुनीच्या आज्ञेचें स्मरण होऊन धर्मराज युधिष्ठिर सुप्रसिद्ध ज्ञानी अर्जुन ह्यास एकांतामध्यें म्हणाला. प्रथम त्या शत्रुमर्दक धर्मराजानें क्षणभर वनवासाविषयींचा विचार केलासें केलें व नंतर हास्यपूर्वक अर्जुनाच्या अंगावर हात फिरवून सामोपचारानें त्याला ह्मटलें.

युधिष्ठिर म्हणाला:—हे भरतवंशजा, भीष्म, द्रोण, कृप, कर्ण आणि अश्वत्थामा ह्यांच्या ठिकाणीं आजकाल चारही पादांनीं युक्त असा संपूर्ण धनुर्वेद निश्चलपणें वास्तव्य करीत आहे. त्यांना सर्वेही अस्त्रांचे दैव, ब्राह्म आणि मानुष प्रयोग, त्यांविषयींचे प्रयत्न आणि त्यांजवरील उपाय ह्यांची पूर्णपणें माहिती आहे आणि धृतराष्ट्राच्या पुत्रानें त्यांचें सर्वथैव समाधान केलें असून आपल्या प्राप्तीमध्यें त्यांना वांटेकरी केलेले आहेत. ह्यामुळें ते संतुष्ट झाले असून, तोही जसें वडिलांशीं वागावें तसें त्यांच्याशीं वागत आहे. सारांश, आजकाल ग्राम, नगर, सागर, अरण्यें आणि खाणी ह्यांच्यासहवर्तमान ही सर्वही पृथ्वी, अर्जुना, दुर्योधनाच्याच ताब्यांत आहे. ह्यामुळें ती साहजिक रीतीनें आम्हांस मिळणें अशक्य आहे. आम्हांला काय तो तूंच प्रिय आहेस आणि आमची सर्व भिस्त काय ती तुजवरच आहे. तेव्हां, हे शत्रुनाशका, ह्याविषयीं कांहीं तरी प्रयत्न करण्याचा काल प्राप्त झाला आहे असें माझ्या बुद्धीला वाटतें. बा अर्जुना, मीं व्यास मुनींपासून एक उपनिषद्

संपादन केली आहे. तिचा प्रयोग केला कीं, सर्वही जगाचें उत्कृष्ट प्रकारें ज्ञान होतें. तेव्हां, बा अर्जुना, तो उपनिषद्रूपी वेद शिकून अत्यंत एकाग्र अंतःकरणानें योग्य वेळीं त्याचा प्रयोग कर व देवतांचा अनुग्रह होण्याची मार्गप्रतीक्षा करीत रहा.हे भरतकुलश्रेष्ठा, अंतःकरण तपश्चर्येवर जडीव, सदाचरणनिष्ठ हो आणि धनुष्य,कवच व खड्ग हीं घेऊन मुनिवृत्तीनें रहा; कोणालाही वाट न सोडतां उत्तरदिशेकडे जा व तिकडे गेल्यानंतर तूं इंद्रालाच शरण जा, म्हणजे तो तुला अस्त्रें देईल. कारण, अर्जुना, वृत्रापासून भीति पावलेल्या देवांनीं त्या वेळीं आपलें अस्त्ररूपी सामर्थ्य इंद्राला अर्पण केलें. ह्यामुळें इंद्रापाशीं सर्वही प्रकारचीं दिव्य अस्त्रें आहेत. एकत्र असलेलीं तीं सर्वही अस्त्रें पुढें तुला इंद्राकडून मिळतील. ह्यास्तव आजच तूं दीक्षा घेऊन इंद्राचें दर्शन घेण्याकरितां जा.

वैशंपायन म्हणाले:—ह्याप्रमाणें भाषण करून प्रभु धर्मराजानें वाणी,देह व अंतःकरण ह्यांचा निग्रह केलेल्या व यथाविधि दीक्षा घेतलेल्या अर्जुनाला ती उपनिषद् शिकविली; आणि नंतर त्या ज्येष्ठ बंधूनें आपल्या शूर बंधूला प्रयाणाची परवानगी दिली.

अर्जुनाचें प्रयाण.

धर्मराजाची आज्ञा होतांच महाबाहुअर्जुन होम करून व अनेक निष्क दक्षिणा देऊन, ब्राह्मणांकडून स्वस्तिवाचन करवून, गांडीव धनुष्य व अक्षय्य असे दोन विशाल भाते घेऊन, चिलखत घालून, हस्ततलत्राण, गोधा आणि अंगुलित्राण हीं बांधून, धृतराष्ट्रपुत्रांच्या वधाच्या उद्देशानें तपश्चर्या करण्यासाठीं निघाला. निघण्यापूर्वी त्यानें एकदां आकाशाकडे पाहिलें व सुस्कारा टाकिला.त्या वेळीं हातीं धनुष्य घेतलेल्या अर्जुनास पाहून ब्राह्मण, सिद्ध आणि गुप्त असणारीं भूतें ह्यांनीं "हे कुंतीपुत्रा, तुझ्या अंतःकरणांत ज्या ज्याविषयीं इच्छा असेल तें तें तुला सत्वर प्राप्त होईल " ह्याप्रमाणें अर्जुनास विजयाविषयींचा आशीर्वाद दिल्यानंतर ते ब्राह्मण म्हणाले कीं, ' हे कुंतीपुत्रा, जा. तुला खात्रीनें विजय मिळेल. ' अशा रीतीनें वृक्षस्कंधाप्रमाणें धिप्पाड मांड्या असलेला अर्जुन निघाला असतां द्रौपदी सर्वांचीं अंतःकरणें आकर्षण करण्यासारखें भाषण करूं लागली.

द्रौपदीचा निरोप.

द्रौपदी म्हणाली:—हे महाबाहो कुंतीपुत्रा धनंजया, तुझें जन्म होतांच कुंतीनें ज्याची तुजविषयीं इच्छा केली होती तें व तुला स्वतःलाही ज्याची इच्छा असेल तें तुजला प्राप्त होवो. आम्हां क्षत्रियांच्या कुलांत खरोखर कोणीही उत्पन्न होऊं नये हेंच बरें. कारण, शत्रूंना पराजित करण्यासाठीं त्याला अनंत कष्ट सोसावे लागतात. ज्यांची निरंतर भिक्षेवरच उपजीविका चालते ते ब्राह्मण खरोखर भाग्यशाली व म्हणूनच वंद्य होत. त्या दुष्ट दुर्योधनानें राजसभेंत मजकडे पाहून हसत हसत " अरे ही गाय! " असें म्हटलें ! हे पार्था, ह्यामुळें मला अत्यंत दुःख होत आहे; पण त्यापेक्षां, तो त्या सभेमध्यें जें अयोग्य असें पुष्कळ बोलला, त्यामुळें होत असलेलें दुःख फार मोठें आहे असें मला वाटतें ह्यामुळें मीं तुझ्या गमनाला अनुमति द्यावी हें खरें आहे; पण ती माझ्यानें कशी देववणार ? कारण, हे वीरा, तुझे सर्वही बंधु तुझ्या वियोगामुळें झोंप आली नाहीं तरीही तुजविषयींच्या गोष्टी कथन करून आपली करमणूक करून घेतील. पण, हे पार्था, तूं चिरकाल प्रवासांत राहिलास म्हणजे माझें मन सुखोपभोगांकडे लागावयाचें नाहीं; द्रव्याकडे लागावयाचें नाहीं; फार तर काय, जीविताकडे सुद्धां लागावयाचें नाहीं आणि

त्याला त्याच्या योगानें संतोषही होणार नाहीं. तथापि, हे कुंतीपुत्रा, आह्मां सर्वांचें सुखदुःख, जीवित, मरण, राज्य अथवा ऐश्वर्य हीं सर्व काय तीं तुझ्यावरच अवलंबून आहेत, म्हणूनच मी तुला निरोप देतें. तुझें कल्याण होवो. हे निष्पापा, बलिष्ठांच्या विरुद्ध असणारें हें आमचें कार्य तूं तडीस ने. हे महाबल-संपन्ना, ह्या विजयसंपादनासाठीं तुझें प्रयाण निर्विघ्नपणें आणि सत्वर होवो. ह्यासाठीं मी धात्याला आणि विधात्याला नमस्कार करितें. तुझें कल्याण असो. बरें, ये तर आतां. तुझें क्षेम असो. हे धनंजया, मार्गामध्यें ऱ्ही, श्री, कीर्ति, द्युति, पुष्टि, उमा, लक्ष्मी आणि सरस्वती ह्या देवता तुझें संरक्षण करोत. अर्जुना, तूं ज्येष्ठ बंधूचा सत्कार करितोस; तेव्हां, त्यानें सांगितलेली गोष्ट तुझ्या हातून घडो. हे भरत-कुलश्रेष्ठा, वसु, रुद्र, आदित्य, मरुद्गण, विश्वेदेव आणि साध्य ह्यांस मी तुला सुखप्राप्ति व्हावी ह्मणून शरण जातें. हे भरतवंशजा, अंतरिक्ष, पृथ्वी आणि स्वर्ग ह्यांमध्यें वास्तव्य करणाऱ्या प्राण्यांपासून आणि दुसरेही जे कोणी तुझ्या कामांत आड येण्यासारखे असतील त्यांपासूनही तुझें कल्याण होवो!

अर्जुनास इंद्राचें दर्शन व उपदेश.

वैशंपायन म्हणाले:—असें आशीर्वादात्मक भाषण करून ती कीर्तिशालिनी द्रौपदी थांबली. नंतर बंधु आणि धौम्य ह्यांना प्रदक्षिणा करून तो महाबाहु अर्जुन आपलें सुंदर धनुष्य हातीं घेऊन निघाला. धर्मराजानें उपदेश केलेल्या ऐंद्रयोगानें युक्त असलेला तो पराक्रमी आणि बलवान् अर्जुन जाऊं लागला असतां सर्वही प्राणी त्याच्या मार्गावरून दूर झाले. बा जनमेजया, तो शत्रुतापन महामति योगनिष्ठ अर्जुन तेथून तपस्वी लोकांनीं वास्तव्य केलेल्या पर्वतावर गेला; व नंतर तेथून वाऱ्यासारखा अंतःकरणाच्या गतीनें चालूं लागून एकाच दिवसांत-ज्यावर देव वास करितात अशा-पवित्र व दिव्य हिमालय पर्वतावर गेला. पुढें त्या आलस्यशून्य अर्जुनानें हिमालय व गंधमादन हे पर्वत ओलांडून दुसरेही दुर्गम प्रदेश उल्लंघन केले. तदनंतर तो इंद्रकीलनामक पर्वतावर जाऊन तेथें थांबला. त्या वेळीं "येथेंच रहा!" अशी वाणी आकाशांतून त्याच्या कानीं आली. तेव्हां, ती वाणी कोणाची हें पाहण्यासाठीं त्या सव्यसाची अर्जुनानें चोहोंकडे दृष्टि फेंकिली असतां एका वृक्षाच्या मुळाशीं त्याला एक तपस्वी दिसला. तो ब्रह्मतेजानें देदीप्यमान, पिंगट वर्णाचा, जटा धारण केलेला व कृश असा होता. अर्जुन त्या ठिकाणीं उभा राहिला आहे असें पाहून तो महातपस्वी त्याला म्हणाला, "बाबारे, धनुष्यबाण घेऊन, चिलखत चढवून व हस्ततलत्राण आणि तरवार बांधून ह्या ठिकाणीं प्राप्त झालेला क्षत्रियधर्मनिष्ठ असा तूं कोण आहेस? येथें शस्त्रांचें कांहीं काम नाहीं. कारण, हा प्रदेश ज्यांनीं क्रोध व आनंद इत्यादि विकार दूर घालवून दिले आहेत अशा शांतियुक्त ब्रह्मनिष्ठ तपस्वी लोकांचें वसतिस्थान आहे. येथें धनुष्याचें सुद्धां कांहीं काम नाहीं. कारण, ह्या ठिकाणीं केव्हांही संग्राम व्हावयाचा नाहीं; तेव्हां, बाबा, ठेवून दे हें धनुष्य बाजूला! हे वीरा, तूं वीर्यसंपन्न आणि तेजस्वी म्हणूनच प्रत्यक्ष मोक्षासारख्या ह्या ठिकाणीं प्राप्त झालास. दुसऱ्या मनुष्यास असें केव्हांही येतां यावयाचें नाहीं." ह्याप्रमाणें तो ब्राह्मण हसल्यासारखें करून वरचेवर अर्जुनाला ह्मणाला; तथापि त्याला अत्यंत दृढनिश्चयी अर्जुनास उत्साहभ्रष्ट करितां आलें नाहीं. तेव्हां संतुष्ट होऊन व हसल्यासें करून तो ब्राह्मण त्याला म्हणाला, 'हे शत्रुनाशना,

वर माग. तुझें कल्याण असो. मी इंद्र आहें.' तो असें बोलतांच कुरुकुलधुरंधर शूर अर्जुन नम्र होऊन हात जोडून म्हणाला, 'भगवन्, आपल्याकडून संपूर्ण अस्त्रें संपादन करण्याची माझी इच्छा आहे. मला संपादन करण्याची जी कांहीं अभीष्ट वस्तु ती हीच. तेव्हां आपण मला हाच वर द्या.' हें ऐकून इंद्रानें मनामध्यें संतुष्ट होऊन उत्तर दिलें कीं, 'अर्जुना, तूं येथें आला आहेस, तेव्हां आतां तुला अस्त्रें घेऊन काय करावयाचीं आहेत! तुझ्या इच्छेस वाटतील ते लोक मागून घे. खरोखर तूं प्रत्यक्ष मोक्षाच्याच ठिकाणीं आलेला आहेस.' त्या इंद्रानें असें भाषण करितांच अर्जुन म्हणाला, 'हे देवाधिपते, लोभास हेतुभूत असें द्रव्य, सुखोपभोग, केवल सुखस्वरूपी असें देवत्व अथवा सर्वही देवांचें अधिपतित्व ह्यांची मी इच्छा करीत नाहीं. कारण, मीं जर आपल्या त्या बंधूना अरण्यांत सोडून दिलें आणि वैराचा प्रतिकार केला नाहीं, तर सर्वही लोकांमध्यें माझी कायमची अपकीर्ति होईल.' अर्जुनानें असें भाषण करितांच सर्व लोकांस वंद्य असलेला इंद्र त्याचें समाधान करीत मधुर अशा वाणीनें त्याला म्हणाला:—बा अर्जुना, ज्या ठिकाणीं गेल्यानंतर मनुष्याला पुनः संसारांत पडावें लागत नाहीं अशा ठिकाणीं वास्तव्य करणाऱ्या श्रीशंकराच्या साक्षात्काराविषयीं तूं प्रयत्न कर. कारण, हे कुंतीपुत्रा, त्याचा साक्षात्कार झाल्यानंतर तुझे मनोरथ पूर्ण होतील व तूं स्वर्गाकडे येशील. असें अर्जुनाला सांगून इंद्र गुप्त झाला व नंतर अर्जुनही त्या ठिकाणीं योगनिष्ठ होऊन राहिला.

कैरातपर्व.

—:*:—

अध्याय अडतिसावा.

—:*:—

जनमेजयाची जिज्ञासा.

जनमेजय ह्मणालाः—भगवन्, सरळमार्गी अर्जुनाला अस्त्रांची प्राप्ति कशी झाली ही गोष्ट सविस्तर ऐकावी अशी माझी इच्छा आहे. तो पुरुषश्रेष्ठ आजानुबाहु तेजस्वी अर्जुन निर्भयपणें त्या निर्जन अरण्यांत गेला. पण, हे ब्रह्मज्ञश्रेष्ठा, त्या ठिकाणीं गेल्यासारखें त्यानें तेथें राहून केलें तरी काय, व भगवान् शंकर व इंद्र ह्यांस कसें संतुष्ट केलें, हें आपल्या प्रसादानें ऐकण्याची माझी इच्छा आहे. कारण, हे सर्वज्ञा, स्वर्गलोक आणि मनुष्यलोक ह्यांतील सर्व गोष्टी आपणांला माहीत आहेत. हे ब्रह्मनिष्ठा, शत्रूंवर प्रहार करणाऱ्यांमध्यें श्रेष्ठ व संग्रामामध्यें पराजय न पावणारा अशा अर्जुनानें पूर्वीं अंगावर रोमांच उभे राहतील अशा प्रकारचा अत्यंत आश्चर्यकारक व अद्वितीय संग्राम श्रीशंकराशीं केला असें ह्मणतात. त्याचें श्रवण केल्यामुळें नरश्रेष्ठ व शूर अशा कुंतीपुत्रांचीं अंतःकरणें दैन्य, आनंद आणि विस्मय ह्यांच्या योगानें धडधडूं लागलीं होतीं, असें ऐकण्यांत आहे; तेव्हां, अर्जुनानें हें व आणखी दुसरेंही जें जें कांहीं केलें असेल तें तें संपूर्ण मला कथन करा. ह्या अर्जुनाचें अगदीं क्षुल्लक कृत्य सुद्धां निंद्य आहे असें माझ्या दृष्टीला वाटत नाहीं. तेव्हां त्या शूराचें सर्वही चरित्र मला कथन करा.

वैशंपायनांचें उत्तर.

वैशंपायन ह्मणालेः—बा कौरवश्रेष्ठा जनमेजया, त्या महात्म्याची ही गोष्ट मी तुला सांगतों. ही गोष्ट दिव्य, मोठी व अद्भुत रमाचें केवळ उदाहरणच अशी असून, हे निष्पापा, अर्जुनानें देवाधिदेव श्रीशंकर ह्यांच्याशीं झोंबाझोंबी केल्याचा वृत्तांत हिजमध्यें आहे. आतां अर्जुनाला शंकरांची भेट कशी झाली हें आधीं तूं बरोबर रीतीनें ऐक.

तपश्चर्येसाठीं अर्जुनाचा वनप्रवेश.

धर्मराजाच्या आज्ञेवरून तो निस्सीमपराक्रमी महाबलवान् महाबाहु कुरुकुलोत्पन्न अर्जुन तें दिव्य धनुष्य आणि सुवर्णाची मूठ असलेलें खड्ग घेऊन देवाधिपति इंद्र व देवाधिदेव श्रीशंकर ह्यांचें प्रत्यक्ष दर्शन घेण्याकरितां उत्तर दिशेस हिमालयाच्या शिखराकडे गेला. हे राजा, अंतःकरण निश्चल असलेला, दृढनिश्चयी व सर्वही लोकांतील महारथी इंद्रपुत्र अर्जुन तपश्चर्या करण्यासाठीं अत्यंत त्वरेनें घोर आणि कांटेरी अशा अरण्यांत एकटाच शिरला. ह्या अरण्यांत नानाप्रकारचीं पुष्पें होतीं; अनेक प्रकारचे पक्षी वास्तव्य करीत होते; नानाप्रकारच्या पशुसमूहांनीं तें व्याप्त होऊन गेलेलें होतें; आणि सिद्ध व चारण हे त्या ठिकाणीं वास करीत होते.. कुंतीपुत्र अर्जुन मनुष्याचें वारेंही नसलेल्या त्या अरण्यांत गेला, तेव्हां आकाशामध्यें शंख व दुंदुभि ह्यांचा शब्द होऊं लागला, पृथ्वीवर मोठी पुष्पवृष्टि झाली व विशाल अशा मेघसमूहानें सर्वही आकाश आच्छादित करून सोडिलें. अर्जुन हिमालयाच्या पायथ्याशीं असणारे दुर्गम वनप्रदेश उल्लंघन करून त्याच्या पृष्ठभागीं जाऊन राहिला, तेव्हां त्याला एक प्रकारची शोभा आली. त्या ठिकाणीं पक्ष्यांच्या मंजुळ शब्दांनीं गजबजून गेलेले प्रफुल्ल वृक्ष, व मोठमोठे भोंवरे असलेल्या व वैडूर्यरत्नाप्रमाणें स्वच्छ अशा नद्या, हीं त्याच्या दृष्टीस पडलीं. ह्या नद्यांच्या कांठीं हंसकारंडवादि पक्षी जणू आपल्या शब्दानें त्याची प्रशंसाच करीत होते; सारस पक्षी शब्द

करीत होते; कोकिलांचा आलाप चाललेला होता व क्रौंच आणि मयूर ह्यांनीं त्या नद्यांस शब्दमय करून सोडिलें होतें; व त्यांच्या कांठीं सुंदर अरण्यें होतीं. पवित्र, शीतल आणि निर्मल अशा जलानें युक्त असलेल्या त्या पर्वतावरील नद्या पाहून अर्जुनाचें अंतःकरण आनंदित झालें व तो त्या रम्य अशा वनप्रदेशांत रममाण होऊं लागला. पुढें तपश्चर्या करूं लागल्यानंतर उग्र तेज असलेला तो अर्जुन दर्भाचें वस्त्र परिधान करून व दंड आणि कृष्णाजिन ह्यांनीं विराजमान होऊन वृक्षावरून भूमीवर आपोआप गळून पडलेलें एखादें पान खाऊन राहूं लागला. नंतर तीनतीन दिवस पूर्ण झाल्यावर एकएक फळ खाऊन एक महिना व सहासहा दिवसांनीं एकएक फळ खाऊन त्यानें दुसरा महिना काढला. तिसऱ्या महिन्यांत तो पंधरा दिवसांनीं आहार करूं लागला व चौथा महिना सुरू होतांच तो भरतकुलश्रेष्ठ महाबाहु पांडुपुत्र केवळ पायाच्या अंगठ्यावर निराधार उभा राहून व वर हात करून वायुभक्षण करीत राहिला. तो महात्मा सदोदीत स्नान करीत असल्यामुळें त्याच्या जटा विजेसारख्या तेजस्वी आणि कमलाप्रमाणें मृदु झाल्या. तदनंतर सर्वही ऋषि अर्जुन उग्र तपश्चर्या करीत आहे हें सांगण्यासाठीं श्रीशंकराकडे गेले आणि त्या देवश्रेष्ठास प्रणाम करून अर्जुनाचें तें कृत्य सांगूं लागले. ते म्हणालेः—हा महातेजस्वी अर्जुन पार पडण्यास कठीण अशी उग्र तपश्चर्या करून हिमालयाच्या पृष्ठभागीं राहिलेला आहे. ह्याच्या तेजानें सर्व दिशा धुपूं लागल्या आहेत. हे देवेश्वरा, त्याचा हेतु काय आहे हें कांहीं आम्हांला कळत नाहीं. आम्हां सर्वांना त्याच्या तपस्तेजानें दाह होत आहे; तेव्हां आपण त्याच्या ह्या कृत्याला चांगल्या प्रकारें आळा घाला. अंतःकरण सुसंस्कृत असलेल्या त्या मुनींचें हें भाषण ऐकून भूताधिपति

महादेव म्हणालेः—अर्जुनासंबंधानें तुम्ही कोणत्याही प्रकारें खेद करूं नका. आनंदानें जसे आलां तसे लवकर परत जा; आळस करूं नका. त्याच्या अंतःकरणांत असलेली इच्छा मला पूर्णपणें माहीत आहे. त्याला स्वर्गाची इच्छा नाहीं, ऐश्वर्याची इच्छा नाहीं, अथवा आयुष्याचीही इच्छा नाहीं. त्याला जें इष्ट आहे तें सर्व मी आज करणार आहें.

वैशंपायन ह्मणालेः—ह्याप्रमाणें सत्यवादी शंकरांचें भाषण ऐकून ऋषींचें अंतःकरण आनंदित झालें व ते आपापल्या आश्रमाकडे निघून गेले.

अध्याय एकोणचाळिसावा.

—:०:—

किरातार्जुनयुद्ध.

वैशंपायन ह्मणालेः—ते सर्वही महात्मे तपस्वी निघून गेल्यानंतर हातीं पिनाक धनुष्य धारण करणारे सर्वपापनाशक भगवान् शंकर सुवर्णवृक्षाप्रमाणें कांतिमान् असा किरात-(भिल्ल) वेष धारण करून व शोभायमान धनुष्य आणि भुजंगांसारखे बाण ग्रहण करून मोठ्या वेगानें—जेथें अर्जुन होता—तेथें प्राप्त झाले. त्या वेळीं ते जणू दुसरा मेरुच अथवा मूर्तिमंत अग्निच असे दिसत होते. त्यांच्याबरोबर त्यांच्यासारखा वेष व आचरण असलेली देवी पार्वती होती. मागून अनेक प्रकारचे वेष धारण केलेले व आनंदयुक्त असे प्रमथगण चाललेले होते व हजारों स्त्रियाही होत्या. श्रीशंकरांनीं आपलें शरीर किराताच्या पोशाखानें अच्छादित केलेलें होतें. राजा जनमेजया, ते तेथें आले त्या वेळीं त्या प्रदेशास अत्यंत

शोभा आली. नंतर क्षणभरानें तें सर्व अरण्य शब्दशून्य होऊन गेलें; व पाण्याचे प्रवाह आणि पक्षी ह्यांचाही ध्वनि बंद झाला. पुढें तो किरात सरळमार्गी अर्जुनाच्या समीप आला असतां त्याला त्या ठिकाणीं मूक नांवाचा अत्यंत दुरात्मा दैत्य विस्मयकारक आकार असलेलें वराहस्वरूप धारण करून अर्जुनाचा वध करण्याची इच्छा करीत आहे असें दिसलें. अर्जुनानेंही त्या वराहास पाहतांच हातांत गांडीव धनुष्य घेऊन तें सज्ज केलें व त्याच्या दोरीचा टणत्कार केला; आणि भुजंगासारखे बाण घेऊन त्या वराहास म्हटलें, 'ह्या ठिकाणीं प्राप्त झालेल्या निरपराधी अशा माझा वध करण्याची ज्या अर्थीं तूं इच्छा करीत आहेस त्या अर्थीं आज मीच प्रथम तुला यमसदनास पाठवितों.' असें ह्मणून, बळकट धनुष्य धारण केलेला अर्जुन त्याजवर प्रहार करणार इतक्यांत किरातरूपी शंकरांनीं एकदम त्याला अडथळा केला. ते म्हणाले, 'इंद्रनीलाप्रमाणें कांति असलेल्या ह्या वराहावर प्रथम मींच नेम धरलेला आहे.तेव्हां तूं ह्याच्यावर प्रहार करूं नको.' पण अर्जुनानें त्या भाषणाला मुळींच न जुमानतां त्या वराहावर बाणप्रहार केला. इकडे महातेजस्वी किरातानेंही वज्राप्रमाणें बळकट व अग्नीच्या ज्वालेसारखा एक बाण त्याच वेळीं त्याच वराहावर सोडला. त्या उभयतांनीं सोडलेले ते दोन्ही बाण पर्वताप्रमाणें धिप्पाड शरीर असलेल्या मूक दैत्याच्या देहावर जाऊन पडले; व ज्याप्रमाणें विद्युत् आणि वज्र हीं पर्वतावर पडतांच कडकडाट होतो त्याप्रमाणें ते दोन बाण त्या दैत्याच्या शरीरावर पडतांच मोठा कडकडाट झाला. पुढें, मुख प्रदीप्त असलेल्या सर्पासारखे अनेक बाण शरीरांत घुसल्यामुळें तो दैत्य पुनरपि राक्षसाचें भयंकर स्वरूप धारण करून मरण पावला. नंतर बरोबर स्त्रिया असलेल्या व किराताच्या वेषानें आच्छादित झालेल्या त्या सुवर्णतुल्य कांतिमान् अशा पुरुषाकडे त्या शत्रुनाशक अर्जुनाची दृष्टि गेली. तेव्हां, अंतःकरण आनंदित होऊन तो कुंतिपुत्र हसल्यासारखें करून त्याला म्हणाला, 'अरे, ह्या ओसाड अरण्यामध्यें बरोबर स्त्रियांचा समुदाय घेऊन संचार करणारा तूं कोण आहेस? हे सुवर्णकांते, ह्या घोर अरण्यांत तुला भीति वाटत नाहीं काय? बरें, तें असो. पण येथें आलेल्या ह्या राक्षसरूपी वराहावर प्रथम मीं नेम धरिला असतां व म्हणूनच तो माझ्या ताब्यांतील असतां, अभिलाषामुळें असो अथवा माझा अनादर करण्यासाठीं असो, तूं ह्याच्यावर काय म्हणून बाण मारिलास हें सांग. आतां तूं माझ्या हातून जिवंत सुटावयाचा नाहींस. माझ्याशीं जें हें तूं आचरण केलेंस ही कांहीं मृगयेची रीति नव्हे. ह्यास्तव, अरे पर्वतवासी पुरुषा, आज मी तुझ्या जीविताची आणि तुझी ताटातूट करितों.' ह्याप्रमाणें त्या सव्यसाची पांडुपुत्रानें भाषण करितांच किरात हसल्यासारखें करून मृदु शब्दांनीं त्याला म्हणाला, 'वीरा, मला ह्या अरण्याची भीति वाटेल असें तूं मजसंबंधानें आपल्या मनांत देखील आणूं नको. कारण, आम्ही वनामध्यें राहत असल्यामुळें आम्हांला सदोदीतच हा प्रदेश संचार करण्यास योग्य असाच आहे. तूं मात्र ह्या ठिकाणीं ही दुष्कर वसति काय म्हणून पतकरलीस कोण जाणे! अरे तपोधना, आम्ही जे ह्या ठिकाणीं रहातों त्याचें कारण, येथें अनेक पशु आहेत हें होय. पण तूं अग्नीप्रमाणें कांतिमान् आणि सकुमार असल्यानें सुखाचाच उपभोग घेणें योग्य असतां ह्या ओसाड प्रदेशांत एकटाच कां संचार करीत आहेस कोण जाणे!'

अर्जुन म्हणाला :—ह्या महावनामध्यें तुझ्या म्हणण्याप्रमाणें दुसरा जणू अग्निच असा मी हें गांडीव धनुष्य आणि अग्नितुल्य बाण ह्यांचा आश्रय करून रहात आहें. तसेंच माझा वध करण्यासाठीं वराहरूपी महापशूचें स्वरूप धारण करून ह्या ठिकाणीं प्राप्त झालेल्या या भयंकर राक्षसाचा वध मींच केला आहे.

किरात म्हणाला, "मीं आपल्या धनुष्यां तून बाण सोडून प्रथम त्याच्यावर प्रहार केला व त्यास यमसदनास पोहोंचविलें; त्यामुळेंच हा मरून जमिनीवर पडला आहे. मींच ह्याच्यावर पूर्वीं निशाण धरिलें होतें, ह्यामुळें तो प्रथम माझ्याच ताब्यांतील होता व माझ्याच बाणप्रहारानें त्याला ठार केलें. अरे मूर्खा, स्वसामर्थ्यानें धुंद होऊन जाऊन तूं स्ततःचे दोष दुसऱ्याला लावीत आहेस हें कांहीं योग्य नाहीं. तुला फार गर्व चढला आहे, ठीक आहे. आतां कांहीं तूं माझ्या हातून जिवंत सुटणार नाहींस. थांब, हे वज्रतुल्य बाण मी आतां तुजवर सोडितों. तूंही आण आतां आपल्या अंगांत अवसान आणि सोड बाण !" हें त्या किरातांचें भाषण ऐकतांच अर्जुनानें क्रुद्ध होऊन त्याजवर शरप्रहार केले, पण तोही सानंद अंतःकरणानें अर्जुनाचे बाण आपल्या अंगावर घेऊन "हँ, आणखी आणखी !" असें त्याला म्हणाला व "अरे मूर्खा, मूर्खा !" असेंही बोलला आणि ह्मणाला, "हँ, कर आतां ह्या मर्मभेदी नाराचसंज्ञक बाणांचा प्रहार !" असें बोलतांच अर्जुनानें त्याजवर एकदम बाणांची वृष्टि केली पुढें ते उभयतांही क्षुब्ध होऊन वारंवार गर्जना करीत भुजंगमासारख्या बाणांनीं परस्परांच्या शरीराचीं सालें काढूं लागले. नंतर अर्जुनानें किरातावर बाणवृष्टि केली व ती त्या किरातरूपी श्रीशंकरानें शांत अंतःकरणानें आपल्यावर घेतली. ह्याप्रमाणें दोन घटकांपर्यंत बाण अंगावर घेतले तरी शरीरास मुळींच जखम न होतां ते किरातरूपी श्रीशंकर पर्वताप्रमाणें अगदीं न हालतां उभे राहिले. आपली शरवृष्टि वायां गेली असें पाहून अर्जुन अत्यंत आश्चर्यचकित झाला व "शाबास, शाबास !" असे उद्गार काढून म्हणाला, अरे! हा तर शरीरानें अगदीं सुकुमार असून हिमालयाच्या शिखरावर पडून राहणारा अर्थात् युद्धकलानभिज्ञ ! असें असतांही गांडीव धनुष्यांतून सुटलेले असंख्यात बाण खुशाल आपले अंगावर घेत आहे, तेव्हां हा कोण बरें असेल ? मला वाटतें, हा साक्षात् देव श्रीशंकर किंवा दुसरा कोणी तरी देव, यक्ष, अथवा दैत्य असावा. कारण, या पर्वतश्रेष्ठ हिमालयावर देव येत असतात; तेव्हां हें कांहीं असंभवनीय नाहीं. शिवाय मीं सोडलेल्या असंख्य बाणसमूहांचा वेग एका श्रीशंकरावांचून कोणालाही सहन करितां येणें शक्य नाहीं. असो; एका श्रीशंकरावांचून हा दुसरा कोणीही देव अथवा यक्ष असला तरीही मी आतां ह्याला तीक्ष्ण बाणांच्या योगानें यमसदनास पाठवितों.' जनमेजया, असें म्हणून किरणांचा वर्षाव करणाऱ्या सूयाप्रमाणें अर्जुनानें सानंद अंतःकरणानें शेंकडों मर्मभेदी बाण सोडले. पण ज्याप्रमाणें पर्वत पाषाणांचा वर्षाव आपल्या अंगावर घेतो, त्याप्रमाणें त्रैलोक्य निर्माण करणाऱ्या भगवान् शंकरांनीं ते बाण शांत मनानें आपल्या अंगावर घेतले. पुढें एका क्षणानें अर्जुनाचे सर्वही बाण संपून गेले! हें पाहून मात्र तो अत्यंत भयभीत झाला; आणि ज्यानें पूर्वीं खांडववनामध्यें अक्षय्य असे दोन बाणांचे भाते त्याला दिले होते त्या भगवान् अग्नीचे तो ध्यान करूं लागला आणि म्हणाला, 'अरे, मी आतां ह्या धनुष्यानें सोडूं तरी काय ?

माझे सर्वही बाण संपून गेले आणि हा जो पुरुष आहे तो तर कांहीं सांगतांच येत नाहीं ! हा माझे सर्वही बाण गिळंकृत करून सोडितो आहे. असो; आतां हत्तीस भाल्यानें मारितात त्याप्रमाणें मी ह्याला धनुष्याच्या अग्रानें मारून दंडधारी यमाच्या घरीं पोहोंचवितों. ' असें ह्मणून त्या महातेजस्वी अर्जुनानें त्याच्यावर धनुष्याच्या अग्राचा प्रहार केला, धनुष्याच्या दोरीचा फांस टाकून त्याला ओढलें, व जवळजवळ वज्रासारख्या कठीण अशा मुष्टींचे त्याजवर आघात केले. ह्याप्रमाणें प्रतिपक्षी वीरांचा फडशा पाडणाऱ्या त्या अर्जुनानें धनुष्याच्या अग्रानेंच त्याच्याशीं युद्ध केलें; पण त्या पर्वतवासी किरातानें तें त्याचें दिव्य धनुष्यही भक्षण करून टाकिलें. तेव्हां अर्जुन हातांत खड्ग घेऊन उभा राहिला व युद्धाचा शेवट करण्याच्या इच्छेनें वेगानें त्या किरातावर चालून गेला. त्या कुरुनंदनानें आपल्या बाहुबलाचा पराक्रम गाजवून, पर्वतावर प्रहार केला तरीही कुंठित न होणारें तें तीक्ष्ण खड्ग किराताच्या मस्तकावर मारिलें, पण तें उत्कृष्ट खड्ग त्याच्या मस्तकास लागतांच भग्न होऊन गेलें. तेव्हां अर्जुन वृक्ष आणि पाषाण ह्यांच्या योगानें युद्ध करूं लागला; व धिप्पाड शरीर असलेल्या किरातरूपी भगवान् शंकरांनीं ते वृक्ष व पाषाणही आपल्या अंगावर घेतले. तदनंतर, महाबलवान् अर्जुन श्वासोच्छ्वासाच्या रूपानें मुखांतून क्रोधाग्नीचा धूर काढीत काढीत वज्रतुल्य मुष्टींनीं किरातरूप धारण करणाऱ्या त्या अजिंक्य श्रीशंकरावर प्रहार करूं लागला. तेव्हां किरातरूप धारण करणाऱ्या भगवान् शंकरांनींही इंद्राच्या वज्राप्रमाणें अत्यंत भयंकर अशा मुष्टींनीं अर्जुनाला पीडित करून सोडिलें. हें मुष्टियुद्ध सुरू होतांच पांडुपुत्र आणि किरात ह्यांच्या मुष्टींचा चट् चट् असा अत्यंत भयंकर आवाज होऊं लागला. ह्याप्रमाणें परस्परांवर हातांचे प्रहार चाललेलें तें वृत्र आणि इंद्र ह्यांच्या युद्धासारखें अंगावर शहारे आणून सोडणारें युद्ध पुढें दोन घटकांपर्यंत चाललें. नंतर, बलाढ्य अर्जुनानें किराताला आपल्या वक्षस्थलाचा तडाखा दिला. तेव्हां बलवान् किरातानेंही धडपड करणाऱ्या त्या अर्जुनावर वक्षस्थलाचा तसाच प्रहार केला. बाहुप्रहारानें चूर होऊन गेल्यामुळें आणि वक्षस्थलाच्या घर्षणानें त्या उभयतांच्याही अवयवांतून अग्नीच्या ठिणग्या पडून धूर निघूं लागला. तदनंतर, महादेवांनीं क्रुद्ध होऊन, आधींच पीडित झालेल्या त्या अर्जुनाच्या अंतःकरणास मोह पाडण्यासाठीं आपल्या अवयवांनीं आवळून टाकून आपल्या तेजाचा प्रभाव प्रकट केला. हे भरतकुलोत्पन्ना जनमेजया, तदनंतर अवयव अतिशय आवळून टाकल्यामुळें जखडून गेलेला तो अर्जुन गोळा केल्यासारखा दिसूं लागला. त्या महात्म्या किरातानें आवळून सोडल्यामुळें त्याला श्वासोच्छ्वासही करितां येईना; ह्यामुळें तो गतप्राण झाल्यासारखा निश्चेष्ट होऊन भूमीवर पडला. क्षणभर तशा स्थितींत काढल्यानंतर तो पांडुपुत्र पुनरपि शुद्धीवर येऊन उठला. ह्या वेळीं त्याचें अंग रक्तानें भरून गेलेलें होतें व त्याला अतिशय दुःख झालें होतें. नंतर तो उत्कृष्ट प्रकारें संरक्षण करणाऱ्या भगवान् शंकरांस शरण गेला व मृत्तिकेचें शिवलिंग करून पुष्पमालेच्या योगानें शंकरांची पूजा करूं लागला. तेव्हां आपण वाहिलेली ती पुष्पमाला किराताच्या मस्तकावर जाऊन पडली आहे, असें त्या पांडवश्रेष्ठ अर्जुनाच्या दृष्टीस पडलें. ह्यामुळें त्याचे क्रोधादिक विकार नष्ट होऊन जाऊन तो त्या किराताच्या पायां पडला. तदनंतर श्रीशंकर संतुष्ट झाले व तपश्चर्येच्या

योगानें सर्वही अवयव क्षीण होऊन गेलेल्या त्या अर्जुनास विस्मय झाला आहे असें पाहून मेघासारख्या गंभीर वाणीनें त्याला ह्मणाले.

श्रीशंकर ह्मणाले:—अर्जुना, मी तुझ्या ह्या अद्वितीय कृत्यानें, ह्या शौर्यानें व धैर्यानें संतुष्ट झालों आहें. खरोखर तुजसारखा क्षत्रिय नाहीं. हे निष्पापा, आज तुझें आणि माझें शौर्य व तेज अगदीं बरोबर आहे. हे महाबाहो, मी तुला प्रसन्न झालों आहें. हे भरतश्रेष्ठा, तूं मजकडे अवलोकन कर ह्मणजे, हे विशालनेत्रा, मी तुला ज्ञानदृष्टि देतों. तूं पूर्वींचा ऋषि आहेस. ह्यामुळें सर्व देवही जरी तुझे शत्रु असले तरी तूं संग्रामांत त्यांचा पराजय करशील. तथापि, मी प्रेमानें तुला अकुंठित असें एक अस्त्र देतों. कारण, तें माझें अस्त्र एका क्षणांत ग्रहण करण्याची शक्ति तुला आहे.

वैशंपायन ह्मणाले:—तदनंतर, त्या ठिकाणीं अर्जुनाला, हातीं त्रिशूल धारण करणाऱ्या देदीप्यमान अशा देवाधिदेव शंकरांचें आणि महाकांतिसंपन्न देवी पार्वतीचें दर्शन झालें. त्यांस पाहतांच, शत्रूंचीं नगरें हस्तगत करणारा अर्जुन जमिनीवर गुडघे टेंकून व मस्तकानें प्रणाम करून श्रीशंकरांस आळवूं लागला.

अर्जुन ह्मणाला:—हे कपर्दिन्, हे सर्वदेवेश्वरा, हे भगनेत्रनाशका, हे देवाधिदेवा, हे महादेवा, हे नीलकंठा, हे जटाधरा, सर्व कारणांमध्यें श्रेष्ठ असा प्रभु श्रीशंकर तूं आहेस हें मी जाणत आहें. हे देवा, तूंच देवतांचा आधार आहेस; हें जग तुझ्याचपासून निर्माण झालें आहे; देव, दैत्य आणि मनुष्यें ह्यांनीं युक्त असणाऱ्या त्रैलोक्यासही तूं अजिक्य आहेस. कल्याणमय, विश्वव्यापक शरीरयुक्त, सुदर्शनचक्रादिक देऊन विष्णूचें कल्याण करणारा व दक्षयज्ञाचा विनाश करणारा असा जो जगत्संहारक रुद्र त्यास नमस्कार असो. ललाटभागीं नेत्र असलेला, सर्वस्वरूपी, वृष्टि करणारा, हातीं त्रिशूल असलेला पिनाक धनुष्याच्या योगानें जगताचें संरक्षण करणारा, सूर्यस्वरूपी आणि जगदुत्पादक अशा किरातास नमस्कार असो. हे भगवन् सर्वभूताधिपते, प्रमथगणांचा अधिपति, जगताचें कल्याण करणारा, लोकोत्पत्तीस कारण असलेल्या मायेचेंही कारण, प्रकृति व पुरुष ह्यांच्याहीपलीकडे असणारा, श्रेष्ठ, अतींद्रिय आणि संहारकारक अशा आपली मी विनवणी करीत आहें. भगवन् शंकरा, मीं जें आपल्या मर्यादेचें उल्लंघन केलें त्याची आपण मला क्षमा करावी. हे देवेश्वरा, आपल्याच दर्शनाच्या इच्छेनें तपस्वी लोकांचें उत्कृष्ट प्रकारचें वसतिस्थान अशा ह्या आपणांस प्रिय असणाऱ्या महापर्वतावर मी प्राप्त झालों आहें. हे भगवन्, सर्वलोकवंद्य अशा आपली मी विनवणी करितों. हे महादेवा, अत्यंत धाडसानें माझ्या हातून घडलेला हा अपराध नष्ट होऊन जावो. हे शंकरा, मीं अज्ञानामुळें जो हा तुमच्याशीं दंगा केला त्याची मला आपण क्षमा करा; कारण मी शरण आलों आहें.

वैशंपायन ह्मणाले:—हें ऐकून महातेजस्वी श्रीशंकरांनीं अर्जुनाचा सुंदर हात धरून व हास्य करून "क्षमा केली" असें ह्मटलें; व अंतःकरण संतुष्ट झालेल्या भगवान् शंकरांनीं अर्जुनाला हातांनीं कवटाळून सांत्वनपूर्वक पुनरपि भाषण केलें.

अध्याय चाळिसावा.

—:*:—

अर्जुनास पाशुपतास्त्राची प्राप्ति.

देवाधिदेव ह्मणाले:—अर्जुना, तूं पूर्वजन्मामध्यें नर असून तुजला नारायणाचें साहाय्य होतें. तूं अनेक अयुत वर्षेंपर्यंत बदरिकाश्रमामध्यें उग्र तपश्चर्या के ेस. श्रेष्ठ असें

जें कांहीं तेज आहे तें एक तुझ्या ठिकाणीं आहे, किंवा दुसरें पुरुषोत्तम श्रीविष्णूच्या ठिकाणीं आहे. पुरुषश्रेष्ठ असे तुह्मी उभयतांच आपल्या तेजाच्या योगानें जगताचें पालन करतां. हे सामर्थ्यसंपन्ना, इंद्रास राज्याभिषेक झाला त्या वेळीं मेघाप्रमाणें गंभीर ध्वनि असलेलें अत्यंत मोठें धनुष्य घेऊन तूं आणि श्री कृष्ण ह्या उभयतांनींच दैत्यांना शिक्षा केली. अर्जुना, हेंच तें तुझ्या हातीं असण्याला योग्य असें गांडीव धनुष्य ! हे पुरुषश्रेष्ठा, मायेचा अवलंब करून मीं हें ग्रासून टाकिलें होतें. अर्जुना, हे दोन्ही बाणांचे भातेही पुनरपि तुझ्या योग्य व अक्षय्य असे होतील. तसेंच, हे कुरुनंदना, तुझें शरीरही निरोगी होईल. मी तुला प्रसन्न झालों आहें. अर्जुना, तूं खरा पराक्रमी आहेस. हे पुरुषश्रेष्ठा, तुला अभीष्ट असेल तो वर मजकडून मागून घे. हे संमानदायका, मृत्युलोकामध्यें अथवा स्वर्गामध्यें तुझ्यासारखा कोणीही पुरुष नाहीं. हे शत्रुनाशका, क्षत्रियांमध्यें तूंच मुख्य आहेस.

अर्जुन ह्मणालाः—हे भगवन् वृषभध्वजा, मला जर आपण प्रेमपूर्वक अभीष्ट वस्तु देत असाल, तर, हे प्रभो, ज्यास ब्रह्मशिर असें नांव असून भयंकर, अशा प्रलयकालीं जें संपूर्णही जगताचा संहार करितें व ज्याची देवता रुद्र ही आहे, त्या भयंकर, पराक्रमी, घोर अशा दिव्य पाशुपतास्त्राची मला इच्छा आहे. कारण, हे महादेवा, तें मिळाल्यास कर्ण, भीष्म, कृप आणि द्रोण ह्यांच्याशीं जो माझा प्रचंड संग्राम होईल त्यामध्यें आपल्या प्रसादानें मी त्या सर्वांचाही यथासांग पराजय करीन. ह्यास्तव, ज्याच्या योगानें संग्रामामध्यें दानव, राक्षस, भूतें, पिशाचें, गंधर्व आणि सर्प ह्यांना मी दग्ध करून सोडीन; ज्याचें अभिमंत्रण करितांच हजारों शूल, भयंकर आकाराच्या गदा आणि भुजंगांसारखे बाण निर्माण होतात; व ज्याच्या योगानें मी समरांगणांत भीष्म, द्रोण, कृप आणि नित्य कटु भाषण करणारा सूतपुत्र कर्ण ह्यांच्याशीं युद्ध करूं शकेन, तें पाशुपतास्त्र मिळावें अशी, हे भगवन्, हे भगनेत्रनाशका, माझी मुख्यत्वेंकरून इच्छा आहे. ती आपल्या प्रसादानें सफल झाली म्हणजे मी सामर्थ्यसंपन्न होईन.

श्रीशंकर म्हणालेः—हे प्रभो, माझें प्रिय असें हें पाशुपतास्त्र मी तुला देतों. कारण, हे पांडुपुत्रा, तें जाणणें, सोडणें व पुनः आवरून घेणें ह्याविषयीं तूं समर्थ आहेस. देवेंद्र, यम, कुबेर, वरुण अथवा वायु ह्यांनाही ह्या अस्त्राचें ज्ञान नाहीं; मग तें मनुष्याला कोठून असणार ? अर्जुना, हें विचार केल्यावांचून एकदम एखाद्या पुरुषावर सोडावयाचें नाहीं. कारण, तेज कमी असलेल्या मनुष्यावर तें सोडलें तर जगताचा नाश करून टाकील. ह्या स्थावरजंगमात्मक त्रैलोक्यामध्यें ह्याला वध करितां येणार नाहीं असा कोणीही प्राणी नाहीं. केवल अंतःकरणाच्या योगानें, नुसत्या दृष्टीच्या योगानें, वाणीच्या योगानें आणि धनुष्याच्या योगानेंही ह्याचा प्रहार करितां येतो.

वैशंपायन म्हणालेः—हें ऐकून अर्जुनानें सत्वर शुचिर्भूत होऊन अंतःकरण एकाग्र केलें व शंकराकडे जाऊन त्यांस "अस्त्र शिकवा" असें म्हटलें. तेव्हां, त्यांनीं रहस्य आणि उपसंहार ह्यांच्यासहवर्तमान मूर्तिमंत यमाप्रमाणें असणाऱ्या त्या अस्त्राचा पांडवश्रेष्ठ अर्जुनास उपदेश केला. इतक्यांत तें अस्त्रही पार्वतीपति श्रीशंकराप्रमाणेंच अर्जुनासमीप येऊन उभें राहिलें. तेव्हां अर्जुनानेंही प्रेमपूर्वक त्याचा स्वीकार केला असतां पर्वत, वनें, वृक्ष, समुद्र, वनप्रदेश, ग्राम, नगर आणि खाणी ह्यांसहवर्तमान सर्वही पृथ्वी डळमळूं

लागली. त्याच क्षणीं शंख, दुंदुभि व हजारों भेरी ह्यांचे ध्वनि होऊं लागले व प्रचंड वारे सुटून ते एकमेकांवर आदळल्यामुळें मोठा शब्द होऊं लागला. तदनंतर, तें जाज्वल्यमान् व भयंकर अस्त्र मूर्तिमंत होऊन निस्सीमतेजस्वी अशा अर्जुनाजवळ येऊन राहिलें आहे असें देव आणि दैत्य ह्यांस दिसलें. अत्यंत तेजस्वी अशा अर्जुनाला श्रीशंकरांनीं स्पर्श केल्यामुळें त्याच्या शरीरांत जें कांहीं पातक होतें तें सर्वही नष्ट होऊन गेलें. तदनंतर, श्रीशंकरांनीं "स्वर्गास गमन कर" अशी अनुज्ञा दिल्यावर, हे जनमेजया, अर्जुन मस्तकानें प्रणाम करून व हात जोडून त्यांजकडे अवलोकन करूं लागला असतां देवाधिपति, स्वतंत्र, महातेजस्वी व कैलासगिरीवर वास्तव्य करणारे पार्वतीपति श्रीशंकर त्या पुरुषश्रेष्ठ अर्जुनास—दैत्य व पिशाच ह्यांचा फडशा पाडणारें—गांडीव धनुष्य अर्पण करून, शुभ्रवर्ण तट, टेंकड्या आणि गुहा ह्यांनीं युक्त, व पक्षी व महर्षि ह्यांचें वास्तव्य असलेला असा तो उत्कृष्ट पर्वतश्रेष्ठ हिमालय सोडून अर्जुनाच्या समक्षच पार्वतीसहवर्तमान आकाशांत निघून गेले.

अध्याय एकेचाळिसावा.

—:०:—

अर्जुनास लोकपालांकडून अस्त्रप्राप्ति.

वैशंपायन ह्मणाले:—ज्याप्रमाणें अस्तास गेलेला सूर्य लोकांस दिसेनासा होतो त्याचप्रमाणें पाहतां पाहतां ते शंकर अर्जुनास दिसेनातसे झाले. हे भरतकुलोत्पन्ना जनमेजया, तदनंतर आपणाला प्रत्यक्ष महादेवाचें दर्शन झालें ह्यामुळेंच तो शत्रुवीरनाशक अर्जुन अत्यंत आश्चर्य मानूं लागला आणि मनांत ह्मणूं लागला कीं, 'ज्या अर्थी वरदायक पिनाकधारी त्रिलोचन श्रीशंकरांस मीं प्रत्यक्ष पाहिलें व त्यांना हस्तस्पर्श केला, त्या अर्थी मी खरोखर धन्य आहे. माझ्यावर परमेश्वरानें अनुग्रह केला ह्यामुळें माझा आत्मा अत्यंत कृतार्थ झाला आहे. आतां मीं सर्वही शत्रूंना जिंकिलेंच व माझा हेतुही तडीस गेलाच असें मला वाटतें.' ह्याप्रमाणें अत्यंत तेजस्वी अर्जुन मनांत विचार करीत आहे तोंच वैडूर्यरत्नाप्रमाणें शरीरकांति असलेला, जलचरसमुदायांनीं वेष्टिलेला, श्रीमान्, जलचरपालक, जलाधिपति, स्वतंत्र व शोभासंपन्न असा वरुण आपल्या कांतीनें सर्वही दिशांस प्रकाशित करीत नाग, नद, नदी, दैत्य, साध्य आणि देवता ह्यांच्यासहवर्तमान त्या ठिकाणीं आला. तो आल्यानंतर, सुवर्णकांति शरीर व अद्भुतरसाचें प्रत्यक्ष उदाहरणच असें स्वरूप असलेला श्रीमान् धनपति प्रभु कुबेर अर्जुनास पाहण्यासाठीं अत्यंत कांतिमान् अशा विमानांतून त्या ठिकाणीं प्राप्त झाला. त्याच्या मागून यक्ष चाललेले होते व त्याच्या कांतीनें आकाश जणू देदीप्यमान होऊन राहिलेलें होतें. तदनंतर त्रैलोक्याचा संहार करणारा, प्रतापशाली, हातीं दंड असलेला, अचिंत्यस्वरूपी, सर्वही प्राण्यांचा नाश करणारा, सूर्यपुत्र, धर्मराज व जणू प्रलयकालचा दुसरा सूर्यच असा असलेला प्रत्यक्ष यम हा त्रैलोक्य, गुह्यक, गंधर्व आणि पन्नग ह्यांस प्रकाशित करीत करीत त्या ठिकाणीं प्राप्त झाला. ह्याप्रमाणें, सूर्यकिरण पडल्यामुळें चित्रविचित्र दिसूं लागलेल्या त्या महापर्वताच्या शिखरावर आल्यानंतर त्या तिघांसही तपश्चर्या करणाऱ्या अर्जुनाचें दर्शन झालें. ते आल्यानंतर क्षणभरानें, ऐरावताच्या मस्तकाजवळ बसलेला व देवसमुदायांनीं वेष्टिलेला भगवान् इंद्र इंद्राणीसहवर्तमान त्या ठिकाणीं आला. त्याच्या मस्तकावर पांढरें छत्र धरिलें असल्यामुळें तो शुभ्रवर्ण

मेघाखालीं असलेल्या चंद्राप्रमाणें शोभत होता; आणि तप हेंच द्रव्य असें समजणारे ऋषि व गंधर्व त्याची स्तुति करीत होते. तो त्या पर्वताच्या शिखराशीं येऊन उदय पावलेल्या सूर्याप्रमाणें त्या ठिकाणीं उभा राहिला. नंतर मेघाप्रमाणें गंभीर आवाज असलेला, ज्ञानसंपन्न आणि उत्कृष्ट प्रकारचा धर्मवेत्ता तो दक्षिणदिशेस वास्तव्य करणारा यम ह्मणाला, " अरे अर्जुना, अर्जुना, हे पहा आह्मी लोकपाल येथें आलों आहों. आम्ही आज तुला दर्शन देत आहों. कारण तूं दर्शनास योग्य आहेस. अर्जुना, तूं पूर्वीचा अचिंत्यस्वरूपी महाबलाढ्य नरनामक ऋषि असून ब्रह्मदेवाच्या आज्ञेमुळें मनुष्यत्व पावला आहेस. हे निष्पापा, वसुदेवतेपासून उत्पन्न झालेला, महावीर्यवान्, अत्यंत धर्मनिष्ठ पितामह भीष्म ह्याचा तूं संग्रामामध्यें पराजय करशील. तसेंच, हे कुरुनंदना, ज्यांचा स्पर्श अग्नीसारखा आहे असे द्रोणाचार्यांनीं संरक्षण केलेले क्षत्रिय, मनुष्ययोनींत जन्म पावलेले महावीर्यवान् दैत्य आणि निवातकवचनामक दानव ह्यांचाही तूं वध करशील. तसेंच, हे धनंजया, सर्वही लोकांस अत्यंत तप्त करणाऱ्या व देदीप्यमान अशा माझ्या पित्याचा अंश जो महावीर्यवान् कर्ण त्याचाही वध तुझ्या हातून घडेल. ह्याप्रमाणें, हे शत्रुनाशका कुंतीपुत्रा, देव, दानव आणि राक्षस ह्यांचेही जे अंश भूमितलावर उत्पन्न झाले आहेत त्यांचा तूं संग्रामांत निःपात केलास म्हणजे त्यांना आपल्या कर्माच्या योगानें संपादन केलेली गति मिळेल आणि लोकांमध्यें तुझी कीर्ति अक्षय्य होऊन राहील. कारण, तूं मोठें युद्ध करून त्यांत साक्षात् महादेवालाहीं संतुष्ट केलें आहेस. आतां श्रीकृष्णाच्या साहाय्यानें तुला पृथ्वीचा भार कमी करावयाचा आहे; तेव्हां, हे महाबाहो, हें दंडसंज्ञक अकुंठित अस्त्र तूं ग्रहण कर. ह्या अस्त्राच्या योगानें तुला अत्यंत मोठें कार्य करतां येईल."

वैशंपायन ह्मणालेः–हे कुरुनंदना जनमेजया, हें भाषण ऐकून अर्जुनानें मंत्र, उपचार, मोक्ष (सोडण्याचा विधि) आणि उपसंहार ह्यांसहवर्तमान त्या अस्त्राचा यथाविधि स्वीकार केला. नंतर, पश्चिम दिशेस वास्तव्य करणारा जलचराधिपति मेघनीलवर्ण वरुण ह्यानें भाषण केलें. तो म्हणालाः–हे आरक्तविशालनेत्रा, आतां मजकडे पहा. मी जलाधिपति वरुण आहें. अर्जुना, तूं क्षत्रियांमध्यें मुख्य असून क्षत्रधर्मनिष्ठ आहेस. तेव्हां, ज्याची देवता वरुण आहे अशा ह्या मीं उगारलेल्या अकुंठित पाशांचा तूं त्यांचें रहस्य व उपसंहार ह्यांच्यासहवर्तमान स्वीकार कर. हे वीरा, ज्याला तारकासुर हा रोगच लागला होता असा संग्राम चालला त्या वेळीं मी ह्या पाशांच्या योगानें हजारों धिप्पाड दैत्य जखडून टाकले होते. ह्यास्तव, हे महाबलाढ्य अर्जुना, माझ्या प्रसादानें मिळालेल्या ह्या पाशांचा तूं अंगिकार कर. हे घेऊन शत्रूंचा वध करण्याविषयीं तूं उद्युक्त झालास ह्मणजे प्रत्यक्ष यमालाही तुझ्या हातून सुटतां येणार नाहीं. जेव्हां तूं हें अस्त्र घेऊन संग्रामामध्यें संचार करूं लागशील, तेव्हां पृथ्वी निःक्षत्रिय होऊन जाईल ह्यांत संशय नाहीं.

वैशंपायन म्हणालेः—ह्याप्रमाणें वरुणानें आणि यमानें दिव्य अस्त्रें समर्पण केलीं असतां कैलासपर्वतावर वास करणारा कुबेर म्हणूं लागला कीं, "हे ज्ञानसंपन्ना महाबलाढ्य पांडुपुत्रा, ज्याप्रमाणें श्रीकृष्णाची भेट व्हावी त्याप्रमाणेंच मला तुझी भेट झाली आहे. अजिंक्य अशा तुझा समागम झाल्यामुळें मी तुजला प्रसन्न झालों आहें. हे महाबाहो, पूर्वजन्मींच्या देवा, सनातन अर्जुना, पूर्वीच्या

कल्पामध्यें आमच्याबरोबर असल्यामुळें तुला प्रत्यहीं श्रम झाले आहेत. हे महाबाहो नर-श्रेष्ठा, तुझ्या आकारावरून मी प्रतिज्ञापूर्वक असें सांगतों की, तूं मनुष्यांवांचून इतर देखील अजिंक्य प्राण्यांचा पराजय करशील. तथापि, आणखीही तूं अत्यंत उत्कृष्ट अशा ह्या अस्त्राचा सत्वर स्वीकार कर. ह्याच्या योगानें तुला धृतराष्ट्रपुत्रांचें सैन्य दग्ध करून टाकितां येईल. हे सत्यपराक्रमा, तुलाच देण्यासाठीं मीं हें अस्त्र वर काढिलें आहे. तेव्हां तूं ह्या अंतर्धानसंज्ञक माझ्या प्रिय अस्त्राचा स्वीकार कर. हें बल, तेज आणि कांति देणारें असून शत्रूंना निद्रित करून सोडणारें व शत्रूंचा नाश करणारें आहे. ज्या वेळीं महात्म्या श्रीशंकरानें त्रिपुराचा वध केला त्या वेळीं हें अस्त्र सोडून मोठमोठे दैत्य दग्ध करून सोडले होते. हे सत्यपराक्रमा, तुलाच अर्पण करण्या-साठीं मीं हें अस्त्र वर काढिलें आहे. कारण तूं मेरूसारखा गौरवसंपन्न असल्यामुळें हें अस्त्र धारण करण्यास योग्य आहेस." त्यानें असें भाषण करितांच महाबलवान् महाबाहु कुरुनंदन अर्जुन ह्यानें ज्याची देवता कुबेर आहे असें तें अस्त्र यथाविधि ग्रहण केलें. तदनंतर, मेघ अथवा दुंदुभि ह्यांप्रमाणें गंभीर आवाज असलेला देवाधिपति इंद्र क्लेश न होतां कर्मे कर-णाऱ्या अर्जुनास त्याचें प्रिय करण्यासाठीं सौम्य वाणीनें ह्मणाला:—हे महाबाहो कुंती-पुत्रा, तूं पूर्वजन्मींचा ईश्वर आहेस व सांप्रतही तुला उत्कृष्ट प्रकारची सिद्धि मिळाली असून तूं साक्षात् देवस्वरूपीच होऊन गेला आहेस. हे शत्रुनाशका, तुला देवांचें अत्यंत मोठें असें कार्य केलें पाहिजे व त्यासाठींच स्वर्गावर गेलें पाहिजे. तेव्हां, हे महातेजस्वी अर्जुना, तूं तसें करण्यास सज्ज हो. तुझ्यासाठीं मातलि-नामक सारथि असलेला रथ पृथ्वीवर येईल, त्यांतून तूं स्वर्गास आलास ह्मणजे हे कुरु-कुलोत्पन्ना, मी तुला तेथें दिव्य अस्त्रें देईन.

राजा, पर्वतशिखरावर आलेल्या त्या लोक-पालांस अवलोकन करितांच तो ज्ञानसंपन्न कुंती-पुत्र विस्मय पावला. तदनंतर त्या महातेजस्वी अर्जुनानें तेथें वाणी, जल आणि पुष्पें ह्यांच्या योगानें त्या ठिकाणीं प्राप्त झालेल्या त्या लोकपालांचा यथाविधि सत्कार केला. तेव्हां स्वतःच्या इच्छेनुरूप किंवा अंतःकरणतुल्य वेग असलेले ते सर्वही अत्यंत ज्ञानसंपन्न देव अर्जु-नाचाही उलट सत्कार करून आल्या मार्गानें निघून गेले. ते गेल्यानंतर, अस्त्रप्राप्ति झाल्यामुळें आनंदित होऊन तो पुरुषश्रेष्ठ अर्जुन आप-णाला कृतकृत्य समजूं लागला आणि आपले मनोरथ पूर्ण झालेच असें मानूं लागला.

इंद्रलोकाभिगमनपर्व.

अध्याय बेचाळिसावा.

—:०:—

अर्जुनाचें स्वर्गलोकीं गमन.

वैशंपायन म्हणाले:—हे राजेंद्रा, लोकपाल निघून गेल्यानंतर तो शत्रुमर्दक अर्जुन इंद्राच्या रथाची मार्गप्रतीक्षा करूं लागला. ज्ञानसंपन्न अर्जुन मार्गप्रतीक्षा करीत आहे, इतक्यांत तो मातलियुक्त महातेजस्वी रथ त्या ठिकाणीं प्राप्त झाला. तो येतेवेळीं आकाशांतील अंधकार दूर करीत आहे, मेघमंडलास जणू फाडीत आहे व महामेघासारख्या गर्जनेनें दाही दिशा भरून टाकीत आहे असें वाटे. त्या रथामध्यें खड्ग, भयंकर शक्ति, आकारानें भयंकर असणाऱ्या गदा, दिव्यसामर्थ्यसंपन्न इटें, अत्यंत कांतिमान् विजा, वज्रें, चक्रें, निर्घातसंज्ञक उत्पातासारखे भयंकर, महामेघाप्रमाणें गर्जना करणारे व वायूच्या योगानें फुटणारे तोफेचे गोळे, मुख प्रज्वलित असलेले, अत्यंत भयंकर, धिप्पाड शरीराचे व ह्मणूनच शुभ्रवर्ण मेघसमूहाप्रमाणें दिसणारे सर्प आणि एकत्र जमा करून ठेवलेले पाषाण हे होते. अत्यंत तेजस्वी असल्यामुळें दृष्टीला दिपवून सोडणारे वायुवेगी दहा हजार घोडे तो मायामय दिव्य रथ ओढीत होते. त्याजवर असणारा अतिशय कांतिमान् व नील कमलाप्रमाणें अत्यंत श्यामवर्ण ध्वज व सुवर्णविभूषित असा त्याचा दंड हीं अर्जुनानें अवलोकन केलीं. त्या रथावर असलेल्या तप्तसुवर्णाप्रमाणें शोभायमान अशा सारथीस पाहून महाबाहु अर्जुनाला तो केवळ देवच आहे असें भासलें. ह्यामुळें अर्जुन अशा प्रकारची कल्पना करीत आहे तोंच मातलि त्याच्यापुढें आला व विनयानें नम्र होऊन भाषण करूं लागला.

मातलि ह्मणाला:—हे इंद्रपुत्रा, श्रीमान् इंद्रास तुझी भेट घेण्याची इच्छा आहे. तेव्हां तूं ह्या इंद्रप्रिय रथावर आरोहण कर. तुझा पिता देवश्रेष्ठ इंद्र मला ह्मणाला कीं, ‘ कुंतीपुत्र अर्जुन ह्या ठिकाणीं आलेला देवतांना पाहूं दे. ’ तुला पहाण्याच्या इच्छेनें इंद्र हा देव, ऋषिगण, गंधर्व आणि अप्सरा ह्यांच्या परिवारासह मार्गप्रतीक्षा करीत आहे. तेव्हां, इंद्राच्या आज्ञेवरून ह्या लोकांतून मजबरोबर येऊन तूं स्वर्गावर आरोहण कर. तेथें अस्त्रें मिळालीं ह्मणजे तूं पुनरपि इकडे येशील.

अर्जुन ह्मणाला:—हे मातले, अत्यंत महाभाग्यशाली देवतांना अथवा दैत्यांना, पृथ्वीपति राजांना व विपुल दक्षिणा देऊन यज्ञ करणाऱ्या लोकांनाही हा श्रेष्ठ रथ आरोहण करण्यास मिळणें अत्यंत कठीण आहे. ज्यानें तपश्चर्या केलेली नाहीं अशा मनुष्यास दिव्य महारथ पहाण्यास अथवा स्पर्श करण्यासही महाकठीण ! मग तो आरोहण करण्यास कोठून मिळणार ? तेव्हां, प्रथम तूंच सत्वर जाऊन शेंकडों राजसूय अथवा अश्वमेध ह्यांच्या योगानेंही दुष्प्राप्य अशा त्या रथावर आरोहण कर. हे सत्पुरुषा, तूं रथावर जाऊन स्थिरपणें बसलास व घोडे आवरून धरिलेस ह्मणजे सन्मार्गावर आरोहण करणाऱ्या पुण्यवान् पुरुषाप्रमाणें मीही त्या रथावर आरोहण करीन.

वैशंपायन ह्मणाले:—त्याचें तें भाषण ऐकून इंद्राचा सारथि मातलि ह्यानें रथारूढ होऊन काढण्या धरून घोडे आवरून धरिले. नंतर अंतःकरण आनंदित झालेला अर्जुन भागीरथीमध्यें स्नान करून शुचिर्भूत झाला. तदनंतर त्या कुरुनंदन कुंतीपुत्रानें जप केला व यथायोग्य आणि यथाशास्त्र पितरांचें तर्पण केलें; व पुढें शैलाधिपति मंदराचा निरोप घेण्यासाठीं भाषण करण्यास आरंभ केला. तो

ह्मणालाः—हे पर्वता, पुण्यशील साधु, पवित्र कर्में करणारे मुनि आणि स्वर्गमार्गाचा अभिलाष करणारे लोक ह्यांचें तूं सार्वकालिक आश्रयस्थान आहेस. शैला, तुझ्याच अनुग्रहानें दुःखाचा नाश होऊन ब्राह्मण, क्षत्रिय, वैश्य आणि शूद्र ह्यांनीं स्वर्गास जाऊन देवांसहवर्तमान संचार केलेला आहे. मुनिजनांचें आश्रयस्थान असणाऱ्या, व अनेक तीर्थयुक्त अशा हे पर्वताधिपते महाशैला, मला तुझा निरोप घेऊनच गेलें पाहिजे. कारण, तुझ्यावर मी सुखानें राहिलेलों आहें. मी तुझ्या टेंकड्या, तुजवरील लतांचे कुंज (जाळ्या) नद्या, झरे आणि पवित्र तीर्थें ह्यांचें अनेकवार अवलोकन केलेलें आहे; त्या त्या ठिकाणीं जाऊन तुजवरील अनेक सुगंधि फलांचें भक्षण केलें आहे; तुझ्या शरीरांतून निघालेलें अत्यंत सुगंधि आणि अमृताप्रमाणें स्वादिष्ट असें निर्झर—(झरा) प्रवाहरूपी जल मीं प्राशन केलें आहे. सारांश, हे पर्वता, ज्याप्रमाणें बालक आपल्या पित्याच्या अंकावर सुखानें राहतो त्याप्रमाणेंच, हे प्रभो शैलराजा, मी तुझ्या अंकावर (समीपच्या प्रदेशावर) क्रीडा केली आहे. हे शैला, अप्सरांच्या समुदायांनीं व्याप्त व वेदघोषांच्या प्रतिध्वनीनें गजबजून गेलेल्या तुझ्या टेंकड्यांवर मी सदोदीत सुखानें वास करीत होतों. ह्याप्रमाणें पर्वतांचा निरोप घेऊन तो शत्रुवीरनाशक अर्जुन सूर्याप्रमाणें चमकत त्या दिव्य रथावर जाऊन बसला. नंतर, तो सूर्याप्रमाणें दिसणारा व अत्यंत आश्चर्यकारक गति असलेला दिव्य रथ आनंदित झालेल्या त्या ज्ञानसंपन्न अर्जुनास घेऊन वर निघून गेला. पुढें धर्मनिष्ठ मनुष्यांच्याही दृष्टीस अगोचर अशा मार्गावर गेल्यानंतर अर्जुनाला आश्चर्यकारक आकार असलेलीं हजारों विमानें दिसलीं. त्या ठिकाणीं सूर्य, चंद्र अथवा अग्नि ह्यांचा प्रकाश नसून तीं पुण्याच्या योगानें संपादन केलेल्या आपल्याच कांतीनें प्रकाशत होतीं. तीं तारकारूपी प्रकाशसंपन्न विमानें जरी वस्तुतः अत्यंत मोठीं आहेत तरी अतिशय दूर असल्यामुळें ह्या भूमीवर दीपासारखीं बारीक दिसतात. तीं स्वतःच्याच तेजानें प्रकाशणारीं, कांतियुक्त व सौंदर्यसंपन्न विमानें अर्जुनाला आपापल्या ठिकाणीं असलेलीं दिसलीं. त्या ठिकाणीं राजर्षि, सिद्ध व युद्धामध्यें ठार झालेले वीर पुण्यप्रभावानें संपादन केलेल्या स्वर्गोपभोगासाठीं शेंकडों समुदायांच्या रूपानें वेगानें येऊन पडत होते. ते सूर्याप्रमाणें जाज्वल्यमान तेज असलेले हजारों गंधर्व, गुह्यक, ऋषि आणि अप्सरा ह्यांचे समुदाय हे व त्यांचे स्वयंप्रकाशक लोक ह्यांस पाहतांच आश्चर्यचकित होऊन अर्जुनानें मातलीस त्यांजविषयींची माहिती विचारली. तेव्हां तो त्याला प्रेमपूर्वक ह्मणाला, ' हे प्रभो, अर्जुना, पृथ्वीवरून जे तुला तारकारूपी दिसले ते हे आपापल्या स्थानीं वास करणारे पुण्यवान् लोक होत. ' इतकें भाषण झाल्यानंतर स्वर्गद्वारामध्यें असलेला चार दांतांचा ऐरावतनामक विजयी गज शिखरयुक्त अशा कैलासाप्रमाणें अर्जुनाच्या दृष्टीस पडला. असो; ह्याप्रमाणें सिद्धमार्गाचें उल्लंघन केल्यानंतर तो कुरुकुलोत्पन्न पांडवश्रेष्ठ पूर्वीं ज्याप्रमाणें पार्थिवश्रेष्ठ मांधाता शोभत होता त्याप्रमाणें शोभूं लागला. पुढें त्या कमलनेत्र अर्जुनानें क्षत्रियांस प्राप्त होणाऱ्या लोकांचेंही उल्लंघन केलें. ह्याप्रमाणें जातां जातां त्या महाकीर्तिमान् अर्जुनाला इंद्राच्या त्या अमरावती नगरीचें दर्शन झालें.

अध्याय त्रेचाळिसावा.

—:०:—

अर्जुनाचा इंद्रसभाप्रवेश.

वैशंपायन ह्मणाले:—सिद्ध आणि चारण ह्यांचें वास्तव्य असलेली व प्रत्येक ऋतूंत पुष्पें येणाऱ्या पवित्र वृक्षांनीं सुशोभित अशी ती रम्य नगरी त्या अर्जुनानें अवलोकन केली. त्या ठिकाणीं सुगंधि कमलें व उत्कृष्ट प्रकारचीं सुगंध असलेलीं पुष्पें ह्यांजवरून आलेल्या व ह्मणूनच अत्यंत उत्कृष्ट सुगंधि असलेल्या वायूनें अर्जुनाला अगदीं कंटाळा आणून सोडला. पुढें अर्जुनानें, पुष्पांच्या योगानें जणू आह्वानच करीत आहेत अशा वृक्षांनीं युक्त असलेलें व ज्यामध्यें अप्सरांचे समुदाय संचार करीत आहेत असें तें दिव्य नंदनवन अवलोकन केलें. अर्जुनानें अवलोकन केलेला तो लोक—ज्यांनीं तपश्चर्या केलेली नाहीं अथवा अग्न्याधान केलेलें नाहीं त्यांस व संग्रामांत पराङ्मुख होणारे, यज्ञ अथवा व्रतें न करणारे, वेदश्रवणशून्य असलेले, तीर्थांमध्यें स्नान न करणारे, यज्ञ आणि दान ह्यांचा अधिकार नसलेले आणि यज्ञाला विघात करणारे क्षुद्र लोक ह्यांस—कोणत्याही प्रकारें अवलोकन करितां येणें शक्य नाहीं. असो; दिव्य गायनाच्या योगानें गजबजून गेलेलें तें दिव्य वन पहात पहात त्या महाबाहु अर्जुनानें इंद्राच्या त्या प्रिय नगरींत प्रवेश केला. त्या ठिकाणीं येऊन उभीं राहिलेलीं व इच्छेनुरूप संचार करणारीं हजारों अथवा अयुतावधि[1] देवतांचीं विमानें त्यानें अवलोकन केलीं. ह्या वेळीं अप्सरा आणि गंधर्व हे त्या पांडुपुत्राची स्तुति करीत होते व पुष्पांच्या सुगंधानें युक्त असलेला पवित्र वायु त्याला वारा घालीत होता. तदनंतर गंधर्व, देव, सिद्ध आणि महर्षि ह्यांनीं—क्लेश न पडतां कार्य करणाऱ्या कुंतीपुत्र अर्जुनाचा आनंदानें बहुमान केला. पुढें दिव्य वाद्यांच्या आशीर्वादात्मक ध्वनीनें स्तवन केला जाणारा तो महाबाहु अर्जुन, इंद्राच्या आज्ञेवरून, शंख आणि दुंदुभि वाजत असलेल्या सुरवीथी ह्या नांवानें प्रख्यात अशा विशाल नक्षत्रमार्गावर गेला. त्या वेळीं त्याची चोहोंकडून स्तुति चालली होती. त्या ठिकाणीं साध्य, विश्वेदेव, मरुद्गण, अश्विनीकुमार, आदित्य, वसु, रुद्र, पुण्यात्मे ब्रह्मर्षि राजर्षि, दिलीपप्रभृति अनेक राजे, तुंबुरु, नारद, व हाहाहूहू नामक गंधर्व हे होते. त्या सर्वांची यथाविधि भेट घेतल्यानंतर देवाधिपति इंद्र त्या शत्रुनाशक अर्जुनाच्या दृष्टीस पडला. तेव्हां त्या महाबाहु अर्जुनानें रथांतून खालीं उतरून आपला साक्षात् पिता देवाधिपति इंद्र ह्याचें दर्शन घेतलें. त्याच्या मस्तकावर सुवर्णमय दंड असलेलें शुभ्रवर्ण छत्र धरिलेलें होतें व दिव्य सुगंधानें सुवासित करून सोडलेल्या चवऱ्या त्याजवर वारिल्या जात होत्या. स्तुतिपाठक, विश्वावसुप्रभृति गंधर्व आणि ऋक्, यजु व साम ह्या वेदांचा घोष करणारे ब्राह्मणश्रेष्ठ त्याची स्तुति करीत होते. तेथें गेल्यानंतर बलाढ्य अर्जुनानें त्याला मस्तकानें प्रणाम केला. तेव्हां त्यानें वाटोळे गरगरीत आणि पुष्ट अशा बाहूंच्या योगानें त्याला आलिंगन दिलें; व हातीं धरून, देव आणि ऋषि ह्यांचे समुदाय ज्याची सेवा करितात अशा इंद्रासनावर आपल्याजवळ बसवून घेतलें. तेव्हां अर्जुन विनयानें नम्र झाला असतां शत्रूवीरनाशक देवेंद्रानें त्याच्या मस्तकाचें अवघ्राण करून त्यास आपल्या मांडीवर बसविलें. अत्यंत गंभीर अंत:करण असलेला अर्जुनही इंद्राच्या आज्ञेवरून त्या इंद्रासनावर जाऊन जणू दुसरा इंद्रच असा बसला. तद-

१. अयुत ह्मणजे दहा हजार.

नंतर अर्जुनाशीं गोडगोड गोष्टी करीत इंद्र उत्कृष्ट प्रकारचा सुगंध असलेला आपला हात त्याच्या तोंडावरून फिरवूं लागला; धनुष्याची दोरी ओढून बाण सोडण्याच्या योगानें झालेल्या व्यायामामुळें कठीण बनलेले, सुवर्णाचे जणू दोन स्तंभच असे त्याचे दीर्घ आणि उत्कृष्ट बाहु हळू हळू चोळूं लागला; व वज्र-धारण केल्यामुळें घट्टे पडलेल्या हाताची त्याच्या दंडावर वरचेवर हळू हळू व गोड गोड भाषणें करीत थाप देऊं लागला. ह्या वेळीं इंद्राचे नेत्र आनंदाच्या योगानें विकसित होऊन गेलेले होते. तो सहस्रनेत्र इंद्र हसलेसें करून आपल्या सहस्र नेत्रांनीं एकसारखा अर्जुनाकडे पहात होता; तथापि त्याची तृप्ति झाली नाहीं. चतुर्दशीदिवशीं उदय पावलेल्या चंद्रसूर्यांच्या योगानें ज्याप्रमाणें आकाशास शोभा येते, त्याप्रमाणें एकाच आसनावर बसलेल्या त्या उभयतांच्या योगानें सभा सुशोभित दिसूं लागली. त्या ठिकाणीं सामगायनामध्यें चतुर असलेले गंधर्व आणि श्रेष्ठ श्रेष्ठ तुंबुरु हे अत्यंत मंजुळ अशा सामध्वनीमध्यें गाथांचें गायन करीत होते. तसेंच घृताची, मेनका, रंभा, विप्रचित्ती, स्वयंप्रभा, उर्वशी, मिश्रकेशी, दंडगौरी, वरूथिनी, गोपाली, सहजन्या, कुंभयोनि, प्रजागरा, चित्रसेना, चित्रलेखा आणि मंजुळ आवाज असलेली सहा ह्या व आणखी दुसऱ्याही अंतःकरण प्रसन्न करण्याच्या कामीं योजना केलेल्या कटितट आणि नितंबभाग विशाल असलेल्या सुंदर सिद्धस्त्रिया नृत्य करीत होत्या. त्या वेळीं त्यांचे स्तन हालत होते व त्या अंतःकरणास रम्य वाटणारे सुंदर कटाक्षविक्षेप व हावभाव करीत हो···

अध्याय चवेचाळीसावा.

:०:

अर्जुनास अस्त्रें व गंधर्वविद्या ह्यांची प्राप्ति.

वैशंपायन म्हणालेः—तदनंतर, इंद्राच्या मनांतील अभिप्राय जाणून गंधर्वांसहवर्तमान देवांनीं उत्कृष्ट प्रकारचें पूजासाहित्य घेऊन अर्जुनाची सत्वर पूजा केली आणि पादोदक व आचमनोदक ह्यांचा त्या राजपुत्र अर्जुनाकडून स्वीकार करवून त्यास इंद्राच्या मंदिरांत पोहोंचविलें. ह्याप्रमाणें त्यांनीं संमान केल्यानंतर पांडुपुत्र अर्जुन उपसंहारासहवर्तमान मोठमोठ्या अस्त्रांचा अभ्यास करण्यासाठीं पित्याच्या अर्थात् इंद्राच्या मंदिरांत राहिला. त्यानें इंद्राच्या हातून त्याचें प्रिय वज्रसंज्ञक दुःसह अस्त्र आणि मेघाचा उदय व मयूरांचें नृत्य ह्यांच्या योगानें ताडितां येणारीं महाध्वनियुक्त अशनिसंज्ञक अस्त्रें हीं संपादन केलीं. ह्याप्रमाणें अस्त्रग्रहण केल्यानंतर कुंतीपुत्र अर्जुनाला आपल्या बंधूंची आठवण झाली. तथापि इंद्राच्या आज्ञेनें त्यानें तेथें पांच वर्षें सुखानें वास्तव्य केलें. असो; एकदा प्रसंग आला असतां अस्त्रविद्येंत निपुण असणाऱ्या अर्जुनास इंद्र म्हणाला, "हे कुंतीपुत्रा, नृत्य, गायन आणि देवकृत वाद्यकला हीं तूं चित्रसेनगंधर्वापाशीं शीक. हे कुंतीपुत्रा, मृत्युलोकांत जें जें नाहीं तें तें तूं संपादन कर, म्हणजे तुझें कल्याण होईल." असें म्हणून इंद्रानें त्याची चित्रसेनाशीं मैत्री करून दिली. त्या चित्रसेनाचा सहवास घडल्यानंतर अर्जुन निर्बाधपणें त्या ठिकाणीं रममाण होऊन राहिला. चित्रसेनानें त्याला गायन, वादन आणि नृत्य ह्यांचा वारंवार उपदेश केला, तथापि द्यूतामुळें प्राप्त झालेल्या दुःखाचे वेग येत असल्यानें व दुःशासन आणि सुबलपुत्र शकुनि ह्यांचा वध

करण्याविषयींचा क्रोध अंतःकरणांत असल्यामुळें त्याला त्या गायनादिकांच्या योगानें सुखप्राप्ति झाली नाहीं. पुढें त्या चित्रसेनाशीं अप्रतिम स्नेह जडल्यावर केव्हां केव्हां तरी शिकून त्यानें अनुपम गंधर्वविद्या, नृत्य आणि वादन ह्या कला संपादन केल्या. ह्याप्रमाणें अनेक प्रकारचे नृत्यभेद आणि वाद्य व गायन ह्यांतील विषयांचे सर्वही भेद ह्यांचें शिक्षण संपादन केलें, तरीही शत्रुवीरनाशक अर्जुनाला बंधु आणि माता कुंती ह्यांचें स्मरण होत असल्यामुळें सुख वाटेनासें झालें.

अध्याय पंचेचाळिसावा.

—:*:—

अर्जुनाविषयीं इंद्राचा उर्वशीस निरोप.

वैशंपायन म्हणाले:—पुढें एके समयीं अर्जुनाची दृष्टि उर्वशीवर जडली आहे असें कळून आल्यावरून इंद्र चित्रसेनगंधर्वास एकांतांत म्हणाला, 'हे गंधर्वराज, मीं पाठविल्यावरून आज तूं अप्सरांमध्यें श्रेष्ठ अशा उर्वशीकडे जा. म्हणजे ती तुझ्या सांगण्यावरून पुरुषश्रेष्ठ अर्जुनाकडे जाईल. माझ्या आज्ञेनें बहुमान केलेला अर्जुन हा ज्याप्रमाणें अस्त्रविद्या संपादन करून विद्वान् झालेला आहे, त्याप्रमाणें तूं त्याला स्त्रीसमागमामध्यें निष्णात करून सोड.' इंद्रानें असें भाषण करितांच "ठीक आहे" असें म्हणून तो गंधर्वराज त्याची अनुज्ञा घेऊन श्रेष्ठ प्रतीची अप्सरा उर्वशी हिजकडे गेला व तिला ओळखून तो आनंदित झाला. नंतर प्रथम तिनें स्वागतपूर्वक बहुमान केल्यावर स्वस्थ बसून तो स्वस्थ बसल्यानंतर तो किंचित् हास्य करून तिला म्हणाला, "हे सुंदरि, सर्व स्वर्गाचा एकच अधिपति जो इंद्र त्यानें तुझ्या अनुग्रहाच्या इच्छेनें पाठविल्यामुळें मी येथें आलों आहें, हें तुझ्या लक्षांत असूं दे. देव आणि मनुष्यें ह्यांमध्यें आपल्या स्वाभाविक गुणांच्या योगानें प्रसिद्ध असलेला, कांति, सुस्वभाव, सुस्वरूप, सदाचार आणि इंद्रियनिग्रह ह्यांच्या योगानें प्रख्याति पावलेला, सामर्थ्य आणि शौर्य ह्यामुळें संमाननीय असलेला, क्षणोक्षणीं नवीन काव्यकल्पना सुचणाऱ्या बुद्धीनें युक्त, शरीरावर विद्वत्ता आणि ऐश्वर्य ह्यांचें तेज झळकत असलेला, शौर्यसंपन्न, क्षमायुक्त, मात्सर्यशून्य, आल्यानें, चार वेद, वेदांगें आणि उपनिषद् ह्यांचें अध्ययन केलेला, गुरुसेवा आणि अष्टगुणसंपन्न बुद्धि[1] ह्यांनीं युक्त असलेला, ब्रह्मचर्य, दक्षता, कुलीनता आणि तारुण्य ह्यांनीं संपन्न असलेला, इंद्राप्रमाणें एकटाच स्वर्गाचें संरक्षण करूं शकणारा, आत्मश्लाघा न करणारा, दुसऱ्यांचा बहुमान करणारा, दानशूर, प्रिय भाषण करणारा, आपल्या मित्रांवर अन्नपानादि अनेक प्रकारच्या उपभोग्य वस्तूंचा जणूं वर्षावच करणारा, सत्यवादी, संमाननीय, वक्ता, सौंदर्यसंपन्न, अहंकार नसलेला, प्रेम करणाऱ्यांवर अनुग्रह करणारा, प्रीतीस पात्र व म्हणूनच लोकांस अभीष्ट असलेला, संग्रामामध्यें न डळमळणारा व इतरांनीं अभिलाष करण्यासारख्या गुणसमुदायानें संपन्न असल्यामुळें महेंद्र अथवा वरुण ह्यांच्या योग्यतेचा असलेला जो वीर अर्जुन तो तुला माहीतच आहे. त्याला अप्सरासंगमरूपी स्वर्गफलाची प्राप्ति झाली पाहिजे. ह्यास्तव, तो इंद्राच्या

१ शुश्रूषा श्रवणं चैव ग्रहणं धारणं तथा ।
ऊहापोहोऽर्थविज्ञानं तत्त्वज्ञानं च धीगुणाः ॥
हेमचंद्र ॥

(अध्ययन करण्याचा विषय श्रवण करण्याची इच्छा, त्याचें श्रवण, स्वीकार, स्थैर्यसंपादन, शंका, समाधान, अर्थज्ञान आणि तत्त्वज्ञान हे बुद्धीचे आठ गुण होत.)

अनुज्ञेनें आज तुझ्या पायापाशीं येऊन राहूं दे. हे कल्याणि, अर्जुन तुझ्या पायापाशीं येऊन राहत आहे. तेव्हां, मी म्हणतों त्याप्रमाणें तूं करच !' असें चित्रसेनानें भाषण केल्यानंतर किंचित् हास्य करून आणि त्यानें संमानपूर्वक केलेल्या प्रार्थनेचा बहुमान करून ती अत्यंत निर्दोष असणारी उर्वशी आनंदानें त्यास उत्तर देऊं लागली. ती ह्मणाली:—तूं संक्षिप्तपणें अर्जुनाचे जे हे खरे गुण मला सांगितलेस ते ऐकून केवळ अर्जुनासच वरावें अशी इच्छा झाल्यामुळें मी इतर पुरुषांना, त्यांच्या प्रार्थनेचा अंगीकार करणें अशक्य असल्यामुळें, पीडित करून सोडण्याचा अगदीं निश्चय केला आहे. मग आतां ह्यापेक्षां अर्जुनाचा अंगीकार करावयाचा तो काय उरला ? सारांश, इंद्राची आज्ञा, तूं केलेली मागणी आणि अर्जुनाचा गुणसमूह ह्यांमुळें अर्जुनासंबंधानेंच मला कामवासना झाली आहे; तेव्हां मी आनंदानें येईन. जा तूं आतां स्वच्छंदपणें !

अध्याय शेहेचाळिसावा.

—:*:—

ऊर्वशीचें अर्जुनाकडे गमन.

वैशंपायन ह्मणाले:—ह्या कबुलीमुळें कृतकृत्य झालेल्या गंधर्वास निरोप दिल्यानंतर अर्जुनाची प्रार्थना करण्याविषयीं उत्कट इच्छा झालेल्या त्या सुहास्यमुखी उर्वशीनें स्नान केलें; व नंतर अनेक प्रकारचे अलंकार, मनोहर आणि कांतिसंपन्न गंधमाल्यें व सुगंधि माला धारण केल्या. त्या वेळीं अर्जुनाचें सौंदर्य आणि मदनानें सोडलेले बाण ह्यांच्या योगानें अंतःकरण विद्ध होऊन गेलें असून तिची कामवासना प्रदीप्त झालेली होती. ह्यामुळें तिचें अंतःकरण दुसऱ्या कशाहीकडे लागेनासें झालें. तिच्या अंतःकरणांत अर्जुनाविषयींचेच विचार एकसारखे सुरू झाले व त्या कल्पनांच्या योगानें मूर्तिमंत अर्जुनच तिच्या मनांत येऊन उभा राहिला. ह्यामुळें ती वर उत्कृष्ट प्रकारचा पलंगपोस अंथरलेल्या विशाल आणि उत्तम अशा शय्येवर पडून त्या कल्पनामय अर्जुनास रमवूं लागली. इतक्यांत रात्रीचा आरंभकाल निघून जाऊन चंद्रोदय झाला. तेव्हां ती नितंबभाग विशाल असलेली उर्वशी तेथून उठून अर्जुनाच्या मंदिराकडे जावयास निघाली. जातेवेळीं मृदु, कुरळ आणि दीर्घ अशा केशपाशावर अनेक पुष्पें बसविल्यामुळें ती सुंदरि अधिकच शोभूं लागलेली होती. तिचा मुखचंद्र भ्रूविक्षेप, भाषणमाधुर्य, कांति आणि सौम्यता ह्यांनीं युक्त असल्यामुळें, ती आकाशस्थ चंद्रास जणू युद्धार्थ आव्हानच करीत आहे असें वाटे. दिव्य चंदनानें चर्चिलेले, दिव्य अंगराग (उटी) लावलेले आणि उत्कृष्ट प्रकारचीं अग्रें असलेलें तिचे स्तन गमनकालीं हालत होते; व त्या स्तनांचा भार धारण करावा लागल्यामुळें क्लेश होऊन ती पावलोपावलीं वांकत होती. तिचा मध्यभाग शोभासंपन्न व त्रिवलीरूपी पुष्पमालांनीं अत्यंत रमणीय दिसत होता. शरीराच्या खालच्या बाजूस स्वभावतःच पुष्ट असून पर्वताप्रमाणें विशाल, नितम्बभागाच्या योगानें उन्नत झालेलें, माजपट्टारूपी पुष्पमालिकेनें विभूषित असलेलें मदनाचें केवळ मंदिरच असें जघन (ओटीपोटाच्या खालची बाजू) होतें. हा जघनप्रदेश जरी दिव्य मुनींच्या अंतःकरणाच्या विक्षेपाचें कारण होता तरी सूक्ष्म वस्त्र परिधान केल्यामुळें जसा काय निर्दोषीच असा दिसत होता. तिचे पायही घोटे वर न दिसणारे, तळवे व अंगुलि आरक्तवर्ण असलेले व कांसवाच्या पृष्ठाप्रमाणें उन्नत असे असल्यामुळें शोभत असून त्यांस चाळ बांधल्यामुळें घट्टेही पडलेले होते. ह्या वेळीं

अल्पसें मद्य प्राशन केल्यामुळें तिची चित्तवृत्ति प्रसन्न झालेली असून मदन आणि नानाप्रकारचे हावभाव ह्यांच्या योगानें ती अत्यंत प्रेक्षणीय होऊन गेलेली होती. स्वर्गामध्यें जरी आश्चर्यचकित करून सोडणारे अनेक पदार्थ आहेत तरीही त्या वेळीं आपल्या प्रियाच्या मंदिराकडे चाललेल्या त्या विलासिनी स्त्रीचें शरीर सिद्ध, चारण आणि गंधर्व ह्यांस अत्यंत दर्शनीय होऊन गेलेलें होतें. जातेवेळीं तिनें आपल्या अंगावर पातळ, मेघाप्रमाणें नीलवर्ण व कांतिमान् असा शालू घेतलेला होता. ह्यामुळें सूक्ष्म अशा ढगाच्या तुकड्यानें आच्छादित झालेल्या आकाशांतील चंद्रकलेप्रमाणें ती दिसत होती. असो; अंतःकरण अथवा वायु ह्यांप्रमाणें वेगानें चालणारी ती सुहास्यमुखी एका क्षणांत पांडुपुत्र अर्जुन ह्याच्या मंदिरापाशीं आली. हे नरश्रेष्ठा जनमेजया, ती सुलोचना उर्वशी द्वारदेशांत येतांच द्वारपालांनीं अर्जुनास कळविलें; व त्याची अनुमति मिळाल्यावर ती निर्मल आणि अत्यंत मनोहर अशा त्या मंदिरामध्यें आली. तेव्हां, राजा जनमेजया, रात्रीं स्त्री आपल्या मंदिरांत आल्यामुळें अर्जुनाचें अंतःकरण साशंक झालें, तथापि तो तिला सामोरा गेला. तिला पाहतांच लज्जेमुळें त्याचे डोळे मिटले. तथापि ती देवता असल्यामुळें त्यानें प्रणाम करून तिचा वडील मनुष्याप्रमाणें बहुमान केला.

अर्जुन ह्मणालाः—अत्यंत मुख्य अशाही अप्सरांमध्यें श्रेष्ठ असणारे हे उर्वशि, मी तुला साष्टांग प्रणाम करितों. देवि, तुझी काय आज्ञा आहे सांग. हा मी दास तुझ्या सेवेविषयीं तत्पर आहें.

उर्वशीचा अभिप्राय.

अर्जुनाचें तें भाषण ऐकतांच देहभान नाहींसें होऊन गेलेल्या उर्वशीनें त्या वेळीं चित्रसेन गंधर्वाचें समग्र भाषण त्याच्या कानावर घातलें.

उर्वशी ह्मणालीः—हे मनुजश्रेष्ठा, चित्रसेनानें मला काय सांगितलें व मी एथें कशी आलें तें तुला सांगतें. हे कुरुकुलश्रेष्ठा इंद्रपुत्रा विशाललोचना अर्जुना, तुझ्या आगमनामुळें स्वर्गलोकास अत्यंत आनंद झाला. त्या वेळीं इंद्राचा हृदयाकर्षक असा दरबार भरलेला होता. हे नरश्रेष्ठा, त्या दरबारास रुद्र, आदित्य, वसु आणि अश्विनीकुमार हे सर्वही आले होते. पुढें ऐश्वर्यामुळें देदीप्यमान व शरीरानें अग्नि, चंद्र अथवा सूर्य ह्यांप्रमाणें दिसणारे महर्षिसमुदाय, श्रेष्ठ श्रेष्ठ राजर्षि, सिद्ध, चारण, यक्ष आणि संमाननीय असे सर्वसमुदाय त्या ठिकाणीं येऊन आपापली जागा, मान आणि प्रभाव ह्यांच्या अनुरोधानें योग्य स्थळीं बसल्यावर गंधर्व वीणा वाजवूं लागले. नंतर अंतःकरणाचें रंजन करणारें दिव्य गायन सुरू झालें असतां सर्वही मुख्य मुख्य अप्सरा उत्कृष्ट प्रकारें नृत्य करूं लागल्या. तथापि, हे पार्था, तूं केवळ एकट्या मजकडेच टक लावून पहात होतास. तदनंतर तो देवांचा दरबार आटोपला व तुझ्या पित्याची–इंद्राची–अनुज्ञा घेऊन सर्व देव आपापल्या मंदिराकडे निघून गेले. पुढें, हे शत्रुनाशका, तुझ्या पित्यानें निरोप दिल्यामुळें मी व इतर सर्वही अप्सरा आपापल्या घरीं निघून गेलों. तदनंतर, हे कमलपत्रलोचना, इंद्राच्या आज्ञेवरून चित्रसेन गंधर्व मजकडे येऊन मला ह्मणाला कीं, ‘ हे सुंदरि, तुजकरितां मला इंद्रानें पाठविलें आहे. तेव्हां, तूं इंद्रास व आपणासही प्रिय असलेली एक गोष्ट कर. ती हीच कीं, हे सुंदरि, सदोदित औदार्यगुणानें संपन्न व संग्रामामध्यें इंद्राच्या तोडीचा शूर असा जो अर्जुन त्यावर आपलें मन ठेव. ’ त्यानें मला अगदीं असेंच

सांगितलें. सारांश, हे निष्पापा शत्रुमर्दना' तो चित्रसेन आणि तुझा पिता ह्या उभयतांच्या अनुमोदनानेंच मी तुझी सेवा करण्यासाठीं ह्या ठिकाणीं प्राप्त झालें आहें. हे वीरा, मीही तुझ्या गुणांच्या योगानें अंतःकरण आकृष्ट झाल्यामुळें मदनाच्या अधीन होऊन गेलें आहें. हे वीरा, तुझी सेवा करावी असा माझ्याही मनाचा फार दिवसांचा हेतु आहे.

अर्जुनकृत उर्वशीनिषेध.

वैशंपायन ह्मणाले:—स्वर्गामध्यें अशा प्रकारें चाललेलें तिचें तें भाषण ऐकून अर्जुन लज्जेनें अत्यंत व्याप्त होऊन गेला व कानांवर हात ठेऊन बोलूं लागला.

अर्जुन ह्मणाला:—हे प्रेमशालिनि सुंदरि, तूं मला सांगतेस ह्मणून मीं आपलें शास्त्राध्ययन का मलिन करून टाकूं ? हे सुमुखि, तूं खास मला माझ्या गुरुस्त्रीसारखी आहेस. हे कल्याणि, ज्याप्रमाणें मला महाभाग्यशालिनी इंद्रपत्नी शची त्याचप्रमाणें तूंही आहेस. हे सुहास्यमुखि कल्याणि, मीं त्या वेळीं तुजकडे जें अत्यंत उघड आणि विशिष्ट प्रकारें अवलोकन केलें तेंही कां हें कारणपूर्वक सांगतों ऐक. तूं कोण हें समजल्यानंतर, ' ही आमच्या पौरववंशाची जननी असून अत्यंत आनंदित होऊन गेली आहे. ' असें मनांत आल्यामुळें आनंदानें नेत्र विकसित होऊन मी तुजकडे पाहूं लागलों. तेव्हां, हे कल्याणि अप्सरे, मजविषयीं तूं भलत्याच प्रकारची कल्पना करूं नको. तूं मला गुरूपेक्षांही अत्यंत गुरु आहेस. कारण, आमच्या वंशाची अभिवृद्धिही तुझ्याच योगानें झालेली आहे.

उर्वशी ह्मणाली:—हे इंद्रनंदना वीरा, आह्मां सर्वही अप्सरांस कोणाचाही प्रतिबंध नाहीं. तेव्हां, हे वीरा, तूं माझी गुरुस्त्रीच्या स्थानीं योजना करणें योग्य नाहीं. तसेंच, पुरूच्या वंशांतील जे पुत्र अथवा नातू येथें येतात ते तपोबलानें आह्मांला रमवितात; तथापि त्यांना धर्माचा अतिक्रम केल्याचा दोष लागत नाहीं; अर्थात् तो दोष तुलाही लागणार नाहीं. तेव्हां तूं मला परत पाठविणें योग्य नाहीं. तशांतूनही, हे संमानदायका, मदनानें माझ्या शरीराचा भडका उडवून दिल्यामुळें मी अगदीं विह्वल होऊन गेलें आहें, व माझें तुजवर अत्यंत प्रेमही आहे.

अर्जुन ह्मणाला:—हे दोषशून्ये सुंदरि, मी खरेंच सांगतों तें तूंही ऐक आणि ह्या दिशा, विदिशा व देवताही ऐकूं देत. हे निष्पापे, ज्याप्रमाणें भूलोकांत कुंती आणि माद्री अथवा ह्या स्वार्गीत इंद्राणी त्याप्रमाणचें मला तूं आहेस ! किंबहुना माझ्या वंशाची जननी असल्यामुळें तूं त्यांच्याहीपेक्षां अधिक मान्य आहेस. तेव्हां, हे सुंदरि, मी तुझ्या पायांवर मस्तक ठेवतों. जा तूं येथून ! तूं मला मातेप्रमाणें पूज्य आहेस. ह्यास्तव, तुला माझें पुत्राप्रमाणें संरक्षणच केलें पाहिजे.

उर्वशीचा अर्जुनास शाप.

वैशंपायन ह्मणाले:—अर्जुनानें असें भाषण करितांच क्रोधामुळें उर्वशीचें देहभान नाहींसें झालें ! तिनें भिंवया चढविल्या आणि अर्जुनास शाप दिला !

उर्वशी ह्मणाली:—अर्जुना, मला तुझ्या पित्यानें अनुज्ञा दिली असून मी कामाच्या अधीन होऊन आपण होऊनच तुजकडे आलेली आहें. असें असतां तूं ज्या अर्थीं मला मान देत नाहींस त्या अर्थीं तूं पुरुष नाहींस अशी प्रसिद्धि होऊन षंढाप्रमाणें स्त्रियांमध्यें नृत्य करीत फिरशील !

वैशंपायन ह्मणाले:—ह्याप्रमाणें अर्जुनास शाप दिल्यानंतर उर्वशी सत्वर आपल्या घराकडे परत आली. ह्या वेळीं क्रोधामुळें तिचे

ओठ स्फुरण पावत होते; व श्वासोच्छ्वास जोरानें चाललेले होते.

इंद्रकृत अर्जुनसांत्वन.

इकडे शत्रुमर्दक अर्जुनानेंही सत्वर चित्रसेनाकडें जाऊन रात्रीं घडलेला उर्वशीचा वृत्तांत त्याला निवेदन केला. त्यानें त्या ठिकाणीं रात्रींचें सर्वही वृत्त सांगितलें व त्यांतूनही तिनें दिलेला शाप पुनः पुनः सांगितला. पुढें चित्रसेनानेंही ती सर्व हकीकत इंद्रास कळविली तेव्हां इंद्रानें आपला पुत्र अर्जुन ह्यास एकांतांत बोलावून आणून चांगलीं भाषणें करून त्याचें सांत्वन केलें व हसत हसत म्हटलें कीं, "बा अत्यंत सज्जना अर्जुना, आज तुझ्या योगानें कुंती सुपुत्रवती आहे असें सिद्ध होत आहे. कारण, हे महाबाहो, तूं ह्या आपल्या धैर्याच्या योगानें ऋषींच्याही वर ताण केली आहेस हे सम्मानदायका, तुला जो उर्वशीनें शाप दिलेला आहे तोही तुझी अभीष्ट गोष्ट घडवून आणणाराच आहे; ह्यामुळें तुझ्या उपयोगीं पडेल. कारण, हे निष्पापा वीरा, तेराव्या वर्षीं तुम्हांला भूतलावर अज्ञातवासांत रहावयाचें आहे, तेव्हां त्या वेळींच नर्तकाचा वेष आणि पुरुषत्वाचा अभाव ह्यांनीं युक्त होऊन तूं तो शाप भोग म्हणजे झालें. ह्याप्रमाणें एक वर्षपर्यंत वागलास म्हणजे पुढें तुला पुरुषत्वाची प्राप्ति होईल."

इंद्रानें असें भाषण केल्यामुळें शत्रुवीरनाशक अर्जुनास अत्यंत आनंद झाला व त्यामुळें शापाची गोष्ट त्याच्या मनांतही येईनाशी झाली; आणि पुढें तो पांडुपुत्र अर्जुन कीर्तिसंपन्न चित्रसेन गंधर्वासहवर्तमान स्वर्गलोकांत रममाण होऊन राहिला. असो; जो मनुष्य प्रत्यहीं हा अर्जुनाचा वृत्तांत श्रवण करील त्याचा मदन पापवासनेकडे वळावयाचा नाहीं. तसेंच ह्या प्रकारचें हें इंद्रपुत्र अर्जुनाचें दुष्कर आणि पवित्र आचरण श्रवण करणारे मनुष्यश्रेष्ठ मद, दंभ आणि राग ह्या दोषांपासून मुक्त होऊन स्वर्गास जातील व तेथें रममाण होऊन राहतील.

अध्याय सत्तेचाळिसावा.

—:०:—

इंद्राचा लोमशांबरोबर धर्माला निरोप.

वैशंपायन म्हणाले:—पुढें एकदा महर्षि लोमश इंद्राचें दर्शन घेण्याच्या इच्छेनें फिरत फिरत स्वर्गलोकीं गेला. तेथें त्यानें इंद्राची भेट घेऊन त्यास नमस्कार केल्यानंतर त्याच्या अर्ध्या आसनावर अर्जुन बसला आहे असें पाहिलें. पुढें, महर्षींसही पूज्य असणारा तो द्विजश्रेष्ठ, इंद्रानें अनुज्ञा दिल्यानंतर, वर दर्भासन घातलेल्या आसनावर बसला. अर्जुनास इंद्राच्या आसनावर बसलेला पाहून त्याच्या मनांत आलें कीं, 'अर्जुन क्षत्रिय असतां त्याला इंद्राचें आसन कसें मिळालें? ह्यानें काय बरें पुण्यकर्म केलें असेल अथवा कोणती बरें सद्गति संपादन केली असेल, कीं ज्याच्या योगानें देवांसही वंद्य असलेलें हें स्थान ह्यास मिळालें आहे!' त्याचे हे मनोगत विचार ओळखून वृत्रहन्ता शचीपति इंद्र हसत हसत त्या लोमशमुनीस म्हणाला कीं, "महर्षे, तुझ्या मनांतून जें विचारावयाचें आहे त्याविषयीं मी तुला सांगतों, ऐक. हा अर्जुन मनुष्ययोनींत जन्मलेला आहे, तरी तो केवळ मनुष्य नाहीं. कारण, हा महाबाहु माझा कुंतीच्या ठिकाणीं झालेला पुत्र आहे. हा कांहीं कारणविशेषामुळें अस्त्र संपादण्यासाठीं ह्या ठिकाणीं प्राप्त झालेला आहे. तुला ह्या पुरातन ऋषिश्रेष्ठाची माहिती नाहीं हें आश्चर्य होय. असो; हे ब्रह्मनिष्ठा, हा कोण आणि ह्याचा हेतु काय हें मी तुला सांगतों, ऐक. नर आणि नारायण म्हणून जे पुरातन श्रेष्ठ ऋषि तेच हे अर्जुन

आणि श्रीकृष्ण होत. ही पृथ्वी खरोखर पुण्यसंपन्न होय म्हणूनच हे त्रैलोक्यविख्यात नरनारायणसंज्ञक ऋषि कांहीं कार्याकरितां तिजवर अवतीर्ण झाले आहेत. जें देवांच्या अथवा महात्म्या ऋषींच्याही दृष्टीस पडणें शक्य नाहीं तें ह्यांचें आश्रमस्थान बदरिकाश्रम ह्या नांवानें प्रसिद्ध आहे. हे विप्रा, सिद्धचारणांनीं सेवन केलेली भागीरथी जेथून उद्गम पावली असें तें आश्रमपद नरनारायणावतारांत श्रीकृष्ण व अर्जुन ह्यांचें वसतिस्थान होतें. हे महर्षे, तें महातेजस्वी महावीर माझ्या आज्ञेवरून पृथ्वीवर अवतीर्ण झाले असून भूमीचा भार कमी करणार आहेत. आह्मीं वरप्रदान केल्यामुळें बेभान होऊन गेलेले निवातकवच नांवाचे कांहीं दुराचारी असुर आमचें अनिष्ट करण्याविषयीं सज्ज होऊन बसले आहेत व सामर्थ्य आणि उद्दामपणा ह्यांनीं युक्त असल्यामुळें ते देवांचा वध करण्याचा विचार करीत आहेत. ते देवांस मुळींच जुमानीत नाहींत. कारण, त्या महासामर्थ्यसंपन्न पातालवासी भयंकर दैत्यांना तसा वरच दिलेला आहे; व ह्मणूनच कोणत्याही देवगणांच्या अंगीं त्यांना झुंजविण्याचें सामर्थ्य नाहीं. हे प्रभो, पूर्वी कपिल ह्मणून जो श्रीमान् विष्णूचा अवतार भूमीमध्यें–गुहेंत–वास्तव्य करीत होता व ज्यानें पाताळ खणून काढणारे धिप्पाड शरीराचे सगरपुत्र दृष्टिमात्रानेंच दग्ध करून सोडिले. तोच हा अजिंक्य असा भगवान् श्रीकृष्ण होय. हे द्विजश्रेष्ठा, तो श्रीकृष्ण आणि अर्जुन ह्या उभयतांकडून मिळून महासंग्रामामध्यें आमचें मोठें कार्य होणार आहे ह्यांत संशय नाहीं. ज्याप्रमाणें यमुनेच्या डोहामध्यें कालियादिक सर्पांचा फडशा पाडला त्याप्रमाणें तो श्रीकृष्ण अनुयायांसहवर्तमान त्या दैत्यांचा केवळ दृष्टिमात्रानेंच वध करील, हें खरें आहे. पण थोडक्याशा कार्यासाठीं त्याला क्रोध आणणें योग्य नाहीं. कारण, तेजाचा केवळ महाराशिच असा तो भगवान् क्रुद्ध झाला तर आपल्या तेजानें सर्व जगतास अगदीं दग्ध करून सोडील. हा शूर अर्जुन त्या सर्वांच्याही समोर दंड थोपटून उभा राहण्याला समर्थ आहे. ह्यास्तव, हा संग्रामामध्यें त्यांचा वध करील व नंतर मृत्युलोकांत जाईल. तोंवर तूं आमच्या आज्ञेवरून भूतलावर जा. तेथें तुला काम्यक वनांत वास करणाऱ्या वीर युधिष्ठिराचें दर्शन होईल. नंतर माझ्या सांगण्यावरून तूं त्या सत्यप्रतिज्ञ धर्मनिष्ठ युधिष्ठिरास असें सांग कीं, ‘ हे युधिष्ठिरा, अर्जुनाविषयीं तूं कांहीं काळजी करूं नको. तो अस्त्रांमध्यें निष्णात झालेला आहे तेव्हां लवकरच तिकडे येईल. बाहुबलांतील दोष नाहीं-तसे झाल्यावांचून अथवा अस्त्रविद्येंत प्राविण्य संपादन केल्यावांचून सांग्रामामध्यें भीष्म, द्रोण इत्यादिकांच्या विरुद्ध उभें राहणें शक्य नाहीं, ह्मणूनच महाबुद्धि, महाबाहु अर्जुन अस्त्रविद्येंत निष्णात झाला असून दिव्य नृत्य, गायन आणि वादन ह्यांमध्येंही तो पारंगत झालेला आहे. हे शत्रुमर्दना नरपते, तोंवर तूंही आपल्या सर्व बंधूस बरोबर घेऊन पवित्र अशीं तीर्थें अवलोकन कर. त्या पवित्र तीर्थांमध्यें स्नान केलेंस ह्मणजे पातकांचा नाश होऊन तुझा अंतस्ताप नष्ट होईल व पातक नष्ट झाल्यानंतर तूं सुखी होऊन राज्याचा उपभोग घेशील.’

“ तसेंच, हे विप्रश्रेष्ठा, तूं तपोबलसम्पन्न आहेस तेव्हां तो राजा भूतलावर–तीर्थयात्रेसाठीं–पर्यटन करूं लागला ह्मणजे तूं त्याचें संरक्षण कर. कारण, पर्वतावरील दुर्गम प्रदेश आणि दुसरेही अडचणीचे देश ह्यांमध्यें भयंकर राक्षस रहात असतात. ह्यास्तव त्यांजपासून तूंच त्यांचें संरक्षण केलें पाहिजे.”

इंद्रानें असें सांगितल्यानंतर अत्यंत नियमनिष्ठ अर्जुनही त्या लोमशमुनींस ह्मणाला, 'हे सज्जनश्रेष्ठा महामुने, आपण युधिष्ठिराचें संरक्षण करा आणि आपण संरक्षण केलेल्या त्या राजाच्या हातून तीर्थयात्रा होईल व दानेंही घडतील असेंही आपण करा.'

वैशंपायन ह्मणाले:—तदनंतर 'ठीक आहे, असें ह्मणून त्यांचें सांगणें मान्य करून तो महातपस्वी लोमश काम्यकवनांत जाण्यासाठीं भूतलावर आला; व त्यानें काम्यकवनांत जाऊन, सभोंवतीं तपस्वी आणि बंधु बसलेल्या कुंतीपुत्र शत्रुनाशक धर्मराजास अवलोकन केलें.

अध्याय अठ्ठेचाळिसावा.

—:*:—

संजयापाशीं धृतराष्ट्राचे उद्गार.

जनमेजय ह्मणाला:—हे विप्रा, निःसीमतेजस्वी अशा अर्जुनाचें हें आश्चर्यकारक कृत्य ऐकल्यानंतर महाज्ञानी धृतराष्ट्र काय ह्मणाला ?

वैशंपायन ह्मणाले:—अर्जुन इंद्रलोकास गेला असें व्यासांच्या तोंडून ऐकिल्यानंतर राजा धृतराष्ट्र संजयाला असें ह्मणाला.

धृतराष्ट्र ह्मणाला:—हे सूता, बुद्धिमान् अर्जुनाचें संपूर्ण कृत्य मीं श्रवण केलें आहे. हे सारथे, तुला तें अगदीं बरोबर माहीत आहे काय ? हा स्त्रीसंभोगादिकांमध्यें गढून गेलेला, जडबुद्धि, पापिष्ठ निश्चयाचा आणि अत्यंत दुर्विचारी माझा कारटा पृथ्वीचा खास घात करणार ! अरे, स्वच्छंदपणाच्या गोष्टींमध्येंही ज्याच्या तोंडून सत्यच भाषण निघत असून अर्जुन हा ज्याचा योद्धा आहे त्याच्या ताब्यांत त्रैलोक्यही येईल. मग ह्या राज्याची काय कथा ? कारण, शिळेवर घांसल्यामुळें टोंक तीक्ष्ण झालेले कर्णी आणि नाराच बाण अर्जुन सोडूं लागला ह्मणजे त्याच्यापुढें कोण उभा राहणार आहे ? अर्थात् कोणीही नाहीं. मग तो जराशून्य असा प्रत्यक्ष मृत्यु असला ह्मणून काय झालें ? सारांश, अजिंक्य अशा पांडवांशीं युद्ध करण्याचा प्रसंग ज्यांच्यावर येऊन ठेपला आहे असे माझे सर्वही दुष्ट पोरटे मरणाच्या तावडींत सांपडलेले आहेत ! तसेंच, रात्रंदिवस जरी मी विचार करीत आहें तरी संग्रामामध्यें गांडीवधनुष्य धारण करणाऱ्या अर्जुनावर चाल करून जाणारा असा रथी मला दिसत नाहीं. द्रोण, कर्ण अथवा भीष्म हे युद्धांत त्याच्यावर चाल करून जातील असा संभव आहे; पण तसें झालें कीं सर्व जगच 'आतां आपला संहार होतो कीं काय ?' अशा मोठ्या संशयांत पडेल. तितकेंही करून आह्मांला जय हा येणारच नाहीं. कारण, कर्ण दयाशील, द्रोणाचार्य अवधानशून्य आणि भीष्म वृद्ध असून अर्जुन तापट, चलाख, बलाढ्य आणि दृढपराक्रमी आहे. ह्यांच्यामध्यें युद्ध जुंपलें तर तें मोठें तुंबळ होईल व त्यांत कोणीही पराभव पावणार नाहींत, हें खरें. कारण, हे सर्वही शूर, अस्त्रवेत्ते आणि मोठा नांवलौकिक मिळविलेले आहेत व ह्मणूनच अजिंक्य अशा त्या वीरांना सार्वभौमत्व संपादन करण्याची इच्छा झालेली आहे. पण अर्जुन मात्र त्यांना ठार केल्यानंतरच स्वस्थ बसेल हें खास. कारण, अर्जुनास ठार अथवा पराजित करणारा असा कोणीही नाहीं. त्यांतूनही, माझ्या संबंधाचा व माझ्या पुत्रासंबंधाचा त्याचा क्रोध शांत होणार कसा ? अर्जुनाचें सामर्थ्य फार विलक्षण आहे. कारण त्या इंद्रतुल्य वीरानें खांडववनांत अग्नीला तृप्त करून सोडिलें व राजसूयमहायज्ञांत सर्वही राजे जिंकले. संजया, वज्र जर पर्वताच्या शिखरावर पडलें तर तें त्याचा कांहीं तरी अवशेष ठेवील, पण अर्जुनानें फेंकलेले बाण ज्यांच्यावर पडतील त्यांचा मुळींच अवशेष

ठेवणार नाहींत. ज्याप्रमाणें प्रलयकालीं सूर्याचे किरण सर्व चराचरांस संतप्त करून सोडतात त्याप्रमाणें अर्जुनाच्या हातून सुटलेले बाण माझ्या पोरांना संतप्त करून सोडतील. त्या अर्जुनाच्या नुसत्या रथध्वनीच्या योगानें देखील हें भारती सैन्य भयभीत होऊन फुटून जाईल, असें मला वाटतें. कदाचित् असें नाहींच झालें, तर अर्जुन त्यांचा वध करण्याविषयीं उद्युक्त होऊन भात्यामधून बाण काढून फेंकीत समरांगणांत येऊन ठाकेल व विधात्यानें सर्वांचा संहार करण्यासाठीं निर्माण केलेला प्रत्यक्ष अंतकच बनून जाईल. मग तर त्याच्या तडाक्यांतून सुटणें अशक्यच आहे !

अध्याय एकोणपन्नासावा.

—:*:—

संजय व धृतराष्ट्र ह्यांचे कौरवांविषयींचे विचार.

संजय म्हणालाः—हे पृथ्वीपते राजा, तूं दुर्योधनासंबंधानें जें सांगितलेंस तें अगदीं खरें, हें कांहीं खोटें नव्हे. कारण, आपली कीर्तिसंपन्न धर्मपत्नी द्रौपदी हिजला सभेंत नेलेली पाहून त्या महातेजस्वी पांडवांच्या अंगांत क्रोधाचा संचार होऊन गेलेला आहे. शिवाय, हे महाराजा, दुःशासन आणि कर्ण ह्यांच्या तोंडून निघालेले ते भयंकर शब्द त्यांच्या कानावर पडले आहेत, तेव्हां ते स्वस्थ घोरत पडणार नाहींत असें मला वाटतें. हे महाराजा, मीं असें ऐकिलें आहे कीं, अर्जुनानें धनुर्विद्येच्या योगानें, अकरा मूर्ति धारण करणाऱ्या श्रीशंकरांस संग्रामांमध्यें संतुष्ट केलें. हे राजा, भगवान् शंकरांनीं सामर्थ्याची परीक्षा करण्याकरितां किराताचें स्वरूप स्वतः घेऊन येऊन अर्जुनाला झुंजविलें. तसेंच त्या ठिकाणीं अस्त्रप्राप्तीच्या उद्देशानें तपश्चर्या करणाऱ्या, पराक्रमी व अजिंक्य अशा अर्जुनाला सुप्रसिद्ध लोकपालांनीं दर्शन दिलें. अशा प्रकारचें ह्या देवतांचें प्रत्यक्ष दर्शन घेण्याची उमेद ह्या भूतलावर अर्जुनावांचून इतर कोणीही मनुष्य बाळगणारा नाहीं. सारांश, हे राजा, अष्टमूर्ति धारण करणाऱ्या महेश्वरासही ज्याची खोड जिरवितां आली नाहीं त्याची संग्रामांत खोड जिरविण्याचा उत्साह कोणत्या शूर पुरुषाला असणार आहे? सारांश, अर्जुनाशीं युद्ध करणें कठीण आहे. असें असतांही ज्यांनीं द्रौपदीला ओढली आणि पांडवांस क्रुद्ध करून सोडलें ते मात्र ह्या युद्धांत अगदीं जवळ जाऊन ठेपले आहेत. हे राजा, सभेंत दुर्योधनानें द्रौपदीला मांड्या उघड्या करून दाखविल्या हें पाहून क्रोधामुळें ओंठास कंप सुटलेला भीम 'अरे, अयोग्य रीतीनें द्यूत खेळणाऱ्या दुष्टा, तेरा वर्षें निघून जातांच भयंकर वेग असलेल्या ह्या गदेनें तुझ्या मांड्या मी फोडून टाकीन!' असें जें म्हणाला तें अगदीं यथार्थ आहे. सारांश, सर्वही पांडव प्रहार करणाऱ्यांमध्यें श्रेष्ठ असून, निःसीम तेजस्वी, सर्व प्रकारच्या अस्त्रज्ञानानें संपन्न व देवांसही अगदीं अजिंक्य असे आहेत. ह्यामुळें क्रोधानें खवळून गेलेले व त्यांतही भार्येच्या क्रोधाचा पाठबा मिळालेले ते पांडव संग्रामामध्यें तुझ्या पुत्रांचा शेवट लावणार!

धृतराष्ट्र म्हणालाः—हे सूता, कर्णानें कठोर भाषणें करून काय केलें म्हणा. केवळ ती द्रौपदी सभेंत गेली एवढेंच कारण वैरास बस्स आहे. हे सूता, ज्यांना उपदेश करणारा ज्येष्ठ बंधु विनयानें वागत नाहीं ते माझे जडबुद्धि इतर पुत्र आतां विनयानें वागतील हें संभवनीय आहे काय? मुळींच नाहीं. सूता, तो अभागी दुर्योधन, मी अंध झाल्यामुळें कांहींही काम करीत नाहीं ह्यामुळें मला एखाद्या अचेतनाप्रमाणें समजतो व म्हणूनच माझें सांगणें ऐक-

ण्याची मुळींच इच्छा करीत नाहीं. ह्याचे जे कर्ण, शकुनि इत्यादिक मूर्ख मंत्री आहेत, त्यांना तर बिलकूल विचार नसल्यामुळें ते ह्याचे दोष वृद्धिंगतच करीत आहेत. अरे, अर्जुनानें साहजिकरीतीनें जरी बाण सोडले तरी ते देखील माझ्या पुत्रांना दग्ध करून सोडतील ! मग क्रोधानें सोडल्यास काय विचारावें ? अर्जुनाच्या हातून सुटलेले व दिव्य अस्त्रांच्या मंत्रांच्या योगानें अधिकच जोरावलेले त्या गांडीवसंज्ञक महाधनुष्यांतून बाहेर पडलेले बाण देवांचा देखील धुव्वा उडवून देतील, मग इतरांची कथा काय ? सूता, त्रैलोक्यनाथ संहारशक्तिसंपन्न श्रीकृष्ण हा ज्याचा मंत्री, संरक्षक आणि मित्र त्याला अजिंक्य असें काय आहे ? संजया, प्रत्यक्ष महादेवाशीं भिडून अर्जुनानें बाहुयुद्ध केलें असें जें ऐकिवांत आहे तें तर फारच आश्चर्यकारक होय. पूर्वी देखील अर्जुनानें आणि श्रीकृष्णानें अग्नीच्या साहाय्यार्थ खांडववनामध्यें जें कांहीं केलें तें तर सर्व लोकांच्या डोळ्यांसमोरच आहे. सारांश, भीम, अर्जुन आणि सात्वतकुलोत्पन्न श्रीकृष्ण हे क्रुद्ध झाले तर त्यांच्यापुढें उभे राहण्याचें माझे पुत्र, अमात्य आणि शकुनि ह्यांचें सामर्थ्य नाहीं !

अध्याय पन्नासावा.

—:०:—

पांडवांचा आहार.

जनमेजय ह्मणाला:—हे मुने, राजा धृतराष्ट्र ह्यानें पांडववीरांस हांकलून दिल्यानंतर जो हा शोक केला तो सर्व निरर्थक होय. नाहींतर महारथी पांडवांस राजपुत्र अल्पबुद्धि दुर्योधन ज्या वेळीं क्रुद्ध करूं लागला त्या वेळीं त्याची त्यानें कशी उपेक्षा केली असती ? असो; वनामध्यें पांडुपुत्रांचा आहार काय होता ? तो आहार वन्य होता अथवा शेतांतील धान्याचा होता, हें आह्मांस सांगा.

वैशंपायन ह्मणाले:—ते पुरुषश्रेष्ठ फलमूलादिक वन्य पदार्थ आणि निर्विष बाणांनीं मारून पाडलेले पशु ह्यांचा आहार—प्रथम ब्राह्मणांस निवेदन करून नंतर करीत. हे राजा, त्या वेळीं ते महाधनुर्धर शूर वनांत वास करूं लागले असतां साग्निक आणि निरग्निक असे दोन्ही प्रकारचे ब्राह्मण त्यांच्या मागून तेथें जाऊन राहिले होते. त्या ठिकाणीं वेदाध्ययन पूर्ण झालेले मोक्षवेत्ते महात्मे ब्राह्मण दहा हजार होते. त्यांचें पोषण युधिष्ठिर करीत असे रुरु आणि कृष्णसारनामक हरिणें व दुसरेही पवित्र वन्य पशु नानाप्रकारच्या बाणांनीं ठार करून तो ब्राह्मणांस अर्पण करीत असे. त्या वेळीं त्या ठिकाणीं कोणीही मनुष्य, निस्तेज, व्याधिग्रस्त, कृश, दुर्बळ, दीन अथवा भयभीत असा दृष्टीस पडत नसे. तो कुरुकुलश्रेष्ठ धर्मराज युधिष्ठिर राजा आपल्या भ्रात्यांचें प्रिय पुत्रांप्रमाणें व आपल्या ज्ञातीचें सख्या बंधूंप्रमाणें पोषण करी. कीर्तिशालिनी द्रौपदी देखील आपले पति व सर्व ब्राह्मण ह्यांस मातेप्रमाणें प्रथम भोजन घालून अवशिष्ट राहिलेलें अन्न भक्षण करीत असे. आहार मिळविण्यासाठीं धर्मराज पूर्वदिशेस, भीमसेन दक्षिणदिशेस आणि नकुलसहदेव हे पश्चिमदिशेस अथवा उत्तरेदिशेस ह्याप्रमाणें प्रत्यहीं जाऊन ते धनुर्धर पांडव मांसासाठीं मृगांचा संहार करीत असत. अशा रीतीनें काम्यकवनांत वास करीत असतां अर्जुनाच्या वियोगामुळें उत्कंठित झालेल्या पांडवांचीं पांच वर्षें जप, हवन आणि अर्जुनाचें स्मरण करितां करितां निघून गेलीं.

अध्याय एकावन्नावा.

—:०:—

धृतराष्ट्रापाशीं संजयाचें पांडववृत्त-निवेदन.

वैशंपायन ह्मणालेः—हे पुरुषश्रेष्ठा, त्यांचें तें अमानुष व आश्चर्यकारक चरित्र ऐकून अंबिकापुत्र धृतराष्ट्र ह्याचें अंतःकरण चिंता व शोक ह्यांनीं व्याप्त झाल्यामुळें तो दैन्यानें अगदीं भरून गेला; आणि सारथि संजय ह्यास हाक मारून आणून लांब व उष्ण असा सुस्कारा टाकून ह्मणाला, 'हे सूता, तो पूर्वी घडून गेलेला द्यूतजन्य भयंकर अन्याय आणि या दुःसह वीर्यशाली पांडवांचें शौर्य, धैर्य, अत्यंत उत्साह आणि परस्परांवरील अलौकिक बंधुप्रीति हीं मनामध्यें येऊं लागल्यामुळें मला दिवसा अथवा रात्रीं केव्हांही क्षणभर देखील शांति मिळत नाहीं. त्यांच्यापैकीं महाभाग्यशाली इंद्रतुल्य कांति असलेले देवकुमार पांडुपुत्र युद्धमदानें धुंद होऊन गेलेले नकुल व सहदेव हे देखील खंबीर आयुधें धारण करणारे, दूरवर बाण मारणारे आणि युद्धाविषयीं कृतनिश्चय असून हस्तलाघवयुक्त अढळ कोप असलेले, निरंतर उद्योग करणारे आणि त्वेषसंपन्न आहेत; ह्यामुळें, ज्या वेळीं सिंहाप्रमाणें पराक्रमी व अश्विनीकुमारांसारखे दुःसह असे ते उभयतां वीर भीम आणि अर्जुन ह्यांना पुढें करून युद्धाच्या अघाडीस येऊन उभे राहतील त्या वेळीं, संजया, मला वाटतें, माझें सैन्य मुळींच अवशिष्ट राहणार नाहीं. कारण, त्या महारथी देवकुमारांना संग्रामामध्यें प्रतियोद्धाच कोणी नाहीं. ते रागीट स्वभावाचे नकुलसहदेव द्रौपदीला झालेले ते क्लेश सहन करणार नाहींत. तसेंच, महाधनुर्धर यादव व महातेजस्वी पांचाल हे देखील ते क्लेश सहन करणार नाहींत. सत्यप्रतिज्ञ श्रीकृष्ण युद्धामध्यें संरक्षण करीत असल्यामुळें पांडव युद्धांत माझ्या पुत्रांच्या सैन्याला दग्ध करून सोडतील. हे सूतनंदना, युद्धामध्यें राम आणि कृष्ण हे चालक असलेल्या यादवांचा वेग त्या माझ्या सर्वही पुत्रांना सहन करितां येणें शक्य नाहीं. तसेंच पांडवांपैकीं महाधनुर्धर आणि भयंकर पराक्रमी भीम वीरांना ठार करणारी शिंक्यावर असणारी गदा घेऊन संचार करूं लागेल. भीमाच्या गदेचा तो नुसता वेग आणि वज्राच्या ध्वनीप्रमाणें असलेला अर्जुनाच्या गांडीवधनुष्याचा केवळ टणत्कार हीं देखील सहन करण्याविषयीं कोणीही राजे समर्थ नाहींत. तेव्हां असा प्रसंग आला ह्मणजे मग पूर्वीं दुर्योधनाच्या अनुरोधानें वागल्यामुळें जी मीं ऐकिलीं नाहींत तीं लक्षांत ठेवण्यास योग्य अशीं माझ्या हितचिंतकांचीं वाक्यें मला आठवूं लागतील.

संजय ह्मणालाः—हे राजा, तूं समर्थ असतांही आपल्या पुत्रांविषयीं उपेक्षा केलीस आणि त्याला प्रतिबंध केला नाहींस ही फार मोठी चूक झालेली आहे. हे राजा, पांडवांस द्यूतांत जिंकिलें हें ऐकून मधुदैत्यनाशक श्रीकृष्णानें त्वरेनें काम्यकवनामध्यें जाऊन त्यांची भेट घेतली. द्रुपदाचे पुत्र, विराट, धृष्टकेतु आणि महारथी केकयदेशाधिपति हे देखील त्यांच्या भेटीस गेले होते. त्या वेळीं, हे राजा, भेट घेतल्यानंतर द्यूतामध्यें पराजय पावलेल्या पांडवांना त्यांनीं जें सांगितलें तें हेराच्या द्वारानें मला कळलें व मींही तुला कळविलेंच आहे. त्या ठिकाणीं भेट झाल्यानंतर पांडवांनीं युद्धामध्यें अर्जुनाचें सारथ्यकर्म करण्याविषयीं श्रीकृष्णाची विनंति केली असतां श्रीकृष्णानेंही त्यांना 'ठीक आहे' म्हणून सांगितलें. श्रीकृष्ण देखील त्या वेळीं पांडव वनामध्यें कृष्णाजिनें पांघरून वास्तव्य करीत आहेत असें पाहून क्रुद्ध होऊन गेला व युधिष्ठिरास म्हणाला,

" पांडवांच्या शस्त्रतेजाच्या योगानें उत्पन्न झालेल्या भीतीनें पीडित होऊन गेलेले, अंग, वंग, पौंड्र, उंड्र, चोल, द्रविड ,आंध्र, समुद्राच्या कांठावरील दलदलीचा प्रदेश, समुद्रतीर, सिंहल, बर्बर, म्लेंच्छ, लंका ह्या सर्वही देशांचे अधिपति, समुद्रापर्यंत असलेल्या पश्चिमेकडील शेंकडों राष्ट्रांचे पालक व पल्हव, दरद, किरात, यवन, शकहार, हूण, चीन, तुषार, सैंधव, जागुड, रामठ, मुंड, स्त्रीराज्य, तंगण, केकय, मालव आणि काश्मीर ह्याही देशांचे राजे निमंत्रण केल्यावरून येऊन ज्या यज्ञामध्यें वाढपे होऊन राहिले होते असें मीं पाहिलें आहे, अशा प्रकारच्या त्या राजसूय यज्ञामध्यें इतर नरपतींस अत्यंत दुर्लभ असें जें तुमचें ऐश्वर्य मीं इंद्रप्रस्थामध्यें अवलोकन केलें तें प्रतिपक्षाकडे गमन करणारें व ह्मणूनच चंचल असें ऐश्वर्य ज्यांनीं हिरावून घेतलें त्यांचा जीव घेऊन मी परत आणीन ! हे कुरुकुलोत्पन्ना भरतवंशजा युधिष्ठिरा, बलराम, भीम, अर्जुन, नकुल, सहदेव, अक्रुर, गद, सांब, प्रद्युम्न, शूरसेन, वीर धृष्टद्युम्न आणि शिशुपालपुत्र ह्यांस बरोबर घेऊन जाऊन संग्रामामध्यें दुर्योधन, कर्ण, दुःशासन, शकुनि आणि दुसराही जो कोणी उलट बाजूनें युद्ध करील तो ह्याप्रमाणें सर्वांचाही तात्काल वध करून मी तें ऐश्वर्य परत आणीन; आणि मग तूं धृतराष्ट्रपुत्रांची संपत्ति संपादन करून आपल्या बंधूंसहवर्तमान हस्तिनापुरामध्यें राहून ह्या पृथ्वीचें पालन कर. "

ह्याप्रमाणें श्रीकृष्णाचें भाषण ऐकिल्यानंतर त्या वीरसभेमध्यें राजा युधिष्ठिर धृष्टद्युम्नप्रभृति शूर लोक ऐकत असतां श्रीकृष्णास ह्मणाला.

युधिष्ठिर ह्मणालाः—हे जनार्दना, तुझी ही वाणी सत्य असून मला मान्य आहे. तथापि, हे महाबाहो, तूं माझे शत्रु व त्यांचे अनुयायी ह्यांस तेरा वर्षांनंतरच ठार कर-आणि मला सत्यप्रतिज्ञ कर. कारण, हे केशवा, मीं राजांच्या समक्ष ह्या वनवासाचा स्वीकार केला आहे. हें धर्मराजाचें भाषण ऐकून त्या धृष्टद्युम्नप्रभृति सभासदांनीं समयोचित आणि मधुर अशा भाषणांनीं, क्रुद्ध झालेल्या श्रीकृष्णाचें समाधान केलें व नंतर त्याच्या समक्ष सरळमार्गी द्रौपदीला ह्मटलें, " हे देवि, तुझ्या क्रोधामुळें दुर्योधनाला आपल्या प्राणांस मुकावें लागेल हें आह्मी खरोखर प्रतिज्ञापूर्वक सांगतों. तेव्हां, हे अत्युत्तम स्त्रिये, तूं शोक करूं नको. हे कृष्णे, त्या वेळीं तुला द्यूतामध्यें जिंकून घेतल्यानंतर तुजकडे पाहून जे लोक हसले होते त्यांचें मांस लांडगे आणि पक्षी हे खात खात शरीरांतून बाहेर ओढून काढतील. तसेंच, ज्यांनीं तुला सभेमध्यें ओढीत नेली त्यांचीं मस्तकें ओढीत ओढीत गिधाडें व कोल्हीं त्यांचें रक्त प्राशन करतील. हे पांचालि, त्यांचे अवयव भूमीवर पडले असून मांसभक्षक प्राणी त्यांस वारंवार ओढून खात आहेत असें तुझ्या दृष्टीस पडेल. त्याचप्रमाणें ज्यांनीं तुला त्या ठिकाणीं क्लेश दिले अथवा ज्यांनीं तटस्थपणाचा स्वीकार केला त्या सर्वांचा शिरच्छेद होऊन पृथ्वी त्यांचें रक्त प्राशन करील. " हे भरतकुलश्रेष्ठा, ह्याप्रमाणें त्यांनीं अनेक प्रकारचीं भाषणें केलीं. ते सर्वही तेजस्वी व शूर असून सुलक्षणसंपन्न आहेत. त्यांची धर्मराजानें युद्धाच्याकामीं योजना केली असल्यामुळें ते सर्वही महारथी तेरावें वर्ष समाप्त होतांच इकडे चाल करून येतील. बलराम, श्रीकृष्ण, अर्जुन,प्रद्युम्न, सांब, युयुधान, भीम, नकुल, सहदेव, केकयराजाचे पुत्र, द्रुपदपुत्र व विराट हे सर्वही अजिंक्य व लोकांमध्यें पहिल्या प्रतीचे शूर आहेत. तेव्हां हे महात्मे आपले अनुयायी व सैन्य ह्यांच्यासहवर्तमान क्रुद्ध होऊन, स्व-

ळून गेलेल्या सिंहाप्रमाणें युद्धांत येऊन ठाकले ह्मणजे, ज्यास आपल्या जीविताची आशा असेल असा कोणता मनुष्य त्यांना तोंड तरी दाखविणार आहे ?

धृतराष्ट्र ह्मणालाः—हे सूता, द्यूताच्या वेळीं मला विदुरानें सांगितलें कीं, "हे नरेंद्रा, तूं जर पांडवांना जिंकीत असशील तर हा काल कौरवांच्या केवळ नाशाचा आला आहे हें खास. ह्याच्या योगानें रक्ताचे महाभयंकर प्रवाह वाहतील !" हें जें मला पूर्वी विदुरानें सांगितलें होतें तें त्याप्रमाणें घडून येणार असें मला वाटतें. सारांश, पांडवांचा हा वनवासाचा आणि अज्ञातवासाचा काल निघून गेला कीं लागलीच तूं सांगितल्याप्रमाणें हें युद्ध होणार ! हें अगदीं निःसंशय होय.

नलोपाख्यानपर्व.

अध्याय बावन्नावा.

—:०:—

भीमाचें युधिष्ठिरापाशीं भाषण.

जनमेजय ह्मणाला:—महात्मा अर्जुन अस्त्रप्राप्तीच्या उद्देशानें इंद्रलोकास गेल्यावर इकडे युधिष्ठिरप्रभृति पांडव काय करीत होते?

वैशंपायन म्हणाले:—अस्त्रप्राप्तीच्या उद्देशानें महात्मा अर्जुन इंद्रलोकास गेला असतां ते भरतकुलश्रेष्ठ द्रौपदीसहवर्तमान काम्यकवनामध्यें वास करीत होते. पुढें कोणे एके समयीं ते भरतकुलश्रेष्ठ दुःखाकुल होऊन गवत उगवून आल्यामुळें हिरवीगार दिसणाऱ्या पवित्र अशा भूमीवर अर्जुनाविषयीं शोक करीत बसलेले होते. ह्या वेळीं त्यांचा कंठ दाटून आलेला असून ते अत्यंत क्लेश पावत होते. त्या वेळीं खरोखर अर्जुनाच्या वियोगानें पीडित झाल्यामुळें ते सर्वही पांडव दुःखप्रवाहांत अगदीं तरंगूं लागले होते. ते जसे अर्जुनाच्या वियोगामुळें दुःखाकुल झाले होते तसेच राज्यभ्रष्ट झाल्यामुळेंही कष्टी होऊन गेलेले होते; असो. पुढें महाबाहु भीमसेन युधिष्ठिरास ह्मणाला, "हे महाराजा, आह्मां पांडुपुत्रांचे प्राण ज्याच्यावर अवलंबून आहेत आणि ज्याचा नाश झाला असतां पुत्रांसहवर्तमान पांचालदेशाधिपति, सात्यकि आणि श्रीकृष्ण हे निःसंशय नाश पावतील, तो भरतकुलश्रेष्ठ अर्जुन तुझ्याच आज्ञेवरून निघून गेला आहे. ज्या महात्म्याच्या बाहुबलाचा आश्रय केल्यामुळेंच आह्मीं सर्व शत्रूंना जिंकलेंच आणि पृथ्वीही मिळविलीच असें समजत आहों व ज्या धनुर्धराच्या प्रभावाविषयीं विश्वास असल्यामुळेंच सभेमध्यें मी शकुनीसहवर्तमान सर्वही धृतराष्ट्रपुत्रांना स्वर्गलोकास पाठविलें नाहीं, तो धर्मात्मा अर्जुन आह्मांला होणाऱ्या अनेक क्लेशाविषयींचे विचार मनांत येत असतांही तुझ्या आज्ञेवरून निघून गेला! ह्यासारखी दुसरी अत्यंत दुःखाची गोष्ट ती कोणती? युधिष्ठिरा, आम्ही प्रख्यात बाहुबलसंपन्न असून श्रीकृष्ण आमचा पालक आहे; असें असतांही केवळ तुझ्याचसाठीं आह्मी स्वतःचा क्रोध गिळून बसलों आहों. खरोखर श्रीकृष्णाच्या साहाय्यानें आम्हीं कर्णप्रभृति शत्रूंना ठार करून स्वतःच्या बाहुबलानें संपादन केलेल्या संपूर्ण पथ्वीचें राज्य करण्यास समर्थ आहों. सारांश, आम्हां सर्वांच्याही शौर्यामध्यें मुळींच न्यूनता नसतांनाही आम्ही सर्व केवल तुझ्या द्यूतरूपी दोषामुळेंच त्रस्त होऊन गेलों आहों आणि ते दुर्योधनादिक मूर्ख शत्रु मांडलिकप्रभृतींकडून मिळालेल्या करामुळें अत्यंत बलाढ्य झालेले आहेत. तेव्हां, हे महाराजा, आतां तूं क्षात्रधर्माकडे दृष्टि फिरवावीस हें योग्य आहे. हे महाराजा, 'अरण्याचा आश्रय करून राहणें हा क्षत्रियांचा धर्म नसून राज्य करणें हाच त्यांचा मुख्य धर्म होय' असें विद्वान् लोक समजतात. तेव्हां,तूं स्वधर्मवेत्ता क्षत्रिय असूनही आपल्या धर्मास उचित असलेल्या मार्गापासून भ्रष्ट होऊं नको. आपण अर्जुनाला वनांतून परत आणूं व श्रीकृष्णाला बोलावून आणून, हे राजा, हीं बारा वर्षें संपण्याच्या पूर्वीच धृतराष्ट्राच्या पोरांना ठार करून टाकूं. हे महाज्ञानी महाराजा युधिष्ठिरा, धृतराष्ट्राच्या पुत्रांनीं जरी आपल्या सैन्यामध्यें व्यूहाची रचना केली असली तरी देखील मी वेगानें जाऊन त्यांना हां हां म्हणतां परलोकास पाठवीन. मी एकटा सर्व धृतराष्ट्रपुत्र, शकुनि, दुर्योधन, कर्ण आणि जो कोणी दुसरा पुरुष उलट बाजूनें युद्ध करील तो ह्या सर्वांनाही ठार करून सोडीन. हे नरपते,

ह्याप्रमाणें शत्रूंना ठार करून मीं वैराग्नि विझवून टाकिला म्हणजे मग पुनः पाहिजे तर तूं वनांत रहाण्यासाठीं ये. असें केलें असतां दोषही घडणार नाहीं. तथापि ह्यांत जर कांहीं पातक घडलें असेल तर, हे शत्रुमर्दना महाराजा, आम्ही नानाप्रकारचे यज्ञ करून तें पातक केवळ उडवून देऊं व उत्कृष्ट अशा स्वर्गास जाऊं. हे राजा, हें असें घडून येईल; पण जर आमचा केवल धर्माची कांस धरून बसलेला राजा जो तूं तो दीर्घसूत्री आणि मूर्ख बनला नाहींस तर. कपटानें वागणाऱ्या लोकांचा कपटानेंच वध केला पाहिजे अशा शास्त्राचा निश्चय आहे; व ह्मणूनच कपटाचें वर्तन करणाऱ्यांचा कपटानें वध केला तर पाप लागतें असें कोठें सांगितलेलें नाहीं. आतां राहिली तुझ्या प्रतिज्ञेची कालमर्यादा ! पण तीही होऊन गेली आहे, कारण, हे भरतवंशजा, धर्मवेत्त्या लोकांस धर्मशास्त्रामध्यें असें आढळून येतें कीं एक अहोरात्र हा संवत्सराबरोबर आहे, त्याचप्रमाणें, हे प्रभो, संकटप्रसंगीं एक दिवस लोटला कीं एक वर्ष पूर्ण होत असतें असें वेद वचनही आमच्या नेहमीं ऐकण्यांत आहे. तेव्हां जर तुला वेद हे प्रमाण असतील तर, हे सत्यप्रतिज्ञा, त्रयोदशवर्षात्मक काल संपूर्ण होऊन गेला आहे असें तूं समजलें पाहिजेस. हे शत्रुमर्दना, दुर्योधन व त्याचे अनुयायी ह्यांचा वध करण्याचा हाच काल आहे. ह्या वेळीं स्वस्थ राहिल्यास, हे राजा, पुढें तो सर्वही पृथ्वी एकचक्री करून सोडील. हे राजेंद्रा, तुला द्यूताची प्रीति असल्यामुळें तूं तशा प्रकारचें वर्तन केलेंस आणि आह्मां सर्वांनाही बहुतकरून या मरणतुल्य अज्ञातवासांत कायमचेंच लोटून दिलेंस. मला असा कोणताच प्रदेश दिसत नाहीं. कीं ज्या ठिकाणीं राहिल्यास त्या अत्यंत दुष्ट दुर्योधनाला हेरांच्या द्वारें आमचें ज्ञान होणार नाहीं. ह्यामुळें तो नीच पुरुष आह्मां सर्वांनाही शोधून काढून पुनः कपटानें हा वनवास भोगण्यासाठीं हांकलून देईल. तशांतूनही जर आह्मी अज्ञातवासांतून कसेंही करून पार पडलों तरी तें त्या दुष्टाला कळलें ह्मणजे तो आह्मांस पहातांच पुनरपि द्यूतासाठीं आव्हान करील; आणि, हे महाराजा. असें झालें कीं पुनरपि द्यूत सुरू झालेंच ह्मणून समज. कारण, पुनः देखील तुला द्यूतासाठीं आव्हान केलें तर तूं तें टाळणार नाहींस. त्यांतूनही तूं तर तशा प्रकारचा चतुर ! तुला शुद्धि नाहीं हें ठरलेंच आहे. तेव्हां, हे महाराजा, द्यूतप्रसंग आला कीं तूं पुनरपि वनवास भोगशील. हे महाराजा, आह्मांला यावज्जीव दीन करून सोडणें हें जर तुला योग्य वाटत नसेल तर तूं वेदांत सांगितलेल्या सर्वही धर्मांचें निरीक्षण कर. कपटानें वागणाऱ्या लोकांचा कपटानेंच वध केला पाहिजे असा सिद्धान्त आहे. तेव्हां, तुझी परवानगी झाली तर मी यथाशक्ति दुर्योधनावर चालून जाईन; आणि ज्याप्रमाणें गवतावर फेंकून दिलेला अग्नि गवत जाळून भस्म करितो त्याप्रमाणें मी त्या मूर्खाला ठार करीन. तूं मला अनुज्ञा दे ह्मणजे झालें !

युधिष्ठिराचें उत्तर.

वैशंपायन ह्मणालेः—ह्याप्रमाणें पांडुपुत्र भीम बोलूं लागला असतां धर्मशाली राजा युधिष्ठिर त्याच्या मस्तकाचें अवघ्राण करून त्याचें सांत्वन करण्यासाठीं बोलूं लागला. तो ह्मणाला, “ हे महाबाहो, तेरा वर्षें होऊन गेलीं ह्मणजे अर्जुनाला बरोबर घेऊन तूं दुर्योधनाचा वध करिशील हें निःसंशय आहे. हे सामर्थ्यसंपन्ना कुंतीपुत्रा, तूं दुर्योधनाचा वध करण्याचा काल आला आहे असें ह्मणतोस; पण असत्य भाषण करण्याचा मला उत्साह होत नाहीं.

कारण, माझ्या ठिकाणीं हें असत्य वास्तव्य करीत नाहीं. हे कुंतीपुत्रा, निश्चयानें पाप उत्पन्न करणाऱ्या कपटाचें अवलंबन केल्यावांचूनही तुझ्या हातून अनुयायांसहवर्तमान अजिंक्य अशा दुर्योधनाचा वध घडेल." ह्याप्रमाणें धर्मात्मा युधिष्ठिर भीमास सांगत आहे तोंच महाभाग्यशाली महर्षि बृहदश्व त्या ठिकाणीं आला. तो धर्मनिष्ठ मुनि प्राप्त झाला आहे असें पाहतांच धर्मात्म्या युधिष्ठिरानें त्याची मधुपर्कपूर्वक पूजा केली. नंतर, तो मुनि बसल्यावर त्याच्या श्रमाचा परिहार झाला आहे असें पाहून जवळ बसलेला महाबाहु युधिष्ठिर पुष्कळ दीनवाणें भाषण करूं लागला. तो म्हणाला, "हे भगवन्, कपटनिष्णात आणि अक्षविद्येंत चतुर अशा वंचकांनीं मला आह्वान करून द्यूतामध्यें माझें धन आणि राज्य हिरावून घेतलें. मला अक्षविद्येचें ज्ञान नसल्यामुळें त्या दुष्ट निश्चयी शत्रूंनीं कपटानें माझी प्राणाहून देखील अधिक प्रिय असलेली भार्या सभेमध्यें नेली; व पुनरपि मला द्यूतामध्यें जिंकून कृष्णाजिनें परिधान करवून अत्यंत भयंकर वनवास भोगण्यासाठीं महावनामध्यें हांकलून दिलें. फाशांच्या जुगारीविषयींच्या अत्यंत भयंकर गोष्टी मी ऐकत होतों. तथापि, त्यांजकडे लक्ष्य न देतां द्यूत करून मी ह्या वनामध्यें अत्यंत कष्टानें हे दुःखाचे दिवस काढीत आहें. ह्या वेळीं, द्यूताच्या आरंभापासूनच मला बोध करणाऱ्या व माझ्या कृत्यानें व्याकूळ होऊन गेलेल्या हितचिंतकांचीं जीं वाक्यें माझ्या अंतःकरणांत बसलेलीं आहेत त्यांची आठवण होऊन माझ्या सर्व रात्री केवळ विचारांत जातात. त्यांतूनही, जो आह्मां सर्वांचा प्राण, त्या महात्म्या अर्जुनाचा वियोग झाल्यामुळें तर मी अगदीं निर्बल होऊन गेलों आहें. प्रियवादी, उदार अंतःकरणाचा, दयाळू आणि आलस्यशून्य असणारा तो अर्जुन अस्त्रविद्येमध्यें निष्णात होऊन परत आला आहे, असें मी केव्हां पाहीन? महाराज, मजपेक्षां अत्यंत अभागी असा एखादा राजा ह्या भूमीवर पूर्वीं कधीं आपल्या पाहण्यांत किंवा ऐकण्यांत आला आहे काय? मला तर वाटतें कीं, माझ्यापेक्षां अत्यंत दुःखी असा कोणीही पुरुष नसेल!"

बृहदश्व म्हणाला—हे महाराजा पांडुपुत्रा, "मजहून अत्यंत अभागी असा कोणीही पुरुष नाहीं" असें तूं ह्मणत आहेस. तेव्हां, हे निष्पापा पृथ्वीपते, जर तुझी ऐकण्याची इच्छा असेल तर तुजहूनही अत्यंत दुःखी असा कोण राजा होऊन गेला हें मी तुला सांगतों.

वैशंपायन ह्मणालेः—हें भाषण ऐकून राजा युधिष्ठिर त्याला ह्मणाला, "सांगावें महाराज! अशा स्थितींत सांपडलेला राजा कोणता, हें ऐकण्याची माझी इच्छा आहे."

बृहदश्व ह्मणालाः—हे धैर्यभ्रष्ट न होणाऱ्या पृथ्वीपते राजा, तुजहूनही अत्यंत दुःखी असा राजा कोण होऊन गेला तें आतां आपल्या बंधूंसहवर्तमान एकाग्रपणें ऐक. पूर्वीं निषध देशामध्यें वीरसेन ह्मणून एक प्रख्यात राजा होता. त्याला धर्म आणि अर्थ ह्या पुरुषार्थांमध्यें निष्णात असा नल नांवाचा एक पुत्र होता. त्या नलराजाला पुष्करानें कपटानें जिंकिलें असें आमच्या ऐकण्यांत आहे. पुढें तो अत्यंत दुःखाकुल होऊन आपल्या भार्येसहवर्तमान अरण्यांत जाऊन राहिला होता. हे राजा, तो वनवासांत असतांना दास, रथ, बंधु अथवा बांधव ह्यांपैकीं कांहींही केव्हांही त्याच्याजवळ असत नसे. तूं तर देवतुल्य आणि शूर अशा बंधूंनीं व प्रत्यक्ष जवळ जवळ ब्रह्मदेवासारख्या योग्यतेच्या ब्राह्मणश्रेष्ठांनीं वेष्टित झालेला आहेस; तेव्हां तूं शोक करणें योग्य नाहीं.

युधिष्ठिर ह्मणालाः—हे वक्तृश्रेष्ठा, मला महात्म्या नलाचें चरित्र सविस्तर ऐकण्याची इच्छा आहे; तेव्हां तें आपण कथन करा.

अध्याय त्रेपन्नावा.

—:०:—

नलचरिताचा उपक्रम.
हंसाचें दूतकर्म.

बृहदश्व ह्मणालाः—पूर्वी उत्कृष्ट प्रकारच्या गुणांनीं संपन्न, सौंदर्यशाली आणि अश्वविद्येमध्यें पंडित असणारा असा वीरसेनपुत्र नलनामक बलाढ्य राजा होऊन गेला. तो राजा इंद्राप्रमाणें सर्वही राजांस वंद्य होऊन राहिलेला असून तेजाच्या योगानें सूर्याप्रमाणें असल्यामुळें सर्वांच्याही अगदीं वर होता. तसेंच तो निषधदेशाचा अधिपति ब्राह्मणप्रिय, शूर, वेदवेत्ता, फांसे खेळण्याची आवड असलेला, सत्यवादी, संमाननीय, अक्षौहिणी सैन्याचा अधिपति, उदार, जितेंद्रिय, सर्वही स्त्रीपुरुषांस प्रिय, प्रजेचें संरक्षण करणारा, उत्कृष्ट प्रकारचा योद्धा व जणू प्रत्यक्ष मनुच असा होता. त्याचप्रमाणें विदर्भ देशामध्येंही भयंकर पराक्रमी, शूर व सर्वसद्गुणसंपन्न असा भीमनामक राजा होता. त्याला संतति नव्हती. त्यानें संतति व्हावी म्हणून अत्यंत एकाग्रपणें पुष्कळ प्रयत्न केले,तथापि त्याला संतति झाली नाहीं. हे भरतवंशजा, पुढें एकदा त्याच्याकडे दमननामक ब्रह्मर्षि आला. तेव्हां, हे राजेंद्रा, संततीची इच्छा असलेल्या धर्मवेत्त्या भीमराजानें आपल्या पत्नीच्या साहाय्यानें बहुमान करून त्या महातेजस्वी दमनमुनीस संतुष्ट केलें असतां त्या विशालकीर्ति दमनमुनींनीं "उत्तम प्रकारचे तीन पुत्र आणि उत्कृष्ट प्रकारची एक कन्या अशी संतति होईल." असा तो राजा व त्याची स्त्री ह्यांना वर दिला. पुढें भीमराजाला दमयंती नांवाची एक कन्या व दम, दान्त आणि अत्यंत तेजस्वी दमन ह्या नांवांचे सर्वगुणसंपन्न, उग्र व भयंकर पराक्रमी असे तीन पुत्र झाले. त्यांपैकीं सौंदर्यसंपन्न अशा दमयंतीची—शरीराचा आकार, तेज, कीर्ति, शोभा आणि उत्कृष्ट दैवशालिता ह्यांविषयीं लोकांत प्रख्याति झाली. पुढें ती वयांत आल्यानंतर, उत्कृष्ट प्रकारचे अलंकार धारण केलेल्या शंभर दासी आणि शंभर सख्या ज्याप्रमाणें इंद्राणीची सेवा करितात त्याप्रमाणें तिची सेवा करीत होत्या. त्या सखीजनांमध्यें सर्व प्रकारच्या अलंकारांनीं विभूषित असलेली व जिच्या शरीरांत कोणत्याही प्रकारें नांव ठेवितां यावयाचें नाहीं अशी ती भीमकन्या दमयंती विजेसारखी चमकत होती. ती विशाललोचना अत्यंत रूपसंपन्न असल्यामुळें लक्ष्मीसारखी दिसत होती. तशा प्रकारची स्वरूपवती स्त्री देवांमध्यें, यक्षांमध्यें, मनुष्यांमध्यें अथवा इतरही दैत्यादि जातींमध्यें कोणाच्या कोठेंही पहाण्यांत अथवा ऐकण्यांत देखील नाहीं. त्या सौंदर्यसंपन्न बालेच्या योगानें देवांच्या देखील अंतःकरणास आल्हाद होत असे. इकडे नरश्रेष्ठ नल देखील स्वरूपानें साक्षात् मदनासारखा व म्हणूनच भूमितलावरील लोकांत अप्रतिम असा होता. तिच्या जवळचे लोक तिजपाशीं नलराजाची व नलराजाच्या जवळचे लोक वारंवार दमयंतीची प्रशंसा करीत असत. ह्यामुळें सदोदित परस्परांचे गुण कानीं पडत असल्यामुळें त्या उभयतांनाही परस्परांविषयींची अप्रकट इच्छा झाली; व पुढें, हे कुंतीपुत्रा, ती अंतःकरणामध्यें राहून वाढूं लागली. तेव्हां कोणे एके समयीं अंतःकरणाला कामवासनेचा निग्रह करणें शक्य न झाल्यामुळें नलराजा अंतःपुरच्या जवळच एका उपवनामध्यें एकांतांत जाऊन बसला

असतां त्या ठिकाणीं सुवर्णमय शरीर असल्यामुळें सुशोभित दिसणारे हंस त्याच्या दृष्टीस पडले. तेव्हां वनांत संचार करणाऱ्या त्या पक्ष्यांपैकीं एकास त्यानें धरिलें. त्या वेळीं तो पक्षी नलास म्हणाला कीं, 'हे राजा, तूं मला मारूं नको. मी तुझें अभीष्ट कार्य करीन. हे निषधाधिपते, मी दमयंतीपाशीं तुजविषयींची गोष्ट अशा रीतीनें काढीन कीं, ज्या योगानें ती तुजवांचून इतर पुरुष मुळींच मान्य करणार नाहीं!' हंसानें असें भाषण करितांच राजानें त्यास सोडून दिलें. नंतर ते हंस तेथून उडून गेले व विदर्भदेशास जाऊन पोंहोंचले. त्या ठिकाणीं विदर्भाच्या राजधानींत गेल्यानंतर ते पक्षिसमुदाय दमयंतीच्या अग्रभागीं जाऊन उतरले व तिच्या दृष्टीस पडले. त्यांचें स्वरूप आश्चर्यकारक असल्यामुळें त्यांस पाहतांच सखींच्या समुदायांनीं वेष्टित असलेली दमयंती आनंदित झाली व वेगानें त्यांस धरण्याचा प्रयत्न करूं लागली. तेव्हां ते हंस त्या प्रमदवनामध्यें[1] चोहोंकडे पळूं लागले. ह्यामुळें दमयंती आणि तिच्या सखी ह्या सर्व कन्यांपैकीं प्रत्येकजण एका एका हंसाच्या मागून धावूं लागली. त्यांपैकीं दमयंती ज्या हंसाच्या जवळ धावून गेली होती तो हंस मनुष्यवाणीनें तिला म्हणाला, "दमयंती, निषधदेशामध्यें नल म्हणून एक राजा आहे. तो स्वरूपानें केवल अश्विनीकुमारांसारखा असून मनुष्यास त्याची बरोबरी करितां यावयाची नाहीं असा आहे. सौंदर्याच्या बाजूनें पाहिलें तर तो केवल मूर्तिमंत मदनासारखा आहे. तेव्हां, हे सुंदरि, तूं जर त्याची भार्या झालीस तर तुझ्या ह्या जन्माचें आणि स्वरूपाचें साफल्य होईल. आम्हीं खरोखर पुष्कळ देव, गंधर्व, मनुष्य, सर्प आणि राक्षस पाहिलेले आहेत; पण अशा प्रकारचा पुरुष आजपर्यंत आमच्या दृष्टीस पडलेला नाहीं. दमयंति, तूंही स्त्रियांमध्यें केवल रत्न आहेस आणि नलही पुरुषांमध्यें श्रेष्ठ आहे. तेव्हां, तुजसारख्या उत्कृष्ट स्त्रीचा नलासारख्या उत्कृष्ट पुरुषाशीं समागम घडला तर फार ठीक होईल." राजा युधिष्ठिरा, हंसानें असें भाषण करितांच त्याला दमयंती म्हणाली कीं, 'तूं नलराजाला देखील हेंच जाऊन सांग.' हे राजा, नंतर त्या हंसानें त्या विदर्भराजाच्या कन्येस 'ठीक आहे' असें म्हटलें व पुनः निषधदेशास येऊन तो सर्वही वृत्तांत नलराजास सांगितला.

१ अंतःपुरांतील स्त्रियांकरितां केलेली बाग.

अध्याय चौपन्नावा.

—:०:—

दमयंतीच्या स्वयंवराचा उपक्रम.

बृहदश्व म्हणाला:—हे भरतवंशजा, हंसानें तें नलाविषयींचें भाषण ऐकल्यापासून त्या दमयंतीस मुळींच स्वस्थता नाहींशी झाली. ती एकसारखी नलाविषयींचा विचार करूं लागली व त्याच्या प्राप्तीचा कांहीं मार्ग न सुचल्यामुळें दीनवाणी होऊन गेली. तिच्या तोंडावरील कांति नाहींशी झाली व शरीर कृश होऊन गेलें. ती एकसारखे सुस्कारे टाकीत असे व वर दृष्टि लावून सारखे विचार करीत बसे; ह्यामुळें एखाद्या वेड्यासारखी दिसूं लागली. तिचें शरीर एका क्षणांत पांढरें फटफटीत होऊन गेलें. निजणें, बसणें अथवा सुखोपभोग घेणें हें तिला मुळींच रुचेनासें झालें. तिला रात्रंदिवस झोंप येईनाशी झाली. ती वरचेवर हाय हाय करून रडूं लागली. ती अशा प्रकारें अस्वस्थ झाली असून तिच्या शरीराचीही अशी स्थिति झाली आहे हें पाहून तिच्या सख्यांनीं तिच्या चर्येवरून अंतःकरणांतील भाव ओळखिला. नंतर दमयंतीच्या त्या सखीसमुदायानें विदर्भराजाकडे जाऊन ती

अस्वस्थ झाल्याचें वृत्त त्या राजास कळविलें. राजा भीम ह्यानें दमयंतीच्या सखीच्या तोंडून तो वृत्तांत ऐकिला, तेव्हां आपल्या कन्येविषयीं आपलें जें अत्यंत मोठें कर्तव्य तें त्याच्या लक्षांत आलें. ' ही माझी कन्या सांप्रत बरीच अस्वस्थ झाल्यासारखी कां बरें दिसत आहे ? ' असा विचार करतांच मुलगी तरुण झाली आहे हेंच त्याचें कारण असावें, असें लक्षांत येऊन त्या राजानें दमयंतीचें स्वयंवर करण्याचें मनांत आणिलें; आणि, हे प्रभो युधिष्ठिरा, " हे वीरहो, ह्या स्वयंवरास आपण या. " असें त्या राजानें लागलीच राजेलोकांस निमंत्रण केलें. " दमयंतीचें स्वयंवर " हें ऐकतांच भीमराजाच्या आज्ञेवरून सर्वही राजे भीमाच्या येथें आले. त्यांच्या हत्तींची गर्जना, अश्वांचें खेंकाळणें आणि रथांचा गडगडाट ह्यांनीं सर्व पृथ्वी भरून जाऊं लागली. त्यांच्या बरोबर चित्रविचित्र माला व अलंकार धारण केल्यामुळें अत्यंत सुशोभित व ह्मणूनच प्रेक्षणीय असें पुष्कळ सैन्य होतें. ते महात्मे भूपति त्या ठिकाणीं येतांच महाबाहु भीमराजानें त्यांचा यथायोग्य सत्कार केला व तेही मानपान घेत त्या ठिकाणीं राहिले.

नारद व पर्वत ह्यांचें इंद्रलोकीं गमन.

राजा, त्याच वेळीं दोन देवर्षिश्रेष्ठ महात्मे फिरत फिरत ह्या भूतलावरून इंद्रलोकास गेले. हे महात्मे ह्मणजे नारद आणि पर्वत हे होत. महाज्ञानी, पराकाष्ठेचे नियमनिष्ठ व अत्यंत पूज्य असे ते उभयतां इंद्राच्या मंदिरास गेले असतां प्रभु इंद्रानें त्यांचें पूजन करून त्यांचें पूर्णपणें कुशल असल्याचें व सर्वत्र आरोग्य असल्याचें विचारिलें. तेव्हां नारद म्हणाले:-हे ऐश्वर्यसंपन्ना देवा, आह्मां उभयतांचें सर्वही गोष्टींमध्यें क्षेम आहे. तसेंच, हे प्रभो इंद्रा, सर्व जगांतील राजेही सुखरूप आहेत.

बृहदश्व ह्मणालेः-नारदाचें हें भाषण ऐकून बल आणि वृत्रनामक दैत्यांचा नाश करणारा इंद्र त्यांस विचारूं लागला कीं, ' संग्रामामध्यें पराङ्मुख न होतां यावज्जीव युद्ध करणारे जे धर्मवेत्ते भूपति समय प्राप्त झाला असतां शस्त्रांच्या योगानें मरण पावतात त्यांना हा लोक अक्षय्य मिळतो व येथें मजप्रमाणेंच त्यांचेही मनोरथ पूर्ण होतात. पण ते शूर क्षत्रिय सांप्रत कोठें बरें आहेत ? ते माझे प्रिय असतांही सांप्रत येथें येत आहेत असें मला दिसत नाहीं. ' असें इंद्रानें भाषण करितांच नारद त्याला उत्तर देऊं लागले.

नारद म्हणाले:—इंद्रा, आजकाल ह्या ठिकाणीं राजेलोक कां दृष्टीस पडत नाहींत ह्याचें कारण सांगतों, ऐक. दमयंती म्हणून विदर्भराजाची एक प्रख्यात कन्या असून तिनें सौंदर्याच्या योगानें सर्वही स्त्रियांस मागें सारिलें आहे. इंद्रा, लवकरच तिचें स्वयंवर होणार आहे, ह्यामुळें पृथ्वीचें पालन करणारे राजे आणि राजपुत्र हे, जगतामध्यें केवल रत्नाप्रमाणें असणाऱ्या तिच्या प्राप्तीच्या इच्छेनें त्या ठिकाणीं जात आहेत. इंद्रा, खरोखर त्या राजांना दमयंतीची अतिशय इच्छा आहे.

नारद हा वृत्तांत सांगत असतां देवश्रेष्ठ असे सर्वही लोकपाल अग्नीसहवर्तमान इंद्राकडे आले व त्या सर्वांनींही नारदाचें तें महत्त्वाचें भाषण ऐकिलें; आणि तें ऐकतांच आनंदित होऊन ' आपण देखील जाऊं या ' असें ते ह्मणाले.

लोकपालांचें स्वयंवरार्थ प्रयाण.

हे महाराजा, तदनंतर आपापले गण व वाहनें यांच्यासहवर्तमान ते सर्व देव, जिकडे सर्व राजे गेले होते त्या विदर्भदेशासमीप गेले. हे कुंतीपुत्रा, राजे लोक त्या ठिकाणीं येत आहेत असें ऐकून दमयंतीविषयीं उत्कंठित झालेला व अंतःकरणाचा थोर असा नलराजाही

तिकडे जाऊं लागला. इकडे ते देव येत असतां त्यांस मार्गामध्यें, भूतलावर उभा असलेला व सौंदर्यातिशयामुळें जणू साक्षात् मूर्तिमंत मदनच असा नलराजा दिसला. सूर्याप्रमाणें देदीप्यमान अशा नलराजास पाहतांच त्याच्या सौंदर्यसंपत्तीनें चकित होऊन गेलेले ते लोकपाल दमयंतीविषयीं निराश होऊन बसले. नंतर, हे राजा, आकाशांतच विमानें थांबवून ते देव खालीं उतरले व नलराजास ह्मणाले, ' हे निषधाधिपते नला, तूं खरोखर सत्यनिष्ठ आहेस. तेव्हां, हे नरश्रेष्ठा, तूं आमचा दूत हो आणि आह्मांला साहाय्य कर. '

अध्याय पंचावन्नावा.

—:*:—

नलाची दूताच्या कामीं योजना.

बृहदश्व ह्मणालाः—हे भरतवंशजा, नलराजानें त्याच्यापाशीं ' सहाय्य करीन' अशी प्रतिज्ञा केली व नंतर इंद्रापुढें जाऊन हात जोडून विचारिलें कीं, ' आपण कोण, मीं दूत व्हावें अशी ज्याची इच्छा आहे तो कोण, व मीं आपलें काय कार्य करावयाचें, तें मला बरोबर रीतीनें सांगा. ' नलानें असें भाषण करितांच इंद्र ह्मणाला, ' आम्ही देव असून दमयंतीकरितां आलों आहों असें समज. मी इंद्र, हा अग्नि, हा वरुण आणि, हे पृथ्वीपते, हा मनुष्यांच्या शरीरांचा शेवट करणारा यम होय. आतां तूं आम्ही येथें आलों आहों असें दमयंतीला सांग. ' तिला म्हणावें, "इंद्रादिक लोकपाल सभा पहाण्यासाठीं जात आहेत. इंद्र, अग्नि, वरुण आणि यम हे देव तुझ्या प्राप्तीची इच्छा करीत आहेत, तेव्हां तूं त्यांतील कोणाही एका देवाच्या गळ्यांत माळ घाल. " इंद्रानें असें भाषण केलें असतां नल हात जोडून म्हणाला, ' तुम्हांला जी गोष्ट करावयाची आहे त्याच गोष्टीसाठीं मी आलों आहें. ह्यास्तव, तुम्हीं मला तिकडे पाठविणें योग्य नाहीं. अहो, जीविषयीं आपल्या अंतःकरणांत इच्छा उत्पन्न झाली आहे त्याच स्त्रीला दुसऱ्यासाठीं असें सांगण्याचें धैर्य कोणत्या पुरुषाला आणि कसें होणार? अर्थातच होणार नाहीं. तेव्हां, हे ईश्वरहो, आपण मला ह्याबद्दल क्षमा करा. '

देव म्हणालेः—हे निषधाधिपते, आमच्याजवळ ' हें कार्य करीन ' अशी पूर्वी प्रतिज्ञा करून आतां तूं तें करणार नाहींस हें होईल तरी कसें ? तेव्हां, हे नला, जा, विलंब करूं नको.

बृहदश्व म्हणालाः—त्या देवांनीं ह्याप्रमाणें भाषण केलें असतां नल पुनरपि म्हणाला, ' राजमंदिरावर चांगला बंदोबस्त आहे. तेव्हां त्यांत शिरण्याची उमेद मीं कशी धरावी ?' त्यावर इंद्र म्हणाला, ' तुला तेथें प्रवेश करितां येईल. ' नंतर ' ठीक आहे ' असें म्हणून नलराजा दमयंतीच्या मंदिरांत गेला.

नलाचें दूतकर्म.

त्या ठिकाणीं सभोंवतीं सख्यांचा समुदाय असलेली ती सुंदरी दमयंती त्यास दिसली. ती आपल्या शरीराचा आकार व शोभा ह्यांच्या योगानें देदीप्यमान दिसत होती. तिचे अवयव अत्यंत सुकुमार, कटिप्रदेश बारीक आणि नेत्र सुंदर असून ती आपल्या तेजाच्या योगानें चंद्राच्याही कांतीला तुच्छ करून सोडीत होती. त्या सुहास्यमुखी दमयंतीला अवलोकन करितांच नलाची कामवासना वृद्धिंगत होऊं लागली. तथापि, आपली प्रतिज्ञा खरी करण्यासाठीं त्यानें मदनास आवरून धरिलें.

नलराजास पाहतांच त्या श्रेष्ठ स्त्रियांमध्यें गडबड उडून गेली. त्या त्याच्या तेजानें दिपून जाऊन आसनावरून उठल्या व आश्चर्यचकित होऊन आनंदानें त्याची प्रशंसा करूं लागल्या. त्यांनीं जरी त्याच्याशीं मुळींच

भाषण केलें नाहीं, तथापि मनानें त्याचा बहुमान केला. त्या मनांत ह्मणूं लागल्या, " वाहवारे सौंदर्य ! वाहवारे कांति ! वाहवारे ह्या महात्म्याचें धैर्य ! हा कोण बरें असावा ? हा काय देव, कीं यक्ष कीं गंधर्व ! " ह्याप्रमाणें त्या मनांत ह्मणाल्या, तथापि स्वभावतःच लज्जाशील असून त्याच्या तेजानें दिपून गेल्यामुळें त्या श्रेष्ठ स्त्रियांस त्याच्याशीं कांहींही भाषण करण्याचें धैर्य होईना. त्यांची ती स्थिति पाहून वीर नलराजा किंचित् हास्य करूं लागला असतां हास्यपूर्वक भाषण करणारी दमयंती आश्चर्यचकित होऊन त्याला म्हणाली, ' हे सर्वांगसुंदरा वीरा, तूं ह्या ठिकाणीं अगदीं देवासारखा आलेला आहेस व तुझ्या योगानें माझी कामवासना प्रबळ होत आहे. तेव्हां, हे निष्पापा, तूं कोण आहेस हें जाणण्याची मला इच्छा आहे. तुझें हें येणें घडलें तरी कसें ? व तुला कोणीं पाहिलें तरी नाहीं कसें ? कारण, हें माझें मंदिर चांगले बंदोबस्तांत आहे; आणि राजाचा हुकूमही फार कडक आहे. ' दमयंतीनें असें भाषण केलें असतां नलराजानें तिला उत्तर दिलें.

नल ह्मणालाः—हे कल्याणि, मी नल असून देवांचा दूत होऊन येथें आलों आहें असें तूं समज. इंद्र, अग्नि, वरुण आणि यम हे देव तुझ्या प्राप्तीची इच्छा करीत आहेत. तेव्हां, हे कल्याणि, तूं त्यांपैकीं कोणत्याही एका देवाच्या गळ्यांत माळ घाल. त्यांच्याच प्रभावानें मी कोणास नकळत तुझ्या मंदिरांत शिरलों. मी येथें शिरतांना मला कोणीं पाहिलेंही नाहीं व कोणीं प्रतिबंधही केला नाहीं. असो; हे कल्याणि, ह्याच कार्यासाठीं मला देवांनीं इकडे पाठविलेलें आहे. हें ऐकून तुझ्या इच्छेस वाटेल तसा निश्चय कर.

अध्याय छप्पन्नावा.

नलदमयंतीसंवाद व दमयंतीचा निश्चय.

बृहदश्व म्हणालाः—हें ऐकून तिनें देवांना नमस्कार केला व हास्य करून नलराजास ह्मटलें, ' हे राजा, तुला करावें तरी काय ? अरे, तूं माझ्या इच्छेनुरूप माझें पाणिग्रहण कर. मी आणि माझें जें कांहीं द्रव्य आहे तें सर्व तुझें आहे. तेव्हां हे माझ्या ईश्वरा (मालका), तूं विश्वासपूर्वक माझें पाणिग्रहण कर. हे पृथ्वीपते, हंसांनीं मजपाशीं जें भाषण केलें तें ऐकिल्यापासूनच मला तुझ्या प्राप्तीची इच्छा झाली; पण तुझी प्राप्ति झाली नाहीं ह्यामुळें मी अगदीं होरपळून जात आहें. हे वीरा, तुझ्याच प्राप्तीसाठीं मीं राजे लोक येथें जमविले आहेत. हे संमानदायका, मी तुझ्या पायीं विष भक्षण करीन, तुझा अंगीकार करीत असतांही जर तूं मला झिडकारशील तर मी अग्निप्रवेश करीन, पाण्यांत उडी टाकीन अथवा फांस लावून घेईन. ' दमयंती ह्याप्रमाणें म्हणाली, तेव्हां नलानें तिला उत्तर दिलें.

नल म्हणालाः—लोकपाल विद्यमान असतां मज मनुष्याची तूं कशाला इच्छा करितेस ? ज्या ऐश्वर्यसंपन्न महात्म्यांच्या पायाच्या धुळीचीही सर मला यावयाची नाहीं, त्या लोकपालांकडेच तूं आपलें अंतःकरण वळीव. कारण, मनुष्यानें जर देवाच्या इच्छेविरुद्ध वर्तन केलें तर तो मरण पावतो. तेव्हां, हे सुंदरि, तूं त्या देवश्रेष्ठांना वरून माझें संरक्षण कर. तुला देव पति मिळाले म्हणजे, ज्यांना धुळीचा स्पर्शही होणार नाहीं अशा प्रकारचीं वस्त्रें, स्वर्गांतील पुष्पांच्या तऱ्हतऱ्हेच्या माळा आणि उत्कृष्ट प्रकारचीं भूषणें ह्यांचा उपभोग घ्यावयास सांपडेल. दमयंती, जो प्रथम संपूर्ण पृथ्वीलाही अत्यंत क्षीण करून शेवटीं

भक्षण करूं शकतो त्या देवाधिपति अग्नीस पति करणार नाहीं अशी कोणती स्त्री आहे? ज्याच्या दंडाच्या भीतीमुळेंच सर्वही प्राणिसमुदाय ताळ्यावर येऊन धर्माच्याच अनुरोधानें वागतात त्या यमाला कोणती स्त्री आपला पति करणार नाहीं? सर्वही दैत्य-दानवांचें मर्दन करणारा, देवांचा मुख्य अधिपति धर्मनिष्ठ महात्मा जो इंद्र त्याच्या कंठांत कोणती स्त्री माळ घालणार नाहीं? तुझा जर मजविषयीं बहुमान असेल तर तूं अंतःकरणांत शंका न धरितां लोकपालांपैकीं वरुणाला आपला पति कर. मज हितचिंतकाचें हें सांगणें तूं ऐक.

युधिष्ठिरा, नलराजानें याप्रमाणें भाषण करितांच दुःखाश्रूंनीं नेत्र अगदीं भरून येऊन दमयंती त्यास म्हणाली, 'हे पृथ्वीपते, सर्व देवांना नमस्कार करून मी तुलाच आपला पति करणार! हें तुला खरेंच सांगतें.' हें ऐकून शरीरास कंप सुटलेल्या व हात जोडलेल्या त्या दमयंतीस नलराजा ह्मणालाः—हे कल्याणि, मी देवांचें दूतकार्य करण्यासाठीं येथें आलों आहें. तेव्हां मीं सांगितलें त्याप्रमाणें कर. हे भद्रे, दुसऱ्याचें व त्यांतूनही विशेषेंकरून देवतांचें कार्य करण्याविषयीं प्रतिज्ञा करून, इतकेंच नव्हे तर परक्यांच्या अर्थात् त्यांच्या कार्यसिद्धीसाठीं प्रयत्न करण्याची सुरुवातही करून मी आतां स्वार्थ साधण्याविषयीं कसा तयार होऊं? हा स्वार्थ जर धर्मच असला तर माझ्याही हातून घडेल. पण, हे कल्याणि, अशा रीतीनें मला स्वार्थ साधतां येईल; अर्थात् मला दोष लागणार नाहीं, असें कांहीं तरी कर.

तदनंतर, अश्रूंनीं कंठ दाटून आल्यानें अस्पष्ट शब्द उच्चारीत ती सुहास्या दमयंती हलके हलकेच नलराजास ह्मणाली, 'हे नराधिपते, ज्याच्या योगानें तुला कोणत्याही प्रकारें दोष लागणार नाहीं असा निर्बाध उपाय मीं शोधून काढला आहे. तो असा कीं, हे नरश्रेष्ठा, तूं आणि इंद्रप्रभृति देवता ह्या सर्वांनीं मिळून ज्या ठिकाणीं स्वयंवर होणार त्या ठिकाणीं यावें. म्हणजे, हे नरपते, मी लोकपालांच्या समक्षच तुला वरीन ह्मणजे झालें. असें केलें असतां हे नरश्रेष्ठा, तुला दोषही लागणार नाहीं.'

राजा युधिष्ठिरा, दमयंतीनें असें सांगितल्यानंतर नलराजा ज्या ठिकाणीं ते देव प्राप्त झाले होते त्या ठिकाणीं आला.

लोकपालांस नलाचें कृतकार्यनिवेदन.

तो येत आहे असें त्या महाऐश्वर्यसंपन्न लोकपालांनीं अवलोकन केलें व त्याची गांठ पडतांच त्यास तो सर्व वृत्तांत विचारला. ते म्हणाले, 'राजा, तुला त्या सुहास्यशालिनी दमयंतीची भेट झाली ना? हे निष्पापा भूपते, ती आह्मां सर्वांविषयीं काय म्हणाली तें सांग.'

नल म्हणालाः—तुमची आज्ञा झाल्यानंतर मी दमयंतीच्या मंदिरांत गेलों. ह्या मंदिरास मोठमोठ्या भिंती असून सभोंवतीं वृद्ध चोपदारांचा गराडा होता. त्या मंदिरांत शिरत असतां एका त्या राजकन्येशिवाय मी दुसऱ्या कोणाच्याही दृष्टीस पडलों नाहीं हा आपलाच प्रभाव होय. नंतर तिच्या सख्या मीं अवलोकन केल्या व त्यांनींही मला पाहिलें. पण, देवाधिदेवहो, मला पाहून त्या सर्वही आश्चर्यचकित झाल्या. पुढें, हे देवश्रेष्ठहो, मी तुमचें वर्णन करूं लागलों तथापि कृतनिश्चय झालेली ती सुमुखी केवळ मलाच वरीत आहे. ती सुंदरी असेंही म्हणाली कीं, 'हे नरश्रेष्ठा, ज्या ठिकाणीं माझें स्वयंवर होईल त्या ठिकाणीं तुजबरोबर देवही येऊं देत. म्हणजे, हे निषधाधिपते, त्यांच्या समक्षच मी तुला वरीन. कारण, हे महाबाहो, असें केलें असतां तुला दोष लागणार

नाहीं. ' हे देवहो, एवढीच हकीकत तेथें घडली व ती मीं जशीच्या तशीच आपणांस सांगितली आहे. तेव्हां आतां पुढें काय करावयाचें तें ठरविण्याविषयीं आपण मुखत्यारच आहां.

अध्याय सत्तावन्नावा.

—:०:—

दमयंतीस्वयंवर.

बृहदश्व म्हणालाः—पुढें त्या भीमराजानें शुभ समय प्राप्त झाला असतां उत्कृष्ट तिथीवर व सुमुहुर्तावर स्वयंवरासाठीं सर्व राजांस बोलविलें. तें ऐकून, मदनपीडित झालेले सर्व राजे दमयन्ती प्राप्त व्हावी ह्या इच्छेनें सत्वर येऊन सुवर्णस्तंभांच्या योगानें मनोहर दिसणाऱ्या व महाद्वाराच्या योगानें विराजमान अशा त्या स्वयंवरमंडपांत--ज्याप्रमाणें मोठमोठे सिंह पर्वतावर जातात त्याप्रमाणें- शिरले; आणि त्या ठिकाणीं गेल्यानंतर, उजळा देऊन अतिशय स्वच्छ केलेली रत्नमय कुंडलें व सुगंधि पुष्पमाला धारण करणारे ते राजे नानाप्रकारच्या आसनावर बसले. ह्याप्रमाणें, वाघांनीं भरून गेलेल्या पर्वतांतील गुहेप्रमाणें अथवा नागांनीं पूर्ण होऊन गेलेल्या भोगवतीनामक नगरीप्रमाणें ती राजसभा त्या पुरुषश्रेष्ठांनीं व्याप्त होऊन गेल्यामुळें, देव, गन्धर्वाधिपति आणि त्या ठिकाणीं जमलेले दुसरेही पुरवासी व देशवासी लोक आश्चर्यचकित होऊन तिजकडे पाहूं लागले, त्या सभेंत आकारानें व वर्णानें अत्यंत सुंदर व परिघां-(अडसरां) सारखे लठ्ठ असे त्या राजांचे बाहु पांच फणांच्या सर्पांप्रमाणें दिसत होते. तसेंच स्वभावतःच सुंदर असून प्रांतभागीं उत्कृष्ट प्रकारचे केश असलेली आणि मनोहर नासिका व उत्तम भिंवया ह्यांनीं युक्त असल्यामुळें त्या राजांचा मुखेंही नक्षत्रांसारखीं शोभत होतीं. असो; तदनंतर आपल्या शरीरकांतीच्या योगानें त्या राजांचीं अंतःकरणें व दृष्टि आकर्षण करित करीत सुमुखी दमयन्ती त्या सभेंत गेली. त्या वेळीं तिजकडे पाहात असतां त्या महात्म्या राजांची दृष्टि तिच्या ज्या ज्या अवयवावर पडली त्या त्याच अवयवाच्या ठिकाणीं आसक्त होऊन राहिली; ती तेथून मुळींच चळली नाहीं, हे भरतवंशजा, पुढें राजांचीं नांवें सांगण्याच्या वेळीं त्या भीमकन्येस एकाच आकाराचे पांच पुरुष दिसले. त्या सर्वांचेही आकार एकसारखेच आहेत असें पाहून दमयंती संशयांत पडली; आणि तिला नलराजा कोणता हें ओळखितां येईना. ती त्या पांचांपैकीं ज्याच्या ज्याच्याकडे पाही तो तो नलच आहे असें तिला वाटे. तेव्हां ती प्रेमळ राजकन्या विचारांत पडली व बुद्धीनें तर्क करूं लागली. हे युधिष्ठिरा, आतां मला ह्यांपैकीं देव कसे ओळखितां येतील व नलराजा कसा जाणतां येईल ? ' अशी काळजी पडून ती विदर्भराजकन्या अत्यंप कष्टी होऊन गेली; व पूर्वी ऐकिलेल्या देवांच्या चिन्हांचें स्मरण करूं लागली. ' मीं वृद्धांच्या तोंडून देवांच्या ज्या कांहीं खुणा ऐकिल्या आहेत त्या ह्या भूमीवर उभे असलेल्या पांचांपैकीं एकाच्याही ठिकाणीं मला दिसत नाहींत. ' असा मनांत वारंवार विचार केल्यानंतर, आतां देवांसच शरण जाण्याची ही वेळ आहे असें तिच्या मनांत आलें. तेव्हां ती वाणीनें आणि मनानें नमस्कार करून हात जोडून कांपत कांपत असें म्हणाली, हंसाचें भाषण ऐकून मीं पति ह्या नात्यानें नैषधा-(नला) चाच अंगीकार केला आहे हें जर खरें आहे तर त्या योगानें मला देवांनीं तो अर्पण करावा; मन आणि वाणी ह्यांच्या योगानेंही मीं नलावांचून इतरत्र प्रेम केलेलें नाहीं हें जर खरें

आहे, तर त्याच्या योगानें देवांनीं तोच मला द्यावा. देवांनीं तो निषाधिपतिच माझा पति ठरवून ठेविला आहे हें जर सत्य आहे, तर त्या योगानें देवांनीं मला त्याचें दान करावें व मी नलाच्याच प्राप्तीसाठीं हें स्वयंवरव्रत आरंभिलेलें आहे हें जर सत्य आहे, तर त्याच्या योगानें देवांनीं मला त्याचें अर्पण करावें. तसेंच, महासामर्थ्यसंपन्न अशा त्या लोकपालांनींही मला पवित्रकीर्ति नलराजा ओळखितां येईल अशा रीतीनें आपलें स्वरूप प्रकट करावें. ह्याप्रमाणें त्या दमयंतीचा दैन्ययुक्त विलाप श्रवण केल्यानंतर तिचा खरा व दृढ निश्चय, नल राजावरील प्रेम, अंतःकरणाची शुद्धता, ज्ञान, नलराजाविषयींची पूज्यबुद्धि व स्नेह हीं कळून आल्यामुळें देवांनीं तिच्या सांगण्याप्रमाणें आपआपलीं चिन्हें धारण करण्याचें धैर्य केलें. तेव्हां शरीरास घाम नसलेले, दृष्टि स्तब्ध असलेले, प्रफुल्ल पुष्पमाला धारण करणारे, शरीरास धूळ न लागणारे व भूमीस स्पर्श न होतां उभे राहिलेले देव आणि छायायुक्त, पुष्पमाला सुकलेला, घर्म व धूलिस्पर्श ह्यांनीं युक्त' भूमीस स्पर्श करून उभा असलेला व नेत्रांस पापण्या असल्यामुळें ओळखतां येणारा नल हे तिच्या दृष्टीस पडले. हे भरतवंशजा, देव आणि पुण्यश्लोक नल ह्यांस निरनिराळे पाहतांच त्या भीमकन्येनें निषधाधिपति नलासच धर्माप्रमाणें वरिलें. त्या विशालनयनेनें लाजत लाजत जाऊन त्याच्या वस्त्राचा पदर धरिला व अत्यंत उत्तम अशी पुष्पमाला स्कंधप्रदेशावर बसेल अशा रीतीनें त्याच्या कंठांत घातली. अशा रीतीनें त्या सुंदरीनें पति ह्या नात्यानें त्या नलाचा स्वीकार केला, तेव्हां हे भरतवंशजा, राजे लोक एकदम ' हाय ! हाय ! ' असे उद्गार काढूं लागले व देव आणि महर्षि विस्मय पावून नलाची प्रशंसा करीत करीत ' उत्तम ! उत्तम ! ' असे शब्द उच्चारूं लागले. पुढें, हे कुरुकुलोत्पन्ना, वीरसेनपुत्र नल ह्यानें सानंद अंतःकरणानें त्या सौंदर्यसंपन्न दमयंतीस आश्वासन दिलें. तो ह्मणाला, ' हे कल्याणि, मी मनुष्य असतां तूं देवांच्या अग्रभागीं—त्यांना सोडून—मला वरिलेंस, ह्यामुळें मी तुझा पति झालों असून तुझी आज्ञा पाळण्याविषयीं तत्पर आहें असें समज. हे सुहास्यशालिनि, जोंवर माझ्या जिवांत जीव आहे तोंवर मी तुझ्या अधीन होऊन राहीन हें मी तुला अगदीं खरें सांगतों. ' हें ऐकून दमयंतीही शब्दांनीं त्याचें अभिनंदन करून हात जोडून उभी राहिली. ह्याप्रमाणें परस्परांविषयीं प्रेमयुक्त झालेलीं तीं उभयतां अग्निप्रभृति देवतांचें दर्शन घेऊन त्यांसच मनोभावानें शरण गेलीं. तेव्हां दमयंतीनें नलास वरिल्यामुळें त्या सर्वही महातेजस्वी लोकपालांच्या अंतःकरणास आनंद झाला व त्यांनीं नलास आठ वर दिले. त्यांपैकीं इंद्रानें प्रसन्न होऊन ' यज्ञांत आपलें प्रत्यक्ष दर्शन होईल व अप्रतिम सद्गति मिळेल ' असे दोन वर नलराजास दिले. अग्नीनें नलास ' वाटेल त्या ठिकाणीं आपली उत्पत्ति व आपल्यासारख्या तेजस्वी लोकांची प्राप्ति ' असे दोन वर अर्पण केले. त्याला यमानें ' अन्नरस व धर्मावर अतिशय निष्ठा ' हीं दिलीं व वरुणानें ' ज्या ज्या ठिकाणीं त्याच्या इच्छेस वाटेल त्या त्या ठिकाणीं जल उत्पन्न होणें आणि उत्कृष्ट प्रकारच्या सुगंधि पुष्पमाला, हीं त्यास अर्पण केलीं. ह्याप्रमाणें प्रत्येकानें दोन दोन वर दिले व नंतर ते देव स्वर्गास निघून गेले. इकडे राजे लोकही दमयंती व नल ह्यांचा विवाह झाला हें पाहून आश्चर्यचकित व आनंदित झाले आणि आले होते तसेच परत गेले. ह्याप्रमाणें राजे लोक निघून गेल्यानंतर, आनं-

दित झालेल्या व अंतःकरण उदार असलेल्या भीमराजानें नल आणि दमयंती ह्यांचा विवाह-संस्कार करविला. पुढें आपल्या इच्छेप्रमाणें त्या ठिकाणीं वास्तव्य करून भीमाची अनुज्ञा झाल्यावर तो नरश्रेष्ठ नलराजा आपल्या नगराकडे निघून गेला. हे राजा, अतिशय श्रेष्ठ अशी ती स्त्री प्राप्त झाल्यानंतर, ज्याप्रमाणें इंद्र शचीशीं रममाण होतो त्याप्रमाणें तो पुण्यश्लोक राजा, तिच्याशीं रममाण होऊं लागला. देदीप्यमान अशा सूर्याप्रमाणें असलेला व अत्यंत आनंदित असा तो वीर नलराजा न्यायानें पालन करून प्रजेच्या अंतःकरणांत प्रेम उत्पन्न करीत असे. नहुषपुत्र ययातिराजाप्रमाणें त्या नलराजानें अश्वमेध व भरपूर दक्षिणा असलेले असे आणखीही अनेक यज्ञ केले; व नंतर देवतुल्य अशा त्या नलराजानें रम्य वनें व उपवनें ह्यांमध्यें पुनरपि दमयंतीसह विहार केला. उदार अंतःकरण असलेल्या नलराजानें दमयंतीच्या ठिकाणीं इंद्रसेन नांवाचा पुत्र व इंद्रसेनानामक कन्या अशीं दोन अपत्यें उत्पन्न केलीं. असो; ह्याप्रमाणें यज्ञयाग व विहार करीत करीत त्या पृथ्वीपति राजानें द्रव्यपूर्ण अशा सर्व पृथ्वीचें पालन केलें.

अध्याय अठ्ठावन्नावा.

—:०:—

लोकपालांस कलीचें दर्शन व कलीचा निश्चय.

बृहदश्व ह्मणालाः—भीमकन्या दमयंती हिनें नलराजास वरिल्यानंतर महातेजस्वी लोकपाल जाऊं लागले असतां द्वापारासहवर्तमान कलि येत आहे असें त्यांस दिसलें. तेव्हां त्यास पाहून, बल आणि वृत्र ह्या दैत्यांचा वध करणारा इंद्र ह्मणाला, ‘ हे कले, द्वापरास बरोबर घेऊन तूं कोणीकडे चालला आहेस ? ’ हें ऐकून कलीनें इंद्रास उत्तर दिलें ‘ दमयंतीच्या स्वयंवराकडे जाऊन मी तिला वरणार ! कारण, माझें मन तिच्यावर गेलेलें आहे. ’ हें ऐकून इंद्र हसला व त्याला ह्मणाला ‘ झाला सुद्धां तो स्वयंवर ! आमच्या समक्षच तिनें नलराजा हा पति वरिला. ’ इंद्रानें असें सांगतांच कलि क्रुद्ध झाला व सर्वेही देवांस हाक मारून असें ह्मणाला, ‘ ज्या अर्थी तिनें देवांमध्यें जाऊन मनुष्यच पति शोधून काढिला त्या अर्थी तिला अतिशय मोठी शिक्षा करणें हेंच न्यायाचें आहे. ’ कलि असें बोलला असतां देवांनीं त्याला पुनः सांगितलें कीं, “ आह्मीं अनुज्ञा दिल्यानंतरच तिनें नलरानास वरिलें आहे आणि हें ठीकही आहे. कारण, सर्वगुणसंपन्न अशा नलराजाचा आश्रय करणार नाहीं अशी स्त्री आहे कोणती ? कले, त्यानें यथाविधि व्रताचें आचरण केलें आहे, धर्मज्ञान संपादन केलें आहे व आख्यानांसहवर्तमान चारही वेदांचें अध्ययन केलेलें आहे. ज्याच्या गृहीं धर्मानुसार चाललेल्या यज्ञामध्यें प्रत्यहीं देवता संतुष्ट होत आहेत, जो हिंसा न करण्यामध्यें आसक्त, सत्यवादी व दृढप्रतिज्ञ आहे, ज्या लोकपालतुल्य पुरुषश्रेष्ठाच्या ठिकाणीं सत्य, धैर्य, ज्ञान तप, शुचिर्भूतपणा, इंद्रियनिग्रह आणि शांति हीं निश्चलपणें वास्तव्य करीत आहेत, अशा प्रकारच्या त्या नलराजास शाप देण्याविषयीं जो कोणी इच्छा करील तो मूर्ख त्या रूपानें स्वतःसच शाप देईल व आपणच आपला घात करून घेईल. इतकेंच नव्हे, तर मूर्तिमंत दुःख अशा अगाध आणि अफाट नरकरूपी डोहामध्यें मग्न होऊन जाईल- ” ह्याप्रमाणें कलि आणि द्वापर ह्यांस सांगून ते देव स्वर्गाकडे गेले. देव निघून गेल्यानंतर कलि द्वापरास म्हणाला कीं, “द्वापरा, क्रोध

सोडून देण्याचा मला धीर होत नाहीं. तेव्हां मी नलाच्या शरीरांत जाऊन राहणार व त्याला राज्यभ्रष्ट करून सोडणार! ह्मणजे त्याला दमयंतीशीं रममाण होतां यावयाचें नाहीं. तूंही फाशांमध्यें प्रविष्ट होऊन मला साहाय्य कर!'

अध्याय एकोणसाठावा.

—:०:—

नलाचें पुष्कराशीं द्यूत.

बृहदश्व ह्मणाले:—ह्याप्रमाणें प्रतिज्ञा करून तो कलि, ज्या ठिकाणीं निषधाधिपति नलराजा वास्तव्य करीत होता त्या ठिकाणीं आला. तेथें आल्यानंतर तो पुष्कळ दिवस संधि पहात राहिला, तेव्हां बाराव्या वर्षीं त्याला आपलें कार्य साधण्याची संधि आली आहे असें दिसलें. कारण, त्या वेळीं नलराजा मूत्रोत्सर्ग केल्यानंतर पादप्रक्षालन केल्यावांचूनच आचमन करून संध्या करूं लागला होता. ही संधि साधून कलीनें त्याच्या शरीरांत प्रवेश केला. ह्याप्रमाणें नलाच्या शरीरांत प्रवेश केल्यानंतर तो पुष्कराजवळ जाऊन असें ह्मणाला कीं, 'हे पुष्करा, ये आणि नलराजाशीं द्यूत कर. माझें तुला साहाय्य असल्यामुळें तूं ह्या फाशांच्या द्यूतामध्यें नलराजास जिंकिशील. तेव्हां राज्यकर्त्या नलास जिंकून तूं निषधदेशाचें राज्य संपादन कर.' असें कलीनें सांगितल्यानंतर पुष्कर नलाकडे आला व कलिही वृषभाचें स्वरूप घेऊन पुष्कराच्या जवळ गेला. नलाकडे आल्यानंतर त्याचा शत्रुवीरनाशक बंधु पुष्कर हा वारंवार असें ह्मणूं लागला कीं, आपण ह्या वृषभाचा पण लावून द्यूत करूं. त्यानें दमयंतीच्या देखत द्यूताकरितां केलेलें हें आव्हान त्या उदार अंतःकरणाच्या राजास सहन झालें नाहीं. ह्यामुळें, तो प्रसंग पण लावण्याचाच आहे असें त्यानें मनांत आणिलें. पुढें द्यूत करूं लागल्यानंतर कलीचा संचार झाल्यामुळें नलराजाची संपत्ति, सुवर्ण, वाहनें, रथाचे घोडे आणि वस्त्रें हीं सर्वही प्रतिपक्ष्यानें जिंकून घेतलीं. तो शत्रुनाशक नल फाशांच्या मदानें धुंद होऊन जाऊन द्यूत खेळूं लागला असतां त्याच्या मित्रांपैकीं कोणासही त्याचें निवारण करितां आलें नाहीं.

पौर व मंत्री ह्यांचें नलाकडे येणें व निराशा.

तेव्हां, हे भरतवंशजा, राजाला भेटून अक्षक्रीडेपासून परावृत्त करण्यासाठीं मंत्र्यांसहवर्तमान सर्व पौरलोक आतुरतेनें तेथें आले. तेव्हां, सारथि दमयंतीकडे येऊन तिला सांगूं लागला कीं, 'राणीसाहेब, हे पौरलोक कांहीं कामासाठीं द्वारामध्यें येऊन उभे राहिले आहेत, हें आपण निषधाधिपतीस कळवावें. तसेंच, धर्म आणि अर्थ ह्यांचें ज्ञान असलेल्या ह्या राजाचें हें व्यसन सहन न झाल्यामुळें हे सर्व मंत्रीही येथें येऊन उभे आहेत.' हें ऐकून, अंतःकरण शोकग्रस्त झालेली ती भीमकन्या दुःखाकुल होऊन गेली व अश्रु येऊं लागल्यामुळें अगदीं क्षीण होऊन गेलेल्या वाणीनें नलास ह्मणाली, 'हे राजा, राजभक्ति असल्यामुळें संमाननीय असे हे पौरलोक तुह्मी भेट घेण्यासाठीं मंत्र्यांसहवर्तमान द्वारामध्यें येऊन उभे राहिलेले आहेत. ह्यामुळें तूं त्यांना दर्शन देणें योग्य आहे.' ह्याप्रमाणें अंतःकरणास द्रव सुटेल अशा रीतीनें ती पुनः पुनः सांगत होती, तरीही शरीरांत कलीचा संचार झाल्यामुळें नलराजानें त्या सुंदरीला तशा स्थितींत कांहींही उत्तर दिलें नाहीं. ह्यामुळें ते सर्वही मंत्री व पुरवासी लोक 'हा कांहीं आतां अस्तित्वांत रहात नाहीं!' असें सम-

जून दुःखाकुल व हिरमुसले होऊन आपापल्या घरीं निघून गेले. युधिष्ठिरा, तें पुष्कराचें व नलाचें द्यूत तशा रीतीनें पुष्कळ महिनेपर्यंत चाललेलें होतें, पण त्यांत पुण्यश्लोक नलराजाच जिंकला गेला!

अध्याय साठावा.

—:*:—

नलास द्यूतापासून परावृत्त करण्याविषयीं दमयंतीचा प्रयत्न.

बृहदश्व ह्मणालाः—तदनंतर तो पुण्यश्लोक नरपति नलराजा द्यूतामध्यें गढून गेल्यामुळें बेमान व ह्मणूनच उन्मत्ताप्रमाणें होऊन गेला आहे असें पाहून, हे राजा, ती सुज्ञ भीमकन्या भीति आणि शोक ह्यांनीं व्याप्त होऊन गेली; व अशा प्रसंगीं राजाविषयीं आपलें अत्यंत मोठें कर्तव्य कोणतें ह्याचा विचार करूं लागली. नलराजाचें सर्वही द्रव्य जिंकलें गेलें आहे असें कळून आल्यावरून त्याचें अनिष्ट होणार अशी तिला शंका आली; व ह्मणूनच त्याचें प्रिय करण्याच्या इच्छेनें—अत्यंत कीर्तिमान्, सर्वही गोष्टींमध्यें चतुर, आपल्यावर प्रेम करणारी, उत्कृष्ट भाषण करणारी आणि हितचिंतक अशी जी आपली दासी व दाई बृहत्सेना तिजला ती ह्मणाली; 'बृहत्सेने, तूं अमात्यांकडे जा आणि नलानें सांगितलें आहे असें सांगून त्यांना इकडे घेऊन येऊन आपलें द्रव्य किती हरवलें आणि किती उरलें आहे हें विचारून मला येऊन सांग.' हें ऐकून बृहत्सेना मंत्र्यांकडे गेली. तेव्हां नलाची आज्ञा होण्याइतकें आमचें नशीब असेल काय? असें ह्मणून ते नलाकडे आले असतां दमयंतीनें ते सर्वही मंत्री दुसऱ्या वेळीं आल्याचें वर्तमान नलास कळविलें, पण त्यानें तिकडे लक्ष्य दिलें नाहीं. आपल्या वाक्याकडे पति लक्ष्य देत नाहीं असें पाहून लाज वाटून दमयंती पुनः घरांत निघून गेली. पुढें फांसे सदोदित नलाच्या उलटच पडत असून त्याचें सर्वही द्रव्य हरवलें आहे असें ऐकून ती पुनरपि आपल्या दाईस ह्मणाली, 'बृहत्सेने, पुनः जा आणि नलाची आज्ञा आहे, असें सांगून सारथि वार्ष्णेय ह्यास घेऊन ये. कारण हे कल्याणि, आतां मोठें कर्तव्य बजावण्याचा प्रसंग येऊन ठेपला आहे.' हें दमयंतीचें भाषण ऐकून बृहत्सेना ही प्रामाणिकपणें कार्य करणाऱ्या कांहीं सेवकांसहवर्तमान वार्ष्णेयास घेऊन आली. नंतर, देश आणि काल जाणणारी ती स्तुत्य अशी भीमकन्या मृदु भाषेनें सांत्वन करीत करीत वार्ष्णेयाला म्हणाली.

दमयंतीची सारथ्यास विनंती.

" वार्ष्णेया, हा राजा तुजविषयीं सदोदित कसा उत्तम रीतीनें वागत असे हें तुला माहीतच आहे. तेव्हां आज तो संकटांत पडला असल्यामुळें त्याला सहाय्य करणें हें तुला योग्य आहे. वार्ष्णेया, पुष्कराकडून ह्या राजाचा जसजसा पराजय होईल तसतसें ह्याचें द्यूतावरील प्रेम अधिकच वृद्धिंगत होत आहे. पुष्कराचे फांसे जसे त्याच्या अगदीं ताब्यांत असल्यासारखे पडत आहेत, तसेच ते नलराजाच्या अगदीं उलट आहेत असें दिसत आहे. ह्या वेळीं नलराजा आपले हितचिंतक व आप्तइष्ट ह्यांचें सांगणें बरोबर रीतीनें ऐकत नाहीं. इतकेंच नव्हे, तर द्यूताचें वेड लागून गेल्यामुळें तो माझें देखील भाषण मान्य करीत नाहीं. तो माझ्या भाषणाकडे लक्ष्य देत नाहीं, हा कांहीं त्या महात्म्या निषधाधिपतीचा दोष आहे असें मी खास समजत नाहीं. कारण, त्याला ह्या वेळीं वेड लागून गेल्यासारखें झालें आहे. तेव्हां, हे सारथे, आतां मी तुला शरण

आलें आहें. तूं मी सांगतें त्याप्रमाणें कर. माझें मन कांहीं साफ होत नाहीं, ह्यावरून कदाचित् ह्या राजाचा अगदीं नाशही होईल असा संभव आहे. ह्यास्तव, तूं अंतःकरणाप्रमाणें वेग असलेले नलाचे अश्व रथास जोड आणि ही मुलांची जोडी त्यांत बसवून कुंडिननगराकडे जाण्याची तजवीज कर. तेथें गेल्यावर हीं दोन मुलें, रथ आणि अश्व माझ्या माहेरीं ठेवून तूंही तुझ्या इच्छेस वाटेल तर तेथें रहा; नाहींतर दुसरीकडे निघून जा."

हें दमयंतीचें भाषण ऐकून सारथि वार्ष्णेय ह्यानें तें नलाच्या सर्वही मुख्य मुख्य अमात्यांस सांगितलें व त्यांनीं एकत्र जमून ठराव करून अनुज्ञा दिल्यानंतर, हे राजा, तो त्या दोघां मुलांस घेऊन रथांतून विदर्भदेशाकडे गेला. तेथें गेल्यानंतर त्यानें ते घोडे, तो उत्कृष्ट रथ, कन्या इंद्रसेना आणि कुमार इंद्रसेन ह्यांस भीमाजवळ ठेविलें व त्याचा निरोप घेतला. राजा युधिष्ठिरा, नंतर तो दुःखाकुल होऊन नलराजाविषयीं शोक करीत करीत पर्यटन करूं लागला व पुढें अयोध्यानगरीस जाऊन पोहोंचला. त्या ठिकाणीं गेल्यानंतर, नलाच्या वियोगामुळें अत्यंत कष्टी झालेला तो वार्ष्णेय ऋतुपर्णराजाजवळ राहिला आणि त्याचें सारथ्य करून आपला चरितार्थ चालवूं लागला.

अध्याय एकसष्ठावा.

—:*:—

नलराजाचा वनवास.

बृहदश्व ह्मणालाः—वार्ष्णेय गेल्यानंतर पुढें द्यूत करणाऱ्या पुण्यश्लोक नलराजाचें राज्य व दुसरेंही जें कांहीं द्रव्य होतें तें पुष्करानें हरण केलें. हे राजा, राज्य हरण केल्यानंतर पुष्कर नलाचा उपहास करण्यासाठीं ह्मणाला, "हँ, चालूं दे पुनः द्यूत! आपण कशाचा पण लावणार? आतां आपली एक दमयंती अवशिष्ट राहिली आहे; बाकी सर्व कांहीं मीं जिंकून घेतलें. तेव्हां जर कबुली असेल तर दमयंतीचाच पण लागूं दे, ह्मणजे ठीक होईल!" पुष्करानें असें ह्मटल्यामुळें नलराजाचें अंतःकरण क्रोधानें जणू फाटून गेलें, तथापि त्या वेळीं त्यानें त्याला कांहींही उत्तर दिलें नाहीं. तदनंतर अतिशय क्रुद्ध झालेल्या महाकीर्तिसंपन्न नलराजानें पुष्कराकडे पाहून आपल्या सर्व अवयवांवरील अलंकार काढून टाकिले; व अंगावर दुसरें वस्त्रही न घेतां तो राजा अत्यंत विपुल संपत्तीचा त्याग करून तेथून निघाला. ह्यामुळें त्याच्या हितचिंतकांचा शोक अतिशय वृद्धिंगत झाला. तो जाऊं लागतांच दमयंतीही एकाच वस्त्रानिशीं त्याच्या मागून गेली. तिच्यासहवर्तमान तो निषधाधिपति तीन दिवसपर्यंत नगरच्या बाहेर राहिला. ह्या वेळीं हे महाराजा, पुष्करानें "नलाशीं जो चांगल्या रीतीनें वागेल तो वधाच्या शिक्षेस पात्र होईल." अशी राजधानींत दवंडी पिटविली. पुष्कराचें तें वाक्य आणि नलाविषयींचा त्याचा द्वेष ह्यामुळें, हे युधिष्ठिरा, पौरलोकांनीं त्या नलाचा सत्कार केला नाहीं. पुढें त्यांनीं सत्कार करण्यास योग्य असतांही सत्कार न केलेला तो राजा केवळ जलावर निर्वाह करून तीन दिवस नगराजवळ राहिला. तदनंतर, क्षुधेची पीडा होऊं लागल्यामुळें तो राजा फलें-मूलें संपादन करण्यासाठीं तेथून निघून गेला व दमयंतीही त्याच्या मागून गेली. पुढें पुष्कळ दिवस गेल्यानंतर, क्षुधेची पीडा होत असलेल्या त्या नलाला सुवर्णासारखे पंख असलेले कांहीं पक्षी दिसले. तेव्हां तो बलाढ्य निषधाधिपति विचार करूं लागला कीं, आज 'मला हें भक्ष्य मिळालें आहे. ह्याच्याच योगानें द्रव्यही उत्पन्न होईल.' असें

ह्मणून त्यानें आपल्या नेसण्याच्या वस्त्रानें त्या पक्ष्यांस गुरफटून टाकिलें असतां त्याचें तें वस्त्र घेऊन ते सर्व पक्षी आकाशांत उडून गेले आकाशांत उडतांना, दिगंबर होऊन गेलेल्या व ह्मणूनच दीन होऊन खालीं तोंड करून भूमीवर उभा राहिलेल्या नलाकडे पाहून पक्षी ह्मणाले; 'हे अत्यंत दुर्बुद्धे, आह्मी फासे असून तुझें वस्त्र हरण करण्याच्या इच्छेनें येथें आलों होतों. कारण, तूं वस्त्रासह गेलास हें पाहून आमच्या मनाला आनंद होईना!' हे राजा, आपल्यासमीप आलेल्या त्या फाशांकडे आणि वस्त्रहीन झालेल्या आपल्या शरीराकडे अवलोकन करून तो पुण्यश्लोक नलराजा दमयंतीस ह्मणाला, 'हे अनिंदिते, ज्यांच्या कोपामुळें मी ऐश्वर्यभ्रष्ट झालों असून चरितार्थही न चालल्यामुळें क्षुधेनें व्याकूळ होऊन जात आहे व ज्यांच्या पायीं निषधदेशांतील प्रजेनें माझा बहुमान केला नाहीं तेच हे फासे, हे सुंदरि, आज पक्षी होऊन माझें वस्त्र हरण करीत आहेत. ह्यामुळें हा मी तुझा पति अत्यंत संकटांत पडलों असून दुःखी व केवळ अचेतन बनून गेलों आहें. तेव्हां, मी आतां तुझ्या हिताची गोष्ट सांगतों, ती ऐक. अवंती आणि ऋक्षवान् पर्वत ह्यांजवरून पलीकडून गेलेले हे अनेक मार्ग दक्षिणा[1]पथाकडे जातात. हा विंध्यमहापर्वत, ही समुद्रगामिनी पयोष्णी आणि हे अनेक मूलें आणि फळें ह्यांनीं युक्त असे महर्षींचे आश्रम आहेत. हा विदर्भ देशाचा मार्ग कोसलदेशाला जातो आणि त्याच्या पलीकडे दक्षिणेच्या बाजूस हा दक्षिणापथ देश आहे.' हे भरतवंशजा, दमयंतीस आपल्याबरोबर दुःख भोगावें लागत आहे ह्मणून व्याकूळ झालेला तो नलराजा समाधानपूर्वक वारंवार तिला असें सांगूं लागला. तेव्हां, जीवर दुःखानें घाला घातला आहे अशी ती दमयंती अश्रूंनीं कंठ दाटून आल्यामुळें क्षीण होऊन गेलेल्या वाणीनें त्याला ह्मणाली,'हे पृथ्वीपते, ह्या तुझ्या इच्छेच! मी विचार करूं लागलें ह्मणजे फिरून फिरून माझें अंतःकरण खिन्न होतें व सर्वही अवयव कसे मोडून येतात! राज्य व द्रव्य परक्यांनीं हरण केलेलें आहे, जवळ वस्त्रही नाहीं, व क्षुधेमुळें श्रम होत आहेत अशा स्थितींत तुला निर्जन अरण्यांत टाकून देऊन मी कशी जाऊं शकेन? हे महाराजा, मी बरोबर असलें तर, क्षुधेनें पीडित झाल्यामुळें दमून जाऊन पूर्वींच्या सुखांविषयीं तूं विचार करूं लागलास ह्मणजे ह्या घोर अरण्यांत तुझ्या श्रमाचा परिहार करीन. कोणत्याही दुःखावर वैद्यसंमत असें भार्येसारखें दुसरें औषध नाहीं हें मी तुला खरें सांगतें.'

नल ह्मणालाः—सुंदरि दमयंती, तूं सांगितलेंस तें अगदीं बरोबर आहे. भार्येसारखा मित्र नाहीं आणि दुःखी झालेल्यास तिजसारखें औषधही नाहीं. ह्याचसाठीं मी तुझा त्याग करूं इच्छीत नाहीं. मग तूं असली जबरदस्त शंका काय ह्मणून घेतेस? हे अनिंदिते, मी आपल्या जीविताचा देखील त्याग करीन, पण तुझा करणार नाहीं.

दमयंती ह्मणालीः—हे महाराजा, माझा त्याग करण्याची जर तुझी इच्छा नाहीं तर मग मला हा विदर्भदेशाचा मार्ग काय ह्मणून दाखवीत आहेस? हे नरपते, मी समजून आहें कीं तूं माझा त्याग करूं शकणार नाहींस. पण माझें मन कोठें आहे, ह्यामुळें मला वनवासदुःख सहन होणार नाहीं असें वाटून नाइलाजानें तूं माझा त्याग करीत आहेस व ह्याचसाठीं तूं मला विदर्भदेशाचा मार्ग दाखवीत आहेस. पण, हे देवतुल्या, ह्या तुझ्या कृत्यानें विनाकारण माझा शोक मात्र वृद्धिंगत होत

१ विंध्याद्रीच्या दक्षिणेकडील प्रदेश. (दक्षिण)

आहे. मीं आपल्या माहेरच्या माणसांत जाऊन पडावें असेंच जर तुझ्या मनांत आलें असेल, तर तुझी इच्छा असल्यास आपण उभयतां मिळूनच विदर्भदेशाकडे जाऊं ह्मणजे झालें. त्या ठिकाणीं, हे संमानदायका, विदर्भराज तुझा बहुमान करील व तो बहुमान करीत असतां तूं आमच्या घरीं सुखानें राहशील.

अध्याय बासष्टावा.

—:*:—

नलकृत दमयंतीत्याग.

नल ह्मणालाः—ज्या अर्थीं तें राज्य तुझ्या पित्याचें आहे त्या अर्थीं तें माझेंच आहे ह्यांत कांहीं संशय नाहीं; तथापि सांप्रत संकटांत असल्यामुळे मी तेथें मुळींच जाणार नाहीं. कारण, जो मी ऐश्वर्यसंपन्न व तुझ्या आनंदाला वृद्धिंगत करणारा असा असतांना तेथें गेलों, तोच आतां राज्यभ्रष्ट व तुझ्या शोकाची अभिवृद्धि करणारा असा होऊन तेथें कसा जाऊं? असें ह्मणून—अर्धें वस्त्र नलास परिधान करावयास दिल्यामुळें—अर्ध्याच वस्त्रानें शरीर आच्छादित केलेल्या कल्याणी दमयंतीचें त्यानें वारंवार सांत्वन केलें. पुढें तीं उभयतां एकच वस्त्र परिधान करून इकडेतिकडे फिरत असतां व क्षुधा आणि तृषा ह्यांमुळें थकून गेलीं असतां त्यांस वाटेंत एक घर लागलें. तेव्हां त्या घरांत जाऊन निषधाधिपति राजा नल दमयंतीसहवर्तमान भूतलावरच बसला; व त्या ठिकाणीं, दमयंतीनेंच परिधान केलेलें वस्त्र नेसलेला व शरीर मळकट व धुरळ्यानें आच्छादित झाल्यामुळें भेसूर दिसणारा तो नल दमून गेल्यामुळें दमयंतीसहवर्तमान भूमीवरच निजला. त्या बिचाऱ्या सुकुमार कल्याणी दमयंतीलाही दुःख झाल्यामुळें एकाएकीं निद्रेनें घेरलें. राजा युधिष्ठिरा, दमयंती झोंपीं गेली होती, पण नलराजाचें अंतःकरण आणि शरीर हीं शोकानें खिळखिळून गेलीं असल्यामुळें त्यास पूर्वीप्रमाणें झोंप आली नाहीं. राज्याचा अपहार, सर्वही हितचिंतकांचा त्याग आणि वनामध्यें प्राप्त होणारी ती मरणप्राय स्थिति ह्यांकडे लक्ष्य गेल्यामुळें तो विचार करूं लागला कीं, 'मी हें केलें तर काय होईल? बरें, हें मीं नाहीं केलें तरीही काय होईल? काय—मी मरून जावें हें बरें; कीं आपल्या मनुष्याचा-दमयंतीचा-त्याग करावा हें बरें? मजवर अशा प्रकारें प्रेम करीत असल्यामुळें हिला माझ्याकरितां दुःख भोगावें लागत आहे. माझा जर हिला वियोग झाला तर कदाचित् ही आपल्या मंडळींतही जाऊन पडेल, पण माझ्याबरोबर असली तर हिला हें दुःख निःसंशय भोगावें लागेल. कारण, मी असेन त्याच स्थितींत असणारी ही आहे. आतां जरी मीं हिचा त्याग केला तरी हिला सुख मिळेल किंवा नाहीं ह्याबद्दल संशय आहे. तथापि तो संशय असल्यामुळें कदाचित् सुख मिळेलही!' हे राजा, ह्याप्रमाणें वारंवार नानातऱ्हेचे विचार व निश्चय केल्यानंतर त्याला दमयंतीचा त्याग करणेंच बरें वाटलें. 'कीर्तिसंपन्न, महाभाग्यशालिनी व मजवर अनुरक्त झालेली अशा ह्या पतिव्रता स्त्रीचा मीं त्याग केला तरीही हिच्या प्रभावामुळें मार्गामध्यें कोणीही हिच्या अंगावर हात टाकूं शकणार नाहीं.' असाही विचार मनांत येऊन त्या वेळीं दमयंतीविषयींची त्याची पूर्वींची बुद्धि फिरली व कलीच्या संपर्कानें अंतःकरण दूषित झाल्यामुळें दमयंतीचा त्याग करण्याचेंच त्यानें ठरविलें. पण, आपण निघून जावें तर आपणाला मुळीं वस्त्रच नाहीं व दमयंतीचें घ्यावें तर तिचेंही वस्त्र एकच आहे असें त्याच्या मनांत आलें. तेव्हां त्या राजानें त्यांतील अर्धें वस्त्र कापावें असा निश्चय केला. पण फिरून 'माझी

प्रिया जागी होणार नाहीं अशा रीतीनें हें वस्त्र कसें कापतां येईल?' असा त्याला विचार पडला. तेव्हां तो नलराजा घरांत गेला. हे भरतवंशजा, तेथें इकडे तिकडे वेगानें धावत असतां त्या गृहामध्यें त्याला एक उत्कृष्ट नंगी तरवार सांपडली. तेव्हां ती घेऊन येऊन तिच्या योगानें त्या शत्रुतापन राजानें अर्धें वस्त्र कापलें; व तें नेसून गाढ झोंपीं गेल्यामुळें बेशुद्ध झाल्याप्रमाणें पडलेल्या दमयंतीस सोडून देऊन तो पळून गेला. पण पुनरपि अंतःकरणाचा कल उलटल्यामुळें तो निषधाधिपति त्या घराजवळ आला व दमयंतीस पाहून रडूं लागला. तो ह्मणाला, ज्या माझ्या प्रियेला पूर्वीं सूर्याचें अथवा वायूचेंही कधीं दर्शन झालेलें नव्हतें, तीच आज ह्या घरामध्यें एखाद्या अनाथा-प्रमाणें भूमीवरच पडून झोंप घेत आहे! ही सुहास्यवदना जागी झाली ह्मणजे आपलें नेसलेलें वस्त्र कापलें आहे असें दिसून आल्यामुळें वेड्यासारखी होऊन जाईल त्यावेळीं ह्या सुंदरीची स्थिति काय होईल? ही साध्वी कल्याणी भीमकन्या माझा वियोग झाल्यानंतर श्वापदें आणि मदोन्मत्त झालेले हत्ती ह्यांचें वास्तव्य असलेल्या ह्या भयंकर अरण्यांत एकटीच कशी संचार करूं शकेल? हे महाभागे, आदित्य, वसु, रुद्र, अश्विनीकुमार आणि मरुद्गण हे तुझें संरक्षण करोत! शिवाय तुझ्यासभोंवतीं धर्माचा गराडा आहेच!' ह्याप्रमाणें, स्वरूपानें सर्व पृथ्वीमध्यें अप्रतिम असलेल्या त्या आपल्या प्रिय पत्नीस उद्देशून म्हटल्यानंतर कलीनें ज्ञानाचा नाश केलेला तो नलराजा तिचा त्याग करण्याविषयीं तयार होऊन तेथून निघाला. त्या वेळीं तो नलराजा फिरून फिरून जाई व फिरून फिरून त्या घराकडे येई. ज्या ज्या वेळीं कलि त्यास खेंचून धरी त्या त्या वेळीं त्याचें प्रेम कमी होई व ह्यामुळें तो निघून जाई व इतर वेळीं प्रेम वृद्धिंगत झाल्यामुळें फिरून येई. सारांश, त्या वेळीं दुःखाकुल होऊन गेलेल्या त्या नलाचें अंतःकरण द्विधा झालें; व त्यामुळें, एखादा झोपाळा जसा दूर जातो व फिरून जवळ येतो त्याप्रमाणें तो त्या घराकडे वळे व परत फिरे. पण शेवटीं कलीच्या आकर्षणामुळें भ्रमिष्टासारखा झालेला तो नलराजा, झोंपीं गेलेल्या त्या आपल्या पत्नीचा त्याग करून व दीनवाणेपणानें पुष्कळ विलाप करून तेथून पळून गेला. ह्या वेळीं त्या राजाच्या मनांत ज्या ज्या गोष्टीविषयीं विचार आले त्याची त्याची त्यानें मुळींच पर्वा केली नाहीं. कारण, कलीच्या संपर्कामुळें त्याची विचारशक्ति नष्ट होऊन गेलेली होती; व ह्मणूनच त्या ओसाड अरण्यांत आपल्या भार्येला सोडून तो तेथून दुःखी होऊन निघून गेला.

अध्याय त्रेसष्टावा.

—:०:—

अजगरग्रस्तदमयंतीमोचन.

बृहदश्व ह्मणालाः—हे राजा, नल न कळत निघून गेल्यानंतर सुंदरी दमयंती झोंप घेऊन श्रम—परिहार झाल्यामुळें जागी झाली व त्या निर्जन वनांत पति दृष्टीस न पडल्यामुळें भिऊन गेली. त्या वेळीं ती दुःख आणि शोक ह्यांनीं व्याप्त होऊन 'महाराज!' असें ह्मणून नलराजास मोठ्यानें ओरडून घाबऱ्या घाबऱ्या हांक मारूं लागली. तथापि तो येत नाहीं असें पाहून ह्मणाली, 'हाय हाय! हे नाथा! हे महाराजा! हे स्वामिन्! माझा काय ह्मणून त्याग करीत आहेस? हाय हाय! ह्या निर्जन अरण्यामध्यें मला मरणप्राय कष्ट होत आहेत; मी नाहींशी होऊन जात आहें; मला भीति वाटूं लागली आहे! हे महाराजा,

तूं धर्मवेत्ता आणि सत्यवादी ह्मणून प्रसिद्ध आहेसना! मग पूर्वी मला खरें म्हणून तसें सांगून आतां झोंपीं गेल्यावर अरण्यांत काय म्हणून सोडून देऊन जात आहेस? अरे, अनुकूल वागणारी आणि चतुर अशा भार्येला सोडून तुझ्यानें जाववेल तरी कसें? त्यांतूनही मीं तुझा कांहीं अपराध केलेला नाहीं; तुझा अपराध दुसऱ्यानेंच केलेला आहे. हे राजा, पूर्वी लोकपालांच्या सन्निध तूं मजविषयीं जे शब्द उच्चारिले होतेस ते खरे करून दाखविण्याविषयीं तूं समर्थ आहेस. हे पुरुषश्रेष्ठा, मनुष्यांना अकालीं मरण यावें असें विधात्यानें ठरविलेलेंच नसावें. म्हणूनच तूं त्याग केल्यानंतर, क्षणभर कां होईना, ही तुझी प्रिया जिवंत राहिली आहे! हे नरश्रेष्ठा, पुरे कर आतां एवढ्यावरच ही इतकी थट्टा! कारण, हे अत्यंत दुर्जया, मी भिऊन गेलें आहें. हे ईश्वरा, आतां तूं मला आपलें दर्शन दे. हे राजा, दिसतो आहेस तूं मला. नैषधा, हा पहा मीं तुला पाहिला. तूं वेलींच्या जाळ्यांत लपलेला आहेस. तूं माझ्याशीं कां बरें बोलत नाहींस? हे पृथ्वीपते राजेंद्रा, ह्या ठिकाणीं अशा स्थितींत पडून विलाप करीत असतां तूं येथें येऊन मला धीर देत नाहींस हें अगदीं निर्दयपणाचें आहे. राजा, मला स्वतःविषयीं अथवा दुसऱ्याही कोणाविषयीं हळहळ वाटत नाहीं. पण एकटा पडल्यामुळें तुझें कसें होईल, असें वाटत असल्यामुळें तुजसंबंधानें मात्र मला दुःख होत आहे. हे राजा, तृष्णा आणि क्षुधा ह्यांनीं आक्रांत होऊन थकून गेल्यामुळें तूं संध्याकाळीं वृक्षाच्या मुळाशीं जाऊन बसलास ह्मणजे मी दृष्टीस न पडल्यामुळें तुझी काय स्थिति होईल?' युधिष्ठिरा, ह्याप्रमाणें अत्यंत शोकाकुल झालेली व क्रोधानें जणू पेटून गेलेली ती दमयंती रोदन करीत इकडे तिकडे धावूं लागली. ती सुंदरी वरचेवर उठे, वरचेवर व्याकूळ होऊन पडे, वारंवार भीति वाटल्यामुळें लपून बसे व पुनः पुनः आक्रोश करून रडूं लागे. ह्याप्रमाणें शोकानें अत्यंत संतप्त झालेली ती पतिव्रता भीमकन्या व्याकूळ झाल्यामुळें वारंवार सुस्कारे टाकीत व रोदन करीत ह्मणाली, 'ज्यानें अनिष्टचिंतन केल्यामुळें, प्रथमच दुःखपीडित झालेला नैषध (नल) पुनरपि दुःख पावत आहे त्या प्राण्याला आमच्या दुःखापेक्षांही अधिक दुःख होवो. अंतःकरण पापशून्य असलेल्या नलाची ज्या पाप्यानें अशी स्थिति केली तो त्याच्याहीपेक्षां अतिशय दुःखी होवो. त्याच्या साऱ्या आयुष्यांत त्याला सुख न लागो!' ह्याप्रमाणें विलाप करीत ती त्या महात्म्या नलराजाची भार्या श्वापदांचें वास्तव्य असलेल्या त्या अरण्यांत पतीचा शोध करूं लागली. ह्या वेळीं ती भीमकन्या भ्रमिष्ठासारखी होऊन गेली होती व विलाप करीत 'हाय हाय! हे राजा!' असें ह्मणून इकडून तिकडे धावत होती. अशा रीतीनें ओरडणाऱ्या कुररीप्रमाणें अतिशय आक्रोश करीत व वारंवार करुणस्वरानें दुःखाचे उद्गार काढून विलाप करीत ती भीमकन्या त्या ठिकाणीं जाऊन जवळच फिरत असतां एकाएकीं मनुष्यास धरणाऱ्या एका धिप्पाड शरीराच्या क्षुधाक्रांत झालेल्या अजगरानें तिला धरिलें. तो अजगर गिळूं लागला त्या वेळीं दमयंती शोकमग्न झाली; तथापि त्या वेळीं नलराजासंबंधानें जसें तिला वाईट वाटलें तसें स्वतःसंबंधानेंही वाटलें नाहीं. ती ह्मणाली, 'हाय! हाय! हे नाथा, ह्या निर्जन अरण्यांत एखाद्या अनाथाप्रमाणें मला हा अजगर ग्रासून टाकीत आहे तरी देखील तूं अद्यापि कां धावून येत नाहींस; नैषधा, पुढें माझी आठवण झाली

ह्मणजे तुझी काय दशा होईल ? हे प्रभो, ह्या अरण्यांत आज मला सोडून देऊन तूं गेलास तरी कसा ? तूं ह्या संकटांतून सुटलास व पुन: विचारशक्ति आणि द्रव्य ह्यांची प्राप्ति होऊन शुद्धीवर आलास ह्मणजे मग, हे निष्पापा नृपश्रेष्ठा नैषधा, थकून व क्षुधेनें पीडित होऊन गेल्यामुळें तुला ग्लानि येईल, त्या वेळीं तुझ्या श्रमाचा परिहार कोण करील ? ' ह्याप्रमाणें ती विलाप करीत आहे इतक्यांत तिचा तो आक्रोश ऐकून त्या घोर अरण्यांत संचार करीत असलेला कोणी एक पारधी वेगानें तिच्या अगदीं जवळ आला; व त्या विशाललोचनेस तशा रीतीनें अजगरानें ग्रासून टाकिलेली आहे असें पाहून जलदी करून तिच्या सन्निध गेला. नंतर त्या पारध्यानें वेगानें, अत्यंत धार लावलेल्या आपल्या शस्त्रानें तो अजगर तोंडाकडून फाडला. हे भरतवंशजा, ह्याप्रमाणें फाडल्यामुळें निश्चेष्ट झालेल्या त्या अजगरास ठार करून सोडविल्यानंतर त्या पारध्यानें तिला पाण्यानें धुतली; व पुढें आहार करविल्यानंतर धीर देऊन विचारलें कीं, ' हे बालमृगनयने, हे प्रेमशालिनि, तूं कोणाची ? ह्या अरण्यांत कशी आलीस ? आणि तुजवर हें अतिशय मोठें संकट कसें ओढवलें ? ' हे भरतवंशजा राजा युधिष्ठिरा, अशा रीतीनें त्यानें प्रश्न केला असतां दमयंतीनें त्याला आपली सर्व इत्थंभूत हकीकत सांगितली. नंतर, अर्धे वस्त्र परिधान केलेली, नितंब आणि स्तन पुष्ट असलेली, निर्दोष व सुकुमार अशा अवयवांनीं युक्त, पूर्णचंद्राप्रमाणें मुख असलेली, नेत्रांच्या पापण्यांस कुरळ केश असलेली व तशा रीतीनें मधुर भाषण करणारी अशा त्या दमयंतीला पाहून तो पारधी मदनाच्या तावडींत सांपडला. ह्याप्रमाणें कामपीडित झालेला तो पारधी आरंभीं मृदु असणाऱ्या मधुर वाणीनें तिची समजूत घालूं लागला. तेव्हां त्याचा तो अभिप्राय त्या प्रेमळ दमयंतीस कळून आला. त्या दुष्टाचा अभिप्राय कळून आल्यामुळें त्या पतिव्रतेच्या अंगांत कडक अशा कोपाचा संचार झाला; व ती क्रोधानें जणू पेटून गेल्यासारखी झाली. तेव्हां तिच्यावर बलात्कार करण्याविषयीं आतुर झालेल्या त्या पापबुद्धि हलकटाला तिच्या अंगावर हात टाकणें हें प्रज्वलित झालेल्या अग्नीच्या ज्वालेवर हात टाकण्याप्रमाणें अशक्य आहे, असें वाटलें. त्या वेळीं पति व राज्य ह्यांचा वियोग झाल्यामुळें दु:खाकुल होऊन गेलेल्या दमयंतीनें ' ह्या वेळीं त्याच्याशीं बोलून कांहीं चालावयाचें नाहीं ' असें समजून क्रोधानें त्याला शाप दिला कीं, ज्या अर्थीं मीं नैषधावांचून अन्य पुरुष मनांत देखील आणलेला नाहीं हें खरें आहे, त्या अर्थीं हा हलकट व्याध गतप्राण होऊन पडो ! ' तिच्या तोंडांतून असे शब्द निघतांच अग्नीनें दग्ध झालेल्या वृक्षाप्रमाणें तो व्याध गतप्राण होऊन भूमीवर पडला !

अध्याय चौसष्टावा.

—:*:—

दमयंतीचा विलाप.

बृहदश्व ह्मणाला:—त्या व्याधास ठार केल्यानंतर ती कमलनयना, घारींच्या समुदायांच्या आवाजानें भरून गेलेल्या घोर अरण्याकडे जाऊं लागली. त्या अरण्यांत सिंह, व्याघ्र, रुरुसंज्ञक मृग, चित्ते, रानरेडे व अस्वलें ह्यांचे कळप असून अनेक प्रकारच्या पक्षिसमुदायांनीं तें व्याप्त होऊन गेलेलें होतें. त्या ठिकाणीं म्लेंच्छ व तस्कर ह्यांची वसति होती. तें साग, वेळू, धावडा, अश्वत्थ, टेंभुरणी, हिंगणमिट्टा, पळस, अर्जुनसादडा, रिठा, तिवस आणि सावर इत्यादिक वृक्षांच्या योगानें आच्छादित होऊन

गेलेलें होतें. जांभूळ, आंबा, लोध, खैर इत्यादिक वृक्ष व वेत ह्यांनीं तें व्याप्त होऊन गेलेलें होतें. पद्मकाष्ठ, आवळी, पायरी, कळंब आणि उंबर ह्यांच्या योगानें तें वेष्टून गेल्यासारखें झालें होतें. बोरी आणि बेल ह्यांनीं तें आच्छादित होऊन गेलें होतें व वटवृक्ष, वाघाटी, ताड, खजूरी, हिरडे व बेहेडे ह्यांची त्यांत गर्दी होऊन गेली होती. त्या अरण्यांत त्या विदर्भराजकन्येस अनेक प्रकारच्या शेंकडों धातूंच्याच योगानें रचल्यासारखे दिसणारे नानाप्रकारचे पर्वत, पक्ष्यांच्या आवाजानें गजबजून गेलेलीं लतांचीं जाळीं, पहाण्याबरोबर आश्चर्यचकित करून सोडणाऱ्या दऱ्या, अनेक नद्या, नानाप्रकारचीं सरोवरें व विहिरी, अनेक पशुपक्षी, भयंकर आवाज असलेले सर्प, पिशाचें व राक्षस, डबकीं, तळीं, सर्व पर्वतांचीं शिखरें, लहान लहान नद्या आणि विस्मयकारक झरे दिसले. तसेंच रानरेडे, डुकरें, अस्वलें आणि वनसर्प ह्यांचे कळप देखील तिच्या दृष्टीस पडले. तथापि ती विदर्भकन्या तेज, कीर्ति, कांति आणि अत्यंत सदाचार ह्यांनीं युक्त असल्यामुळें त्या वेळीं त्या ठिकाणीं नलाचा शोध करीत फिरत होती. त्या भीमराजाच्या कन्येस तेथें कोणाचीही भीति वाटली नाहीं. हे राजा, ह्याप्रमाणें त्या भयंकर अरण्यांत आल्यानंतर भर्त्याच्या संबंधानें झालेल्या दुःखानें पीडित होऊन गेलेली ती विदर्भराजकन्या पतिविषयक शोकानें शरीर व्यापून सोडल्यामुळें एका शिळेवर बसून दुःखानें विलाप करूं लागली.

दमयंती म्हणाली:—वक्षःस्थल विशाल असणाऱ्या हे महाबाहो निषधाधिराज, आज मला ह्या निर्जन अरण्यांत सोडून तूं कोणीकडे गेलास? हे नरश्रेष्ठा वीरा, तूं विपुल दक्षिणेनें युक्त असे अश्वमेधादिक यज्ञ केले असूनही मजविषयीं काय ह्मणून खोटेपणानें वागत आहेस? हे महातेजस्वी नरश्रेष्ठा राजाधिराजा, हे कल्याणस्वरूपा, माझ्या समक्ष जें तूं बोलला होतास त्याचें तूं ह्या वेळीं स्मरण कर. तसेंच, हे भूपते, हंसपक्ष्यांनीं तुझ्यापाशीं जें सांगितलें व जें माझ्यापुढें येऊन कथन केलें तिकडेही तूं लक्ष्य दे. हे नरश्रेष्ठा, अंगें व उपांगें ह्यांसहवर्तमान उत्कृष्ट प्रकारें अध्ययन केलेले विस्तृत असे वेद एकीकडे व एकटें सत्य एकीकडे आहे. ह्यास्तव, हे शत्रुनाशना नरपते वीरा, माझ्याजवळ तूं पूर्वीं जे शब्द उच्चारिलेस ते खरे केले पाहिजेस. हाय हाय! हे वीरा नला, हे निष्पापा, आतां खास मी तुला नाहींशी होणार! ह्या घोर अरण्यांत अशा प्रसंगीं तूं मला उत्तर देखील कां देत नाहींस? हा पहा भयंकर आकार असलेला क्रूर सिंह क्षुधेनें व्याकुल होऊन जबडा पसरून मजवर झडप घालूं पहात आहे. अशा वेळीं माझें संरक्षण करणें तुला योग्य नाहीं काय? हे कल्याणा, तूं पूर्वीं सदोदित ह्मणत होतास कीं, 'तुझ्यावांचून मला दुसरी कोणतीही स्त्री प्रिय नाहीं.' तेव्हां, हे राजा, आतां तें आपलें भाषण खरें करून दाखीव. हे राजा, माझ्या प्राप्तीची तुला इच्छा असून तुझ्या प्राप्तीची मलाही इच्छा आहे. असें असतां मी तुझी प्रिय पत्नी वेड्यासारखी होऊन विलाप करीत आहें, तरी देखील तूं मला कां उत्तर देत नाहींस? हे शत्रुनाशना पृथ्वीपते विशाललोचना, मी कृश, दीन, निस्तेज आणि मलिन झालें असून अर्धें वस्त्र परिधान करून, कळपांतून चुकलेल्या एकट्या हरिणीप्रमाणें अनाथासारखी एकटीच विलाप करीत आहें. हे आर्या, मी रडत आहें तरी देखील तूं माझी पर्वा करीत नाहींस काय? हे महाराजा, ह्या महावनामध्यें एकटीच पडलेली मी साध्वी दमयंती तुजशीं भाषण करीत आहें, पण तूं मला उत्तर कां

देत नाहींस ? हे कुलशीलसंपन्ना, हे सर्वांगसुंदरा शोभाशाली पुरुषश्रेष्ठा, आज ह्या पर्वतावरही तूं मला दृष्टीस पडत नाहींस आणि ह्या सिंह, व्याघ्र इत्यादिकांचा अतिशय संचार असलेल्या घोर अरण्यांत देखील, हे निषधाधिपते, तूं निजलेला, बसलेला, उभा राहिलेला अथवा कोणीकडे जात असलेलाही दिसत नाहींस ! हे शोकवर्धना, मी तर शोकानें घेरलेली असून दुःखाकुल झालेली आहें; तेव्हां मी आतां कोणाकडे जाऊन ' ह्या अरण्यांत आपण नलराजा पाहिला आहे काय ?' म्हणून तुझ्या संबंधानें विचारूं? ह्या वनांत दुसरीकडे प्रयाण करणाऱ्या नलराजासंबंधानें मीं आतां विचारावें तरी कोणाला? ' सौंदर्यसंपन्न, महात्मा, शत्रूच्या व्यूहाचें निर्दलन करणारा आणि कमलनयन अशा ज्या नलराजाचा तूं शोध करीत आहेस तो हा ! ' अशी कोणाची तरी मधुर वाणी आज माझ्या कानांवर पडेल काय? अरे, मोठी हनुवटी आणि चार दाढा असलेला हा कांतिसंपन्न वनराज व्याघ्र माझ्याचकडे तोंड करून इकडे येत आहे ! तेव्हां मी आतां निःशंकपणें त्याच्याकडे जातें. असें म्हणून दमयंती त्याच्याजवळ गेली आणि म्हणाली:—व्याघ्रा, तूं सर्व पशूंचा राजा असून ह्या अरण्यावर तुझीच सत्ता आहे ! तेव्हां मी निषधापति शत्रुनाशक नल ह्याची पत्नी आणि विदर्भराजाची कन्या दमयंती आहें, असें तूं समज. हे मृगेंद्रा, मी ह्या ठिकाणीं शोकाकूल आणि दीन होऊन एकटीच आपल्या पतीचा शोध करीत आहें. तव्हां जर नलराजा तुझ्या दृष्टीस पडला असेल तर मला सांगून धीर दे. अथवा, हे मृगश्रेष्ठा वनराजा, तूं जर नलराजा कोठें आहे हें सांगत नसशील तर मला खाऊन टाकून ह्या दुःखांतून तरी सोडीव. अरे ! ह्या अरण्यांत माझा विलाप ऐकून देखील हा मला धीर देत नाहीं ! असो; आतां ह्या मधुरजलयुक्त समुद्रगामी नदीला; तसेंच, अनेक प्रकारच्या वर्णांनीं विराजमान व मनोरम अशा अनेक उंच उंच शिखरांनीं आणि नानाप्रकारच्या धातूंनीं व्याप्त झालेला, तऱ्हेतऱ्हेच्या शिळांनीं सुशोभित असलेला, ह्या अरण्याच्या मध्यभागीं उभारलेला जणू ध्वजच असा दिसणारा, सिंह, व्याघ्र, गज, वराह (डुकरें), ऋक्ष (अस्वल) आणि हरिणें ह्यांनीं युक्त असलेला, नानाप्रकारच्या पक्ष्याच्या शब्दांनीं चोहोंकडे गजबजून गेलेला, पळस, अशोक, बकुल, नागचांफा, पांगारा, धावडा, पायरी इत्यादिक अत्यंत प्रफुल्ल अशा वृक्षांनीं शोभायमान असलेला व पक्ष्यांनीं युक्त असलेल्या नद्या आणि शिखरें ह्यांनीं व्याप्त होऊन गेलेला जो हा पर्वतराज त्यालाच मीं प्रथम नलराजासंबंधानें विचारितें. " हे भगवन्, हे पर्वतश्रेष्ठा, हे विख्याता, हे उत्कृष्ट प्रकारच्या संरक्षका, हे अनेक कल्याणयुक्ता, हे पृथ्वीधारका, तुला नमस्कार असो. तुझ्यासमीप येऊन मी तुला प्रणाम करीत आहें. मी राजाची कन्या, राजाची स्नुषा आणि राजभार्या असून दमयंती ह्या नांवानें प्रख्यात असलेली होय असें समज. विदर्भदेशाचा अधिपति, ब्राह्मणादिक चारही वर्णांचें संरक्षण करणारा, महारथी पृथ्वीपति राजा भीम हा माझा पिता आहे. हे भगवन्, विशाल, सुंदर आणि चंचल नेत्रांनीं युक्त असलेल्या ज्या राजानें विपुलदक्षिणायुक्त असे राजसूय, अश्वमेध इत्यादि यज्ञ केलेले आहेत, जो ब्राह्मणांचा हितचिंतक, सदाचारानें वागणारा, सत्यवादी, कोणाचाही मत्सर न करणारा, सुस्वभावी, शौर्यसंपन्न, विशालवैभव, धर्मवेत्ता, शुचिर्भूत, विदर्भदेशाचें उत्तम प्रकारें संरक्षण करणारा, शत्रुसमूहांचा पराजय करणारा व सामर्थ्यसंपन्न आहे, त्याचीच कन्या मी तुजकडे आलें आहें असें समज. निषधदेशांतील,

महाराज—जो प्रातःकाळीं नामस्मरण करण्यास योग्य असा प्रख्यात नरश्रेष्ठ वीरसेन होऊन गेला तो माझा श्वशुर होय. त्या राजाचा पुत्र खरा पराक्रमी, शूर व श्रीमान् असून परंपराक्रमानें आपल्या पित्यापासून प्राप्त झालेलें आपलें राज्य उत्कृष्ट प्रकारें करीत होता. त्या शत्रुनाशकाचें नांव नल असें असून वर्ण सावळा आहे. तसेंच तो पुण्यश्लोक ह्मणून प्रसिद्ध आहे. तो ब्राह्मणांचा हितकर्ता, वेदवेत्ता, भाषणचतुर, पुण्यवान्, सोमपान केलेला, अग्नि सिद्ध केलेला, यज्ञ व दान करणारा, योद्धा व उत्कृष्ट प्रकारें प्रजापालन करणारा आहे. हे पर्वतश्रेष्ठा, कांतिहीन, पतीचा वियोग झालेली, अनाथ आणि दुःखांत सांपडलेलीजी स्त्री आपल्या पतीचा शोध करीत ह्या ठिकाणीं आली आहे ती मी त्या राजाचीच प्रिय भार्या होय असें समज. हे पर्वतश्रेष्ठा, तुला ह्या शेंकडों गगनचुंबित शिखरांवर अथवा ह्या अरण्यांत कोठें नलराजा दिसला आहे काय? गजश्रेष्ठाप्रमाणें गति असलेला,ज्ञानसंपन्न,विशाल बाहूंनीं युक्त, अयोग्य गोष्टींचें सहन न करणारा, पराक्रमी, बलाढ्य, शूर व महाकीर्तिमान् असा निषधदेशाचा अधिपति माझा भर्ता नल तूं कोठें पाहिला आहेस काय? हे पर्वतश्रेष्ठा, मी दुःखाकुल होऊन व्याकूळपणें एकटीच विलाप करीत आहें, तरीही तूं मला आपल्या मुलीसारखी समजून अद्यापि कां बरें धीर देत नाहींस? असो;तुला तरी काय बोलावयाचें आहे!' (नलराजास उद्देशून) हे राजा, जर तूं ह्या वनांत असशील तर तूं मला प्रत्यक्ष दर्शन दे. अहाहा! अत्यंत कोमळ आणि गंभीर असल्यामुळें मेघध्वनीप्रमाणें भासणारी अमृताच्या तोडीची अशी त्या महात्म्या नैषधराजाची 'हे वैदर्भि!' अशी अत्यंत स्पष्ट आणि शुभ, वेदांसही मागें सारणारी, उदार आणि माझ्या शोकाचा नाश करणारी वाणी माझ्या कानांवर केव्हां येईल? हे धर्मवत्सला नृपते, मी भयभीत झालें आहें तेव्हां मला तूं चांगला धीर दे. ह्याप्रमाणें त्या पर्वतश्रेष्ठाजवळ बोलून ती राजकन्या दमयंती पुनरपि उत्तरदिशेकडे जाऊं लागली.

दमयंतीस मुनिदर्शन.

ह्याप्रमाणें तीन दिवस चालल्यानंतर त्या श्रेष्ठ स्त्रीच्या सुंदर उपवनानीं सुशोभित असलेलें एक तपोवन दृष्टीस पडलें. नियमनिष्ठ, मिताहार करणारे, मनोनिग्रह व शुचिर्भूतपणा असलेले, उदक, वायु अथवा झाडांचीं पानें ह्यांजवर उपजीविका करणारे, जितेंद्रिय, महाभाग्यशाली, स्वर्गमार्गाचें अवलोकन करण्याची इच्छा असलेले, आणि वल्कलें व कृष्णाजिनें परिधान करणारे अशा वसिष्ठ, भृगु, अत्रि ह्यांसारख्या ऋषींनीं तें सुशोभित झालेलें होतें. त्या ठिकाणीं अनेक प्रकारचे मृगसमुदाय संचार करीत असलेला, हजारों वानरसमूहांनीं युक्त असलेला, मुनिजनांनीं वास्तव्य केलेला आणि तपोनिष्ठ अशा लोकांनीं युक्त असलेला आश्रमप्रदेश तिच्या दृष्टीस पडला. तो प्रदेश अवलोकन करितांच तिला धीर आला. नंतर ती उत्कृष्ट भिवया, उत्तम केश, सुंदर नितंबभाग, मनोहर स्तन, हृदयंगम दंत, शोभासंपन्न मुख आणि अत्यंत कृष्णवर्ण व विशाल असे नेत्र ह्यांनीं युक्त असलेली, तेजस्वी, धैर्यसंपन्न, उत्कृष्ट प्रकारच्या गतीनें युक्त अशी महाभाग्यशालिनी, अत्यंत श्रेष्ठ, वीरसेनपुत्राची—नलाची—प्रिया बिचारी दमयंती त्या आश्रमप्रदेशामध्यें गेली व त्या तपोवृद्ध मुनींस वंदन करून विनयानें उभी राहिली. तेव्हां त्या तापसश्रेष्ठांनीं "तुझें स्वागत असो!" असें ह्मणून तिचा योग्य प्रकारें बहुमान केला; व "बैस. तुझें काय काम करावयाचें आहे?" असें ह्मटलें. तेव्हां ती सुंदरी त्यांना ह्मणाली, "हे निष्पाप महा-

भागांनो, तपश्चर्या, अग्निहोत्रें, धर्म, मृग, पक्षी आणि स्वधर्माचरण ह्यांच्यासंबंधानें आपलें सर्वांचें कुशल आहेना?" हें ऐकून ते तिला ह्मणाले, "हे यशस्विनि कल्याणि, आमचें सर्व बाजूंनीं क्षेम आहे. हे सर्वांगसुंदरि, तूं कोण आहेस, आणि काय करण्याची तुझी इच्छा आहे, तें सांग. तुझें हें उत्कृष्ट स्वरूप आणि ही अत्यंत कांति पाहतांच आह्मांला विस्मय वाटूं लागला आहे. आतां तूं धीर धर, शोक करूं नको. हे अनिंदिते कल्याणि, खरें सांग—तूं काय ह्या वनाची देवता आहेस? कीं ह्या पर्वताची? अथवा ह्या नदीची?" हें ऐकून ती त्या ऋषींना ह्मणाली, "हे विप्रहो, मी ह्या अरण्याची देवता नाहीं, अथवा ह्या पर्वताची देवता नाहीं, किंवा ह्या नदीचीही देवता नाहीं. हे तपोधनहो, मी एक मनुष्यस्त्री आहें, असें तुम्ही समजा. आतां मी आपणांला माझा सर्वही वृत्तांत सविस्तर सांगतें तो ऐका. हे द्विजश्रेष्ठहो, विदर्भदेशामध्यें भीम नांवाचा राजा आहे, त्याची मी कन्या असें आपण समजा. तसेंच महाकीर्तिसंपन्न, संग्रामामध्यें जय मिळविणारा, निषधदेशाधिपति, ज्ञानसंपन्न आणि वीर जो विद्वान् नल तो माझा पति होय. विप्रहो, देवतांचें पूजन करण्याविषयीं तत्पर, ब्राह्मण लोकांवर प्रेम करणारा, निषधवंशाचें संगोपन करणारा, महातेजस्वी, महाबलाढ्य, सत्यनिष्ठ, धर्मवेत्ता, ज्ञानसंपन्न, सत्यप्रतिज्ञ, वेदनिष्ठ, क्रांतिमान्, शत्रूंचीं नगरें हस्तगत करणारा, शत्रूंचा नाश करणारा, पूर्ण चंद्राप्रमाणें मुख असलेला, इंद्राप्रमाणें तेजस्वी, विशालनयन, मुख्य मुख्य यज्ञ करणारा, वेदवेदांगांमध्यें पारंगत असलेला, संग्रामांत शत्रूंना ठार करणारा व प्रत्यक्ष सूर्य किंवा चंद्र ह्यांच्याप्रमाणें कांतिसंपन्न असा जो नृपश्रेष्ठ नल तो माझा पति होय. कांहीं नीच, कृतघ्न, द्यूतपटु, कुटिल आणि कपटनिष्णात अशा लोकांनीं त्या सत्यधर्मनिष्ठ पृथ्वीपतीला द्यूत करण्यासाठीं बोलाविलें व त्याचें राज्य आणि द्रव्य जिंकून घेतलें. त्या नृपश्रेष्ठाची दमयंती ह्मणून प्रसिद्ध असलेली जी भार्या ती मी आहें असें समजा. पतीच्या दर्शनाची उत्कट इच्छा असल्यामुळें दुःखी होऊन मी माझा पति संग्रामपटु अस्त्रनिष्णात महात्मा नल ह्याचा शोध करीत करीत हीं वनें, पर्वत, सरोवरें, नद्या, तळीं आणि सर्वही अरण्यें ह्यांमध्यें संचार करीत आहें. हे ब्रह्मनिष्ठहो, ज्याच्याकरितां मी अत्यंत दारुण व्याघ्रप्रभृति पशु फिरत असलेल्या व ह्मणूनच घोर अशा ह्या भयाण वनामध्यें प्राप्त झालें आहें, तो निषधदेशाचा अधिपति राजा नल आपल्या ह्या रम्य तपोवनामध्यें आला होता काय? महाराज, जर आणखी कांहीं अहोरात्रपर्यंत नलाचें दर्शन झालें नाहीं तर मी ह्या देहाचा त्याग करून आपल्या जिवाचें सार्थक करणार! कारण, त्या पुरुषश्रेष्ठावांचून मला जगून तरी काय करावयाचें आहे? पतीविषयींच्या शोकानें सर्वथैव पीडित झाल्यामुळें आतां माझी अवस्था काय होणार!"

राजा, ह्याप्रमाणें ती एकटीच असलेली भीमकन्या दमयंती अरण्यांत शोक करूं लागली असतां ते सत्यदर्शी तपस्वी तिला ह्मणाले, "हे कल्याणि, हे शुभे, पुढें तुला चांगला काल येईल. तपोबलाच्या योगानें आह्मी पहात अहों त्यावरून असें दिसतें कीं, शत्रूंचा निःपात करणाऱ्या निषधाधिपति नलराजास तूं लवकरच पाहशील. हे भीमकन्ये, तो धार्मिकश्रेष्ठ ताप दूर झाला आहे, सर्व प्रकारच्या पातकांतून मुक्त झाला आहे व सर्व संपत्तीनें युक्त आहे अशा स्थितींत तुझ्या दृष्टीस पडेल. हे कल्याणि, द्वेष्टयांच्या मनांत द्वेष उत्पन्न करणारा, मित्रांचा शोक नष्ट करणारा,

व शत्रूंची खोड जिरविणारा कुलीन असा जो आपला पति राजा नल, तो त्याच श्रेष्ठ अशा नगराचें पालन करीत आहे असें तूं पाहशील." ह्याप्रमाणें नलाची प्रिय पट्टराणी राजकन्या दमयंती हिला सांगून अग्निहोत्र, आश्रम इत्यादिकांसहवर्तमान ते सर्वही तपस्वी गुप्त झाले. ही आश्चर्यकारक घटना पाहून वीरसेनराजाची स्नुषा सुंदरांगी दमयंती आश्चर्यचकित होऊन गेली व मनांत म्हणूं लागली कीं, "येथें हा काय प्रकार घडून आला? हें काय मीं स्वप्न का पाहिलें असेल? ते सर्व तपस्वी कोठें बरें गेले? तो आश्रमप्रदेश कोणीकडे गेला? आणि पक्षिसमूहानें गजबजून गेलेली ती पवित्र जलशालिनी नदीही कोणीकडे गेली? हें झालें तरी काय!" ह्याप्रमाणें फार वेळ विचार केल्यानंतर, पतिविषयक शोकामध्यें मग्न होऊन गेलेली सुहास्यमुखी भीमकन्या दमयंती दीन बनून गेली व तिचें तोंड निस्तेज होऊन गेलें. नंतर ती तेथून दुसऱ्या ठिकाणीं गेली असतां तेथें तिला एक अशोक वृक्ष दिसला. त्यास पाहतांच नलराजाचा वियोग दुःसह होऊन तिचे डोळे दुःखाश्रूंनीं भरून आले व त्यामुळेंच अस्पष्ट अशा शब्दांनीं ती विलाप करूं लागली. हा त्या वनामध्यें असणारा तरुश्रेष्ठ अशोक पक्ष्यांच्या कलकलाटानें गजबजून गेला असून प्रफुल्ल झालेला होता व त्याचे पल्लव एखाद्या तुऱ्याप्रमाणें दिसत होते. त्या सुंदर अशोकवृक्षाजवळ गेल्यानंतर ती म्हणाली, "अहाहा! ह्या वनामध्यें पल्लव आणि पुष्पें ह्यांच्या अनेक गुच्छांच्या योगानें शोभिवंत दिसणारा हा वृक्ष फार विशाल असल्यामुळें खरोखर कांतिसंपन्न अशा पर्वतश्रेष्ठासारखा भासत आहे. हे प्रियदर्शना अशोका, मला तूं लवकर नलाची बातमी सांगून अशोक (शोकरहित) कर. ज्याचीं शोक, भीति आणि पीडा हीं नष्ट होऊन गेलीं आहेत असा निषधदेशाचा अधिपति शत्रुमर्दक दमयंतीचा प्रिय पति राजा नल तुझ्या दृष्टीस पडला होता काय? अशोका, शरीराची त्वचा अत्यंत सुकुमार असलेला, अर्धें वस्त्र परिधान केलेला व दुःखानें पीडित होऊन गेलेला वीर असा माझा प्रिय ह्या अरण्यांत आलेला तुझ्या पहाण्यांत आहे काय? हे अशोकवृक्षा, हें सांग; आणि मी येथून शोकाविरहित होऊन जाईन असें कर. अशोका जो शोकाचा नाश करील त्यालाच अशोक असें नांव आहे. ह्यास्तव, तूं आपलें नांव आतां खरें करून दाखीव." ह्याप्रमाणें अशोकवृक्षाजवळ गेल्यानंतर त्याजकडूनही उत्तर न मिळाल्यामुळें व्याकुल होऊन गेलेली ती श्रेष्ठ स्त्री भीमकन्या दुसऱ्या एका भयंकर प्रदेशामध्यें गेली. त्या ठिकाणीं पतीचा शोध करीत असतां अनेक वृक्ष, पुष्कळ नद्या, रम्य असे असंख्यात पर्वत, नानाप्रकारचे पशुपक्षी, गुहा, पर्वतांचे कडे आणि विस्मयकारक दिसणारे ओहळ हीं त्या भीमकन्येच्या पाहण्यांत आलीं.

दमयंतीस व्यापारी लोकांची भेट.

त्या ठिकाणीं ती सुहास्यशालिनी एका प्रशस्त अशा मार्गावर गेली असतां हत्ती, घोडे आणि रथ ह्यांची गर्दी असलेला व्यापारी लोकांचा समूह रमणीय अशी नदी उतरून जात आहे, असें तिच्या दृष्टीस पडलें. त्या रम्य आणि पवित्र नदीचें पाणी शांत, स्वच्छ आणि अतिशय गार होतें. तिचें पात्र मोठें विस्तीर्ण असून तिजमध्यें अनेक डोह होते. तिच्या कांठीं कुरकुंचे आणि कुररी ह्यांचा उत्कृष्ट घोष चालला असून चक्रवाकपक्ष्यांचें कूजितही सुरू होतें. तसेंच ती कांसवें, सुसरी आणि मत्स्य ह्यांनीं व्याप्त झालेली असून मध्यभागीं असलेल्या विशाल अशा बेटांनीं

सुशोभित दिसत होती. ती कीर्तिसंपन्न सौंदर्यशालिनी नलपत्नी तो व्यापारी लोकांचा प्रचंड समुदाय अवलोकन करितांच जवळ गेली व त्यांतील लोकांमध्यें शिरली. ह्या वेळीं तिची चर्या वेड्यासारखी दिसत असून ती शोकानें अगदीं व्याकूळ होऊन गेली होती, तिनें वस्त्राचा अर्धाच तुकडा परिधान केला होता, तिचें शरीर कृश, निस्तेज आणि मलिन झालें असून केश धुरळ्यानें भरलेले व सुटून विसकटलेले होते त्या ठिकाणीं तिला पाहतांच कांहीं लोक भीतीनें पळूं लागले; कांहीं अत्यंत विचारांत पडले; कित्येक आक्रोश करूं लागले; कोणी कोणी तिचा उपहास करूं लागले; इतरांनीं तिच्याशीं मत्सर करण्याचें आरंभिलें; आणि, हे भरतवंशजा, कांहींजण तिजवर दया करून तिला विचारूं लागले कीं, "हे कल्याणि, तूं कोण? कोणाची? आणि ह्या वनांत कशाचा शोध करीत आहेस? ह्या ठिकाणीं तुला पाहून आह्मी कष्टी होऊन गेलों आहों. हे कल्याणि, खरें सांग—तूं मानुषीच आहेस काय? कीं, तूं ह्या वनाची, पर्वताची अथवा दिशेची देवता आहेस! आह्मी तुला शरण आलों आहों. तूं काय यक्षिणी आहेस? राक्षसांगना आहेस? का श्रेष्ठ अशी मनुष्यस्त्रीच आहेस? कोणीही कां असेनास! हे अनिंदिते, तूं सर्वथैव आमचें कल्याण करून संरक्षण कर. हे कल्याणि, हा जनसमूह येथून लवकरच सुखरूप जाऊन पोहोंचेल व आमचें कल्याण होईल असें तूं कर."

राजा, ह्याप्रमाणें तो जनसमूह बोलला असतां, पतिविषयक दुःखानें पीडित झालेली ती साध्वी राजकन्या दमयन्ती त्या व्यापारी लोकांच्या समुदायाचा नियंता (मुख्य शेटजी) व्यापाऱ्यांचा समूह व त्यांमध्यें जे कोणी तरुण, वृद्ध, बालक आणि मुख्य मुख्य व्यापारी होते त्यांना म्हणाली, "मी राजकन्या, राजस्नुषा आणि राजभार्या असून आपल्या पतीच्या दर्शनाविषयीं अत्यंत इच्छा असलेली मनुष्यस्त्री आहें, असें आपण समजा. विदर्भदेशाचा राजा हा माझा पिता असून निषधाधिपति महाभाग्यवान् राजा नल हा माझा पति आहे व त्याच अजिंक्य अशा महात्म्याचा मी शोध करीत आहें. आपणांला जर माहिती असली तर पुरुषश्रेष्ठ, शत्रुसमूहनाशक माझा प्रिय नलराज कोठें आहे हें सत्वर सांगा." हें ऐकून त्या प्रचंड जनसमूहाचा अधिपति शुचि नांवाचा सार्थवाह[१] त्या सुंदरीस ह्मणाला, "हे कल्याणि, मी सांगतों तें ऐक. हे सुहास्यशालिनि, मी ह्या व्यापारी मंडळाचा नियंता सार्थवाह आहें. हे यशस्विनि, नल नांवाचा मनुष्य माझ्या पाहण्यांत आलेला नाहीं. मनुष्याचा संचार नसलेल्या ह्या एकंदर वनामध्यें हत्ती, वाघ, रानरेडे, चित्ते आणि हरिणें हींच माझ्या पाहण्यांत येतात. ह्या महावनामध्यें एका तुज मनुष्यस्त्रीवांचून दुसरा मनुष्यप्राणी माझ्या पाहण्यांत आलेला नाहीं. तथापि, हे कल्याणि, यक्षाधिपति मणिभद्र हा आज तशा प्रकारचा अनुग्रह आह्मांवर करो!" हें ऐकून ती त्या सर्वही व्यापाऱ्यांना व त्यांच्या त्या अधिपतीला ह्मणाली कीं, 'हा व्यापाऱ्यांचा समुदाय कोणीकडे जाणार आहे हें आपण मला कृपा करून सांगा.'

सार्थवाह ह्मणालाः—हे मनुष्यकन्ये, हा व्यापारी लोकांचा समूह नफा मिळविण्यासाठीं चेदिदेशाधिपति सत्यनिष्ठ सुबाहु ह्याच्या देशाकडे लवकरच जाणार आहे.

---

१ पुष्कळ व्यापारी मंडळी बरोबर घेऊन व्यापार करण्यासाठीं फिरणारा; त्या व्यापारी मंडळाचा मुख्य.

अध्याय पांसष्टावा.

व्यापारी लोकांची दाणादाण.

बृहदश्व ह्मणालाः—हें सार्थवाहाचें भाषण ऐकून, पतीच्या दर्शनाविषयीं अत्यंत उत्कंठित झालेली ती सुंदरी त्या व्यापारी मंडळाच्याच संगतीनें जाऊं लागली. पुढें पुष्कळ दिवस लोटल्यानंतर, त्या प्रचंड भयंकर वनामध्यें सर्व बाजूंनीं रम्य, सूर्यविकासी आणि सुगंधि कमळें असलेलें, जलक्रीडा करण्यास योग्य असें एक मोठें सरोवर त्या व्यापाऱ्यांनीं पाहिलें. त्यांचीं जनावरें अतिशय थकून गेलीं होतीं, ह्यामुळें तीरावर पुष्कळ गवत आणि विपुल सर्पण असलेलें, असंख्य पुष्पफलांनीं युक्त, नानाप्रकारचे पक्षी वास्तव्य करीत असलेलें, निर्मल आणि स्वादिष्ट जलानें पूर्ण, अत्यंत गार व अंतःकरण आकर्षण करून घेणारें असें तें सरोवर पाहतांक्षणीं, तेथेंच तळ द्यावा असें त्यांच्या मनांत आलें. तेव्हां सार्थवाहाची अनुमति घेऊन ते त्या उत्कृष्ट वनामध्यें शिरले. ह्या वेळीं संध्याकाळ झालेली होती. ह्यामुळें तो त्या व्यापाऱ्यांचा मोठा समूह त्या ठिकाणीं राहिला. पुढें मध्यरात्रीच्या वेळीं जिकडे तिकडे सामसूम आणि स्तब्ध होऊन गेलें असून तो थकून गेलेला व्यापाऱ्यांचा समूह झोंपीं गेला आहे अशा वेळीं, मदजलाच्या प्रवाहानें गढूळ झालेल्या पर्वतावरील नदीकडे जलप्राशनासाठीं चाललेला हत्तींचा कळप त्यांच्या संनिध आला व त्यानें तो व्यापारी लोकांचा समुदाय आणि त्यांचे असंख्यात हत्ती अवलोकन केले. त्या माणसाळलेल्या हत्तींस पाहतांच मदानें धुंद होऊन गेलेले ते सर्वही वनगज त्यांस ठार करण्याच्या इराद्यानें वेगानें त्यांजवर धावून आले. पर्वताच्या अग्रावरून तुटून भूमीवर पडणाऱ्या त्याच्या शिखरांप्रमाणें असणारे ते हत्ती धांवून येऊं लागले तेव्हां त्यांचा वेग अतिशय दुःसह होता. ते हत्ती पळूं लागले ह्यामुळें तर त्या अरण्यांतील मार्गाचा विध्वंस होऊन गेला. त्या ठिकाणीं व्यापारी लोकांचा तो उत्कृष्ट समुदाय कमलवनाचा मार्ग अडवून निजलेला होता. ह्यामुळें जमिनीवर झोंप घेत लोळत पडलेल्या त्या जनसमूहास हत्तींनीं एकाएकीं तुडवून टाकिलें. ही गडबड पाहून निद्रेमुळें अंधासारखे होऊन गेलेले त्या समुदायांतील पुष्कळ लोक आश्रयासाठीं "हाय हाय!" ह्मणून ओरडत वनांतील लतांच्या जाळ्यांकडे धावूं लागले त्या हत्तींनीं कांहींस दांतांनीं, कित्येकांस सोंडांनीं आणि कांहींजणास पायांनीं तुडवून ठार केलें त्या वेळीं त्या व्यापारी लोकांचे पुष्कळ उंट आणि घोडे गतप्राण होऊन पडले. ह्या वेळीं पायीं चालणाऱ्या लोकांची तर अगदीं गर्दी उडून गेली. ते भीतीनें धावत असतां संशयमुळें परस्परांसच ठार करूं लागले. कित्येक भयंकर आक्रोश करीत भूमितलावर पडले. वृक्षावर चढून बसलेले लोकही त्या दंग्यानें गडबडून गेल्यामुळें अडचणीच्या ठिकाणीं पडले. हे राजा, ह्याप्रमाणें दुर्दैवानें हत्तींकडून हल्ला करवून व्यापारी लोकांचा तो सर्वही ऐश्वर्यसंपन्न समूह नानाप्रकारें ठार करून सोडला. ह्या वेळीं त्या ठिकाणीं त्रैलोक्यासही भीति उत्पन्न करील अशा प्रकारचा अतिशय मोठा ओरडा झाला! "अरे, धावा धावा! अरे, हा दुस्तर वणवा लागला आहे! सोडवा, सोडवा! अरे, धावतां काय? हा रत्नसमुदाय चूर होऊन गेला! अरे, मी सांगतों तें खोटें नाहीं. हें द्रव्य सर्वांचेंच आहे. अरे, तुह्मी भिऊन गेलां आहां, पण मी पुनः सांगतो ह्याचा विचार करा." अशा रीतीनें त्या वेळीं परस्परांशीं ह्मणत ते लोक भीतीनें पळूं लागले,

ह्याप्रमाणें तो भयंकर संहार होऊं लागला असतां अंतःकरण भीतीनें त्रस्त झाल्यामुळें दमयंती जागी झाली. तेव्हां तें पूर्वीं केव्हांही पाहिलेलें त्रैलोक्यभयंकर असें क्रूरपणाचें कृत्य तिच्या दृष्टीस पडलें. तें पाहून भीतीनें व्याकुल झाल्यामुळें त्या अप्रौढ पद्मनयना स्त्रीस श्वासोच्छ्वासही करितां येईनासें झालें. तथापि ती कशी तरी उठून उभी राहिली. इकडे जे कोणी व्यापारी जखम न होतां त्या संकटांतून सुटले होते ते सर्व एकत्र जमून ह्मणूं लागले कीं " हें कोणत्या बरें कर्माचें फल असावें? आह्मीं महायशस्वी मणिभद्र आणि यक्षाधिपति श्रीमान् प्रभु कुबेर यांची पूजा केली नाहीं; किंवा विघ्न करणाऱ्या देवतांची प्रथम पूजा केली नाहीं हें खास अथवा हें विपरीत फल शकुनाचेंच असावें हें खचीत! आह्माला ग्रह देखील विपरीत नाहींत मग हें काय भलतेंच संकट ओढवलें!" पुढें आपले बांधव आणि द्रव्य ह्यांचा वियोग झाल्यामुळें दीन होऊन गेलेले दुसरे लोक ह्मणाले, " सध्या वेड्यासारखी दिसणारी जी एक विद्रूप स्त्री मनुष्याचें स्वरूप घेऊन आमच्या ह्या प्रचंड समुदायामध्यें येऊन मिळाली आहे, तिनें पूर्वींच ही अतिशय भयंकर माया निर्माण केली असावी. ती खरोखर मनुष्य नसून भयंकर राक्षसी, यक्षस्त्री अथवा पिशाची आहे हें खास! हें सर्व पाप तिचेंच आहे; ह्याविषयीं मुळींच विचार करावयास नको. तेव्हां आतां ह्या समुदायाच्या नाशास कारणीभूत झालेली व अनेक प्रकारचीं दुःखें देणारी ती पापिणी जर आमच्या दृष्टीस पडली, तर ह्या समुदायाचा संहार करणाऱ्या त्या कृत्येला ढेकळांनीं, धुरळ्यानें, गवतानें, लांकडांनी आणि मुठींनीं आह्मी अवश्य मारूं."

त्यांचें तें अत्यंत कठोरपणाचें भाषण ऐकून दमयंती मनांत थिजल्यासारखी झाली व भयभीत आणि निराश होऊन, ज्या बाजूस अरण्य होतें तिकडे पळून गेली. पुढें तें पाप आपलेंच असावें असा संशय आल्यामुळें ती स्वतःविषयीं शोक करूं लागली. ती ह्मणाली, 'माझ्यावर दैवाचा केवढा तरी हा भयंकर कोप! तें स्वस्थतेची आणि माझी गांठही पडूं देत नाहीं. हें कोणच्या बरें कर्माचें फल असेल! मीं तर क्रियेनें, मनानें अथवा वाणीनें कोणाचें थोडें सुद्धां कांहीं वाईट केलें आहे असें मला स्मरत नाहीं, मग हें फळ कोणत्या कर्माचें? खरोखर, पूर्वजन्मीं केलेलेंच महापातक इहजन्मीं माझ्यावर येऊन कोसळलें आहे! ह्मणूनच पतीच्या राज्याचा अपहार होणें, मला आपल्याच मनुष्याकडून पराजय होणें, मला पतीचा वियोग होणें, अर्भकांची ताटातूट होणें, मी अनाथ होऊन जाणें, आणि अनेक प्रकारच्या हिंस्र पशूंचा संचार असलेल्या अरण्यांत राहणें अशी ही अगदीं शेवटच्या कोटींतील कष्टदायक विपत्ति मला प्राप्त झाली आहे.'

हे राजा, दुसरा दिवस उगवल्यावर, मृत्यूच्या तावडींतून बाकी राहिलेले ते व्यापारी लोक हत्तींनीं केलेल्या त्या अघोर कृत्यामुळें कष्टी होऊन आपले बंधु, पिता, पुत्र व मित्र ह्यांविषयीं शोक करीत त्या देशांतून निघून गेले. तेव्हां ती विदर्भकन्या दमयंती पुनः त्या अरण्यांत शोक करूं लागली. ती ह्मणाली, " मीं काय बरें पाप केलें असेल? ह्या निर्जन अरण्यामध्यें मला ज्या जनसमुदायाची गांठ पडली तो देखील हत्तींच्या कळपांनीं ठार करून सोडला! ह्याचें कारण केवळ माझीच दैवहीनता होय. अद्यापि देखील पुष्कळ कालपर्यंत मला दुःख भोगलें पाहिजे! वेळ आल्याखेरीज मरण येत नाहीं असें जें वृद्ध लोकांचें सांगणें मीं ऐकिलेलें आहे तें खरें आहे. ह्मणूनच, ह्या हत्तींच्या कळपानें आज—मी दुःखाकुल झालें.

असूनही—मला तुडवून टाकलें नाहीं. मनुष्याचें कोणतेंही कृत्य दैवानें घडवून आणल्यावांचून होत नसतें हें खरें आहे. पण दैवानें तरी माझा असा काय ह्मणून छळ मांडावा ? मीं कधींही कोणाचें कांहीं वाईट केलेलें नाहीं. लहानपणीं देखील मीं क्रियेनें, मनानें अथवा वाणीनें असें कोणत्याही प्रकारचें पापकर्म केलेलें नाहीं, कीं ज्याच्या योगानें हें दुःख भोगावें लागेल. मला वाटतें, स्वयंवरासाठीं लोकपाल आले होते, तेव्हां ते देव असतांही नलासाठीं मीं त्यांना झिडकारिलें, ह्यामुळें त्यांच्याच प्रभावानें मला ह्या वियोगाची प्राप्ति झाली असावी, हेंच खास !"

दमयंतीचा सुबाहूच्या नगरांत प्रवेश व सैरंध्रीपणाचा स्वीकार.

हे राजेंद्रा, दुःखानें व्याकूळ झालेली शरत्कालीन चंद्रकलेप्रमाणें दिसणारी ती श्रेष्ठ पतिव्रता दमयंती अशा रीतीनें विलाप करीत करीत त्या व्यापारी लोकांबरोबर असलेल्या व मृत्यूच्या तावडींतून सुटलेल्या कांहीं वेदपारंगत ब्राह्मणांच्या संगतीनें जाऊं लागली. जातां जातां लवकरच ह्मणजे सायंकालीं ती बाला चेदिदेशाधिपति सत्यनिष्ठ सुबाहु राजाच्या विशाल आशा नगरांत येऊन पोहोंचली. नंतर अर्धेंच वस्त्र नेसलेली ती दमयंती त्या उत्कृष्ट नगरांत जाऊन चालूं लागली असतां त्या नगरांतील लोक व्याकूळ, कृश, दीन, केश सुटलेली व अंग न पुसलेली अशा त्या दमयंतीकडे—एखाद्या वेडीकडे पहावें त्याप्रमाणें पाहूं लागले. ती त्या चेदिराजाच्या नगरांत शिरत आहे असें पाहतांच त्या नगरवासी लोकांचीं लहान लहान मुलें कौतुकानें तिच्या मागून जाऊं लागलीं. तिला त्या मुलांनीं वेढलें होतें तरी ती तशीच राजमंदिरासमीप गेली. ह्या वेळीं राजाची माता गच्चीवर बसली होती; लोकांनीं वेढिलेल्या दमयंतीकडे पाहून "तिला माझ्याजवळ घेऊन ये. कारण, त्या मुलीला लोक त्रास देत आहेत ह्यामुळें ती कष्टी होऊन गेलेली असून आश्रयाची इच्छा करीत आहे; हिचें हें अशा प्रकारचें स्वरूप खरोखर माझ्या घराला प्रकाशित करून सोडील. असें मला वाटतें. ही विशाललोचना कल्याणी वेड्याचा वेष घेतलेली जणूं प्रत्यक्ष लक्ष्मीच आहे. असें ती आपल्या दाईस ह्मणाली. मग हे राजा, तिजकडून लोक दूर करवून दमयंतीस त्या उत्कृष्ट गच्चीवर आणविल्यानंतर विस्मय पावून ती दमयंतीला विचारूं लागली. "बाई, तूं जरी अशी दुःखानें घेरलेली आहेस तरी तुझें शरीर फारच उत्कृष्ट आहे. ह्यामुळें मेघांमध्यें असणाऱ्या विजेप्रमाणें तूं शोभत आहेस. तेव्हां तूं कोण आणि कोणाची, हें मला सांग. तुझ्या शरीरावर जरी अलंकार नाहींत तरी तुझें स्वरूप कांहीं मनुष्यासारखें दिसत नाहीं. हे देवतुल्यकांतियुक्ते, तूं कोणी तरी देवता असावीस व ह्मणूनच, कोणी साहाय्यकर्ता नसतांनाहीं तुला त्या पुरुषांची भीति वाटत नाहीं !" हें तिचें भाषण ऐकून, दमयंती ह्मणाली, "मी पतीच्या अनुरोधानें वागणारी व इच्छेस वाटेल त्या ठिकाणीं वास करणारी जातिवंत सैरंध्री[1] अशी एक मनुष्य जातींतील स्त्री आहें, असें आपण समजावें. मी फलमूलांचा आहार करीत असतें, एकटीच आहें व ज्या ठिकाणीं संध्याकाळ होईल त्या ठिकाणीं वास्तव्य करितें. माझा पतिही असंख्यगुणसंपन्न असून तो निरंतर माझ्या अनुरोधानेंच वागणारा आहे. मीं देखील त्या

१ चतुःषष्टिकलाभिज्ञा शीलरूपादिसेविनी । प्रसाधनोपचारज्ञा सैरंध्री परिकीर्तिता ॥ कात्यायन.

अर्थः—चौसष्ट कलांचें ज्ञान असलेली, सदाचारिणी' सुस्वरूपी व शरीर सुशोभित करण्याच्या विधीची माहिती असलेली जी स्त्री तिला सैरंध्री ह्मणतात.

वीसवर अनुरक्त असून मार्गानें छायेप्रमाणें त्याच्या मागून चाललें होतें. दुर्दैवानें त्याची द्यूत करण्यामध्यें अत्यंत आसक्ति झाली व त्यांत शत्रूंनीं जिंकल्यामुळें तो एकटाच अरण्याकडे चालला. तेव्हां एकच वस्त्र धारण केलेल्या व दुःखाकुल झाल्यामुळें भ्रमिष्टाप्रमाणें होऊन गेलेल्या पतीस धीर देऊन मीही त्याच्या मागून वनांत गेलें. पुढें एके वेळीं क्षुधेनें व्याप्त व खिन्न झालेल्या त्या वीरानें दुसऱ्या कांहीं कारणामुळें तें एक वस्त्र देखील हरवून टाकलें. तेव्हां नग्न व उन्माद झाल्यामुळें बेभान होऊन गेलेल्या त्या वीरामागून जात असल्यामुळें मला अनेक रात्रपर्यंत झोंप मिळाली नाहीं. ह्याप्रमाणें पुष्कळ दिवस निघून गेल्यानंतर एके ठिकाणीं मला झोंप लागली असतां माझें अर्धें वस्त्र कापून घेऊन आणि निरपराधी अशा मला सोडून तो कोणीकडे निघून गेला ! त्या माझ्या पतीचा मी शोध करीत आहें, तथापि त्या कमलगर्भतुल्य कांति असलेल्या माझ्या हृदयवल्लभाचें दर्शन होत नाहीं ह्यामुळें मी रात्रंदिवस दुःखानें अगदीं होरपळून जात आहें. पण तो सामर्थ्यसंपन्न माझा देवतुल्य प्रिय प्राणेश्वर कांहीं मला भेटत नाहीं!" असें सांगतांना तिचे डोळे अश्रूंनीं भरून आले व आवाज क्षीण झाला, अशा रीतीनें ती भीमकन्या व्याकूळ होऊन पुष्कळ विलाप करीत आहे असें पाहून तिला राजमाता स्वतः ह्मणाली, "हे कल्याणि, तूं कांहीं काळजी करूं नको. माझ्या आश्रयास रहा. तुझ्या योगानें मला फार आनंद होत आहे. हे भद्रे, माझे सेवक लोक तुझ्या पतीचा शोध लावतील व एखादे वेळीं तो इकडे तिकडे फिरतां फिरतां आपोआपही येथें येईल. सारांश, हे कल्याणि, तुला येथेंच राहून पतीची प्राप्ति होईल.' हें राजमातेचें भाषण ऐकून दमयंती ह्मणाली, "हे वीरमाते, कांहीं अटींवर मी तुजपाशीं रहाण्यास तयार आहें. त्या अशाः—

"मी कोणाचें उच्छिष्ट केव्हांही खाणार नाहीं; कोणाचे पाय धुणार नाहीं व परपुरुषांशीं कोणत्याही प्रकारें भाषण करणार नाहीं. मजविषयींची जर कोणी इच्छा केली तर त्याला तूं शिक्षा केली पाहिजेस आणि जो एकदा शिक्षा केली तरीही पुनःपुनः तसेंच करील त्याचा तूं वध केला पाहिजेस. असा माझा नियम ठरलेला आहे. मी पतीचा शोध करण्यासाठीं केवळ ब्राह्मणांचें दर्शन घेईन. ह्या जर अटी तुला कबूल असतील तर मी निःसंशय तुझ्या सन्निध राहीन. ह्यावांचून अन्य तऱ्हेनें कोठेंही राहण्याचें माझ्या मनांत नाहीं." हें ऐकून राजमाता आनंदित अंतःकरणानें तिला ह्मणाली, "तुझे अशा प्रकारचे हे सर्व नियम मी आनंदानें पाळीन." हे राजा, ह्याप्रमाणें त्या भीमकन्येस सांगितल्यानंतर ती राजमाता आपली कन्या सुनंदा हिला ह्मणाली, "सुनंदे, ही सैरंध्री प्रत्यक्ष देवासारखी आहे असें तूं समज. ही तुझ्या अगदीं बरोबरीची आहे तेव्हां ही तुला सखी असूं दे. तूं हिचा कंटाळा न करितां सदोदित हिच्याशीं आनंदानें रहा." हें ऐकून सुनंदेस अत्यंत आनंद झाला व बरोबर सखीजनांचा परिवार असलेली ती सुनंदा त्या दमयंतीस घेऊन आपल्या घरीं आली. त्या ठिकाणीं बहुमान होऊं लागल्यामुळें दमयंती आनंद पावली व सर्वही इष्ट गोष्टी चांगल्या प्रकारें घडून येऊं लागल्यामुळें खेद न पावतां त्या ठिकाणीं वास करूं लागली.

अध्याय सहासष्टावा.

—:०:—

नलकृत कर्कोटकोद्धार.

बृहदश्व ह्मणालाः—हे राजा, दमयंतीला सोडून गेल्यानंतर नलराजास एका मोठ्या अरण्यांत दावाग्नि पेटलेला दिसला व त्यांतून "हे

नला, हे पुण्यश्लोका, धाव! धाव!" असा कोण्या प्राण्याचा मोठा शब्द वारंवार त्याच्या कानांवर येऊं लागला. तेव्हां, "भिऊं नको!" असें ह्मणून नल अग्नींत शिरला असतां त्यास तो शब्द करणारा प्राणी वेटोळें घालून पडलेला नागाधिपति आहे असें दिसून आलें. तेव्हां दावाग्नीच्या भीतीमुळें थरथरां कांपत असलेला तो नाग हात जोडून नलास ह्मणाला कीं, "हे राजा, मी कर्कोटक नांवाचा नाग आहें असें तूं समज. मीं महातपस्वी महर्षि नारदास फसविलें ह्यामुळें, हे राजा, क्रोधानें व्याप्त होऊन जाऊन त्यानें मला शाप दिला कीं, 'नलराजा तुला येथून कोठें तरी घेऊन जाई-तोंपर्यंत तूं ह्या ठिकाणीं पाषाणादिक स्थावरांसारखा होऊन रहा. पुढें नलानें तसें केल्यानंतर तूं माझ्या शापांतून मुक्त होशील." राजा, त्याच्या शापामुळें मला एक पाऊल सुद्धां हालतां येत नाहीं. मी तुला पुढें तुझ्या हिताची गोष्ट सांगेन. तेव्हां तूं आतां माझें संरक्षण कर. मी तुझा मित्रही होईन. माझ्यासारखा दुसरा सर्प नाहीं. मी तुला हलकाही जाईन. तेव्हां लवकर मला घेऊन जा." असें ह्मणून तो नागाधिपति अंगठ्याएवढा झाला असतां त्याला घेऊन नल ज्या ठिकाणीं दावाग्नि नव्हता त्या ठिकाणीं गेला; आणि अग्निवर्जित अशा मोकळ्या जागेंत आल्यानंतर त्या ठिकाणीं तो त्यास खालीं टाकूं इच्छित आहे इतक्यांत कर्कोटक नाग पुनः म्हणाला.

कर्कोटकाचा प्रत्युपकार.

"हे नैषधा, तूं आपलीं कांहीं पावलें मोजीत चाल ह्मणजे, हे महाबाहो, मी तुझें अतिशय कल्याण करीन." हें ऐकून नलराजा आपलीं पावलें मोजूं लागतांच दहावें पाऊल टाकण्याच्या वेळीं त्याला त्या नागानें दंश केला. त्याचा दंश होतांच नलराजाचें पूर्वीचें स्वरूप तत्काल नाहींसें झालें. तेव्हां, आपलें स्वरूप बदलून गेलें आहे असें पाहून नलराजा आश्चर्यचकित होऊन गेला असतां त्याला त्या नागाचें प्रत्यक्ष दर्शन झालें. तदनंतर, कर्कोटक नाग सांत्वन करीत नलास ह्मणाला, "लोकांनीं तुला ओळखूं नये ह्मणून मीं तुझें स्वरूप गुप्त करून टाकिलें आहे. हे नला, ज्याच्या पायीं तूं अत्यंत दुःखपीडित झाला आहेस तो कलि तुझ्या शरीरांत माझें विष असल्यामुळें फार कष्टानें राहील. हे महाराजा, तुझे अवयव विषानें व्याप्त झाले असल्यामुळें तुला सोडी-तोंपर्यंत तुझ्या शरीरांत त्याला दुःखानेंच वास करावा लागेल. हे प्रजापालका, तूं निरपराधी असतां ज्यानें तुझ्याशीं वंचना केली त्याच्याशीं क्रोधामुळें मत्सर करून मीं तुझें संरक्षण केलें आहे. हे नरश्रेष्ठा राजा, माझ्या अनुग्रहामुळें तुला आतां वाघासारखे दाढा असलेले हिंसक प्राणी अथवा ब्रह्मवेत्ते ह्यांची मुळींच भीति उरणार नाहीं. तसेंच, हे राजा, तुला विषजन्य पीडाही होणार नाहीं व तूं संग्राममध्यें निरंतर जय मिळविशील. हे राजा, आतां तूं आजच येथून निघून 'मी बाहुक नांवाचा सारथि आहें' असें सांगून अयोध्यानामक रम्य नगरीमध्यें ऋतुपर्ण नांवाच्या राजाकडे जा. हे निषधेश्वरा, तो अक्षक्रीडेमध्यें निष्णात आहे. तूं त्याला अश्वविद्येचें रहस्य सांगितलेंस ह्मणजे तो तुला ह्या अक्षक्रीडेंतील मर्म शिकवील आणि तो इक्ष्वाकुवंशज श्रीमान् ऋतुपर्ण तुझा मित्रही होईल. अशा रीतीनें ज्या वेळीं तूं अक्षक्रीडेमध्यें अभिज्ञ होशील त्या वेळीं तुझें कल्याण होईल; व तुझी भार्या, राज्य आणि दोन अपत्यें ह्यांची तुला प्राप्ति होईल, हें मी खरें सांगतों. आतां तूं अंतःकरणांत शोक बाळगूं नको. राजा, ज्या वेळीं तुला आपलें स्वरूप पहाण्याची इच्छा होईल त्या वेळीं तूं माझें स्मरण

करून हें वस्त्र परिधान कर. ह्या वस्त्रानें तूं आच्छादित झालास ह्मणजे तुला तुझ्या स्वरूपाची प्राप्ति होईल." असें ह्मणून त्यानें नलाला दोन दिव्य वस्त्रें अर्पण केलीं. हे कुरुकुलोत्पन्ना राजा, ह्याप्रमाणें नलाला उपदेश करून वस्त्र अर्पण केल्यानंतर तो नागराज त्याच ठिकाणीं गुप्त झाला.

अध्याय सदुसष्टावा.

—:*:—

नलराजाचा अज्ञातवास.

बृहदश्व म्हणाला:–तो नाग अंतर्धान पावल्यानंतर निषधाधिपति नलराजा तेथून निघाला, तो दहावे दिवशीं ऋतुपर्ण नांवाच्या राजाच्या नगरामध्यें गेला. तेथें गेल्यानंतर तो राजाजवळ जाऊन 'मी बाहुक आहें' असें सांगून ह्मणूं लागला, "घोडे हांकण्याच्या कामांत ह्या पृथ्वीमध्यें माझ्यासारखा कोणीही नाहीं. तसेंच, अर्थासंबंधीं संकटें आणि इतरही चातुर्याचीं कामें ह्यांमध्यें सुद्धां माझा विचार घेतां येण्यासारखें आहे. उत्कृष्ट प्रकारचें अन्न तयार करण्याचीही माहिती मला दुसऱ्याहून अधिक आहे. हे ऋतुपर्णा, ह्या लोकांमध्यें जीं कांहीं कलाकौशल्याचीं कामें अथवा दुसरेंही जें कांहीं अत्यंत दुष्कर कर्म असेल तें सर्वही करण्याविषयीं मी प्रयत्न करीन. तेव्हां, हे ऋतुपर्णा, तूं माझें पोषण कर."

ऋतुपर्ण ह्मणाला:—बाहुका, रहा येथें. तुझें कल्याण असो! तूं हीं सर्व कामें करीत जा; पण त्यांतूनही लवकर गमन करण्याविषयीं माझ्या बुद्धीला विशेष उत्साह वाटतो. तेव्हां तूं आधीं तें काम कर कीं, ज्या योगानें माझे अश्व शीघ्रगामी होतील. आतां तूं माझा अश्वाध्यक्ष आहेस. तुला दहा हजार सुवर्ण पगार मिळत जाईल. तसेंच वार्ष्णेय आणि जीवल हे उभयतां प्रत्यहीं तुझ्या सेवेस रहातील. ह्मणजे त्यांच्या सहवासानें तुलाही करमणूक होईल. सारांश, हे बाहुका, तूं माझ्याजवळ रहा.

बृहदश्व म्हणाला:—त्यानें असें भाषण केल्यानंतर नलराजा त्या ऋतुपर्णाच्या नगरामध्यें वार्ष्णेय आणि जीवल ह्यांच्यासहवर्तमान संमानानें राहिला. तो राजा त्या ठिकाणीं राहिला होता तरी दमयंतीसंबंधानें वारंवार विचार करीत असे व दररोज संध्याकाळीं हा एक श्लोक ह्मणे:–"ती बिचारी क्षुधा व तृषा ह्यांनीं व्याकुल झाल्यामुळें थकून जाऊन कोठें बरें निजली असेल? अथवा त्या मंदाचें (मूर्खाचें) स्मरण करीत करीत ती आतां कोणाजवळ बरें जाऊन राहिली असेल?" पुढें एके दिवशीं नलराजा रात्रीं ह्याप्रमाणें बोलूं लागला असतां जीवल त्याला ह्मणाला कीं, "हे बाहुका, तूं दररोज कोणत्या स्त्रीविषयीं हळहळत असतोस, हें ऐकण्याची माझी इच्छा आहे. हे आयुष्मन्, जिच्यासंबंधानें तूं असा वारंवार हळहळत आहेस ती स्त्री कोणाची? हें ऐकून त्याला नलराजा ह्मणाला, "कोणा एका जडबुद्धि पुरुषाची अतिशय मान्य अशी एक स्त्री होती. त्याच्या भाषणांत मुळींच दृढता नसे. कांहीं कारणामुळें त्या मूर्खाचा आणि तिचा वियोग झाला. वियोग होतांच तो मूर्ख दुःखानें अत्यंत पीडित व शोकानें दग्ध होऊन भटकूं लागला. दिवसा आणि रात्रींही त्याचा डोळ्याला डोळा लागत नसे. संध्याकाळ झाली ह्मणजे तिची आठवण होऊन तो एक श्लोक गाण्याच्या सुरावर म्हणत असे. पुढें संपूर्ण पृथ्वीवर फिरतां फिरतां कोण्या एका ठिकाणीं कांहीं तरी मिळवून तो सांप्रत रहात आहे. पण तो तशा प्रकारें राहण्यास योग्य नसल्यामुळें त्याला वारंवार त्या आपल्या

पूर्वीच्या दु:खाची आठवण होत आहे. ती त्याची स्त्री संकटकाळीं देखील त्या पुरुषाच्या मागून वनामध्यें गेली असतां पुण्य कमी असलेल्या त्या पुरुषानें तिचा त्याग केला. अशा स्थितींत जर ती जिवंत राहिली असेल तर तिला आपलें जीवित दु:खानेंच कंठावें लागत असेल. ती एकटी, वय लहान, मार्गाचें तर ज्ञान नाहीं, शिवाय तशा स्थितींत राहण्याला ती योग्य नसून क्षुधेमुळें व तृष्णेमुळें तिचे अवयव अगदीं व्याकूळ होऊन गेले असतील. हे आर्या, प्रत्यहीं श्वापदांचा संचार असलेल्या महाभयंकर अरण्यांत त्या भाग्यहीन अशा मूर्खानें सोडलेली ती स्त्री जर जिवंत असलीच तर तिला आयुष्य कंठितां येणें फार कठीण आहे."

ह्याप्रमाणें दमयंतीचें स्मरण करीत करीत तो निषधदेशाधिपति राजा नल ऋतुपर्ण राजाच्या घरीं आज्ञातवासांत राहिला.

अध्याय अडुसष्ठावा.

—:*:—

नल व दमयंती ह्यांच्या शोधार्थ भीमकृत ब्राह्मणप्रेषण.

बृहदश्व ह्मणाला:—शत्रूंनीं राज्य हरण केल्यामुळें नलराजा आणि त्याची पत्नी हीं उभयतां दुसऱ्यांचे दास होऊन राहिलीं असतां इकडे भीमराजानें नलाचा शोध करण्याच्या इच्छेनें ब्राह्मण पाठविले. त्यांस पाठवितेवेळीं पुष्कळ द्रव्य देऊन भीमराजानें सांगितलें कीं, " राजा नल आणि कन्या दमयंती ह्यांचा तुह्मीं शोध लावा. हें काम तुमच्याकडून घडून आलें आणि नलाचा शोध लागला ह्मणजे तुह्मांपैकीं जो मनुष्य त्या उभयतांना इकडे घेऊन येईल त्याला मी एक हजार गाई देईन व शिवाय अग्रहार आणि शहरच्या तोडीचा गांवही देईन. नल अथवा दमयंती ह्यांना इकडे आणतां येणें शक्य नसलें व नुसता त्यांचा शोध लागला तरी देखील मी प्रत्यक्ष द्रव्यच अशा दहा हजार गाई देईन." ह्याप्रमाणें त्यानें भाषण करितांच आनंद पावून ब्राह्मण सर्वही दिशांकडे निघून गेले. त्यांनीं नल आणि त्याची भार्या ह्यांचा अनेक नगरांमध्यें व राष्ट्रांमध्यें शोध केला. तथापि नल अथवा भीमकन्या दमयंती हीं कोठें त्यांच्या दृष्टीस पडलीं नाहींत.

सुदेवास दमयंतीचें दर्शन व त्यानें केलेलें तिचें वर्णन.

पुढें त्यांपैकीं सुदेव नांवाचा एक ब्राह्मण त्यांचा शोध करीत करीत रम्य अशा चेदिनगरामध्यें गेला असतां त्या ठिकाणीं राजवाड्यामध्यें राजाचें पुण्याहवाचन चाललें असतां सुनंदेसहवर्तमान उभी राहिलेली विदर्भराजकन्या दमयंती त्यास दिसली. तिच्या अप्रतिम स्वरूपाची कांति हीन होऊन गेल्यामुळें ती धुराच्या लोटानें प्रतिबद्ध केलेल्या अग्नीच्या कांतीप्रमाणें दिसत होती. अत्यंत मलिन आणि कृश झालेल्या त्या विशालनयनेकडे निरखून पाहिल्यानंतर त्यानें " हीं दमयंतीच असावी." असा तर्क केला व इतर कारणांवरून आपल्या तर्काची उपपत्तिही बसविली.

सुदेव ह्मणाला:—ह्या स्त्रीला मीं पूर्वीं जशी पाहिली होती तशीच ही सांप्रत दिसत आहे. सर्व लोकांमध्यें सुंदर व प्रत्यक्ष लक्ष्मीप्रमाणें असणाऱ्या ह्या स्त्रीचें अवलोकन झाल्यामुळें आज माझें अभीष्ट कार्य सिद्ध झालें आहे. हिची कांति पूर्णचंद्रासारखी असून

ही श्यामा आहे; हिचे स्तन सुंदर आणि वाटोळे आहेत व ही देवस्त्रीप्रमाणें असल्यामुळें आपल्या कांतीनें सर्वही दिशा अंधकारशून्य करून सोडीत आहे. हिचे नेत्र सुंदर व कमलपत्राप्रमाणें विशाल आहेत; ही केवळ मदनाची रतिच अशी दिसत आहे. चंद्राच्या कांतीप्रमाणें आल्हाददायक असल्यामुळें ही सर्वही लोकांस प्रिय आहे. दैवाच्या दोषामुळें विदर्भदेशरूपी सरोवरांतून उपटून काढली गेलेली व मल आणि चिखल ह्यांनीं भरून गेलेली ही जणूं कामवल्लीच आहे, अथवा राहूनें चंद्र ग्रस्त करून टाकिलेली जणू पौर्णिमेची रात्रच आहे अशी दिसत आहे. पतिविषयक शोकानें व्याकुल व दीन होऊन गेल्यामुळें हिची दशा प्रवाह आटून गेलेल्या नदीसारखी झालेली आहे. पति व मुलें ह्यांचा वियोग झाला असून आश्रयास आलेले लोकही हिजपासून दूर निघून गेले असल्यामुळें ही, हत्तीच्या सोंडेंत सांपडलेल्या व ह्मणूनच जिचीं पानें व कमळें ह्यांचा विध्वंस होऊन गेला असून जिच्या आश्रयास असणारे हंसादिक पक्षीही भयभीत होऊन गेले आहेत अशा हीन दशेस पोहोंचलेल्या कमलिनीसारखी दिसत आहे. ही सुकुमार असून हिचे सर्वही अवयव अगदीं प्रमाणबद्ध आहेत, ह्यामुळें ही केवळ रत्नमय अशा विलासमंदिरामध्येंच राहण्यास योग्य असतां, सांप्रत सरोवरांतून उपटून काढलेल्या व ह्मणूनच सूर्यकिरणांच्या योगानें अतिशय तळपत असलेल्या कमळाच्या देंठाप्रमाणें म्लान होऊन गेली आहे. ही अत्यंत सुंदर असल्यामुळें अलंकार धारण करण्यास योग्य आहे. तथापि, ते न धारण केल्यामुळें, आकाशामध्यें नुकतीच उगवलेली पण नीलवर्ण मेघानें आच्छादित झालेली चंद्रकला असावी त्याप्रमाणें ही दिसत आहे. अभीष्ट आणि आवडत्या उपभोग्य वस्तूंचा अभाव व बांधवजनांचा वियोग ह्यांमुळें दीन होऊन गेलेली ही स्त्री केवळ पतीचें दर्शन होईल ह्या आशेनेंच देह धारण करीत आहे. खरोखर स्त्रियांना पति ह्मणजे एक उत्कृष्ट प्रकारचा अलंकारच आहे; मग तिला दुसरे अलंकार नसले तरी चालतील व ह्मणूनच ही जरी मूळचीच सुंदर आहे तरी देखील त्या पतीचा वियोग झाल्यामुळें शोभेनाशी झाली आहे. हिचा वियोग झाला असतांही अद्यापि नल देह धारण करीत आहे व शोकानेंही क्षीण होऊन जात नाहीं, हें त्याचें कृत्य अत्यंत दुर्घट होय. कारण, कृष्णवर्ण केशाग्र आणि कमलपत्राप्रमाणें विशाल लोचन ह्यांनीं युक्त असलेली ही स्त्री सुखोपभोगास योग्य असतांही दुःख पावत आहे हें पाहून माझ्या देखील अंतःकरणास पीडा होत आहे; मग तो तर काय हिचा पतिच आहे! ज्याप्रमाणें रोहिणीला चंद्राचा समागम होतो त्याप्रमाणें पतीचा समागम होऊन ही कल्याणी ह्या दुःखांतून केव्हां बरें पार पडेल? खरोखर, राज्यभ्रष्ट झालेल्या राजाला पुनरपि पृथ्वीची प्राप्ति झाली ह्मणजे जसा आनंद होतो त्याप्रमाणें हिची पुनः प्राप्ति झाली ह्मणजे निषधाधिपति नलराजा आनंद पावेल. दोघांचा सारखाच स्वभाव, सारखें वय आणि सारखें कुल ह्यांनीं युक्त असल्यामुळें ही विदर्भराजकन्या नलराजासच योग्य आहे, आणि तोही ह्या नीललोचनेसच योग्य आहे. ह्या वेळीं गंभीरपणा, शौर्य आणि

---

१ शीते सुखोष्णसर्वांगी ग्रीष्मे च सुखशीतला।
तप्तकांचनवर्णाभा सा स्त्री श्यामेति कथ्यते॥

अर्थः—जिचे सर्वही अवयव शीतकालामध्यें सुख होईल इतके उष्ण व उष्णकालामध्यें सुख होईल इतके शीतल असून जिचा वर्ण व शरीरकांति तप्त वर्ण झालेल्या सुवर्णासारखी असते, तिला श्यामा असें ह्मणतात.

बल ह्यांनीं युक्त असणाऱ्या त्या नलराजाच्या —ह्या पतिदर्शनाविषयीं अत्यंत उत्सुक झालेल्या-भार्येस मीं धीर देणें योग्य आहे. तेव्हां, जिला दुःखाचें केव्हांही दर्शन झालेलें नाहीं असें असून जी सांप्रत दुःखानें व्याकूळ होऊन एक-सारखी चिंता करीत बसलेली आहे, त्या ह्या पूर्णचंद्रमुखीस आतां मी धीर देतों.

सुदेवास दमयंतीची भेट.

ह्याप्रमाणें विचार करून व अनेक प्रकारचीं कारणें व खाणाखुणा ह्यांवरून ती दमयंतीच आहे असें ओळखून तो सुदेव ब्राह्मण तिज-पाशीं जाऊन म्हणाला, " हे विदर्भराजकन्ये, मी तुझ्या बंधूचा प्रिय मित्र सुदेव असून राजा भीम ह्याच्या सांगण्यावरून तुझा शोध करण्या-साठीं येथें आलों आहें. हे राजपत्नि, तुझा पिता आणि बंधु हे खुशाल असून त्यांच्या येथें असलेलीं तुझीं दोन दीर्घायुषी अपत्येंही सुख-रूप आहेत. तुझ्या ह्या स्थितीमुळें तुझे बंधुवर्ग अगदीं निःसत्त्व होऊन गेले असून त्यांच्या आज्ञेवरून तुझा शोध करण्यासाठीं शेंकडों ब्राह्मण पृथ्वीवर फिरत आहेत. "

बृहदश्व म्हणालाः—युधिष्ठिरा, हें ऐकून त्या सुदेवास ओळखून दमयंतीनें आपल्या सर्वही आप्तइष्टांविषयीं त्याला अगदीं क्रमानें विचारलें; आणि, हे राजा, आपल्या बंधूंचा प्रिय मित्र द्विजश्रेष्ठ सुदेव ह्यास अवलोकन करितांच दमयंती शोकानें आक्रांत होऊन जाऊन अति-शय रडूं लागली. हे भरतवंशजा, ती सुदेवा-बरोबर एकांतांत बोलत असून रडत आहे असें पाहून सुनंदाही शोकाकुल होऊन गेली व आपल्या मातेकडे जाऊन तिला सांगूं लागली; " सैरंध्रीला एका ब्राह्मणाची भेट झाली आहे व तेव्हांपासून ती अतिशय रडत आहे. तेव्हां, जर तुला वाटत असेल तर तूं तिची विचारपूस कर. " हें ऐकून चेदिराजाची माता अंतःपुरां-तून निघाली व ज्या ठिकाणीं ती बाला ब्राह्मणा-सहवर्तमान बसली होती तेथें गेली. नंतर, हे राजा, ती राजमाता त्या सुदेवास बोलावून आणून विचारूं लागली कीं, " हे विप्रा, ही प्रेमळ स्त्री कोणाची भार्या आणि कोणाची मुलगी आहे ? ही आपल्या आप्तइष्टांतून कशी बाहेर पडली ? ह्या वाम (सुंदर) लोचनेस पतीचा वियोग कसा झाला ? आणि अशा स्थितींत असतां तूं हिला कशी ओळखलीस ? विप्रा, हें ऐकण्याची मला इच्छा आहे व ह्मणूनच मी ह्या देवरूपी स्त्रीविषयीं तुला प्रश्न करीत आहें. तेव्हां, ह्यांतील सर्व खरा वृत्तांत तूं मला पूर्णपणें कथन कर. " हे राजा, ह्याप्रमाणें तिनें विचारल्यानंतर ब्राह्मणश्रेष्ठ सुदेव स्वस्थ बसून दमयंतीचा वृत्तांत अगदीं जशाचा तसाच सांगूं लागला.

अध्याय एकोणसत्तरावा.

—:०:—

सुदेवकथित दमयंतीवृत्तांत.

सुदेव ह्मणालाः—महातेजस्वी धर्मात्मा भीम ह्मणून एक विदर्भदेशाचा राजा आहे. त्याचीच ही कल्याणी कन्या असून दमयंती ह्या नांवानें प्रख्यात आहे. वीरसेनाचा पुत्र निषधदेशाधि-पति नल ह्मणून जो राजा आहे त्या ज्ञानसंपन्न पुण्यश्लोकाची ही कल्याणी भार्या होय. त्या पृथ्वीपतीस त्याच्या बंधूनें द्यूत करून जिंकिलें व त्याचें राज्य हिरावून घेतलें. ह्यामुळें तो ह्या दमयंतीसहवर्तमान कोठें निघून गेला ! त्याचा शोध कोणालाही लागलेला नाहीं. आह्मी दमयंतीच्या शोधाकरितां पृथ्वीवर फिरत असतां ती ही बाला दमयंती तुझ्या पुत्राच्या मंदिरा-मध्यें मला भेटली. तिच्यासारख्या स्वरूपाची दुमरी मनुष्यस्त्री कोणीही नाहीं. भरतारुण्यांत असलेल्या ह्या स्त्रीचें तें कमलाकृति व मलानें

अच्छादित झाल्यामुळें झांकून गेलेलें लासें, अभ्रांनीं अच्छादित झालेल्या चंद्राप्रमाणें मला दिसलें. हिला ओळखण्याची खूण असलेलें हें लासें विधात्यानें ऐश्वर्यप्राप्तीसाठींच हिच्या ठिकाणीं निर्माण केलेलें आहे. तथापि, सांप्रत तें विशेषसें खुलून दिसत नसल्यामुळें प्रतिपदेच्या योगानें निस्तेज झालेल्या चंद्रकलेप्रमाणें भासत आहे. अभ्यंगादिक संस्कार नसल्यामुळें हिचें स्वरूप जरी शरीरावरील मलानें व्याप्त होऊन गेलेलें आहे, तथापि तें अगदींच नाहींसें झालें नसून उघड उघड सुवर्णासारखें दिसत आहे. ज्याप्रमाणें झांकलेला अग्नि उष्णतेच्या योगानें ओळखितां येतो, त्याप्रमाणें हें शरीर आणि हें लासें ह्यांच्या योगानें खूण पटून ही बाला राजपत्नी मला ओळखितां आली." हे राजा, ह्याप्रमाणें सुदेवाचें भाषण ऐकून सुनंदेनें त्या लाशावरील मळ धुऊन काढविला. मळ नाहींसा होतांच दमयंतीचें तें लासें निरभ्र आकाशांतलि चंद्राप्रमाणें शोभूं लागलें.

राजमातेस दमयंतीची ओळख व दमयंतीचें पितृगृहीं आगमन.

हे भरतवंशजा, तिचें तें लासें पहातांच सुनंदा आणि राजमाता ह्या तिला आलिंगन देऊन जवळ जवळ दोन घटकांपर्यंत रडत राहिल्या. नंतर अश्रु पुसून राजमाता तिला हळू हळू ह्मणाली, "हे सुंदरांगि, तूं माझ्या भगिनीची कन्या आहेस अशी ह्या लाशावरून खूण पटली ! मी आणि तुझी माता ह्या उभयतां दशार्णदेशाचा अधिपति राजा सुदामा ह्याच्या कन्या आहों. तिला भीमराजाला दिलेली आहे आणि मला वीरबाहूला. तूं जन्मलीस त्या वेळीं मीं तुला दशार्णदेशामध्यें आपल्या पित्याच्या घरीं पाहिली होती. हे प्रेमवति, तुला जसें तुझ्या पित्याचें घर त्याचप्रमाणें माझेंही असून हें ऐश्वर्य जसें माझें तसेंच तुझेंही आहे." हे राजा, ह्याप्रमाणें हें भाषण ऐकून दययंती आनंदित अंतःकरणानें त्या आपल्या मातृभगिनीस प्रणाम करून ह्मणाली, "तुला जरी मीं ओळखिलें नव्हतें तरी देखील मी तुजपाशीं सुखानें राहिलें होतें. माझ्या सर्वही वासना चांगल्या रीतीनें पुरवून तूं सदोदित माझें संरक्षण केलेंस. तुजपाशीं रहाणें हें पुढें देखील मला अतिशय सुखदायक होईल ह्यांत कांहीं संशय नाहीं. तथापि, हे माते, मी फार दिवस प्रवासांत आहें, तेव्हां तूं मला जाण्याची परवानगी दे. त्यांतूनही मी राहिलें असतें, पण बालावस्थेंत असलेलीं माझीं दोन मुलें माझ्या पित्याच्या घरांत नेऊन ठेविलीं आहेत. तेव्हां मी येथें राहिलें ह्मणजे आपल्या पित्याची व त्यांतूनही माझा वियोग झाल्यामुळें शोकाकुल झालेल्या त्या मुलांची स्थिति कशी होईल ? तेव्हां आतां ह्या ठिकाणीं माझें कांहीं प्रिय करण्याची जर तुझी इच्छा असेल, तर विदर्भदेशास जाण्याची इच्छा असलेल्या मला सत्वर वाहन दे ह्मणजे झालें." हे राजा, ह्याप्रमाणें तिनें सांगितल्यावर तिच्या त्या मावशीनें 'ठीक आहे' असें उत्तर दिलें. नंतर, हे भरतकुलश्रेष्ठा, त्या राजमातेनें आपल्या पुत्राची परवानगी घेऊन पालखींतून दमयंतीची रवानगी करून दिली. तिनें तिच्याबरोबर संरक्षणासाठीं मोठें सैन्य व उत्कृष्ट प्रकारचे खाण्यापिण्याचे पदार्थ आणि दास, दासी इत्यादिक परिवारही दिला. तेथून निघाल्यानंतर लवकरच ती दमयंती विदर्भदेशांत गेली. तेव्हां तिच्या सर्व बंधुवर्गानीं आनंदानें तिचा बहुमान केला. हे राजा, तेथें गेल्यानंतर त्या कीर्तिशालिनी दमयंतीनें आपले सर्व बंधुजन, तीं दोन मुलें, उभयतां मातापितर आणि सर्व सखीजन हे कुशल आहेत असें पाहून देवतांचें व ब्राह्मणांचें पूजन

केलें. त्या वेळीं आपल्या मुलीस पाहतांच भीमराज आनंदित झाला व त्यानें लागलीच हजार गाई, गांव आणि द्रव्य हीं देऊन सुदेव ब्राह्मणास तृप्त केलें. हे राजा, पुढें त्या दमयंतीनें त्या पित्याच्या घरीं रात्रभर राहून विश्रांति घेतली आणि नंतर आपल्या मातेला असें ह्मटलें.

दमयंती ह्मणाली:---आई, मीं जिवंत रहावें अशी जर तुझी इच्छा असेल तर मी तुला खरेंच सांगतें, तूं त्या नरवीर नलास आणविण्याविषयींचा प्रयत्न कर.

नलाच्या शोधार्थ ब्राह्मणप्रेषण.

दमयंतीनें तसें सांगितल्यामुळें त्या राणीला अतिशय दुःख झालें, व तिचे नेत्र अश्रूंनीं भरून आले; पण तिनें दमयंतीला कांहींही उत्तर दिलें नाहीं. त्या वेळीं तिची अशी स्थिति झाली आहे हें पाहून सर्व अंतःपुरांतील लोकांत अत्यंत हाहाकार उडून गेला व ते अतिशय रडूं लागले. पुढें कांहीं काळ गेल्यानंतर महाराज भीम ह्याला त्याची भार्या ह्मणाली कीं, " आपली कन्या दमयंती ही पतीविषयीं शोक करीत आहे. हे राजा, तिनें आपली लज्जा देखील जरा बाजूस ठेवून मला स्वतः सांगितलें. तेव्हां आतां पुण्यश्लोक नलराजाचा शोध करण्याविषयीं तुझ्या दूतांनीं प्रयत्न केला पाहिजे." असें तिनें सांगितल्यानंतर राजा भीम ह्यानें " नलाचा शोध करण्याविषयीं प्रयत्न करा " असें सांगून आपल्या आज्ञेंत वागणारे ब्राह्मण चोहोंकडे पाठविले.

दमयंतीचें ब्राह्मणांस सांगणें.

तदनंतर, विदर्भदेशाधिपतीच्या आज्ञेवरून निघालेले ते ब्राह्मण जातेवेळीं दमयंतीकडे गेले, व तिला तसें सांगूं लागले. तेव्हां दमयंती त्यांस म्हणाली:---आपण सर्वही राष्ट्रांमध्यें त्या त्या ठिकाणीं लोकसमूहांमध्यें जाऊन वारंवार असें ह्मणा कीं, " हे धूर्ता प्रियकरा, तुझ्यावर अनुरक्त असणारी मी तुझी प्रिया अरण्यामध्यें झोंपीं गेलें असतां माझें अर्धें वस्त्र कापून घेऊन मला सोडून देऊन तूं कोणीकडे निघून गेला आहेस? तूं तिला पूर्वीं जशी पाहिलीस तशीच ती बाला अर्ध्या वस्त्रानें आच्छादित असून दुःखानें अतिशय होरपळून तुझी मार्गप्रतीक्षा करीत राहिलेली आहे. हे वीरा राजा, त्या शोकामुळें सदोदित रडत असलेल्या त्या स्त्रीवर अनुग्रह कर व उत्तर दे." ब्राह्मणहो, माझ्यावर त्यानें कृपा करावी ह्मणून त्याला तुह्मीं अशाच रीतीनें आणखी देखील कांहीं सांगितलें पाहिजे; एकदा सांगून भागावयाचें नाहीं. कारण, मजवर अनुग्रह करण्याला त्याच्या अंतःकरणांत कळवळा उत्पन्न झाला पाहिजे व तसें होण्यास त्याचें दुःख अतिशय वाढलें पाहिजे. तें तुह्मी एकदाच बोलल्यानें वाढावयाचें नाहीं कारण, वाऱ्याचा झपाटा लागल्याशिवाय अग्नि वनाचा दाह करण्यासारखा प्रदीप्त होत नाहीं. ह्मणूनच त्याला तुह्मी आणखी असें ह्मणा कीं, "पतीनें आपल्या पत्नीचे पोषण आणि संरक्षण केलें पाहिजे. पण तूं धर्मवेत्ता असतांही त्या दोन्ही गोष्टींस कसा मुकलास कोण जाणे! तूं ज्ञाता, कुलीन आणि दयाळू ह्मणून सदोदित प्रसिद्ध आहेस. पण माझें भाग्यच क्षीण होऊन गेल्यामुळें तूं मजविषयीं निर्दय झाला आहेस असें मला वाटतें. हे पुरुषश्रेष्ठा, निर्दयपणा न करणें हाच मुख्य धर्म आहे असें मीं तुझ्याच तोंडून ऐकिलेलें आहे. तेव्हां तूं माझ्यावर दया केली पाहिजेस." तुह्मी असें बोलूं लागलां असतां त्यावर जर कोणीं कोणत्याही प्रकारें उत्तर दिलें तर त्या मनुष्याविषयींचा सर्व प्रकारें तपास करा कीं, तो कोण आणि कोठें रहात असतो? हे द्विजश्रेष्ठहो, जो मनुष्य अशा रीतीचें तुमचें भाषण ऐकून त्याजवर उत्तर देईल त्याचें तें उत्तर

आपण मला येऊन कळवा. तसेंच, माझ्या सांगण्यावरून तुह्मी हें बोलत आहां आणि तुह्मी पुनः मजकडे परत येत आहां हें त्यास कळून येणार नाहीं अशी सावधगिरी ठेवा. तो मनुष्य जरी ऐश्वर्यसंपन्न असला, दरिद्री असला अथवा सामर्थ्यशून्य असला तरी त्याच्या मनांतून काय करावयाचें आहे तें आपण समजून घ्या.

राजा, ह्याप्रमाणें दमयंतीनें सांगितल्यानंतर तशा प्रकारच्या दुःखामध्यें असलेल्या नलराजाचा शोध करण्यासाठीं ते ब्राह्मण तात्काळ चोहोंकडे निघून गेले. हे राजा, त्यांनीं निरनिराळे देश, त्यांतील राजधान्या, गांवें, गौळवाडे, आश्रमं इत्यादि ठिकाणीं नलराजाचा शोध केला, तथापि त्याचा तपास लागला नाहीं ! राजा युधिष्ठिरा, त्या दमयंतीनें जसें सांगितलें होतें तशाच प्रकारें तें भाषण ते सर्वेही ब्राह्मण त्या त्या ठिकाणीं गेल्यानंतर लोकांच्या कानांवर घालीत असत.

अध्याय सत्तरावा.

—:०:—

नलाचा शोध व दमयंतीची योजना.

बृहदश्व म्हणालाः—पुढें पुष्कळ काल निघून गेल्यानंतर पर्णाद नांवाचा ब्राह्मण विदर्भ नगरीकडे परत येऊन दमयंतीला असें ह्मणाला, "दमयंति, मी निषधाधिपति नलराजाचा शोध करीत अयोध्यानगरींत ऋतुपर्णराजाकडे गेलों; आणि, हे सुंदरि, तो महाभाग्यशाली ऋतुपर्ण मंडळीसह बसला असतां तूं सांगितलेलें तें भाषण मी त्याच्या कानांवर घातलें. मी वरचेवर बोलूं लागलों तरी देखील तें ऐकून ऋतुपर्णराजा अथवा त्याच्या सभेंतील दुसरा कोणीही मनुष्य मला कांहींही बोलला नाहीं. पण पुढें मला ऋतुपर्णाची परवानगी झाल्यानंतर, त्या राजाचा बाहुकःनांवाचा कोणी एक सेवक आहे, त्यानें एकांतांत उत्तर दिलें. हा त्या राजाचा सेवक दिसण्यांत विद्रूप आहे; त्याचे दंड आंखूड आहेत; व तो घोडीं जलद चालविण्याविषयीं चतुर असून स्वयंपाकही मोठा मिष्ट करीत असतो. दमयंति, माझें तें भाषण ऐकल्यानंतर तो प्रथम अनेक सुस्कारे टाकून, वरचेवर रडून व मला कुशल विचारून नंतर भाषण करूं लागला. तो ह्मणाला, 'ज्या साध्वी कुलीन स्त्रिया संकटांत सापडल्या तरीही स्वतःच आपलें संरक्षण करितात त्यांनीं खरोखर स्वर्ग मिळविला ह्यांत संशय नाहीं. पतीचा वियोग झाला तरीही श्रेष्ठ प्रतीच्या स्त्रिया त्याजवर केव्हांही न रागावतां आपल्या प्राणावर सदाचाररूपी कवच चढवून त्यास वांचवितात. संकटांत सांपडल्यामुळें व सुखापासून भ्रष्ट झाल्यामुळें त्या मूर्खानें जो तिचा त्याग केला त्याविषयीं तिनें कोप करणें वाजवी नाहीं. त्या वेळीं त्याला चरितार्थाचीही पंचाईत पडून गेलेली होती; त्याचें वस्त्र पक्ष्यांनी हरण केलें होतें व तो अनेक मानसिक व्यथांच्या योगानें होरपळून जात होता! ह्यामुळें त्या सुंदरीनें त्याजवर कोप करणें योग्य नाहीं. तिचा त्यानें सत्कार केला असो अथवा अपमान केला असो, तरी तो तिचा पति राज्यभ्रष्ट, संपत्तिशून्य, क्षुधित आणि दुःखमग्न होऊन गेलेला अशा स्थितींत आहे हें समजून त्या स्त्रीनें क्रोध करणें योग्य नाहीं.' हें त्याचें भाषण ऐकून मी त्वरेनें ह्या ठिकाणीं आलों आहें. हें ऐकून पुढें काय करावयाचें त्याविषयीं तूं मुखत्यार आहेस. राजाला देखील तूं हा वृत्तांत निवेदन कर."

हे राजा, हें पर्णादाचें भाषण ऐकून दमयंती-डोळे अश्रूंनीं भरून आले व ती आपल्या मातेकडे जाऊन एकांतांत तिला ह्मणाली, "आई, मी करतें ही गोष्ट भीमाला केव्हांही कळतां

कामा नये. मी तुझ्याजवळच बसून ब्राह्मणश्रेष्ठ सुदेवाला आज्ञा करतें. माझें प्रिय करण्याचीच जर तुझी इच्छा असेल तर माझा अभिप्राय भीमराजास कळणार नाहीं असें तूं कर. ज्याप्रमाणें सुदेवानें मला सत्वर आपल्या आप्तइष्टांत आणून सोडिलें तशाच प्रकारचें शुभकारक कृत्य करण्यासाठीं ह्मणजे, आई, नलाला इकडे आणण्यासाठीं तो विलंब न करितां येथून अयोध्यानगरीला जाऊं दे." असें मातेला सांगितल्यानंतर त्या प्रेमळ दमयंतीनें, श्रमपरिहार झालेल्या त्या द्विजश्रेष्ठ पर्णादाचा अतिशय द्रव्य देऊन बहुमान केला आणि ती ह्मणाली, "नलराजा येथें आला ह्मणजे तुला आणखीही द्रव्य देईन. कारण, जें दुसऱ्याला करितां येणार नाहीं असें माझें फार मोठें काम तूं केलें आहेस; व ह्मणूनच, हे द्विजश्रेष्ठा, मला आतां लवकरच पतीची भेट होईल." तिनें असें भाषण केल्यावर मंगलकारक आशीर्वादांच्या योगानें तिला धीर देऊन तो अत्यंत थोर अंतःकरणाचा पर्णाद कृतार्थ झाल्यासारखा होऊन आपल्या घरीं निघून गेला. हे युधिष्ठिरा, नंतर दुःख आणि शोक ह्यांनीं व्याकुल झालेली दमयंती सुदेवाला आपल्या मातेसंनिध बोलावून आणून ह्मणाली, "हे सुदेवा, जसा दुसऱ्यानें मनामध्यें चिंतन करितांच त्याच्यापुढें जाऊन उभा रहाणारा एखादा सिद्ध असावा त्याप्रमाणें तूं एकदम अयोध्यानगरीमध्यें वास्तव्य करणाऱ्या ऋतुपर्णराजाकडे जाऊन त्याला सांग कीं, 'भीमकन्या दमयंती पुनः स्वयंवर करणार असून त्यासाठीं सर्व राजे व राजपुत्र तिकडे जात आहेत. त्या स्वयंवराच्या कालाची मुदत उद्यांच संपणार आहे तेव्हां जर तुला शक्य असेल तर, हे शत्रुनाशका, तूं लवकर तिकडे आतां निघून जा. उद्यां सूर्योदय झाला कीं ती दुसरा नवरा वरणार आहे. कारण, तो वीर नल जिवंत आहे किंवा नाहीं हें कांहींच कळत नाहीं !'" हे महाराजा, ह्याप्रमाणें तिनें सांगितल्यानंतर सुदेव ब्राह्मणानें ऋतुपर्णाकडे जाऊन तिनें सांगिल्याप्रमाणें भाषण केलें.

अध्याय एकाहत्तरावा.

—:*:—

ऋतुपर्णाचें विदर्भनगरीकडे प्रयाण.

बृहदश्व ह्मणालाः—सुदेवाचें सांगणें ऐकल्यानंतर, गोड गोड भाषणांच्या योगानें अंतःकरणास आल्हादित करीत ऋतुपर्ण राजा बाहुकास ह्मणाला, "अश्वविद्येंतील मर्म जाणणाऱ्या हे बाहुका, तुझी कबुली असेल तर एका दिवसांत दमयंतीच्या स्वयंवरासाठीं विदर्भदेशास जावें अशी माझी इच्छा आहे."

नलाचे विचार.

हे युधिष्ठिरा, राजानें असें भाषण करितांच नलाचें अंतःकरण दुःखानें विदीर्ण होऊन गेलें व तो महामति आपल्याशींच विचार करूं लागलाः "दमयंती असें ह्मणेल काय ? दुःखानें मोहित होऊन गेल्यामुळें ती असें करील काय ? किंवा तिनें माझ्यासाठींच हा उत्कृष्ट उपाय शोधून काढिला असेल ! दुष्टबुद्धि आणि हलकट अशा मीं ठकविलें ह्मणून दीन अशा बिचाऱ्या वैदर्भराजकन्येनें पुनः दुसऱ्या पतीची इच्छा करावी हें खरोखर अगदीं नीचपणाचें आहे. ह्या जगतांत स्त्रियांचा स्वभाव चंचल आहे; माझाही दोष फार भयंकर आहे आणि चिरकाल वियोग झाल्यामुळें तिच्या अंतःकरणांतील प्रेमही नष्ट झालेलें असेल ! हें खरें आहे, तरीही ती असें करूं शकेल हें संभवनीय आहे काय ? मला तर वाटतें कीं, मजविषयींच्या शोकानें खिन्न होऊन गेल्यामुळें

त्या सुंदरीला कांहींही नकोसें होऊन गेलें असेल व ह्मणूनच ती असें केव्हांही करणार नाहीं. त्यांतूनही तिला मुलें आहेत; तेव्हां विशेषें-करून अशी गोष्ट घडणें संभवनीय नाहीं; असो; ह्यांत खरें काय आहे आणि खोटें काय आहे याचा विचार मला तेथें गेल्यानंतर कळेल. तेव्हां आपल्याच कार्यासाठीं मी आतां ऋतु-पर्णाच्या इच्छेप्रमाणें करितों." असा मनामध्यें विचार करून, अंतःकरण दीन झालेला तो बाहुक हात जोडून ऋतुपर्ण राजास असें ह्मणाला, 'हे राजा, तुझें सांगणें मला कबूल आहे. हे पुरुषश्रेष्ठा, एका दिवसांत मी विदर्भ-नगरीस जाईन.'

राजा युधिष्ठिरा, असें बोलल्यानंतर ऋतु-पर्ण राजाच्या आज्ञेवरून त्या बाहुकानें अश्व-शालेंत जाऊन अश्वांची परीक्षा केली. तो बाहुक पुनःपुनः विचार करून योग्य अश्व शोधून पहात असतां ऋतुपर्ण राजानें त्याच्या मागें सारखी घाई लावली. ह्यामुळें त्यांतल्यात्यांत जे मार्ग चालून जाण्याविषयीं समर्थ होते असे कृश अश्व त्यानें शोधून काढिले. ते अश्व तेजस्वी, बलवान्, चांगल्या जातीचे, सुस्व-भावी, दुर्लक्षणें नसलेले, स्थूल नासिका आणि मोठी हनुवटी असलेले, शरीरावर दोषसूचक दहा भोंवरे नसल्यामुळें निर्दोषी असलेले आणि सिंधदेशामध्यें उत्पन्न झालेले असून त्यांचा वेग वायूसारखा होता. ते अश्व पाहतांच ऋतु-पर्ण राजा जरासा रागावून ह्मणाला, "अरे, हें तूं काय करावयाचें मनांत आणिलें आहेस? तूं आमच्याशीं अशी प्रतारणा करणें योग्य नाहीं. हे मासे घोडे शक्तीनें आणि वेगानेंही कमी असल्यामुळें रथ वाहण्याचें काम करितील कसे? आणि असल्या अश्वांच्या योगानें आह्मांला हा मोठा मार्ग आक्रमितां येईल कसा?" हें ऐकून बाहुक ह्मणाला, "हे राजा, ह्यांच्या ललाटावर एक, मस्तकावर दोन, बरगड्यांवर आणि त्यांच्या जवळच्या भागावर दोन दोन, वक्षःस्थलावर दोन आणि पृष्ठभागावर एक असे बारा भोंवरे असल्यामुळें हे घोडे विदर्भदेशाला जातील ह्यांत संशय नाहीं. तथापि आपणाला जे दुसरे योग्य वाटत असतील ते सांगा, ह्मणजे मी तेच जोडीन!"

ऋतुपर्ण ह्मणालाः—बाहुका, अश्वांचें मर्म तुलाच माहीत आहे. कारण तूं त्या विद्येंत चतुर आहेस. तेव्हां, तुला जे मार्ग आक्रमण करण्याविषयीं समर्थ आहेत असें वाटत अस-तील तेच घोडे तूं लवकर जोड. हें ऐकून चातुर्यसंपन्न अशा नलानें उत्तम जातीचे, सुस्वभावी आणि वेगवान् असे चार उत्कृष्ट घोडे रथास जोडिले. ह्याप्रमाणें रथ जोडल्या-नंतर गमन करण्याविषयीं त्वरायुक्त झालेला राजा ऋतुपर्ण रथांत जाऊन बसला. इतक्यांत ते उत्कृष्ट अश्व भूमीवर गुढघे टेंकून पडले! तेव्हां, हे राजा युधिष्ठिरा, श्रीमान् नलराजानें तेज आणि बल ह्यांनीं संपन्न असणाऱ्या त्या अश्वांची पाठ थोपटली आणि काढण्या आव-रून धरून त्यांस उठवून गमनाविषयीं उद्युक्त केलें. नंतर सारथि वार्ष्णेय ह्यालाही वर बस-वून नलानें अतिशय वेगानें जाण्याचें मनांत आणिलें. नंतर तो बाहुक अश्वशास्त्रांत सांगित-ल्याप्रमाणें चालवूं लागला असतां ते उत्कृष्ट अश्व रथामध्यें असलेल्या ऋतुपर्ण राजास जणूं मोहित करीत आकाशामध्यें उड्या घेऊं लागले. अशा रीतीनें वायूच्या वेगानें ते अश्व रथ वाहून नेत आहेत असें पाहून अयोध्याधिपति लक्ष्मीसंपन्न राजा ऋतुपर्ण ह्यास अतिशय आश्चर्य वाटलें.

वार्ष्णेयाचे विचार.

तेव्हां त्या रथाचा तो गडगडाट ऐकून व ते अश्व आवरून धरण्याचें कौशल्य पाहून त्या

बाहुकाच्या अश्वशास्त्रज्ञतेविषयीं वार्ष्णेय मनांत ह्मणूं लागला कीं, "हा काय देवराज इंद्र ह्याचा सारथि मातलि असेल काय ? कारण, ह्या वीर बाहुकाच्या ठिकाणीं तशा प्रकारचें तें सारथ्याचें उत्कृष्ट लक्षण दिसत आहे. किंवा हा अत्यंत उत्कृष्ट असें हें मनुष्याचें स्वरूप धारण केलेला—अश्वांच्या जातीविषयींचें तत्त्व जाणणारा शालिहोत्रच असेल? अथवा हा शत्रूंचीं नगरें हस्तगत करणारा राजा नलच असेल बरें? मला वाटतें, तोच राजा येथें आला असावा!" असा विचार करीत करीत तो पुनः मनांत ह्मणूं लागला, "हा नलच असें ह्मणण्याचें कारण असें आहे कीं, जी विद्या नलाला अवगत आहे तीच या बाहुकही जाणीत आहे. बाहुक आणि नल ह्या उभयतांचें ज्ञान अगदीं बरोबर आहे हें मी पहात आहें. शिवाय, बाहुकाचें आणि नलाचें हें वय देखील अगदीं सारखें आहे. अथवा हा महावीर नल नसून त्याचीच विद्या अवगत असलेला दुसरा कोणी तरी असावा! कारण, दैविक कर्मे आणि शास्त्रोक्त विचार ह्यांनीं संपन्न असणारे महात्मे ह्या पृथ्वीवर गुप्तरूपानें संचार करीत असतात. पण ह्याच्या शरीराच्या कुरूपणामुळें तर माझ्या बुद्धींत असा फरक पडला नसेलना? हो, हेंच खरें. कारण, हा जर नलाहून भिन्न असता तर बांध्यानें त्याच्याहून लहान असता असें मला वाटतें. पण याचें वय आणि शरीराचा बांधा हीं अगदीं नलासारखीं असून स्वरूपांत तेवढा काय तो फरक आहे; पण तो गुप्तपणानें राहण्यासाठींही करणें शक्य आहे. सारांश, शेवटीं मला असें वाटतें कीं, सर्व गुणांनीं संपन्न असणारा हा बाहुक नलच असावा!" हे महाराजा, पुण्यश्लोक नलराजा ह्याचा सारथि वार्ष्णेय ह्यानें अशा रीतीनें नानाप्रकारच्या कल्पना काढून मनामध्यें विचार केला. असो; बाहुकाचें तें अश्वशास्त्राविषयींचें ज्ञान लक्ष्यांत येतांच राजा ऋतुपर्ण व त्याचा सारथि वार्ष्णेय ह्यांस आनंद झाला. त्याची ती एकाग्रता, अश्वांस उमेद येईल अशा रीतीनें आवरून धरणें आणि अत्यंत प्रयत्न हीं पाहून तर तो अतिशयच आनंद पावला!

अध्याय बहात्तरावा.

—:०:—

मार्गक्रमण.

बृहदश्व ह्मणाला:—ह्याप्रमाणें निघाल्यानंतर थोडक्याच वेळांत आकाशांतून उडणाऱ्या एकाद्या पक्ष्याप्रमाणें तो रथ अनेक पर्वत, वनें आणि सरोवरें उल्लंघून गेला. ह्याप्रमाणें तो रथ अशा वेगानें चालला असतां शत्रूंचीं नगरें हस्तगत करणारा राजा ऋतुपर्ण ह्यास त्या वेळीं आपल्या अंगावरील वस्त्र खालीं पडलें आहे असें दिसून आलें. तें वस्त्र खालीं पडतांच तो महामति राजा गडबडीनें नलास ह्मणाला, "हे महाबुद्धे, मी तें वस्त्र घेतों, तेव्हां वार्ष्णेय माझें वस्त्र घेऊन येईपर्यंत अत्यंत वेगानें चाललेले हे अश्व आवरून धर." ह्यावर नलानें उत्तर दिलें कीं, "तुझें वस्त्र फार लांबच्या पल्ल्यावर पडलेलें आहे. तें एक योजनाच्याही पलीकडे आहे. ह्यामुळें आतां परत आणतां येणें शक्य नाहीं!"

ऋतुपर्णाचें गणितज्ञान.

असें नलराजा बोलत आहे इतक्यांत, हे युधिष्ठिरा, ऋतुपर्णराजानें त्या वनांत फळें लागलेला असा एक बेहड्याचा वृक्ष पाहिला. तो पाहतांच राजा बाहुकास त्वरेनें ह्मणाला, "हे सूता, गणना करण्यामध्यें माझ्या अंगीं जें पराकाष्ठेचें सामर्थ्य आहे तें तूं पहा. सर्वांना सर्व कांहीं येत नाहीं; सर्वज्ञ असा कोणीही नसतो. कारण, कोठेंही एकाच पुरुषाच्या

आयुष्यामध्यें ज्ञानाची परिसमाप्ति झालेली नसते. असो; हे बाहुका, ह्या वृक्षावर जीं फलें अथवा पानें आहेत आणि जीं खालीं पडलीं आहेत तीं ह्या खालीं पडलेल्या पानांहून एकशें एक ह्या संख्येनें अधिक आहेत. तसेंच ह्या दोन फांद्यांना पांच कोटि पानें आहेत. ह्या ह्याच्या दोन फांद्या काढून घे; आणि दुसऱ्याही लहान लहान फांद्या काढ. ह्या दोन फांद्यांना दोन हजार पंचाण्णव फलें आहेत." तें ऐकून रथ उभा करून बाहुक राजाला ह्मणाला, "हे शत्रुनाशका राजा, जसें काय मला हें पाहतांच येणार नाहीं असें समजून तूं सांगत आहेस. पण मी हा बेहडा तोडून तें प्रत्यक्ष पाहीन; आणि, हे राजा, मी त्याची मोजदाद करीन. ह्मणजे त्यांत कांहीं अपत्यक्षपणा उरणार नाहीं. हे महाराजा, तुझ्या समक्षच आतां मी हा बेहडा तोडितों. कारण, तसें केल्यावांचून तूं ह्मणतोस ती गोष्ट तशी असेल किंवा नाहीं हें मला ओळखितां येणार नाहीं. मी तुझ्या देखतच ह्याचीं फळें मोजून पहातों. तोंपर्यंत एक दोन घटका हा वार्ष्णेय घोड्यांच्या काढण्या ओढून धरूं दे." हें ऐकून त्या सारथ्यास राजा ह्मणाला कीं, 'विलंब करण्याचा हा वेळ नव्हे, त्यावर पराकाष्ठेचा प्रयत्न करण्याविषयीं निश्चय असलेला बाहुक त्याला ह्मणाला कीं, "दोन घटका दम धर आणि तुला त्वराच असली तर हा चांगला मार्ग विदर्भदेशाला गेला आहे तेव्हां वार्ष्णेयाला सारथि करून तूं निघून जा." युधिष्ठिरा, हें ऐकून ऋतुपर्ण त्याचें सांत्वन करीत करीत ह्मणाला, "बाहुका, तुझ्यासारखा दुसरा सारथि ह्या संपूर्ण पृथ्वीमध्येंही नाहीं. तेव्हां, हे अश्वशास्त्रज्ञा, तुझ्याच प्रयत्नानें मी विदर्भदेशास जाऊं इच्छित आहें आणि म्हणूनच मी तुला शरण आलों आहें. तूं असें विघ्न करूं नको. बाहुका, आज सूर्य आहे तोंच जर तूं मला विदर्भाच्या राजधानीस नेऊन पोहोंचविलेंस, तर तूं मला सांगशील ती तुझी अभीष्ट गोष्ट मी करीन." ह्यावर त्याला बाहुक ह्मणाला कीं, "त्या बेहड्याचीं फळें व पानें मोजल्यानंतर मग मी विदर्भदेशाला जाईन. हें माझें सांगणें तूं ऐक." हें ऐकून आपली इच्छा नसल्यासारखें करून राजानें त्याला मोज ह्मणून सांगितलें आणि तो ह्मणाला, 'हे निष्पापा तत्त्ववेत्त्या, ह्या फांदीचा मी सांगेन तेवढा एक भाग मोजून पाहून तूं संतुष्ट हो.' त्यानें असें सांगितल्यावर रथांतून उतरून बाहुकानें सत्वर तो वृक्ष तोडला आणि राजानें सांगितल्याइतकींच फळें आहेत असें मोजून पाहून तो आश्चर्यचकित झाला आणि राजास ह्मणाला, 'राजा, माझ्या दृष्टोत्पत्तीस आलेलें हें तुझें सामर्थ्य अतिशय आश्चर्यकारक आहे. हे नरपते, जिच्या योगानें हें ज्ञान होतें ती विद्या ऐकण्याची मला इच्छा आहे.' ह्यावर गमनाविषयीं त्वरायुक्त झालेला राजा त्याला ह्मणाला कीं, 'मी अक्षक्रीडेचें रहस्य जाणणारा आणि गणना करण्यामध्यें चतुर आहें, हें तूं समज.' हें ऐकून बाहुक त्याला ह्मणाला, 'हे पुरुषश्रेष्ठा, तूं ही विद्या मला दे आणि मजकडून अश्वशास्त्राचें रहस्य तूं संपादन कर.' तदनंतर राजा ऋतुपर्ण बाहुकाच्या हातून विदर्भदेशगमनरूपी मोठें कार्य व्हावयाचें असल्यामुळें व अश्वज्ञानाचा लोभ असल्यामुळें त्यास 'ठीक आहे' असें ह्मणाला; आणि, 'बाहुका, मीं सांगितल्याप्रमाणें हें अक्षविद्येचें रहस्य तूं घे आणि अश्वविद्येचें रहस्य ही माझी तुजकडे ठेव असूं दे.' असें ह्मणून ऋतुपर्णानें नलास आपली विद्या दिली.

नलास कलीचें दर्शन.

ह्याप्रमाणें अक्षविद्येच्या रहस्याचें ज्ञान होतांच नलाच्या शरीरांतून—मुखांतून कर्को-

टकाच्या तीक्ष्ण विषाचे सारखे उच्छ्वास चाल-लेला कलि बाहेर पडला. त्या वेळीं कलीच्या शरीरांतून तो दमयंतीशापरूपी अग्निही बाहेर निघाला. ह्या कलीनें झपाटल्यामुळेंच तो नल-राजा पुष्कळ वेळपर्यंत विचारशक्तिशून्य बनून गेला होता. असो; तदनंतर त्या विषांतून शरीर मुक्त झाल्यावर कलीनें आपलें स्वरूप प्रकट केलें असतां निषधदेशाधिपति नल क्रुद्ध होऊन त्यास शाप देण्याची इच्छा करूं लागला. हें पाहून कलि भीतीनें थरथरां कांपत हात जोडून त्यास ह्मणाला, "हे राजा, तूं आपला कोप आवरून धर. मी तुझ्या उत्कृष्ट प्रकार-च्या कीर्तीचा प्रसार करीन. हे अजिंक्य राजेंद्रा, इंद्रसेनाची माता दमयंती हिनें, पूर्वीं ज्या वेळीं तूं तिचा त्याग केलास त्या वेळीं कोपानें मला शाप दिला. ह्यामुळें अतिशय पीडा होऊं लागल्यामुळें व त्यांतूनही नागाधि-पति कर्कोटक ह्याच्या विषानें रात्रंदिवस दग्ध होऊं लागल्यामुळें मी तुझ्या शरीरामध्यें फार कष्टानें राहिलों; आतां मी तुला शरण आलों आहें. हे राजा, आतां तूं माझें हें भाषण ऐक. भीतीनें पीडित होऊन शरण आलेल्या मजला जर तूं शाप दिला नाहींस, तर ह्या लोकामध्यें जे पुरुष निरलसपणें तुझें नामसंकीर्तन करितील त्यांना माझ्यापासून केव्हांही भीति असावयाची नाहीं ;" असें त्यानें भाषण केलें असतां नलराजानें आपला क्रोध आवरून धरिला. नंतर, दुसऱ्याच्या दृष्टीस न पडणारा तो भयभीत झालेला कलि नैष-धाशीं गोष्टी करीत करीत सत्वर त्या बेहड्या-च्या झाडांत शिरला. राजा युधिष्ठिरा, कलि नाहींसा झाल्यानंतर शत्रुनाशक नलाचा ताप दूर झाला. नंतर स्वतः त्या बेहड्याचीं फळें आपण शिकलेल्या विद्येच्या प्रभावानें मोजून पाहून तीं बरोबर जुळल्यामुळें तो अत्यंत आनंद पावला व अतिशय तेजस्वी दिसूं लागला. पुढें तो तेजस्वी नल रथावर आरूढ होऊन वेगसंपन्न अशा अश्वांच्या योगानें प्रयाण करूं लागला. इकडे तो बेहडाही कलीनें आश्रय केल्यामुळें अप्रशस्त होऊन गेला. नल रथारूढ होतांच ते घोडे पक्ष्यांप्रमाणें पुनः पुनः उड्या घालूं लागले. तेव्हां महायशस्वी नलराजाचें अंतःकरण आनंदित होऊन तो त्यांस हांकून विदर्भदेशाकडे जाऊं लागला. ह्याप्रमाणें नल निघून गेल्यानंतर कलिही आपल्या घरीं निघून गेला. राजा युधिष्ठिरा, कलीनें सोडल्या-नंतर पृथ्वीपति राजा नल ह्याचा सर्व ताप नाहींसा झाला होता; पण केवळ स्वरूप मात्र त्याला प्राप्त झालेलें नव्हतें.

अध्याय त्र्याहत्तरावा.

--:०:--

ऋतुपर्णाचा विदर्भनगरींत प्रवेश.

बृहदश्व ह्मणालाः---पुढें सायंकाळीं भीम-राजास "अमोघपराक्रमी राजा ऋतुपर्ण विदर्भ-देशांत आला आहे" असें लोकांनीं कळ-विलें. त्यावर भीमाची अनुमति मिळतांच ऋतु-पर्णराजा आपल्या रथाच्या ध्वनीनें सर्वही दिशा शब्दमय करीत कुंडिनगरांत गेला. तो नगरांत गेल्यानंतर तो रथध्वनि ऐकून त्या ठिकाणीं असणारे नलाचे अश्व--ज्याप्रमाणें पूर्वीं नलाच्या सन्निध असतांना आनंद पावत होते त्याप्रमाणें--आनंदित झाले. वर्षाकाल प्राप्त झाला असतां गडगडाट करणाऱ्या मेघांच्या ध्वनीप्रमाणें गंभीर असा तो नलाच्या रथाचा ध्वनि दमयंतीच्याही कानांवर गेला. पूर्वीं नलानें आपल्या रथाचे अश्व धरल्या वेळीं झालेल्या आवाजाप्रमाणें तो मोठा आवाज ऐकून त्या दमयंतीला अत्यंत विस्मय वाटला! सारांश, दमयंतीला व त्या नलाच्या अश्वांनाही

तो रथध्वनि नलाच्या रथध्वनीसारखा आहे असें वाटलें. त्या राजाचा तो रथध्वनि राजमंदिरांत असणाऱ्या मयूरांनीं, गजशालेंत असलेल्या हत्तींनीं आणि पागेंत असलेल्या अश्वांनींही ऐकिला. हे राजा, तो रथध्वनि ऐकतांच ते गज आणि मयूर हा मेघध्वनिच आहे असें समजून उत्कंठित होऊन वर तोंड करून शब्द करूं लागले.

रथध्वनि ऐकून दमयंतीचे विचार.

दमयंती ह्मणाली:——ज्या अर्थी सर्व पृथ्वीस जणू भरून टाकणारा हा रथध्वनि माझी चित्तवृत्ति आल्हादित करीत आहे, त्या अर्थी ह्या रथांतून हा नलच येत असावा! ह्यापुढेंही जर मला त्या असंख्यगुणयुक्त व मुखावर चंद्राप्रमाणें कांति असलेल्या वीर नलाचें दर्शन झालें नाहीं तर निःसंशय माझा नाश होईल. जर आज ह्या वीराच्या—सुखदायक स्पर्श असलेल्या—दोन बाहूंच्या मध्यभागीं मी शिरलें नाहीं, तर खचीत माझें अस्तित्वच नाहींसें होईल. जर मेघांप्रमाणें गंभीर आवाज असलेला नैषध आज माझ्या समीप येत नसला, तर सुवर्णाप्रमाणें कांतिमान् अर्थात् प्रज्वलित झालेल्या अग्नीमध्यें मी प्रवेश करीन. सिंहाप्रमाणें पराक्रमी आणि मत्त गजाप्रमाणें गति असलेला तो राजेंद्र जर मजकडे आला नाहीं, तर मी निःसंशय नष्ट होऊन जाईन. नलराजानें कधीं थोडेंसुद्धां खोटें भाषण केल्याचें, कोणाला अपकार केल्याचें, अथवा स्वच्छंदपणें गोष्टी करीत असतां त्यांतही केलेली प्रतिज्ञा अपूर्ण ठेविल्याचें मला आठवत नाहीं. तो सामर्थ्यसंपन्न, क्षमाशील, वीर, दानशूर, इतर नृपांहून श्रेष्ठ व परस्त्रीस वश न होणारा, इतकेंच नव्हे—तर तिजविषयीं केवळ नपुंसकाप्रमाणें असणारा आहे. मला त्याच्या गुणांचें स्मरण होऊन रात्रंदिवस त्याचा एकसारखा ध्यास लागल्यामुळें हें माझें प्रियाविरहित झालेलें अंतःकरण शोकानें अगदीं विदीर्ण होत आहे.

ऋतुपर्णाचें स्वागत.

राजा युधिष्ठिरा, ह्याप्रमाणें विलाप करीत असतां तिला आपल्या देहाचेंही भान नाहींसें झालें. पुढें कांहीं वेळानें पुण्यश्लोक नलराजास अवलोकन करण्याच्या इच्छेनें ती राजमंदिराच्या गच्चीवर चढली. तेव्हां, रथाच्या मधल्या दालनांत बसलेला राजा ऋतुपर्ण आणि वार्ष्णेय व बाहुक हे तिला दिसले. तदनंतर वार्ष्णेय आणि बाहुक ह्यांनीं त्या रथांतून उतरून घोडे सोडून रथ उभा केला असतां तो ऋतुपर्णराजाही रथांतून खालीं उतरला व भयंकर पराक्रमी महाराजा भीम ह्याकडे गेला. तेव्हां, भीमराजानेंही उत्कृष्टप्रकारें बहुमान करून त्याचें स्वागत केलें. पुढें राजा भीम ह्यानें बहुमान केलेला तो पृथ्वीपति ऋतुपर्ण रम्य कुंडिननगरामध्यें राहण्याच्या वेळीं वरचेवर निरखून पाहूं लागला, तथापि त्यास तेथें स्वयंवराचा कांहींही प्रकार दिसला नाहीं. युधिष्ठिरा, पुढें तो विदर्भाधिपति राजा भीम ह्याच्या भेटीस गेला असतां, हा येथें एकदम कां आला आहे हें न समजल्यामुळें भीमराजानें ‘ आपलें स्वागत असो ! ’ असें ह्मणून ‘ आपलें काम काय आहे ? ’ असें त्यास विचारिलें. कारण, तो आपल्या कन्येसाठीं आला आहे हें त्या राजास माहीत नव्हतें. बुद्धिमान् व अमोघपराक्रमी राजा ऋतुपर्ण ह्यास त्या वेळीं कोणी राजा अथवा राजपुत्र दिसला नाहीं; स्वयंवराची गोष्टही त्याच्या कानांवर आली नाहीं; अथवा उत्सवासाठीं ब्राह्मण जमले आहेत असेंही त्याला कोठें दिसलें नाहीं. तेव्हां स्वयंवर खास नाहीं असा मनानें तर्क करून कोशलदेशाधिपति राजा ऋतुपर्ण ह्यानें त्यास उत्तर दिलें कीं, “ मी आपणांस प्रणाम करण्यासाठीं—आपलें दर्शन घेण्यासाठीं—

आलों आहे." हें ऐकून भीमराजाला विस्मय वाटून तो ' हा शंभर योजनांहून अधिक दूर कां आला असावा ?' ह्या कारणाविषयींचा विचार करूं लागला. इतर राजे सोडून देऊन आणि पुष्कळ ग्रामांचें उल्लंघन करून हा आपणाला वंदन करण्यासाठीं आला आहे, हें म्हणणें खरें आहे असें त्याला वाटलें नाहीं. कारण, त्यानें सांगितलेला उद्देश हा अगदीं क्षुल्लक होता. नंतर ' ह्याचा येथें येण्याचा काय उद्देश आहे तें पुढें कळून येईलच; हा सांगत आहे तो मात्र येण्याचा हेतु नव्हे.' असा विचार करून त्या राजानें ऋतुपर्णाचा सत्कार करून त्यास त्याच्या रहाण्याच्या जागीं पाठविलें; व जाते वेळीं " आपणांला फार श्रम झाले आहेत. तेव्हां आतां विसावा घ्या. " असें वरचेवर म्हटलें. ह्याप्रमाणें आनंदित झालेल्या भीमानें बहुमान केल्यामुळें संतुष्ट व अंतःकरण आनंदित झालेला तो राजा ऋतुपर्ण सेवकांनीं दाखविलेल्या मंदिरांत जाऊन उतरला. त्याच्या मागून विदर्भराजाचे दूतही त्याच्या सेवेकरितां गेले. राजा युधिष्ठिरा, वार्ष्णेयासहवर्तमान ऋतुपर्ण राजा रथांतून उतरून निघून गेल्यानंतर बाहुक रथ घेऊन रथशालेंत गेला; व त्या ठिकाणीं घोडे सोडून त्यांची शास्त्रीय पद्धतीनें सेवाचाकरी करून आणि पाठीवर थाप मारून त्यांना धीर देऊन तो रथांत जाऊन बसला. इकडे गच्चीवर गेलेली दमयंती राजा ऋतुपर्ण, सारथिपुत्र वार्ष्णेय आणि तशाच प्रकारचा बाहुक ह्यांस पाहून नलराजाचें दर्शन न झाल्यामुळें शोकाकुल होऊन गेली व विचार करूं लागली कीं, " हा रथध्वनि कोणाचा असावा ? हा नलाच्या रथध्वनीसारखा प्रचंड होता. ह्यामुळें नलाचाच असेल असें वाटलें होतें, पण नल तर कोठें दिसत नाहीं ! अथवा वार्ष्णेयानेंच ती विद्या संपादन केली असेल, म्हणूनच नलाप्रमाणें ह्याचा रथध्वनि गंभीर झाला ! किंवा हा ऋतुपर्ण राजाच नलाच्या योग्यतेचा असेल ! कारण, हा रथध्वनि नलाच्या रथध्वनीसारखा भासत आहे. " राजा युधिष्ठिरा, ह्याप्रमाणें विचार केल्यानंतर त्या कल्याणी दमयंतीनें नलाचा शोध लावण्यासाठीं आपल्या दूतीस पाठविलें.

अध्याय चौऱ्याहत्तरावा.

—:०:—

दमयंतीचें दूतीप्रेषण.

दमयंती ह्मणाली:—केशिनि, जा आणि हा रथामध्यें बसलेला कुरूप आणि आखूड दंड असलेला सारथि कोण आहे त्याचा शोध करून ये. हे भद्रे, प्रथम तूं त्याच्याजवळ जाऊन सामोपचारानें व सावधपणानें त्याला कुशल विचार; आणि नंतर, हे अनिंदिते, त्याची खरी हकीकत काय आहे ह्याचा शोध कर. कारण, माझ्या मनाला जो संतोष आणि जें सुख होत आहे त्यावरून हा नलराजाच असावा असा ह्याच्याविषयीं मला जबरदस्त संशय आहे. हे अनिंदिते, भाषणाच्या शेवटीं तूं देखील पर्णाद ब्राह्मणासारखेंच त्याला सांग; आणि, हे सुंदरि, तो काय उत्तर देतो हें लक्ष्यांत ठेव.

ह्याप्रमाणें तिनें आज्ञा केल्यानंतर ती दूती सावधपणानें बाहुकाकडे जाऊन बोलूं लागली; व इकडे कल्याणी दमयंतीही राजमंदिरांत तिची मार्गप्रतीक्षा करीत बसली.

बाहुकदूतीसंवाद.

केशिनी ह्मणाली:—हे मनुष्यश्रेष्ठा, तुझें स्वागत असो ! तूं खुशाल आहेसना ? हे पुरुषश्रेष्ठा, दमयंतीनें विचारिलें आहे तें मी तुला सांगतें तें तूं चांगल्या प्रकारें ऐकून घे. ती ह्मणते, ' तुह्मी केव्हां निघालां होतां ? आणि इकडे कशाकरितां आलां आहां ?' तूंही ह्याचें

खरें कारण योग्य प्रकारें सांग. कारण, दमयंतीस तें ऐकण्याची इच्छा आहे.

बाहुक ह्मणालाः—महात्मा राजा कोशलदेशाधिपति ऋतुपर्ण ह्यानें " उद्यां दमयंतीचा दुसरा स्वयंवर होणार आहे" असें एका ब्राह्मणाच्या तोंडून ऐकलें व तें ऐकिल्यामुळें तो राजा प्रतिदिवशीं शंभर योजनें चालणाऱ्या वायुवेगी श्रेष्ठ अश्वांच्या योगानें इकडे यात्रयास निघाला. मी त्याचा सारथि आहें.

केशिनी ह्मणालीः—तुमच्याबरोबर हा जो तिसरा मनुष्य आहे तो कोठून आला आहे व कोणाचा ? तसेंच तूंही कोणाचा ? आणि हें काम तुझ्याकडे कसें आलें ?

बाहुक ह्मणालाः—हे भद्रे, तो मनुष्य वार्ष्णेय ह्या नांवानें प्रसिद्ध असलेला पुण्यश्लोक नलराजाचा सारथि असून, नलराजा पळून गेल्यानंतर तो ह्या भंगासुरपुत्र ऋतुपर्णाकडे येऊन राहिला. मी देखील अश्वविद्येमध्यें कुशल आणि सारथ्यकर्मांत प्रतिष्ठा मिळविलेला असा असून ऋतुपर्णानें माझी सारथ्याच्या कामीं व पाकसिद्धीकडे स्वतःच योजना केली आहे.

केशिनी ह्मणालीः—बरें, नलराजा कोठें गेला आहे हें वार्ष्णेयाला माहीत आहे काय? पण, बाहुका, तो तुला तें कशाला सांगेल ह्मणा!

बाहुक ह्मणालाः—शुभकारक कर्मं करणाऱ्या नलाच्या पुत्रांना ह्याच नगरीमध्यें ठेवून तो वार्ष्णेय आपल्या इच्छेस वाटेल तिकडे निघून गेला. ह्यामुळें त्याला नलराजा कोठें आहे हें माहीत नाहीं. इतकेंच नव्हे तर, हे यशस्विनि, दुसऱ्याही कोणाला नलराजाची माहिती नाहीं. कारण, त्या राजाचें स्वरूप नष्ट झालें असून तो गुप्तरूपानें ह्या जगतामध्यें संचार करीत आहे. नल कोठें आहे हें केवळ एक नलाला ठाऊक, किंवा जिच्यांत आणि नलांत कांहीं भेद नाहीं अशा एका त्याच्या स्त्रीला ठाऊक ! कारण, नल राजा आपल्या खाणाखुणा केव्हांही कोणाला सांगत नाहीं.

केशिनी ह्मणालीः—पूर्वीं अयोध्येला पहिल्या वेळीं जो ब्राह्मण गेला होता तो हीं स्त्रीचीं वाक्यें वारंवार सांगत होता, " हे धूर्ता प्रिया, माझें अर्धें वस्त्र कापून घेऊन आणि झोंपीं गेलेल्या व आपल्यावर अनुरक्त असलेल्या ह्या प्रियेचा —माझा—अरण्यामध्यें त्याग करून तूं कोणीकडे चालला आहेस ? तिला तूं जशी आज्ञा केली आहेस त्याप्रमाणें ती तुझी मार्गप्रतीक्षा करीत आहे व अर्ध्याच वस्त्रानें आच्छादित असलेली ती स्त्री रात्रंदिवस दुःखाग्नीनें दग्ध होऊन जात आहे. हे वीरा पृथ्वीपते, ती त्या दुःखामुळें एकसारखी रडत बसली आहे. तेव्हां तूं तिजवर अनुग्रह कर आणि मला काय तें उत्तर दे. हे महामते, तिची ती प्रिय गोष्ट तूं कथन कर. कारण, त्या प्रशंसनीय आचरण असलेल्या दमयंतीस तीच गोष्ट ऐकण्याची इच्छा आहे. " हें त्या ब्राह्मणाचें भाषण ऐकून तूं पूर्वीं त्याला जें उत्तर दिलें होतेंस तें तुझ्याकडून ऐकावें अशी विदर्भराजकन्येची इच्छा आहे.

बाहुक म्हणालाः—कुलीन स्त्रिया जरी संकटांत सांपडल्या तरी स्वतःच स्वतःचें संरक्षण करितात व म्हणूनच स्वर्ग हा निःसंशय त्यांच्या हस्तगत झालेला असतो. पतीनें जरी त्याग केला तरी त्या केव्हांही रागावत नाहींत. श्रेष्ठ स्त्रिया आपल्या प्राणावर सदाचाररूपी चिलखत चढवून त्यांना वांचवितात. मूळचाच मूर्ख, त्यांतूनही संकटांत सांपडलेला व सुखभ्रष्ट झालेला असल्यामुळें त्यानें तिचा त्याग केला, ह्याबद्दल तिनें त्याजवर कोप करणें योग्य नाहीं. ज्याला चरितार्थाची मुद्दां पंचाईत पडली आहे, ज्याचें वस्त्र

देखील पक्ष्यांनीं हरण केलें आहे व जो मानसिक दुःखानें होरपळून जात आहे, अशा त्या पुरुषावर त्या सुंदरीनें कोप करणें योग्य नाहीं. तिचा त्यानें सत्कार केलेला असो अथवा अपमान केलेला असो, तथापि तो तिचा पति तशा स्थितींत होता अर्थात् राज्यभ्रष्ट, संपत्तिशून्य, क्षुधेनें पीडित आणि दुःखपूर्ण होता. हें लक्ष्यांत घेऊन तिनें त्याजवर कोप करूं नये.

युधिष्ठिरा, अशा रीतीनें तें वाक्य उच्चरीत असतां नलराजाच्या अंतःकरणास फार वाईट वाटलें व तो आपले दुःखाश्रु आवरून धरणें अशक्य झाल्यामुळें रडूं लागला. तदनंतर केशिनीनें जाऊन त्यानें केलेलें तें सर्व भाषण आणि त्यामुळें त्यास झालेला शोक हीं दमयंतीस कळविलीं.

अध्याय पंचाहत्तरावा.

—:०:—

पुनश्च दमयंतीचें दूतीप्रेषण.

बृहदश्व ह्मणाला:—तें ऐकून दमयंती अतिशय शोकाकुल झाली व तोच नल असावा अशी शंका असल्यामुळें केशिनीला असें ह्मणाली, "केशिनि, तूं पुनः जा आणि बाहुकाची परीक्षा कर. तूं केवळ त्याच्या जवळ रहा आणि कांहींएक भाषण न करितां त्याच्या कृत्यांवर लक्ष्य ठेव. हे प्रेमवति केशिनि, तो ज्या ज्या वेळीं जें जें करील तें तें त्याचें कार्य आणि त्याविषयीं तो प्रयत्न करूं लागला ह्मणजे त्या वेळचे त्याचे व्यापार ह्यांजवर तूं लक्ष्य ठेवीत रहा. केशिनि, मीं प्रतिबंध केला असल्यामुळें तो मागूं लागला तरी त्याला अग्निही देऊं नको; अथवा उगीच गडबड करून पाणीही मुळींच देऊं नको. नंतर त्याचें तें सर्व आचरण पाहून त्या बाहुकाच्या ठिकाणीं दैविक अथवा मानुषी अशीं जीं कांहीं तुला लक्षणें दिसून येतील तीं मला येऊन सांग. तसेंच, हे केशिनि, त्या बाहुकाच्या ठिकाणीं दुसरेंही तुला जें कांहीं दृष्टीस पडेल तें तूं मला येऊन सांग." ह्याप्रमाणें तिनें सांगितल्यानंतर केशिनी निघून गेली आणि त्या अश्ववेत्त्या बाहुकाच्या ठिकाणीं जीं कांहीं लक्षणें होतीं तीं पाहून दमयंतीकडे परत आली. तेथें आल्यानंतर बाहुकाच्या ठिकाणीं जें कांहीं दैविक अथवा मानुष लक्षण तिच्या दृष्टोत्पत्तीस आलें होतें तें सर्व जसेंच्या तसेंच तिनें दमयंतीस कळविलें.

केशिनीचें बाहुकवृत्तनिवेदन.

केशिनी ह्मणाली:—दमयंति, त्याचीं सर्वही कर्मैं फारच स्वच्छ आहेत. खरोखर तशा प्रकारचा मनुष्य आजपर्यंत माझ्या कोठेंही पाहण्यांत अथवा ऐकण्यांत आलेला नाहीं. ह्याला जावयाचें असेल त्या ठिकाणचें दार जरी अगदीं लहान असलें तरी देखील तो कोठेंही वांकत नाहीं; पण तें दारच त्यास प्रतिबंध न होतां आंत सुखानें जातां येईल इतकें थोर होतें. कोठेंही अगदीं दाटी असली तरी हा जावयाचे वेळीं त्या ठिकाणीं पुष्कळ मोठें मैदान होतें. ऋतुपर्णाकरितां राजा भीमानें अनेक प्रकारचें भोजनसाहित्य आणि पशूंचें मांसही पाठवून दिलें होतें; व तें धुऊन काढण्यासाठीं त्या ठिकाणीं घागरी तयार करून ठेविलेल्या होत्या. त्या घागरींकडे बाहुकानें पहातांच त्या पाण्यानें अगदीं भरून गेल्या. नंतर ते पदार्थ धुऊन बाहुकानें चुलीवर ठेविले आणि मूठभर गवत घेऊन तें सूर्यकिरणांत धरलें; इतक्यांत तें गवत एकदम अग्नीनें पेटलें. हें अतिशय विस्मयकारक कृत्य पाहून मी आश्चर्यचकित झालें व इकडे निघून आलें. ह्याशिवाय आणखीही कांहीं अद्भुत गोष्टी मला त्याच्या ठिकाणीं दिसून आल्या. त्या अशा कीं, हे शुभे,

त्याला अग्नीचा स्पर्श झाला तरी देखील त्याचें अंग भाजत नाहीं; त्याला इच्छा झाली कीं त्या ठिकाणीं सत्वर पाणी येऊन वाहूं लागतें. आणखीही दुसरें अतिशय मोठें आश्चर्य मीं पाहिलें आहे. तें असें कीं, तो आपल्या हातांत पुष्पें घेऊन हळू हळू चोळूं लागला, पण त्यानें हातानें चुरलेलीं तीं पुष्पें, दमयंति! खोटें नव्हे, पुनः सुगंधि आणि टवटवीत झालीं! ह्याप्रमाणें त्याच्या ठिकाणीं असणारीं हीं अद्भुत लक्षणें पाहून मी इकडे निघून आलें.

पुनश्च दमयंतीचें दुतीप्रेषण.

बृहदश्व ह्मणाला:—पुण्यश्लोक नलराजाचे ते व्यापार ऐकून तो नलच आलेला आहे असें ती मानूं लागली. कारण, त्याच्या क्रिया आणि त्याविषयींचे व्यापार ह्यांच्यावरून तसेंच दिसून येत होतें. त्याच्या चिन्हांवरून तो बाहुक आपला पतिच असवा अशी शंका येऊन ती रोदन करीत करीत मृदु शब्दांनीं केशिनीस ह्मणाली, "हे प्रेमवति केशिनि, तूं पुनः जा आणि बाहुकाचें लक्ष्य दुसरीकडे गुंतलें कीं त्याच्या पाकशालेंतून त्यानें तयार केलेलें—शिजलेलें—मांस इकडे घेऊन ये." हें ऐकून ती प्रियकरिणी केशिनी बाहुकाजवळ गेली आणि अतिशय कढत असलेलें मांस त्वरेनें ओढून घेऊन दमयंतीकडे आली. हे युधिष्ठिरा, त्या केशिनीनें तें मांस दमयंतीला दिलें. नलानें शिजवून तयार केलेलें मांस खाण्याचा पूर्वीं अनेक वेळां प्रसंग असल्यामुळें दमयंतीस त्याची गोडी माहीत होती, ह्यामुळें तें प्राशन करितांच त्याच्या गोडीवरून तो सारथि नलच आहे असें तिला कळून आलें. व त्यामुळें ती अत्यंत दुःखाकुल होऊन आक्रोश करूं लागली. नंतर, हे युधिष्ठिरा, अतिशय व्याकुल झालेल्या त्या दमयंतीनें मुखप्रक्षालन केल्यानंतर आपलीं दोन्ही मुलें केशिनीबरोबर बाहुकाकडे पाठविलीं. त्यांस पाहतांच बाहुकास इंद्रसेना आणि तिचा बंधु ह्यांची ओळख पटली व त्यानें तात्काळ जवळ जाऊन त्या उभयतांस अलिंगन देऊन आपल्या मांडीवर बसवून घेतलें! देवकुमाराच्या तोडीच्या त्या दोन मुलांची भेट होतांच बाहुकाचें अंतः-करण दुःखानें अगदीं व्याप्त होऊन गेलें व तो आवाज काढून रडूं लागला. त्या वेळीं त्यास होणारें तें दुःख केशिनीच्या दृष्टोत्पत्तीस आल्यामुळें तो नलराजा एकाएकीं त्या मुलांना सोडून देऊन केशिनीला असें ह्मणाला कीं, "हे भद्रे, ह्या मुलांची जोडी अगदीं माझ्या मुलांसारखी आहे, ह्यामुळें ह्यांना पहातांच माझ्या मुलांची आठवण होऊन एकाएकीं माझ्या डोळ्यांतून पाणी आलें! असो; तूं माझ्याकडे वरचेवर येतेस ह्यामुळें लोक तुझ्यासंबंधानें भलतीच एखादी वाईट शंका घेतील. आह्मी तर परदेशाहून आलेले अतिथि आहों; ह्यामुळें आमचाही स्वभाव कांहीं लोकांना माहीत असणें शक्य नाहीं. तेव्हां, बाई, तुला नमस्कार असो! तूं येथून निघून जा!"

अध्याय शहात्तरावा.

—:०:—

दमयंती व बाहुक यांची भेट.

बृहदश्व ह्मणाला:—आपल्या त्या कृत्याच्या योगानें बुद्धिमान् पुण्यश्लोक राजा नल ह्याच्या चित्तवृत्तींत पडलेला तो सर्वही फरक पाहून केशिनीनें दमयंतीला कळविला. तें ऐकून दमयंती दुःखाकुल झाली व तिनें नलाचें दर्शन घेण्याच्या इच्छेनें मातेची अनुज्ञा मिळविण्यासाठीं पुनः केशिनीला आपल्या मातेकडे पाठविलें; व असें कळविलें कीं, "माते, हा बाहुकच नल असावा अशी शंका आल्यावरून मीं त्याची नानाप्रकारें परीक्षा केली व त्यावरून

माझी खात्रीही झालेली आहे. आतां मला काय तो एक त्याच्या स्वरूपाविषयीं संशय आहे. तेव्हां त्याविषयीं स्वतःच शोध करण्याची माझी इच्छा आहे. याकरितां, आई, आतां तूं त्याला तरी मजकडे पाठीव, अथवा मला तरी तिकडे जाण्याला अनुमति दे. हें माझें काम पित्याला समजो अथवा न समजो, तूं केलें पाहिजेस !" दमयंतीनें असा निरोप पाठविल्यानंतर त्या राणीनें भीमराजास आपल्या मुलीचा अभिप्राय कळविला व त्यानेंही तीस त्या गोष्टीबद्दल आपलें अनुमोदन दिलें. हे भरतकुलश्रेष्ठा, ह्याप्रमाणें पित्याचें आणि मातेचें अनुमोदन मिळाल्यानंतर तिनें नलास आपल्या मंदिरांत आणविलें. तेथें येऊन त्या दमयंतीस अवलोकन करितांच नलराजा एकाएकीं शोक आणि दुःख ह्यांनीं आक्रांत झाला व त्याचे नेत्र दुःखाश्रूंनीं भरून आले. नलाची अशी स्थिति झाली आहे असें पाहून सुंदरी दमयंतीही अत्यंत शोकाकुल झाली.

बाहुकदमयंतीसंवाद.

नंतर, हे महाराजा युधिष्ठिरा, भगवें वस्त्र परिधान केलेली, नलराजाचा वियोग झाल्यापासून वेणीफणी वगैरे संस्कार नसल्यामुळें केंसांच्या जटा झालेली व त्याच कारणामुळें शरीरावर मळ वाढून पिंगट दिसूं लागलेली दमयंती बाहुकास असें ह्मणाली, "बाहुका, पूर्वी झोंपीं गेलेल्या आपल्या स्त्रीला अरण्यांत सोडून निघून गेलेला असा एखादा धर्मवेत्ता पुरुष तुझ्या पाहण्यांत आला आहे काय ? जिनें मुळींच अपराध केलेला नाहीं अशा आपल्या प्रिय पत्नीला—ती श्रमांमुळें ग्लानि येऊन पडली असतां—निर्जन अरण्यांत टाकून देऊन एका पुण्यश्लोक नलावांचून दुसरा कोण जाऊं शकणार ? मीं अगदीं लहानपणापासून कां होईना, त्या पृथ्वीपतीचा असा अपराध तरी काय केला आहे कीं, ज्यामुळें मला निद्रेनें घेरलें असतां तो सोडून गेला ! मीं तर पूर्वी प्रत्यक्ष देवांचा त्याग करून त्याला वरिलें ! असें असून, अनुकूलपणें वागणारी, त्याजविषयीं अभिलाषयुक्त असलेली व त्यांतूनही पुत्रवती अशा माझा त्याग त्यानें कसा केला ? त्यानें अग्निसंनिध माझें पाणिग्रहण केलें व देवांच्या अग्रभागीं " जिवांत जीव आहे तोंपर्यंत मी तुझ्या सहवासांत राहीन " अशी जी खरी प्रतिज्ञा केली ती आतां कोणीकडे गेली ?

हे शत्रूनाशका राजा युधिष्ठिरा, हें सर्व भाषण करीत असतां दमयंतीच्या नेत्रांतून उष्ण असे अतिशय दुःखाश्रु गळले ! अत्यंत कृष्णवर्ण बाहुल्या असलेल्या व शेवटास आरक्तवर्ण झालेल्या त्या तिच्या नेत्रांतून एकसारखें गळूं लागलेलें तें अश्रुजल पाहून नलराजा त्या शोकाकुल झालेल्या दमयंतीस ह्मणाला, " हे भीरु (भ्याड स्त्रिये), माझ्या राज्याचा जो नाश झाला तो कांहीं मीं स्वतः केलेला नाहीं; तर तें, आणि मीं जो तुझा त्याग केला तेंही कृत्य कलीनेंच केलेलें आहे. पुढें तूं दुःखाकुल होऊन रात्रंदिवस मजविषयीं शोक करीत वनामध्यें वास करीत असतां जेव्हां तुजवर अन्याय्य असें संकट ओढवलें, त्या वेळीं तूं शापरूपी अस्त्राचा प्रहार केल्यामुळें तो कलि माझ्या शरीरामध्यें दग्ध होत राहिला. तुझ्या शापाच्या योगानें सदोदित दग्ध होऊं लागलेला तो कलि अग्नीमध्यें टाकलेल्या अग्नीप्रमाणें होऊन गेला ! तसेंच, पुढें तो माझ्याही व्यवसायानें आणि तपोबलानें पराजित झाला ! हे कल्याणि, आमच्या दुःखाचा जो हा शेवट झाला त्याचें हेंच कारण असावें. असो; सुंदरि, तो दुष्ट कलि मला सोडून गेल्यानंतर मी तुझ्यासाठींच इकडे आलों. येथें येण्यांत माझा दुसरा कांहीं हेतु नाहीं. हे

सुंदरि, कसलाही प्रसंग ओढवला तरी—कोणतीही कां स्त्री असेना, ती आपल्यावर प्रेम करणाऱ्या व अनुकूलपणें वागणाऱ्या पतीचा त्याग करून, माझ्याप्रमाणें दुसऱ्या पुरुषचा स्वकिार करूं शकेल तरी कशी ? पण तुझे तर दूत राजाच्या आज्ञेवरून संपूर्ण पृथ्वीमध्यें संचार करूं लागले आहेत; व " स्वैरपणें वर्तन करणारी भीमकन्या आपल्या इच्छेप्रमाणें आपल्यास साजेलसा दुसरा पति करणार आहे ! " असें त्यांच्याच तोंडून ऐकल्यामुळें हा भंगासुरपुत्र राजा ऋतुपर्ण त्वरेनें येथें आला आहे ! " हें नलाचें शोकवचन ऐकून दमयंती भीतीनें थरथर कांपूं लागली आणि हात जोडून ह्मणाली.

दमयंतीचें दिव्य !

दमयंती ह्मणाली:—हे कल्याणा, मी दोषी आहें अशी शंका घेणें तुला योग्य नाहीं. कारण, हे निषधाधिपते, मीं प्रत्यक्ष देवांचा त्याग करून तुला वरिलेलें आहे. तुझा शोध करण्यासाठींच मीं सांगितलेलीं गाथारूपीं वचनें म्हणत म्हणत ब्राह्मण दाही दिशांस निघून गेले होते. हे पृथ्वीपते, पुढें त्यांपैकीं पर्णाद नांवाचा एक विद्वान् ब्राह्मण कोशलदेशाच्या राजधानीमध्यें ऋतुपर्णाच्या मंदिरांत तुजपाशीं गेला. तेव्हां, त्यानें भाषण करून तुजकडून उत्कृष्ट प्रकारचें उत्तर मिळविलें, तें मला कळून आल्यावर, हे नैषधा, तुला ह्या ठिकाणीं आणण्यासाठीं मीं हा उपाय शोधून काढिला. कारण, हे प्रजापालका राजा, ह्या जगतामध्यें तुझ्यावांचून दुसरा कोणीही मनुष्य अश्वांच्या योगानें एका दिवसांत शंभर योजनें जाऊं शकणार नाहीं! हे राजा, मी ह्या तुझ्या पायांची शपथ घेऊन खरें सांगतें कीं, मीं कोणत्याही प्रकारची वाईट गोष्ट केलेली नाहीं आणि मनांतही आणलेली नाहीं हा सर्वही प्राण्यांस साक्षिभूत असणारा वायु ह्या जगतामध्यें संचार करीत आहे. तेव्हां, मी जर कांहीं पातक करीत असेन तर हा माझा प्राणनाश करूं दे ! तसेंच, जगताच्या पलीकडे असणारा हा सूर्य सदोदित संचार करीत आहे; तोही जर मी पाप करीत असेन तर माझे प्राण जातील असें करूं दे ! हा चंद्र अंतःकरणाची देवता असल्यामुळें सर्वही प्राण्यांच्या अंतःकरणामध्यें वास करीत आहे व ह्मणूनच साक्षिभूत असल्यासारखा आहे. तेव्हां, जर मी पातक करीत असेन तर तो मला गतप्राण करूं दे! हे तीनही देव त्रैलोक्याचें पालन करीत आहेत. तेव्हां, तेच ह्या माझ्या ह्मणण्यांत किती सत्य आहे तें सांगूं देत आणि सत्य नसेल तर माझा त्याग करूं देत!

हे युधिष्ठिरा, असें ह्मणतांच वायु आकाशांतून बोलला कीं, " हे नला, हिनें मुळींच पातक केलेलें नाहीं हें मी तुला खरें सांगतों. हे राजा, दमयंतीनें आपल्या सदाचाररूपी विशाल निधीचें उत्कृष्ट प्रकारें संरक्षण केलेलें आहे; तीन वर्षेंपर्यंत आह्मीं हिचें आचरण प्रत्यक्ष पाहिलें असून हिचें संरक्षणही केलेलें आहे. हे राजा, ह्या जगामध्यें तुजवांचून दुसरा कोणताही पुरुष एका दिवसांत शंभर योजनें गमन करूं शकणार नाहीं, असें समजून तुझ्याच प्राप्तीसाठीं हिनें ह्या अप्रतिम उपायाची योजना केली; आणि, हे पृथ्वीपते, असें केल्यामुळेंच ह्या भीमकन्येला तुझी व तुलाही भीमकन्येची प्राप्ति झालेली आहे. ह्याविषयीं तूं मुळींच शंका न बाळगितां आपल्या ह्या पत्नीचा स्वीकार कर ! "

नल व दमयंती यांची भेट !

धर्मराजा, ह्याप्रमाणें वायु भाषण करीत असतां आकाशांतून पुष्पवृष्टि झाली; देवांचे दुंदुभि वाजूं लागले व वायुही उत्कृष्ट प्रकारें वाहूं लागला ! युधिष्ठिरा, हें आश्चर्यकारक

कृत्य पाहून त्या शत्रुनाशक नलराजाच्या अंतः-करणांतील दमयंतीविषयींची शंका दूर झाली. नंतर त्या राजानें नागाधिपति कर्कोटक ह्याचें स्मरण करून, त्यानें दिलेलें तें निर्मल वस्त्र परिधान केलें, तेव्हां त्याला आपल्या स्वरूपाची प्राप्ति झाली ! त्या वेळीं आपला पति स्वरूप-संपन्न झाला आहे असें पाहतांच प्रशंसनीय अशा भीमकन्येनें त्या पुण्यश्लोक नलराजास आलिंगन देऊन मोठ्यानें हांक मारिली ! पूर्वी-प्रमाणेंच कांतिसंपन्न झालेल्या नलराजानेंही त्या भीमकन्येस व आपल्या मुलांस आलिंगन देऊन त्यांचें यथायोग्य अभिनंदन केलें. त्या वेळीं ती विशाललोचना सुमुखी दमयंती पूर्वीच्या दुःखाचें स्मरण होऊन त्याच्या योगानें व्याप्त होऊन गेली व नलाच्या वक्षःस्थलावर मुख टेंकून सुस्कारे टाकूं लागली. पति प्रवासांत असल्यानें अभ्यं-गादिक संस्कार न केल्यामुळें शरीर मलानें व्याप्त होऊन गेलेल्या त्या सुहास्यशालिनी दमयंतीस आलिंगन देऊन पुरुषश्रेष्ठ नलही पुष्कळ वेळपर्यंत तसाच शोकाकुल होऊन राहिला. तदनंतर, राजा युधिष्ठिरा, दमयंती आणि नल ह्यांची ती सर्वही हकीकत दमयं-तीच्या मातेनें भीमराजास आनंदपूर्वक जशीच्या तशीच कळविली. तेव्हां त्या महाराजा भीमानें सांगितलें कीं, " आज नलराजा स्वस्थपणें राहूं दे. उद्यां सकाळीं स्नान वगैरे करून तो शुचि-र्भूत झाला म्हणजे मी दमयंतीसहवर्तमान त्याची भेट घेईन." हे राजा, पुढें नल आणि दमयंती हीं उभयतां पूर्वी वनांत घडलेल्या सर्व गोष्टी सांगत रात्रभर आनंदानें राहिलीं. असो; ह्याप्रमाणें परस्परांच्या सुखाविषयींची इच्छा असलेलीं दमयंती आणि नल हीं उभयतां आनंदित अंतःकरणानें भीमराजाच्या मंदि-रांत राहिलीं. राजा युधिष्ठिरा, ह्याप्रमाणें चौथ्या वर्षी भार्येची भेट होऊन सर्व मनो-रथ पूर्ण झाल्यामुळें त्या राजाला अत्यंत आनंद झाला; आणि ज्याप्रमाणें अर्धवट धान्य उगवून आलेली भूमि पाणी मिळालें म्हणजे टवटवीत होते, त्याप्रमाणें दमयंतीही पतीची प्राप्ति झाल्यामुळें अत्यंत आनंदित झाली.

ह्याप्रमाणें पतीची भेट झाल्यामुळें तिची ग्लानि दूर झाली; शारीरिक आणि मानसिक संताप शांत झाला; व आनंदामुळें तिचें अंतः-करण विकसित होऊन गेलें. ह्यामुळें मनोरथ पूर्ण झालेली ती भीमकन्या उदय पावलेल्या चंद्राच्या योगानें शोभणाऱ्या रात्रीप्रमाणें शोभूं लागली.

अध्याय सत्त्याहत्तरावा.

—:०:—

नल व भीम ह्यांची भेट.

बृहदश्व म्हणालाः—ह्याप्रमाणें ती रात्र तेथें राहिल्यानंतर दमयंतीसहवर्तमान नल-राजानें उत्कृष्ट प्रकारचे अलंकार धारण करून प्रातःकाळीं राजा भीम ह्याची भेट घेतली. त्या वेळीं प्रथम त्या पवित्र अशा नलराजानें आपल्या श्वशुरास नमस्कार केला व त्याच्या मागून कल्याणी दमयंतीनेंही त्या आपल्या पित्यास वंदन केलें. नंतर भीमराजानेंही अत्यंत आनंदपूर्वक त्याला पुत्राप्रमाणें आपल्या-जवळ घेतलें आणि यथायोग्य बहुमान केला. पुढें त्या ठिकाणीं नल आणि पतिव्रता दमयंती ह्या उभयतांचें त्या राजानें समाधान केलें. तेव्हां नलराजानेंही त्यानें केलेल्या सत्का-राचा यथाविधि स्वीकार केल्यानंतर आपणही त्याची योग्य प्रकारें शुश्रूषा केली. तदनंतर, नलराजाची तशा प्रकारें प्राप्ति झाली आहे असें पाहून आनंदित होऊन गेलेल्या प्रजाजनांच्या हर्षजन्य शब्दांचा त्या नगरामध्यें मोठा गजर होऊन गेला ! ह्या वेळीं राजानें ध्वज आणि पताका लावून आपलें नगर सुशोभित करविलें;

सर्वेही राजमार्ग चांगले स्वच्छ करून पाणी शिंपून व पुष्पें पसरून उत्कृष्ट प्रकारें सुशोभित केले; पुरवासी लोकांच्या दारोदार नानातऱ्हेचे पुष्परचनेचे प्रकार केलेले होते; व सर्वेही देवालयें चांगलीं सुशोभित केलीं होतीं. ह्या वेळीं, आपल्याजवळ बाहुकाच्या वेषानें राहिलेला पुरुष नलराजा असून दमयंतीची व त्याची भेट झाली असें ऋतुपर्णाच्या कानावर गेलें.

ऋतुपर्ण व नल ह्यांची भेट व संवाद.

तेव्हां आनंदित होऊन त्या नरपतीनें नलराजास बोलावून आणून त्याची क्षमा मागितली. बुद्धिमान् व संमाननीय अशा नलराजानेंही नानाप्रकारचीं कारणें सांगून त्याच्याकडे क्षमा मागितली व त्याचा बहुमान केला. त्यानें बहुमान केल्यानंतर नलाच्या ह्या अज्ञातवासाचें तत्त्व कळून आल्यामुळें त्या राजाच्या तोंडावर विस्मयाची झांक दिसूं लागली व तो श्रेष्ठ प्रतीचा वक्ता भूपति त्याशीं बोलूं लागला. त्यानें प्रथम " तुला तुझ्या भार्येची भेट झाली हें सुदैव होय ! " असें ह्मणून त्याचें अभिनंदन केलें; व नंतर " हे पृथ्वीपते नैषधा, तूं माझ्या घरीं अज्ञातवासांत असतां माझ्या हातून तुझा कांहीं अपराध तर घडलेला नाहींना ? मीं बुद्धिपूर्वक असो अथवा अज्ञानानें असो, जें कांहीं अयोग्य आचरण केलें असेल त्याची मला तूं क्षमा कर." असें म्हटलें.

नलराजा ह्मणालाः—हे राजा, तूं माझा थोडा सुद्धां अपराध केलेला नाहींस आणि जरी केला असलास तरीही मला त्याबद्दल राग नाहीं. मीं तुला क्षमाच केली पाहिजे. कारण, हे राजा, तूं पूर्वींपासूनच माझा मित्र आणि संबंधी आहेस. आतां येथून पुढें तूं मजवर अधिक प्रेम ठेव. हे राजा, माझे सर्वेही मनोरथ पूर्ण होऊन मी तुजपाशीं सुखानें राहिलों होतों. हे नरपते, मी जसा तुझ्या घरीं राहिलों होतों तसा आपल्या घरींही कधीं राहिलेलों नाहीं. आतां, हे पृथ्वीपते, हें अश्वशास्त्रज्ञान ही मजकडे तुझी ठेव आहे, ती तुझी इच्छा असल्यास तुजकडे द्यावी असा माझा हेतु आहे. असें ह्मणून नलराजानें ती विद्या ऋतुपर्णास दिली व ऋतुपर्णानेंही शास्त्रनिर्दिष्ट विधीनें त्या विद्येचा स्वीकार केला. राजा युधिष्ठिरा, ह्याप्रमाणें नलाकडून अश्वविद्येचें रहस्य संपादन केल्यानंतर व नलास अक्षविद्येचें तत्त्व शिकविल्यानंतर तो राजा ऋतुपर्ण दुसरा सारथि घेऊन आपल्या नगराकडे चालता झाला. युधिष्ठिरा, ऋतुपर्ण निघून गेल्यानंतर नलराज कुंडिननगरामध्यें थोडे दिवस राहिला.

अध्याय अठ्याहत्तरावा.

—:०:—

नलराजाचें आपल्या नगरीं गमन व पुष्कराशीं द्यूत.

बृहदश्व ह्मणालाः—युधिष्ठिरा, तेथें एक महिनाभर राहिल्यानंतर भीमराजाचा निरोप घेऊन व बरोबर थोडासा परिवार घेऊन नलराजा निषधदेशाकडे गेला. त्याच्याबरोबर शुभ्रवर्णाचा एक रथ, जवळ सोळा हत्ती, पन्नास घोडे व सहाशें पायदळ इतका परिवार होता. निषधदेशास गेल्यानंतर तो अंतःकरण उदार असलेला व नगरांत केव्हां जाईन अशी त्वरा झालेला पृथ्वीपति नल क्षुब्ध होऊन वेगानें नगरांत शिरला. त्या वेळीं पृथ्वी जणू कंप पावूं लागली होती. पुढें पुष्कराची गांठ घेऊन तो वीरसेनपुत्र नल त्याला ह्मणाला कीं, " आतां आपण पुनः द्यूत करूं या. कारण, मीं पुष्कळ द्रव्य संपादन केलें आहे. पुष्करा, दमयंती आणि दुसरेंहीं जें कांहीं मज-

कडे आहे त्या सर्वांचा मी पण लावतों आणि तूं राज्याचा पण लाव. पुनः एकदां द्यूत सुरू व्हावें असें माझ्या बुद्धीला आतां निश्चयपूर्वक वाटूं लागलें आहे. ह्या एका पणामध्यें जर तुझाच जय झाला, तर आपण प्राणाचा पण लावूं व त्याला तूं कबूल झालें पाहिजेस. कारण, दुसऱ्याला जिंकून त्याचें राज्य अथवा द्रव्य हरण केल्यानंतर त्याला एक डाव देणें हा श्रेष्ठ प्रतीचा धर्म होय असें सांगितलेलें आहे. तुला जर ह्या द्यूताची इच्छा नसेल तर युद्धरूपी द्यूत सुरू होऊं दे आणि आपणां उभयतांमध्यें युद्ध होऊन तुझी अथवा माझी—कोणाची तरी शांति होऊं दे! 'हें राज्य वंशपरंपरेनें उपभोगावयाचें असल्यामुळें कोणता हवा तो उपाय करून तें जसें असेल तसें मिळविण्याची इच्छा करावी' असें वृद्ध लोकांचें सांगणें आहे. तेव्हां पुष्करा, आज तूं ह्या दोहोंपैकीं एक कांहीं तरी करावयाचें मनांत आण. हवें तर कपटानें द्यूत कर; नाहीं तर युद्धासाठीं धनुष्य तरी वांकीव."

राजा, निषधाधिपति नल असें बोलूं लागला असतां पुष्करास खात्रीनें आपला जय होईल असें वाटल्यावरून तो हसल्यासारखें करून नलराजास ह्मणाला, "नैषधा, तूं पण लावण्यासाठीं द्रव्य संपादन केलेंस ही फार आनंदाची गोष्ट आहे! तसेंच आज दमयंतीचें दुर्दैव नाहींसें झालें हें तिचें भाग्यच होय! महाबाहो राजा, तूं आपल्या पत्नीसहवर्तमान सांप्रत जिवंत आहेस ही देखील मोठ्या समाधानाची गोष्ट आहे! आतां मीं तुला जिंकलें ह्मणजे जिंकून घेतलेलें हें द्रव्य आणि त्याच्या योगानें अलंकृत झालेली ही भीमकन्या—अप्सरा इंद्राकडे जाते त्याप्रमाणें मजकडे येईल हें अगदीं उघड आहे. नैषधा, मी तुझी प्रत्यहीं आठवण काढून मार्गप्रतीक्षा करीत असतों. कारण शत्रूशीं द्यूत करण्यांत मला फार आनंद होतो! तेव्हां आज ह्या प्रशंसनीय आणि सौंदर्यसंपन्न अशा दमयंतीला जिंकून घेऊन मी कृतकृत्य होणार! कारण, ती सदोदित माझ्या मनांत वागत आहे!"

ह्याप्रमाणें पुष्कळ व असंबद्ध बडबड करणाऱ्या त्या पुष्कराचे ते शब्द ऐकून नल क्रुद्ध झाला व त्याला त्याचें मस्तकच तरवारीनें तोडून टाकावें असें वाटलें. पण तसें न करितां रागानें डोळे लाल झालेला तो नलराजा जरासें हंसून त्याला ह्मणाला, "आधीं आपण द्यूत करूं या; उगीच बोलतोस कशाला? मीं जिंकल्यानंतर तुला एक शब्द सुद्धां बोलतां येणार नाहीं." ह्याप्रमाणें तो बोलल्यानंतर पुष्कर व नल ह्या दोघांमध्यें द्यूत सुरू झालें.

पुष्करपराजय व नलास राज्यप्राप्ति.

तेव्हां, एकाच डावांत वीर नलराजानें त्याचा पराजय करून रत्नें, खजीना आणि इतरही वस्तुसमूह हीं जिंकून घेतलीं; व पुढें प्राणाचा पण लावल्यानंतरही त्यानें त्याचा पराजय केला. ह्याप्रमाणें पुष्कराला जिंकल्यानंतर नलराजा त्याचा उपहास करून ह्मणालाः—आतां निष्कंटक आणि प्रतिबंधशून्य असें हें राज्य माझें आहे. अरे नृपाधमा, आतां विदर्भराजकन्या तुझ्या दृष्टीस देखील पडावयाची नाहीं! मूर्खा, आतां तूं आणि तुझा परिवार हे सर्व तिचे दास झालेले आहां! पूर्वीं जें तूं मला जिंकिलेंस तें काम कांहीं तुझें नसून तें कलीनें केलेलें आहे, पण तें तुला माहीत नाहीं. तथापि हा दुसऱ्याचा अपराध मी कोणत्याही प्रकारें तुझ्या माथीं लादीत नाहीं. तूं खुशाल जिवंत रहा. मी तुला प्राणदान करितों आणि पूर्वींप्रमाणेंच सर्व सामुग्री आणि तुझा वांटा तुला देतों. हे वीरा, पूर्वींप्रमाणेंच माझें तुजवर निःसंशय प्रेम आहे;

आणि येथून पुढेंही मजकडून तुझ्या स्नेहांत केव्हांही अंतर पडणार नाहीं. कारण, पुष्करा, तूं माझा बंधु आहेस. तुला शंभर वर्षें आयुष्य असो!

ह्याप्रमाणें आपल्या बंधूचें सांत्वन करून व वारंवार आलिंगन देऊन अमोघपराक्रमी राजा नल ह्यानें त्यास त्याच्या नगराकडे पाठविलें. राजा युधिष्ठिरा, नलराजानें असें सांत्वन केलें असतां, पुष्कर त्या पुण्यश्लोकास प्रणाम करून व हात जोडून ह्मणाला, हे पृथ्वीपते, तुझी अक्षय्य कीर्ति होवो ! तूं दहा हजार वर्षें सुखानें नांद ! कारण, मला तूं प्राणदान केलें असून रहाण्यालाही जागा दिली आहेस ! " पुढें नलराजानें अत्यंत बहुमान केल्यानंतर तो राजा पुष्कर तेथें एक महिना आनंदानें राहून परिवारासहवर्तमान आपल्या नगराकडे निघून गेला. हे पुरुषश्रेष्ठा, त्याजबरोबर मोठें सैन्य असून विनयसंपन्न असे पुष्कळ सेवकही होते व त्याचें शरीर सूर्याप्रमाणें देदीप्यमान दिसत होतें. ह्याप्रमाणें बरोबर पुष्कळ द्रव्य देऊन पुष्कराला सुखरूपपणें पोंहोंचविल्यानंतर त्या कांतिशाली नलराजानें अतिशय सुशोभित केलेल्या आपल्या नगरीमध्यें प्रवेश केला. नलराजा तेथें गेल्यानंतर त्या नगरांतील आणि देशांतील लोकांस अत्यंत आनंद झाल्यामुळें त्यांच्या शरीरावर रोमांच उभे राहिले. पुढें नलराजानेंही त्यांचें अंतःकरण आल्हादित केलें. त्या वेळीं अमात्यांसहवर्तमान सर्वही मुख्य मुख्य लोक हात जोडून ह्मणाले, " ज्याप्रमाणें देवांस इंद्राची सेवा करावयास मिळावी त्याप्रमाणें आज आह्मांस महाराजांची सेवा करावयास मिळाली आहे; ह्यामुळें आह्मां सर्व नगरवासी व देशवासी लोकांस संतोष वाटत आहे. "

अध्याय एकोणऐशींवा.

—:०:—

नलचरिताचा उपसंहार.

बृहदश्व ह्मणालाः—पुढें नलराजाच्या आगमनामुळें आनंदित झालेल्या त्या नगरांत स्वस्थता होऊन महोत्सव सुरू झाले असतां नलराजानें मोठें सैन्य पाठवून दमयंतीला तेथें आणिली. इकडे दमयंतीचा पिता शत्रुवीरनाशक अंतःकरण गंभीर असलेला, भयंकर पराक्रमी राजा भीम ह्यानेंही बोलावणें येतांच दमयंतीचा सत्कार करून तिला पाठवून दिली. तिकडून ती आपल्या मुलांसहवर्तमान आल्यानंतर, नंदनवनामध्यें असणाऱ्या इंद्राप्रमाणें तो नलराजा त्या नगरामध्यें आनंदित होऊन राहिला. ह्याप्रमाणें तो महायशस्वी राजा नल शत्रूकडून तें राज्य परत घेतल्यानंतर जंबुद्वीपांतील राजांमध्यें प्रसिद्ध होऊन पुनः राज्य करूं लागला; व त्यानें भरपूर दक्षिणा असलेले नानाप्रकारचे यज्ञ केले. त्याचप्रमाणें, हे राजेंद्रा युधिष्ठिरा, तूं देखील आपल्या मित्रांसहवर्तमान लवकरच यज्ञ करिशील. हे नरश्रेष्ठा भरतकुलधुरंधरा, शत्रूंचीं नगरें हस्तगत करणाऱ्या नलराजाला द्यूताच्या योगानें अशा प्रकारच्या दुःखाची प्राप्ति झाली ! हे पृथ्वीपते, त्या भयंकर दुःखाची प्राप्ति झाली तेव्हां नल एकटाच होता, तथापि पुनः त्याचा अभ्युदय झाला. आणि, हे पांडवा, तुजबरोबर तर तुझे बंधु व द्रौपदी असून धर्माविषयींचा विचार करीत तूं ह्या महावनामध्यें सुखानें दिवस काढीत आहेस. तसेंच महाभाग्यशाली व वेदवेदांगांमध्यें पारंगत असलेले ब्राह्मणही प्रत्यहीं तूं बसलास कीं तुजपाशीं येऊन बसतात. मग ह्या अवस्थेबद्दल तुला शोक तो कसला? असो; अक्षविद्येंतील रहस्य संपादन केल्यानंतर राजा नल ह्यानें ऋतुपर्णाच्या संनिधच कलीपाशीं

कांहीं गोष्टींची मागणी केली व ती कलीनें कबूलही केली ती अशी कीं, कर्कोटक नाग, दमयंती, नल आणि राजर्षि ऋतुपर्ण ह्यांचें नामसंकीर्तन केल्यास कलीच्या दोषाचा नाश व्हावा ! असो; हे राजा, जो मनुष्य प्रत्यहीं ह्या आख्यानाचें पठन अथवा श्रवण करील त्याला कलीची भीति राहणार नाहीं. जो मनुष्य धर्मनिष्ठ, योगाभ्यास करणारा, सदोदित सरळ रीतीनें वागणारा आणि दान करण्याच्या कामामध्यें उदार असा असेल त्याला कलि काय करणार ? हे धैर्यभ्रष्ट न झालेल्या राजा, हा कलिनाशक इतिहास ऐकून तुझ्यासारख्यानें धीर धरणें शक्य आहे. ऐश्वर्यरूपी पुरुषार्थ हा सदोदितच चंचल आहे हें तूं लक्षांत घे; आणि तें ऐश्वर्य प्राप्त झालें अथवा त्याचा नाश झाला तरीही तूं काळजी करूं नको. हे राजा, हा इतिहास ऐकून धीर धर, शोक करूं नको. हे महाराजा, संकटामध्यें खिन्न होऊन जाणें तुला योग्य नाहीं. कारण, धैर्यसंपन्न असे सुज्ञ लोक दैवाची स्थिति बरोबर नाहींशी झाली व त्यामुळें प्रयत्न निष्फल होऊं लागले तरीही अंतःकरणास खेद वाटूं देत नाहींत. जे लोक नलराजाचें हें मोठें चरित्र दुसऱ्याला सांगतील अथवा श्रवण करितील त्यांना विपत्ति येणार नाहीं. इतकेंच नव्हे, तर त्या मनुष्यांचे सर्व मनोरथ पूर्ण होऊन तो धन्य होतो. ह्या पुरातन कालांतील उत्कृष्ट इतिहासाचें सदोदित श्रवण करणाऱ्यास पुत्र, पौत्र आणि पशु ह्यांची प्राप्ति होऊन तो मनुष्यांमध्यें अग्रगण्य, आरोग्यसंपन्न आणि आनंदित होऊन राहील, ह्यांत संशय नाहीं. हे पृथ्वीपते, अक्षज्ञानसंपन्न दुर्योधन मला द्यूत करण्यास पुनः बोलावील ह्या भीतीनें तूं गांगरून गेला आहेस ! तेव्हां ती तुझी भीति मी दूर करितों. हे अमोघपराक्रमी कुंतीपुत्रा, मला अक्षविद्येचें सर्वही रहस्य माहीत आहे तें मी तुला आनंदानें सांगतों; ग्रहण कर.

युधिष्ठिरास अक्षविद्येची प्राप्ति.

वैशंपायन ह्मणालेः—हें ऐकून अंतःकरण आनंदित झालेला राजा युधिष्ठिर बृहदश्वास ह्मणाला कीं, "हे भगवन्, अक्षविद्येचें रहस्य बरोबर समजावें अशी माझी इच्छा आहे." हें ऐकून बृहदश्वानें त्या महात्म्या धर्मास अक्षविद्येचें रहस्य शिकविलें व तें शिकविल्यानंतर तो महातपस्वी स्नान करण्यासाठीं अश्वशिरनामक तीर्थावर निघून गेला. बृहदश्व निघून गेल्यानंतर, कुंतीपुत्र बुद्धिमान् अर्जुन हा वायुभक्षण करून भयंकर तपश्चर्या करीत आहे असें तीर्थावरून, पर्वतावरून आणि वनांतून आलेल्या व त्या त्या ठिकाणीं जाणाऱ्या तपोनिष्ठ ब्राह्मणांच्या तोंडून त्या दृढनिश्चयी धर्मराजानें ऐकिलें. ते ह्मणत असत कीं, "कुंतीपुत्र महाबाहु अर्जुन दुष्कर तपश्चर्या करूं लागला आहे. निश्चयपूर्वक व्रताचें आचरण करणारा, तपस्वी, मननशील, एकटाच संचार करणारा, कांतिमान् आणि मूर्तिमंत धर्मच कीं काय असा कुंतीपुत्र अर्जुन ज्याप्रमाणें तपश्चर्या करीत आहे, त्याप्रमाणें उग्र तपश्चर्या करणारा कोणीही मनुष्य पूर्वी आमच्या पहाण्यांत आलेला नाहीं !"

राजा जनमेजया, ह्याप्रमाणें तो महावनामध्यें तपश्चर्या करीत आहे असें ऐकून कुंतीपुत्र राजा युधिष्ठिर आपल्या त्या प्रियबंधु अर्जुनाविषयीं शोक करूं लागला. त्याचें अंतःकरण होरपळूं लागलें आणि तो आपलें संरक्षण करणाऱ्या त्या अर्जुनाची भेट व्हावी ह्या इच्छेनें महावनामध्यें नानाप्रकारचें ज्ञान असलेल्या ब्राह्मणांस प्रश्न विचारूं लागला.

तीर्थयात्रापर्व.

अध्याय ऐशींवा.

—:०:—

पांडवांचा काम्यकवन सोडण्याविषयींचा विचार.

जनमेजय ह्मणालाः—हे भगवन्, माझा प्रपितामह अर्जुन काम्यकवनांतून निघून गेल्यानंतर त्या सव्यसाची अर्जुनाचा वियोग झालेल्या पांडवांनीं काय केलें? कारण, आदित्यांना जसा विष्णु तसा संग्रामांत जय मिळविणारा तो महाधनुर्धर अर्जुन हाच त्यांचा आधार होता असें मला वाटतें; व ह्मणूनच इंद्राप्रमाणें वीर्यवान् व संग्रामापासून परावृत्त न होणाऱ्या त्या वीराचा वियोग झाल्यानंतर वनामध्यें ते माझे पितामह पांडव कोणत्या स्थितीमध्यें होते?

वैशंपायन ह्मणालेः—बा जनमेजया, अमोघपराक्रमी अर्जुन काम्यकवनांतून निघून गेल्यानंतर ते सर्वही पांडव सारखे शोक आणि दुःख करूं लागले. ह्या वेळीं सूत तुटलेल्या माळेंतील रत्नाप्रमाणें अथवा पंख तुटलेल्या पक्ष्यांप्रमाणें स्थिति होऊन ते सर्वही पांडव खिन्न होऊन गेले! तो कोणतेंही कर्म करण्यांत क्लेश न पावणारा अर्जुन तेथें नसल्यामुळें तें अरण्य—कुबेरानें विरहित अशा चैत्ररथनामक उद्यानाप्रमाणें शोभाहीन होऊन गेलें. जनमेजया, त्या वेळीं ते पुरुषश्रेष्ठ पांडव जरी त्या काम्यकवनांत राहिले होते तरी अर्जुनावांचून त्यांच्या मनाला आनंद होईना. हे भरतकुलश्रेष्ठा जनमेजया, ते पराक्रमी महारथी पांडव ब्राह्मणांच्यासाठीं शुद्ध बाणांनीं नानाप्रकारचीं पवित्र हरणें मारीत असत; तसेंच ते शत्रुमर्दक पुरुषश्रेष्ठ प्रतिदिवशीं वन्य आहार मिळवून आणून ब्राह्मणांस अर्पण करीत; तथापि, हे राजा, अर्जुन निघून गेल्यानंतर ते सर्वही पुरुषश्रेष्ठ पांडव त्या ठिकाणीं खिन्न व उत्कंठित होऊन राहिले होते. नंतर एकदा आपल्या मधल्या पतीचें अर्थात् अर्जुनाचें विशेष स्मरण करणारी द्रौपदी उद्विग्न होऊन बसलेल्या पांडवश्रेष्ठ युधिष्ठिराला ह्मणाली, ‘ हे पांडवश्रेष्ठा, जो अर्जुन द्विबाहु असतांही सहस्रबाहु असणाऱ्या कार्तवीर्यार्जुनाच्या बरोबरीचा आहे, त्याच्यावांचून मला हें अरण्य बरोबर दिसत नाहीं! मला ही पृथ्वी त्या त्या ठिकाणीं अगदीं ओसाड पडून गेल्यासारखी दिसते! ह्या वनामध्यें अनेक आश्चर्यकारक गोष्टी आहेत आणि ह्यांतील वृक्षही प्रफुल्ल झालेले आहेत; तरीही तो सव्यसाची अर्जुन नसल्यामुळें हें तितकें रम्य दिसत नाहीं! नीलमेघाप्रमाणें कांति, मदोन्मत्त हत्तीसारखी गति आणि कमलासारखे नेत्र ह्यांनीं युक्त असलेल्या त्या अर्जुनावांचून मला हें काम्यकवन विशेषसें बरें दिसत नाहीं! हे राजा, ज्याच्या धनुष्याचा ध्वनि कानाला वज्राच्या गर्जनेसारखा ऐकूं येतो त्या सव्यसाची अर्जुनाचें स्मरण होऊं लागलें ह्मणजे माझ्या मनाला स्वस्थता वाटत नाहीं!” हे महाराजा जनमेजया, ह्याप्रमाणें द्रौपदीनें पुनः पुनः केलेला तो विलाप ऐकून शत्रुवीरनाशक भीमसेन तिला असें ह्मणाला.

भीमसेन ह्मणाला, “ हे भद्रे, हे सुंदरि, तूं अंतःकरणास आनंद होईल अशा रीतीचें जें भाषण करीत आहेस तें केवळ अमृताच्या घोटासारखें असून माझ्या मनाला आनंदित करीत आहे. दीर्घ, सारखे, पुष्ट, अडसरांप्रमाणें असलेले, धनुष्याच्या दोरीचे घट्टे पडलेले, वर्तुल, खड्ग आणि धनुष्य धारण करणारे व सुवर्णमय बाहुभूषणांनीं वरच्या बाजूस विभूषित असलेले ज्याचे दोन बाहु ह्मणजे प्रत्यक्ष पांच फणांचे दोन सर्पच आहेत,

त्या पुरुषश्रेष्ठावांचून हें जग सूर्य अस्तंगत झालेल्या आकाशाप्रमाणें केवळ अंधकारमय होऊन गेलेलें आहे. ज्या महाबाहूच्या आश्रयामुळेंच पांचाल व कुरुदेशाधिपति ह्यांस युद्धासाठीं सज्ज झालेल्या देवांच्याही सैन्याचें भय वाटत नसे व ज्या महात्म्याच्या बाहूंच्या आधारामुळेंच आह्मी सर्वजण संग्रामांत शत्रूंचा पराजय करून पृथ्वी अगदीं मिळविलीच आहे असें समजत होतों, त्या वीर अर्जुनावांचून ह्या काम्यकवनामध्यें माझ्या अंतःकरणाला उत्साह वाटत नाहीं ! मला सर्व दिशा अंधकारानें जणू व्याप्त होऊन गेल्यासारख्या दिसत आहेत ! " असें भीमानें भाषण केल्यानंतर, अश्रूंनीं कंठ दाटून येऊन पांडुपुत्र नकुल बोलूं लागला.

नकुल ह्मणालाः—देव देखील रणांगणांतील ज्याच्या अलौकिक कृत्यांच्या गोष्टी सांगत असतात त्या श्रेष्ठ योद्ध्याचावांचून—अर्जुनावांचून ह्या वनामध्यें आह्मांला आनंद कसचा असणार ? आणि ह्या वनामध्यें आह्मांला कसची करमणूक होणार ? ज्या महातेजस्वी आणि प्रिय अशा अर्जुनानें उत्तरदिशेस जाऊन व संग्रामामध्यें मुख्य मुख्य गंधर्वांचा पराजय करून तित्तिरिपक्ष्याप्रमाणें करड्या रंगाचे कांतिमान् आणि वायुवेगी अश्व संपादन केले व ते राजसूय महायज्ञामध्यें प्रेमानें आपल्या बंधूंस अर्पण केले, त्या भयंकर धनुष्य धारण करणाऱ्या देवतुल्य अशा भीमाच्या कनिष्ठ बंधूवांचून—अर्जुनावांचून—आतां ह्या काम्यकवनांत रहावें अशी मला इच्छा होत नाहीं.

सहदेव ह्मणालाः—ज्या महारथीनें पूर्वीं संग्रामामध्यें द्रव्य आणि कन्यका हीं जिंकून घेऊन राजसूय महायज्ञाच्या वेळीं राजा युधिष्ठिरास आणून दिलीं, व एकटा असतांही ज्या निःसीमतेजस्वी अर्जुनानें श्रीकृष्णाची संमति घेऊन, युद्धासाठीं जमलेल्या यादवांचा पराजय करून सुभद्रा हरण केली, त्या अर्जुनाचें हें दर्भासन ह्या आश्रमामध्यें मोकळें पडलेलें पाहून, हे महाराजा, माझ्या अंतःकरणाला केव्हांही शांति वाटत नाहीं ! हे शत्रुमर्दना, ह्या अरण्यांतून निघून जावें हेंच मला बरें वाटतें. कारण, त्या वीरावांचून हें अरण्य आह्मांला रमणीय वाटत नाहीं !

अध्याय एक्यायशींवा.

—:०:—

युधिष्ठिरास नारदाचें दर्शन.

वैशंपायन ह्मणालेः—ह्याप्रमाणें अर्जुनाविषयीं उत्कंठित झालेल्या आपल्या बंधूंचे व द्रौपदीचे शब्द ऐकून धर्मराजा खिन्न झाला ! इतक्यांत, ब्राह्मतेजाच्या योगानें ज्वालांमध्यें हवन केलेल्या अग्नीप्रमाणें देदीप्यमान महादेवर्षि नारद ह्यांचें त्या ठिकाणीं त्यास दर्शन झालें. ते आले आहेत असें पहातांच बंधूंसहवर्तमान धर्मराजानें उत्थापन देऊन त्या महात्म्याची योग्य प्रकारें पूजा केली. ह्या वेळीं बंधूंनीं वेष्टिलेला अत्यंत प्रदीप्त कांति असलेला तो श्रीमान् कुरुकुलश्रेष्ठ युधिष्ठिर देवांनीं वेष्टिलेल्या इंद्राप्रमाणें शोभत होता. ज्याप्रमाणें गायत्री वेदांना अथवा सूर्यप्रभा मेरुपर्वताला सोडीत नसते, त्याचप्रमाणें आपल्या धर्मास अनुसरून असणारी द्रौपदीही आपल्या पतींस ह्या वेळीं सोडून नव्हती; अर्थात् त्या वेळीं तीही त्याच्याबरोबरच होती. असो; हे निष्पापा जनमेजया, त्या पूजेचा अंगीकार केल्यानंतर भगवान् नारदमुनींनीं धर्मपुत्र युधिष्ठिर ह्यास योग्य प्रकारें धीर दिला; आणि ते महात्मा धर्मराजा युधिष्ठिर ह्यास ह्मणाले, " हे धार्मिकश्रेष्ठा, तुला कशाची आवश्यकता आहे आणि मी तुला काय देऊं तें सांग. "

धर्माचा नारदांस तीर्थफलाविषयीं प्रश्न.

हे महाराजा जनमेजया, हें ऐकून धर्मपुत्र राजा युधिष्ठिर आपल्या बंधूंसहवर्तमान प्रणाम करून व हात जोडून त्या देवतुल्य नारदमुनींना ह्मणाला, "हे महाभाग, सर्वही लोकांस पूज्य असे आपण संतुष्ट झाला आहां; ह्यामुळें हे सुव्रता, मला जें कांहीं कर्तव्य आहे तें आपल्या प्रसादानें घडून आल्यासारखेंच आहे असें मी समजतों. तथापि, हे निष्पापा मुनिश्रेष्ठा, मी आणि माझे बंधु ह्यांवर जर आपण अनुग्रह करणार असाल तर, आपण माझ्या संदेहाचें तात्त्विक रीतीनें निरसन करावें, तो संदेह असा कीं, 'तीर्थाटन करण्याविषयीं तत्पर होऊन जो मनुष्य पृथ्वीप्रदक्षिणा करितो त्याला मिळणारें एकंदर फल कोणतें?' तेव्हां हें आपण मला सांगा."

नारदांचें उत्तर.

नारद ह्मणालेः—हे राजा, पूर्वीं ज्ञानसंपन्न भीष्मानें हें सर्व फल पुलस्त्य मुनींकडून ऐकलेलें आहे. त्याच्याच अनुरोधानें तें मी तुला सांगतों, लक्ष्य देऊन ऐक. पूर्वीं धार्मिकश्रेष्ठ भीष्म पितरांच्या उद्देशानें आचरण करावयाच्या व्रताचा अवलंब करून देव, गंधर्व आणि देवर्षि ह्यांनीं सेवन केलेल्या पवित्र अशा गंगाद्वार—हरिद्वार—संज्ञक शुभ प्रदेशांत मुनींसहवर्तमान भागीरथीच्या तीरावर रहात होता. तेथें तो अत्यंत कांतिमान् भीष्म देव, ऋषि आणि पितर ह्यांचें शास्त्रोक्त विधीनें तर्पण करीत असे. कांहीं काल गेल्यानंतर जप चालला असतांना त्या महायशस्वी भीष्मास आश्चर्यकारक कांति असलेल्या मुनिश्रेष्ठ पुलस्त्याचें दर्शन झालें. उग्र तप करणाऱ्या व कांतीनें जणू प्रज्वलित असलेल्या त्या मुनीला पहातांच भीष्माला अप्रतिम आनंद झाला व अतिशय विस्मय वाटला! हे भरतवंशजा, तो महाभाग मुनि जवळ येतांच धार्मिकश्रेष्ठ भीष्मानें शास्त्रोक्त विधीनें त्याचें पूजन केलें; व अंतःकरणाचा निग्रह केलेल्या आणि शुचिर्भूत अशा त्या भीष्मानें त्याचें तीर्थ आपल्या मस्तकावर शिंपून घेऊन त्या ब्रह्मर्षिश्रेष्ठास आपलें नांव सांगितलें. तो ह्मणाला, 'हे मुने, मी भीष्म आहें, आपलें कल्याण असो! हे सुव्रता, मी आपला दास आहें. आपलें दर्शन होतांच मी सर्व पातकांपासून मुक्त झालों आहें,' हे महाराजा युधिष्ठिरा, असें बोलून धार्मिकश्रेष्ठ भीष्म पुढें कांहीं न बोलतां हात जोडून स्वस्थ बसला; व नियम आणि वेदाध्ययन ह्यांमध्यें गढून गेलेल्या त्या कुरुकुलश्रेष्ठ भीष्मास अवलोकन करून त्या मुनीच्याही अंतःकरणाला आनंद झाला.

अध्याय ब्यायशींवा.

—:०:—

तीर्थयात्रेविषयीं भीष्माची जिज्ञासा.

पुलस्त्य ह्मणालाः—हे धर्मज्ञा सुव्रता महाभागा भीष्मा, तुझा हा विनय, इंद्रियनिग्रह आणि सत्यनिष्ठा ह्यांच्या योगानें मी संतुष्ट झालों आहें. हे निष्पापा, पितृभक्तीमुळें तूं अशा प्रकारच्या धर्माचा आश्रय केला आहेस, ह्मणूनच ह्या वेळीं तुला माझें दर्शन होत आहे. मुला, तुझ्यावर माझें फार प्रेम आहे. भीष्मा, माझें दर्शन व्यर्थ जावयाचें नाहीं. तेव्हां मी तुझें कोणतें कार्य करूं तें सांग. हे निष्पापा कुरुश्रेष्ठा, तूं जें सांगशील तें मी तुला देईन.

भीष्म ह्मणालाः—हे महाभाग, सर्व लोकांस पूज्य असे आपण संतुष्ट झालां आहां ह्यामुळें व आपणा प्रभूचें मला दर्शन झालें एवढ्यानेंच मी कृतार्थ झालों आहें असें मला वाटतें. तथापि, हे धार्मिकश्रेष्ठा, जर आपण मजवर अनुग्रहच करीत असाल, तर मला कांहीं जिज्ञासा आहे

ती मी आपणांला सांगतों, तिचें आपण उत्तर द्यावें ह्मणजे झालें. माझ्या अंतःकरणांत तीर्थासंबंधानें एक धर्मविषयक जिज्ञासा आहे. तिच्या संबंधानें कांहीं ऐकावें अशी इच्छा आहे. तेव्हां आपण तिच्या संबंधानें कांहीं सांगावें. हे देवतुल्या ब्रह्मर्षे, जो पृथ्वीप्रदक्षिणा करील त्याला कोणतें फल अगदीं नियमानें प्राप्त होतें तें मला सांगा.

पुलस्त्योक्त तीर्थयात्राफल.

पुलस्त्य ह्मणालाः—ऋषींचा उत्कृष्टप्रकारचा आधार असें जें तीर्थयात्रेचें फल तें मी तुला आनंदानें सांगतों; तूं एकाग्र अंतःकरण करून ऐक. ज्याचे हात, पाय आणि मन ह्यांचें उत्कृष्ट प्रकारें संयमन झालेलें असून जो विद्या, तप आणि कीर्ति ह्यांनीं संपन्न असतो, त्यासच तीर्थयात्रेच्या फलाची प्राप्ति होते. जो प्रतिग्रहापासून परावृत्त झालेला असून जें कांहीं मिळेल तेवढ्यावरच संतुष्ट रहाणारा व अहंकारापासून पराङ्मुख झालेला असेल, त्यालाच तीर्थयात्रेच्या फलाची प्राप्ति होते. दंभशून्य असणारा, सांसारिक व्यवसाय न करणारा, स्वल्पआहार करणारा व जितेंद्रिय आणि सर्वपापमुक्त अशा पुरुषास तीर्थफलप्राप्ति होते. हे राजेंद्रा, कोपिष्ठ स्वभाव नसलेला, सत्यशील, दृढनिश्चयी आणि सर्वही प्राण्यांस स्वतःप्रमाणें पहाणारा जो मनुष्य असेल त्यासच तीर्थफलाची प्राप्ति होते. ऋषींनीं ह्या लोकामध्यें देवांच्या उद्देशानें करावयाचे यज्ञ आणि त्यांचीं इहलोकीं व परलोकीं मिळणारीं खरीं खरीं सर्वही फलें सांगून ठेवलेलीं आहेत. पण, हे राजा, दरिद्री मनुष्यास ते यज्ञ करितां येणें शक्य नाहीं. यज्ञांना पुष्कळ साधनांची आवश्यकता असून त्यांना नानाप्रकारचें विपुल साहित्यही लागतें. ह्मणूनच ते राजांच्या अथवा क्वचित् प्रसंगीं ऐश्वर्यवान् मनुष्याच्या हातूनच घडूं शकतात. द्रव्याची न्यूनता असलेले, इतरांचें सहाय्य नसलेले, एकटे आणि साधनांचा अभाव असलेले जे लोक असतील, त्यांच्या हातून ते घडत नाहींत. ह्यास्तव, हे शूरश्रेष्ठा राजा, जो विधि दरिद्री लोकांनाही करितां येणें शक्य असून यज्ञाच्या फलासारखींच पवित्र फलें देणारा असल्यामुळें यज्ञाच्या बरोबरीचा आहे, तो तुला सांगतों, ऐक. हा विधि ही ऋषींची अगदीं गुप्त गोष्ट आहे हे भरतकुलश्रेष्ठा, पवित्र अशी तीर्थयात्रा करणें हें यज्ञ करण्याहून देखील अधिक आहे. मनुष्य उपाकर्मादिनिमित्तानें त्रिरात्र उपोषण करीत नाहीं, तीर्थयात्रा करीत नाहीं अथवा सुवर्ण किंवा धेनु ह्यांचें दान करीत नाहीं, ह्मणूनच तो दरीद्री होतो. तीर्थयात्रा केल्यानें जें फल मिळतें तें विपुलदक्षिणायुक्त असे अग्निष्टोमादिक अनेक यज्ञ केल्यानेंही मिळत नाहीं.

पुलस्त्यकृत नानातीर्थवर्णन.

पुलस्त्य ह्मणालाः— ह्या मनुष्यलोकामध्यें त्रैलोक्यविख्यात असें देवाधिदेवाचें पुष्कर ह्या नांवानें प्रख्यात असलेलें तीर्थ आहे; त्यामध्यें महाभाग्यशाली पुरुषासच प्रवेश घडतो. हे महामते कुरुनंदना, पुष्करतीर्थावर ज्यांचें त्रिकाल सांनिध्य आहे अशीं दहा हजार कोटितीर्थे आहेत. हे प्रभो, त्या ठिकाणीं आदित्य, वसु, रुद्र, साध्य, मरुद्गण, गंधर्व आणि अप्सरा ह्यांचें प्रत्यहीं सांनिध्य असतें. हे महाराजा, ह्याच ठिकाणीं तपश्चर्या करून देव, दैत्य आणि ब्रह्मर्षि हे दिव्ययोगसंपन्न आणि महापुण्ययुक्त झालेले आहेत. पुष्करतीर्थाची अंतःकरणामध्यें केवळ इच्छा केली तरी देखील मनुष्य सर्वपापमुक्त होऊन स्वर्गलोकामध्यें पूज्य होऊन राहतो. हे महाराजा, त्या तीर्थावर भगवान् कमलवासी ब्रह्मदेव अत्यंत आनंदानें प्रत्यहीं वास करीत असे. हे महाभागा, ह्या पुष्करतीर्थावर

पूर्वीं देव आणि मुनिसमुदाय ह्यांना सिद्धि मिळाली असून ते महापुण्यसंपन्न झालेले आहेत. ' देव आणि पितर ह्यांच्या पूजनाविषयीं तत्पर असणारा जो मनुष्य त्या तीर्थामध्यें स्नान करील त्याला दहा अश्वमेधांहूनही अधिक पुण्य लागतें. ' असें विद्वान् लोक ह्मणत असतात. भीष्मा, पुष्करारण्यामध्यें जाऊन कोणी एकाच ब्राह्मणास भोजन घातलें तरी त्या कर्माच्या योगानें तो इहलोकीं व परलोकीं आनंदांत राहतो. ह्या ठिकाणीं श्रद्धासंपन्न व मत्सरशून्य होऊन शाक, मुळें अथवा फळें इत्यादि ज्या पदार्थांवर आपली उपजीविका चालली असेल ते ब्राह्मणांस अर्पण करावे, ह्मणजे त्या कर्माच्या योगानें त्या ज्ञानसंपन्न मनुष्यास अश्वमेधफलाची प्राप्ति होते. हे भूपतिश्रेष्ठा, परमात्म्याच्या ह्या तीर्थामध्यें स्नान करणारे ब्राह्मण, क्षत्रिय, वैश्य अथवा शूद्र ह्यांस कोणत्याही योनीमध्यें जन्म घ्यावा लागत नाहीं. जो मनुष्य कार्तिक मासाच्याशेवटीं पुष्करतीर्थास जाईल त्याला ब्रह्मलोकामध्यें अक्षय्य सद्गति प्राप्त होते. हे भरतवंशजा, जो मनुष्य सकाळसंध्याकाळ हात जोडून पुष्करतीर्थाचें स्मरण करील, त्यानें सर्वही तीर्थांमध्यें स्नान केल्यासारखें होतें. स्त्रीनें अथवा पुरुषानें जन्मापासून जें पातक केलेलें असेल, तें सर्व पुष्करतीर्थांत स्नान करितांच नष्ट होऊन जातें. हे राजा, ज्याप्रमाणें श्रीविष्णु हा सर्व देवतांमध्यें आदिभूत आहे, त्याचप्रमाणें सर्व तीर्थांमध्यें पुष्कर हें आदिभूत आहे. नियमनिष्ठ आणि शुचिर्भूत होऊन पुष्करतीर्थावर बारा वर्षें वास्तव्य करणाऱ्या मनुष्यास सर्वही यज्ञ केल्याचें फल मिळतें व तो ब्रह्मलोकास जातो. साग्र शंभर वर्षें अग्निहोत्र घेऊन रहाणें अथवा एका कार्तिकपौर्णिमेच्या दिवशीं पुष्करतीर्थावर रहाणें हें सारखेंच आहे. मुमुक्षु लोकांनीं आश्रय करण्यास योग्य अथवा पापाचा नाश करणारीं, देदीप्यमान आणि सरस्वतीच्या प्रवहांनीं युक्त अशीं हीं पुष्करें अनादिसिद्ध आहेत. त्यांच्या उत्पत्तीचें कारण आह्मांसही माहीत नाहीं. पुष्करतीर्थावर गमन घडणें अशक्य आहे; पुष्करावर तपश्चर्या घडणें कठीण आहे; पुष्करावर दान घडणें दुर्घट आहे आणि पुष्करतीर्थावर वास घडणें हें तर अतिशयच दुर्घट आहे. त्या तीर्थावर नियमांचा स्वीकार करून आणि मिताहार करून बारा दिवस रहावें व नंतर दक्षिणेच्या बाजूस वळून जंबूमार्गाकडे जावें. देव, ऋषि आणि पितर ह्यांनीं सेवन केलेल्या जंबूमार्गावर गमन करणाऱ्या मनुष्याचे सर्व मनोरथ पूर्ण होऊन त्याला अश्वमेधफलाची प्राप्ति होते. त्या ठिकाणीं पांच दिवस वास्तव्य केलें असतां मनुष्याचा आत्मा पवित्र होतो व त्याला दुर्गति मिळत नाहीं; इतकेंच नव्हे, तर उत्कृष्ट प्रकारची सिद्धिही प्राप्त होते. जंबूमार्गावरून निघाल्यानंतर तंदुलिकाश्रमाकडे जावें. तेथें असतां मनुष्यास दुर्गति प्राप्त होत नाहीं व तो ब्रह्मलोकास जातो. हे राजा, अगस्त्यसरोवरावर जाऊन पितर आणि देवता ह्यांचे पूजन करण्यामध्यें आसक्त झालेल्या व त्रिरात्र उपोषण करणाऱ्या मनुष्यास अग्निष्टोमाचें फल मिळतें. उपवास नच घडला तर केवळ शाकांवर अथवा फलांवर उपजीविका करून रहावें; ह्मणजे कार्तिकेयाच्या पदाची प्राप्ति होते. तदनंतर शोभासंपन्न आणि लोकपूज्य अशा कण्वाश्रमास जावें. कारण, हे भरतश्रेष्ठा, तें धर्मारण्य फार पवित्र आणि प्राचीन आहे. त्या ठिकाणीं केवल प्रवेश करणारा देखील मनुष्य सर्व पातकांपासून मुक्त होतो. तेथें नियमनिष्ठ आणि मिताहार होऊन पितरांचें व देवांचें अर्चन केल्यास, संपूर्ण मनोरथ पूर्ण होतील अशा यज्ञानें फल मिळतें. तदनंतर त्यास

प्रदक्षिणा घालून ययातिपतनतीर्थास जावें. त्या ठिकाणीं गेलें असतां अश्वमेधयज्ञाच्या फलाची प्राप्ति होते. तेथून नियमनिष्ठ आणि मिताहारी होऊन महाकालाकडे जावें. त्या ठिकाणीं कोटितीर्थामध्यें स्नान केलें असतां अश्वमेधफलाची प्राप्ति होते. तेथून धर्मवेत्त्या मनुष्यानें पार्वतीपति श्रीशंकर ह्यांच्या त्रैलोक्यविख्यात अशा भद्रवटनामक तीर्थास जावें, त्या ठिकाणीं श्रीशंकरांचें दर्शन घेतलें असतां हजार गोप्रदानें केल्याचें फल मिळून श्रीशंकरांच्या प्रसादानें त्या पुरुषश्रेष्ठास लक्ष्मीसंपन्न, शत्रुशून्य आणि ऐश्वर्ययुक्त असें गणाधिपतित्व प्राप्त होतें. नंतर, त्रैलोक्यप्रसिद्ध अशा नर्मदेवर जावें. त्या ठिकाणीं देव व पितर ह्यांचें तर्पण केलें असतां अग्निष्टोमफलाची प्राप्ति होते. पुढें ब्रह्मचर्य आणि जितेंद्रियत्व ह्यांनीं युक्त असणाऱ्या पुरुषानें दक्षिणसमुद्रावर गमन करावें, ह्मणजे अग्निष्टोमफलाची प्राप्ति होऊन विमानामध्यें आरोहण करावयास मिळतें. तदनंतर नियमनिष्ठ आणि मिताहारी होऊन चर्मण्वतीनामक नदीला जावें, ह्मणजे अरंतिदेवाच्या सांगण्याप्रमाणें अग्निष्टोमयज्ञाचें फल मिळतें. हे संग्रामामध्यें न डळमळणाऱ्या धर्मज्ञा भीष्मा, तदनंतर,पूर्वी ज्याच्या ठिकाणीं पृथ्वीमध्यें जाण्याचें छिद्र होतें अशा हिमालयपुत्र अर्बुद-(आबू) नामक पर्वतावर जावें. त्या ठिकाणीं त्रैलोक्यामध्यें प्रख्यात असा वसिष्ठांचा आश्रम आहे. तेथें एक रात्र राहिलें तरीही सहस्र गोप्रदानें केल्याचें फल मिळतें. हे नरश्रेष्ठा, त्या ठिकाणीं ब्रह्मचारी आणि जितेंद्रिय राहून पिंगतीर्थामध्यें स्नान केलें असतां शंभर कपिला धेनु अर्पण केल्याचें श्रेय मिळतें हे राजेंद्रा, तेथून उत्कृष्ट अशा प्रभासतीर्थावर जावें. त्या ठिकाणीं देवतांचें मुख—वायुरूप सारथ्यानें युक्त असलेला व होमद्रव्य भक्षण करणारा असा साक्षात् अग्नि प्रत्यहीं वास्तव्य करीत असतो. त्या तीर्थामध्यें मनोनिग्रहपूर्वक स्नान करून शुचिर्भूत झालेल्या मनुष्यास अग्निष्टोम आणि अतिरात्र ह्या यज्ञांचें फल मिळतें. तेथून सरस्वती आणि समुद्र ह्यांच्या संगमावर जावें, ह्मणजे सहस्र गोप्रदानांचें फल मिळून स्वर्गलोकाची प्राप्ति होते. इतकेंच नव्हे तर, हे भरतश्रेष्ठा, त्याची कांति सदोदित अग्नीप्रमाणें प्रदीप्त होऊन रहाते. पुढें अंतःकरणाचा निग्रह करून वरुणतीर्थामध्यें स्नान करावें व त्या ठिकाणीं तीन दिवस राहून पितर आणि देवता ह्यांचें तर्पण करावें. ह्मणजे तसें करणारा मनुष्य चंद्राप्रमाणें प्रकाशमान होतो व त्यास अश्वमेधयज्ञ केल्याचें श्रेय मिळतें. हे भरतकुलश्रेष्ठा, तेथून वरदाननामक तीर्थास जावें. हे युद्धामध्यें अचल असणाऱ्या भीष्मा, त्या ठिकाणीं दुर्वासमुनींनीं पूर्वी विष्णूला वर दिला होता, म्हणूनच ह्याला वरदान असें नांव पडलें आहे. वरदानतीर्थामध्यें स्नान करणाऱ्या मनुष्यास हजार गोप्रदानांचें फल मिळतें. तदनंतर मिताहारी आणि नियमनिष्ठ होऊन द्वारकेला जावें. त्या ठिकाणीं पिंडारक तीर्थामध्यें स्नान करणाऱ्या मनुष्यास पुष्कळ सुवर्णाची प्राप्ति होते. हे महाभागा शत्रुमर्दना भीष्मा, त्या तीर्थामध्यें अद्यापि पद्मरूपी चिन्हांनीं युक्त असलेल्या मुद्रा (सोन्याचीं लाणीं) दृष्टिगोचर होत असतात, हें आश्चर्य होय. हे कुरुनंदना, त्या ठिकाणीं त्रिशूलाचीं चिन्हें असलेलीं कमलें दृष्टीस पडतात. हे पुरुषश्रेष्ठा, तेथें श्रीशंकरांचें सांनिध्य आहे. हे भरतवंशजश्रेष्ठा, अंतःकरणाचा निग्रह करून वरुणतीर्थामध्यें स्नान केलें असतां व पितर, देवता आणि ऋषि ह्यांचें तर्पण केलें असतां स्वतःच्या तेजानें देदीप्यमान असणाऱ्या वरुणलोकाची प्राप्ति होते. हे संग्रामामध्यें स्थिरपणें राहणाऱ्या

भीष्मा, त्या ठिकाणीं शंकुकर्णेश्वरनामक देवतेचें पूजन केलें असतां अश्वमेध यागाच्या दसपट पुण्य मिळतें असें ज्ञानी लोक ह्मणत असतात. हे भरतश्रेष्ठा कुरुवर्योत्तमा भीष्मा, तदनंतर त्याला प्रदक्षिणा घालून द्रमी ह्या नांवानें प्रख्यात असलेल्या त्रैलोक्यप्रसिद्ध व सर्वपापनाशक तीर्थावर जावें. त्या ठिकाणीं ब्रह्मादिक देव श्रीशंकरांची उपासना करीत असतात. त्या ठिकाणीं स्नान करून देवगणांनीं वेष्टित असलेल्या श्रीशंकरांचें पूजन करावें. तेथें केवळ स्नान करणाऱ्या मनुष्याचेंही जन्मापासून घडलेलें पातक नष्ट होऊन जातें. हे नरश्रेष्ठा, ह्या ठिकाणीं सर्व देवांनीं स्तुति केलेला द्रमी हा आहे. हे पुरुषश्रेष्ठा, ह्या ठिकाणीं स्नान करणाऱ्या मनुष्यास अश्वमेधयज्ञाचें फल मिळतें. हे महाज्ञानसंपन्ना राजा, पूर्वी सामर्थ्यसंपन्न अशा श्रीविष्णूनें दैत्य आणि दानव ह्यांचा वध केल्यानंतर त्याच ठिकाणीं जाऊन आपल्या शरीराची शुद्धि केली. हे धर्मज्ञा, तेथून स्तुत्य अशा वसोर्धारानामक तीर्थावर जावें. तेथें केवळ गमन केलें असतांही अश्वमेध फलाची प्राप्ति होते. हे कुरुकुलश्रेष्ठा, त्या ठिकाणीं स्नान करून व अंतःकरणाचा निग्रह करून देव आणि पितर ह्यांचें लक्ष्यपूर्वक तर्पण करणारा मनुष्य विष्णुलोकामध्यें पूज्य होऊन रहातो. हे भरतकुलश्रेष्ठा, ह्याच तीर्थावर पवित्र असें वसूंचें सरोवर आहे. त्या ठिकाणीं स्नान करून जल प्राशन करणारा मनुष्य अष्टवसूंना मान्य होतो. सिंधूत्तम ह्मणून एक सर्वपापनाशक प्रख्यात तीर्थ आहे. हे नरश्रेष्ठा, त्या ठिकाणीं स्नान केलें असतां विपुल सुवर्णाची प्राप्ति होते. त्या ठिकाणीं शुचिर्भूत आणि सदाचारसंपन्न होऊन भद्रतुंगनामक तीर्थावर जाणाऱ्या मनुष्यास ब्रह्मलोकाची प्राप्ति होऊन तो उत्कृष्ट प्रकारच्या गतीस जातो. सिद्धांनीं सेवन केलेल्या कुमारिकातीर्थामध्यें आणि शक्रतीर्थामध्यें स्नान करणाऱ्या मनुष्यास सत्वर स्वर्गलोकाची प्राप्ति होते त्याच ठिकाणीं सिद्धांनीं सेवन केलेलें रेणुकातीर्थ आहे. त्यामध्यें स्नान करणारा ब्राह्मण चंद्राप्रमाणें निर्मल होतो. तदनंतर नियमनिष्ठ आणि मिताहारी होऊन पंचनदावर गमन करावें, ह्मणजे क्रमानें सांगितलेले जे पंचमहायज्ञ त्यांच्या फलाची प्राप्ति होते. हे राजेंद्रा, तेथून उत्कृष्ट अशा भीमेच्या स्थानाकडे जावें. हे भरतकुलश्रेष्ठा राजा भीष्मा, त्या ठिकाणीं स्नान करणारा मनुष्य अन्य जन्मामध्यें देवतापुत्र होतो व त्याचें शरीर देदिप्यमान अशा कुंडलांनीं विराजमान होतें. तसेंच त्या मनुष्यास लक्ष गोप्रदानें केल्याचें फल मिळतें. त्रैलोक्यविख्यात अशा श्रीकुंडतीर्थावर जाऊन ब्रह्मदेवास नमस्कार केला असतां एक हजार गोप्रदानें केल्याचें फल मिळतें. हे धर्मज्ञा, तदनंतर उत्कृष्ट अशा विमलनामक तीर्थावर जावें. ह्या ठिकाणीं अद्यापिही सुवर्णाचे व रौप्याचे मत्स्य दृष्टिगोचर होतात. त्या ठिकाणीं स्नान करणाऱ्या मनुष्यास सत्वर इंद्रलोकाची प्राप्ति होते व त्याचें शरीर सर्व पातकांपासून मुक्त होऊन तो उत्कृष्ट प्रकारच्या गतीस जातो. हे भरतवंशजा, वितस्तानामक नदीवर जाऊन देव आणि पितर ह्यांचें तर्पण करणाऱ्या मनुष्यास वाजपेय यज्ञाचें फल मिळतें. काश्मीर देशामध्यें तक्षक नागाचें वसतिस्थान वितस्ता ह्या नांवानें अत्यंत प्रख्यात असून तें सर्व पातकांपासून मुक्त करणारें आहे. त्या ठिकाणीं स्नान करणाऱ्या मनुष्यास खात्रीनें वाजपेय यज्ञाच्या फलाची प्राप्ति होते; व त्याचा आत्मा सर्व पातकांपासून मुक्त होऊन तो उत्कृष्ट प्रकारच्या गतीस जातो. तदनंतर त्रैलोक्यप्रसिद्ध अशा वडवानामक

नदीवर जावें. त्या ठिकाणीं सायंसंध्येच्या वेळीं यथाविधि स्नान करून अग्नीला यथाशक्ति चरु अर्पण करावा. ह्मणजे, हे राजा, पितरांस अक्षय दान केल्यासारखें होतें, असें विद्वान् लोक ह्मणतात, पूर्वी ऋषि, पितर, देव, गंधर्व, अप्सरांचे समुदाय, गुह्यक, किन्नर, यक्ष, सिद्ध, विद्याधर, नर, राक्षस, दैत्य, रुद्र आणि ब्रह्मा ह्यांनीं नियमनिष्ठ होऊन हजार वर्षें आचरण करावयाच्या व्रताची उत्कृष्ट प्रकारची दीक्षा घेतली व श्रीविष्णूला प्रसन्न करून घेण्यासाठीं चरु सिद्ध करून सात सात ऋचांनीं त्याचे स्तवन केलें; ह्यामुळें प्रसन्न होऊन श्रीविष्णूनें त्यांना अष्टैश्वर्यै अर्पण केलीं, आणि हे पृथ्वीपते, त्यांना जें जें अभीष्ट होतें तें तें दिल्यानंतर, मेघामध्यें अदृश्य होऊन जाणाऱ्या विजेप्रमाणें श्रीविष्णु त्याच ठिकाणीं अंतर्धान पावले. ह्यामुळें हें तीर्थ सप्तचरु ह्या नांवानें विख्यात असून त्रैलोक्यामध्यें प्रसिद्ध आहे. ह्मणूनच, ह्या ठिकाणीं अग्नीमध्यें चरूचें हवन करणें हें एक लक्ष गोदानें, शंभर राजसूययज्ञ अथवा एक हजार अश्वमेध ह्यांहून श्रेष्ठ आहे. हे राजेंद्रा, पुढें तेथून निघाल्यानंतर रुद्रपदाकडे जावें. त्या ठिकाणीं महादेवाचें पूजन केलें असतां अश्वमेधफलाची प्राप्ति होते. हे राजा, मणिमाननामक तीर्थावर जाऊन ब्रह्मचर्यानें व एकाग्र अंतःकरणानें एकरात्रपर्यंत राहिल्यास अग्निष्टोमफलाची प्राप्ति होते. हे राजेंद्रा, तदनंतर लोकविख्यात अशा देविकातीर्थास जावें. हे भरतकुलश्रेष्ठा, त्या ठिकाणीं ब्राह्मणांची उत्पत्ति झाली असें आमच्या ऐकण्यांत आहे. हें तीर्थ शूलपाणि श्रीशंकराचें स्थान असून त्रैलोक्यामध्यें प्रख्यात आहे. हे भरतकुलश्रेष्ठा, देविकेमध्यें स्नान करून श्रीशंकराचें उत्कृष्ट प्रकारें पूजन केल्यानंतर त्यास यथाशक्ति चरूचा नैवेद्य दाखविणाऱ्या मनुष्यास ज्याच्या योगानें सर्व मनोरथांची सिद्धि होते अशा यज्ञाचें फल मिळतें. त्या ठिकाणीं देवतांनीं सेवन केलेलें कामसंज्ञक रुद्रतीर्थ आहे. त्यामध्यें स्नान करणाऱ्या मनुष्यास सत्वर सिद्धि मिळते. तसेंच त्या ठिकाणीं असणाऱ्या यजन, याजन, ब्रह्मवालुक आणि पुष्पांभ ह्या तीर्थांमध्यें स्नान करणाऱ्या मनुष्यास सद्गति मिळत असल्यामुळें मृत्यूनंतर दुःख होत नाहीं. देव आणि ऋषि ह्यांनीं सेवन केलेल्या ह्या पवित्र देविकातीर्थाची रुंदी अर्ध योजन असून लांबी पांच योजनें आहे. हे धर्मज्ञा, तदनंतर क्रमाक्रमानें दीर्घसत्रनामक तीर्थावर जावें. त्या ठिकाणीं ब्रह्मादिक देवता, सिद्ध आणि श्रेष्ठ श्रेष्ठ ऋषि दीक्षा घेऊन आणि निश्चयपूर्वक व्रत करून दीर्घ सत्र करीत असतात, हे शत्रुमर्दना भरतवंशजा राजेंद्रा, दीर्घसत्रावर नुसतें गमन केलें तरीही राजसूय आणि अश्वमेध ह्यांचें फल मिळतें. तेथून नियमनिष्ठ आणि मिताहारी होऊन विनशन तीर्थास जावें. त्या ठिकाणीं सरस्वती अंतर्धान पावली असून तेथून ती मेरूच्या पृष्ठभागावर गेली आहे. ह्या ठिकाणीं चमसोद्भेद, शिवोद्भेद आणि नागोद्भेद हीं तीर्थें लागतात. चमसोद्भेदतीर्थामध्यें स्नान केलें असतां अग्निष्टोमयागाचें फल मिळतें; शिवोद्भेदतीर्थामध्यें स्नान करणाऱ्या मनुष्यास सहस्र गोप्रदानांच्या फलाची प्राप्ति होते; आणि नागोद्भेदामध्यें स्नान करणारा मनुष्य नागलोकास जातो. हे राजेंद्रा, तदनंतर अत्यंत दुर्लभ अशा शशयानसंज्ञक तीर्थास जावें, हे भरतवंशजा, त्या ठिकाणीं कमलांचा आकार सशांसारखा आहे, ह्यामुळें तीं ओळखितां येत नाहींत. हे भरकुतलश्रेष्ठा महाराजा भीष्मा, तीं कमलें प्रतिवर्षी कार्तिकीपौर्णिमेस सरस्वती नदीमध्यें उगवून आलेली दिसतात. हे पुरुष-

श्रेष्ठा, त्या ठिकाणीं स्नान करणारा मनुष्य सदोदित चंद्राप्रमाणें तेजस्वी होऊन रहातो आणि त्याला एक हजार गोप्रदानाचें फल मिळतें. हे भरतकुलश्रेष्ठा कुरुनंदना, तदनंतर नियमनिष्ठ होऊन कुमारकोटिनामक तीर्थास जावें व त्या ठिकाणीं स्नान करावें. तेथें पितर आणि देवता ह्यांच्या पूजनामध्यें आसक्त होऊन रहाणाऱ्या मनुष्यास दहा हजार गोप्रदानाचें फल मिळतें व तो आपल्या कुलाचा उद्धार करितो. हे धर्मज्ञा, तदनंतर अंतःकरण एकाग्र करून रुद्रकोटिनामक तीर्थास जावें. हे महाराजा, ह्या ठिकाणीं पूर्वीं एक कोटिमुनि अत्यंत आनंदित होऊन श्रीरुद्राचें दर्शन घेण्याच्या इच्छेनें आलेले होते हे भरतवंशजा राजा भीष्मा, ते 'मी पूर्वीं शंकराला पाहणार ! मी पूर्वीं शंकराला पाहणार !' असें ह्मणत चालले होते. हे भूपते, तदनंतर योगीश्वर श्रीशंकरानेंही योगाचा अवलंब करून त्या सुसंस्कृत अंतःकरणाच्या मुनींमध्यें आपल्या पूर्वीं दुसऱ्याला श्रीशंकराचें दर्शन झालें म्हणून कोप उत्पन्न होऊं नये एतदर्थ एक कोटि रुद्र उत्पन्न केले. तेव्हां ते ऋषींच्या पुढें येऊन उभे राहिल्यामुळें प्रत्येकजण " श्रीशंकरास मीं प्रथम पाहिलें " असें मानूं लागला. हे राजा, त्या अंतःकरण सुसंस्कृत असलेल्या मुनींच्या उत्कृष्ट भक्तीनें श्रीशंकर संतुष्ट झाले व त्यांनीं "आज पासून तुमच्या धर्माची अभिवृद्धि होईल ! " असा त्यांस वर दिला. हे पुरुषश्रेष्ठा, त्या रुद्रकोटितीर्थामध्यें स्नान करून शुचिर्भूत झालेल्या मनुष्यास अश्वमेधफलाची प्राप्ति होते; आणि तो आपल्या कुलाचा उद्धार करूं शकतो. हे राजेंद्रा, तेथून लोकविख्यात आणि महापवित्र अशा सरस्वतीसंगमाकडे जावें. त्या ठिकाणीं ब्रह्मादिक देवता आणि तपश्चर्या हेंच द्रव्य असें समजणारे ऋषि चैत्र शुक्ल चतुर्दशीच्या दिवशीं जाऊन श्रीविष्णूची उपासना करीत असतात. हे नरश्रेष्ठा राजेंद्रा, त्या ठिकाणीं स्नान करणाऱ्या मनुष्यास विपुल सुवर्णाची प्राप्ति होते व त्याचा आत्मा पापमुक्त होऊन तो ब्रह्मलोकास जातो. हे नराधिपते, ज्या ठिकाणीं ऋषींच्या यज्ञाची पूर्णता झाली त्या सरस्वतीसंगमावर मृत्यु आल्यास सहस्र गोप्रदानें केल्याचें फल मिळतें.

अध्याय त्र्यायशींवा.

—:०:—

तीर्थनिर्देश.

पुलस्त्य ह्मणालाः—तेथून निघाल्यानंतर, ज्याचें दर्शन होतांच सर्वही प्राणी पापमुक्त होतात अशा—वेदादिकांमध्यें प्रशंसा केलेल्या—कुरुक्षेत्रास जावें. "मी कुरुक्षेत्राला जाईन, मी कुरुक्षेत्रांत राहीन!" असें जो मनुष्य सदोदित ह्मणत असेल तो सर्व पापांपासून मुक्त होतो. वाऱ्यानें उडालेला कुरुक्षेत्रांतील धुरळा सुद्धां पापयुक्त कर्में करणाऱ्या मनुष्यास उत्कृष्ट प्रकारच्या गतीस पोहोंचवितो. सरस्वतीच्या दक्षिणेस व दृषद्वतीच्या उत्तरेस असलेल्या कुरुक्षेत्रामध्यें जे लोक वास करीत आहेत ते केवळ स्वर्गामध्येंच वास्तव्य करीत आहेत ह्यांत संशय नाहीं. हे युधिष्ठिरा, त्या ठिकाणीं सरस्वतीच्या तीरावर एक महिना वास्तव्य करावें. हे भरतवंशजा भूपते, ब्रह्मादिक देवता, ऋषि, सिद्ध, चारण, गंधर्व, अप्सरा, यक्ष आणि पन्नग हे ह्या महापवित्र ब्रह्मक्षेत्रांत जात असतात. युद्धामध्यें निश्चलपणें राहणाऱ्या हे भीष्मा, कुरुक्षेत्राला जाण्याची मनामध्यें केवळ इच्छा करणारा मनुष्यही सर्व पातकांचा नाश होऊन ब्रह्मलोकास जातो. हे कुरुकुलधुरंधरा, कुरुक्षेत्राला श्रद्धापूर्वक जाणाऱ्या मनुष्यास राजसूय आणि अश्वमेध ह्या

यज्ञांचें फल मिळतें. त्या ठिकाणीं महाबलाढ्य द्वारपाल मंकुणक नांवाचा यक्ष आहे, त्यास वंदन केलें असतां सहस्र गोप्रदानांचें फल मिळतें. हे धर्मज्ञा, तदनंतर अत्यंत श्रेष्ठ अशा सततनामक विष्णुस्थानाकडे जावें. हे राजेंद्रा, ह्या ठिकाणीं सदोदित श्रीविष्णूचें सांनिध्य आहे. ह्या ठिकाणीं स्नान करून त्रैलोक्याचें उत्पत्तिस्थान अशा श्रीविष्णूस नमस्कार करणाऱ्या मनुष्यास अश्वमेधयज्ञाच्या फलाची प्राप्ति होऊन तो विष्णुलोकास जातो. तेथून त्रैलोक्यसिद्ध अशा परिप्लवनामक तीर्थास जावें. ह्मणजे, हे भरतवंशजा, अग्निष्टोम आणि अतिरात्र ह्या यज्ञांच्या फलाची प्राप्ति होते. पृथिवीतीर्थावर गेलें असतां सहस्र गोप्रदानांचें फल मिळतें. हे नराधिपते, तीर्थयात्रा करणारा मनुष्य तेथून शालुकीनामक तीर्थास गेला किंवा त्यानें दहा अश्वमेधांमध्यें अवभृथस्नान केलें तरीही सारख्याच प्रकारचें फल मिळतें. सर्पदेवीनामक उत्कृष्ट प्रकारच्या नागतीर्थावर जाणाऱ्या मनुष्यास अनिष्टोमयज्ञाच्या फलाची प्राप्ति होते व तो नागलोकास जातो. हे धर्मज्ञा, तदनंतर द्वारपाल अशा तरंतुकनामक तीर्थावर जाऊन त्या ठिकाणीं एक रात्र राहिलें असतां सहस्र गोप्रदानें केल्याचें फल मिळतें. तेथून नियमनिष्ठ आणि मिताहारी होऊन पंचनदास जावें. ह्या ठिकाणीं कोटितीर्थामध्यें स्नान केलें असतां अश्वमेधफलाची प्राप्ति होते. अश्विनीकुमारांच्या तीर्थावर जाणारा मनुष्य स्वरूपसंपन्न होतो. हे धर्मज्ञा, तदनंतर उत्कृष्ट अशा वराहतीर्थावर जावें. ह्या ठिकाणीं पूर्वीं श्रीविष्णु वराहरूप घेऊन राहिला होता. हे नरश्रेष्ठा, त्या ठिकाणीं स्नान केले असतां अग्निष्टोमयज्ञाचें फल मिळतें. हे राजेंद्रा, तदनंतर जयंती नदीमध्यें असणाऱ्या सोमतीर्थावर जावें.त्या ठिकाणीं स्नान करणाऱ्या मनुष्यास राजसूययज्ञाचें फल मिळतें. एक हंस तीर्थामध्यें स्नान करणाऱ्या मनुष्यास सहस्र गोप्रदानांचें पुण्य मिळतें. हे नराधिपते, तीर्थयात्रा करणारा मनुष्य कृतशौचनामक तीर्थावर गेला असतां त्याला पुंडरीक यज्ञाचें श्रेय मिळतें व तो शुद्ध होतो. तदनंतर, महात्म्या श्रीशंकराच्या मंजुवटनामक स्थानाकडे जाऊन त्या ठिकाणीं एक रात्र उपोषण करून राहिल्यास गणांचें आधिपत्य मिळतें. हे राजेंद्रा, त्याच ठिकाणीं स्नान करून लोकप्रसिद्ध यक्षिणीचें दर्शन घेतलें असतां सर्व प्रकारच्या अभीष्ट फलांची प्राप्ति होते. हे भरतकुलश्रेष्ठा, तें तीर्थ कुरुक्षेत्राचें द्वार ह्मणून प्रसिद्ध असून पुष्कर तीर्थाच्या बरोबरीचें आहे. तीर्थयात्रा करणाऱ्या मनुष्यानें त्या तीर्थाला प्रदक्षिणा घालावी. हें तीर्थ अत्यंत महात्मा जमदग्निपुत्र परशुराम ह्यानें निर्माण केलेलें आहे. हे राजा, त्या तीर्थांत स्नान करून पितर आणि देवता ह्यांचें तर्पण करणारा मनुष्य कृतकृत्य होतो व त्याला अश्वमेध केल्याचें श्रेय मिळतें. तदनंतर तीर्थयात्रा करणाऱ्या पुरुषानें समाधानवृत्तीनें रामऱ्हदनामक तीर्थावर जावें. हे राजेंद्रा, देदीप्यमान तेज असलेल्या वीर अशा भार्गवरामानें त्या ठिकाणीं क्षत्रियांचा उच्छेद करून पांच डोह निर्माण केले; आणि, हे नरश्रेष्ठा, ते त्यांच्या रक्तानें भरून आपला पिता आणि पितामह इत्यादिक सर्व पितरांचें तर्पण केलें असें प्रसिद्ध आहे. हे राजा, त्या वेळीं ते पितर प्रसन्न होऊन परशुरामास असें ह्मणाले.

पितर ह्मणाले:—हे रामा, हे महाभागा, हे भृगुवंशजा, ही तुझी पितृभक्ति आणि हा पराक्रम ह्यांच्या योगानें आह्मी तुजवर प्रसन्न झालों आहों. तेव्हां, हे प्रभो, तूं वर माग. तुझें कल्याण असो! हे महाकांते, तुला कशाची इच्छा आहे?

हे राजेंद्रा, ह्याप्रमाणें त्यांनीं भाषण केलें असतां तो वीरश्रेष्ठ भार्गवराम हात जोडून आकाशामध्यें असलेल्या त्या पितरांस ह्मणाला, " आपण जर मजवर प्रसन्न झालां असाल आणि जर मजवर अनुग्रह करावा असें आपणांस वाटत असेल, तर आपणां पितरांचा प्रसाद ह्मणून मी पुनरपि तपश्चर्येच्या अभिवृद्धीचीच इच्छा करितों. तसेंच, मीं क्रोधाच्या आवेशांत हा जो क्षत्रियजातीचा उच्छेद केला आहे त्या पातकापासून आपल्या तेजाच्या योगानें माझी सुटका व्हावी, व हे जे डोह आहेत ते ह्या भूमीवरील प्रख्यात अशीं तीर्थें होऊन रहावेत. " हें भार्गवरामाचें उत्कृष्ट प्रकारचें भाषण ऐकून अत्यंत प्रेमयुक्त झालेले ते पितर आनंदानें भार्गवरामास म्हणाले, " रामा, तुझ्या तपाची पुनरपि अभिवृद्धि होईल व तुझ्या पितृभक्तीमुळें तर तें अधिकच वृद्धिंगत होईल ! तसेंच, रागाच्या आवेशांत जो तूं क्षत्रियांचा उच्छेद केलास त्या पातकापासून तूं मुक्त झाला आहेस. कारण, त्या क्षत्रियांचा निःपात त्यांच्या स्वतःच्याच कर्मांच्या योगानें झालेला आहे. तुझे हे डोह निःसंशय तीर्थें होतील. ह्या डोहांमध्यें स्नान करून जो मनुष्य पितरांचें तर्पण करील त्याला पितर प्रसन्न होतील व त्याच्या अंतःकरणास अभीष्ट असलेली भूलोकांमध्यें दुष्प्राप्य अशी वस्तु आणि शाश्वत स्वर्गलोक हीं अर्पण करतील ! "

हे भरतवंशजा राजा, ह्याप्रमाणें वर दिल्यानंतर ते भार्गवरामाचे पितर प्रेमपूर्वक त्याचा निरोप घेऊन त्याच ठिकाणीं अंतर्धान पावले. हे राजा, ह्याप्रमाणें महात्म्या भार्गवरामानें निर्माण केलेल्या ह्या पवित्र डोहांचा वृत्तांत आहे. ब्रह्मचर्य आणि उत्कृष्ट प्रकारचे नियम ह्यांनीं युक्त असणाऱ्या पुरुषानें ह्या रामह्रदामध्यें स्नान करून भार्गवरामाचें पूजन केलें असतां त्यास विपुल सुवर्णाची प्राप्ति होते. हे कुरुकुलधुरंधरा, तदनंतर तीर्थयात्रा करणाऱ्या पुरुषानें वंशमूलक तीर्थावर जावें. हे राजा, वंशमूलक तीर्थामध्यें स्नान करणारा मनुष्य आपल्या वंशाचा उद्धार करितो. हे भरतकुलश्रेष्ठा, कायशोधननामक तीर्थावर जाऊन त्या ठिकाणीं स्नान करणाऱ्या पुरुषाचें शरीर शुद्ध होतें ह्यांत संशय नाहीं; व शरीरशुद्धि झाल्यानंतर तो उत्कृष्ट प्रकारच्या सद्गतीस जातो. तदनंतर, हे धर्मज्ञा, ज्या ठिकाणीं सामर्थ्यसंपन्न अशा विष्णूनें पूर्वीं लोकांचा उद्धार केला त्या त्रैलोक्यपूज्य आणि तिन्ही लोकांमध्यें प्रसिद्ध अशा लोकोद्धारनामक तीर्थावर जावें. हे राजा, ह्या श्रेष्ठ तीर्थामध्यें स्नान करणारा मनुष्य आपल्या लोकांचा उद्धार करूं शकतो. श्रीतीर्थावर जाऊन स्नान केल्यानंतर अंतःकरणाचा निग्रह करून देवतांचें व पितरांचें पूजन करणाऱ्या मनुष्यास उत्कृष्ट प्रकारच्या संपत्तीची प्राप्ति होते. ब्रह्मचर्य आणि अंतःकरणाची एकाग्रता ह्यांनीं युक्त असणाऱ्या पुरुषानें कपिलतीर्थावर जाऊन तेथें स्नान करून आपले पितर व देवता ह्यांचें पूजन केलें असतां त्याला सहस्र कपिला धेनूंचें दान केल्याचें फल मिळतें. सूर्यतीर्थास गेल्यानंतर त्या ठिकाणीं मनोनिग्रहपूर्वक स्नान करून व देव आणि पितर ह्यांचें पूजन करून उपवास करणाऱ्या मनुष्यास अग्निष्टोम यज्ञाचें श्रेय मिळतें व तो सूर्यलोकास जातो. तदनंतर तीर्थयात्रा करणाऱ्या मनुष्यानें क्रमप्राप्त अशा गोभवनतीर्थावर जावें. त्या ठिकाणीं स्नान केलें असतां सहस्र गोप्रदानांचें फल मिळतें, हे कुरुकुलधुरंधरा, तीर्थयात्रा करणाऱ्यानें तेथेंच असलेल्या शंखिनीतीर्थावर जाऊन त्या देवीच्या तीर्थामध्यें स्नान केलें असतां त्याला उत्कृष्ट

स्वरूपाची प्राप्ति होते. हे राजेंद्रा, तदनंतर द्वारपालक अशा तरंडकनामक तीर्थाला जावें. तें महात्म्या यक्षाधिपतीचें तीर्थ सरस्वतीमध्यें आहे. हे राजा, त्यामध्यें स्नान करणाऱ्या मनुष्यास अग्निष्टोमयज्ञाच्या फलाची प्राप्ति होते. हे राजेंद्रा, तदनंतर तीर्थयात्रा करणाऱ्या पुरुषश्रेष्ठानें ब्रह्मावर्तास जावें. ब्रह्मावर्तामध्यें स्नान करणाऱ्या मनुष्यास ब्रह्मलोकाची प्राप्ति होते. हे राजेंद्रा, तेथून सुतीर्थक नांवाच्या अत्यंत उत्कृष्ट तीर्थाकडे गमन करावें. त्या ठिकाणीं देवता आणि पितर ह्यांचें सदोदित सांनिध्य असतें. त्या ठिकाणीं स्नान करून पितर आणि देवता ह्यांच्या अर्चनेंत मग्न होऊन राहणारास अश्वमेधफलाची प्राप्ति होऊन तो पितृलोकास जातो. तेथून अनुमतिनामक नदीमध्यें असणाऱ्या सुतीर्थसंज्ञक अत्युत्कृष्ट तीर्थावर जावें. हे भरतकुलश्रेष्ठा, काशीश्वराच्या तीर्थामध्यें स्नान करणारा मनुष्य सर्व प्रकारच्या व्याधींपासून मुक्त होतो व ब्रह्मलोकामध्यें पूज्य होऊन रहातो. नंतर, हे भरतवंशजा, याच ठिकाणीं मातृतीर्थ आहे, त्याजवर जावें. तेथें स्नान केल्यास संततीची अभिवृद्धि होते व विपुल संपत्ति उपभोगावयास मिळते. तेथून नियमनिष्ठ व मिताहारी होऊन शीतवनास जावें. हे महाराजा, त्या ठिकाणीं इतरत्र दुर्लभ असें महन्नामक दुसरेंही एक तीर्थ आहे. हे नराधिपते, ह्या तीर्थांपैकीं एक केवल दर्शनाच्या योगानें व दुसरें स्नानाच्या योगानें मनुष्यास पवित्र करितें. हे भरतवंशजा, त्या तीर्थामध्यें केंसांवर केवल जलप्रोक्षण केल्याच्या योगानें मनुष्य पवित्र होतो. हे भरतकुलश्रेष्ठा महाराजा, त्या ठिकाणीं श्वाविल्लोमापह म्हणून एक तीर्थ आहे. हे पुरुषश्रेष्ठा, ह्या ठिकाणीं तीर्थयात्रेविषयीं तत्पर असलेले विद्वान् ब्राह्मण स्नान करून अत्यंत आनंद पावतात. हे भरतश्रेष्ठा, श्वाविल्लोमापनयन तीर्थावर प्राणायाम करून ब्राह्मणश्रेष्ठ आपले केश काढून टाकतात व पवित्र होऊन सद्गतीस जातात. हे पृथ्वीपते, त्याच तीर्थाजवळ दशाश्वमेधिक म्हणून एक तीर्थ आहे. हे पुरुषश्रेष्ठा, त्या ठिकाणीं स्नान करणारा मनुष्य उत्कृष्ट प्रकारच्या सद्गतीस जातो. हे राजेंद्रा, तेथून लोकविख्यात अशा मानुषतीर्थावर जावें. हे राजा, ह्या ठिकाणीं पूर्वीं व्याधाच्या बाणांनीं पीडित झालेले कृष्णसार (काळवीट) मृग सरोवरामध्यें स्नान करून मनुष्यत्व पावले होते. राजेंद्रा, ब्रह्मचर्य आणि चित्ताची एकाग्रता ह्यांनीं युक्त असणारा मनुष्य–त्या ठिकाणीं स्नान केलें असतां सर्व पातकांपासून मुक्त होऊन स्वर्गलोकामध्यें पूज्य होऊन रहातो. हे पृथ्वीपते, मनुष्यतीर्थाच्या पूर्वेस एक कोसावर सिद्धांनीं सेवन केलेली अशी आपगा नांवाची एक प्रख्यात नदी आहे. तिच्या तीरावर जो मनुष्य देव आणि पितर ह्यांच्या उद्देशानें ब्राह्मणास भोजनासाठीं सावे अर्पण करितो, त्याला धर्मफल मिळतें; व एका ब्राह्मणास भोजन घातलें तरीही कोटि ब्राह्मणांस भोजन घातल्याचें पुण्य लागतें. त्या ठिकाणीं स्नान करून व पितर आणि देवता ह्यांची पूजा करून एक रात्र राहिलें असतां अग्निष्टोम यज्ञाच्या फलाची प्राप्ति होते. हे भरतवंशजा राजेंद्रा, येथून ब्रह्मोदुंबर म्हणून भूतलामध्यें प्रसिद्ध असलेल्या उत्कृष्ट अशा ब्रह्मदेवाच्या स्थानाकडे जावें. हे नरश्रेष्ठा राजेंद्रा, त्या ठिकाणीं सप्तर्षिकुण्डामध्यें व कपिलकेदारामध्यें स्नान करावें. शुचिर्भूत होऊन व अंतःकरणाचा निग्रह करून महात्म्या कपिलाच्या केदारामध्यें ब्रह्मदेवाचें दर्शन घेणारा मनुष्य सर्व पातकांपासून मुक्त होऊन ब्रह्मलोकास जातो. अत्यंत दुर्लभ अशा कपिल-

केदारामध्यें जाणाऱ्या मनुष्याचें पातक तपश्चर्येच्या योगानें दग्ध होऊन जातें व त्याला गुप्त होण्याची शक्ति येते. हे राजेंद्रा, तेथून लोकप्रसिद्ध अशा सरकनामक तीर्थास जावें त्या ठिकाणीं कृष्णपक्षांतील चतुर्दशीदिवशीं श्रीशंकराचें दर्शन घेणारा मनुष्य सर्व मनोरथ पूर्ण होऊन स्वर्गलोकास जातो. हे कुरुनंदना पृथ्वीपते भीष्मा, सरक, रुद्रकोटि, कूप आणि ऱ्हद ह्यांच्या ठिकाणीं तीन कोटि तीर्थें आहेत. हे भरतकुलश्रेष्ठा, त्याच ठिकाणीं इलास्पद नांवाचें तीर्थ आहे, त्या ठिकाणीं स्नान करून देवता व पितर ह्यांचें आराधन करणाऱ्या मनुष्यास दुर्गति प्राप्त होत नाहीं; इतकेंच नव्हे, तर त्याला वाजपेययज्ञाचें श्रेयही मिळतें. हे भरतवंशजा भूपते, किंदान आणि किंजप्य ह्यांमध्यें स्नान करणाऱ्या मनुष्यास दान आणि जप ह्यांच्या अमर्याद फलाची प्राप्ति होते. इंद्रियांचा निग्रह करून श्रद्धापूर्वक कलशीतीर्थांतील जलाचें स्नान करणाऱ्या मनुष्यास अग्निष्टोमयज्ञाचें फल मिळतें. हे कुरुकुलश्रेष्ठा, सरकतीर्थाच्या पूर्वेस अनाजन्म ह्या नांवानें प्रख्यात असलेलें महात्म्या नारदाचें तीर्थ आहे. हे भरतवंशजा, त्या तीर्थामध्यें स्नान करणाऱ्या मनुष्यास नारदाच्या अनुज्ञेनें अत्युत्कृष्ट सद्गति मिळते. हे राजा, शुक्लपक्षांतील दशमीदिवशीं पुंडरीक तीर्थावर जावें. त्या ठिकाणीं स्नान करणाऱ्या मनुष्यास पुंडरीकयज्ञाच्या फलाची प्राप्ति होते. तेथून तीनही लोकांमध्यें प्रख्यात असणाऱ्या त्रिविष्टप तीर्थास जावें. त्या ठिकाणीं पापनाशक अशी वैतरणी नांवाची पवित्र नदी आहे. तिजमध्यें स्नान करून शूलपाणी श्रीशंकराचें पूजन करणारा मनुष्य सर्व प्रकारच्या पातकांपासून मुक्त होऊन मोक्षास जातो. हे राजेंद्रा; तेथून उत्कृष्ट अशा फलकीवनामध्यें जावें. हे राजा, त्या फलकीवनामध्यें राहून देवांनीं अनेक सहस्र वर्षेंपर्यंत एकसारखी विपुल तपश्चर्या केली आहे. हे भरतवंशजा, दृषद्वतीमध्यें स्नान करून देवतांचें तर्पण करणाऱ्या मनुष्यास अग्निष्टोम आणि अतिरात्र ह्या यज्ञांचें फल मिळतें. हे भरतकुलश्रेष्ठा राजेंद्रा, सर्वदेव तीर्थामध्यें स्नान करणाऱ्या मनुष्यास सहस्र गोप्रदानांचें फल मिळतें. हे भरतकुलोत्पन्ना, पाणिखातसंज्ञक तीर्थामध्यें स्नान करून देवतांचें तर्पण करणाऱ्या मनुष्यास अग्निष्टोम आणि अतिरात्र ह्या यज्ञांचें फल मिळतें; तसेंच, त्याला राजसूययज्ञाचें श्रेय मिळून ऋषिलोकांचीही प्राप्ति होते. हे राजेंद्रा, तेथून मिश्रक नांवाच्या उत्कृष्ट तीर्थावर जावें. हे राजाधिराजा, त्या तीर्थामध्यें व्यासांनीं ब्राह्मणांकरितां सर्व तीर्थांचें मिश्रण केलेलें आहे असें आमच्या ऐकण्यांत आहे. मिश्रकामध्यें स्नान करणाऱ्या मनुष्यानें सर्व तीर्थांमध्यें स्नान केल्यासारखें होतें तदनंतर नियमनिष्ठ आणि मिताहारी होऊन व्यासवनामध्यें जावें. त्या ठिकाणीं मनोजव तीर्थामध्यें स्नान करणाऱ्या मनुष्यास सहस्र गोप्रदानें केल्याचें श्रेय मिळतें. तेथून मधुवटीमध्यें जाऊन शुचिर्भूतपणें देवीतीर्थामध्यें स्नान करून देवता आणि पितर ह्यांचें आराधन करणाऱ्या मनुष्यास देवीच्या अनुज्ञेनें सहस्र गोप्रदानांच्या फलाची प्राप्ति होते. हे भरतवंशजा, जो मनुष्य मिताहार करून कौशिकी आणि दृषद्वती ह्यांच्या संगमावर स्नान करितो तो सर्व प्रकारच्या पातकापासून मुक्त होतो. तेथून व्यासस्थलीनामक तीर्थाकडे जावें. ह्या ठिकाणीं ज्ञानसंपन्न व्यासमुनींनीं पुत्रशोकामुळें संतप्त होऊन जाऊन देहत्याग केला होता; पण हे राजेंद्रा, देवांनीं त्यांना पुनः उठविलें. त्या व्यासस्थलीस गेलें असतां सहस्र गोप्रदानांचें फल मिळतें. हे कुरुकुलधुरंधरा, किंदत्त कूपावर जाऊन एक शेरभर तिळांचें दान

करणारा मनुष्य ऋणमुक्त होऊन उत्कृष्ट प्रकारची सिद्धि पावतो. वेदतीर्थामध्यें स्नान करणाऱ्या पुरुषास सहस्र गोप्रदानाचें फल मिळतें. अह आणि सुदिन ह्मणून दोन लोकप्रसिद्ध तीर्थें आहेत. हे पुरुषश्रेष्ठा, त्यांमध्यें स्नान केलें असतां सूर्यलोकाची प्राप्ति होते. तेथून मृगधूम नांवाच्या त्रैलोक्यविख्यात तीर्थावर जावें. हे नृपश्रेष्ठा, त्या ठिकाणीं स्नान करावें व महादेवाचें पूजन करावें, ह्मणजे अश्वमेधयज्ञाचें फल मिळतें. देवीतीर्थामध्यें स्नान करणाऱ्या पुरुषास सहस्र गोप्रदानांच्या फलाची प्राप्ति होते. श्रीविष्णूचें स्थान अशा त्या तीर्थामध्यें स्नान करून वामनाचें पूजन करणारा मनुष्य सर्व प्रकारच्या पातकांपासून मुक्त होऊन विष्णुलोकास जातो. कुलंपुन तीर्थामध्यें स्नान कारणारा मनुष्य त्या स्नानाच्या योगानें आपलें कुल पवित्र करून सोडतो. हे नरश्रेष्ठा, पवनऱ्हदनामक उत्कृष्ट प्रकारच्या वायुतीर्थावर जाऊन तेथें स्नान करणारा मनुष्य विष्णुलोकामध्यें पूज्य होऊन राहतो. अमरऱ्हदामध्यें स्नान करून देवाधिपति इंद्राचें पूजन करणारा मनुष्य देवतांच्या प्रभावानें स्वर्गामध्यें पूज्य होऊन रहातो. हे नरश्रेष्ठा, शालिसूर्य आणि शालिहोत्र ह्या तीर्थामध्यें स्नान करणाऱ्या मनुष्यास सहस्र गोप्रदानांचें फल मिळतें. हे भरतकुलश्रेष्ठा, श्रीकुंज नांवाचें एक सरस्वतीचें तीर्थ आहे. हे नरश्रेष्ठा, त्या ठिकाणीं स्नान केलें असतां अग्निष्टोम यागाच्या फलाची प्राप्ति होते. हे कुरुकुलधुरंधरा, तदनंतर नैमिष कुंजास जावें. हे राजेंद्रा, पूर्वीं नैमिषारण्यामध्यें वास्तव्य करणारे तपस्वी तीर्थयात्रेच्या उद्देशानें कुरुक्षेत्रास गेले होते; तेव्हां, हे भरत कुलश्रेष्ठा, ऋषींना राहण्यास संतोषदायक अशी मोठी जागा होईल अशा रीतीचा एक कुंज सरस्वतीनें तयार केला. त्या कुंजामध्यें स्नान करणाऱ्या मनुष्यास अग्निष्टोमयागाच्या फलाची प्राप्ति होते. हे धर्मज्ञा, तेथून अत्युत्कृष्ट अशा कन्यातीर्थावर जावें. कन्यातीर्थामध्यें स्नान करणाऱ्या मनुष्यास सहस्र गोप्रदानांचें फल मिळतें. हे राजेंद्रा, तेथून उत्कृष्ट अशा ब्रह्मतीर्थावर जावें. त्या ठिकाणीं स्नान करणाऱ्या हीन वर्णांतील मनुष्यास जन्मांतरीं ब्राह्मणत्वाची प्राप्ति होते; व ब्राह्मणानें स्नान केल्यास त्याचा आत्मा शुद्ध होऊन तो सद्गतीस जातो. हे नरश्रेष्ठा; तेथून अत्युत्कृष्ट अशा सोमतीर्थावर जावें. हे राजा, त्या ठिकाणीं स्नान करणाऱ्या पुरुषास सोमलोकाची प्राप्ति होते. हे नराधिपते, तदनंतर सप्तसारस्वत तीर्थास जावें. ह्या ठिकाणीं लोकविख्यात महर्षि मंकणक ह्यास तपःसिद्धि झाली. हे राजा, पूर्वीं मंकणक मुनीच्या हातास दर्भाचें टोंक लागून जखम झाली असें आमच्या ऐकण्यांत आहे. हे भूपते, ह्या जखमेंतून शाकरस गळूं लागला. तो वंकणक शाकरस पाहतांच अत्यंत आनंदाच्या भरांत नाचूं लागला! हे वीरा, तो नाचूं लागला असतां त्याच्या तेजानें चकित होऊन गेलेले सर्व स्थावर आणि जंगम हे उभयतांही नाचूं लागले. तेव्हां, हे नराधिपते, ब्रह्मादिक देवता, आणि तप हेंच धन असें समजणारे ऋषि ह्यांनीं त्या ऋषीच्या संबंधानें महादेवास विज्ञापना केली कीं, "हे देवा, हा मुनि नृत्य करणार नाहीं, असें आपण करा." ही विज्ञापना ऐकून, देवांच्या हितासाठीं, अंतःकरण आनंदानें व्याप्त होऊन नृत्य करूं लागलेल्या त्या मुनीकडे महादेव गेले आणि म्हणाले, "हे धर्मज्ञा महर्षे, तूं काय म्हणून नाचत आहेस? मुनिश्रेष्ठा, आज तुला इतका आनंद होण्याचें कारण तरी काय?"

ऋषि म्हणालाः—हे ब्रह्मनिष्ठ द्विजश्रेष्ठा, मी धर्ममार्गानें वागून तपश्चर्या करीत असतां

माझ्या हातांतून शाकरस गळूं लागला आहे, हें तुला दिसत नाहीं काय ? हा दृष्टीस पडल्यामुळेंच मी अत्यंत आनंदित होऊन नाचूं लागलों आहें !

हे राजेंद्रा, हें ऐकून त्या आनंदातिशयामुळें भ्रमिष्टाप्रमाणें होऊन गेलेल्या ऋषीचा उपहास करून महादेव म्हणाले, " हे विप्रा, मला अशा गोष्टींचें आश्चर्य वाटत नाहीं. पहा आतां माझ्याकडे !" हे नरश्रेष्ठा, असें ह्मणून महादेवांनीं आपल्या अंगुलीच्या अग्रानें आपल्या अंगुष्ठावर प्रहार केला. तेव्हां, हे भरतकुलश्रेष्ठा राजा, व्रण पडलेल्या त्या अंगुष्ठांतून बर्फासारखें शुभ्र भस्म खालीं पडलें ! हे राजा, तें पाहून तो मुनि थिजल्यासारखा होऊन महादेवाच्या पायां पडला; व रुद्रापेक्षां अत्यंत श्रेष्ठ व पूज्य असें दुसरें दैवत नाहीं असें मानूं लागला आणि ह्मणाला, " हे शूलधारका, देवदैत्यादिकांनीं युक्त असणाऱ्या ह्या जगाचा आधार तूंच आहेस. तूंच हें सर्व स्थावरजंगमयुक्त त्रैलोक्य निर्माण केलें असून तूंच प्रलयकालीं तें सर्व ग्रासून टाकितोस. तुझें ज्ञान देवांना देखील होणें अशक्य आहे; मग मला कोठून होणार ? हे निष्पापा, तुझ्या ठिकाणीं ब्रह्मादिक सर्वही देवता दृष्टिगोचर होतात. कारण, तूं सर्वस्वरूपी आहेस. तूंच ह्या लोकांचा कर्ता व करविता आहेस. तुझ्याच अनुग्रहानें देव सर्वथैव निर्भय होऊन आनंदानें रहातात. " अशी महादेवाची स्तुति करून तो ऋषि पुनः म्हणाला, ' हे महादेवा, आपला मजवर अनुग्रह व्हावा व माझें तप नष्ट होऊं नये. ' हें ऐकून आनंदित अंतःकरणानें महादेव त्या ब्रह्मर्षीस म्हणाले, " हे विप्रा, माझ्या अनुग्रहानें तुझ्या तपाची सहस्रपट वृद्धि होईल ! हे महामुने' मी तुझ्यासहवर्तमान ह्या आश्रमामध्यें वास करीन. सारस्वततीर्थामध्यें स्नान करून जे लोक माझें पूजन करतील त्यांना इहलोकीं व परलोकींही कांहीं दुष्प्राप्य होणार नाहीं; व ते लोक सरस्वतीच्या लोकास जातील ह्यांत संशय नाहीं."

असें ह्मणून महादेव त्याच ठिकाणीं अंतर्धान पावले. असो; सप्तसारस्वत तीर्थानंतर औशनसनामक त्रिभुवनविख्यात अशा तीर्थावर जावें. हे भरतवंशजा, ह्या ठिकाणीं भार्गवरामाचें प्रिय करण्याच्या इच्छेनें ब्रह्मादिक देवता, तपोधन ऋषि आणि भगवान् कार्तिकेय प्रत्यहीं त्रिकाल येत असत. सर्व पातकांपासून मुक्त करणारें कपालमोचन नांवाचें तीर्थ त्या ठिकाणींच आहे. हे नरश्रेष्ठा, त्या ठिकाणीं स्नान करणारा मनुष्य सर्व पातकांपासून मुक्त होतो. हे नरश्रेष्ठा, तदनंतर अग्नितीर्थास जावें. तेथें स्नान करणाऱ्या मनुष्यास अग्निलोकाची प्राप्ति होते व तो आपल्या कुलाचा उद्धार करितो. हे भरतश्रेष्ठा, त्याच ठिकाणीं विश्वामित्रतीर्थ आहे. हे नरश्रेष्ठा, त्या तीर्थामध्यें स्नान करणाऱ्यास जन्मांतरीं ब्राह्मणत्वाची प्राप्ति होते; हे नरश्रेष्ठा, ब्राह्मणजातीमध्यें उत्पन्न झाल्यानंतर शुचिर्भूतपणें व अंतःकरणाचा निग्रह करून त्या तीर्थामध्यें स्नान केलें असतां तो मनुष्य ब्रह्मलोकास जातो आणि आपल्या कुलांतील सात पुरुषांना पवित्र करून सोडितो ह्यांत संशय नाहीं. हे राजेंद्रा, तदनंतर त्रैलोक्यविख्यात अशा पृथूदक ह्या नांवानें प्रसिद्ध असणाऱ्या कार्तिकेयाच्या तीर्थास जावें व त्या ठिकाणीं स्नान करून पितर आणि देव ह्यांच्या आराधनेमध्यें आसक्त होऊन रहावें. पुरुषानें अथवा स्त्रीनें मनुष्यबुद्धीनें ज्ञानपूर्वक अथवा अज्ञानानें जें कांहीं पातक केलें असेल तें सर्वही, हे भरतवंशजा, त्या तीर्थामध्यें स्नान केलें असतां नष्ट होऊन जातें; इतकेंच नव्हे, तर त्या

स्नानकर्त्याला अश्वमेधफलाची प्राप्ति होऊन तो स्वर्गलोकास जातो. कुरुक्षेत्र हें पवित्र आहे असें सांगितलें असून कुरुक्षेत्राहून सरस्वती, सरस्वतीहून इतर तीर्थें व त्या तीर्थांहून पृथूदक हें पवित्र होय. सर्व तीर्थांमध्यें उत्कृष्ट अशा ह्या पृथूदक तीर्थावर जो मनुष्य जप करीत राहून देहत्याग करील तो पुनः मृत्यु पावत नाहीं;—तो अमर होऊन जातो. सनत्कुमार आणि व्यास ह्यांनीं ह्या तीर्थाची अशी प्रशंसा केली आहे;ह्यास्तव,हे राजा, तीर्थयात्रा करणाऱ्या मनुष्यानें नियमानें पृथूदक तीर्थास जावें. हे कुरुकुलधुरंधरा, पृथूदकाहून अधिक योग्यतेचें असें दुसरें तीर्थ नाहीं. तें सर्व तीर्थांमध्यें पवित्र असून इतरांस पवित्र करणारें आहे, ह्यांत संशय नाहीं. हे नरश्रेष्ठा, त्या पृथूदक तीर्थामध्यें स्नान करणारे लोक जरी पातकी असले तरी ते स्वर्गलोकास जातात, असें विद्वान् लोकांनी सांगितलें आहे. हे भरतकुलश्रेष्ठा, तेथेंच मधुस्रव नांवाचें तीर्थ आहे. हे राजा, त्या ठिकाणीं स्नान करणाऱ्या मनुष्यास सहस्र गोप्रदानांचें पुण्य मिळतें. हे राजेंद्रा, तदनंतर क्रमाप्रमाणें मेध्यनामक तीर्थावर जावें. हें तीर्थ ह्मणजे सरस्वती आणि अरुणा ह्यांचा लोकविख्यात संगम होय. तेथें त्रिरात्र उपोषण करून स्नान करणारा मनुष्य ब्रह्महत्येपासून मुक्त होतो; हे भरतकुलश्रेष्ठा, त्यास अग्निष्टोम आणि अतिरात्र ह्या यज्ञांचें फल मिळतें; आणि तो आपल्या कुलांतील सात पुरुषांना पवित्र करून सोडतो. हे कुरुकुलधुरंधरा, त्याच ठिकाणीं पूर्वीं ब्राह्मणांवर दया करण्यासाठीं दर्भी मुनीनें निर्माण केलेलें अर्धकीलनामक तीर्थ आहे. महानाम्न्यादिक व्रतें, उपनयन, उपवास, ब्राह्मणोचित कर्में आणि वैदिकमंत्र ह्यांनीं युक्त असलेला व ब्राह्मण मातापितरांपासून उत्पन्न झालेला पुरुष ब्राह्मण असतो ह्यांत तर संशयच नाहीं; पण, हे नरश्रेष्ठा, ब्राह्मणोचित कर्में व वेदमंत्र ह्यांनीं विरहित असलेल्या मनुष्यानें जरी ह्या ठिकाणीं स्नान केलें तरी त्यानेंही व्रत आचरण केल्यासारखें होतें व तो ज्ञानसंपन्न होतो. असें प्राचीन लोकांनीं प्रत्यक्ष पाहिलें आहे. हे नरश्रेष्ठा, त्या तीर्थामध्यें दर्भी मुनीनें चार समुद्रही आणून ठेविलेले आहेत. त्यांमध्यें स्नान करणाऱ्या मनुष्यास दुर्गति प्राप्त होत नाहीं. इतकेंच नव्हे, तर त्याला चार हजार गोप्रदानें केल्याचें फल मिळतें हे धर्मज्ञा, तदनंतर शतसहस्रक तीर्थास जावें. ह्याच ठिकाणीं साहस्रक तीर्थ आहे. हीं दोन्ही तीर्थें लोकविख्यात आहेत. ह्या दोहोंमध्यें स्नान करणाऱ्या मनुष्यास सहस्र गोप्रदानें केल्याचें फल मिळतें. तसेंच, त्या ठिकाणीं केलेलें दान अथवा उपवास हे सहस्रपटीनें अधिक होतात. हे राजेंद्रा, तदनंतर उत्कृष्ट अशा रेणुकातीर्थास जावें. त्या ठिकाणीं स्नान करून पितर आणि देवता ह्यांच्या आराधनामध्यें आसक्त होऊन राहिलेला मनुष्य सर्व प्रकारच्या पातकांपासून मुक्त होतो व त्यास अग्निष्टोम यागाचें फल मिळतें. क्रोधाचा आणि इंद्रियांचा निग्रह करून विमोचन तीर्थामध्यें स्नान करणारा मनुष्य सर्व प्रकारच्या प्रतिग्रहजन्य दोषांपासून मुक्त होतो. तेथून ब्रह्मचर्य आणि इंद्रियनिग्रह ह्यांनीं युक्त होऊन पंचवटीस जाणारा पुरुष अत्यंत पुण्यसंपन्न होऊन नक्षत्रलोकांत पूज्य होऊन राहतो. त्या ठिकाणीं योगाधिपति वृषभध्वज श्रीशंकर हे स्वतः वास करीत आहेत. त्या देवाधिदेवाचें पूजन केलें असतां अथवा केवल त्याचें दर्शन घेतलें असतांही मनुष्य सिद्धि पावतो. तेथेंच स्वतःच्या तेजानें देदीप्यमान असलेलें तैजस ह्या नांवाचें वरुणाचें तीर्थ आहे. ह्या ठिकाणीं ब्रह्मादिक देवता आणि तपोधन मुनि ह्यांनीं सेनापतीचा अधिकार देण्यासाठीं कार्ति-

केयास अभिषेक केला. हे कुरुकुलधुरंधरा, तैजस तीर्थाच्या पूर्वेस कुरुतीर्थ आहे. ब्रह्मचारी आणि जितेंद्रिय राहून कुरुतीर्थामध्यें स्नान करणाऱ्या मनुष्याचा आत्मा सर्व प्रकारच्या पातकांपासून मुक्त होतो व तो ब्रह्मलोकास जातो. तदनंतर नियमनिष्ठ आणि मिताहारी होऊन स्वर्गद्वारास जावें. तेथें जाणाऱ्या मनुष्यास स्वर्गलोकाची प्राप्ति होते व तेथून तो ब्रह्मलोकास जातो. हे नरपते, तदनंतर तीर्थयात्रा करणाऱ्या मनुष्यानें अनलक तीर्थास जावें. हे राजा, त्या ठिकाणीं स्नान करणाऱ्या मनुष्यास नरकप्राप्ति होत नाहीं. हे भूपते पुरुषश्रेष्ठा, त्या ठिकाणीं नारायणप्रभृति देवांसहवर्तमान स्वतः ब्रह्मदेव प्रतिदिवशीं येऊन बसतात. हे कुरुकुलधुरंधरा राजेंद्रा, त्या ठिकाणीं रुद्रपत्नीचेंही सांनिध्य आहे. त्या देवीचें दर्शन घेतलें असतां नरकप्राप्ति होत नाहीं. हे महाराजा, तेथेंच असणाऱ्या विश्वेश्वर उमापति महादेवाचें दर्शन घेतलें असतां मनुष्य सर्व पातकांपासून मुक्त होतो. हे शत्रुदमना महाराजा, तेथें पद्मनाभसंज्ञक श्रीविष्णुमूर्तीचें दर्शन घेणारा मनुष्य कांतिसंपन्न होऊन विष्णुलोकास जातो. तसेंच, हे पुरुषश्रेष्ठा, त्या मनुष्यानें सर्व देवतांच्या तीर्थामध्यें स्नान केल्यासारखें होतें; व तो सर्व दुःखांपासून मुक्त होऊन श्रीशंकराप्रमाणें तेजस्वी बनून जातो. हे नराधिपते, तदनंतर तीर्थयात्रा करणाऱ्या पुरुषानें स्वस्तिपुरास जावें. त्या तीर्थास प्रदक्षिणा घातली असतां सहस्र गोप्रदानांचें फल मिळतें. हे भरतकुलोत्पन्ना, त्याच ठिकाणीं पावन तीर्थावर जाऊन पितर आणि देवता ह्यांचें तर्पण केलें असतां अग्निष्टोम यागाच्या फलाची प्राप्ति होते. हे भरतकुलश्रेष्ठा, तेथेंच गंगाऱ्हद आणि कूप अशीं दोन तीर्थें आहेत. हे राजा, त्या ठिकाणीं स्नान करणारा मनुष्य स्वर्गलोकास जातो. आपगा तीर्थामध्यें स्नान करून श्रीशंकराचें पूजन करणाऱ्या मनुष्यास प्रमथगणाचें आधिपत्य मिळतें व त्याच्या कुलाचा उद्धार होतो. तेथून त्रैलोक्यप्रसिद्ध अशा स्थाणुवट तीर्थास जावें. त्या ठिकाणीं स्नान करून एक रात्र राहिलें असतां रुद्रलोकाची प्राप्ति होते. तदनंतर वसिष्ठाच्या आश्रमाला जाऊन बदरीपावन तीर्थास जावें व तेथें त्रिरात्र उपोषण करून बोरें भक्षण करून रहावें. हे नरपते, अशा रीतीनें तीन रात्र उपोषण केलेला मनुष्य व इतरत्र बारा वर्षें उपोषण केलेला मनुष्य ह्या उभयतांची योग्यता सारखीच असते. हे जनाधिपते, तीर्थयात्रा करणाऱ्या पुरुषानें रुद्रमार्गसंज्ञक तीर्थावर जाऊन अहोरात्र उपोषण केलें असतां तो इंद्रलोकामध्यें संमाननीय होऊन राहतो. एकरात्र तीर्थावर जाऊन नियमनिष्ठ आणि सत्यवादी होऊन एक रात्र वास्तव्य करणारा मनुष्य ब्रह्मलोकामध्यें पूज्य होऊन राहातो. हे राजेंद्रा, तदनंतर तेजोराशि महात्मा सूर्य ह्याचा जेथें आश्रम आहे अशा त्रैलोक्यविख्यात आदित्यतीर्थावर जावें. त्या तीर्थामध्यें स्नान करून श्रीसूर्याचें पूजन करणारा मनुष्य सूर्यलोकास जातो व आपल्या कुलाचाही उद्धार करितो. हे नरपते, तीर्थयात्रा करणाऱ्या मनुष्यानें सोमतीर्थामध्यें स्नान केलें असतां त्याला सोमलोकाची निःसंशय प्राप्ति होते. हे धर्मज्ञा, तदनंतर लोकविख्यात, अत्यंत पवित्र व इतरांस पवित्र करणारें असें जें महात्म्या दधीच मुनीचें तीर्थ त्यावर जावें. ह्या ठिकाणीं तपाचा केवळ सांठाच असा सरस्वतीभक्त अंगिरा मुनि गेलेला होता. त्या तीर्थामध्यें स्नान करणाऱ्या मनुष्यास अश्वमेध यज्ञाच्या फलाची व सरस्वतीच्या लोकाची प्राप्ति होईल ह्यांत संशय नाहीं. तदनंतर नियमनिष्ठ आणि ब्रह्मचर्यसंपन्न होऊन कन्या-

श्रमाकडे जावें. हे राजा, नियमनिष्ठ आणि मिताहारी अशा पुरुषानें त्रिरात्र उपोषण केल्यास त्याला शंभर दिव्य कन्यांची प्राप्ति होऊन तो स्वर्गलोकास जातो. हे धर्मज्ञा, तेथून संनिहती-नामक तीर्थावर जावें.त्या ठिकाणीं महापुण्यसंपन्न ब्रह्मादिक देव आणि तपोनिष्ठ मुनि प्रत्येक महिन्यास येतात. सूर्यग्रहणाच्या वेळीं जो मनुष्य संनिहती तीर्थामध्यें स्नान करील त्यानें त्या ठिकाणीं कायमचें फल मिळणारे शंभर अश्वमेध केल्यासारखें होतें. हे नरश्रेष्ठा राजा भीष्मा, पृथ्वीमध्यें आणि अंतरिक्षामध्यें जीं तीर्थें अथवा नद्या, ऱ्हद, तडाग, सर्व प्रकारचे ओहळ, आड, विहिरी, तीर्थें आणि देवमंदिरें आहेत त्या सर्वांच्याही अधिष्ठानदेवता प्रत्येक महिन्याच्या अमावास्येस संनिहती तीर्थावर येतात, ह्यांत संशय नाहीं. त्या ठिकाणीं सर्व तीर्थें जमतात म्हणूनच त्या तीर्थाची संनिहती ह्या नांवानें प्रसिद्धि झालेली आहे. त्या ठिकाणीं स्नान आणि जलपान करणारा मनुष्य स्वर्गलोकामध्यें पूज्य होऊन राहतो. सूर्यग्रहण असलेल्या अमावास्येच्या दिवशीं जो मनुष्य त्या ठिकाणीं स्नान करील त्याला मिळणारे पुण्याचें फल ऐक. एक हजार अश्वमेध यज्ञ उत्कृष्ट प्रकारें केले असतां मनुष्यास जें फल मिळतें तेंच फल त्या ठिकाणीं केवल श्राद्ध केलें असतां मिळतें. स्त्रीनें अथवा पुरुषानें जें कांहीं पापकर्म केलें असेल तें सर्व त्या तीर्थांत स्नान करितांच निःसंशय नष्ट होऊन जातें. इतकेंच नव्हे, तर तो स्नान करणारा मनुष्य कमलाप्रमाणें कांति असलेल्या विमानांतून ब्रह्मलोकास जातो. असो; तदनंतर प्रचुक्षुक-नामक यक्षरूपी द्वारपालास नमस्कार करून कोटितीर्थामध्यें स्नान करावें ह्मणजे पुष्कळ सुवर्ण मिळतें. हे धर्मज्ञा भरतकुलश्रेष्ठा, त्याच ठिकाणीं गंगाऱ्हद ह्मणून तीर्थ आहे. त्या ठिकाणीं ब्रह्मचर्य आणि एकाग्रता ह्यांनीं युक्त होऊन स्नान करावें, ह्मणजे त्या मनुष्यास राजसूय आणि अश्वमेध यज्ञ केल्याचें श्रेय मिळतें. पृथ्वीमध्यें नैमिष आणि अंतरिक्षामध्यें पुष्करतीर्थ हें श्रेष्ठ आहे; पण कुरुक्षेत्र हें तिन्ही लोकांमध्यें श्रेष्ठ आहे. वाऱ्यानें उडविलेला कुरुक्षेत्रांतील धुरळा देखील आपल्या स्पर्शानें पापकर्म करणाऱ्या पुरुषास सद्गतीस पोहोंचवितो. दृषद्वतीच्या उत्तरेस आणि सरस्वतीच्या दक्षिणेस असणाऱ्या कुरुक्षेत्रामध्यें जे लोक वास करितात ते खरोखर स्वर्गामध्येंच असतात, असें समजावें. " मी कुरुक्षेत्रामध्यें जाईन आणि कुरुक्षेत्रामध्यें वास करीन!" अशा एका वाक्याचा उच्चार केला असतांही मनुष्य सर्व पातकांपासून मुक्त होतो. ब्रह्मर्षींनीं सेवन केलेलें पवित्र कुरुक्षेत्र ही ब्रह्मवेदी होय. त्या ठिकाणीं जे लोक रहातात त्यांस कोणत्याही प्रकारें शोचनीय स्थिति प्राप्त होत नाहीं. तरंतु, तारंतु, रामऱ्हद आणि मचक्रुक ह्या चतुःसीमेच्या मध्यें असणारा जो देश तेंच कुरुक्षेत्र होय. ह्यासच समंतपंचक असें नांव आहे. ह्याला ब्रह्मदेवाची उत्तरवेदी ह्मणतात.

अध्याय चौऱ्यायशींवा.

—:०:—

तीर्थनिर्देश.

पुलस्त्य ह्मणाला:—हे महाराजा, तदनंतर अत्युत्कृष्ट अशा धर्मतीर्थावर जावें. ह्या ठिकाणीं महाभाग्यशाली धर्मानें उत्कृष्ट प्रकारची तपश्चर्या केली. त्यानें स्वतःच्या नांवानें प्रख्यात असें हें पवित्र तीर्थ निर्माण केलें. हे राजा, धर्मनिष्ठ आणि समाधानयुक्त असणाऱ्या मनुष्यानें त्या ठिकाणीं स्नान केलें असतां तो आपल्या कुलांतील सात पुरुषांना पवित्र करितो ह्यांत संशय नाहीं. हे राजेंद्रा, नंतर

उत्कृष्ट अशा ज्ञानपावन तीर्थावर जावें, ह्मणजे अग्निष्टोमाचें श्रेय मिळून मुनिलोकाची प्राप्ति होते. हे राजा, तदनंतर तीर्थयात्रा करणाऱ्या मनुष्यानें सौगंधिवनास जावें. त्या ठिकाणीं ब्रह्मादिक देवता, तपोधन मुनि, सिद्ध, चारण, गंधर्व, किन्नर आणि महानाग हे वास्तव्य करीत असतात त्या वनांत प्रवेश करूं लागतांच मनुष्य सर्व पातकांपासून मुक्त होतो. तदनंतर, हे राजा, सर्व नद्यांमध्यें उत्कृष्ट अशी जी पक्षादेवी नांवाची श्रेष्ठ नदी आहे तिजवर जावें. ही ह्मणजे पवित्र अशी प्रत्यक्ष देवी सरस्वतीच होय. वारुळांतून निघालेल्या त्या नदींतील जलामध्यें स्नान करावें व पितर आणि देवता ह्यांचें पूजन करावें. म्हणजे अश्वमेधफलाची प्राप्ति होते. त्या ठिकाणीं ईशानाध्युषित नांवाचें एक तीर्थ आहे. हें त्या वारुळापासून शम्यांच्या बरोबर सहा टप्प्यांवर आहे. हे नरश्रेष्ठा, त्या ठिकाणीं स्नान केलें असतां सहस्र कपिला धेनूंच्या दानाचें आणि अश्वमेध यज्ञाचें श्रेय मिळतें, असें वेदामध्यें मीं पाहिलेलें आहे. हे भरतवंशजा पुरुषश्रेष्ठा, सुगंधा, शतकुंभा आणि पंचयक्षा ह्या तीर्थांवर जाणारा मनुष्य स्वर्गलोकामध्यें मान्य होऊन राहतो. हे भरतवंशजा, त्याच ठिकाणीं त्रिशूलखात तीर्थ लागतें. त्यामध्यें स्नान करून पितर आणि देवता ह्यांच्या पूजनामध्यें आसक्त होऊन राहिल्यास देहपातानंतर प्रमथगणांच्या आधिपत्याची प्राप्ति होते ह्यांत संशय नाहीं. हे राजेंद्रा, तदनंतर अत्यंत दुर्लभ अशा देवीस्थानाला जावें. ही देवी शाकंभरी ह्या नांवानें प्रख्यात असून तिन्ही लोकांमध्यें प्रसिद्ध आहे. हे नराधिपते, ती उत्कृष्ट प्रकारचें व्रत आचरण करणारी देवी एक हजार दिव्य वर्षेंपर्यंत प्रत्येक महिन्यांतून एक वेळ शाकांचा आहार करीत असे. त्या ठिकाणीं देवीच्या भक्तीनें तपोधन ऋषि अतिथि आले होते. तेव्हां हे भरतकुलोत्पन्ना, तिनें शाकांच्याच योगानें त्यांचा पाहुणचार केला, ह्यामुळें शाकंभरी असें तिचें कायमचें नांव पडून गेलें. शाकंभरीच्या सन्निध गेल्यानंतर ब्रह्मचर्यानें आणि एकाग्र अंतःकरणानें शाक भक्षण करून त्रिरात्र राहणारा मनुष्य शुचिर्भूत होतो; आणि हे भरतवंशजा, बारा वर्षेंपर्यंत शाकांचा आहार करून राहिलें असतां जें फल मिळतें तें फल त्याला देवीच्या प्रसादानें मिळतें. तेथून त्रैलोक्यविख्यात अशा सुवर्णसंज्ञक तीर्थावर जावें. त्या ठिकाणीं पूर्वी श्रीविष्णूनें श्रीशंकरांस प्रसन्न करून घेण्यासाठीं त्यांचें आराधन केलें होतें, व त्यामुळें देवतांना दुर्लभ अशा अनेक वरांची त्याला प्राप्ति झाली. हे भरतवंशजा, त्याला श्रीशंकरांनीं संतुष्ट होऊन असें सांगितलें कीं, "हे कृष्णा, तूं लोकांमध्यें अत्यंत प्रिय होऊन राहशील व तुझें नांव सर्व जगताच्या मुखामध्यें राहील

१ शम्या हें एक जोडीच्या आकाराचें आयुध आहे. तें गरगरां फिरवून फेंकलें ह्मणजे जितक्या अंतरावर जाऊन पडेल, तो त्याचा एक टप्पा होय. असे सहा टप्पे. मार्कंडेय पुराणांतील विविंशचरित नांवाच्या अध्यायामध्यें शम्याक्षेप म्हणून जो सांगितला आहे तोच हा शम्यानिपात अथवा शम्येचा टप्पा होय. तो श्लोक असा आहेः—

भ्रामयित्वा बहुगुणं यष्टिः क्षिता समाप्नुयात् ।
भुवः प्रदेशं यावंतं शम्याक्षेपः स उच्यते ॥

अर्थः—काठी अनेक वेळ गरगरां फिरवून फेंकून दिली म्हणजे जितक्या अंतरावर जाऊन पडेल तेवढ्याला शम्याक्षेप असें ह्मणतात. नीलकंठांनीं शम्या ह्मणजे जोडीच्या आकाराचें एक यज्ञपात्र असा अर्थ केला आहे. चतुर्भुजामिश्रांच्या व्याख्येंत मार्कंडेय पुराणांतील वचनासारखाच एक श्लोक आहे. फरक इतकाच कीं, त्यांत बहुगुणं आणि शम्याक्षेपः हीं जीं पदें आहेत त्या ऐवजीं ह्यांत शतगुणं आणि शम्यापातः अशीं पदें आहेत. अर्थ जवळ जवळ एकच.

यांत संशय नाहीं." हे राजेंद्रा, त्या तीर्थावर जाऊन श्रीशंकराचें पूजन करणाऱ्या मनुष्यास अश्वमेधयागाच्या फलाची व प्रमथगणांच्या आधिपत्याची प्राप्ति होते. तदनंतर धूमावतीला जावें. त्या ठिकाणीं त्रिरात्र उपोषण करणाऱ्या मनुष्याचे सर्वही मनोरथ निःसंशय पूर्ण होतात. हे नराधिपते, देवीच्या दक्षिणेस अर्ध्या योजनावर रथावर्त ह्मणून तीर्थ आहे. हे धर्मज्ञा, त्या ठिकाणीं आरोहण करणारा श्रद्धालु आणि जितेंद्रिय पुरुष महादेवाच्या प्रसादानें सद्गतीस जातो. नंतर, हे भरतकुलश्रेष्ठा, अत्यंत ज्ञानसंपन्न पुरुषानें त्या तीर्थास प्रदक्षिणा घालून सर्व पातकांपासून मुक्त करणाऱ्या धारानामक नदीवर जावें. हे पुरुषश्रेष्ठा लोकाधिपते, तिजमध्यें स्नान केलें असतां केव्हांही शोक करावा लागत नाहीं. तदनंतर, हे धर्मज्ञा, नमस्कार करून महापर्वत हिमालय ह्याजवर जावें. तेथें गेल्यानंतर, जें निःसंशय स्वर्गद्वाराच्या तोंडीचें आहे त्या गंगाद्वारामध्यें व कोटितीर्थामध्यें एकाग्र अंतःकरण करून स्नान करावें, ह्मणजे पुंडरीक यज्ञाचें श्रेय मिळतें व कुलाचा उद्धार होतो. त्या ठिकाणीं एक रात्र वास्तव्य केलें तरी सहस्र गोप्रदानें केल्याचें पुण्य मिळतें. सप्तगंग, त्रिगंग आणि शक्रावर्त ह्यांमध्यें देवांचें आणि पितरांचें यथाविधि तर्पण केलें असतां पवित्र अशा स्वर्गादि लोकांमध्यें मान मिळतो. तेथून कनखलास जावें. तेथें स्नान करून त्रिरात्र उपोषण करणाऱ्या पुरुषास अश्वमेधफलाची प्राप्ति होते व तो स्वर्गलोकास जातो. हे राजा, तदनंतर तीर्थयात्रा करणाऱ्या पुरुषानें कपिलावटास जावें. त्या ठिकाणीं एक रात्र उपोषण करून राहिलें असतां सहस्र गोप्रदानांचें फल मिळतें. हे राजेंद्रा कुरुवर्यश्रेष्ठा, त्या ठिकाणींच नागराज आणि महात्मा कपिल ह्यांचें सर्वलोकप्रख्यात असें तीर्थ आहे. हे नराधिपते, तेथें जाऊन नागतीर्थामध्यें स्नान करावें, ह्मणजे मनुष्याला एक हजार कपिला धेनु दान केल्याचें पुण्य मिळतें. तदनंतर शंतनूच्या ललितकसंज्ञक* तीर्थावर जावें. हे राजा, त्या ठिकाणीं स्नान केलें असतां मनुष्यास नरकप्राप्ति होत नाहीं. गंगा आणि यमुना ह्यांच्या संगमावर स्नान करणाऱ्या मनुष्यास दहा अश्वमेध केल्याचें श्रेय मिळतें व तो आपल्या कुलाचा उद्धार करितो. हे राजेंद्रा, तेथून लोकविख्यात अशा सुगंध तीर्थास जावें, ह्मणजे मनुष्याचा आत्मा सर्व पातकांपासून मुक्त होतो व तो ब्रह्मलोकामध्यें पूज्य होऊन राहतो. हे राजा, तदनंतर तीर्थयात्रा करणाऱ्या पुरुषानें रुद्रावर्त तीर्थास जावें. हे भूपते, त्या ठिकाणीं स्नान करणारा मनुष्य स्वर्गलोकास जातो. हे नरश्रेष्ठा, गंगा आणि सरस्वती ह्यांच्या संगमावर स्नान करणाऱ्या मनुष्यास अश्वमेध यज्ञाचें श्रेय मिळतें व तो स्वर्गलोकास जातो. भद्रकर्णेश्वरावर जाऊन यथाविधि देवतांचें आराधन करणाऱ्या मनुष्यास नरकप्राप्ति होत नाहीं; इतकेंच नव्हे, तर त्याला स्वर्गलोकामध्यें बहुमान मिळतो. तदनंतर, हे नराधिपते, तीर्थयात्रा करणाऱ्या मनुष्यानें कुब्जकामध्यें जावें, ह्मणजे सहस्र गोप्रदानांच्या फलाची प्राप्ति होऊन तो स्वर्गलोकास जातो. हे प्रजापालका, तेथून तीर्थयात्रा करणाऱ्या मनुष्यानें अरुंधतीवटावर जावें; व त्या ठिकाणीं ब्रह्मचर्य आणि एकाग्रता ह्यांनीं युक्त होऊन सामुद्रक तीर्थामध्यें स्नान करावें, म्हणजे त्याला अश्वमेधफलाची प्राप्ति होते, त्या ठिकाणीं त्रिरात्र उपोषण करून राहणाऱ्या मनुष्यास सहस्र गोप्रदानांचें फल मिळतें व त्याच्या कुलाचा उद्धार होतो. तेथून ब्रह्मचर्यसंपन्न आणि एकाग्रचित्त होऊन ब्रह्मावर्तास जावें; म्हणजे अश्वमेधाचें श्रेय मिळतें व तो

मनुष्य सोमलोकास जातो. यमुनाप्रभव (यमुनेचा उगम) तीर्थास जाऊन त्या ठिकाणीं यमुनाजलांत स्नान करणारा मनुष्य अश्वमेध यज्ञाचें फल संपादन करून स्वर्गलोकीं मान्य होऊन रहातो. त्रैलोक्यपूज्य अशा दर्वीसंक्रमणसंज्ञक तीर्थावर जाणाऱ्या मनुष्यास अश्वमेध फलाची प्राप्ति होते व तो स्वर्गलोकास जातो. सिद्ध आणि गंधर्व ह्यांनीं सेवन केलेल्या सिंधुनदाच्या उगमावर जाऊन त्या ठिकाणीं पांच रात्री रहाणाऱ्या मनुष्यास विपुल सुवर्णप्राप्ति होते. तदनंतर अत्यंत दुर्गम अशा वेदीस जावें. तेथें जाणाऱ्या मनुष्यास अश्वमेधाचें श्रेय मिळतें व तो स्वर्गलोकास जातो. हे भरतवंशजा, तदनंतर ऋषिकुल्या आणि वासिष्ठ ह्या तीर्थास जावें. वसिष्ठ तीर्थावर गेलें असतां सर्वही वर्ण ब्राह्मण बनून जातात. ऋषिकुल्या तीर्थावर जाऊन स्नान करणारा व देव आणि पितर ह्यांचें अर्चन करणारा मनुष्य निष्पाप होतो; आणि, हे नराधिपा, जर त्या ठिकाणीं शाकाहार करून एक महिनाभर राहील तर तो ऋषिलोकास जातो. भृगुतुंग तीर्थावर जाणाऱ्या मनुष्यास अश्वमेधफलाची प्राप्ति होते. प्रमोक्ष तीर्थास जाणारा मनुष्य सर्व प्रकारच्या पातकांपासून मुक्त होतो. हे भरतकुलोत्पन्ना, कृत्तिका आणि मघा ह्यांच्या तीर्थाला जाणाऱ्या मनुष्यास अग्निष्टोम आणि अतिरात्र ह्या यागांचें फल मिळतें. त्याच ठिकाणीं संध्याकाळीं अत्युत्कृष्ट अशा विद्यातीर्थावर जावें. विद्यातीर्थामध्यें स्नान करणाऱ्या मनुष्यास हव्या त्या कृत्यामध्यें सिद्धि मिळते. सर्व पातकांपासून मुक्त करणाऱ्या महाश्रमामध्यें एक वेळ मुळींच आहार न करितां एक रात्र रहाणारा मनुष्य पुढें शुभकारक अशा लोकामध्यें वास करितो. प्रत्येक तिसऱ्या दिवशीं संध्याकाळीं उपोषण करून एक महिना महालय तीर्थावर रहाणाऱ्या मनुष्याचा आत्मा सर्व प्रकारच्यां पातकांपासून मुक्त होऊन शुद्ध होतो व त्याला विपुल सुवर्णप्राप्ति होते. तसेंच तो आपल्या कुलांतील पूर्वींच्या दहा व पुढील दहा पिढ्यांचा उद्धार करितो. तेथून ब्रह्मदेवानें सेवन केलेल्या वेतसिकानामक तीर्थाला गेल्यास अश्वमेधफलाची प्राप्ति होते व तो शुक्रलोकास जातो. पुढें सिद्धांनीं सेवन केलेल्या सुंदरिका तीर्थास गेलें असतां मनुष्य स्वरूपसंपन्न होतो असें पूर्वींच्या लोकांनीं प्रत्यक्ष पाहिलें आहे. तेथून ब्रह्मचर्यानें राहून व इंद्रियनिग्रह करून ब्राह्मणी तीर्थास जाणारा मनुष्य कमलकांति विमानांतून ब्रह्मलोकास जातो. तदनंतर सिद्धांनीं सेवन केलेल्या पवित्र अशा नैमिषतीर्थास जावें. त्या ठिकाणीं देवगणांसहवर्तमान ब्रह्मदेव निरंतर वास्तव्य करीत असतात. नैमिषतीर्थाचा नुसता शोध करणाऱ्या मनुष्याचेंही अर्धें पातक नष्ट होतें व त्यामध्यें प्रवेश करितांच मनुष्य सर्व पातकांपासून मुक्त होतो. हे वीरा तीर्थयात्रा करण्याविषयीं तत्पर असणाऱ्या मनुष्यानें त्या नैमिषतीर्थावर एक मासपर्यंत वास्तव्य करावें. पृथ्वीमध्यें जीं जीं म्हणून तीर्थें आहेत तीं तीं सर्व नैमिषतीर्थांत आहेत. हे भरतकुलोत्पन्ना, नियमनिष्ठ आणि मिताहारी होऊन त्या तीर्थामध्यें स्नान करणाऱ्या मनुष्यास गोमेध यज्ञाच्या फलाची प्राप्ति होते; आणि, हे भरतकुलश्रेष्ठा, तो आपल्या कुलांतील सात पिढ्यांना पवित्र करून सोडितो. जो मनुष्य उत्कृष्ट प्रकारें उपवासव्रताचें अवलंबन करून नैमिषतीर्थावर प्राणत्याग करील, तो स्वर्गादिक सर्व लोकांमध्यें आनंदानें वास्तव्य करितो असें विद्वान् लोकांनीं सांगितलें आहे. हे नृपश्रेष्ठा, नैमिषतीर्थ हें अविनाशी, बुद्धिदायक आणि पवित्र आहे. गंगोद्भेद तीर्थावर जाऊन त्रिरात्र उपोषण कर-

णारा मनुष्य सदा परब्रह्मस्वरूपी होऊन राहतो व त्याला वाजपेय यागाचें श्रेय मिळतें. सरस्वती नदीवर जाऊन पितर आणि देवता ह्यांचें तर्पण करणारा मनुष्य सरस्वतीच्या लोकामध्यें जाऊन आनंदानें रहातो ह्यांत संशय नाहीं. तदनंतर ब्रह्मचर्यानें व एकाग्रपणें बाहुदा नदीवर जावें. त्या ठिकाणीं एक रात्र राहणारा मनुष्य स्वर्गलोकामध्यें पूज्य होऊन राहतो; आणि, हे कुरुकुलोत्पन्ना, त्याला देवसत्र यज्ञाचें फळ मिळतें. तेथून अत्यंत पवित्र असणाऱ्या, लोकांची गर्दी असलेल्या व पवित्र अशा क्षीरवतीनामक नदीस जाऊन तेथें देवता व पितर ह्यांचें पूजन करण्यामध्यें आसक्त होऊन रहावें. ह्मणजे वाजपेय यज्ञाचें श्रेय मिळतें. ब्रह्मचर्य आणि अंतःकरणाची एकाग्रता ह्यांनीं युक्त असलेल्या पुरुषानें विमलाशोकनामक तीर्थास जाऊन त्या ठिकाणीं एक रात्र उपोषण केलें असतां स्वर्गलोकामध्यें बहुमान मिळतो. तदनंतर शरयू नदींतील गोप्रतारनामक उत्कृष्ट तीर्थास जावें. हे महाराजा, त्या ठिकाणीं देहत्याग केल्यामुळें त्या तीर्थाच्या प्रभावानें श्रीराम आपले सेवक, सैन्य आणि वाहनें ह्यांच्यासहवर्तमान स्वर्गास गेले. हे भरतकुलोत्पन्ना नराधिपते, त्या गोप्रतार तीर्थामध्यें स्नान करणारा मनुष्य सर्व पातकांपासून मुक्त होतो व मरणोत्तर श्रीरामाच्या प्रसादानें स्वर्गलोकीं जाऊन बहुमान पावतो. हे कुरुनंदना, गोमती नदीमध्यें असणाऱ्या रामतीर्थांत स्नान करणाऱ्या मनुष्यास अश्वमेधफलाची प्राप्ति होते व तो आपल्या कुलाचा उद्धार करितो. हे भरतकुलश्रेष्ठा, तेथेंच शतसाहस्रक ह्मणून तीर्थ आहे. नियमनिष्ठ आणि मिताहारी होऊन त्या तीर्थामध्यें स्नान करणाऱ्या पुरुषास अश्वमेध यज्ञाचें फल मिळतें. हे राजा, कोटितीर्थामध्यें स्नान करून कार्तिकेयाचें पूजन करणारा मनुष्य तेजस्वी होतो व त्याला सहस्र गोप्रदानांचें फळ मिळतें. तदनंतर वाराणसीला (काशीला) जाऊन श्रीशंकराचें पूजन व कपिलाऱ्हदामध्यें स्नान केलें असतां मनुष्यास राजसूय यज्ञाचें श्रेय मिळतें. हे कुरुकुलधुरंधरा, तीर्थयात्रा करणाऱ्या पुरुषानें अविमुक्त क्षेत्रास (काशीस) जाऊन देवाधिदेव श्रीशंकराचें दर्शन घेतलें असतां तो ब्रह्महत्येपासून मुक्त होतो आणि त्याच ठिकाणीं प्राणत्याग केला असतां तो मोक्षास जातो. हे राजेंद्रा, गोमती आणि गंगा ह्यांच्या लोकप्रसिद्ध संगमावर असणाऱ्या दुर्लभ अशा मार्कंडेय तीर्थाला गेलें असतां अग्निष्टोम केल्याचें श्रेय मिळून कुलाचा उद्धार होतो. तेथून ब्रह्मचारी आणि एकाग्रचित्त होऊन गयेस जावें. हे भरतकुलोत्पन्ना, तेथें गमन करितांच अश्वमेध केल्याचें श्रेय मिळतें. त्या ठिकाणीं त्रैलोक्यप्रसिद्ध अक्षयनामक वट आहे. तेथें पितरांस केलेलें दान अक्षय्य होतें असें वचन आहे. महानदीमध्यें स्नान करून पितरांचें आणि देवांचें तर्पण केलें असतां अविनाशी अशा लोकांची प्राप्ति होते आणि कुलाचा उद्धार होतो. तेथून, धर्मारण्यामुळें सुशोभित दिसणाऱ्या ब्रह्मसरोवरास जाऊन रात्र उजाडेपर्यंत राहिलें असतां ब्रह्मलोकाची प्राप्ति होते. त्याच सरोवरामध्यें ब्रह्मदेवानें एक श्रेष्ठ असा स्तंभ उभारिलेला आहे. ह्या स्तंभास प्रदक्षिणा घातली असतां वाजपेय यज्ञाचें फल मिळतें. हे राजेंद्रा, तदनंतर लोकप्रसिद्ध अशा धेनुक तीर्थास जावें; व त्या ठिकाणीं एकरात्र राहून तिलधेनूचें[१] दान करावें, ह्मणजे तो मनुष्य सर्व पातकांपासून मुक्त होऊन निःसंशय स्वर्गलोकास जातो. हे राजा, त्या

१ पद्मपुराणांतील सृष्टिखंडामध्यें ह्या दानाचा विधि सविस्तर सांगितलेला आहे.

ठिकाणीं अद्यापि देखील मोठी खूण आहे. हे भरतकुलोत्पन्ना, त्या ठिकाणीं वत्सांसहवर्तमान पर्वतावर संचार करणाऱ्या कपिला धेनूंचीं पावलें उठलेलीं अद्यापिही दिसतात. हे राजेंद्रा, त्या पावलांच्या समीप स्नान केलें असतां जें कांहीं अशुभकर्मजन्य पातक असेल तें नष्ट होऊन जातें. तदनंतर ज्ञानसंपन्न अशा श्रीशिवाचें स्थान जो गृध्रवट तिकडे जावें. त्या ठिकाणीं श्रीशंकराचें दर्शन घेऊन भस्मस्नान करावें. हें स्नान करणारा मनुष्य ब्राह्मण असला तर त्यानें द्वादशवार्षिक व्रत केल्यासारखें होतें व इतर वर्णांचें सर्व प्रकारचें पातक नष्ट होऊन जातें. तदनंतर गायनांच्या ध्वनीनें भरून गेलेल्या उद्यंतनामक पर्वतास जावें. हे भरतकुलश्रेष्ठा, त्या ठिकाणीं सावित्रीचें स्थान दृष्टिगोचर होतें. तेथें सदाचारी ब्राह्मणानें संध्योपासना करावी, ह्मणजे त्यानें बारा वर्षें संध्योपासना केल्यासारखें होतें. हे भरतकुलश्रेष्ठा, त्या ठिकाणीं योनिद्वारनामक एक प्रख्यात तीर्थ आहे. तेथें गमन करणारा पुरुष जन्म पावण्याच्या त्रासांतून सुटतो—मुक्त होतो. हे राजा, जो मनुष्य कृष्ण आणि शुक्ल ह्या दोन्ही पक्षांमध्यें गयेंत वास करितो तो निःसंशय आपल्या कुलांतील सात पिढ्यांचा उद्धार करितो. मनुष्यानें पुष्कळ पुत्र व्हावे अशी इच्छा करावी. कारण, त्यांतील एखादा तरी गयेला जाईल, अश्वमेध यज्ञ करील अथवा कृष्णवर्ण वृषभाचा उत्सर्ग करील हे राजा, तदनंतर तीर्थयात्रा करणाऱ्या पुरुषानें फल्गु नदीस जावें, ह्मणजे त्याला अश्वमेध यज्ञाचें श्रेय मिळतें व मोठी सिद्धि पावतो. हे राजेंद्रा, तदनंतर समाधान वृत्तीनें धर्मप्रस्थास जावें. हे युद्धामध्यें निश्चल असणाऱ्या महाराजा भीष्मा त्या ठिकाणीं सदोदित धर्म वास्तव्य करितो त्या ठिकाणीं कूपोदक प्राशन करून तदनंतर स्नान करून शुचिर्भूत झालेल्या मनुष्यानें पितरांचें व देवांचें तर्पण करावें, ह्मणजे तो पापमुक्त होऊन स्वर्गास जातो. त्या ठिकाणीं अंतःकरण सुसंस्कृत असलेल्या मतंग महामुनीचा आश्रम आहे. श्रम आणि शोक ह्यांचा नाश करणाऱ्या त्या शोभासंपन्न आश्रमामध्यें प्रवेश करणाऱ्या मनुष्यास गवामयनसंज्ञक यज्ञाच्या फलाची प्राप्ति होते. त्या ठिकाणीं धर्माच्या चरणीं मस्तक ठेविल्यास अश्वमेध यागाचें श्रेय मिळतें. तदनंतर, हे राजेंद्रा, अत्युत्कृष्ट अशा ब्रह्मस्थानास जावें व त्या ठिकाणीं पुरुषश्रेष्ठ ब्रह्मदेवाचें दर्शन करावें, ह्मणजे मनुष्यास राजसूय आणि अश्वमेध ह्या यज्ञांचें फल प्राप्त होतें. हे नराधिपते, तेथून तीर्थयात्रा करणाऱ्या मनुष्यानें राजगृह तीर्थास जावें. त्या ठिकाणीं स्नान करणारा मनुष्य कक्षीवान् मुनीप्रमाणें आनंदित होऊन राहतो. त्या ठिकाणीं यक्षिणीचें तीर्थ प्राशन करणारा मनुष्य शुचिर्भूत होऊन यक्षिणीच्या प्रसादानें ब्रह्महत्येपासून मुक्त होतो. तदनंतर मणिनाग तीर्थास जावें, ह्मणजे सहस्र गोप्रदानांचें फल मिळतें. हे भरतकुलोत्पन्ना, जो मनुष्य मणिनागाचें तीर्थ प्राशन करितो त्याला सर्पदंश झाला तरीही विष चढत नाहीं. तेथें एक रात्र वास्तव्य केल्यास सहस्र गोप्रदानांचें फल मिळतें. तदनंतर महर्षि गौतम ह्याच्या प्रिय वनास जावें. त्या ठिकाणीं अहल्याद्वारामध्यें स्नान करणारा मनुष्य मोक्षास जातो. हे राजा, गौतम मुनीच्या आश्रमामध्यें गेलें असतां परमात्म्याची कांति मिळते. हे धर्मज्ञा, त्या ठिकाणीं त्रैलोक्यप्रसिद्ध असा एक कूप (आड) आहे. त्यामध्यें स्नान केलें असतां अश्वमेध यज्ञाचें श्रेय मिळतें. तेथेंच देवांसही पूज्य असलेला असा राजर्षि जनक ह्याचा एक कूप आहे. तेथें स्नान

केलें असतां विष्णुलोकाची प्राप्ति होते. तेथून सर्व प्रकारच्या पातकांपासून मुक्त करणाऱ्या विनशननामक तीर्थास जावें. ह्मणजे वाजपेयाचें श्रेय मिळून सोमलोकाची प्राप्ति होते. तदनंतर सर्व तीर्थजलांचें उत्पत्तिस्थान अशा गंडकी नदीवर जावें, ह्मणजे मनुष्यास वाजपेय यज्ञाचें श्रेय मिळून तो सूर्यलोकास जातो. तदनंतर त्रिभुवनविख्यात अशा विशल्या नदीवर जावें, ह्मणजे अग्निष्टोम यज्ञाचें फल मिळून तो मनुष्य स्वर्गास जातो. हे धर्मज्ञा, तदनंतर वंगदेशांतील तपोवनामध्यें जावें; ह्मणजे, हे महाराजा, तो मनुष्य गुह्यकांमध्यें आनंदित होऊन राहतो, ह्यांत संशय नाहीं. राजा, सिद्धांनीं सेवन केलेल्या कंपनानामक नदीवर जाणाऱ्या मनुष्यास पुंडरीक यागाचें श्रेय मिळतें व तो स्वर्गलोकास जातो. तदनंतर, हे भूपते, जेथील देवता महेश्वर आहे अशा धारानामक तीर्थास जावें, ह्मणजे अश्वमेध फलाची प्राप्ति होऊन कुलाचा उद्धार होतो. हे राजा, देवांच्या पुष्करिणीला जाणाऱ्या मनुष्यास नरकप्राप्ति होत नाहीं; इतकेंच नव्हे तर त्याला अश्वमेधाचेंही श्रेय मिळतें. तदनंतर ब्रह्मचर्यसंपन्न आणि एकाग्र अंतःकरण होऊन सोमपद तीर्थास जावें. तेथें महेश्वर तीर्थामध्यें स्नान केलें असतां अश्वमेधफल मिळतें. हे भरतकुलश्रेष्ठा, त्या ठिकाणीं सुप्रसिद्ध अशीं एक कोटि तीर्थें जाहेत. हे राजा, कूर्मस्वरूप धारण करणारा दुरात्मा असुर हीं कोटि तीर्थें घेऊन जाऊं लागला असतां प्रभावशाली श्रीविष्णूनें तीं त्याच्याकडून हरण करून घेतलीं. हे राजा, त्या तीर्थकोटीमध्यें स्नान करणाऱ्या मनुष्यास पुंडरीक यज्ञाचें श्रेय मिळतें व तो विष्णुलोकास जातो. हे राजेंद्रा, तदनंतर नारायणस्थानास जावें. त्या ठिकाणीं सदोदित श्रीविष्णु येऊन वास्तव्य करितात. ह्या ठिकाणीं ब्रह्मादिक देवता, तपोधन ऋषि, आदित्य, वसु आणि रुद्र हे श्रीविष्णूची उपासना करीत असतात. विस्मयकारक कर्में करणारा हा श्रीविष्णु त्या ठिकाणीं शालग्राम ह्मणून प्रसिद्ध आहे. त्रैलोक्याधिपति, वरप्रद आणि अविनाशी अशा श्रीविष्णूचें दर्शन घेणाऱ्या मनुष्यास अश्वमेधफलाची प्राप्ति होते व तो विष्णुलोकास जातो. हे धर्मज्ञा, त्या ठिकाणीं सर्व प्रकारच्या पातकांपासून मुक्त करणारा असा एक कूप आहे. त्या कूपामध्यें चारही समुद्रांचें सदोदित सांनिध्य असतें. हे राजेंद्रा, त्या ठिकाणीं स्नान करणाऱ्या मनुष्यास नरकप्राप्ति होत नाहीं. हे नराधिपते, तेथें जाऊन अविनाशी आणि वरप्रद अशा देवाधिदेव रुद्राचें दर्शन घेणारा मनुष्य मेघमंडळांतून सुटलेल्या चंद्राप्रमाणें विराजमान होऊन राहतो. शुचिर्भूत होऊन आणि मनोनिग्रह करून जातिस्मर तीर्थामध्यें स्नान करावें. तेथें स्नान करणाऱ्या मनुष्यास पूर्वजन्मांतील गोष्टींचें स्मरण करण्याची शक्ति येते, ह्यांत संशय नाहीं. माहेश्वरपुराला जाऊन श्रीशंकराचें पूजन करावें. त्या ठिकाणीं उपोषण केलें असतां अभीष्ट फलाची प्राप्ति होते, ह्यांत संशय नाहीं. तदनंतर सर्व प्रकारच्या पातकांपासून मुक्त करणाऱ्या वामनतीर्थास जावें. तेथें वामनरूपी श्रीविष्णूचें दर्शन घेतलें असतां नरकप्राप्ति होत नाहीं. नंतर सर्वपापमोचक अशा कुशिक मुनींच्या आश्रमांत जाऊन तेथें महापापनाशक अशा कौशिकी नदीस जावें, ह्मणजे मनुष्यास राजसूय यज्ञाचें फल मिळतें. हे राजेंद्रा, तेथून उत्कृष्ट अशा चंपकारण्यास जावें. त्या ठिकाणीं एक रात्र वास्तव्य केलें असतां सहस्र गोप्रदानांचें पुण्य लागतें. नंतर अत्यंत दुर्लभ अशा ज्येष्ठिल तीर्थास जावें त्या ठिकाणीं एक रात्र वास्तव्य केलें असतां सहस्र

गोप्रदानाचें फल मिळतें. हे पुरुषश्रेष्ठा, त्या ठिकाणीं देवीसहवर्तमान वास्तव्य करणाऱ्या विश्वेश्वराचें दर्शन घेतलें असतां मित्र आणि वरुण यांच्या लोकांची प्राप्ति होते. त्या ठिकाणीं त्रिरात्र उपोषण केल्यास अग्निष्टोम यागाचें फल मिळतें. कन्यासंवेद्यनामक तीर्थावर जाऊन नियमनिष्ठ आणि मिताहारी होऊन रहावें; ह्मणजे, हे पुरुषश्रेष्ठा, प्रजाधिपति मनु ह्याच्या लोकाची प्राप्ति होते. हे भरतकुलोत्पन्ना, ह्या ठिकाणीं कन्यासंक्रमणामध्यें जे लोक स्वल्पही दान करितील त्यांचें तें दान अक्षय्य होऊन रहातें असें सदाचारसंपन्न मुनि सांगत असतात. तेथून त्रैलोक्यप्रसिद्ध अशा निर्वीर तीर्थास जावें, ह्मणजे अश्वमेधफलाची प्राप्ति होऊन तो मनुष्य विष्णुलोकास जातो. हे नरश्रेष्ठा, जे लोक ह्या निर्वीरासंगमरूपी तीर्थावर दान देतात, ते निर्बाध अशा इंद्रलोकास जातात. त्या ठिकाणीं त्रैलोक्यप्रसिद्ध अशा वसिष्ठ मुनींचा आश्रम आहे. तेथें स्नान करणाऱ्या मनुष्यास वाजपेय यज्ञाचें श्रेय मिळतें. तेथून देव आणि मुनि ह्यांच्या समुदायांनीं सेवन केलेल्या देवकूट पर्वतावर जावें, ह्मणजे अश्वमेधाचें श्रेय मिळतें व कुलाचा उद्धार होतो. हे राजेंद्रा, तदनंतर कौशिक मुनींच्या ऱ्हदास जावें. ह्या ठिकाणीं कुशिककुलोत्पन्न विश्वामित्र मुनीस उत्कृष्ट प्रकारची तपःसिद्धि झाली. हे वीरा भरतकुलश्रेष्ठा, त्या ठिकाणीं कौशिकी नदीचे तरावर एक महिनापर्यंत रहावें, ह्मणजे एका महिन्यांत अश्वमेध यज्ञाच्या पुण्याची प्राप्ति होते. सर्वतीर्थश्रेष्ठ अशा महाऱ्हदावर जाऊन जो मनुष्य वास्तव्य करितो तो दुर्गति पावत नाहीं, इतकेंच नव्हे, तर त्याला विपुल सुवर्णाचीही प्राप्ति होते. हे वीरा, त्या ठिकाणीं आश्रमामध्यें वास्तव्य करणाऱ्या, कार्तिकेयाचें दर्शन घेणाऱ्या मनुष्यास निःसंशय अश्वमेधयज्ञाचें श्रेय मिळतें. त्रिभुवनप्रसिद्ध अशा अग्निधारेस जाऊन त्या ठिकाणीं स्नान केलें असतां व वरप्रद, विश्वव्यापक आणि अविनाशी अशा महादेवाचें दर्शन घेतलें असतां अग्निष्टोम यागाचें श्रेय मिळतें. शैलराज हिमालय ह्याच्या सन्निध असणाऱ्या ब्रह्मसरोवरावर जाऊन तेथें स्नान करणाऱ्या मनुष्यास अग्निष्टोम यज्ञ केल्याचें श्रेय मिळतें. ब्रह्मसरोवरांतून निघालेली व लोकांस पवित्र करणारी अशी जी त्रैलोक्यप्रसिद्ध कुमारधारा नदी ती त्याच ठिकाणीं आहे. तिजमध्यें स्नान करणाऱ्या मनुष्यास आपण कृतार्थ झालों आहों असें कळून येतें. त्या ठिकाणीं तिसऱ्या दिवशीं रात्रीं उपोषण करणारा मनुष्य ब्रह्महत्येपासून मुक्त होतो. हे धर्मज्ञा, तेथून तीर्थयात्रा करण्याविषयीं तत्पर असणाऱ्या मनुष्यानें त्रैलोक्यप्रसिद्ध अशा महादेवी गौरीच्या शिखरावर—गौरीशिखर अथवा गौरीशंकर ह्या हिमालयाच्या शिखरावर—आरोहण करावें व त्या ठिकाणीं असणाऱ्या स्तनकुंडावर जावें. स्तनकुंडामध्यें नुसतें स्नान केलें असतां वाजपेय यज्ञाचें फल मिळतें. त्या कुंडामध्यें स्नान करून पितर आणि देवता ह्यांच्या पूजनामध्यें आसक्त होऊन राहणाऱ्या मनुष्यास अश्वमेध यज्ञाचें श्रेय मिळून तो इंद्रलोकास जातो. ताम्रारोहण तीर्थावर जाऊन ब्रह्मचर्यसंपन्न आणि एकाग्रअंतःकरण होऊन राहिल्यास अश्वमेध केल्याचें श्रेय मिळतें व तो मनुष्य ब्रह्मलोकास जातो. हे नराधिपते, नंदिनी तीर्थावर असणाऱ्या देवांनीं सेवन केलेल्या कूपावर गेलें असतां नरमेध यज्ञाचें जें पुण्य आहे त्याची प्राप्ति होते. हे राजा, कालिकासंगमावर स्नान करून कौशिकी आणि कालिका ह्या दोन नद्यांवर जाऊन त्रिरात्र उपोषण करणारा मनुष्य सर्व पातकांपासून मुक्त होतो.

तेथून उर्वशी तीर्थावर जावें व तेथून ज्ञानसंपन्न मनुष्यानें सोमाश्रमास आणि कुंभकर्णाश्रमास जावें, ह्मणजे त्याचा जगतामध्यें बहुमान होतो. ब्रह्मचर्यानें रहाणाऱ्या दृढव्रत पुरुषानें कोकामुख तीर्थामध्यें स्नान केलें असतां त्यास पूर्वजन्मांतलि गोष्टींचें स्मरण करण्याची शक्ति येते हें पूर्वीच्या लोकांनीं प्रत्यक्ष पाहिलें आहे. एकदाही नंदानंदीस जाणाऱ्या ब्राह्मणाचा आत्मा कृतार्थ व सर्व-पापमुक्त होऊन तो इंद्रलोकास जातो. क्रौंच-नामक दैत्याचा निःपात करणाऱ्या व सेवन करण्यास योग्य अशा ऋषभद्वीपास जाऊन सरस्वती नदीमध्यें स्नान करणारा मनुष्य विमानामध्यें विराजमान होऊन राहतो. हे महाराजा, मुनिजनांनीं सेवन केलेलें औद्दालक ह्मणून एक तीर्थ आहे, त्यामध्यें स्नान कर-णारा मनुष्य सर्व पातकांपासून मुक्त होतो. ब्रह्मर्षींनीं सेवन केलेल्या पवित्र अशा धर्म-तीर्थास जाणाऱ्या मनुष्यास वाजपेय यज्ञाची प्राप्ति होते व तो विमानामध्यें आरोहण करून बहुमान पावतो. तदनंतर चंपातीर्थावर जाऊन भागीरथीमध्यें तर्पण करावें व दंडार्त-नामक देवतेचें दर्शन घ्यावें, ह्मणजे सहस्र गोप्रदानांचें फल मिळतें. तदनंतर पवित्र अशा वृक्षादिकांनीं सुशोभित असणाऱ्या ललीतिका-नामक पवित्र नदीला जावें, ह्मणजे राज-सूय यज्ञाची प्राप्ति होते आणि विमानामध्यें वास घडून बहुमान मिळतो.

अध्याय पंचायशींवा.

—:०:—

तीर्थनिर्देश.

पुलस्त्य ह्मणाले:—तेथून संध्याकाळीं संवेद्य-नामक उत्कृष्ट तीर्थास जावें. त्या ठिकाणीं स्नान केलें असतां मनुष्यास विद्या प्राप्त होते ह्यांत संशय नाहीं. हे राजा, पूर्वी रामाच्या प्रभावानें लौहित्यनामक एक तीर्थ निर्माण झालें आहे. त्याचें दर्शन घेतलें असतां विपुल सुव-र्णाची प्राप्ति होते. करतोयानामक नदीवर जाऊन त्रिरात्र उपोषण करून रहाणाऱ्या मनुष्यास अश्वमेधाचें श्रेय मिळतें. हा विधि दक्षानें केलेला आहे. हे राजेंद्रा, गंगा आणि समुद्र ह्यांच्या संगमावर स्नान केलें असतां अश्वमेधाच्या दसपट पुण्य लागतें असें ज्ञानी लोक सांगतात. हे राजा, जो मनुष्य गंगेच्या परतीराला जाऊन त्रिरात्र उपोषण करून स्नान करील, तो सर्व पातकांपासून मुक्त होतो. तेथून, सर्व पातकांपासून मुक्त करणाऱ्या वैतरणी नदीस जावें. विरज तीर्थास जाणारा मनुष्य चंद्राप्रमाणें विराजमान होऊन राहतो, त्याचा उद्धार होतो, त्याच्या शरीराला पवित्रता येते व सर्व पातकांचा नाश होतो; इतकेंच नव्हे, तर त्याला सहस्र गोप्रदानांच्या फलाची प्राप्ति होऊन तो आपलें कुल पवित्र करून सोडतो. नियमनिष्ठ आणि पवित्र होऊन शोण आणि ज्योतिरथ्या ह्यांच्या संगमावर पितरांचें आणि देवांचें तर्पण केलें असतां अग्निष्टोमफलाची प्राप्ति होते. हे कुरुनंदना, शोण आणि नर्मदा ह्यांच्या उत्पत्तीचें स्थान अशा वंशगुल्मनामक तीर्थामध्यें स्नान केलें असतां अश्वमेधफलाची प्राप्ति होते. हे नराधिपते, कोशला नदीवर असणाऱ्या ऋषभतीर्थावर जावें. ह्मणजे वाजपेय याग केल्याचें श्रेय मिळतें. तसेंच त्या ठिकाणीं त्रिरात्र उपोषण करणाऱ्या मनु-ष्यास सहस्र गोप्रदानांचें फल मिळतें व त्याच्या कुलाचा उद्धार होतो. कोशलेच्या तीरावर जाऊन कालतीर्थामध्यें स्नान करावें; ह्मणजे अकरा वृषोत्सर्ग केल्याचें फल निःसंशय मिळतें. हे राजा, पुष्पवती नदीमध्यें स्नान करून त्रिरात्र उपोषण करणाऱ्या मनुष्यास

सहस्र गोप्रदानांचें फल मिळतें व तो आपलें कुल पवित्र करतो. हे भरतकुलश्रेष्ठा, तदनंतर बदरिका तीर्थामध्यें स्नान करावें; असें करणारा मनुष्य दीर्घायु होऊन स्वर्गलोकास जातो. नंतर चंपानगरीस जाऊन भागीरथीमध्यें तर्पण करावें व दंडसंज्ञक देवतेचें दर्शन घ्यावें, ह्मणजे सहस्र गोप्रदानांचें फल मिळतें. तदनंतर पवित्र अशा वृक्षादिकांनीं सुशोभित असलेल्या पुण्यकारक अशा लपेटिकानामक तीर्थास जावें, ह्मणजे वाजपेय यज्ञ केल्याचें श्रेय मिळतें व सर्व देवांकडून बहुमान होतो. तदनंतर भार्गवरामाचें वास्तव्य असलेल्या महेंद्र पर्वतावर जावें. त्या ठिकाणीं रामतीर्थामध्यें स्नान करणाऱ्या मनुष्यास अश्वमेधयागाच्या फलाची प्राप्ति होते. हे कुरुनंदना, त्या ठिकाणींच मतंगकेदारनामक तीर्थ आहे. हे कुरुश्रेष्ठा, त्यामध्यें स्नान केलें असतां सहस्र गोप्रदानांचें फल मिळतें. तदनंतर श्रीपर्वतावर जाऊन नदीतीरावर स्नान करावें व श्रीशंकराचें पूजन करावें, ह्मणजे अश्वमेध यज्ञाचें श्रेय मिळतें. ह्या श्रीपर्वतावर महातेजस्वी श्रीशंकर अत्यंत आनंदित होऊन पार्वतीसहवर्तमान वास करीत होते व देवांसहवर्तमान ब्रह्मदेवही रहात होता. शुचिर्भूत आणि अंतःकरणाचा निग्रह केलेल्या मनुष्यानें देवऱ्हदामध्यें स्नान केलें असतां अश्वमेध यज्ञाचें फल मिळतें व तो उत्कृष्ट प्रकारची सिद्धि पावतो. पांडवदेशामध्यें असणाऱ्या देवपूज्य अशा ऋषभपर्वतावर गेलें असतां वाजपेययज्ञाचें फल मिळतें व तो मनुष्य स्वर्गलोकामध्यें आनंदानें रहातो. तदनंतर अप्सरांच्या समुदायांनीं व्याप्त होऊन गेलेल्या कावेरी नदीस जावें.हे राजा,त्या ठिकाणीं स्नान केलें असतां सहस्र गोप्रदानांचें श्रेय मिळतें. हे राजेंद्रा, तदनंतर समुद्रामध्यें असणाऱ्या सर्वलोकवंद्य व त्रैलोक्यप्रसिद्ध अशा गोकर्णतीर्थास जावें. त्या ठिकाणीं ब्रह्मादिक देवता, तपोधन मुनि, भूतें. यक्ष, पिशाच, किन्नर, महानाग, सिद्ध, चारण, गंधर्व, मनुष्य, पन्नग व नद्या, समुद्र आणि पर्वत ह्यांच्या अधिष्ठात्या देवता श्रीशंकराची उपासना करीत असतात. त्या ठिकाणीं त्रिरात्र उपोषण करून श्रीशंकराचें पूजन केलें असतां अश्वमेध यज्ञाचें श्रेय मिळतें व प्रमथगणांच्या आधिपत्याची प्राप्ति होते.त्या ठिकाणीं बारा रात्रींपर्यंत वास्तव्य केल्यास मनुष्याचा आत्मा पवित्र होतो. त्याच ठिकाणीं त्रैलोक्यवंद्य असें गायत्रीचें स्थान आहे. तेथें त्रिरात्र वास्तव्य केलें असतां सहस्र गोप्रदानांचें फल मिळतें. हे नराधिपते, ह्या ठिकाणीं ब्राह्मणांची प्रत्यक्ष परीक्षा होत असते. कारण, तेथें संकीर्ण योनीमध्यें उत्पन्न झालेल्या व्यभिचारजन्य मनुष्यानें गायत्री ह्मटली असतां तिचा श्लोक अथवा एखादें गाणें बनतें आणि ब्राह्मणेतर मनुष्य गायत्री ह्मणूं लागला असतां त्याला तिचें विस्मरणच होतें. पुढें ब्रह्मर्षि संवर्त ह्याच्या वापीस जावें, ह्मणजे पुरुष सौंदर्यसंपन्न आणि भाग्यशाली होतो. तदनंतर, वेणानदीवर जाऊन त्रिरात्र उपोषण करावें, ह्मणजे त्या मनुष्यास मयूर आणि हंस ह्यांनीं युक्त असलेल्या विमानाची प्राप्ति होते. तदनंतर, प्रत्यहीं सिद्धांनीं सेवन केलेल्या गोदावरीस जावें, ह्मणजे गवामयन यज्ञाचें फल आणि वासुकीचा उत्कृष्ट लोक ह्यांची प्राप्ति होते. वेणेच्या संगमावर स्नान केलें असतां अश्वमेध फलाची प्राप्ति होते. वरदेच्या संगमावर स्नान केलें असतां सहस्र गोप्रदानांचें फल मिळतें. ब्रह्मस्थूणानामक तीर्थावर जाऊन त्रिरात्र उपोषण करणारा मनुष्य सहस्र गोप्रदानांच्या फलाची प्राप्ति होऊन स्वर्गलोकास जातो. कुशप्लवननामक तीर्थावर जाऊन ब्रह्मचर्यानें आणि समाधानवृत्तीनें राहून व त्रिरात्र उपो-

षण करून स्नान केलें असतां अश्वमेध यागाचें फल मिळतें. तदनंतर कृष्णवेणी नदीच्या जलापासून उत्पन्न झालेल्या रम्य अशा देवऱ्हदामध्यें आणि जातिस्मरऱ्हादामध्यें स्नान करणाऱ्या मनुष्यास पूर्वजन्माचें स्मरण होतें. ह्या ठिकाणीं शंभर यज्ञ करून देवाधिपति इंद्र स्वर्गास गेला. हे भरतकुलोत्पन्ना, तेथें केवल गमन केलें असतांही अग्निष्टोमफलाची प्राप्ति होते. तदनंतर सर्वऱ्हदामध्यें स्नान करावें, ह्मणजे सहस्र गोप्रदानांचें फल मिळतें. तेथून महापवित्र अशी वापी आणि नद्यांमध्यें श्रेष्ठ असणारी पयोष्णी ह्यांवर जाऊन पितरांचें व देवांचें अर्चन करण्यामध्यें आसक्त होऊन रहावें, ह्मणजे सहस्र गोप्रदानांचें फल मिळतें. हे राजा, पवित्र अशा दंडकारण्यांत जाऊन स्नान करावें. हे भरतकुलोत्पन्ना, मनुष्यानें तेथें स्नान करितांच त्याला सहस्र गोप्रदानफल मिळतें. शरभंग आणि महात्मा शुक ह्यांच्या आश्रमांस जाणाऱ्या मनुष्यास दुर्गति मिळत नाहीं, इतकेंच नव्हे, तर तो आपलें कुळ पवित्र करून सोडितो. तेथून भार्गवरामानें सेवन केलेल्या शूर्पारक क्षेत्रास जावें. त्या ठिकाणीं रामतीर्थांत स्नान करणाऱ्या मनुष्यास विपुल सुवर्णप्राप्ति होते. नियमनिष्ठ आणि मिताहारी होऊन सप्तगोदावर तीर्थावर स्नान करणाऱ्या पुरुषास मोठें पुण्य लागतें व तो देवलोकास जातो. तेथून नियमनिष्ठ आणि मिताहारी होऊन देवपथास जावें, ह्मणजे त्या मनुष्यास देवसत्राच्या पुण्याची प्राप्ति होते. तदनंतर तुंगकारण्यास जाऊन ब्रह्मचर्यसंपन्न व जितेंद्रिय होऊन रहावें. त्या ठिकाणीं पूर्वी सारस्वतमुनीनें वेदांचें अध्यापन केलेलें होतें. त्या ठिकाणीं वेद नष्ट होऊन गेले असतां अंगिरामुनींचा पुत्र ऋषींच्या उत्तरीय वस्त्रावर स्वस्थपणें जाऊन बसला. तदनंतर त्यानें योग्य प्रकारें आणि यथाविधि प्रणवाचा उच्चार केला असता, ज्यानें ज्याचा पूर्वीं अभ्यास केला होता त्याला तें आठवूं लागलें. त्या ठिकाणीं ऋषि, देव, वरुण, अग्नि आणि दक्ष प्रजापति ह्यांचें वास्तव्य असून समुद्रामध्यें वास्तव्य करणारा श्रीविष्णु व भगवान् महादेव हेही तेथें असतात. पूर्वीं देवांसहवर्तमान महातेजस्वी भगवान् ब्रह्मदेव ह्यांनीं अत्यंत कांतिसंपन्न अशा भृगुमुनींची याजनकर्माकडे योजना केली होती. तदनंतर त्या भगवान् भृगूनें त्या वेळीं शास्त्रोक्त विधीनें सर्वही ऋषींचें पुनराधान केलें व आज्यभागाच्या योगानें त्या ठिकाणीं यथाविधि अग्नीस तृप्त करून सोडिलें. तदनंतर देव आणि ऋषि हे क्रमाक्रमानें निघून गेले. हे नृपश्रेष्ठा, पुरुषानें अथवा स्त्रीनें त्या तुंगकारण्यांत प्रवेश केला कीं लागलींच त्याचें सर्व पातक नष्ट होऊन जातें. त्या ठिकाणीं ज्ञानसंपन्न मनुष्यानें नियमनिष्ठ आणि मिताहारी होऊन एक मासपर्यंत वास्तव्य करावें; ह्मणजे, हे राजा, तो ब्रह्मलोकास जातो व आपल्या कुळाचा उद्धार करितो. तदनंतर मेधावी तीर्थास जाऊन पितर आणि देवता ह्यांचें तर्पण करावें, ह्मणजे अग्निष्टोम यज्ञाचें फल, स्मृति आणि धारणाशक्तियुक्त बुद्धि ह्यांची प्राप्ति होते. ह्या ठिकाणीं कालंजरनामक एक लोकविख्यात पर्वत आहे. त्याजवर जाऊन देवऱ्हदामध्यें स्नान करणाऱ्या मनुष्यास सहस्र गोप्रदानांचें फल मिळतें. हे राजा, त्या कालंजर पर्वतावर स्नान करून जो तपश्चर्या करील, तो मनुष्य निःसंशय स्वर्गामध्यें पूज्य होऊन रहातो. तदनंतर, हे प्रजापालका, पर्वतश्रेष्ठ चित्रकूट ह्यावर असणाऱ्या सर्वपापनाशक मंदाकिनी नदीवर जावें. त्या ठिकाणीं स्नान करून देव आणि पितर ह्यांच्या पूजनामध्यें आसक्त होऊन रहाणाऱ्या मनुष्यास अश्वमेधफलाची प्राप्ति होते व तो

सद्गतीस जातो. हे धर्मज्ञा, त नंतर उत्कृष्ट अशा मर्तृस्थानास जावें. हे राजा, ह्या ठिकाणीं महासेन कार्तिकेय ह्याचें प्रत्यहीं सांनिध्य असतें. हे नृपश्रेष्ठा, तेथें केवल गमन केलें असतांही सिद्धि मिळते. कोटितीर्थामध्यें स्नान करणाऱ्या मनुष्यास सहस्र गोप्रदानांच्या फलाची प्राप्ति होते. तेथून दक्षिणेकडे वळून तीर्थयात्रा कर. णाऱ्या मनुष्यानें ज्येष्ठस्थानास जावें. त्या ठिकाणीं महादेवाचें दर्शन घेणारा मनुष्य चंद्रा- प्रमाणें विराजमान होऊन रहातो. हे भरत. कुलश्रेष्ठा महाराजा भीष्मा, त्या ठिकाणीं एक प्रख्यात कूप आहे. हे संग्रामनिश्चला, त्या ठिकाणीं चारही समुद्रांचें वास्तव्य आहे. हे राजेंद्रा, त्या ठिकाणीं मनोनिग्रहपूर्वक स्नान करून पितर आणि देव ह्यांच्या अर्चनामध्यें आसक्त होऊन रहाणारा मनुष्य उत्कृष्ट प्रकार- च्या सद्गतीस जातो. हे राजेंद्रा, तदनंतर विशाल अशा शृंगवेरपुरास जावें. हे महाराजा, ह्या ठिकाणीं पूर्वी दाशरथि राम तरून गेले होते. हे महाबाहो, त्या तीर्थामध्यें स्नान केलें असतां मनुष्य सर्व पातकांपासून मुक्त होतो. ब्रह्मचर्यानें आणि समाधानवृत्तीनें रहाणाऱ्या मनुष्यानें गंगेमध्यें स्नान केलें असतां तो निष्पाप होतो व त्यास वाजपेय यागाचें फल मिळतें. तदनंतर ज्ञानसंपन्न अशा श्रीशंकराच्या मुंजवटनामक स्थानास जावें. हे भरतकुलोत्पन्ना, त्या ठिकाणीं महादेवाचें दर्शन घेऊन व त्यास प्रणाम करून प्रदक्षिणा घातली असतां प्रमथ- गणांचें आधिपत्य मिळतें. जान्हवी नदीमध्यें अस- णाऱ्या त्याच नांवाच्या तीर्थामध्यें स्नान कर- णारा मनुष्य पापमुक्त होतो. हे राजेंद्रा, तेथून ऋषींनीं प्रशंसा केलेल्या प्रयागास जावें. त्या ठिकाणीं ब्रह्मादिक देवता, दिशा, दिशांचे अधिपति, लोकपाल, साध्य, लोकमान्य पितर, सनत्कुमारप्रभृति देवता, महर्षि, अंगिराप्रभृति निष्पाप ब्रह्मर्षि, नाग, गरुड, सिद्ध, चक्रधर (चक्र धारण करणारे देवताविशेष), नद्या, समुद्र, गंधर्व, अप्सरा आणि ब्रह्मदेवानें बहुमान केलेला भगवान् श्रीविष्णु हे वास्तव्य करितात. त्या ठिकाणीं तीन अग्निकुंडें आहेत. सर्व तीर्थामध्यें अग्रगण्य असणारी भागी- रथी ही त्यांपैकीं मध्यभागीं असणाऱ्या कुंडांतून वेगानें निघून गेली. जगतास पवित्र करणारी, त्रिभुवनविख्यात, सूर्यतनया देवी यमुना ही गंगेस मिळाली आहे. गंगा आणि यमुना ह्यांचा मध्य हें पृथ्वीचें जघनस्थल असून त्या जघनस्थानामध्यें प्रयाग हें उपस्थ होय असें ऋषि समजतात. प्रयाग, संप्रतिष्ठा, कंबल, अश्वतर व भोगावती तीर्थ ही ब्रह्मदे- वाची वेदी होय. हे संग्रामनिश्चला भीष्मा, त्या ठिकाणीं मूर्तिमंत वेद, यज्ञ आणि तपोधन ऋषि हे ब्रह्मदेवाची उपासना करीत असतात; आणि, हे राजा, देव आणि चक्रधर हे यज्ञ करीत असतात. ह्मणूनच, हे भरतकुलोत्पन्ना प्रभो भीष्मा, प्रयाग, ह्या सर्व तीर्थांहून श्रेष्ठ असून अत्यंत पवित्र आहे असें ह्मणत असतात. त्या तीर्थाचें नामश्रवण केलें अथवा नामसंकीर्तन केलें किंवा तेथील मृत्तिकेचा तिलक लावून घेतला तरीही मनुष्य पापमुक्त होतो. ह्या लोकविख्यात संगमामध्यें जो मनुष्य स्नान करील त्यास राजसूय आणि अश्वमेध ह्यांच्या संपूर्ण फलाची प्राप्ति होते. हे भरतवंशजा, ही यज्ञभूमी असून देव देखील हिला पूज्य समजतात. ह्या ठिकाणीं स्वल्प जरी दान केलें असलें तरी तें महादान होतें. बा भीष्मा, वेद- वचनामुळें असो, अथवा लोकवचनामुळें असो, तूं प्रयागावर मरणाविषयींचा आपला निश्चय ढळूं देऊं नको. हे कुरुनंदना, ज्याचें ह्या तीर्थाच्या ठिकाणीं सान्निध्य आहे अशीं साठ कोटि दहा हजार श्रेष्ठ तीर्थें आहेत. चार

वेदांचें अध्ययन केलें असतां अथवा सत्यनिष्ठ होऊन राहिलें असतां जें फल मिळतें तें गंगा आणि यमुना ह्यांच्या संगमावर स्नान करितांच प्राप्त होतें. त्या ठिकाणीं भोगवती नांवाचें वासुकीचें उत्कृष्ट तीर्थ आहे. त्यामध्यें जो स्नान करील त्याला अश्वमेध यज्ञाचें फल मिळतें. तेथेंच हंसप्रतन नांवाचें त्रैलोक्यप्रसिद्ध तीर्थ आहे. हे कुरुनंदना, गंगेमध्यें दशाश्वमेधिक नांवाचें तीर्थ आहे. गंगेमध्यें कोठेंही स्नान केलें तरी तें कुरुक्षेत्रांत केल्याप्रमाणेंच होतें. त्यांतूनही कनखल तीर्थावर भागीरथींत स्नान केलें असतां विशेष पुण्य आहे व प्रयागावर स्नान करण्यांत तर अतिशयच मोठें पुण्य आहे. जरी शेंकडों वाईट कृत्यें केलीं व नंतर गंगास्नान केलें, तरी ज्याप्रमाणें अग्नि इंधनाला जाळून टाकितो त्याप्रमाणें गंगाजल त्या सर्व पातकांस दग्ध करून सोडितें. कृतयुगामध्यें सर्वतीर्थ, त्रेतायुगांत पुष्करतीर्थ व द्वापारयुगामध्यें कुरुक्षेत्र पवित्र असून कलियुगामध्यें गंगा पवित्र आहे, असें सांगितलेलें आहे. पुष्कर तीर्थावर तप करावें; महालय तीर्थावर दान द्यावें; मलय तीर्थावर अग्निप्रवेश करावा आणि भृगुतुंगावर निरशन करावें असें सांगितलें आहे. पुष्कर, कुरुक्षेत्र, गंगा आणि मगध ह्यांमध्यें स्नान करणारा मनुष्य आपल्या वंशांतील पूर्वीच्या सात व पुढील सात पिढ्यांचा उद्धार करितो. गंगेचें नामसंकीर्तन करितांच ती पापमुक्त करिते, दर्शन घेतलें असतां कल्याणदायक होते आणि तिच्या जलामध्यें प्रवेश केला असतां किंवा तें प्राशन केलें असतां कुलांतील सात पिढ्यांना पवित्र करिते. हे राजा, ज्याप्रमाणें अनेक पवित्र तीर्थें व पुण्यकारक अशीं पुष्कळ देवमंदिरें ह्यांच्या सांनिध्यास राहून पुण्य संपादन केल्यानें मनुष्य स्वर्गास जातो, त्याप्रमाणें ज्या मनुष्याच्या अस्थींला गंगाजलाचा स्पर्श होईल तोही मनुष्य स्वर्गलोकास जाऊन त्या ठिकाणीं पूज्य होऊन राहतो. गंगेसारखें तीर्थ नाहीं; विष्णूहून श्रेष्ठ देवता नाहीं; आणि ब्राह्मणावांचून श्रेष्ठ असा दुसरा कोणीही नाहीं, असें ब्रह्मदेवानें सांगितलें आहे. हे राजा, ज्या ठिकाणीं गंगेचें वास्तव्य आहे तो देश हें सुप्रसिद्ध असें उत्कृष्ट प्रकारचें तपोवन असून गंगेच्या तीरावर असणारें तें सिद्धक्षेत्र होय असें समजावें. ही गोष्ट अगदीं खरी आहे. ती ब्राह्मण, साधु, औरस पुत्र, मित्र, शिष्य आणि अनुयायी ह्यांचा कानांत गुप्तपणें सांगावी. मीं तुजपाशीं केलेलें हें तीर्थमालिकेचें संकीर्तन धन्यतादायक, धारणाशक्ति देणारें व स्वर्गप्राप्तीस कारणीभूत असून अत्यंत अत्युत्कृष्ट आहे. तसेंच हें पवित्र करणारें, रम्य, धर्माच्या अभिवृद्धीस उत्कृष्ट प्रकारें कारणीभूत आणि सर्व प्रकारच्या पातकांपासून मुक्त करणारें असून त्यांचा वृत्तान्त ही महर्षींचीदेखील गुप्त गोष्ट आहे. लक्ष्मीप्राप्तीस कारणीभूत, स्वर्गदायक, पवित्र, शत्रुनाशक, कल्याणकारक, ज्ञानोत्पादक आणि अत्यंत श्रेष्ठ अशा ह्या तीर्थमालिकेच्या अनुकीर्तनाचें जो मनुष्य ब्राह्मणामध्यें बसून अध्ययन करील तो दोषमुक्त होऊन स्वर्गास जातो; ज्यास पुत्र नसेल त्याला पुत्रप्राप्ति होते; निर्धनास द्रव्य मिळतें; राजा पृथ्वी जिंकून घेतो; शूद्रास इच्छिलेल्या गोष्टीची प्राप्ति होते व हें पठन करणारा ब्राह्मण विद्येमध्यें पारंगत होतो. जो मनुष्य शुचिर्भूत होऊन प्रतिदिवशीं हें तीर्थफल श्रवण करितो, त्याला पूर्वींच्या पुष्कळ जन्मांचें स्मरण होतें; व तो स्वर्गामध्यें जाऊन आनंदानें रहातो. कांहीं तीर्थांवर जातां येण्यासारखें आहे व कांहीं तीर्थांवर जातां येणें कठीण आहे, असें सांगितलेलें आहे, तथापि सर्वही तीर्थांचें

दर्शन घ्यावयाचें असेल तर त्या तीर्थाची यात्रा मानसिक करावी ह्मणजे झालें. पूर्वी अष्टवसूंसहवर्तमान आदित्य, मरुत्, अश्विनीकुमार आणि देवतुल्य ऋषि ह्यांनीं पुण्यसंपादनाच्या इच्छेनें ह्या तीर्थांमध्यें स्नानें केलीं होतीं. त्याचप्रमाणें, हे कुरुवंशजा सदाचारसंपन्ना भीष्मा, तूंही आपलें पुण्य ह्या तीर्थयात्राजन्य पुण्यानें वृद्धिंगत करण्यासाठीं नियमनिष्ठ होऊन मीं सांगितलेल्या ह्या विधीप्रमाणें तीर्थयात्रा कर. इंद्रियांची शुद्धि करून आस्तिक्यबुद्धीनें तीर्थयात्राविधीचें श्रवण करणाऱ्या अथवा तीर्थांचें दर्शन घेणाऱ्या व शास्त्रमार्गानें चालणाऱ्या सज्जनांसच तीं तीर्थें घडतात. हे कुरुकुलोत्पन्ना, ज्यानें व्रत ग्रहण केलेलें नाहीं, ज्याचें अंतःकरण कृतार्थ झालेलें नाहीं, जो शुचिर्भूत नाहीं,जो तस्कर आहे आणि ज्याची बुद्धि कुटिल आहे, त्या मनुष्यास तीर्थस्नान घडत नाहीं. हे धर्मज्ञा राजा, तूं सदाचारी राहून व सदोदित धर्मकृत्यांकडे लक्ष्य ठेवून पिता, पितामह आणि प्रपितामह इत्यादिक सर्व पितर, ब्रह्मदेवादिक देवता आणि ऋषिगण ह्यांस धर्माच्या अनुरोधानें सदोदित संतुष्ट केलेलें आहेस. ह्यास्तव, हे इंद्रतुल्या भीष्मा, तुला अष्टवसूंच्या लोकांची आणि ह्या भूतलावर शाश्वत व विशाल अशा कीर्तीची प्राप्ति होईल

नारद म्हणाले:- युधिष्ठिरा,ह्याप्रमाणें सांगून व भीष्माला तसें करण्याविषयीं अनुज्ञा देऊन संतुष्ट झालेला भगवान् पुलस्त्य मुनि आनंदित अंतःकरणानें त्याच ठिकाणीं अंतर्धान पावला; आणि, हे कुरुश्रेष्ठा, शास्त्रांतील तात्त्विक विषयाचें ज्ञान असलेला भीष्महो पुलस्त्याच्या सांगण्यावरून पृथ्वीप्रदक्षिणा करूं लागला. ही महाभाग्यकारक, अत्यंत पवित्र व सर्वपापमोचक अशी तीर्थयात्रा प्रयागावर समाप्त होते. जो मनुष्य ह्या विधीस अनुसरून पृथ्वीपर्यटण करील तो मरणोत्तर शंभर अश्वमेधांचें उत्कृष्ट फल उपभोगील. हे पार्था, ज्याप्रमाणें पूर्वी कुरुकुलश्रेष्ठ भीष्माला धर्मप्राप्ति झाली, त्याच प्रकारच्या धर्माची तुला आठपट प्राप्ति होईल. तूं ऋषींचा पोषणकर्ता आहेस ह्मणून तुला आठपट फल मिळेल. हे भरतवंशजा, हीं तीर्थें राक्षसगणांनीं व्याप्त होऊन गेलेलीं आहेत व म्हणूनच त्या ठिकाणीं तुजवांचून इतरांची गति नाहीं. हे कुरुनंदना, सर्व तीर्थांशीं संबंध असलेले देव आणि ऋषि ह्यांचें हें चरित्र जो मनुष्य पहांटे उठून पठन करील तो सर्व पातकांपासून मुक्त होतो. ह्या ठिकाणीं वाल्मीकि, आत्रेय, कुंडजठर, विश्वामित्र, गौतम, असित, देवल, मार्कंडेय, गालव, वसिष्ठ, उद्दालक, शौनक, पुत्रांससहवर्तमान मुनिश्रेष्ठ व्यास, मुनिश्रेष्ठ दुर्वास आणि महातपस्वी जाबालि हे सर्वही श्रेष्ठ श्रेष्ठ मुनि तुझीच मार्गप्रतीक्षा करीत राहिलेले आहेत. ह्यास्तव, हे महाराजा, ह्यांना बरोबर घेऊनच तूं ही तीर्थयात्रा कर. हा लोमश नांवाचा अत्यंत तेजस्वी महर्षि तुझी भेट घेणार आहे. त्याला व मलाही बरोबर घेऊन तूं क्रमाप्रमाणें ह्या तीर्थांची यात्रा कर, ह्मणजे तुझी मोठी कीर्ति होईल. हे धर्मज्ञा नृपश्रेष्ठा, ज्याप्रमाणें राजा महाभिष अथवा धर्मात्मा राजा ययाति किंवा राजा पुरूरवा त्याप्रमाणेंच तूं स्वधर्माच्या योगानें शोभत आहेस. हे राजा, ज्याप्रमाणें राजा भगीरथ अथवा ज्याप्रमाणें सुप्रसिद्ध राम त्याप्रमाणेंच तूं सर्वही राजांहून कांतिमान् असून प्रत्यक्ष सूर्याप्रमाणें दिसत आहेस. जसा मनु, इक्ष्वाकु, महायशस्वी पुरु अथवा वैन्य त्याप्रमाणेंच, हे महाराजा, तूंही प्रख्यात आहेस. तेव्हां ज्याप्रमाणें पूर्वी सर्वही शत्रूंना दग्ध करून शांति पावलेल्या देवाधिपति इंद्रानें त्रैलोक्याचें पालन केलें, त्याप्रमाणेंच तूं शत्रूंचा

संहार करून प्रजांचें पालन करशील. हे कमललोचना, आपल्या धर्माच्या अनुरोधानें जिंकून घेतलेली पृथ्वी प्राप्त झाल्यावर तूं आपल्या धर्माच्या योगानें कार्तवीर्यार्जुनाप्रमाणें प्रसिद्धि पावशील.

वैशंपायन ह्मणाले:—हे महाराजा जनमेजया, ह्याप्रमाणें धर्मराजास आश्वासन देऊन त्याचा निरोप घेतल्यानंतर भगवान् नारद मुनि त्याच ठिकाणीं अंतर्धान पावले. पुढें धर्मात्मा युधिष्ठिरानेंही त्याच गोष्टीचा विचार करीत तें तीर्थयात्रेसंबंधाचें पुण्य ऋषींना कथन केलें.

अध्याय चौऱ्यायशींवा.

—:०:—

युधिष्ठिराची धौम्य मुनीस प्रार्थना.

वैशंपायन ह्मणाले:—आपल्या बंधूंचें आणि ज्ञानसंपन्न नारदांचें मत लक्ष्यांत घेऊन, राजा युधिष्ठिर हा ब्रह्मदेवाच्या योग्य तेच्या धौम्य मुनींस म्हणाला, " महाराज, अंतःकरण गंभीर असलेल्या, अमोघ पराक्रमी, महाबाहु, पुरुषश्रेष्ठ अर्जुनास अस्त्रप्राप्तीच्या उद्देशानें मीं बाहेर घालवून दिलें! हे तपोधना, वस्तुतः तो वीर मजवर प्रेम करणारा, सामर्थ्यसंपन्न आणि प्रभु श्रीकृष्णाप्रमाणें अस्त्रविद्येमध्यें अत्यंत चतुर आहे, हे ब्रह्मन्, शत्रुविघातक पराक्रमी श्रीकृष्ण आणि अर्जुन हे उभयतां प्रत्यक्ष श्रीविष्णूच्याच मूर्ति आहेत असें मी जाणत असून प्रभावशाली श्रीव्यासांनींही हें ओळखलेलें आहे. हे श्रीकृष्ण आणि अर्जुन म्हणजे पूर्वीच्या तीनही युगांमध्यें असलेल्या प्रत्यक्ष श्रीविष्णूच्याच मूर्ति आहेत असें नारदांनाही माहीत असून, त्यांनीं तें मलाही सदोदित सांगितलेलें आहे. मी देखील हे उभयतां नरनारायणसंज्ञक ऋषि आहेत हें जाणून आहें; व म्हणूनच अर्जुन हा समर्थ आहे असें समजून मीं त्याला पाठवून दिला! त्या इंद्राहून हीन नसणाऱ्या देवपुत्र अर्जुनास देवाधिपति इंद्राची भेट घेण्यासाठीं आणि त्यापासून अस्त्रें संपादन करण्यासाठीं मीं येथून पाठवून दिलेला आहे. कारण अतिरथी भीष्म, द्रोण, दुर्जय कृप आणि अश्वत्थामा ह्या महारथ्यांची दुर्योधनानें युद्धाकडे योजना केलेली आहे. ते सर्वही वेदवेत्ते, शूर, सर्व प्रकारच्या अस्त्रांचें ज्ञान असलेले व सदोदित अर्जुनाशीं युद्ध करूं इच्छिणारे असून महाबलाढ्य आहेत. त्यांपैकीं सूतपुत्र महारथी कर्ण ह्याला तर दिव्य अस्त्रांचें ज्ञान आहे. हा कर्ण ह्मणजे प्रत्यक्ष मृत्यूनें पाठविलेला प्रलयकालीन प्रचंड अग्निच होय. त्याला अस्त्रवेगरूपी वायूचें पाठबळ आहे. बाण ह्याच त्याच्या ज्वाला, करतलाचा ध्वनि हाच त्याचा आवाज, संग्रामाच्या गर्दीमुळें उडणारा धुरळा हाच त्याचा धूर आणि अस्त्रें हीच त्याची गति होय. धृतराष्ट्रपुत्ररूपी वायूनें प्रदीप्त केलेला हा कर्णरूपी अग्नि माझें सैन्यरूपी तृण युद्धामध्यें दग्ध करून टाकील ह्यांत मुळींच संशय नाहीं. पण द्रौपदीरूपी वायूनें उद्युक्त केलेला, दिव्यास्त्ररूपी विजेनें युक्त असलेला, श्वेतवर्ण अश्वरूपी बलाका (बगळे) धारण करणारा, गांडीवरूपी इंद्रधनुष्यानें भयंकर दिसणारा व क्षुब्ध होऊन गेलेला अर्जुनसंज्ञक मेघ युद्धामध्यें बाणरूपी जलधारांच्या योगानें त्या कर्णरूपी अत्यंत प्रज्वलित अशा अग्नीस शांत करून टाकील ! कारण, शत्रूंचीं नगरें हस्तगत करणारा तो अर्जुन सर्वही दिव्य अस्त्रांचें रहस्य साक्षात् इंद्राकडून संपादन करणार आहे; व म्हणूनच तो त्या दुर्योधनपक्षाकडील सर्वही वीररूपी अग्नीवर केवल जलच आहे असा माझ्या बुद्धीचा निश्चय आहे. युद्धामध्यें अत्यंत निष्णात अशा त्या शत्रूंवर दुसरा कांहीं उपाय नाहीं. त्या

शत्रुदमन अर्जुनानें अस्त्रें संपादन केलीं आहेत असें आह्मां सर्वांनाही पहावयास सांपडेल. कारण, एकदा कार्याचा भार आपले शिरावर घेतल्यानंतर मग अर्जुन थकून बसावयाचा नाहीं हें खरें आहे. तथापि सांप्रत त्या मनुष्यश्रेष्ठ वीर अर्जुनावांचून ह्या काम्यकवनामध्यें द्रौपदीसहवर्तमान आमचें कोणीकडेही लक्ष्य लागत नाहीं. तेव्हां, ज्या ठिकाणीं कांहीं काल राहून मेघाची मार्गप्रतीक्षा करणाऱ्या पर्जन्याभिलाषी पुरुषाप्रमाणें आह्मांला त्या अमोघपराक्रमी अर्जुनाची मार्गप्रतीक्षा करीत रहातां येईल असें एखादें पुण्यकर्म करणाऱ्या लोकांचें वास्तव्य असलेलें, विपुल अन्न आणि फळें ह्यांनीं संपन्न शुचिर्भूत आणि रम्य असें उत्कृष्ट वन सांगा. तसेंच सरोवरें, नद्या आणि रम्य असे अनेक पर्वतही मला कथन करा. कारण, हे ब्रह्मन्, मला त्या अर्जुनावांचून ह्या काम्यकवनामध्यें वास्तव्य करणें रुचत नाहीं. ह्यास्तव आह्मी दुसऱ्या दिशेकडे जाऊं.

अध्याय सत्यायशींवा.

—:०:—

धौम्योक्त तीर्थयात्रा.

वैशंपायन ह्मणाले:—ते सर्व पांडव उत्सुक झाले असून त्यांचें अंतःकरण दीनवाणें होऊन गेलें आहे असें पाहून बृहस्पतितुल्य धौम्य मुनि त्यांना धीर देऊन बोलूं लागला, "हे निष्पापा भरतकुलश्रेष्ठा, ब्रह्मनिष्ठ लोकांस मान्य असे पवित्र आश्रम, दिशा, तीर्थें आणि पर्वत हीं मी तुला सांगतों, ऐक. हे प्रजापालका राजा, ह्यांचें श्रवण केलें असतां ही द्रौपदी आणि हे बंधु ह्यांच्यासहवर्तमान तूं शोकमुक्त होशील. हे पांडुपुत्रा, ह्यांच्या श्रवणानेंच तुला पुण्य लागेल; आणि, हे नरश्रेष्ठा तूं त्यांची यात्रा केलीस ह्मणजे त्याच्याही शतपट पुण्यसंपन्न होशील. हे राजा, युधिष्ठिरा, मी तुला प्रथम राजर्षिसमुदायांनीं सेवन केलेली रम्य अशी पूर्वदिशा स्मृतीच्या अनुरोधानें सांगतों. हे भरतवंशजा, देवर्षींचें वास्तव्य असलेल्या त्या दिशेस नैमिषारण्य असून त्यामध्यें देवांचीं निरनिराळीं पवित्र तीर्थें आहेत. त्या ठिकाणीं पवित्र रम्य आणि देवर्षींनीं सेवन केलेली गोमती नदी, देवांची यज्ञभूमि आणि सूर्यपुत्र यम ह्यांचें यज्ञिय पशूचा वध करण्याचें स्थान आहे. त्या पूर्व दिशेस गयनामक राजर्षीनें पूजन केलेला, पवित्र आणि श्रेष्ठ असा गयनामक पर्वत आहे. त्या ठिकाणीं देवर्षींनीं सेवन केलेलें व कल्याणकारक असें ब्रह्मसरोवर आहे. हे पुरुषश्रेष्ठा, ह्या सरोवरालाच उद्देशून प्राचीन लोक ह्मणत असतात कीं, "मनुष्यानें पुष्कळ पुत्र व्हावे अशी इच्छा करावी. कारण, त्यांपैकीं एखादा तरी गयेला जाऊन अश्वमेध यज्ञ करून अथवा कृष्णवर्ण वृषभाचा उत्सर्ग करून आपल्या कुलांतील पूर्वींच्या दहा पुरुषांचा उद्धार करील." हे राजा, तेथेंच महानदी आणि गयाशिर हीं तीर्थें आहेत. त्याच ठिकाणीं अक्षयकरण वट आहे असें ब्राह्मण लोक सांगत असतात. हे प्रभो, ह्या ठिकाणीं पितरांस दिलेलें दान अक्षय्य होतें. हे भरतकुलश्रेष्ठा, ह्या ठिकाणीं पवित्रजलयुक्त अशी फल्गु नांवाची महानदी व पुष्कळ फळें व मुळें ह्यांनीं युक्त असलेली कौशिकी नदी आहे. ह्या कौशिकी नदीवरच तपोधन विश्वामित्रास ब्राह्मणत्वाची प्राप्ति झाली. तेथें पवित्र अशी गंगा नदी आहे. तिच्या तीरावर भगीरथानें विपुल दक्षिणायुक्त असे अनेक यज्ञ केले. हे कुरुकुलोत्पन्ना, पांचालदेशामध्यें उत्पलावन नांवाचें तीर्थ आहे असें सांगतात. त्या ठिकाणीं कुशिककुलोत्पन्न: विश्वामित्रानें आपल्या पुत्रांच्या

साहाय्यानें यज्ञ केला. ह्याच ठिकाणीं विश्वामित्राचें तें अलौकिक ऐश्वर्य अवलोकन करून भगवान् भार्गवरामांनीं त्या वेळीं गाथा ह्मटल्या होत्या. कान्यकुब्ज देशामध्यें विश्वामित्रानें इंद्राबरोबर सोमपान केलें व त्यामुळेंच तो क्षत्रियजातींतून मुक्त झाला व मी ब्राह्मण आहें असें ह्मणूं लागला. हे वीरा, त्याच दिशेस पवित्र अशा ऋषींनीं सेवन केलेला, पुण्यकारक, पवित्र करणारा, उत्कृष्ट आणि लोकविख्यात असा गंगा व यमुना ह्यांचा संगम आहे. ह्या ठिकाणीं सर्व प्राण्यांमध्यें जीवरूपानें वास्तव्य करणाऱ्या ब्रह्मदेवानें पूर्वी याग केला होता. ह्मणूनच, हे भरतकुलश्रेष्ठा, तें स्थान प्रयाग ह्या नांवानें प्रख्यात आहे.हे प्रजापालका राजा, त्या ठिकाणीं अगस्त्यमुनींचा उत्कृष्ट प्रकारचा आश्रम आहे. तें तापसारण्य अनेक तपस्वी लोकांनीं सुशोभित झालेलें आहे. कालिंजर पर्वतावर हिरण्यबिंदु ह्मणून एक मोठें स्थान आहे असें सांगितलें आहे. त्या ठिकाणीं असणारा अगस्त्य पर्वत हा रम्य, पवित्र, कल्याणकारक आणि पर्वतांमध्यें श्रेष्ठ असा आहे. हे कुरुकुलोत्पन्ना, महात्म्या भार्गवरामाचा महेंद्र म्हणून एक पर्वत आहे. हे कुंतीपुत्रा, त्या ठिकाणीं पूर्वीं ब्रह्मदेवानें यज्ञ केला होता. हे युधिष्ठिरा, त्या ठिकाणीं पवित्र अशी भागीरथी मणिकर्णिकानामक सरोवरामध्यें वास्तव्य करीत असते. हे प्रजापालका, ह्या ठिकाणीं ती पवित्र अशी भागीरथी ब्रह्मशाला ह्या नांवानें प्रसिद्ध आहे. निष्पाप झालेल्या लोकांनीं व्याप्त असणाऱ्या त्या ब्रह्मशालेचे दर्शन पुण्यकारक आहे. तेथें पवित्र, मंगलकारक आणि लोकविख्यात असा महात्म्या मतंगमुनीचा केदारसंज्ञक उत्कृष्ट आश्रम आहे. तिकडेच पुष्कळ फळें, मुळें आणि जल ह्यांनीं युक्त असलेला कुंडोदनांवाचा रम्य पर्वत आहे. ह्या ठिकाणीं तृषाक्रांत झालेल्या नलराजास जल मिळाल्यामुळें सुख वाटलें. ह्या ठिकाणीं तपस्वी लोकांच्या योगानें सुशोभित दिसणारें पवित्र असें देववन आहे. येथेंच पर्वतांच्या अग्रभागीं बाहुदा आणि नंदा ह्या नद्या आहेत. हे महाराजा, ह्याप्रमाणें पूर्वदिशेस असणारीं तीर्थें, नद्या, पर्वत आणि पवित्र आश्रम हे मीं तुला सांगितले. आतां इतर तीन दिशांकडे असणाऱ्या नद्या, पर्वत आणि पुण्यकारक आश्रम हे मी तुला सांगतों, ऐक."

अध्याय अठ्यायशींवा.

—:०:—

धौम्योक्त दक्षिणतीर्थें.

धौम्य ह्मणाला:—हे भरतवंशजा, आतां दक्षिणेकडील पवित्र तीर्थें मी यथामति सांगतों, तीं ऐक. ह्या दिशेकडे तीरावर पुष्कळ उपवनें असलेली, विपुलजलयुक्त, तपस्वी लोकांनीं सेवन केलेली आणि शुभकारक अशी गोदावरी नदी आहे. त्याचप्रमाणें पशुपक्ष्यांनीं गजबजून गेलेल्या व तपस्वी लोकांच्या आश्रमांनीं सुशोभित असलेल्या पातकांच्या भीतीचा नाश करणाऱ्या अशा वेणा आणि भीमरथी ह्या दोन नद्याही तिकडेच आहेत. हे भरतकुलश्रेष्ठा, तिकडेच ब्राह्मणांनीं सेवन केलेली, रम्य, घाट असलेली आणि विपुलजलयुक्त अशी सुप्रसिद्ध राजर्षि नृग ह्याची पयोष्णीनामक नदी आहे. ह्या ठिकाणीं महायोगी आणि अत्यंत कीर्तिसंपन्न मार्कंडेय मुनींनीं नृगराजाच्या वंशाला उद्देशून गाथा ह्मटली होती. आमच्या असें ऐकण्यांत आहे कीं, नृगराजा यज्ञ करीत असतां त्या यज्ञामध्यें प्रत्यक्ष इंद्र सोमपान करून तृप्त झाला व दक्षिणांच्या योगानें ब्राह्मण

संतुष्ट झाले. हा यज्ञ पयोष्णी नदीच्या तीरावरील उत्कृष्ट अशा वाराह तीर्थावर चालू होता. वर काढलेलें अथवा भूमीवर असून वाऱ्यानें उडविलेलें पयोष्णीचें जल आमरणांत केलेल्या पातकाचा नाश करितें. ह्या ठिकाणीं स्वर्गापेक्षांहीं उंच असें निर्मल शिवश्रृंग आहे. त्या शिवश्रृंगाचें दर्शन घेतलें असतां व तेथें आपण शिवश्रृंग करून त्याचेंही दर्शन घेतलें असतां मनुष्य शिवलोकास जातो. जलानें भरून गेलेल्या गंगादि सर्व नद्या एकीकडे आणि पयोष्णी नदी एकीकडे ! ही सर्वहा तीर्थांहून पवित्र आहे असें माझें मत आहे. तिकडेच, हे भरतकुलश्रेष्ठा, वरुणस्रोतसनामक पर्वतावर विपुल फळें व मुळें ह्यांनीं युक्त आणि कल्याणकारक असें माठरवन व यूप हीं आहेत. बा युधिष्ठिरा, ह्याप्रमाणें प्रवेणीच्या उत्तरेच्या बाजूस आणि पवित्र अशा कण्वाश्रमामध्यें जीं तपस्वी लोकांचीं वनें आहेत तीं मीं श्रवण केलीं त्याप्रमाणें तुला सांगितलीं आहेत. बा युधिष्ठिरा, शूर्पारक प्रदेशामध्यें महात्म्या जमदग्नीची वेदी असून त्याच ठिकाणीं रम्य अशी पाषाणतीर्था व चंद्रा अशा दोन नद्या आहेत. हे कुंतीपुत्रा, अनेक आश्रमांनीं युक्त असलेलें अशोकतीर्थही त्याच ठिकाणीं आहे. हे युधिष्ठिरा, अगस्त्यतीर्थ आणि वारणतीर्थ हीं तीर्थें पांड्यदेशामध्यें आहेत. हे नरश्रेष्ठा, पांड्यदेशामध्यें पवित्र अशा कुमारिका आहेत असें सांगितलेलें आहे. हे कुंतीपुत्रा, आतां ताम्रपर्णीविषयींची माहिती सांगतों, ऐक. ह्या नदीच्या तीरावर असणाऱ्या आश्रमामध्यें मोक्षरूपी फलाची इच्छा करणाऱ्या देवांनीं तपश्चर्या केली. त्या ठिकाणीं त्रैलोक्यप्रसिद्ध, विपुल अशा शीत जलानें युक्त, स्नान करण्यास पवित्र, कल्याणकारक आणि जे धन्य नाहींत अशा मनुष्यांस अत्यंत दुर्लभ असा एक गोकर्ण ह्या नांवानें त्रैलोक्यामध्यें प्रख्यात असलेला उत्कृष्ट डोह आहे. त्या ठिकाणीं वृक्ष, तृण इत्यादिकांनीं संपन्न आणि फलमूलादिकांनीं युक्त असा अगस्त्यशिष्याचा आश्रम असून देवतांप्रमाणें पवित्र असा एक पर्वतही आहे. तिकडेच शोभासंपन्न आणि रत्नमय असा उत्कृष्ट वैडूर्यपर्वत असून विपुल फळें, मुळें आणि जल ह्यांनीं संपन्न असा अगस्त्य मुनींचा आश्रम आहे. हे नराधिपते, आतां तुला सुराष्ट्र देशांतील पवित्र देवमंदिरें, आश्रम, नद्या आणि सरोवरें हीं सांगतों. त्या ठिकाणीं चमसोद्भेदनामक तीर्थ आहे असें ब्राह्मण लोक म्हणतात. हे युधिष्ठिरा, समुद्राच्या तीरावर देवतांचें प्रभासनामक एक तीर्थ आहे. तिकडेच तपस्वी लोकांनीं सेवन केलेलें पिंडारक नांवाचें उत्कृष्ट तीर्थ आहे व सत्वर तपःसिद्धि करणारा उज्जयंत नांवाचा महापर्वत आहे. हे युधिष्ठिरा, त्या ठिकाणीं देवर्षि नारदानें एक प्राचीन श्लोक म्हटलेला माझ्या ऐकण्यांत आहे, तो सांगतों, श्रवण कर. 'सुराष्ट्रदेशामध्यें पशुपक्षी ह्यांचें वास्तव्य असलेल्या पवित्र अशा उज्जयंत पर्वतावर तपश्चर्या करणारा मनुष्य स्वर्गलोकामध्यें पूज्य होऊन रहातो.' त्याच देशांत पवित्र अशी द्वारवती नगरी आहे. त्या ठिकाणीं अनादि देव श्रीविष्णु प्रत्यक्ष वास्तव्य करीत असतो. तो मूर्तिमंत सनातन धर्माचेंच स्वरूप आहे. कारण, जे देववेत्ते ब्राह्मण आहेत ते अथवा जे अध्यात्मज्ञानसंपन्न आहेत तेही लोक महात्म्या श्रीकृष्णासच सनातन धर्म असें म्हणतात. श्रीविष्णु हाच सर्व पवित्र वस्तूंमध्यें अत्यंत पवित्र असून तोच सनातन असा देवाधिदेव श्रीविष्णु त्रैलोक्यामध्यें असणाऱ्या पुण्यकारक वस्तूंमध्यें अत्यंत पुण्यकारक असून सर्वही मंगलकारकांमध्यें मंगलकारक आहे.

सारांश, अविनाशी, परमात्मा, जीवस्वरूपी व ईश्वररूपी, अचिंत्यमूर्ति आणि पातकांचा संहार करणारा श्रीविष्णु त्या ठिकाणीं वास करितो.

अध्याय एकोणनव्वदावा.

—:०:—

धौम्यौक्त पश्चिमतीर्थें.

धौम्य ह्मणालाः—आतां पश्चिमदिशेकडे असणाऱ्या आनर्तदेशांत जीं पवित्र आणि पुण्यकारक अशीं स्थानें आहेत तीं सांगतों. हे भरकुलोत्पन्न, त्या ठिकाणीं तीरावर वाघाटी आणि आम्र ह्यांनीं युक्त असलेली, वेतांच्या फळांनीं सुशोभित दिसणारी, पश्चिमवाहिनी व पवित्र अशी नर्मदा नदी आहे. हे कुरुश्रेष्ठा, त्रैलोक्यामध्यें जीं तीर्थें, पवित्र आश्रम, नद्या, वनें, मुख्य मुख्य पर्वत व ब्रह्मदेवासहवर्तमान देव आहेत, ते सिद्ध, ऋषि, व चारण ह्यांच्या सहवर्तमान नर्मदेच्या पवित्र जलप्रवाहांत स्नान करण्यासाठीं सदोदित येत असतात. ह्या ठिकाणीं विश्रवा मुनींचा पवित्र आश्रम आहे. येथेंच नरवाहन धनाधिपति कुबेर हा जन्म पावला. त्या ठिकाणीं वैडूर्यशिखर नांवाचा शुभकारक आणि पवित्र असा एक श्रेष्ठ पर्वत आहे. त्यावर हिरव्यागार पल्लवांनीं युक्त असलेले वृक्ष असून त्यांना पुष्पें व फळें नेहमीं येत असतात. हे पृथ्वीपते महाराजा, त्या पर्वताच्या शिखरावर देव आणि गंधर्व ह्यांनीं सेवन केलेलें फुलपद्म नांवाचें पवित्र सरोवर आहे. हे महाराजा, पवित्र, स्वर्गतुल्य आणि देवता व मुनिगण ह्यांनीं सेवित अशा त्या पर्वतावर अनेक प्रकारचीं आश्चर्यें दृष्टिगोचर होतात. हे शत्रूंचीं नगरें हस्तगत करणाऱ्या राजा युधिष्ठिरा, त्या ठिकाणीं डोह असलेली, पवित्र अशा तीर्थांनीं युक्त व पुण्यकारक अशी राजर्षि विश्वामित्र ह्याची विश्वामित्रा ह्या नांवाची नदी आहे. हिच्याच तीरावर नहुषपुत्र ययाति राजानें सज्जनांच्या मध्यें साष्टांग प्रणाम केला व त्यामुळें त्याला सद्गति व सनातन धर्म ह्यांची प्राप्ति झाली. त्या ठिकाणीं पवित्र असा एक डोह प्रख्यात असून मैनाक ह्मणून एक पर्वत आहे. तसेंच, पुष्कळ फळें आणि मुळें असणारा असितनामक पर्वतही तेथेंच आहे. हे पांडुपुत्रा युधिष्ठिरा, त्याच ठिकाणीं कक्षसेनाचा आश्रम असून च्यवन मुनींचा प्रख्यात आश्रमही तेथेंच आहे. हे प्रभो, त्या ठिकाणीं स्वल्पशा तपश्चर्येनें मनुष्यास सिद्धि मिळते. हे श्रेष्ठ क्षमाशीला, त्या ठिकाणीं अंतःकरण सुसंस्कृत असलेल्या ऋषींचा पशुपक्षादिकांनीं सेवन केलेला जंबूमार्ग ह्या नांवाचा आश्रम आहे. हे राजा, तिकडेच सदोदित तपस्विजनांनीं युक्त असलेल्या अत्यंत पवित्र अशी केतुमाला आणि मेध्या ह्या दोन नद्या व गंगाद्वार हीं आहेत. हे भूपते, ब्राह्मणांनीं सेवन केलेलें पवित्र सैंधवारण्यही त्याच ठिकाणीं आहे. त्याच ठिकाणीं ब्रह्मदेवाचें पुष्कर नांवाचें पवित्र सरोवर असून वानप्रस्थाश्रमी सिद्ध मुनींचा प्रिय असा आश्रमही तेथेंच आहे. हे कुरुश्रेष्ठा, पुण्यवानांमध्यें श्रेष्ठ अशा ब्रह्मदेवानें ह्या ठिकाणीं आश्रय करून रहाण्याच्या उद्देशानें एक गाथा ह्मटली. ती अशी:—विद्वान् मनुष्यानें पुष्करतीर्थावर जाण्याची जरी मनांत नुसती इच्छा केली, तरीही त्याच्या पातकाचा नाश होऊन तो स्वर्गलोकामध्यें आनंदानें रहातो.

अध्याय नव्वदावा.

—:०:—

धौम्योक्त उत्तरतीर्थें.

धौम्य ह्मणालाः—हे नृपश्रेष्ठा, उत्तरदिशेकडे जे पुण्यप्रदेश अथवा पवित्र आश्रम आहेत ते मी तुला सांगतों. हे प्रभो, मी सांगत असतां तूं

अंतःकरण एकाग्र करून ऐक. कारण, सांगितलेली गोष्ट मनांत ठसली ह्मणजे तिच्या योगानें उत्कृष्ट प्रकारची श्रद्धा उत्पन्न होते. हे पांडुपुत्रा, ह्या ठिकाणीं समुद्रगामिनी, महावेगसंपन्न, आणि अत्यंत पुण्यकारक तीर्थांच्या योगानें सुशोभित असलेली अशी यमुना नदी आहे. ह्या ठिकाणीं अत्यंत पवित्र व शुभकारक असें प्लक्षावतरणनामक तीर्थ आहे. ह्या तीर्थावर सारस्वत यज्ञ करून ब्राह्मण अवभृथस्नानास जात असतात. हे निष्पापा, त्याच ठिकाणीं पवित्र, शुभकारक आणि दिव्य असें अग्निशिरनामक तीर्थ आहे. हे भरतकुलोत्पन्ना, तेथेंच एका शम्याक्षेपावर (मागें सांगितलेल्या शम्येच्या टप्प्यावर) सृंजयपुत्र सहदेव ह्यानें यज्ञ केला होता. हे युधिष्ठिरा, त्याच गोष्टींविषयीं इंद्रानें म्हटलेली एक गाथा ह्या लोकामध्यें प्रचारांत असून ब्राह्मण लोक ती ह्मणत असतात. सहदेवानें यमुनेच्या तीरावर जे अग्निचयनयुक्त यज्ञ केले, त्यांमध्यें, हे कुरुकुलश्रेष्ठा, लक्ष दक्षिणा होत्या, त्याच ठिकाणीं महायशस्वी सार्वभौम राजा भरत ह्यानें एकशें अठ्ठेचाळीस अश्वमेध यज्ञ केले. बा युधिष्ठिरा, जो द्विजांचे मनोरथ पूर्ण करितो तो शरभंगाचा अत्यंत पवित्र व प्रसिद्ध असा आश्रमही त्याच ठिकाणीं आहे. हे महाराजा कुंतीपुत्रा युधिष्ठिरा, सज्जनांनीं सदोदित पूजन केलेली सरस्वती नदीही तेथेंच आहे. हे महाराजा, तिच्या तीरावर पूर्वी वालखिल्यांनीं यज्ञ केले होते. युधिष्ठिरा, तेथेंच दृषद्वती ह्मणून प्रख्यात नदी आहे. हे पुरुषश्रेष्ठा, तेथें न्यग्रोधपांचाल्य, दाल्भ्यघोष आणि दाल्भ्य हे मुनि आहेत. हे कुंतीपुत्रा, त्याच प्रदेशामध्यें अत्यंत तेजस्वी महाकीर्तिसंपन्न महात्मा सुव्रत ह्याचा त्रैलोक्यविख्यात व पवित्र असा आश्रम आहे. हे भरतकुलश्रेष्ठा राजा युधिष्ठिरा, ह्या ठिकाणीं कृष्णवर्ण, गुणत्रयशून्य, सर्व वेदांची माहिती असलेले, वेदांचें अर्थज्ञान असलेले आणि वेदप्रतिपादित ब्रह्मविद्येमध्यें निष्णात असलेले जे नरनारायणसंज्ञक मुनि, त्यांनीं पुण्यकारक आणि मुख्य मुख्य असे यज्ञ केले. त्या ठिकाणीं असणाऱ्या विश्रामयूपावर येऊन इंद्र आणि वरुण ह्यांसहवर्तमान सर्व देव तपश्चर्या करीत असतात व ह्मणूनच तो अतिशय पवित्र आहे. महाभाग्यशाली, महाकीर्तिसंपन्न आणि सामर्थ्यसंपन्न महर्षि जमदग्नि ह्यांनीं पवित्र आणि रम्य अशा पलाशक तीर्थावर यज्ञ केला होता. त्या यज्ञामध्यें सर्वही मुख्य मुख्य नद्या मूर्तिमंत होऊन आपापलें जल घेऊन त्या मुनिश्रेष्ठाच्या सभोंवतीं उभ्या राहिलेल्या होत्या. हे वीरा महाराजा युधिष्ठिरा, त्या वेळीं त्या महात्म्याची दीक्षा पाहून तिजविषयीं विश्वावसूनें स्वतः हा श्लोक ह्मटलेला आहे. “ महात्मा जमदग्नि देवांस उद्देशून यज्ञ करीत असतां त्या ठिकाणीं प्रत्यक्ष नद्यांनीं येऊन मधाच्या योगानें ब्राह्मणांस तृप्त करून सोडलें !” हे युधिष्ठिरा, गंधर्व, यक्ष, राक्षस आणि अप्सरा ह्यांनीं सेवन केलेला व किरात आणि किन्नर ह्यांचें वास्तव्य असलेला जो पर्वतश्रेष्ठ हिमालय त्याचा गंगेनें वेगानें भेद केला होता. हे राजा, ब्रह्मर्षींच्या समुदायांनीं सेवन केलेल्या त्या प्रदेशास गंगाद्वार असें ह्मणतात. हें पवित्र आहे. हे कुरुकुलोत्पन्ना, सनत्कुमार, पवित्र असें कनखल, आणि ज्या ठिकाणीं पुरूरवा गेला होता तो पुरुनामक पर्वत हीं त्याच ठिकाणीं आहेत. हे राजा, महर्षिगणांनीं सेवन केलेल्या ज्या पर्वतावर भृगूनें तपश्चर्या केली तो आश्रम भृगुतुंग ह्मणून प्रसिद्ध असलेला महापर्वत हा होय. हे भरतकुलश्रेष्ठा, जो प्रभु भूत, भविष्य आणि वर्तमान

असून विश्वव्यापक, अविनाशी आणि पुरुषोत्तम असा आहे, त्या अत्यंत यशस्वी नारायणाचा त्रैलोक्यप्रसिद्ध आणि पवित्र असा आश्रम विशाल अशा बदरीच्या समीप आहे. हे राजा, पूर्वी विशालासंज्ञक बदरीच्या जवळच भागीरथीचा जलप्रवाह उष्ण आणि शीत असा दोहों प्रकारचा असून तिजमध्यें सुवर्णाची वाळूही असे. ह्या ठिकाणीं महाभाग्यशाली व महातेजस्वी ऋषि आणि देवता येऊन नित्य प्रभु श्रीनारायणाचें आराधन करीत असतात. त्या ठिकाणीं सनातन परमात्मा असा नारायण हा देव वास्तव्य करीत आहे. त्या ठिकाणीं सर्व जग, सर्व तीर्थें आणि सर्व देवमंदिरें ह्यांचें वास्तव्य आहे. तें स्थान अत्यंत पवित्र, परब्रह्मस्वरूपी असून तेंच तीर्थ, तेंच तपोवन, तेंच श्रेष्ठ अशी देवता व सर्व प्राण्यांमध्येंही श्रेष्ठ असून ऐश्वर्यसंपन्न आहे. शाश्वत, उत्कृष्ट आणि जगदुत्पादक परमेश्वराचें स्वरूप अशा त्या श्रेष्ठ स्थानाचें ज्ञान झालें असतां शास्त्रज्ञ विद्वान् शोकमुक्त होतात—मोक्षास जातात. ज्या ठिकाणीं आदिदेव महान् योगसंपन्न श्रीविष्णु वास्तव्य करितो, अशा त्या प्रदेशामध्यें देवर्षि, सिद्ध आणि सर्व तपस्वी हे असतात. तें स्थान सर्व पवित्र वस्तूंमध्येंही अत्यंत पवित्र आहे ह्याविषयीं तुला संशय नको. हे पृथ्वीपते नरश्रेष्ठा राजा, हीं पृथ्वीवर असलेलीं पवित्र अशीं तीर्थें व स्थानें तुला सांगितलीं आहेत. हीं वसु, साध्य, आदित्य, मरुत्, अश्विनीकुमार आणि देवतुल्य महात्मे मुनि ह्यांनीं सेवन केलेलीं आहेत. हे कुंतीपुत्रा, ब्राह्मणश्रेष्ठ आणि महाभाग्यशाली बंधु ह्यांच्यासहवर्तमान तूं ह्या तीर्थांची यात्रा करूं लागलास म्हणजे तुझ्या अंतःकरणास लागलेली हुरहूर नाहींशी होईल.

अध्याय एक्याण्णवावा.

—:०:—

युधिष्ठिरास लोमश मुनींची भेट.

वैशंपायन म्हणाले:—ह्याप्रमाणें धौम्यमुनि कौरवनंदन युधिष्ठिरास सांगत आहेत इतक्यांत् महातेजस्वी लोमशमुनि त्या ठिकाणीं आले. तेव्हां, ज्याप्रमाणें स्वर्गामध्यें देव इंद्राला सामोरे जातात त्याप्रमाणें आपल्या परिवारासहवर्तमान ज्येष्ठ पांडव राजा युधिष्ठिर आणि त्या ठिकाणीं असलेले ते ब्राह्मण त्या मुनींला सामोरे गेले. नंतर त्यांचें योग्य प्रकारें पूजन करून धर्मपुत्र युधिष्ठिर ह्यानें त्यांना पर्यटन करण्याचें कारण आणि तेथें येण्याचा हेतु ह्यांविषयीं प्रश्न केला. पांडुपुत्र युधिष्ठिर ह्याच्या प्रश्नानें तो महामति मुनि संतुष्ट झाला व मधुर वाणीनें पांडवांस जणू आनंदित करीत बोलूं लागला.

तो म्हणाला:—हे कुंतीपुत्रा, मी निरपेक्षपणें सर्व लोकांत संचार करीत असतों. एकदां मीं इंद्रलोकास जाऊन इंद्राचें दर्शन घेतलें. त्या वेळीं तुझा भ्राता वीर अर्जुन हा त्या ठिकाणीं इंद्राच्या अर्ध्या आसनावर बसला आहे असें मीं पाहिलें. हे पुरुषश्रेष्ठा, त्या स्थितींत अर्जुनास पाहिल्यामुळें मी अत्यंत विस्मित झालों. तेव्हां त्या ठिकाणीं मला “ तूं पांडवांकडे जा ” अशी इंद्रानें आज्ञा केली. ह्यामुळें इंद्राच्या आणि महात्म्या अर्जुनाच्या सांगण्यावरून तुझी आणि तुझ्या कनिष्ठ बंधूंची भेट घेण्याच्या इच्छेनें मी सत्वर इकडे निघून आलों. बा पांडुपुत्रा, तुला मी अत्यंत प्रिय असें कांहीं सांगणार आहें. हे राजा, तें तूं द्रौपदी आणि ऋषि ह्यांच्यासहवर्तमान ऐक. हे भरतकुलश्रेष्ठा प्रभु युधिष्ठिरा, महाबाहु अर्जुनास ज्या अस्त्राविषयीं तूं सांगितलें होतेंस तें अप्रतिम अस्त्र त्या कुंतीपुत्रानें श्रीशंकरांकडून संपादन केलेलें आहे. अमृतापासून निर्माण झालेलें जें

ब्रह्मशिरनामक भयंकर अस्त्र तपश्चर्येच्या योगानें श्रीशंकरास प्राप्त झालें होतें तें अर्जुनानें मिळविलेलें आहे. हे युधिष्ठिरा, उपसंहार, प्रायश्चित्त आणि मंगल ह्यांसहवर्तमान तें अस्त्र आणि वज्र, दंड इत्यादिक दुसरींही अस्त्रें त्यानें संपादन केलेलीं आहेत. हे कुरुनंदना, निस्सीम पराक्रमी अर्जुनानें यम, कुबेर, वरुण आणि इंद्र ह्यांच्यापासून दिव्य अस्त्रें संपादन केलेलीं आहेत. तसेंच विश्वावसु गंधर्वाच्या पुत्रापासून गीत, नृत्य, साम आणि वाद्यें हीं त्यानें योग्य प्रकारें व यथाविधि संपादन केलीं आहेत. ह्याप्रमाणें अस्त्रविद्येमध्यें निष्णात होऊन गांधर्ववेदाची प्राप्ति झालेला तुझा कनिष्ठ बंधु अर्जुन इंद्रलोकामध्यें सुखानें वास करीत आहे. हे युधिष्ठिरा, त्याच्यासाठीं मला इंद्रानें जें कांहीं सांगितलें तें मी तुला सांगतों, ऐक. इंद्र ह्मणाला, "हे द्विजोत्तमा, तूं फिरतां फिरतां मनुष्यलोकामध्येंही जाशील ह्यांत संशय नाहीं. तेव्हां, तेथें गेल्यानंतर तूं माझ्या सांगण्यावरून युधिष्ठिराला सांग कीं, तुझा बंधु अर्जुन अस्त्रविद्येंत निष्णात झालेला आहे. तेव्हां आतां देवांच्या हातून घडण्यास अशक्य असें देवतांचें एक मोठें कार्य करून लवकरच तो तिकडे येईल. तोंपर्यंत तूं आपलें अंतःकरण तपावर जडीव; व आपल्या बंधूंसहवर्तमान तप करण्यामध्यें आसक्त होऊन रहा. कारण, तपाहून श्रेष्ठ असें दुसरें कांहीं नाहीं. तपाच्याच योगानें परब्रह्माची प्राप्ति होते. हे भरतकुलश्रेष्ठा, मला कर्णाची पूर्ण माहिती आहे. तो सत्यप्रतिज्ञ, अत्यंत उत्साहसंपन्न, महावीर्यवान्, महाबलाढ्य, मोठमोठ्या संग्रामामध्यें अप्रतिम, मोठा संग्रामपटु, महाधनुर्धर, वीर, मोठमोठीं अस्त्रें असलेला, सुंदर, कार्तिकेयाच्या तोंडीचा व सामर्थ्यसंपन्न असून श्रीसूर्याचा पुत्र आहे. तसेंच, ज्याचें भयंकर शौर्य स्वभावसिद्धच आहे असा कार्तिकेयाच्याही वर ताण करणारा अर्जुन माझ्या माहितीचा आहे. युद्धामध्यें कर्णाला अर्जुनाच्या षोडशांशाइतकीही योग्यता नाहीं. हे शत्रुमर्दना, तुझ्या अंतःकरणांत जी कांहीं कर्णाविषयींची भीति आहे तीही अर्जुन येथें आल्यानंतर मी दूर करीन. हे वीरा, ह्या तीर्थयात्रेविषयींचा जो तुझा मानस आहे त्याविषयीं लोमश महर्षि तुला निःसंशयपणें कथन करील. हे भरतकुलोत्पन्ना, हा ब्रह्मर्षि तुला जें कांहीं तीर्थांचें फल आणि तीर्थयात्रेच्या योगानें घडणारें तप हीं कथन करील, त्याविषयीं तूं अविश्वास करूं नको."

अध्याय ब्याणवावा.

—:*:—

लोमशयुधिष्ठिरसंवाद.

लोमश म्हणाले:——युधिष्ठिरा, आतां अर्जुनानें जें सांगितलें आहे तें ऐक. तो ह्मणाला, "आपण माझा बंधु युधिष्ठिर ह्याला धर्मश्रीसंपन्न करावें. कारण, हे तपोधना, आपणांला उत्कृष्ट प्रकारचे धर्म व तपें ह्यांचें ज्ञान असून सनातन आणि लक्ष्मीच्या प्राप्तीस कारणीभूत अशा राजधर्मांचीही माहिती आहे. आपण मनुष्यास पावन करणारा श्रेष्ठ विधि कोणता हें जाणत आहां. ह्यास्तव आपण पांडवांस तीर्थपुण्यसंपन्न करावें. तो राजा युधिष्ठिर ज्या योगानें तीर्थांस जाईल आणि गोप्रदानें करील अशी व्यवस्था आपण सर्व बाजूंनीं करावी." असें मला अर्जुनानें सांगितलें आहे. तो आणखीही असें ह्मणाला कीं, "तो तीर्थयात्रा करील त्या वेळीं आपणच त्याचें संगोपन करावें व भयंकर संकटांतून आणि राक्षसांपासून त्याचें संरक्षण करावें. हे द्विजोत्तमा, ज्याप्रमाणें दधीच मुनि इंद्राचें अथवा अंगिरा रवीचें संरक्षण

करितो, त्याप्रमाणें आपण कुंतीपुत्राचें राक्षसांपासून संरक्षण करावें. कारण, आपण कुंतीपुत्र युधिष्ठिराचें संरक्षण केलें ह्मणजे पर्वतप्राय असणारे राक्षस आणि दैत्य हे त्याच्याजवळ फिरकणारही नाहींत." तेव्हां इंद्राच्या सांगण्यावरून आणि अर्जुनाच्याही आज्ञेवरून आतां भीतीपासून मी तुझें संरक्षण करीत तुजबरोबर पर्यटन करीन. हे कुरुनंदना, मीं पूर्वीं दोन वेळ तीर्थदर्शन केलेलें असून आतां तिसऱ्यांदां तुझ्या संगतीनें त्याच तीर्थांचें दर्शन घेणार! हे महाराजा युधिष्ठिरा, ही भीतीचा नाश करणारी तीर्थयात्रा पुण्यकर्म करणाऱ्या मन्वादि राजर्षींनीं पूर्वीं केलेली आहे. हे कुरुकुलोत्पन्ना, ज्याच्या ठिकाणीं सरलता नाहीं, ज्याचें अंतःकरण सुसंस्कृत नाहीं, ज्याला विद्या नाहीं, जो पापकर्म करणारा आहे, आणि ज्याची बुद्धि वक्र आहे, त्याला तीर्थस्नान घडत नाहीं. पण तूं धर्मनिष्ठ, धर्मवेत्ता, सत्यप्रतिज्ञ आणि सर्वसंगमुक्त असा मूळपासूनच आहेस; त्यांतूनही तीर्थयात्रा केलीस ह्मणजे आणखीही तसा होशील. हे पांडुपुत्रा, जसा राजा भगीरथ अथवा जसे गयादिक राजे किंवा जसा राजा ययाति तसाच तूं आहेस.

युधिष्ठिर ह्मणाला:—आनंदामुळें मला ह्या वाक्याचें उत्तर मुळीं सुचत नाहीं. देवराज इंद्र ज्याचें स्मरण करितो त्याहून अधिक योग्यतेचा असा आहे कोण? तसेंच, महाराज, ज्याला आपला सहवास झाला आहे, धनंजय हा ज्याचा बंधु आहे आणि प्रत्यक्ष इंद्र ज्याची आठवण काढीत आहे, त्याहून अधिक योग्यतेचा असा दुसरा आहे कोण? अर्थात् कोणीही नाहीं. आतां आपण तीर्थदर्शनाविषयीं मला जें सांगितलें तशा प्रकारचा निश्चय मीं पूर्वीं धौम्यांच्या वचनावरून केलाच आहे. तेव्हां, हे ब्रह्मन्, ज्या वेळीं तीर्थदर्शन करण्याचा आपणांस इच्छा होईल त्या वेळींच तीर्थाला जावयाचें असा माझा अगदीं निश्चय झालेला आहे.

वैशंपायन म्हणाले:—पांडुपुत्र युधिष्ठिर गमन करण्याविषयीं कृतनिश्चय झालेला आहे असें पाहून लोमश मुनि त्याला म्हणाले, "हे महाराजा, तूं बरोबर परिवार अगदीं कमी घे. कारण, परिवार कमी असला म्हणजे तुला स्वच्छंदपणें जातां येईल."

युधिष्ठिराची आज्ञा.

युधिष्ठिर म्हणाला:—भिक्षेवर उपजीविका करणारे ब्राह्मण आणि यति ह्यांनीं आतां येथून परत जावें. तसेंच क्षुधा, तृष्णा, गमनजन्य श्रम, इतर आयास आणि शीतबाधा हीं सहन करण्याची ज्यांस शक्ति नसेल त्या सर्वांनीं आतां मागें फिरावें. त्याचप्रमाणें मिष्टान्न भक्षण करणारे व पक्वान्नें, अवलेह, पेय पदार्थ आणि मांस ह्यांची जे निवडानिवड करणारे असतील त्या सर्वांनीं व स्वयंपाकी लोकांच्या अनुयायांनींही आतां परत फिरावें; आणि मीं ज्यांना योग्य प्रकारचे धंदे लावून दिले असून ज्यांच्या चरितार्थाचीही सोय करून दिलेली आहे त्यांनींही आतां परत जावें. जे पौर लोक राजभक्तिपूर्वक माझ्या मागून आलेले आहेत त्यांनीं आतां महाराज धृतराष्ट्राकडे जावें, ह्मणजे तो योग्य वेळीं ज्याला जें वेतन देणें योग्य आहे तें त्याला देईल. परंतु जर त्या राजानें योग्य प्रकारचें वेतन दिलें नाहीं, तर आमचें प्रिय करण्यासाठीं राजा द्रुपद हा तुह्मांला वेतन देईल.

वैशंपायन म्हणाले:—हें ऐकून अत्यंत दुःखभरानें पीडित झालेले बहुतेक पौर लोक, ब्राह्मण आणि यतिश्रेष्ठ हस्तिनापुराकडे निघून गेले. तेव्हां, धर्मराजावर असणाऱ्या प्रेमामुळें

अंबिकापुत्र राजा धृतराष्ट्र ह्यानें त्या सर्वांनाहीं आपणापाशीं ठेवून घेतलें व योग्य प्रकारें द्रव्य देऊन त्यांचा संतोष केला. ह्याप्रमाणें ते निघून गेल्यानंतर कुंतीपुत्र राजा युधिष्ठिर हा लोमश मुनि व थोडे ब्राह्मण ह्यांसहवर्तमान अत्यंत आनंदानें त्रिरात्र काम्यकवनामध्यें राहिला.

अध्याय त्र्याण्णवावा.

—:*:—

ब्राह्मणाची युधिष्ठिरास प्रार्थना.

वैशंपायन म्हणाले:—हे राजा, तदनंतर कुंतीपुत्र युधिष्ठिर प्रयाण करूं लागला असतां त्या वनामध्यें वास करणारे ब्राह्मण त्याजकडे येऊन म्हणाले, "हे राजा, तूं आपले बंधु आणि महात्मा लोमश मुनि ह्यांसहवर्तमान पवित्र अशा तीर्थांना जाणार आहेस. तेव्हां, हे पांडुपुत्रा महाराजा, तूं आम्हांलाही बरोबर घेऊन जा. हे कुरुकुलोत्पन्ना, तुजवांचून आह्मांला त्या तीर्थांची यात्रा घडणें शक्य नाहीं. कारण, त्या ठिकाणीं व्याघ्रादिक श्वापदांचा उपसर्ग असून तीं मूळचीं भयंकर व म्हणूनच दुर्गम आहेत. हे नराधिपते, थोड्याशा मनुष्यांनीं ह्या तीर्थांवर जातां येणें अशक्य आहे. तुझे भ्राते शूर असून धनुर्धरांमध्यें श्रेष्ठ आहेत. तेव्हां शूर असे तुह्मी संरक्षक असल्यामुळें आम्हांलाही यात्रा घडेल! हे प्रजापालका पृथ्वीपते,तुझ्या अनुग्रहानें अह्मांला तीर्थें आणि अरण्यें ह्यांच्या दर्शनाच्या योगानें मिळणाऱ्या सुखदायक फलाची प्राप्ति होईल. हे राजा, तुझ्या शौर्यानें आमचें संरक्षण झाल्यामुळें आह्मी तीर्थजलामध्यें स्नान करून शुचिर्भूत होऊं आणि उत्कृष्ट प्रकारें तीर्थदर्शन घडल्यामुळें निष्पाप होऊन जाऊं. हे भरतकुलोत्पन्ना पृथ्वीपते, तीर्थजलामध्यें स्नान केल्यामुळें तुलाही राजा कार्तवीर्य, अष्टक, राजर्षि लोमपाद आणि सार्वभौम वीर भरत ह्यांस मिळालेल्या दुष्प्राप्य लोकांची खात्रीनें प्राप्ति होईल. हे पृथ्वीपालका, प्रभासादिक तीर्थें, महेंद्रादिक पर्वत, गंगादिक नद्या आणि प्लक्षप्रभृति वनस्पति ह्यांचें तुजबरोबर जाऊन दर्शन घ्यावें, अशी आमची इच्छा आहे. तेव्हां, हे नराधिपते, जर ब्राह्मणांवर तुझें कांहीं प्रेम असेल तर तूं शीघ्र आमचें सांगणें मान्य कर, म्हणजे तुला पुण्य लागेल. हे महाबाहो, तीर्थें हीं सदोदित तपांस विघ्न करणाऱ्या राक्षसांनीं व्यापून टाकलेलीं असून त्या राक्षसांपासून आमचें संरक्षण करण्याविषयीं तूंच योग्य आहेस. हे नराधिपते, पूर्वीं बुद्धिमान् धौम्य आणि ज्ञानसंपन्न नारद मुनि ह्यांनीं जीं सांगितलेलीं आहेत आणि अत्यंत महातपस्वी देवर्षि लोमश ह्यांनीं जीं कथन केलेलीं आहेत, त्या सर्वही तीर्थांची यात्रा तूं आम्हांला बरोबर घेऊन कर, म्हणजे तुझ्या पातकांचा नाश होईल. मार्गांत लोमश मुनि तुझें संरक्षण करतील.'

ह्याप्रमाणें ते बहुमानपूर्वक म्हणूं लागले असतां आनंदाश्रूंनीं नेत्र भरून गेलेला व शूर अशा भीमसेनादिक बंधूंचा परिवार बरोबर असलेला तो पांडवश्रेष्ठ युधिष्ठिर त्या सर्वही ऋषींना "ठीक आहे" असें म्हणाला; व नंतर त्या इंद्रियनिग्रहसंपन्न पांडवश्रेष्ठ युधिष्ठिरानें लोमश मुनि व पुरोहित धौम्य ह्यांची अनुज्ञा घेऊन आपले बंधु आणि सुंदरांगी द्रौपदी ह्यांच्यासहवर्तमान प्रयाण करण्याचें मनांत आणिलें.

व्यासादि मुनींचा धर्मास उपदेश.

इतक्यांत महाभाग्यशाली व्यास आणि नारद व पर्वत हे ज्ञानसंपन्न मुनि पांडुपुत्र युधिष्ठिराची भेट घेण्यासाठीं काम्यक वनामध्यें आले. तेव्हां राजा युधिष्ठिरानें त्यांचें यथाविधि पूजन केलें. त्यानें ह्याप्रमाणें बहुमान केल्यानंतर ते महाभाग युधिष्ठिरास असें ह्मणाले

ऋषि ह्मणालेः—हे युधिष्ठिरा, हे नकुल-सहदेवांनो, आणि हे भीमसेना, आपण अंतः-करण शुद्ध करा. कारण, अंतःकरण शुचिर्भूत झालें ह्मणजे तुह्मी पवित्र व्हाल व तुह्मांला तीर्थयात्रा घडेल. शारीर नियम करणें हें मानुष व्रत आहे असें ब्रह्मनिष्ठ लोकांनीं सांगितलेलें असून, अंतःकरणाची शुद्धि करणारा जो नियम तें दैव व्रत होय असें सांगतात. हे नराधिपते, अंतःकरण दूषित नसलें ह्मणजे तें शुद्धता उत्पन्न करण्याविषयीं समर्थ असतें. ह्यास्तव, जीमध्यें मित्रभाव आहे अशा बुद्धीचाच अव-लंब करून तुह्मी शुचिर्भूत व्हा आणि तीर्थांचें दर्शन घ्या. असें केलें ह्मणजे तुह्मी मानस आणि शारीर नियमांच्या योगानें व व्रतांच्या योगानें शुद्ध व्हाल; व दैव मताचें अवलंबन केल्यामुळें तुह्मांला शास्त्रांत सांगितलें आहे तशा प्रकारचें फल मिळेल.

हें ऐकून द्रौपदीसह ते सर्व पांडव " ठीक आहे " असें निश्चयपूर्वक ह्मणाले. नंतर त्या दिव्य आणि मानुष मुनींनीं पुण्याहवाचन केलें. हे राजेंद्रा, तदनंतर त्या सर्व पांडवांनीं लोमश, व्यास आणि देवर्षि नारद व पर्वत ह्यांच्या पायांस स्पर्श करून नमस्कार केला. पुढें ते वीर—धौम्य मुनि आणि ते वनामध्यें वास्तव्य करणारे ब्राह्मण ह्यांसहवर्तमान मार्गशीर्षी पौर्णिमा होऊन गेल्यानंतर पुष्य नक्षत्रावर तेथून निघाले. वल्कलें, कृष्णाजिनें आणि जटा धारण करणारे व अभेद्य अशीं चिलखतें चढविलेले ते वीर भांडीं वगैरे घेऊन तीर्थयात्रा करण्यासाठीं निघाले, त्या वेळीं त्यांच्या बरोबर इंद्रसेनादिक भृत्य, चौदा रथ व स्वयंपाकाचें काम करणारे व दुसरेही कांहीं सेवक लोक होते. तसेंच त्यांच्याबरोबर आयुधें, बाणांचे भाते आणि बाण हीं असून त्यांनीं कमरेस तरवारी लटकाविलेल्या होत्या. हे जनमेजया, ह्याप्रमाणें तयारी करून ते पांडव वीर पूर्वाभिमुख प्रयाण करूं लागले.

अध्याय चौऱ्याण्णवावा.

—:०:—

धर्म आणि अभ्युदय ह्यांचा संबंध.

युधिष्ठिर ह्मणालाः—हे देवर्षिश्रेष्ठा, माझ्या अंगीं मुळींच गुण नाहींत असें मला वाटत नाहीं. तथापि दुसरा कोणीही राजा दुःखसंतप्त झाला नसेल इतका मी दुःखानें संपन्न झालों आहें; आणि आमचे शत्रु निर्गुण आहेत इतकेंच नव्हे, तर ते धर्माप्रमाणें वागतही नाहींत असें मला वाटतें. तरी पण, हे लोमशा, त्यांची ह्या जगतामध्यें भरभराट आहे। तेव्हां ह्यांचें कारण काय ?

लोमश ह्मणालेः—हे कुंतीपुत्रा राजा युधि-ष्ठिरा, ह्याविषयीं तूं मुळींच वाईट वाटूं देऊं नको. कारण, ज्यांची अधर्मावर प्रीति आहे अशा लोकांची अधर्माच्या योगानें कांहीं वेळ भरभराट होते. युधिष्ठिरा, अधर्माच्या योगानें प्रथम मनुष्याचा अभ्युदय होतो; नंतर त्यास आपलें कल्याण झालेलें पहावयास सांपडतें; पुढें तो शत्रूसही जिंकतो, पण शेवटीं मात्र तो समूळ नष्ट होऊन जातो. हे पृथ्वीपते, अधर्माच्या योगानें अभ्युदय होऊन लागलीच नष्ट होऊन गेलेले अनेक दैत्य व दानव माझ्या पाहण्यांत आलेले आहेत. हे प्रभो, मी पूर्वींच्या देवयुगामध्यें[1] हें सर्व पाहिलेलें आहे. त्या वेळीं देव धर्मावर प्रीति करीत होते व दैत्यांनीं धर्माचा त्याग केला होता. हे भरत-वंशजा, देव तीर्थजलामध्यें स्नान करीत होते व दैत्य त्या जलामध्यें प्रवेश करीत नव्हते. ह्याप्रमाणें ते दैत्य अधर्म करूं लागले असतां

१ कृत, त्रेता, द्वापार आणि कलि हीं मनुष्यांचीं चार युगें मिळून देवांचें एक युग होतें.

प्रथम त्यांच्यामध्यें अहंकाराचा प्रवेश झाला. नंतर त्यांस आपणच काय ते जगामध्यें श्रेष्ठ आहों असें वाटूं लागलें. त्या योगानें क्रोध उत्पन्न झाला; क्रोधामुळें त्यांची अकर्माकडे प्रवृत्ति झाली; व नंतर अमुक गोष्ट निंद्य असून ती केल्यापासून दोष लागेल अशी त्यांना भीति नाहींशी झाली. ह्याप्रमाणें ते लोकलज्जाशून्य, अकार्याविषयीं प्रवृत्त झालेले, दुराचारी आणि मिथ्याप्रतिज्ञ बनून गेले असतां क्षमा, लक्ष्मी आणि धर्म ह्यांनीं त्यांचा लवकरच त्याग केला. हे राजा, तदनंतर लक्ष्मी देवांकडे आली व अलक्ष्मी दैत्यांकडे गेली. त्या दैत्यांस आणि दानवांस अलक्ष्मीनें झपाटल्यावर व गर्वानें ग्रस्त करून सोडल्यानंतर कलीनेंही त्यांच्यामध्यें प्रवेश केला. हे कुंतीपुत्रा, ह्याप्रमाणें त्या दानवांस अलक्ष्मीनें घेरल्यामुळें, कलीनें मृतप्राय केल्यामुळें, गर्वानें आक्रांत करून सोडल्यामुळें आणि अहंमन्यतेनें पछाडल्यामुळें ते क्रियाहीन आणि बेफाम होऊन गेले व ह्यामुळेंच हा विनाश त्यांच्यापुढें येऊन ठेपला. त्या योगानें ते दैत्य कीर्तिशून्य होऊन पूर्णपणें नाश पावले. इकडे धर्मशील देव समुद्र, नद्या, सरोवरें आणि पवित्र आश्रम यांच्या यात्रा करूं लागले; आणि हे पांडुपुत्रा, तपश्चर्या, यज्ञ, दानें आणि ब्राह्मणांचे आशीर्वाद ह्यांच्या योगानें सर्व पातकांपासून मुक्त होऊन मोक्षास गेले. ह्याप्रमाणें शास्त्रविहित गोष्टींचा स्वीकार करून व शास्त्रनिषिद्ध गोष्टींचा सर्वथैव त्याग करून देवांनीं तीर्थयात्रा केली, ह्यामुळें त्यांस उत्कृष्ट प्रकारचें ऐश्वर्य मिळालें. त्याचप्रमाणें, हे राजेंद्रा, तूंही आपल्या बंधूंसहवर्तमान तीर्थांमध्यें स्नान केलेंस ह्मणजे तुलाही तुझ्या पूर्वींच्या ऐश्वर्याची प्राप्ति होईल. कारण, तीर्थयात्रेसारखीं पुण्यकर्में हा ऐश्वर्यप्राप्तीचा सनातन असा मार्ग आहे. राजा नृग, उशीनरपुत्र शिबि, भगीरथ, वसुमना, गय, पुरु आणि पुरूरवा ह्या राजांस निरंतर तपश्चर्या केल्यामुळें, भागीरथ्यादि पुण्यजलांचा स्पर्श केल्यामुळें, तीर्थयात्रा केल्यामुळें आणि महात्म्यांचें दर्शन घेतल्यामुळेंच पवित्रता येऊन कीर्ति, पुण्य आणि द्रव्य ह्यांची प्राप्ति झाली. त्याचप्रमाणें, हे प्रजापालका राजेंद्रा, तुलाही अत्यंत विपुल अशा संपत्तीची प्राप्ति होईल. ज्याप्रमाणें, इक्ष्वाकु आपले पुत्र, परिजन आणि बांधव ह्यांच्यासहवर्तमान वास्तव्य करीत होता, त्याप्रमाणें तूंही वास करशील. तसेंच मुचकुंद, मांधाता, देवता आणि देवर्षि ह्यांस तपोबलाच्या योगानें जशी पवित्र अशा कीर्तीची प्राप्ति झाली त्याचप्रमाणें तुलाही ती पूर्णपणें होईल; आणि धृतराष्ट्रपुत्र मात्र अधर्म व मोह ह्यांनीं पछाडल्यामुळें दैत्यांप्रमाणें थोड्याच दिवसांत निःसंशय नाश पावतील !

अध्याय पंचाणवावा.

--:०:--

युधिष्ठिराची तीर्थयात्रा.

वैशंपायन ह्मणाले:-हे पृथ्वीपते जनमेजया, नंतर ते सर्वही वीर मिळून त्या त्या ठिकाणीं वास करीत करीत क्रमाक्रमानें नैमिषारण्यांत आले. तदनंतर, हे भरतवंशजा राजा जनमेजया, गोमतीच्या पवित्र तीर्थामध्यें स्नान करून त्या पांडवांनीं गोप्रदानें केलीं. हे भरतकुलोत्पन्ना, त्या ठिकाणीं देवांचें व पितरांचें वारंवार तर्पण करून व ब्राह्मणांस तृप्त करून कन्यातीर्थ, अश्वतीर्थ, गोतीर्थ, कालकोटि आणि विश्वप्रस्थ पर्वत ह्यांवर मुक्काम केल्यानंतर ते बाहुदा नदीवर गेले व तिजमध्यें त्या सर्व पांडवानीं स्नान केलें. नंतर, हे पृथ्वीपते, देवांची यज्ञभूमि जो प्रयाग तेथें स्नान करून त्यानीं उत्कृष्ट प्रकारचें तप केलें. त्या सत्य-

प्रतिज्ञ आणि निष्पाप अशा महात्म्यांनीं गंगा व यमुना ह्यांच्या संगमावर ब्राह्मणांना द्रव्य अर्पण केलें. हे भरतवंशजा राजा जनमेजया, तदनंतर ब्राह्मणांसहवर्तमान ते पांडुपुत्र तपस्विजनांचें वास्तव्य असलेल्या ब्रह्मवेदीवर गेले. त्या ठिकाणीं ते वीर वन्य अशा हविष्यान्नानें सदोदित ब्राह्मणांस तृप्त करीत राहिले. त्या ठिकाणीं त्यांनीं उत्कृष्ट प्रकारें तपश्चर्याही केली. हे अप्रतिमकांतिशाली राजा जनमेजया, तेथून ते पुण्यकारक कर्मे करणाऱ्या व धर्मवेत्त्या राजर्षि गयानें सर्व बाजूंनीं शुद्ध केलेल्या एका पर्वतावर गेले. ह्या ठिकाणीं गयशिर नांवाचा पर्वत आहे; व तीरप्रदेशावर असणाऱ्या वेतांच्या योगानें शोभणारी, वाळवंटाच्या योगानें सुशोभित दिसणारी व पवित्र अशी महानदीसंज्ञक नदी आहे. त्या पवित्र शिखरांनीं युक्त आणि पवित्र अशा पर्वतावर ऋषिजनांनीं सेवन केलेलें, अत्यंत पुण्यकारक आणि अप्रतिम असें ब्रह्मसर नांवाचें तीर्थ आहे. ह्या ठिकाणीं भगवान् अगस्त्य यमाकडे गेले होते. त्या ठिकाणीं सनातन असा तो धर्मराज यम स्वतः वास करीत होता. हे राजा ह्या ठिकाणीं सर्व नद्यांचा उद्गम आहे. ह्या ठिकाणीं पिनाकपाणि श्रीशंकर सदोदित वास्तव्य करीत असतात. तेथें त्या वीर पांडवांनीं त्या वेळीं चातुर्मास्य नांवाचा मोठा ऋषियज्ञ केला. ह्या ठिकाणीं अक्षयसंज्ञक मोठा वटवृक्ष आहे. ह्या अक्षय अशा देवांच्या यज्ञप्रदेशामध्यें अक्षय फलाची प्राप्ति होते. त्या ठिकाणीं अंतःकरणामध्यें निश्चय करून त्या पांडवांनीं अनेक उपवास केले. त्या ठिकाणीं तपोधन असे शेंकडों ब्राह्मणही त्यांजकडे आले; त्या वेळीं वेदोक्त विधीनें त्यांनीं चातुर्मास्य यज्ञ केला. त्या ठिकाणीं विद्यावृद्ध, तपोवृद्ध आणि वेदपारंगत असे ब्राह्मण सभेमध्यें बसून त्या महात्म्यांशीं गोष्टी करूं लागले. हे राजा, तेथें विद्या आणि व्रत ह्यांची संपूर्णता केलेला व कौमारव्रत आचरण करून राहणारा शमठ मुनि ह्यानें अमूर्तरयाचा पुत्र गय ह्याचा वृत्तान्त सांगितला.

शमठोक्त गयचरित.

शमठ म्हणालाः—हे भरतवंशजा, पूर्वी अमूर्तरयाचा पुत्र गय नांवाचा श्रेष्ठ असा एक राजर्षि होऊन गेला, त्यानें अनेक पुण्यकर्मे केलीं आहेत तीं तुला सांगतों, ऐक. त्यानें विपुल दक्षणा आणि पुष्कळ अन्न ह्यांनीं युक्त असा जो यज्ञ केला तो येथेंच झालेला होता. हे राजा, ह्या यज्ञामध्यें अन्नाचे शेंकडों, हजारों पर्वत पडलेले होते, तुपाचे पाट चाललेले होते, दह्याच्या शेंकडों नद्या वहात होत्या, आणि अत्युत्कृष्ट अशा तोंडीं लावण्याच्या पदार्थांचे हजारों प्रवाह चालले होते. ह्याप्रमाणें प्रतिदिवशीं याचक लोकांस दान होत असे. हे राजा, त्या यज्ञामध्यें दुसरेही कित्येक ब्राह्मण उत्कृष्ट प्रकारें तयार केलेलें अन्न भक्षण करीत असत. त्याच यज्ञांत दक्षिणेच्या वेळेला चाललेला वेदघोष आकाशापर्यंत जाऊन भिडला होता. हे भरतवंशजा, त्या वेळीं त्या वेदघोषामुळें दुसरा कोणताही शब्द ऐकूं येत नसे. हे राजा, तो पवित्र वेदघोष होऊं लागला ह्मणजे त्याच्या योगानें पृथ्वी, दिशा, आकाश आणि स्वर्ग हीं अगदीं भरून जात. ही देखील त्या यज्ञामध्यें एक आश्चर्य करण्यासारखी गोष्ट होती. हे भरतकुलश्रेष्ठा, त्या यज्ञामध्यें उत्कृष्ट प्रकारच्या अन्नपानादिकांनीं तृप्त होऊन तेजस्वी बनून गेलेलीं मनुष्यें देशोदेशीं ज्या गाथा ह्मणत असत, त्या अशाः “ गयाच्या यज्ञामध्यें आतां बुभुक्षित झालेले प्राणी कोण उरलेले आहेत ? अर्थात् कोणीही नाहींत. कारण सर्वही लोकांस

भोजन घालून अवशिष्ट राहिलेल्या अन्नाचे त्या ठिकाणीं पंचवीस पर्वत पडलेले आहेत. निःसीमकांतिमान् राजर्षि गय ह्यानें यज्ञामध्यें जें कांहीं केलें तें पूर्वींच्याही लोकांनीं केलें नाहीं व पुढच्याही लोकांच्या हातून घडणार नाहीं. गयानें होमद्रव्याच्या योगानें देवतांस अत्यंत तृप्त करून सोडलें आहे. ह्यामुळें त्यांना पुनः दुसऱ्यांनीं दिलेलीं कांहीं होमद्रव्यें ग्रहण करितां येणें आतां कसें शक्य होईल ? ज्याप्रमाणें भूतलावर असणारे वाळूचे कण अथवा आकाशांत असणाऱ्या तारका किंवा पर्जन्याच्या धारा ह्यांची कोणासही गणना करितां येणें शक्य नाहीं, त्याप्रमाणेंच गय राजाच्या यज्ञांतील दक्षिणांची गणना करितां येणें शक्य नाहीं! " हे कुरुनंदना, ह्या सरोवराच्या संनिध त्या पृथ्वीपति गयाच्या हातून अशा प्रकारचे असंख्यात यज्ञ झालेले आहेत !

अध्याय शहाण्णवावा.

—:*:—

वातापिवधाचा उपक्रम.

वैशंपायन ह्मणाले:- तदनंतर विपुल दक्षणा देणारा तो कुंतीपुत्र राजा युधिष्ठिर तेथून निघून अगस्त्य मुनींच्या आश्रमास गेला; व तेथें, जिला मणिमती असें दुसरें नांव आहे अशा दुर्जयानामक नगरीमध्यें जाऊन राहिला. त्या ठिकाणीं वक्त्यांमध्यें श्रेष्ठ अशा धर्मराजानें लोमश मुनीला प्रश्न केला कीं, " ह्या ठिकाणीं अगस्त्य मुनींनीं वातापीला कशाकरितां नामशेष केलें, त्या मनुष्यांतक दैत्याचा प्रभाव कोणत्या प्रकारचा होता, आणि महात्म्या अगस्त्य मुनींस त्याच्याविषयीं कशाकरितां कोप आला, ते सांगा. "

इल्वलाचें दुष्कर्म.

लोमश ह्मणाले:—हे कौरवनंदना, पूर्वी मणिमती नगरीमध्यें इल्वल नांवाचा एक दैत्य होता. वातापि हा त्याचाच कनिष्ठ बंधु होय. तो इल्वल दैत्य एकदा एका ब्राह्मणाकडे जाऊन म्हणाला कीं, " भगवंतांनीं मला एक इंद्राच्या तोडीचा पुत्र द्यावा. " पण त्या ब्राह्मणानें त्याला इंद्रतुल्य पुत्र दिला नाहीं. ह्यामुळें तो दैत्य त्या ब्राह्मणावर अत्यंत क्रुद्ध झाला; व तेव्हांपासून, हे राजेंद्रा, त्या ब्रह्मघातकी आणि मायावी इल्वल दैत्यानें आपल्या बंधूस मेषाचें स्वरूप दिलें; तेव्हां स्वेच्छानुरूप स्वरूपें धारण करणारा तो वातापि तत्काल मेष बनला. पुढें तो इल्वल त्या मेषाचें मांस पक्क करून ब्राह्मणांस भोजन घाली व त्यांना ठार करी. कारण, यमसदनास गेलेल्या अशाही ज्या मनुष्यास तो हाक मारीत असे तो मनुष्य पुनः देह धारण करून जिवंत होऊन आलेला दृष्टीस पडे. पुढें एकदां मेषाचें स्वरूप धारण करणाऱ्या त्या वातापीचा पाक सिद्ध करून त्याच्या योगानें त्यानें त्या ब्राह्मणास भोजन घातलें व पुनः वातापीला हांक मारली. तेव्हां, इल्वलानें मोठ्यानें ओरडून उच्चारलेली ती वाणी ऐकतांच तो अत्यंत मायावी, ब्राह्मणकंटक महादैत्य वातापि हसत हसत, हे प्रजापालका राजा, त्या ब्राह्मणाची बरगडी फाडून तींतून बाहेर पडला ! तेव्हां अर्थातच तो ब्राह्मण मरण पावला ! हे राजा, ह्याप्रमाणें तो अंतःकरणाचा दुष्ट इल्वल दैत्य वारंवार ब्राह्मणांना भोजन घालून ठार करीत असे.

अगस्त्यास पितरांचें दर्शन.

ह्याच वेळीं, आपले पितर एका खड्ड्यामध्यें खालीं डोकें करून लोंबत राहिलेले आहेत असें भगवान् अगस्त्य मुनींच्या दृष्टीस पडलें. तेव्हां त्यांनीं त्यांना विचारलें, " हे श्रेष्ठहो, आपण येथें काय ह्मणून ? तेव्हां त्या ब्रह्मवादी पितरांनीं " तुझ्या संततीसाठीं ! "

असें उत्तर दिलें आणि ते त्याला ह्मणाले, " आम्ही तुझे स्वतःचे पितर असून तुझ्या संततीसाठीं ह्या खड्डयांत येऊन लोंबत राहिलों आहों. हे अगस्त्या, जर तूं उत्कृष्ट प्रकारचें अपत्य उत्पन्न केलें नाहींस तर आमची ह्या नरकांतून सुटका होणार नाहीं; आणि तुला मात्र तुझ्या तपोबलानें गति मिळेल ! " हें ऐकून तो खरा धर्मनिष्ठ आणि तेजस्वी अगस्त्य त्यांस ह्मणाला, " हे पितरहो, मी आपली इच्छा पूर्ण करीन. आतां तुमच्या अंतःकरणाचा ताप नष्ट होऊं द्या. "

लोपामुद्रोत्पत्ति.

असें त्यांना सांगितल्यावर तो भगवान् अगस्त्य मुनि आपल्या संततीचा विच्छेद न होण्याविषयींच्या उपायाचा विचार करूं लागला. पण आपणास संतति होण्यास योग्य अशी स्त्रीच त्याला दिसून येईना. तेव्हां त्यानें निरनिराळ्या मनुष्यांचा उत्तम उत्तम तेवढा अवयव घेऊन ते सर्व एके ठिकाणीं केले व त्यांच्या योगानें एक उत्कृष्ट प्रकारची स्त्री निर्माण केली; आणि विदर्भदेशाचा अधिपति पुत्रप्राप्तीसाठीं तपश्चर्या करीत होता त्याला त्या महातपस्वी मुनीनें आपणच निर्माण केलेली स्त्री आपल्याच उपयोगाकरितां अर्पण केली. ती सौंदर्यशालिनी सुमुखी त्या ठिकाणीं जन्म पावली व वाढूं लागली. तिची शरीरकांति विद्युल्लतेप्रमाणें चमकत होती. हे भरतवंशजा, ती उत्पन्न होतांच पृथ्वीपति विदर्भराज ह्यानें तिला अवलोकन केलें व आनंदानें ती बातमी ब्राह्मणांस सांगितली. तेव्हां, हे पृथ्वीपते, सर्व ब्राह्मणांनीं त्याचें अभिनंदन केलें व त्या कन्येचें लोपामुद्रा असें नांव ठेविलें. पुढें, हे महाराजा, उत्कृष्ट प्रकारचें स्वरूप धारण करणारी व ह्मणूनच उत्तम अशा अग्निज्वालेप्रमाणें असणारी ती कन्या जलामध्यें वाढणाऱ्या कमलिनीप्रमाणें आपल्या पित्याच्या गृहामध्यें वाढूं लागली. हे राजेंद्रा धर्मा, ती ज्या वेळीं तारुण्यांत आली तेव्हां उत्कृष्ट प्रकारचे अलंकार धारण केलेल्या शंभर कन्या आणि ताब्यांत वागणाऱ्या अशा शंभर दासी त्या कल्याणीच्या सेवेस राहिल्या. त्या शंभर दासींनीं वेष्टिलेली आणि शंभर कन्यांच्या मध्यभागीं बसलेली ती तेजस्वी कन्या आकाशामध्यें तारकांच्या मध्यभागीं चमकत राहणाऱ्या रोहिणीप्रमाणें शोभत होती. ती कन्या जरी तारुण्यामध्यें आलेली असून सुस्वभाव आणि सदाचरण ह्यांनीं संपन्न होती, तरी त्या महात्म्या अगस्त्याच्या भीतीमुळें तिला कोणीही वरिलें नाहीं. ती सत्यनिष्ठ कन्या स्वरूपामध्यें अप्सरांच्याही वर ताण करणारी असून तिनें सुस्वभावाच्या योगानें आपल्या पित्यास व आप्तइष्टांस संतुष्ट करून सोडिलें होतें. ह्याप्रमाणें ती आपली कन्या तारुण्यांत आली असून विवाहास योग्य झालेली आहे असें पाहून तो तिचा पिता विदर्भराजा ' मीं ही कन्या आतां कोणाला द्यावी ?' असा मनामध्यें विचार करूं लागला.

अध्याय सत्याण्णवावा.

—:०:—

अगस्त्याचा विवाह.

लोमश ह्मणाले:—पुढें ज्या वेळीं ती कन्या गृहस्थाश्रमांतील कृत्यें करण्यासारखी झाली आहे असें अगस्त्य मुनीला वाटलें, तेव्हां तो पृथ्वीपति विदर्भराजाकडे जाऊन म्हणाला, " हे राजा, माझ्या मनांतून संततीसाठीं विवाह करावा असें आहे; आणि म्हणूनच, हे पृथ्वीपते, मी तुजपाशीं याचना करीत आहें. तेव्हां तूं लोपामुद्रा मला दे. " ह्याप्रमाणें त्या ऋषीनें भाषण केलें असतां राजाला कांहीं सुचेनासें झालें. त्याला त्याचा निषेध

करण्याचें सामर्थ्य होईना व कन्या देण्याचीही इच्छा होईना ! तेव्हां तो पृथ्वीपति आपल्या भार्येकडे जाऊन तिला ह्मणाला कीं, ' ह्या मुनीला जर आपण कन्या दिली नाहीं तर हा वीर्यसंपन्न महर्षि क्रुद्ध होऊन शापरूपी अग्नीनें आह्मांला भस्म करून टाकील. तेव्हां आतां करावें तरी काय ? ' ह्याप्रमाणें आपल्या भार्येसहवर्तमान तो पृथ्वीपति कष्टी होऊन गेला ! तेव्हां लोपामुद्रा अगदीं वेळेवर त्याजकडे गेली आणि म्हणाली, " हे पृथ्वीपते, आपण माझ्यासाठीं कष्टी होऊं नका. हे तात, आपण मला अगस्त्यमुनींला द्या आणि स्वतःचें संरक्षण करा. "

हे प्रजापालका युधिष्ठिरा, मुलीच्या सांगण्यावरून त्या राजानें महात्म्या अगस्त्यास यथाविधि लोपामुद्रेचें दान केलें. ह्याप्रमाणें भार्येची प्राप्ति झाल्यानंतर अगस्त्य मुनि लोपामुद्रेस म्हणाला कीं, " हीं बहुमूल्य वस्त्रें आणि हे अलंकार टाकून दे ! " तदनंतर त्या विशाललोचना सुंदरीनें दर्शनीय, बहुमूल्य आणि पातळ अशीं तीं वस्त्रें टाकून देऊन मुनिव्रतास योग्य अशीं तीं वस्त्रें, वल्कलें व कृष्णाजिनें ह्यांचा स्वीकार केला; आणि ती विशाललोचना त्याच्यासारखेंच व्रत आचरण करूं लागली. तदनंतर तो मुनिश्रेष्ठ भगवान् अगस्त्य अनुकूल अशा आपल्या पत्नीसहवर्तमान गंगाद्वारावर जाऊन उग्र तपश्चर्या करूं लागला. त्या वेळीं लोपामुद्रा आनंदित होऊन बहुमानपूर्वक पतिसेवा करूं लागली व प्रभु अगस्त्यही त्या आपल्या भार्येवर उत्कृष्ट प्रकारें प्रेम करूं लागला. हे प्रजापालका, ह्याप्रमाणें पुष्कळ दिवस निघून गेल्यानंतर, एकदा तपस्तेजानें देदीप्यमान असलेली लोपामुद्रा ऋतुस्नात झाली आहे असें भगवान् अगस्त्य मुनीनें पाहिलें. तेव्हां, तिनें चालविलेली ती सेवा, तिचा तो शुचिर्भूतपणा, तो इंद्रियनिग्रह, तो सुशोभितपणा आणि तें स्वरूप ह्यांच्या योगानें आनंदित होऊन त्या ऋषीनें तिला संभोगाकरितां आव्हान केलें. तेव्हां ती प्रेमशालिनी स्त्री लाजल्यासारखी होऊन हात जोडून भगवान् अगस्त्य मुनीला प्रेमपूर्वक असें बोलूं लागली.

लोपामुद्रेची प्रार्थना.

लोपामुद्रा ह्मणाली:—पतीनें जी स्त्री मिळवावयाची ती संततीसाठींच होय ह्यांत कांहीं संशय नाहीं. पण, हे मुने, माझी एक आपणांपाशीं प्रार्थना आहे, तेवढी आपण पूर्ण करा. ती हीच कीं, हे विप्र, ज्याप्रमाणें माहेरीं राजमंदिरामध्यें माझी शय्या होती तशा प्रकारच्या शय्येवर आपण माझ्याशीं समागम करावा. माझ्या इच्छेप्रमाणें आपण मला धारण कराव्या. भूषणांनीं विभूषित व्हावें, आणि मग दिव्य अलंकारांनीं अलंकृत होऊन मीं आपल्यापाशीं यावें अशी माझी इच्छा आहे. नाहींतर असलीं फाटकींतुटकीं आणि भगवीं वस्त्रें घेऊन मी कांहीं आपल्याजवळ येणार नाहीं. हे ब्रह्मर्षे, अलंकार हे कोणत्याही प्रकारें अपवित्र नाहींत.

अगस्त्य म्हणाला:—हे सुंदरि कल्याणि लोपामुद्रे, ज्याप्रमाणें तुझ्या पित्यापाशीं द्रव्य आहे त्याप्रमाणें तें तुझ्यापाशीं नाहीं व माझ्यापाशींही नाहीं.

लोपामुद्रा म्हणाली:—हे तपोधना, ह्या मृत्युलोकामध्यें जेवढें म्हणून द्रव्य आहे तें सर्व तपोबलानें एका क्षणांत ह्या ठिकाणीं आणण्याविषयीं आपण समर्थ आहां.

अगस्त्य म्हणाला:—हें जें तूं म्हणतेस तें अगदीं खरें आहे; पण त्या योगानें माझ्या तपाचा क्षय होईल. तेव्हां माझ्या तपाचा नाश होणार नाहीं अशी एखादी गोष्ट द्रव्यार्जनासाठीं करण्याविषयीं तूं मला प्रवृत्त कर.

लोपामुद्रा ह्मणाली:—हे तपोधना, माझा हा ऋतुकाल आतां थोडा उरलेला आहे. आपण असें केल्यावांचून आपल्यापाशीं येण्याची माझी मुळींच इच्छा नाहीं; आणि आपल्या धर्माचा कोणत्याही प्रकारें लोप करावा अशीही माझी इच्छा नाहीं. पण आपण अशा प्रकारचा हा माझा मनोरथ पूर्ण केला पाहिजे.

अगस्त्य म्हणाला:—हे भद्रे सुंदरि, ह्या मनोरथाविषयीं जर तुझ्या बुद्धीचा असा निश्चयच झाला असेल, तर तें द्रव्य आणण्याविषयींची माझी इच्छा आहे. त्याप्रमाणें मी आणतों आणि मग तूं ह्या आश्रमामध्यें राहून आपले मनोरथ पूर्ण करून घे.

अध्याय अठ्याण्णवावा.

—:०:—

अगस्त्याची द्रव्ययाचना.

लोमश म्हणला:—हे कुरुकुलोत्पन्ना, तदनंतर अगस्त्य मुनि द्रव्य मागण्याकरितां श्रुतर्वानामक भूपतीकडे गेले. कारण, तो सर्व राजाहून श्रेष्ठ आहे असें त्यांस माहीत होतें. अगस्त्य मुनि आले आहेत असें समजतांच तो महात्मा राजा अमात्यांसह आपल्या देशाच्या सीमेवर गेला व तेथें त्यानें बहुमानपूर्वक त्यांचें स्वागत केलें. पुढें त्यांस यथाविधि अर्घ्यप्रदान केल्यानंतर, त्या शुचिर्भूत असणाऱ्या पृथ्वीपतीनें हात जोडून त्यांस आगमनाचा उद्देश विचारिला.

अगस्त्यांनीं उत्तर दिलें:-हे पृथ्वीपते, मी द्रव्य मागण्यासाठीं आलों आहें असें समज. तेव्हां इतरांस पीडा होणार नाहीं अशा रीतीनें शक्त्यनुसार तुझ्या द्रव्याचा भाग मला दे.

लोमश ह्मणाले:—हें ऐकून त्या राजानें आपला सर्व जमाखर्च त्यांस दाखविला आणि सांगितलें कीं, "हे विद्वन्, ह्यांत जें द्रव्य अवशिष्ट आहे असें आपणांला वाटेल तें आपण घ्या." हें ऐकून, समबुद्धि अगस्त्य मुनींनीं जमा आणि खर्च हीं दोन्ही सारखींच आहेत असें पाहिलें. तेव्हां आपण त्यांतील द्रव्य घेतल्यास अनेक प्राण्यांना पीडा होईल असें त्यास वाटलें. नंतर श्रुतर्वा राजास घेऊन ते ब्रध्नश्व राजाकडे गेले. त्यानेंही आपल्या देशाच्या सीमेवर येऊन त्यांचें यथायोग्य स्वागत केलें; आणि त्यांस अर्घ्य व पाद्य दिल्यानंतर, त्यांची अनुज्ञा घेऊन, आगमनाचा उद्देश काय असें विचारिलें.

अगस्त्य म्हणाले:—हे पृथ्वीपते, आह्मी द्रव्याच्या इच्छेनें येथें आलों आहों हें लक्ष्यांत घेऊन, दुसऱ्यांस पीडा न देतां यथाशक्ति द्रव्याचा कांहीं भाग आम्हांला दे.

लोमश म्हणाले:—हें ऐकून त्या राजानें आपली जमा आणि खर्च हीं त्याला दाखविलीं आणि सांगितलें कीं, 'ह्यांमध्यें जें अवशिष्ट रहात आहे असें वाटत असेल तें आपण घ्या.' तेव्हां, जमा, आणि खर्च हीं सारखींच आहेत असें दिसून आल्यावरून त्या अगस्त्यमुनींस, आपण ह्यांतील द्रव्य घेतलें असतां अनेक प्राण्यांना सर्वथैव पीडा होईल असें वाटलें. तेव्हां अगस्त्य मुनि, श्रुतर्वा आणि पृथ्वीपति ब्रध्नश्व हे तिघेही पुरुकुत्सपुत्र महाधनाढ्य त्रसदस्यु ह्याजकडे गेले. हे महाराजा युधिष्ठिरा, त्या महामति त्रसदस्यु राजानें त्यांस पाहून आपल्या देशाच्या सीमेवर जाऊन त्यांचें यथाविधि स्वागत केलें; आणि त्यांचा योग्य प्रकारें बहुमान केल्यानंतर त्या इक्ष्वाकुकुलोत्पन्न नृपश्रेष्ठानें त्यांना आगमनाचें कारण विचारण्याची सुरवात केली. तेव्हां—

अगस्त्य म्हणाले:—हे पृथ्वीपते, आह्मी द्रव्याकरितां प्राप्त झालों आहों हें समजून

दुसऱ्यांस पीडा न देतां तूं यथाशक्ति कांहीं द्रव्यभाग आम्हांला दे.

लोमश म्हणाले:—हें ऐकून त्या राजानें आपली सर्व जमा आणि खर्च हीं त्यांना दाखविलीं आणि सांगितलें, "ह्यांत जी कांहीं शिल्लक आहे असें आपणांस वाटत असेल ती आपण घ्या." तेव्हां, जमा आणि खर्च हीं दोन्ही सारखींच आहेत असें पाहून, आपण द्रव्य घेतल्यास अनेक प्राण्यांस पीडा होईल असें त्या समबुद्धि अगस्त्यांस वाटलें. हे महाराजा, पुढें ते सर्वही राजे एके ठिकाणीं जमले व परस्परांकडे पाहून त्या महामुनीस म्हणाले कीं, "हे ब्रह्मन्, इल्वल दैत्य हा ह्या भूमितलावर मोठा द्रव्यसंपन्न आहे; तेव्हां आज आपण सर्वजण मिळून त्याच्याकडे जाऊन द्रव्याची याचना करूं."

लोमश ह्मणाले:—तेव्हां त्यांना इल्वलाकडेच द्रव्याची भिक्षा मागणें हें योग्य वाटलें व ते सर्वजण मिळून तेथून इल्वलाकडे गेले.

अध्याय नव्याणववा.

—:०:—

अगस्त्यकृत वातापिहनन.

लोमश म्हणाले:—त्या महर्षींसह ते नृपति आले आहेत असें समजतांच इल्वलानें अमात्यांसह आपल्या देशाच्या सीमेवर जाऊन त्यांचा बहुमान केला. हे कुरुकुलोत्पन्ना, तदनंतर मेषरूप धारण करणाऱ्या वातापीचें मांस उत्कृष्ट प्रकारें शिजवून त्या असुरश्रेष्ठानें त्या वेळीं त्याचा पाहुणचार केला. तेव्हां, मेषाचें स्वरूप धारण केलेला तो महादैत्य वातापिच शिजवून तयार केला आहे, असें पाहून ते सर्व राजर्षि खिन्न झाले; व त्यांची विचारशक्ति नष्ट होऊन गेल्यासारखी झाली. हें पाहून मुनिश्रेष्ठ अगस्त्य त्या राजर्षींस म्हणाला कीं, "आपण खेद करूं नका. मी ह्या महादैत्याला भक्षण करून टाकितों." असें म्हणून तो महामुनि अग्रासनावर जाऊन बसला असतां दैत्याधिपति इल्वलानें हसल्यासारखें करून त्यांना तें मांस वाढलें. तेव्हां अगस्त्यानें तो वातापि दैत्य पूर्णपणें भक्षण करून टाकिला. अगस्त्याचें भोजन होतांच इल्वल दैत्यानें त्या वातापीला हांक मारली. तेव्हां, बा युधिष्ठिरा, मेघाप्रमाणें गडगडाट करीत त्या महात्म्या अगस्त्य मुनीचा प्रचंड ध्वनीनें युक्त असलेला असा अधोवायु सरला. त्या वेळीं "वातापे! बाहेर ये" असें इल्वल वारंवार म्हणूं लागला. तेव्हां, हे राजा, मुनिश्रेष्ठ अगस्त्य हसून त्याला ह्मणाला "अरे! तो दैत्य मीं पचवून टाकिला आहे; तेव्हां आतां त्याला बाहेर येण्याची शक्ति कोठून असणार!"

अगस्त्याची इल्वलाकडे द्रव्ययाचना.

हें ऐकून, राजा, तो महादैत्य पचला गेला आहे असें पाहून इल्वल खिन्न झाला; आणि आपल्या अमात्यांसह हात जोडून असें ह्मणाला कीं, "आपण इकडे कां आलां होतां, आणि मी काय काम करूं, तें सांगा." तेव्हां अगस्त्य मुनींनीं हसत त्या इल्वलाला उत्तर दिलें कीं, "दैत्या, तूं सामर्थ्यसंपन्न आणि प्रत्यक्ष कुबेरच आहेस हें आह्मी सर्वजण जाणून आहों. ह्या राजांपाशीं विशेषसें द्रव्य नाहीं आणि मला तर द्रव्याची फार जरूर आहे. तेव्हां दुसऱ्यास पीडा न देतां तूं यथाशक्ति आपल्या द्रव्यांतील विभाग आम्हांला दे." तेव्हां त्या इल्वलानें त्या मुनीस नमस्कार करून म्हटलें कीं, 'जर माझ्या मनांतून काय द्यावयाचें आहे हें आपण ओळखाल तर मी आपणांला द्रव्य देईन.'

अगस्त्य म्हणाला:—हे महादैत्या, ह्या प्रत्येक राजाला दहा दहा हजार गाई आणि

तितकेंच सुवर्ण देण्याची तुझी इच्छा आहे. तसेंच हे महासुरा, मला त्यांच्या दुप्पट धेनु, सुवर्ण आणि शिवाय एक सुवर्णमय रथ व अंतःकरणाप्रमाणें वेग असलेले दोन घोडे देण्याची तुला वासना झाली आहे. हें खरें किंवा कसें ह्याचा तूंच विचार कर. मला जो तूं आतांच्या आतां देणार आहेस तो सुवर्णमय रथ हाच होय हें अगदीं उघड आहे.

हें अगस्त्याचें ह्मणणें त्या दैत्याच्या अंतःकरणास झोंबलें! तेव्हां त्यानें त्याला पुष्कळ द्रव्य व रथ हीं दिलीं, हे भरतवंशजा, त्या रथास जोडलेले विराव आणि सुराव ह्या दोन अश्वांनीं तें द्रव्य आणि अगस्त्यासह ते सर्व राजे ह्यांना एका निमेषांत अगस्त्याच्या आश्रमास नेऊन पोहोंचविलें. तेव्हां अगस्त्यानें अनुज्ञा दिल्यानंतर ते राजर्षि निघून गेले व अगस्त्य मुनीनें लोपामुद्रेचे मनोरथ पूर्ण केले.

अगस्त्यपुत्रजन्म.

लोपामुद्रा ह्मणाली:—हे भगवन्, माझ्या मनाचा जो हेतु होता तो सर्व आपण पूर्ण केला आहे. तेव्हां आपण अत्यंत वीर्यवान् असें अपत्य एकवार उत्पन्न करा.

अगस्त्य ह्मणाला:—हे कल्याणि सुंदरि, तुझ्या आचरणानें मी संतुष्ट झालों आहें. तेव्हां आतां तुला अपत्याविषयींचा विचार सांगतों तो ऐक. तुला काय हजार पुत्र असावे? कीं हजार पुत्रांच्या योग्यतेचे शंभर पुत्र असावे? किंवा शंभर पुत्रांच्या तोडीचे दहा पुत्र असावे? अथवा हजार पुत्रांच्याही वर ताण करणारा असा एकच पुत्र असावा? तुझी इच्छा कशी आहे तें सांग.

लोपामुद्रा ह्मणाली:—हे तपोधना, मला हजार पुत्रांची बरोबरी करणारा एकच पुत्र असला तरी हरकत नाहीं. कारण, असज्जन असे अनेक पुत्र असण्यापेक्षां सज्जन आणि विद्वान् असा एकच पुत्र असणें अत्यंत श्रेष्ठ होय.

लोमश ह्मणाले:—हें ऐकून त्यानें 'ठीक आहे' असें ह्मणून तिचें सांगणें कबूल केलें. नंतर त्या श्रद्धासंपन्न मुनीनें श्रद्धायुक्त आणि आपल्यासारख्या स्वभावाची अशी जी लोपामुद्रा तिजशीं योग्य वेळीं समागम केला. ह्याप्रमाणें तिच्या ठिकाणीं गर्भ उत्पन्न करून तो वनांत निघून गेल्यानंतर सात वर्षेंपर्यंत तो गर्भ एकसारखा वाढत होता. सातवें वर्ष निघून गेल्यानंतर तो महाज्ञानसंपन्न गर्भ बाहेर पडला. हे भरतकुलोत्पन्ना, तो आपल्या प्रभावाच्या योगानें प्रदीप्त झाल्यासारखा दिसत होता. पुढें त्याचें नांव दृढदस्यु असें ठेविलें. तो तेजस्वी, महाब्राह्मण आणि महातपस्वी असा त्या ऋषीचा पुत्र अंगें, उपांगें आणि उपनिषदें ह्यांसह सर्व वेदांचा जणू जप करीत करीतच मातेच्या उदरांतून बाहेर आला. तो तेजस्वी आपल्या पित्याच्या गृहामध्यें बालपणींच समिधांचे भारे वाहून आणीत असे. म्हणूनच तो इध्मवाह ह्या नांवानें प्रसिद्ध झाला. त्या वेळीं तो तशा प्रकारचा योग्य असणारा आपला पुत्र पाहून त्या मुनीला आनंद झाला! असो; हे भरतकुलोत्पन्ना राजा, ह्याप्रमाणें त्यानें अपत्य उत्पन्न केलें, तेव्हां त्याच्या पितरांस अभीष्ट असणाऱ्या स्वर्गादि लोकांची प्राप्ति झाली व तेथून पुढें अगस्त्याचा आश्रम भूमीवर प्रख्यात होऊन राहिला. राजा, अशा प्रकारें ज्या अगस्त्य मुनीनें प्रल्हादकुलोत्पन्न वातापि दैत्यास नामशेष करून सोडिलें, त्याचाच हा हृदयाकर्षक अशा गुणांनीं युक्त असलेला आश्रम होय. ह्या ठिकाणीं ही देवगंधर्वांनीं सेवन केलेली पवित्र भागीरथी नदी वायूनें आंदोलित केल्यामुळें आकाशामध्यें असणाऱ्या पताकेप्रमाणें शोभत आहे. हिचे तीरप्रदेश जसजसे सखल असतील तसतशी ही प्रत्यहीं त्यांजवरून पलीकडे जात आहे

असें वाटतें. शिळांच्या मुळाशीं ही संत्रस्त झालेल्या नागाधिराजाच्या स्त्रीप्रमाणें दिसते. मातेप्रमाणें असणारी ही भागीरथी सर्व दक्षिण दिशा जलमय करून सोडीत आहे. ही समुद्राची प्रिय पट्टराणी भागीरथी श्रीशंकराच्या जटेंतून ह्या भूमितलावर पडली. ह्या अत्यंत पवित्र असणाऱ्या नदीमध्यें तूं यथेष्ट स्नानें कर.

भृगुतीर्थनिर्देश.

लोमश म्हणाले:—हे महाराजा युधिष्ठिरा, महर्षींच्या समुदायांनीं सेवन केलेलें आणि त्रैलोक्यामध्यें प्रख्यात असणारें हें भृगुतीर्थ पहा. ह्या ठिकाणीं स्नान केल्यामुळें परशुरामाला दाशरथि रामानें हरण केलेल्या त्याच्या तेजाची प्राप्ति झाली. हे पांडवा, ह्या ठिकाणीं ज्याप्रमाणें रामाशीं वैर करणाऱ्या परशुरामानें आपलें तेज पुनरपि संपादन केलें, त्याप्रमाणें तूंही आपले बंधु आणि द्रौपदी ह्यांसह स्नान करून दुर्योधनानें हरण केलेलें तेज पुनरपि संपादन कर.

वैशंपायन म्हणाले:—हे भरतवंशजा जनमेजया, हें ऐकून त्या ठिकाणीं आपले बंधु व द्रौपदी ह्यांसह त्या पांडुपुत्र युधिष्ठिरानें स्नान करून पितरांचें व देवांचें तर्पण केलें. ह्यामुळें त्या तीर्थाचें स्वरूपही अतिशय देदीप्यमान दिसूं लागलें, आणि हे पुरुषश्रेष्ठा, तो युधिष्ठिरही शत्रूंना अत्यंत अजिंक्य होऊन गेला. तदनंतर, हे राजेंद्रा, पांडुपुत्र युधिष्ठिरानें लोमश मुनीस विचारलें कीं, "भगवन्, हे प्रभो, मी असें विचारतों कीं, पूर्वीं श्रीरामानें परशुरामाचें तेज कशासाठीं हरण केलें होतें? व तें त्यास परत कसें मिळालें? तेव्हां आपण हें मला सांगा."

परशुरामतेजोहानिकथन.

लोमश म्हणाले:—हे राजेंद्रा, श्रीराम आणि ज्ञानसंपन्न परशुराम ह्यांजविषयींचा हा वृत्तान्त तूं ऐक. पूर्वीं महात्म्या दशरथाला राम हा पुत्र झाला. श्रीविष्णु हे रावणाच्या वधाकरितां स्वतःच्या शरीरानें अयोध्येमध्यें अवतीर्ण झाले; तोच हा दशरथाचा पुत्र राम होय हें आम्हांला माहीत आहे. ऋचीकवंशामध्यें उत्पन्न झालेला परशुराम हा रेणुकेचा पुत्र होय. राजा, कोणतेंही कर्म करितांना क्लेश न होणाऱ्या त्या दाशरथि रामाचा वृत्तान्त ऐकून परशुरामाला मोठें कौतुक वाटलें; आणि क्षत्रियांचा धुव्वा उडविणारें तें दिव्य धनुष्य घेऊन दाशरथि रामाच्या वीर्याची परीक्षा करण्यासाठीं तो अयोध्येमध्यें आला. तो आपल्या देशाच्या सीमेवर आला आहे हें ऐकून दशरथानें आपला संमाननीय पुत्र राम ह्यास त्याजकडे पाठविलें. तेव्हां, हे कौंतेया, तो श्रीराम अस्त्र सज्ज करून आपल्याजवळ येऊन उभा राहिलेला आहे असें पाहून हसत हसत परशुरामानें म्हटलें, "हे प्रभो राजेंद्रा, मीं ह्या धनुष्याच्या योगानें प्रत्यक्ष यमासारख्या क्षत्रियांचा वध केलेला आहे. तेव्हां, हे पृथ्वीपते, जर तुला सामर्थ्य असेल तर प्रयत्न करून तरी तूं ह्या धनुष्याची प्रत्यंचा चढीव!" असें त्यानें भाषण केल्यानंतर दाशरथि राम म्हणाला, "हे भगवन् तूं अशी निंदा करूं नको. क्षत्रियांच्या धर्मामध्यें मी कांहीं कमी प्रतीचा आहें असें नाहीं. तथापि इक्ष्वाकुकुलांतील राजे विशेषेंकरून ब्राह्मणापुढें आपल्या बाहुवीर्याचा टेंभा मिरवीत नसतात." त्याचें हें भाषण ऐकून भार्गवराम म्हणाला, 'हे रघुकुलोत्पन्ना रामा, उगीच कांहीं तरी सबब सांगूं नको.' हें ऐकून, क्षत्रियश्रेष्ठांना चूर करून सोडणारें तें दिव्य धनुष्य दाशरथि रामानें परशुरामाच्या हातून क्रोधानें घेतलें; आणि, हे भरतवंशजा, त्यानें जणू लीलेनें त्या धनुष्याची प्रत्यंचा चढविली; व नंतर त्या वीर्य-

वान् दाशरथि रामानें हसत हसत धनुष्याच्या दोरीचा टणत्कारही केला; तेव्हां वज्राच्या ध्वनीसारख्या त्या शब्दाच्या योगानें सर्व प्राणी भयभीत होऊन गेले. नंतर दाशरथि रामानें परशुरामास म्हटलें कीं, ' ब्रह्मन्, ही ह्या धनुष्याची प्रत्यंचा चढविली! आतां मी आणखी आपलें कोणतें कार्य करूं?' हे ऐकून जमदग्निपुत्र परशुरामानें एक दिव्य बाण दिला आणि सांगितलें कीं, हा आपल्या कर्णप्रदेशापर्यंत ओढ!'

लोमश ह्मणाले:—हें ऐकून दाशरथि राम क्रोधानें जणू प्रदीप्त होऊन गेला आणि ह्मणाला, " हे भृगुकुलोत्पन्ना, हें तुझें भाषण मी ऐकितों आणि त्याजबद्दल तुला क्षमाही करितों. तूं मात्र गर्वानें अगदीं भरून गेलेला आहेस. तुला आपल्या पितामहाच्या प्रसादानें क्षत्रियाहून अधिक तेजाची प्राप्ति झालेली आहे व ह्मणूनच तूं माझा असा पाणउतारा करीत आहेस हें खास आहे. तेव्हां आतां तूं माझें स्वतःचें स्वरूप अवलोकन कर. त्याकरितां मी तुला दृष्टि देतों." हे भरतवंशजा युधिष्ठिरा, तदनंतर भार्गवरामानें दाशरथि रामाच्या शरीरामध्यें आदित्य, वसु, रुद्र, मरुद्गण, अग्नि, नक्षत्रें, ग्रह, गंधर्व, राक्षस, नद्या, अशेष तीर्थें, ब्रह्मभूत आणि सनातन असे वालखिल्य मुनि, संपूर्ण देवर्षि, समुद्र, पर्वत, उपनिषदांसहवर्तमान वेद, यज्ञांसहवर्तमान वषट्कार, तसेंच सचेतन अशीं सामें, धनुर्वेद, मेघमंडल, वृष्टि आणि विजा हीं सर्व अवलोकन केलीं. हे भरतकुलोत्पन्ना, तदनंतर त्या भगवान् दाशरथि रामरूपी श्रीविष्णूनें तो बाण सोडला. त्या वेळीं हें भूतल शुष्क अशा वज्राच्या योगानें मोठमोठ्या उल्कांनीं, धूळीच्या प्रचंड वर्षावानें, पर्जन्यवृष्टीनें, भूकंपाच्या योगानें, वायुजन्य शब्दांच्या योगानें आणि इतरही विपुल ध्वनीच्या योगानें व्याप्त होऊन गेलें. नंतर दाशरथि रामाच्या हातून सुटलेला तो प्रज्वलित होऊन गेलेला बाण भार्गवरामास व्याकूळ करून आणि त्याचें केवळ तेज काढून घेऊन परत आला. तेव्हां पुढें विव्हल होऊन गेलेला तो परशुराम शुद्धीवर आला; आणि जरा शक्ति आल्यानंतर त्या विष्णुरूपी तेजाला नमस्कार करूं लागला व नंतर विष्णूच्याच अनुज्ञेनें तो महेंद्र पर्वतावर निघून गेला. त्या ठिकाणीं तो महातेजस्वी भार्गवराम भयाभीत आणि लज्जित होऊन वास्तव्य करूं लागला. पुढें एक वर्ष निघून गेल्यानंतर, प्रतिपक्ष्यानें तेज हरण केल्यामुळें परशुराम मदशून्य आणि दुःखी होऊन राहिला आहे असें पाहून त्याचे पितरांनी त्याला असें सांगितलें.

पितर ह्मणाले:—मुला, विष्णूची भेट झाल्यानंतर तूं जें आचरण केलेंस तें बरोबर झालें नाहीं. कारण, तो तीनही लोकांमध्यें सदोदित पूज्य आणि मान्य आहे. असो; वत्सा, आतां तूं वधूसरनामक नदीवर जा. त्या ठिकाणीं असणाऱ्या तीर्थामध्यें स्नान केलेंस ह्मणजे तुला पुनः आपल्या तेजाची प्राप्ति होईल. हे रामा, त्या तीर्थाचें नांव दीप्तोद असें असून, त्या ठिकाणीं तुझा प्रपितामह भृगु ह्यानें पूर्वींच्या देवयुगामध्यें उत्कृष्ट तपश्चर्या केली होती.

हे कुंतीपुत्रा, पितरांच्या सांगण्यावरून परशुरामानें तें सर्व त्याप्रमाणें केलें. तेव्हां, हे पांडुनंदना, त्याला त्या तीर्थावर पुनरपि आपल्या तेजाची प्राप्ति झाली. बा महाराजा युधिष्ठिरा, कोणतेंही कर्म करण्यामध्यें क्लेश न पावणाऱ्या परशुरामानें पूर्वीं विष्णूची भेट झाल्यानंतर नष्ट झालेलें आपलें तेज पुनः अशा रीतीनें संपादन केलें.

अध्याय शंभरावा.

---:०:---

दधीचोपाख्यान व वज्रनिर्माण.

युधिष्ठिर ह्मणालाः—हे द्विजश्रेष्ठा, मला पुनरपि त्या ज्ञानसंपन्न अगस्त्य महर्षींचीं कर्में सविस्तर ऐकण्याची इच्छा आहे.

लोमश ह्मणालेः—हे राजा, निःसीम तेजस्वी अगस्त्य मुनि ह्यांचा प्रभाव व्यक्त करणारी, अलौकिक, आश्चर्यकारक आणि दिव्य अशी एक कथा श्रवण कर.

पूर्वी कृतयुगामध्यें युद्धाचा मुळींच खातर नसलेले व अत्यंत भयंकर असे कालकेय नांवाचे दैत्यसमुदाय होऊन गेले. ते वृत्राचा आश्रय करून व नानाप्रकारचीं आयुधें उगारून इंद्रप्रभृति देवांवर धावून जाऊन त्यांस वेढा देऊं लागले. तेव्हां देवांनीं वृत्राचा वध करण्याविषयीं प्रयत्न केला, त्या वेळीं ते इंद्राला पुढें करून ब्रह्मदेवाच्या अग्रभागीं जाऊन उभे राहिले. त्या सर्वांनीं हात जोडतांच ब्रह्मदेव त्यांना ह्मणाले, "हे देवहो, आपणाला कोणतें कार्य करण्याची इच्छा आहे, तें मला कळून आलें. तेव्हां आतां वृत्राचा वध करितां येईल असा उपाय मी आपणांला सांगतों. दधीच ह्या नांवाचा एक प्रख्यात आणि उदार अंतःकरणाचा महर्षि आहे. त्याच्याकडे तुम्ही सर्वजण मिळून जा आणि वर मागा, ह्मणजे तो धर्मात्मा आनंदित अंतःकरणानें तुम्हांला वर देईल. त्या वेळीं, जयाचा अभिलाष असणाऱ्या तुम्हीं सर्वांनीं मिळून त्याला "त्रैलोक्याच्या हितासाठीं तूं आम्हांला आपल्या अस्थि दे." असें ह्मणावें, ह्मणजे तो देहत्याग करून आपल्या अस्थि देईल. नंतर त्याच्या अस्थींच्या योगानें अत्यंत भयंकर, बळकट, शत्रूंना अगदीं ठार करून सोडणारें, षट्कोणी आणि भयंकर ध्वनि असलेलें एक वज्र तयार करा. त्या वज्राच्या योगानें इंद्र वृत्राचा वध करूं शकेल. हें सर्व मीं तुम्हांला सांगितलें आहे. तेव्हां तें तुम्ही लवकर करा."

ह्याप्रमाणें ब्रह्मदेवानें भाषण केल्यानंतर त्याची आज्ञा घेऊन ते सर्वही देव विष्णूला पुढें करून तेथून दधीचमुनीच्या आश्रमाकडे गेले. हा आश्रम सरस्वतीच्या पैलतीरावर होता. तो अनेक प्रकारचे वृक्ष आणि लता ह्यांनीं वेष्टिलेला होता. त्यामध्यें भ्रमरांच्या गुंजारवांचा नाद सामगायनाच्या ध्वनीप्रमाणें घुमत राहिलेला होता. कोकिलांच्या ध्वनीनें तो आश्रम भरून गेलेला व चकोरांच्या शब्दांनीं गजबजून गेलेला होता. त्या आश्रमामध्यें व्याघ्राची बिलकूल भीति नसलेले वनमहिष, वराह, बालमृग आणि चमरमृग[1] ठिकठिकाणीं संचार करीत होते. तसेंच, हत्तिणी आणि गंडस्थलाच्या अग्रभागांतून मदजल गळत असलेले हत्ती ह्यांनीं—सरोवरांत शिरून क्रीडा करीत असतांना—गर्जना करून त्या आश्रमाचा आसमंताद्भाग प्रतिध्वनीनें भरून सोडलेला होता. मोठमोठ्यानें गर्जना करणाऱ्या सिंह, व्याघ्र इत्यादि पशूंच्या प्रतिध्वनीनें तो आश्रमप्रदेश दणाणून गेलेला होता; व इतरही गुहा, दऱ्या इत्यादिकांमध्यें पडून राहिलेल्या प्राण्यांच्या योगानें त्या आश्रमांतील ते ते प्रदेश अत्यंत सुशोभित दिसत होते. असो; अशा प्रकारें अत्यंत हृदयंगम असणाऱ्या व स्वर्गाप्रमाणें शोभणाऱ्या त्या दधीचमुनींच्या आश्रमाकडे ते देव आले, तेव्हां त्या ठिकाणीं त्यांस सूर्याप्रमाणें तेजस्वी व शरीरकांतीनें ब्रह्मदेवाप्रमाणें जाज्वल्यमान अशा दधीचमुनींचें दर्शन झालें. नंतर, राजा, त्या मुनीच्या चरणांस स्पर्श करून सर्व देवांनीं त्याला प्रणाम केला व ब्रह्मदेवानें सांगितल्या प्रकारचा वर मागितला. तेव्हां अत्यंत

१ ह्याच्या शेंपटीच्या केंसांच्या चवऱ्या करितात.

आनंदित होऊन दधीचमुनीनें त्या देवश्रेष्ठांस असें ह्मटलें कीं, 'हे देवहो, आज मी स्वतः आपल्या देहाचा त्याग करून तुमचें हित करितों.' असें ह्मणून त्या नरश्रेष्ठ जितेंद्रिय मुनीनें एकदम आपल्या प्राणांचा त्याग केला. तेव्हां तो गतप्राण झाल्यानंतर ब्रह्मदेवानें सांगितल्याप्रमाणें देवांनीं त्याच्या अस्थि घेतल्या व अत्यंत आनंदित होऊन त्यांनीं विजयप्राप्तीसाठीं विश्वकर्म्याकडे जाऊन त्याला ती गोष्ट सांगितली. त्यांचें भाषण ऐकून त्या पवित्र विश्वकर्म्यानें आनंदित होऊन भयंकर आकाराचें वज्र निर्माण केलें आणि आनंदानें इंद्रास ह्मटलें कीं, "हे देवा, आतां हें वज्र घेऊन तूं त्या भयंकर अशा देवशत्रूला भस्म करून सोड; व ह्याप्रमाणें शत्रूंचा नाश केल्यानंतर आपल्या गणांसहवर्तमान सुखानें स्वर्गाचें राज्य कर." त्वष्ट्यानें ह्याप्रमाणें सांगितल्यानंतर आनंदित झालेल्या इंद्रानें शुचिर्भूतपणें तें वज्र त्याजकडून घेतलें.

अध्याय एकशें पहिला.

—:०:—

वृत्रासुरवध.

लोमश ह्मणालेः—युधिष्ठिरा, तदनंतर वज्र धारण करणारा तो इंद्र, स्वर्ग आणि पृथ्वी ह्यांस सैन्यादिकांच्या योगानें व्याप्त करून वृत्रासुरावर चालून गेला. ह्या वेळीं बलाढ्य देवता इंद्राचें संरक्षण करीत होत्या; आणि शरीरानें धिप्पाड असून आयुधें उगारलीं असल्यामुळें शिखरांनीं युक्त असणाऱ्या पर्वतांप्रमाणें दिसणारे कालकेय नांवाचे दैत्य सभोंवतीं राहून वृत्रासुराचें संरक्षण करीत होते. तदनंतर एक मुहूर्तभर त्या देवतांचें दैत्यांशीं युद्ध झालें. हें प्रचंड युद्ध लोकांस भयभीत करून सोडणारें होतें. त्या वेळीं प्रथम उगारलेल्या, नंतर वीरांच्या बाहूंला लागून चूर होऊन गेलेल्या, व शत्रूंच्या शरीरांवर फेंकलेल्या खड्गांचा प्रचंड ध्वनि होऊं लागला. हे महाराजा, वीरांचीं मस्तकें तुटून ज्या वेळीं आकाशांतून खालीं पडूं लागलीं, त्या वेळीं तीं ताडाचीं फळें जशीं देठापासून गळून पडावीं तशीं दिसूं लागलीं. सुवर्णमय कवच धारण केल्यामुळें दावाग्नीनें पेटत असलेल्या पर्वतांप्रमाणें दिसणारे ते कालेयदैत्य परिधानरूपी आयुधें घेऊन त्या वेळीं देवांवर चालून गेले. ते जेव्हां अहंकारपूर्वक वेगानें धावून येऊं लागले, तेव्हां त्यांचा तो वेग देवांना सहन होईना! ह्यामुळें ते भयाभीत होऊन फळी फोडून पळूं लागले व वृत्रासुराचा जय होत चालला, हें पाहून सहस्राक्ष इंद्र अगदीं भ्रमिष्टासारखा होऊन गेला! व कालेय दैत्यांच्या भीतीनें त्रस्त होऊन गेलेला तो प्रत्यक्ष इंद्र सामर्थ्यसंपन्न अशा श्रीविष्णूला सत्वर शरण गेला. अशा प्रकारें इंद्र भ्रमिष्टासारखा होऊन गेला आहे असें पाहून, सनातन श्रीविष्णूनें इंद्राच्या बलाची अभिवृद्धि करण्यासाठीं त्याच्या शरीरामध्यें आपल्या तेजाची स्थापना केली. ह्याप्रमाणें श्रीविष्णु इंद्राचें संरक्षण करीत आहे असें पाहून सर्व देवगणांनीं व निष्पाप अशा ब्रह्मर्षींनीं आपलेंही तेज इंद्राच्या शरीरामध्यें ठेविलें, तेव्हां देवता व भाग्यशाली ऋषि ह्यांसह श्रीविष्णूनें पुष्ट करून सोडल्यानंतर तो इंद्र बलाढ्य बनून गेला. देवाधिपति इंद्र बलसंपन्न झाला आहे असें कळून येतांच वृत्रासुरानें मोठ्यानें अनेक वेळां गर्जना केली. तेव्हां त्याच्या त्या ध्वनीनें भूमि, दिशा, आकाश, स्वर्ग आणि पर्वत—सारांश, सर्वही ब्रह्मांड डळमळूं लागलें. तदनंतर, राजा, ती भयंकर आणि प्रचंड गर्जना कानीं पडतांच अत्यंत संतप्त होऊन गेलेला इंद्र भीतीनें अगदीं चूर होऊन गेला; व त्यानें त्या वृत्रासुराचा वध

करण्यासाठीं तें प्रचंड वज्र त्वरेनें त्याजवर फेंकिलें. तेव्हां, तो सुवर्णमाला धारण करणारा महासुर इंद्राच्या वज्राचा प्रहार झाल्यामुळें, पूर्वी विष्णूच्या हातून सुटलेल्या मंदरनामक महापर्वताप्रमाणें भूमीवर पडला! तो दैत्य ठार होत असतां इंद्र भयभीत होऊन सरोवरांत शिरण्यासाठीं पळूं लागला. त्या वेळीं त्याला भीतीमुळें आपल्या हातून वज्र सुटलें आहे हेंही समजलें नाहीं व वृत्राचा वध झाला हेंही कळून आलें नाहीं! वृत्राचा वध झाल्यामुळें सर्व देवांस आनंद होऊन गेला व महर्षि अतिशय आनंदित होऊन इंद्राची स्तुति करूं लागले. तदनंतर सर्व देव एकत्र जमून वृत्राचा वध झाल्यामुळें अतिशय पीडित झालेल्या त्या सर्व दैत्यांचा त्वरेनें वध करूं लागले. तेव्हां ते देव एकत्र जमून त्रास देऊं लागल्यामुळें भीतीनें पीडित झालेले ते दैत्य समुद्रामध्यें शिरले. ह्याप्रमाणें मत्स्य आणि मकर ह्यांनीं व्याप्त असलेल्या अगाध समुद्रामध्यें प्रवेश केल्यानंतर पुनः ताठा चढून ते सर्व दैत्य एकत्र जुळले व त्रैलोक्याचा नाश करण्याविषयीं मसलत करूं लागले. त्या वेळीं, ज्यांच्या बुद्धीस निश्चय कसा करावा ह्याचें ज्ञान आहे अशा कांहीं दैत्यांनीं निरनिराळे उपाय प्रशंसापूर्वक सांगितले. ह्याप्रमाणें ते त्या ठिकाणीं विचार करूं लागले असतां कालगतीच्या योगानें त्यांना एक भयंकर कृत्य करण्याची बुद्धि झाली. ते ह्मणूं लागले कीं, "विद्या आणि तप ह्यांनीं जे लोक युक्त असतील त्यांचा नाश प्रथम केला पाहिजे. कारण, ह्या सर्व लोकांना तपाचाच आधार आहे. तेव्हां तुह्मी तपाचा क्षय करण्याची त्वरा करा. ह्या पृथ्वीवर जे कोणी धर्मवेत्ते, ब्रह्मज्ञानी आणि तपस्वी असतील त्यांचा वध विलंब न करितां करा. कारण, त्यांचा नायनाट झाला ह्मणजे सर्व जग नाहींसें होऊन जाईल!" ह्याप्रमाणें विचार करीत ते सर्वही मोठमोठ्या लाटांनीं युक्त व वरुणाचें वसतिस्थान अशा समुद्ररूपी किल्ल्याचा आश्रय करून व जगताच्या विनाशाकडे बुद्धि गुंतवून अत्यंत आनंदित होऊन राहिले.

अध्याय एकशें दुसरा.

—:०:—

कालेय दैत्यांचें घोर कर्म.

लोमश ह्मणाले:—ह्याप्रमाणें जलाचा नाथ व वरुणाचें वसतिस्थान अशा समुद्राचा आश्रय केल्यानंतर त्या कालेय दैत्यांनीं त्रैलोक्याचा समूळ नाश करण्याचें योजिलें. क्रुद्ध होऊन गेलेले ते दैत्य पवित्र आश्रम व देवमंदिरें ह्यांमध्यें वास्तव करणाऱ्या मुनींना सदैव रात्रीं भक्षण करीत असत. त्या दुष्टांनीं वसिष्ठ मुनीच्या आश्रमास जाऊन एके ठिकाणीं एकशें अठ्यायशीं ब्राह्मण आणि दुसरीकडे दुसरे नऊ तपस्वी भक्षण करून सोडले. पुढें ब्राह्मणांचें वास्तव असलेल्या च्यवन मुनीच्या आश्रमास जाऊन तेथें फळमूळांवर उपजीविका करून रहाणारे शंभर मुनि भक्षण केले. ह्याप्रमाणें ते रात्रीं अशीं कर्में करीत व दिवसास समुद्रामध्यें प्रवेश करीत. त्यांनीं भारद्वाजाच्या आश्रमामध्यें जाऊन नियमनिष्ठ, ब्रह्मचारी व वायु आणि जल भक्षण करून रहाणाऱ्या वीर ब्राह्मणांना चूर करून टाकिलें. ह्याप्रमाणें मदोन्मत्त होऊन गेलेले व कालानें ग्रस्त करून सोडलेले ते दैत्य आपल्या बाहुबलाच्या आश्रयानें रात्रीं पीडा देत असत; तथापि, हे नरश्रेष्ठा, ते दैत्य बिचाऱ्या तपस्वी लोकांचें अशा रीतीनें आक्रमण करीत आहेत हें कोणाही मनुष्यास कळून आलें नाहीं! प्रातःकाल झाला कीं, मिताहारामुळें कृश होऊन गेलेल्या त्या मुनींचीं गतप्राण होऊन पडलेलीं शरीरें दृष्टिगोचर होत असत!

त्या ठिकाणीं, ज्यावरील मांस नष्ट होऊन गेलें आहे व ज्यांत रक्तही अवशिष्ट नाहीं; ज्यांतील मज्जा नाहींशी होऊन गेलेली आहे; आंतडी नष्ट होऊन गेलीं आहेत व सांधे नाहींतसे होऊन गेले आहेत अशा अस्थि जिकडे तिकडे पसरल्यामुळें पृथ्वीवर शंखांचे जणू ढीगच पडलेले आहेत कीं काय असें वाटे! त्या वेळीं फोडून टाकलेले कलश, मोडून टाकलेले स्रुवे आणि अस्ताव्यस्त पण फेंकून दिलेलीं अग्निहोत्राचीं कुंडें ह्यांच्या योगानें सर्व पृथ्वी व्याप्त होऊन गेलेली होती. ह्याप्रमाणें कालेयदैत्यांच्या भीतीनें पीडित झाल्यामुळें सर्व जग उत्साहशून्य होऊन गेलें; वेदाध्ययन आणि वषट्कार ह्यांचा लोप होऊन गेला; आणि यज्ञांचे उत्सव नाहींतसे होऊन गेले! हे नराधिपते, अशा रीतीनें क्षय होऊं लागल्यामुळें भयभीत होऊन व स्वतःचें संरक्षण करण्याविषयीं तत्पर होऊन देव दाही दिशांस पळूं लागले. कांहीं गुहेंत शिरले; कित्येक प्रवाहामध्यें शिरले व कित्येकांनीं दैत्यांपासून येणाऱ्या मरणाच्या भीतीमुळें स्वतःच प्राणत्याग केला! कित्येक महाधनुर्धर शूर लोक त्या दैत्यांचा शोध लावण्याविषयीं अत्यंत प्रयत्न करूं लागले; पण समुद्राचा आश्रय करून राहिलेले ते दैत्य त्यांना सांपडले नाहींत; ह्यामुळें ते मात्र अतिशय थकून जाऊन नाश पावले!

देवांची श्रीविष्णूस प्रार्थना.

ह्याप्रमाणें जगताचा नाश होऊन यज्ञक्रिया बंद पडल्या! तेव्हां, हे नराधिपते, देवांना अत्यंत पीडा होऊं लागली; व ते इंद्रासहवर्तमान एकत्र जुळून मसलत करूं लागले. नंतर ते सर्वही देव संरक्षण करण्याविषयीं समर्थ, सामर्थ्यसंपन्न आणि अनादि अशा श्रीविष्णूस शरण गेले व त्या अजिंक्य अशा श्रीविष्णूस नमस्कार करून ह्मणाले, "हे प्रभो, आम्हांला निर्माण करणारा व जगताची उत्पत्ति व संहार करणारा तूंच आहेस. हें चराचर विश्व तूंच निर्माण केलेलें आहेस. हे कमलनेत्रा, पूर्वीं नष्ट होऊन गेलेली ही पृथ्वी तूंच जगतासाठीं वराहाचें स्वरूप धारण करून समुद्रांतून वर काढलीस. हे पुरुषोत्तमा, तूंच पूर्वीं नारसिंहस्वरूप धारण करून महावीर्यशाली आदिदैत्य हिरण्यकशिपु ह्याचा वध केलास; सर्वही प्राण्यांस अवध्य अशा बलिनामक महादैत्यास तूंच वामनरूप धारण करून त्रैलोक्यापासून भ्रष्ट केलेंस; तूंच यज्ञाची दाणादाण उडवून देणाऱ्या, क्रूर आणि महाधनुर्धर जंभनामक दैत्याचा निःपात केलास! अशांसारखीं तुझीं असंख्यात कर्में आहेत. सारांश, हे मधुसूदना, आम्हीं भयभीत झालों कीं आमचा आधार तूंच! ह्मणूनच, हे देवाधिदेवा, लोकांच्या हितासाठीं आह्मी तुझी प्रार्थना करीत आहों. तेव्हां तूं ह्या महाभयंकर संकटांतून लोकांचें, आम्हां देवतांचें आणि इंद्राचें संरक्षण कर."

अध्याय एकशें तिसरा.

—:*:—

देवास विष्णूनीं सांगतलेली युक्ति.

देव ह्मणालेः—तुझ्याच प्रसादानें ब्राह्मण, क्षत्रिय, वैश्य आणि शूद्र अशा चार प्रका-

१ ह्या ठिकाणीं मुळांत 'चतुर्विधाः प्रजाः' अशीं पदें आहेत त्यांचा अर्थ नीलकंठांनीं 'देव, मनुष्य, तिर्यक् आणि स्थावर अशा चार प्रकारच्या प्रजा' असा केला आहे. पण श्लोकाच्या उत्तरार्धाकडे पाहिलें म्हणजे तो अर्थ चुकीचा आहे असें दिसतें. कारण, चार प्रकारच्या प्रजांचें संरक्षण केलें म्हणजे त्या हव्यकव्यादिकांच्या योगानें स्वर्गवासी लोकांचें अर्थात् देवांचें व पितरांचें संरक्षण करितात असा उत्तरार्धाचा आशय आहे. नीलकंठांच्या मताप्रमाणें जर देवादि चार प्रकारच्या प्रजा घेतल्या तर हें उत्तरार्ध असंगत दिसूं लागतें. कारण, त्यांच्या

रच्या। प्रजा वृद्धिंगत होत असतात; व त्यांचें संरक्षण केलें ह्मणजे त्याही हव्यकव्यादिकांच्या योगानें स्वर्गवासी लोकांचें संरक्षण करितात. ह्याप्रमाणें परस्परांचा आश्रय करूनच ह्या लोकांची अभिवृद्धि होत असते; व तूं संरक्षण केल्यामुळें तुझ्या अनुग्रहानें ते निर्भय होऊन राहिलेले असतात. पण आतां लोकांवर हें अत्यंत भयंकर संकट ओढवलें आहे. रात्रीं ह्या ब्राह्मणांचा वध कोण करीत आहे हें आम्हांला समजत नाहीं. ब्राह्मणांचा क्षय झाला ह्मणजे पृथ्वी नष्ट होऊन जाईल; व पृथ्वीचा नाश झाला ह्मणजे स्वर्ग नामशेष होऊन जाईल. ह्यास्तव हे महाबाहो जगन्नायका, तूं ह्या सर्व लोकांचें संरक्षण कर, म्हणजे त्याचा नाश होणार नाहीं.

विष्णु ह्मणालाः—हे देवहो, मला लोकांचा नाश होण्याचें हें सर्व कारण माहीत आहे; व तें मी तुह्मांलाही सांगतों, शांतपणें ऐका. कालेय म्हणून अत्यंत भयंकर असा दैत्यसमुदाय आहे. त्यांनीं वृत्रासुराच्या आश्रयानें सर्व जगताचा अगदीं धुव्वा उडवून दिला! पुढें ज्ञानसंपन्न अशा इंद्रानें वृत्रासुराचा वध केलेला पाहून ते आपल्या जीवितांचें संरक्षण करण्यासाठीं समुद्रामध्यें शिरले. मकर वगैरे जलचर प्राण्यांनीं व्याप्त होऊन गेलेल्या भयंकर समुद्रामध्यें प्रविष्ट झाल्यानंतर ते लोकांचा विध्वंस करण्यासाठीं रात्रीं ह्या भूतलावरील ऋषींचा वध करीत असतात. त्यांचा नायनाट करितां येणें शक्य नाहीं. कारण, त्यांनीं समुद्राचा आश्रय केलेला आहे. तेव्हां समुद्राचाच नाश करितां येईल असा कांहीं तरी विचार तुम्ही शोधून काढा. अगस्त्य मुनींवांचून दुसऱ्या कोणाला समुद्रशोषण करण्याची शक्ति आहे? अर्थात् कोणासही नाहीं; व समुद्र आटवून टाकल्यावांचून त्या दैत्यांचा वध करितां येणें शक्य नाहीं!

देवांचें अगस्त्य मुनींकडे गमन.

हें विष्णूचें भाषण ऐकून व नंतर ब्रह्मदेवाची आज्ञा घेऊन देव अगस्त्य मुनींच्या आश्रमाकडे गेले. त्या ठिकाणीं, ज्याप्रमाणें देव ब्रह्मदेवाची सेवा करितात त्याप्रमाणें मुनिजन ज्याची सेवा करीत आहेत व तेजाच्या योगानें जो अत्यंत प्रदीप्त आहे अशा महात्म्या अगस्त्य मुनींचें त्यांना दर्शन झालें. नंतर ते त्या आश्रमामध्यें असलेल्या, धैर्यभ्रष्ट न होणाऱ्या, व तपाचा केवल राशीच अशा मैत्रावरुणपुत्र महात्म्या अगस्त्य मुनींकडे गेले; व त्यांनीं जीं त्यांचीं कार्यें केलीं होतीं त्यांचा निर्देश करून स्तुति करूं लागले.

देव ह्मणालेः—पूर्वीं नहुषानें ज्या वेळीं ताप दिला त्या वेळीं आपणच लोकांचे आधार होऊन त्या लोककंटकाला इंद्रपदापासून भ्रष्ट केलें. सूर्यावर कोप करू । विंध्यपर्वत एकाएकीं अतिशय वाढूं लागला, पण तोही आपल्या वचनाचा अतिक्रम करावयाचा नाहीं ह्मणून वाढावयाचा राहिला. विंध्य पर्वत वाढल्या-

(मागील पृष्ठावरून पुढें चालू.)

मताप्रमाणें अर्थ मानिल्यास देवांनीं मनुष्यांप्रमाणें देव, पशु, पक्षी आणि वृक्ष, पाषाण ह्यांचें संरक्षण करावयाचें व मनुष्यांप्रमाणें देव, पशु, पक्षी आणि वृक्षपाषाणादि स्थावर ह्यांनीं हव्यकव्यांच्या योगानें देवांची तृप्ति करावयाची असा अर्थ निष्पन्न होऊं लागतो. पण वृक्षपाषाणादिकांनीं, पशुपक्ष्यांनीं अथवा देवांनीं हव्यकव्यांच्या योगानें देवतांचें संरक्षण कसें करावयाचें हें कळणें अशक्य आहे. कारण, देव हे हव्यकव्यांचे भोक्ते आहेत, कर्ते नाहींत; व पशुपक्ष्यादिकांकडून हव्यकव्य होणें शक्य नाहीं. म्हणूनच, ह्या ठिकाणीं ब्राह्मणादिक चार वर्ण असाच 'चतुर्विधाः प्रजाः' ह्या पदांचा अर्थ केला पाहिजे असें आम्हांस वाटतें. भगवद्गीतेंतही 'देवान् भावयताऽनेन ते देवा भावयन्तु वः' असें मनुष्यप्राण्यासच उद्देशून म्हटलें आहे.

मुळें सूर्यप्रकाश मिळेनासा होऊन लोक अंधकारानें व्याप्त होऊन गेले व मृत्यूनें पीडित होऊन गेले! तेव्हां आपण संरक्षण करणारे मिळाल्यामुळेंच ते अत्यंत सुखी झाले. आह्मी भयभीत झालों ह्मणजे आह्मांला तर नेह मींच आपला आधार असतो; व ह्मणूनच आज आह्मी पीडित झालों असून आपणांकडेच वर मागत आहों. कारण, आपणच वरदायक आहां.

अध्याय एकशें चौथा.

--:०:--

अगस्त्यकृत विंध्यवृद्धिप्रतिबंध.

युधिष्ठिर म्हणाला:— हे महामुने, विंध्य पर्वत एकदम क्रोधानें अगदीं बेभान होऊन जाऊन कशाकरितां वाढूं लागला हें विस्तारपूर्वक ऐकण्याची माझी इच्छा आहे.

लोमश म्हणाले:—सुवर्णमय महापर्वत गिरिराज मेरु ह्यास उदयाच्या आणि अस्ताच्या वेळीं सूर्य प्रदक्षिणा करीत होता. हें पाहून विंध्यपर्वत सूर्यास म्हणाला कीं, " हे सूर्या, ज्याप्रमाणें तूं प्रतिदिवशीं मेरूच्या समीप जातोस व त्याला प्रदक्षिणा करितोस, त्याप्रमाणेंच मलाही प्रदक्षिणा कर." त्यानें असें भाषण करितांच सूर्य म्हणाला, " हे पर्वता, मी मेरूला कांहीं आपल्या इच्छेनें प्रदक्षिणा करीत नसून, ज्यांनीं हें जग निर्माण केलें त्यांनींच मला हा मार्ग दाखवून दिला आहे." असें त्यानें सांगितल्यानंतर, हे शत्रुतापना युधिष्ठिरा, सूर्य आणि चंद्र ह्यांच्या मार्गास अडथळा करण्यासाठीं तो पर्वत रागारागानें एकदम वाढूं लागला तेव्हां सर्व देव मिळून त्या महापर्वताधिपति विंध्याकडे येऊन त्याला पुष्कळ उपायांनीं ' असें करूं नको. ' ह्मणून सांगूं लागले, पण त्यानें कांहीं त्यांचें सांगणें ऐकलें नाहीं. तेव्हां आश्रमामध्यें वास करणाऱ्या अत्यंत आश्चर्यकारक, वीर्यसंपन्न असणाऱ्या व धार्मिकश्रेष्ठ तपस्वी अगस्त्य मुनीकडे ते गेले व त्या सर्वांनीं मिळून त्याला ती गोष्ट सांगितली.

देव म्हणाले:—क्रोधाच्या आधीन होऊन जाऊन हा पर्वताधिराज विंध्य सूर्य आणि चंद्र ह्यांचा मार्ग व नक्षत्रांची गति अडवून टाकीत आहे. हे महाभागा द्विजश्रेष्ठा, आपल्यावांचून त्याचें निवारण करण्याविषयीं कोणीही समर्थ नाहीं तेव्हां आपणच त्याचें निवारण करा.

हें देवांचें भाषण ऐकून अगस्त्य मुनि विंध्य पर्वताजवळ गेले व आपल्या भार्येसहवर्तमान त्याच्याजवळ जाऊन त्याला ह्मणाले, " हे पर्वतश्रेष्ठा, मी कांहीं कार्याच्या निमित्तानें दक्षिणदिशेस जाणार आहें, तेव्हां तूं मला वाट द्यावीस अशी माझी इच्छा आहे. माझें पुनः आगमन होईपर्यंत तूं दम धर, आणि हे पर्वतश्रेष्ठा, मी परत आलों ह्मणजे मग तूं आपल्या इच्छेस येईल त्याप्रमाणें वाढ."

हे शत्रुनाशका, ह्याप्रमाणें विंध्याशीं ठराव करून अगस्त्य मुनि दक्षिण दिशेकडे गेले, ते अद्यापि परत फिरले नाहींत. असो; ह्याप्रमाणें 'अगस्त्याच्या प्रभावानें विंध्यपर्वत वाढावयाचा कसा राहिला?' असें जें तूं मला विचारलेंस, तें सर्व मीं तुला सांगितलें. आतां, हे राजा, अगस्त्याकडून वर संपादन करून सर्व देवांनीं कालेय दैत्यांचा कसा फडशा पाडला तें मी तुला सांगतों, ऐक.

अगस्त्याचें समुद्रगमन.

देवांचें भाषण ऐकून अगस्त्य म्हणाला कीं, " आपण मजकडे कशाकरितां आलेले आहां? व मजपासून आपणाला कोणता वर मिळावा अशी इच्छा आहे?" असें त्यानें विचारल्यानंतर ते देव त्या मुनीला म्हणाले, " हे महात्मन्, आपण हा महासमुद्र

प्राशन करून टाकावा; हेंच आपण आमचें काम करावें अशी आमची इच्छा आहे. आपण असें केलें ह्मणजे ते देवद्वेष्टे कालेयसंज्ञक दैत्य व त्यांचे अनुयायी ह्यांचा आह्मांला वध करितां येईल." हें देवांचें भाषण ऐकून अगस्त्य मुनि ह्मणाला "ठीक आहे. मी आपल्या इच्छेप्रमाणें करून लोकांना अत्यंत सुख देतों." नंतर, हे सुव्रता महाराजा, तपःसिद्धि झालेले मुनि व देव ह्यांस बरोबर घेऊन तो अगस्त्य मुनि नदीनायक समुद्राकडे गेला. तेव्हां तें आश्चर्य पहाण्याच्या इच्छेनें मनुष्य, सर्प, गंधर्व, यक्ष आणि किन्नर हे त्या महात्म्या अगस्त्याच्या पाठीमागून गेले. नंतर ते सर्वजण मिळून,—लाटांच्या रूपानें जणूं नृत्यच करीत असलेल्या, वायूच्या योगानें जणूं हेलकावे खात असलेल्या, फेनसमूहाच्या रूपानें जणू हसत असलेल्या, तरिवरील दऱ्यांच्या आकाराच्या खड्डयांमध्यें जणू अडखळत असलेल्या, अनेक प्रकारच्या मकरांनीं व्याप्त असलेल्या व जलचर पक्ष्यांनीं युक्त असलेल्या त्या भयंकर गर्जना करणाऱ्या समुद्राजवळ गेले. सारांश, अगस्त्य मुनीबरोबर असलेले ते सर्व महाभाग्यशाली देव, गंधर्व, महोरग आणि महाभाग्यशाली मुनि हे समुद्राच्या तीरावर गेले.

अध्याय एकशें पांचवा.

—:*:—

अगस्त्यकृत समुद्रप्राशन.

लोमश ह्मणालेः—तो भगवान् अगस्त्य मुनि समुद्रतीरावर गेल्यानंतर आपल्याबरोबर त्या ठिकाणीं आलेल्या देवांस व ऋषींस ह्मणाला कीं, "मी आतां लोकहितार्थ समुद्र प्राशन करितों. तुह्मांला जें कांहीं करावयाचें असेल तें लौकर करून घ्या." इतकें भाषण करून, धैर्यभ्रष्ट न होणारा तो मैत्रावरुणपुत्र अगस्त्य ह्यानें सर्व लोक पहात आहेत इतक्यांत रागारागानें समुद्राचें प्राशन केलें. त्या वेळीं तो समुद्र प्राशन करीत आहे हें पाहून इंद्रासहवर्तमान सर्वही देवांस अत्यंत आश्चर्य वाटलें व ते स्तुतीच्या योगानें त्याचा बहुमान करूं लागले. ते ह्मणाले, "तूंच आमचा संरक्षक असून लोकांची काळजी वाहणारा व लोकनिर्माताही आहेस. तुझा अनुग्रह आहे ह्मणूनच देवांसह ह्या सर्व जगताचा उच्छेद होण्याचा संभव नाहीं." ह्याप्रमाणें देव स्तुति करीत असतां, चोहोंकडे गंधर्वांचीं वाद्यें वाजूं लागलीं असतां, व दिव्य पुष्पांचा वर्षाव होऊं लागला असतां महात्म्या अगस्त्यानें त्या महासमुद्रांतील पाणी अगदीं नाहींसें करून टाकिलें !

देवकृत कालेयवध.

याप्रमाणें त्या महासमुद्रांतील जल अगदीं नाहींसें झालेलें आहे असें पाहून सर्व देवांस अत्यंत आनंद झाला; व त्या अत्यंत बलयुक्त असलेल्या देवांनीं उत्कृष्ट प्रकारचीं दिव्य अशीं आयुधें घेऊन त्या दैत्यांचा वध केला. ते महाबलाढ्य महात्मे देव गर्जना करीत करीत ज्या वेळीं त्या दैत्यांचा वध करूं लागले, त्या वेळीं वेगसंपन्न अशा त्या महत्म्या देवांचा वेग सहन करणें त्या दैत्यांना शक्य झालें नाहीं. तेव्हां, हे भरतवंशजा, देव वध करूं लागले असतां भयंकर गर्जना करणाऱ्या त्या दैत्यांनीं जवळ जवळ दोन घटका तुंबळ युद्ध केलें. सुसंस्कृत अंतःकरणाच्या ऋषींनीं तपाच्या योगानें त्यांस पूर्वींच दग्ध करून सोडिलें होतें, तथापि ते जेव्हां प्रयत्न करूं लागले तेव्हां देवांनीं त्यांना शक्तीच्या योगानें अगदीं चूर करून टाकिलें. सुवर्णाचे बहुमूल्य अलंकार, कुंडलें आणि बाहुभूषणें धारण करणारे ते दैत्य जेव्हां ठार

होऊन पडले, तेव्हां प्रफुल्ल झालेल्या पळसां-प्रमाणें अतिशय शोभूं लागले. हे नरश्रेष्ठा, वध झाल्यानंतरही जे कालेय दैत्य अवशिष्ट राहिले होते ते पृथ्वी फोडून पातालांत जाऊन राहिले.

ह्याप्रमाणें दैत्यांचा वध झालेला पाहून देवांनीं अनेक प्रकारचीं भाषणें करून मुनि-श्रेष्ठ अगस्त्याची स्तुति केली व असें ह्मटलें कीं, " हे महाबाहो, तुझ्याच अनुग्रहानें लोकांना मोठ्या सुखाची प्राप्ति झाली असून तुझ्याच तेजाच्या योगानें भयंकर पराक्रमी कालेय दैत्यांचा वध झालेला आहे. तेव्हां, हे लोकरक्षका महाबाहो, तूं प्राशन केलेलें जल ह्या समुद्रामध्यें पुनः सोडून तूं हा भरून काढ. "

हें ऐकून भगवान् मुनिश्रेष्ठ अगस्त्य ह्यानें उत्तर दिलें कीं, " मीं तें पाणी पचवून टाकिलें आहे. तेव्हां तुह्मी प्रयत्न करून समुद्र भरून काढण्यासाठीं दुसरा कांहीं उपाय शोधून काढा. " ह्याप्रमाणें अंतःकरण सुसंस्कृत असलेल्या त्या महर्षीचें भाषण ऐकून सर्वेही देव आश्चर्यचकित आणि खिन्न झाले ! आणि, हे महाराजा, परस्परांचा निरोप घेऊन ते सर्वेही लोक मुनिश्रेष्ठ अगस्त्यास नमस्कार करून आल्या मार्गानें निघून गेले. नंतर समुद्र भरून काढण्याविषयीं वारंवार मसलत केल्यावर विष्णू-सह ते सर्व देव ब्रह्मदेवाकडे गेले व समुद्र जलपूर्ण करण्याविषयीं त्याची हात जोडून विनंती करूं लागले.

अध्याय एकशें सहावा.

—:०:—

सगरास पुत्रोत्पत्ति.

लोमश ह्मणाले:——त्या ठिकाणीं जुळलेल्या त्या सर्व देवांस लोकांचे पितामह ब्रह्मदेव ह्मणाले, " हे देवहो, आपण सर्व स्वच्छंदपणें निकडे जावयाचें असेल तिकडे जा. पुष्कळ काळ निघून गेल्यानंतर, आपल्या पूर्वजांच्या निमित्तानें महाराजा भगीरथ ह्याजकडून ह्या समुद्राला पूर्वीच्या स्वरूपाची प्राप्ति होईल. ' ब्रह्मदेवाचें हें भाषण ऐकून ते सर्वेही देवश्रेष्ठ तो कालयोग केव्हां येतो ह्याची वाट पाहूं लागले व आल्या मार्गानें निघून गेले.

युधिष्ठिर म्हणालाः—हे ब्रह्मन्, हे मुने, ते पूर्वज कोणते ? आणि हा समुद्र पूर्ण करण्याचें कारण काय ? व तो भगीरथाच्या आश्रयानें कसा पूर्ण झाला ? हे तपोधना विप्रा, हें राजांचें उत्कृष्ट प्रकारचें चरित्र आपण मला सांगावें व मीं तें सविस्तर ऐकावें, अशी माझी इच्छा आहे.

वैशंपायन म्हणाले:—ह्याप्रमाणें महात्म्याधर्म-राजानें विचारल्यानंतर ब्राह्मणश्रेष्ठ लोमश मुनि महात्म्या सगराचें माहात्म्य कथन करूं लागले.

लोमश म्हणाले:—पूर्वीं स्वरूप,धैर्य आणि बल ह्यांनीं युक्त असलेला सत्त्वगुणसंपन्न आणि प्रतापशाली सगर नांवाचा एक पृथ्वीपति इक्ष्वाकूच्या वंशामध्यें होऊन गेला. हे भरत-वंशजा, त्यानें हैहय आणि तालजंघ ह्या राजांच्या निःपात केला व सर्व क्षत्रियांस वश करून घेऊन राज्य केलें. हे भरतकुलश्रेष्ठा, त्या राजाला स्वरूप आणि तारुण्य ह्यांच्या गर्वानें युक्त असलेल्या वैदर्भी आणि शैब्या ह्या नांवांच्या दोन स्त्रिया होत्या. पुढें, हे राजेंद्रा, त्या राजानें आपल्या त्या दोहों पत्नीं-सह कैलासपर्वतावर जाऊन राहून पुत्रप्राप्तीच्या इच्छेनें अत्यंत मोठी तपश्चर्या केली. तो समाधिनिष्ठ होऊन अत्यंत मोठें तप करूं लागल्यानंतर त्याला कल्याणकारक, जगताच्या उत्पत्तीस कारणीभूत, ऐश्वर्यसंपन्न, शूलपाणि, त्रिनेत्र, कल्याणमय, भयंकर तेजस्वी, सर्वांचे अधिपति, नानाप्रकारचीं स्वरूपें धारण करणारे व त्रिपुरासुराचा नाश करणारे जे

पार्वतीपति महात्मे श्रीशंकर त्यांचें दर्शन झालें. त्या वरप्रदायक श्रीशंकरांस अवलोकन करितांच भार्यासहवर्तमान त्या महाबाहुराजानें त्यांस नमस्कार केला व पुत्राविषयीं याचना केली. तेव्हां, श्रीशंकर संतुष्ट होऊन त्या ठिकाणीं स्त्रियांसहवर्तमान असलेल्या त्या नृपश्रेष्ठास ह्मणाले कीं, " हे राजा, ज्या मुहूर्तावर इकडे तूं मजकडून वर घेतला आहेस, त्या मुहूर्ताचें फलच असें आहे कीं, हे नरवरश्रेष्ठा, तुला एकाच स्त्रीचे ठिकाणीं शूर आणि अत्यंत गर्विष्ठ असे साठ हजार पुत्र होतील, आणि ते सर्व एकदम नाशही पावतील. तसेंच, हे पृथ्वीपते, दुसरीच्या ठिकाणीं तुझा वंश चालविणारा असा एकच शूर पुत्र होईल." असें त्याला सांगून श्रीशंकर त्याच ठिकाणीं अंतर्धान पावले. इकडे राजा सगरही आपल्या मंदिराकडे निघून गेला व त्या दोन्ही स्त्रियांसहवर्तमान त्या ठिकाणीं त्या वेळीं आनंदित अंतःकरणानें राहूं लागला. हे नरश्रेष्ठा, त्या राजाच्या वैदर्भी आणि शैब्या ह्या दोन कमललोचना स्त्रिया पुढें गर्भिणी झाल्या. नंतर कांहीं काल लोटून गेल्यावर वैदर्भीला एक भोपळा झाला आणि शैब्येला देवासारखें स्वरूप असलेला एक पुत्र झाला. त्या वेळीं राजानें तो भोपळा टाकून देण्याचें मनांत आणिलें. इतक्यांत आकाशांतून गंभीर ध्वनीनें निघालेले शब्द त्याच्या कानांवर आले कीं, " हे राजा, तूं असें साहस करूं नको. पुत्रांचा त्याग करणें हें तुला योग्य नाहीं. तूं ह्या भोपळ्यांतून बिया काढ आणि घृतानें भरलेल्या उष्णतायुक्त पात्रामध्यें ठेवून दे. म्हणजे, हे भरतवंशजा, तुला साठ हजार पुत्रांची प्राप्ति होईल. हे नराधिपते, महादेवांनीं अशाच क्रमानें तुला पुत्रांची प्राप्ति होईल असें सांगितलें आहे. तेव्हां, तूं ह्याच्या विपरीत वागण्याचें मनांत आणूं नको."

अध्याय एकशें सातवा.

—:०:—

सगराचा अश्वमेध.

लोमश म्हणालेः—हे नृपश्रेष्ठा भरतकुलोत्तमा, ही आकाशवाणी ऐकून त्या राजानें श्रद्धापूर्वक तसें आचरण केलें. त्या राजानें त्यांतील एक एक बीज काढिलें; आणि घृतानें भरलेल्या कलशामध्यें घालून ठेविलें; व पुत्रांचें संरक्षण करण्याविषयीं तत्पर असणाऱ्या त्या राजानें एका एका दाईकडे तो एक एक कलश देऊन टाकिला. पुढें पुष्कळ काळ लोटल्यावर त्यांतून महाबलाढ्य असे पुत्र वर निघाले. हे पृथ्वीपते, ह्याप्रमाणें अत्यंत तेजस्वी अशा त्या राजर्षीस श्रीशंकरांच्या कृपेनें साठ हजार पुत्र झाले ! ते भयंकर क्रूर कर्मे करणारे व आकाशगामी असून संख्येनें पुष्कळ असल्यामुळें इंद्रासहवर्तमान सर्वही देवांना तुच्छ मानीत होते. इतकेंच नव्हे, तर ते शूर आणि समरांगणामध्यें शोभणारे असे सगरपुत्र देव, गंधर्व, राक्षस आणि सर्वही प्राणी ह्यांना पीडा देऊं लागले. ह्याप्रमाणें ते जडबुद्धि सगरपुत्र मरणप्राय कष्ट देऊं लागले असतां सर्वही लोक ब्रह्मदेवाला शरण गेले. तेव्हां सर्व लोकांचे पितामह माहाभाग ब्रह्मदेव त्यांना ह्मणाले कीं, " देवहो, तुह्मी सर्व लोकांसहवर्तमान जसे आलां तसे परत जा. हे देवहो, लवकरच त्या सर्वही सगरपुत्रांचा त्यांच्या कर्माच्या योगानेंच महाभयंकर असा संहार होईल !" हे नराधिपते, असें त्यांनीं सांगितल्यानंतर ब्रह्मदेवाची अनुज्ञा घेऊन सर्व लोक आणि देव आल्या मार्गानें निघून गेले.

हे भरतकुलश्रेष्ठा, पुढें पुष्कळ काल निघून गेल्यानंतर वीर्यसंपन्न अशा सगरराजानें अश्वमेधयज्ञाची दीक्षा घेतली. तेव्हां त्याचा अश्व भूमीवर फिरूं लागला. त्याचे पुत्र त्या अश्वाचें

संरक्षण करीत होते. ते जरी त्या अश्वाचें चांगलें संरक्षण करीत होते तरीही जलशून्य व म्हणूनच भयाण दिसणाऱ्या त्या समुद्रामध्यें जातांच तो अश्व गुप्त झाला ! बा युधिष्ठिरा, तदनंतर तो उत्कृष्ट प्रकारचा अश्व कोणीं तरी धरून नेला असावा असें समजून त्यांनीं आपल्या पित्याकडे येऊन तो गुप्त झालेला अश्व कोणी हरण करून नेला असें सांगितलें व त्याची आज्ञा झाल्यानंतर ते सर्वजण दाही-दिशांस जाऊन त्या अश्वाचा शोध करूं लागले. हे महाराजा, ह्याप्रमाणें पित्याच्या आज्ञेवरून त्यांनीं दाही दिशांच्या ठिकाणीं व सर्वही भूतलावर अश्वाचा शोध केला, तथापि त्यांना तो अश्व मिळाला नाहीं व तो अश्व कोणीं हरण केला ह्याचाही शोध लागला नाहीं. तदनंतर त्या सर्वही सगरपुत्रांनीं परस्परांच्या गांठी घेतल्या व पित्याच्या पुढें येऊन हात जोडून सांगितलें, " हे पृथ्वीपते राजा, आपल्या सांगण्यावरून आम्हीं समुद्र, वनें, द्वीपें, नद्या, नद, दऱ्या, पर्वत आणि वनप्रदेश ह्यांसहवर्तमान सर्व पृथ्वी धुंडाळून पाहिली. तथापि आम्हांला अश्व मिळत नाहीं व तो कोणीं हरण केला आहे ह्याचाही शोध लागत नाहीं ! " हें त्यांचें भाषण ऐकून त्या राजाच्या अंतःकरणांत क्रोधाचा संचार होऊन गेला; आणि, हे राजा, दैवयोगानें तो त्या सर्वांना असें म्हणाला, हे पुत्रहो, तुम्ही पुनः अश्व घेतल्यावांचून परत न येण्याच्या उद्देशानें जा आणि पुनरपि त्या अश्वाचा शोध करा. तो यज्ञसंबंधीं अश्व घेतल्यावांचून तुम्ही परत येतां कामा नये." ही पित्याची आज्ञा शिरसा मान्य करून ते सर्वही सगरपुत्र पुनः संपूर्ण पृथ्वी धुंडाळूं लागले असतां त्या वीरांना एके ठिकाणीं पृथ्वी दुभंगलेली दिसली. तेव्हां ते सगरपुत्र त्या छिद्राजवळ येऊन खोऱ्यांनीं व कुदळींनीं तो समुद्रप्रदेश प्रयत्नपूर्वक खणून काढूं लागले. ते सर्व सगरपुत्र मिळून खणूं लागले असतां समुद्र जिकडून तिकडून विदीर्ण होऊन जाऊं लागला व त्यामुळें त्यामध्यें असणाऱ्या प्राण्यांना फार पीडा होऊं लागली ! सगरपुत्र खणीत असल्यामुळें समुद्रामध्यें वास्तव्य करणारे दैत्य, सर्प, राक्षस आणि इतरही नानाप्रकारचे प्राणी पीडासूचक आक्रोश करूं लागले ! त्या वेळीं शेंकडों हजारों प्राणी—कित्येकांचीं मस्तकें छिन्नविच्छिन्न झालीं आहेत, कित्येकांचे देह नष्ट होऊन गेले आहेत, कित्येकांची त्वचा फाटून गेली आहे आणि कित्येकांचे अस्थि व त्यांचे सांधे ह्यांचा भंग होऊन गेला आहे—असे दिसूं लागले. ह्याप्रमाणें ते सगरपुत्र समुद्र खणूं लागले असतां पुष्कळ काल लोटून गेला तरीही अश्व त्यांच्या दृष्टीस पडला नाहीं. तदनंतर, हे पृथ्वीपते, ते अतिशय क्रुद्ध होऊन गेले व समुद्राच्या ईशान्य टोंकास पातालपर्यंत भूमि खणून काढून आंत शिरले. तेव्हां पातालामध्यें फिरत असलेला तो अश्व त्यांच्या दृष्टीस पडला; व त्याच्याबरोबर—ज्वालांच्या योगानें देदीप्यमान अशा अग्नीप्रमाणें दिसणारा व तेजाच्या योगानें प्रकाशमान असलेला तेजाचा केवळ उत्कृष्ट प्रकारचा राशिच असा—महात्मा कपिलही त्यांच्या दृष्टीस पडला.

कपिलकृत सगरपुत्रदाह.

लोमश म्हणालेः—तो अश्व पाहतांच त्यांच्या अंगावर रोमांच उभे राहिले व अत्यंत क्रुद्ध झालेले ते सगरपुत्र कालगतीच्या प्रेरणेनें महात्म्या कपिलास न जुमानतां तो अश्व ग्रहण करण्याच्या इच्छेनें पुढें सरसावले. तेव्हां, हे महाराजा, ज्या मुनिश्रेष्ठाला वासुदेव असें म्हणतात तो महात्मा कपिल रोषाविष्ट होऊन गेला. तदनंतर त्या महातेजस्वी कपिलानें डोळे लाल करून त्या

मंदबुद्धि सगरपुत्रांवर आपलें तेज सोडून त्यांना दग्ध करून सोडलें ! नंतर ते सगरपुत्र भस्म होऊन गेले आहेत असें पाहून महातपस्वी नारदमुनींनीं सगरापाशीं जाऊन त्याला तो वृत्तान्त सांगितला. नारदांच्या मुखांतून निघालेले ते भयंकर शब्द ऐकून तो राजा क्षणभर खिन्न होऊन बसला ! इतक्यांत त्याला त्या शंकरांच्या भाषणाची आठवण झाली. तेव्हां, हे भरतकुलश्रेष्ठा, तो असमंजस् नांवाच्या आपल्या पुत्राचा पुत्र अंशुमान् ह्यास बोलावून म्हणाला, "ते माझे निस्सीम तेजस्वी साठ हजार पुत्र कपिलाच्या तेजांत सांपडून मृत्यु पावले ! बा निष्पापा अंशुमाना, मीं धर्माचें संरक्षण करण्यासाठीं आणि नगरवासी लोकांचें हित करण्याच्या इच्छेनें तुझ्या पित्याचा त्याग केलेला आहे !"

युधिष्ठिर म्हणालाः—हे तपोधन, नृपश्रेष्ठ सगरानें त्याग करण्यास कठीण अशा आपल्या औरस पुत्राचा त्याग कशाकरितां केला हें मला सांगा.

असमंजाचा वृत्तान्त.

लोमश म्हणालेः—सगराला शैब्येच्या ठिकाणीं झालेला पुत्र असमंजा ह्या नांवानें प्रसिद्ध होता. तो नगरवासी लोकांच्या दुर्बल मुलांना तीं आक्रोश करीत असतां कंठ धरून नदीमध्यें फेंकून देत असे ! तेव्हां भीति आणि शोक ह्यांनीं व्याप्त होऊन गेलेले नगरवासी लोक सगराजवळ आले व हात जोडून उभे राहून त्याची प्रार्थना करूं लागले कीं, "महाराज, परचक्रादिकांच्या योगानें उत्पन्न होणाऱ्या भीतीपासून आमचें संरक्षण करणारे आपणच आहां. तेव्हां ह्या असमंजाच्या भीतीपासूनही आपणच आमचें संरक्षण करा." हें पौरांचें भीतिजनक भाषण ऐकून तो राजा क्षणभर खिन्न होऊन बसला व नंतर अमात्यांना म्हणाला कीं, "माझा पुत्र असमंजा ह्याला आजच्या आज नगरांतून हद्दपार करा." हें ऐकून त्यांनीं विलंब न करितां राजाची आज्ञा झाली होती त्याप्रमाणें केलें. ह्याप्रमाणें पौरांच्या हिताकरितां महात्म्या सगरानें आपल्या पुत्राला कसा हांकलून दिला ह्याविषयींचा हा वृत्तान्त मीं तुला सांगितला. आतां सगरानें महाधनुर्धर अंशुमान् ह्यास जें कांहीं सांगितलें तें सर्व मी तुला सांगतों, ऐक.

अंशुमानास कपिलांचा वर.

सगर म्हणालाः—बाळा, तुझ्या पित्याचा त्याग केल्यामुळें, ह्या पुत्रांचा अंत झाल्यामुळें आणि अश्व न मिळाल्यामुळें मला फार ताप होत आहे. तेव्हां, हे पौत्रा, तूं अश्व घेऊन येऊन, दुःखानें संतप्त झालेल्या व यज्ञाला विघ्न आल्यामुळें भ्रमिष्ठ बनून गेलेल्या माझा नरकापासून उद्धार कर.

राजा, महात्म्या सगरानें असें सांगितल्यानंतर अंशुमानालाही वाईट वाटलें; व ज्या ठिकाणीं भूमि विदीर्ण केलेली होती तेथें तो गेला. पुढें तो त्याच मार्गानें समुद्राच्या आंत शिरला असतां त्यास त्या महात्म्या कपिलांचें दर्शन झालें व तो अश्वही दृष्टीस पडला. तेजाचा केवळ राशिच अशा पुरातन मुनिश्रेष्ठ कपिलांस अवलोकन करितांच त्यानें भूमीवर मस्तक टेंकून प्रणाम केला व आपलें कार्य त्यांस निवेदन केलें. तेव्हां, हे भरतकुलोत्पन्ना महाराजा, कपिलमुनि अंशुमानावर प्रसन्न झाले; आणि त्या धर्मात्म्यांनीं "मी तुला वर देतों" असें म्हटलें. तेव्हां, त्यानें प्रथम यज्ञाकरितां अश्व मिळावा हा वर मागून घेतला; व पितरांस पवित्र करण्याच्या उद्देशानें दुसरा वर मागून घेतला. तेव्हां महातेजस्वी मुनिश्रेष्ठ कपिल त्याला म्हणाले कीं, "हे निष्पापा, तूं जें जें मागत असशील तें तें मी तुला देतों.

क्षमा, धर्म व सत्य हीं तुझ्या ठिकाणीं निश्चलपणें वास्तव्य करीत आहेत. तुझ्या योगानें सगर कृतार्थ झाला असून तुझ्याच योगानें तुझा पिता उत्कृष्ट पुत्रसंपन्न झालेला आहे. तुझ्याच प्रभावानें हे सगरपुत्र स्वर्गास जातील. तुझा पौत्र सगरपुत्रांना पवित्र करण्यासाठीं श्रीशंकरांस संतुष्ट करून स्वर्गावरून गंगेला घेऊन येईल. बा नरश्रेष्ठा, तुझें अत्यंत कल्याण होवो ! आतां तूं हा यज्ञसंबंधीं अश्व घेऊन जा आणि महात्म्या सगराचा यज्ञ शेवटास ने."

ह्याप्रमाणें महात्म्या कपिलानें भाषण केल्यानंतर अंशुमान् अश्व घेऊन महात्म्या सगराच्या यज्ञमंडपामध्यें आला; व त्यानें महात्म्या सगराच्या चरणीं नमस्कार केला. नंतर सगरानें मस्तकाचें अवघ्राण केल्यावर त्यानें सगरपुत्रांचा नाश झाल्याचा वृत्तान्त जो आपण ऐकिलेला व पाहिलेला होता तो त्याला सांगितला आणि तो अश्व यज्ञमंडपामध्यें आलेला आहे असें कळविलें. हें ऐकून राजा सगरानें पुत्रांविषयींचें दुःख सोडून दिलें व अंशुमानाचा बहुमान करून यज्ञ समाप्त केला. यज्ञाची समाप्ति झाल्यानंतर सर्व देवांनीं मिळून सगराचें अभिनंदन केलें. तेव्हां, तो वरुणाचें वसतिस्थान जो समुद्र त्यासच पुत्र मानूं लागला. पुढें पुष्कळ काळपर्यंत राज्य केल्यानंतर तो कमलनेत्र राजा सगर आपल्या पौत्राकडे राज्यकारभार सोंपवून स्वर्गास गेला. हे महाराजा, तदनंतर धर्मात्मा अंशुमानूही आपल्या पितामहाप्रमाणेंच समुद्रवलयांकित पृथ्वीचें राज्य करूं लागला. पुढें त्याला दिलीप नांवाचा एक धर्मवेत्ता पुत्र झाला. त्याच्याकडे राज्यकार्य सोंपवून तो अंशुमानही स्वर्गलोकास गेला. पुढें आपल्या पितरांच्या अर्थात् सगरपुत्रांच्या त्या प्रचंड निधनाचा वृत्तान्त ऐकून दिलीप अत्यंत दुःखपीडित झाला ! तेव्हां त्यांच्या उद्धाराविषयींचा विचार सुचून त्यानें गंगेस पृथ्वीवर आणण्याचा अत्यंत मोठा प्रयत्न केला. पण त्यानें आपल्या शक्तीप्रमाणें प्रयत्न केला तरीही त्यास गंगा भूतलावर आणतां आली नाहीं. पुढें त्याला श्रीमान्, धर्मनिष्ठ, सत्यवादी आणि निर्मत्सर असा भगीरथ ह्या नांवानें प्रसिद्ध असलेला एक पुत्र झाला. त्याला राज्याभिषेक करून दिलीप अरण्यामध्यें जाऊन राहिला; आणि, हे भरतकुलश्रेष्ठा, तपश्चर्येची उत्कृष्ट प्रकारें सिद्धि झाल्यानंतर तो राजा कालगतीनें त्या वनांतून स्वर्गास गेला !

अध्याय एकशें आठवा.

--:०:--

भगीरथकृत गंगाराधन.

(हिमालयवर्णन.)

लोमश म्हणालेः—तो महाधनुर्धर महारथी चक्रवर्ती राजा भगीरथ सर्व लोकांच्या अंतःकरणांस व नेत्रांस आनंद देणारा होता. पुढें महात्म्या कपिलाकडून आपल्या पितरांना भयंकर रीतीनें मरण आलें असून त्यांना स्वर्गाचीही प्राप्ति झालेली नाहीं असें त्यानें ऐकिलें, ह्यामुळें त्याच्या अंतःकरणास ताप होऊं लागला ! तेव्हां, हे नरपते, राज्यकर्मे सचिवांकडे सोंपवून तो तपश्चर्या करण्यासाठीं हिमालयाच्या सन्निध निघून गेला. त्याच्या मनांतून तपाच्या योगानें पातक दग्ध करून गंगेचें आराधन करावें असें होतें. हे नरश्रेष्ठा, तेथें गेल्यानंतर त्याला पर्वतश्रेष्ठ हिमालयाचें दर्शन झालें. तो पर्वत गैरिकादिक धातूंनीं युक्त व नानाप्रकारचे आकारअसलेल्या शिखरांच्या योगानें अलंकृत दिसत होता. वायूचा आश्रय करून असणाऱ्या मेघांनीं त्याच्या आसमंताद्भागीं जल सिंचन केलेलें होतें. नद्या आणि कुंज ह्यांनीं युक्त

असलेल्या व राजवाड्यांप्रमाणें दिसणाऱ्या खडुचांच्या योगानें तो सुशोभित दिसत होता. त्याच्या गुहा आणि दऱ्या ह्यांमध्यें सिंह आणि व्याघ्र हे वास्तव्य करीत होते. चित्रविचित्र शरीरांनीं युक्त असलेले व नानाप्रकारचे मंजूळ ध्वनि करणारे भ्रमर, हंस, पाणकावळे, पाणकोंबडे, मोर, सुतारपक्षी, जीवंजीव[1], कोकिल आणि नेत्रांचा प्रांतभाग कृष्णवर्ण असणारे व पुत्रांवर प्रेम करणारे चकोर[2] इत्यादि पक्ष्यांच्या योगानें तो व्याप्त होऊन गेलेला होता. त्याजवरील जलप्रदेशामध्यें कमलवल्लींची दाटी होऊन गेली होती व हंसपक्ष्यांच्या मंजूळ आलापानें त्याला एक प्रकारची शोभा आलेली होती. त्याजवरील शिलातलांवर किन्नर आणि अप्सरा येऊन बसलेल्या होत्या; दिग्गजांच्या दंताग्रांनीं त्याच्या आसमंताद्भागीं असणारे वृक्ष घांसले गेले होते; त्याजवर विद्याधरगण संचार करीत होते; अनेक प्रकारच्या रत्नांनीं तो व्याप्त केलेला होता व विषामुळें भयंकर दिसणाऱ्या व जिव्हा प्रदीप्त असलेल्या भुजंगांचें त्याजवर वास्तव्य होतें. तो एखाद्या ठिकाणीं सुवर्णासारखा व कोठें कोठें रौप्याप्रमाणें दिसत होता; आणि कांहीं कांहीं ठिकाणीं त्याची कांति कज्जलाच्या राशीप्रमाणें दिसत होती. असो; हे नरश्रेष्ठा, अशा प्रकारच्या त्या हिमालय पर्वताच्या समीप तो निघून गेला; आणि फळें, मूळें व जल एवढेंच भक्षण करून राहून त्या ठिकाणीं एक हजार वर्षेंपर्यंत भयंकर तपश्चर्या करीत राहिला. ह्याप्रमाणें देवांचीं एक हजार वर्षें निघून गेल्यानंतर महानदी गंगेनें मूर्तिमंत होऊन स्वतः त्यास दर्शन दिलें.

गंगा म्हणाली:—हे महाराजा, मजपासून काय मिळावें अशी तुझी इच्छा आहे, आणि मी तुला काय देऊं, तें सांग; म्हणजे, हे नरश्रेष्ठा, तूं सांगशील त्याप्रमाणें मी करीन.

असें तिनें भाषण केल्यानंतर त्यानें गंगेस उत्तर दिलें, "हे वरदे, माझे प्रपितामह अश्वाचा शोध करीत असतां कपिलानें त्यांना यमसदनास पोहोंचविलें. हे महानदि, ते साठ हजार महात्मे सगरपुत्र कपिलदेवाची गांठ पडतांच एका क्षणांत मृत्यु पावले. अशा प्रकारानें ते नाश पावले असल्यामुळें त्यांना स्वर्गलोकामध्यें वास्तव्य करितां येत नाहीं. हे महानदि, जोंवर तूं आपल्या शीतल जलाचा अभिषेक त्यांच्या शरीरांवर केला नाहींस तोंवर त्या सगरपुत्रांस गति मिळावयाची नाहीं! तेव्हां हे महाभागे, त्या सगरपुत्ररूपी माझ्या पितरांस तूं स्वर्गलोकास पोंहोंचीव. हे महानदि, त्यांच्यासाठींच मी तुझी प्रार्थना करीत आहें."

भगीरथकृत शंकराराधन.

लोमश ह्मणाले:—हें त्या भगीरथ राजाचें भाषण ऐकून लोकवंद्य गंगा अत्यंत संतुष्ट झाली व त्यास ह्मणाली, " हे महाराजा, मी तुझ्या सांगण्याप्रमाणें करीन; पण मी स्वर्गावरून भूमीवर पडूं लागलें म्हणजे एका देवश्रेष्ठ नीलकंठ श्रीशंकरावांचून ह्या त्रैलोक्यांत दुसऱ्या कोणालाही माझा असह्य वेग सहन करण्याची शक्ति नाहीं. तेव्हां, हे महाबाहो महाराजा, तूं तपश्चर्येच्या योगानें त्या वरदायक श्रीशंकरास संतुष्ट कर, म्हणजे मी आकाशांतून पडतांच तो मला आपल्या मस्तकावर धारण करून तुझ्या पितरांचें हित करण्याच्या इच्छेनें तुझा मनोरथ पूर्ण करील."

राजा, हें ऐकून महाराज भगीरथ कैलासपर्वतावर जाऊन श्रीशंकरास संतुष्ट करूं लागला. हे राजा, कांहीं काळपर्यंत कडक तपश्चर्या

१ ह्या पक्ष्यांचीं पंखें मोरासारखीं असतात.

२ हे पक्षी चंद्राचीं किरणें प्राशन करून राहतात. जीवंजीव आणि चकोर हे दोन निरनिराळे पक्षी आहेत असें महेश्वराचें मत आहे.

केल्यानंतर, त्या नरश्रेष्ठानें, आपल्या पितरांना स्वर्गवास घडावा ह्या उद्देशानें गंगा धारण करण्याविषयींचा वर श्रीशंकरांकडून संपादन केला.

अध्याय एकशें नववा.

—:०:—

गंगावतरण.

लोमश ह्मणाले:—भगीरथाचें भाषण ऐकून, देवांचेंही हित करण्याच्या उद्देशानें श्रीशंकरांनीं राजा भगीरथाला उत्तर दिलें, "ठीक आहे. हे महाबाहो नृपश्रेष्ठा, तुजसाठीं आकाशांतून खालीं पडणाऱ्या, दिव्य आणि पवित्र अशा देवनदी गंगेला मी धारण करीन." हे महाबाहो, असें भाषण केल्यानंतर श्रीशंकर अनेक प्रकारचीं आयुधें उगारलेल्या भयंकर अशा आपल्या पार्षदांसहवर्तमान हिमालय पर्वतावर आले आणि तेथें उभे राहून नरश्रेष्ठ भगीरथास ह्मणाले कीं, "हे महाबाहो, आतां शैलराज हिमालयाची कन्या जी गंगा नदी तिची तूं प्रार्थना कर. ती श्रेष्ठ नदी स्वर्गावरून खालीं पडूं लागली ह्मणजे मी तिला धारण करीन." ह्याप्रमाणें शंकरांनीं उच्चारिलेले शब्द ऐकून त्या पवित्र अशा राजा भगीरथानें नमस्कार करून गंगेचें ध्यान केलें. त्या राजानें ध्यान करितांच पुण्यकारक जलानें युक्त व रम्य अशी गंगा, श्रीशंकर उभे आहेत असें पाहून, एकाएकीं आकाशांतून खालीं पडली. ती खालीं पडत आहे असें पाहून महर्षींसहवर्तमान देव, गंधर्व, सर्प आणि यक्ष हे तिजला पाहण्यासाठीं आले. तदनंतर मोठमोठ्या विशाल भोंवऱ्यांनीं युक्त आणि मत्स्य, मकर इत्यादि जलचरांच्या योगानें व्याप्त होऊन गेलेली हिमालयाची कन्या गंगा नदी आकाशांतून खालीं पडूं लागली. हे राजा, आकाशाचा केवळ भांगपट्टाच अशी ती गंगा खालीं पडूं लागतांच एखाद्या मोत्यांच्या मालेप्रमाणें तिला शंकरांनीं आपल्या मस्तकावर धारण केलें. हे राजा, ती नदी खालीं पडूं लागली तेव्हां तिचे तीन प्रवाह झाले. तिचें जल फेंसाच्या पुंजक्यांनीं व्याप्त होऊन गेलें असल्यामुळें ते जणू ओळीनें बसलेले हंसच आहेत कीं काय असें वाटलें. कांहीं ठिकाणीं आकार विस्तृत असल्यामुळें वक्र दिसणारी व कांहीं ठिकाणीं अडखळणारी, फेंसरूपी वस्त्रानें आच्छादित असलेली व कांहीं ठिकाणीं जलध्वनीच्या रूपानें उत्कृष्ट प्रकारचा आवाज करणारी ती गंगा मदानें धुंद झालेल्या एखाद्या तरुण स्त्रीप्रमाणें गमन करूं लागली. आकाशांतून पडलेली ती गंगा असे नानाप्रकार करीत करीत भूतलावर आली आणि भगीरथाला म्हणाली कीं, "हे महाराजा, मीं कोणीकडून जावयाचें तो मार्ग मला दाखीव. हे पृथ्वीपते, मी तुझ्यासाठीं भूमीवर उतरलें आहें." हे नरश्रेष्ठा, हें गंगेचें भाषण ऐकून तिच्या पवित्र जलाच्या योगानें त्या महात्म्या सगरपुत्रांचीं शरीरें क्षालन करून टाकण्याकरितां राजा भगीरथ हा ते सगरपुत्राचे देह पडले होते तिकडे चालला. इकडे लोकवंद्य श्रीशंकर गंगेस धारण करून देवांसहवर्तमान त्या वेळीं पर्वतश्रेष्ठ कैलासावर निघून गेले. तदनंतर राजा भगीरथ गंगेसहवर्तमान समुद्रावर आला व त्यानें वरुणाचें वसतिस्थान असा तो समुद्र गंगेकडून वेगानें भरून काढिला. पुढें तो नराधिपति भगीरथ गंगेस आपली कन्या असें मानूं लागला. ह्याप्रमाणें आपला मनोरथ पूर्ण झाल्यानंतर त्यानें पितरांचें तर्पण केलें. हे महाराजा, तूं मला विचारिल्याप्रमाणें त्रिपथगामिनी गंगा समुद्र भरून काढण्यासाठीं भूमीवर कशी आणिली, महात्म्या अगस्त्यानें कांहीं कारणामुळें समुद्राचें प्राशन कसें केलें, आणि, हे भरतकुलश्रेष्ठा प्रभो, ब्रह्मघातकी

अशा वातापि दैत्याचा नाश कोणत्या प्रकारें केला, हें सर्व मीं तुला सांगितलें आहे.

अध्याय एकशें दहावा.

—:०:—

हेमकूटवृत्तान्त.

वैशंपायन म्हणाले:—हे भरकुलश्रेष्ठा जनमेजया, तेथून क्रमाक्रमानें कुंतीपुत्र युधिष्ठिर नंदा आणि अपरनंदा ह्या दोन पापभीतिनाशक नद्यांवर गेला. तेथून निर्बाध अशा हेमकूट पर्वताजवळ गेल्यानंतर कल्पनातीत आणि आश्चर्यकारक असे अनेक पदार्थ त्या राजाच्या दृष्टीस पडले. त्या ठिकाणीं मेघ आणि हजारों पाषाण हे जणू वायूमध्यें बद्ध होऊन राहिलेलें होते व ह्मणूनच त्यांचा सदोदित सारखा वर्षाव होत होता; ह्यामुळें त्याजवर चढूं लागणाऱ्या लोकांचीं अंतःकरणें खिन्न होऊन जात; व त्यांस त्याजवर चढणें अशक्य होऊन जाई. त्या ठिकाणीं वायु सारखा वहात असे व पर्जन्यही सारखा पडत असे. तेथें वेदाध्ययनाचा घोष ऐकूं येत असे, पण अध्ययन करणारा मनुष्य दृष्टिगोचर होत नसे. त्या ठिकाणीं सकाळसंध्याकाळ भगवान् अग्नीचें दर्शन होत असे व मक्षिका दंश करून तपश्चर्येला प्रतिबंध करीत असत. त्या ठिकाणीं मनुष्य गेला ह्मणजे त्याला तें पर्वत पहाणें नको असें वाटून आपल्या घराची आठवण होत असे. ह्याप्रमाणें नानाप्रकारच्या अद्भुत गोष्टी पाहून पांडुपुत्र युधिष्ठिरानें पुनः लोमश मुनीस त्याविषयींची माहिती विचारली. तेव्हां,

लोमश ह्मणाले:—हे शत्रुनाशका राजा, पूर्वीं हा वृत्तान्त आह्मीं जसा ऐकिलेला आहे तसा तुला सांगतों; तो तूं एकाग्र अंतःकरण करून ऐक. ह्या ऋषभकूट पर्वतावर पूर्वीं अनेक शतकें आयुष्य असलेला व अत्यंत रागीट असा ऋषभनामक एक तपस्वी रहात होता. त्याला जेव्हां दुसरे लोक बोलवूं लागले तेव्हां तो क्रुद्ध होऊन पर्वतास ह्मणाला कीं, ‘ ह्या ठिकाणीं कोणी बोलूं लागेल तर तूं त्याजवर पाषाण फेंक, तसेंच वायूस हाक मारून त्यास ‘ तूं येथें शब्द होऊं देऊं नको. ’ असें त्या मुनीनें सांगितलें. ह्मणूनच ह्या ठिकाणीं मनुष्य बोलूं लागला कीं मेघाची गर्जना होऊन त्याचें बोलणें बंद पडतें. ह्याप्रमाणें, राजा, त्या महर्षीनें रागारागानें कांहीं कृत्यें केलीं व कांहींचा निषेध केला. हे राजा, पूर्वीं देव नंदा नदीवर गेले होते असें आमच्या ऐकण्यांत आहे. त्या वेळीं देवदर्शन घेण्यासाठीं मनुष्यें एकदम तेथें गेलीं. तेव्हां इंद्रप्रभृति देवतांना त्यांस दर्शन देण्याची इच्छा नसल्यामुळें त्यांनीं हा पर्वत मूर्तिमंत ध्वनि आणि दुर्गम असा करून ठेविला आहे. तेव्हांपासून, हे कुंतीपुत्रा, मनुष्यास केव्हांही ह्या पर्वताचें दर्शन सुद्धां होणें अशक्य झालें आहे. मग त्यावर चढणें कोठून शक्य असणार ? हे कुंतीपुत्रा, तपश्चर्या केल्यावांचून ह्या महापर्वताचें दर्शन घडणें अथवा त्याजवर आरोहण करितां येणें शक्य नाहीं. ह्यास्तव ह्याविषयींचें बोलणेंच सोडून दे. हे भरतवंशजा, ह्या ठिकाणीं सर्व देवांनीं उत्कृष्ट प्रकारचे यज्ञ केले होते, त्यांच्या ह्या खुणा अद्यापि दृष्टिगोचर होत आहेत. येथील ह्या दूर्वांचा आकार दर्भासारखा असून ह्या भूमीवर दर्भ पसरल्यासारखे दिसत आहेत. तसेंच, हे प्रजापालका, येथील हे वृक्ष नानाप्रकारच्या यूपांसारखे दिसत आहेत. हे भरतकुलोत्पन्ना, त्या ठिकाणीं देवता आणि ऋषि हे अद्यापही वास्तव्य करीत आहेत; आणि हा अग्नि प्रातःकालीं व सायंकालीं त्यांनाच दृष्टिगोचर होत असतो. हे कुंतीपुत्रा, ह्या ठिकाणीं स्नान करणाऱ्या पुरुषाचें पातक तत्काल नष्ट

होतें. ह्मास्तव, हे नरश्रेष्ठा, तूं आपल्या बंधूंसह येथें स्नान कर. ह्या नंदा नदीमध्यें स्नान केल्यानंतर, ज्या ठिकाणीं विश्वामित्रानें उग्र आणि अत्यंत उत्कृष्ट अशी तपश्चर्या केली होती, त्या कौशिकी नदीच्या तीरावर जा.

नंतर आपल्या अनुयायांसह युधिष्ठिरानें त्या नंदा नदीमध्यें स्नान केलें आणि मग तो पवित्र, रम्य, शीतल जलानें युक्त आणि शुभकारक अशा कौशिकी नदीवर गेला. तेव्हां-

लोमश ह्मणाले:—हे भरतकुलश्रेष्ठा, हीच ती पवित्र अशी कौशिकीनामक देवनदी! ह्या ठिकाणीं हा विश्वामित्राचा रम्य आश्रम झळकत आहे. तसेंच, कश्यपकुलोत्पन्न महात्मा विभांडक ह्याचाही उत्कृष्ट प्रकारें शोभणारा आश्रम येथें आहे. जितेंद्रिय आणि तपस्वी ऋष्यशृंग हा ह्या विभांडकाचाच पुत्र होय. ह्यानें तपश्चर्येच्या प्रभावानें इंद्राकडून पर्जन्याचा वर्षाव करविला. अवर्षण पडलें असतांना ह्याच्याच भीतीमुळें इंद्रानें वर्षाव केला. तो मृगस्त्रीच्या ठिकाणीं उत्पन्न झालेला तेजस्वी आणि सामर्थ्यसंपन्न ऋष्यशृंग विभांडक मुनीचा पुत्र होय. ह्यानें लोमपाद राजाच्या देशामध्यें अत्यंत आश्चर्यकारक गोष्ट केली. कारण, तेथें मोठें अवर्षण पडलें असतां त्यानें इंद्राकडून वर्षाव करविला! ह्यामुळें धान्यें तयार झालीं. तेव्हां ज्याप्रमाणें सूर्यानें सावित्री अर्पण केली होती त्याप्रमाणें लोमपाद राजानें शांता नांवाची आपली कन्या त्याला अर्पण केली.

युधिष्ठिर ह्मणाला:—हे भगवन्, मला ऋष्यशृंगाचें चरित्र ऐकण्याची इच्छा आहे. तेव्हां, हा विभांडकपुत्र ऋष्यशृंग मृगस्त्रीचे ठिकाणीं कसा उत्पन्न झाला? मृगयोनि ही तपश्चर्येच्या विरुद्ध असतां तिजमध्यें उत्पन्न होऊनही तो तपस्वी कसा झाला? ज्या वेळीं अवर्षण सुरू झालें त्या वेळीं त्या ज्ञानसंपन्न मुनिकुमाराच्या भीतीनें बलवृत्रहन्त्या इंद्रानें पर्जन्यवृष्टि काय ह्मणून केली? जिनें मृगस्वरूपी अशा त्या ऋष्यशृंगाच्या अंतःकरणांत आपल्या विषयीं लोभ उत्पन्न केला, ती अगदीं नियमानें वागणारी राजकन्या शांता ही स्वरूपानें कशी होती? राजर्षि लोमपाद हा जर धार्मिक होता असें आमच्या ऐकण्यांत आहे, तर त्याच्या देशामध्यें इंद्रानें पर्जन्यवृष्टि न करण्याचें कारण काय? मुने, हें सर्व आपण मला विस्तृतपणें व जसें असेल तसें कथन करा.

ऋष्यशृंगचरित.

लोमश ह्मणाले:—तपश्चर्येनें चित्तशुद्धि झालेल्या व ब्रह्मदेवाप्रमाणें कांति असलेल्या, महायोग्य आणि अमोघवीर्य अशा ब्रह्मर्षि विभांडकाला महातेजस्वी व बालपणींही वृद्धांस मान्य होऊन राहिलेला प्रतापशाली ऋष्यशृंग हा पुत्र कसा झाला तें ऐक. पूर्वी महाऱ्हदावर जाऊन देवतुल्य कश्यपकुलोत्पन्न मुनि विभांडक पुष्कळ काळपर्यंत तपश्चर्या करीत राहिला व त्यामुळें शांतिसंपन्न होऊन गेला. हे राजा, स्नान करीत असतां उर्वशीनामक अप्सरा दृष्टीस पडल्यामुळें जलामध्यें त्याचें वीर्यस्खलन झालें व नंतर तें वीर्य एका तृषाक्रांत झालेल्या हरिणीनें जलाबरोबर प्राशन केलें. तेव्हां ती गर्भिणी झाली. ती मृगी पूर्वी देवकन्या असून लोकसृष्टिकर्त्या भगवान् ब्रह्मदेवानें 'तूं हरिणी होशील व तुला मुनिपुत्र झाला ह्मणजे तूं मुक्त होशील' असा शाप दिलेला होता. तो शाप व्यर्थ होणारा नसल्यामुळें व दैवयोगानें घडून येणाऱ्या गोष्टी अवश्य घडणारच असल्यामुळें त्या विभांडकाला मृगीच्या ठिकाणीं महर्षि ऋष्यशृंग हा पुत्र झाला व तो तपोनिष्ठ होऊन वनामध्येंच राहूं लागला. हे राजा, त्या महात्म्या ऋषीच्या मस्तकावर शृंग होतें, ह्यामुळें तो त्या वेळीं ऋष्यशृंग ह्या नांवानें

प्रसिद्ध झाला. राजा, पित्यावांचून दुसरा कोणीही मनुष्य पूर्वीं त्याच्या दृष्टीस पडलेला नव्हता. ह्यामुळें त्याचें चित्त एकसारखें ब्रह्मचर्यावर असे.

लोमपादाच्या देशांत अवर्षणाचें कारण.

युधिष्ठिरा, ह्याच वेळीं लोमपाद ह्या नांवानें प्रसिद्ध असलेला दशरथाचा मित्र अंगदेशाचा अधिपति होता. त्यानें ब्राह्मणांशीं बुद्धिपूर्वक असत्य भाषण केलें होतें, असें आमच्या ऐकण्यांत आहे. तेव्हां त्या लोकपालकाचा ब्राह्मणांनीं त्याग केला. पुढें त्या राजाच्या पुरोहिताकडून साहजिक रीतीनें अनाचार घडल्यामुळें इंद्र पर्जन्यवृष्टि करीनासा झाला. ह्यामुळें सर्व प्रजांस पीडा होऊं लागली. तेव्हां, हे पृथ्वीपते, त्या राजानें इंद्राकडून वृष्टि करण्यास समर्थ असलेल्या, ज्ञानसंपन्न आणि तपस्वी ब्राह्मणांस "पर्जन्यवृष्टि कशी होईल?" असें विचारिलें व त्याविषयीं उपाय शोधून काढा असें सांगितलें. त्याच्या सांगण्यावरून त्या ज्ञानी लोकांनीं आपापलीं मतें सांगितलीं. त्यांमध्यें एक मुनिश्रेष्ठ त्या राजास ह्मणाला कीं, "हे राजेंद्रा, तुझ्यावर ब्राह्मणांचा रोष झालेला आहे, तेव्हां तूं प्रायश्चित्त कर. तसेंच; हे पृथ्वीपते, तूं वनामध्यें वास करणाऱ्या व स्त्रियांची मुळीं ओळखही नसणाऱ्या सरलतासंपन्न मुनिपुत्र ऋष्यशृंगास घेऊन ये. हे राजा, तो महातपस्वी जर तुझ्या देशामध्यें आला तर तत्काल पर्जन्यवृष्टि होईल, ह्याविषयीं मला संशय वाटत नाहीं."

हे राजा, हें भाषण ऐकून त्यानें स्वतःच योग्य असें प्रायश्चित केलें; व ब्राह्मण प्रसन्न झाल्यानंतर तो पुनः आपल्या देशाकडे आला. तेव्हां राजा आला असें ऐकून प्रजाजन अत्यंत आनंदित झाले. तदनंतर मसलत करण्यामध्यें चतुर अशा सचिवांस बोलावून आणून तो अंगाधिपति मसलत करून ऋष्यशृंगास आणण्याविषयींच्या प्रयत्नाचा ठराव करूं लागला. तेव्हां, हे धैर्यसंपन्ना, शास्त्रज्ञ, अत्यंत अर्थज्ञानसंपन्न आणि नीतिशास्त्रामध्यें निष्णात असलेल्या अशा अमात्यांसहवर्तमान त्याला-

ऋष्यशृंगाला—आणविण्याचा उपाय

सुचला. नंतर त्या पृथ्वीपतीनें सर्व कृत्यांमध्यें निष्णात अशा उत्कृष्ट वेश्या आणविल्या आणि त्यांना सांगितलें कीं, "हे सुंदरींनो, तुह्मी कांहीं तरी उपायानें ऋषिपुत्र ऋष्यशृंगाच्या अंतःकरणांत लोभ उत्पन्न करून व त्याला विश्वास दाखवून माझ्या देशामध्यें घेऊन या." तेव्हां राजाच्या भीतीनें ग्रस्त होऊन गेलेल्या व मुनि शाप देईल असें वाटून भयभीत झालेल्या त्या स्त्रिया काळ्याठिक्कर होऊन गेल्या व त्यांस कांहीं सुचेनासें झालें! तेव्हां, त्यांतील एक वृद्ध स्त्री राजास ह्मणाली, "महाराज, मी त्या तपोधनाला घेऊन येण्याचा प्रयत्न करीन. पण त्या कार्यासाठीं मला ज्या गोष्टीची आवश्यकता आहे त्या करण्याची आपण अनुज्ञा दिली पाहिजे. ह्मणजे मी मुनिपुत्र ऋष्यशृंग ह्यास येथें आणूं शकेन." हें ऐकून, तिला ज्या गोष्टींची आवश्यकता वाटत होती त्या सर्व करण्याविषयीं त्या राजानें अनुमोदन दिलें व तिला पुष्कळ द्रव्य आणि नानाप्रकारचीं रत्नें अर्पण केलीं. नंतर, हे पृथ्वीपते, स्वरूपसंपन्न आणि वयांत आलेल्या कांहीं स्त्रिया बरोबर घेऊन ती सत्वर अरण्याकडे निघून गेली.

अध्याय एकशें अकरावा.

—:*:—

वेश्येचा विभाण्डकाश्रमीं प्रवेश.

लोमश ह्मणाले:—हे भरतकुलोत्पन्ना, तदनंतर राजाच्या आज्ञेवरून त्याची कार्यसिद्धि

करण्यासाठीं त्या वेश्येनें आपल्या बुद्धीनें नौकेमध्यें एक आश्रम तयार केला. हा आश्रम दिसण्यांत मोठा आश्चर्यकारक, रम्य आणि चित्ताकर्षक होता. तसेंच तो स्वादिष्ट अशीं इच्छिलेलीं फळें देणाऱ्या, नानाप्रकारच्या वेलींच्या जाळ्यांनीं व्याप्त झालेल्या आणि अनेक प्रकारच्या पुष्पांनीं व फलांनीं संपन्न असलेल्या कृत्रिम वृक्षांच्या योगानें अतिशय रम्य दिसत होता. असो; नंतर ती आश्रमयुक्त नाव घेऊन तिनें विभांडक मुनीच्या आश्रमाजवळच नेऊन बांधून ठेविली व त्या मुनीच्या आश्रमांतील तपास काढण्यासाठीं हेर पाठविले. पुढें संधि पाहून तिनें आपल्या बुद्धिमान् मुलीला—तेथें गेल्यानंतर जें कांहीं करावयाचें तें मनांत भरवून देऊन—त्या काश्यपकुलोत्पन्न ऋष्यश्रृंगाकडे पाठविलें. त्या आश्रमांत गेल्यानंतर, निरंतर तपश्चर्येमध्यें आसक्त असणाऱ्या त्या ऋषिपुत्र ऋष्यशृंगाच्या जवळ जाऊन त्या चतुर स्त्रीनें त्याचें दर्शन घेतलें व ती पुरुषाप्रमाणें बोलूं लागली.

ऋष्यशृंग आणि वेश्या यांचा संवाद.

वेश्या म्हणाली:—हे मुने, तपस्वी लोकांचें कुशल आहेना ? आपणाला विपुल कंदमूळें मिळतातना ? ह्या आश्रमामध्यें आपणाला करमणूक होतेना ? मी आपणाला भेटण्यासाठीं आलों आहें. ह्या ठिकाणीं तपस्वी लोकांच्या तपाची अभिवृद्धि होत आहेना ? येथें आपल्या पित्याच्या तेजामध्यें न्यूनता येत नाहींना ? हे विप्रा ऋष्यशृंगा, आपण आनंदांत आहांना ? आपलें अध्ययन चालू आहेना ?

वेश्या म्हणाली:—आपण ऐश्वर्यामुळें केवळ अग्नीसारखे प्रकाशत अहां; ह्यावरून आपण वंदनीय आहां असें मला वाटतें. मी आपणांला पाद्य अर्पण करितों आणि आमच्या धर्माप्रमाणें मनःपूर्वक फळें आणि मूळें हीं देतों. आपण आपणांस वाटेल त्या रीतीनें ह्या सुखदायक आणि वर कृष्णाजिन घातलेल्या दर्भमय आसनावर बसा. हे ब्रह्मन्, आपला आश्रम कोठें आहे ? व देवांप्रमाणें आपण हें जें व्रत आचरण करीत आहां त्याचें नांव काय?

वेश्या म्हणाली:—हे कश्यपपुत्रा, हा जो तीन योजनें लांब पर्वत आहे त्याच्या पलीकडे माझा रम्य आश्रम आहे दुसऱ्याकडून नमस्कार करून न घेणें हा माझा धर्म असून पादक्षालन करण्यासाठीं कोणींही दिलेल्या उदकास मी स्पर्श करीत नाहीं. आपण मला नमस्कार करणें योग्य नाहीं. मींच आपणाला नमस्कार केला पाहिजे. तसेंच, हे ब्रह्मन्, मीं आपणाला आलिंगनहीं दिलें पाहिजे !

ऋष्यशृंग म्हणाला:—मी आपणाला बिब्बा, आवळे, करूषक, हिंगणमिट्टे धन्वन आणि पिंपळ ह्यांचीं फळें देतों त्यांचा आपण स्वीकार करावा.

ऋष्यशृंगाचा मोह.

लोमश म्हणाले:—पुढें त्यानें दिलेल्या त्या सर्वही फळांचा निषेध करून तिनें अत्यंत उत्तम असे भक्ष्य पदार्थ त्यास अर्पण केले. ते अत्यंत रसभरित व दिसण्यामध्येंही अतिशय सुंदर असे पदार्थ ऋष्यशृंगाला रुचिकर लागले. तसेंच तिनें सुगंधि माला, चित्रविचित्र रंगांचीं आणि देदीप्यमान दिसणारीं अशीं वस्त्रें व सर्वोत्कृष्ट अशीं पेयद्रव्येंही त्याला दिलीं. ह्यामुळें तो आनंदित झाला, खेळूं लागला व हसूंही लागला ! तदनंतर, फळांच्या भारामुळें मुळाशीं वांकून जाऊन मोडूं लागलेल्या लतेप्रमाणें दिसणारी—अगदीं वांकलेली—ती स्त्री त्याच्या सभोंवार चेंडू खेळूं लागली; व वरचेवर त्याच्या अवयवांस स्पर्श करून त्यास आलिंगन देऊं लागली. तसेंच सर्ज, अशोक, तिलक इत्यादिक प्रफुल्लित वृक्ष वांकवून तिनें

त्यांचे गुच्छ तोडले व मदानें धुंद होऊन जाऊन लाजल्यासारखें करून त्या महर्षिपुत्रास मोहित केलें. नंतर ऋष्यशृंगाच्या अंतःकरणांत कामविकार उत्पन्न झाला आहे असें पाहून पुनः पुनः त्याच्या शरीरास दृढ आलिंगन देऊन त्याजकडे पहात पहात ती अग्निहोत्राचें मिष सांगून हलकेच निघून गेली. ती निघून गेल्यानंतर मदनाच्या योगानें ऋष्यशृंग वेडा व विचारशून्य बनून गेला व अंतःकरण तिजवर गेलें असल्यामुळें त्या निर्जन प्रदेशांत पीडित होऊन सुस्कारे टाकूं लागला ! पुढें दोन घटका निघून गेल्यानंतर—सिंहाप्रमाणें पिंगट नेत्र असलेला, शरीरावर केश असलेला, वेदाध्यन आणि सदाचार ह्यांनीं युक्त असणारा व समाधिसंपन्न असा कश्यपकुलोत्पन्न विभांडक मुनि त्या ठिकाणीं आला व आपल्या पुत्राजवळ गेला. तेव्हां त्याचें अंतःकरण विपरीत झालें असून तो उदासीन होऊन एकटाच विचार करीत आहे व वारंवार वर दृष्टि लावून सुस्कारे टाकीत आहे असें त्यास दिसून आलें. तेव्हां तो विभांडक त्या दीन होऊन गेलेल्या आपल्या पुत्रास ह्मणाला, " बा ऋष्यशृंगा, आच तूं समिधा कां बरें तयार करीत नाहींस ? तूं अग्निहोत्रहोम केलास काय ? स्रुक् आणि स्रुवा ह्या तूं चांगल्या धुवून ठेविल्यास काय ? तूं आज धारेसाठीं होमधेनूचें वासरूं सोडिलें होतेंस काय ? मुला, तूं आज पूर्वींसारखा दिसत नाहींस. तूं आज ह्या ठिकाणीं चिंताक्रांत होऊन बसलेला, मनास कांहीं सुचेनासें झालेला आणि अतिशय दीन असा कां बरें होऊन गेला आहेस ? तेव्हां आतां मी तुला विचारतों कीं, आज येथें कोणी आलें होतें काय ?"

अध्याय एकशें बारावा.

--:०:--

ऋष्यशृंगाचें पित्यास उत्तर.

ऋष्यशृंग ह्मणालाः—येथें एक जटाधारी ब्रह्मचारी आलेला होता. तो ज्ञानसंपन्न असून आकारानें फार उंचही नव्हता व ठेंगणाही नव्हता. त्याचा वर्ण सुवर्णासारखा असून तो प्रत्यक्ष देवाप्रमाणें सुशोभित दिसत होता. त्याची चर्या अतिशय सुंदर असून तो सूर्याप्रमाणें देदीप्यमान दिसत होता. त्याचे नेत्र तुळतुळीत आणि कृष्णवर्ण असून तो अतिशय गौरवर्ण होता. त्याच्या जटा कृष्णवर्ण, स्वच्छ, सुगंधि आणि लांब असून त्यांमध्यें सुवर्णमय रज्जु गुंफलेली होती. त्याच्या कंठामध्यें वृक्षाच्या आळ्यासारखें कायसेंसें एक चकाकत होतें व तें आकाशांत चमकणाऱ्या विजेसारखें दिसत होतें. त्याच्या कंठाच्या खालच्या बाजूस अतिशय मनोवेधक असे दोन गोळे असून त्यांवर केश आलेले नव्हते. त्याचा नाभिप्रदेश अत्यंत कृश असून कटिही अतिशय बारीक होती. माझी ही जशी मेखला आहे तशीच वस्त्राच्या आंत असलेली त्याची सुवर्णमय मेखला अतिशय चकाकत होती. तसेंच, त्याच्या दोहों पायांत दिसण्यांत आश्चर्यकारक असें कायसेंसें घातलेलें असून तें मंजूळ शब्द करीत होतें व फारच शोभिवंत दिसत होतें. माझ्या हातांत जशी रुद्राक्षमाला बांधलेली आहे, तशींच त्याच्या दोहों हातांत आवाज करणारीं भूषणें बांधलेलीं होतीं व तो हालचाल करूं लागला ह्मणजे तीं भूषणें सरोवरामध्यें असणाऱ्या मत्त हंसांप्रमाणें शब्द करीत असत. त्याचीं वल्कलें सुद्धां दिसण्यांत फारच आश्चर्यकारक दिसत होतीं. हीं माझीं वल्कलें तशीं सुंदर नाहींत. विस्मयकारक, प्रेक्षणीय आणि उत्कृष्ट

भाषणांनीं युक्त असलेलें तें त्याचें मुख अंतः-करणास जणू अल्हादित करून सोडीत होते. त्याची वाणी कोकिलासारखी होती. ती ऐकतांच माझ्या अंतःकरणास एक प्रकारची पीडा होऊं लागली! बाबा, ज्याप्रमाणें वसंतऋतूमध्यें वायूनें आंदोलित केलेलें वन शोभत असतें, त्याप्रमाणें अत्युत्कृष्ट आणि शुद्ध अशा सुगंधानें युक्त असलेला तो ब्रह्मचारी वारा लागूं लागला ह्मणजे शोभत असे. त्याच्या जटा चांगल्या बांधलेल्या असून त्या मस्तकास घट्ट चिकटून बसल्यासारख्या होत्या. त्यांचे दोन भाग केलेले होते व त्या ललाटप्रदेशावर फारशा सरळ दिसत नव्हत्या. त्याच्या कर्णाचा आकार सौंदर्यसंपन्न आणि आश्चर्यकारक अशा चक्रवाकांसारखा दिसत होता. त्यानें उजव्या हातांत एक विलक्षण फळ घेतलें आणि तें भूमीवर फेंकलें. तें अत्यंत आश्चर्यकारक असणारें फळ वरचेवर भूमीला लागलें कीं उड्या मारीत असे! हा ब्रह्मचारीही वाऱ्यानें हालविलेल्या वृक्षाप्रमाणें डुलत डुलत त्याच्यावर आघात करीत फिरत होता. बाबा, देवपुत्रतुल्य अशा त्याला पाहतांच माझें अंतःकरण आनंदयुक्त व त्याजवर अत्यंत आसक्त झालें. त्यानें मला वरचेवर आलिंगन दिलें, माझ्या जटा धरून माझें मुख खालीं वांकविलें व माझ्या तोंडाला तोंड लावून शब्द केला, त्या योगानें तर मला अतिशयच आनंद झाला! त्यानें मीं दिलेल्या पाद्याचा अथवा फलांचा स्वीकार केला नाहीं, व 'माझें असें व्रतच आहे' असें सांगून मला दुसऱ्या प्रकारचीं फळें दिलीं. आजपर्यंत जीं फळें मीं उपयोगांत आणलीं आहेत तीं रसामध्यें त्या फळांच्या बरोबरीचीं नाहींत. तसेंच त्यांची सालही ह्यांच्यासारखी नव्हती. मगज देखील जसा ह्यांचा आहे तसा त्या फळांचा नव्हता. त्या अतिशय सौंदर्यसंपन्न अशा पुरुषानें मला अत्यंत रसभरित असें जल प्राशन करण्यासाठीं दिलें. तें पितांच मला फार आनंद झाला आणि भूमि हालतेशी वाटूं लागली. रेशमी सुतामध्यें गुंफलेल्या ह्या चित्रविचित्र पुष्पमाला त्याच्याच आहेत. तपाच्या योगानें प्रकाशमान दिसणारा तो पुरुष ह्या माला येथें पसरून टाकून आपल्या आश्रमाकडे गेला. तो गेल्यामुळें माझी विचारशक्ति नष्ट झाली असून माझें शरीर पेटून गेल्यासारखें होत आहे. ह्यामुळें मला सत्वर त्याच्यासमीप जावें आणि त्यानेंही निरंतर ह्या ठिकाणीं संचार करीत रहावें अशी इच्छा झालेली आहे. बाबा, मी आतां त्याच्याचजवळ जातों. त्याच्या त्या ब्रह्मचर्यव्रताला काय बरें नांव आहे? तो श्रेष्ठ धार्मिक जशी तपश्चर्या करीत आहे तशीच त्याच्या सहवासाला राहून तपश्चर्या करावी अशी मला इच्छा झाली आहे. त्याच्यासारखीच तपश्चर्या करावी अशी माझ्या मनांत इच्छा आहे ह्यामुळें खरोखर तो जर माझ्या दृष्टीस पडला नाहीं तर माझ्या अंतःकरणाला ताप होईल.

अध्याय एकशें तेरवा.

—:०:—

विभांडकानें केलेली समजूत.

विभांडक म्हणालाः—मुला, दिसण्यांत अतिशय आश्चर्यकारक अशा तऱ्हेचीं रूपें घेऊन हे राक्षस येथें संचार करीत असतात. ते अप्रतिम वीर्यशाली राक्षस अत्यंत सुस्वरूप बनून सदोदित तपश्चर्येस विघ्न करण्याचा विचार करीत असतात; आणि, बा ऋष्यशृंगा, ते सुस्वरूप बनलेले पण वस्तुतः उग्रस्वरूपी असलेले राक्षस नानाप्रकारच्या उपायांनीं अंतःकरण मोहित करून सोडतात व वनामध्यें असणाऱ्या मुनींना सुखापासून आणि सद्गती-

पासून भ्रष्ट करितात. तेव्हां सद्गतीची इच्छा असलेल्या मनोनिग्रहशाली मुनीनें त्यांच्याशीं कोणत्याही प्रकारचा संबंध ठेवूं नये. इतकेंच नव्हे, तर ते दुराचारी राक्षस तपस्वी लोकांना विघ्न करूनच आनंद पावत असतात; ह्यास्तव तपस्वी मनुष्यानें त्याचें दर्शन सुद्धां घेऊं नये. मुला, तुला जें त्यानें जल दिलें तीं अपेय आणि दुर्जन लोकांनीं सेवन केलीं जाणारीं पापकारक मद्यें होत. तसेंच ह्या चित्रविचित्र झगझगीत आणि सुगंधयुक्त असणाऱ्या पुष्पमाला मुनीच्या नव्हत. सारांश, तुजकडे येणारे ते राक्षस आहेत !

असें सांगून विभांडकमुनीनें आपल्या पुत्राचें अंतःकरण तिकडून परावृत्त केलें व नंतर तो त्या स्त्रीचा शोध करूं लागला. पण जेव्हां तीन दिवस शोध केला तरीही ती सांपडली नाहीं, तेव्हां तो पुनः आश्रमाकडे आला. पुढें जेव्हां तो काश्यप मुनि वेदामध्यें सांगितलेल्या विधीप्रमाणें फळें आणण्यासाठीं पुनरपि बाहेर निघून गेला, तेव्हां ती वेश्या ऋष्यशृंग मुनीला भुलविण्यासाठीं पुनः त्या ठिकाणीं गेली.

वेश्येबरोबर ऋष्यशृंगाचें प्रयाण.

तिला पाहतांच ऋष्यशृंग अत्यंत आनंदित झाला व गडबडीनें तिजकडे धावत गेला आणि ह्मणाला कीं, ‘ जोंवर माझा पिता आला नाहीं तोंवर आपण तुझ्या आश्रमाकडे जाऊं. ’ हें ऐकून ती वेश्या त्या काश्यपमुनीच्या एकुलत्या एका पुत्रास घेऊन आली व त्यास नावेंत बसविल्यानंतर तिनें युक्तीयुक्तीनें ती नाव सोडली. नंतर नानाप्रकारच्या उपायांनीं त्याला आनंदित करीत करीत ती सर्वही मंडळी अंगदेशाधिपति राजा लोमपाद ह्याच्या समीप आली. येते वेळीं ते ज्या अत्यंत शुभ्र अशा नौकेंतून आले होते ती नौका त्यांनीं —पुनः तींतील आश्रम दाखवितां यावा ह्मणून— पाण्यांतून वर काढून तेथेंच ठेवली व त्या ठिकाणीं नाव्याश्रम ह्या नांवाचें एक विचित्र अरण्य केलें.

ऋष्यशृंगाचा राजमंदिरप्रवेश.

नंतर राजा लोमपाद ह्यानें त्या विभांडक मुनीच्या एकुलत्या एका पुत्रास अंतःपुरांत नेऊन ठेविलें; इतक्यांत पर्जन्याची वृष्टि होऊन सर्व जग जलानें भरून गेलें आहे असें त्याच्या दृष्टीस पडलें. तेव्हां मनोरथ परिपूर्ण झाल्यामुळें लोमपाद राजानें शांता नांवाची आपली कन्या त्याच वेळीं ऋष्यशृंगाला अर्पण केली; आणि पुढें विभांडक मुनि आले तर त्यांच्या कोपाचा प्रतिकार करितां यावा ह्यासाठीं त्या राजानें अनेक मार्गांवर पुष्कळ गाई, शेतीचीं साधनें, विपुल पशु आणि शूर असे पशुपालक लोक ठेविले आणि त्यांना आज्ञा केली कीं, पुत्राची इच्छा करणारा विभांडक मुनि ज्या वेळीं तुह्मांला विचारील त्या वेळीं तुह्मी हात जोडून त्याला असें सांगा कीं, “ पशु आणि ही शेतकीचीं साधनें आपल्या पुत्राचीं असून, हे महर्षे, आह्मीही वचनानें बांधले गेलेले असे आपले दास आहों. तेव्हां आह्मीं आपणांस प्रिय अशी कोणती गोष्ट करावी त्याची आज्ञा व्हावी.

विभांडककोपशमन.

इकडे तो अत्यंत कोपिष्ट असलेला विभांडक मुनि फळें, मुळें घेऊन आपल्या आश्रमाकडे आला व पुत्राचा शोध करूं लागला, पण पुत्र तेथें दिसेना ! ह्यामुळें तो अतिशय क्रुद्ध होऊन गेला. त्या कोपाच्या योगानें त्याचें अंतःकरण विदीर्ण होऊं लागलें व हें सर्व कृत्य राजाचेंच असावें अशी त्याला शंका आली. ह्यामुळें तो अंगदेशाधिपति राजा लोमपाद, त्याचें नगर आणि राष्ट्र ह्या सर्वांना जाळून भस्म करण्याच्या उद्देशानें अंगदेशाची

राजधानी चंपा येथें जावयास निघाला. मार्गामध्यें श्रम होऊन त्याला क्षुधा लागली, तेव्हां तो संपत्तिपूर्ण असणाऱ्या गौळवाड्याकडे गेला असतां त्या गवळ्यांनीं त्याचा यथाविधि सत्कार केला व तो त्या रात्रभर तेथें राजासारखा आनंदांत राहिला. याप्रमाणें अतिशय सत्कार झाल्यामुळें तो मुनि त्या गवळ्यांना ह्मणाला कीं, 'हे गवळ्यांनो, तुह्मांला कोणाचे गवळी ह्मणतात?' ह्यावर त्यांनीं जवळ जाऊन सांगितलें कीं, 'हें सर्व धन आपल्या पुत्राचें आहे. ह्याप्रमाणें देशोदेशीं त्याचा बहुमान होऊं लागला व अशाच प्रकारचे गोड गोड शब्द त्याच्या कानीं पडूं लागले. तेव्हां त्याचा कोप बहुतेक नाहींसा होऊन गेला व तो आनंदित होऊन राजधानीमध्यें असलेल्या अंगदेशाधिपति लोमपादाकडे गेला. तेव्हां त्या नरश्रेष्ठ लोमपादानें त्याचें पूजन केलें. नंतर त्या मुनीनें—ज्याप्रमाणें स्वर्गामध्यें इंद्र असावा त्याप्रमाणें—तेथें असलेला आपला पुत्र व आकाशामध्यें चमकणाऱ्या विजेप्रमाणें दिसणारी स्नुषा शांता ह्यांस अवलोकन केलें; आणि आपल्या पुत्राचे गांव, गौळवाडे व स्त्री शांता ह्यांस पाहून त्याचा तो प्रचंड कोप अगदीं शांत होऊन गेला!

हे भरतकुलश्रेष्ठा राजा, असें पाहिल्यानंतर विभांडक मुनीनें त्या लोमपाद राजावरच अत्यंत अनुग्रह केला. मग सूर्य व अग्नि ह्यांसारखा प्रभावशाली तो महर्षि आपल्या पुत्रास तेथेंच ठेवून ह्मणाला कीं, 'तूं ह्या राजाचीं सर्वही अभीष्ट कार्यें कर आणि तुला पुत्र झाला ह्मणजे पुनरपि वनामध्यें ये.' ऋष्यशृंगानेंही आपल्या पित्याच्या सांगण्याप्रमाणें केलें व नंतर तो जेथें आपलापिता होता तेथें निघून गेला. हे नरेंद्रा, ज्याप्रमाणें आकाशामध्यें रोहिणी ही चंद्राच्या अनुकूलपणें राहून त्याची सेवा करिते, त्याप्रमाणें शांतेनेंही त्याची सेवा केली. हे राजा युधिष्ठिरा, ज्याप्रमाणें सौभाग्यवती अरुंधती वसिष्ठाची, लोपामुद्रा अगस्त्य मुनीची, दमयंती नलाची, इंद्राणी इंद्राची आणि नारायणकन्या इंद्रसेना ही मुद्गलाची सेवा करीत होती, त्याप्रमाणेंच शांता वनामध्यें वास्तव्य करणाऱ्या त्या ऋष्यशृंगाची प्रेमपूर्वक सेवा करीत असे. हे राजा, त्या ऋष्यशृंगाचा हा पवित्र व पुण्यकारक अशी कीर्ति असलेला आश्रम ह्या ठिकाणीं ह्या डोहास सुशोभित करीत आहे. ह्या ठिकाणीं स्नान करून तूं कृतकृत्य आणि शुद्ध हो व नंतर दुसऱ्या तीर्थावर जा.

अध्याय एकशें चौदावा.

—:*:—

वैतरणीवृत्त.

वैशंपायन ह्मणालेः—जनमेजया, तदनंतर पांडुपुत्र युधिष्ठिर कौशिकीपासून निघून अनुक्रमें सर्व स्थानांची यात्रा करूं लागला. हे राजा, पुढें समुद्रावर गेल्यानंतर, ज्या ठिकाणीं गंगा समुद्रास मिळाली आहे त्या ठिकाणीं पांचशें नद्यांच्या मध्यभागीं त्यानें स्नान केलें; आणि तदनंतर, हे भरतवंशजा, तो पृथ्वीपति वीर आपल्या बंधूंसह समुद्रतीरावरूनच कलिंग देशास गेला. त्या ठिकाणीं त्याला—

लोमश ह्मणालेः—हे कुंतीपुत्रा, हाच तो कलिंगदेश. ह्यामध्येंच वैतरणीनामक नदी आहे. येथेंच देवांना शरण जाऊन धर्मानें यज्ञ केला होता. ऋषींचें वास्तव्य असलेला व ब्राह्मणांनीं सदोदित सेवन केलेला, यज्ञ करण्यास योग्य व पर्वतांनीं शोभायमान असा हा देश ह्मणजे समुद्राचें उत्तरतीर होय. हें तीर प्रत्यक्ष स्वर्गमार्गासारखें असून ह्याच ठिकाणीं पूर्वी स्वर्गास गेलेल्या ऋषींनीं व इतरही लोकांनीं

अनेक यज्ञ केले होते. हे राजेंद्रा, ह्या ठिकाणींच यज्ञामध्यें रुद्रानें पशु घेतला व तो घेऊन 'हा माझा भाग आहे' असें म्हटलें. हे भरतकुलश्रेष्ठा, त्यानें तो पशु हरण केला, तेव्हां देव त्याला म्हणाले, 'रुद्रा, दुसऱ्याच्या यज्ञभागांचा नाश करूं नको व सर्वही यज्ञभाग आपणच घेण्याची इच्छा करूं नको.' असें म्हणून उत्कृष्ट प्रकारच्या वाणीनें त्यांनीं रुद्राची स्तुति केली व यज्ञ करून त्यास तृप्त केल्यानंतर त्याचा बहुमानही केला. तेव्हां त्या पशूला सोडून देऊन तो रुद्र विमानांतून निघून गेला. हे युधिष्ठिरा, ह्याविषयीं रुद्रासंबंधानें एक गाथा आहे ती ऐक. "सर्व भागांमध्यें उत्कृष्ट व शिळा न झालेला असा उत्तम व शाश्वत हविर्भाग देवांनीं रुद्राच्या भीतीनें त्यास देण्याचें ठरविलें." हे राजा, ही गाथा म्हणून जो मनुष्य ह्या ठिकाणीं स्नान करील, त्यास देवलोकाचा मार्ग नेत्रांनीं प्रत्यक्ष दिसूं लागतो.

वैशंपायन ह्मणालेः—तदनंतर ते सर्व महाभाग्यशाली पांडव आणि द्रौपदी हे वैतरणी नदीमध्यें उतरले व त्या ठिकाणीं त्यांनीं पितृतर्पण केलें.

युधिष्ठिर ह्मणालाः—हें लोमशा, हें पहा, ह्या नदीमध्यें स्नान केल्यामुळें मी तपोबलाच्या योगानें मृत्युलोकापासून दूर गेलों आहें असें मला वाटतें. हे सुव्रता, आपल्या प्रसादानें मला सर्वही लोक प्रत्यक्ष दिसूं लागले आहेत. जप करणाऱ्या महात्म्या वैखानसांचा हा शब्द मला ऐकूं येऊं लागला.

लोमश ह्मणालेः—हे, प्रजापालका, तुला हा ध्वनि जेथून ऐकूं येत आहे, तें स्थान येथून तीन लक्ष योजनें दूर आहे. हे राजा, तूं आतां कांहीं बोलूं नको. हे राजा, हें ब्रह्मदेवाचें दिव्य वन ह्या ठिकाणीं विराजमान आहे. हे राजेंद्रा, ह्या वनामध्यें प्रतापशाली विश्वकर्म्यानें यज्ञ केला होता. त्या यज्ञामध्यें ब्रह्मदेवानें पर्वत, वनें आणि इतर प्रदेश ह्यांसहवर्तमान हीसर्व भूमि दक्षिणेसाठीं महात्म्या कश्यप मुनीला अर्पण केली होती. हे कुंतीपुत्रा, त्यास अर्पण करितांच भूमि म्लान होऊन गेली आणि कोपानें लोकाधिपति प्रभु ब्रह्मदेव ह्यास ह्मणाली कीं, "हे भगवन्, कोणीही मनुष्याला माझें दान करणें हें आपणाला योग्य नाहीं. आपण केलेलें हें दान व्यर्थ आहे. ही पहा, मी आतां रसातलास चाललें!"

राजा, पृथ्वी खिन्न होऊन गेली आहे असें पाहून भगवान् कश्यप मुनींनीं तिला संतुष्ट केलें. तेव्हां, हे पांडुपुत्रा, त्यांच्या तपःप्रभावानें प्रसन्न होऊन ती पृथ्वी जलांतून वर निघाली व वेदिकेच्या आकाराची होऊन राहिली. हे राजा, हीच ती वेदीच्या आकारानें विराजमान असलेली पृथ्वी! हे महाराजा, तूं हिजवर आरोहण केलेंस ह्मणजे वीर्यवान् होशील. हे राजा, ही वेदी सागराच्या तीराचा आश्रय करून राहिली आहे. ह्या वेदिकेवर आरोहण केलेंस ह्मणजे तुझें कल्याण होईल व तूंच एकटा भवसागर तरून जाशील. हे युधिष्ठिरा, मी तुजकरितां पुण्याहवाचन करितों, ह्मणजे त्या योगानें तूं आज ह्या वेदिकेवर आरोहण करूं शकशील! मनुष्याचा स्पर्श झाला कीं ही वेदी समुद्रामध्यें शिरते; तेव्हां तसें न व्हावें म्हणून पुण्याहवाचन करणें भाग आहे. "ज्याच्या ठिकाणीं प्रलयकालीं सर्व विश्व लीन होऊन जातें व जो ह्या विश्वाच्या पलीकडे आहे, त्या परमेश्वरास नमस्कार असो! हे देवेश्वरा, ह्या क्षारसमुद्रामध्यें तूं आपलें सांनिध्य कर. हे समुद्रा, तूं अमृताचें गर्भस्थान असून तुझें दिव्य जल हें विश्वव्यापक परमात्म्याचें वीर्य आहे व अग्नि आणि सूर्य हें त्याच्या उत्पत्तीचें स्थान आहे." हे पांडुपुत्रा,

अशा प्रकारचें सत्य वचन उच्चारीत तूं वेगानें ह्या वेदीवर आरोहण कर. हे पांडवा, " अग्नि हा तुझें उत्पत्तिस्थान असून यज्ञ हा तुझा देह आहे व विश्वव्यापक परमात्मा हा तुझ्या ठिकाणीं वीर्य स्थापन करणारा असून तूं मोक्षाचें साधन आहेस. " असा जप करीत करीत समुद्रामध्यें प्रवेश करावा. ह्यावांचून, हे कुरुश्रेष्ठा कुंतीपुत्रा युधिष्ठिरा, देवांचें वसतिस्थान व जनांचा अधिपति जो महासागर त्याला दर्भाग्रानें देखील स्पर्श करूं नये.

वैशंपायन म्हणालेः—असें म्हणून लोमश मुनींनी पुण्याहवाचन केल्यानंतर महात्मा युधिष्ठिर समुद्रासमीप गेला व लोमश मुनींच्या आज्ञेप्रमाणें सर्व करून महेंद्र पर्वतावर येऊन रात्रभर राहिला.

अध्याय एकशें पंधरावा.

—:०:—

परशुरामचरिताचा उपक्रम.

वैशंपायन म्हणालेः—त्या ठिकाणीं आपल्या बंधूंसह एक रात्र राहिल्यानंतर त्या पृथ्वीपतीनें तपस्वी लोकांचा उत्तम प्रकारें सत्कार केला. तेव्हां त्या ठिकाणीं लोमश मुनींनीं भृगु, आंगिरस, वासिष्ठ, काश्यप इत्यादिक सर्व तपस्वी लोकांची युधिष्ठिरास ओळख करून दिली. नंतर त्या प्रत्येकाकडे जाऊन त्या राजर्षि युधिष्ठिरानें नमस्कार केला; व हात जोडून परशुरामाचा अनुयायी वीर अकृतव्रण ह्यास विचारिलें कीं, ' भगवान् भार्गवराम हा तपस्वी लोकांना केव्हां दर्शन देणार आहे हें मला सांगा. कारण, त्याच प्रसंगानें भार्गवरामाचें दर्शन घ्यावें अशी माझी इच्छा आहे. '

अकृतव्रण म्हणालाः—आत्मज्ञानसंपन्न अशा रामाला तूं येत आहेस हें कळलें असून तुजवर त्याची प्रीति आहे; ह्यामुळें तो तुला लवकरच दर्शन देईल. कारण चतुर्दशी आणि अष्टमी ह्या दिवशीं तपस्वी लोकांना रामाचें दर्शन होतें व आजची रात्र निघून गेली म्हणजे उद्यांच चतुर्दशी आहे.

युधिष्ठिर म्हणालाः—आपण जमदग्निपुत्र महाबलाढ्य अशा रामाचे अनुयायी असून त्याच्या हातून पूर्वीं घडलेलीं सर्व कृत्यें प्रत्यक्ष पाहिलेलीं आहेत. तेव्हां रामानें संग्रामामध्यें सर्व क्षत्रियांचा पराजय कसा व कोणत्या हेतूनें केला, हें आपण सांगा.

अकृतव्रण ह्मणालाः—हे नृपश्रेष्ठा भरतवंशजा युधिष्ठिरा, भृगुकुलोत्पन्न जमदग्निपुत्र राम ह्याचें देवतुल्य चरित्र आणि हैहयाधिपति कार्तवीर्य ह्याचें चरित्र हें उत्कृष्ट आणि मोठें असें आख्यान तुला सांगतों. हे पांडुपुत्रा, रामानें हैहयाधिपति कार्तवीर्यार्जुनाचा वध केला. त्याला सहस्र बाहु होते. तसेंच, हे पृथ्वीपते, दत्तात्रेयाच्या प्रसादानें त्याला सुवर्णमय विमानाची प्राप्ति झाली होती. पृथ्वीवर असणाऱ्या सर्व प्राण्यांवर त्याची सत्ता असे. त्या महात्म्याच्या रथाची गति कोठेंही कुंठित होत नसे. वरप्रदान करतेवेळीं दिलेल्या त्या रथांतून जाऊन तो वीर्यवान् अर्जुन सदोदित देव, यक्ष आणि ऋषि ह्यांचा चोहोंकडून धुव्वा उडवीत असे व सर्वही प्राण्यांना सर्व बाजूंनीं पीडा देत असे. तेव्हां देव आणि महाव्रतनिष्ठ मुनि हे देवशत्रुनाशक अमोघपराक्रमी देवाधिदेव श्रीविष्णूकडे गेले व ह्मणाले, " हे भगवन् प्रभो, प्राण्यांचें संरक्षण करण्यासाठीं आपण अर्जुनाचा वध केला पाहिजे. कारण, इंद्र शचीसह क्रीडा करीत असतां ह्या हैहयाधिपतीनें दिव्य विमानांतून जाऊन त्याचा पराजय केला. " हे भरतवंशजा, हें ऐकून भगवान् विष्णूनीं त्या वेळीं कार्तवीर्यार्जुनाचा नाश करण्यासाठीं इंद्राबरोबर खलबत केलें. तेव्हां

इंद्रानें सर्व प्राण्यांस हितकारक असें जें कर्म करण्याविषयीं सांगितलें, तें सर्व करण्याचें कबूल करून लोकपूज्य भगवान् विष्णु रम्य अशा आपल्या बदरिकाश्रमाकडे गेले. ह्याच वेळीं ह्या पृथ्वीवर कान्यकुब्ज देशामध्यें महाबलाढ्य पृथ्वीपति गाधि ह्या नांवाचा एक प्रख्यात महाराजा होता. त्यानें वानप्रस्थाश्रमाचा अंगीकार केला. हे भरतकुलोत्पन्ना युधिष्ठिरा, तो वनामध्यें वास करूं लागल्यावर त्याला एक अप्सरेसारखी सुंदर कन्या झाली.

ऋचीक मुनीचा विवाह.

पुढें भृगुकुलोत्पन्न ऋचीक मुनि ह्यानें त्या कन्येविषयीं मागणी केली. तेव्हां प्रशंसनीय व्रत आचरणाऱ्या त्या ब्राह्मणास गाधि ह्मणाला,'आमच्या कुलामध्यें पूर्वजांनीं जो कांहीं प्रचार पाडून ठेविला आहे तो योग्यच आहे. हे द्विजश्रेष्ठा, ज्यांचे कर्ण एका बाजूनें कृष्णवर्ण आहेत असे वेगवान् एक हजार पांढरे घोडे वरानें कन्येकरितां आह्मांला दिले पाहिजेत; हाच तो प्रचार होय. हे भृगुकुलोत्पन्ना, आपण पूज्य असल्यामुळें हे अश्व द्या असें आह्मीं ह्मणणें योग्य नाहीं; आणि हें कन्याधन घेतल्यावांचून तर कन्या देतां यावयाची नाहीं. आपल्यासारख्या महात्म्याला माझी कन्या द्यावयाची आहे.'

ऋचीक ह्मणाला:—एका बाजूनें श्यामकर्ण असलेले पांढरे आणि वेगसंपन्न असे हजार घोडे मी तुला देतों व तुझी कन्या ही माझी भार्या होऊं दे.

अकृतव्रण ह्मणाला:—हे राजा, ह्याप्रमाणें 'ठीक आहे' असें ह्मणून अश्व देण्याचें कबूल केल्यानंतर त्यानें वरुणाला सांगितलें कीं, 'ज्यांचे कर्ण एका बाजूनें श्यामवर्ण असून जे पांढरे व वेगानें गमन करणारे आहेत असे एक हजार घोडे मला शुल्क देण्यासाठीं दे.' तेव्हां वरुणानें त्याला एक हजार घोडे दिले. ते अश्व कान्यकुब्ज देशांत गंगेमध्यें जेथून वर आले तें ठिकाण अश्वतीर्थ ह्या नांवानें प्रख्यात आहे. त्या वेळीं देव वरपक्षाकडचे वऱ्हाडी होऊन आले होते. तेव्हां ते हजार घोडे घेऊन व देव वऱ्हाडी आहेत हेंही पाहून गाधीनें आपली कन्या सत्यवती ऋचीकास अर्पण केली. ह्याप्रमाणें धर्माच्या अनुरोधानें ती भार्या प्राप्त झाल्यानंतर तो द्विजश्रेष्ठ ऋचीक त्या सुंदरीसहवर्तमान यथेच्छ व प्रेमपूर्वक क्रीडा करूं लागला. हे राजा, विवाह झाल्यानंतर त्यास भार्येसहवर्तमान पाहण्यासाठीं श्रेष्ठ असे भृगु ऋषि तेथें आले व पुत्राला अवलोकन करून आनंदित झाले. तेव्हां, देवगणांसही पूज्य असलेले ते वडील बसल्यानंतर त्या दंपत्यानें त्यांचे पूजन केलें; व नंतर तीं हात जोडून त्यांच्यापाशीं जाऊन उभीं राहिलीं असतां भगवान् भृगु मुनि आनंदित होऊन त्या आपल्या स्नुषेस ह्मणाले, 'हे सौभाग्यवति-वर माग. तुला जें इष्ट असेल तें मी देतों.' हें ऐकून तिनें आपणाला व आपल्या मातेला पुत्र व्हावा अशी त्या आपल्या श्वशुरापाशीं विनंति केली व त्यांनीं त्याप्रमाणें अनुग्रह केला.

भृगु मुनींचा वर व जमदग्नीचा जन्म.

भृगु मुनि ह्मणाले:—ऋतुकालीं तूं व तुझी माता ह्या दोघींनीं स्नान केल्यानंतर पुत्रप्राप्तीसाठीं निरनिराळ्या दोन वृक्षांना आलिंगन द्यावें. तिनें पिंपळाला व तूं उंबराला. तसेंच हे कल्याणि, मी विराट्स्वरूपी परमात्म्याचें वारंवार चिंतन करून प्रयत्नपूर्वक हे दोन चरु तयार केलेले आहेत; ते तूं व तुझ्या मातेनें प्रयत्नपूर्वक भक्षण करावे. असें सांगून ते गुप्त झाले. पुढें त्या दोघींनीं आलिंगन देण्याच्या वृक्षांची व चरूंची बदलाबदल केली. ह्या गोष्टीस पुष्कळ दिवस होऊन गेल्यानंतर दिव्य दृष्टीनें ती गोष्ट कळून आल्यामुळें महा-

तेजस्वी भगवान् भृगु मुनि पुनः त्या ठिकाणीं आले व आपली स्नुषा सत्यवती हिला ह्मणाले कीं, ' हे भद्रे, तूं चरूचा उपयोग केला आहेस व वृक्षासही आलिंगन दिलें आहेस. तथापि हे सुंदरि, त्यामध्यें विपर्यास करून तुझ्या मातेनें तुला फसविलें आहे. ह्यामुळें आतां तुला ब्राह्मण पण क्षत्रियाच्या वृत्तीनें वागणारा असा पुत्र होईल;आणि तुझ्या मातेला महावीर्यसंपन्न, सन्मार्गनिष्ठ व पूज्य असा जातीचा क्षत्रिय असून ब्राह्मणाप्रमाणें आचरण असलेला असा पुत्र होईल.' हें ऐकून ' मला पाहिजे तर असा पौत्र (नातू) होऊं द्या; पण पुत्र नको. असें ह्मणून तिनें श्वशुराची वारंवार विनवणी केली. तेव्हां, हे पांडुपुत्रा, ' ठीक आहे ' असें सांगून त्यांनीं तिला आनंदित केलें. पुढें प्रसवकाल प्राप्त झाल्यानंतर तिला जमदग्नि नांवाचा पुत्र झाला. हा कांतिमान् आणि ब्राह्मतेजानें युक्त असून भृगुकुलास आनंद देणारा होता. हे पांडुपुत्रा, तो तेजस्वी पुत्र थोर होऊं लागल्यानंतर जेव्हां वेदाचें अध्ययन करूं लागला, तेव्हां त्यानें त्या अध्ययनाच्या योगानें अनेक ऋषींना मागें सारलें. हे भरतकुलश्रेष्ठा, त्या सूर्याप्रमाणें तेजस्वी असणाऱ्या जमदग्नि मुनीच्या अंतःकरणांत संपूर्ण धनुर्वेद आणि चारही प्रकारचीं अस्त्रें ह्यांची आपोआप स्फूर्ति झाली !

अध्याय एकशें सोळावा.

—:०:—

रेणुकेचा शिरच्छेद व पुनरुज्जीवन.

अकृतव्रण ह्मणालाः—वेदामध्यें आसक्त असणाऱ्या त्या महातपस्वी जमदग्नीनें तपश्चर्या केली व त्या योगानें सर्व वेद वश करून घेतले. नंतर, हे राजा, त्यानें प्रसेनजित् राजाकडे जाऊन त्याजकडे रेणुकेविषयीं मागणी केली व त्या राजानेंही त्याला ती अर्पण केली. ह्याप्रमाणें रेणुका ही भार्या मिळाल्यानंतर भृगुकुलोत्पन्न जमदग्नि अनुकूल अशा त्या भार्येसहवर्तमान आश्रमामध्यें राहून तपश्चर्या करूं लागला. तिला दुसरे चार आणि पांचवा राम असे पांच पुत्र झाले. त्यांपैकीं राम हा जरी सर्वांच्या मागून जन्मलेला होता, तरी गुणांमध्यें सर्वांच्याही पुढें होता. एकदा फळें आणण्यासाठीं सर्व पुत्र बाहेर निघून गेले असतां नियमपूर्वक व्रताचरण करणारी रेणुका स्नान करण्यासाठीं गेली. हे राजा, स्नान करून वर येत असतां वार्तिकावत देशाचा अधिपति राजा चित्ररथ हा कमलांच्या माळा घालून आपल्या भार्येसहवर्तमान जलक्रीडा करीत आहे असें साहजिक रीतीनें तिनें अवलोकन केलें. तेव्हां, ऐश्वर्यसंपन्न अशा त्या राजास पाहतांच तिला त्या राजाविषयींची इच्छा झाली. त्या मानसिक व्यभिचारामुळें पाण्यामध्यें असतांच तिला द्रव सुटला व कांहीं सुचेनासें झालें ! पुढें ती भीत भीत आश्रमांत गेली असतां तिच्या पतीनें तें सर्व ओळखलें. तेव्हां, ती धैर्यभ्रष्ट व ब्राह्मशोभेनें विरहित झाली आहे असें पाहून त्या वीर्यवान् महातेजस्वी जमदग्नीनें " धिक्कार असो तुला ! " असें ह्मणून तिची निर्भर्त्सना केली. तदनंतर जमदग्नीचा ज्येष्ठ पुत्र रुमण्वान् व त्याच्यामागूनच क्रमानें सुषेण, वसु आणि विश्वावसु हे त्या ठिकाणीं आले असतां भगवान् जमदग्नीनें क्रमाक्रमानें त्या प्रत्येकास मातेचा वध करण्याविषयीं आज्ञा केली. हें ऐकून त्यांच्या मनास वाईट वाटलें व मातेविषयीं प्रेम उत्पन्न झाल्यामुळें ते कांहींही बोलले नाहींत. तेव्हां जमदग्नीनें क्रुद्ध होऊन त्यांना शाप दिला. त्यानें शाप देतांच त्यांची चेतना नष्ट होऊन गेली व ते प्रथम पशुपक्ष्यांसारखे व नंतर लागलीच वृक्षपाषा-

णादिक जड पदार्थांसारखे होऊन गेले! तदनंतर त्या सर्वांच्या मागून शत्रुवीरनाशक राम तेथें आला. तेव्हां त्यास महातपस्वी महाबाहु जमदग्नि म्हणाला, 'हे पुत्रा, ह्या तुझ्या पापिणी मातेला ठार कर व तिजसंबंधानें मनाला वाईट वाटूं देऊं नको!' हें ऐकतांच रामानें परशु घेऊन मातेचा शिरच्छेद केला. ह्यामुळें, हे महाराजा, महात्म्या जमदग्नीचा कोप एकदम नाहींसा झाला व तो प्रसन्न होऊन ह्मणाला, 'बा रामा, माझ्या सांगण्यावरून तूं हें दुर्घट कर्म केलें आहेस, ह्यास्तव, हे धर्मज्ञा, तुझ्या अंतःकरणांत जेवढ्या ह्मणून इच्छा असतील तेवढ्या सर्व मजकडे वर मागून पूर्ण करून घे.' हें ऐकून, हे भरतवंशजा, रामानें आपली माता उठावी, तिला वध केल्याचें स्मरण राहूं नये, तिचा वध केल्याच्या पातकाचा आपणाला स्पर्श होऊं नये, आपल्या बंधूंना पूर्वस्थिति प्राप्त व्हावी, युद्धामध्यें कोणीही आपल्या जोडीला टिकूं नये आणि आपणांला दीर्घ आयुष्य असावें, असे वर मागितले; व महातपस्वी जमदग्नीनेंही ते सर्व त्याला दिले.

कार्तवीर्यार्जुनवध.

हे प्रभो युधिष्ठिरा, पुढें कोणे एके समयीं पूर्वीप्रमाणेंच त्याचे सर्व पुत्र बाहेर गेले असतां वीर्यसंपन्न अनुपदेशाधिपति कार्तवीर्य हा तेथें आला. तो आश्रमप्रदेशांत येतांचजमदग्निमुनीच्या भार्येनें त्याचा सत्कार केला. तथापि, युद्धमदानें धुंद होऊन गेलेल्या त्या कार्तवीर्यानें त्या आदरातिथ्याचा स्वीकार केला नाहीं. इतकेंच नव्हे, तर त्यानें दंगा करून बलात्कारानें त्या ऋषीच्या होमधेनूचें वासरूं आक्रोश करीत असतां ओढून नेलें आणि मोठमोठे वृक्ष मोडून टाकिले. पुढें राम आश्रमांत आल्यानंतर स्वतः पित्यानें त्याला तो वृत्तान्त सांगितला. तो ऐकून व गाय एकसारखी हंबरडा फोडूं लागली आहे हें पाहून रामाच्या अंगांत क्रोधाचा संचार झाला; व त्यामुळें तो मृत्यूच्या तावडींत सांपडलेल्या कार्तवीर्यावर चालून गेला. हे राजा, नंतर शत्रुवीरनाशक भार्गवरामानें आपलें सुंदर धनुष्य घेतलें; व तीक्ष्ण असे बाण सोडून त्या युद्धामध्यें पराक्रमानें त्याचे परिघांप्रमाणें पुष्ट असणारे हजार बाहु तोडून टाकिले. ह्याप्रमाणें रामानें पराभव केल्यानंतर तो कार्तवीर्य अर्जुन मरण पावला.

जमदग्निवध.

राजा, पुढें रामावर रागावलेले अर्जुनाचे पुत्र, राम नाहीं असें पाहून, आश्रमामध्यें असणाऱ्या जमदग्नीवर धावून गेले व तो महावीर्यसंपन्न तपस्वी जमदग्नि युद्ध न करितां एखाद्या अनाथाप्रमाणें 'रामा! रामा!' ह्मणून एकसारखा आक्रोश करीत असतां हे युधिष्ठिरा, त्याला बाणांच्या योगानें पीडित व ठार करून ते शत्रुमर्दक कार्तवीर्यपुत्र आल्या मार्गानें चालते झाले! ह्याप्रमाणें जमदग्नीची तशी स्थिति करून ते पळून गेल्यानंतर भार्गव राम हातीं समिधा घेऊन आश्रमांत आला, व तेथें येतांच आपला पिता तशा अयोग्य स्थितींत सांपडून मरण पावला आहे असें पाहून तो अत्यंत दुःखी होऊन विलाप करूं लागला!

अध्याय एकशें सतरावा.

—:०:—

परशुरामकृत क्षत्रियनिर्मूलन व पृथ्वीदान.

राम ह्मणालाः—हे तात! माझ्या अपराधामुळें त्या कार्तवीर्याच्या हलकट आणि मूर्ख अशा पुत्रांनीं अरण्यामध्यें असणाऱ्या एखाद्या पशूप्रमाणें आपणावर बाण सोडून आपला वध केला! हे तात! कोणाही प्राण्याचा अपराध न करणाऱ्या, धर्मवेत्त्या आणि

सन्मार्गनिष्ठ अशा आपणाला अशा प्रकारें मृत्यु यावा हें कसें योग्य होईल? ज्यांनीं तपश्चर्या करीत राहिलेल्या, युद्ध न करणाऱ्या व वृद्ध अशा आपला शेंकडों तीक्ष्ण बाणांनीं वध केला त्यांनीं कोणतें म्हणून पातक केलें नाहीं? युद्ध न करणाऱ्या, धर्मवेत्त्या आणि साहाय्यशून्य अशा आपला वध करून आतां ते निर्लज्ज आपल्या राजधानीमध्यें सचिवांना व मित्रांना काय सांगतील?

हे राजा! ह्याप्रमाणें अंतःकरणास द्रव सुटेल अशा रीतीनें नानाप्रकारें पुष्कळ विलाप केल्यानंतर महातपस्वी रामानें आपल्या पित्याचीं सर्वही प्रेतकर्में केलीं. हे भरतवंशजा, शत्रूंचीं नगरें हस्तगत करणाऱ्या रामानें पित्याचें दहन करून सर्वक्षत्रियांचा वध करण्याची प्रतिज्ञा केली; व अतिशय क्रुद्ध होऊन गेलेल्या त्या महाबलाढ्य, वीर्यसंपन्न आणि केवल यमतुल्य अशा रामानें शस्त्र घेऊन युद्धामध्यें कार्तवीर्याच्या सर्व पुत्रांना ठार करून सोडिलें. हे क्षत्रियश्रेष्ठा, तदनंतर प्रहार करणाऱ्या श्रेष्ठ अशा रामानें त्यांचे अनुयायी असे जे क्षत्रिय होते त्या सर्वांनाही चूर करून सोडिलें. ह्याप्रमाणें एकवीस वेळ पृथ्वी निःक्षत्रिय करून त्या सामर्थ्यसंपन्न रामानें समंतपंचक देशामध्यें रक्ताचे पांच डोह केले, व त्यांमध्यें त्या भृगुकुलश्रेष्ठानें आपल्या पितरांचें तर्पण केलें. त्या वेळीं त्याला प्रत्यक्ष ऋचीकाचें दर्शन झालें व त्यानें त्याची त्या कर्मापासून निवृत्ति केली. तेव्हां, प्रतापशाली जमदग्निपुत्र राम ह्यानें मोठा यज्ञ करून देवेंद्रास तृप्त केलें व ऋत्विजांस पृथ्वीचें दान केलें. तसेंच, हे प्रजापालका, दहा वांव लांब आणि नऊ वांव ऊंच अशी सुवर्णमय वेदिका करवून ती कश्यपास अर्पण केली. पुढें कश्यपाच्या अनुमतीनें ब्राह्मणांनीं त्या वेदीचे तुकडे करून ते विभागून घेतले व त्यामुळें ते ब्राह्मण खांडवायन ह्या नांवानें प्रसिद्ध झाले. ह्याप्रमाणें त्या महात्म्या कश्यपास भूमि अर्पण करून तो अमर्यादपराक्रमशाली राम ह्या महेंद्र पर्वतावर वास करूं लागला. असो; भूतलावर वास्तव्य करणाऱ्या क्षत्रियांशीं त्याचें जें वैर जडलें व त्या अपरिमिततेजस्वी अशा रामानें जी पृथ्वी जिंकून घेतली त्याचा वृतान्त हा असा आहे.

वैशंपायन ह्मणाले:—तदनंतर ठरल्याप्रमाणें चतुर्दशीदिवशीं उदारांतःकरण अशा रामानें त्या ब्राह्मणांस व बंधूंसहवर्तमान धर्मराजास दर्शन दिलें. तेव्हां, हे राजेंद्रा, बंधूंसहवर्तमान त्या नृपश्रेष्ठ प्रभु युधिष्ठिरानें त्याचें व ब्राह्मणांचेंही उत्कृष्ट प्रकारें पूजन केलें. ह्याप्रमाणें जमदग्निपुत्र रामाचें पूजन केल्यानंतर त्यानें बहुमानपूर्वक सांगितल्यामुळें त्या रात्रीं महेंद्र पर्वतावर राहून दुसऱ्या दिवशीं युधिष्ठिरानें दक्षिणाभिमुख होऊन प्रयाण केलें.

अध्याय एकशें अठरावा.

—:०:—

युधिष्ठिराची तीर्थयात्रा.

वैशंपायन ह्मणाले:—हे भरतवंशजा जनमेजया, तदनंतर तो महाप्रभावशाली राजा युधिष्ठिर गमन करूं लागला; व पवित्र, रम्य आणि कांहीं कांहीं ठिकाणीं ब्राह्मणांच्या वास्तव्यामुळें सुशोभित असलेलीं समुद्रसंबंधी सर्व तीर्थें त्यानें अवलोकन केलीं. नंतर, हे जनमेजया, सदाचारसंपन्न अशा युधिष्ठिरानें आपल्या बंधूंसहवर्तमान त्या तीर्थांमध्यें स्नान केलें; व नंतर तो पांडुपुत्र अत्यंत पवित्र अशा प्रशस्तानामक समुद्रगामिनी नदीवर गेला. त्या ठिकाणींही स्नान करून देवता व पितर ह्यांचें तर्पण केल्यानंतर तो महाप्रभावशाली युधिष्ठिर ब्राह्मणश्रेष्ठांस द्रव्य अर्पण करून समुद्र-

गामिनी गोदावरी नदीस गेला. हे राजा, तदनंतर निष्पाप अशा युधिष्ठिरानें द्रविडदेशामध्यें पवित्र अशा समुद्रावर जाऊन अत्यंत पवित्र अशा अगस्त्यतीर्थावर गमन गेलें. पुढें त्या वीरानें नारीतीर्थाचें दर्शन घेतलें. त्या ठिकाणीं मनुष्याच्या हातून घडण्यास अशक्य असें धनुर्धरश्रेष्ठ अर्जुनाचें तें अप्सरांचा उद्धार करण्याचें कृत्य श्रवण केल्यामुळें महर्षींच्या समुदायांनीं सत्कार केलेल्या त्या पांडुपुत्रांस अत्यंत आनंद झाला. हे राजा, त्या तीर्थामध्यें स्नान करून, द्रौपदीचें साहाय्य असलेला व कनिष्ठ बंधूंनीं युक्त असलेला तो पृथ्वीपति युधिष्ठिर अर्जुनाच्या पराक्रमाची प्रशंसा करण्यांत रममाण होऊन राहिला. तदनंतर समुद्रतीर्थावर सहस्र गोप्रदानें करून आनंदित झालेला तो युधिष्ठिर बंधूंसहवर्तमान कार्तवीर्यार्जुनानें केलेल्या गोप्रदानांची प्रशंसा करीत राहिला. पुढें, हे राजा, त्या व आणखीही दुसऱ्या पवित्र अशा समुद्रतीर्थांवर क्रमाक्रमानें गेल्यानंतर मनोरथ पूर्ण झालेल्या त्या युधिष्ठिरानें अत्यंत पवित्र अशा शूर्पारक तीर्थाचें दर्शन घेतलें, व त्या ठिकाणीं समुद्रकांठचा कांहीं प्रदेश उल्लंघन करून तो पृथ्वीमध्यें प्रख्यात अशा एका वनामध्यें गेला. त्या वनामध्यें पूर्वीं देवांनीं तपश्चर्या केली होती व पुण्य संपादन करण्याविषयीं तयार असणाऱ्या राजांनीं यज्ञ केले होते. त्या ठिकाणीं लांब आणि पुष्ट अशा बाहूंनीं युक्त असलेल्या त्या युधिष्ठिरानें तपस्वी लोकांच्या समुदायांनीं गजबजून गेलेली व पुण्यकर्में करणाऱ्या लोकांस पूज्य असलेली ऋचीककुलोत्पन्न धनुर्धरश्रेष्ठ राम ह्याची ती वेदी पाहिली. तदनंतर त्या पृथ्वीपति राजानें वसु, मरुद्गण, अश्विनीकुमार, यम, सूर्य, कुबेर, इंद्र, विष्णु, सविता, विभु, श्रीशंकर, वरुण, साध्यगण, धाता, पितर, प्रमथगणांसहवर्तमान रुद्र, सरस्वती, सिद्धगण व दुसऱ्याही पवित्र देवता ह्यांचीं अत्यंत मनोहर अशीं मंदिरें अवलोकन केलीं. त्या ठिकाणीं नानाप्रकारचीं उपोषणें करून, मोठमोठ्या रत्नांचें दान करून व सर्व तीर्थांमध्यें स्नान करून तो पुनरपि शूर्पारकतीर्थावर आला; व त्या समुद्रतीर्थावरून बंधूंसहवर्तमान निघून पूज्य अशा ब्राह्मणांनीं युक्त व पृथ्वीमध्यें प्रख्यात अशा प्रभासतीर्थावर आला. त्या ठिकाणीं स्थूल व आरक्तवर्ण नेत्र असलेल्या त्या धर्मराजानें व त्याच्या कनिष्ठ बंधूंनीं देवगण व पितर ह्यांचें तर्पण केलें. त्याचप्रमाणें द्रौपदी, ते ब्राह्मण आणि लोमश ह्यांनींही तर्पण केलें. त्या ठिकाणीं सकाळसंध्याकाळ स्नान करून व आपल्या सभोंवतीं अग्नि पेटवून त्या धार्मिकश्रेष्ठ युधिष्ठिरानें बारा दिवसपर्यंत जल आणि वायु भक्षण करून तपश्चर्या केली.

श्रीकृष्णसमागम.

तो निश्चयपूर्वक उग्र तपश्चर्या करीत आहे हें ऐकून यादवश्रेष्ठ बलराम व श्रीकृष्ण हे उभयतां सैन्यासहवर्तमान आजमीढ युधिष्ठिराकडे आले. तेव्हां त्या पांडुपुत्रांचीं शरीरें मलानें व्याप्त झालीं असून ते भूमीवर शयन करीत आहेत, व द्रौपदीही अशा दुःखोपभोगांस अयोग्य असतां दुःख भोगीत आहे, असें पाहून ते यादव अतिशय दुःखाकुल होऊन ओक्साबोक्शीं रडूं लागले. तेव्हां धैर्य न खचलेल्या युधिष्ठिरानें बलराम, श्रीकृष्ण, कृष्णपुत्र सांब, सात्यकि आणि दुसरेही यादव ह्यांची भेट घेऊन त्यांचें यथायोग्य पूजन केलें. तदनंतर, हे राजा, त्यांनींही त्या सर्व पांडवांचें उलट पूजन केल्यानंतर पांडवांनीं त्याचा बहुमान केला; व नंतर ज्याप्रमाणें देवसमुदाय इंद्राच्या सभोंवतीं जाऊन बसतात त्याप्रमाणें

ते युधिष्ठिराच्या सभोंवतीं बसले. तेव्हां, अतिशय प्रख्यात अशा धर्मराजानें आनंदित होऊन त्यांना शत्रूंचें सर्व चरित्र, आपला वनवास आणि अस्त्रसंपादन करण्यासाठीं अर्जुनाचें इंद्रलोकास गमन हीं सांगितलीं. तें ऐकिल्यामुळें त्या महाप्रभावशाली यादवांस सर्व वृतान्त कळून आला व ते पांडव अतिशय कृश झाले आहेत असें पाहून त्या महायोग्य अशा पुरुषांनीं नेत्रांतून दुःखाश्रु ढाळले!

अध्याय एकशें एकोणिसावा.

—:०:—

बलरामाचें भाषण.

जनमेजय ह्मणाला:—हे तपोधना, प्रभासतीर्थावर गेल्यानंतर पांडव आणि यादव ह्यांनीं काय केलें? आणि तेथें कसल्या गोष्टी निघाल्या होत्या? त्या गोष्टी चांगल्या प्रकारच्याच असतील. कारण, ते सर्वही महात्मे यादव आणि पांडव सर्वशास्त्रपारंगत असून परस्परांचे स्नेही होते.

वैशंपायन ह्मणाले:—महासमुद्रामध्यें असणाऱ्या पवित्र अशा प्रभासतीर्थावर गेल्यानंतर यादववीर पांडवांच्या सभोंवतीं बसले. तदनंतर गोदुग्ध, कुंदपुष्प, चंद्र, मृणाल अथवा रौप्य ह्यांच्याप्रमाणें शुभ्र कांति असणारा व पायांपर्यंत लोंबणारी पुष्पमाला धारण करणारा हलायुध बलराम श्रीकृष्णास असें बोलला.

बलराम ह्मणाला:—कृष्णा, धर्माचरण करणें हें प्राण्याच्या अभ्युदयाचें अथवा अधर्माचरण करणें हें अपकर्षाचें कारण नाहीं असें म्हणावें लागतें. कारण, ह्या धर्माचा आश्रय केला असतांही महात्म्या युधिष्ठिरास जटाधारी बनून आणि वल्कलें नेसून वनांत राहून क्लेश भोगावे लागत आहेत; आणि दुर्योधन हा पृथ्वीचें पालन करीत आहे तरी तो अधर्मानें वागत आहे. म्हणून पृथ्वी कांहीं दुभंगून जाऊन त्याला गडप करून टाकीत नाहीं! ह्यामुळें, ज्या मनुष्याची बुद्धि कमी आहे तो धर्मापेक्षां अधर्माचेंच आचरण करणें अत्यंत श्रेष्ठ होय, असें मानूं लागेल, हें साहजिक आहे. दुर्योधनाची अशी भरभराट होत आहे आणि शत्रूंनीं राज्यहरण केल्यामुळें युधिष्ठिर दुःख पावत आहे, ह्यामुळें लोकांनीं धर्म आणि अधर्म ह्या दोहोंपैकीं कोणाचें आचरण करावें अशी मनुष्यांना शंका उत्पन्न झालेली आहे. कारण, धर्म हा अभ्युदयाचें कारण असता तर हा धर्माचें केवळ उत्पत्तिस्थान, धर्माचरणासाठींच प्राण धारण करणारा, खरा धैर्यशाली आणि उत्कृष्ट प्रकारचा दानशूर असणारा राजा युधिष्ठिर राज्य आणि सुख ह्यांपासून भ्रष्ट कसा झाला असता? आणि दुर्योधन धर्मबाह्यवर्तन करीत असतां त्याचा अभ्युदय तरी कसा झाला असता? भीष्म, कृप, ब्राह्मण द्रोण आणि कौरवकुलांतील वृद्ध राजा धृतराष्ट्र हे पांडवांस घालवून देऊन कसे बरें सुख पावत असतील? धिक्कार असो त्या भरतकुलांतील पापबुद्धि अशा मुख्य मुख्य पुरुषांना! हा दुष्ट धृतराष्ट्र परलोकास गेला ह्मणजे आपल्या पितरांची भेट झाल्यावर "मीं निष्पाप अशा पांडवांस राज्यावरून पदच्युत करून माझ्या पुत्रांविषयीं उत्कृष्ट प्रकारचें आचरण केलें!" असें सांगूं शकेल काय? त्याच्या बुद्धीला हें अद्यापि कळत नाहीं कीं, मीं पूर्वीच्या जन्मीं कोणतें पातक केलें होतें म्हणून ह्या पृथ्वीवर असणाऱ्या राजांमध्यें मी असा अंध निजपलों! आणि आतां कुंतीपुत्रांस राज्यभ्रष्ट करून हांकलून दिल्यामुळें पुढें माझी दशा काय होईल? अशा प्रकारचें नीच कर्म केल्यामुळें खरोखर हा विचित्रवीर्यपुत्र धृतराष्ट्र आणि त्याचे पुत्र ह्यांना श्मशानभूमीमध्यें सुवर्णाप्रमाणें कांतिमान, प्रफुल्ल

फलादिकांनीं संपन्न असे वृक्ष दृष्टीस पडतील! ज्याचा स्कंधप्रदेश पुष्ट असून नेत्र मोठे आणि आरक्तवर्ण आहेत अशा ह्याआपल्या पुत्रांस धृतराष्ट्रानें विचारिलें असावें आणि त्याचें सांगणें खास ऐकिलें असावें! म्हणूनच आपलें मन सांशंक असतांही त्यानें शस्त्रग्रहण करणारा युधिष्ठिर आणि त्याचे बंधु ह्यांना वनास पाठविलें. खरोखर हा विशालभुजशाली भीमसेन हातीं शस्त्र घेतल्यावांचूनही शत्रूंच्या विपुल सैन्यास ठार करील. कारण, ह्याचा नुसता शब्द जरी ऐकिला तरी शत्रुसैन्यांची विलक्षण प्रकारची गाळण उडून जाते व तीं मलमूत्रोत्सर्ग करूं लागतात! म्हणूनच क्षुधा, तृष्णा आणि मार्गातील श्रम ह्यामुळें कृश झालेला हा वेगसंपन्न भीम ह्या भयंकर वनवासाचें स्मरण करून नानाप्रकारचीं आयुधें व बाण हातीं घेऊन शत्रूंशीं जाऊन भिडला ह्मणजे त्यांची कांहीं बाकी ठेवणार नाहीं अशी माझी खात्री आहे. ह्या सर्व पृथ्वीवर शौर्य आणि सामर्थ्य ह्यांमध्यें ह्याच्या तोडीचा दुसरा कोणीही नाहीं;व म्हणूनच थंडी, वारा व ऊन ह्यांच्या योगानें शरीर कृश होऊन गेलेला असा हा भीम युद्धांमध्यें शत्रु असा अवशिष्टच ठेवणार नाहीं. अरे, या वेगसंपन्न अतिरथी वृकोदरानें एका रथांतून जाऊन पूर्वदेशांतील राजांचा त्यांच्या अनुयायांसहवर्तमान युद्धामध्यें पराजय केला व क्षेमपूर्वक आगमन केलें. तोच हा आज वल्कलें परिधान करून वनामध्यें क्लेश पावत आहे. ज्यानें सिंधुतीरावर आलेल्या दक्षिणदेशांतील भूपतींचा पराजय केला तोच हा वेगसंपन्न सहदेव पहा आज कसा तपस्व्याचा वेष धारण करून राहिलेला आहे! अरे, युद्धमदानें धुंद होऊन गेलेल्या ज्या नकुलानें पश्चिम दिशेस असलेल्या सर्व पृथ्वीपतींचा एकाच रथांत आरोहण करून पराजय केला, तोच आज ह्या वनामध्यें फलमूलांवर उपजीविका करून व जटा धारण करून संचार करीत आहे व त्याचें शरीर मलानें व्याप्त होऊन गेलेलें आहे. अतिरथी राजा द्रुपद ह्याच्या वैभवसंपन्न अशा यज्ञामध्यें वेदिकेंतून उत्पन्न झालेली जी त्याची कन्या द्रौपदी, ती केवल सुखोपभोगांस योग्य असतांही आज हा अत्यंत दुःखदायक वनवास कशी सहन करूं शकणार? धर्म, वायु, इंद्र आणि अश्विनीकुमार ह्या देवतांचे केवळ सुखोपभोगांस योग्य असे हे पुत्र पांडव सुखभ्रष्ट होऊन वनामध्यें फिरले तरी कसे? अरे, बंधुवर्ग, भार्या आणि अनुयायी लोक ह्यांसहवर्तमान हा धर्मपुत्र युधिष्ठिर जिंकला गेला आणि त्याला देशांतून हांकलून दिलें व दुर्योधनाची भरभराट होऊं लागली! असें असतां पर्वतांसहवर्तमान ही पृथ्वी अद्यापि दुभंगून कशी गेली नाहीं?

अध्याय एकशें विसावा.

—:*:—

सात्यकीचें भाषण.

सात्यकि म्हणालाः—रामा, हा शोक करण्याचा काल नव्हे. आतां ह्याविषयीं जें योग्य वाटत असेल तें वेळ न दवडितां आपण सर्वजण मिळून करूं. युधिष्ठिरानें जरी ह्याविषयीं कांहीं सांगितलें नाहीं तरी हरकत नाहीं. बलरामा, ह्या जगतामध्यें ज्यांचे कोणी पालनकर्ते आहेत ते स्वतः कोणत्याही कार्याचा आरंभ करीत नाहींत. कारण, शिबिप्रभृति राजांनीं ज्याप्रमाणें ययातीचीं कार्यें केलीं, त्याप्रमाणें पालनकर्तेच त्यांचीं कार्यें करण्याविषयीं तत्पर असतात; आणि, रामा, तशा प्रकारचे पालनकर्ते लोक आपल्या मतानें ह्या जगता-

१ अशा प्रकारचे वृक्ष दृष्टीस पडणें हें मरणाचें चिन्ह आहे.

मध्यें ज्यांचीं कार्यें करूं लागतात, ते वीर पुरुष पालनकर्त्या पुरुषांनीं युक्त असल्यामुळें अनाथां-प्रमाणें दुःख पावत नाहींत. त्रैलोक्याचेंही पालन करण्याविषयीं समर्थ असा हा बलराम, श्रीकृष्ण, प्रद्युम्न, सांब आणि मी ह्यांच्या समीप आल्यानंतर बंधूंसहवर्तमान ह्या युधिष्ठिराला अरण्यामध्यें काय ह्मणून वास करावा लागावा? अर्थात् मुळींच असा वास करावा लागूं नये. तेव्हां, आज नानाप्रकारचीं विपुल आयुधें आणि चित्रविचित्र कवचें धारण करणारी यादवसेना बाहेर पडूं दे; आणि ह्या यादवांच्या सैन्याकडून पराभूत होऊन धृतराष्ट्रपुत्र दुर्योधन आपल्या बंधूंसहवर्तमान यमसदनास जाऊं दे! रामा, शार्ङ्गधनुष्य धारण करणाऱ्या श्रीकृष्णाची गोष्टच राहूं दे. कारण, तूं एकटा जरी क्रुद्ध झालास तरी ह्या सर्व पृथ्वीला वेढा देऊं शकशील. ह्यास्तव, ज्याप्रमाणें देवाधिपति इंद्रानें वृत्रासुराचा वध केला, त्याप्रमाणें तूं दुर्योधन आणि त्याचे बंधु ह्यांना ठार करून सोड. कुंतीपुत्र युधिष्ठिर हा माझा बंधु, मित्र आणि गुरु असून श्रीकृष्णाचा तर तो केवल प्राणच आहे. असें असतां जर आपण ह्या वेळीं स्वस्थ बसलों, तर मग मनुष्यांनीं सत्पुत्र, शिष्य आणि प्रतिकूल भाषण न करणारा गुरु ह्यांची इच्छा कशाकरितां करावयाची? आणि अत्यंत उद्योगसाध्य आणि दुर्घट असें उत्कृष्ट प्रकारचें श्रेष्ठ कर्म तरी त्यांच्याकरितां काय ह्मणून करावयाचें? बलरामा, मी तर युद्धा-मध्यें आपल्या उत्कृष्ट अस्त्रांनीं दुर्योधनाचीं सर्व अस्त्रें कुंठित करून आणि त्याला पराजित करून सर्प, विष अथवा अग्नि ह्यांच्या तोंडीच्या उत्कृष्ट बाणांनीं त्याचें मस्तक शरीरापासून वेगळें करीन! अथवा तीक्ष्ण अशा खड्गाच्या योगानें युद्धामध्यें बलात्कार करून त्याचें मस्तक शरीरापासून तोडून काढीन! आणि नंतर त्याच्या सर्व अनुयायांनाही ठार करून सोडीन! सारांश, मी दुर्योधन आणि सर्व कौरव ह्यांचा फडशा पाडीन! हे रोहिणीपुत्रा, ज्याप्रमाणें विनाशकालीं अग्नि विपुल अशाही गवताला दग्ध करून सोडितो, त्याप्रमाणें मी एकटाच आयुध ग्रहण करून कौरवांच्या मुख्य मुख्य योद्ध्यांना ह्या युद्धामध्यें ठार करूं लागलों ह्मणजे भीमवंशामध्यें उत्पन्न झालेले यादव आनंदित होऊन मला अवलोकन करोत. प्रद्युम्नानें सोडलेले तीक्ष्ण बाण सहन करण्याचें कृप, द्रोण, विकर्ण आणि कर्ण ह्यांना सामर्थ्य नाहीं. अर्जुनपुत्र अभिमन्यु ह्याचा पराक्रम मला माहीत आहे; व कृष्णाचा पुत्रही रणामध्यें जाऊन ठाकला ह्मणजे तो कोणत्या प्रकारचें वर्तन करीत असतो हेंही मला माहीत आहे. हा सांब आपल्या बाहूंच्या योगानें सारथि आणि रथ ह्यांसहवर्तमान दुःशासनाला बलात्कारानें जर्जर करून त्याचें चांगलें शासन करूं दे. युद्ध-मदानें धुंद होऊन गेलेला हा जांबवतीपुत्र संग्रामामध्यें कोणालाही क्षमा करणार नाहीं. कारण, ह्यानें लहानपणींच शंबरासुराच्या सर्व सैन्याला एकदम हांकून लावलें होतें. गुट-गुटीत मांड्या आणि अत्यंत विशाल व पुष्ट बाहु ह्यांनीं युक्त असणाऱ्या अश्वचक्राचा ह्यानेंच युद्धामध्यें वध केला. संग्रामामध्यें ह्या महारथी सांबाच्या समक्ष त्याच्यासमोर आपला रथ नेण्याची कोणाची शक्ति आहे? ज्याप्रमाणें अंतकालीं मनुष्य मृत्यूच्या तडा-क्यांत सांपडला म्हणजे फिरून माघारा येत नाहीं, त्याप्रमाणें संग्रामामध्यें ह्याच्या तावडींत सांपडल्यानंतर कोणता मनुष्य फिरून जिवंत परत येणार आहे? द्रोण व भीष्म हे उभयतां महारथी, पुत्रांनीं वेष्टिलेला तो सोमदत्त आणि त्यांची सेना ह्या सर्वांस श्रीकृष्ण हा बाणजन्य

अग्निसमूहाच्या योगानें अगदीं दग्ध करून सोडील. संग्रामामध्यें बिनतोड अशा चक्रायुध श्रीकृष्णानें आयुध ग्रहण केलें, आणि उत्कृष्ट प्रकारचे बाण हातीं घेतले, ह्मणजे देवांसहवर्तमान ह्या सर्व लोकांमध्यें असा कोण आहे कीं ज्याचा पराक्रम श्रीकृष्ण सहन करील ? तदनंतर अनिरुद्धही ढालतरवार हातीं घेऊन, गतप्राण करून सोडलेल्या अथवा शिरच्छेद करून ठार केलेल्या धृतराष्ट्रपुत्रांच्या योगानें, दर्भांनीं व्याप्त असणाऱ्या यज्ञांतील वेदिकेप्रमाणें ही सर्व पृथ्वी व्याप्त करून सोडूं दे. तसेंच गद, उल्मुक, बाहुक, भानुनीथ, शूर असा कुमार निशठ व संग्राममदानें धुंद झालेले सारण आणि चारुदेष्ण हे संग्रामामध्यें आपापल्या कुलास योग्य असें मोठें कर्म करूं देत. वृष्णि, भोज आणि अंधक ह्यांच्या कुलांमध्यें उत्पन्न झालेल्या मुख्य मुख्य योद्ध्यांनीं युक्त असलेलें यादवांचें शूर सैन्य संग्रामामध्यें भिडून धृतराष्ट्रपुत्रांना ठार करून ह्या लोकामध्यें विशाल अशी कीर्ति संपादन करूं दे; आणि तदनंतर धार्मिकश्रेष्ठ महात्मा कुरुकुलश्रेष्ठ युधिष्ठिर द्युतामध्यें सांगितल्याप्रमाणें आपलें व्रत शेवटास नेईतोंपर्यंत अभिमन्युच पृथ्वीचें पालन करूं दे. तदनंतर आह्मीं सोडलेल्या बाणांच्या योगानें शत्रूंचा पराजय झाल्यामुळें धर्मराज धृतराष्ट्रपुत्रांनीं विरहित झालेल्या व जीवर कर्णाचा वध झाला आहे अशा ह्या पृथ्वीचें पालन करील. ह्या वेळीं असें करणें हेंच आमचें उत्कृष्ट प्रकारचें व कीर्तिप्रद असें कर्तव्य होय

वासुदेव ह्मणाला:—हे अत्यंत धैर्यशाली सात्यके, तूं ह्मणतोस हें निःसंशय खरें आहे व ह्मणूनच आम्ही तें कबूल करितों. पण हा कुरुकुलश्रेष्ठ धर्मराज आपल्या बाहुबलानें जिंकून घेतल्यावांचून पृथ्वीचा स्वीकार करण्याची कोणत्याही प्रकारें इच्छा करणार नाहीं. कामामुळें, भीतीमुळें अथवा लोभामुळें हा युधिष्ठिर अथवा अतिरथी भीम, अर्जुन, नकुल, सहदेव आणि द्रुपदकन्या कृष्णा हे स्वधर्माचा त्याग करणार नाहींत. भीमसेन आणि धनंजय ह्या उभयतांना ह्या पृथ्वीवर संग्रामामध्यें जोड नाहीं. मग त्यांना आणि माद्रीपुत्र नकुलसहदेव ह्यांना पूज्य असणारा हा युधिष्ठिर संपूर्ण पृथ्वीचें पालन कां करूं शकणार नाहीं ? महात्मा पांचालदेशाधिपति, केकयदेशाधिपति चेदिदेशाचा राजा आणि आम्ही हे सर्वजण जर समरांगणांत पराक्रम करून लढूं लागलों, तर सर्व शत्रु तत्काल नष्ट होऊन जातील.

युधिष्ठिर ह्मणाला:—सात्यके, तूं ह्मणतोस हें कांहीं आश्चर्यकारक नाहीं. पण मला सत्यव्रताचेंच अत्यंत पालन करावयाचें आहे; तसें राज्याचें नाहीं. एका कृष्णालाच मात्र माझी बरोबर माहिती आहे; व मीही कृष्णाला बरोबर ओळखीत आहें. तेव्हां, हे सात्यके, ह्या पुरुषश्रेष्ठ श्रीकृष्णाला पराक्रम करण्याचा काळ आला आहे असें जेव्हां कळून येईल, तेव्हां शिनिकुलश्रेष्ठ तूं आणि श्रीकृष्ण असे तुह्मी संग्रामामध्यें दुर्योधनाचा पराजय करा. आतां आज हे यादववीर परत जाऊं देत. ह्या नरलोकाधिपति अशा माझ्या पालनकर्त्यांची आतां मला भेट झालीच आहे. हे अतर्क्यपराक्रमी वीरहो, आपण धर्मामध्यें केव्हांही प्रमाद होऊं देऊं नका. मी पुनरपि सुखामध्यें असणाऱ्या आपल्या सर्वांचें दर्शन घेईन.

हे भरतकुलश्रेष्ठा जनमेजया, हें ऐकून ते यादववीर परस्परांचे निरोप घेऊन, वृद्धांस वंदन करून आणि कुमारांना आलिंगन देऊन आपापल्या घरीं निघून गेले; व इकडे पांडवही तीर्थयात्रा करूं लागले. श्रीकृष्णास निरोप दिल्यानंतर धर्मराज आपले बंधु, भृत्य आणि

लोमश मुनि ह्यांसहवर्तमान विदर्भदेशाच्या अधिपतीनें वृद्धिंगत केलेल्या व उत्कृष्ट प्रकारचे घाट असलेल्या पवित्र अशा पयोष्णी नदीवर गेला; व तीरावर यज्ञ चालल्यामुळें जिचें उदक सोमरसानें मिश्रित झालेलें आहे अशा त्या पयोष्णी नदीच्या तीरावर तो महात्मा युधिष्ठिर जलप्राशन करीत राहिला. त्या वेळीं आनंदित झालेले मुख्य मुख्य ब्राह्मण उत्कृष्ट प्रकारचीं स्तुतिवाचक वाक्यें उच्चारून त्याची प्रशंसा करीत होते.

अध्याय एकशें एकविसावा.

—:*:—

गययज्ञवर्णन.

लोमश म्हणाले:—राजा, ह्या ठिकाणीं नृग राजानें यज्ञ करून पूर्वीं इंद्रास तृप्त केलें व तो तृप्त होऊन आनंद पावला असें आमच्या ऐकण्यांत आहे. ह्या ठिकाणीं दक्षादि प्रजापति आणि इंद्रासहवर्तमान सर्व देव ह्यांनीं विपुलदक्षिणासंपन्न असे नानाप्रकारचे मोठमोठाले यज्ञ केले. येथें प्रभुत्वसंपन्न असा अमूर्तरयपुत्र राजा गय ह्यानें सात सोमयज्ञ करून त्यांमध्यें इंद्रास तृप्त करून सोडिलें. त्याच्या त्या सातही यज्ञांमध्यें वनस्पतीचे अथवा मृत्तिकेचे जे पदार्थ आवश्यक असतात ते सर्व सुवर्णाचे होते. तसेंच त्याच्या त्या यज्ञामध्यें चषाल[1], यूप[2], चमस[3], स्थाली[4], पात्री[5], स्रुचा[6] आणि स्रुवा हीं यज्ञप्रयोगाचीं साधनें सात सात होतीं असें प्रसिद्ध आहे. ह्याच्या प्रत्येक यज्ञस्तंभावर सात सात चषाल असत. हे युधिष्ठिरा, त्याच्या यज्ञांतील ते चकाकणारे सुवर्णमय यज्ञस्तंभ इंद्रासहवर्तमान सर्व देवांनीं स्वतः उचलिले. त्या पृथ्वीपति गयाच्या श्रेष्ठ अशा यज्ञामध्यें सोमरसाच्या योगानें इंद्र व दक्षिणेच्या योगानें ब्राह्मण धुंद होऊन गेले होते. त्या वेळीं ब्राह्मणांनीं द्रव्याचे असंख्यात तोडे दान घेतले होते. फार काय सांगावें ? ज्याप्रमाणें भूमितलावर असणाऱ्या वाळूचे कण अथवा आकाशांतील तारका किंवा पर्जन्याच्या धारा ह्यांची कोणासही गणना करितां येणें शक्य नाहीं, त्याचप्रमाणें, हे महाराजा, त्या सात यज्ञांमध्यें गयानें सदस्यांस जें द्रव्य अर्पण केलें होतें त्याची गणना करतां येणें अशक्य आहे. किंबहुना वाळूचे जे कण वगैरे पूर्वीं मीं सांगितले त्यांची एखादे वेळीं गणना करतां येईल, पण त्या गयानें दिलेल्या दक्षिणेची संख्या करितां येणें अशक्य आहे. त्यानें नाना दिगंतरांवरून आलेल्या ब्राह्मणांस विश्वकर्म्यानें निर्माण केलेल्या सुवर्णमय धेनु अर्पण करून तृप्त करून सोडिलें. हे प्रजापालका, माहात्मा गय त्या त्या ठिकाणीं यज्ञ करूं लागल्यामुळें, ज्या ठिकाणीं अग्निचयन झालेलें नाहीं, अशी थोडीच भूमि अवशिष्ट राहिलेली होती. हे भरतकुलोत्पन्न, त्या कर्माच्या योगानें त्याला इंद्रलोकाची प्राप्ति झाली असून, जो मनुष्य ह्या पयोष्णी नदीमध्यें स्नान करील त्यालाही त्यास मिळालेल्या लोकांचीच प्राप्ति होते. ह्यास्तव, हे धैर्यभ्रष्ट न होणाऱ्या राजेंद्रा, तूंही आपल्या बंधूंसहवर्तमान ह्या नदीमध्यें स्नान कर, म्हणजे तुझ्या पातकांचें क्षालन होईल.

वैशंपायन म्हणाले:—हें ऐकून, आपल्या बंधूंसहवर्तमान त्या नदीमध्यें स्नान करून तो तेजस्वी नरश्रेष्ठ युधिष्ठिर वैडूर्यपर्वत आणि नर्मदा नदी ह्यांजकडे गेला. त्या ठिकाणीं भगवान् लोमश मुनींनीं रमणीय अशीं सर्व तीर्थें

१ यज्ञस्तंभाला वेष्टन करण्याचें एक कडें. २ यज्ञस्तंभ. ३ सोमपान करण्याचीं पात्रें (चमचे). ४ तपेली. ५ होमद्रव्य ठेवण्याचीं मातीचीं भांडीं. ६ होमद्रव्य अग्नींत अर्पण करण्याचें एक पात्र. आहुतीकरितां होमद्रव्य घेण्याचें साधन (एक पात्र).

आणि पवित्र अशीं सर्व देवमंदिरें ह्यांची त्यास माहिती करून दिली. तेव्हां तो आपल्या बंधूसहवर्तमान जसें जुळेल त्या मानानें व आनंद होईल अशा रीतीनें तीर्थयात्रा करूं लागला; व त्या त्या ठिकाणीं त्यानें हजारों ब्राह्मणांस द्रव्यप्रदान केलें.

लोमश ह्मणाले:–हे कुंतीपुत्रा युधिष्ठिरा, वैडूर्यपर्वताचें दर्शन घेतल्यानें आणि नर्मदा नदीच्या जलामध्यें प्रवेश केल्यानें मनुष्य देवतांच्या अथवा स्वर्गवासीराजांच्या लोकांत जातो हे नरश्रेष्ठा कुंतीपुत्रा, हा प्रदेश ह्मणजे द्वापर आणि त्रेता ह्या दोन युगांचा संधिच होय. ह्या प्रदेशांत जाणारा मनुष्य सर्व पातकांपासून मुक्त होतो. बा युधिष्ठिरा, हा पहा शर्याति राजाच्या यज्ञाचा प्रदेश झळकत आहे. ह्या यज्ञामध्यें साक्षात् अश्विनीकुमारांसहवर्तमान विश्वामित्रानें सोमप्राशन केलें होतें. ह्या वेळीं भृगुकुलोत्पन्न महातपस्वी प्रभु च्यवन ह्यानें इंद्रावर रुष्ट होऊन त्याचें स्तंभन करून सोडिलें; व ह्याच ठिकाणीं त्याला राजपुत्री सुकन्या ही भार्या मिळाली.

युधिष्ठिर ह्मणाला:—त्यानें भगवान् इंद्राचें स्तंभन काय म्हणून केलें? तो भृगुकुलोत्पन्न महातपस्वी असतां त्यानें इंद्रावर कोप काय म्हणून केला? आणि त्यानें अश्विनीकुमारांकडून सोमप्राशन कसें करविलें? हे ब्रह्मन्, हा सर्व वृत्तान्त जसा घडला असेल तसा आपण मला कथन करावा.

अध्याय एकशें बाविसावा.

—:*:—

च्यवनचरित्र.

लोमश ह्मणाले:—हे भरतवंशजा, भृगु महर्षीचा पुत्र च्यवननामक एक मुनि होता. त्या महातेजस्वी मुनीनें त्या सरोवराच्या समीपभागीं तपश्चर्या केली होती. हे प्रजापालका महाबुद्धे पांडुपुत्रा युधिष्ठिरा, तो तेथें एका बाजूस वीरासन घालून काष्ठस्तंभाप्रमाणें निश्चल होऊन पुष्कळ वेळपर्यंत राहिला होता. हे राजा, ह्याप्रमाणें पुष्कळ काळ निघून गेल्यानंतर त्या ऋषीवर वारूळ वाढून तें लतांनीं व्याप्त होऊन मुंग्यांनीं भरून गेलें होतें. तो ज्ञानसंपन्न मुनि ह्याप्रमाणें सर्व बाजूंनीं लतांनीं व्याप्त आणि वारुळानें अच्छादित होऊन मृत्तिकेच्या गोळ्याप्रमाणें बनून गेला व भयंकर तपश्चर्या करूं लागला. पुढें पुष्कळ काळ लोटल्यावर शर्याति नांवाचा पृथ्वीपति ह्या रम्य आणि उत्कृष्ट अशा सरोवरामध्यें विहार करण्यासाठीं आला. त्याच्याबरोबर चार हजार स्त्रियांचा परिवार होता; आणि, हे भरतकुलोत्पन्ना, सुकन्या नांवाची त्याची एक सुंदर कन्याही बरोबर होती. दिव्य अलंकारांनीं विभूषित असलेली ती कन्या आपल्या सखींसहवर्तमान संचार करीत करीत भृगुपुत्र च्यवनमुनीच्या वारुळाजवळ गेली; आणि तेथें ती अत्यंत मनोहर व सुबुद्ध स्त्री इकडे तिकडे पहात आणि वनस्पतीचा शोध करीत सखींसहवर्तमान विहार करूं लागली. ती स्वरूपसंपन्न, वयांत आलेली व मदन आणि मद ह्यांनीं युक्त होती. ह्यामुळें तिनें त्या वनांतील वृक्षांच्या उत्कृष्ट प्रकारच्या पुष्पें आलेल्या डहाळ्या मोडल्या. ह्या वेळीं तिच्या सख्या मागें राहिल्या असून ती एकटीच होती. इतक्यांत, एकच वस्त्र परिधान केलेल्या, अलंकार धारण केलेल्या व भूमीवर संचार करणाऱ्या विजेप्रमाणें दिसणाऱ्या त्या कन्येवर भृगुपुत्र च्यवन मुनीची दृष्टि गेली. तेव्हां, त्या निर्जन प्रदेशांत तिला अवलोकन करून तो अत्यंत कांतिमान् मुनि आनंदित झाला; व जरी तो ब्रह्मर्षि तपोबलसंपन्न होता, तरीही कामपीडित झाल्यामुळें त्याचा आवाज

क्षीण होऊन गेला. ह्यामुळें तो त्या कल्याणीशीं भाषण करूं लागला असतांही तें तिला ऐकूं गेलें नाहीं. पुढें त्या वारुळामध्यें सुकन्येस च्यवनाचे दोन नेत्र दिसले. तेव्हां तिच्या बुद्धीला बलवत्तर मोह पडून त्याच्या जोरांत "हें काय बरें असेल!" असें ह्मणून कौतुकानें कंटकाच्या योगानें तिनें ते दोन्ही नेत्र फोडिले! ह्याप्रमाणें तिनें नेत्रभेद केल्यामुळें तो अत्यंत क्रुद्ध झाला व त्या रागासरशीं त्यानें शर्यातीच्या सैन्याच्या मलमूत्राचा अवष्टंभ करून सोडिला. तेव्हां, मलमूत्राचा अवष्टंभ झाल्यामुळें तें सैन्य पोट फुगून दुःख पावूं लागलें. आपल्या सैन्याची अशी स्थिति झाली आहे हें पाहून त्या पृथ्वीपतीनें विचारिलें कीं, "निरंतर तपश्चर्या करणारा, वृद्ध आणि अत्यंत कोपिष्ठ असा जो महात्मा च्यवन, त्याला आज ह्या ठिकाणीं जाणूनबुजून असो अथवा अज्ञानानें असो, कोणीं अपकार केला आहे हें लवकर सांगा. उशीर लावूं नका." ह्यावर सेनेंतील लोक ह्मणाले, 'त्याला अपकार केल्याचें आह्मांला माहीत सुद्धां नाहीं. तेव्हां, आपण सर्व प्रकारचे उपाय करून त्याबद्दलची माहिती मिळवा.' हें ऐकून त्या राजानें सामपूर्वक व उग्र स्वरूप धारण करूनही स्वतः आपल्या आप्तेष्टांस विचारलें; पण त्यांना त्याविषयींची मुळींच माहिती नव्हती. त्या वेळीं तें सैन्य पोटें फुगून पीडित होऊन गेलें आहे व कष्ट भोगीत आहे आणि आपला पिता दुःख पावत आहे असें पाहून सुकन्या ह्मणाली कीं, "मी फिरत असतां मला ह्या वारुळामध्यें एक लकाकत असलेला प्राणी दिसला. तेव्हां तो काजव्यासारखा असावा असें समजून मी जवळ जाऊन त्याला कांट्यांनीं टोंचलें!" हें ऐकून राजा शर्याति सत्वर त्या वारुळाजवळ गेला. तेव्हां त्याला त्या ठिकाणीं वयोवृद्ध व तपोवृद्ध अशा भृगुपुत्र च्यवनमुनीचें दर्शन झालें. तदनंतर त्या पृथ्वीपतीनें आपल्या सैन्यासंबंधानें त्याची प्रार्थना केली कीं, 'महाराज, माझ्या ह्या लहान कुमारिकेनें अज्ञानामुळें आपला जो अपराध केला आहे त्याबद्दल आपण क्षमा करावी.'

ह्यावर त्या वेळीं भृगुपुत्र च्यवनमुनि ह्मणाला कीं, 'गर्वानें फुगून गेलेल्या ह्या तुझ्या मुलीनें मला अपमानपूर्वक टोंचलें आहे. तेव्हां, हे राजा, अत्यंत स्वरूपशालिनी व लोभ आणि मोह ह्यांचा पगडा बसलेली ती तुझी कन्या मला मिळाली तर मी क्षमा करीन. हे पृथ्वीपालका, मी तुला हें खरें सांगत आहें.'

लोमश ह्मणाले:—त्या च्यवनमुनीचें भाषण ऐकून शर्याति राजानें विचार करीत न बसतां तत्काल त्या महामुनीस आपली कन्या अर्पण केली. तेव्हां त्या कन्येचा अंगीकार करून भगवान् च्यवनमुनि प्रसन्न झाला व राजाही संतुष्ट होऊन सैन्यासहवर्तमान आपल्या नगराकडे आला. प्रशंसनीय सुकन्याही तपस्वी असा पति प्राप्त झाल्यानंतर प्रत्यहीं प्रेमानें त्याची सेवा करूं लागली. पुढें, कोणाचाही मत्सर न करितां तपश्चर्या करून, नियमाचें आचरण करून आणि अग्नि व अतिथि यांची सेवा करून त्या सुमुखीनें लवकरच त्या च्यवनमुनीला प्रसन्न करून घेतलें.

अध्याय एकशें तेविसावा.

—:०:—

च्यवनमुनीस तारुण्यप्राप्ति.

लोमश ह्मणालेः—हे राजा, पुढें कांहीं काल निघून गेल्यावर एकदा सुकन्येनें स्नान केल्यामुळें तिचे अवयव स्पष्टपणें दिसूं लागले असतां अश्विनीकुमारनामक देवतांनीं तिला अवलोकन केली. तेव्हां, जिचे अवयव पहाण्या-

सारखे आहेत अशा इंद्रकन्येप्रमाणें दिसणाऱ्या त्या सुकन्येस अवलोकन करितांच धावत धावत तिच्या जवळ जाऊन अश्विनीकुमार ह्मणाले, 'हे सुंदरि, तूं कोणाची ? आणि ह्या वनांत काय करीत आहेस ? हे भद्रे, तुझा वृत्तान्त समजावा अशी आमची इच्छा आहे. तेव्हां, तूं तो बरोबर रीतीनें सांग.'

हें ऐकून सुकन्या लाजली आणि त्या देवश्रेष्ठांस म्हणाली कीं, 'मी शर्याति राजाची कन्या असून च्यवनमुनींची भार्या आहें असें समजा.' ह्यावर अश्विनीकुमार हसून तिला पुनः म्हणाले, 'हे कल्याणि, ज्याचा आयुष्यक्रम संपत आला आहे अशा ह्या वृद्ध मुनीला तुझ्या पित्यानें तुला दिली तरी कशी ? हे सुंदरि, तूं ह्या वनामध्यें खरोखर विद्युल्लतेसारखी चमकत आहेस. हे प्रेमवति, देवांमध्यें देखील तुझ्या तोडीची स्त्री आमच्या दृष्टोत्पत्तीस आलेली नाहीं. हे कल्याणि, तूं ह्या वेळीं जरी अलंकार धारण केलेले नाहींस व उत्कृष्ट प्रकारचें वस्त्रही परिधान केललें नाहींस,—सारांश, तूं शरीर सुशोभित दिसावें म्हणून जरी कांहीं केलेलें नाहींस, तरीही तुझ्या योगानें हें वन अत्यंत सुशोभित दिसत आहे. हे सुंदरांगि, तूं सर्व प्रकारचे अलंकार धारण केलेस व उत्कृष्ट प्रकारचीं वस्त्रें परिधान केलींस ह्मणजे तुला शोभा येईल. अशा प्रकारें अंगावर मल वाढल्यानें तुला शोभा यावयाची नाहीं ! हे कल्याणि, तूं अशा प्रकारची सुंदर असून कामोपभोगापासून पराङ्मुख व जरेनें जर्जर होऊन गेलेल्या पतीची काय ह्मणून सेवा करीत आहेस ? खरोखर, तो तुझें संरक्षण अथवा पोषण करण्याविषयीं समर्थ नाहीं. तेव्हां, हे सुहास्यमुखि, तूं त्या च्यवनाला सोडून देऊन आह्मां उभयतांपैकीं एकाचा अंगीकार कर. हे देवकन्योपमे, ह्या पतीकरितां तूं आपलें तारुण्य वायां दवडूं नको.' असें त्यांनीं भाषण केल्यानंतर सुकन्या त्या उभयतां देवांस ह्मणाली कीं, 'मी आपला पति च्यवन ह्याच्या ठिकाणीं आसक्त आहें, तेव्हां मजविषयीं आपण अशी शंका घेऊं नका.' ह्यावर ते तिला पुनः ह्मणाले कीं, 'आह्मी श्रेष्ठ असे देववैद्य आहों. आह्मी तुझ्या पतीला तरुण आणि स्वरूपसंपन्न करूं व नंतर तो आणि आह्मी उभयतां अशा तिघांपैकीं वाटेल त्या एकाचा पति ह्या नात्यानें तूं स्वीकार कर. हे कल्याणि, तूं ही अट आपल्या पतीला जाऊन विचार.'

हे राजा, त्यांच्या सांगण्यावरून ती सुकन्या भृगुपुत्र च्यवनाकडे गेली व त्यांचें भाषण त्याला सांगूं लागली. तेव्हां च्यवनानेंही 'तसें कर.' असें ह्मटलें. अशी पतीची अनुज्ञा मिळतांच ती अश्विनीकुमारांकडे येऊन 'तसें करा.' असें ह्मणाली. तेव्हां, तिचें तें भाषण ऐकून अश्विनीकुमारांनीं त्या राजकन्येस सांगितलें कीं, 'तुझा पति जलामध्यें प्रवेश करूं दे.' हें ऐकून, स्वरूपप्राप्तीच्या इच्छेनें च्यवनमुनीनें सत्वर त्या जलामध्यें प्रवेश केला; आणि हे राजा, ते अश्विनीकुमारही त्या वेळीं त्या सरोवरांत शिरले. पुढें दोन घटका निघून गेल्यानंतर ते सर्वजण त्या सरोवरांतून वर आले. त्या वेळीं ते सर्वही दिव्यस्वरूपसंपन्न, तरुण, स्वच्छ अशीं कुंडलें धारण करणारे व सारख्याच वेषाचे असे होते; व त्यांस अवलोकन करितांच अंतःकरणांतील प्रेम वृद्धिंगत होत होतें. त्या वेळीं ते सर्वजण मिळून ह्मणूं लागले कीं, 'हे कल्याणि, आह्मांपैकीं जो कोणी एक मिळावा अशी तुला इच्छा असेल त्याचा तूं पति ह्या नात्यानें स्वीकार कर. अथवा, हे सुंदरि, ज्या पुरुषाकडे तुझें अंतःकरण ओढत असेल त्याचा तूं अंगीकार कर.'

हें ऐकून व ते सर्वही सारख्याच प्रकारच्या

स्वरूपानें युक्त आहेत असें पाहून त्या दिव्य ज्ञानसंपन्न स्त्रीनें आपल्या बुद्धीनें आपला पति ओळखून काढिला व त्याचाच अंगीकार केला. ह्याप्रमाणें भार्या, अभीष्ट वय आणि सुस्वरूप ह्यांची प्राप्ति झाल्यानंतर तो महातेजस्वी च्यवन आनंदित होऊन त्या अश्विनीकुमारांस असें म्हणाला कीं, 'ज्या अर्थीं मी वृद्ध असतां आपण मला स्वरूपसंपन्न आणि तारुण्ययुक्त केलें व ज्या अर्थीं आपल्या प्रसादानें मला ही भार्या मिळाली, त्या अर्थीं आतां मी इंद्राच्या समक्ष आनंदानें आपणांकडून सोमपान करवितों; हें मी आपणांला खरें सांगतों.' हें ऐकून अश्विनीकुमारांचें अंतःकरण आनंदित झालें व ते स्वर्गास गेले. इकडे च्यवन व सुकन्या हींही देवांप्रमाणें विहार करूं लागलीं.

अध्याय एकशें चोविसावा.

—:०:—

शर्यातीच्या यज्ञाचा उपक्रम.

लोमश म्हणाले:—तदनंतर च्यवनमुनीस तारुण्यसंपन्न केल्याची वार्ता शर्यातीच्या कानावर गेली; ह्यामुळें तो अत्यंत आनंदित होऊन सैन्यासहवर्तमान च्यवनाच्या आश्रमाकडे गेला. तेव्हां त्या ठिकाणीं देवकुमारांप्रमाणें असणाऱ्या च्यवन आणि सुकन्या ह्या उभयतांस अवलोकन केल्यामुळें शर्याति आणि त्याची भार्या ह्यांना संपूर्ण पृथ्वी मिळाल्याप्रमाणें आनंद झाला. त्या वेळीं च्यवनमुनीनें सत्कार केल्यानंतर भार्येसहवर्तमान तो पृथ्वीपति त्याच्याजवळ जाऊन बसला व चित्तवेधक अशा चांगल्या चांगल्या गोष्टी करूं लागला. पुढें, हे राजा, त्या राजाचें अंतःकरण आनंदित करीत करीत भृगुपुत्र च्यवन त्याला म्हणाला कीं,' हे राजा, मी तुजकडून यज्ञ करवितों. तेव्हां तूं त्याचें सर्व साहित्य जमा कर.' हे महाराजा, हें ऐकून पृथ्वीपति शर्याति अत्यंत आनंदित झाला व त्यानें च्यवनमुनीचें वाक्य मान्य केलें. तदनंतर यज्ञकर्मास योग्य असा चांगलासा दिवस पाहून त्यानें सर्व प्रकारच्या अभीष्ट वस्तूंनीं संपन्न असा उत्कृष्ट प्रकारचा यज्ञमंडप तयार करविला. नंतर, हे राजा, त्या यज्ञमंडपामध्यें भृगुपुत्र च्यवनमुनीनें त्या शर्यातीकडून यज्ञ करविला. त्या वेळीं त्या ठिकाणीं ज्या ज्या आश्चर्यकारक गोष्टी घडून आल्या, त्या मी तुला सांगतों, ऐक.

च्यवन मुनीचें अश्विनीकुमारांसाठीं सोमरसग्रहण व इंद्रकृत प्रतिबंध.

त्या वेळीं च्यवनानें अश्विनीकुमार ह्या देवतांना अर्पण करण्यासाठीं सोमरस ग्रहण केला. ह्याप्रमाणें तो अश्विनीकुमारांसाठीं सोमरस ग्रहण करूं लागला असतां इंद्र त्याला प्रतिबंध करूं लागला.

इंद्र म्हणालाः—हे उभयतां अश्विनीकुमार सोमरस प्राशन करण्यास योग्य नाहींत असें माझें मत आहे. कारण, हे स्वर्गामध्यें वास्तव्य करणारे देवांचे वैद्य आहेत व त्या कर्मामुळेंच त्यांना सोमरस प्राशन करण्याची योग्यता नाहीं!

च्यवन म्हणालाः—इंद्रा, ज्या अत्यंत उत्साहसंपन्न, स्वरूपशाली व महाधनिक अशा महात्म्यांनीं मला जराशून्य व म्हणूनच देवाप्रमाणें करून सोडिलें, व त्या कामीं तुझा उपयोग झाला नाहीं व इतर देवतांचाही उपयोग झाला नाहीं ते अश्विनीकुमार सोमरस प्राशन करण्यास कां योग्य नसावे? त्यांतूनही, हे पुरंदरा इंद्रा, तेही देवच आहेत हेंही तूं लक्षांत घे.

इंद्र म्हणालाः—हे उभयतां चिकित्सक व आमचीं कामें करणारे असून, आपल्या इच्छेस येईल तसें स्वरूप धारण करून मृत्युलोकामध्यें संचार करीत असतात. तेव्हां त्यांना

ह्या ठिकाणीं सोमरस प्राशन करण्याची योग्यता कशी असणार ?

लोमश म्हणाले:—ह्याप्रमाणें देवाधिपति इंद्र जेव्हां दोन तीन वेळ तेंच तें वाक्य उच्चारूं लागला, तेव्हां त्याला न जुमानतां भृगुपुत्र च्यवनानें अश्विनीकुमारांकरितां सोमरसाचा हविर्भाग घेतला. तो त्यांच्याकरितां उत्कृष्ट प्रकारचा सोम ग्रहण करीत आहे हें पाहून बलनामक दैत्यास छिन्नविच्छिन्न करून सोडणारा इंद्र असें म्हणाला, 'जर तूं स्वतः ह्या उभयतांसाठीं सोमरस ग्रहण करशील तर मी तुजवर अत्यंत भयंकर अशा वज्राचा प्रहार करीन !'

इंद्रवधार्थ कृत्यानिर्माण.

इंद्रानें असें भाषण केल्यानंतर भृगुपुत्र च्यवनानें हसत हसत इंद्राकडे पाहिलें व अश्विनीकुमारांकरितां सोमरसरूपी उत्कृष्ट प्रकारचा हविर्भाव ग्रहण केला. तेव्हां शचीपति इंद्र त्याजवर भयंकर वज्राचा प्रहार करणार, इतक्यांत भृगुपुत्र च्यवनानें त्याच्या बाहूचें स्तंभन केलें ! नंतर त्या इंद्राला ठार करण्याविषयीं उद्युक्त होऊन कृत्या निर्माण करण्यासाठीं त्या महातेजस्वी च्यवनानें अग्नीमध्यें मंत्रोच्चारपूर्वक हवन केलें. तेव्हां त्या मुनीच्या तपोबलानें त्या ठिकाणीं कृत्या उत्पन्न झाली. ही कृत्या म्हणजे धिप्पाड शरीर असलेला व महावीर्यवान् असा मदनामक महादैत्य होय. ह्याच्या शरीराचें प्रमाण देवतांस अथवा दैत्यांसही सांगतां येणें अशक्य आहे. त्याचें तोंड भेसूर आणि धिप्पाड असून दातांचीं अग्रें तीक्ष्ण होतीं; त्याच्या जबड्याचा एक आर्धात् खालचा भाग भूमीला लागला असून दुसरा अर्थात् वरचा भाग आकाशास गेलेला होता; त्याला चार दाढा असून त्या शंभर शंभर योजनें लांब होत्या व इतर दांत दहा दहा योजनें लांब व देवमंदिरांच्या शिखरांच्या आकाराचे असून ते दिसण्यामध्यें शूलाच्या अग्रांसारखे दिसत होते; त्याचे दोनही बाहु सारख्याच आकाराचे असून ते दहा दहा हजार योजनें लांब होते; त्याचे नेत्र चंद्रसूर्यांसारखे असून मुख प्रलयकालीन अग्नीप्रमाणें दिसत होतें; तो विद्युल्लतेप्रमाणें चंचल असणाऱ्या आपल्या जिव्हेनें वारंवार मुख चाटीत होता; त्याची दृष्टि फार उग्र दिसत होती; व त्यानें जबडा पसरला असल्यामुळें तो बलात्कारानें सर्व जगच भक्षण करून टाकतो कीं काय असें वाटत होतें. असो; पुढें तो दैत्य मोठी भयंकर किंकाळी फोडून सर्व त्रैलोक्य दणाणून सोडीत रागारागानें इंद्रास भक्षण करण्यासाठीं धावला !

अध्याय एकशें पंचविसावा.

—:०:—

अश्विनीकुमारांस सोमप्राप्ति.

लोमश म्हणाले:—भयंकर मुख असलेला तो मदनामक दैत्य जबडा पसरून आपणाला भक्षण करण्यासाठीं येत आहे, आणि आपल्या बाहूंचेंही स्तंभन झालेलें आहे, असें पाहून देवाधिपति इंद्र भयपीडित झाला व जिव्हेनें ओष्ठप्रांत चाटीत चाटीत च्यवनास म्हणाला कीं, 'हे ब्राह्मणा, मजवर प्रसन्न हो. हे भृगुपुत्रा, आजपासून हे अश्विनीकुमार सोमरस प्राशन करण्यास योग्य होतील हें माझें भाषण अगदीं खरें आहे. तूं आरंभ केलेलें कृत्य कधींही व्यर्थ जावयाचें नाहीं. तेव्हां अश्विनीकुमारांस सोमरस प्राशन करून देण्याचा हा उत्कृष्ट विधि घडून येऊं दे. हे ब्रह्मर्षे, मला हें माहीतच आहे कीं, तूं जें करशील तें केव्हांही मिथ्या व्हावयाचें नाहीं. आज तूं ह्या अश्विनीकुमारांस सोमरस प्राशन करण्यास योग्य केलेंस हेंच ह्या गोष्टीचें उदाहरण होय.

हे भृगुपुत्रा, तुझ्या वीर्याची अत्यंत प्रसिद्धि व्हावी व ह्या सुकन्येच्या पित्याच्या कीर्तीचा लोकांमध्यें प्रसार व्हावा, ह्मणूनच मीं हें वीर्य-प्रकाशन केलें होतें. तेव्हां तूं मजवर अनुग्रह कर; व तुझी जशी इच्छा आहे त्याप्रमाणें हें कृत्य घडून येऊं दे!'

ह्याप्रमाणें इंद्रानें भाषण केलें असतां महात्म्या भृगुपुत्राचा तो क्रोध सत्वर नष्ट होऊन गेला व त्यानें इंद्रास त्यांतून सोडविलें; आणि नंतर वीर्यसंपन्न अशा त्या च्यवनानें मदाचा विभाग करून मद्यपान, स्त्रिया, अक्ष-क्रीडा आणि मृगया ह्यांच्यामध्यें त्याची स्थापना केली. ह्याप्रमाणें पूर्वी निर्माण केलेल्या त्या दैत्याची पुनः पुनः व्यवस्था लावून त्यानें इंद्र व अश्विनीकुमारांसहवर्तमान सर्व देव ह्यांस सोमरसाच्या योगानें तृप्त करून सोडलें.

हे भरतकुलावतंसा कुंतीपुत्रा युधिष्ठिरा, ह्या-प्रमाणें त्या शर्याति राजाकडून यज्ञ करवून आणि तीनही लोकांमध्यें आपल्या वीर्याची ख्याति कर-वून तो श्रेष्ठ प्रतीचा वक्ता च्यवनमुनि अनुकूल अशा सुकन्येबरोबर त्या अरण्यामध्यें विहार करूं लागला. हे राजा, पक्ष्यांचा कलकलाट असलेलें हें जें शोभासंपन्न सरोवर दिसत आहे तें त्याचेंच होय. ह्या ठिकाणीं आपल्या बंधू-सहवर्तमान तूं पितरांचें आणि देवतांचें तर्पण कर; आणि, हे भरतकुलोत्पन्ना पृथ्वीपते, हें सरोवर व सिकताक्षतीर्थ ह्यांचें दर्शन घेतल्या नंतर तूं सिंधुप्रदेशांतील अरण्यामध्यें जाऊन तेथील काल्व्याचें दर्शन घे. हे महाराजा, तूं पुष्करतीर्थादिक सर्वही जलांचा स्पर्श कर व श्रीशिवमंत्राचा जप करीत रहा; ह्मणजे, हे भरत-कुलोत्पन्ना, तूं सिद्धि पावशील. हे नरश्रेष्ठा पार्था, हा प्रदेश ह्मणजे पातकांचा नाश कर-ण्याविषयीं त्रेता आणि द्वापार ह्या दोन युगांचा संधिच होय, असें माझ्या दृष्टीनें वाटतें. त्याच-प्रमाणें, आर्चिक पर्वत हाही ज्ञानी लोकांच्या वस-तीचें स्थान असून, त्या ठिकाणीं वृक्षांना सदोदित फलें येतात, सर्व काळ जलप्रवाह सुरू असतात, व तो देवतांचें उत्कृष्ट प्रकारचें वसतिस्थान आहे. हे युधिष्ठिरा, ह्या ठिकाणीं नाना-प्रकारचीं देवमंदिरें आहेत. ह्या चंद्रतीर्थाच्या समीपभागीं वानप्रस्थाश्रमी व जगतास पावन करणारे वायुभक्षक वालखिल्य मुनि वास्तव्य करीत असतात. पुढें, जिचा आकार त्रिकोण आहे अशा काशीस, व गंगा, यमुना आणि सरस्वती ह्या तीन नद्या ह्यांवर जाऊन तूं आपल्यां इच्छेप्रमाणें स्नान कर. हे राजेंद्रा, ह्या ठिकाणीं नराधिपति शंतनु, शुनक व नरनारायण हे उभयतां ऋषि ह्यांस मोक्षप्राप्ति झाली. ह्या ठिकाणीं महर्षींसहवर्तमान पितर आणि देवता हे निरंतर पडून राहिलेले असतात. हे युधि-ष्ठिरा, ह्या आर्चिकपर्वतावर त्यांनीं तपश्चर्या केली आहे; आणि, हे प्रजापालका, त्यांनीं आणि ऋषींनींही ह्या ठिकाणीं चरूचें प्राशन केलेलें आहे; तेव्हां तूं त्यांचें आराधन कर. ह्या ठिकाणीं यमुनेचा प्रवाह अक्षय्य असून श्रीकृष्णही तप करण्यामध्यें आसक्त होऊन राहिलेला होता. हे शत्रुनाशका पांडुपुत्रा युधि-ष्ठिरा, नकुलसहदेव, भीमसेन, द्रौपदी आणि इतरही आह्मी सर्वजण तुझ्यासहवर्तमान तिकडे जाऊं. हे नरेश्वरा, हा पवित्र असा जलप्रवाह इंद्राचा असून ह्या ठिकाणीं धाता, विधाता आणि वरुण ह्यांस स्वर्गलोकाची प्राप्ति झालेली आहे. हे राजा, तेही ह्या ठिकाणीं क्षमाशील आणि उत्कृष्ट प्रकारचे धर्मनिष्ठ बनून राहि-लेले होते. मैत्रीसंपन्न आणि अंतःकरणाचे सरळ असे जे लोक असतील त्यांना वास्तव्य करण्याला हा पर्वतश्रेष्ठ चांगला आहे. हे राजा, हीच ती महर्षिसमुदायांनी सेवन केलेली यमुना. हिच्या तीरावर अनेक प्रका-

रचे चयनयुक्त यज्ञ झाले असून, ही पुण्यकारक आणि पापभीतीचा नाश करणारी आहे. हे कुंतीपुत्रा, ह्या ठिकाणीं महाधनुर्धर राजा मांधाता ह्यानें यज्ञ केला व उत्कृष्ट प्रकारचा दानशूर सहदेवपुत्र सोमक ह्यानेंही यज्ञ केला.

अध्याय एकशें सव्विसावा.

—:*:—

मान्धातृचरित.

युधिष्ठिर म्हणालाः—हे ब्रह्मन्, युवनाश्वपुत्र नृपश्रेष्ठ मांधाता हा तिन्ही लोकांमध्यें प्रसिद्ध कसा झाला? आणि त्या अप्रतिमकांतिमान् राजाला अशा श्रेष्ठ स्थानाची प्राप्ति कशी झाली? कारण, ज्याप्रमाणें श्रीविष्णूच्या त्याचप्रमाणें त्या महात्म्याच्याही ताब्यांत तीनही लोक होते. मी त्या ज्ञानसंपन्न राजाचें चरित्र श्रवण करूं इच्छित आहें. तेव्हां तें, आणि त्या इंद्राप्रमाणें कांति असलेल्या अप्रतिमवीर्यशाली राजाला मांधाता असें नांव कां पडलें, व त्याचा जन्म कसा झाला, हेंही श्रवण करण्याची मला इच्छा आहे. ह्यास्तव तें मला सांगा. कारण, आपण हे सांगण्यामध्यें कुशल आहां.

लोमश ह्मणालेः—हे राजा, त्या महात्म्या राजाला लोकांमध्यें मांधाता असें कां म्हणतात तें लक्ष्य देऊन ऐक. इक्ष्वाकुवंशामध्यें युवनाश्वनांवाचा एक पृथ्वीपति राजा होऊन गेला. त्या पृथ्वीपतीनें विपुलदक्षिणासंपन्न असे अनेक यज्ञ केले. ह्याप्रमाणें एक हजार अश्वमेध केल्यानंतर त्या धार्मिकश्रेष्ठानें दुसरेही विपुल दक्षिणासंपन्न असे मुख्य मुख्य यज्ञ केले. त्या महान् व्रतनिष्ठ राजर्षीला संतति नव्हती. ह्यामुळे राज्यकारभार आपल्या मंत्र्यांकडे सोंपवून तो कायमचा वनामध्यें जाऊन राहिला; व शास्त्रामध्यें सांगितलेल्या विधीस अनुसरून त्यानें परमात्म्याच्या ठिकाणीं अंतःकरण जडविलें. हे राजा, पुढें कोणे एके समयीं तो राजा उपवासाच्या योगानें दुःख पावून व तृष्णेच्या योगानें हृदय शुष्क होऊन भृगूच्या आश्रमामध्यें गेला. हे राजेंद्रा, त्याच रात्रीं महात्मा महर्षि भृगुपुत्र ह्यानें सुद्युम्नपुत्र युवनाश्व ह्यास पुत्र व्हावा ह्मणून इष्टि केली होती. हे राजेंद्रा, त्या महर्षीनें त्या ठिकाणीं अभिमंत्रण केलेल्या जलानें भरलेला एक मोठा कलश आणून ठेविलेला होता. ह्या कलशांतील जल प्राशन केलें असतां त्या राजाच्या भार्येस इंद्राच्या तोडीचा पुत्र व्हावयाचा होता. पुढें रात्रीं जागरण झाल्यामुळें श्रमून गेलेले ते महर्षि तो कलश वेदिकेवर ठेवून निजले. इतक्यांत सुद्युम्नपुत्र युवनाश्व त्यांच्याकडे आला व थकून गेल्यामुळें आश्रमांत जाऊन त्या राजानें पाणी मागितलें. ह्यावेळीं तो तृष्णेनें पीडित झाल्यामुळें त्याचा कंठ शुष्क होऊन गेलेला होता व त्याला जलप्राशनाची अत्यंत इच्छा झालेली होती. तो श्रमून गेला असून त्याचा घसाही कोरडा पडल्यामुळें त्या वेळीं त्यानें जरी आक्रोश केला, तरीही, ज्याप्रमाणें पक्ष्याच्या शब्दाकडे कोणी लक्ष्य देत नाहीं त्याप्रमाणें त्याचा आक्रोश कोणीं ऐकून घेतला नाहीं. तेव्हां, पाण्यानें भरलेला तो कलश पाहून राजा वेगानें तिकडे धावून गेला व त्यानें त्यांतील जल प्राशन करून टाकिलें! ह्याप्रमाणें तृषाक्रांत झालेल्या त्या पृथ्वीपतीनें तें थंडगार जल प्राशन केलें, तेव्हां त्या ज्ञानसंपन्न राजाला शांति मिळाली व सुख वाटलें. पुढें ते तपोधन मुनि जागे झाले; तेव्हां कलशामध्यें मुळींच पाणी नाहीं असें त्या सर्वांनाही आढळून आलें. नंतर ते सर्व एकत्र जमले व "हें काम कोणाचें?" ह्मणून परस्परांमध्यें विचारपूस करूं लागले.

तेव्हां युवनाश्वानें 'माझें' असें सांगून ती खरी गोष्ट कबूल केली असतां भगवान् भार्गव मुनि ह्मणाला कीं, "हें योग्य झालें नाहीं. कारण, तपोबलानें पूर्ण असें तें उदक पुत्रप्राप्तीसाठीं ठेविलें होतें. हे महाबलाढ्य पराक्रमी राजर्षे, तुला पुत्र व्हावा म्हणून कडक तपश्चर्या करून ह्या जलामध्यें ब्रह्माची स्थापना केलेली होती. हे राजा, ह्या जलानें होणारा हा पुत्र महाबलाढ्य, अत्यंत वीर्यसंपन्न आणि तपोबलानें युक्त असा होऊन, आपल्या पराक्रमाच्या योगानें प्रत्यक्ष इंद्राला देखील यमसदनास पाठवूं शकेल. कारण, अशाच प्रकारच्या विधीनें मीं हें जल तयार करून ठेविलेलें होतें; तें तूं आज प्राशन केलेंस हें अगदीं अयोग्य केलें आहेस. आतां आह्मांला ह्यांत बदल करितां येत नाहीं. खरोखर तूं जें हें अशा प्रकारचें आचरण केलेंस तें दैवानेंच घडवून आणलें असावें. हे महाराजा, यथाविधि अभिमंत्रण केलेलें व तपोबलानें भरलेलें असें तें जल तृष्णेमुळें तूंच प्राशन केलें आहेस; तेव्हां त्या जलाच्या योगानें आह्मीं सांगितल्या प्रकारचा पुत्र तुझ्याच देहापासून उत्पन्न होईल. आम्हीही त्यासाठीं अत्यंत आश्चर्यकारक अशी एक इष्टि तुजकरितां करितों. ह्या योगानें तूं वीर्यसंपन्न आणि इंद्रतुल्य अशा पुत्राला प्रसवशील आणि तुला गर्भधारणजन्य श्रमही होणार नाहींत."

तदनंतर पुढें शंभर वर्षें भरून गेल्यानंतर त्या महात्म्या राजाची डावी बरगडी फोडून सूर्याप्रमाणें महातेजस्वी असा एक पुत्र बाहेर निघून उभा राहिला; पण तो युवनाश्व राजा मृत्यु पावला नाहीं, हें खरोखर आश्चर्य होय. पुढें महातेजस्वी इंद्र त्याला पहाण्यासाठीं आला. तेव्हां देव त्याला विचारूं लागले कीं, 'हा मुलगा पिणार काय?' तें ऐकून इंद्रानें आपली तर्जनी त्या मुलाच्या मुखांत घातली आणि सांगितलें कीं, 'हा (माम्) मला (धाता) प्राशन करील.'

असें इंद्रानें भाषण केल्यानंतर त्याच्यासहवर्तमान त्या देवतांनीं मांधाता असें त्या पुत्राचें नांव ठेविलें. ह्याप्रमाणें इंद्रानें दिलेल्या तर्जनीचें प्राशन करून, हे राजा, तो महातेजस्वी कुमार तेरा विती वाढला. हे महाराजा, त्या ऐश्वर्यसंपन्न मांधात्यानें चिंतन करितांच धनुर्वेदासहवर्तमान सर्व वेद आणि दिव्य अस्त्रें हीं संपूर्ण त्याजपाशीं आलीं. तसेंच, अजगवनामक धनुष्य, स्वर्गामध्यें निर्माण झालेले बाण आणि अभेद्य कवच हीं तात्काळ त्याजपाशीं येऊन राहिलीं. पुढें, हे भरतवंशजा, पूजनीय अशा प्रत्यक्ष इंद्रानें त्याला राज्याभिषेक केला; व नंतर, ज्याप्रमाणें विष्णूनें तीन पावलें टाकून तीन लोक संपादन केले होते त्याप्रमाणें त्यानें पराक्रमाच्या योगानें त्रैलोक्य जिंकून घेतलें. त्या महात्म्याची आज्ञा सर्वत्र अकुंठितपणें चालत होती व त्या राजर्षीकडे नानाप्रकारचीं रत्नें स्वतःच येऊन राहिलीं होतीं. हे पृथ्वीपते, त्याचा अधिकार असतांना ही सर्व पृथ्वी द्रव्यपूर्ण होऊन गेलेली होती. पुढें त्यानें विपुलदक्षिणासंपन्न असे यज्ञ केले; व अग्निचयनासहवर्तमान अनेक यज्ञ करवून नानाप्रकारच्या धर्मविधींचें पूर्णपणें आचरण केल्यानंतर त्या महापराक्रमी आणि निस्सीमकांतिसंपन्न अशा राजाला इंद्राच्या अर्ध्या आसनाची प्राप्ति झाली. निरंतर धर्मामध्यें आसक्त असणाऱ्या त्या बुद्धिमान् राजानें एका दिवसांत केवल आज्ञेच्या योगानें ही समुद्रवलयांकित आणि नगरयुक्त पृथ्वी जिंकून घेतली. हे महाराजा, त्यानें जे विपुलदक्षिणायुक्त यज्ञ केले होते, त्यांतील चयनाच्या योगानें ही चार समुद्रांनीं

वेष्टिलेली सर्व पृथ्वी व्याप्त होऊन गेलेली होती. त्या वेळीं चयनानें व्याप्त झालेलें नाहीं असें कोणतेंही स्थल राहिलेलें नव्हतें. हे महाराजा, त्यानें दहा हजार पद्में धेनु ब्राह्मणांस अर्पण केल्या असें सांगतात. ज्या वेळीं बारा वर्षें अवर्षण पडलेलें होतें त्या वेळीं त्या महात्म्यानें धान्याची अभिवृद्धि होण्यासाठीं इंद्राच्या समक्ष पर्जन्यवृष्टि केली. त्यानें गर्जना करणाऱ्या महामेघाप्रमाणें असणाऱ्या प्रचंड अशा गांधारदेशाधिपतीस बाणांनीं छिन्नविच्छिन्न करून ठार केलें.ज्याचा आत्मा कृतकृत्य झाला आहे अशा त्या राजानें चार प्रकारच्या आपल्या प्रजांचें पालन केलें. तसेंच, त्या अत्यंत तेजस्वी अशा राजानें आपल्या तपोबलाच्या योगानें सर्वही लोकांकडून तप घडविलें. त्या सूर्याप्रमाणें तेजस्वी असलेल्या राजाचें हें देवतांचा याग करण्याचें स्थान असून, हें त्याच्या अत्यंत पवित्र अशा देशांत व कुरुक्षेत्राच्या मध्यभागीं आहे. ह्याप्रमाणें, हे राजा, तूं जें मला विचारिलें होतेंस तें मांधात्याचें मोठें चरित्र आणि उत्कृष्ट प्रकारचा जन्म हें सर्व मीं तुला सांगितलें आहे.

वैशंपायन ह्मणाले:—हे भारता जनमेजया, लोमश महर्षीनें ह्याप्रमाणें भाषण केल्यानंतर त्या कुंतीपुत्रानें पुनः सोमकाविषयीं प्रश्न केला.

अध्याय एकशें सत्ताविसावा.

—:०:—

सोमकचरित.

युधिष्ठिर ह्मणाला:—हे वक्तृश्रेष्ठा, सोमक राजाचा पराक्रम कसा काय होता? त्यानें केलेलीं कृत्यें आणि त्याचा प्रभाव ह्यांविषयींचा खरा वृत्तान्त ऐकावा अशी माझी इच्छा आहे.

लोमश ह्मणाले:---युधिष्ठिरा, पूर्वीं सोमक नांवाचा एक धर्मनिष्ठ राजा होऊन गेला. त्याला सारख्या अशा शंभर भार्या होत्या. पुढें पुष्कळ काळ लोटला व त्या राजानेंही देवताराधनादिक मोठमोठे प्रयत्न केले, तथापि त्याला त्यांच्यापासून पुत्र झाला नाहीं. पुढें तो वृद्ध होऊं लागला असतां त्याला प्रयत्नानें त्या शंभर स्त्रियांमध्यें मिळून एक जंतुनांवाचा पुत्र झाला. तो जन्म पावल्यापासून, हे प्रजापालका, त्याच्या सर्वही माता कामोपभोगापासून परावृत्त होऊन केवल त्याच्याच सभोंवतीं जाऊन बसूं लागल्या. पुढें कोणे एके दिवशीं त्या जंतूच्या बरगडीच्या खालच्या बाजूस एक मुंगी चावली. तेव्हां त्या बालकानें दुःखानें किंकाळी फोडली. हें पाहून त्याच्या त्या सर्व माताही अत्यंत दुःख पावून त्याच्या सभोंवतीं उभ्या राहून एकदम आक्रोश करूं लागल्या. त्यांच्या आक्रोशाचा ध्वनि फारच प्रचंड झाला. ह्या वेळीं राजा आपल्या पुरोहितांसहवर्तमान मंत्र्यांच्या सभेमध्यें बसलेला होता. तेव्हां एकाएकीं तो पीडासूचक ध्वनि त्याच्या कानांवर गेला. तदनंतर त्यानें, हें काय आहे, याचा शोध करण्यासाठीं द्वारपालास पाठविलें असतां, त्यानें येऊन त्याच्या पुत्राविषयींचा सर्व वृत्तान्त जसा घडला होता तसा सांगितला. तें ऐकून, हे शत्रुमर्दना, सोमक राजाही आपल्या मंत्र्यांसहवर्तमान त्वरेनें अंतःपुरांत गेला व पुत्राला धीर देऊन आणि त्याचें सांत्वन करून अंतःपुरांतून बाहेर पडला; आणि, हे राजा, आपला ऋत्विज् व अमात्य ह्यांसह बसून असें ह्मणाला.

सोमक ह्मणाला:---धिक्कार असो ह्या एकपुत्रपणाला! ह्यापेक्षां निपुत्रिकपणाच कांहीं अंशीं बरा. एकपुत्रपणा हा प्रत्यहीं प्राण्यांच्या पीडेस कारणीभूत असल्यामुळें मूर्तिमंत शोकच होय. हे प्रभो ब्रह्मन्, पुत्राच्या इच्छेनें मीं सारख्याच प्रकारच्या ह्या शंभर भार्या परीक्षा

करून वरिल्या. तथापि त्यांना संतति नसून, सर्वही स्त्रिया संततीविषयीं प्रयत्न करीत असतां मोठ्या कष्टानें मला हा जंतुनामक एकच पुत्र उत्पन्न झाला, ह्यापेक्षां दुसरी दुःखकारक गोष्ट ती कोणती ? हे द्विजश्रेष्ठा, आतां ह्या स्त्रियांचें आणि माझेंही वय निघून गेलें असून आह्मां सर्वांचे पंचप्राण एकुलत्या एका पुत्रावर अवलंबून राहिलेले आहेत. तेव्हां, अशा तऱ्हेचें एखादें कर्म असेल काय, कीं ज्या योगानें मला शंभर पुत्र होतील ? मग तें कर्म लहान असो, मोठें असो, अथवा दुर्घट असो.

ऋत्विज् म्हणालाः—हे सोमका, ज्याच्या योगानें शंभर पुत्र होतील असें कर्म आहे. पण तें करण्याविषयीं जर तूं समर्थ असशील तर तुला सांगतों.

सोमक म्हणालाः—तें कर्म करितां येणें शक्य असो अथवा अशक्य असो, त्याच्या योगानें जर शंभर पुत्र होत असतील, तर मीं तें केलेंच म्हणून समजा. भगवंतांनीं मला तें सांगावें.

ऋत्विज् म्हणालाः—हे राजा, मी यज्ञ करितों आणि त्यामध्यें तूं ह्या जंतूचाच होम कर. म्हणजे तुला ताबडतोब कांतिमान् असे शंभर पुत्र होतील. ह्या जंतूच्या वपेचा होम होऊं लागला असतां त्याच्या मातांनीं त्या धूमाचें अवघ्राण करावें, म्हणजे त्या अत्यंत वीर्यसंपन्न अशा तुझ्या स्त्रियांना शंभर पुत्र होतील. पुढें हा जंतु ज्या स्त्रीपासून तुला सांप्रत झाला आहे त्याच स्त्रीपासून पुनरपि उत्पन्न होईल; व ह्याच्या बरगडीच्या वरच्या बाजूला एक सुवर्णमय चिन्ह राहील.

अध्याय एकशें अठ्ठाविसावा.

—:०:—

सोमककृत पुत्रहोम व शतपुत्रप्राप्ति.

सोमक म्हणालाः—हे ब्रह्मन्, आपणाला जें जें जसें जसें केलें पाहिजे असेल तें तें त्याप्रमाणें करा. मला पुत्रप्राप्तीची इच्छा असल्यामुळें मी तें आपलें सर्व सांगणें ऐकेन.

लोमश म्हणाले:—तदनंतर तो ऋत्विज् त्या सोमकाकडून जंतूचा होम करवूं लागला; पण दयायुक्त अशा त्याच्या माता त्या आपल्या पुत्राला ओढून घेऊं लागल्या आणि अत्यंत शोकाकुल होऊन ‘ हाय हाय ! आम्ही ठार झालों ! ’ म्हणून आक्रोश करूं लागल्या; आणि त्या पुत्राचा उजवा हात धरून करुणस्वरानें रोदन करूं लागल्या. इकडे तो ऋत्विजही त्याच्या डाव्या हाताला धरून ओढूं लागला. पुढें कुररीनामक पक्ष्याप्रमाणें व्याकूळ होऊन गेलेल्या त्या स्त्रियांकडून पुत्राला ओढून घेऊन व ठार करून त्यानें यथाविधि त्याच्या वपेचा होम केला. हे कुरुनंदना, याप्रमाणें वपेचा होम चालला असतां त्या गंधाचें अवघ्राण करून त्याच्या त्या माता एकाएकीं व्याकूळ होऊन भूमीवर पडल्या. तदनंतर त्या श्रेष्ठ स्त्रियांच्या ठिकाणीं गर्भ राहिले. पुढें, हे प्रजापालका भरतवंशजा युधिष्ठिरा, दहा महिने होतांच त्या सर्व स्त्रियांपासून सोमकाला बरोबर शंभर पुत्र झाले. हे पृथ्वीपते, त्यांपैकीं जंतु हा ज्येष्ठ असून पूर्वींच्याच आपल्या मातेच्या उदरीं जन्मास आलेला होता. त्या सर्वही स्त्रियांचें त्याच्यावर जितकें प्रेम होतें तितकें आपल्या पुत्रांवरही नव्हतें. त्याच्या बरगडीच्या वरच्या बाजूस पूर्वीं सांगितलेलें तें सुवर्णमय चिन्ह असून त्या शंभर पुत्रांमध्यें गुणांनीं देखील तोच श्रेष्ठ होता.

सोमक व त्याचा पुरोहित ह्यांची पारलौकिक गति.

पुढें तो सोमकाचा गुरु परलोकवासी झाला व कांहीं काल गेल्यानंतर सोमकही परलोकास

गेला. तेव्हां त्याला तो आपला गुरु नरकामध्यें पडून क्लेश पावत आहे असें दिसलें. तें पाहून त्यानें त्याला विचारिलें कीं, हे द्विजा, आपण ह्या नरकामध्यें कां क्लेश भोगीत आहां ?' हें ऐकून, अग्नीमध्यें शिजूं लागलेला तो गुरु त्याला म्हणाला कीं, हे राजा, मीं तुजकडून यज्ञ करविला त्या कर्माचें हें फळ आहे ! , हें ऐकून तो राजर्षि यमधर्माला म्हणाला कीं, ' मी ह्या अग्नींत प्रवेश करितों व माझ्या ह्या पुरोहिताला सोडून द्या. कारण, हा महाभाग माझ्यासाठीं नरकाग्नीमध्यें शिजूं लागला आहे.'

यमधर्म म्हणालाः—हे राजा, कर्त्यावांचून दुसऱ्याला केव्हांही फळाचा उपभोग घेतां यावयाचा नाहीं. हे वक्तृश्रेष्ठा, हीं पहा तुला मिळणारीं फळें दिसत आहेत !

सोमक म्हणालाः—ह्या ब्रह्मवादी गुरूवांचून मला पुण्यसंपन्न अशा लोकांच्या प्राप्तीची इच्छा नाहीं. स्वर्गामध्यें असो अथवा नरकामध्यें असो, ह्याच्याबरोबरच वास करावा असें माझ्या मनांतून आहे. कारण, हे धर्मराज, ह्याचें आणि माझें कर्म सारखेंच आहे; व म्हणूनच आम्हां उभयतांना पुण्याचें अथवा पातकाचें फल सारख्याच प्रकारें मिळालें पाहिजे.

यमधर्म म्हणालाः—हे राजा, तुझी जर अशी इच्छा असली तर तूं ह्याच्याबरोबर राहून हा भोगील तितका वेळ ह्या कर्माचें फल भोग, म्हणजे पुढें तुला सद्गति मिळेल.

लोमश म्हणालेः—हें ऐकून त्या कमलनेत्र राजानें यमधर्मानें सांगितल्याप्रमाणें सर्व कांहीं केलें, व पापाचा क्षय झाल्यानंतर गुरूसहवर्तमान नरकांतून मुक्त होऊन तो गुरुप्रिय राजा त्या आपल्या ब्राह्मण गुरूसहवर्तमान स्वतःच्या कर्मानें संपादन केलेल्या सद्गतीस पोहोंचला. युधिष्ठिरा, हा जो पुढें विराजमान असा आश्रम दिसत आहे तो त्यांचाच होय. ह्या ठिकाणीं क्षमाशील होऊन सहा दिवस राहिलें असतां मनुष्याला सद्गति मिळते. म्हणूनच, हे राजेंद्रा, ह्या आश्रमामध्यें आपण कांहीं न करितां नियमनिष्ठ होऊन सहा दिवस राहूं या. हे कुरुकुलश्रेष्ठा, तूं तसें करण्याची तयारी कर.

अध्याय एकशें एकोणतिसावा.

नानास्थाननिर्देश.

लोमश म्हणालेः—हे राजा, ह्या ठिकाणीं पूर्वी स्वतः ब्रह्मदेवानें एक हजार वर्षांनीं संपणारा इष्टीकृत नांवाचा यज्ञ केला होता. तसेंच, नाभागपुत्र अंबरीष ह्यानेंही ह्याच ठिकाणीं यमुनेच्या तीरावर यज्ञ करून सदस्यांना दहा पद्में धेनु अर्पण केल्या; आणि यज्ञांच्या योगानें व तपाच्या योगानें तो उत्कृष्ट प्रकारें सिद्धि पावला. यज्ञ करणारा पुण्यकर्ता नहुष ह्याचा हा यज्ञप्रदेश! तसेंच, हे कौंतेया, अमर्याद तेज असलेला व इंद्राची स्पर्धा करणारा सार्वभौम राजा ययाति ह्याची ही यज्ञभूमि होय. ही पहा ती भूमि नानाप्रकारच्या अग्नींचें चयन केलेली व ययातीच्या यज्ञकर्मांनीं व्याप्त झालेली असल्यामुळें जणू त्यामध्यें मग्नच होऊन गेली आहे असें दिसतें. ही पहा एकच पत्र असलेली शमीची शाखा. हें उत्कृष्ट प्रकारचें सुरापात्र. हा पहा परशुरामानें केलेले डोह. हा नारायणाचा आश्रम पहा. हे पृथ्वीपते, योगबलानें पृथ्वीवर संचार करणाऱ्या निस्सीमतेजस्वी ऋचीकपुत्राचा हा श्वेतवर्ण भूमीवर असलेला गमनमार्ग पहा. हे कुरुनंदना, एकदा एक पिशाची एका स्त्रीला जें म्हणाली होती त्याविषयींची एक गाथा आहे; ती मी तुला सांगतों, ऐक. ती म्हणाली, " हे स्त्रिये, तूं युगंधर पर्वतावर दधि प्राशन कर; अच्युत स्थलाचे ठिकाणीं रहा; आणि

मृतलयनामक तीर्थामध्यें स्नान कर; आणि मग पुत्रासहवर्तमान येथें वास्तव्य कर. असें करूनही एक दिवस येथें राहिल्यानंतर तूं जर दुसरे दिवशीं पुनः येथें राहशील, तर त्या दिवशीं दिवसां तुझी स्थिति अशी ह्मणजे माझ्या-सारखी होईल;व पुढें रात्रींही राहिलीस तर ह्यापे-क्षांही निराळीच अवस्था तुला भोगावी लागेल!"

हे भरतकुलश्रेष्ठा, आज रात्रीं आपण येथेंच राहूं. कारण, हे भरतकुलोत्पन्ना कुंतीपुत्रा युधिष्ठिरा, हें कुरुक्षेत्राचें द्वार आहे. हे राजा, ह्या ठिकाणींच नहुषपुत्र राजा ययाति ह्यानें अनेक प्रकारच्या रत्नसमुदायांचा व्यय करून पुष्कळ यज्ञ केले. त्या यज्ञांमध्यें इंद्र संतुष्ट झाला होता. हें पहा, वृक्षावतरण नांवाचें उत्कृष्ट प्रकारचें यमुनातीर्थ. हें स्वर्गपृष्ठाचें द्वार आहे असें ज्ञानी लोक ह्मणतात. बा युधि-ष्ठिरा, ह्या ठिकाणीं श्रेष्ठ अशा मुनिजनांनीं सारस्वतसंज्ञक यज्ञ केला असतां यज्ञस्तंभ आणि उलूखलादिक पात्रें हीं देखील अवभृथ-स्नानास जात असत. हे राजा, ह्या ठिकाणींच भरत राजानें अनेक यज्ञ केले व धर्माच्या अनुरोधानें सर्व पृथ्वीचें राज्य संपादन केल्या-नंतर अश्वमेध यज्ञ करण्यासाठीं श्यामकर्ण अश्व वारंवार सोडला होता. हे पुरुषश्रेष्ठा, ह्या ठिकाणींच मुनिश्रेष्ठ संवर्तानें संरक्षण केलेल्या मरुत्त राजाच्या हातून उत्कृष्ट प्रकारचा यज्ञ घडला. हे राजेंद्रा, ह्या ठिकाणीं स्नान केलें असतां सर्वही लोक दृष्टिगोचर होऊं लागतात; व मनुष्य पापमुक्त होऊन शुद्ध होतो. यास्तव तूं येथेंही स्नान कर.

वैशंपायन ह्मणाले:—हें ऐकून महर्षीनीं स्तवन केलेल्या राजा पांडवश्रेष्ठ युधिष्ठिरानें बंधूंसहवर्तमान त्या ठिकाणीं स्नान केलें आणि लोमश मुनींस असें सांगितलें, "हे अमोघ-विक्रमा, येथें स्नान केल्यामुळें मला जें तप घडलें त्याच्या योगानें मला सर्वही लोक उत्कृष्ट प्रकारें दिसूं लागले आहेत. मी जरी येथें आहें तरी मला श्वेतवर्ण वाहनानें युक्त असणारा पांडवश्रेष्ठ अर्जुन दिसत आहे."

लोमश ह्मणाले:—हे महाबाहो, तूं ह्मण-तोस तें अगदीं बरोबर आहे. मोठमोठ्या ऋषींसही येथें स्नान केल्यानें असेच सर्व लोक दिसूं लागतात. असो; आतां तूं पवित्र अशी ही सरस्वती नदी पहा. हे नरश्रेष्ठा, हिजमध्यें स्नान केलें असतां मनुष्य निष्पाप होऊन जातो. या ठिकाणीं, हे कुंतीपुत्रा,देवर्षि ऋषि आणि अनेक राजर्षि यांनीं सारस्वत यज्ञ केले होते. ही पहा आसमंताद्भागीं पांच योजनेंपर्यंत असलेली प्रजापतीची वेदी. महात्म्या आणि यज्ञशील अशा कुरूचें हें क्षेत्र होय.

अध्याय एकशें तिसावा.

—:०:—

नानातीर्थनिर्देश.

लोमश ह्मणाले:—हे भरतकुलोत्पन्ना, ह्या ठिकाणीं देहत्याग करणारे लोक स्वर्गास जातात व ह्मणूनच हे राजा, ह्या ठिकाणीं मरणाच्या इच्छेनें हजारों लोक येत असतात. पूर्वी यज्ञ करतेवेळीं दक्षानें असा आशीर्वाद दिलेला आहे कीं, 'ह्या ठिकाणीं जे लोक मरण पावतील ते सर्वही स्वर्गास जातात.' हे प्रजा-पालका, ही दिव्य, रम्य आणि प्रवाहशालिनी अशी सरस्वती नदी पहा. तसेंच हे प्रजा-पालका, सरस्वतीच्या तीरावर असणारें हें विनशननामक तीर्थ होय. हें निषदराष्ट्राचें द्वार असून त्या निषादांच्या दोषामुळेंच, हे वीरा, सरस्वती नदी कोणाच्याही स्पर्शी होऊं नये ह्मणून पृथ्वीमध्यें प्रविष्ट झाली. हा पहा चमसोद्भेद,—ह्या ठिकाणीं सरस्वती दृष्टिगोचर होते. तेथें पवित्र अशा सर्व समुद्रगामिनी

नद्या ह्या सरस्वतीकडे आलेल्या होत्या. हे शत्रुमर्दना, हें पहा सिंधूचें मोठें तीर्थ,—ह्या ठिकाणीं लोपामुद्रेनें अगस्त्याची भेट घेऊन त्यास पति ह्या नात्यानें वरिलें. हे सूर्या-प्रमाणें कांतिमान् राजा, हें जें पुढें तीर्थ विराजमान आहे त्याचें नांव प्रभास असें असून, तें इंद्राच्या प्रीतींतील, पुण्यकारक, पवित्र आणि पापनाशक आहे. हें पहा इकडे विष्णुपद नांवाचें उत्कृष्ट प्रकारचें तीर्थ दिसत असून ही रम्य आणि पवित्र अशी विपाशा नदी दृग्गोचर होत आहे. हिला असें नांव पडण्याचें कारण—पूर्वी भगवान् वसिष्ठ ऋषींना पुत्रशोक झाला व त्यामुळें त्यांनीं आपलें शरीर पाशांनीं बांधून घेऊन ह्या नदीमध्यें उडी टाकली असतां ते विपाश (पाशरहित) होऊन पुनः वर आले. हे शत्रुमर्दना, मोठमोठ्या ऋषींनीं वास्तव्य केलेलें हे काश्मीरमंडल तूं आपल्या बंधूंसहवर्तमान अवलोकन कर. हे भरतवंशजा, ह्या ठिकाणीं उत्तरेकडे रहाणारे सर्व ऋषि, नहुषपुत्र ययाति, अग्नि आणि काश्यप ह्यांचा संवाद झाला होता. हे महाराजा, हें मानससरोवराचें द्वार पुढें चमकत आहे. ह्या पर्वताच्या मध्यभागीं श्रीमान् रामानें वास्तव्य केलें होतें. हें वसतिस्थान वातिकखंड ह्या नांवानें प्रख्यात असून, हे अमोघपराक्रमा, ह्याच्या द्वाराचें केव्हांही उल्लंघन करितां येत नाहीं. हें विदेहदेशाच्या उत्तरेस आहे. हे पुरुषश्रेष्ठा कुंतीपुत्रा, ह्या देशामध्यें दुसरें हेंही आश्चर्य आहे कीं, प्रत्येक पांच वर्षांच्या शेवटीं पार्षद आणि पार्वती ह्यांसहवर्तमान येथें स्वेच्छेनुरूप स्वरूप धारण करणाऱ्या श्रीशंकराचें दर्शन होतें. ह्या सरोवराच्या तीरावर आपल्या परिवाराचें कल्याण इच्छिणारे यज्ञकर्ते पुरुष यज्ञ करून चैत्रमासीं उत्तम प्रकारें श्रीशंकराचें आराधन करितात. श्रद्धायुक्त आणि जितेंद्रिय होऊन ह्या सरोवरामध्यें स्नान करणाऱ्या मनुष्याचें पाप नष्ट होऊन जातें व त्यास उत्कृष्ट प्रकारची गति मिळते. हा पहा उज्जनक नांवाचा प्रदेश,—ह्या ठिकाणीं कार्तिकेय आणि अरुंधतीयुक्त वसिष्ठ मुनि हे शांति पावले. हा कुशवानसंज्ञक डोह पहा. ह्याच्या जलामध्यें कमलें आहेत. हा पहा रुक्मिणीचा आश्रम. ह्या ठिकाणीं क्रोधाचा निग्रह करून ती शांत झाली. हे पांडुपुत्रा, तूं समाधीचें संक्षिप्त स्वरूपच असा भृगुतुंगसंज्ञक महापर्वत ऐकिलेलाच आहेस. तो तुला आतां प्रत्यक्ष दृष्टीस पडेल. हे राजेंद्रा, सर्व प्रकारच्या पातकांपासून मुक्त करणारी अशी ही वितस्तानामक नदी पहा. हिच्या तीरावर महर्षि वास्तव्य करीत असून हिचें जल थंडगार व अत्यंत स्वच्छ आहे. यमुनेच्या समीपच जला आणि उपजला ह्या दोन नद्या आहेत ह्यांच्या तीरावर यज्ञ केल्यामुळें उशीनरराजा इंद्रापेक्षांही अधिक श्रेष्ठत्व पावला. हे प्रजापालका भरतकुलोत्पन्ना युधिष्ठिरा, त्या वेळीं इंद्र आणि अग्नि हे त्या नृपश्रेष्ठाची परीक्षा करण्यासाठीं त्याच्या त्या राजसभेमध्यें आले. त्या उभयतां वरदायकांच्या मनांतून महात्म्या उशीनराची परीक्षा करावी असें होतें ह्यामुळें इंद्र ससाण्याचें रूप घेऊन व अग्नि कवड्याचें स्वरूप धारण करून त्याच्या यज्ञामध्यें आला; आणि राजा, ससाण्याच्या भीतीनें व्याकूळ होऊन संरक्षणाची इच्छा करणारा तो कवडा त्या वेळीं त्या राजाच्या मांडीवर जाऊन दडून बसला.

अध्याय एकशें एकतिसावा.

—:०:—

शिबिराजाचें सत्वपरीक्षण.

श्येन (ससाणा) म्हणालाः—राजा, तुला सर्वही भूपति 'हा एकटाच धर्मात्मा आहे'

असें ह्मणतात. असें असतां तूं हें धर्मविरुद्ध कृत्य काय ह्मणून करूं इच्छित आहेस? हे राजा, मी सांप्रत क्षुधेनें पीडित झालों आहें. तेव्हां, मला योग्य अशा माझ्या भक्ष्याचें तूं धर्मलोभानें संरक्षण करूं नको. कारण, तसें केल्यानें तूं धर्मत्याग केल्यासारखें होईल.

राजा ह्मणाला:—हे पक्षिश्रेष्ठा, हा पक्षी तुझ्या भीतीनें संत्रस्त होऊन गेला असून, तो जीविताच्या लोभानें स्वतःचें संरक्षण व्हावें ह्मणून माझ्याजवळ आलेला आहे. अशा तऱ्हेनें जवळ आलेला आणि अभय मागणारा जो हा कपोत (कवडा) तो तुला दिला तर मला अत्यंत अधर्म घडेल हें तुला कसें समजत नाहीं? हे श्येना (ससाण्या), हा कपोत गडबडून गेला असून त्याच्या अंगाला घाम सुटूं लागला आहे. अशा प्रकारें जीविताच्या आशेनें मजकडे आलेल्या ह्या कपोताचा त्याग करणें निषिद्ध आहे. जो कोणी एखादा मनुष्य ब्रह्महत्त्या करील, अथवा जो लोकांची केवल माताच अशा धेनूचा वध करील, किंवा जो शरणागताचा त्याग करील, त्या तिघांनाही सारखेंच पातक लागतें.

श्येन म्हणाला:—हे पृथ्वीपते, सर्व प्राण्यांची उत्पत्ति आहारावरच अवलंबून असून, आहाराच्याच योगानें जिवंत राहतात. एकाद्या वस्तूचा त्याग करणें अत्यंत कठीण असलें तरीही तिचा त्याग करून पुष्कळ दिवस वांचतां येईल; पण आहार सोडून दिला तर फार वेळ अस्तित्व राहणें शक्य नाहीं. हे प्रजापालका, माझा आणि माझ्या भक्ष्याचा तूं वियोग केलास तर आज हे माझे प्राण ह्या शरीराचा त्याग करून अत्यंत निर्भय अशा ब्रह्ममार्गास जातील. हे धर्मात्मन्, अशा रीतीनें मी मरण पावलों ह्मणजे माझ्यावरच अवलंबून असणारा पुत्र, स्त्रिया इत्यादिक माझा परिवार नष्ट होऊन जाईल. अशा प्रकारें तूं एका कपोताचें संरक्षण करूं लागलास कीं, तुझ्या हातून अनेक प्राण्यांचें संरक्षण होणार नाहीं. सारांश, एका कपोताच्या पायीं तुझ्या हातून अनेक प्राण्यांचा वध घडेल. ह्यास्तव तूं हा धर्म सोडून दे. ज्या एका धर्माच्या बाजूनें दुसऱ्या धर्मास बाध येतो, तो धर्म नसून कुधर्म होय. हे सत्यविक्रमा, ज्याच्या आचरणानें दुसऱ्या धर्मास विरोध येत नाहीं तोच खरा धर्म होय. पृथ्वीपते, जे धर्म परस्पर विरुद्ध असतील त्या धर्मांमध्यें गौरवलाघवाचा विचार करावा व जो निर्बाध असेल त्याचेंच आचरण करावें. तेव्हां, हे राजा, आतां ह्या कृत्यामध्यें धर्म कोणता आणि अधर्म कोणता ह्याविषयीं विचार करितांना तूं त्याच्या गौरवाचा व लाघवाचा विचार कर; आणि ज्यामध्यें आधिक्य असेल तोच धर्म असें ठरीव.

राजा ह्मणाला:—हे पक्षिश्रेष्ठा, तूं फार चांगलें भाषण केलें आहेस. तूं पक्षिराज गरूड आहेस काय? तूं धर्मवेत्ता आहेस ह्यांत तर संशयच नाहीं. कारण, तूं धर्मसंबंधीं पुष्कळ आणि आश्चर्यकारक अशीं भाषणें करीत आहेस ह्यामुळें, तुला माहीत नाहीं असें कांहींही नाहीं असें मला तुझ्यासंबंधानें वाटतें. मग शरणार्थी प्राण्याचा त्याग करणें चांगलें असें तुला कसें वाटत आहे? त्यांतूनही, हे विहंगमा, हा तुझा उद्योग केवळ आहाराकरितां आहे व तो आहार तुला दुसऱ्या रीतीनें ह्याहीपेक्षां अधिक मिळवितां येईल. तेव्हां ह्या पक्ष्यासाठीं एकादा वृषभ, वराह, मृग, महिष अथवा दुसरेंही तुला जें कांहीं हवें असेल तें आज मागून घे.

श्येन ह्मणाला:—हे महाराजा, मी वराह, वृषभ अथवा इतरही नानाप्रकारच्या पशूंस भक्षण करीत नाहीं; तेव्हां मला दुसरा कोणताही प्राणी घेऊन काय करावयाचें आहे?

हे क्षत्रियश्रेष्ठा, देवांनीं जें मला ठरवून दिलेलें आहे तें हें कपोतरूपी भक्षच तूं माझें मला दे. श्येनांनीं कपोतांस भक्षण करणें ही पद्धति सार्वकालिक आहे. ह्यास्तव, राजा, तूं धर्माचें तत्त्व न जाणतां केळीच्या कालासारख्या ह्या निःसार अशा धर्मामध्यें आसक्त होऊन राहूं नको.

राजा ह्मणालाः—हे आकाशगामी श्येना, हें शिबिकुलोत्पन्न राजाचें सर्व राष्ट्र, किंबहुना शरणार्थी होऊन आलेल्या ह्या पक्ष्यावांचून तुला दुसरें जें कांहीं अभीष्ट असेल तें सर्व मी देतों. हे पक्षिश्रेष्ठा, मीं जें कृत्य केलें असतां तूं ह्या पक्ष्याला सोडून देशील तें कृत्य तूं मला सांग, ह्मणजे मी करीन; पण हा कपोत कांहीं तुला देणार नाहीं.

श्येन ह्मणालाः—हे नराधिपते उशीनरा, जर ह्या कपोतावर तुझें प्रेम असेल, तर तूं आपलें मांस सोलून काढ; आणि एका तागडींत तें कपोताच्या वजनाला घालून, ज्या वेळीं तें ह्या कपोताच्या वजनाइतकें भरेल त्या वेळीं मला दे, ह्मणजे त्या योगानें मला संतोष होईल.

राजा ह्मणालाः—श्येना, हें जें तूं माझ्यापाशीं मागितलेंस तो मजवर अनुग्रहच आहे असें मी समजतों; व ह्मणूनच, आतां मी आपलें मांस ताजव्यांत घालून वजन करून तुला देतों.

लोमश ह्मणालेः—हे प्रभो युधिष्ठिरा, ह्याप्रमाणें भाषण करून तो परमधर्मज्ञ राजा आपलें मांस काढून कपोताबरोबर वजन करूं लागला. पण ताजवा उचलतांना कपोताचें वजन मांसाहून अत्यंत अधिक भरलें. हें पाहून राजा उशीनर ह्यानें पुनः आपलें मांस काढून त्यांत घातलें. असें केलें तरीही जेव्हां मांस कपोताच्या वजनाला भरेना, तेव्हां तो स्वतः तागडीमध्यें जाऊन बसला! हें पाहून

श्येन ह्मणालाः—हे धर्मज्ञा, मी इंद्र असून हा कपोत अग्नि आहे. आह्मी उभयतां तुझ्या सत्वाची परीक्षा पाहण्याकरितां ह्या यज्ञमंडपामध्यें आलों होतों. हे प्रजापालका, तूं जें आपल्या अवयवांचें मांस काढलेंस, त्यामुळें तुझी देदीप्यमान अशी कीर्ति होऊन ती लोकांना दिपवून सोडील. तसेंच हे पृथ्वीपते, जोंवर लोकांच्या तोंडीं तुझें नांव राहील, तोंवर तुझी अक्षय्य कीर्ति राहून तुला शाश्वत अशा लोकांचीही प्राप्ति होईल.

ह्याप्रमाणें राजाला सांगून इंद्र पुनरपि स्वर्गावर निघून गेला. इकडे धर्मात्मा उशीनर ह्यानेंही आपल्या धर्मजन्य पुण्याच्या योगानें स्वर्ग आणि मृत्यु ह्या दोन्ही लोकांस व्याप्त करून सोडिलें; आणि त्याचें शरीर अत्यंत कांतिमान् होऊन तो स्वर्गावर गेला. युधिष्ठिरा, हें त्याच महात्म्या राजाचें वसतिस्थान होय. हें पवित्र आणि पापनाशक असें स्थान तूं माझ्यासह अवलोकन कर. राजा, पुण्यसंपन्न आणि महात्मे अशा लोकांना ह्या ठिकाणीं सदोदित देवतांचें आणि सनातन अशा मुनींचें दर्शन होतें.

अध्याय एकशें बत्तिसावा.

—:०:—

अष्टावक्रचरितोपक्रम.

लोमश ह्मणालेः—हे नरेंद्रा, ह्या पृथ्वीवर ज्या उद्दालकपुत्र श्वेतकेतूला मंत्रनिष्णातबुद्धि असें ह्मणतात, त्याचा हा सदोदित फलें येणाऱ्या वृक्षांनीं युक्त असलेला आश्रम पहा. ह्या ठिकाणीं त्या श्वेतकेतूला मनुष्यदेह धारण करून आलेल्या सरस्वतीचें साक्षात् दर्शन झालें. तेव्हां ती वर देण्याविषयीं प्रवृत्त झाली असतां श्वेतकेतु तिला ह्मणाला, 'मला वाङ्मयाचें ज्ञान व्हावें.' युधिष्ठिरा, ह्या युगांत ब्रह्मवादी लोकांमध्यें श्रेष्ठ असे कहोडपुत्र अष्टावक्र आणि उद्दालकपुत्र श्वेतकेतु हे उभयतां मामेभाचे मुनि ह्या पृथ्वीवर होते. ते उभयतां मामेभाचे ब्राह्मण

पृथ्वीपति विदेहराज ह्याच्या यज्ञभूमीमध्यें गेले व त्या ठिकाणीं त्या निःसीमज्ञानशाली पुरुषांनीं विवादामध्यें बंदीला जिंकून टाकिलें. हे कौंतेया, अष्टावक्र हा ज्याचा दौहित्र (कन्येचा पुत्र) त्या उद्दालक मुनीच्या ह्या पवित्र आश्रमामध्यें जाऊन तूं आपल्या बंधूंसहवर्तमान त्याची उपासना कर. युधिष्ठिरा, हा अष्टावक्र बालावस्थेंत असतांनाच त्यानें वाद करण्यासाठीं जनकाच्या यज्ञामध्यें जाऊन त्याच्या बंदीचा वादामध्यें मोड केला व त्यास नदीमध्यें बुडवून टाकिलें.

युधिष्ठिर ह्मणालाः—हे लोमश मुने, ज्यानें अशा प्रकारच्या बंदीचा पराजय केला, त्या ब्राह्मणाचा प्रभाव कोणत्या प्रकारचा होता,व तो आठ ठिकाणीं वक्र होता ह्याचें कारण काय, ह्या सर्वांचें तत्त्व आपण मला कथन करावें.

गर्भामध्येंच अष्टावक्रास शाप व त्याच्या पित्याचा वध.

लोमश ह्मणाले:—उद्दालकाचा कहोड ह्या नांवानें प्रख्यात असा एक नियमनिष्ठ शिष्य होता. त्यानें चिरकाल आपल्या गुरूची सेवा करून त्याच्या मर्जीप्रमाणें वागून अध्ययन केलें. त्या शिष्यानें त्या ब्राह्मणाची सेवा केली, तेव्हां ती लक्ष्यांत घेऊन त्या गुरूनें त्याला तत्काल शास्त्रज्ञान अर्पण करून आपली सुजातानामक कन्या ही भार्या करून दिली. पुढें तिच्या ठिकाणीं अग्नितुल्य असा एक गर्भ राहिला. त्यानें आपला पिता अध्ययन करीत असतांना ह्मटलें कीं, ' हे तात, आपण सर्व रात्रभर अध्ययन करितां, पण हें कांहीं बरें नाहीं. बाबा, आपल्या प्रसादानें ह्या गर्भामध्यें राहूनच मीं सर्व शास्त्रांसह सांग वेदाचें अध्ययन केलेलें आहे. ह्मणून मी आपणांला ह्मणतों कीं, आपल्याकडून हें अध्ययन बरोबर रीतीनें वठत नाहीं ! '

ह्याप्रमाणें शिष्यांसमक्ष दूषण दिल्यामुळें त्या महर्षींनीं क्रुद्ध होऊन मातेच्या उदरांत असणाऱ्या त्या गर्भास शाप दिला कीं, ' ज्या अर्थीं तूं उदरामध्यें असतांनाच बोलूं लागला आहेस, त्या अर्थीं तूं आठ ठिकाणीं वांकडा होशील ! ' असा शाप झाल्यामुळें तो अष्टावक्र ह्या नांवानें प्रख्यात असलेला महर्षि त्यानें ह्मटल्याप्रमाणें वक्र होऊन जन्म पावला. ह्याचा श्वेतकेतु ह्मणून एक मातुल असून तो वयानें त्याच्या बरोबरीचाच होता. असो; तो पुत्र ज्या वेळीं उदरामध्यें वृद्धिंगत होऊं लागला,त्या वेळीं सुजातेला पीडा होऊं लागली; व पुढें द्रव्याची अपेक्षा असल्यामुळें ती आपल्या द्रव्यहीन भर्त्याला संतुष्ट करून एकांतामध्यें असें ह्मणाली कीं, ' हे महर्षे, आतां मीं करावें कसें ? मला तर हा दहावा महिना चालू आहे. पण आपल्याजवळ यत्किंचित्‌ही द्रव्य नाही कीं ज्या योगानें मी प्रसूत झाल्यानंतर मला त्या विपत्तींतून पार पडतां येईल ! ' असें भार्येनें भाषण केलें असतां तो कहोड मुनि द्रव्यार्जनासाठीं जनकाकडे गेला. त्या वेळीं जनकाच्या येथील वादवेत्त्या बंदीनें त्याचा पराजय करून त्याला पाण्यामध्यें बुडविलें. अशा रीतीनें जनकाच्या सूतानें त्याला पाण्यामध्यें बुडवून टाकिलें आहे असें कानावर आलें तेव्हां उद्दालकानें सुजातेकडे जाऊन तिला सांगितलें कीं, ही गोष्ट अष्टावक्रापासून छपवून ठेव.' पुढें तिनेंही त्यानें सांगितलेली ती गुप्त गोष्ट बाहेर फोडिली नाहीं. ह्यामुळें तो अष्टावक्र मुनि जन्मल्यानंतरही त्याच्या कानांवर ती गोष्ट गेली नाहीं, व ह्मणूनच तो उद्दालकालाच आपल्या पित्याप्रमाणें व श्वेतकेतूला बंधूप्रमाणें मानूं लागला. पुढें बाराव्या वर्षीं एकदां तो अष्टावक्र पित्याच्या (उद्दालकाच्या) मांडीवर निजला असतां श्वेतकेतूनें त्याला हाताला

धरून ओढला व तो रडूं लागला असतां ' ही मांडी तुझ्या पित्याची नव्हे, असें सांगितलें. हें जें त्यानें त्या वेळीं वाईट भाषण केलें, तें मनांत राहून अष्टावक्राला फार दुःख झालें. पुढें अपल्या घरीं जाऊन त्यानें मातेला विचारलें कीं, ' माझा पिता कोठें आहे? ' हें ऐकून सुजाता अतिशय व्याकूळ झाली व तो शाप देईल ह्या भीतीनें तिनें तो सर्व वृत्तान्त त्याला कळविला.

अष्टावक्राचें जनकयज्ञाकडे प्रयाण.

हीं सर्व खरा वृत्तान्त समजल्यानंतर रात्रीं तो ब्राह्मण अष्टावक्र श्वेतकेतूला ह्मणाला कीं, ' आपण उभयतां मिळून जनक राजाच्या यज्ञाला जाऊं. कारण, त्याच्या यज्ञामध्यें नानाप्रकारच्या आश्चर्यकारक गोष्टी आहेत असें ऐकण्यांत आहे. आपण तेथें गेलों ह्मणजे ब्राह्मणांचा वादविवाद ऐकावयास मिळेल; उत्कृष्ट प्रकारच्या वस्तु उपभोगावयास मिळतील; विद्वत्तेची प्राप्ति होईल आणि कल्याणकारक व सौम्य असा वेदघोष आपल्या कानीं पडेल. ' इतकें भाषण झाल्यानंतर ते उभयतां मामेभाचे जनक राजाच्या वैभवसंपन्न अशा यज्ञाला गेले. पुढें मार्गामध्यें अष्टावक्राची आणि राजाची गांठ पडली असतां राजसेवक अष्टावक्राला मार्गावरून दूर करूं लागले. तेव्हां तो अशा शब्दांनीं बोलला.

अध्याय एकशें तेहेतिसावा.

—:०:—

अष्टावक्राचा राजाशीं संवाद.

अष्टावक्र ह्मणालाः—अंध, बधिर, स्त्रिया आणि मस्तकावर भार असलेला पुरुष ह्यांना मार्ग दिला पाहिजे. ब्राह्मणावांचून इतरांची गांठ पडली तर त्यांनीं राजालाही मार्ग दिला पाहिजे, पण ब्राह्मणाची गांठ पडली ह्मणजे मात्र राजानेंच ब्राह्मणाला मार्ग दिला पाहिजे.

राजा म्हणालाः—हा मीं तुला मार्ग सोडलेला आहे. तुला जिकडून वाटेल तिकडून जा. अग्नि हा केव्हांही अत्यंत क्षुद्र असत नाहीं; त्याप्रमाणेंच ब्राह्मणही क्षुद्र नसतात, ह्यामुळेंच प्रत्यक्ष इंद्र देखील निरंतर ब्राह्मणांच्या पुढें नम्र होऊन रहातो. मग आमची काय कथा?

अष्टावक्र म्हणालाः—हे नरश्रेष्ठा भूपते, आम्ही उभयतां यज्ञ पाहण्यासाठीं आलों आहों. कारण आम्हांला त्याविषयीं फार कौतुक वाटत आहे. आम्ही उभयतां अतिथि असल्यामुळें अम्हांला आंत सोडण्याविषयीं तूं द्वारपालाला आज्ञा करावीस अशी आमची इच्छा आहे. हे इंद्रद्युम्नपुत्रा, आम्ही यज्ञ अवलोकन करण्यासाठीं ह्या ठिकाणीं आलों असून, प्रभु जनकास अवलोकन करावें व त्याच्याशीं भाषण करावें अशी आमची इच्छा आहे. परंतु यज्ञमंडपांत प्रवेश न झाल्यामुळें आम्ही क्रोधरूपी व्याधीनें होरपळून जात आहों. कारण, हा द्वारपाल आम्हांला प्रतिबंध करीत आहे.

अष्टावक्र व द्वारपाल ह्यांचा संवाद.

द्वारपाल म्हणालाः—मी आपणांला नमस्कार करितों. आम्ही केवळ राजाचे आज्ञाधारक आहों. ह्यामुळें त्याच्या आज्ञेप्रमाणें सांगणें आम्हांला भाग आहे. तेव्हां मी सांगतों तें आपण ऐका. जरी ब्राह्मणजातींतील पुरुष असले-तरी ते बाल असतील तर त्यांनीं आंत जावयाचें नाहीं, आणि ब्राह्मण नसले तरीही जे वृद्ध आणि चातुर्यसंपन्न असतील त्यांनीं आंत जावयाचें, अशी राजाची आज्ञा आहे.

अष्टावक्र ह्मणालाः—हे द्वारपालका, जर येथें वृद्धांना प्रवेश करितां येत असेल तर मलाही प्रवेश करितां आला पाहिजे. कारण, आम्हीही वृद्ध असून व्रतांचें आचरण केलेले, वेदप्रभावानें युक्त, श्रवण करण्याची इच्छा असणारे, जितेंद्रिय आणि ज्ञानप्राप्तीच्या कामीं

परिपूर्णत्वास पोहोंचलेले आहों. केवळ लहान एवढ्याच कारणानें कोणाचाही अपमान करूं नये, असें सांगितलेलें आहे. कारण, अग्नि जरी लहान असला तरी तो स्पर्श करितांच भस्म करून टाकितो.

द्वारपाल ह्मणाला:—हे बालका, जीमध्यें एक आणि अविनाशी अशा परब्रह्माचें प्रतिपादन केलें असून जी विधि, अर्थवाद इत्यादि अनेक रूपांनीं युक्त व विराजमान आहे अशी वेदवाणी तूं पठन करीत रहा; उगीच फुशारकी कशाला मारितोस? बाबारे, विद्वान् पुरुष मिळणें देखील फार कठीण आहे.

अष्टावक्र ह्मणाला:—ज्याप्रमाणें सावरीची बी मोठी वाढलेली असते, त्याप्रमाणें शरीर वाढलेलें असलें ह्मणजे मनुष्य वृद्ध होतो असें समजत नाहींत. कोणीही जरी लहान असला आणि त्याच्या शरीराचें प्रमाणही अल्प असलें तरी तो सार्थक्य पावला असल्यास वृद्ध होय; पण जो शरीरानें वृद्ध असून निरर्थक असेल तो वृद्ध नव्हे.

द्वारपाल ह्मणाला:—ह्या लोकामध्यें बालक हे वृद्ध मनुष्यांकडून ज्ञानार्जन करितात आणि कांहीं काल लोटल्यावर आपणही वृद्ध होतात. ज्ञान हें थोड्याशा काळामध्यें संपादन करितां येणें शक्य नाहीं. तेव्हां तूं बालक असून उगीच वृद्धासारखें भाषण करणें व्यर्थ होय.

अष्टावक्र ह्मणाला:—कालगतीनें केंस पिकून मस्तक पांढरें झालें ह्मणजे मनुष्य वृद्ध होतो असें नाहीं; तर जो उत्कृष्ट प्रकारें ज्ञानसंपन्न असतो तो जरी लहान असला तरी वृद्धच होय, असें देव समजतात. मोठेपणा हा वयावर, केंस पिकण्यावर, द्रव्यावर अथवा बंधूंवर अवलंबून आहे हें ह्मणणें धर्मास अनुसरून आहे असें ऋषि समजत नाहींत. ते ह्मणतात कीं, 'ज्यानें सांग वेदाचें अध्ययन केलें असेल तोच आमच्या मतें मोठा होय.' असो; हे द्वारपाला, मी ह्या राजसभेमध्यें बंदीला पाहण्यासाठीं आलों आहें. तेव्हां तूं माझ्या येण्याची वार्ता सुवर्णमाला धारण करणाऱ्या राजाला निवेदन कर. द्वारपाला, विद्वान् लोकांशीं आह्मी वाद करीत आहों असें आज तुझ्या दृष्टीस पडेल. इतकेंच नव्हे, तर परस्परांचा वाद वृद्धिंगत होऊं लागला ह्मणजे आह्मीं बंदीचा पराजय केलेला तुझ्या पाहण्यांत येईल. तसेंच आह्मी वादविवाद करूं लागल्यानंतर आमचें निराकरण करितां न आल्यामुळें सर्वही लोक स्तब्ध होऊन बसले ह्मणजे आह्मीं निकृष्ट आहों कीं उत्कृष्ट आहों हें विद्येमध्यें पारंगत असणारे ब्राह्मण आणि राजासहवर्तमान पुरोहितप्रभृति ह्यांना आज दिसून येईल.

द्वारपाल ह्मणाला:—ज्या ठिकाणीं सुशिक्षित अशा विद्वान् लोकांनींच प्रवेश करावयाचा आहे, त्या यज्ञामध्यें तुज दहा वर्षांच्या बालकास कसा प्रवेश करितां येईल? तथापि मी तुला आंत सोडण्याविषयीं प्रयत्न करून पाहतों व तूंही योग्य प्रकारें प्रयत्न कर; अर्थात् आपलें कांहीं ज्ञान प्रकट कर.

अष्टावक्र (राजाकडे वळून) ह्मणाला:—हे जनककुलश्रेष्ठा राजा, तूं सार्वभौम असून तुजपाशीं सर्व वस्तूंची समृद्धि आहे; व ज्याप्रमाणें पूर्वीं ययातिराजा होऊन गेला त्याप्रमाणें तूं यज्ञासंबंधीं कर्में करणारा आहेस. तुझ्या पदरीं जो विद्वान् बंदी आहे तो वादामध्यें पराजय पावलेल्या सर्वही वादवेत्त्या लोकांना, तूं दिलेल्या विश्वासू पुरुषांकडून निःशंकपणें बांधून पाण्यामध्यें बुडवून टाकीत असतो असें आमच्या ऐकण्यांत आहे. ह्मणूनच, मी ब्राह्मणांच्या पुढें अद्वैतब्रह्माचें प्रतिपादन करण्यासाठीं आलों आहें. तेव्हां कोठें आहे

तो बंदी ? ज्याप्रमाणें सूर्य नक्षत्रांचा नाश करितो, त्याप्रमाणें अगोदर मी त्याची भेट घेऊन त्याचा नाश करितों.

राजा ह्मणाला:—अरे बालका, प्रतिपक्ष्याचें भाषणसामर्थ्य कळून न आल्यामुळें तूं ह्या बंदीचा पराजय करण्याची इच्छा करीत आहेस. ज्यांना प्रतिपक्ष्याचें वीर्य समजलें आहे त्यांनींच असें बोलणें योग्य आहे. निरंतर वेदपठन करणाऱ्या ब्राह्मणांनीं ह्याची परीक्षा केलेली आहे. तूं ह्या बंदीचा पराजय करण्याची इच्छा करीत आहेस, पण तुला त्याच्या सामर्थ्याची माहिती नाहीं. अरे, ज्याप्रमाणें सूर्यापुढें तारका फिक्या पडतात, त्याप्रमाणें पूर्वी वादविवादासाठीं ह्याच्याकडे आलेले ब्राह्मण निस्तेज होऊन गेलेले आहेत. ह्या बंदीचा पराजय करण्याची इच्छा असलेले व ब्रह्मज्ञानाच्या योगानें उन्मत्त झालेले कित्येक लोक मोठ्या आशेनें त्याच्याजवळ आले, पण येण्याबरोबर निस्तेज अर्थात् पराजित होऊन निघून गेले. बरोबरच आहे; कारण, बाबा, ह्या सभ्य आणि संमाननीय अशा बंदीशीं भाषण करण्यामध्यें त्यांचा कसा निभाव लागावा.

अष्टावक्र ह्मणाला:—ह्यानें अद्याप माझ्यासारख्याशीं वाद केलेला नाहीं, ह्मणूनच हा सिंहासारखा होऊन बसलेला आहे आणि निर्भयपणें बडबड करीत आहे. पण आतां माझ्याशीं गांठ पडली ह्मणजे, मार्गामध्यें कणा मोडून गेल्यामुळें हालेनासा होऊन ज्याप्रमाणें गाडा जागच्याजागीं पडून राहतो, त्याप्रमाणें हा अचेतन बनून जाईल !

राजा आणि अष्टावक्र ह्यांचीं प्रश्नोत्तरें.

राजा ह्मणाला:—ज्याचे बारा अंश असून प्रत्येक अंशाचे तीस तीस भाग आहेत व ज्याला चोवीस पर्वें असून तीनशें साठ आरा आहेत, त्याचा अर्थ ज्याला कळेल तोच उत्कृष्ट प्रकारचा ज्ञानी होय.

अष्टावक्र ह्मणाला:—हे राजा, ज्याला पौर्णिमा अमावास्यारूपी चोवीस पर्वें असून ऋतुरूपी सहा नाभि (तुंबे), मासरूपी बारा धावा आणि दिवसरूपी तीनशें साठ आरा आहेत, असें तें सदोदित चालू असलेलें संवत्सररूपी चक्र तुझें कल्याण करो.

राजा ह्मणाला:—ज्या दोन देवता ससाण्याप्रमाणें एकदम पुढें येऊन ठाकत असून रथास जोडलेल्या अश्वस्त्रियांप्रमाणें परस्परांशीं संलग्न होऊन राहिलेल्या असतात, त्यांना गर्भाच्या रूपानें कोणती देवता धारण करीत असते ? व त्यांच्यापासून कोणाची उत्पत्ति होते ?

अष्टावक्र ह्मणाला:—हे राजा, विद्युत् आणि अशनि ह्या त्या दोन देवता केवळ तुझ्याच नव्हे—तर तुझ्या शत्रूंच्याही गृहांमध्यें नसोत! मेघ हा गर्भाच्या रूपानें ह्या दोन देवतांना धारण करीत असून त्याही त्यालाच प्रसवतात.

राजा म्हणाला:—झोंपीं गेल्यानंतरही कोणाचे डोळे मिटत नाहींत ? जन्म पावल्यानंतरही ज्यामध्यें हालचाल नसते असें काय आहे ? हृदय कोणाला नाहीं ? आणि वेगानें काय वाढत असतें ?

अष्टावक्र म्हणाला:—झोंपीं गेल्यानंतरही मत्स्याचे डोळे मिटत नाहींत; अंडें उत्पन्न झालें तरीही त्यामध्यें हालचाल नसते; पाषाणाला हृदय नसतें; व नदी वेगानें वाढते.

राजा ह्मणाला:—तूं मनुष्य आहेस असें मला वाटत नाहीं. कारण, तुझें सामर्थ्य देवासारखें आहे. तसेंच तूं बाल नसून वृद्ध आहेस, हेंही मला कबूल आहे. कारण, भाषण करण्याच्या कामीं तुझ्या जोडीचा दुसरा कोणीही नाहीं. ह्यास्तव, मी तुला आतां द्वारांतून आंत सोडतों. हा पहा तो बंदी.

अध्याय एकशें चौतिसावा.

अष्टावक्राचा बंदीशीं वाद व बंदीचा पराजय.

अष्टावक्र ह्मणालाः—हे उग्रसेना राजा, ह्या ठिकाणीं जमलेल्या अप्रतिम अशा राजांच्या सभेमध्यें मी वादिश्रेष्ठ अशा त्या बंदीला न जुमानतां, ज्याप्रमाणें विपुल जलामध्यें असणाऱ्या हंसाला पकडावा त्याप्रमाणें पकडतों. (बंदीकडे वळून) हे बंदिन्, तूं स्वतःला सर्व वाद करणाऱ्या लोकांमध्यें श्रेष्ठ समजत आहेस; तथापि आज तूं पण केल्यानंतर माझ्यापुढें बोलूं देखील शकणार नाहींस. इतकेंच नव्हे, तर प्रलयकालीं अत्यंत प्रदीप्त झालेल्या अग्नीच्या योगानें ज्याप्रमाणें नदीचा प्रवाह शुष्क होऊन जातो, त्याप्रमाणें तूं शुष्क होऊन जाशील. हे बंदिन्, आतां येथें डळमळूं नको, माझ्याशीं प्रसंग आहे. अरे, आज तूं माझ्याशीं वाद करण्याविषयीं तयार हो. झोंपीं गेलेल्या वाघाला जागा करूं नको अथवा जिभल्या चाटीत असलेल्या सर्पाला लाथ मारूं नको. कारण, त्याच्या मस्तकावर तूं लाथ मारलीस ह्मणजे दंश झाल्यावांचून तूं त्याच्या तडाख्यांतून सुटणार नाहींस, समजलास ! अरे, अत्यंत दुर्बळ असा जो मनुष्य केवळ शरीर सुदृढ आहे असें समजून दर्पानें पर्वतावर नखांचा प्रहार करितो, त्याचा हातच नखांसह विदीर्ण होऊन जातो; पण पर्वताला कांहीं जखम झालेली दिसत नाहीं. असो; ज्याप्रमाणें सर्व पर्वत मैनाक पर्वतापेक्षां अथवा वासरें वृषभापेक्षां निकृष्ट होत, त्याप्रमाणेंच सर्व राजे मिथिलाधिपतीहून कमी योग्यतेचे आहेत. (जनकाकडे वळून) हे राजा, ज्याप्रमाणें देवांमध्यें इंद्र अथवा नद्यांमध्यें गंगा त्याप्रमाणें तूं एकटाच सर्व राजांमध्यें श्रेष्ठ आहेस. तेव्हां तूंच त्या बंदीला माझ्याजवळ आण.

लोमश म्हणालेः—हे राजा, ह्याप्रमाणें क्रुद्ध होऊन गर्जना करीत करीत अष्टावक्र त्या बंदीला सभेमध्यें ह्मणाला कीं, 'मी भाषण करण्याबरोबर तूं त्याचें उत्तर दे आणि तूं बोललास कीं लागलीच मी त्याचें उत्तर देतों.' (इतकें भाषण होतांच वादाला सुरवात झाली.)

बंदी ह्मणालाः—अग्नि एकच आहे तरी तो गार्हपत्यादिक अनेक रूपांनीं प्रज्वलित होत असतो; सूर्य एकच आहे तरी तो ह्या सर्व जगताला प्रकाशित करीत असतो; शत्रूंना ठार करणारा वीर्यसंपन्न देवराज इंद्र हा एकच आहे; आणि पितरांचा अधिपति यम हाही एकच आहे.

अष्टावक्र ह्मणालाः—इंद्र आणि अग्नि हे दोघेजण मित्र संचार करीत असतात; नारद आणि पर्वत असे दोन देवर्षि आहेत; अश्विनीकुमार दोन आहेत; रथाचीं चाकें दोन असतात; आणि विधात्यानें भार्या व पति असे दोघे निर्माण केलेले आहेत.

बंदी ह्मणालाः—ज्या योगानें ह्या प्राण्यांची उत्पत्ति होते तीं कर्मे तीन प्रकारचीं आहेत; तीन वेदांच्या योगें वाजपेय यज्ञ होतो; अध्वर्यु तीन वेळ स्नान करितात; व लोक तीन असून तेजही तीन प्रकारचें आहे असें ह्मणतात.

अष्टावक्र ह्मणालाः—ब्राह्मणांचे आश्रम चार आहेत; यज्ञ करणारे वर्ण चार आहेत; दिशा चार आहेत; ब्राह्मणादि वर्ण चार आहेत; आणि वाणीचे पादही सूक्ष्मा, पश्यंती, मध्यमा, वैखरी असे चार आहेत अथवा श्लोकरूपी वाणीला चारच पाद—चरण असतात.

बंदी ह्मणालाः—गार्हपत्य, दक्षिणाग्नि, आहवनीय, सभ्य आणि अवसथ्य असे पांच अग्नि आहेत; पंक्तिनामक छंदाला आठ आठ

अक्षरांचा एक असे पांच चरण आहेत; दर्श, पौर्णमास्य, चातुर्मास्य, पशु आणि सोम हे यज्ञ अथवा देवयज्ञादि महायज्ञ पांच आहेत; इंद्रियेंही पांच आहेत; वेदामध्यें पंचचूडा नांवाची एक अप्सरा सांगितली आहे; व लोकांमध्यें प्रख्यात असें पंचनद नांवाचें तीर्थ आहे.

अष्टावक्र ह्मणालाः—अग्न्याधानामध्यें धेनु, भूमि, सुवर्ण, रौप्य, वस्त्र आणि अश्व अशा सहा दक्षिणा सांगितलेल्या आहेत; कालचक्र सहा ऋतूंचें बनलेलें आहे; मनासहवर्तमान इंद्रियें सहा आहेत; कृत्तिकेच्या तारा सहा आहेत; आणि सर्वही वेदामध्यें साद्यस्कनामक यज्ञाची संख्या सहाच सांगितली आहे.

बंदी ह्मणालाः—ग्राम्य पशु सात आहेत; वन्य पशुही सातच प्रकारचे आहेत; यज्ञकर्म सात प्रकारच्या छंदांनीं चालतें; ऋषि सात आहेत; आराधनेचे प्रकार सात आहेत; स्वर सात प्रकारचे आहेत; आणि वीण्याच्या ताराही सातच असतात.

अष्टावक्र ह्मणालाः—शतमान म्हणून एक वजन आहे तें आठ शाणां—(एक प्रकारच्या वजना) इतकें असतें; सिंहाला ठार करणाऱ्या शरभाला आठ पाय असतात; देवांमध्यें आठ वसु आहेत; व सर्वही यज्ञांमध्यें यज्ञयूपाला कोन आठ असतात.

बंदी म्हणालाः—पितृयज्ञामध्यें अग्नि प्रदीप्त करण्याच्या मंत्रांची संख्या नऊ आहे; दानकर्माला देश, काल, आगम, द्रव्य, पात्र, दाता, योग्य प्रकारचे गुण, विधि आणि मंत्र ह्या नवांचा योग असावा लागतो; बृहतीछंदाचीं अक्षरें नऊ आहेत; आणि कांहीं विवक्षित क्रमानें मांडल्यास जी संख्या हल्या त्या संख्येची वाचक होते तीही नऊच होय.

अष्टावक्र ह्मणालाः—ह्या लोकामध्यें पुरुषांनीं मानिलेल्या दिशा दहा आहेत; दहा शेंकडे पूर्ण झाले ह्मणजे एक हजार संख्या पूर्ण होते; गर्भिणी स्त्रिया दहा महिने गर्भ धारण करीत असतात; दशेरख, दशदास आणि दशार्ह ह्यांमध्येंही दश शब्द आहे.

बंदी म्हणालाः—पशूंच्या प्रोक्षणाचे मंत्र अकरा आहेत; एका यज्ञामध्यें यूपमंत्र अकरा असतात; इंद्रियें अकरा आहेत; व स्वर्गीत वास्तव्य करणारे रुद्रही अकराच आहेत.

अष्टावक्र ह्मणालाः—संवत्सराचे महिने बारा आहेत; जगती छंदाच्या चरणाचीं अक्षरें बारा असतात; सामान्य यज्ञाचे दिवस बारा असतात; व विद्वान् लोक आदित्य बारा आहेत असें सांगतात.

बंदी ह्मणालाः—त्रयोदशी ही तिथि प्रशस्त आहे आणि पृथ्वीचीं द्वीपेंही तेरा आहेत—

लोमश ह्मणालेः—असा अर्धाच श्लोक म्हणून पुढें कांहीं न सुचल्यामुळें बंदी थांबला असतां त्या श्लोकाचें पुढील अर्ध अष्टावक्रानें म्हटलें.

अष्टावक्र ह्मणालाः—देवदैत्यांच्या युद्धामध्यें केशीनामक दैत्यानें तेरा दिवसपर्यंत युद्ध केलें होतें, व अतिजगती इत्यादिक छंदाचीं अक्षरेंही तेराच आहेत!

---

१ नऊ संख्येची मौज पहाण्याची इच्छा असल्यास नवाचा अथवा तिसाच्या आंत ज्यास नवांनीं भागलें असतां बाकी शून्य राहते अशा संख्येचा पाडा मांडावा व त्यांतील प्रत्येक रकमेची बेरीज निरनिराळीच करावी ह्मणजे नऊच येईल. उदाहरणार्थ नवाचा पाडा पहा. पहिले नऊ आहेत; दुसरी संख्या १८; तिची बेरीज १+८=९ अशीच होते. ह्याप्रमाणेंच दुसरींही उदाहरणें समजावीं. नवाच्या पाड्यांत पुनः अशी मौज आहे कीं, ०–१–२ इत्यादि नवापर्यंत अंक सरळ मांडून त्यांवर तसेंच उलट ९ पासून ० पर्यंत मांडले कीं नवाचा पाडा होतो. सारांश त्यांत सर्वही अंक शून्यासह येतात.

लोमश ह्मणालेः—तदनंतर तो सूतपुत्र बंदी मान खालीं वांकवून चिंताक्रांत आणि स्तब्ध होऊन गेला असून अष्टावक्र हा पुढें बोलतच आहे असें पाहून त्या ठिकाणीं मोठा गलबला उडून गेला. ह्याप्रमाणें जनकराजाच्या त्या विशाल यज्ञमंडपामध्यें गर्दी उडून गेली असतां प्रख्यात असे सर्व ब्राह्मण हात जोडून बहुमान करीत अष्टावक्राजवळ आले. तेव्हां—

अष्टावक्र ह्मणालाः—हे राजा, ह्या बंदीनेंच चांगल्या वेदनिष्णात अशा ब्राह्मणांना वादामध्यें पराजित करून पूर्वीं पाण्यामध्यें बुडवून टाकिलेलें आहे. तेव्हां आज ह्या बंदीची स्थितिही तशीच झाली पाहिजे. ह्यास्तव, ह्याला शीघ्र धरून पाण्यामध्यें बुडवून टाक.

बंदी ह्मणालाः—हे जनका, मी वरुणाचा पुत्र आहें. ज्या वेळीं तुझ्या घरीं यज्ञ सुरू झाला त्याच वेळीं त्या वरुणाच्याही घरीं बारा वर्षांनीं समाप्त होणारा एक यज्ञ चालला होता व त्या यज्ञासाठींच मीं त्या ब्राह्मणांस तिकडे पाठवून दिलें होतें. हे पहा, वरुणाचा यज्ञ अवलोकन करण्यासाठीं गेलेले ते सर्व ब्राह्मण आतां फिरून परत येत आहेत. तेव्हां आतां संमाननीय अशा अष्टावक्राचा संमान करून मी ह्याच्याचसाठीं आपल्या पित्याकडे जातों !

अष्टावक्र ह्मणालाः—ह्या बंदीनें पंडित लोकांस ज्या वेदवाणीचा मोठ्यानें उच्चार करून अथवा ऊहापोह करून पराजित केलें आणि समुद्रामध्यें बुडवून टाकिलें, त्या वाणीचा मीं आपल्या बुद्धीनें कसा उद्धार केला ह्याची परीक्षा सदसद्विवेक असलेल्या पंडितांनींच करावी. घडलेलीं कृत्यें जाणणारा अग्नि हा जरी स्वभावतः जाळणारा आहे, तरी तो दिव्यप्रसंगीं सत्य भाषण करणाऱ्या लोकांच्या शरीराचा त्याग करितो व त्यांना आपल्या तेजानें दग्ध करीत नाहीं. सारांश, सत्य कोणतें आणि असत्य कोणतें ह्याची ज्याप्रमाणें अग्नि परीक्षा करितो, त्याप्रमाणें दीनपणानें भाषण करणारे बाल आणि पुत्र ह्यांच्या भाषणाची सज्जनांनीं परीक्षा केली पाहिजे. त्यांचा तिरस्कार करून उपयोगी नाहीं. हे राजा, तूं काय भोंकरीच्या फळानें बुद्धि क्षीण होऊन हें माझें भाषण ऐकत आहेस, किंवा लोकांनीं केलेल्या स्तुतीच्या योगानें मत्त होऊन गेला आहेस कोण जाणे ! ह्मणूनच, जनका, एकाद्या हत्तीला अंकुशानें टोंचावें त्याप्रमाणें मी तुला टोंचून बोलत आहें तरीही तूं माझें हें भाषण ऐकून घेत नाहींस !

जनक ह्मणालाः—ही तुझी अमानुष आणि दिव्यरूपी वाणी मी श्रवण करीत आहें. खरोखर तूं प्रत्यक्ष देवस्वरूपी आहेस. आतां ज्या अर्थीं तूं ह्या बंदीला जिंकिलें आहेस, त्या अर्थीं हा बंदी मी तुझ्या स्वाधीन करीत आहें; तेव्हां ह्याचें काय करावयाचें तें सर्वस्वीं तुझ्या इच्छेवर अवलंबून आहे.

अष्टावक्र ह्मणालाः—हे राजा, हा बंदी जिवंत राहण्यांत कांहीं अर्थ आहे असें मला वाटत नाहीं. तेव्हां ह्याचा पिता जर वरुण आहे, तर ह्याला समुद्रामध्यें बुडवून टाक ह्मणजे झालें.

बंदी ह्मणालाः—राजा, मी वरुणाचा पुत्र असल्यामुळे, आपण बुडविलें तरी मला कांहीं भीति नाहीं. आतां अष्टावक्राला मात्र चिरकाल अदृश्य झालेला त्याचा पिता कहोड ह्याचें ह्या क्षणींच दर्शन होईल.

लोमश ह्मणालेः—तदनंतर महात्म्या वरुणानें पूजन केलेले ते पूर्वीं जलामध्यें मग्न झालेले ब्राह्मण जनकाच्या जवळच भूमींतून वर येऊन उभे राहिले.

कहोड ह्मणालाः—लोक गर्भाधानसंस्कार करून पुत्र होण्याची इच्छा करितात ती

ह्याचसाठीं. कारण, जी गोष्ट करणें मला शक्य झालें नाहीं तीच माझ्या पुत्रानें केली. जनका, निर्बल पुरुषालाही बलवान्, मूर्खालाही चतुर आणि अविद्वानालाही विद्वान् पुत्र होतो. असो; हे राजा, तीक्ष्ण अशा कुठारानें प्रत्यक्ष यम संग्रामामध्यें तुझ्या शत्रूंच्या मस्तकाचा छेद करो आणि तुझें कल्याण होवो. अहाहा, ह्या जनकराजाच्या यज्ञामध्यें श्रेष्ठ अशा उक्थ्यनामक मोठ्या सामाचें गायन होत आहे; उत्कृष्ट प्रकारें सोमपान चाललें आहे; आणि देव प्रत्यक्ष येऊन आपापले पवित्र हविर्भाग ग्रहण करीत आहेत.

लोमश ह्मणाले:—हे राजा, पूर्वींपेक्षां अधिक कांतिमान् होऊन ते सर्वही ब्राह्मण जनकाच्या अग्रभागीं प्रकट झाल्यानंतर जनक राजाची आज्ञा घेऊन त्या बंदीनें समुद्र-जलामध्यें प्रवेश केला. ह्याप्रमाणें बंदीचा पराजय केल्यानंतर ब्राह्मणांनीं योग्य प्रकारें बहुमान केलेला तो अष्टावक्र पित्याचें पूजन करून आपल्या मातुलासहवर्तमान श्रेष्ठ अशा आश्रमामध्यें परत आला. पुढें एकदां अष्टावक्र आपल्या मातेजवळ बसला असतां त्याचा पिता कहोड हा त्याला ह्मणाला कीं, 'तूं सत्वर या समंगानदीमध्यें प्रवेश कर.' हें ऐकून त्यानेंही तसें केलें असतां त्याचे अवयव तत्काल सरळ झाले व समंगा नदीही पवित्र होऊन गेली. हिच्यामध्यें स्नान करणारा मनुष्य पातकांपासून मुक्त होतो. ह्यास्तव, हे युधिष्ठिरा, तूं आपले बंधु व भार्या ह्यांसहवर्तमान स्नानपानादिकांकरितां ह्या नदीमध्यें प्रवेश कर. हे कुंतीपुत्रा, ब्राह्मण आणि आपले बंधु ह्यांसहवर्तमान तूं केवळ पवित्र कर्मांवर भक्ति जडवून ह्या ठिकाणीं सुखानें रहा; आणि आणखीही पुण्य संपादन केल्यानंतर पुनरपि मजबरोबर यात्रा करूं लाग.

अध्याय एकशें पसतिसावा.

—:०:—

यवक्रीतोपाख्यान.

लोमश म्हणाले:—हे राजा, ही पहा येथें मधुविलानामक नदी विराजमान होऊन राहिलेली आहे. हिलाच समंगा असें म्हणतात. हें कर्दमिल नांवाचें भरताच्या अभिषेकाचें स्थान आहे. पूर्वीं वृत्राचा वध केल्यामुळें इंद्राला अलक्ष्मीचा योग घडला; व ह्या समंगा नदीमध्यें स्नान केल्यानंतर तो सर्व पातकांपासून मुक्त झाला. हे पुरुषश्रेष्ठा, मैनाक पर्वताच्या मध्यभागीं असणारें हें विनशननामक तीर्थ अवलोकन कर. ह्या ठिकाणीं अदितीनें पूर्वीं चरु शिजविला होता असें प्रसिद्ध आहे. हे भरतकुलश्रेष्ठहो, ह्या पर्वतावर तुह्मीं आरोहण केलें म्हणजे अपकीर्तीस कारणीभूत व शब्दांनीं वर्णन करितां येण्यासही अशक्य अशा प्रकारची आपली अलक्ष्मी दूर होऊन जाईल. हे राजा, हे पहा ऋषींना प्रिय असणारे कनखल नांवाचे पर्वत. युधिष्ठिरा, ही इकडे महानदी गंगा कशी चमकत राहिली आहे! ह्या ठिकाणीं पूर्वीं भगवान् सनत्कुमाराला सिद्धि मिळाली होती. युधिष्ठिरा, तूं ह्या नदीमध्यें स्नान केलेंस म्हणजे सर्व प्रकारच्या पातकांपासून मुक्त होशील. हे कुंतीपुत्रा, पुण्यसंज्ञक जलऱ्हद, भृगुतुंगनामक पर्वतावरील जल आणि गंगा नदी ह्यांमध्यें तूं मंत्रोच्चार न करितां आपल्या बरोबरच्या मंडळींसह स्नान कर. ह्या ठिकाणीं स्थूलशिरानामक मुनीचा रम्य आश्रम झळकत आहे. हे कुंतीपुत्रा, ह्या ठिकाणीं तूं अभिमान आणि कोप ह्यांचा त्याग कर. हे पांडुपुत्रा, हा रैभ्याचा आश्रम प्रकाशत आहे. ह्या ठिकाणीं भरद्वाजकुलोत्पन्न यवक्रीतनामक विद्वान् मुनि नाश पावला.

युधिष्ठिर म्हणाला:—प्रतापसंपन्न भरद्वाज

ऋषि समाधिनिष्ठ कसा झाला, आणि त्या मुनीचा पुत्र यवक्रीत ह्याचा नाश होण्याचें कारण काय, ह्याविषयींचा सर्व खरा वृतान्त जसा घडला असेल तसा ऐकण्याची माझी इच्छा आहे. कारण, देवांच्या योग्यतेच्या ह्या पुरुषांचीं कृत्यें आपण सांगितलीं ह्मणजे मला मोठा आनंद होतो.

देवप्राप्त्यर्थ यवक्रीताची तपश्चर्या.

लोमश ह्मणाले:—युधिष्ठिरा, भरद्वाज आणि रैभ्य हे दोघेजण मित्र असून ते अत्यंत संतोषानें व परस्परांत भिन्नभाव न मानितां ह्या ठिकाणीं वास्तव्य करीत होते. त्यांपैकीं रैभ्याला अर्वावसु व परावसुनामक दोन पुत्र होते; आणि भरद्वाजाला यवक्रीत नांवाचा पुत्र होता. रैभ्य हा आपल्या पुत्रांसहवर्तमान विद्वान् होता. आणि दुसरा भरद्वाज हा तपस्वी होता. हे भरतवंशजा, बालपणापासूनच त्या उभयतांची अद्वितीय अशी कीर्ति झालेली होती. पुढें आपला पिता केवळ तपोनिष्ठ असून ब्राह्मण लोक त्याचा सत्कार करीत नाहींत, आणि रैभ्य व त्यांचे पुत्र ह्यांचा मात्र ते सत्कार करीत आहेत, असें दिसून आल्यावरून निष्पाप आणि तेजस्वी अशा यवक्रीताच्या अंतःकरणास ताप होऊं लागला व त्याला अत्यंत कोपही आला. तेव्हां, हे पांडुपुत्रा, वेदज्ञान संपादन करण्यासाठीं त्यानें भयंकर तपश्चर्या करण्याचें आरंभिलें व प्रचंड अग्नि प्रज्वलित करून तो आपलें शरीर तापवून घेऊं लागला. ह्यामुळें त्या महातपस्व्याच्या कृत्यानें इंद्राला संताप होऊं लागला. तेव्हां युधिष्ठिरा, इंद्र यवक्रीताजवळ आला आणि ह्मणाला कीं, ' हें उत्कृष्ट प्रकारचें तप तूं कोणत्या उद्देशानें करीत आहेस?

यवक्रीत ह्मणाला:—हे देवगणपूजिता इंद्रा, ब्राह्मणांनीं ज्या वेदांचें अध्ययन केलेलें नाहीं अशा वेदांची मलाच प्राप्ति व्हावी ह्यासाठीं मी हें उत्कृष्ट तप करीत आहें. सारांश, हे कश्यपपुत्रा इंद्रा, अध्ययनासाठीं हा माझा उद्योग आहे. तपश्चर्येच्या योगानें सर्व प्रकारचें ज्ञान संपादन करण्याची माझी इच्छा आहे. हे प्रभो, गुरूकडून वेद संपादन करण्याला फार वेळ लागतो. ह्यास्तव, त्याच्या प्राप्तीसाठीं मीं ह्या उत्कृष्ट प्रकारच्या प्रयत्नाचा अवलंब केला आहे.

इंद्र ह्मणाला:—हे ब्रह्मर्षे, तूं ज्या मार्गानें जाऊं इच्छित आहेस तो हा वेदप्राप्तीचा मार्ग नव्हे. मग, हे विप्रा, तूं असलें विघातकारक कृत्य कशाला करितोस? जा आणि गुरूकडूनच वेदांचें अध्ययन कर.

लोमश ह्मणाले:—असें ह्मणून इंद्र निघून गेला असतां, राजा युधिष्ठिरा, निस्सीम पराक्रमी यवक्रीत हा पुनरपि तपश्चर्येविषयीं प्रयत्न करूं लागला; आणि फार मोठी तपश्चर्या करून त्यानें भयंकर तपाच्या योगानें इंद्राला अत्यंत संतप्त करून सोडिलें, असें आमच्या ऐकण्यांत आहे. अशा प्रकारें तो महामुनि कडक तपश्चर्या करूं लागला असतां पुनरपि इंद्रानें तेथें येऊन त्याचा निषेध केला आणि ह्मटलें कीं ' तूं ही अशक्य गोष्ट आरंभिलेली आहेस. हें तुझें कृत्य कांहीं विचारपूर्वक घडलेलें नाहीं. तुझ्या पित्याला अथवा तुला वेदाची स्फूर्ति केव्हांही व्हावयाची नाहीं. '

यवक्रीत ह्मणाला:—हे इंद्रा, हा माझा मनोरथ जर तूं अशा रीतीनें पूर्ण करीत नसशील, तर मी मोठमोठे नियम करून ह्याहीपेक्षां भयंकर तपश्चर्या करीन. इतकेंच नव्हे, तर, हे देवाधिपते इंद्रा, ज्या अर्थीं तूं अशा रीतीनें माझा सर्व मनोरथ पूर्ण करीत नाहींस त्या अर्थीं तूं हें लक्ष्यांत ठेव कीं, अग्नि प्रदीप्त करून त्यामध्यें मी आपला प्रत्येक अवयव छिन्न करून त्याचा होम करीन!

लोमश ह्मणाले:—ह्याप्रमाणें त्या महात्म्या मुनीचा निश्चय कळून आल्यानंतर, त्याचें निवारण करण्यासाठीं बुद्धिमान् इंद्राच्या बुद्धीला एक विचार सुचला. तदनंतर ज्याच्या वयाला अनेक शतकें लोटलीं आहेत अशा दुर्बल आणि क्षयरोगी तपस्वी ब्राह्मणाचें स्वरूप इंद्रानें धारण केलें; आणि ज्या घाटावर यवक्रीत स्नानसंध्यादिक शुद्धिजनक कर्में करीत असे, त्या ठिकाणीं जाऊन तो भागीरथीमध्यें वाळूचा पूल करूं लागला. अशा प्रकारें, इंद्र सांगत असतां जेव्हां तो ब्राह्मणश्रेष्ठ यवक्रीत त्याचें भाषण ऐकेना, तेव्हां इंद्र गंगानदीला वाळूनें भरून काढूं लागला! व यवक्रीताला उदाहरण घालून देण्यासाठीं तो मूठ मूठ वाळू भागिरथीमध्यें टाकून पूल करण्याचा आरंभ करूं लागला! तेव्हां तो पूल बांधण्याचा प्रयत्न करीत आहे असें यवक्रीताच्या दृष्टीस पडल्यावरून तो मुनिश्रेष्ठ हसला आणि असें ह्मणाला कीं, ‘ हे ब्रह्मन्, हें काय चाललें आहे? येथें काय करण्याची आपली इच्छा आहे? आपण चालविलेला हा प्रयत्न फार मोठा पण निरर्थक आहे ?’

इंद्र ह्मणाला:—मी गंगेवर सेतु बांधणार आहें; ह्मणजे चांगला सुखकारक मार्ग होईल! कारण, येथें मार्ग नसल्यामुळें विहार करूं इच्छिणाऱ्या लोकांस वारंवार क्लेश अनुभवावे लागतात.

यवक्रीत ह्मणाला:—हे तपोधना, ह्या मोठ्या प्रवाहाला प्रतिबंध करणें हें तुला शक्य नाहीं. तेव्हां तूं असली अशक्य गोष्ट करण्याचें सोडून देऊन आपणाला शक्य असेल तीच करूं लाग.

इंद्र म्हणाला:—ज्याप्रमाणें तूं अशक्य अशा वेदप्राप्तीसाठीं हें तप करूं लागला आहेस त्याप्रमाणेंच आह्मीं हा कार्यभाग आपल्या शिरावर घेतला आहे!

यवक्रीतास वरप्राप्ति.

यवक्रीत म्हणाला:—हे देवाधिपते इंद्रा, हा तुझा उद्योग जसा निरर्थक आहे तसाच माझाही आहे असें जर तुला वाटत असेल, तर, हे देवा गणाधिपते, जें शक्य असेल तेंच तूं कर; आणि ज्या योगानें माझी योग्यता दुसऱ्याहून अधिक होईल असे दुसरे वर मला दे.

लोमश म्हणाले:—हें ऐकून त्या महातपस्वी यवक्रीतानें जे जे मागितले ते ते सर्व वर इंद्रानें त्याला दिले आणि सांगितलें कीं, ‘ हे यवक्रीता, तुझ्या पित्याला आणि तुला इष्ट असलेल्या वेदांची स्फूर्ति होईल व दुसरेही जे तुझे मनोरथ असतील ते पूर्ण होतील. जा तूं आतां.’ ह्याप्रमाणें मनोरथ पूर्ण झाल्यावर तो यवक्रीत आपल्या पित्याकडे येऊन असें बोलला.

यवक्रीत ह्मणाला:—आतां मी आणि आपण ह्या उभयतांना वेदाची स्फूर्ति होईल. व त्या योगानें आह्मीं उभयतां इतरांहून श्रेष्ठ होऊं. कारण, मीं तसे वरच मिळविले आहेत.

भरद्वाजयवक्रीतसंवाद.

भरद्वाज ह्मणाला:—बा यवक्रीता, तुला अभीष्ट वेदांची प्राप्ति झाली असल्यामुळें गर्व होईल आणि त्या योगानें फुगून जाऊन तूं दीन होऊन लवकरच नाश पावशील. हे पुत्रा, गर्वाच्या योगानें नाश होतो ह्याविषयींच्या दृष्टांतादाखल देवांनीं ह्मटलेल्या गाथा सांगत असतात. त्या अशा:—

पूर्वीं वालधि नांवाचा एक वीर्यसंपन्न मुनि होऊन गेला. त्यानें पुत्रशोकामुळें उद्विग्न होऊन जाऊन आपणाला अमर असा पुत्र व्हावा ह्मणून अत्यंत दुष्कर तपश्चर्या केली व त्या योगानें त्याला त्याची प्राप्तिही झाली. देवांनीं त्याच्यावर अनुग्रह केला व त्याला सांगितलें कीं, ‘तुझा पुत्र कांहीं अमर होणार नाहीं; कारण मर्त्याला अमर पुत्र होत नसतो. तथापि,

ज्याच्या आयुष्याचें अस्तित्व कांहीं कारणावर अवलंबून आहे असा पुत्र तुला होईल.'

वालधि ह्मणलाः—हे सुरश्रेष्ठहो, हे पर्वत ज्या अर्थीं सदोदित अक्षय्यपणें वास्तव्य करीत आहेत, त्या अर्थीं तेच माझ्या पुत्राच्या आयुष्याचें कारण होऊं देत.

भरद्वाज ह्मणालाः—तदनंतर त्या मुनीला कोपिष्ठ असा मेधावी नांवाचा पुत्र झाला. त्याच्या कानीं ही वर मिळाल्याची वार्ता गेल्यानंतर गर्व चढून तो ऋषींचा अवमान करूं लागला; व मुनींना त्रास देत ह्या प्रदेशामध्यें संचार करूं लागला असतां, धनुषाक्ष नांवाच्या एका महावीर्यसंपन्न विद्वान् मुनीशीं त्याची गांठ पडली. तेव्हां मेधावी त्याला अपकार करूं लागला. ह्यामुळें त्या अत्यंत वीर्यसंपन्न मुनीनें त्याला "भस्म हो" असें ह्मटलें; तरीही तो भस्म होऊन गेला नाहीं. ह्याप्रमाणें शाप दिला तरीही मेधावी निर्बाधपणें राहिलेला आहे असें पाहून वीर्यसंपन्न धनुषाक्षानें त्याच्या आयुष्याचें कारण जें पर्वत त्यांचा महिषांकडून भेद करविला. ह्याप्रमाणें आयुष्याच्या कारणाचा नाश होतांच तो बालक एकाएकीं गतप्राण झाला. तेव्हां त्याचा पिता मृत झालेल्या त्या आपल्या पुत्राला घेऊन विलाप करूं लागला. मुला, तो अत्यंत व्याकूळ होऊन अतिशय विलाप करूं लागला आहेसें पाहून सर्व वेदवेत्त्या मुनींनीं जी गाथा म्हटली ती मी तुला सांगतों ऐक. ते ह्मणाले, "जी गोष्ट दैवयोगानें घडून येणारी असते ती मनुष्यास कोणत्याही प्रकारें चुकवितां येणें शक्य नाहीं. कारण, धनुषाक्षानें महिषांकडून ह्या पर्वतांचा सुद्धां भेद करविला!"

ह्याप्रमाणें, असमंजस तपस्वी लोक वरप्राप्ति झाल्यामुळें जसे गर्वानें फुगून जातात आणि लवकरच नाश पावतात, तशी तुझी स्थिति होऊं नये. हा रैभ्य अत्यंत वीर्यसंपन्न असून त्याचे पुत्रही तशाच प्रकारचे आहेत. ह्यासाठीं हे पुत्रा, तूं आलस्य न करितां त्यांची गांठ पडणार नाहीं अशी तजवीज कर. हे पुत्रा, तो कोपिष्ठ असा तपोनिष्ठ महर्षि रैभ्य जर क्रुद्ध झाला, तर त्या क्रोधाच्या योगानें इतरांस पीडा देण्याविषयीं समर्थ आहे.

यवक्रीत ह्मणालाः—बाबा, मी असेंच करीन. आपण कोणत्याही प्रकारें ताप करून घेऊं नका. कारण, आपण जसे मला मान्य आहां त्याचप्रमाणें रैभ्यही आहे.

लोमश ह्मणाले:—ह्याप्रमाणें पित्याशीं मृदु भाषण करून, ज्यास कोणाचेंही भय नाहीं असा तो यवक्रीत इतर मुनींना पीडा देऊं लागला व त्या योगानें अत्यंत आनंद पावून संतुष्ट होऊं लागला.

अध्याय एकशें छत्तिसावा.

—:*:—

यवक्रीताचें दुर्वर्तन.

लोमश ह्मणाले:—हे भरतवंशजा, ह्याप्रमाणें इकडे तिकडे फिरतां फिरतां, ज्यास कोणाचीही भीति उरलेली नाहीं असा तो यवक्रीत वैशाखमासीं रैभ्याच्या आश्रमाकडे गेला, आणि प्रफुल्ल वृक्षांनीं विभूषित असणाऱ्या रम्य आश्रमामध्यें संचार करीत असलेली किन्नरीच्या तोडीची त्या रैभ्याची स्नुषा त्यानें अवलोकन केली. तेव्हां मदनाच्या योगानें बेफाम व म्हणूनच निर्लज्ज झालेला तो यवक्रीत त्या लज्जायुक्त स्त्रीला 'माझ्याजवळ ये' असें म्हणूं लागला. तेव्हां तिनें त्याचा स्वभाव ओळखिला; व त्याजकडे न गेल्यास तो शाप देईल ह्यामुळें भयभीत होऊन व रैभ्याचा तेजस्वीपणा लक्ष्यांत आणून 'ठीक आहे' असें म्हणून ती तिकडे गेली.

तेव्हां, हे भरतकुलोत्पन्ना, त्यानें तिला उचलून एकांतामध्यें नेली आणि भलतेंच कृत्य करून शोकसमुद्रांत मग्न करून टाकिली ! हे शत्रुमर्दना, पुढें रैभ्य आपल्या आश्रमांत आला आणि आपली स्नुषा परावसूची भार्या पीडित होऊन रोदन करीत आहे असें पाहून मधुर वाणीनें सांत्वन करीत करीत तो तिला शोकाचें कारण विचारूं लागला. तेव्हां त्या कल्याणीनें यवक्रीताचें सर्व भाषण त्याला सांगितलें; आणि विचारपूर्वक आपण त्याचा निषेधही केला होता, तथापि त्यानें आपल्यावर बलात्कार केला असेंही कळविलें.

रैभ्यकोप व यवक्रीतवध !

राजा, हें यवक्रीताचें वर्तन कानीं पडतांच रैभ्याला अत्यंत क्रोध आला आणि त्या योगानें त्याचें अंतःकरण जणू दग्ध होऊं लागलें. ह्याप्रमाणें शरीरांत क्रोधाचा संचार होऊन गेल्यानंतर त्या अत्यंत कोपिष्ठ तापसानें आपली एक जटा उपटली आणि शुद्ध मंत्र ह्मणून अग्नीमध्यें तिचा होम केला. तेव्हां तिजपासून एक स्वरूपसंपन्न स्त्री निर्माण झाली. नंतर त्यानें दुसरी एक जटा उपटून पुनरपि तिचा होम केला असतां तिजपासून दिसण्यामध्यें भेसूर आणि भयंकर नेत्र असलेला असा एक राक्षस उत्पन्न झाला. नंतर त्या उभयतांनीं रैभ्याला विचारलें कीं, ‘ आह्मीं आपलें काय कार्य करावें ?’ तेव्हां क्रुद्ध होऊन त्या ऋषीनें उत्तर दिलें ‘ यवक्रीताचा वध !’ हें ऐकतांच ‘ ठीक आहे ’ असें म्हणून ते उभयतां यवक्रीतास ठार करण्याच्या इच्छेनें तेथून निघून गेले. राजा, पुढें त्या महात्म्या कृत्यारूपी स्त्रीनें यवक्रीताकडे जाऊन आणि त्यास मोहित केलेसें करून त्याचा कमंडलु काढून घेतला. ह्याप्रमाणें कमंडलु हिरावून घेतल्यानंतर उच्छिष्ट असणाऱ्या यवक्रीतावर तो राक्षस शूल उगारून धावून गेला. तो वध करण्याच्या इच्छेनें हातीं शूल घेऊन आपणावर धावून येत आहे हें पाहून यवक्रीत एकदम उठला आणि ज्या ठिकाणीं सरोवर होतें तिकडे धावला व त्या सरोवरांत पाणी नाहीं असें पाहून तो तेथील सर्व नद्यांवर फिरला; पण त्याही कोरड्या ठणठणीत होऊन गेलेल्या होत्या ! ह्याप्रमाणें हातीं शूल धारण करणाऱ्या त्या भयंकर राक्षसानें चोहोंकडून निरुद्ध करून सोडल्यामुळें तो भयभीत होऊन एकाएकीं आपल्या पित्याच्या होमशालेमध्यें प्रवेश करूं लागला. पण, हे पृथ्वीपते, त्या ठिकाणीं आश्रमाचें संरक्षण करणाऱ्या एका अंध शूद्रानें बलात्कारानें प्रतिबंध केल्यामुळें तो तेथें द्वारामध्येंच उभा राहिला. ह्याप्रमाणें शूद्रानें प्रतिबंध केल्यामुळें उभा राहिल्यानंतर यवक्रीतावर राक्षसानें शूलाचा प्रहार केला. ह्यामुळें त्याचें वक्षःस्थल फुटून जाऊन तो पडला ! ह्याप्रमाणें यवक्रीताला ठार करून तो राक्षस रैभ्याकडे आला व त्याच्या अनुज्ञेनें त्या स्त्रीसहवर्तमान तेथें राहिला.

अध्याय एकशें सदतिसावा.

—:*:—

भरद्वाजाचा पुत्रशोक व अग्निप्रवेश.

लोमश ह्मणाले:—हे कुंतीपुत्रा, पुढें नित्याप्रमाणें ब्रह्मयज्ञ करून भरद्वाज मुनि अनेक समिधा घेऊन आपल्या आश्रमामध्यें गेले. पूर्वी त्यांना पाहतांच सर्वही अग्नि दर्शन देत असत; पण आज त्यांच्या पुत्राचा वध झाला असल्यामुळें अग्नींनीं त्यांना दर्शन दिलें नाहीं. ह्यामुळें आपल्या होमशालेमध्यें कांहीं बिघडाबिघड झालेली आहे असें समजून तो महातपस्वी तेथें बसलेल्या गृहरक्षक अंध शूद्राला म्हणाला कीं, हे “ शूद्रा, आज अग्नि माझ्या दर्शनाचें अभि-

नंदन कां बरें करीत नाहीं! तसेंच तूं देखील पूर्वींसारखा दिसत नाहींस. तेव्हां ह्या आश्रमामध्यें स्वस्थता आहेना? माझा क्षुद्रबुद्धि पोर रैभ्याकडे गेला नव्हताना? काय तें मला लवकर सांग. कारण, माझ्या मनाचा संशय फिटत नाहीं."

शूद्र ह्मणाला, "हा तुझा क्षुद्रबुद्धि पोर रैभ्याकडे गेला होता हें खास; व म्हणूनच अतिशय बलाढ्य अशा राक्षसानें ठार केल्यामुळें हा भूमीवर पडून राहिला आहे! हातीं शूल धारण करणाऱ्या त्या राक्षसानें चोहोंकडून निरुद्ध केल्यामुळें तो अग्निशालेमध्यें जाऊं लागला असतां मीं दाराला दोन्ही हात लावून त्याला प्रतिबंध केला, ह्यामुळें तो निराश होऊन गेला त्या वेळीं तो अशुद्ध स्थितींत असून त्याला उदकाची अपेक्षा होती. पण तें न मिळाल्यामुळें हातीं शूल धारण करणाऱ्या राक्षसानें अतिशय वेगानें येऊन त्याला ठार करून सोडिलें!" हें त्या शूद्राचें अत्यंत अप्रिय भाषण ऐकून भरद्वाज मुनि अतिशय दुःख पावले व गतप्राण झालेल्या त्या आपल्या पुत्राला घेऊन विलाप करूं लागले.

भरद्वाज ह्मणाले:—बाळा! तूं ब्राह्मणाच्या करितां—अर्थात् ब्राह्मणांनीं ज्या वेदांचें अध्ययन केलेलें नाहीं त्या वेदांची स्फूर्ति व्हावी म्हणून तपश्चर्या केलीस. अशा प्रकारें महात्म्या ब्राह्मणांचें कल्याण करण्याचा तुझा स्वभाव होता व तूं कोणत्याही प्राण्याचा अपराध केलेला नव्हतास. तथापि, बाळा, पुढें तूं कठोर बनून गेलास; आणि रैभ्याच्या आश्रमाचें दर्शन घेण्याचा मीं निषेध केला, तरीही तूं प्रलयकालीं जगताचा संहार करणाऱ्या यमाप्रमाणें असलेल्या त्या रैभ्याचें दर्शन घेण्यासाठीं गेलासच! तो महातेजस्वी अत्यंत दुर्बुद्धि रैभ्यही; मी वृद्ध असून मला एकच अपत्य आहे असें माहीत असतां, कोपाच्या अधीन होऊन गेला, ह्यामुळें ह्या त्याच्या कृत्यानें मला हा पुत्रशोक प्राप्त झाला आहे. बाळा, आतां तुझा वियोग झाल्यामुळें ह्या भूतलावर मी अत्यंत प्रिय अशा आपल्या प्राणांचा त्याग करणार! ज्या अर्थी पुत्रशोकामुळें मी पातकी देहत्याग करीत आहें, त्या अर्थी निरपराधी अशा रैभ्याला त्याचा ज्येष्ठ पुत्र ठार करील! ज्यांना मुळीं पुत्रच झालेला नाहीं व म्हणूनच जे पुत्रशोक न होतां सुखानें संचार करीत असतात, ते पुरुष खरोखर सुखी होत. पण जे पुत्रशोकानें अंतःकरण अत्यंत व्याकूळ झाल्यामुळें दुःखाकुल अशा आपल्या इष्टमित्रांस शाप देतात, त्यांहून अधिक पातकी असा दुसरा कोण आहे? मला आपला पुत्र गतप्राण झालेला पहावा लागला आणि आपल्या प्रिय मित्राला शाप द्यावा लागला! अशा प्रकारचा ह्या दुःखद स्थितीचा अनुभव दुसऱ्या कोणाला घ्यावयास सांपडणार?

लोमश ह्मणाले:—ह्याप्रमाणें नानाप्रकारचा विलाप करून भरद्वाजानें आपल्या पुत्राचें दहन केलें व नंतर अत्यंत प्रदीप्त झालेल्या अग्नीमध्यें प्रवेश केला!

अध्याय एकशें अडतिसावा.

—:०:—

परावसूकडून रैभ्याचा वध!

लोमश ह्मणाले:—ह्याच वेळीं रैभ्याचा यजमान प्रतापशाली महाभाग्यवान् पृथ्वीपति बृहद्युम्न यज्ञ करीत होता. त्या वेळीं त्या बृहद्युम्नानें यज्ञाच्या कामीं सहाय्य करण्यासाठीं रैभ्यपुत्र अर्वावसु आणि परावसु ह्यांची योजना केलेली होती. ह्यामुळें, हे कुंतीपुत्रा, पित्याची आज्ञा घेऊन ते उभयतां तिकडे गेले होते व रैभ्य आणि परावसूची भार्या हीं उभयतां त्या

आश्रमामध्यें राहिलीं होतीं. पुढें परावसु हा एकटाच आपल्या भार्येची भेट घेण्यासाठीं आश्रमाकडे येऊं लागला असतां त्यास अरण्यामध्यें त्याचा पिता रैभ्य ह्याचें दर्शन झालें ह्या वेळीं रैभ्यानें आपलें सर्वांग कृष्णाजिनानें आच्छादित केलेलें होतें. तो समय रात्रीचा असून अंधकारही बराच अवशिष्ट होता व झोंपेनें डोळे मिटूं लागल्यामुळें परावसु अंधासारखा होऊन गेलेला होता. ह्यामुळें अरण्यांत संचार करीत असणाऱ्या त्या आपल्या पित्यास हरिणच आहे असें तो समजूं लागला; व आपलें शरीरसंरक्षण करण्याच्या इच्छेनें त्यानें हरिण समजून अज्ञानपूर्वक पित्याचा वध केला ! पुढें तो हरिण नसून पिता आहे असें कळून आल्यानंतर, हे भरतकुलोत्पन्ना, त्यानें त्याचें और्ध्वदेहिक कर्म केलें; व पुनः यज्ञामध्यें येऊन आपल्या बंधूस सांगितलें कीं, " तुला एकट्याला हें कर्म कोणत्याही प्रकारें तडीस नेतां येणें शक्य नाहीं व मीं तर पित्यास हरिण समजून त्याचा वध केलेला आहे ! तेव्हां, बा अर्वावसो, तूं ब्रह्महत्त्येच्या प्रायाश्चित्तासाठीं व्रताचें आचरण कर. हे मुने, मी एकटा हें यज्ञकर्म करण्याविषयीं समर्थ आहें, तेव्हां मी तें करितों. "

अर्वावसु म्हणालाः—तूं ह्या ज्ञानसंपन्न बृहद्युम्नाचा यज्ञ कर व मी इंद्रियनिग्रह करून तुजसाठीं ब्रह्महत्त्येच्या नाशार्थ व्रताचरण करितों.

परावसूची कृतघ्नता.

लोमश म्हणालेः—हे युधिष्ठिरा, पुढें तो अर्वावसु ब्रह्महत्त्येचा नाश करणारें तें व्रत पूर्ण करून पुनः यज्ञामध्यें आला. तेव्हां तो आपला बंधु आला आहे असें पाहून आनंदानें कंठ सद्गदित झालेला परावसु बृहद्युम्नाला असें ह्मणाला कीं, ' हा ब्रह्मघातकी तुझ्या यज्ञाचें दर्शन घेण्यासाठीं देखील येथें येऊन उपयोगी नाहीं. कारण, हा ब्रह्मघातकी नुसत्या अवलोकनानें देखील तुला निःसंशय पीडा देईल.

लोमश म्हणालेः—हे प्रजापालका, हें ऐकतांच त्या राजानें आपल्या दूतांस आज्ञा केली, तेव्हां ते दूत अर्वावसूला तेथून घालवून देऊं लागले. हें पाहून, ही ब्रह्महत्त्या मीं केलेली नाहीं, असें त्यानें पुनः पुनः सांगितलें. तथापि हे भरतवंशजा, ते दूत त्याला वारंवार ब्रह्मघातकी असें ह्मणूं लागले; तरीही तो ' ही ब्रह्महत्त्या आपण केली आहे असें कबूल करीना. तो ह्मणूं लागला कीं, ' ही ब्रह्महत्त्या माझ्या बंधूनें केलेली असून मीं त्याला त्यांतून मुक्त केलें आहे. ' तो जरी ह्याप्रमाणें सांगत होता तरी ते दूत त्याला रागारागानें बोलत होते. ह्यामुळें तो महातपस्वी ब्रह्मर्षि कांहीं एक भाषण न करितां मुकाट्यानें वनामध्यें निघून गेला.

अर्वावसूचें तप व रैभ्यादिकांचें पुनरुज्जीवन.

तदनंतर उग्र तपश्चर्या करून श्रीसूर्याचा आश्रय केल्यानंतर त्या द्विजश्रेष्ठाला सूर्यमंत्रप्रकाशक रहस्यवेदसंज्ञक काठक ब्राह्मणाचें दर्शन झालें. तदनंतर मूर्तिमान् सूर्यानें त्याला दर्शन दिलें.

लोमश म्हणालेः—हे राजा, ह्या कृत्यामुळें देवांनीं अर्वावसूला प्रसन्न होऊन वर मागण्याविषयीं सांगितलें व परावसूचा तिरस्कार केला. पुढें अग्निप्रभृति देव त्याला वर देऊं लागले तेव्हां त्यानें आपला पिता उठावा, त्याचा वध केल्याचा दोष आपल्या बंधूला लागूं नये, आपल्या पित्याला वध केल्याचें स्मरण राहूं नये, आणि भरद्वाज व यवक्रीत हे उभयतांही उठावे व आपणास दिलेल्या सूर्यमंत्रप्रकाशक वेदाची गुरुपरंपरेनें अध्ययनप्रवृत्ति व्हावी,

असे वर मागून घेतले; आणि देवांनींही ' ठीक आहे ' असें सांगून त्याला ते वर दिले. तदनंतर, युधिष्ठिरा, ते रैभ्यादिक सर्वजण त्या ठिकाणीं प्रकट झाले असतां यवक्रीत हा अग्निप्रभृति देवतांस म्हणाला कीं, " मीं वेदांचें अध्ययन केलेलें असून त्यांच्या व्रताचेंही आचरण केलेलें आहे. मग, हे देवश्रेष्ठहो, मजसारख्या अध्ययन करणाऱ्या तपस्वी पुरुषाचा अशा प्रकारच्या विधीनें वध करण्याविषयीं हा रैभ्य कसा समर्थ झाला ? "

देव म्हणाले:—हे मुने यवक्रीता, तूं जें ह्मणत आहेस तसें मनांत समजूं नको. कारण, तूं गुरूवांचून पूर्वी ह्या वेदांचें सुखानें अध्ययन केलेलें आहेस; आणि ह्यानें दुःख भोगून व आपल्या कृत्यानें गुरूला संतुष्ट करून पुष्कळ दिवसांनीं आणि मोठ्या कष्टानें उत्कृष्ट प्रकारचा वेद संपादन केलेला आहे.

लोमश म्हणाले:—ह्याप्रमाणें त्या सर्वांना पुनरपि सजीव करून व यवक्रीताला असें सांगून ते इंद्रप्रभृति देव पुनरपि स्वर्गास गेले. असो; हे नृपश्रेष्ठा, जेथील वृक्ष सदोदित पुष्पफलसंपन्न आहेत असा हा त्याचाच आश्रम होय. ह्या ठिकाणीं वास्तव्य केल्यास तूं सर्व प्रकारच्या पातकांपासून मुक्त होशील.

अध्याय एकशें एकोणचाळिसावा.

—:०:—

पांडवांचा कैलासप्रवेश.

लोमश म्हणाले:—हे भरतकुलोत्पन्ना पृथ्वीपते युधिष्ठिरा, तूं उशीरबीज, मैनाक, श्वेतगिरि आणि कालशैल ह्यांचें उल्लंघन करून आलेला आहेस. हे भरतकुलश्रेष्ठा, ही पहा ह्या ठिकाणीं सात प्रवाहांनीं विराजमान असलेली भागीरथी. हें स्थान पापशून्य आणि पवित्र असून ह्या ठिकाणीं सदोदित अग्नि प्रदीप्त असतो. हें आश्चर्यकारक स्थान मनुष्याला अवलोकन करितां येणें शक्य नाहीं. ह्यास्तव तुह्मीं अव्यग्र अंतःकरणानें समाधि लावा, म्हणजे तुम्हांला ह्या तीर्थाचें दर्शन होईल. हे कुंतीपुत्रा, आतां तुला देवांचीं पावलें उठलेलें हें उपवन दिसेल. कारण, तूं कालशैलनामक पर्वताचें उल्लंघन करून आलेला आहेस. आतां आपण ज्या ठिकाणीं यक्षाधिपति कुबेर आणि मणिभद्र नांवाचा यक्ष असतो अशा मंदर पर्वतावर आणि श्वेतागिरीवर चाललों आहों. हे राजा, त्या ठिकाणीं शीघ्रगामी आठ हजार गंधर्व आहेत व तितकेच किन्नर असून यक्ष त्याच्या चौपट आहेत. हे नरश्रेष्ठा, ते अनेक प्रकारचीं रूपें व शरीरें धारण करून आणि नानाप्रकारचीं आयुधें ग्रहण करून यक्षाधिपति मणिभद्राची सेवा करीत असतात. त्यांची येथें फारच समृद्धि आहे; ते गतीमध्यें केवल वायूसारखें आहेत; खरोखर ते इंद्राला देखील पदच्युत करूं शकतील. बा युधिष्ठिरा, त्या बलाढ्य यक्षादिकांनीं पालन केल्यामुळें आणि राक्षसांनीं संरक्षण केल्यामुळें ह्या पर्वतावर गमन करितां येणें फार कठीण आहे. ह्यास्तव हे कुंतीपुत्रा, तूं उत्कृष्ट प्रकारें समाधि लाव. युधिष्ठिरा, कांहीं प्रेमळ व कांहीं भयंकर असे दुसरेही राक्षस कुबेराचे मंत्री आहेत. ते आपणांवर चालून आले ह्मणजे तुह्मांला पराक्रमानें जाऊन त्यांशीं भिडावें लागेल. हे भरतकुलोत्पन्ना राजा, हा पहा कैलासपर्वत; ह्याची उंची सहा योजनें आहे. त्या ठिकाणीं देव येत असतात. तेथें विशालसंज्ञक एक बोरीचें झाड आहे. तसेंच, हे कुंतीपुत्रा, तेथें कुबेराचें मंदीर असून त्या ठिकाणीं असंख्यात यक्ष, राक्षस, किन्नर, नाग, सुपर्ण आणि गंधर्व आहेत. हे पार्था; तपश्चर्या आणि

इंद्रियनिग्रह ह्यांनीं युक्त होऊन तूं त्यांच्यामध्यें प्रवेश करूं लाग. हे राजा, ह्या वेळीं मी आणि भीमसेनाचें सामर्थ्य हे उभयतां तुझें संरक्षण करीत आहों. राजा, वरुण आणि संग्रामामध्यें जय मिळविणारा यम हे उभयतां तुझें कल्याण करोत. गंगा, यमुना, पर्वत, अश्विनीकुमारांसहवर्तमान मरुत्, नद्या आणि सरोवरें हीं तुझें पोषण करोत. हे महाकांते, देव, दैत्य आणि वसु ह्यांच्याकडून तुझें कल्याण होवो. हे देवि गंगे, इंद्राच्या सुवर्णमय पर्वतावरून तुझा शब्द मला ऐकूं येत आहे. हे उत्कृष्ट ऐश्वर्यशालिनि, सर्व राजांमध्यें पूज्य अशा ह्या अजमीढकुलोत्पन्न नरपतिश्रेष्ठाचें तूं पर्वतापासून संरक्षण कर; आणि हे पर्वतकन्ये, ह्या पर्वतावर प्रवेश करूं इच्छिणाऱ्या नृपतीला तूं सुख दे.

ह्याप्रमाणें समुद्रगामिनी भागीरथीची प्रार्थना केल्यानंतर ' आतां गमन करण्याविषयीं प्रयत्न करूं लाग.' अशी लोमश मुनींनीं युधिष्ठिरास आज्ञा केली.

युधिष्ठिर ह्मणालाः—ही लोमश मुनींची गडबड फार अपूर्व दिसत आहे. ह्यांच्या मतें हा प्रदेश फार दुर्गम आहे. तेव्हां आपण सर्वजण गैरसावध न रहातां द्रौपदीचें संरक्षण करा आणि अत्यंत पवित्रपणाचें वर्तन ठेवा.

वैशंपायन म्हणालेः—इतकें म्हणून नंतर तो अत्यंत वीर्यसंपन्न अशा भीमसेनास ह्मणाला कीं, " हे भीमसेना, तूं प्रयत्नपूर्वक द्रौपदीचें संरक्षण कर. कारण, बा भीमा, अर्जुनाचें सांनिध्य नसल्यामुळें भीतीच्या प्रसंगीं ह्या निर्जन प्रदेशामध्यें द्रौपदी तुझाच आश्रय करीत असते. " भीमसेनास असें सांगून तो महात्मा नकुलसहदेवांजवळ आला व त्यांच्या मस्तकांचें अवघ्राण करून व अंगावरून हात फिरवून कंठ दाटून येऊन ह्मणाला कीं, ' तुह्मी सावधपणानें या; भिऊं नका. '

अध्याय एकशें चाळिसावा.

—:*:—

पांडवांचें पुढें प्रयाण.

युधिष्ठिर ह्मणालाः—हे वृकोदरा, मोठमोठालीं सामर्थ्यसंपन्न भूतें अंतर्धान पावलीं आहेत. ह्यामुळें आतां आपणांस अग्नीच्या आणि तपाच्या सहाय्यानें गमन करितां येईल. हे कुंतीपुत्रा, आतां तूं शक्तीच्या जोरावर क्षुधा आणि तृषा ह्यांचा निरोध करून बल आणि दक्षता ह्यांचा अवलंब कर. लोमश मुनींनीं कैलास पर्वतासंबंधानें जें भाषण केलें तें तूं ऐकिलेंच आहेस. तेव्हां आतां द्रौपदी कशी चालूं शकेल ह्याचा तूं मनामध्यें विचार कर. किंवा, हे विशाललोचना सामर्थ्यसंपन्ना भीमा, सहदेव, धौम्य मुनि, सारथि, पाकाध्यक्ष, सर्वही सेवकजन, रथ, अश्व आणि दुसऱ्याही ज्या कोणास मार्गांतील श्रम सहन होत नसतील ते ह्यांसहवर्तमान तूंच परत फीर; आणि स्वल्प आहार करणारे व नियमनिष्ठ असे मी, नकूल आणि महातेजस्वी लोमश हे तिघेचजण पुढें जातों. तूं माझ्या आगमनाची प्रतीक्षा करीत व द्रौपदीचें संरक्षण करीत मी येईतोंपर्यंत ह्या गंगाद्वारावर समाधानवृत्तीनें रहा.

भीम ह्मणालाः—हे भरतवंशजा, ही राजकन्या द्रौपदी श्रमानें पीडित व दुःखानें व्याकुळ झाली आहे, तथापि ती अर्जुनाच्या इच्छेनें चालतच आहे. संग्रामांतून पलायन न करणाऱ्या महात्म्या अर्जुनाची गांठ न पडल्यामुळें तुलाही फार विषाद वाटत आहे. मग, हे भरतकुलोत्पन्ना, मला, सहदेवाला आणि द्रौपदीला तो वाटेल ह्यांत आश्चर्य तें

काय? असें जरी आहे तथापि ब्राह्मण, सर्वही सेवक लोक, सूत (सारथि), पाकाध्यक्ष आणि आम्हांपैकीं तुला जो वाटत असेल तो, हे खुशाल परत जाऊं देत. माझी मात्र ह्या राक्षसांनीं व्याप्त असलेल्या पर्वतावर व त्यांतूनही विषम आणि दुर्गम अशा ह्या प्रदेशांत तुला सोडून जाण्याची केव्हांही इच्छा नाहीं. तसेंच, हे महाभागा पुरुषश्रेष्ठा, ही पतिव्रता राजकन्या द्रौपदी तुजवांचून परत जाऊं शकणार नाहीं. त्याचप्रमाणें हा सदोदित तुझ्या अनुरोधानें वागणारा सहदेव सुद्धां केव्हांही परत फिरणार नाहीं. मला ह्याचें मनोगत समजलेलें आहे. त्यांतूनही, हे महाराजा, आम्हां सर्वांनाही अर्जुनास अवलोकन करण्याची लालसा उत्पन्न झालेली आहे. तेव्हां आपण सर्वजण मिळूनच पुढें जाऊं. आतां ह्या पर्वतावर गुहा फार असल्यामुळें रथांतून जातां येणें जर शक्य नसलें, तर, हे राजा, आपण पायांनीं चालूं. त्याबद्दल तूं मनास वाईट वाटूं देऊं नको. ज्या ज्या ठिकाणीं द्रौपदीला चालतां येणें शक्य नसेल त्या त्या ठिकाणीं मी तिला खांद्यावर घेईन, असें माझें मत आहे. तसेंच, हे सुकुमार वीर माद्रीपुत्र नकुलसहदेव ह्या उभयतांना जेथून जातां येणें शक्य नसेल त्या दुर्गम प्रदेशांतून मी त्यांना पलीकडे पोहोंचवीन.

युधिष्ठिर ह्मणालाः—भीमा, तूं अशा प्रकारें भाषण करीत आहेस आणि यशस्विनी द्रौपदी व बंधु नकुलसहदेव ह्या उभयतांना उचलून घेऊन जाण्याविषयींचा उत्साह धरीत आहेस, तेव्हां तें कार्य घडण्यासाठीं तुझ्या बलाची अभिवृद्धि होवो व तुझें कल्याण होवो. भीमा, असें सामर्थ्य दुसऱ्याच्या अंगीं नाहीं. ह्यास्तव तुझें बल, शौर्यादिजन्य आणि दानादिजन्य किर्ति व धर्म ह्यांची अभिवृद्धि होवो. हे महाबाहो भीमा, तूं आपल्या बंधूंसहवर्तमान द्रौपदीला घेऊन जाण्याविषयीं उत्साह बाळगीत आहेस, तेव्हां तुला ग्लानि न येवो आणि तुझी गति कुंठित न होवो.

वैशंपायन ह्मणालेः—हें ऐकून सौंदर्यशालिनी द्रौपदी हसत हसत म्हणाली कीं, 'हे भरतवंशजा, मजविषयीं आपण ताप करून घेऊं नये. मी आपली चालेन!'

लोमश ह्मणालेः—तपाच्या साहाय्यानेंच गंधमादन पर्वतावर जातां येणें शक्य आहे. ह्यास्तव, हे कुंतीपुत्रा पृथ्वीपते युधिष्ठिरा, नकुल, सहदेव, भीमसेन, मी आणि तूं असे सर्वहीजण तपःसत्पन्न होऊं या. म्हणजे आपणांला अर्जुनाचें दर्शन होईल.

वैशंपायन ह्मणालेः—हे राजा, असें भाषण करीत आनंदानें जातां जातां त्यांना विपुल हत्ती आणि घोडे ह्यांनीं युक्त असलेला सुबाहु राजाचा मोठा प्रदेश लागला. तो प्रदेश किरात, तंगण आणि शेंकडों कुलिंद ह्यांनीं व्याप्त झालेला असून नानाप्रकारच्या आश्चर्यकारक गोष्टींनीं भरून गेलेला होता; व हिमालयावर वास्तव्य करणाऱ्या देवता तेथें संचार करीत होत्या. कुलिंदांचा अधिपति राजा सुबाहु ह्यानें त्यांस पहातांच आपल्या देशाच्या सीमेवर जाऊन त्यांचें प्रेमानें व बहुमानपूर्वक स्वागत केलें. ह्याप्रमाणें त्यानें बहुमान केल्यानंतर ते सर्वहीजण स्वस्थपणें तेथें राहिले; व चांगला सूर्योदय झाल्यानंतर हिमवान् पर्वतावर जावयास निघाले. हे राजा, त्या वेळीं इंद्रसेनप्रभृति सेवक लोक, पाकाध्यक्ष, स्वयंपाकी आणि द्रौपदीच्या बरोबरची सर्व मंडळी ह्यांस कुलिंदाधिपति राजा सुबाहु ह्याजकडे ठेवून, ते महारथी महावीर्यसंपन्न कुरुकुलोत्पन्न पांडव द्रौपदीस बरोबर घेऊन तेथून निघाले;

व अत्यंत आनंदित होऊन अर्जुनास अवलोकन करण्याकरिता हळू हळू चालूं लागले.

अध्याय एकशें एकेचाळिसावा.

—:०:—

युधिष्ठिराचे उद्गार.

युधिष्ठिर ह्मणालाः—हे भीमसेना, हे नकुल सहदेवहो, हे द्रौपदी, पूर्वकर्माचा नाश आपोआप होत नाहीं. पहा—आम्हांला देखील ह्या वनांतून संचार करावा लागत आहे. आपलें सामर्थ्य क्षीण झालेलें आहे, आपणांस श्रम झालेले आहेत, असें आम्ही परस्परांना म्हणतों आहों आणि अर्जुनास अवलोकन करण्याच्या इच्छेनें ह्या दुर्गम प्रदेशामध्यें जात आहों; तथापि वीर अर्जुन मला अद्यापि जवळ दिसत नाहीं ! ह्यामुळें, अग्नीनें दग्ध होणाऱ्या कापसाच्या राशीप्रमाणें माझे सर्व अवयव कसे दग्ध होऊन जाऊं लागले आहेत. त्याच्या दर्शनाच्या इच्छेनें मी आपल्या कनिष्ठ बंधूसहवर्तमान वनांतून चाललों असतां, हे वीरा, शत्रूंनीं द्रौपदीच्या वेणीस हात घातला हा वृत्तान्त मनामध्यें येऊन मी अगदीं जळत आहें. हे वृकोदरा, नकुलाचा ज्येष्ठ बंधु, अप्रतिम तेजस्वी, अजिंक्य आणि उग्र धनुष्य धारण करणारा जो अर्जुन त्याचें दर्शन न झाल्यामुळें माझ्या अंतःकरणाला ताप होत आहे. त्याची भेट व्हावी ह्या इच्छेनें मी रम्य अशीं तीर्थें, अरण्यें व सरोवरें ह्यांवर तुमच्यासहवर्तमान संचार करीत आहें; तथापि, हे वृकोदरा, आज पांच वर्षांत मला त्या निंद्य कर्म न करणाऱ्या सत्यप्रतिज्ञ वीर अर्जुनाचें दर्शन झालें नाहीं, ह्यामुळें ताप होत आहे. तो सिंहगति महाबाहु श्यामवर्ण अर्जुन माझ्या दृष्टीस पडत नाहीं; ह्यामुळें, हे भीमा, माझें अंतःकरण दग्ध होऊन जात आहे. हे भीमा, अस्त्रविद्येमध्यें निष्णात, संग्रामपटु आणि धनुर्धरांमध्यें अप्रतिम, प्रलयकालीं क्रुद्ध झालेल्या अंतकाप्रमाणें शत्रुसमूहांत संचार करणारा, मदजल गळूं लागलेल्या गजाप्रमाणें दिसणारा, सिंहाप्रमाणें स्कंधप्रदेश असलेला, सामर्थ्य आणि संपत्ति ह्यांमध्यें इंद्राहून कमी प्रतीचा नसणारा, नकुल-सहदेवांचा ज्येष्ठ बंधु जय मिळविलेला, श्वेतवाहन, निस्सीमपराक्रमशाली, अजिंक्य व उग्र धनुष्य धारण करणारा पृथापुत्र अर्जुन ह्या तपश्चर्येमुळें अत्यंत कष्ट भोगीत असून त्याचें दर्शन होत नाहीं, ह्यामुळें, हे भीमा, मला ताप होत आहे. एखाद्या क्षुद्र मनुष्यानें जरी झिडकारिलें तरीही जो सदोदित त्याविषयीं क्षमाशीलच असतो, आणि जो सरल मार्गाचें अवलंबन करणाऱ्या पुरुषास भीतिप्रसंगीं सुख देतो, तो अर्जुन वक्र मार्गाचें अवलंबन करून मायावीपणें वध करूं इच्छिणारा शत्रु जरी साक्षात् वज्रपाणि इंद्र असला तरी देखील कालकूट विषाप्रमाणें त्याचा नाश करितो. शत्रुही जरी शरण आला तरी तो महाप्रतापशाली, महाबलाढ्य व अंतःकरण उदार असलेला अर्जुन त्याच्याशीं क्रूरपणें वागत नाहीं; इतकेंच नव्हे, तर त्यास अभयही देतो. तो आम्हां सर्वांचा आश्रय, संग्रामामध्यें शत्रूंचा अगदीं धुव्वा उडविणारा, सर्व प्रकारचीं रत्नें संपादन करणारा आणि आह्मां सर्वांनाही सुख देणारा आहे. सांप्रत जीं दुर्योधनाकडे गेलेलीं आहेत तीं नानाप्रकारचीं विपुल अशीं दिव्य रत्नें पूर्वीं मला त्याच्याच सामर्थ्यानें प्राप्त झालीं. तसेंच, हे वीरा पांडुपुत्रा भीमा, त्याच्याच बाहुबलानें पूर्वीं त्रैलोक्यविख्यात अशी माझी सर्व प्रकारच्या रत्नांनीं खचित असलेली सभा होऊन गेली. तो पराक्रमामध्यें प्रत्यक्ष श्रीकृष्णाच्या तोडीचा व संग्रामांत कार्तवीर्यार्जुनाच्या बरोबरीचा असणारा, अजिंक्य आणि युद्धकले-

मध्यें परिच्छेदशून्य असणार, अर्जुन माझ्या दृष्टीस पडत नाहीं. भीमा, तो शत्रुनाशक अर्जुन आपल्या वीर्याच्या योगानें महावीर्यसंपन्न बलराम, तूं आणि श्रीकृष्ण ह्या तिघांच्या बरोबरीचा आहे. बाहुबल आणि प्रभाव ह्यांमध्यें इंद्र त्याच्या तोडीचा असून वेगामध्यें वायु आणि क्रोधामध्यें अविनाशी असा मृत्यु हे त्याच्या योग्यतेचे आहेत. असो; हे वीरा महाबाहो भीमा, आपण सर्वजण त्या पुरुषश्रेष्ठाचें दर्शन घेण्यासाठीं गंधमादन पर्वतावर चाललों आहों. आतां ज्या ठिकाणीं विशालासंज्ञक बदरी (बोरी) असून नरनारायणांचा आश्रम आहे व ज्या ठिकाणीं सदोदित यक्ष वास्तव्य करितात, त्या पर्वतश्रेष्ठाचें आम्हांस दर्शन होईल. तसेंच, राक्षसांनीं सेवन केलेली रम्य अशी कुबेराची पुष्करिणि (लाहानसें सरोवर) ही आमच्या दृष्टीस पडेल. तेव्हां आतां आपण मोठें तप करीत करीत पायांनींच जाऊं या. कारण, हे भरतकुलोत्पन्ना वृकोदरा, वाहनांतून त्या प्रदेशांत जांता येणें शक्य नाहीं. तसेंच, क्रूर कर्में करणारा, लुब्ध आणि शांतिसंपन्न नसलेला जो पुरुष त्यालाही तेथें जातां यावयाचें नाहीं. तेव्हां, हे भीमा, आपण सर्वजण आयुधें ग्रहण करून आणि कमरेस तरवारी लटकावून अर्जुनाचा शोध करण्यासाठीं महाव्रतनिष्ठ अशा ब्राह्मणांसहवर्तमान त्या पर्वतावर जाऊं. हे कुंतीपुत्रा, ह्या वेळीं अपणही नियमनिष्ठ असलें पाहिजे. जे नियमनिष्ठ नसतात त्यांना माशा, डांस, गांधिलमाशा, सिंह, व्याघ्र, सर्प इत्यादिक प्राणी भेटतात; पण जो नियमनिष्ठ असतो त्याच्या ते दृष्टीस सुद्धां पडत नाहींत. ह्यास्तव, आपण मिताहारी होऊन व अंतःकरणाचा निग्रह करून अर्जुनास अवलोकन करण्याकरितां जाऊं.

अध्याय एकशें बेचाळिसावा.

—:०:—

लोमशकृत तीर्थनिर्देश.

लोमश म्हणाले:—हे अवलोकन करणाऱ्यांनो, अपण पूर्वीचे सर्व पर्वत, नद्या, नगरें, अरण्यें आणि शोभासंपन्न तीर्थें अवलोकन केलीं असून त्यांतील जलांतही हस्तस्पर्श केलेला आहे. आतां हा मार्ग दिव्य अशा मंदर पर्वतास जात आहे. तेव्हां, हे पांडवहो, आतां आपण सर्वजण खेदाचा त्याग करून अंतः—करण एकाग्र करा. कारण, ज्या ठिकाणीं देव आणि पुण्यकर्में करणारे दिव्य मुनि वास्तव्य करितात, त्या पर्वतावर आपणांला जावें लागणार आहे. हे सौम्य राजा युधिष्ठिरा, ही पहा उत्कृष्ट प्रकारच्या जलानें युक्त, बदरिकाश्रमापासून निघालेली व देव आणि मुनि ह्यांच्या समुदायांनीं सेवन केलेली आलकनंदानामक महानदी वाहत आहे. आकाशामध्यें वास्तव्य करणारे महात्मे वालखिल्य प्रत्यहीं हिचें पूजन करीत असून महात्मे गंधर्व हिजवर येत असतात. ह्या ठिकाणीं मरीचि, पुलह, भृगु आणि अंगिरा हे पुण्यकारक स्वर असलेले सामगायन करणारे महामुनि सामवेदाचें गायन करीत असतात. ह्या ठिकाणीं देवश्रेष्ठ इंद्र मरुद्गणासहवर्तमान नियमानें करावयाचा जप करीत असतो. त्या वेळीं साध्य आणि अश्विनीकुमार त्याची सेवा करीत असतात. सूर्यासहवर्तमान नक्षत्रें आणि ग्रहांसहवर्तमान चंद्र हीं दिवस आणि रात्र ह्या कालविभागाच्या अनुरोधानें ह्या नदीवर जात असतात. हे महाभागा, गंगाद्वारावर ह्या नदीचें जल वृषभवाहन श्रीशंकरांनीं आपले मस्तकावर धारण केलें व त्यामुळें लोकांचें संरक्षण झालें. बा युधिष्ठिरा, तुम्ही सर्वहीजण

शुद्ध अंतःकरणानें ह्या भगवती नदीस्वरूपी देवीजवळ जाऊन तिला नमस्कार करा.

हें त्या महात्म्या लोमशाचें भाषण ऐकून त्या सर्वही पांडवांनीं शुचिर्भूतपणें आकाशगंगेस नमस्कार केला; व नंतर धर्माचरण करणारे ते सर्वही पांडव सर्व ऋषिगणांसहवर्तमान पुनरपि आनंदानें प्रयत्न करूं लागले. पुढें त्या नरश्रेष्ठांना दूरवर प्रकाशत असलेला, शुभ्रवर्ण, मेरूप्रमाणें विशाल आणि चोहों दिशांस पसरलेला असा अस्थिसमूह दिसला.

नरकासुरवधवृत्त.

तेव्हां ते पांडव त्याच्या माहितीसंबंधानें प्रश्न करूं इच्छित आहेत असें जाणून भाषणपटु लोमश मुनि म्हणाले, "हे पांडुनंदनहो, ऐका. हे नरश्रेष्ठा युधिष्ठिरा, कैलासाच्या शिखराप्रमाणें पांढरें शुभ्र आणि चोहोंकडे पसरलेलें हें जें तुला पुढें पर्वतासारखें दिसत आहे, त्या महात्म्या नरकासुराच्या अस्थि आहेत. त्या पर्वतावरील शिळांवर पडल्या असल्यामुळें पर्वततुल्य दिसत आहेत. बा युधिष्ठिरा, पूर्वीं अनादि देव परमात्मा श्रीविष्णु ह्यानें इंद्राचें हित करण्याच्या इच्छेनें ह्या दैत्याचा वध केला. प्रबल मनोरथ असलेला तो दैत्य दहा हजार वर्षेंपर्यंत तपश्चर्या करीत राहिला; आणि तपश्चर्या व अध्ययन ह्यांच्या प्रभावानें इंद्रपद मिळविण्याची तो इच्छा करूं लागला; व तो दैत्य प्रचंड अशा तपोबलानें आणि बाहुबलाच्या जोरानें अजिंक्य होऊन जाऊन प्रत्यही शत्रूस पराभूत करूं लागला ह्यामुळें त्याचें बल कळून येऊन व त्यानें धर्मविषयक व्रताचें आचरण केलें आहे हें लक्ष्यांत येऊन, हे निष्पापा, त्या वेळीं इंद्र अत्यंत भयभीत आणि खिन्न होऊन गेला. तेव्हां त्यानें सर्वत्र वास्तव्य करणारा प्रभु अविनाशी देव जो श्रीविष्णु त्याचें मनामध्यें ध्यान करितांच तो श्रीमान् त्याजपुढें येऊन उभा राहिला. त्यास पाहतांच सर्व ऋषि आणि देवता हे त्याचें स्तवन करूं लागले. भगवान् अग्नीची कांति जरी देदीप्यमान होती तरी त्या श्रीविष्णूस अवलोकन करितांच त्याच्या तेजानें दिपून जाऊन तो निस्तेज होऊन गेला. त्या देवगणाधिपति वरदायक श्रीविष्णूस अवलोकन करितांच इंद्रानें नमस्कार केला व हात जोडून नम्रपणें उभा राहून अपणाला कोणापासून भीति उत्पन्न झाली आहे हें त्यानें सांगितलें.

श्रीविष्णु म्हणाले:—"इंद्रा, दैत्याधिपति नरक हा तपःसिद्धि झाल्यामुळें त्या कर्माच्या योगानें इंद्रपदाची प्राप्ति व्हावी अशी इच्छा करीत आहे व म्हणूनच तुला त्याच्याचपासून भीति उत्पन्न झाली आहे हें मी जाणत आहें. तेव्हां आतां मी तुझ्या संतोषासाठीं, त्या दैत्याला जरी तपःसिद्धि झालेली आहे तरी खचीत गतप्राण करून सोडितों." हे देवेंद्रा, तूं केवळ क्षणभर दम धर. असें म्हणून महातेजस्वी श्रीविष्णूंनीं आपल्या हस्ततलाचा प्रहार करून त्या दैत्यास गतप्राण करून सोडिलें. श्रीविष्णूच्या करतलाचा प्रहार होतांच तो दैत्य एखाद्या पर्वतश्रेष्ठाप्रमाणें भूमीवर पडला. तो जो श्रीविष्णूनें मायेच्या योगानें ठार करून सोडलेला दैत्य नरक, त्याच्याच अस्थींचा हा समुदाय होय. हें श्रीविष्णूचें एक कृत्य झालें. ह्याशिवाय त्याचें अणखी दुसरेंही एक कृत्य फार मनोहर आहे. तें असें कीं, ही सर्व पृथ्वी जलामध्यें मग्न होऊन पाताळांत गेली असतां एक दंत धारण करणाऱ्या वराहाचें स्वरूप घेऊन त्यानें पुनरपि ती वर काढली.

वराहावतारवृत्त.

युधिष्ठिर म्हणालाः—हे भगवन्, आपण मला ही कथा सविस्तर आणि बरोबरपणें

सांगा. त्या वेळीं पृथ्वी शंभर योजनें खोल जाऊन नष्ट होऊन गेली असतां त्या देवाधिपतीनें पुनरपि तिचा कोणत्या रीतीनें उद्धार केला ? तसेंच, जीवर सर्व प्रकारचीं धान्यें उगवून येतात अशी महाभाग्यशालिनी, जगताला धारण करणारी, निश्चल आणि कल्याणकारक अशी देवी पृथ्वी ही कोणाच्या प्रभावानें शंभर योजनें खालीं गेली, अशा प्रकारचें हें आपलें वीर्य कोणीं दाखविलें, हें सर्व खेरें खेरें वृत्त विस्तृतपणें ऐकावें अशी माझी इच्छा असून, हे द्विजश्रेष्ठा, त्याविषयीं अपणच आम्हांला आधार आहां !

लोमश म्हणाले:—युधिष्ठिरा, तूं मला जी ही कथा विचारिलीस ती सर्व मी तुला सांगतों, ऐक. बा युधिष्ठिरा, पूर्वीं अत्यंत अभयदायक असें कृतयुग चालू झालें असतां अनादि असा देवश्रेष्ठ परमात्मा यमाचें काम करूं लागला. तो ज्ञानसंपन्न देवाधिदेव तें कार्य करूं लागला असतां, हे धैर्यसंपन्ना, कोणीही प्राणी मरण पावेना. इतकेंच नव्हे, तर त्यांची एकसारखी उत्पत्ति मात्र होऊं लागली. ह्यामुळें पक्ष्यांचे समुदाय, पशु, गाई, मेष, बैल, घोडे आणि हरिणें ह्या सर्वांची वाढ होऊं लागली व ते मांसभक्षक बनून गेले. तसेंच, हे शत्रुतापना पुरुषश्रेष्ठा युधिष्ठिरा, जसें पाणी वाढावें त्याप्रमाणें सहस्रावधि किंवा अयुतावधि मनुष्यें वाढूं लागलीं. ह्याप्रमाणें अत्यंत भयंकर गर्दी होऊं लागल्यामुळें अतिशय भार होऊन पृथ्वी शंभर योजनें खालीं गेली. तिच्या सर्वेही अवयवांना व्यथा होऊं लागली व भारामुळें तिचा जीव आक्रांत होऊन गेला. तेव्हां ती शरण आलेल्या लोकांचें संरक्षण करणाऱ्या देवश्रेष्ठ श्रीनारायणाकडे गेली आणि म्हणाली, " हे भगवान्, आपल्या प्रसादानेंच मी अत्यंत चिरकालपर्यंत येथें वास्तव्य करीत आहें. पण आतां मी ह्या भाराखालीं दडपून जाऊं लागल्यामुळें मला रहातां येणें शक्य नाहींसें झालें आहे. ह्यास्तव, हे भगवन्, अपण कृपा करून हा माझा भार दूर करावा. हे प्रभो, मी आपणांला शरण आलें आहें. आपण मजवर अनुग्रह करा. "

हें तिचें भाषण ऐकून अविनाशी प्रभु भगवान् नारायण आनंदित होऊन भाषण करूं लागले. ह्या भाषणांतील प्रत्येक अक्षर अवश्य श्रवण करण्यासारखें होतें.

विष्णु म्हणाले:—हे वसूंना धारण करणारे पृथ्वि, तूं भारानें पीडित झाली आहेस तथापि भीति बाळगूं नको. हा पहा मी आतां तुझा भार नष्ट होऊन तूं हलकी होशील असें करितों.

असें सांगून, पर्वतरूपी कुंडलें धारण करणाऱ्या वसुंधरेस परत पाठविल्यानंतर तो महातेजस्वी भगवान् श्रीविष्णु एकदंतयुक्त वराह झाला आणि आरक्तवर्ण नेत्रांच्या योगानें जणू भीति उत्पन्न करीत लक्ष्मीकडून धूप जाळूं लागला व तो धूप जसजसा प्रज्वलित होईल तसतसा तो त्या ठिकाणीं वाढूं लागला. नंतर आपल्या प्रकाशमान अशा एका दंतावर पृथ्वी ठेवून, हे वीरा, त्या वेदस्वरूपी श्रीविष्णूनें तिला शंभर योजनें वर उचलली. तो ती पृथ्वी उचलूं लागला असतां जिकडे तिकडे गडबड उडून गेली; सर्व देव आणि तपोनिधि ऋषि हे संक्षुब्ध होऊन गेले; एकंदर स्वर्गलोक, आकाश आणि पृथ्वी ह्यामध्यें हाहाकार उडून गेला व कोणाही देवाला अथवा मनुष्याला स्वस्थता नाहींशी झाली. ह्यामुळें ऋषिगणांसहवर्तमान अनेक देव शरीरकांतीच्या योगानें जणू प्रदीप्त होऊन जात असलेल्या कमलवासी ब्रह्मदेवाकडे गेले व सर्व लोकांस साक्षीभूत असणाऱ्या त्या देवाधिपतीपुढें हात जोडून ते सर्वजण भाषण करूं लागले कीं,

' हे भगवन्, सांप्रत सर्वही लोक अतिशय गडबडून गेले असून हें चराचर विश्व व्याकुल होऊन गेलें आहे. तसेंच हे देवाधिदेवा, समुद्रही क्षुब्ध होऊन गेल्याप्रमाणें दिसत आहे आणि ही संपूर्ण पृथ्वी देखील शंभर योजनें वर गेलेली आहे. तेव्हां हें आहे तरी काय आणि ज्याच्या योगानें हें सर्व जग व्याकुल होऊन गेलें आहे असा हा प्रभाव तरी कोणाचा, हें भगवंतांनीं आह्मांला सत्वर सांगावें. कारण, हें पाहून आह्मां सर्वांच्या जिवांत जीव नाहींसा झाला आहे. "

ब्रह्मदेव ह्मणालाः—हे देवहो, ह्या वेळीं आपणांला कोणत्याही दैत्यापासून भीति उत्पन्न झालेली नाहीं. आतां हा संक्षुब्धपणा कोणाच्या कृत्यामुळें उत्पन्न होऊं लागला आहे तें सांगतों, ऐका. सर्वव्यापी श्रीमान् वेदस्वरूपी जो परमात्मा आहे त्याच्याच प्रभावानें आज स्वर्गलोकामध्यें क्षुब्धता उत्पन्न झालेली दिसत आहे. जी पूर्वीं शंभर योजनें खालीं गेली होती ती ही संपूर्ण पृथ्वी त्या परमात्म्या श्रीविष्णूनें पुनरपि वर उचलली. तेव्हां तो तिला उचलूं लागल्यामुळें ही गडबड उडून गेली आहे असें आपण समजा. आतां आपला संशय नष्ट होऊन जाऊं द्या.

देव ह्मणालेः—तो परमात्मा आनंदित झाल्यासारखा होऊन कोणत्या प्रदेशामध्यें राहून पृथ्वीचा उद्धार करीत आहे? हे भगवन्, तो प्रदेश आपण आह्मांला सांगा, ह्मणजे आह्मी तिकडे जाऊं.

ब्रह्मदेव ह्मणालाः—हां! ठीक आहे! जा. तुमचें कल्याण असो! नंदनवनामध्यें तो परमात्मा उभा आहे. त्याचें तुह्मी दर्शन घ्या. हा गरुडवाहन भगवान् श्रीविष्णु त्या ठिकाणीं विराजमान आहे. सर्व लोकांविषयीं काळजी वाहणारा तो भगवान् वराहस्वरूप धारण करून पृथ्वीचा उद्धार करीत असतां प्रलयकालीन अग्नीप्रमाणें देदीप्यमान दिसत आहे. त्याच्या वक्षःस्थलावर श्रीवत्सचिन्ह अगदीं स्पष्टपणें शोभायमान दिसत आहे. देवहो, आपण सर्वजण मिळून त्या अविनाशी परमात्म्याचें दर्शन घेऊं या.

लोमश ह्मणालेः—हें ऐकून त्या सर्वही देवांनीं महात्म्या श्रीविष्णूचें दर्शन घेतलें व नंतर ते ब्रह्मदेवाचा सत्कार करून व त्याचा निरोप घेऊन आपल्या मार्गानें निघून गेले.

वैशंपायन ह्मणालेः—राजा, ही कथा ऐकल्यानंतर सर्व पांडव आनंदित झाले व लोमश मुनीनें दाखविलेल्या मार्गानें शीघ्र गमन करूं लागले.

अध्याय एकशें त्रेचाळिसावा.

—:०:—

भयंकर वादळ व वृष्टि.

वैशंपायन ह्मणालेः—हे राजा, ते सर्व धनुर्धरश्रेष्ठ शूर पांडव पांचालराजकन्या आणि इतर ब्राह्मणश्रेष्ठ ह्यांना बरोबर घेऊन गंधमादन पर्वताकडे प्रयाण करूं लागले. त्या वेळीं त्या निस्सीमतेजस्वी पांडवांनीं धनुष्यें सज्ज केलेलीं होतीं; बाणांनीं भरलेले भाते पाठीला लावलेलें होते; अंगुलित्राण आणि गोधा हीं जेथल्या तेथें बांधलेलीं होतीं; आणि कमरेस तरवारी लटकाविलेल्या होत्या. ह्याप्रमाणें तयारी करून प्रयाण करीत असतां सरोवरें, नद्या, पर्वत, अरण्यें आणि पर्वतांच्या अग्रभागीं असणारे विपुलच्छायासंपन्न वृक्ष त्यांच्या दृष्टीस पडले. पुढें ते वीर फलमूलादिकांचा आहार करून व अंतःकरणामध्यें परमात्म्याचें चिंतन करून देव आणि ऋषिसमुदाय ह्यांनीं सेवन केलेले, निरंतर पुष्पें आणि फलें ह्यांनीं युक्त असलेले, लहानमोठ्या आकारांचे दुर्गम आणि गर्द असे जे देश त्यांतून नानाप्रकारचे पशुसमुदाय अवलोकन करीत करीत

संचार करूं लागले. ह्याप्रमाणें गमन करितां करितां ते महात्मे ऋषि, सिद्ध आणि देवता ह्यांनीं युक्त, गंधर्व आणि अप्सरा ह्यांस प्रिय आणि किन्नरांचा संचार असलेला पर्वत गंधमादन ह्यावर गेले. हे प्रजापालका, ते वीर गंधमादन पर्वतावर जाऊं लागतांच एकदम प्रचंड वारा सुटून मोठी वृष्टि सुरू झाली. त्या वायूमुळें अनेक वृक्षपत्रांनीं व्याप्त होऊन गेलेला असा भयंकर धुरळा उडून त्याच्या योगानें पृथ्वी आणि आकाश हीं व्याप्त होऊन गेलीं. त्या धुरळ्यानें आकाश व्याप्त करून टाकिल्यामुळें कांहींही समजेनासें झालें. ह्या वेळीं त्यांना परस्परांशीं भाषण करितां येणेंही अशक्य होऊन गेलें; व अंधेरी येऊन डोळे मिटल्यामुळें त्यांना परस्परांचें दर्शनही होईना. हे भरतवंशजा, वालुकेनें युक्त असा तो प्रचंड वायु त्यांना ओढून नेऊं लागला. ह्या वायूमुळें भग्न होऊन भूमितलावर पडणाऱ्या व इतरही वृक्षांचा प्रचंड शब्द होऊं लागला. ह्यामुळें मोह पडल्यासारखा होऊन, आतां काय आकाशच कोसळणार, किंवा भूमि विदीर्ण होऊन जाणार, अथवा पर्वतच भग्न होणार, अशा कल्पना त्यांच्या मनांत येऊं लागल्या ! नंतर ते वायूच्या योगानें भयभीत होऊन जवळच असणारे वृक्ष, वारुळें आणि खांचखळगे हातांनीं चांचपून शोधून काढून त्यांस चिकटून राहिले. तदनंतर महाबलवान् भीमसेन धनुष्य घेऊन व द्रौपदीला धरून एका वृक्षाजवळ जाऊन त्याचा आश्रय करून राहिला; धर्मराज आणि धौम्य हे त्या महावनामध्यें दडून राहिले; सहदेव अग्निहोत्रें घेऊन पर्वताच्या आड जाऊन राहिला; आणि नकुल, इतर ब्राह्मण व महातपस्वी लोमश मुनि हे संत्रस्त होऊन त्या त्या ठिकाणीं असणाऱ्या वृक्षांजवळ जाऊन त्यांस चिकटून राहिले. पुढें वारा कमी होऊन तो धुरळा ही शांत होऊं लागला असतां मोठमोठ्या जलधारांच्या समुदायांनीं युक्त अशी वृष्टि सुरू झाली; ह्या वेळीं जणू वज्र फेंकल्याप्रमाणें अतिशय कडकडाट होऊं लागला. अगदीं अग्रभागीं क्षणिककांतियुक्त अशा विजा चमकूं लागल्या; तदनंतर आसमंताद्भागांतील प्रदेश आच्छादित करून टाकणाऱ्या व गारांनीं युक्त अशा जलधारा शीघ्रगामी वायूच्या सोसाट्याबरोबर एकसारख्या पडूं लागल्या; आणि, हे राजा, ह्या ठिकाणीं समुद्रगामी नद्यांना पूर येऊन त्यांचें पाणी आसमंताद्भागीं पसरलें. हें पाणी गढूळ असून त्याला फेंस आलेला होता. त्या नद्या मोठमोठ्या वृक्षांना आकर्षण करून नेत असून प्रचंड शब्द करीत वहात होत्या. पुढें तो शब्द बंद झाला; वाराही बेतावर आला; नद्यांचें पाणी उतरलें आणि सूर्य दिसूं लागला. तेव्हां, हे भरतकुलोत्पन्ना, ते सर्वहीजण हळू हळू आपआपल्या ठिकाणापासून निघून एकत्र जमले व गंधमादन पर्वताकडे जाऊं लागले.

अध्याय एकशें चव्वेचाळिसावा.

—:०:—

द्रौपदीची ग्लानि व घटोत्कचागमन.

वैशंपायन ह्मणाले:—पुढें ते महात्मे पांडव एक कोसभर गेले असतां पायांनीं चालण्यास असमर्थ असणारी द्रौपदी तेथें बसली. ती बिचारी पांचालराजकन्या सुकुमार असल्यामुळें त्या वायूच्या आणि वृष्टीच्या योगानें थकून गेली व दुःखानें व्याप्त होऊन जाऊन मूर्च्छित होऊं लागली. त्या योगानें कंप सुटून ती नीललोचना आपले सुंदर आणि गुटगुटीत असे हात मांड्यांवर टेंकून उभी राहिली व गजशुंडेप्रमाणें पुष्ट असणाऱ्या दोन्ही मांड्यांवर

हात टेंकीत असतां थरथरां कांपत कांपत एखाद्या केळीप्रमाणें एकदम भूमीवर पडली. ती सुंदरी मोडून पडणाऱ्या एखाद्या वृक्षशाखेप्रमाणें भूमीवर पडत आहे इतक्यांत वीर्यसंपन्न नकुलानें पळत जाऊन तिला धरिली.

नकुल ह्मणालाः—हे भरतकुलोत्पन्ना राजा युधिष्ठिरा, ही श्यामलोचना पांचालराजकन्या थकून जाऊन भूमीवर पडली आहे, तिजकडे अवलोकन कर. दुःखोपभोगास अयोग्य असणारी व नाजुक रीतीनें गमन करणारी ही सुंदरी दुःख पावली आहे. ह्यास्तव, हे महाराजा, श्रमानें घेरून गेलेल्या या स्त्रीला तूं धीर दे.

वैशंपायन ह्मणालेः—त्याचें हें भाषण ऐकतांच अत्यंत दुःखाकुल होऊन गेलेला युधिष्ठिर, भीम आणि सहदेव हे एकदम धावत धावत तेथें गेले. त्या ठिकाणीं, द्रौपदी कृश झाली असून तिच्या मुखावरील कांति नष्ट झाली आहे असें पाहून तिला मांडीवर घेऊन धर्मात्मा युधिष्ठिर व्याकुल होऊन शोक करूं लागला.

युधिष्ठिर ह्मणालाः—अरेरे! ज्यावर पहारे आहेत अशा मंदिरामध्यें वर उत्कृष्ट प्रकारें आंथरलेल्या शय्येवर शयन करण्यास योग्य असलेली—केवल सुखोपभोगास योग्य अशी ही सुंदरी आज भूमीवर पडून झोंप घेत आहे अँ! माझ्या कृत्यानें कष्ट भोगावे लागल्यामुळें ह्या सुंदरीचे हे सुकुमार पाय आणि कमलासारखें मुख कसें अगदीं काळवंडून गेलें आहे! अरेरे! प्रथम अविचारानें द्यूताची इच्छा करून नंतर त्यांत पराजित झाल्यामुळें द्रौपदीला बरोबर घेऊन मी हजारों मृगांनीं व्याप्त असलेल्या अरण्यामध्यें संचार करूं लागलों, हें मीं केलें तरी काय? ह्या कल्याणीला पांडव पति मिळाले म्हणजे सुख लागेल म्हणूनच हिचा पिता द्रुपदराज ह्यानें ही विशाललोचना आम्हांला दिली. पण सुखाची बिलकूल प्राप्ति न होतां ती केवळ श्रम, शोक आणि मार्गक्रमण ह्यांच्या योगानें व्याकूळ होऊन जाऊन मज दुष्टाच्या कृतीनें भूमीवर पडून राहिली आहे!

वैशंपायन ह्मणालेः—ह्याप्रमाणें धर्मराज युधिष्ठिर अतिशय विलाप करूं लागला असतां धौम्यप्रभृति सर्व ब्राह्मणश्रेष्ठ त्या ठिकाणीं जमले व त्यांनीं त्याला धीर दिला; बहुमानपूर्वक आशीर्वाद दिले; रक्षोघ्न मंत्रांचा जप चालविला आणि नानाप्रकारचीं कर्मे केलीं. ह्याप्रमाणें त्या मुनिश्रेष्ठांनीं शांत्यर्थ मंत्रपाठ चालविले, पांडव वारंवार थंडगार अशा हातांनीं स्पर्श करूं लागले, व जलमिश्रित थंडगार वायु अंगास झोंबूं लागला, तेव्हां त्या पांचालराजकन्येस सुख वाटून ती हळूहळू सावध होऊं लागली. पुढें चांगली सावध झाल्यानंतर दीन होऊन गेलेल्या बिचाऱ्या त्या द्रौपदीस कृष्णाजिनरूपी शय्येवर निजविली व पांडवांनीं तिला विश्रांति घेऊं दिली. त्या वेळीं नकुलसहदेव हे शुभलक्षणयुक्त आणि आरक्तवर्ण तळवे असलेले तिचे पाय घट्टे पडलेल्या आपल्या हातांनीं हळू हळू चुरूं लागले व धर्मराज युधिष्ठिर तिला धीर देऊं लागला. नंतर तो कुरुकुलश्रेष्ठ भीमसेनास असें ह्मणाला कीं, 'भीमा, हे पर्वत अनेक असून खांचखळगे असल्यामुळें गमन करण्यास कठीण आहेत; ह्यामुळें, हे महाबाहो, ही द्रौपदी त्यांवर कशी संचार करील?

भीमसेन ह्मणालाः—हे पुरुषश्रेष्ठा राजा, तूं मनांत अगदीं खेद बाळगूं नको. हे राजेंद्रा, मी तुला, ह्या राजपुत्री द्रौपदीला आणि नकुलसहदेवांनाही स्वतः घेऊन जाईन; अथवा, हे निष्पापा, माझ्याचसारखा बलाढ्य महावीर्यसंपन्न हिडिंबापुत्र आकाशगामी घटोत्कच हा

तुझी आज्ञा झाली तर आम्हां सर्वांनाही उचलून घेऊन जाईल.

वैशंपायन ह्मणाले:—तदनंतर धर्मराजाची अनुज्ञा मिळतांच भीमानें आपला पुत्र राक्षस हिडिंब ह्याचें स्मरण केलें. तेव्हां त्यानें स्मरण करितांच तो धर्मात्मा घटोत्कच तत्काळ हात जोडून आपल्या पित्याच्या पुढें उभा राहिला व पांडव आणि ब्राह्मण ह्यांस नमस्कार करून त्यांनीं अभिनंदन केल्यानंतर तो महाबाहु भयंकर पराक्रमी आपला पिता भीमसेन ह्यास ह्मणाला कीं, "आपण माझें स्मरण केलें, ह्यामुळें आपली काय आज्ञा आहे तें ऐकण्यासाठीं मी त्वरेनें येथें आलों. ह्यास्तव हे महाबाहो, आपण मला आज्ञा करा, ह्मणजे त्याप्रमाणें मी सर्व कांहीं करीन, ह्यांत मुळींच संशय नाहीं." हें ऐकून भीमसेनानें त्या राक्षसास आलिंगन दिलें.

अध्याय एकशें पंचेचाळिसावा.

—:*:—

नरनारायणाश्रमप्रवेश.

युधिष्ठिर ह्मणाला:—भीमा, धर्मज्ञ, बलवान्, शूर आणि सत्यनिष्ठ असा हा तुझा औरस पुत्र राक्षसश्रेष्ठ घटोत्कच आमचा भक्त असल्यामुळें आह्मांकडे आलेला आहे. तेव्हां तो उशीर न लावतां आम्हांला खांद्यावर घेऊं दे. म्हणजे, हे अत्यंत पराक्रमशाली भीमा, मी तुझ्या बलाच्या साहाय्यानें कोणत्याही प्रकारची इजा व होतां द्रौपदीसहवर्तमान गंधमादनावर जाईन.

वैशंपायन ह्मणाले:—हें बंधूचें भाषण ऐकून नरश्रेष्ठ भीमसेनानें आपला पुत्र शत्रुनाशक घटोत्कच ह्यास आज्ञा केली.

भीमसेन ह्मणाला:—हे हैडिंबापुत्रा, ही तुझी माता द्रौपदी थकून गेल्यामुळें म्लान झालेली आहे. ह्यास्तव, बा घटोत्कचा, तूं हिला स्कंधावर घेऊन, हिला पीडा होणार नाहीं अशा रीतीनें हलके हलके आकाशांतून चालूं लाग. कारण, हे आकाशगामी घटोत्कचा, तूं स्वेच्छेनुरूप गमन करण्यास समर्थ आणि वाहून नेणाऱ्या लोकांमध्यें सामर्थ्यसंपन्न आहेस. तुझें कल्याण होवो!

घटोत्कच ह्मणाला:—धर्मराज, धौम्य, द्रौपदी आणि उभयतां नकुलसहदेव ह्या सर्वांना वाहून नेण्याविषयीं मी एकटा देखील समर्थ आहें. मग आज तर काय मला दुसऱ्या राक्षसांचें सहाय्यच आहे! हे निष्पापा, आतां हे आकाशगामी स्वेच्छेनुरूप स्वरूप धारण करणारे दुसरेही शेंकडों शूर राक्षस ह्या ब्राह्मणांसहवर्तमान तुह्मां सर्वांना वाहून नेतील.

असें बोलून पांडवांच्या मध्यभागीं उभा राहिलेल्या त्या वीर घटोत्कचानें द्रौपदीस उचलून घेतलें व दुसऱ्या राक्षसांनीं पांडवांना उचलून घेतलें. अपर सूर्यच असे अप्रतिमकांतिशाली लोमश मुनि आपल्याच प्रभावानें आकाशमार्गावरून जाऊं लागले. तसेंच त्या राक्षसेंद्र घटोत्कचाच्या आज्ञेवरून त्या सर्व ब्राह्मणांना घेऊन ते भयंकर पराक्रमी राक्षस चालूं लागले. ह्याप्रमाणें निघाल्यानंतर अत्यंत रम्य वनें आणि उपवनें अवलोकन करीत करीत ते विशालानामक बदरीकडे गेले. तो मार्ग जरी लांब होता तरी महावेगवान् आणि शीघ्रगामी अशा राक्षसांनीं वाहून नेल्यामुळें ते वीर जसा थोडाच मार्ग आक्रमण करून जावें तसे गेले. जातांना त्यांनीं म्लेंच्छ लोकांनीं व्याप्त असे प्रदेश, नानाप्रकारच्या रत्नांच्या खाणी आणि अनेक प्रकारच्या धातु ह्यांनीं भरून गेलेले लहान लहान पर्वत अवलोकन केले. नंतर विद्याधर, वानर, किन्नर, यक्ष, गंधर्व, मयूर, चामर व रुरु, मृग, वराह, गवे आणि

रानरेडे ह्यांची गर्दी असलेले, नदीच्या जलानें व्याप्त झालेले, अनेक प्रकारच्या पक्ष्यांनीं युक्त, नानाप्रकारच्या पशूंनीं सेवन केलेले, वानरांच्या योगानें सुशोभित दिसणारे, आणि मदोन्मत्त झालेल्या पक्ष्यांनीं व वृक्षांनीं युक्त असलेले अनेक देश आणि उत्तरकुरु उल्लंघून गेल्यानंतर त्यांना नानाप्रकारच्या अद्भुत गोष्टींनीं युक्त असलेल्या पर्वतश्रेष्ठ कैलासाचें आणि त्याच्याच जवळभागीं असणाऱ्या नरनारायणाश्रमाचें दर्शन झालें. हा आश्रम सदोदित पुष्पें आणि फुलें ह्यांनीं संपन्न असणाऱ्या अनेक दिव्य वृक्षांनीं युक्त होता; त्या ठिकाणीं वाटोळा सोट असलेला तो रम्य बदरीवृक्ष त्यांच्या दृष्टीस पडला. तो वृक्ष दिसण्यांत रम्य असून त्याची छाया दाट होती. तो अत्यंत सुशोभित दिसत होता. त्या सुंदर वृक्षाचीं पानें परस्परांस अगदीं लागलेलीं व स्निग्ध आणि सुकुमार असून फांद्या विशाल होत्या. हा वृक्ष अतिशय तेजस्वी असून विशाल आणि ज्यांतून जणू मधच गळत आहे अशा अत्यंत स्वादिष्ट व मोठमोठ्या दिव्य फलांनीं भरलेला होता. त्या दिव्य वृक्षाच्या छायेखालीं दिव्यगण वास्तव्य करीत होते व मदामुळें आनंदाच्या भरांत आलेले नानाप्रकारचे पक्षीसमुदाय त्यावर रहात होते. हा वृक्ष ज्या ठिकाणीं उगवलेला होता त्या प्रदेशामध्यें डास, माशा वगैरे मुळींच नसून—तो विपुल मुळें, फळें, उदक ह्यांनीं युक्त, काळ्याभोर गवतानें अच्छादिलेल्या, देव,गंधर्व इत्यादिकांनीं सेवित, निसर्गतःच अतिशय सपाट, निष्कंटक, मृदु आणि उत्कृष्ट अशा त्या भूमीमध्यें होता. राजा, पुढें ते सर्व महात्मे त्या वृक्षाजवळ गेल्यानंतर त्या ब्राह्मणश्रेष्ठांसह राक्षसांच्या स्कंधप्रदेशावरून हलकेच खालीं उतरले; आणि नंतर त्या ब्राह्मणश्रेष्ठांसहवर्तमान त्या पांडवांनीं नरनारायणांनीं वास्तव्य केलेल्या त्या रम्य आश्रमाचें दर्शन घेतलें.

राजा, हा आश्रम पापविरहित आणि पवित्र असून त्याला सूर्यकिरणांचा स्पर्शही होत नव्हता; त्या शोकनाशक आश्रमामध्यें क्षुधा, तृषा, शीत, उष्ण इत्यादि दोषांचें वारेंही नव्हतें; महर्षिगणांची तेथें दाटी झालेली होती; तसेंच, हे महाराजा, तो ब्राह्मलक्ष्मीनें युक्त असून धर्मबहिष्कृत मनुष्यास तेथें प्रवेश करणें अशक्य होतें; बलि, होम इत्यादिकांच्या योगानें तो दिव्य आश्रम सुशोभित दिसत असून तो चांगला झाडलेला व सारविलेला होता; तसेंच सर्व ठिकाणीं दिव्य पुष्पांचे उपहार केले असल्यामुळें तो विराजमान दिसत होता; विशाल अशा अग्निशाला व उत्कृष्ट प्रकारचीं स्रुचादिक पात्रें ह्यांनीं तो व्याप्त होऊन गेलेला होता; मोठमोठे जलकलश आणि चरुपात्रें ह्यांच्या योगानें तो सुशोभित दिसत होता; त्या ठिकाणीं सर्वही प्राण्यांचें उत्कृष्ट प्रकारें संरक्षण होत होतें; तसेंच आश्रय करण्यास योग्य आणि श्रमनाशक असा तो दिव्य आश्रम वेदघोषांच्या योगानें दुमदुमून गेलेला असून अत्यंत सुशोभित दिसत होता; त्या ठिकाणीं सत्यसंकल्पादिक दैविक आचार सुरू असल्यामुळें तो अत्यंत सुशोभित किंबहुना अनिर्वाच्य असा दिसत होता; तेथें फळें आणि मूळें ह्यांचा आहार करणारे, शीतोष्णादिक द्वंद्वें सहन करणारे, सुंदर कृष्णाजिनरूपी वस्त्र परिधान करणारे, सूर्य किंवा अग्नि ह्यांप्रमाणें दिसणारे, तपश्चर्येच्या योगानें अंतःकरण सुसंस्कृत केलेले, मोक्षनिष्ठ, अहिंसादिक यमांचें आचरण करणारे, इंद्रियनिग्रहसंपन्न, ब्रह्मस्वरूपी बनलेले आणि ब्रह्मवादी असे महाभाग्यशाली ब्रह्मर्षि वास्तव्य करीत होते. त्यांस पाहातांच तो निग्-

हीतेंद्रिय, शुचिर्भूत आणि ज्ञानसंपन्न महातेजस्वी धर्मपुत्र युधिष्ठिर आपल्या बंधूंसहवर्तमान त्यांजकडे गेला. ते दिव्यज्ञानसंपन्न आणि अत्यंत अध्ययननिष्ठ महर्षि युधिष्ठिर आला आहे असें पाहून अतिशय आनंदित होऊन आशीर्वाद देत देत त्याजपाशीं गेले; व त्यानें केलेल्या सत्कारविधीच्या योगानें प्रसन्न होऊन त्या अग्नितुल्य मुनींनीं शुद्ध अशीं पुष्पें, फलें, मूलें आणि उदक हीं त्यास नजर केलीं. तेव्हां त्या महर्षींनीं दिलेल्या त्या बहुमानसूचक वस्तु शुचिर्भूतपणें व आनंदानें ग्रहण करून तो पांडुपुत्र धर्मराजा युधिष्ठिर आपले बंधु आणि द्रौपदी ह्यांस बरोबर घेऊन इंद्रमंदिराप्रमाणें शोभायमान, दिव्य सुगंधाच्या योगानें रमणीय, स्वर्गतुल्य आणि शोभासंपन्न अशा त्या पवित्र आश्रमामध्यें आनंदानें गेला. हे निष्पापा, ह्या वेळीं त्याजबरोबर वेदवेदांगपारंगत असे हजारों ब्राह्मण होते. त्या ठिकाणीं धर्मात्म्या युधिष्ठिरानें—भागीरथीच्या तीरावर असल्यामुळें सुशोभित दिसणारें, व देव आणि देवर्षि ह्यांनीं पूजन केलेलें नरनारायणाचें स्थान पाहिलें. ते पुरुषश्रेष्ठ पांडव तें स्थान अवलोकन करीत करीत तेथेंच रममाण होऊन गेले. ज्यांतून मध गळत आहे अशा पुष्पांनीं युक्त, दिव्य आणि ब्रह्मर्षिसमुदायांनीं सेवित अशा त्या स्थानीं गेल्यानंतर ते महात्मे ब्राह्मणांसह तेथें राहिले. त्या ठिकाणीं अनेक प्रकारच्या सहस्रावधि पक्षिगणांनीं युक्त व सुवर्णमय शिखरें असलेला मैनाक पर्वत आणि उत्कृष्ट प्रकारचें बिंदुसरोवर अवलोकन करीत करीत ते महात्मे आनंद पावून रममाण होऊन राहिले. तेथें सर्वही ऋतूंमध्यें पुष्पें येऊन सोज्वळ दिसणाऱ्या, फलभाराच्या योगानें नम्र होणाऱ्या, विकासयुक्त पुष्पांनीं भरलेल्या, सहस्रावधि कोकिलांनीं युक्त असलेल्या, शीतल छाया असलेल्या, रम्य, सुकुमार आणि परस्परांस लागून असलेल्या पल्लवांनीं युक्त अशा वृक्षांच्या योगानें सर्वत्र सुशोभित असलेल्या अरण्यामध्यें संचार करीत करीत, व तेथील स्वच्छ जलानें पूर्ण व नीलवर्ण आणि इतर प्रकारचीं कमलें ह्यांच्या योगानें विराजमान असल्यामुळें चित्रविचित्र दिसणारीं सुंदर आकाराचीं सरोवरें अवलोकन करीत करीत ते रममाण होऊन राहिले. हे प्रभो, त्या ठिकाणीं शुद्ध सुगंधयुक्त आणि स्पर्श होतांच सुख देणारा असा वायु द्रौपदीसहवर्तमान सर्व पांडवांस आल्हादित करीत करीत वाहूं लागला. तेथून त्यांनीं बदरीवृक्षाच्या लगतच उत्कृष्ट प्रकारचे घाट असलेली भागीरथी, व निर्मल कमलयुक्त आणि रत्नें, पोंवळीं इत्यादिकांच्या समुदायांनीं युक्त. तीरावर असणाऱ्या वृक्षांच्या योगानें सुशोभित दिसणारी, दिव्य पुष्पांनीं व्याप्त असलेली आणि अंतःकरणांतील प्रेम वृद्धिंगत करणारी सीता नदी ह्यांस अवलोकन केलें. नंतर देव आणि ऋषि ह्यांचा संचार असलेल्या त्या अत्यंत दुर्गम प्रदेशामध्यें कुंतीपुत्रांनीं भागीरथींत अत्यंत शुचिर्भूतपणानें पितरांचें, देवांचें आणि ऋषींचें तर्पण केलें. ह्याप्रमाणें ब्राह्मणांसहवर्तमान ते कुरुकुलधुरंधर नरश्रेष्ठ पांडव तर्पण आणि जप करीत तेथें राहिले; आणि द्रौपदीची आश्चर्यकारक क्रीडा अवलोकन करीत करीत ते त्या ठिकाणीं रममाण होऊन राहिले.

अध्याय एकशें शेहेचाळिसावा.

—:०:—

सौगंधिक कमलें आणण्यासाठीं भीमाचें प्रयाण.

वैशंपायन ह्मणाले:—जनमेजया, त्या ठिकाणीं ते पुरुषश्रेष्ठ अर्जुनाची गांठ पडावी ह्या

इच्छेनें अत्यंत शुचिर्भूतपणें सहा दिवसपर्यंत राहिले असतां, एके समयीं साहजिक रीतीनें ईशान्येच्या बाजूनें वारा सुटून त्यांतून सूर्याप्रमाणें कांतिमान् असें एक हजार पाकळ्यांचें कमल त्यांच्यापुढें येऊन पडलें. वाऱ्यानें आणून टाकलेलें, भूमीवर पडलेलें, स्वच्छ आणि दिव्य गंधामुळें हृदयास रमविणारें तें अप्रतिम सुगंधि कमल पाहतांच सुंदरी द्रौपदीनें हातीं घेतलें आणि अतिशय आनंदित होऊन भीमसेनास ह्मटलें कीं, "भीमा, हें पुष्प पहा किती दिव्य, दिसण्यांत अतिशय सुंदर व अत्यंत उत्कृष्ट प्रतीचें आहे! हें सुगंध आणि उत्तम प्रकारचा आकार ह्यांनींही संपन्न असल्यामुळें खरोखर हें माझ्या अंतःकरणाला आनंदित करीत आहे; पण, हे शत्रुतापना, तें पुष्प मी धर्मराजाला देणार! तेव्हां माझें कौतुक पुरविण्यासाठीं आपण माझ्याकरितां हें काम्यक आश्रमांत आणून दिलें पाहिजे. हे पार्था, मजवर जर आपली प्रीति असली तर, आपण मला हीं पुष्कळ आणून दिलीं पाहिजेत. कारण तीं काम्यक आश्रमामध्यें घेऊन जावीं अशी माझी इच्छा आहे."

राजा, भीमसेनास असें ह्मणून ती प्रशंसनीय सुंदरी द्रौपदी तें पुष्प घेऊन त्याच वेळीं धर्मराजाकडे गेली. इकडे आपल्या पट्टराणीच्या मनांतील हेतु कळून येतांच त्या आपल्या प्रियेचें कोड पुरविण्याच्या इच्छेनें तो पुरुषश्रेष्ठ महाबलाढ्य भीमसेन तें पुष्प आणि दुसरींही अनेक पुष्पें घेऊन येण्याच्या उद्देशानें, ज्या वाऱ्यांतून तें पुष्प आलें होतें त्याच वाऱ्याकडे तोंड करून तत्काल चालता झाला. त्यानें पृष्ठभागीं सुवर्णमय असलेलें धनुष्य व विषारी भुजंगांप्रमाणें बाण घेतले असून, तो अत्यंत क्रुद्ध झालेल्या सिंहाप्रमाणें अथवा मदोन्मत्त झालेल्या हत्तीसारखा दिसत होता. तो मोठमोठे बाण आणि धनुष्य हातीं घेऊन जात असतां सर्वही पक्ष्यांनीं त्याजकडे अवलोकन केलें. त्या वायुपुत्र पृथातनय भीमाला ग्लानि, व्याकूळपणा, भीति अथवा गडबड ह्यांचा केव्हांही स्पर्श होत नसे. असो; ज्याची भीति आणि भ्रांति हीं दूर निघून गेलीं आहेत असा तो भीम केवळ आपल्या बाहुबलाचा अवलंब करून, द्रौपदीला अभीष्ट असलेल्या त्या कमलाचा शोध करीत करीत त्या पर्वताजवळ जाऊन ठेपला. तेथें जातांच वृक्ष आणि लतांचीं जाळीं ह्यांच्या योगानें आच्छादित झालेल्या, किन्नरांचा संचार असलेल्या, नानाप्रकारचे वर्ण असणाऱ्या, वृक्ष, धातु, पशु आणि पक्षी ह्यांनीं युक्त असल्यामुळें सर्व प्रकारच्या भूषणांनीं भरून गेलेला व उंच केलेला जणू पृथ्वीचा हातच असा दिसणाऱ्या त्या पर्वतावर तो शत्रुनाशक भीमसेन संचार करूं लागला. तो आपल्या उद्देशाविषयीं विचार करीत करीत जात असतां सर्व बाजूंनीं रम्य दिसणाऱ्या गंधमादन पर्वताच्या कड्यावर त्याची दृष्टि जडून राहिली; तसेंच कोकिलांचे आवाज आणि भ्रमरांचा संचार ह्यांनीं तर त्याचे नेत्र, कर्ण आणि अंतःकरण हीं जखडून गेल्यासारखीं झालीं. तो महातेजस्वी आणि अमर्यादपराक्रमशाली भीम प्रत्येक ऋतूमध्यें असणाऱ्या पुष्पांच्या उग्र सुगंधाचा अनुभव घेत घेत मदोन्मत्त झालेल्या वनगजाप्रमाणें चालूं लागला. त्या वेळीं नानाप्रकारच्या पुष्पांच्या सुगंधानें युक्त असलेला व पित्याच्या स्पर्शाप्रमाणें शीतल असा गंधमादन पर्वतावरील वायु त्याला जणू वारा घालीत होता; व म्हणूनच त्याचा तो वायुरूपी पिता त्याचे श्रम परिहार करीत होता व त्यामुळें त्याच्या अंगावर रोमांच उभे रहात होते.

ह्याप्रमाणें गमन करीत करीत तो शत्रुमर्दक भीमसेन तें कमलपुष्प मिळविण्याच्या इच्छेनें यक्ष, गंधर्व, देव आणि ब्रह्मर्षि ह्यांच्या

समुदायांचा संचार असलेला तो प्रदेश धुंडाळूं लागला. त्या वेळीं त्या पर्वतभूमीवरील उंच-सखल भाग चूर होऊन त्याच्या अंगावर सुवर्ण, रौप्य आणि कज्जलाप्रमाणें इतर धातु ह्यांचा धुरळा उडाला होता; ह्यामुळें चोटांनीं तांबडे, पांढरे आणि निळे असे स्वच्छ पट्टे ओढल्यासारखें दिसत होतें. तसेंच तो पर्वतही दोहों बाजूंस मेघ येऊन चिकटल्यामुळें पंखें फुटून नाचूं लागल्यासारखा दिसत होता; झऱ्यांचें पाणी सारखें गळत असल्यामुळें तो जणू मौक्तिकांच्या हारांनीं व्याप्त होऊन गेल्यासारखा दिसत होता; लतांच्या जाळ्या, झऱ्यांचें पाणी आणि गुहा हीं सुंदर दिसत होतीं; त्याजवर अप्सरा चालूं लागतांच त्यांच्या पायांतील पैंजणांचा आवाज ऐकून मयूर अतिशय नृत्य करीत होते; दिग्गजांच्या दंताग्रांनीं त्याजवरील शिलातलें घांसलीं जात होतीं; त्याजवरील नद्यांचें पाणी बाहेर पडत असल्यामुळें जणू त्याचें वस्त्रच सुटून पडलें आहे असें दिसत होतें; त्या प्रदेशांतून जात असतां, ज्यांस भीति ह्मणजे काय ह्याचें बिलकूल ज्ञान नाहीं असे जवळच संचार करणारे हरिण तोंडांत गवताचे घांस घेऊन स्वस्थपणें त्याजकडे अवलोकन करीत होते; व तो वायुपुत्र श्रीमान् भीमसेनही आनंदित होऊन अनेक लतांचीं जाळीं वेगानें हालवीत हालवीत खेळत जात होता. तो उंच, सुवर्णाप्रमाणें असलेल्या कांतीनें विराजमान, उत्कृष्ट प्रकारचा बांधा आणि सौंदर्य ह्यांनीं संपन्न, गति, वेग आणि नेत्रांचा आरक्तपणा ह्यांमध्यें मदोन्मत्त झालेल्या हत्तीची बरोबरी करणारा व मदमत्त गजांनाही पिटाळून लावणारा भीमसेन आपल्या प्रियेचा मनोरथ पूर्ण करण्यासाठीं उद्युक्त होऊन रम्य अशा गंधमादन पर्वताच्या कड्यांवरून संचार करूं लागला. ह्या वेळीं यक्ष आणि गंधर्व ह्यांच्या स्त्रिया आपल्या प्रियांच्या समीप बसल्या असून त्या त्याच्या कृत्यामुळें मागें वळून आपल्या दृष्टिमार्गामध्यें नवीनच अवतीर्ण झालेलें त्याचें सौंदर्य अदृश्यपणें अवलोकन करीत होत्या, त्या प्रदेशांतून संचार करीत असतां दुर्योधनानें दिलेल्या नानाप्रकारच्या विपुल क्लेशांचें भीमसेनाला स्मरण होत होतें.

अशा प्रकारें, वनामध्यें वास्तव्य करणाऱ्या द्रौपदीचें अभीष्ट करण्याविषयीं उद्युक्त होऊन जात असतां तो मनामध्यें विचार करूं लागला कीं, " अर्जुन स्वर्गाला गेला असून मीही पुष्पें आणण्याच्या उद्देशानें इकडे आलों आहें. तेव्हां, प्रेमामुळें आतां पुरुषश्रेष्ठ आर्य युधिष्ठिर काय करील हें कांहीं कळत नाहीं. नकुलसहदेव माझा शोध करण्यासाठीं येतील असें ह्मणावें, तर त्यांनाही तो सोडणार नाहीं. कारण, त्याला त्यांच्या सामर्थ्याविषयीं विश्वास नाहीं. ह्यास्तव आतां आपण लवकर गेलें पाहिजे. तेव्हां त्या पुष्पांची प्राप्ति लवकर कशी होईल?" असा विचार करीत करीत तो सुमुख नरश्रेष्ठ भीमसेन तेथून पुढें निघाला व शीघ्रगतीनें चालूं लागला. ह्या वेळीं त्याच्या बरोबर शिदोरी काय ती द्रौपदीचें वाक्य एवढीच होती. तो जरी अत्यंत शीघ्र जात होता तरी पर्वताचे कडे फुलून गेले असल्यामुळें त्यांजवर त्याची दृष्टि आसक्त होत होती. तो भीमसेन वायूच्या वेगानें जात असतां, ज्याप्रमाणें अमावास्यादि पर्वांचे कालीं उत्पन्न झालेल्या निर्घाताच्या योगानें पृथ्वी कंपित व्हावी, त्याप्रमाणें त्याचीं पावलें पडतांच ती डळमळूं लागली; हत्तींचे कळप त्याला पाहून भिऊं लागले; तो महाबलाढ्य भीमसेन सिंह, व्याघ्र, हरिणें इत्यादिक पशूंना तुडवूं लागला व मोठमोठे वृक्ष मुळासकट उपटून वेगानें भूमीवर आपटूं लागला; पर्वताच्या अगदीं टोंका-

पर्यंत जाण्याच्या इच्छेनें चालूं लागतांना तो पांडुपुत्र लता आणि वेली ह्यांना एखाद्या हत्तीप्रमाणें ओढूं लागला; व विजेनें युक्त असलेल्या मेघाप्रमाणें अतिशय गर्जना करूं लागला. भीमाच्या त्या भयंकर शब्दाच्या योगानें व्याघ्र जागे झाले व गुहा सोडून पळूं लागले. वनचर लोक जेथल्या तेथेंच दडून राहिले. पक्षी भयभीत होऊन उडून गेले, हरिणांचे कळप पळूं लागले, अस्वलांनीं आपले रहाण्याचे वृक्ष सोडून दिले, साधारण प्रतीच्या सिंहांनीं गुहांचा त्याग केला, मोठमोठे सिंह जांभया देऊं लागले, रानरेडे त्याच्याकडे पाहूं लागले, आणि हत्तिणींचा परिवार बरोबर असलेल्या वनगजांस त्याची भीति वाटून ते तें अरण्य सोडून देऊन दुसऱ्या मोठ्या अरण्यामध्यें निघून गेले. त्या वेळीं त्या वनामध्यें वास्तव्य करणारे वराह, सिंह, महर्षि, व्याघ्र, गवे आणि कोल्हे ह्यांचे समुदाय एकदम ओरडूं लागले; चक्रवाक, पाणकावळे, हंस, कारंडव, पाणकोंबडे, पोपट, कोकीळ आणि कुरकुंचे हे जिवांत जीव नाहींसा होऊन दाही दिशा पळूं लागले; हत्तिणी अत्यंत भयभीत होऊन गेल्या हें पाहून हृदयांत बाण टोंचल्यासारखें दुःख झाल्यामुळें दुसरे कित्येक मदोन्मत्त होऊन गेलेले हत्ती, तसेच सिंह आणि व्याघ्र खवळून जाऊन अतिशय रागानें भीमसेनाच्या अंगावर धावले; पण त्यास पाहतांच भीतीनें अंतःकरण गडबडून जाऊन मलमूत्रांचा उत्सर्ग, करीत जबडा पसरून मोठमोठ्यानें भयंकर गर्जना करूं लागले !

तदनंतर वायुपुत्र श्रीमान् सामर्थ्यसंपन्न बलाढ्य भीमसेन एक हत्ती उचलून त्यानें दुसऱ्या हत्तीला व एक सिंह घेऊन त्यानें दुसऱ्या सिंहाला मारूं लागला व कित्येकांस करतलाचा प्रहार करूं लागला. ह्याप्रमाणें तो भीम संहार करूं लागला असतां सिंह, व्याघ्र, तरस इत्यादिक प्राणी भीतीनें गांगरून जाऊन भयंकर प्रकारानें मलमूत्रोत्सर्ग करूं लागले. तदनंतर त्यांना दू[र] झुगारून देऊन आपल्या शब्दानें दशदिशा भरून टाकीत तो महाबलाढ्य पांडुपुत्र भीमसेन सत्वर त्या वनांत शिरला. नंतर त्या महाबाहु भीमसेनाला अनेक योजनेंपर्यंत पसरलेला कदलीनामक पशूंचा समुदाय दृष्टीस पडला. तेव्हां त्याला क्षुब्ध करण्यासाठीं तो महाबलाढ्य भीम मदजल गळणाऱ्या प्रचंड हत्तीप्रमाणें अनेक वृक्ष मोडून पाडीत वेगानें त्याच्या जवळ गेला; व अनेक तालवृक्षांइतके उंच असलेले त्या कदलीसंज्ञक पशूंचे पाय धरून उचलून त्या अत्यंत बलवान् भीमसेनानें त्यांना वेगानें इकडे तिकडे फेंकून दिलें. तदनंतर बेगुमान होऊन गेलेल्या व नरसिंहाप्रमाणें असलेल्या त्या महातेजस्वी भीमसेनानें गर्जना केली. त्यामुळें रुरु, वानर, सिंह, महिष इत्यादिक अनेक प्रचंड पशु पळून जाऊं लागले व रानरेडेही सरोवरांतून बाहेर पडूं लागले; ह्यामुळें त्यांच्या गलबल्यानें आणि भीमसेनाच्या गर्जनेनें दुसऱ्या वनांतील पशुपक्षी देखील अतिशय संत्रस्त होऊन गेले. तो एकाएकीं झालेला पशुपक्ष्यांचा आवाज ऐकतांच पाण्यानें पंखें भिजलेले हजारों पक्षी उडूं लागले. तेव्हां, हे भरतकुलश्रेष्ठा, त्या जलचर पक्ष्यांस अवलोकन करून पुढें जात असतां त्या भीमसेनास अतिशय मोठें सरोवर दिसलें. ह्या सरोवराच्या तीरावर सुवर्णमय केळीचें अरण्य असून मंद मंद वाहणाऱ्या वाऱ्यानें हालत असल्यामुळें त्यांचीं पानें एका तीरावरून दुसऱ्या तीरापर्यंत जात होतीं. ह्यामुळें तीं शांत सरोवरास वारा घालीत आहेत असें दिसत होतें. अनेक प्रकारच्या कमलांनीं युक्त अस-

लेलें तें सरोवर पहात तो बलाढ्य भीमसेन उद्धट अशा महागजाप्रमाणें त्यांत उतरून जोरानें खेळूं लागला; व पुष्कळ वेळ खेळल्या-नंतर तो निस्सीम कांतिशाली भीमसेन अनेक वृक्षांनीं भरून गेलेल्या त्या अरण्यांत शिरला; आणि आपल्या अंगीं होता तितका जोर करून मोठ्यानें शंख फुंकून वाजवूं लागून दशदिशा दणाणून सोडीत तो बलवान् भीमसेन दंड ठोकूं लागला. त्या शंखाचा तो आवाज भीमसेनाचा शब्द आणि दंडाचा भयंकर ध्वनि ह्यांचा प्रतिध्वनि होऊं लागल्यामुळें पर्व-ताच्या गुहाच जणू गर्जना करीत आहेत कीं काय असें वाटूं लागलें. वज्र चूर होऊन जाते वेळीं होणाऱ्या शब्दासारखा तो त्याच्या भयं-कर दंडाचा आवाज ऐकतांच पर्वताच्या गुहां-मध्यें निजलेल्या सिंहांनीं प्रचंड गर्जना केली. तेव्हां, हे भरतकुलोत्पन्ना, ध्वनीनें भयभीत होऊन गेलेले हत्तीही आतिशय मोठ्यानें गर्जना करूं लागले. ह्यामुळें तो पर्वत अगदीं भरून गेल्यासारखा झाला.

भीमसेनास मारुतीचें दर्शन.

राजा, तो हत्तीचा आवाज ऐकतांक्षणीं हनुमान्नामक वानर ह्यानें आपला बंधु भीम-सेन आला आहे असें ओळखिलें; आणि ह्या मार्गावरून भीमसेनानें जाऊं नये असा विचार करून त्यानें भीमसेनाच्या कल्याणासाठीं तो स्वर्गगामी मार्ग अडवून धरिला; व आपला बंधु भीमसेन ह्याचें संरक्षण करण्यासाठीं तो कदलींच्या समुदायानें सुशोभित असणारा व एका माणसास जातां येईल असा मार्ग तो अडवून तेथें बसला. भीमसेन ह्या मार्गांतून पुढें गेला असतां त्याला कोणी तरी शाप देईल अथवा त्याचा मोड करील, तेव्हां तसें न व्हावें असा विचार करून तो वन्यफलभक्षक मारुती त्या कदलीवनामध्यें बसला. झोंप येऊं लागल्या-मुळें तो धिप्पाड शरीर असलेला वानर हनुमान् जांभई देऊं लागला; व जांभई देत देत इंद्राच्या वज्राप्रमाणें आवाज होईल अशा रीतीनें आपलें प्रचंड पुच्छ उभारलेल्या इंद्रध्वजाप्रमाणें उचलून खालीं जमिनीवर आपटूं लागला! ह्यामुळें जो आवाज झाला त्याचा प्रतिध्वनि होऊं लागल्यामुळें डिरक्या फोडणाऱ्या बैलाप्रमाणें तो पर्वत चोहों बाजूंनीं गुहारूपी मुखांतून आवाज करीत आहे असें वाटूं लागलें. त्यानें आपलें पुच्छ आपटल्यामुळें जो शब्द झाला, त्यामुळें तो महापर्वत डळमळूं लागून त्याचीं शिखरें हेलकावे खाऊं लागलीं, ह्यामुळें तो चोहों बाजूंनीं भंगून गेला! त्याच्या त्या पुच्छध्वनीपुढें मत्त गजांची गर्जना लोपून गेली व तो ध्वनि चित्रविचित्र अशा पर्वताच्या कड्यांवर दुमदुमून राहिला!

अशा प्रकारचा तो भयंकर शब्द ऐकतांच भीमसेनाच्या अंगावर रोमांच उभे राहिले व तो त्या शब्दाच्या उत्पत्तिस्थानाचा शोध करीत करीत त्या कदलीवनामध्यें संचार करूं लागला. तेव्हां त्या महाबाहूला त्या कदली-वनाच्या मध्यभागीं प्रचंड शिलातलावर अस-लेला तो वानराधिपति हनुमान् दिसला. विद्यु-त्पात होतांच जसे डोळे दिपून जातात, तसे त्याजकडे पाहतांना डोळे दिपून जात होते; त्याचा वर्णही विजेप्रमाणें पिंगट होता, त्याचा आवाजही विद्युत्पाताच्या वेळीं होणाऱ्या कडकडाटाप्रमाणें असून तो विद्युल्लतेप्रमाणें चंचल होता, त्यानें आपले हात परस्परांत गुंतविले असून त्यावर आपली आंखूड पण लठ्ठ अशी मान टेंकली होती; स्कंधप्रदेश हाच त्याच्या शरीरांतील मोठा भाग असल्यामुळें मध्यभाग आणि कमर हीं बारीक होतीं, त्याचें पुच्छ उभारलेलें असून त्याचा अग्रभाग किंचित् वांकलेला होता व त्याला लांबलांब केंस आलेले

होते, ह्यामुळें तें एखाद्या ध्वजाप्रमाणें सुशोभित दिसत होतें. त्याचे ओंठ आंखूड, जिव्हा आणि तोंड हीं तांबूस, कर्ण आरक्तवर्ण आणि भिवया चंचल असून दाढा आणि दांत हे शुभ्रवर्ण व टोंकास तीक्ष्ण असल्यामुळें सुशोभित दिसत असून ते स्पष्टपणें बाहेरून दिसत होते. जबड्याच्या आंत असलेल्या त्याचें मुख भीमाला किरणयुक्त अशा चंद्राप्रमाणें अथवा अंतर्भागीं असणाऱ्या केसरांच्या समुदायांनीं युक्त अशा अशोकपुष्पाप्रमाणें दिसलें. तो महांकातिमान् सुवर्णमय कदलींच्या मध्यभागीं बसलेला असून त्याचें शरीर प्रभा फांकलेल्या अग्नीप्रमाणें तेजःपुंज दिसत होतें; आणि मधाप्रमाणें पिंगट अशा आपल्या नेत्रांनीं तो शत्रुनाशक भीमास अवलोकन करीत होता. हिमालयाप्रमाणें प्रचंड आणि महाबलाढ्य असा तो वानरश्रेष्ठ त्या महावनामध्यें स्वर्गमार्ग अडवून एकटाच बसलेला आहे असें पाहून तो ज्ञानसंपन्न महाबाहु बलाढ्य भीमसेन निर्भयपणें व वेगानें त्याच्याजवळ गेला; आणि इंद्राच्या वज्राप्रमाणें भयंकर सिंहनाद करूं लागला. भीमाच्या त्या सिंहनादानें तेथील पशुपक्षी अत्यंत भयभीत होऊन गेले व महाबलसंपन्न हनुमानानेंही नेत्र किंचित् उघडून मधाप्रमाणें पिंगट असलेल्या दृष्टीनें त्याजकडे अवज्ञापूर्वक अवलोकन केलें आणि जरा हसून त्याला उद्देशून असें ह्मटलें.

हनुमान् ह्मणालाः—मी पीडित झालों असून आतां कोठें सुखानें निजलों होतों, तोंच तूं काय म्हणून माझ्या झोंपेचा मोड केलास ? अरे, तुझ्यासारख्या जाणत्या मनुष्यानें प्राण्यांवर दया केली पाहिजे. आह्मीं तिर्यग्योनींतील असल्यामुळें आह्मांला धर्माची माहिती नाहीं, ह्यामुळें आमच्या हातून कदाचित् तसें कर्म घडेल; पण ज्ञानसंपन्न मनुष्यें प्राण्यांवर दयाच करीत असतात. तुझ्यासारख्या ज्ञानसंपन्न मनुष्याची काया, वाचा आणि मन ह्यांस दूषित करणाऱ्या अशा धर्मविघातक क्रूर कर्मांकडे आसक्ति तरी कशी होते ? मला वाटतें, तुला धर्माची माहिती नाहीं आणि ज्ञानी लोकांचा सहवासही घडलेला नाहीं, ह्मणूनच तुझे विचार कोते असल्यामुळें तूं अजाणपणें ह्या पशूंचा उच्छेद करीत आहेस ! असो; आतां तूं कोण ? तुझा उद्देश काय आहे? ज्या ठिकाणीं मनुष्यास उपयोगी असे पदार्थ नसून मनुष्यांचा तर वाराही नाहीं असें हें अरण्य कोणतें ह्मणून समजून तूं येथें आला आहेस? हे पुरुषश्रेष्ठा, तुला आज कोठें जावयाचें आहे, हें मला सांग. कारण, हे वीरा, येथून पुढें हा पर्वत अगम्य असून त्याच्यावर चढतां येणें अतिशय कठीण आहे इतकेंच नव्हे, तर योगासिद्धीनें मिळालेल्या गतीवांचून येथें प्रवेशच होत नाहीं. हा मार्ग देवलोकींचा आहे व ह्मणूनच मनुष्यास तेथें केव्हांही जातां येणें शक्य नाहीं. हे वीरा, मी कारुण्यामुळेंच तुझा निषेध करीत आहें. तेव्हां तूं हें माझें सांगणें ऐक. हे प्रभो, येथून पुढें तुला जातां येणें शक्य नाहीं. तेव्हां तूं आतां येथेंच स्वस्थ रहा. हे पुरुषश्रेष्ठा, आज तुझें ह्या ठिकाणीं सर्वथैव स्वागत असो. आतां, हे मनुजश्रेष्ठा, तूं हीं अमृततुल्य फलें व मूळें भक्षण कर; आणि माझें हें हितकारक वचन जर तुला ग्राह्य वाटत असेल तर तूं परत जा, व्यर्थ बळी पडूं नको !

अध्याय एकशें सत्तेचाळिसावा.

—:०:—

भीममारुतिसंवाद.

वैशंपायन ह्मणालेः—हे शत्रुनाशका जनमेजया, हें त्या ज्ञानसंपन्न वानरश्रेष्ठाचें भाषण ऐकतांच वीर्यसंपन्न भीम त्याशीं असें बोलूं लागला.

भीमसेन ह्मणाला:—तूं कोण आहेस? आणि हें वानराचें स्वरूप काय म्हणून धारण केलें आहेस? हा ब्राह्मणांच्या पाठचा वर्ण अर्थात् क्षत्रिय असा, सोमवंशामध्यें कुरुकुलांत उत्पन्न झालेला, वायुपुत्र, कुंतीनें आपल्या गर्भी धारण केलेला व भीमसेन ह्या नांवानें प्रख्यात असलेला पांडव तुला प्रश्न करीत आहे.

हें त्या कुरुकुलोत्पन्न वीराचें भाषण ऐकून व जरा हंसून तें भाषण कळलें आहे असें दाखवून तो वायुपुत्र हनुमान् वायुनंदन भीमसेनास असें ह्मणाला.

हनुमान् ह्मणाला:—मी वानर आहें. तुला इष्ट असलेला मार्ग मी सोडणार नाहीं. तूं बऱ्या गोष्टीनें परत जा. उगीच धोक्यांत पडूं नको!

भीमसेन ह्मणाला:—अरे वानरा, धोका असूं दे अथवा दुसरें कांहीं असूं दे! तें कांहीं मी तुला विचारीत नाहीं. ऊठ, मला मार्ग दे. मजकडून उगीच पीडा पावूं नकोस.

भीमसेनगर्वहरण.

हनुमान् ह्मणाला:—मला कांहीं उठण्याची शक्ति नाहीं. कारण, व्याधीमुळें मला अतिशयच क्लेश झालेले आहेत. तेव्हां जर तुला अवश्य गेलेंच पाहिजे असें असेल, तर मला ओलांडून जा.

भीम ह्मणाला:—निर्गुण असा परमात्मा देहाला व्यापून रहात असतो, ह्यामुळें मी केवळ ज्ञानदृष्टीनेंच जाणतां येणाऱ्या अशा त्या परमात्म्याला उल्लंघून त्याचा अपमान करीत नाहीं. जर मला शास्त्रांच्या योगानें त्या भूतभावन परमात्म्याचें ज्ञान झालें नसतें, तर ज्याप्रमाणें हनुमान् समुद्राला उल्लंघून गेला त्याप्रमाणें मी तुला आणि ह्या पर्वतालाही ओलांडून गेलों असतों!

हनुमान् ह्मणाला:—हे पुरुषश्रेष्ठा, ज्यानें समुद्र उल्लंघन केला तो हनुमान् ह्मणजे कोण हें मी तुला विचारितों. तेव्हां जर सांगणें शक्य असलें तर तूं तें मला सांग.

भीमसेन ह्मणाला:—तो श्रीमान् वानरश्रेष्ठ ज्ञान, धैर्य आणि बल ह्यांनीं युक्त असून गुणांच्या योगानें प्रशंसनीय असा रामायणामध्यें प्रख्यात असलेला माझा बंधु होय. रामभार्या जी सीता तिजसाठीं त्या वानरश्रेष्ठानें शंभर योजनें विस्तीर्ण असलेला समुद्र एकाच दमांत उल्लंघन केला. तो माझा बंधु अत्यंत वीर्यसंपन्न असून मीही पराक्रमामध्यें त्याच्याच जोडीचा आहें; व ह्मणूनच बल, पराक्रम आणि संग्राम ह्यांमध्यें मी तुझा निग्रह करण्याविषयीं समर्थ आहें. ऊठ, दे मला मार्ग. पहा आज माझा पराक्रम! खरोखर माझ्या आज्ञेप्रमाणें जर तूं वागला नाहींस, तर मी तुला खास यमसदनास पोहोंचवीन!

वैशंपायन ह्मणाले:—तो भीमसेन सामर्थ्यामुळें उन्मत्त होऊन गेला असून बाहुबलाच्या योगानें त्याला ताठा चढला आहेसें पाहून मनांत त्याला हसून

हनुमान् ह्मणाला:—हे निष्पापा, शांत हो. वृद्धपणामुळें मला आतां उठावयाची शक्ति राहिलेली नाहीं. तेव्हां कृपा करून एवढें माझें हें पुच्छ बाजूला सार आणि मग जा!

वैशंपायन ह्मणाले:—हनुमानानें ह्याप्रमाणें भाषण केल्यावर, त्याचें शौर्य आणि पराक्रम कमी असतील असें मनांत वाटून आपल्या बाहुबलाचा गर्व चढलेला तो भीमसेन 'आज ह्या वानराला पुच्छाला धरून यमलोकास पाठवीन' असा विचार करूं लागला; व त्यानें आपल्या डाव्या हातानें अवज्ञापूर्वक त्या प्रचंड वानराचें पुच्छ धरिलें; पण त्याला तें हालवितांही आलें नाहीं. नंतर उभारलेल्या वज्राप्रमाणें कठीण असलेलें ते पुच्छ भीम आपल्या

दोहों हातांनीं उचलूं लागला, तथापि त्याला तें उचलणें शक्य होईना. त्यानें भिंवया चढवून, डोळे फिरवून व तोंड वेडेंवांकडें करून आपलें सर्व शरीर शिणविलें, तरीही त्याला तें पुच्छ उचलेना! ह्याप्रमाणें प्रयत्न केले तरीही जेव्हां तें पुच्छ उचलतां येईना, तेव्हां तो श्रीमान् भीमसेन लज्जेनें मुख खालीं घालून त्या कपीच्या एका बाजूस उभा राहिला व नमस्कार करून हात जोडून ह्मणाला, " हे कपिश्रेष्ठा, प्रसन्न हो आणि मी जे अपशब्द बोललों त्याबद्दल मला क्षमा कर. आतां मला जिज्ञासा आहे ह्मणून मी तुला विचारितों कीं, तूं काय सिद्ध आहेस? कीं देव आहेस? अथवा गंधर्व आहेस? किंवा गुह्यक आहेस? वानराचें स्वरूप धारण करणारा असा तूं आहेस तरी कोण? हे माहबाहो, हें जर गुह्य नसून मला ऐकण्यासारखें असलें, तर तूं सांग. कारण, हे निष्पापा मी तुला शरण आलों असून शिष्यभावानें प्रश्न करीत आहें."

मारुतिचरित्र.

हनुमान् ह्मणालाः—हे शत्रुमर्दना पांडुपुत्रा, ज्या अर्थी मजविषयींची माहिती मिळावी अशी तुला उत्कट इच्छा आहे, त्या अर्थी ती सर्व मी तुला पूर्णपणें सांगतों, ऐक. हे कमलनेत्रा, जगताच्या आयुष्यास कारणीभूत असणाऱ्या वायूकडून वानरजातीय स्त्रीच्या उदरीं जन्म पावलेला जो हनुमान् नांवाचा वानर तोच मी आहें. हे शत्रुमर्दका, महावीर्यसंपन्न असे वानरसमुदायांचे सर्वही संरक्षक आणि वानरांचे सर्वही राजे हे सूर्यपुत्र सुग्रीव आणि इंद्रपुत्र वाली ह्यांच्या सेवेस राहिले; पण वायूचें जसें अग्नीवर प्रेम असतें तसें माझें सुग्रीवावर प्रेम होतें. पुढें कांहीं एका कार्यांत बंधूनें फसविल्यामुळें तो सुग्रीव माझ्यासहवर्तमान चिरकालपर्यंत ऋष्यमूक पर्वतावर राहिला. पुढें मनुष्याचें रूप धारण केलेला भगवान् विष्णु जो महाबलाढ्य वीर राम तो भूतलावर संचार करूं लागला. तो धनुर्धरश्रेष्ठ आपल्या पित्याचें प्रिय करण्यासाठीं आपली भार्या आणि कनिष्ठ बंधु ह्यांस बरोबर घेऊन दंडकारण्यांत जाऊन राहिला. पुढें, हें निष्पापा पुरुषश्रेष्ठा, राक्षसाधिपति बलाढ्य दुरात्मा रावण ह्यानें मारीच राक्षसाकडून सुवर्णरत्नमय व ह्मणूनच आश्चर्यकारक अशा मृगाचें स्वरूप धारण करवून कपटानें त्याला फसविलें आणि जनस्थानांतून बलात्कार करून त्याची भार्या पळवून नेली!

अध्याय एकशें अठ्ठेचाळिसावा.

—:०:—

मारुतिचरित्र.

हनुमान् ह्मणालाः—राक्षसानें भार्या हरण करून नेल्यानंतर तो रघुकुलोत्पन्न आपल्या बंधूस बरोबर घेऊन भार्येचा शोध करूं लागला असतां, पर्वताच्या शिखरावर वानरश्रेष्ठ सुग्रीवाची आणि त्याची भेट झाली. तेव्हां त्या रघुकुलोत्पन्न महात्म्याचें त्याच्याशीं सख्य जडलें. ह्यामुळें त्यानें वालीचा वध करून सुग्रीवास राज्याभिषेक केला. ह्याप्रमाणें राज्याची प्राप्ति झाल्यानंतर सीतेचा शोध करण्यासाठीं सुग्रीवानें शेंकडों हजारों वानर पाठविले. तदनंतर हे महाबाहो पुरुषश्रेष्ठा, कोट्यवधि वानर बरोबर घेऊन मी सीतेचा शोध करीत करीत दक्षिणदिशेस आलों. तेव्हां संपातिनामक महात्म्या गृध्रानें मला 'रावणाच्या गृहांत सीता आहे' अशी वार्ता सांगितली. ह्यामुळें क्लेश न होतां कर्में करणाऱ्या श्रीरामाच्या कार्याची सिद्धि करण्यासाठीं मी एकदम शंभर योजनें विस्तीर्ण अशा समुद्रावर उडी मारिली व स्वतःच्या हिमतीच्या जोरावर मकरांचें

वसतिस्थान असा समुद्र तरून गेलों. तेव्हां, हे भरतकुलश्रेष्ठा, तेथें रावणाच्या मंदिरांत मला देवकन्येप्रमाणें भासणारी जनक राजाची कन्या सीता हिचें दर्शन झालें. तदनंतर मीं श्रीरामाची प्रिया जी ती देवी वैदेही तिची भेट घेतली; आणि बंगले, तट, नगरद्वारें इत्यादिकांसहवर्तमान सर्व लंका जाळून टाकून व तेथें श्रीरामाचें नांव गाजवून मी पुनः परत आलों. पुढें माझें भाषण लक्ष्यांत घेऊन व काय करावयाचें तें ठरवून कमलनेत्र श्रीरामानें सैनिकांच्या ज्ञानाच्या अनुरोधानें समुद्रावर सेतु बांधिला व कोट्यवधि वानरांसह त्या महासागराचें उल्लंघन केलें. पुढें वीर श्रीरामानें ते राक्षस आणि लोकांना पीडा देणारा तो राक्षसाधिपति रावण ह्यांस युद्धांमध्यें ठार करून व त्याचे बंधु, बांधव आणि पुत्र ह्यांचाही वध करून राक्षसाधिपति बिभीषण ह्यास लंकेमध्यें राज्याभिषेक केला. कारण तो धार्मिक, भक्तिमान् आणि भक्त व अनुयायी ह्यांवर प्रेम करणारा होता. तदनंतर नष्ट झालेली श्रुति जशी परत आणावी तशी ती आपली भार्या परत घेऊन तो महायशस्वी रघुनंदन श्रीराम त्या आपल्या साध्वी भार्येसह अत्यंत त्वरेनें, शत्रूंनीं युद्ध करण्यास अशक्य अशा अयोध्या नगरीमध्यें जाऊन वास करूं लागला. पुढें तो नृपतिश्रेष्ठ श्रीराम राज्यावर बसल्यानंतर मीं त्या कमलनेत्राकडे वर मागितला कीं, " हे शत्रुमर्दका श्रीरामा, जोंवर आपलें हें चारित्र ह्या लोकामध्यें राहील तोंवर मीं जिवंत रहावें." तेव्हां त्यानेंही " ठीक आहे" असें ह्मटलें. तेव्हांपासून मी येथें रहात आहें. हे शत्रुमर्दना, मी जरी येथें रहात आहें तरीही सीतेच्या प्रसादानें येथेंही मला अभीष्ट अशा दिव्य भोग्य वस्तु आपोआप मिळतात. अकरा हजार वर्षें राज्य केल्यानंतर श्रीराम आपल्या लोकास निघून गेले. बा निष्पापा, ह्या ठिकाणीं त्या वीराच्या चरित्राचें गायन करून गंधर्व आणि अप्सरा माझ्या मनाची सदोदित करमणूक करीत असतात. असो; हे कुरुनंदना, हा मार्ग मनुष्यांना अगम्य आहे व ह्मणूनच तुझा हा देवसेवित मार्ग मी अडविलेला आहे. हे भरतवंशजा, तुला कोणी तरी पराजित करील अथवा शाप देईल, तेव्हां तसें होऊं नये हाच ह्यांतील हेतु आहे. कारण, हा दिव्य असा देवमार्ग आहे, ह्या ठिकाणीं मनुष्यें जात नसतात. त्यांतूनही, तूं ज्यासाठीं आला आहेस तें सरोवरही येथेंच आहे.

अध्याय एकशें एकोणपन्नासावा.

चतुर्युगवर्णन.

वैशंपायन ह्मणाले:—त्याप्रमाणें त्यानें भाषण केलें असतां प्रतापशाली महाबाहु भीमसेन ह्यानें आपला बंधु वानराधिपति हनुमान् ह्यास प्रेमानें नमस्कार केला; व आनंदित अंतःकरण होऊन तो हृदयाकर्षक अशा वाणीनें ह्मणाला कीं, " मला आज आपलें दर्शन झालें, ह्यामुळें माझ्यासारखा अतिशय धन्य असा दुसरा कोणीही नाहीं. मजवर आपण अतिशय अनुग्रह केला आहे आणि आपल्या दर्शनानें माझी तृप्ति होत आहे. तथापि आपणाकडून आज एक स्वतःची इष्ट गोष्ट घडवून आणावी अशी माझी इच्छा आहे. ती हीच कीं, हे वीरा, मकरांचें वसतिस्थान असा समुद्र उल्लंघून जातेवेळीं आपलें जें अप्रतिम स्वरूप होतें तें अवलोकन करण्याची माझी इच्छा आहे. आपण असें केलें ह्मणजे मला संतोष होईल व मग आपल्या वचनावर माझा विश्वास बसेल ! "

हें ऐकून तो तेजस्वी वानर हसला आणि

म्हणाला, " भीमा, तें स्वरूप तुला अथवा दुसऱ्याही कोणाला अवलोकन करितां येणें शक्य नाहीं. कारण, त्या वेळच्या कालाची स्थिति निराळी होती; ती सांप्रत नाहीं. कृतयुगामध्यें काल निराळ्या प्रकारचा होता; त्रेतायुगामध्यें दुसऱ्याच प्रकारचा होता; द्वापरयुगामध्येंही त्याची तऱ्हा निराळीं होती; पण सांप्रत हा मोडकळीचा काळ आलेला आहे; म्हणूनच आज माझें तें स्वरूप अस्तित्वांत नाहीं. भूमि, नद्या, वृक्ष, पर्वत, सिद्ध, देव आणि महर्षि हे सर्व, ज्याप्रमाणें युगायुगामध्यें सर्वही पदार्थ कालासच अनुसरून असतात, त्याप्रमाणें कालाच्याच अनुरोधानें असतात. कालाच्याच मानानें शक्ति, शरीर आणि सामर्थ्य हीं क्षीण अथवा वृद्धिंगत होतात. ह्यास्तव, हे कुरुकुलधुरंधरा, तूं तें स्वरूप अवलोकन करण्याचें मनांत आणूं नको. कारण, मी आतां ह्या युगाच्या परिस्थितीला अनुसरून वागत आहें; व कालाचें अतिक्रमण करितां येणें अशक्य आहे.

भीमसेन म्हणाला:— असो; आपण मला युगांची संख्या, प्रत्येक युगांतील आचार, धर्म, अर्थ आणि काम हे पुरुषार्थ, त्या त्या युगांतील कर्में, वीर्य आणि अभ्युदय व अपकर्ष हीं कथन करावीं.

हनुमान् म्हणाला:—बा भीमा, पूर्वीं कृतनांवाचें एक युग होऊन गेलें. त्यामध्यें धर्म हा शाश्वतपणें चाललेला असे. तसेंच त्या श्रेष्ठ युगामध्यें कोणतीही गोष्ट मनांत येतांच कृत (केलेली अथवा घडलेली) होत असे, करावयाची रहात नसे, म्हणूनच त्याला कृतयुग असें नांव पडलें त्या युगांत धर्मास ग्लानि येत नव्हती व लोकही क्षीण होत नव्हते. पुढें कालमतीनें कृतयुगाची श्रेष्ठता नाहींशी होऊन गेली. बा भीमा, देव, दानव, गंधर्व, यक्ष, राक्षस आणि पन्नग हा भेद त्या वेळीं नव्हता. कारण, त्या वेळीं सर्वही लोक एकच दर्जाचे होते. त्या वेळीं क्रयविक्रयही नव्हता; कारण, सर्वच वस्तूंवर सर्वांचा हक्क असे. त्या वेळीं ऋग्वेद, यजुर्वेद अथवा सामवेद ह्यांमध्यें चित्तशुद्धीसाठीं सांगितलेल्या क्रिया चालू नव्हत्या; कारण, त्या वेळीं सर्वांचीच अंतःकरणें शुद्ध असत. तसेंच त्या वेळीं मनुष्यांच्या कृष्यादिक क्रियाही चालू नसत; कारण, कोणतीही अभीष्ट वस्तु त्या वेळीं मनांत आणितांच मिळत असे. तसेंच त्या युगांत संन्यास हा एकच धर्म होता. त्या वेळीं कोणत्याही प्रकारचे व्याधि उत्पन्न होत नसत; इंद्रियें क्षीण होत नसत; तसेंच मत्सर, रोदन, गर्व, कपट, वैर, द्वेष, दुष्टपणा, भीति, संताप आणि ईर्ष्या हींही अस्तित्वांत नव्हतीं. आळस हा तर त्या वेळीं असणार कोठून? सारांश, तोही नव्हता. ह्यामुळें योगी जनांचें उत्कृष्ट प्रकारचें गंतव्यस्थान असें परब्रह्म त्या वेळीं साहजिकच प्राप्त होत असे. त्या युगांत सर्व प्राण्यांचा आत्मा जो नारायण तो शुक्लवर्ण असे. त्या कृतयुगामध्यें ब्राह्मण, क्षत्रिय, वैश्य आणि शूद्र हे आपापल्या गुणांच्या योगानें प्रसिद्धीस आलेले असून सर्वही प्रजा आपापल्या कर्मामध्यें आसक्त झालेल्या होत्या. त्या वेळीं ते केवळ परब्रह्माचा आश्रय करीत, परब्रह्माच्या प्राप्तीसाठींच सदाचारांचें सेवन करीत; परब्रह्माचेंच ज्ञान संपादन करीत, आणि परब्रह्माच्या प्राप्तीसाठींच वैदिक कर्में करून वर्णधर्माचें आचरण करीत असत. त्या युगामध्यें लोक सदोदित एकाच देवतेच्या ठिकाणीं आसक्त झालेले, प्रणवरूपी एकच मंत्र असलेले, वेदान्तश्रवणरूपी एकच विधि असलेले व वेदान्तश्रवणरूपी एकाच प्रकारचें कर्म करणारे, एकाच धर्माच्या अनुरोधानें वागणारे, परब्रह्मरूपी एकाच तत्त्वाचें प्रतिपादन कर-

णाऱ्या वेदांचें अध्ययन करणारे, व निष्काम बुद्धीनें धर्म करणारे असे असून, चारही आश्रमांस योग्य असणारीं कर्में फलाभिलाषावांचून वेळच्या वेळीं केल्यामुळें त्यांस उत्कृष्ट प्रकारची गति मिळत असे; हा आत्मप्राप्तिसंपादक असा धर्म कृतयुगांत चारही वर्णांमध्यें अव्याहतपणें चालू असे व तो आपल्या गुणांच्या योगानें प्रख्यात झालेला असे. ज्यामध्यें तीनही गुणांचें प्राबल्य नव्हतें अशा त्या युगास कृतयुग असें ह्मणतात.

आतां, भीमा, ज्यामध्यें यज्ञाची प्रवृत्ति होते तें त्रेतायुग ऐक. ह्यामध्यें धर्माचा एक पाद कमी होतो; परमात्मा रक्तवर्ण होतो; आणि मनुष्यें केवळ यज्ञक्रियादिरूप धर्मामध्यें आसक्त होऊन सत्यनिष्ठ बनतात व ह्मणूनच ह्या युगामध्यें यज्ञ, नानाप्रकारचे धर्म आणि कर्म ह्यांची प्रवृत्ति होते. त्रेतायुगामध्यें लोक "मी अमुक कर्म करून अमुक फल मिळवीन" असें चिंतन करूं लागतात; व त्या योगानें नानाप्रकारचीं कर्में आणि दानें हीं केल्यानें त्यांना फलप्राप्ति होते; आणि ते स्वधर्मापासून ढळत नाहींत. त्रेतायुगामध्यें लोक कर्मनिष्ठ, स्वधर्मवर्ती आणि तप व दान ह्यांविषयीं तत्पर असे होऊन गेले.

भीमा, द्वापरयुगामध्यें धर्माचे दोन पाद कमी झाले; व विष्णु पीतवर्ण होऊन वेदांचे चार भाग झाले. ह्यामुळें चतुर्वेदी, त्रिवेदी, द्विवेदी आणि एकवेदी असे ब्राह्मणांचे निरनिराळे भेद झाले. ह्याप्रमाणें शास्त्राचे भेद झाल्यामुळें कर्मांचेही निरनिराळे भेद झाले; आणि सर्व लोक रजोगुणी बनून तप आणि दान हीं कर्में करण्याविषयीं प्रवृत्त झाले. वेद एकच असला तर तो संपूर्णपणें जाणतां येणें अशक्य होईल ह्मणून या युगामध्यें वेदाचे अनेक भेद केले. ह्या युगांत सत्त्वगुणाचा भ्रंश झाल्यामुळें एखादाच मनुष्य सत्यनिष्ठ राहूं लागला. ह्यामुळें लोक सत्यभ्रष्ट होऊन त्यांना अनेक व्याधि जडूं लागले. त्या वेळीं त्यांच्या दैवगतीनें त्यांना नानाप्रकारचे अभिलाष आणि उपद्रव उत्पन्न होऊन त्यांच्या योगानें पीडित झाल्यामुळें कांहीं लोक आपले मनोरथ पूर्ण होण्यासाठीं अतिशय तपश्चर्या करूं लागले व दुसरे स्वर्गप्राप्तीच्या इच्छेनें यज्ञ करूं लागले.

असो; ह्याप्रमाणें द्वापरयुग सुरू झाल्यानंतर अधर्मामुळें लोकांचा क्षय होऊं लागला! आतां तर, हे कुंतीपुत्रा, ह्या कलियुगामध्यें धर्म एकाच पादानें युक्त होऊन राहिलेला आहे. ह्या तमोगुणमय युगाची प्रवृत्ति होतांच श्रीविष्णूचा वर्ण कृष्ण होतो; वैदिक आचार, धर्म आणि यज्ञक्रिया ह्यांचा लोप होऊन जातो; अतिवृष्टि, अनावृष्टि, टोळधाड इत्यादिक ईतिसंज्ञक पीडा, व्याधि, आलस्य इत्यादिक दोष, क्रोधमहामारीप्रभृति उपद्रव, मानसिक चिंता आणि क्षुधेपासून भीति हीं उत्पन्न होतात. ह्याप्रमाणें जशी जशी युगाची परिवृत्ति होईल त्या त्या मानानें धर्माचें परिवर्तन होईल. धर्माची प्रवृत्ति झाली ह्मणजे लोकांचीही परिस्थिति बदलेल व त्या योगानें लोकांचा क्षय झाला ह्मणजे त्यांच्या प्रवृत्तीला कारणीभूत असणारे धर्मादिक पदार्थही नष्ट होऊन जातील. ह्याप्रमाणें युगक्षयामुळें धर्म क्षीण होऊन गेले ह्मणजे मनुष्याच्या इच्छेप्रमाणें फळें न मिळतां भलतींच मिळूं लागतील. भीमा, आतां जें लवकरच सुरू होणार आहे तें कलियुग होय. मजसारखे जे चिरकाल वांचणारे पुरुष आहेत ते ह्या युगास अनुसरूनच वर्तन करीत असतात. असो; हे शत्रुनाशका, तुला माझें स्वरूप जाणण्याविषयीं उत्कट इच्छा आहे. पण, भीमा, जाणत्यासवरत्या मनुष्याला असल्या निरर्थक गोष्टीविषयींची इच्छा कशाला हवी?

तेव्हां आतां तें राहूं दे. तूं जें मला विचारिलेंस तें युगसंबंधी ज्ञान मीं तुला पूर्णपणें कथन केलें आहे. ह्यास्तव, हे महाबाहो, आतां तूं गमन कर तुझें कल्याण असो.

अध्याय एकशें पन्नासावा.

—:०:—

मारुतीचें पूर्वस्वरूपाविष्करण.

भीमसेन ह्मणालाः—आपलें पूर्वस्वरूप अवलोकन केल्यावांचून मी मुळींच जाणार नाहीं. ह्यास्तव जर अनुग्रह करण्याला मी पात्र असेन तर आपण तें आपलें स्वरूप मला दाखवा.

वैशंपायन ह्मणाले:—ह्याप्रमाणें भीमानें भाषण केल्यानंतर जरा हसून हनुमानानें समुद्र उल्लंघनाच्या वेळचें तें आपलें स्वरूप त्याला दाखविलें. तो आपल्या बंधूचें प्रिय करण्याच्या इच्छेनें जेव्हां आपलें शरीर अतिशय मोठें करूं लागला, तेव्हां त्याच्या त्या देहाची रुंदी आणि लांबी अतिशय वाढूं लागली; व त्यामुळें निस्सीम तेजस्वी वानर हनुमान् तें कदलीवन आणि तेथील वृक्ष ह्यांना आपल्या शरीराच्या योगानें आच्छादित करून पर्वताच्याही पेक्षां उंच बनून त्या पर्वतावर बसला. त्याच्या अतिशय धिप्पाड शरीराची उंची वाढल्यामुळें तो जणू दुसरा पर्वतच की काय ? असा दिसूं लागला; त्याचे नेत्र आरक्तवर्ण आणि दाढा तीक्ष्ण असून मुखावर वक्र अशा भ्रुकुटी होत्या; व तो आपलें लांबलचक पुच्छ गरगरां फिरवून दशदिशा व्याप्त करून राहिला होता. तें आपल्या बंधूचें धिप्पाड शरीर अवलोकन करून कौरवनंदन भीम अतिशय विस्मय पावला व वारंवार आनंदही पावूं लागला. तो अतिशय तेजस्वी असल्यामुळें सूर्य, सुवर्णमय पर्वत अथवा पेटलेलें आकाश ह्यांच्याप्रमाणें दिसत होता व म्हणून त्याला अवलोकन करितांच भीमाचे डोळे मिटले ! तें पाहतांच हनुमान् जरा हसल्यासारखें करून भीमाला ह्मणाला कीं, "हे निष्पापा, एवढ्याच आकाराचें माझें स्वरूप पाहण्याचें तुला सामर्थ्य आहे, ह्मणून मीं तुला एवढेंच दाखविलें. वस्तुतः मी ह्याहीपेक्षां अतिशय अधिक ह्मणजे माझ्या मनांत असेल तितका वाढूं शकतों. तसेंच, भीमा, शत्रूंची गांठ पडली ह्मणजे तर माझें सामर्थ्य आणि शरीर हीं अतिशय वाढतात !"

वैशंपायन ह्मणाले:—तें महाभयंकर आणि आश्चर्यकारक विंध्यपर्वतासारखें असलेलें हनुमानाचें शरीर अवलोकन करितांच वायुपुत्र भीम गडबडून गेला व अंगावर शहारे येऊन तो महात्मा हात जोडून हनुमानास ह्मणाला, "हे प्रभो, मीं ह्या तुझ्या विशाल शरीराचा आकार अवलोकन केला. तेव्हां, हे महावीरा, तूं आतां ह्या आपल्या प्रचंड स्वरूपाचा उपसंहार कर. कारण, मैनाक पर्वताप्रमाणें धिप्पाड व उदय पावलेल्या सूर्याप्रमाणें तेजस्वी असें हें अपरिच्छिन्न आणि अजिंक्य असें तुझें शरीर अवलोकन करण्यास मी असमर्थ आहें. हे वीरा, तूं जवळ असतां श्रीरामानें स्वतः रावणावर स्वारी केली ह्याचें माझ्या मनाला अत्यंत आश्चर्य वाटत आहे. कारण, योद्धे व वाहनें ह्यांनीं युक्त असणाऱ्या त्या लंकेचा स्वतःच्या बाहुबलाच्या आश्रयानें हां हां ह्मणतां नाश करण्यास तूंच समर्थ आहेस. हे पवनात्मजा, तुला दुष्प्राप्य असें कांहींही नाहीं. रावणानें जरी बरोबर परिवार घेतला असता, तरी देखील संग्रामामध्यें तो तुझ्या एकट्याच्या पासंगालाही पुरला नसता !"

वैशंपायन ह्मणाले:—ह्याप्रमाणें भीमानें भाषण केल्यानंतर वानरश्रेष्ठ हनुमान् प्रेमळ आणि गंभीर अशा शब्दांनीं उत्तर देऊं लागला.

मारुतीचा भीमास धर्मोपदेश.

हनुमान् ह्मणाला:—हे भरतकुलोत्पन्ना महाबाहो भीमसेना, तो नीच राक्षस माझ्या पासंगालाही देखील पुरला नसता हें जें तूं ह्मणालास तें अगदीं खरें आहे. पण मीं जर त्या लोककंटक रावणाचा वध केला असता, तर रघुकुलोत्पन्न श्रीरामाची कीर्ति झाली नसती; ह्मणूनच मीं त्या गोष्टीची उपेक्षा केली. नंतर त्या वीर श्रीरामानें तो राक्षसाधम आणि त्याचा परिवार ह्यांना ठार करून सीता आपल्या नगरामध्यें आणली आणि लोकांमध्यें आपली कीर्ति प्रख्यात केली. असो; आतां, आपल्या बंधूचें प्रिय आणि हित करण्याविषयीं आसक्त असणाऱ्या हे महाज्ञानी भीमसेना, तूं ज्यामध्यें कोणत्याही प्रकारचा धोका नाहीं अशा ह्या सुखकारक मार्गानें जा. वायु तुझें संरक्षण करील. हे कुरुश्रेष्ठा, तुला सौगंधिक वनाकडे जाण्याचा हा मार्ग आहे. ह्या मार्गानें गेल्यानंतर तुला यक्षराक्षसांनीं संरक्षण केलेलें कुबेराचें उपवन दिसेल; पण तूं तेथें एकदम पुष्पें तोडूं लागूं नको. कारण, देवता ह्या बहुमान करण्यास योग्य असून मनुष्यांनीं तर विशेषतः त्यांचा संमान केला पाहिजे. हे भरतकुलश्रेष्ठा, बलिदान, होम, नमस्कार, मंत्र आणि भक्ति ह्यांच्या योगानें देवता अनुग्रह करितात. ह्यास्तव, बा भीमा, तूं साहस करूं नको; आपल्या धर्माचें पालन कर; स्वधर्मनिष्ठ होऊन ब्रह्मविद्यारूपी श्रेष्ठ धर्माचें ज्ञान संपादन कर आणि त्याप्रमाणें वागूं लाग. बा भीमा, मनुष्यें जरी बृहस्पतीच्या तोडीचीं असलीं तरी धर्मानें ज्ञान संपादन केल्यावांचून अथवा वृद्धांची सेवा केल्यावांचून त्यांना धर्म आणि अर्थ ह्या पुरुषार्थांची प्राप्ति होणें अशक्य आहे. अधर्मालाही धर्म असें केव्हां ह्मणतात, आणि धर्मालाही अधर्म अशी संज्ञा केव्हां येते, हें समजण्याच्या कामीं मंदबुद्धि लोक वेड्यासारखे होऊन जातात, तेव्हां त्यांचें विभागपूर्वक ज्ञान संपादन केलें पाहिजे. आचारापासून धर्म उत्पन्न होतो; धर्म हा वेदांचा आधार आहे; वेदापासून यज्ञ उत्पन्न होतात; आणि यज्ञावरच देवतांची स्थिति अवलंबून आहे. कारण, वेदोक्त आचार आणि विधि ह्यांच्या अनुरोधानें यज्ञ केले ह्मणजे त्यांच्या योगानें देवतांचें पोषण होतें; आणि बृहस्पति, शुक्र इत्यादिकांनीं सांगितलेल्या नीतीचा अवलंब केल्यानें मनुष्याचें पोषण होतें. पगार घेऊन सेवा करणें, कर ग्रहण करणें अथवा खाणींतून रत्नें वगैरे काढण्याचीं कामें करणें, व्यापार, शेती, व गाई आणि शेळ्या इत्यादिकांचें पालन हीं उपजीविकेचीं साधनें आहेत. ब्राह्मणादि तीन वर्ण ह्या धर्माच्या अनुरोधानें वागूं लागले ह्मणजे सर्वांचेंही पोषण होतें. सुज्ञ लोकांच्या मतें तीन वेद, वार्ता (बातम्या पोहोंचविणें) आणि दंडनीति (राजनीति) ह्या तीन विद्या उपजीविकेचें साधन आहेत. त्यांचा उत्कृष्ट प्रकारें उपयोग केला ह्मणजे लोकयात्रा चालते. त्या उपजीविकेचें साधन जर धर्माच्या अनुरोधानें झालें नाहीं—अर्थात् ह्या भूतलावर वेदत्रयप्रतिपादित धर्म आणि राजनीति ह्यांचा जर तिला संपर्कही नसेल, तर ह्या जगताची मर्यादा नष्ट होऊन जाईल. तसेंच वेदत्रय आणि दंडनीति ह्याप्रमाणेंच वार्तारूपी धर्मास अनुसरून न वागल्यास ह्या प्रजांचा संहार होईल; कारण त्रयी, दंडनीति आणि वार्ता ह्या तीनही विद्यांची उत्कृष्ट प्रकारें प्रवृत्ति असली तरच लोकांकडून धर्म घडतो. ब्रह्मज्ञानरूपी धर्म हा केवळ ब्राह्मणांचाच धर्म असल्यामुळें तो केवळ एकाच वर्णाचा आहे. यज्ञ, अध्ययन आणि दान हे धर्म ब्राह्मणादि तीनही वर्णांस सारखेच लागू

आहेत. यजन, अध्यापन आणि प्रतिग्रह हे तीन धर्म ब्राह्मणांच्या ठिकाणीं अधिक असून पालन करणें हा क्षत्रियांचा आणि पोषण करणें हा वैश्यांचा धर्म आहे. शूद्रांना भिक्षा मागणें, होम करणें, व्रतें करणें अथवा विद्यार्जनासाठीं गुरुसान्निध रहाणें ह्यांचा अधिकार नसल्यामुळें ब्राह्मणादिक तीन वर्णांची सेवा करणें हाच त्यांचा धर्म होय. हे कुंतीपुत्रा, ह्यांपैकीं क्षत्रियांचा धर्म जें संरक्षण तोच तुझा धर्म आहे. ह्यास्तव, तूं विनयशील आणि इंद्रियनिग्रहसंपन्न होऊन त्या धर्माचा स्वीकार कर. शास्त्रज्ञानसंपन्न, बुद्धिमान् आणि वृद्ध अर्थात् अनुभवी अशा सज्जनांशीं मसलत करून त्याप्रमाणें उद्योग करणारा क्षत्रिय दंडाच्या योगानें पृथ्वीचें पालन करितों; व जो तसें न करितां संकटसमयीं केवळ दुःखाकुल होऊन रहातो तो तिरस्कार पावतो. जेव्हां राजा उत्कृष्ट प्रकारें निग्रह आणि अनुग्रह करूं लागतो, तेव्हांच लोक नीट मर्यादेनें वागूं लागतात. ह्यास्तव देश, दुर्ग (किल्ले), शत्रु, मित्र आणि सैन्य ह्यांची स्थिति, अभिवृद्धि आणि क्षीणता ह्यांविषयींचा शोध हेरांकडून प्रत्यहीं काढून त्याचें ज्ञान संपादन करावें. राजाचें अभीष्ट कार्य सिद्ध होण्याचे उपाय म्हटले म्हणजे हेर, स्वतःची बुद्धिमत्ता, कारस्थान, पराक्रम, निग्रह, अनुग्रह आणि दक्षता हे होत. साम, दान, भेद, दंड अथवा उपेक्षा ह्या साधनांपैकीं प्रत्येकाचा निरनिराळा अथवा सर्वांचा एकदम उपयोग करून कार्यसिद्धि करून घ्यावी. हे भरतकुलश्रेष्ठा, सर्व प्रकारच्या राजनीतीचें मूळ कारस्थान हेंच असून सर्व प्रकारचे हेर हेही तिला मूलभूतच आहेत. हे भरतकुलश्रेष्ठा, उत्कृष्ट प्रकारच्या कारस्थानाच्या योगानेंच जी कार्यसिद्धि होणार असेल, तिजसाठीं ब्राह्मणादिकांचें साहाय्य घेऊन कारस्थान करावें; स्त्रिया, मूर्ख अप्रौढ, लोभिष्ठ, शूद्र आणि उन्मादयुक्त असणारा ह्या लोकांचें सहाय्य घेऊन गुप्त गोष्टींविषयीं कारस्थान करूं नये. विद्वान् लोकांच्या सहाय्यानेंच कारस्थान करावें; सामर्थ्यसंपन्न लोकांकडून कामें करवावीं; प्रेमळ मनुष्यांकडून नीतीची स्थापना करवावी; पण मूर्खाला मात्र सर्वही कृत्यांमध्यें वर्ज्य करावा. धर्मकार्याकडे धर्मनिष्ठ लोकांची योजना करावी, धर्मसंबंधी कृत्यांकडे पंडितांना नेमावें, स्त्रियांच्या तैनातीस षंढ पुरुषांस ठेवावें, आणि क्रूर कर्मांकडे क्रूर लोकांचीच योजना करावी. आपल्या हेरांकडून अथवा लांच देऊन वश करून घेतलेल्या शत्रूंच्या मनुष्यांकडून शत्रूंचें सामर्थ्य अथवा असामर्थ्य आणि सत्कृत्य अथवा दुष्कृत्य ह्याविषयींचे विचार समजून घ्यावे. जे लोक सज्जन आहेत अशी आपल्या बुद्धीची खात्री होईल, त्यांजवर अनुग्रह करावा व मर्यादा सोडून वागणाऱ्या असज्जनांचा निग्रह करावा. कारण, जेव्हां राजा योग्यप्रकारें निग्रह आणि अनुग्रह करूं लागतो, तेव्हांच लोकांची मर्यादा सुव्यवस्थितपणें राहते. ह्याप्रमाणें; हे कुंतीपुत्रा, संबंध समजण्यास अशक्य व म्हणूनच गहन असा हा धर्म मीं तुला कथन केला आहे. तेव्हां, तूं विनयाचें अवलंबन करून वर्णविभागास अनुसरून जो स्वधर्म प्राप्त झाला आहे त्याचें पालन कर. तपश्चर्यारूपी धर्म, इंद्रियनिग्रह आणि यज्ञयाग ह्यांचें आचरण केल्यानें ज्याप्रमाणें ब्राह्मण स्वर्गास जातात, अथवा दान, अतिथिसत्कार आणि सदाचार ह्या धर्मांच्या योगानें ज्याप्रमाणें वैश्यांस सद्गति मिळते, त्याप्रमाणेंच काम आणि द्वेष ह्यांचा त्याग करून योग्य प्रकारें निग्रह आणि पालन करणारा क्षत्रिय स्वर्गास जातो. तसेंच, लोभ आणि क्रोध ह्यांनीं विरहित असलेल्या लोकांस साधूंना मिळणारी गति मिळते.

अध्याय एकशें एकावन्नावा.

—:०:—

मारुतीचें भीमसेनास वरदान.

वैशंपायन ह्मणाले:—तदनंतर तें स्वतःच्या इच्छेनें निर्माण केलेलें प्रचंड शरीर नाहींसें करून त्या हनुमानानें पुनरपि आपल्या बाहूंनीं भीमसेनास आलिंगन दिलें. हे भरतकुलोत्पन्ना, त्या बंधूनें आलिंगन देतांच तत्काल भीमसेनाचे श्रम नाहींतसे होऊन त्यास सर्व कांहीं सुखदायक होऊं लागलें; व माझ्यासारखा बलाढ्य व मोठा कोणी नाहीं, असें त्या अत्यंत बलवान् भीमसेनाला वाटूं लागलें. नंतर पुनरपि नेत्र दुःखाश्रूंनीं भरून येऊन व बाष्पामुळें कंठ दाटून येऊन तो वानर हनुमान् सद्गदित होऊन भीमसेनाला ह्मणाला, "हे वीरा, आतां तूं आपल्या वसतिस्थानाकडे जा. मात्र कांहीं कथाप्रसंगीं माझी आठवण करीत जा. हे कुरुश्रेष्ठा, ह्या ठिकाणीं मी आहें असें मात्र तूं केव्हांही कोणालाही सांगूं नको. हे महाबलसंपन्ना, आतां कुबेराच्या मंदिरांतून निघालेल्या देव आणि गंधर्व ह्यांच्या स्त्रियांची ह्या ठिकाणीं येण्याची वेळ झाली आहे. माझेही नेत्र तुला पाहून सफल झाले असून, सर्व जगताच्या हृदयास आनंद देणारा, सीतेच्या मुखरूपी कमलास विकसित करण्याविषयीं सूर्याप्रमाणें असणारा, व रावणरूपी अंधकाराचा नाश करणारा केवळ सूर्यच असा जो रघुकुलोत्पन्न श्रीरामसंज्ञक विष्णु त्याचेंही मला तूं स्मरण दिलें आहेस. हे भीमा, तुझी गांठ पडून मला मनुष्यशरीराचा स्पर्श झाला, हेंच ह्या स्मरणाचें कारण होय. असो; हे वीरा, तुला जें माझें दर्शन झालें तें व्यर्थ होऊं नये, ह्यास्तव, हे भरतकुलोत्पन्ना, बंधुत्वाच्या नात्यानें तूं मजकडून वर मागून घे. जर मीं हस्तिनापुरास जाऊन क्षुद्र अशा धृतराष्ट्रपुत्राला ठार करून सोडावें अशी तुझी इच्छा असेल, अथवा एखादी शिळा फेंकून मीं सर्व नगरच्या नगर चूर करून टाकावें असेंही जर तुला वाटत असेल, तर तें मी आतांच्या आतांच करितों. तसेंच, हे महाबल्या, जर तुझी इच्छा असेल तर, दुर्योधनाला देखील बांधून आज तुझ्यासन्निध घेऊन येतों!"

वैशंपायन ह्मणाले:—त्या महात्म्या हनुमंताचें हें भाषण ऐकून भीमसेनानें आनंदित अंतःकरणानें उत्तर दिलें. तो ह्मणाला, "हे वानरश्रेष्ठा, आपण हें माझें सर्व काम केल्यासारखेंच आहे. आपलें कल्याण होवो. हे महाबाहो, आतां मी आपणापाशीं वर मागतों; तो देऊन आपण मजवर अनुग्रह करावा. हे वीर्यसंपन्ना, आज आपण पालनकर्ते मिळाल्यामुळें आह्मीं सर्व पांडव आश्रयसंपन्न झालों असून आतां आह्मी आपल्याच पराक्रमाच्या जोरावर सर्वही शत्रूंचा पराभव करून टाकूं." ह्याप्रमाणें भीमसेनानें भाषण केलें असतां हनुमान् ह्मणाला, "बंधुत्व आणि मैत्री ह्या दोहोंमुळें मी तुझी ही अभीष्ट गोष्ट करीन. हे महाबलाढ्य वीरा, ज्या वेळीं अत्यंत शक्तिसंपन्न अशा शत्रुसैन्यामध्यें शिरून तूं सिंहनाद करशील, त्या वेळीं मी आपल्याच गर्जनेनें तो तुझा सिंहनाद वृद्धिंगत करीन; तसेंच अर्जुनाच्या ध्वजावर आरूढ होऊन शत्रूंचा प्राण घेणाऱ्या गर्जना करीन व त्या योगानें तुह्मांला अनायासेंच शत्रूंचा वध करितां येईल?" ह्याप्रमाणें त्या पांडुपुत्र भीमसेनास सांगून व पुढील मार्ग दाखवून हनुमान् त्याच ठिकाणीं अंतर्धान पावला.

अध्याय एकशें बावन्नावा.

—:०:—

भीमास सौगंधिकवनदर्शन.

वैशंपायन ह्मणाले:—तो कपिश्रेष्ठ हनुमान्

अंतर्धान पावल्यानंतर बलाढ्यश्रेष्ठ भीमसेन त्याच्या त्या शरीराचें आणि अप्रतिम कांतीचें स्मरण करीत करीत व दशरथपुत्र श्रीरामाचें महात्म्य आणि प्रभाव ह्यांचेंही चिंतन करीत त्या मार्गानें विशाल अशा गंधमादन पर्वतावर संचार करूं लागला. सौगंधिक वनास जाण्याच्या इच्छेनें त्या ठिकाणीं संचार करीत असतां त्याला मार्गांत रम्य अशीं अनेक वनें व उपवनें लागलीं. त्यांतील वृक्ष प्रफुल्ल झाले असल्यामुळें तीं चित्रविचित्र दिसत होतीं; तसेंच सरोवर, नद्या नानाप्रकारच्या पुष्पांच्या योगानें चित्रविचित्र झालेलीं प्रफुल्लवृक्षसंपन्न अरण्यें, चिखलानें माखलेल्या मदोन्मत्त हत्तींचे —दानोदक गळूं लागल्यामुळें वृष्टि होणाऱ्या मेघांप्रमाणें दिसणारे—कळप हींही त्याच्या दृष्टीस पडलीं. चंचलनेत्रांत युक्त व बरोबर हरिणी असलेले असे हरीण तोंडांत गवताचे घांस घेऊन मार्गांत उभे राहिलेले त्या वनांत त्यानें अवलोकन केले. ह्याप्रमाणें शीघ्रगतीनें जात जात महिष, वराह, व्याघ्र इत्यादिकांचा संचार असलेल्या त्या पर्वतावर तो भीमसेन शौर्यानें आणि निर्भयपणें गेला. ह्यावेळीं नानाप्रकारच्या पुष्पांचा गंध येत असलेले व आरक्तवर्ण अशा कोमल पल्लवांनीं युक्त असणारे त्या वनांतील वाऱ्यानें हालविलेले वृक्ष जणू त्याची प्रार्थनाच करीत होते. ज्यांनीं आपले कमलरूपी हात जोडले आहेत व ज्यांस तीर्थें आणि वनें प्रिय आहेत अशा —मदोन्मत्त झालेल्या भ्रमरांनीं सेवन केलेल्या—कमलवल्ली त्यानें उल्लंघिल्या. गमनकालीं फुलून गेलेल्या वृक्षांनीं युक्त असणाऱ्या पर्वताच्या कड्यांवर त्याची दृष्टि आसक्त झालेली होती. अशा रीतीनें, द्रौपदीचें वाक्य हीच शिदोरी बरोबर असलेला भीम अतिशय जलद चालूं लागला, तेव्हां दिवस परतून जाऊन मध्यान्हकालच्या प्रखर उन्हामुळें एके दिवशीं जमलेलीं हरिणें जिकडे तिकडे फांकून गेलीं असतां स्वच्छ अशा विपुल सुवर्णकमलांनीं युक्त असलेली एक नदी त्याच्या दृष्टीस पडली. ती हंस, कारंडव इत्यादिक पक्ष्यांच्या योगानें सुशोभित झाली असून त्या पर्वतावर घातलेली जणू स्वच्छ अशा कमलांची माळच कीं काय अशी दिसत होती. त्या नदीमध्यें, अंतःकरणांत आनंद उत्पन्न करणारें व बालसूर्याप्रमाणें कांति असलेलें सौगंधिक कमलांचें विशाल वन त्या महाशक्तिसंपन्न भीमसेनानें पाहिलें. तें पहातांच आपला मनोरथ पूर्ण झाला असें अंतःकरणांत वाटून तात्काळ त्या पांडुपुत्र भीमसेनाचें अंतःकरण वनवासामुळें क्लेश पावलेल्या आपल्या प्रिय पत्नीकडे अर्थात् द्रौपदीकडे वळलें.

अध्याय एकशें त्रेपन्नावा.

—:०:—

भीमास कुबेरसरोवराचें दर्शन.

वैशंपायन ह्मणाले:—पुढें कैलासशिखराच्या समीप गेल्यानंतर, सर्गोवतीं उत्कृष्ट प्रकारचें अरण्य असलेलें आणि राक्षसांनीं संरक्षण केलेलें असें एक रम्य सरोवर त्याच्या दृष्टीस पडलें. हें सरोवर कुबेरमंदिराच्या समीप असून तें त्या पर्वतावरील जलप्रवाहांच्या योगानें बनलेलें आणि दिसण्यांत रम्य असें होतें तें आसमंताद्भागीं असणाऱ्या नानाप्रकारच्या लतांनीं आणि वृक्षांनीं व्याप्त झालेलें असून त्याजवर पुष्कळ सावली होती; तें दिव्य सरोवर हिरव्यागार अशा कमलवल्लीनें आच्छादित झालेलें असून सुवर्णमय कमलांनीं युक्त होतें; अनेक प्रकारच्या पक्षिसमुदायांनीं ते गजबजलेलें असून त्यामध्यें सभोंवतीं उतरण्याकरितां उत्कृष्ट प्रकारचे घाट बांधलेले होते; तेथें चिखल मुळींच नव्हता; त्यांतील

उदक अत्यंत उत्कृष्ट असून त्यामुळें तें अतिशय रम्य दिसत होतें; हें उत्कृष्ट सरोवर पर्वताच्या कड्यावर निर्माण झालें असून तें दिसण्यांत आश्चर्यकारक दिसत होतें, किंबहुना तें मूर्तिमंत आश्चर्यच होतें. त्या सरोवरामध्यें कुंतीपुत्र पांडव भीमसेन ह्यानें हलकें, थंडगार, अमृतासारखें स्वादिष्ठ आणि स्वच्छ असें उत्कृष्ट जल अवलोकन केलें व पुष्कळसें प्राशनही केलें. तें सरोवर दिव्य अशा सौगंधिक कमलांनीं आच्छादित झाल्यामुळें रम्य दिसत होतें. हीं कमलें सुवर्णमय असून त्यांना अतिशय उत्कृष्ट असा सुगंध येत होता. त्याचे देंठ वैडूर्यनामक रत्नाचे बनलेले असून अत्यंत आश्चर्यकारक व अंतःकरणास गुंग करून सोडणारे दिसत होते. हंस, कारंडव इत्यादिक पक्ष्यांचीं जणू तीं उत्पत्तिस्थानेंच होतीं. त्यांमधून निर्मल असे पराग उडत होते. हें सरोवर यक्षाधिपति महात्मा कुबेर ह्याचें जलक्रीडा करण्याचें स्थान असून गंधर्व, अप्सरा आणि देव हे त्यास अत्यंत पूज्य समजत होते; आणि दिव्य मुनि, यक्ष, किन्नर हे त्याचें सेवन करीत असून राक्षस व किन्नर ह्यांजकडून कुबेर त्याचें संरक्षण करीत होता.

असो; तें दिव्य सरोवर अवलोकन करितांच त्या कुंतीपुत्र महाबलाढ्य भीमसेनास अत्यंत आनंद झाला. चित्रविचित्र आयुधें आणि कवचें धारण करणारे क्रोधवश नांवाचे लक्षावधि राक्षस कुबेराच्या आज्ञेवरून त्या सरोवराचें संरक्षण करीत होते. कृष्णाजिन परिधान केलेला, सुवर्णमय बाहुभूषणें धारण करणारा, धनुष्य घेतलेला व कमरेस खड्ग लटकावलेला भयंकर पराक्रमी शत्रुमर्दक वीर भीमसेन निःशंकपणें कमलें तोडण्यासाठीं येत आहे असें पाहून ते परस्परांशीं ह्मणूं लागले कीं, "अरे, आयुध ग्रहण करणारा आणि कृष्णाजिन परिधान केलेला हा पुरुषश्रेष्ठ ह्या ठिकाणीं कोणत्या उद्देशानें प्राप्त झाला आहे तें त्याला विचारा." हें ऐकून ते सर्वही त्या महाबाहु तेजस्वी भीमसेनाकडे येऊन विचारूं लागले कीं, "तूं कोण आहेस तें सांग. हे महामते, तूं मुनीसारखा वेष धारण केलेला आहेस आणि आयुधेंही ग्रहण केलीं आहेत. तेव्हां तूं आहेस कोण? आणि येथें कोणत्या उद्देशानें प्राप्त झाला आहेस?"

अध्याय एकशें चौपन्नावा.

—:०:—

भीम व सरोवरसंरक्षक राक्षस ह्यांचा संवाद आणि संग्राम.

भीमसेन ह्मणालाः—राक्षसहो, मी धर्मराजाचा पाठचा बंधु पांडुपुत्र भीमसेन असून आपल्या बंधूंसहवर्तमान विशाल नगरीकडे आलों होतों. त्या ठिकाणीं वाऱ्यांतून उडून आलेलें सौगंधिक नांवाचें उत्कृष्ट कमल पांचालराजकन्या द्रौपदीनें अवलोकन केलें व त्यामुळें तिला तशा प्रकारचीं पुष्कळ कमलें आपणाला मिळावीं अशी इच्छा झाली. ह्मणूनच, हे राक्षसहो, त्या माझ्या सुंदरांगी धर्मपत्नीचें प्रिय करण्याविषयीं उद्युक्त असणारा मी तीं पुष्पें घेऊन जाण्यासाठीं येथें आलों आहें असें समजा.

राक्षस ह्मणालेः—हे पुरुषश्रेष्ठा, हें उपवन कुबेरास प्रिय आहे, ह्यामुळें ह्या ठिकाणीं मरणशील अशा मनुष्याला विहार करितां येणें शक्य नाहीं. हे वृकोदरा, देवर्षि, यक्ष आणि देव हे देखील ह्या ठिकाणीं यक्षाधिपतीची अनुज्ञा घेऊनच जलाचें प्राशन व क्रीडा करितात. तसेंच, हे पांडुपुत्रा, ह्या ठिकाणीं गंधर्व आणि अप्सरा क्रीडा करीत असतात. जर कोणी एखादा दुराचारी मनुष्य कोणाला न जुमानतां अन्यायानें ह्या ठिकाणीं विहार कर-

ण्याची इच्छा करील, तर तो निःसंशय नाश पावेल. तूं त्या कुबेराचा अनादर करून बलात्कारानें येथील कमळें हरण करूं पहात आहेस, मग धर्मराजाचा मी बंधु आहें असें सांगतोस तरी कशाला? असो; आतां यक्षाधिपति कुबेरास विचारून नंतर तूं ह्यांतील जल प्राशन कर आणि कमळेंही घेऊन जा. त्यावांचून ह्यांतील एकाही कमलाकडे तुला नुसती दृष्टि देखील फेंकतां यावयाची नाहीं.

भीमसेन ह्मणालाः—राक्षसहो, तो कुबेर कांहीं येथें कोठें मला आसपास दिसत नाहीं; आणि जरी दिसला तरीही त्या यक्षाधिपतीकडे याचना करण्यास मी तयार नाहीं. कारण, क्षत्रियांनीं याचना करूं नये हाच त्यांचा शाश्वत असा धर्म आहे. ह्यास्तव, त्या क्षात्रधर्माचा मी कोणत्याही प्रकारें त्याग करूं इच्छित नाहीं. शिवाय, हें सरोवर पर्वतावरील जलप्रवाहांच्या योगानें निर्माण झालेलें आहे; तें कांहीं महात्म्या कुबेराच्या मंदिरालगतचें नाहीं. ह्यामुळें ह्या सरोवरावर जसा कुबेराचा त्याप्रमाणें इतर सर्वही प्राण्यांचा सारखाच हक्क आहे. अशा प्रकारच्या वस्तूविषयीं कोणी कोणाकडे मागणी करावयाची आहे?

वैशंपायन ह्मणालेः—ह्याप्रमाणें त्या सर्व राक्षसांना सांगून तो महाबलाढ्य, महाबाहु, असहनशील भीमसेन त्या सरोवरांत शिरला. तेव्हां ते सर्वही राक्षस क्रुद्ध होऊन गेले आणि 'असें करूं नको' ह्या शब्दांनीं निषेध करून चोहोंकडून त्या प्रतापशाली भीमाला दरडावूं लागले. पण तो महातेजस्वी भयंकर पराक्रमी भीम त्या राक्षसांस मुळींच न जुमानतां सरोवरांत शिरूं लागला, तेव्हां ते सर्वही राक्षस त्याचें निवारण करूं लागले. त्यांनीं डोळे वटारले; शस्त्रें उगारलीं; आणि 'धरा! बांधा! कापा! ह्याला शिजवूं या! खाऊन टाकूं या' असें क्रोधानें म्हणत म्हणत ते त्या भीमसेनावर चालून गेले. तेव्हां तो भीमसेन यमदंडाच्या तोडीची व सुवर्णाच्या पट्ट्यांनीं मढविलेली आपली वजनदार प्रचंड गदा घेऊन 'थांबा थांबा' असें म्हणत वेगानें त्यांच्यावर धावून गेला. हें पाहून तोमर, पट्टिश इत्यादि वेध करणारीं शस्त्रें हातीं घेऊन ते अत्यंत भयंकर क्रोधवश नांवाचे राक्षस भीमसेनास ठार करण्याच्या इच्छेनें एकदम धावून आले आणि त्याच्या सभोंवतीं गराडा देऊन उभे राहिले. पण वायुपासून कुंतीच्या ठिकाणीं उत्पन्न झालेला तो भीमसेन शूर, वेगसंपन्न, शत्रूंना ठार करून सोडणारा, सत्य आणि धर्म ह्यांच्या ठिकाणीं आसक्त असणारा, व पराक्रमाच्या कृत्यांमध्यें शत्रूंकडून पराभव न पावणारा असल्यामुळें त्या महात्म्यानें त्या शत्रूंचे नानाप्रकारचे बाण आणि अनेक शस्त्रें कुंठित करून सोडलीं व त्या सरोवराजवळ अतिशय शूर अशा शेंकडों राक्षसांचा वध केला. तेव्हां त्याचें वीर्य, बल, सामर्थ्य, बाहुबल व अस्त्रविद्येची शक्ति हीं पाहून पुढें निभाव न लागल्यामुळें ते वीरश्रेष्ठ राक्षस त्याच्या सभोंवतालच्या प्रदेशावरून एकदम सत्वर मागें फिरले; आणि भीमानें पीडित केल्यामुळें चूर होऊन जात असतांही ते पराभव पावलेले राक्षस क्रोधाच्या अधीन व ह्मणूनच बेभान होऊन जाऊन प्रथम आकाशांत व तेथून कैलास पर्वताच्या शिखराकडे पळून गेले.

ह्याप्रमाणें त्यानें दैत्य व दानव ह्यांजमध्यें पराक्रम गाजवून त्या शत्रुसमुदायाचा संग्रामामध्यें पराजय केला आणि त्या सरोवरामध्यें शिरून आपल्या इच्छेस वाटतील तितकीं कमळें तोडलीं. पुढें त्या सरोवरांतील अमृततुल्य जल प्राशन केल्यामुळें पुनरपि त्याचें

तेज पूर्वीपेक्षांही उत्कृष्ट प्रकारचें झालें; व नंतर त्यानें उत्कृष्ट प्रकारचा सुगंध असलेलीं सौगंधिक नांवाचीं कमळें तोडून घेतलीं. इकडे भीमाच्या सामर्थ्यानें धुडकावून लावलेले ते क्रोधवश नांवाचे राक्षस कुबेराकडे आले व अतिशय भयभीत होऊन त्या संग्रामामध्यें दृष्टिगोचर झालेलें भीमाचें वीर्य आणि बल कथन करूं लागले. त्या राक्षसांचें तें भाषण ऐकतांच देव कुबेर हंसून ह्मणाला, "भीमाला द्रौपदीसाठीं इच्छेस वाटतील तितकीं कमळें घेऊन जाऊं द्या मला हा वृत्तान्त माहीत आहे." ह्याप्रमाणें कुबेराची अनुज्ञा मिळाल्यानंतर क्रोध शांत होऊन ते राक्षस त्या कौरवश्रेष्ठ भीमसेनाकडे आले. तेव्हां तो एकटाच त्या सरोवरामध्यें इच्छेस वाटेल त्या रीतीनें क्रीडा करीत आहे असें त्यांस दिसून आलें.

अध्याय एकशें पंचावन्नावा.

—:०:—

पांडवांचें सौगंधिकवनाकडे प्रयाण आणि भीमाची भेट.

वैशंपायन ह्मणालेः—हे भरतकुलश्रेष्ठा, तदनंतर त्या भीमसेनानें तीं अत्यंत मूल्यवान्, नानाप्रकारच्या आकारांचीं व निर्मल अशीं दिव्य कमळें काढून घेतलीं. ज्या वेळीं भीम संग्रामामध्यें पराक्रम करूं लागला, त्या वेळीं पांडव ज्या ठिकाणीं वास्तव्य करीत होते तेथें प्रचंड वारा सुटला; तो फार शीघ्रगामी असून त्यांतून वाळूचे कण उडत होते; त्याचा स्पर्श अंगाला झोंबण्यासारखा होता; व त्यावरून कोठें तरी संग्राम चालला आहे असें अनुमान करितां येत होतें. तसेंच त्या वेळीं अत्यंत भयंकर उल्कापात होऊन निर्घात झाला; सूर्याचे किरण एकदम आच्छादित होऊन तो निस्तेज होऊन गेला; पृथ्वी डळमळूं लागली; धुरळ्याची वृष्टि होऊं लागली; व सर्व दिशा रक्तमय होऊन गेल्यासारख्या दिसूं लागल्या; पशुपक्ष्यांचे आवाज रूक्ष भासूं लागले व सर्वही जग अंधकारानें व्याप्त होऊन गेल्यामुळें कांहींही कळेनासें झालें. हे व आणखी दुसरेही भयंकर उत्पात त्या ठिकाणीं उत्पन्न झाले. ही विस्मयकारक स्थिति अवलोकन करून वक्त्यांमध्यें श्रेष्ठ असलेला धर्मपुत्र युधिष्ठिर ह्मणूं लागला कीं, 'कोण बरें आमचा पराजय करण्यासाठीं येणार आहे? असो; युद्धमदानें धुंद होऊन गेलेल्या हे पांडवांनो, सज्ज व्हा; आपलें कल्याण असो. मला जीं हीं चिन्हें दिसत आहेत त्यांवरून आपल्या पराक्रमाचा शेवट खास चांगला होईल असें दिसतें.

जनमेजया, असें बोलून धर्मपुत्र राजा युधिष्ठिर ह्यानें आसमंताद्भागीं नजर फेंकली, तों त्यास भीमसेन कोठेंही दिसेना. तेव्हां त्या शत्रुमर्दकानें आपल्याजवळ बसलेली द्रौपदी आणि नकुल-सहदेव ह्यांस संग्रामामध्यें भयंकर पराक्रम गाजविणारा आपला बंधु भीमसेन ह्याजविषयीं विचारिलें. तो ह्मणाला, 'द्रौपदी, भीम कोठें आहे? आणि तो कोणतें काम करण्याच्या विचारांत आहे? त्या साहसप्रिय वीरानें कांहीं साहस तर केलें नाहीं ना? कारण, हे भयंकर संग्रामसूचक व प्रचंड भीति उत्पन्न करणारे उत्पात् अकस्मात् चोंहोंकडे उत्पन्न होऊं लागले आहेत ह्यामुळें संशय येतो.'

तो असें भाषण करूं लागला असतां बुद्धिशालिनी व सुहास्यमुखी अशी त्याची प्रिय पट्टराणी द्रौपदी प्रिय करण्याच्या इच्छेनें त्याला म्हणाली.

द्रौपदी ह्मणालीः—राजा, तें जें वाऱ्यांतून आलेलें सौगंधिक कमळ, तें मीं आनंदानें भीमाकडे नेऊन दिलें आणि मीं त्या वीराला सांगितलें कीं, 'जर तुला हीं पुष्कळशीं कमळें

कोठें दृष्टीस पडलीं तर तूं तीं सर्व सत्वर घेऊन ये.' हें ऐकून, हे राजा, तो महाबाहु पांडव माझें प्रिय करण्यासाठीं तीं घेऊन येण्याच्या उद्देशानें येथून ईशान्यदिशेकडे निघून गेला आहे.

ह्याप्रमाणें तिनें सांगितल्यानंतर राजा युधिष्ठिर नकुलसहदेवांस ह्मणाला कीं, 'भीम जिकडून गेला आहे त्याच दिशेनें आपण सर्वजण मिळून सत्वर निघून जाऊं या हे देवतुल्या घटोत्कचा, तूं ह्या द्रौपदीला खांद्यावर घे आणि कृश व थकून गेलेल्या ब्राह्मणांना हे राक्षस स्कंधप्रदेशांवर धारण करूं देत. तो भीम फार दूर गेला असेल असें मला अगदीं उघड उघड दिसत आहे. कारण, त्याला जाऊन फारच वेळ झाला असून त्याचा वेगही वायूसारखा आहे. तसेंच तो भूमीचें उल्लंघन करण्याविषयीं साक्षात् गरुडाप्रमाणें असल्यामुळें आकाशामध्यें उड्डाण करील अथवा स्वेच्छेनुरूप हवी तेथें उडीही मारील. ह्यास्तव,हे रजनीचरहो,आपल्या प्रभावानें आपण आतां तो गेला आहे तिकडे जाऊं. सिद्ध आणि ब्रह्मवादी ह्यांचा जोंवर त्यानें कांहीं अपराध केला नाहीं, तोंवर आपण तिकडे गेलें पाहिजे.'

हे भरतकुलश्रेष्ठा, हें ऐकून कुबेराच्या सरोवराचें ठिकाण माहीत असलेले हिडिंबप्रभृति ते सर्व दैत्य 'ठीक आहे' असें ह्मणाले; आणि तत्काल पांडव व ते अनेक ब्राह्मण ह्यांस खांद्यावर घेऊन आनंदित अंतःकरणानें लोमश मुनीसहवर्तमान प्रयाण करूं लागले. ह्याप्रमाणें त्वरेनें गेल्यानंतर त्या सर्वांनीं तें उत्कृष्ट प्रकारचें अरण्य आणि सौगंधिक कमलांनीं रम्य असणारें तें सरोवर अवलोकन केलें. त्या सरोवराच्या तीरावर महात्मा भीमही त्यांच्या दृष्टीस पडला; व मोठमोठे नेत्र असलेले, शरीर, नेत्र, बाहु आणि मांड्या भग्न होऊन गेलेले आणि मान चूर होऊन गेलेले यक्षही त्यांना दिसले. ह्या वेळीं महात्मा भीम त्या सरोवराच्या तीरावर क्रुद्ध होऊन, डोळे वटारून आणि दोहों हातांनीं गदा उगारून, प्रजेचा संहार करण्याच्या वेळीं ज्याप्रमाणें यम हातांत दंड घेऊन उभा राहतो त्याप्रमाणें उभा राहिलेला होता. त्याला अवलोकन करून धर्मराजानें पुनः पुनः आलिंगन दिलें आणि हृदयाकर्षक अशा वाणीनें ह्मटलें कीं, 'भीमा, अरे हें काय धाडस केलेंस? हें देवांना देखील अप्रिय आहे. असो; तुझें कल्याण होवो. जर माझें प्रिय करण्याची तुला इच्छा असेल, तर पुनः असें करूं नको.'

ह्याप्रमाणें कुंतीपुत्र भीमाला आज्ञा केल्यानंतर कमलें ग्रहण करून ते देवतुल्य पांडव त्या सरोवरामध्येंच विहार करूं लागले. ह्या वेळींच शिला आणि आयुधें ग्रहण केलेले धिप्पाड शरीराचे उद्यानपालक राक्षस तेथें आले; आणि त्या सर्वांनीं धर्मराज, महर्षि लोमश, नकुल, सहदेव आणि इतरही ब्राह्मणश्रे ह्यांस, हे भरतकुलोत्पन्ना, विनयानें नमस्कार केला. तेव्हां धर्मराजानें त्यांचें सांत्वन केलें, ह्यामुळें ते राक्षस प्रसन्न झाले. पुढें कुबेरास कळल्यानंतर ते कुरुकुलश्रेष्ठ अर्जुनाची मार्गप्रतीक्षा करीत गंधमादन पर्वताच्या माथ्यावर कांहीं थोडा वेळ रममाण होऊन राहिले.

अध्याय एकशें छपन्नावा.

—:*:—

पांडवांचें नरनारायणाश्रमाकडे प्रत्यागमन.

वैशंपायन ह्मणालेः—त्या ठिकाणीं वास्तव्य करीत असतां धर्मराज युधिष्ठिर सर्व ब्राह्मणांसहवर्तमान आपले बंधु आणि द्रौपदी ह्यांस ह्मणाला, "पवित्र आणि शुभकारक अशीं

अनेक तीर्थें व अंतःकरणास आनंदित करून सोडणारीं, पूर्वीं देवांचें आणि महात्म्या मुनींचें वास्तव्य असलेलीं व विशेषेंकरून ब्राह्मणांस पूज्य असलेलीं जीं निरनिराळ्या प्रकारचीं अरण्यें, तीं क्रमाक्रमानें आह्मीं अवलोकन केलेलीं आहेत. तसेंच, पूर्वींच्या ऋषींचीं चरित्रें आणि निरनिराळ्या क्रिया करण्याविषयींचे व्यापार, राजर्षींचीं चरित्रें आणि नानाप्रकारच्या उत्कृष्ट कथा श्रवण करीत करीत आह्मीं त्या त्या शुभकारक आश्रमामध्यें वास्तव्य केलें व विशेषेंकरून ब्राह्मणांसहवर्तमान स्नान करून सदोदित पुष्पें, जल, जशीं मिळालीं तशीं मुळें आणि फलें ह्यांच्या योगानें देवांचें अर्चन केलें. रम्य पर्वत, सर्व सरोवरें आणि महापवित्र समुद्र ह्यांमध्यें, तसेंच सरस्वती, सिंधु, यमुना आणि नर्मदा इत्यादिक अनेक रम्य तीर्थांमध्यें आह्मीं ब्राह्मणांसहवर्तमान उत्तम प्रकारें स्नान केलें आहे. गंगाद्वार उल्लंघून आल्यानंतर आह्मीं अनेक उत्कृष्ट पर्वत, नानाप्रकारच्या अयुतावधि पक्षिसमुदायांनीं युक्त असलेला हिमवान् पर्वत, विशाला बदरी, नरनारायणांचा आश्रम आणि सिद्ध, देव व ऋषि ह्यांस पूज्य असलेली दिव्य पुष्करणी हीं अवलोकन केलीं. तसेंच, हे द्विजश्रेष्ठहो, महात्म्या लोमश मुनींनीं आह्मांला क्रमविशेषाच्या अनुरोधानें सर्वही देवमंदिरें दाखविलीं आहेत. तेव्हां, हे भीमा, सिद्धगणांनीं सेवित असें जें हें कुबेराचें मंदिर त्यामध्यें आह्मांस कसें जातां येईल, ह्याविषयींचा आतां विचार कर."

वैशंपायन ह्मणालेः—तो राजेंद्र असें भाषण करीत आहे इतक्यांत आकाशवाणी झाली कीं, " हे राजा, कुबेराच्या मंदिरास जातां येणें अशक्य आहे; कारण, तें दुर्गम आहे. ह्यास्तव, येथूनच तूं जसा आलास तसा बदरी ह्या नांवानें प्रख्यात असलेल्या नरनारायणांच्या स्थानाकडे जा. तेथून, हे कुंतीपुत्रा, सिद्ध आणि चारण ह्यांनीं सेवित आणि अनेक पुष्पें व फलें ह्यांच्या योगानें रम्य दिसणाऱ्या वृषपर्व्याच्या आश्रमास जा; आणि त्याच्या पलीकडे गेल्यानंतर आर्ष्टिषेणाच्या आश्रमामध्यें रहा, ह्मणजे, हे कौंतेया, तुला कुबेराच्या मंदिराचें दर्शन होईल. "

ह्याप्रमाणें आकाशवाणी होत आहे इतक्यांत दिव्य सुगंधानें पूर्ण असलेला, सुखदायक, अंतःकरणास अल्हादित करणारा, थंडगार व शुद्ध असा वारा वाहूं लागला व लागलीच पुष्पवृष्टि झाली. ह्याप्रमाणें आकाशांतून झालेली ती दिव्य वाणी ऐकतांच सर्वांस अतिशय आश्चर्य वाटलें व त्यांतूनही ऋषि, ब्राह्मण व क्षत्रिय ह्यांना तर विशेष आश्चर्य वाटलें. तेव्हां ती अत्यंत आश्चर्यकारक वाणी ऐकून द्विज धौम्य ह्मणाला कीं, ' हे भरतकुलोत्पन्ना, ह्यावर उत्तर देतां येणें शक्य नाहीं; तेव्हां आतां आपण असेंच ठरवूं या. ' हें ऐकून राजा युधिष्ठिर तें भाषण मान्य करून भीमसेनादिक सर्व बंधूंचा परिवार, द्रौपदी आणि ब्राह्मण ह्यांसहवर्तमान फिरून त्या नरनारायणाश्रमाकडे आला व सुखानें राहूं लागला.

P. RAJANI

जटासुरवधपर्व.

अध्याय एकशें सत्तावन्नावा.

—:०:—

जटासुराचा वध.

वैशंपायन ह्मणाले:—तदनंतर त्या पर्वतश्रेष्ठावर अर्जुनाची मार्गप्रतीक्षा करीत ब्राह्मणांसहवर्तमान ते पांडव निर्भयपणें वास्तव्य करूं लागले. पुढें कोणे एके समयीं, सर्व राक्षस आणि भीमसेनपुत्र घटोत्कच हे बाहेर निघून गेले असून भीमसेनही साहजिक रीतीनें कोठें बाहेर गेला आहे असें पाहून, एका राक्षसानें धर्म, नकुलसहदेव आणि द्रौपदी ह्यांचें अंतःकरण आकर्षण करून घेतलें. ' मी मंत्रशास्त्रामध्यें प्रवीण आणि उत्कृष्ट प्रकारचा सर्वशास्त्रवेत्ता ब्राह्मण आहें. ' असें सांगत तो त्यांची एकसारखी सेवा करूं लागला व त्यांचे बाणांचे भाते आणि धनुष्यें हीं मिळविण्याची इच्छा असल्यामुळें तीं केव्हां मिळतील ह्याची व द्रौपदीला हरण करून नेण्याची संधि साधीत बसला. हा पापबुद्धि दुरात्मा जटासुर ह्या नांवानें प्रख्यात असलेला राक्षस होता. हे राजेंद्रा, तो सेवा करूं लागला तेव्हां पांडुपुत्र युधिष्ठिरही त्याचें पोषण करूं लागला. पण अग्नि भस्मानें आच्छादित झाल्यामुळें जसा ओळखितां येत नाहीं, तसा वेषांतर केल्यामुळें तो दुष्ट त्याला ओळखून आला नाहीं. पुढें, हे शत्रुमर्दना, भीमसेन मृगया करण्यासाठीं बाहेर निघून गेला आहे, घटोत्कच आपल्या अनुयायांसहवर्तमान दिगंतरावर निघून गेला आहे, लोमशप्रभृति मुनि समाधि लावून बसले आहेत, व इतर तपोधन मुनि कांहीं स्नानाकरितां व कांहीं पुष्पें आणण्याकरितां निघून गेले आहेत, असें पाहून त्यानें भयंकर वेडेंवांकडें आणि प्रचंड असें दुसरेंच स्वरूप धारण केलें; व सर्वही शस्त्रें घेऊन आणि द्रौपदी व तिघेही पांडव यांना घेऊन तो दुरात्मा चालूं लागला. तेव्हां सहदेव मात्र म्यानांतून तरवार काढून शत्रूची मिठी सोडवून मोठ्या पराक्रमानें आणि प्रयासानें तींतून निसटला आणि महाबलाढ्य भीमसेन ज्या मार्गानें गेला होता त्या मार्गाकडे तोंड करून भीमसेनाला हांका मारूं लागला. याप्रमाणें राक्षस जेव्हां घेऊन जाऊं लागला, तेव्हां धर्मराज युधिष्ठिर त्याला ह्मणाला कीं, " हे मूर्खा, तुझा धर्म नष्ट होत आहे, तिकडे तूं लक्ष्य देत नाहींस. तुजवांचून इतर असे जे कोणी मनुष्यांमध्यें व तीर्यग्योनीमध्यें वास करीत आहेत, ते सर्व प्राणी अवश्य धर्मावर दृष्टि ठेवितात व राक्षस तर विशेषेंकरून धर्मावर नजर ठेवितात. राक्षस हे धर्माचें मूल असून ते उत्कृष्ट प्रकारें धर्म जाणीत असतात. ह्या सर्वांचा विचार करून तूं येथें जवळच उभें रहावेंस हें योग्य आहे. हे राक्षसा, देव, ऋषि, सिद्ध, पितर, गंधर्व, उरग, राक्षस, पक्षी, पशु आणि तिर्यग्योनीमध्यें वास्तव्य करणारे कीट, पिपीलिका हे सर्वही मनुष्यांवरच आपली उपजीविका करीत असतात व तूंही त्यांजवरच उपजीविका करीत आहेस. शिवाय, ह्या मृत्युलोकाचा अभ्युदय झाला तरच तुमच्या लोकांचाही अभ्युदय होतो; हा लोक शोकग्रस्त झाला ह्मणजे देवता शोक करूं लागतात; कारण, ह्या लोकाकडून हव्यकव्यादिकांच्या रूपानें यथाविधि पूजन होऊं लागलें तरच त्यांचा अभ्युदय होतो. शिवाय, राक्षसा, आह्मीं ह्या राष्ट्राचे संरक्षक आहों. ह्यामुळें, तूं जर आमचा नाश केलास तर राष्ट्राचें संरक्षण होणार नाहीं; जर राष्ट्राचें संरक्षण झालें नाहीं तर मग सुख अथवा ऐश्वर्य हें कोठून मिळणार!

कांहींएक अपराध नसतां राक्षसानें राजाचा अपमान करितां कामा नये. हे नरभक्षका, आमच्याकडून अणुमात्रही अपराध घडलेला नाहीं; आह्मी यथाशक्ति देवतादिकांस अर्पण करून उरलेलें अन्न भक्षण करीत असतों, आणि गुरु व ब्राह्मण ह्यांचीं वाक्यें प्रमाण समजून तीं करण्यामध्यें आसक्त होऊन रहातो. मित्रांचा, ज्यांनीं आपणांवर विश्वास ठेविला असेल त्यांचा, ज्याचें अन्न खाल्लें असेल त्याचा आणि ज्याच्या आश्रयास वास्तव्य केलें असेल त्याचा द्वेष करूं नये. असें असतां, हे दुर्बुद्धे, आह्मांकडून सत्कार घेत आमच्या आश्रयाला सुखानें राहून आज आह्मांला हरण करून घेऊन जाण्याची तूं काय ह्मणून इच्छा करीत आहेस? एकंदरींत तुझा आचार, तुझी बुद्धि आणि तुझा वृद्धपणा हीं सर्व व्यर्थ असून तूं आज व्यर्थ मरणास पात्र होऊन बसलेला आहेस ! अरे, तूं उगीच वायां जाऊं नको. आतां, सर्वही धर्मानें विरहित असणाऱ्या तुज दुरात्म्याची जर इच्छा असली, तर तूं आमचीं शस्त्रें आह्मांला देऊन युद्ध करून द्रौपदीचें हरण कर. असें न करितां जर तूं असमंजस पणानें हें कर्म करशील, तर तुला अधर्म घडून लोकांत तुझी अपकीर्ति मात्र होईल. राक्षसा, तूं जो ह्या मानुषस्त्रीला स्पर्श केला आहेस तें धागरीनें ढवळून भरून घेऊन विषच प्राशन केलें आहेस!" असें भाषण केल्यानंतर युधिष्ठिर आपलें वजन वाढवूं लागला; तेव्हां शरीरभारानें दडपून जाऊं लागल्यामुळें तो राक्षस पूर्वीप्रमाणें त्वरेनें चालेनासा झाला. तदनंतर युधिष्ठिर द्रौपदी आणि नकुल ह्यांस ह्मणाला, "तुह्मीं ह्या मूर्ख राक्षसाची भीति बाळगूं नका. कारण, मीं ह्याची गति नष्ट केलेली असून महाबाहु वायुपुत्र भीमसेनही येथें जवळच असेल. तो ह्या क्षणीं आला तर मग ह्या राक्षसाचें कांहींएक चालणार नाहीं."

तदनंतर, राजा, अंतःकरण मोहित झालेल्या त्या राक्षसास अवलोकन करून सहदेव कुंतीपुत्र युधिष्ठिराला ह्मणाला कीं, "हे राजा, संग्रामामध्यें तोंडास तोंड देऊन शत्रूचा पराजय करणें अथवा संग्रामांतच प्राणत्याग करणें ह्याहून अधिक चांगलें असें क्षत्रियांचें कर्तव्य आहे तरी कोणतें? हे शत्रुतापना राजा, हा आह्मांला मारील किंवा आह्मी ह्याला मारूं; कसेंही कां होईना, पण आपण युद्ध करूं या. कारण, हा प्रसंग युद्ध करण्याचाच असून हा प्रदेशही त्या कर्मास योग्य असाच आहे. हे अमोघपराक्रमा, सांप्रत क्षात्रधर्माचें अवलंबन करण्याचा प्रसंग आलेला आहे. ह्या वेळीं आपण युद्ध करीत असतां शत्रूचा पराजय केला, अथवा मरण आलें, तरीही आह्मी सद्गतीसच जाण्यास पात्र होऊं. हे भरतवंशजा, आज हा राक्षस जिवंत असतांना जर सूर्य अस्तास जाईल, तर मी पुनः आपणास क्षत्रिय आहें असें केव्हांही ह्मणणार नाहीं. अरे ए राक्षसा, उभा रहा! मी पांडुपुत्र सहदेव आहें, समजलास! आतां एक मला ठार करून तरी तूं ह्या द्रौपदीला घेऊन जा, किंवा माझ्या हातून तरी ठार होऊन दीर्घ निद्रेचा अनुभव घेऊन भूमितलावर पडून रहा!"

जनमेजया, माद्रीपुत्र सहदेव त्या वेळीं अशा रीतीनें भाषण करीत आहे इतक्यांत हातीं गदा घेतलेला व ह्मणूनच वज्रपाणि इंद्राप्रमाणें दिसणारा भीमसेन दिसूं लागला. त्यानें मार्गावरूनच आपले दोन बंधु, कीर्तिशालिनी द्रौपदी, राक्षसाचा तिरस्कार करीत भूमितलावर उभा राहिलेला सहदेव, आणि कालगतीनें विचारशक्ति नष्ट होऊन गेलेला व दैवानेंच निवारण केल्यामुळें तेथल्या तेथें

फिरत राहिलेला मूर्ख तो राक्षस ह्यांस अवलोकन केलें.

अशा प्रकारें आपले बंधु आणि द्रौपदी ह्यांना तो राक्षस हरण करून घेऊन जात आहे असें दिसून येतांच भीमसेन कोपाविष्ट झाला आणि राक्षसास ह्मणाला, " अरे दुष्टा, पूर्वीं तूं आमचीं शस्त्रें शोधूं लागलास त्या वेळींच तूं कोण आहेस हें मीं ओळखिलें होतें. पण मीं त्या वेळींच तुला ठार करून सोडिलें नाहीं, ह्याचें कारण–तुझी आह्मी मुळींच पर्वा करीत नाहीं हेंच होय. शिवाय, तूं ब्राह्मणाचा वेष घेऊन आपलें स्वरूप झांकून ठेविलें होतेंस; आह्मांला अप्रिय बोलला नाहींस; आमचें प्रिय करण्यामध्येंच तूं आसक्त होऊन राहिलाास व अप्रिय करीत नव्हतास. ह्यामुळें, निरपराधी ब्राह्मणाचें स्वरूप धारण करणाऱ्या अशा तुज अतिथीचा मी वध तरी कसा करावा? ह्मणूनच मीं तुझी उपेक्षा केली. कारण, राक्षस आहे असें जरी कळून आलें तरीही जो त्या अतिथीचा वध करील तो नरकास जातो. असो; तुझी वेळ भरलेली नव्हती ह्मणूनच तुझा त्या वेळीं वध झाला नाहीं. पण आज अघटित कर्में घडवून आणणाऱ्या कालानें तुला द्रौपदीस हरण करून नेण्याची असली बुद्धि दिली, ह्यावरून तुझा काळ भरला आहे असें वाटत आहे. अरे, तूं कालरूपी सूत्रास लागलेला हा द्रौपदीहरणरूपी गळ गिळलेला आहेस. ह्यामुळें मुखास गळ टोंचलेल्या पाण्यांतील मत्स्याप्रमाणें आतां तुझी स्थिति झाली आहे, तेव्हां तूं आतां करणार काय? अरे, तूं ज्या दिशेकडे आतां जावयास निघाला आहेस आणि जिकडे पूर्वीं तुझें अंतःकरण गेलेलें आहे, त्या देशेकडे आतां तूं न जातां बक आणि हिडिंब ह्या दैत्यांच्या मार्गाला लागणार ! "

ह्याप्रमाणें भीमानें भाषण केल्यानंतर, कालानें प्रेरणा केलेला तो राक्षस भीतीनें त्या सर्वांना सोडून देऊन युद्ध करण्यासाठीं पुढें येऊन उभा राहिला आणि कोपानें ओष्ठ स्फुरण पावत असतां भीमसेनाला ह्मणाला, " अरे मूर्खा, मला कांहीं दिशाभूल झालेली आहे असें नाहीं; तर मीं तुझी गांठ पडण्यासाठींच इतका विलंब केलेला आहे. तूं संग्रामामध्यें ज्या ज्या राक्षसांना ठार केलें आहेस ते ते सर्व मीं ऐकिलेले आहेत. तेव्हां आज मी तुझ्या रक्तानें त्यांना उदकदान करितों ! "

राजा, त्यानें असें भाषण केलें असतां भीम जरा हसल्यासारखें करून ओष्ठप्रांत चाटूं लागला आणि साक्षात् प्रयलकालीन यमाप्रमाणें क्रुद्ध होऊन बाहुयुद्ध करण्याच्या इच्छेनें राक्षसावर धावून गेला. तेव्हां, भीम युद्धाकारितां येऊन ठाकला आहे हें पाहून, ज्याप्रमाणें बलिनामक दैत्य इंद्रावर चालून गेला होता त्याप्रमाणें तो राक्षसही वारंवार ओष्ठप्रांत चाटीत आणि जबडा पसरीत भूमीवर चालून गेला. तदनंतर त्या उभयतांमध्यें भयंकर बाहुयुद्ध सुरू झालें. तेव्हां उभयतां माद्रीपुत्र नकुलसहदेव अतिशय कोपाविष्ट होऊन राक्षसावर धावून जाऊं लागले. हें पाहून कुंतीपुत्र वृकोदरानें त्यांना हसत हसत मागें फिरविलें, आणि 'राक्षसाचा समाचार घेण्याला मी समर्थ आहें, तुह्मी आपले पहात उभे रहा.' असें सांगितलें; व धर्मराजाकडे वळून ह्मटलें कीं, 'हे राजा, मी आपलें शरीर, बंधु, धर्म, पुण्य आणि अभीष्ट वस्तु ह्यांची शपथ घेऊन सांगतों कीं, मी ह्या राक्षसाचा धुव्वा उडवून देतों!'

इतकें भाषण झाल्यानंतर, परस्परांची स्पर्धा करणारे ते उभयतां राक्षस आणि भीमसेन हे वीर बाहुयुद्ध करीत परस्परांशीं जाऊन

भिडले. नंतर, युद्धांत दुसऱ्याचें वर्चस्व सहन न करणाऱ्या देवांमध्यें आणि दैत्यांमध्यें ज्या प्रकारचें युद्ध चाललें होतें, त्याप्रमाणें क्रुद्ध होऊन गेलेल्या भीम आणि राक्षस ह्या उभयतांमध्यें युद्ध सुरू झालें. ते उभयतां महाबलाढ्य मेघांप्रमाणें गर्जना करून व आरोळ्या ठोकीत वृक्ष उपटून घेऊन परस्परांवर प्रहार करूं लागले. ते महाबलाढ्य वीर मांड्यांचा तडाखा देऊन मोठमोठे वृक्ष मोडून पाडूं लागले व परस्परांचा वध करण्याच्या उद्देशानें एकमेकांवर आवेशानें धावून जाऊं लागले. स्त्रीची इच्छा करणारे वाली आणि सुग्रीव ह्या उभयतां बंधूंमध्यें पूर्वीं ज्या प्रकारचें युद्ध झालें होतें, त्याच प्रकारचें वृक्षांना नामशेष करून सोडणारें युद्ध त्या उभयतांमध्यें झालें. ते उभयतां वारंवार गर्जना करीत करीत वृक्ष क्षणभर फिरवून परस्परांवर प्रहार करूं लागले. अशा रीतीनें युद्ध चालून त्या प्रदेशांतील सर्वही वृक्ष जेव्हां उपटून पडले व परस्परांचा वध करण्याच्या इच्छेनें प्रहार करून जेव्हां त्यांच्या बारीक बारीक चिंबोळ्या होऊन गेल्या, तेव्हां, हे भरतकुलोत्पन्ना, ज्याप्रमाणें दोन पर्वतश्रेष्ठांनीं मोठमोठाले मेघ घेऊन युद्ध करावें, त्याप्रमाणें ते क्षणभर शिळा घेऊन युद्ध करूं लागले; आणि कोपाविष्ट होऊन अत्यंत जोरानें जाणाऱ्या वज्राप्रमाणें त्या प्रचंड आणि भयंकर शिळा फेंकून परस्परांवर प्रहार करूं लागले. नंतर सामर्थ्याचा दर्प चढलेले ते उभयतां हत्तींप्रमाणें परस्परांवर चालून जाऊन हातांनीं धरून परस्परांस ओढून अत्यंत भयंकर असे मुष्टिप्रहार करूं लागले; तेव्हां त्या महात्म्यांच्या शरीरांतून 'फट्फट्' असा आवाज होऊं लागला. तद्नंतर पांच फणांच्या सर्पाप्रमाणें असलेल्या आपल्या हाताची मूठ वळून भीमानें वेगानें त्या दैत्याच्या मानेवर मारली व त्याच्या बाहूचा आघात होतांच तो राक्षस थकून गेला. तेव्हां तो अतिशय दमला आहे असें पाहून महाबाहु देवतुल्य भीमसेन लागलीच त्याच्या जवळ गेला आणि त्यानें आपल्या हातांनीं त्याला वर फेंकून तो खालीं पडल्यानंतर त्याला चेंचून त्याचे सर्वही अवयव चूर करून टाकले व मानेवर हाताचा तळवा हाणून त्यानें त्याचें मस्तक शरिरापासून वेगळें करून सोडिलें ! तेव्हां, ज्याप्रमाणें वृक्षावरून एखादें फळ तुटून पडावें त्याप्रमाणें भीमाच्या सामर्थ्यानें तें जटासुराचें शिर तुटून पडलें ! त्या वेळीं तें दांतओंठ खात आहे आणि त्याचे डोळे गरगरां फिरत आहेत असें दिसत होतें. तसेंच पडते वेळीं तें रक्तानें लिंपून गेलेलें होतें. असो; ह्याप्रमाणें त्या जटासुराचा वध करून, देव ज्याप्रमाणें इंद्राची स्तुति करितात त्याप्रमाणें ब्राह्मणश्रेष्ठ स्तुति करीत असतां तो भीमसेन युधिष्ठिरांकडे आला.

यक्षयुद्धपर्व.

अध्याय एकशें अठ्ठावन्नावा.

—:०:—

गंधमादनवर्णन.

वैशंपायन ह्मणाले:—त्या राक्षसाला ठार केल्यानंतर पुनरपि नरनारायणाश्रमास येऊन कुंतीपुत्र प्रभु धर्मराज वास्तव्य करूं लागला. पुढें एके वेळीं आपला भ्राता अर्जुन ह्याचें त्यास स्मरण झाल्यामुळें, आपले बंधु व द्रौपदी ह्यांस एकत्र जमवून तो असें बोलूं लागला.

युधिष्ठिर ह्मणाला:—आह्मी ह्या वनामध्यें संचार करीत असतां चार वर्षें निघून गेलीं. अर्जुनानें पांचव्या वर्षीं खास परत येण्याचा संकेत केला होता. ह्यास्तव, पर्वतांमध्यें श्रेष्ठ असणारा, प्रफुल्ल असे वृक्षसमुदाय आणि मदयुक्त झालेले कोकिल व भ्रमर ह्यांनीं युक्त असलेला, मयूर, चातक इत्यादिकांच्या आनंदित वृत्तीमुळें विभूषित दिसणारा, व्याघ्र, वराह, महिष, गवे, हरिणें, इतरही हिंस्र पशु आणि रुरुसंज्ञक मृग ह्यांचा संचार असलेला, सहस्रपत्र, शतपत्र, उत्पल, कमल, नीलोत्पल इत्यादिक प्रफुल्ल अशा कमलविशेषांनीं विराजमान दिसणारा, महापुण्यकारक, पवित्र आणि देवदैत्यादिकांनीं सेवित असा जो पर्वतराज कैलास, त्या ठिकाणीं आपण सर्व जाऊं. कारण, त्या ठिकाणींच आह्मीं त्याची मार्गप्रतिक्षा करण्याचा संकेत केलेला होता. तसेंच, पूर्वीं त्या निस्सीम तेजस्वी अर्जुनानेंही मजपाशीं ठराव केला होता कीं, 'मी पांच वर्षें धनुर्विद्या शिकण्यासाठीं राहीन.' तेव्हां आतां आपण त्या ठिकाणीं जाऊन, गांडीव धनुष्य धारण करणारा शत्रुमर्दक अर्जुन अस्त्रें संपादन करून देवलोकांतून फिरून इहलोकीं आल्यानंतर त्याला अवलोकन करूं.

राजा, असें बोलून पाडुपुत्र युधिष्ठिरानें सर्व ब्राह्मणांचा विचार घेतला; आणि त्या तपोनिष्ठांना तसें करण्याचें कारणही सांगितलें. नंतर त्यांनीं आनंदित झालेल्या व उग्र तपश्चर्येनें युक्त असणाऱ्या त्या मुनींना प्रदक्षिणा घातली, तेव्हां ब्राह्मणांनींही त्यांना अनुमोदन दिलें. ते ह्मणाले, "हे भरतकुलश्रेष्ठा धर्मज्ञा युधिष्ठिरा, सांप्रत तुला जरी हे क्लेश भोगावे लागत आहेत, तरी ह्यांच्या योगानें शेवटीं तुला सुख होणार आहे. तुझें अकल्याण न होतां तूं सुखरूपपणें ह्या दुःखांतून पार पडून लवकरच सुखानें व उत्कृष्टपणें पृथ्वीचें पालन करूं लागशील."

हें त्या तपस्व्यांचें भाषण बहुमानपूर्वक ऐकून घेऊन तो शत्रुतापन राजा, ते ब्राह्मण आणि आपले बंधु ह्यांसहवर्तमान तेथून निघाला. त्या वेळीं घटोत्कचादि राक्षस त्याच्या मागून चालले होते व लोमश मुनि त्याचें संरक्षण करीत होते. तो उत्कृष्ट नियमनिष्ठ महातेजस्वी राजा कांहीं कांहीं ठिकाणीं आपल्या बंधूंसहवर्तमान पायांनीं चालत असे व कोठें कोठें राक्षस त्याला खांद्यावर घेत असत. ह्याप्रमाणें राजा युधिष्ठिर नानाप्रकारच्या क्लेशांचें मनामध्यें चिंतन करीत करीत सिंह, व्याघ्र, गज इत्यादिकांनीं व्याप्त असलेल्या उत्तरदिशेकडे प्रयाण करूं लागला. त्या वेळीं त्याला कैलास, मैनाक आणि श्वेतनामक पर्वत व गंधमादनाचे कांहीं कांहीं फांटे ह्यांचें दर्शन होत होतें; व पर्वतांच्या वरच्या प्रदेशांवर उत्कृष्ट अशा अनेक नद्या दृष्टिगोचर होत होत्या. ह्याप्रमाणें जातां जातां सतराव्या दिवशीं तो पवित्र अशा हिमवान् पर्वताच्या पृष्ठभागीं गेला. राजा, गंधमादन पर्वताच्या जवळच असणाऱ्या नानाप्रकारच्या वृक्षांनीं

व लतांनीं व्याप्त अशा हिमालयाच्या पवित्र पृष्ठभागावर पाण्याच्या भोंवऱ्यांनीं व प्रफुल्ल अशा वृक्षांनीं वेष्टिलेला वृषपर्व्याचा अत्यंत पवित्र आश्रम पांडवांनीं अवलोकन केला. तेव्हां श्रम परिहार होऊन त्या शत्रुमर्दक पांडवांनीं तो महात्मा राजर्षि वृषपर्वा ह्याजपुढें जाऊन नमस्कार केला. तेव्हां त्या राजर्षीनें आपल्या पुत्रांप्रमाणें त्या भरतश्रेष्ठांचें अभिनंदन करून त्यांचा सत्कार केला. नंतर ते शत्रुमर्दक पांडव सात दिवस तेथें राहिले व आठवा दिवस उजाडतांच त्या लोकप्रख्यात वृषपर्वा मुनीचा निरोप घेऊन त्यांनीं पुढें जाण्याचें मनांत आणिलें. नंतर आपल्या बंधूंप्रमाणें मान्य असणाऱ्या आपल्या जवळच्या ब्राह्मणांपैकीं प्रत्येक ब्राह्मणाची नामनिर्देशपूर्वक ओळख करून देऊन त्यांनीं वृषपर्व्याकडे जशी एखादी ठेव ठेवावी तद्वत् त्यांना ठेविलें; अवशिष्ट राहिलेला आपला परिवारही त्या महात्म्याच्या स्वाधीन केला; आणि, राजा, त्या पांडवांनीं आपलीं यज्ञपात्रें, रत्नें आणि अलंकार हीं सर्व वृषपर्व्याच्या आश्रमांत ठेवलीं. तदनंतर, भूतभविष्यकालाचें ज्ञान असलेल्या चतुर अशा त्या धर्मवेत्त्या मुनीनें भरतकुलश्रेष्ठ पांडवांस पुढें काय काय करावयाचें तें आपल्या पुत्रांप्रमाणें शिकविलें. नंतर त्याची अनुज्ञा घेऊन ते महात्मे उत्तरदिशेकडे प्रयाण करूं लागले. ते निघूं लागतांच राजर्षि वृषपर्वा त्यांना पोंहोंचवावयास गेला व पांडवांचें संरक्षण करण्याविषयीं ब्राह्मणांना सांगून व आपणही आशीर्वाद देऊन त्यांचें अभिनंदन करून व त्यांना मार्ग दाखवून परत फिरला.

नंतर अमोघपराक्रमी कुंतीपुत्र युधिष्ठिर आपल्या बंधूंसहवर्तमान—अनेक प्रकारच्या मृगसमुदायांनीं सेवित—अशा कैलासाकडे जावयास निघाला. तेथून निघाल्यानंतर अनेक प्रकारच्या वृक्षांनीं निरुद्ध झालेल्या पर्वतांच्या टेंकड्यांवर मुक्काम करीत करीत चौथ्या दिवशीं ते पांडव त्या पर्वतावर गेले. ह्या पर्वताची कांति प्रचंड अशा मेघासारखी दिसत असून त्याच्या आसमंताद्भागीं जलप्रवाह चाललेले होते; पुढें रत्नें, सुवर्ण, रौप्य इत्यादिकांचे नानाप्रकारचे पर्वत ठिकठिकाणीं अवलोकन करीत करीत ते वृषपर्व्यानें सांगितलेल्या मार्गाच्या अनुरोधानें गमन करूं लागले. ह्यामुळें त्या पर्वताच्या वरच्या वरच्या भागीं असणाऱ्या अत्यंत दुर्गम अशा गुहा व गमन करण्यास कठीण असे अनेक प्रदेश ह्यांतून ते सुखरूपपणें पार निघून गेले. ह्या वेळीं धौम्य, द्रौपदी, पांडव आणि महर्षि लोमश हे सर्वजण अगदीं बरोबर चालले होते; त्यांतील कोणीही मागें राहिला नव्हता. ह्याप्रमाणें जाऊं लागल्यानंतर पशु-पक्षी ह्यांच्या ध्वनीनें भरून गेलेला, अनेक प्रकारच्या अयुतावधि लता आणि वृक्ष ह्यांनीं व्याप्त असलेला, वानरसमुदायांनीं सेवित, कमलयुक्त सरोवरें असलेला, व लहान लहान सरोवरांनीं युक्त अशा मोठमोठ्या अरण्यांनीं विराजमान असा जो अत्यंत रमणीय आणि पवित्र महापर्वत माल्यवान् त्याजवर ते गेले; व तेथून किन्नरांचें वसतिस्थान व सिद्ध आणि चारण ह्यांचें वास्तव्य असलेला गंधमादन पर्वत त्यांनीं अवलोकन केला. तेव्हां आनंद झाल्यामुळें त्यांच्या शरीरावर रोमांच उभे राहिले. नंतर विद्याधर आणि किन्नरस्त्रिया ह्यांचा संचार असलेलें, हत्तींच्या कळपांचें वसतिस्थान, अयुतावधि सिंह आणि व्याघ्र ह्यांनीं युक्त असलेलें, शरभसंज्ञक पशूंच्या गर्जनेनें भरून गेलेलें, व नानाप्रकारच्या पशूंनीं सेवित असलेलें त्या गंदमादन पर्वतावरील नंदनवनाच्या तोडीचें असें अंतःकरणास आनंदित करून सोडणारें जें अरण्य, त्यामध्यें ते वीर

पांडुपुत्र द्रौपदी आणि ते महात्मे ब्राह्मण ह्यांच्यासहवर्तमान—पक्ष्यांचे आनंददायक व कर्णमधुर असे उत्कृष्ट व रम्य आवाज श्रवण करीत—आनंदानें क्रमाक्रमानें शिरले. त्या वेळीं सर्व ऋतूंमध्यें येणाऱ्या फलभारानें युक्त असलेले, प्रत्येक ऋतूमध्यें येणाऱ्या पुष्पांमुळें सोज्ज्वळ दिसणारे व फलांच्या भारामुळें नम्र झालेले वृक्ष त्यांच्या दृष्टीस पडत होते. तसेंच आम्र, आम्रातक, नारळ, टेंबुरणी, मुंजालक, अंजीर, डाळिंब, महाळुंग, फणस, ओंट, केळी, खजूर, आम्लवेतस, पारावत, क्षौद्र, रम्य असे नीपवृक्ष, बिल्व, कवठ, जांभूळ, शिवण, बोर, पायरी, उंबर, वड, अश्वत्थ, खिरणी, बिब्बे, आवळी, हिरडे, बेहडे, हिंगणमिट्टे, करवंदी, अतिशय जोरदार असे टेंबुरणीचे वृक्ष व आणखीही नानाप्रकारचे वृक्ष गंधमादनाच्या टेंकड्यांवर त्यांना दिसले. हे वृक्ष अमृताप्रमाणें गोड अशा फलांनीं भरून गेलेले होते. ह्यांशिवाय चंपक, अशोक, केतक, बकुल, नागचांफा, सातवीण, पांगारा, गुलाब, कुडे, मंदार, शतावरी, पारिजात, कांचन, देवदार, साग, ताड, तमाल, पिंपळ, हिंगुवृक्ष, सावर, केदारकुटकी, पळस, शिसवा, सरळ इत्यादिक वृक्षही त्यांनीं अवलोकन केले. ह्या वृक्षांवर चकोर, सुतारपक्षी, भ्रमर, पोपट, कोकीळ, चिमण्या, हारीत, तिलगिरू पक्षी, जीवंजीव, प्रियकसंज्ञक पक्षी, चातक आणि इतरही निरनिराळ्या प्रकारचे पक्षी बसून कर्णमधुर मंजूळ शब्द करीत होते. तसेंच आसमंताद्भागीं जल वहात असलेलीं व चंद्रविकासी, सूर्यविकासी, आरक्तवर्ण, नीलवर्ण, आणि सुगंधि इत्यादि प्रकारच्या कमलांनीं सर्वत्र व्याप्त होऊन गेलेलीं, राजहंस,चक्रवाक, कुररी, पाणकोंबडे, करडुवा, पुंडेरी, हंस, बगळे, पाणकावळे आणि इतरही जलचर पक्षी ह्यांची गर्दी असलेलीं अशीं सरोवरेंही त्या पुरुषश्रेष्ठांनीं गंधमादन पर्वताच्या कड्यांवर अवलोकन केलीं. ह्या सरोवरांमध्यें कमलांतून गळणारा मकरंद प्राशन केल्यामुळें मदयुक्त होऊन आळशी बनलेले व कमलाच्या मध्यभागांतून गळणारा पराग व केसरें ह्यांच्या संपर्कानें आरक्तवर्ण होऊन गेलेले भ्रमर मंजूळ आवाज करीत होते व कमलसमुदायांच्या योगानें सर्वत्र सुशोभित दिसत होते. तसेंच मेघरूपी वाद्यध्वनि श्रवण करितांच भयंकर रीतीनें वाढलेल्या मदनानें व्याकूळ होऊन लांडोरींसहवर्तमान लतांच्या जाळ्यांमध्यें जाऊन पंखें चित्रविचित्र पसरून नृत्य करणारे व कर्णमधुर अशा संगीतध्वनीप्रमाणें मंजूळ केकाध्वनि करणारे, वनांत राहण्याविषयीं अत्यंत लुब्ध असलेले व मदानें धुंद होऊन जाऊन विलासामध्यें गुंग झालेले मयूरही त्यांच्या दृष्टीस पडले. त्या ठिकाणीं कांहीं आपल्या प्रियांना बरोबर घेऊन रममाण होऊं लागलेले, कित्येक वेलींच्या शाखांनीं गुरफटून गेलेल्या कुडाच्या झाडांवर बसलेले, कित्येक मदोन्मत्त होऊन कुडाच्या डहाळ्यांवर आरोहण करणारे, कित्येक वृक्षांच्या ढोलींत असलेले व विस्तीर्ण पिसाऱ्यानें व्याप्त झाल्यामुळें मुकुटाप्रमाणें दिसणारे मयूर त्यांनीं अवलोकन केले. तसेंच पर्वतांच्या शिखरांवर असलेले मदनाचें जणू तोमरसंज्ञक आयुधच असे सुवर्णवर्ण पुष्पांनीं युक्त असलेले मोठमोठे सिंधुवारसंज्ञक वृक्ष,कानावर ठेवण्याच्या तुऱ्यांप्रमाणें दिसणाऱ्या अनेक पुष्पांनीं युक्त असलेले प्रफुल्लित असे कर्णिकारवृक्ष, आणि वनांतील वृक्षसमूहांच्या मध्यभागीं असणारे, अवलोकन होतांच कामवशता व उत्कंठा उत्पन्न करणारे, मदनाचे जणू बाणसमूहच असे कुरबक (कोरांटी) संज्ञक क्षुप (झुडपें)

आणि वनपंक्तीला लावलेले जणू उत्कृष्ट प्रकारचे तिलकच असे शोभायमान तिलकवृक्ष हे त्यांनीं अवलोकन केले. त्यांजवर भ्रमरांचे गुंजारव सुरू असून मंजिरींच्या योगानें ते विराजमान झालेले होते. त्या पर्वतांच्या टेंकड्यांवर आरक्तवर्ण, कज्जलाप्रमाणें कांति असलेलीं अर्थात् कृष्णवर्ण व वैदूर्य रत्नांसारखीं दिसणारीं पुष्पें आल्यामुळें अनेक वृक्ष विराजमान होऊन राहिलेले होते. तसेंच साग, तमाल, गुलाब, बकुल इत्यादिक वृक्ष प्रफुल्ल झाले असल्यामुळें ते पर्वतांच्या शिखरांवर चिकटून बसलेल्या पुष्पमालांप्रमाणें दिसत होते. त्याचप्रमाणें त्या पांडवांना पर्वतांच्या टेंकड्यांवर स्फटिकाप्रमाणें स्वच्छ कांति असलेलीं, श्वेतवर्ण पंखें असलेल्या राजहंस, सारस इत्यादि पक्ष्यांनीं विराजमान, सूर्यविकासी, नीलवर्ण इत्यादिक प्रकारच्या कमलांनीं व्याप्त होऊन गेलेलीं, व थंडगार पण शरीरास सुखदायक असें जल असलेलीं अनेक सरोवरेंही दिसलीं.

ह्याप्रमाणें सुगंधयुक्त माळा, स्वादिष्ट फलें, रमणीय सरोवरें आणि सुंदर वृक्ष ह्यांजकडे आश्चर्यामुळें विकसित झालेल्या नेत्रांनीं अवलोकन करीत करीत ते वीर त्या ठिकाणीं प्रवेश करूं लागले. त्या वेळीं साधारण नीलवर्ण, सुगंधि आणि श्वेतवर्ण अशा कमलांचा सुगंध येत असलेला व स्पर्शाच्या योगानें शरीरास सुख देणारा वायु त्यांच्या अंगाला लागत होता. पुढें युधिष्ठिर भीमाला प्रेमपूर्वक असें ह्मणाला, "अहाहा! भीमा, हें गंधमादन पर्वतावरील अरण्य किती तरी रमणीय दिसत आहे! अंतःकरणास गुंग करून सोडणाऱ्या ह्या अरण्यामध्यें दिव्य असे वनतरु व पत्रें, पुष्पें आणि फळें ह्यांच्या योगानें युक्त असलेल्या नानाप्रकारच्या लताही आहेत. प्रफुल्ल पुष्पांनीं युक्त असल्यामुळें व कोकिलांच्या समुदायांनीं व्याप्त होऊन गेल्यामुळें हे वृक्ष शोभिवंत दिसत आहेत. ह्या वृक्षांमध्यें कोणताही वृक्ष कंटकयुक्त नाहीं, अथवा कोणताही पुष्पें न आलेला असा नाहीं. तसेंच ह्या गंधमादनाच्या टेंकड्यांवर सर्वही वृक्ष सुंदर अशा पल्लवांनीं व फलांनीं युक्त आहेत. भीमा, हीं पहा सरोवरें! ह्यांतील कमलें प्रफुल्ल झालीं असून भ्रमरांच्या गुंजारवामुळें हीं विशेष रम्य दिसत आहेत; ह्यांतील जलांमध्यें हत्तीणी प्रवेश करून जोरानें पाणी हालवून टाकीत आहेत. हें पहा दुसरें सरोवर! हें कमलें आणि उत्पलें ह्यांच्या मालांनीं युक्त असल्यामुळें पुष्पमाला धारण करणाऱ्या मूर्तिमंत अशा प्रत्यक्ष लक्ष्मीप्रमाणेंच दिसत आहे. ह्या पर्वतावरील उत्कृष्ट प्रकारच्या अरण्यामध्यें नानाप्रकारच्या पुष्पगंधांनीं भरून गेलेले व भ्रमरांकडून गुंजारवाच्या मिषानें जणूं स्तवन केले जाणारे अनेकवृक्ष विराजमान दिसत आहेत. भीमा, हे पहा सभोंवतीं दिसणारे सुंदर प्रदेश! हे जणू देवांच्या उपवनासारखे दिसत आहेत. भीमा, ज्या ठिकाणीं मनुष्यांचा संचार होणें अशक्य आहे अशा ह्या प्रदेशामध्यें आल्यामुळें खरोखर आह्मी सिद्धतुल्य बनून गेलों आहों. भीमा, अग्रभागीं पुष्पें असलेले व लतांनीं वेष्टिलेले प्रफुल्ल असे उत्कृष्ट वृक्ष ह्या गंधमादन पर्वताच्या टेंकड्यावर सुशोभित दिसत आहेत. भीमा, लांडोरींना बरोबर घेऊन संचार करणाऱ्या मयूरांचा पर्वतांच्या टेंकड्यांवर होत असलेला हा टाहो ऐक! हे पहा चकोर, सुतारपक्षी; मदोन्मत्त झालेले कोकिळ व सारिका हे पक्षी प्रफुल्ल झालेल्या मोठमोठ्या वृक्षांवर जात आहेत. भीमा, ह्या वृक्षांच्या अग्रभागीं अतिशय लाल पीत आणि साधारण आरक्तवर्ण असे पक्षी बसलेले आहेत. अनेक जीवजीव पक्षी हिरव्यागार आणि साधारण तांबूस अशा तृणभूमीच्या

जवळ बसून परस्परांकडे अवलोकन करीत आहेत. पर्वतांवरील झऱ्यांवर हे सारसपक्षी दिसत असून ते व भृंगराज, चक्रवाक आणि कंक हे पक्षी मधुर शब्द करीत आहेत. कमलाप्रमाणें शरीरकांति असलेले व अनेक ताडवृक्षां इतके उंच असणारे हे चार दांतांचे हत्ती बरोबर हत्तिणींला घेऊन वैदूर्यरत्नाप्रमाणें स्वच्छ असलेलें ह्या मोठ्या सरोवरांतील पाणी खवळून सोडीत आहेत. ह्या पर्वताच्या शिखरांवरून निघालेल्या नानाप्रकारच्या झऱ्यांतील जलधारा खालीं पडत आहेत. कोठें कोठें सूर्यकांतीप्रमाणें चकाकणारे आणि कांहीं ठिकाणीं शरत्कालीन मेघांप्रमाणें दिसणारे नानाप्रकारचे रौप्यादिक धातु ह्या महापर्वतास शोभा देत आहेत. कांहीं ठिकाणीं हे धातु कज्जलाप्रमाणें कृष्णवर्ण व कोठें कोठें सुवर्णाप्रमाणें चकाकणारे आहेत. तसेंच हरताळ, मनशीळ, हिंगुळ इत्यादि धातूंनीं युक्त असलेल्या गुहा ह्या संध्याकालीन मेघसमुदायांप्रमाणें दिसत आहेत. ह्या पर्वतावरील कित्येक धातु सशाच्या व कित्येक रक्ताच्या वर्णाप्रमाणें असल्यामुळें ते शुभ्रवर्ण आणि कृष्णवर्ण अशा मेघांप्रमाणें भासत आहेत. हे प्रभातकालीन सूर्याप्रमाणें कांति असलेले अनेक प्रकारचे अत्यंत तेजस्वी धातु ह्या पर्वतास शोभा देत आहेत. तसेंच, भीमा, वृषपर्व्यानें सांगितल्याप्रमाणें ह्या पर्वतशिखरांवर गंधर्व आपल्या स्त्रिया व किन्नर ह्यांसहवर्तमान दृष्टिगोचर होत आहेत. भीमा, हा पहा सर्वही प्राण्यांचें हृदय आकर्षण करणारा समताल अशा गायनांचा आणि सामवेदाचा अनेक प्रकारचा ध्वनि ऐकूं येत आहे. ही पहा राजहंसाचा संचार असलेली व ऋषि आणि किन्नर ह्यांनीं सेवन केलेली पवित्र व उत्कृष्ट अशी महागंगासंज्ञक देवनदी. हे शत्रुमर्दना, नानाप्रकारचे धातु, नद्या, किन्नर, पशु, पक्षी, गंधर्व, अप्सरा, रम्य अशीं अरण्यें, नानाप्रकारच्या आकारांचे शंभर फणांचे सर्प ह्यांनीं आसमंताद्भागीं व्याप्त होऊन गेलेला हा पर्वतराज अवलोकन कर.

वैशंपायन ह्मणाले:—ह्याप्रमाणें ते शूर पांडव अत्यंत उत्कृष्ट अशा प्रदेशामध्यें गेल्या-नंतर त्यांचें अंतःकरण आनंदित झालें. तथापि त्या पर्वतश्रेष्ठाकडे कितीही वेळ अवलोकन केलें तरी त्या शत्रुतापनांची तृप्ति होईना. पुढें जातां जातां माला करण्यास योग्य अशा पुष्पांनीं युक्त असलेल्या व फळें आलेल्या वृक्षांनीं युक्त असणारा राजर्षि आर्ष्टिषेण ह्याचा आश्रम त्यांच्या दृष्टीस पडला. तेव्हां ते तीव्र तपश्चर्या करणाऱ्या, कृश, शिरांनीं शरीर व्याप्त झालेल्या व सर्व धर्मांमध्यें पारंगत असलेल्या त्या आर्ष्टिषेण मुनीकडे गेले.

अध्याय एकशें एकोणसाठावा.

—:०:—

आर्ष्टिषेणयुधिष्ठिरसंवाद.

वैशंपायन ह्मणाले:—तपश्चर्येच्या योगानें आपलें पातक दग्ध करून सोडलेल्या आर्ष्टिषेण मुनीजवळ गेल्यानंतर युधिष्ठिरानें आनंदित होऊन त्यास आपलें नांव सांगून मस्तकानें प्रणाम केला. नंतर द्रौपदी, भीम आणि अत्यंत तपोनिष्ठ असे नकुलसहदेव हेही त्या राजर्षीला मस्तकानें प्रमाण करून त्याच्या सभोंवतीं उभे राहिले. तसेंच पांडवांचा पुरोहित धर्मवेत्ता धौम्य हाही यथायोग्य आचरण करून प्रशंसनीय व्रतसंपन्न असलेल्या त्या मुनीजवळ गेला. ते तेथें जातांच त्या धर्मज्ञ मुनीनें ‘ हे कुरुकुलश्रेष्ठ पांडुपुत्र आहेत ’ असें दिव्य दृष्टीनें ओळखिलें आणि त्यांना ‘ बसा ’ ह्मणून सांगितलें. पुढें धर्मराज आपल्या बंधूसहवर्तमान तेथें बसल्यानंतर त्यांचा बहु-

मान करून त्या महातपस्वी आर्ष्टिषेणानें त्यास कुशलप्रश्नपूर्वक विचारिलें कीं, "हे कुंतीपुत्रा, तुझी प्रवृत्ति असत्याकडे नाहीं ना ? तूं धर्माप्रमाणें वागतोस ना ? आपल्या मातापितरांचे जे आचार आहेत ते तुझ्या हातून ढळलेले नाहींत ना ? वडील मनुष्यें, वृद्ध लोक आणि विद्वान् ह्यांचा तूं बहुमान करितोस ना ? धर्मा, तुला पापकर्म करण्याविषयीं वासना होत नाहीं ना ? हे कुरुकुलश्रेष्ठा, पुण्यकर्म योग्य प्रकारें करणें आणि पातकाचा त्याग करणें ह्यांचें तुला ज्ञान आहे ना? तूं उगीच आत्मश्लाघा करीत नाहींस ना ? तुजकडून योग्य प्रकारें सत्कार पावून सज्जन आनंद पावतात ना ? धर्मा, वनामध्यें वास करीत असतांनाही तूं धर्माच्याच अनुरोधानें वागत आहेस ना ? तुझ्या वर्तनानें धौम्याला त्रास होत नाहीं ना? धर्मा,दान, धर्म, तपश्चर्या, शुचिर्भूतपणा, सरलता आणि सहनशीलता इत्यादिकांचें आचरण करून तूं आ- आपल्या वाडवडिलांनीं आचरण केलेल्याच सदाचारास अनुसरून वागत आहेस ना ? हे पांडुपुत्रा, राजर्षि ज्या मार्गानें जातात त्याच मार्गानें तूं जात आहेस ना ? धर्मा, आपल्या कुलामध्यें पुत्र किंवा नातू उत्पन्न झाला ह्मणजे पितृलोकामध्यें असणारे पितर शोक करूं लागतात व आनंदामुळें हास्यही करूं लागतात. कारण, तो जर पापाचरण करूं लागला तर आम्हांला कोणत्या प्रकारची दुर्गति भोगावी लागेल असा विचार मनांत आल्यामुळें त्यांना शोक होतो; आणि त्यानें पुण्यकर्म केलें असतां आम्हांला कोणत्या प्रकारची सद्गति मिळेल, हा विचार मनांत येऊन त्यांस आनंद होतो. हे कुंतीपुत्रा, पिता, माता, अग्नि आणि गुरु हीं चार आणि पांचवा आपला आत्मा हीं ज्यास संमाननीय वाटतात, त्याला इह आणि पर हे दोनही लोक अगदीं हस्तगत झालेले असतात."

युधिष्ठिर ह्मणाला:—आपण मला जो हा उत्कृष्ट प्रकारचा धर्मनिश्चय सांगितला,तो अगदीं बरोबर आहे. मी यथाविधि, यथायोग्य व यथाशक्ति ह्या धर्माचें आचरण करीत असतों.

आर्ष्टिषेण ह्मणाला:—हे कुंतीपुत्रा, जल आणि वायु भक्षण करणारे व आकाशांतून गमन करणारे मुनिश्रेष्ठ हे पर्वसंधीच्या वेळीं ह्या पर्वतश्रेष्ठावर येत असतात. तसेंच, कामवासनायुक्त असलेले किन्नर आपल्या सुंदर स्त्रियांना बरोबर घेऊन ह्या पर्वतशिखरावर वास्तव्य करून परस्परांस अनुकूल अशा रीतीनें वागत आहेत, असें दिसून येतें. ज्यांस धूलिस्पर्श होत नाहीं अशीं रेशमी वस्त्रें परिधान करून गंधर्व आणि अप्सरा ह्यांचे अनेक समुदाय येथें आलेले दिसतात. तसेंच,ज्याचें दर्शन होतांच अंत:करणामध्यें प्रेम उत्पन्न होतें असे पुष्पमाला धारण करणारे विद्याधरसमूह, मोठमोठ्या सर्पांचे समुदाय आणि सुपर्ण, नाग इत्यादिक ह्या ठिकाणीं दृष्टिगोचर होतात. पौर्णिमा आणि प्रतिपदा व अमावास्या आणि प्रतिपदा ह्यांच्या संधिकालीं ह्या पर्वताच्या ऊर्ध्वभागीं भेरी, पणव, शंख आणि मृदंग ह्यांचाही ध्वनि ऐकूं येतो. तथापि, हे भरतकुलश्रेष्ठहो, आपण सर्वांनीं येथेंच राहून तें सर्व श्रवण करावें. कोणत्याही प्रकारें तेथें जाण्याचें मनांत आणूं नये आणि तेथें तुह्मांला जातां येणेंही शक्य नाहीं. कारण, हे भरतकुलश्रेष्ठहो; तेथें देवांचा क्रीडाप्रदेश असून मनुष्यांची गति नाहीं. हे भरतकुलोत्पन्ना, ह्या ठिकाणीं मनुष्यानें जर थोडा का चपलपणा केला, तर सर्वही प्राणी त्याचा द्वेष करूं लागतात; आणि राक्षस त्याला ताडन करूं लागतात. युधिष्ठिरा, ह्या कैलासशिखराच्या पलीकडे परमसिद्ध अशा देवर्षींचा संचारप्रदेश प्रकाशमान आहे; ह्यामुळें, हे शत्रुमर्दना कुंती

पुत्रा, चळवळ्या स्वभावामुळें जर कोणी येथून पुढें गेला तर त्याला राक्षस लोहमय शूलानें ताडन करितात. बा युधिष्ठिरा, पूर्वीं सांगितलेल्या पर्वसंधीच्या वेळीं अप्सरांचा परिवार बरोबर असलेल्या व मनुष्याचें वाहन असलेल्या ऐश्वर्यसंपन्न कुबेराचें ह्या ठिकाणीं दर्शन होतें. तो यक्षराक्षसांचा अधिपति ह्या पर्वताच्या शिखरावर येऊन बसला ह्मणजे उदय पावलेल्या सूर्याप्रमाणें त्याजकडे सर्वही प्राणी अवलोकन करितात. हे भरतकुलश्रेष्ठा, हें पर्वतशिखर ह्मणजे देव, दानव, सिद्ध आणि कुबेर ह्यांचें उद्यान होय. ह्या गंधमादन पर्वतावर पर्वसंधीच्या वेळीं कुबेराजवळ बसून गायन करणाऱ्या तुंबरूचा समगायनध्वनि ऐकू येतो. बा युधिष्ठिरा, अशा प्रकारच्या ह्या आश्चर्यकारक गोष्टी पर्वसंधीच्या वेळी सर्वही प्राण्यांस अनेक प्रकारें पहावयास मिळतात. असो; हे पांडवश्रेष्ठहो, आतां अर्जुनाची भेट होईपर्यंत तुह्मी मुनिजनांस योग्य असे भक्ष्य पदार्थ आणि स्वादिष्ट फळें भक्षण करून येथेंच रहा. बा युधिष्ठिरा, येथें आल्यानंतर चपलपणा करितां कामा नये, ह्या ठिकाणीं आपल्या इच्छेप्रमाणें आणि श्रद्धेनुरूप वास्तव्य करून विहार केलास ह्मणजे, बा युधिष्ठिरा, पुढें शस्त्रांनीं पृथ्वी जिंकून घेऊन तूं तिचें पालन करिशील.

अध्याय एकशें साठावा.

--:०:--

भीमसेनास द्रौपदीचें सांगणें.

जनमेजय विचारतो:---गंधमादन पर्वतावर असणाऱ्या त्या आर्ष्टिषेणाच्या आश्रमामध्यें माझे पितामहरूपी पूर्वज दिव्यपराक्रमशाली महात्मे सर्वही पांडुपुत्र किती वेळपर्यंत राहिले? आणि अत्यंत बलवान् पौरुषसंपन्न आणि महावीर्यवान् असे ते पांडव त्या ठिकाणीं काय करीत होते? त्याचप्रमाणें, हे साधुश्रेष्ठा, त्या ठिकाणीं वास्तव्य करीत असतां ते लोकवीर कोणत्या प्रकारचीं भक्ष्यें भक्षण करीत होते, हें मला आपण सांगा. त्यांतूनही भीमसेनाच्या पराक्रमाचें विस्तृतपणें वर्णन करा. त्या महाबाहूनें हैमवत पर्वतावर असतां काय काय केलें? हे द्विजश्रेष्ठा, पुनरपि त्यांचें यक्षांशीं युद्ध झालें नाहीं ना? पांडवांची आणि कुबेराची भेट झाली काय? कारण, तेथें कुबेरही येतो असें आर्ष्टिषेणानें सागितलें होतें. हे तपोधना, हें सर्व विस्तृतपणें ऐकावें अशी माझी इच्छा आहे. कारण, त्यांचीं कृत्यें कितीही ऐकलीं तरी माझी तृप्ति होत नाहीं.

वैशंपायन ह्मणाले:---त्या निस्सीमतेजस्वी आर्ष्टिषेण मुनीचें तें हितकारक असें आज्ञारूपी भाषण ऐकून ते भरतकुलश्रेष्ठ सदैव त्याप्रमाणें वागूं लागले; आणि, हे भरतकुलश्रेष्ठा, मुनींस योग्य अशा स्वादिष्ट फलांचा आणि शुद्ध बाणांच्या योगानें वध केलेल्या हरिणांच्या पवित्र मासाचा अहार करीत व नानाप्रकारच्या क्षत्रियोचित मद्याचें प्राशन करीत ते पांडुपुत्र त्या ठिकाणीं वास्तव्य करूं लागले. ह्याप्रमाणें आचरण करीत व लोमशमुनींनीं सांगितलेल्या नानाप्रकारच्या गोष्टी ते श्रवण करीत ते त्या ठिकाणीं वास्तव्य करूं लागले असतां पांचवें वर्ष लागलें. हे प्रभो, "कार्याच्या वेळीं मी आपणाकडे येईन' असें सांगून घटोत्कच सर्व राक्षसांना बरोबर घेऊन पूर्वींच निघून गेलेला होता. ते महात्मे पांडव आर्ष्टिषेणाच्या आश्रमामध्यें मोठमोठ्या आश्चर्यकारक गोष्टी अवलोकन करीत वास्तव्य करीत असतां पुष्कळ महिने लोटले. पांडव त्या ठिकाणीं रममाण होऊं लागल्यामुळें व विहार करूं लागल्यामुळें महाभाग्यशाली मुनि व चारण ह्यांना आनंद होऊन ते नियमनिष्ठ आणि

शुद्ध अंतःकरण असलेले लोक पांडवांच्या भेटीला येऊं लागले; आणि भरतकुलश्रेष्ठ पांडवही त्यांच्याशी उत्कृष्ट प्रकारच्या गोष्टी करूं लागले. पुढें कांहीं दिवस गेल्यानंतर, एका मोठ्या डोहामध्यें असलेला प्रचंड आणि कांतिसंपन्न असा नाग गरुडानें एकदम आकर्षण करून नेला; त्या वेळीं तो पर्वत डळमळूं लागला व वृक्ष उन्मूलन होऊन पडून चूर होऊं लागले. ही विस्मयकारक गोष्ट तेथें असणाऱ्या सर्वही प्राण्यांच्या व पांडवांच्या दृष्टीस पडली. ह्याच वेळीं वायूनें दिव्यसुगंधयुक्त आणि उत्कृष्ट प्रकारच्या पुष्पमाला त्या पर्वतश्रेष्ठाच्या अग्रावरून वाहून आणून पांडवांच्या जवळ सोडल्या. तेव्हां पांडव, त्यांचे मित्र आणि कीर्तिशालिनी द्रौपदी ह्यांनीं त्यांमध्यें असणारीं पंचरंगीं पुष्पें अवलोकन केलीं. पुढें एकदां पर्वतावरील निर्जन प्रदेशामध्यें महाबाहु भीमसेन सुखानें बसला असतां प्रसंग पाहून द्रौपदी त्याला म्हणाली कीं, "हे भरतकुलश्रेष्ठा, गरुड किंवा प्रचंड वायु ह्याप्रमाणें वेग असणारा ह्या पर्वतावरील वायु मोठ्या जोरानें पंचरंगी पुष्पें आणून सर्वही प्राण्यांसमक्ष अश्वरथा नदीजवळ टाकतो; तेव्हां त्या पर्वताचें अग्र फारच प्रेक्षणीय असेल. हे भरतकुलश्रेष्ठा, तुझा सत्यप्रतिज्ञ बंधु महात्मा अर्जुन ह्यानें खांडववनामध्यें गंधर्व, सर्प, राक्षस—इतकेंच नव्हे, तर प्रत्यक्ष इंद्र ह्या सर्वांना पिटाळून लावलें आणि मायावी अशा उग्र लोकांचा वध करून गांडीव धनुष्य संपादन केलें. हे इंद्रतुल्य सामर्थ्यसंपन्ना, तुझें देखील तेज अत्यंत मोठें असून बाहुबलही प्रचंड, दुःसह आणि अजिंक्य आहे. ह्यास्तव, हे भीमसेना, तुझ्या बाहूंच्या बलवत्तर वेगानें भयभीत होऊन सर्वही राक्षसांनीं ह्या पर्वताचा त्याग करून दाही दिशांकडे पळून जावें; आणि नंतर भीति व मोह ह्यांचा नाश झाल्यामुळें, चित्रविचित्र माला धारण करणारें असें ह्या पर्वतश्रेष्ठाचें उत्कृष्ट अग्र तुझ्या मित्रांनीं अवलोकन करावें असें पुष्कळ दिवसांपासून माझ्या मनाला वाटत आहे. तसेंच तुझ्या बाहुबलाच्या योगानें संरक्षण होऊन ह्या पर्वताचें अग्र अवलोकन करावें अशी माझीही इच्छा आहे."

भीमसेनाचें गंधमादनशिखरारोहण.

जनमेजया, ह्याप्रमाणें अर्जुनाला मोठेपणा देऊन द्रौपदीनें केलेला आपला तिरस्कार—चांगला वृषभ प्रहार सहन करीत नाहीं त्याप्रमाणें—त्या महाबाहु शत्रुतापन भीमसेनानें सहन केला नाहीं. तदनंतर श्रेष्ठ अशा सिंहासारखी गति असलेला, उत्कृष्ट सुवर्णाप्रमाणें कांतिमान्, बुद्धिशाली, बलवान्, दर्पयुक्त अभिमानी, शूर, आरक्तवर्ण नेत्र असलेला, स्कंधप्रदेश पुष्ट असलेला, मदोन्मत्त झालेल्या हत्तीप्रमाणें पराक्रम करणारा, सिंहासारख्या दंष्ट्रा असलेला, स्कंधप्रदेश विशाल असलेला, शंखासारखा कंठ असलेला व उंचीच्या मानानें वृक्षाच्या रोप्याप्रमाणें दिसणारा जो महाबाहु सर्वांगसुंदर भीम, त्यानें तत्काल सोन्याच्या पाठीचें धनुष्य, खड्ग आणि बाणांचे भाते ह्यांना हात घातला; व तीं घेऊन खवळून गेलेल्या सिंहाप्रमाणें किंवा मदोन्मत्त झालेल्या हत्तीप्रमाणें तो निर्भयपणें आणि निभ्रांतपणें त्या पर्वताकडे धावून गेला. तेव्हां एखादा सिंह किंवा मदोन्मत्त हत्ती ह्यांच्याप्रमाणें दिसणारा ते भीम हातीं धनुष्यबाण घेऊन येत आहे असें सर्वही प्राण्यांनीं अवलोकन केलें. तेथून गदा हातीं घेऊन निघाल्यानंतर तो पांडुपुत्र भीमसेन द्रौपदीचा आनंद वृद्धिंगत करीत करीत निर्भयपणें आणि निभ्रांतपणें त्या पर्वतश्रेष्ठावर जाऊन पोहोंचला. त्या वायुपुत्र भीमसेनाला ग्लानि, भीति, व्याकुलता अथवा मत्सर ह्यांचा केव्हांही स्पर्श

सुद्धां होत नसे. ह्यामुळें तो महाबलसंपन्न भीमसेन तेथून निघून दिसण्यांत भयंकर आणि दुर्गम असें त्याच पर्वताचें अनेक तालवृक्षांइतकें उंच शिखर पाहून त्यावर आरोहण करूं लागला. ह्याप्रमाणें किन्नर, महानाग, गंधर्व आणि राक्षस ह्यांना आनंदित करीत करीत पर्वताच्या अग्रभागीं आरोहण केल्यानतर त्या महाबलाढ्य भरतकुलश्रेष्ठास कुबेराच्य वसतिस्थानाचें दर्शन झालें. हें वसतिस्थान सुवर्णमय आणि स्फटिकांनीं बांधलेल्या अनेक मंदिरांनीं अलंकृत असून त्याच्या सभोंवतीं सुवर्णमय तट होता; हा तट त्यांमध्यें खचलेल्या सर्व प्रकारच्या रत्नांमुळें कांतिमान् दिसत होता; त्याच्या आसमंताद्भागीं सर्व प्रकारचीं उपवनें होतीं; तो पर्वतापेक्षांही उंच असून चिरेबंदी मजल्यांच्या योगानें सुशोभित दिसत होता; दारें, वेशी, बुरुज आणि ध्वज ह्यांच्या योगानें त्याला शोभा आली होती; त्याच्या आसमंताद्भागीं विलासिनी स्त्रिया उत्कृष्ट प्रकारें पुष्कळ नृत्य करीत होत्या; आणि वायूनें फडकत राहिलेल्या पताकांमुळें तो अलंकृत झालेला होता. ह्या वेळीं भीम धनुष्य खालीं टेंकून त्याच्या अग्रावर आपला बाहु ठेवून धनाधिपति कुबेराच्या नगराकडे सखेद अवलोकन करीत राहिला. त्या ठिकाणीं सर्व प्रकारचे सुगंध वाहणारा अतिशय सुखकारक असा गंधमादन पर्वतावरील वारा एकंदर प्राण्यांस आल्हादित करीत वाहत होता. तेथें चित्रविचित्र मंजिऱ्या फुटलेले व म्हणूनच अनेकरंगी दिसणारे, कल्पनातीत आणि अतिशय शोभायमान असे नानाप्रकारचे आश्चर्यकारक वृक्ष होते.

भीमसेन व राक्षस ह्यांचें युद्ध.

अशा प्रकारें, राजा, सभोंवतीं रत्नसमुदाय पडलेले व चित्रविचित्र पुष्पमालांनीं विभूषित असलेलें तें राक्षसाधिपति कुबेराचें वसतिस्थान अवलोकन केल्यानंतर, गदा, खड्ग व धनुष्य हातीं घेतलेला महाबाहु भरतश्रेष्ठ भीमसेन जीविताची पर्वा न करितां पर्वताप्रमाणें निश्चल पणें उभा राहिला; आणि शत्रूंच्या अंगावर रोमांच उभे राहतील अशा रीतीनें शंख वाजवून व धनुष्याच्या दोरीचा आणि करतलाचा शब्द करून सर्व प्राण्यांना मोहित करूं लागला. तो शब्द ऐकतांच यक्ष, राक्षस आणि गंधर्व ह्यांच्या अंगावर रोमांच उभे राहिले व ते त्या शब्दाच्या अनुरोधानें धावत त्या पांडुपुत्र भीमसेनाजवळ आले. त्या यक्षराक्षसादिकांनीं हातांमध्यें घेतलेलीं गदा, परिघ, शूल, शक्ति, खड्ग आणि परशु हीं आयुधें अतिशयच चमकत होतीं. हे भरतकुलोत्पन्ना, तेथें येतांच त्यांचें व भीमाचें युद्ध सुरू झालें. तेव्हां भीमानें महामायावी अशा त्या लोकांनीं आपल्यावर फेंकलेलीं शूल, शक्ति, परशु इत्यादिक आयुधें त्यांहूनही अतिशय वेग असलेल्या बाणांच्या योगानें छिन्नविछिन्न करून टाकलीं. तसेंच त्या महाबलाढ्य भीमानें आकाशामध्यें व भूमीवर राहून गर्जना करणाऱ्या राक्षसांचीं शरीरें अनेक बाणांच्या योगानें विद्ध करून सोडिलीं. ह्यामुळें गदा आणि परिघ हातीं घेतलेल्या राक्षसांच्या शरीरांतून त्या वेळीं रक्ताची मोठी प्रचंड वृष्टि जोरानें होऊं लागली; आणि त्या राक्षसांच्या शरीरांतून चोहोंकडे रक्ताच्या चिळकांड्या उडूं लागल्या. भीमाच्या बाहुबलानें फेंकलेल्या आयुधाच्या योगानें छिन्नविछिन्न होऊन गेलेलीं यक्षराक्षसांचीं शरीरें आणि मस्तकें दृष्टिगोचर होऊं लागलीं. ह्या वेळीं, ज्याप्रमाणें मेघसमूह सूर्यमंडलास आच्छादित करितात त्याप्रमाणें दर्शनमात्रानेंच प्रीति उत्पन्न करणाऱ्या पांडुपुत्र भीमसेनाला राक्षसांनीं वेढून आच्छादित केलें आहे असें सर्वही प्राण्यांच्या दृष्टीस पडूं लागलें. पण ज्या-

प्रमाणें सूर्य आपल्या किरणांनीं मेघांस आक्रांत करून सोडितो, त्याप्रमाणें त्या बलाढ्य अमोघपराक्रमी महाबाहु भीमसेनानें शत्रूंना ठार करणारे बाण सोडून त्या सर्व राक्षसादिकांना आक्रांत करून सोडिलें. ते सर्वही राक्षस भीमाच्या सभोंवतीं राहून त्याला दरडावीत होते व मोठमोठ्यानें गर्जना करीत होते; तथापि भीमसेनाला मोह उत्पन्न झाला आहे असें त्यांच्या दृष्टीस पडेना. तेव्हां प्रचंड आयुधें धारण करणाऱ्या त्या राक्षसांनीं पीडासूचक भयंकर ध्वनि केला. पुढें बळकट धनुष्य धारण करणाऱ्या भीमसेनानें संत्रस्त करून सोडल्यामुळें ते गदा, शूल, खड्ग, शक्ति आणि परशु हीं आयुधें जेथल्या तेथेंच टाकून देऊन दक्षिणदिशेकडे आले. त्या ठिकाणीं वक्षःस्थल विशाल असलेला आणि हातीं शूल व गदा धारण करणारा मणिमान् नांवाचा कुबेराचा एक महाबाहु असा मित्र होता. त्या महाबलाढ्य राक्षसानें पूर्वी आपला अधिकार आणि शौर्य हीं प्रकट केलेलीं होतीं. ते राक्षस परत आले आहेत असें पाहून तो हसल्यासारखें करून ह्मणाला, " अरे, तुह्मी पुष्कळजण असतां एकट्या मनुष्यानें संग्रामांत तुमचा पराजय केला, तेव्हां आतां कुबेराच्या नगरामध्यें गेल्यानंतर तुह्मी त्याला सांगाल तरी काय ?" असें बोलून तो राक्षस सर्वांच्या पुढें झाला आणि शक्ति, शूल व गदा हातीं घेऊन पांडुपुत्र भीमसेनावर धावून आला. मदोन्मत्त झालेल्या हत्तीप्रमाणें तो वेगानें धावून येत आहे असें पाहतांच भीमानें वत्सदंतसंज्ञक तीन बाणांचा त्याच्या बरगडीवर प्रहार केला. तेव्हां महाबलाढ्य मणिमानानेंही क्रुद्ध होऊन आपली प्रचंड गदा घेतली व भीमसेनावर फेंकली. ती विजेप्रमाणें दिसणारी महाभयंकर गदा आकाशांतून येतांच भीमसेनानें पाषाणासारखे दृढ असणारे अनेक बाण तिजवर नेम धरून सोडले. पण गदेवर जाऊन थडकतांच ते सर्वही बाण कुंठित झाले. कारण, ते जरी जोरानें सुटले होते तरीही त्यांना त्या गदेचा वेग सहन झाला नाहीं. तदनंतर त्या गदायुद्धपटु, महापराक्रमी आणि वीर्यवान् भीमसेनानें त्याचा तो गदाप्रहार चुकविला. इतक्यांत त्या बुद्धिवान् राक्षसानें सुवर्णाचा दांडा असलेली महाभयंकर लोखंडी शक्ति घेऊन भीमसेनावर सोडली. तेव्हां ती अग्नीच्या ज्वाला निघणारी महाभयंकर शक्ति शब्द करीत करीत भीमाचा उजवा बाहु फोडून निघून गेली व एकदम भूमीवर पडली. ह्याप्रमाणें त्या शक्तीनें विद्ध झाल्यानंतर निस्सीम पराक्रमी कुंतीपुत्र भीमसेनाचे नेत्र क्रोधामुळें ताठल्यासारखे झाले; आणि सोन्याच्या पत्र्यांनीं मढविलेली, सर्व प्रकारच्या लोहधातूंच्या योगानें बनविलेली, नेहमीं शिंक्यावर ठेवली असलेली व शत्रूच्या अंतःकरणांतील भीतीला वृद्धिंगत करणारी आपली गदा घेऊन तो गर्जना करीत महाबलाढ्य मणिमानावर धावून गेला. तेव्हां, देदीप्यमान असे प्रचंड शूल घेऊन मणिमानानेंही गर्जना करीत करीत तें अत्यंत वेगानें भीमसेनावर फेंकले. तेव्हां, गदायुद्धामध्यें निष्णात असलेला असा भीमसेन, गदेच्या टोंकानें त्या शूलांचे तुकडे करून, सर्पावर झडप घालणाऱ्या गरुडाप्रमाणें वध करण्यासाठीं त्या मणिमानावर धावून गेला. त्या महाबाहूनें संग्रामाच्या अघाडीस जाऊन गर्जना केली व आकाशांत उडी मारून गदा घेऊन एकदम फिरवून फेंकून दिली. त्यानें सोडलेली गदा इंद्रानें सोडलेल्या वज्राप्रमाणें वायूच्या वेगानें एखाद्या कृत्येसारखी जमीनीवर आली आणि मणिमान् राक्षसाला ठार करून भूमीवर पडली. ह्याप्रमाणें जसा सिंहानें एखादा वृषभ पाडावा त्याप्रमाणें भीमसेनानें ठार करून पाडिलेल्या त्या भयंकर

सामर्थ्यसंपन्न राक्षसाकडे सर्वही प्राणी अवलोकन करूं लागले, आणि तो ठार होऊन भूमीवर पडला आहे असें पाहून मृत्यूच्या तडाक्यांतून अवशिष्ट राहिलेले राक्षस पीडासूचक ध्वनि करून पूर्वदिशेकडे निघून गेले !

अध्याय एकशें एकसष्टावा.

--:०:--

पांडवांचें गंधमादनशिखरारोहण.

वैशंपायन ह्मणालेः—तदनंतर नानाप्रकारच्या ध्वनींनीं पर्वताची गुहा दुमदुमून गेली असून भीमसेन कोठें दिसत नाहीं असें पाहून कुंतीपुत्र युधिष्ठिर, माद्रीपुत्र नकुलसहदेव, धौम्य, द्रौपदी, सर्वही ब्राह्मण आणि मित्रमंडल हे खिन्न होऊन गेले व द्रौपदीला आर्ष्टिषेणाच्या स्वाधीन करून ते शूर सर्वजण मिळून आयुधें हातीं घेऊन पर्वतावर चढूं लागले. पुढें पर्वताच्या अग्रभागीं गेल्यानंतर इकडे तिकडे पाहूं लागतांच त्या महारथी महाधनुर्धर शत्रुतापन पांडवांस भीमसेन आणि त्यानें ठार करून पाडिलेले धिप्पाड शरीराचे व गतप्राण होऊन फडफडत पडलेले महाबलवान् राक्षस दिसूं लागले. तो खड्ग, धनुष्य व गदा धारण करणारा भीमसेन समरांगणांमध्यें सर्वही दानवांस ठार केल्यामुळें इंद्राप्रमाणें शोभत होता. पुढें अत्युत्कृष्ट अशा प्रदेशामध्यें गेलेल्या त्या महारथी पांडवांनीं आपला बंधु भीमसेन ह्यास अवलोकन करून आलिंगन दिलें व नंतर ते सर्वजण त्या ठिकाणीं बसले. तेव्हां ज्याप्रमाणें महाभाग्यवान् अशा देवश्रेष्ठ लोकपालांच्या योगानें स्वर्गास शोभा येते, त्याप्रमाणें त्या महाधनुर्धर अशा चार पांडवांच्या योगानें पर्वतशिखरास शोभा आली. तदनंतर कुबेराचें मंदिर व वध करून भूमीवर पडलेले ते राक्षस ह्यांजकडे दृष्टि देऊन भीमसेनाचा बंधु पृथ्वीपति युधिष्ठिर हा आपला बंधु भीम बसल्यानंतर त्याशीं असें बोलूं लागला.

युधिष्ठिराचा भीमास उपदेश.

युधिष्ठिर ह्मणालाः---भीमा, ज्याप्रमाणें मुनीनें विधिप्राप्त नसणारा वध करावा, त्याप्रमाणें साहसानें असो अथवा अज्ञानानें असो, तूं जें हें पातक केलें आहेस तें तुला योग्य नाहीं. भीमा, राजाचा द्वेष उत्पन्न करणारें असें जें कर्म असेल तें देखील करूं नये, असें धर्मवेत्ते लोक ह्मणत असतात. पण तूं हें देवांचा देखील द्वेष उत्पन्न करणारें असें कृत्य केलें आहेस. भीमा, धर्म आणि अर्थ ह्या दोन पुरुषार्थांना न जुमानतां जो मनुष्य पाप करण्याचें मनांत आणितो, त्याला त्या पापकर्माचें फल खात्रीनें मिळतें.ह्यास्तव,जर तुला माझें प्रिय करण्याची इच्छा असेल तर फिरून असें करूं नको.

वैशंपायन ह्मणालेः—ह्याप्रमाणें धैर्यभ्रष्ट न झालेल्या आपल्या बंधूला सांगितल्यानंतर, अर्थशास्त्राच्या तत्त्वाचे विभाग जाणणारा धर्मात्मा महातेजस्वी कुंतीपुत्र युधिष्ठिर त्याच गोष्टीचा विचार करीत करीत स्तब्ध राहिला.

कुबेर व पांडव ह्यांची भेट.

इकडे, राजा, तेथें भीमसेनानें मारून अवशिष्ट राहिलेले राक्षस सर्वजण मिळून मोठ्या वेगानें कुबेरमंदिराकडे गेले; व भीमसेनाच्या भीतीनें व्याकुळ होऊन गेल्यामुळें तेथें भयसूचक शब्द करूं लागले, व थकून जाऊन हातांतील शस्त्रास्त्रें त्यांनीं खालीं ठेविलीं. हे राजा, त्या वेळीं त्यांचीं चिलखतें रक्तानें भरलेलीं असून मस्तकावरील केश अस्ताव्यस्त होऊन गेलेले होते. ते यक्षाधिपति कुबेरास ह्मणाले, “ हे देवा, धनाधिपते, गदा, परिघ, खड्ग तोमर, इटें इत्यादिक आयुधांनीं युद्ध करणारे आपले पुढारी जे क्रोधवशनामक राक्षसगण होते, ते सर्वजण मिळून रणांगणा-

मध्यें जाऊन युद्ध करूं लागले असतां एकट्या मनुष्यानें वेगानें सर्व पर्वत तुडवून टाकून त्यांना ठार करून सोडिलें. हे यक्ष-राक्षसाधिपते देवा, ते सर्वही राक्षसश्रेष्ठ त्यानें ठार केल्यामुळें गतसत्व आणि गतप्राण होऊन भूमीवर पडलेले आहेत! त्याच्या तडाक्यांतून अवशिष्ट राहिल्यामुळें आह्मी सुटून आलों आहों; परंतु आपला मित्र मणिमान् ह्याचा वध झालेला आहे.हें कृत्य एका मनुष्यानें केलेलें आहे; तेव्हां ह्यापुढें जें कांहीं करावयाचें असेल तें करा. ”

हें ऐकून सर्व यक्षगणांचा अधिपति कुबेर अतिशय क्रुद्ध झाला व डोळे लाल करून म्हणाला, ‘ अरे, हें झालें तरी कसें ? ’ भीमसेनानें दुसऱ्या वेळीं केलेला हा अपराध ऐकतांच यक्षाधिपति कुबेर कोपाविष्ट झाला आणि ‘ जोडा रथ ! ’ असें ह्मणाला. तदनंतर त्याच्या सेवकांनीं मेघाप्रमाणें कांति असलेल्या व पर्वताच्या शिखराप्रमाणें उंच असलेल्या रथास सुवर्णमाला धारण करणारे चार अश्व जोडले. हे अश्व सर्व प्रकारच्या गुणांनीं युक्त, तेजस्वी, बलसंपन्न, श्रेष्ठ प्रतीचे आणि अनेक प्रकारच्या रत्नांनीं विभूषित असून त्यांचे डोळे स्वच्छ होते, आणि ते अत्यंत शीघ्रगामी असल्यामुळें जणू हवेंतून तरंगतच जात आहेत कीं काय असें वाटत होतें. हे शोभिवंत दिसणारे अश्व रथाला जोडल्यानंतर एकमेकांच्या वर ताण करीत विजयसूचक असा शब्द करूं लागले. तदनंतर सर्व देव आणि गंधर्व स्तुति करीत असतां तो महाकांतिमान् यक्षाधिपति भगवान् कुबेर त्या प्रचंड रथामध्यें आरोहण करून निघाला. तेव्हां तो महात्मा धनाधिपति कुबेर जाऊं लागला असतां नेत्र आरक्तवर्ण झालेले, सुवर्णाप्रमाणें कांति असलेले, धिप्पाड शरीराचे व महाबलाढ्य असे सुमारें दहा हजार यक्ष हातांत आयुधें घेऊन आणि कमरेस तरवारी लटकावून मोठ्या वेगानें त्याच्या मागून जाऊं लागले. ते वेगानें चालत असल्यामुळें आकाशांतून तरंगतच जात आहेत कीं काय व आकाश ओढूनच घेत आहेत कीं काय असें वाटत होतें. ह्याप्रमाणें तेथून निघाल्यानंतर ते सर्वजण गंधमादन पर्वतावर येऊन ठेपले. त्या वेळीं धनाधिपति कुबेरानें पाळलेला तो अश्वांचा मोठा समुदाय आणि यक्षराक्षसांच्या समुदायांनीं वेष्टित असलेला व अवलोकन घडतांच अंतःकरणांत प्रीति उत्पन्न करणारा महात्मा कुबेर ह्यास अवलोकन करितांच आनंदामुळें पांडवांच्या शरीरावर रोमांच उभे राहिले; आणि धनुष्यें व खड्गें सज्ज करून उभे राहिलेल्या त्या महाबलाढ्य पांडवांस अवलोकन करून कुबेरही आनंदित झाला व अंतःकरणांत देवांचें कांहीं कार्य करण्याची इच्छा असल्यामुळें संतुष्टही झाला. पुढें कुबेरप्रभृति ते सर्वही महावेगसंपन्न यक्ष हे पक्ष्यांप्रमाणें एकदम त्या पर्वतशिखरावर आले व त्या पांडवांच्या जवळ जाऊन उभे राहिले. तेव्हां, हे भरतकुलोत्पन्ना, कुबेराचें अंतःकरण पांडवांविषयीं संतुष्ट आहे असें पाहून गंधर्व आणि यक्ष कांहींएक चळवळ न करितां स्वस्थ उभे राहिले. पुढें नकुलसहदेव आणि धर्मवेत्ता धर्मपुत्र युधिष्ठिर हे सर्वही महारथी महात्मे पांडव त्या प्रभु कुबेरास प्रणाम करून व स्वतःस अपराधी समजून त्याच्या सभोंवती हात जोडून उभे राहिले. नंतर विश्वकर्म्यानें निर्माण केलेल्या व आसमंताद्भागीं चित्रविचित्र दिसणाऱ्या कांतिमान् आसनावर धनाधिपति कुबेर आरूढ झाला असतां, धिप्पाड शरीर असलेले व शंखाकृति कर्ण असलेले महावेगसंपन्न असे हजारों यक्ष आणि राक्षस त्याच्या जवळ येऊन बसले. तसेंच, देव जसे इंद्राच्या सभोंवतीं राहून त्याची सेवा करितात तसे शेंकडों गंधर्व आणि अप्सरांचे समुदाय

त्याच्या समोंवतीं बसून त्याची सेवा करूं लागले. ह्या वेळीं भीमसेन आपल्या मस्तकावर उत्कृष्ट प्रकारची सुवर्णमय माला धारण करून आणि पाश, खड्ग व धनुष्य हातीं घेऊन कुबेराकडे अवलोकन करीत होता; त्याला जरी राक्षसांनीं जखमा केलेल्या होत्या तरीही ग्लानि आलेली नव्हती; आणि तशा स्थितींत कुबेराकडे अवलोकन करीत असतांही ती आली नाहीं.

कुबेराचें भाषण.

राजा, पुढें तो भीमसेन युद्ध करण्याच्या इच्छेनें उभा राहून तीक्ष्ण असे बाण घेऊं लागला आहे असें पाहून कुबेर युधिष्ठिराला ह्मणाला, "हे पार्था, तूं प्राण्यांचें हित करण्यामध्यें आसक्त आहेस असें सर्वही प्राणी समजत असतात. तेव्हां तूं आपल्या बंधूंसहवर्तमान ह्या पर्वताग्रावर निर्भयपणें वास्तव्य कर. हे पांडुपुत्रा, भीमसेनानें यक्षांचा वध केला ह्मणून तूं त्याच्यावर कोप करूं नको; कारण, पूर्वीं काळानेंच त्यांचा वध केलेला असून त्या कामीं तुझा कनिष्ठ बंधु हा केवळ निमित्तमात्र आहे. त्यानें हें धाडस केलें ह्यामुळें आपल्या मनास लाज वाटूं देऊं नको. कारण, पूर्वींही देवांकडून यक्षांचा आणि राक्षसांचा विनाश झालेला माझ्या पाहण्यांत आहे. ह्मणूनच भीमसेनावर माझा रोष नाहीं. इतकेंच नव्हे, तर, हे भरतकुलश्रेष्ठा, मी त्याला प्रसन्न झालों आहें व पूर्वींही भीमसेनाच्या कृत्यानें मला संतोष झालेला होता."

वैशंपायन ह्मणाले:—ह्याप्रमाणें राजा युधिष्ठिराला सांगितल्यानंतर तो भीमसेनाला ह्मणाला, "बा कुरुकुलश्रेष्ठा, तूं मला आणि देवांना न जुमानतां स्वतःच्या बाहुबलाचें अवलंबन करून द्रौपदीकरितां यक्ष आणि राक्षस ह्यांचा विनाश करण्याचें जें हें धाडस केलें आहेस, त्याबद्दल माझ्या मनाला कांहींही वाटत नाहीं. इतकेंच नव्हे, तर उलट माझें तुझ्यावर प्रेम आहे. कारण, हे वृकोदरा, मी आज भयंकर अशा शापापासून मुक्त झालों आहें. पूर्वीं मुनिश्रेष्ठ अगस्त्यानें कोपाविष्ट होऊन कांहीं एका अपराधामुळें मला शाप दिला आणि त्याची ही निष्कृति सांगितली होती. सारांश, हे पांडुपुत्रा, मला झालेले हे क्लेश पूर्वीं ठरलेले होते. ह्यामुळें त्यांत तुजकडे कोणत्याही प्रकारचा अपराध नाहीं."

कुबेरशापवृत्त.

युधिष्ठिर ह्मणाला:— हे भगवन् देवा, महात्म्या अगस्त्यानें आपणाला पूर्वीं कां शाप दिला, ह्याचें कारण ऐकण्याची मला इच्छा आहे. शिवाय त्या ज्ञानसंपन्न मुनीच्या क्रोधानें सैन्य व पादचारी अनुयायी ह्यांसह आपण तत्काल दग्ध कसे होऊन गेलां नाहीं ह्याचेंही मला आश्चर्य वाटतें.

कुबेर ह्मणाला:—हे नराधिपते, पूर्वीं कुशावती नगरीमध्यें देवतांची मसलत चाललेली होती. त्या ठिकाणीं मला बोलाविलें असल्यामुळें, भयंकर स्वरूप असलेले व नानाप्रकारचीं आयुधें धारण करणारे तनिशें महापद्में यक्ष बरोबर घेऊन मी जाऊं लागलों असतां, मार्गामध्यें अनेक प्रकारच्या पक्षिसमुदायांनीं व्याप्त व प्रफुल्ल अशा वृक्षांनीं सुशोभित दिसणाऱ्या यमुनेच्या तीरावर उग्र तपश्चर्या करणारा मुनिश्रेष्ठ अगस्त्य माझ्या दृष्टीस पडला. तो तेजाचा केवळ राशिच असा व ह्मणूनच प्रदीप्त झालेल्या अग्नीप्रमाणें देदिप्यमान असलेला ऋषि वर हात करून सूर्याच्या संमुख उभा राहिलेला असतां, हे पृथ्वीपते, माझा मित्र मणिमान् नांवाचा एक राक्षसाधिपति— मूर्खपणानें ह्मणा, तो कोण आहे हें माहीत नसल्यामुळें म्हणा, गर्विष्ठपणामुळें ह्मणा अथवा

मोह पडल्यामुळें ह्मणा, आकाशांतून गमन करितांना त्या महर्षींच्या मस्तकावर थुंकला. तेव्हां क्रोधामुळें सर्व दिशा जणू दग्ध करीत तो मुनि मला ह्मणाला कीं, “ हे धनेश्वरा, तुझ्या देखत तुझ्या दुष्ट मित्रानें मला न जुमानतां ज्या अर्थीं हा माझा अपमान केला त्या अर्थीं हा ह्या तुझ्या सैनिकांसहवर्तमान मनुष्याच्या हातून ठार होईल व त्यांच्या वधामुळें क्लेश पावल्यानंतर दुर्बुद्धि असा तूंही त्याच मनुष्याचें दर्शन झाल्यामुळें पापमुक्त होशील ! मात्र बल संपन्न असा ह्या सैन्याचा जो पुत्रपौत्रादिक परिवार आहे, त्याला हा भयंकर शाप लागणार नाहीं व तो तुझ्या आज्ञेंत वागेल ! ” हे महाराजा युधिष्ठिरा, मला पूर्वीं हा शाप झाला होता व आतां तुझा बंधु भीमसेन ह्यानें माझी त्यांतून सुटका केली.

अध्याय एकशें बासष्टावा.

—:*:—

कुबेराचा युधिष्ठिरादिकांस उपदेश.

कुबेर ह्मणाला:—युधिष्ठिरा, संकटामध्यें गडबडून न जाणें, यज्ञशील असणें, देश आणि काल यांची अनुकूलता असणें आणि पराक्रम हे पांच,—लोकांनीं आचरण करावयाच्या कार्याचे प्रकार आहेत. हे भरतवंशजा, पूर्वीं कृतयुगामध्यें मनुष्यें धैर्यसंपन्न, आपापल्या कर्मामध्यें दक्ष आणि पराक्रम कसा करावा ह्याचें ज्ञान असलेलीं अशीं होतीं. हे क्षत्रियश्रेष्ठा, धैर्यसंपन्न, सर्व प्रकारच्या धर्मविधानांचें ज्ञान असलेला आणि देश व काल हीं ओळखून वर्तन करणारा क्षत्रिय चिरकाल पृथ्वीचें पालन करूं शकतो. हे वीरा पार्था, जो मनुष्य प्रत्येक कर्मामध्यें अशा प्रकारचें वर्तन ठेवितो, त्याला जिवंतपणीं कीर्तीची व मरणोत्तर सद्गतीची प्राप्ति होते. वृत्रासुराचा वध करणाऱ्या इंद्रानें योग्य प्रकारचा देश आणि काल ह्यांची संधि येण्याची प्रतीक्षा केली, ह्मणूनच पराक्रम केल्यानंतर वसूंसहवर्तमान त्याला स्वर्गांतील राज्याची प्राप्ति झाली. जो मनुष्य केवळ घाईघाईनें कर्में करूं लागून पुढें होणाऱ्या नाशाविषयींचा विचार करीत नाहीं, व जो दुरात्मा आणि पापाचरण करण्याकडे बुद्धि जडलेला मनुष्य कर्माच्या विभागांचें ज्ञान नसल्यामुळें पापकर्मेंच करूं लागतो, त्याचा इहलोकीं व परलोकींही नाश होतो. तसेंच, ज्या दुर्बुद्धीला काल कोणत्या प्रकारचा आहे हें कळत नाहीं व कार्यांतीलही भेदांचें ज्ञान नसतें, तो व्यर्थकर्में आरंभिणारा पुरुष इहलोकीं व परलोकीं नाश पावतो. धाडसाकडे प्रवृत्ति असलेले, वंचक आणि आपल्या ठिकाणीं सर्व प्रकारचें सामर्थ्य असावें अशी इच्छा असणारे जे लोक असतात, त्यांचे विचार पापमयच असतात. हे पुरुषश्रेष्ठा, ह्या भीमसेनाला धर्माचें ज्ञान नसून तो गर्विष्ठ, पोरबुद्धीचा, क्रोधशील आणि निर्भय असा आहे. तेव्हां तूं त्याला चांगलें शिक्षण दे. युधिष्ठिरा, आतां तूं राजर्षि आर्ष्टिषेण ह्याच्या आश्रमामध्यें गेल्यानंतर प्रथमच जो हा कृष्णपक्ष येईल, तो संपेपर्यंत पुनरपि निर्भयपणें आणि शोकशून्यपणें तेथें वास्तव्य कर. हे नरेंद्रा, त्या ठिकाणीं अकला नगरीमध्यें वास्तव्य करणारे आणि ह्या पर्वतावर रहात असलेले किन्नर व गंधर्व ह्यांसह सर्वही यक्ष माझ्या आज्ञेवरून ब्राह्मणश्रेष्ठांसहवर्तमान तुझें संरक्षण करितील. हे धार्मिकश्रेष्ठा, धाडसामुळें ह्या ठिकाणीं आलेल्या ह्या भीमाला चांगलें समजून सांग आणि त्याचें उत्कृष्ट प्रकारें निवारण कर. हे राजा, आतां येथून पुढें वनामध्यें वास्तव्य करणारे माझे सेवकलोक तुमचें दर्शन घेतील, सेवा करितील

आणि सदोदित संरक्षण करितील. तसेंच, हे पुरुषश्रेष्ठहो, ते नेहमीं स्वादिष्ट आणि विपुल अन्नें आणि पेय पदार्थ तुमच्याकडे आणून देतील. बा युधिष्ठिरा, ज्याप्रमाणें अर्जुन महेंद्राचा, वृकोदर वायूचा, त्याचप्रमाणें तूंही यम धर्माचा योगबलानें उत्पन्न झालेला औरस पुत्र आहेस व विचारसंपन्न असे हे उभयतां नकुलसहदेव अश्विनीकुमारांचे पुत्र आहेत. ह्यास्तव, हे युधिष्ठिरा, तुह्मां सर्वांचें संरक्षण करणें मलाहीं भाग आहे. युधिष्ठिरा, अर्थशास्त्रांतील तत्त्वांचें, त्याच्या प्रयोगांचें व सर्व प्रकारच्या धर्मक्रियांचें ज्ञान असलेला भीमसेनाचा कनिष्ठ बंधु स्वर्गामध्यें सुखरूप आहे. बा युधिष्ठिरा, लोकांमध्यें जें ऐश्वर्य स्वर्गसंबंधीं व श्रेष्ठ असें समजलें जातें, तें सर्व अर्जुनाच्या ठिकाणीं जन्मसिद्धच आहे. तसेंच इंद्रियनिग्रह, दानशूरता, सामर्थ्य, ज्ञानशक्ति, लोकलज्जा, धैर्य आणि उत्कृष्ट प्रकारचें तेज हीं देखील त्या महाबलाढ्य आणि निस्सीम तेजस्वी अर्जुनाच्या ठिकाणीं वास्तव्य करीत आहेत. हे पांडुपुत्रा, अर्जुन चुकून सुद्धां कधीं निंद्य कर्म करीत नाहीं. लोकांमध्यें सुद्धां तो असत्य भाषण करितो असें कोणीही ह्मणत नाहींत. हे भरतकुलोत्पन्ना, तो कुरुकुलोत्पन्न लोकांची कीर्ति वृद्धिंगत करणारा अर्जुन सांप्रत इंद्राच्या मंदिरामध्यें देव, पितर आणि गंधर्व ह्यांजकडून बहुमान घेत अस्त्रविद्येचा अभ्यास करीत आहे हे पार्था, ज्यानें धर्माच्या अनुरोधानें वागून सर्वही पृथ्वीपति आपल्या अधीन ठेविले होते, तो तुझ्या पित्याचा पितामह महातेजस्वी, महावीर्यसंपन्न पृथ्वीपति शंतनु ह्याला स्वकुलधुरंधर गांडीवधन्वा अर्जुन याच्या योगानें स्वर्गामध्यें उत्कृष्ट प्रकारें संतोष होत आहे. पूर्वी ह्या महातपस्वी राजानें यमुना नदीच्या तीरावर पितर, देवता, ऋषि आणि ब्राह्मण ह्यांचें पूजन करून मोठमोठे व मुख्य मुख्य असे सात प्रकारचे यज्ञ केले. हे राजा, तो तुझा प्रपितामह राजा शंतनु स्वर्गलोकास जाऊन इंद्रलोकामध्यें वास्तव्य करीत असून तुला कुशलप्रश्न विचारीत आहे.

वैशंपायन ह्मणाले:—कुबेरानें केलेलें हें भाषण ऐकतांच पांडव अत्यंत आनंदित झाले. तदनंतर शक्ति, गदा, खड्ग आणि धनुष्य हीं आयुधें बांधून ठेवून भीमानें कुबेरास नमस्कार केला. तेव्हां संरक्षण करण्याविषयीं समर्थ असलेला धनाधिपति कुबेर शरणागत अशा त्या भीमास ह्मणाला, ' हे भीमा, तूं शत्रूंच्या अभिमानाचा नाश करणारा आणि मित्रांचा आनंद वृद्धिंगत करणारा हो हे शत्रुतापनहो, तुह्मी आपल्या वसतिस्थानीं जाऊन वास्तव्य करा. तेथें यक्ष तुमच्या इच्छेनुरूप वर्तन करण्यांत चुकणार नाहींत. अर्जुनही अस्त्रें संपादन करून लवकरच परत येईल. कारण प्रत्यक्ष देवेंद्र त्याची तेथून रवानगी करणार आहे.

ह्याप्रमाणें उत्कृष्ट प्रकारचीं कर्में करणाऱ्या युधिष्ठिराला सांगून तो गुह्यकाधिपति कुबेर पर्वतश्रेष्ठ अशा अस्ताचलाकडे निघून गेला. तेव्हां ज्यांवर झूल घातलेली आहे व जीं अनेक प्रकारच्या रत्नांनीं अलंकृत केलेलीं आहेत अशा वाहनांवर बसून हजारों यक्ष व राक्षस त्याच्या मागून चालूं लागले. त्या वेळीं, ज्याप्रमाणें ऐरावतच्या मार्गामध्यें गर्जना होते, अथवा जसा पक्ष्यांचा किलकिलाट होतो, त्याप्रमाणें कुबेराच्या मंदिराजवळ त्या उत्कृष्ट प्रकारच्या अश्वांचा शब्द होऊं लागला. ते कुबेराचे अश्व मेघमंडळाला जणूं आकर्षण करीत आणि वायूला जणू प्राशन करीत आकाशांतून वेगानें जाऊं लागले. तदनंतर गतसत्त्व होऊन पडलेलीं तीं राक्षसांचीं शरीरें कुबेराच्या आज्ञे-

वरून त्या पर्वताग्रावरून काढून टाकलीं गेलीं. ज्ञानसंपन्न अगस्त्य मुनीनें त्यांचा तो शाप भोगण्याचा काळ ठरविला असल्यामुळें संग्राममध्यें त्यांचा वध झाला होता व त्यामुळेंच ह्या वेळीं त्या शापाची समाप्तिही झाली. नंतर महात्मे पांडव कुबेरानें सांगितलें होतें तितके दिवसपर्यंत निश्चितपणें त्या गृहामध्यें राहिले. त्या वेळीं सर्व राक्षस त्यांचा सत्कार करीत होते.

अध्याय एकशें त्रेसष्टावा.

—:०:—

पांडवांस मेरुदर्शन.

वैशंपायन म्हणाले:—हे शत्रुमर्दना, तदनंतर सूर्योदय झाल्यावर आन्हिक आटोपून व आर्ष्टिषेणाला बरोबर घेऊन धौम्य मुनि पांडवांजवळ आले. तेव्हां धौम्य आणि आर्ष्टिषेण ह्यांच्या चरणांस वंदन केल्यानंतर त्या पांडवांनीं हात जोडून त्या सर्व ब्राह्मणांचें पूजन केलें. तदनंतर युधिष्ठिराच्या उजव्या हाताला धरून महर्षि धौम्य पूर्वदिशेकडे पाहून म्हणाले, "हे महाराजा, हा समुद्रवलयांकित पृथ्वीला वेष्टन करून राहिलेला मंदरसंज्ञक पर्वतराज पहा कसा विराजमान दिसत आहे ! युधिष्ठिरा, पर्वत, अरण्यें, अरण्यांचे प्रांतभाग आणि वनें ह्यांच्या योगानें सुशोभित दिसणाऱ्या ह्या दिशेचें इंद्र आणि कुबेर हे उभयतां पालन करीत असतात. बा युधिष्ठिरा, सर्वही धर्मवेत्ते आणि ज्ञानसंपन्न मुनि ह्या पर्वताला महेंद्र आणि यक्ष कुबेर ह्यांचें वसतिस्थान असें म्हणतात. येथूनच सूर्याचा उदय होतो; व नंतर सर्व लोक, धर्मवेत्ते ऋषि सिद्ध, साध्य आणि देवता त्याचें पूजन करितात. हे धर्मज्ञा, सर्वही प्राण्यांचा अधिपति जो राजा यम, तो परलोकवासी झालेल्या प्राण्यांस मिळणारी गति अशी जी ही दक्षिणादिशा तिचा आश्रय करून असतो. हें पहा उत्कृष्ट प्रकारच्या शोभेनें युक्त, दिसण्यांत फारच आश्चर्यकारक व अतिशय पवित्र असें यमाचें संयमनसंज्ञक मंदिर ! हे राजा, ज्यावर गेल्यानंतर सत्यसंपन्न असलेला सूर्य विश्रांति घेतो त्या ह्या पर्वतश्रेष्ठाला विद्वान् लोक अस्ताचल असें ह्मणतात. हा पर्वतराज आणि जलाचा मोठा सांठा असा समुद्र ह्या उभयतांच्या ठिकाणीं वास करून राजा वरुण सर्व प्राण्यांचें संरक्षण करितो. हे महाभागा, ज्या ठिकाणीं ब्रह्मज्ञानी लोक गमन करितात, तो हा कल्याणमय व वीर्यसंपन्न असा महामेरु उत्तरदिशेला प्रकाशित करीत आहे. त्या ठिकाणीं ब्रह्मलोक असून, सर्वही प्राण्यांचा आत्मा व स्थावरजंगमात्मक जगताचा उत्पादक ब्रह्मदेव ह्याच ठिकाणीं वास्तव्य करितो. तसेंच, ब्रह्मदेवाचे जे दक्षादिक सात पुत्र सांगितलेले आहेत, त्यांचें देखील महामेरु हेंच निर्बाध आणि मंगलमय असें स्थान आहे. बा युधिष्ठिरा, ह्याच पर्वतावर देदीप्यमान असे वसिष्ठप्रभृति सात देवर्षि विश्रांति घेतात व पुनरपि उदय पावतात. युधिष्ठिरा, हा पहा रजोगुणशून्य असणारा मेरूचा उत्कृष्ट प्रकारचा शिखरप्रदेश ! ह्या ठिकाणीं परमात्म्याच्या योगानें तृप्त होणाऱ्या देवांसहवर्तमान ब्रह्मदेव वास्तव्य करितो. ज्याला सर्वही प्राण्यांच्या पंचमहाभूतस्वरूपी उपादान कारणाचेंही उपादान कारण, आद्यंतविरहित, देदिप्यमान, सामर्थ्यसंपन्न, अविनाशी आणि अतींद्रिय असा नारायण असें ह्मणतात. त्याचे जें देवांच्या देखील दृष्टीस पडत नाहीं असें सर्वतेजोमय, शुभ व श्रेष्ठ स्थान तें ब्रह्मलोकांतून दिसतें. राजा, तें महात्म्या श्रीविष्णूचें स्थान स्वतःच्या कांतीनें सूर्य आणि अग्नि ह्यांच्याही वर ताण करणारें

असल्यामुळें देव अथवा दानव ह्यांस त्याजकडे अवलोकन सुद्धां करवत नाहीं. हा युधिष्ठिरा, हें नारायणस्थान मेरूच्या पूर्वदिशेला असून तें अत्यंत प्रकाशमान आहे. ह्या ठिकाणीं सर्वांसही उपादान कारण असलेला भूताधिपति स्वयंभू परमात्मा आपल्या कांतीच्या योगानें सर्वेही प्राण्यांना प्रकाशित करीत विराजमान होऊन राहिलेला आहे. हे कुरुश्रेष्ठा, हें स्थान ह्मणजे यतींना मिळणारी गति असून त्या ठिकाणीं ब्रह्मर्षींचा सुद्धां प्रवेश होऊं शकत नाहीं; मग महर्षींचा कोठून होणार? हे पांडुपुत्रा, कोणाचेंही तेज तेथें गेलें कीं फिकें पडतें. कारण, त्या ठिकाणीं अचिंत्यात्मा प्रभु परमात्मा स्वतः विराजमान आहे. श्रेष्ठ अशी तपश्चर्या करण्यांत आसक्त असलेले, सत्कर्मांचा संस्कार घडलेले, व तमोगुण आणि मोह ह्यांनीं विरहित असलेले योगसिद्ध महात्मे यति आपल्या भक्तीच्या योगानें, त्या ठिकाणीं वास्तव्य करणाऱ्या पापापहारक परमात्म्याकडे गमन करितात. हे भरतकुलोत्पन्ना, त्या ठिकाणीं ते स्वयंभू आणि सनातन अशा परमात्मस्वरूपी देवाधिदेवामध्यें लीन होऊन गेले ह्मणजे पुनरपि ह्या मृत्युलोकावर येत नाहींत. कारण, हे महाभागा, हें ईश्वराचें स्थान सदोदित ध्रुव, अक्षय्य आणि अविनाशी असें आहे. ह्यास्तव, हे युधिष्ठिरा, तूं त्याला नमस्कार कर. हे कुरुनंदना, सूर्य आणि चंद्र हे उभयतां प्रत्यहीं ह्या मेरूला खरोखर प्रदक्षिणा घालीत असतात. तसेंच, हे निष्पापा महाराजा, सर्व तारकाही ह्या पर्वतराजाच्या सभोंवतीं प्रदक्षिणाक्रमानें फिरत असतात; आणि सर्व नक्षत्रांना धारण करणारा अंधकारनाशक भगवान् सूर्यही त्याला प्रदक्षिणा घालीत असतो. हा श्रीसूर्य संध्याकाळीं अस्ताला गेला ह्मणजे उत्तरदिशेकडे जातो; आणि नंतर पुनः सर्व प्राण्यांच्या हितामध्यें आसक्त असलेला तो देदिप्यमान सूर्य पूर्वाभिमुख होऊन पुनः मेरूच्या अनुरोधानें गमन करितो. तसेंच पूर्वसंधीच्या रूपानें मासाचे अनेक विभाग करून भगवान् चंद्रही नक्षत्रांसह गमन करीत असतो. ह्याप्रमाणें निरलसपणें महामेरूला अतिक्रमण केल्यानंतर सर्वेही प्राण्यांचें संरक्षण करीत करीत तो पुनरपि मंदराचलावर जातो. आपल्या किरणांनीं जगताचें संरक्षण करीत अंधकारनाशक देव सूर्यही निर्बाध अशा ह्याच मार्गांतून गमन करीत असतो. त्याच्या अंतःकरणांत थंडी उत्पन्न करण्याची इच्छा झाली ह्मणजे तो दुसऱ्या दिशेकडे जातो व त्यामुळें सर्वेही प्राण्यांस शीतकालाची प्राप्ति होते. पुढें तो तेथून मागें फिरून आपल्या किरणांनीं स्थावरजंगमात्मक प्राण्यांचे तेज आकर्षण करून घेतो व म्हणूनच उन्हाळा सुरू होऊन मनुष्यांच्या ठिकाणीं घर्म, श्रम, आलस्य आणि ग्लानि हीं वास्तव्य करूं लागतात व सर्वेही प्राणी सर्वकाळ निद्रेचा वारंवार अनुभव घेत असतात. ह्याप्रमाणें अनिर्वाच्य अशा मार्गांतून भ्रमण करून भगवान् सूर्य पुनः वृष्टि उत्पन्न करितो. ह्याप्रमाणें सुखोत्पत्तीस कारणीभूत असा तो महातेजस्वी सूर्य वृष्टि, वायु आणि उष्णता ह्यांच्या योगानें स्थावरजंगमांतील प्राण्यांची अभिवृद्धि करीत पुनरपि परत येतो. ह्याप्रमाणें, हे कुंतीपुत्रा, तो सर्वेही प्राण्यांना निरलसपणें कालचक्रांत ओढीत फिरत असतो. हे पांडुपुत्रा, ह्याचीही गति सार्वकालिक असल्यामुळें तो केव्हांही स्तब्ध रहात नाहीं. तो सर्व प्राण्यांचें तेज आपल्या किरणांनीं पुनः सोडून देत असतो. तसेंच, हे भरतकुलोत्पन्ना, हा प्रभु सूर्य सर्वेही प्राण्यांचें आयुष्य आणि कर्में ह्यांचा विभाग करण्यासाठीं सदोदित दिवस, रात्र आणि कला, काष्ठा इत्यादिक कालभेद उत्पन्न करितो.

अध्याय एकशें चौसष्टावा.

—:०:—

पांडवांचें गंधमादनावर वास्तव्य.

वैशंपायन ह्मणाले:—ते महात्मे पांडव उत्कृष्ट प्रकारचें व्रत आचरण करीत व अर्जुनाच्या भेटीची वाट पहात त्या पर्वतश्रेष्ठावर वास करूं लागले. तेव्हां त्यांच्या अंतःकरणांत प्रीति व आनंद हीं उत्पन्न झालीं. ते वीर्यसंपन्न पांडव तेजस्वी असून सत्य, धैर्य इत्यादिक धर्मांना मुख्य समजत होते व त्यांचा अभिलाषही अतिशय शुद्ध प्रकारचा होता. ह्यामुळें अत्यंत संतुष्ट होऊन अनेक गंधर्वसमुदाय व महर्षि त्यांच्याकडे गमन करीत असत. प्रफुल्ल अशा वृक्षांनीं युक्त असलेल्या त्या पर्वतश्रेष्ठावर गेल्यावर, ज्याप्रमाणें स्वर्गावर गेल्यानंतर देवगणांना आनंद होतो, त्याप्रमाणें ते महारथी पांडवही अंतःकरणांत अतिशय प्रसन्न झाले. तेथें मयूर आणि हंस ह्यांच्या शब्दांनीं गजबजून गेलेलीं व पुष्पांनीं व्याप्त असलेलीं त्या महापर्वताचीं शिखरें आणि टेंकड्या अवलोकन करीत करीत ते अत्यंत आनंदित होऊन राहिले. तसेंच त्या पर्वतश्रेष्ठावर प्रत्यक्ष कुबेरानें निर्माण केलेलीं, शेवाळाच्या योगानें तीरप्रदेश आच्छादित झालेलीं, कादंब, कारंडव आणि हंस ह्या पक्ष्यांचें वास्तव्य असलेलीं व कमलांच्या योगानें व्याप्त होऊन गेलेलीं अशीं सरोवरें त्यांनीं अवलोकन केलीं. चित्रविचित्र पुष्पमालांनीं वेष्टित असल्यामुळें सुशोभित दिसणारे, रत्नें पसरलेले व अंतःकरणास आकर्षण करणारे यक्षराज कुबेर ह्याच्या ऐश्वर्यास शोभणारे विशाल क्रीडाप्रदेशही त्यांनीं पाहिले. ते पांडव तपोनिष्ठ होऊन जरी त्या पर्वतशिखरावर एकसारखे संचार करीत होते, तरीही नानाप्रकारच्या पुष्पांमुळें चित्रविचित्र दिसणारें, मोठमोठ्या वृक्षांनीं युक्त असणारें व मेघसमूहांनीं आच्छादित झालेलें तें पर्वतशिखर केवढें आहे ह्याची त्यांस कल्पनाही करितां येईना. हे पुरुषश्रेष्ठा, त्या ठिकाणीं त्या पर्वतश्रेष्ठाचें स्वतःचें तेज आणि मोठमोठ्या औषधींचा प्रभाव ह्यांच्या योगानें सदोदित सारखाच प्रकाश असल्यामुळें दिवस आणि रात्र ह्यांचा कोणत्याही प्रकारें विभाग करितां येत नसे. त्या ठिकाणीं वास्तव्य करीत असतां अत्यंत तेजस्वी अग्नि ज्यामध्यें प्रवेश करून चराचर प्राण्यांचें संरक्षण करितो, त्या श्रीसूर्याचे उदयास्त त्या पुरुषश्रेष्ठ वीरांनीं अवलोकन केले. आपल्या किरणजालांच्या योगानें अंधकाराला दिशा आणि विदिशा ह्यांतून पिटाळून लावणाऱ्या सूर्याचा उदयचलावरून होणारा उदय व अस्ताचलावर होणारा अस्तही ते वीर एकत्र जमून अवलोकन करीत होते; आणि स्वाध्यायनिष्ठ, अविच्छिन्नपणें धर्माचरण करणारे, धर्मासच मुख्य समजणारे, पवित्र अशा व्रतांचेंच आचरण करणारे व सत्यनिष्ठ असे ते पांडव सत्यव्रत आणि महारथी अशा अर्जुनाची मार्गप्रतीक्षा करीत व 'अस्त्रविद्या संपादन केलेल्या अर्जुनाची भेट होऊन आमचें उत्कृष्ट प्रकारें एक वर्ष येथेंच जावो.' अशी आशा प्रदर्शित करीत तपोनिष्ठ होऊन राहिले. त्या वेळीं जरी ते त्या पर्वतावरील अरण्यें अवलोकन करीत होते, तरी वारंवार अर्जुनाचें चिंतन करीत असल्यामुळें त्यांना रात्र आणि दिवस हे वर्षावर्षासारखे वाटूं लागले. तो महात्मा अर्जुन धौम्याचें अनुमोदन घेऊन जेव्हां जटा बांधून निघाला, तेव्हांच त्यांचा आनंद नाहींसा झाला होता. आतां तर त्यांचें चित्त एकसारखें अर्जुनाकडे लागलेलें होतें; मग त्यांना करमणूक कोठून होणार? ज्या वेळीं तो मदोन्मत्त हत्तीप्रमाणें गमन करणारा अर्जुन आपला बंधु युधिष्ठिर याच्या आज्ञेवरून काम्यकवनांतून निघून गेला, त्या वेळींच

ते शोकानें व्याकूळ होऊन गेले होते. तथापि, हे भरतकुलोत्पन्ना, त्या भरतवंशज पांडवांनीं अस्त्रप्राप्तीच्या इच्छेनें इंद्राकडे गेलेल्या अर्जुनाचें स्मरण करीत करीत मोठ्या कष्टानें त्या पर्वतावर एक महिना काढिला. इकडे पांच वर्षें इंद्रमंदिरामध्यें राहून आग्नेय, वारुण, याम्य, वायव्य, वैष्णव, ऐंद्र, पाशुपत, ब्राह्म, पारमेष्ठ्य हीं व प्रजापति, यम, धाता, सविता, त्वष्टा आणि वैश्रवण ह्यांचींही अस्त्रें देवाधिपति सहस्राक्ष इंद्राजवळून संपादन केल्यानंतर इंद्रास प्रणाम करून व त्यानें अनुज्ञा दिल्यानंतर त्यास प्रदक्षिणाही घालून प्रेमयुक्त व आनंदित झालेला अर्जुन ह्याच वेळीं गंधमादन पर्वतावर आला.

निवातकवचयुद्धपर्व.

अध्याय एकशें पासष्टावा.

—:०:—

अर्जुनप्रत्यागमन.

वैशंपायन ह्मणाले:—जनमेजया, ते महारथी अर्जुनाचें चिंतन करीत बसले असतां, कोणे एके समयीं, अश्व जोडलेला व विद्युल्लतेप्रमाणें प्रकाशमान असा इंद्राचा रथ एकाएकीं त्यांच्या पुढें आल्यामुळें त्यांस आनंद झाला. ज्यावरील सारथि मातलि हा अश्व आवरून धरीत आहे असा तो देदिप्यमान रथ एकदम आकाशास प्रकाशित करीत असल्यामुळें मेघांमध्यें असणाऱ्या मोठ्या उल्केप्रमाणें किंवा प्रज्वलित अशा निर्धूम अग्निज्वालेप्रमाणें प्रकाशत होता. त्या रथामध्यें नवीन आभरणें, माला व किरीट धारण करून बसलेला अर्जुन दृष्टिगोचर होत होता. तो कांतीनें प्रदीप्त दिसणारा व प्रत्यक्ष इंद्राप्रमाणें प्रभावसंपन्न बनलेला अर्जुन त्या पर्वतावर आला. त्या किरीट धारण करणाऱ्या ज्ञानसंपन्न अर्जुनानें पर्वतावर येतांच इंद्राच्या रथांतून उतरून प्रथम धौम्यास, नंतर युधिष्ठिरास व तदनंतर भीमसेनास वंदन केलें; आणि माद्रीपुत्र नकुलसहदेव ह्यांनीं त्याला वंदन केलें. पुढें द्रौपदीला भेटून तिचें सांत्वन केल्यानंतर तो एकांतामध्यें जाऊन बंधूपुढें नम्र होऊन बसला. याप्रमाणें अमर्यादपराक्रमशाली अर्जुनाची भेट होतांच पांडवांना अतिशय आनंद झाला; आणि त्यांस अवलोकन करितांच अर्जुनही आनंदित होऊन धर्मराजाची प्रशंसा करूं लागला. तदनंतर, ज्यामध्यें आरोहण करून इंद्रानें दैत्यांचे सात समुदाय ठार केले होते त्या इंद्ररथाकडे जाऊन विपुलसत्त्वगुणशाली अशा पांडवांनीं त्यास प्रदक्षिणा घातला. त्या कुरुराजपुत्रांनीं अत्यंत आनंदित होऊन जसा इंद्राचा सत्कार करावा तसाच मातलीचा अतिशय उत्कृष्ट सत्कार केला; आणि त्यालाच सर्वही देवांसंबंधानें योग्य प्रकारचा वृत्तान्त विचारला. पुढें ज्याप्रमाणें पिता पुत्राचें अभिनंदन करितो त्याप्रमाणें पांडवांचें अभिनंदन करून व त्यांना आशीर्वाद देऊन तो मातलि अप्रतिम अशा त्या रथात आरोहण करून पुनरपि इंद्राकडे निघून गेला. ह्याप्रमाणें तो निघून गेल्यानंतर इंद्रशत्रु अशा दैत्यांचा विध्वंस करणारा इंद्रपुत्र महात्मा अर्जुन ह्यानें इंद्रानें दिलेलीं बहुमूल्य, सुंदर दिसणारीं व सूर्याप्रमाणें कांतिमान अशीं भूषणें सुतसोमाची माता आपली प्रिया द्रौपदी हिजला दिलीं; आणि नंतर ते कुरुकुलश्रेष्ठ पांडव व सूर्य आणि अग्नि ह्यांच्यासारखी शरीरकांति असलेले ब्राह्मणश्रेष्ठ ह्यांमध्यें बसून त्यांस आपला सर्व वृत्तान्त बरोबर रीतीनें सांगितला. ' मीं अशा अशा रीतीनें इंद्र, वायु आणि प्रत्यक्ष श्रीशंकर ह्यांजपाशीं अस्त्रविद्येचें अध्ययन केलें; तसेंच, माझ्या स्वभावानें आणि अंत:करणाच्या एकाग्रतेनें इंद्रासहवर्तमान सर्वही देव मजवर प्रसन्न झाले.' ह्याप्रमाणें आपल्या स्वर्गप्रवासाचें वृत्त संक्षेपानें त्यांना निवेदन केल्यानंतर, पवित्र अशीं कर्में आचरण करणारा तो प्रख्यात अर्जुन माद्रीपुत्र नकुलसहदेव ह्यांच्यासहवर्तमान त्या ठिकाणीं निद्रित झाला.

अध्याय एकशें सहासष्टावा.

—:*:—

पांडवांस इंद्रसमागम.

वैशंपायन ह्मणाले:—जनमेजया, पुढें रात्र संपून प्रभातकाल झाल्यानंतर इतर सर्व बंधूंसहवर्तमान अर्जुनानें धर्मराज युधिष्ठिरास नम-

स्कार केला. ह्याच वेळीं आकाशामध्यें स्वर्गवासी लोकांच्या अर्थात् देवांच्या सर्व प्रकारच्या वाद्यांचा प्रचंड घोष आणि रथांच्या धावांचा गडगडाट व निरनिराळ्या हिंस्र पशूंच्या किंवा पक्ष्यांच्या ध्वनीप्रमाणें घंटादिकांचाही शब्द चोहोंकडे होऊं लागला. तो ध्वनि होण्याचें कारण—गंधर्व आणि अप्सरा ह्यांचे समुदाय सूर्याप्रमाणें तेजस्वी अशा विमानांवर आरोहण करून शत्रुमर्दक इंद्राच्या आसमंताद्भागीं राहून त्याच्या पाठोपाठ चालत होते हें होय. पुढें, अत्यंत कांतीनें प्रज्वलित दिसणारा देवाधिपति इंद्र मेघाप्रमाणें ध्वनि असलेल्या, सुवर्णाच्या योगानें विभूषित केलेल्या आणि घोडे जोडलेल्या रथामध्यें आरोहण करून पांडवांच्या जवळ आला व नंतर रथांतून खालीं उतरला. त्याला अवलोकन करितांच ‘ तो देवाधिपति आला आहे ’ असें कळून येऊन त्या अत्यंत उदार अशा श्रीमान् धर्मराज युधिष्ठिरानें उदारांतःकरण अशा इंद्राकडे आपल्या बंधूंसहवर्तमान जाऊन त्याची शास्त्रांत सांगितल्याप्रमाणें योग्य प्रकारें पूजा केली. तेजस्वी अर्जुनही देवाधिपति इंद्रास नमस्कार करून एखाद्या सेवकाप्रमाणें त्याच्या समीप नम्र होऊन उभा राहिला. तेव्हां जटाधारण करणारा तपोनिष्ठ निष्पाप अर्जुन इंद्राच्या समीपभागीं नम्रपणें उभा राहिला आहे असें पाहून महातेजस्वी कुंतीपुत्र युधिष्ठिरानें त्याच्या मस्तकाचें अवघ्राण केलें; व देवाधिपति इंद्राचें पूजन करीत असतां त्याला अतिशय आनंद झाला. तो उदारांतःकरण राजा अशा प्रकारें अत्यंत आनंदित झाला आहे असें पाहून ज्ञानसंपन्न देवाधिपति इंद्र त्यास ह्मणाला, “ हे पांडुपुत्रा राजा युधिष्ठिरा, तूं पुनरपि ह्या पृथ्वीचें पालन करिशील. तुझें कल्याण होवो. हे कुंतीपुत्रा, आतां तूं पुनरपि काम्यकवनांतील आपल्या आश्रमाकडे जा. हे राजा पांडुपुत्रा, अर्जुनानें मजकडून शुचिर्भूतपणें सर्व प्रकारचीं अस्त्रें संपादन केलेलीं आहेत व त्यानें माझें प्रियही केलें आहे. तेव्हां आतां त्रैलोक्यामध्यें कोणीही त्याचा पराजय करूं शकणार नाहीं. ” ह्याप्रमाणें कुंतीपुत्र युधिष्ठिरास सांगितल्यानंतर सहस्राक्ष इंद्र आनंदित झाला व महर्षि स्तुति करीत असतां स्वर्गास निघून गेला.

वैशंपायन ह्मणालेः—जनमेजया, कुबेराच्या मंदिरामध्यें वास्तव्य करीत असतां पांडवांस झालेल्या ह्या इंद्रसमागमाविषयींच्या वृत्तांताचें जो विद्वान् मनुष्य एकाग्र अंतःकरणानें, ब्रह्मचर्यानें व नियमनिष्ठपणें एक वर्षपर्यंत अध्ययन करील, तो प्रसंशनीय व्रताचरण करणारा मनुष्य सुखानें व निर्बाधपणें शंभर वर्षेंपर्यंत वांचेल.

अध्याय एकशें सदुसष्टावा.

—:०:—

अर्जुनाचें आत्मवृत्त.

(श्रीशंकराकडून अस्त्रप्राप्ति.)

वैशंपायन ह्मणालेः—इंद्र निघून गेल्यानंतर पुनः आपल्या बंधूंची व द्रौपदीची गांठ घेऊन अर्जुनानें धर्मपुत्र युधिष्ठिराचें पूजन केलें. तो प्रणाम करूं लागला असतां आनंदित झालेला युधिष्ठिर त्याच्या मस्तकाचें अवघ्राण करून व कंठ सद्गदित होऊन त्याला विचारूं लागला, “ अर्जुना, स्वर्गामध्यें तुझा हा काळ कसा गेला ? तुला अस्त्रप्राप्ति कशी झाली ? तूं त्या देवाधिपति इंद्रास कसें संतुष्ट केलेंस ? अर्जुना, तूं उत्कृष्ट प्रकारें अस्त्रें संपादन केलीं आहेस ना ? देवाधिपति रुद्रानें प्रसन्न होऊन तुला अस्त्रें अर्पण केलीं ना ? अर्जुना, तुला इंद्राचें अथवा पिनाकपाणि श्रीशंकराचें दर्शन कसें झालें ? त्यांच्याकडून अस्त्रें कशीं मिळालीं ?

व तूं त्यांचें आराधन कोणत्या प्रकारें केलेंस? हे शत्रुमर्दना, आतांच इंद्रानें ह्मटलें कीं, 'अर्जुनानें माझें प्रिय केलेलें आहे.' तेव्हां तूं त्याचें असें प्रिय काय केलें आहेस? सारांश, हे अत्यंत कांतिसंपन्न निष्पापा शत्रुदमना अर्जुना, तुला श्रीशंकर व इंद्र हे कसे प्रसन्न झाले, आणि तूं त्या वज्रपाणि इंद्राचें काय प्रिय केलें आहेस तें सविस्तर ऐकण्याची मला इच्छा आहे. तेव्हां तूं तें सर्व मला सांग.'

अर्जुन ह्मणालाः—ठीक आहे. हे महाराजा, मला कोणत्या विधानाच्या योगानें इंद्र आणि भगवान् देव श्रीशंकर ह्यांचें दर्शन झालें तें सांगतों, ऐक. हे शत्रुमर्दना राजा, तूं सांगितलेल्या त्या विद्येचें अध्ययन करून व तुझी आज्ञा घेऊन मी तपश्चर्या करण्याकरितां वनाकडे निघालों, तो काम्यकवनांतून निघाल्यानंतर भृगुतुंग पर्वतावर गेलों. तेथें एक रात्र राहिल्यानंतर मला मार्गामध्यें एक ब्राह्मण भेटला. तो मला ह्मणाला कीं, 'हे कुंतीपुत्रा, तूं कोठें जाणार आहेस?' तेव्हां, हे कुरुनंदना, मीं त्याला आपला सर्व खरा वृत्तांत सांगितला. हे नृपश्रेष्ठा, मीं सांगितलेला तो सत्य वृत्तांत ऐकून तो ब्राह्मण माझा बहुमान करूं लागला व मला प्रसन्न होऊन ह्मणाला कीं 'हे भरतकुलोत्पन्ना, तूं तपश्चर्या करूं लागलास ह्मणजे लवकरच तुला देवाधिपति इंद्राचें दर्शन होईल.' हे महाराजा, त्याच्या सांगण्यावरून मीं हिमालय पर्वतावर आरोहण करून तपश्चर्या करूं लागलों. मीं एक महिना फळें व मूळें भक्षण करून होतों; दुसरा महिना मीं जलप्राशन करून काढिला; हे पांडुनंदना, तिसऱ्या महिन्यामध्यें मीं आहार करावयाचें सोडून आणि चौथा महिना हात वर करून उभा राहिलों. तरीही माझी शक्ति कमी झाली नाहीं हें मोठें आश्चर्य होय. पुढें पांचवा महिना सुरू होऊन त्यांतील पहिला दिवस निघून जातांच, वराहाचें स्वरूप धारण केलेला एक प्राणी आपल्या मुखाग्राचा पृथ्वीवर प्रहार करीत, पायांनीं पृथ्वी उखळीत, जठर भूमीस लागत असल्यामुळें त्याच्या योगानें जणू तिचें संमार्जन करीत व वारंवार लोळत माझ्या समीप आला; व त्याच्या मागोमाग दुसरा एक मनुष्य किरातांचें स्वरूप धारण करून व धनुष्यबाण आणि खड्ग घेऊन तेथें आला. त्याच्या पाठीमागून स्त्रीजनांचा समुदाय चाललेला होता. तदनंतर मीं धनुष्य आणि अक्षय असे बाणांचे दोन भाते घेऊन अंगावर शहारे येतील अशा रीतीनें बाणांनीं त्या वराहस्वरूप धारण करणाऱ्या प्राण्यावर प्रहार केला. इतक्यांत त्याच वेळीं त्या किरातानेंही आपलें जोरदार धनुष्य ओढलें आणि वराहावर जोरानें प्रहार केला ह्यामुळें माझ्या अंतःकरणास जणू कंप सुटल्यासारखा झाला. हे राजा, तो मला ह्मणाला कीं, 'हा पशु प्रथम मीं पकडलेला असतां मृगयेची नीति सोडून देऊन त्याच्यावर तूं काय ह्मणून प्रहार केला? थांब, आतां हा मीं तीक्ष्ण अशा बाणांच्या योगानें तुझ्या गर्वाचा फडशा पाडितों!'

हे महाराजा, त्या धिप्पाड शरीर असलेल्या धनुर्धर पुरुषानें प्रथम मला असें ह्मटलें; आणि नंतर, पर्जन्यवृष्टीनें जसें पर्वतास व्यापून सोडावें त्याप्रमाणें मोठमोठे बाण सोडून मला व्याप्त करून सोडिलें. तेव्हां मींही त्याजवर बाणांची मोठी वृष्टि केली; व ज्याप्रमाणें वज्रांच्या योगानें पर्वतास विद्ध करून सोडावें त्याप्रमाणें मीं अग्रभागीं प्रदीप्त असलेले व अभिमंत्रण केलेले बाण टाकून त्यांच्या योगानें त्याला विद्ध करून सोडिलें. त्या वेळीं त्याचीं स्वरूपें शेंकडों हजारों झालीं.

व मींही त्या सर्व शरीरांवर बाणांचा प्रहार केला. तेव्हां, हे भरतकुलोत्पन्ना, तीं सर्व शरीरें एकत्र झालेलीं दिसलीं; तें पाहून मीं पुनरपि त्यास विद्ध केलें. त्या वेळीं, हे राजा, तो सर्व शरीरें एकत्र एकवटलेला मनुष्य विशाल मस्तक आणि खालील शरीर मात्र सूक्ष्म व मस्तक सूक्ष्म आणि खालील शरीर मात्र प्रचंड असा होऊन संग्रामामध्यें माझ्या समीपभागीं आला. बाणांच्या योगानें त्याचा पराभव करितां येणें जेव्हां मला शक्य होईना, तेव्हां मीं वायव्य महास्त्राचा अवलंब केला. तथापि मला त्याजवर प्रहार करितां येईना, हें खरोखर मोठें आश्चर्य करण्यासारखें झालें. तेंही अस्त्र जेव्हां कुंठित झालें तेव्हां मला अत्यंत विस्मय वाटला. तदनंतर, हे राजा, मीं मोठमोठ्या अस्त्रसमुदायांचा त्या मनुष्यावर विशेष प्रकारें वर्षाव केला. स्थूणाकर्ण आणि वारुण ह्या अस्त्रांचा भयंकर वर्षाव करीत आणि शलभास्त्र, अश्मवर्ष हीं अस्त्रें सोडीत मीं त्याजवर चाल करून गेलों. तथापि हे राजा, त्यानें माझीं तीं सर्वही अस्त्रें ग्रासून टाकिलीं. ह्याप्रमाणें त्यानें तीं सर्वही अस्त्रें भक्षण करून टाकल्यानंतर मीं त्याजवर प्रचंड ब्रह्मास्त्र फेंकलें. तदनंतर चोंहों बाजूंनीं जे प्रज्वलित झालेले बाण त्याच्या शरीरावर जाऊं लागले, त्यांच्या योगानें तो वृद्धिंगत होऊं लागला. ह्याप्रमाणें तो वृद्धिंगत होत असतां मीं प्रचंड अस्त्र सोडून त्याला छिन्नविच्छिन्न करण्याचें मनांत आणिलें. त्या वेळीं माझ्या तेजाच्या योगानें तीनही लोक संतप्त होऊं लागले. कारण, एका क्षणांत दिशा आणि आकाश हीं सर्व प्रज्वलित होऊन गेलीं. इतक्यांत त्या महातेजस्वी पुरुषानें एका क्षणांत तेंही अस्त्र छिन्न करून सोडिलें. ह्याप्रमाणें, हे राजा, ब्रह्मास्त्र देखील कुंठित झाल्यानंतर माझ्या अंतःकरणांत मोठी भीति उत्पन्न झाली. तदनंतर मी धनुष्य आणि बाणांचे अक्षय्य भाते घेऊन त्या पुरुषावर एकाएकीं अस्त्रप्रहार करूं लागलों, पण तींहीं सर्व अस्त्रें त्यानें कुंठित करून टाकिलीं. ह्याप्रमाणें त्यानें सर्वही अस्त्रें कुंठित करून आयुधें भक्षण करून टाकिलीं असतां माझें आणि त्या पुरुषाचें बाहुयुद्ध सुरू झालें. त्या वेळीं मीं मुष्टिप्रहार आणि करतलांचें आघात ह्यांच्या योगानें जरी त्याच्याशीं टक्कर दिली, तरीही त्याच्याशीं बाहुयुद्ध करण्याविषयीं असमर्थ झाल्यामुळें मी निश्चेष्ट होऊन भूमीवर पडलों! तेव्हां, हे महाराजा, अद्भुतरसाची प्रतिमाच असा तो पुरुष मोठ्यानें हसला आणि स्त्रियांसहवर्तमान तेथें गुप्त झाला. असें केल्यानंतर हे महाराजा, त्या भगवंतानें दिव्य असें दुसरें स्वरूप धारण केलें. त्या वेळीं त्यानें विस्मयकारक असें वस्त्र परिधान केलें होतें. ह्याप्रमाणें किरातस्वरूपाचा त्याग करून व दिव्य स्वरूप धारण करून भगवान् देवाधिपति श्रीशंकर त्या ठिकाणीं येऊन उभे राहिले. तेव्हां बरोबर पार्वती असलेल्या, सर्परूपी भूषणें धारण करणाऱ्या व अनेकस्वरूपसंपन्न अशा साक्षात् पिनाकपाणि श्रीशंकराचें मला दर्शन होऊं लागलें. तदनंतर, हे शत्रुमर्दना, ते समरांगणामध्यें मजपाशीं आले, व मी तसाच संमुख राहिलों आहें, असें पाहून ह्मणाले, मी 'प्रसन्न झालों आहें.' नंतर तें धनुष्य आणि अक्षय्य बाणांचे दोन भाते त्यांनीं मला अर्पण केले व ' हे कुंतीपुत्रा, वर माग.' असें ह्मटलें. ते पुनः ह्मणाले कीं, ' हे कुंतीपुत्रा, मी तुला प्रसन्न झालों आहें. तेव्हां आतां मीं तुझें कोणतें कार्य करूं? हे वीरा, तुझ्या मनांत जें असेल तें सांग, तें तुला देईन. एका अमरत्वावांचून जें कांहीं तुझ्या मनांत असेल तें सांग.'

राजा, हें ऐकून मीं हात जोडले व श्री-

शंकरास मनःपूर्वक नमस्कार करून, अस्त्रप्राप्ती-कडेच अंतःकरण लागलें असल्यामुळें असें बोलूं लागलों: ' जर भगवान् प्रसन्न झाले असतील तर देवांपाशीं जीं कांहीं अस्त्रें असतील त्या सर्वांचें मला ज्ञान व्हावें.हाच वर मिळावा अशी माझी इच्छा आहे. ' तेव्हां ' अवश्य देईन. शिवाय, हे पांडुपुत्रा, माझें रौद्रसंज्ञक अस्त्रही तुजकडे येईल. ' असें ह्मणून त्यांनीं प्रसन्न होऊन मला पाशुपतास्त्र दिलें व ह्मटलें कीं, ' ह्या माझ्या अस्त्राचा प्रयोग मनुष्यावर मुळींच करितां कामा नये. कारण, ज्याचें तेज कमी आहे अशावर ह्याचा प्रयोग केला तर हें जगताला दग्ध करून सोडील. ह्यास्तव, हे धनंजया, ज्या वेळीं शत्रु अतिशयच पीडा देऊं लागेल त्या वेळींच ह्याचा प्रयोग करावयाचा. दुसऱ्या अस्त्रांना कुंठित करण्यासाठीं मात्र ह्याचा हव्या त्या रीतीनें प्रयोग करण्यास हरकत नाहीं. ' असें त्यांनीं सांगितल्यानंतर, सर्वही अस्त्रांना धुडकावून लावणारें, शत्रूंचा उच्छेद करणारें, शत्रुसैन्यास कापून काढणारें, जाऊन भिडतांच दुःख देणारें व देव, दानव आणि राक्षस ह्यांसही सहन करण्यास अशक्य असलेलें अकुंठित असें तें अस्त्र वृषभध्वज श्रीशंकर प्रसन्न झाल्यामुळें मूर्तिमंत होऊन मजपुढें येऊन उभें राहिलें. पुढें श्रीशंकरांची आज्ञा झाल्यानंतर मी तेथें बसलों व पाहूं लागलों, तोंच ते त्या ठिकाणीं अंतर्धान पावले.

अध्याय एकशें अडुसष्टावा.

—:०:—

लोकपालास्त्रप्राप्तिवृत्त.

अर्जुन ह्मणालाः—हे भरतकुलोत्पन्ना, तदनंतर देवाधिदेव महात्मा श्रीशंकर ह्याच्या प्रसादानें मी ती रात्र आनंदानें तेथें राहिलों; व सकाळीं दिवसाच्या पूर्वार्धामध्यें करावयाचीं स्नानसंध्यादिक कर्में केलीं. नंतर ज्या ब्राह्मणश्रेष्ठाचें मला पूर्वीं दर्शन झालें होतें त्याचेंच पुनरपि दर्शन झालें. तेव्हां मीं त्याला घडलेला सर्व वृत्तांत सांगून ' भगवान् महादेवांची मला भेट झाली असें ' कळविलें तेव्हां, हे राजेंद्रा, तो संतुष्ट होऊन मला ह्मणाला कीं, ' दुसऱ्यास केव्हांही घडलें नाहीं अशा प्रकारचें श्रीशंकराचें दर्शन तुला झालें आहे. तेव्हां आतां, हे निष्पापा, सूर्यपुत्र यमप्रभृतींचें तुला दर्शन होईल व नंतर तुला देवेंद्राचें दर्शन घडून तो अस्त्रें अर्पण करील. ' राजा, असें सांगून व पुनःपुनः मला कडकडून भेटून सूर्याप्रमाणें तेजस्वी असलेला तो ब्राह्मण आपल्या इच्छेस वाटेल तिकडे हिंडूं लागला. हे शत्रुनाशका, पुढें त्याच दिवशीं दोन प्रहर उलटून गेल्यानंतर, जणू ह्या लोकास नव्या प्रकारचें स्वरूप देणारा कीं काय असा पवित्र वारा वाहूं लागला व हिमालयाच्या पायथ्यावर जवळच दिव्य आणि ताज्या अशा सुगंधि पुष्पमाला प्रकट झाल्या. तसेंच मोठमोठीं भयंकर दिव्य वाद्यें चोहोंकडे वाजूं लागून इंद्रस्तुतिवाचक हृदयंगम शब्दही कानांवर येऊं लागले. कारण, त्या ठिकाणीं गंधर्व आणि अप्सरा अग्रभागीं देवाधिदेव इंद्र ह्याविषयींचीं सर्व प्रकारचीं गायनें गात होते. तदनंतर देवेंद्राच्या मागून जाणाऱ्या व त्याच्या मंदिरामध्यें वास्तव्य करणाऱ्या देवतांचे समुदाय विमानामध्यें आरोहण करून त्या ठिकाणीं आले. नंतर, उत्कृष्ट प्रकारें निर्माण केलेल्या व दिव्य-अश्वरूपी वाहन जोडलेल्या रथांतून बरोबर इंद्राणी असलेला इंद्र सर्व देवांसहवर्तमान तेथें आला. ह्याच वेळीं, हे राजा, अत्यंत कांतिसंपन्न अशा नरवाहन कुबेरानेंही मला दर्शन दिलें. तसेंच, दक्षिणदिशेस उभा असलेला यम व योग्य स्थानीं उभा राहिलेला

वरुण आणि इंद्र ह्यांसही मीं अवलोकन केलें. नंतर, हे महाराजा, माझ्या अंतःकरणास आनंद होईल अशा रीतीनें ते मला ह्मणाले कीं, "हे अर्जुना, आह्मी लोकपाल येथें येऊन उभे राहिलों आहों; तूं आह्मांकडे अवलोकन कर. देवांच्या कार्यसिद्ध्यर्थ तुला शंकरांचें दर्शन झालें, तेव्हां आतां तूं आह्मांकडूनही अस्त्रांचा स्वीकार कर." हें ऐकून, हे प्रभो, मीं शुचिर्भूतपणें त्या देवश्रेष्ठांस नमस्कार केला व तीं मोठमोठीं अस्त्रें यथाविधि ग्रहण केलीं. नंतर, हे शत्रुमर्दका भरतकुलोत्पन्ना, मला अनुज्ञा देऊन देव आल्या मार्गानें निघून गेले. तदनंतर देवाधिपति भगवान् इंद्रही अत्यंत कांतिमान् अशा रथामध्यें आरोहण करून मला ह्मणाला कीं, 'हे फाल्गुना, तूंही स्वर्गीं गमन केलें पाहिजेस. हे धनंजया, माझी जी ही तुला भेट झाली त्यापूर्वींच मीं तुला ओळखत होतों. पण आतां, हे भरतकुलश्रेष्ठा, मी तुला दर्शन देत जाईन. कारण, तूं पूर्वीं तीर्थामध्यें अनेकवार उत्कृष्ट प्रकारचें स्नान केलें आहेस व ही मोठी तपश्चर्याही केली आहेस; ह्मणूनच हे पांडुपुत्रा, तूं स्वर्गावर गमन करिशील. आतां, हे शत्रुमर्दना, तूं पुनरपि उत्कृष्ट प्रकारें तपश्चर्या कर. तुला स्वर्गावर अवश्य गेलें पाहिजे. मातलि माझ्या आज्ञेवरून तुला स्वर्गावर आणून पोहोंचवील. तूं देवांना आणि महात्म्या मुनींसही माहीत झालेला आहेस.' तेव्हां मी इंद्राला ह्मणालों कीं, 'हे भगवन्, आपण मजवर प्रसन्न व्हा. अस्त्रप्राप्तीच्या कामीं आपण माझे आचार्य व्हावें असा मी वर मागत आहें.'

हें ऐकून इंद्र ह्मणाला, "बा शत्रुतापना, अस्त्रज्ञान झाल्यानंतर तूं क्रूरकर्में करणारा बनशील. तेव्हां, हे पांडवा, ज्याकरितां तूं अस्त्रप्राप्तीची इच्छा करीत आहेस तो तुझा मनोरथच पूर्ण होईल ह्मणजे झालें." हें ऐकून मी त्याला ह्मणालों कीं, "हे शत्रुनाशका, मीं शत्रूंचीं अस्त्रें कुंठित करण्यावांचून इतर कामीं दिव्य अस्त्रांचा मनुष्यांवर केव्हांही प्रयोग करणार नाहीं. ह्यास्तव, हे देवाधिपते, आपण मला तीं दिव्य अस्त्रें द्या; ह्मणजे, हे सुरश्रेष्ठा, अस्त्रविद्येच्या योगानें प्राप्त होणारे लोक मला मिळतील."

इंद्र ह्मणाला, "हे धनंजया, मीं तुझी परीक्षा पाहण्यासाठीं हें भाषण केलें. त्यावर तूं जें उत्तर दिलेंस तें माझ्या पुत्राला उत्कृष्ट प्रकारें शोभेल असेंच आहे. तेव्हां, हे भरतकुलोत्पन्ना, माझ्या मंदिरांत आल्यानंतर वायु, अग्नि, वसु आणि मरुद्गणांसहवर्तमान वरुण ह्यांजपाशीं तूं सर्वही अस्त्रें शीक. हे कुरुकुलधुरंधरा, साध्य, ब्रह्मदेव, गंधर्व, सर्प, राक्षस, विष्णु आणि निर्ऋति ह्यांचीं सर्व प्रकारचीं अस्त्रें मजपाशीं आहेत." राजा, असें मला सांगून इंद्र त्या ठिकाणीं अंतर्धान पावला. पुढें मायामय, पवित्र आणि दिव्य असा अश्व जोडलेला इंद्राचा रथ मजपाशीं आलेला मला दिसला. त्यावर मातलि हा सारथि होता. मग लोकपाल निघून गेल्यानंतर मातलि मला ह्मणाला कीं, "हे महाद्युते, देवराज इंद्र तुझी भेट घेण्याची इच्छा करीत आहे. तेव्हां, हे महाबाहो, तूं तयार होऊन पुढील कार्य करूं लाग. पुण्यसंपन्न अशा लोकांस मिळणारी सद्गति जो स्वर्ग त्यावर तूं शरीरासहवर्तमान आरोहण कर. कारण, हे भरतकुलोत्पन्ना, देवराज इंद्र तुला अवलोकन करूं इच्छित आहे."

हे महाराजा, असें मातलीनें सांगितल्यावर मीं हिमालयाचा निरोप घेऊन व प्रदक्षिणा घालून जाऊन त्या रथांत आरोहण केलें. नंतर अत्यंत उदार आणि अश्वविद्येंतील रहस्य जाणणाऱ्या अशा मातलीनें अंतःकरण किंवा वायु ह्याप्रमाणें वेग असलेले ते अश्व हांकले; व तो रथ तशा रीतीनें चालूं लागल्यानंतर, हे राजा, रथांत

आरोहण करणाऱ्या माझें मुख अवलोकन करून तो विस्मयानें बोलूं लागला कीं, ' मला आज हें अतिशयच आश्चर्य वाटत आहे कीं, तूं ह्या दिव्य रथामध्यें आरोहण केल्यानंतर एक पाऊलभर सुद्धां मागेंपुढें झाला नाहींस. हे भरतकुलश्रेष्ठा, अश्वांच्या पहिल्या ओढीसरशीं देवाधिपति इंद्र सुद्धां इकडे तिकडे सरतो असें प्रत्यहीं माझ्या दृष्टोत्पत्तीस येतें. पण, हे कुरुकुलधुरंधरा, रथ भ्रमण करूं लागला तरीही तूं त्यामध्यें स्थिरपणें राहिलेला आहेस हें सर्व इंद्राच्याहीपेक्षां अधिक आहे असें मला वाटतें!' असें ह्मणून आकाशांत प्रवेश केल्यानंतर, हे भरतकुलोत्पन्ना राजा, मला मातलीनें देवतांचीं मंदिरें आणि विमानें दाखविलीं. तदनंतर तो अश्व जोडलेला रथ आकाशांत वर जाऊं लागला. त्या वेळीं, हे नरश्रेष्ठा, ऋषि आणि देवता त्याचें पूजन करूं लागले. तदनंतर स्वेच्छेनुरूप संचार करणारे असे देवर्षिलोक मीं अवलोकन केले आणि निस्सीमतेजस्वी अशा गंधर्वांचा आणि अप्सरांचा प्रभावही पाहिला. मला इंद्राचा सारथि मातलि ह्यानें देवांचीं नंदनादिक वनें आणि उपवनें लवकर लवकर दाखविलीं. तदनंतर दिव्य अशा अभीष्ट फल देणाऱ्या वृक्षांनीं आणि रत्नांनीं अलंकृत असलेल्या इंद्राच्या अमरावती नगरीचें मला दर्शन झालें. हे नरपालका, त्या ठिकाणीं सूर्य तळपत नाहीं, शीत अथवा उष्ण नाहीं, श्रमांची बाधा होत नाहीं, व जराही वास्तव्य करीत नाहीं. तसेंच, हे शत्रुमर्दका महाराजा, त्या ठिकाणीं देवतांना कधीं दैन्य, शोक, दुर्बलता अथवा ग्लानि आल्याचें दिसून येत नाहीं. हे प्रजापालका, त्या ठिकाणीं देवादिकांस क्रोध आणि लोभ नाहींत. तसेंच, हे राजा, त्या देवलोकामध्यें असणारे प्राणी सदोदित संतुष्ट होतात. ह्या ठिकाणीं असणाऱ्या वृक्षांना नेहमीं पुष्पें व फळें येत असून त्यांचे पल्लवही हिरवेगार असतात. त्या ठिकाणीं अयुतावधि सुगंधि कमळें असलेलीं नाना प्रकारचीं सरोवरेंही आहेत. तेथें प्राण्यांच्या जीवितास कारणीभूत असलेला, थंडगार, सुगंधि आणि शुद्ध अशा वायु वहात असतो. तेथील भूमिही सर्व प्रकारच्या रत्नांनीं खचित असल्यामुळें चित्रविचित्र दिसत असून पुष्पांच्या योगानें अलंकृत झालेली आहे. तसेंच त्या ठिकाणीं मंजूळ ध्वनि करणारे अनेक पशुपक्षीही असून आकाशामध्यें संचार करणारे विमानगामी देवही दृष्टिगोचर होतात. असो; पुढें मीं वसु, रुद्र, मरुद्गणांसहवर्तमान साध्य, आदित्य आणि अश्विनीकुमार ह्या सर्वांचें दर्शन घेऊन त्यांचें पूजन केलें. तेव्हां त्यांनीं मला वीर्य, कीर्ति, तेज, बल आणि संग्रामामध्यें विजय ह्यांची प्राप्ति होण्याविषयींचा आशीर्वाद दिला. पुढें देव, गंधर्व इत्यादिकांस पूज्य असलेल्या त्या नगरीमध्यें प्रवेश केल्यानंतर मी सहस्रनेत्रयुक्त अशा देवाधिपति इंद्राच्या समीप जाऊन हात जोडून उभा राहिलों. तेव्हां दात्यांमध्यें श्रेष्ठ अशा इंद्रानें प्रसन्न होऊन मला आपल्या अर्ध्या आसनावर बसवून घेतलें व बहुमानपूर्वक माझ्या अंगावरून हात फिरविला. तदनंतर, हे भरतकुलोत्पन्ना, मी अस्त्रप्राप्तीसाठीं अस्त्रविद्या शिकत त्या स्वर्गामध्यें अत्यंत सरळ अशा गंधर्व आणि देवता ह्यांसहवर्तमान राहिलों. तदनंतर, राजा विश्वावसु गंधर्वाचा पुत्र चित्रसेन हा माझा मित्र झाला व त्यानें मला संपूर्ण गंधर्वविद्या शिकविली. हे राजा, अस्त्रविद्या संपादन केल्यानंतरही सर्व प्रकारच्या उपभोग्य वस्तूंची प्राप्ति होऊन मी इंद्रमंदिरामध्यें अतिशय बहुमान पावून वास्तव्य करूं लागलों. हे भरतकुलश्रेष्ठा, ह्या वेळीं विपुल असा गायनांचा व वाद्यांचा ध्वनि मी

श्रवण करीत होतों व अप्सरांचें नृत्यही अवलोकन करीत होतों. हे भरतकुलोत्पन्ना, त्यांपैकीं कोणाचीही अवहेलना न करितां मी तीं सर्व सत्य आहेत असें जरी समजत होतों, तरी विशेषेंकरून अस्त्रविद्येचाच स्वीकार करून त्यामध्येंच गढून राहिलों होतों; ह्यामुळें प्रभु इंद्रानें संतुष्ट होऊन माझा तो मनोरथ पूर्ण केला. हे राजा, स्वर्गामध्यें अशा रीतीनें माझा काळ गेला. मी अस्त्रविद्या संपादन करून अतिशय विश्वासानें वागत आहें असें पाहून इंद्रानें आपल्या दोन्ही हातांनीं माझ्या मस्तकाला स्पर्श करून म्हटलें कीं, " आतां देवगणांनाही समरामध्यें तुझा पराजय करितां यावयाचा नाहीं; मग ज्यांचें अंतःकरण अस्त्रविद्येमध्यें निष्णात नाहीं अशा मनुष्यांना मनुष्यलोकामध्यें तो कोठून करितां येणार? सारांश, तुझ्या शौर्याची इयत्ता करणें अशक्य असून तूं संग्रामामध्यें अप्रतिम आणि अजिंक्य असा झालेला आहेस. " पुनः तो देव अंगावर रोमांच येऊन मला ह्मणाला कीं, " हे वीरा, अस्त्रविद्येमध्यें तुझ्या तोडीचा दुसरा कोणीही होणार नाहीं. तूं सदैव सावध, दक्ष, सत्यवादी, जितेंद्रिय, ब्राह्मणांचें हित करणारा, अस्त्रवेत्ता आणि शूर असून तुला पंधरा प्रकारचीं अस्त्रें प्राप्त झालेलीं आहेत. हे अर्जुना, अस्त्रविद्येचे जे पांच प्रकार आहेत त्यांमध्यें तुझ्या बरोबरीचा दुसरा कोणीही नाहीं. हे धनंजया, अस्त्रांचा प्रयोग, उपसंहार, एकदा प्रयोग केलेल्या अस्त्रांचा पुनः प्रयोग करणें, मृत मनुष्याचें पुनरुज्जीवन आणि शत्रूंचीं अस्त्रें कुंठित करणें ह्यांचें सर्व प्रकारचें ज्ञान तुला झालेलें आहे. आतां, हे शत्रुतापना, हा तुझा गुरुदक्षिणा देण्याचा काल आहे. तेव्हां, तूं ती देण्याविषयीं प्रतिज्ञा कर, ह्मणजे मी दुसऱ्या गोष्टीविषयींचा विचार करीन. "

हें ऐकून, हे राजा, मीं इंद्रास असें म्हटलें कीं, 'आपलें जें कृत्य मला करितां येण्यासारखें असेल, तें मीं केलेंच असें समजा. ' राजा, हें ऐकून तो बलवृत्रादिकांचा वध करणारा इंद्र हसत हसत मला ह्मणाला कीं, 'तुला करितां येण्यास अशक्य असें त्रैलोक्यामध्यें कांहींही नाहीं. अर्जुना, निवातकवच नांवाचे दैत्य माझे शत्रु असून ते समुद्राच्या पोटांतील दुर्गम प्रदेशामध्यें वास्तव्य करीत असतात. त्यांची संख्या तीन कोटि असून सर्वांचेंही स्वरूप, सामर्थ्य आणि कांति हीं सारखींच आहेत. तेव्हां, हे कुंतीपुत्रा, तूं त्या ठिकाणीं जाऊन त्यांचा वध कर, ह्मणजे मला गुरुदक्षिणा दिल्यासारखें होईल. ' असें सांगितल्यानंतर, मोराच्या पिसाऱ्यासारखे केश असलेले अश्व जोडलेला व वर मातलि हा सारथि असलेला अत्यंत कांतिमान् असा रथ त्यानें मला दिला; हें उत्कृष्ट प्रकारचें किरीट माझ्या मस्तकास बांधलें आपल्या ऐश्वर्यास साजतील अशा प्रकारचे शरीरावरील अलंकारही मला अर्पण केले; दिसण्यांत उत्कृष्ट आणि मृदु स्पर्श असलेलें उत्कृष्ट प्रकारचें अभेद्य कवचही दिलें; आणि ही अक्षय्य अशी प्रत्यंचा गांडीव धनुष्यास जोडली. तदनंतर, ज्यामध्यें बसून पूर्वीं देवाधिपति इंद्रानें विरोचनपुत्र बलीचा पराजय केला होता, त्या विराजमान अशा रथामध्यें आरोहण करून मी प्रयाण करूं लागलों असतां, हे प्रजापालका, त्या रथध्वनीच्या योगानें जागरित झाल्यासारखे होऊन सर्वही देव मला इंद्र असें समजून मजकडे आले व मी आहें असें पाहून मला विचारूं लागले कीं, ' अर्जुना, तूं काय करणार आहेस?' मीं त्यांना संग्रामामध्यें अमुक करणार आहें असा खरा वृत्तान्त सांगितला व म्हटलें कीं, ' हे निष्पाप महाभागांनो, मी निवातकवचांचा वध करण्याच्या

इच्छेनें निघालों आहें; तेव्हां माझें कल्याण होईल असा आपण आशीर्वाद द्या.' हें ऐकून त्यांनीं प्रसन्न होऊन, ज्याप्रमाणें इंद्राची स्तुति करावी त्याप्रमाणें माझी स्तुति केली. ते ह्मणाले, "ह्या रथामध्यें आरोहण करून इंद्रानें संग्रामामध्यें शंबर, नमुचि, बल, वृत्र, प्रल्हाद आणि नरक ह्या दैत्यांचा वध केला आहे; इतकेंच नव्हे, तर ह्या रथांत आरोहण करून इंद्रानें संग्रामामध्यें अनेक सहस्र, अनेक प्रयुतें किंवा अनेक अर्बुदें दैत्यांचा पराजय केलेला आहे. ह्यास्तव, हे कुंतीपुत्रा, ज्याप्रमाणें इंद्रियनिग्रहसंपन्न अशा इंद्रानें पूर्वी पराक्रम करून दैत्यांचा पराजय केलेला होता, त्याप्रमाणें तूंही संग्रामामध्यें निवातकवचांचा पराभव करशील. तसेंच, ज्याच्या योगानें तुला दैत्यांचा पराजय करितां येईल असा हा उत्कृष्ट प्रकारचा शंख घे. याच्या योगानें महात्म्या इंद्रानें त्रैलोक्य जिंकून घेतलें." असें ह्मणून, जलापासून उत्पन्न झालेला तो देवदत्तनामक शंख देव मला अर्पण करूं लागले. तेव्हां देव स्तुति करीत असतां जयप्राप्तीसाठीं मीं त्याचा स्वीकार केला. ह्याप्रमाणें शंख ग्रहण करून, कवच चढवून आणि धनुष्यबाण हातीं घेऊन युद्ध करण्याच्या इच्छेनें मीं अत्यंत भयंकर अशा दैत्यांच्या वसतिस्थानाकडे चाललों.

अध्याय एकशें एकोणसत्तरावा.

—:०:—

निवातकवचयुद्धारंभ.

अर्जुन ह्मणालाः—तदनंतर त्या त्या ठिकाणीं महर्षि स्तुति करीत असतां प्रयाण केल्यानंतर मी अविनाशी आणि भयंकर असा जलाधिपति समुद्र अवलोकन केला. त्यामध्यें फेंसाळ, एकमेकांत मिसळून उडणाऱ्या, पसरलेल्या व विस्तीर्ण अशा लाटा हालचाल करणाऱ्या पर्वतांसारख्या दिसत होत्या. तसेंच त्या ठिकाणीं रत्नें भरलेल्या हजारों नावा चोहोंकडे फिरत होत्या; तिमिंगिल आणि तिमितिमिंगिल हे मत्स्य, कासवें आणि मगरी हे प्राणी त्यामध्यें जलमग्न झालेल्या पर्वतांप्रमाणें दिसत होते; जलामध्यें मग्न झालेले हजारों शंख—पातळशा अभ्रानें आच्छादित झाल्यामुळें रात्रीं जशीं नक्षत्रें दिसतात तसे आसमंताद्भागीं दिसत होते; तसेंच त्या ठिकाणीं हजारों रत्नसमुदाय पाण्यावर तरंगत असून भयंकर वारा एकसारखा जोरानें वहात होता; हें एक प्रकारचें आश्चर्यकारकच होतें. सर्व प्रकारच्या जलांचा उत्कृष्ट प्रकारचा निधि असा महावेगसंपन्न समुद्र अवलोकन केल्यानंतर, दानवांनीं व्याप्त असलेलें तें दैत्यनगर मला जवळच दिसलें. तेव्हां मातलि त्याच ठिकाणीं भूमितलावर सत्वर उतरला; आणि तो रथ एकदा चांगला अवलोकन करून रथसंचारज्ञ असणारा तो मातलि रथध्वनीच्या योगानें शत्रूंना संत्रस्त करीत करीत वेगानें त्या नगरावर चालून गेला. तो आकाशामध्यें होणाऱ्या मेघध्वनीसारखा रथध्वनि कानीं पडतांच मी इंद्रच आहें असें समजून दैत्य खिन्न झाले; आणि अंतःकरणानें गडबडून जाऊन ते सर्वजण धनुष्य, बाण, खड्ग, शूल, परशु, गदा, मुसल इत्यादि आयुधें हातीं घेऊन राहिले. त्यांनीं अंतःकरणामध्यें भयभीत होऊन नगराचें संरक्षण करण्यासाठीं दरवाजे बंद केले, ह्यामुळें कोणीही दैत्य दृष्टीस पडेना. तदनंतर प्रचंडध्वनियुक्त असा देवदत्त शंख घेऊन मीं तो अत्यंत आनंदानें हळूहळू फुंकला. तेव्हां त्याचा तो शब्द आकाशास जाऊन थडकला व त्यामुळें प्रतिध्वनि झाला. तेव्हां सर्वही मोठमोठे प्राणी भयभीत होऊन दडूं लागले.

पुढें सर्व निवातकवच दैत्य उत्कृष्ट प्रकारचे अलंकार धारण करून, नानाप्रकारचीं चिलखतें चढवून व मोठमोठाले लोखंडी शूल, गदा, मुसळें, पट्टे, तरवारी, रथचक्रें, शतघ्नी, भुशुंडी, उत्कृष्ट प्रकारें शृंगारलेलीं चित्रविचित्र खड्गें इत्यादिक विचित्र आयुधें हातीं घेऊन त्या ठिकाणीं प्रकट झाले. ते हजारों होते. तेव्हां अनेक प्रकारचा विचार करून, हे भरतकुलश्रेष्ठा, मातलीनें सपाट देशावर ज्या ठिकाणीं रथाला मार्ग होता तेथें अश्व हांकून नेले. ते शीघ्रगामी अश्व त्यानें हांकले त्या वेळीं त्यांच्या गतीच्या शीघ्रपणामुळें मला कांहीं कळून आलें नाहीं; ही गोष्ट खरोखर आश्चर्य करण्यासारखी घडली. तदनंतर दैत्यांनींही वेडावांकडा स्वर असलेलीं आपलीं सर्वही वाद्यें एकसारखीं वाजविलीं. त्या ध्वनीच्या योगानें गतप्राण होऊन पर्वताच्या आकाराचे लक्षावधि मत्स्य समुद्रामध्यें एकदम तरंगूं लागले. तदनंतर तीक्ष्ण असे शेंकडों अथवा हजारों बाण फेंकीत ते दैत्य मोठ्या वेगानें मजवर धावून आले. त्या वेळीं, हे भरतकुलोत्पन्ना, त्यांच्या आणि माझ्या मध्यें निवातकवचांच्या संहारास कारणीभूत असा घनघोर आणि तुंबळ संग्राम सुरू झाला. त्या संग्रामामध्यें देवर्षि, दानव, ऋषींचे समुदाय, ब्रह्मर्षि आणि सिद्ध प्राप्त झाले; आणि ज्याप्रमाणें तारेकरितां केलेल्या युद्धामध्यें त्यांनीं इंद्राची स्तुति केली होती, त्याप्रमाणेंच मला जय प्राप्त व्हावा ह्या इच्छेनें मधुर व अनुरूपअशा शब्दांनीं माझी स्तुति केली.

अध्याय एकशें सत्तरावा.

—:०:—

निवातकवचयुद्ध.

अर्जुन ह्मणालाः—हे भरतकुलोत्पन्ना, तदनंतर सर्वही निवातकवच एकत्र जमले आणि आयुधें घेऊन त्या संग्रामामध्यें वेगानें मजवर धावून आले व मोठ्यानें गर्जना करीत करीत त्या महारथींनीं रथाचा मार्ग अडवून टाकिला आणि मला सर्व बाजूंनीं वेढून टाकून मजवर बाणांची एकसारखी वृष्टि चालविली. तदनंतर महावीर्यशाली व हातीं शूल आणि पट्टे धारण करणाऱ्या अशा दुसऱ्या दानवांनीं मजवर शूल आणि भुशुंडी हीं आयुधें फेंकलीं. अत्यंत मोठ्या गदा आणि शक्ति ह्यांनीं व्याप्त असलेला तो त्यांनीं एकसारखा केलेला शूलांचा वर्षाव माझ्या रथावर होऊं लागला. दुसरे भयंकर, कालस्वरूपी आणि प्रहार करण्यामध्यें कुशल असणारे निवातकवचनामक दैत्य तीक्ष्ण शस्त्रास्त्रें हातीं घेऊन मजवर धावून आले. तेव्हां मीं गांडीवधनुष्यांतून नानाप्रकारचे सरळ आणि वेगानें जाणारे बाण सोडिले व त्या युद्धामध्यें प्रत्येक दानवाच्या शरीरावर दहा दहा बाणांचा प्रहार केला. शिळेवर घासून तीक्ष्ण केलेले जे बाण मीं त्यांजवर सोडिले, त्यांच्या योगानें ते दैत्य पराङ्मुख झाले. तेव्हां मातलि आपले अश्व वेगानें चालवूं लागला. ह्यामुळें मातलीनें उत्कृष्ट प्रकारें आवरून धरिलेले ते वायुवेगी अश्व नानाप्रकारच्या मार्गांवरून संचार करीत दैत्यांच्या उच्छेद करूं लागले. त्या रथाला जरी दहा हजार अश्व जोडलेले होते, तरी मातलीनें आवरून धरिले असल्यामुळें ते जसे थोडे अश्व असावेत तसे शांतपणें चालत होते. त्यांच्या टापांच्या योगानें, रथाच्या धावांच्या ध्वनीनें आणि माझ्या शरप्रहारानें ते शेंकडों दैत्य ठार होऊन गेले. कित्येक हातीं धनुष्य घेतलेले दैत्य रथामध्येंच गतप्राण झाल्यामुळें व त्यांचे सारथिही ठार झाल्यामुळें त्यांना अश्व रथांतून ओढून नेत होते. पुढें त्या दैत्यांनीं सर्व दिशा आणि विदिशा अडवून टाकून मजवर नानाप्रकारच्या

शस्त्रांचे प्रहार सुरू केले, तेव्हां मात्र माझ्या मनाला पीडा होऊं लागली. ह्या वेळीं मला मातलीचें अत्यंत आश्चर्यकारक वीर्य दिसून आलें. कारण, ते अश्व जरी तशा रीतीनें वेगानें पळत होते, तरी तो त्यांना साहजिक रीतीनें आवरून धरीत होता. हे राजा, पुढें मीं हलकीं आणि आश्चर्यकारक अशीं अनेक अस्त्रें सोडून त्या संग्रामामध्यें आयुधें धारण करणाऱ्या शेंकडों हजारों दैत्यांना छिन्नविच्छिन्न करून टाकिलें. हे शत्रुनाशका, ह्याप्रमाणें मी जेव्हां सर्व प्रकारचे प्रयत्न करून त्या युद्धामध्यें संचार करूं लागलों, तेव्हां इंद्रसारथि वीर्यसंपन्न मातलि संतुष्ट झाला. त्या वेळीं त्या अश्वांच्या योगानें व रथांच्या योगानें ठार होऊं लागल्यामुळें कित्येक दैत्य नाश पावले व दुसरे संग्रामांतून मागें फिरले. पुढें आमच्याशीं जणूं स्पर्धाच करणारे असे कांहीं निवातकवच दैत्य मी बाणांच्या योगानें पीडित झालों आहें असें पाहून बाणांच्या प्रचंड वृष्टीनें मला घेरून टाकूं लागले. तेव्हां मीं ब्रह्मास्त्राचें अभिमंत्रण केलेल्या लहान लहान पण आश्चर्यकारक बाणांनीं हां हां ह्मणतां शेंकडों हजारों दैत्यांचीं शरीरें अगदीं भरून सोडलीं. ह्यामुळें पीडा होऊं लागून कोपाविष्ट झालेले ते महारथी दैत्य सर्वजण मिळून शक्ति, शूल आणि खड्ग ह्यांचा वर्षाव करून मला पीडा देऊं लागले; तेव्हां, हे भरतकुलोत्पन्ना, इंद्रास प्रिय असलेलें अत्यंत प्रखर तेजस्वी असें माधव नांवाचें अस्त्र घेऊन त्या अस्त्राच्या वीर्यानें आणि खड्ग व त्रिशूल ह्यांच्या योगानें, दैत्यांनीं सोडलेल्या हजारों तोमरांचे मीं शेंकडों तुकडे करून टाकिले. ह्याप्रमाणें त्यांचीं आयुधें छिन्न करून टाकल्यानंतर मीं रागारागानें प्रत्येकावर दहा दहा बाण सोडून त्या सर्वांनाही विद्ध करून सोडलें. कारण, युद्धामध्यें जशा भ्रमरपंक्ति उडाव्या तसे गांडीव धनुष्यांतून मोठमोठाले बाण एकसारखे सुटत होते. तेव्हां मातलीनें मान डोलविली. त्या दैत्यांचे बाणही अनेक असल्यानें टोळधाडीप्रमाणें जोरानें मजवर चोहोंकडून येऊन पडले. पण मीं आपल्या बाणांच्या योगानें त्या सर्वांनाही जोरानें उडवून लाविलें; व पुनरपि मी त्या निवातकवचांचा वध करूं लागलों, तेव्हां त्यांनीं बाणांची मोठी वृष्टि करून चोहोंकडून मला घेरून सोडिलें. हें पाहून शत्रूंच्या अस्त्रांस कुंठित करून सोडणारीं अशीं अस्त्रें सोडून मीं त्या बाणांचा वेग नाहींसा करून सोडिला; व शीघ्रगामी आणि अत्यंत जाज्वल्यमान अशा हजारों बाणांच्या योगानें त्या दैत्यांना विद्ध करून सोडिलें. त्यांचे सर्व अवयव छिन्नविच्छिन्न झाल्यामुळें, वर्षाकालीं पर्वताच्या शिखरावर वृष्टि झाल्यानंतर त्यांतून जसे जलप्रवाह सुरू होतात. तसे त्यांतून रक्तप्रवाह सुरू झाले. इंद्राच्या वज्राप्रमाणें कठीण, वेगसंपन्न आणि सरळ जाणाऱ्या माझ्या बाणांच्या योगानें वध होऊं लागल्यामुळें ते दानव अत्यंत खिन्न होऊन गेले. त्या वेळीं त्यांचीं आयुधें आणि सामर्थ्य हीं क्षीण झालीं असून शरीरांचे शेंकडों तुकडे होऊन गेलेले होते. तेव्हां सरळ युद्धाचा मार्ग सोडून देऊन ते निवातकवच मायावीपणानें मजशीं युद्ध करूं लागले.

अध्याय एकशें एकाहत्तरावा.

—:०:—

भयंकर मायावी संग्राम.

अर्जुन ह्मणालाः—राजा, तदनंतर माझ्या आसमंताद्भागीं पाषाणाची प्रचंड वृष्टि सुरू झाली. त्यांतील पाषाणांचा आकार पर्वताएवढा होता; त्या वृष्टीच्या योगानें मला फारच पीडा होऊं लागली. तेव्हां त्या घनघोर संग्रामामध्यें

महेंद्रास्त्राचें अभिमंत्रण करून मीं वेगसंपन्न असे वज्राच्या तोडीचे अनेक बाण सोडून ते सर्वही पाषाण चूर करून सोडिले. त्या पाषाणांची वृष्टि चूर होऊं लागल्यामुळें त्यांतून अग्नि उत्पन्न होऊं लागला. तेव्हां त्यांतून उडूं लागलेले पाषाणांचे कण अग्नीच्या ठिणग्यांप्रमाणें दिसूं लागले. ह्याप्रमाणें पाषाणवृष्टि नाहींशी होऊन गेल्यानंतर माझ्या आसमंताद्भागीं मुसळधार अशी अत्यंत मोठी जलवृष्टि होऊं लागली. प्रखर वीर्यशाली अशा हजारों जलधारा आकाशांतून गळून आकाश, दिशा आणि उपदिशा ह्या सर्वांस व्याप्त करून सोडूं लागल्या. त्या वेळीं जलधारांची वृष्टि, वायूचा सोसाटा आणि दैत्यांची गर्जना ह्यांमुळें कांहीं ही कळेनासें झालें. आकाश आणि पृथ्वी ह्यांना चोहोंकडून लागून राहिलेल्या त्या जलधारा एकसारख्या भूमीवर पडूं लागल्यामुळें माझें अंतःकरण गोंधळून गेलें. तथापि मीं त्या वेळीं इंद्रानें शिकविलेल्या भयंकर आणि प्रदीप्त अशा विशोषणनामक दिव्य अस्त्राचा प्रयोग केला. तेव्हां तें सर्वही जल आटून गेलें. ह्याप्रमाणें पाषाणवृष्टि नाहींशी करून जलवृष्टिही आटवून सोडली असतां, हे भरतकुलोत्पन्ना, त्या दैत्यानीं मायामय अग्नि आणि वायु हे मजवर सोडले. तेव्हां मीं सलिलास्त्र सोडून तो सर्वही अग्नि पाण्यानें भरून टाकला आणि शैलनामक प्रचंड अस्त्र सोडून वायूच्या वेगास प्रतिबंध केला. ह्याप्रमाणें ती माया कुंठित केल्यानंतर, हे भरतकुलोत्पन्ना, युद्धमदानें धुंद होऊन गेलेल्या त्या दैत्यांनीं एकदम नानाप्रकारच्या माया सुरू केल्या. तदनंतर अग्नि, वायु आणि पाषाण ह्या भयंकर अस्त्रांची अंगावर शहारे येण्यासारखी वृष्टि सुरू झाली व ती मायामय वृष्टि त्या युद्धामध्यें मला पीडा देऊं लागली. इतक्यांत चोहोंकडे घनघोर अंधकार प्रगट झाला. त्या भयंकर आणि निर्दयपणाचीं कृत्यें करण्यास कारणीभूत असलेल्या अंधकारानें व्याप्त करून सोडल्यामुळें आमचे अश्व पराङ्मुख झाले आणि मातलिही अडखळूं लागला. कारण, त्या वेळीं त्याच्या हातांतून सोन्याचा कोरडा खालीं जमीनीवर पडला. तेव्हां हे भरतकुलश्रेष्ठा, तो भयभीत होऊन मला 'कोठें आहेस!' ह्मणून वारंवार विचारूं लागला. ह्याप्रमाणें तो गांगरून गेला असल्यामुळें माझ्या अंतःकरणांतही अतिशय भीति उत्पन्न झाली. तेव्हां तो भयभीत होऊन कांहींएक सुचेनासें झाल्यामुळें मला ह्मणूं लागला. "हे निष्पापा पार्था, पूर्वीं अमृतासाठीं देव आणि दैत्य ह्यांच्यामध्यें अत्यंत प्रचंड संग्राम झालेला मीं पाहिला आहे. पुढें शंबरासुराच्या वधाच्या वेळीं अतिशय घनघोर युद्ध झालें, त्या प्रसंगींही मीं इंद्राचें सारथ्यकर्म केलें होतें. वृत्रासुराच्या वधाच्या वेळींही मींच अश्व आवरून धरिले असून, बलीशीं जें अत्यंत दारुण असें प्रचंड युद्ध झालें तेंही मीं अवलोकन केलें आहे. ह्याप्रमाणें ह्या भयंकर संग्रामामध्यें मीं पूर्वीं कामें केलेलीं आहेत. परंतु, हे पांडवा, मी ह्यापूर्वीं असा केव्हांही गोंधळून गेलों नाहीं. मला वाटतें, ब्रह्मदेवानें ह्या वेळीं खचीत लोकांचा संहारच करावयाचें आरंभिलेलें आहे. कारण, जगताच्या संहारावांचून इतर कामीं अशा प्रकारचें युद्ध होणें शक्य नाहीं!" हें त्याचें भाषण ऐकून मीं स्वतःच आपल्या मनाला धीर दिला आणि त्या दानवांचें प्रचंड मायाबल नष्ट करून टाकण्याच्या इच्छेनें, भयभीत झालेल्या मातलीला म्हटलें, "पहा आतां माझ्या बाहूंचें सामर्थ्य आणि अस्त्रांचा व गांडीव धनुष्याचा प्रभाव! सूता, घाबरूं नको; धीर धर. हा पहा मी आतां ह्यांची ही माया

आपल्या मायावी अस्त्रांच्या योगानें हाणून पाडितों आणि ह्या उग्र अंधकाराचाही फडशा उडवून देतों!" हे नराधिपते, असें बोलून मीं देवांच्या हितासाठीं सर्वही प्राण्यांना मोहित करून सोडणारी अशी अस्त्रमाया निर्माण केली. तेव्हां दैत्यांच्या नानाप्रकारच्या माया नष्ट होऊन जाऊं लागल्या; ह्यामुळें त्या निस्सीमतेजस्वी असुरश्रेष्ठांनीं पुनरपि अनेक प्रकारच्या माया निर्माण केल्या. त्या वेळीं पुनः पुनः प्रकाश पडूं लागला, पुनरपि एकदम लोक अंधकारानें ग्रस्त होऊन आंधळ्यासारखे बनून जाऊं लागले व वारंवार जलामध्यें मग्न होऊं लागले. प्रकाश पडतांच मातलीनें रथाच्या अग्रभागीं आरोहण करून अश्व चांगले आवरून धरिले आणि तो त्या अंगावर शहारे आणणाऱ्या संग्रामामध्यें संचार करूं लागला. तेव्हां कांहीं उग्र असे निवातकवच दैत्य मजवर चालून आले असतां संधि साधून मीं त्यांना ठार करून यमसदनाला पाठविलें. ह्याप्रमाणें निवातकवच दैत्यांच्या संहारास कारणीभूत असलेलें तशा प्रकारचें तें युद्ध सुरू झालें असतां सर्वच दानव मला एकदम दिसेनातसे झाले; कारण, ते मायेच्या योगानें आच्छादित होऊन गेलेले होते.

अध्याय एकशें बहात्तरावा.

—:०:—

निवातकवचसंहार.

अर्जुन ह्मणाला:—ते दैत्य दृष्टिगोचर न होतां मायावीपणानें मजशीं युद्ध करूं लागले, तेव्हां मीही अदृश्य अशा अस्त्रवीर्यानें त्याच्याशीं टक्कर देऊं लागलों. त्या वेळीं उत्कृष्ट प्रकारच्या अस्त्रांच्या योगानें अभिमंत्रण केलेले जे बाण गांडीव धनुष्यांतून सुटले, त्यांनीं ते राक्षस ज्या ज्या ठिकाणीं होते तिकडे तिकडे जाऊन त्याच्या मस्तकाचा छेद केला. ह्याप्रमाणें त्या संग्रामामध्यें मजकडून वध होऊं लागल्यामुळें एकदम मायावीपणा सोडून देऊन ते आपल्या नगरांत शिरले. ह्याप्रमाणें दैत्य पळून गेल्यानंतर जेव्हां अंधकार नाहींसा झाल्यामुळें दिसूं लागलें, तेव्हां लक्षावधि लोक त्या ठिकाणीं ठार होऊन पडले आहेत असें मला दिसून आलें. त्या ठिकाणीं त्यांचीं शस्त्रें, भूषणें व शेंकडों कवचें आणि शरीरें हीं अगदीं चूर होऊन गेलीं आहेत जसें दिसत होतें. ह्यामुळें अश्वांना एक पाऊलभर सुद्धां पुढें जाण्याला वाव मिळाला नाहीं. तेव्हां ते एकदम उडी मारून आकाशांतून चालूं लागले. तदनंतर निवातकवच दैत्य केवल आकाश आच्छादित करून अदृश्यपणें मजवर पर्वताचा वर्षाव करीत राहिले. पुढें भूमीमध्यें असणाऱ्या कांहीं भयंकर दैत्यांनीं अश्वांचे पाय आणि त्यांचीं चाकें धरिलीं. ह्याप्रमाणें ते हिरव्या रंगाचे अश्व आणि रथ त्यांनीं धरल्यानंतर जेव्हां मी युद्ध करूं लागलों, तेव्हां ते माझ्यावर आणि रथावर नेम धरून पर्वतांचे प्रहार करूं लागले. त्या वेळीं प्रथम पर्वत पडून जो त्यांचा ढीग झाला त्याच्या योगानें व दुसरेही जे पर्वत पडत होते त्यांच्या योगानें, आह्मी ज्या ठिकाणीं होतों तो प्रदेश गुहेसारखा बनून गेला. ह्याप्रमाणें शत्रूंनीं अश्व धरल्यामुळें व पर्वतांच्या योगानें आच्छादित होऊं लागल्यामुळें मला अत्यंत पीडा होऊं लागली, हें मातलीनें ओळखिलें; व मी भयभीत झालों आहें असें पाहून तो मला ह्मणूं लागला, "अर्जुना, भिऊं नको. तूं वज्रास्त्र सोड ह्मणजे झालें." हे नराधिपते, त्याचें भाषण ऐकून मीं इंद्रास प्रिय व भयंकर असें वज्रास्त्र काढिलें; आणि निश्चल अशा ठिकाणीं जाऊन गांडीव धनुष्याचें अभिमंत्रण करून वज्राप्रमाणें कठीण व तीक्ष्ण असे लोखंडी बाण सोडूं लागलों. तेव्हां वज्रास्त्राच्या योगानें

अभिमंत्रण केलेले ते सर्व बाण वज्ररूपी बनून त्या सर्व पर्वतमय माया आणि ते निवातकवच दैत्य ह्यांमध्यें जाऊन शिरले. तेव्हां वज्राच्या वेगामुळें गति कुंठित झालेले ते पर्वतप्राय दैत्य परस्परांस मिठ्या मारून भूमीवर पडूं लागले. आणि ज्या दैत्यांनीं भूमीच्या अंतर्भागीं राहून आमचे अश्व आणि रथ धरलेले होते, त्यांच्या मध्येंही शिरून माझ्या बाणांनीं त्यांस यमसदनास पाठविलें. ह्याप्रमाणें पर्वतप्राय निवातकवच दैत्य ठार होऊन अस्ताव्यस्त पडल्यामुळें तो प्रदेश—जसा पर्वतांच्या योगानें व्याप्त होऊन जावा तसा—आच्छादित होऊन गेलेला होता. ह्या वेळीं अश्वांना, मातलीला अथवा मला किंवा आमच्या रथाला कोणत्याही प्रकारें आघात लागलेला नव्हता, ही गोष्ट खरोखरच आश्चर्य करण्यासारखी होय. त्या वेळीं हे राजा, मातलि हसत हसत मला ह्मणाला, 'हे अर्जुना, तुझ्या अंगीं जें वीर्य दृष्टिगोचर होत आहे तें खरोखर देवांच्याही अंगीं नाहीं!'

अर्जुनाचा दैत्यनगरप्रवेश.

ह्याप्रमाणें, हे महाराजा, आह्मी ते दैत्यसमुदाय ठार करून सोडिले असतां, ज्याप्रमाणें शरदृतूमध्यें सारसपक्षी किलकिलाट करूं लागतात त्याप्रमाणें त्या दैत्यांच्या स्त्रिया त्या नगरामध्यें अत्यंत आक्रोश करूं लागल्या. तेव्हां रथध्वनीच्या योगानें निवातकवचांच्या स्त्रियांना भयभीत करीत मी मातलीसहवर्तमान त्या नगरामध्यें गेलों. त्या वेळीं मयूराप्रमाणें वर्ण असलेले ते दहा हजार अश्व आणि सूर्याप्रमाणें कांति असलेला तो रथ अवलोकन करितांच त्या स्त्रियांचे थवेच्या थवे पळून जाऊं लागले. तेव्हां भयभीत झालेल्या त्या स्त्रियांच्या अलंकारांचा जो शब्द होऊं लागला, तो पर्वतावर पडणाऱ्या शिलांच्या ध्वनीप्रमाणें होता. ह्याप्रमाणें भयभीत होऊन त्या दैत्यस्त्रिया अनेक प्रकारच्या रत्नांनीं खचित असल्यामुळें चित्रविचित्र दिसणाऱ्या आपआपल्या सुवर्णमय मंदिरामध्यें प्रविष्ट झाल्या. तेव्हां देवनगरीच्याही वर ताण करणारें तें अत्यंत आश्चर्यकारक आकार असलेलें उत्कृष्ट नगर अवलोकन करून मीं मातलीस विचारलें कीं, 'हें नगर अशा प्रकारचें असतां देव ह्यामध्यें येऊन कां रहात नाहींत? खरोखर हें इंद्राच्याही नगरापेक्षां श्रेष्ठ आहे असें मला वाटतें.'

दैत्यनगराचें संक्षिप्त पूर्ववृत्त.

मातलि ह्मणालाः—अर्जुना, हें नगर पूर्वी आमच्या इंद्राच्या ताब्यांत होतें; पण पुढें निवातकवच दैत्यांनीं देवांना येथून हाकलून लाविलें; आणि अत्यंत कडक तपश्चर्या करून ब्रह्मदेवाला प्रसन्न करून घेऊन, हें आपणांस रहावयास मिळावें आणि युद्धामध्यें देवांपासून आपणांस भीति असूं नये, असे दोन वर त्यांनीं मागून घेतले. तदनंतर इंद्रानें भगवान् ब्रह्मदेवाला असें ह्मटलें कीं, 'आपल्या हितासाठीं भगवंतांनीं ह्यांचा नाश करावा.' हें ऐकून, हे भरतकुलोत्पन्ना अर्जुना, भगवान् ब्रह्मदेवांनीं इंद्रास सांगितलें कीं, "ह्याविषयींचाही काल ठरलेला आहे. त्या वेळीं हे शत्रुनाशका, दुसरें स्वरूप धारण करून तूंच ह्यांचा संहार करशील.' अर्जुना, ब्रह्मदेवांनीं असें सांगितल्यामुळें ह्यांचा वध करण्यासाठीं इंद्रानें तुला अस्त्रें दिलीं व त्यामुळेंच तूं हे देवांनाही वध करितां येण्यास अशक्य असलेले दैत्य ठार करून सोडिले आहेस. हे भरतकुलोत्पन्ना, कालाच्या परिणामामुळें त्यांचा संहार करणारा असा तूं ह्या ठिकाणीं प्राप्त झालास त्याप्रमाणें त्यांचा वधही केलास हे पुरुषश्रेष्ठा, अत्यंत उत्कृष्ट व श्रेष्ठ अशा अस्त्रबलाचा तुजकडून जो महेंद्रानें स्वीकार करविला, तो दानवांच्या विनाशासाठींच होय!

अर्जुन ह्मणालाः—ह्याप्रमाणें त्या दैत्यांस ठार केल्यानंतर तें नगर अवलोकन करून मी पुनः मातलीसहवर्तमान देवलोकास गेलों.

अध्याय एकशें त्र्याहत्तरावा.

—:०:—

हिरण्यपुरवृत्तांत.

अर्जुन ह्मणालाः—तेथून परत येते वेळीं, स्वेच्छेनुरूप संचार करणारें व अग्नि किंवा सूर्य ह्यांच्याप्रमाणें कांति असलेलें दुसरें एक मोठें दिव्य नगर मला दिसलें. त्या ठिकाणीं आश्चर्यकारक असे रत्नमय वृक्ष असून त्यांवर मंजूळ आवाज करणारे पक्षी होते. त्या नगरामध्येंही पौलोम आणि कालकंज नांवांचे दैत्य प्रत्यहीं आनंदानें रहात होते. तें मोठमोठ्या वेशी व बंगले ह्यांनीं युक्त होतें. त्याला चार द्वारें होतीं. त्यांत प्रवेश करितां येणें फार अशक्य होतें. तें सर्व प्रकारच्या रत्नांनीं परिपूर्ण असून दिव्य व दिसण्यामध्यें फारच आश्चर्यकारक दिसत होतें. तें सर्व प्रकारच्या रत्नांनीं बनलेल्या व पुष्पें आणि फुलें ह्यांनीं युक्त असणाऱ्या वृक्षांनीं व्याप्त झालेलें असून अत्यंत मनोहर अशा दिव्य पक्ष्यांनीं युक्त होतें. तसेंच, नेहमीं आनंदित असणाऱ्या,शूल, खड्ग, मुसल, चाप आणि मुद्गल हीं आयुधें ग्रहण करणाऱ्या व माला धारण करणाऱ्या दैत्यांनीं तें सर्वत्र व्याप्त होऊन गेलेलें होतें. राजा, तें दिसण्यांत अत्यंत आश्चर्यकारक असें दैत्यांचें नगर अवलोकन करितांच मीं मातलीस प्रश्न केला कीं, 'हें काय आश्चर्य आहे ?'

मातलि ह्मणालाः—हे क्षत्रियश्रेष्ठा अर्जुना, पूर्वी पुलोमा आणि कालका ह्या दोन प्रचंड अशा दैत्यस्त्रियांनीं एक हजार दिव्य वर्षेंपर्यंत कडक तपश्चर्या केली. तेव्हां तपश्चर्येच्या शेवटीं ब्रह्मदेव वर देऊं लागले असतां, 'आपल्या पुत्रांस दुःख कमी असावें; देव, राक्षस अथवा दैत्य ह्यांजकडून त्यांचा वध होऊं नये; आणि आकाशगामी, अत्यंत कांतिसंपन्न व अतिशय रमणीय असें नगर त्यांना असावें.' हे वर त्यांनीं मागून घेतले. तेव्हां हे भरतकुलश्रेष्ठा, सर्व प्रकारच्या रत्नसमुदायांनीं युक्त असलेले देव, महर्षि, यक्ष, गंधर्व, पन्नग, दैत्य आणि राक्षस ह्यांनीं आक्रांत करण्यास अशक्य असलेलें, सर्व प्रकारच्या अभीष्ट वस्तूंनीं युक्त असलेलें, व शोक आणि रोग ह्यांनीं विरहित असें हें नगर ब्रह्मदेवानें कालकेय दैत्यांसाठीं निर्माण केलें. हे वीरा, तेंच हें पुलोमा आणि कालका ह्यांचे पुत्र जे दैत्य त्यांचें वास्तव्य असलेलें व देवतांनीं विरहित असणारें दिव्य नगर होय. ह्या महानगरास हिरण्यपुर असें ह्मणत असून कालकेय आणि पौलम ह्या महादैत्यांनीं त्यांचें संरक्षण केलेलें आहे. हे क्षत्रिया अर्जुना, ह्या दैत्यांचा कोणाही देवास वध करितां येणें अशक्य असल्यामुळें, हे खिन्नता सोडून देऊन व उत्सुकपणाचा त्याग करून ह्या ठिकाणीं वास्तव्य करीत असतात. पूर्वी ब्रह्मदेवानें ह्यांना मनुष्यापासून मृत्यु यावयाचा असें सांगितलें आहे. तेव्हां, पार्था, तूं अत्यंत बलसंपन्न व आक्रमण करितां येण्यास अशक्य अशा ह्या कालकंज दैत्यांवरही संग्रामांत वज्रास्त्र सोडून त्यांचा सत्वर नाश कर.

अर्जुनहस्तें पौलोम-कालकंज-वध.

अर्जुन ह्मणालाः—हे प्रजापालका, देव अथवा दैत्य ह्यांजकडून त्या नगराचा नाश होणें अशक्य आहे असें कळून येतांच मीं आनंदानें मातलीला ह्मटलें कीं, 'चल लवकर ह्या नगराकडे, ह्मणजे मी हां हां ह्मणतांना अस्त्रांच्या योगानें त्या देवद्वेष्ट्यांचा निःपात करून सोडितों. कारण, जे दुष्ट लोक देवांचा द्वेष

करितात त्यांचा वध करणें मला कोणत्याही प्रकारें अयोग्य दिसत नाहीं.' हें ऐकून अश्व जोडलेल्या त्या दिव्य रथांतून मातलि मला शीघ्र हिरण्यपुराच्या जवळ घेऊन गेला. तेव्हां मला पहातांच चित्रविचित्र अलंकार धारण केलेले व तशाच प्रकारचीं वस्त्रें परिधान केलेले ते दैत्य चिलखतें चढवून रथांत बसले आणि मोठ्या वेगानें माझ्यावर चालून आले. तदनंतर क्रुद्ध होऊन गेलेले ते भयंकर पराक्रमशाली दानवश्रेष्ठ तोफा, बंदुका, बाण, माले, शक्ति, खड्ग आणि तोमर ह्यांच्या योगानें मजवर प्रहार करूं लागले. तेव्हां, हे राजा, मीं विद्याबलाचा अवलंब करून बाणांची प्रचंड वृष्टि केली आणि तिच्या योगानें त्यांची शस्त्रवृष्टि बंद पाडून रथाच्या मार्गावरून त्या संग्रामामध्यें संचार करीत सर्वही राक्षसांना अतिशय मोह पाडूं लागलों. ह्यामुळें सर्वथैव मोह पावलेले ते दैत्य परस्परांवर प्रहार करून स्वतांला भूमीवर पाडूं लागले. ह्याप्रमाणें मोह पावून ते परस्परांवर धावूं लागले तेव्हां मीं प्रदीप्त अशा बाणांनीं त्यांचीं शेंकडों मस्तकें छिन्न करून पाडलीं. ह्याप्रमाणें वध होऊं लागल्यामुळें पुनरपि त्या नगरांत जाऊन व दानवी मायेचा अवलंब करून ते त्या नगरासहवर्तमान आकाशांत उडून गेले. तेव्हां हे कुरुनंदना, मीं बाणांची प्रचंड वृष्टि करून त्या दैत्यांचा मार्ग व्यापून टाकिला आणि त्यांची गति बंद पाडली. राजा, सूर्याप्रमाणें कांति असलेलें तें आकाशामध्यें स्वेच्छेनुरूप संचार करणारें दिव्य नगर ब्रह्मदेवानें वर दिला असल्यामुळें ते दैत्य आपणाला सुख होईल अशा रीतीनें हवें त्या ठिकाणीं स्थापन करीत असत. ह्यामुळें तें एकदम भूमीच्या अंतर्भागीं प्रवेश करी, पुनः वर जाऊं लागे, वारंवार सत्वर गतीनें आडवें चालूं लागे व पुनरपि जलामध्यें मग्न होऊन जाई. असो; हे शत्रुतापना, अमरावतीच्या तोडीचें तें स्वेच्छाचारी महानगर नानाप्रकारचीं अस्त्रें सोडून मीं पकडलें; आणि नंतर दिव्यास्त्रांच्या योगानें अभिमंत्रित असे बाण सोडून दैत्यांबरोबर युद्ध करूं लागलों. तेव्हां, हे पुरुषश्रेष्ठा राजा युधिष्ठिरा, मीं सोडलेले सरळ जाणारे लोखंडी बाण जाऊन लागतांच तें नगर तुकडे तुकडे होऊन भूमीवर पडलें. ह्यामुळें हे राजा, वज्राप्रमाणें वेग असलेल्या माझ्या लोहमय बाणांनीं ठार होऊं लागलेले ते दैत्य मृत्यूच्या प्रेरणेमुळें इतस्ततः भ्रमण करूं लागले. तेव्हां मातलि आकाशांत गेला आणि त्या सूर्याप्रमाणें कांतिमान् अशा रथांतून त्याच्यापुढें उडीच घालीत आहे कीं काय अशा रीतीनें सत्वर भूमीवर उतरला. त्या वेळीं, हे भरतकुलोत्पन्ना, मजबरोबर युद्ध करूं इच्छिणाऱ्या त्या कोपिष्ठ दैत्यांचे साठ हजार रथ माझ्या भोंवतीं येऊन उभे राहिले. तेव्हां मी तीक्ष्ण अशा गृध्रपुंख बाणांच्या योगानें त्यांना व्याप्त करूं लागलों; तरीही ते कांहीं मागें जाऊन पुनरपि समुद्राच्या लाटांप्रमाणें परत फिरूं लागले ह्यामुळें, मानवी पद्धतीच्या युद्धानें ह्यांचा पराजय करितां येणें शक्य नाहीं असा विचार करून मी क्रमाक्रमानें त्यांच्यावर दिव्य अस्त्रांचा प्रयोग करूं लागलों. तेव्हां ते आश्चर्यकारक युद्ध करणारे हजारों रथी माझीं दिव्य अस्त्रें हळू हळू कुंठित करूं लागले. त्या वेळीं ते शेंकडों हजारों महाबलाढ्य दैत्य त्या संग्रामामध्यें चित्रविचित्र अशा रथमार्गावरून संचार करीत आहेत असें दिसूं लागलें. त्यांचे किरीट, कानावर ठेवण्याचे पुष्पगुच्छ, कवचें, ध्वज आणि अलंकार हीं सर्व फारच आश्चर्यकारक असल्यामुळें त्यांजकडे पाहतांच माझ्या अंतःकरणास आनंद होत होता. ह्यामुळें अस्त्रांच्या योगानें अभिमंत्रण केलेल्या बाणांचा वर्षाव करून त्या संग्रामामध्यें त्यांस

पीडित करण्याविषयीं मी समर्थ झालों नाहीं; उलट त्यांनीं मात्र मला पीडित करून सोडिलें. ह्याप्रमाणें अस्त्रविद्येमध्यें निष्णात असलेले ते अनेक चतुर दैत्य मला पीडा देऊं लागले, तेव्हां मात्र मी त्या प्रचंड संग्रामामध्यें व्याकूळ होऊन गेलों आणि मला अतिशय भीति वाटूं लागली. तदनंतर देवाधिदेव रुद्रास प्रणाम करून व 'सर्वही प्राण्यांचें कल्याण होवो!' असें ह्मणून सर्व शत्रूंचा विनाश करणारें रौद्र ह्या नांवानें प्रख्यात असलेलें जें प्रचंड अस्त्र त्याचा मीं प्रयोग केला. तेव्हां मला तीन मुखें, तीन मस्तकें, नऊ नेत्र आणि सहा बाहु ह्यांनीं युक्त असलेल्या, सूर्य किंवा अग्नि ह्यांच्याप्रमाणें केशांची कांति असलेल्या, जिभळ्या चाटीत असलेल्या व वस्त्राच्या ऐवजीं मोठमोठे सर्प परिधान केलेल्या एका पुरुषाचें दर्शन झालें. तदनंतर, हे शत्रुनाशका भरतकुलश्रेष्ठा, मीं निर्भयपणें तें सनातन असें रौद्रास्त्र अभिमंत्रित करून गांडीव धनुष्यास लाविलें आणि निस्सीम-तेजस्वी त्रिलोचन श्रीशंकरांस नमस्कार करून त्या दानवश्रेष्ठांचा समूळ नाश करण्यासाठीं तें सोडून दिलें. तें अस्त्र सोडतांच हरिणें, सिंह, वाघ, अस्वलें, महिष, पन्नग, धेनु, शरभ, गज, वानर, वृषभ, वराह, मार्जार, श्वान, प्रेतें, भुरुंडनामक पक्षी, गृध्र, गरुड, चमरसंज्ञक पशु, देव, ऋषि, गंधर्व, पिशाचें, यक्ष, असुर, गुह्यक, राक्षस, गजाप्रमाणें मुख असलेले जलचर, घूक, मत्स्य, अश्व इत्यादि नानाप्रकारच्या हजारों प्राण्यांचीं स्वरूपें धारण करणारे पुरुष त्या ठिकाणीं उत्पन्न झाले. ह्या सर्वांनींही अनेक प्रकारचीं शस्त्रें व खड्गें हातामध्यें घेतलेलीं होतीं. त्या वेळीं गदा आणि मुद्गल धारण करणारे राक्षसही त्या ठिकाणीं प्रकट झाले; आणि त्यांनीं व अनेक प्रकारचीं स्वरूपें धारण करणाऱ्या इतरही तत्काल उत्पन्न झालेल्या वीरांनीं, मीं तें रौद्रास्त्र सोडतांच, हें सर्व जग व्याप्त होऊन गेलें. त्या सर्वांनाही तीन मस्तकें, चार दाढा, चार मुखें आणि चार बाहु असून ते मांस, मेद, वसा आणि अस्थि ह्यांच्या योगानें युक्त व अनेक प्रकारचीं स्वरूपें धारण करणारे होते. त्या वेळीं ते एकसारखा वध करूं लागल्यामुळें दानवांचा नाश होऊन गेला. ह्या वेळीं, हे भरत-कुलोत्पन्ना, मीही सूर्य किंवा अग्नि ह्यांच्या-सारखे तेजस्वी, पर्वताप्रमाणें सारसंपन्न आणि वज्र किंवा अशनि ह्यांप्रमाणें असलेले शत्रूंना चूर करून सोडणारे अनेक प्रकारचे बाण सोडून एका क्षणांत सर्व दैत्यांचा संहार केला. तदनंतर गांडीव धनुष्यापासून सुटलेल्या अस्त्रांच्या योगानें उडवून दिल्यामुळें गतप्राण होऊन आकाशांतून पडलेल्या दैत्यांस अवलोकन करितांच मीं जगदुत्पादक त्रिपुरनाशक भगवान् श्रीशंकर ह्यांस पुनरपि नमस्कार केला. ह्या-प्रमाणें दिव्य अलंकारांनीं विभूषित असलेल्या त्या राक्षसांस मी रौद्रास्त्र सोडून चूर करून टाकिलें, हें पाहून देवसारथि मातलि ह्यास अत्यंत आनंद झाला; आणि देवांच्याही हातून न घडणारें असें तें दुर्घट कर्म मीं केलें आहे हें पाहून त्या इंद्रसारथि मातलीनें माझा बहु-मान केला आणि आनंदित होऊन हात जोडून ह्मटलें, "अर्जुना, देवांना अथवा दैत्यांनाही करितां येण्यास अशक्य असें जें हें कर्म ह्या संग्रामामध्यें तूं केलें आहेस, तें प्रत्यक्ष देवा-धिपति इंद्रही करूं शकणार नाहीं. हे वीरा, तूं आपल्या वीर्याच्या आणि तपाच्या बलानें आकाशगामी व देवदैत्यांनीं नाश करण्यास अशक्य असलेलें हें महानगर विध्वस्त करून टाकिलें आहेस!"

ह्याप्रमाणें त्या नगराचा विध्वंस करून मीं त्या दैत्यांचा वध केला असतां सर्वही दैत्य-

स्त्रिया आक्रोश करीत त्या नगरांतून बाहेर पडल्या. त्या कुररीनामक पक्ष्यांप्रमाणें दुःखी, कष्टी आणि व्याकूळ झालेल्या होत्या. त्यांचे केश अस्ताव्यस्त होऊन गेलेले होते. पतीचा नाश होऊन गेलेल्या त्या स्त्रिया केविलवाण्या स्वरानें आक्रोश करीत व आपले पुत्र, पितर, बंधु इत्यादिकांविषयीं शोक करीत भूमीवर पडल्या व ऊर बडवीत रोदन करूं लागल्या ! त्या वेळीं त्यांच्या कंठांतील माळा आणि अलंकार हीं अस्ताव्यस्त होऊन गेलीं होतीं. तेव्हां, ज्याच्या अधिपतचा नाश झाला असून कांतिही नष्ट झाली आहे व ज्यावर दुःख आणि दैन्य ह्यांचे आघात झाले आहेत, असें तें दानवांचें नगर शोकयुक्त आणि निस्तेज होऊन गेल्यामुळें शोभेनासें झालें. इतकेंच नव्हे, तर ज्यांतील हत्ती वर काढून लावले आहेत अशा सरोवराप्रमाणें अथवा ज्यांतील वृक्ष शुष्क होऊन गेले आहेत अशा अरण्याप्रमाणें नष्टप्राय होऊन गेलेलें तें नगर सायंकालीन अभ्राप्रमाणें तत्काल अदृश्य होऊन गेलें. तदनंतर, युद्ध केल्यामुळें कृतकृत्य आणि आनंदित अंतःकरण झालेल्या मजला घेऊन मातलि सत्वर इंद्रमंदिराकडे गेला.

अर्जुनाचें स्वर्गप्रयाण व इंद्रसमागम.

राजा, ह्याप्रमाणें निवातकवचनामक महादैत्यांचा वध केल्यानंतर मी पुनरपि इंद्रासंन्निध गेलों. तेव्हां, हे महाकांते युधिष्ठिरा, मातलीनें माझ्या हातून घडलेलें—हिरण्यपुराचा विध्वंस, दैत्यमायांचें निवारण आणि युद्धामध्यें महातेजस्वी अशा निवातकवचांचा वध हें सर्व कर्म देवराजाच्या कानावर घातलें. तें ऐकून मरुद्गणांसहवर्तमान भगवान् सहस्राक्ष इंद्र संतुष्ट झाला व 'शाबास ! शाबास !' असें ह्मणाला. तदनंतर देवांसहवर्तमान इंद्रानें मला पुनः पुनः धीर दिला आणि मधुर वाणीनें असें ह्मटलें कीं, 'हे पार्था, संग्रामामध्यें तूं जें हें कर्म केलेंस तें देवांना अथवा दैत्यांनाही करितां येणें शक्य नाहीं. माझ्या मोठमोठ्या शत्रूंचा वध केल्यामुळें तूं मला गुरुदक्षिणा दिल्यासारखें झालें. हे धनंजया, ह्याप्रमाणें तूं संग्रामामध्यें सर्वदा निश्चलपणानें राहून निभ्रांतपणें अस्त्रप्रयोग करीत जा. खरोखर देव, दानव, राक्षस यक्ष, असुर, गंधर्व, पक्षिसमुदाय आणि पन्नग ह्यांनाही संग्रामामध्यें तुझा वेग सहन व्हावयाचा नाहीं. हे कुंतीपुत्रा, कुंतीपुत्र धर्मात्मा युधिष्ठिर हा तुझ्या बाहुबलाच्या योगानें जिंकून घेतलेल्या पृथ्वीचें पालन करील.'

अध्याय एकशें चौऱ्याहत्तरावा.

—:०:—

अर्जुनाचें अवशिष्टवृत्तनिवेदन.

अर्जुन ह्मणाला:—पुढें मीं पुष्कळशी विश्रांति घेतल्यानंतर व बाणांच्या योगानें माझ्या शरीरास झालेल्या जखमा भरून आल्यानंतर योग्य प्रसंगीं देवराज इंद्रानें मला जवळ बोलावून घेऊन ह्मटलें कीं, 'हे भरतकुलोत्पन्ना, आज तुजपाशीं सर्व प्रकारचीं दिव्य अस्त्रें वास्तव्य करीत असून भूमितलावर असणारा कोणीही मनुष्य तुझा पराभव करण्याविषयीं समर्थ नाहीं. हे पुत्रा, तूं संग्रामामध्यें उभा राहिलास ह्मणजे अनेक राजांचें साह्य असलेले भीष्म, द्रोण, कृप, कर्ण अथवा शकुनि ह्यांना तुझ्या षोडषांशाचीही सर यावयाची नाहीं.' असें ह्मणून ज्याच्या योगानें शरीराचें संरक्षण होईल असें हें दिव्य व अभेद्य कवच आणि ही सुवर्णमय माला प्रभु इंद्रानें मला अर्पण केली; व प्रचंड ध्वनि असलेला तो देवदत्त शंख पुनरपि अर्पण करून त्यानें स्वतः हा किरीट माझ्या मस्तकावर घातला; तदनंतर दिव्य वस्त्रें आणि सुंदर व मोठें असे अनेक

दिव्य अलंकार त्यानें मला अर्पण केले. हे राजा, ह्याप्रमाणें त्यानें बहुमान केल्यानंतर मी पवित्र अशा त्या इंद्रमंदिरामध्यें गंधर्वांसह-वर्तमान सुखानें राहूं लागलों. पुढें एकदां देवां-सहवर्तमान असलेला तो प्रीतिसंपन्न इंद्र मला ह्मणाला कीं, 'हे अर्जुना, आतां तुझी गमन करण्याची वेळ आली आहे. कारण, तुझे बंधु तुझें स्मरण करीत आहेत.' हे भरतकुलोत्पन्ना, राजा युधिष्ठिरा, ह्याप्रमाणें मीं इंद्रमंदिरामध्यें पांच वर्षें वास्तव्य केलें. मात्र त्या वेळीं मला द्यूतजन्य कलहाची स्मृति होत होती. तदनंतर मी ह्या गंधमादन पर्वताच्या एका फाट्याच्या पृष्ठभागीं बरोबर बंधूंचा परिवार असलेल्या तुजला अवलोकन केलें.

युधिष्ठिर ह्मणाला:—हे भरतकुलोत्पन्ना, धनंजया, तुला अस्त्रें प्राप्त झालीं हें तुझें सुदैव होय. देवांचा अधिपति प्रभु इंद्र ह्याचें तूं आराधन केलेंस हेंही तुझें मोठें सुदैव होय. हे शत्रुतापना निष्पापा अर्जुना, तुला देवी पार्वतीसहवर्तमान भगवान् शंकराचें साक्षात् दर्शन झालें आणि स्वतः युद्ध करून तूं त्यांना संतुष्ट केलेंस हें तुझें मोठें भाग्य होय. तसेंच, हे भरतकुलश्रेष्ठा, तुझी आणि लोकपालांची गांठ पडली हें आमचें भाग्य असून आतां सुदैवानें आमच्या अभ्युदयास आरंभ झाला आहे. आतां आह्मीं नगरांच्या योगानें शोभा-यमान असलेली संपूर्ण भूदेवी जिंकून घेतली असून धृतराष्ट्राच्या पुत्रांनाही आपल्या अधीन करून घेतलेंच असें मी समजतों. हे भरत-कुलोत्पन्ना, ज्यांच्या योगानें तशा प्रकारच्या वीर्यसंपन्न निवातकवच दैत्यांचा तूं वध केलास, तीं दिव्य अस्त्रें अवलोकन करावीं अशी माझी इच्छा आहे.

अर्जुन ह्मणाला:—मीं ज्यांच्या योगानें घोर अशा निवातकवचांचा निःपात केला, तीं सर्वही अस्त्रें उदयिक प्रातःकालीं मी आपणांला दाखवीन.

वैशंपायन ह्मणाले:—ह्याप्रमाणें आगम-नाचा वृत्तांत कथन केल्यानंतर अर्जुन आपल्या बंधूंसहवर्तमान ती रात्र तेथें राहिला.

अध्याय एकशें पंचाहत्तरावा.

—:०:—

अर्जुनाचा दिव्यास्त्रदर्शनारंभ.

वैशंपायन ह्मणाले:—ती रात्र निघून गेल्या-नंतर दुसरे दिवशीं सकाळीं बंधूंसहवर्तमान उठून धर्मराज युधिष्ठिरानें आवश्यक कृत्यें केलीं व नंतर आपला बंधु अर्जुन ह्यास ह्मटलें कीं, 'हे कुंतीपुत्रा, ज्यांच्या योगानें तूं दान-वांचा पराजय केलास तीं अस्त्रें मला दाखीव.' हे भरतकुलोत्पन्ना राजा जनमेजया, तदनंतर पांडुपुत्र अर्जुनानें देवांनीं दिलेलीं दिव्य अस्त्रें दाखविण्यास सुरवात केली. तो महातेजस्वी अर्जुन प्रथम यथाविधि अत्यंत शुचिर्भूत झाला; आणि पृथ्वी हीच दांडी, चक्र, कणा, उत्कृष्ट प्रकारचे वेळू व कणा आणि दांडी हीं साध-ण्याकरितां लावलेले तीन वेळू ह्यांनीं युक्त असलेला रथ आहे व त्यांत आपण बसलों आहों अशी त्यानें भावना केली. तदनंतर अत्यंत तेजस्वी असें दिव्य कवच अंगामध्यें घातल्यामुळें अत्यंत शोभूं लागलेल्या त्या महाबाहु कुंतीपुत्र अर्जुनानें गांडीव धनुष्य व देवदत्त शंख घेऊन तीं दिव्य अस्त्रें दाख-विण्यास सुरवात केली. दिव्य अस्त्रांचा प्रयोग करण्यासाठीं उभ्या राहिलेल्या त्या अर्जुनाच्या पायांचा भार पडतांच पृथ्वी वृक्षांसहवर्तमान डळमळूं लागली, नद्या आणि समुद्र क्षुब्ध होऊन गेले, पर्वत भंगले, वायु वाहीनासा झाला, सूर्य निस्तेज होऊन गेला, अग्नि प्रदीप्त होईनासा झाला, ब्राह्मणांना वेदांची

स्फूर्ति होईनाशी झाली, आणि, हे जनमेजया, भूमीच्या अंतर्भागीं वास्तव्य करणारे जे प्राणी होते ते पीडा होऊं लागल्यामुळें तेथून वर येऊन वेडींवांकडीं तोंडें करून व हात जोडून कांपत कांपत अर्जुनाच्या सभोंवतीं उभे राहिले; व त्या अस्त्रांच्या योगानें होरपळून जाऊं लागल्यामुळें अर्जुनाची प्रार्थना करूं लागले.

देवकृत अर्जुननिषेध.

हे महाराजा जनमेजया, तदनंतर ब्रह्मर्षि, सिद्ध, महर्षि व सर्वही जंगम प्राणी, श्रेष्ठ श्रेष्ठ असे देवर्षि, देव, यक्ष, राक्षस, गंधर्व, पक्षी आणि सर्वही आकाशगामी प्राणी हे अर्जुनापुढें येऊन उभे राहिले. तदनंतर ब्रह्मदेव, सर्वही लोकपाल आणि प्रमथगणांसहवर्तमान भगवान् शंकर हेही त्याजकडे आले. पुढें वायूनें चित्रविचित्र अशा दिव्यपुष्पमालांचा अर्जुनाच्या आसमंताद्भागीं एकसारखा वर्षाव केला; देवांनीं प्रेरणा केलेले गंधर्व नानाप्रकारच्या गाथांचें गायन करूं लागले; आणि, राजा, अप्सरांचे समुदायही ताफ्याताफ्यानें नृत्य करूं लागले. राजा, अशा प्रकारच्या त्या वेळीं देवांनीं पाठवून दिलेले नारदमुनि त्या ठिकाणीं येऊन श्रवण करण्यास योग्य अशा प्रकारच्या शब्दांनीं अर्जुनास ह्मणूं लागले. ते ह्मणाले, "अर्जुना, हे भरतकुलोत्पन्ना अर्जुना, तूं ह्या दिव्य अस्त्रांचा प्रयोग करूं नको. कारण, लक्ष्य असल्यावांचून ह्या अस्त्रांचा प्रयोग कोणत्याही प्रकारें करावयाचा नाहीं; आणि जरी लक्ष्य असलें तरीही आपणाला पीडा झाल्यावांचून ह्यांचा प्रयोग केव्हांही करूं नये. कारण, हे कुरुनंदना, अशा रीतीनें अस्त्रांचा प्रयोग केला असतां मोठा दोष लागतो. अर्जुना, ह्यांचें जर यथाशास्त्र संरक्षण केलें तर हीं निःसंशय बलसंपन्न आणि सुख देण्यास योग्य अशीं होतील; पण जर ह्यांचें रक्षण केलें नाहीं तर, हे पांडवा, हीं त्रैलोक्याच्याही नाशास कारणीभूत होतील. तेव्हां तूं पुनरपि असें केव्हांही करूं नको. हे अजातशत्रो धर्मा, संग्रामामध्यें शत्रूंचा निःपात करते वेळीं जेव्हां अर्जुन ह्या अस्त्रांचा प्रयोग करील, तेव्हां तीं तुला पहावयास मिळतील."

वैशंपायन ह्मणाले:—हे पुरुषश्रेष्ठा, ह्याप्रमाणें अर्जुनाचा अस्त्रप्रयोग बंद केल्यानंतर ते देव आणि दुसरेही कोणी त्या ठिकाणीं आले होते ते सर्व आल्या मार्गानें निघून गेले. हे कुरुकुलोत्पन्ना, ते सर्वहीजण परत निघून गेल्यानंतर ते पांडव आनंदित होऊन द्रौपदीसहवर्तमान त्याच वनामध्यें राहिले.

आजगरपर्व.

अध्याय एकशें शहात्तरावा.

—:०:—

पांडवांचा गंधमादनत्याग.

जनमेजय ह्मणाला:—तो रथिश्रेष्ठ शूर अर्जुन अस्त्रविद्येमध्यें पारंगत होऊन इंद्रनगरांतून परत आल्यानंतर त्याची भेट झाल्यावर पुढें पांडवांनीं काय केलें ?

वैशंपायन ह्मणाले:—पुढें ते सर्वही नरश्रेष्ठ वीर पांडव इंद्रतुल्य अर्जुनासहवर्तमान त्या अत्यंत रम्य अशा पर्वतश्रेष्ठावरील वनांमध्यें असणाऱ्या कुबेराच्या वनामध्यें वास्तव्य करून विहार करूं लागले. अस्त्रविद्येमध्यें परिश्रम केलेला धनुर्धर नरश्रेष्ठ अर्जुन अप्रतिम मंदिरें आणि नानाप्रकारच्या वृक्षांनीं आवृत असलेलीं क्रीडास्थळें अवलोकन करीत सदोदित संचार करूं लागला. हे राजा, यक्षपति कुबेर ह्याच्या प्रासादामध्यें वास्तव्य करावयास मिळाल्यामुळें त्या राजपुत्रांना मनुष्यांमध्यें येण्याची इच्छाच होईना. तो काळही त्यांना चांगला आलेला होता अर्जुनाची भेट झाल्यानंतर त्यांनीं तेथें चार वर्षें काढलीं, पण तीं त्यांना अवघ्या एका रात्रीसारखीं वाटलीं. त्यापूर्वीही त्यांचीं सहा वर्षें निघून गेलेलीं होतीं. एकूण पांडव वनांत रहावयास लागल्यापासून दहा वर्षें निघून गेलेलीं होतीं. तदनंतर आवेशशाली वायुपुत्र भीम, अर्जुन आणि जवळ जवळ इंद्रासारखे असलेले वीर नकुलसहदेव हे सर्वजण एकांतांत धर्मराजाच्या जवळ बसून हितकारक आणि प्रिय असें भाषण करूं लागले. ते ह्मणाले, "हे कुरुराजा, तुझी प्रतिज्ञा खरी करून तुझें प्रिय करावें ह्या हेतूनेंच आह्मीं वनाचा त्याग करून अनुयायांसहवर्तमान दुर्योधनाला ठार करावयास जात नाहीं. सुखोपभोगास योग्य असे आह्मी दुर्योधनानें सुख हिरावून घेतल्यामुळें वनांत राहूं लागलों. ह्या गोष्टीला आज हें अकरावें वर्ष सुरू आहे. तेव्हां ज्याची बुद्धि आणि स्वभाव हीं निकृष्ट प्रतीचीं आहेत अशा त्या दुर्योधनाला फसवून हे पृथ्वीपते, तुझ्या आज्ञेनें मानाचा त्याग करून निःशंकपणें वनामध्यें संचार करीत राहून आतां आपण सुखानें अज्ञातवासाचा उपभोग घेऊं या. आह्मी जर जवळच कोठें तरी जाऊन राहिलों, तर लोभिष्ठ कौरव आह्मांला शोधून काढतील; पण दूर असलों ह्मणजे मात्र त्यांना तसें करितां यावयाचें नाहीं. ह्यास्तव, एक वर्षपर्यंत तेथें गुप्त रूपानें विहार करीत राहून तदनंतर त्या भूपाधम दुर्योधनाच्या राज्यप्राप्तिरूपी फल आणि शत्रुवधरूपी पुष्प ह्यांनीं युक्त असलेल्या वैराची फेड करून आह्मीं सुखानें अनुयायांसहवर्तमान त्या नराधम दुर्योधनाला कंटकाप्रमाणें उपटून काढून टाकूं. नंतर, हे धर्मराजा, तूं ह्या पृथ्वीचें राज्य कर. हे राजा, ह्या स्वर्गतुल्य देशामध्यें संचार करीत असल्यामुळें आह्मांला आपला शोक नष्ट करितां येणें शक्य आहे. ह्यामुळें आह्मी चिरकालही येथें राहूं. पण तसें केल्यामुळें हे भरतकुलोत्पन्ना, स्थावरजंगमात्मक त्रैलोक्यामध्यें पसरलेली तुझी अत्यंत पवित्र अशी कीर्ति नष्ट होऊन जाईल; आणि कुरुश्रेष्ठांचें राज्य मिळविल्यास मात्र फार मोठी कीर्ति मिळून आपल्या हातून मोठमोठीं कार्येंही घडणें शक्य आहे. हे राजेंद्रा, आतां तुला जें कांहीं कुबेराकडून मिळत आहे तें सदोदितही मिळणें शक्य आहे. पण, हे भरतकुलोत्पन्ना, ज्यांनीं तुझा अपराध केला आहे अशा शत्रूंचा निग्रह करण्याचें आणि त्यांचा वध करण्याचें तूं मनांत आण. हे राजा,

तुझ्याशीं युद्ध करूं लागल्यास प्रत्यक्ष इंद्राला देखील तुझें तेज सहन करितां यावयाचें नाहीं. तुला पाठबळही चांगलें आहे. कारण, गरुडवाहन श्रीकृष्ण आणि सात्यकि हे तुझ्या कार्यसिद्ध्यर्थ प्रवृत्त झाले असून, त्याकरितां इंद्राशींही जरी संग्राम करावा लागला तरीही ते डगमगणार नाहींत. हे नरपतिश्रेष्ठा, सामर्थ्यामध्यें अप्रतिम असणाऱ्या अर्जुनाची व माझीही स्थिति तशीच आहे. त्या यादवांसहवर्तमान ज्याप्रमाणें श्रीकृष्ण तुझ्या कार्यसिद्धीविषयीं उद्युक्त झाला आहे, त्याप्रमाणें, हे नरपतिश्रेष्ठा, मी आणि चतुर वीर नकुलसहदेव हेही आहों. सारांश, आम्ही सर्वजण तुझ्या कार्यसिद्धीसच मुख्य समजत असल्यामुळें शत्रूंशीं जाऊन भिडूं व त्यांचा नायनाट करून टाकूं."

वैशंपायन ह्मणाले:—तदनंतर धर्म आणि अर्थ ह्यांचें ज्ञान असलेल्या उत्कृष्ट तेजस्वी व अत्यंत श्रेष्ठ अशा महात्म्या धर्मपुत्र युधिष्ठिरानें त्याचा अभिप्राय जाणून कुबेरमंदिरास प्रदक्षिणा घातली; आणि तेथील सर्व मंदिरें व नद्या, सरोवरें व राक्षस ह्यांचा निरोप घेतला. तदनंतर तो अंतःकरण शुद्ध असलेला महात्मा धर्मराज आलेल्या मार्गाकडे अवलोकन करूं लागला व पुनः पुनः त्या पर्वताकडे पाहून त्याची प्रार्थना करूं लागला. तसेंच 'मित्रांच्या सहाय्यानें शत्रूंचा पराजय करून राज्य मिळविल्यानंतर इतिकर्तव्यतेची समाप्ति झाली ह्मणजे, हे पर्वतश्रेष्ठा, मी मनोनिग्रह करून पुनरपि तपश्चर्या करण्याच्या उद्देशानें तुझें दर्शन घेईन.' असें तो निश्चयपूर्वक मनामध्यें ह्मणाला. तदनंतर तो कुरुदेशाधिपति आपले कनिष्ठ बंधु आणि ब्राह्मण ह्यांच्यासहवर्तमान त्याच मार्गानें निघून जाऊं लागला. त्या वेळीं राक्षसांच्या टोळ्या करून घटोत्कचानें त्यांना खांद्यावर घेऊन पर्वतावरील जलप्रवाहांतून पार पोहोंचविलें. ते तेथून निघाले त्या वेळीं अंतःकरण अत्यंत आनंदित झालेल्या लोमश महर्षींनीं, ज्याप्रमाणें पिता पुत्रांना उपदेश करितो त्याप्रमाणें त्या सर्वांनाही उपदेश करून अत्यंत पवित्र अशा स्वर्गलोकीं गमन केलें. पुढें त्यांस आर्ष्टिषेणानेंही तसाच उपदेश केला. तदनंतर ते नरश्रेष्ठ पांडव रम्य अशीं तीर्थें, तपोवनें आणि मोठमोठीं सरोवरें अवलोकन करीत प्रयाण करूं लागले.

अध्याय एकशें सत्याहत्तरावा.

—:*:—

पांडवांचा द्वैतवनप्रवेश.

वैशंपायन ह्मणाले:—दिग्गज, किन्नर, पक्षी आणि उत्कृष्ट प्रकारचे जलप्रवाह ह्यांनीं युक्त असलेल्या त्या पर्वतश्रेष्ठरूपी वसतिस्थानाचा त्याग करते वेळीं त्या भरतकुलश्रेष्ठ पांडवांच्या मनाला आनंद होईना. तथापि तेथून ते निघाले. तदनंतर कुबेरास प्रिय असलेला व शरत्कालीन मेघाप्रमाणें शुभ्रवर्ण कांति असलेला कैलास पर्वत दृष्टीस पडतांच त्या भरतकुलश्रेष्ठांस पुनरपि अत्यंत आनंद झाला. तेथून धनुष्य आणि खड्ग धारण करणारे ते पुरुषश्रेष्ठ प्रख्यात वीर टेंकड्या, पर्वतावरील गर्द झाडीचे प्रदेश, सिंहांचीं वसतिस्थानें, सेतु, साकु, कडे, त्या त्या ठिकाणीं असणारे सखल प्रदेश, पक्षी हरिणें आणि गज ह्यांनीं सेवित अशीं दुसरीं मोठमोठीं अरण्यें अवलोकन करीत गमन करूं लागले. ह्याप्रमाणें रात्रंदिवस प्रवास करीत असतां ते पुरुषश्रेष्ठ सदोदित रम्य वनांमध्यें नद्या आणि सरोवरें ह्यांच्या तीरांवर अथवा पर्वतावरील लहानमोठ्या गुहांमध्यें मुक्काम करीत असत. ह्याप्रमाणें दुर्गम प्रदेशामध्यें अनेक मुक्काम करीत करीत कल्पनातीत आकार असलेल्या कैलास पर्वतास उल्लंघन केल्यानंतर ते

वृषपर्व्याच्या अत्यंत मनोरम आणि श्रेष्ठ आश्रमामध्यें येऊन पोहोंचले. त्या ठिकाणीं त्यानीं राजर्षि वृषपर्वा ह्याची भेट घेतली असतां त्यानें त्यांचा बहुमान केला व तदनंतर ज्ञानसंपन्न अशा त्या पांडवांनीं आपल्या पर्वतावरील प्रवासाचा वृत्तांत वृषपर्व्याला विस्तृतपणें सांगितला. पुढें देव आणि महर्षि ह्यांनीं सेवित अशा त्याच्या पवित्र आश्रमामध्यें एक रात्र सुखानें राहिल्यानंतर ते वीर कांहीं आयास न होतां पुनरपि विशालासंज्ञक बदरीमध्यें मुक्कामास येऊन पोहोंचले. तेथें ते महापराक्रमी सर्वही पांडव कुबेरप्रिय व देव आणि सिद्ध ह्यांनीं सेवित अशा सरोवरास अवलोकन करीत नारायणाश्रमामध्यें वास्तव्य करूं लागले; ह्यामुळें त्यांचा शोक नष्ट होऊन गेला. इतकेंच नव्हे तर पापक्षालन झालेले ब्रह्मर्षि ज्याप्रमाणें नंदनवनामध्यें वास्तव्य करून रममाण होऊन रहातात, त्याप्रमाणें त्या सरोवरास अवलोकन करून ते सर्व नरश्रेष्ठ पांडुपुत्र रममाण होऊन राहिले. ह्याप्रमाणें एक महिनाभर बदरिकाश्रमामध्यें सुखानें विहार केल्यानंतर ते मानव वीर पांडव आपल्या वेगाच्या अनुरोधानें पण सर्वांना मिळून जातां येईल अशा रीतीनें प्रयाण करून क्रमाक्रमानें किराताचा अधिपति सुबाहु ह्याच्या देशामध्यें आले. सुबाहुराजाचें नगर अवलोकन करण्यापूर्वी त्या नरवीर पांडवांस चीन, तुषार, सर्वही दरद देश, कुलिंदराजाचाही अत्युत्कृष्ट भूमिप्रदेश आणि हिमालयावरील दुर्गम प्रदेश ह्यांचें उल्लंघन करावें लागलें. ते सर्वही राजपुत्र अथवा राजपौत्र आपल्या देशामध्यें आले आहेत असें ऐकून राजा सुबाहु त्यांना सामोरा गेला. व कुरुकुलश्रेष्ठ पांडवांनींही त्याचें अभिनंदन केलें. राजा सुबाहु ह्याची भेट घेतल्यानंतर त्यांनीं त्याजपाशीं ठेवलेले आपले विशोकप्रभृति सारथि, इंद्रसेनासहवर्तमान सर्व परिचारक, व सुदपाकखान्यावर असलेले अधिकारी ह्यांची भेट घेतली. तेथें त्यांनीं एक रात्र सुखानें वास्तव्य केलें. नंतर घटोत्कच व त्याचे अनुयायी ह्यांस निरोप देऊन आपले सर्व सारथि आणि रथ इत्यादिकांस बरोबर घेऊन ते जेथून यमुना नदी उत्पन्न झाली आहे त्या पर्वतराजाकडे चालले. त्या पर्वतावर गढूळ झरे वाहत होते व बर्फ पडलें असल्यामुळें त्यानें जणू अंगावर वस्त्रच घेतलें आहे असें वाटत होतें. ह्यामुळें त्याच्या टेंकड्या कांहीं ठिकाणीं तांबड्या व कांहीं ठिकाणीं पांढऱ्या अशा दिसत होत्या. त्या ठिकाणीं आल्यानंतर त्या पुरुषश्रेष्ठांनीं विशाखयूपनामक वनामध्यें वास्तव्य केलें. त्या महावनामध्यें वराहप्रभृति नानाप्रकारचे पशु आणि पक्षी वास्तव्य करीत असून कुबेराच्या चैत्ररथनामक वनाप्रमाणें तें सुशोभित दिसत होतें. मुख्यत्वेंकरून मृगया करीत त्या पांडवांनीं सुखरूपपणें एक वर्ष काढलें. त्या ठिकाणीं पर्वताच्या गुहेमध्यें भीमाची आणि मृत्यूप्रमाणें उग्र स्वरूप असलेल्या व क्षुधेनें पीडित झालेल्या एका अत्यंत बलाढ्य भुजंगाची गांठ पडली. ह्यामुळें भीमाचें अंतःकरण खेद आणि मोह ह्यांनीं व्याकूळ होऊन गेलें. ह्या दुःखसमुद्रामध्यें धार्मिकश्रेष्ठ युधिष्ठिर हाच भीमाला बेटाप्रमाणें आधार झाला; कारण, भीमाच्या सर्वही अवयवांस त्या सर्पानें पूर्णपणें वेढिलेलें असतांही अमर्यादपराक्रमशाली अशा युधिष्ठिरानें त्याला त्यांतून सोडविलें. तदनंतर बारावें वर्ष जवळ आल्यामुळें त्या वर्षी वनामध्येंच विहार करून रहाण्याविषयींचा निश्चय केलेले व देदीप्यमान अशा कांतीनें व तपोबलानें युक्त असलेले ते कुरुकुलोत्पन्न पांडव त्या चैत्ररथतुल्य वनांतून निघाले; व तेथून ते मरुधन्वनामक देशाच्या जवळ आल्यानंतर, सदोदित मुख्यत्वेंकरून

धनुर्विद्येवरच प्रेम करणारे ते पांडव सरस्वतीच्या तीरावर जाऊन तेथून वास्तव्य करण्याच्या इच्छेनें द्वैतवननामक सरोवरास गेले. ते द्वैतवनामध्यें येऊन राहिले आहेत असें पाहून तपश्चर्या, दम आणि सदाचार ह्यांनीं युक्त असलेले वानप्रस्थाश्रमी लोक आसनाकरितां दर्भ व पाद्यादिकांकरितां उदकपात्र घेऊन सत्कार करण्याकरितां त्यांजकडे आले. त्या ठिकाणीं सरस्वती नदीच्या तीरावर पायरी, बेहडे, रोडा, वेत, बोरी, खैर, शिरस, बेल, हिंगणमिट्टे अक्रोड आणि शमी हे वृक्ष असून कारव्याही होत्या. ह्यामुळें त्या वनास एक तऱ्हेची शोभा आलेली होती. त्या ठिकाणीं पक्षी, गंधर्व आणि महर्षि ह्यांस प्रिय व देवतांचें केवळ निवासमंदिरच असलेल्या सरस्वती नदीच्या तीरावर आनंदानें संचार करीत ते राजपुत्र पांडव सुखानें विहार करूं लागले.

अध्याय एकशें अठ्याहत्तरावा.

—:०:—

अजगराचें भीमसेनास धरणें.

जनमेजय ह्मणालाः——हे मुने, दहा हजार हत्तींचें सामर्थ्य असणाऱ्या भयंकर पराक्रमी भीमसेनाला अजगरापासून इतकी अत्यंत भीति कशी प्राप्त झाली ? सामर्थ्याच्या गर्वानें धुंद होऊन गेलेला जो भीम पुलस्त्यपुत्र कुबेर ह्यासही युद्धार्थ आह्वान करीत होता व ज्यानें सरोवराच्या तीरावर युद्ध करून यक्षराक्षसांचा वध केला तो शत्रुमर्दक भीम भीतीनें ग्रस्त होऊन गेला असें आपण सांगत आहां. तेव्हां हें झालें तरी कसें, हें ऐकण्याची मला इच्छा आहे. कारण त्याविषयीं मला फारच कौतुक वाटत आहे.

वैशंपायन ह्मणालेः——हे राजा, वृषपर्व्याच्या आश्रमांतून निघून त्या नानाप्रकारच्या आश्चर्यकारक गोष्टींनीं युक्त असलेल्या वनामध्यें येऊन ते उग्र धनुष्य धारण करणारे पांडव वास्तव्य करूं लागले असतां, भीमसेन कमरेस खड्ग लटकावून आणि हातीं धनुष्य घेऊन देवगंधर्वांनीं सेवित अशीं तीं अरण्यें साहजिक रीतीनें अवलोकन करूं लागला. त्यानें देव, ऋषि, सिद्ध ह्यांचा संचार असलेले आणि अप्सरांच्या समुदायांनीं सेवित असे हिमालय पर्वतावरील उत्कृष्ट प्रदेश अवलोकन केले. हे प्रदेश चकोर, चक्रवाक, जीवंजीवक, कोकिल आणि भृंगराज ह्यांच्या मंजुळ ध्वनीनें भरून गेलेले होते. त्या ठिकाणीं बर्फाचा संपर्क झाल्यामुळें सुकुमार झालेले, सदोदित पुष्पें आणि फलें असलेले व अंतःकरणास आणि नेत्रांस आनंदित करून सोडणारे छायासंपन्न असे अनेक वृक्ष होते. त्या वेळीं ज्यांमध्यें हंस, कारंडव इत्यादिक जलचर पक्षी वास्तव्य करीत असून ज्यांतील जल वैडूर्यरत्नाप्रमाणें स्वच्छ आणि बर्फाप्रमाणें शीतल आहे, अशा त्या पर्वतावरील नद्याही भीमसेन अवलोकन करीत होता. त्या पर्वतावर असणारीं देवदारु वृक्षांचीं वनें, त्यांतील वृक्ष गगनचुंबित असल्यामुळें, मेघांस अडवून धरणारीं जाळींच आहेत कीं काय अशीं भासत होतीं. त्या वनामध्यें चंदनाचे व उंच उंच अशा कृष्णागरूचेही वृक्ष होते. पुढें तो महाबलाढ्य भीमसेन शुद्ध अशा बाणांनीं मृगांस विद्ध करीत करीत सपाट अशा मरुधन्वप्रदेशामध्यें मृगया करण्यासाठीं धांवत संचार करूं लागला. त्या शेंकडों हत्तींचें सामर्थ्य असलेल्या महाबलाढ्य आणि प्रख्यात अशा भीमसेनानें मोठमोठे डुकर—त्यांजवर बलात्कार करून ठार मारिले; मृग, वराह आणि महिष यांचाही त्या महाबाहु आणि भयंकर पराक्रमी भीमसेनानें त्या त्या ठिकाणीं

वध केला. शेंकडों हत्तींचें सामर्थ्य असणारा शेंकडों मनुष्यांस पिटाळून लावणारा आणि सिंह किंवा व्याघ्र ह्यांच्याप्रमाणें पराक्रम करणारा तो महाबलाढ्य भीमसेन त्या अरण्यांतील वृक्ष उपटून वेगानें मोडून टाकूं लागला; त्यामुळें होणाऱ्या ध्वनीमुळें पृथ्वीवरील सर्व प्रदेश आणि वनें ध्वनीनें भरून जाऊं लागलीं. तो निर्बाधपणें पर्वताचीं शिखरें तुडवून त्यांतून आवाज काढूं लागला व कांहीं वृक्ष फेंकून पृथ्वीस ध्वनिपूर्ण करून सोडूं लागला. तसेंच तो निर्भयपणें वारंवार उड्या मारूं लागला. शड्डू ठोकूं लागला, सिंहनाद करूं लागला आणि टाळ्या वाजवूं लागला. ह्याप्रमाणें सामर्थ्याच्या योगानें चिरकाल गर्विष्ठ होऊन गेलेला तो भीमसेन त्या वनामध्यें अशा प्रकारचें वर्तन करूं लागला असतां त्याच्या गर्जनेमुळें भयभीत होऊन अत्यंत सामर्थ्यसंपन्न असे गजश्रेष्ठ व महाबलाढ्य सिंह गुहा सोडून निघून गेले. तो भीम एखाद्या ठिकाणीं वेगानें धावत, कांहीं ठिकाणीं उभा रहात, व कोठें बसत बसत मृगप्राप्तीच्या इच्छेनें त्या अत्यंत भयंकर अशा अरण्यांत निर्बाधपणें संचार करूं लागला. तो मनुष्यश्रेष्ठ महाबलाढ्य भीमसेन त्या अरण्यामध्यें वनचराप्रमाणें पायांनीं चालूं लागला व त्या अरण्यांत गेल्यानंतर मोठमोठ्या आश्चर्यकारक गर्जना करून सर्वही प्राण्यांस भयभीत करून सोडूं लागला. तेव्हां गुहांमध्यें वास्तव्य करणारे सर्प त्याच्या त्या गर्जनेनें भयभीत होऊन पळून जात असतां तो देवश्रेष्ठाप्रमाणें दिसणारा महाबलाढ्य भीमसेन हळू हळू त्यांच्या पाठीमागून जाऊं लागला. तेव्हां त्याला अंगावर शहारे आणणारा असा एक धिप्पाड शरीराचा भुजंग दिसला. तो त्या पर्वतावरील दुर्गम प्रदेशामध्यें असून त्याच्या शरीरानें ती सर्वही गुहा व्याप्त होऊन गेलेली होती. त्याचें शरीर ह्मणजे पर्वताप्रमाणें विशाल व ह्मणूनच प्रमाणाच्या बाहेर होतें. तो महाबलाढ्य असून त्याच्या अंगावर चित्रविचित्र केश असल्यामुळें तो अनेक प्रकारच्या वर्णांनीं युक्त आहे असें दिसे. त्याची कांति हळदीप्रमाणें होती. त्याचें तोंड गुहेच्या आकाराचें असून तें चार दंष्ट्रांच्या योगानें विराजमान होतें. तसेंच त्याचे नेत्रही देदीप्यमान आणि अत्यंत आरक्तवर्ण असून तो वारंवार आपल्या जिव्हांनीं ओष्ठप्रांत चाटीत होता. तो संहार करणाऱ्या प्रलयकालीन यमाप्रमाणें असल्यामुळें सर्वही प्राणी त्याला पाहून भयभीत होऊन जात असत. तो श्वासोच्छ्वासरूपी सिंहनादाच्या योगानें जणू सर्व जगताला दरडावीत आहे असें वाटे. असो; पुढें त्या अजगरानें अत्यंत क्रोधानें भीमसेनावर एकदम धावून जाऊन त्याचे दोन्ही बाहू जोरानें पकडले. त्या अजगराच्य शरीराचा स्पर्श होतांच भीम एकाएकीं मूर्च्छित होऊन गेला. कारण, त्या अजगराला तशा प्रकारचा वरच मिळालेला होता. भीमसेनाच्या बाहूंमध्यें असलेलें दहा हजार हत्तींचें सामर्थ्य ह्या वेळीं इतर प्राण्यांच्या बरोबरीस टिकेनासें झालें. ह्याप्रमाणें त्या भुजंगाच्या तावडींत सांपल्यानंतर पुढें हळूहळू तो तेजस्वी भीम तडफड करूं लागला, पण त्याला कांहींही कर्तव्य बजावितां येईना. त्या सिंहाप्रमाणें असणाऱ्या महाबाहु भीमसेनाला जरी दहा हजार हत्तींचें बल होतें, तरीही अजगरास अगस्त्यानें दिलेल्या वरामुळें त्याला कांहींएक सुचेनासें झालें व त्या अजगरानें पकडतांच तो निर्बल होऊन गेला. त्या वेळीं अजगराच्या तडाक्यांतून सुटण्याविषयीं त्यानें पराकाष्ठेचा प्रयत्न केला; तथापि त्या अजगरास कोणत्याही प्रकारें पीडित करण्याविषयीं तो समर्थ झाला नाहीं.

अध्याय एकशें एकोणऐशींवा.

—:०:—

अजगरभीमसंवाद.

वैशंपायन ह्मणाले:—अशा रीतीनें त्या सर्पाच्या तावडींत सांपडल्यानंतर तो महातेजस्वी भीमसेन त्या सर्पाच्या प्रचंड आणि आश्चर्यकारक अशा वीर्याविषयीं विचार करूं लागला आणि बुद्धिपूर्वक त्याला ह्मणाला कीं "हे भुजंगश्रेष्ठा, तूं कोण आहेस? आणि मला घेऊन तूं काय करणार? मी धर्मराजाचा पाठचा बंधु पांडुपुत्र भीमसेन आहें मला दहा हजार हत्तींचें बल असतां मला तूं आपल्या अधीन कसें करून सोडिलेंस? मानेवर आयाळ असलेले सिंह, वाघ, रानरेडे आणि हत्ती इत्यादिक शेंकडों प्राणी मजपुढें आले व मीं संग्रामामध्यें त्यांना ठार करून सोडिलें. तसेंच हे पन्नगश्रेष्ठा, राक्षस, पिशाच आणि महाबलाढ्य पन्नग हे देखील माझ्या बाहूंचा तडाखा सहन करण्याविषयीं समर्थ नाहींत. असें असतां ज्या अर्थी मी उद्योग करीत असतांही तूं मला आपल्या अधीन करून सोडलें आहेस, त्या अर्थीं तुझ्या ठिकाणीं कांहीं विद्येचें सामर्थ्य आहे काय? किंवा कोणीं तुला वरदान दिलें आहे? खरोखर मनुष्यांच्या अंगीं पराक्रम असतो हें ह्मणणें खोटें आहे असें माझ्या बुद्धीला वाटूं लागलें. कारण हे नागा, ह्या वेळीं माझें प्रचंड सामर्थ्य तूं कुंठित करून टाकिलेंस!"

वैशंपायन ह्मणाले:—क्लेश न पावतां कर्मे करणारा वीर भीमसेन असें भाषण करूं लागला असतां आपल्या प्रचंड शरीरानें जखडून त्या सर्पानें त्याला चोहोंकडून वेटाळें घातलें. ह्याप्रमाणें त्या महाबाहु भीमसेनास जखडून टाकिल्यानंतर त्याचे पुष्ट असे बाहु सोडून देऊन तो भुजंग असें ह्मणूं लागला, "हे महाबाहो, खरोखर माझें सुदैव ह्मणूनच मी क्षुधित झालों असतां देवांनीं फार दिवसांनीं आज तुझ्या रूपानें हें भक्ष्य मला आणून दिलें आहे. आतां मी तुला भक्षण करणार! कारण, प्राण हा प्रत्येक प्राण्याला प्रिय आहे. हे शत्रुमर्दना वीरा, मला हें सर्पस्वरूप कसें प्राप्त झालें तें मीं आतां अवश्य सांगतों. हे सज्जनश्रेष्ठा तें तूं ऐक. मला महर्षीच्या कोपामुळें ही अवस्था प्राप्त झालेली असून, शापाचा शेवट व्हावा अशी इच्छा असल्यामुळें मी त्याविषयींचा सर्व वृत्तांत तुला सांगतों. नहुष नांवाचा एक राजर्षि तुझ्या कानावर आलेला असेल हें अगदीं उघड आहे. कारण, ता तुझाच पूर्वज असून आपल्या पूर्वजांचा सदाचारी व वंशधारक असा पुत्र होता. तोच मी होय मीं तपश्चर्या, अनेक यज्ञ, विद्या, कुलीनता आणि पराक्रम ह्यांच्या योगानें निरुपम असें त्रैलोक्याचें आधिपत्य संपादन केलें. तेव्हां सर्वही राजांना नष्ट करून सोडणारा मद माझ्याही शरीरामध्यें वास्तव्य करूं लागला; व त्यामुळें श्रेष्ठ श्रेष्ठ अशा हजार मुनींना माझी पालखी वहावी लागे, तेव्हां महात्म्या अगस्त्यानें मला राज्यभ्रष्ट केलें व त्यामुळें अशा तऱ्हेची स्थिति प्राप्त झाली पहा हें माझें दैव! बाबारे सामर्थ्य, उत्साहशक्ति अथवा सहाय्यबल ह्यांच्या योगानें किंवा बुद्धीच्या योगानें दैवाच्या फेऱ्यांतून कोणालाही सुटतां येत नाहीं. तसेंच, जर बुद्धि आणि शौर्य हीं संपत्तीच्या वृद्धीला कारण असतीं तर मग बुद्धिवान् आणि शौर्यसंपन्न अशा लोकांना केव्हांही विपत्ति प्राप्त झाली नसती. पण बुद्धिमान् आणि शूर असेही लोक दुःखामध्यें आपलें जीवित कंठित आहेत, आणि भित्रे व मूर्ख लोक सुखी आहेत असें दिसून येतें. ह्यामुळें, दैव हेंच सुखाचें किंवा

दुःखाचें कारण आहे असें म्हणावें लागतें. ह्मणूनच, तशा स्थितींत असतां मी ब्राह्मणांचा अपमान करून व अगस्त्याचा शाप झाल्यामुळें ह्या अवस्थेस पोहोंचलों आहें. पहा हें माझें दैव! आतां तूं माझा दायाद असून तुझ्या दर्शनानेंही माझ्या अंतःकरणांत अतिशय प्रीति उत्पन्न होत आहे व ह्मणूनच तूं मला अवध्य आहेस. असें असतां आज मी भक्षणाच्या कामीं तुझा उपयोग करणार! तेव्हां आतां दैव कसें आहे तें तूंच पहा! माझ्या बंधनांत गज अथवा महिष किंवा दुसराही कोणी मध्यान्हकालीं सांपडला तर, हे पुरुषश्रेष्ठा, त्याची केव्हांही मुटका व्हावयाची नाहीं, असें ठरलेलें आहे. सारांश, हे कौरवश्रेष्ठा, तुला केवळ तिर्यग्योनीमध्यें असणाऱ्या एखाद्या यःकश्चित् सर्पानें धरिला नसून मीं धरिलेला आहे. कारण, मला असें वरदानच आहे. ज्यामध्यें इंद्र वास्तव्य करितो अशा विमानाच्या अग्रावरून जेव्हां वेगानें मी खालीं पडूं लागलों, 'तेव्हां माझ्या शापाचा शेवट करा!' असें मीं भगवान् मुनिश्रेष्ठ अगस्त्य ह्यांस ह्मटलें. तेव्हां त्या तेजस्वी मुनींचें अंतःकरण कृपापूर्ण होऊन ते मला ह्मणाले कीं, 'हे राजा, कांहीं काल निघून गेल्यानंतर तुझी ह्या शापांतून मुक्तता होईल.' तदनंतर मी भूमीवर पडलों, पण माझी स्मरणशक्ति नष्ट झाली नाहीं. पूर्वी घडलेल्या ज्या ज्या गोष्टी जसजशा मला आढळून आल्या आहेत, त्या त्या तसतशा माझ्या स्मरणामध्यें आहेत. मला अगस्त्य मुनींनीं असें सांगितलें आहे कीं, "आत्मानात्मविवेकाचें ज्ञान असलेला जो पुरुष तुझ्या प्रश्नांचीं उत्तरें देईल तो तुला शापमुक्त करील." तसेंच, "हे राजा, तूं ज्याला धरशील तो प्राणी जरी तुझ्यापेक्षां अधिक आणि अतिशय बळवान् असला तरीही तत्काल त्याचें बल नष्ट होऊन जाईल." असेंही मजविषयीं अंतःकरणांत प्रेम उत्पन्न झालेल्या त्या दयाशील ब्राह्मणाचें भाषण माझ्या कानीं पडलें व नंतर ते अंतर्धान पावले. असो; हे अत्यंत कांतिसंपन्ना भीमा, तो अत्यंत दुष्कर्मी असा मी ह्या सर्पयोनीमध्यें प्राप्त होऊन अपवित्र अशा नरकामध्यें शापांतून मुक्त होण्याच्या कालाची प्रतीक्षा करीत राहिलों आहें."

हें ऐकून महाबाहु भीमसेन त्या भुजंगाला ह्मणाला, "हे महासर्पा, मी तुजवर कोपही करीत नाहीं व तुझ्या तावडींत सांपडलों ह्मणून स्वतःलाही कमी समजत नाहीं. कारण, सुख अथवा दुःख ह्यांची प्राप्ति झाली असतां मनुष्य केव्हां केव्हां सामर्थ्यसंपन्न असतो आणि केव्हां सामर्थ्यशून्यही असतो. तेव्हां, दुःखाची प्राप्ति झाली किंवा सुखाचा नाश झाला तरी अंतःकरण खिन्न होऊं देऊं नये. उद्योगाच्या योगानें दैव चुकवितां येणें कोणाला शक्य होणार आहे? अर्थात् कोणासही नाहीं; व ह्मणूनच दैव हेंच श्रेष्ठ असून उद्योग व्यर्थ आहे असें मी समजतों. कारण, स्वतःच्या बाहुबलाचा आश्रय करून असणारा मी ह्या दैवानें झपाटल्यामुळें कारण नसतां आज ह्या ठिकाणीं ह्या स्थितीला येऊन पोहोंचलों आहें! पण मला आज मी ज्यांना अरण्यामध्यें सोडून आलों त्या माझ्या राज्यभ्रष्ट झालेल्या बंधूविषयीं जितकें वाईट वाटत आहे, तितकें स्वतःचा नाश झाल्याबद्दलही वाटत नाहीं. ह्या अत्यंत दुर्गम व यक्ष आणि राक्षस ह्यांनीं व्याप्त अशा हिमवान् पर्वतावर माझी मार्गप्रतीक्षा करीत राहिलेले ते माझे बंधु, मी गेलों नाहीं ह्मणजे व्याकूळ होऊन पडतील आणि माझा नाश झाला असें ऐकिलें ह्मणजे तर ते उद्योग करावयाचें सोडून देतील. कारण, ते धर्मशील असल्यामुळें त्यांना हा उपद्व्याप करावयास नको

आहे. तरीही राज्यलोभामुळें मीच त्यांच्या आचरणाला प्रतिबंध करीत आहें. अथवा ज्ञानसंपन्न अर्जुन खिन्न होणार नाहीं. कारण, त्याला सर्व प्रकारच्या अस्त्रांचें ज्ञान असून देव, गंधर्व अथवा राक्षस ह्यांनाही त्याचा पराजय करितां येणें अशक्य आहे. तो अत्यंत बलाढ्य महाबाहु अर्जुन जरी एकटा असला तरीही हां हां ह्मणतां प्रत्यक्ष देवेंद्रालाही पदच्युत करूं शकेल. मग सर्वही लोकांच्या द्वेषास पात्र झालेला, गर्व व मोह ह्यांचें आश्रयस्थान बनून गेलेला व कपटानें द्यूत खेळणारा जो धृतराष्ट्रपुत्र त्याची तर कथा काय? सारांश, बंधूंबद्दल मला शोक करावयास नको. पण पुत्राविषयीं लोभ असलेल्या माझ्या दीन मातेविषयीं मात्र मला वाईट वाटत आहे. ती शत्रूहून आमचा अत्यंत उत्कर्ष व्हावा अशी नेहमीं आशा करीत असते. हे भुजंगमा, माझा नाश झाला तर त्या माझ्या अनाथ मातेचें कसें होईल ! सारांश, माझे ते सर्वही मनोरथ निष्फल होऊन जाणार ! तसेंच, माझ्या बाहुबलाच्याच योगानें प्रत्यहीं संरक्षण होत असल्यामुळें स्वतःला शूर समजणारे व वडील मनुष्यांच्या आज्ञेंत वागणारे आवळेजावळे जे नकुल आणि सहदेव,त्या उभयतांचा उत्साह, वीर्य आणि पराक्रम हीं माझ्या विनाशामुळें नष्ट होऊन ते खिन्न होऊन जातील असें मला वाटतें ! "

ह्याप्रमाणें सर्पानें आपल्या शरीराचे विळखे घालून आवळून टाकिलेला तो भीमसेन अनेक प्रकारें विलाप करूं लागला. तरी पण त्याला हालचालही करितां येईना.

धर्मराजास अपशकुन व त्याचें भीमाच्या शोधार्थ प्रयाण.

इकडे, ज्यांचें दर्शन अनिष्ट असे भयंकर उत्पात होत आहेत असा विचार मनांत येऊं लागल्यामुळें कुंतीपुत्र युधिष्ठिराचें अंतःकरण अस्वस्थ होऊन गेलें. कारण, त्या वेळीं त्या आश्रमाच्या दक्षिणेस उभी राहून एक कोल्ही पेटलेल्या दिशेकडे तोंड करून भयभीत होऊन भयंकर आणि अमंगळ शब्द करीत होती. एकच पंख, पाय आणि नेत्र असल्यामुळें दिसण्यांत भेसूर दिसणारा वटई नांवाचा पक्षी निस्तेज होऊन सूर्याच्या संमुख रक्त ओकीत आहे असें दिसूं लागलें. वाळूचे कण वाहून आणणारा, रूक्ष आणि प्रचंड असा वारा वाहूं लागला. डाव्या बाजूस सर्व प्रकारच्या पशूंचे आणि पक्ष्यांचे आवाज होऊं लागले. पाठीमागच्या बाजूस कृष्णवर्ण काक 'जा, जा,' असा शब्द करूं लागला; धर्मराजाचा उजवा बाहु वारंवार स्फुरण पावूं लागला; हृदय आणि डावा पाय ह्यांचा दाह होऊं लागला; आणि उजव्या नेत्राला अनिष्टसूचक विकार होऊं लागला. तेव्हां, हे भरतकुलोत्पन्ना, ज्ञानसंपन्न अशा धर्मराजाला कांहीं तरी मोठें संकट उपस्थित झालें आहे असें वाटलें व त्यानें द्रौपदीला प्रश्न केला कीं, 'भीम कोठें आहे?' हें ऐकून तिनें 'भीमसेनाला जाऊन फार वेळ झाला, असें सांगितलें. हें ऐकून तो महाबाहु धौम्य मुनीला बरोबर घेऊन निघाला. जाते वेळीं त्यानें अर्जुनास द्रौपदीचें संरक्षण करण्याविषयीं व ब्राह्मणांस नकुलसहदेवांचें संरक्षण करण्याविषयीं सांगितलें. पुढें तो कुंतीपुत्र प्रभु धर्मराज त्या आश्रमापासूनच भीमसेनाचीं पावलें ओळखून त्याचा शोध करूं लागला. पूर्वदिशेस गेल्यानंतर त्याला हत्तींच्या कळपांतील मोठमोठे म्होरके दिसले व भीम गेल्याच्या जीवर खुणा आहेत अशी भूमिही आढळली. तदनंतर हजारों हरिणें व शेंकडों सिंह वनामध्यें पडलेले पाहून तोच भीमसेनाचा मार्ग आहे असें ओळखून तो त्याजवरून

जाऊं लागला. तो वायुवेगी भीमसेन पशूंना धरण्याकरितां धावत असतां त्याच्या मांड्यांपासून उत्पन्न झालेल्या वायूच्या योगानें वृक्ष मार्गामध्यें उन्मूलन होऊन पडलेले होते. ह्या खुणांच्या अनुरोधानें गेल्यानंतर, ज्या ठिकाणीं रूक्ष असा विपुल वारा वहात आहे व पालवी नसलेल्या वृक्षांची गर्दी होऊन गेलेली आहे, तसेंच जो कांटेरी वृक्ष, पाषाण, वृक्षांचे सोट आणि लहान लहान झुडपें ह्यांनीं व्याप्त झाला असून अत्यंत दुर्गम, खांचखळगे असलेला, विशाल आणि निर्जन आहे, अशा एका निर्जन प्रदेशामध्यें पर्वताच्या एका दरींत एका प्रचंड भुजंगानें धरल्यामुळें निश्चेष्ट होऊन गेलेला आपला कनिष्ठ बंधु भीमसेन त्याच्या दृष्टीस पडला.

अध्याय एकशें ऐशींवा.

—:०:—

अजगराचीं व युधिष्ठिराचीं प्रश्नोत्तरें.

वैशंपायन ह्मणाले:—राजा, सर्पानें शरीरास विळखे घातलेल्या त्या आपल्या प्रिय बंधूची गांठ पडतांच ज्ञानसंपन्न युधिष्ठिर त्याला ह्मणाला, "हे कुंतीपुत्रा, तुजवर हें संकट कसें ओढवलें? आणि हा पर्वतप्राय शरीर असलेला सर्पश्रेष्ठ कोण आहे?" हें ऐकून, आपला ज्येष्ठ बंधु धर्मराज आला आहे असें पाहून त्या सर्पानें आपणास धरल्याचें सर्व वृत्त भीमानें त्याला सांगितलें.

भीम ह्मणाला:—हे आर्या, हा महाबलसंपन्न नहुषनामक राजर्षि मरणोत्तर सर्प झाला असून त्यानें मला भक्षण करण्यासाठीं धरिलें आहे. हें ऐकून युधिष्ठिर त्या सर्पाला ह्मणाला, "हे आयुष्मन्, तूं ह्या निःसीमपराक्रमी अशा माझ्या बंधूला सोडून दे; ह्मणजे आह्मी तुझ्या क्षुधेचें निवारण होण्यासाठीं दुसरा कांहीं आहार देऊं."

सर्प ह्मणाला:—हा माझ्या तोंडाशीं आलेला राजपुत्ररूपी आहार मला मिळाला आहे. तेव्हां आतां तूं जा. येथें राहूं नको. नाहीं तर तूं देखील उद्यां माझ्या भक्ष्यस्थानीं पडशील.

युधिष्ठिर ह्मणाला:—हे सर्पा, हा युधिष्ठिर तुला प्रश्न करीत आहे, तर तूं खरें सांग कीं, तूं काय देव आहेस? कीं दैत्य आहेस? अथवा भगवान् सर्पराज आहेस? तसेंच, हे भुजंगा, तूं ह्या भीमाला कोणत्या उद्देशानें ग्रासलें आहेस? तुला आह्मीं काय आणून दिलें तर, अथवा कशाचें ज्ञान झालें तर तूं प्रसन्न होशील? तुला मी कोणत्या प्रकारचा आहार देऊं? आणि तूं ह्याला कसा सोडशील?

सर्प ह्मणाला:—हे निष्पापा राजा, मी तुझा पूर्वज असून चंद्रापासून पांचवा पुरुष आयुनामक राजाचा पुत्र नहुषसंज्ञक राजा होतों. मीं अनेक यज्ञ, तपश्चर्या, वेदाध्ययन, इंद्रियनिग्रह आणि पराक्रम यांच्या योगानें अखंड असें त्रैलोक्याचें ऐश्वर्य संपादन केलें. तें ऐश्वर्य मिळतांच मजला गर्व चढला व ह्मणूनच हजार ब्राह्मणांस माझी पालखी वहावी लागली! हे पृथ्वीपते, ह्याप्रमाणें ऐश्वर्यमदानें मत्त होऊन जेव्हां मी ब्राह्मणांचा अपमान करूं लागलों, तेव्हां अगस्त्यानें मला ह्या दशेला पोहोंचविलें. तथापि, हे पांडुपुत्रा राजा युधिष्ठिरा, त्या महात्म्या अगस्त्याच्याच अनुग्रहानें अद्यापपर्यंत माझें ज्ञान नष्ट झालेलें नाहीं. मला आज दिवसाच्या सहाव्या मुहूर्तामध्यें तुझा कनिष्ठ बंधु हा आहार मिळालेला आहे. तेव्हां मी ह्यालाही सोडीत नाहीं आणि दुसरीही कशाची इच्छा करीत नाहीं. तथापि आतां जे मी प्रश्न करीन त्यांचीं जर तूं उत्तरें दिलींस, तर मात्र मी तुझा बंधु भीमसेन ह्याला सोडून देईन.

युधिष्ठिर ह्मणाला:—सर्पा, तूं आपल्या

इच्छेप्रमाणें आपले प्रश्न सांग, ह्मणजे मी त्यांचीं उत्तरें देईन. मग पाहूं या; मला त्यांच्या योगानें तुझ्या ठिकाणीं संतोष उत्पन्न करितां येतो कीं काय तें! कारण ब्राह्मणांचें (ब्रह्मनिष्ट मनुष्याचें) जें ज्ञेय आहे त्या परब्रह्माचेंही ज्ञान तुला आहे, मग इतरांचें तर काय असेलच! तेव्हां हे सर्पराजा, प्रथम मी तुझे प्रश्न ऐकतों व नंतर त्यांचीं उत्तरें देतों.

सर्प ह्मणालाः—हे राजा, ब्राह्मण कोणास ह्मणावें, आणि ज्ञेय असें काय आहे, हें तूं मला सांग. तें सांगण्याचें सामर्थ्य तुझ्या अंगीं आहे. कारण, तुझ्या वाक्यावरून तुझी बुद्धि अलौकिक आहे असें माझें अनुमान आहे.

युधिष्ठिर ह्मणालाः—हे सर्पश्रेष्ठा, ज्याच्या अंगीं सत्य, दान, क्षमा, सुस्वभाव, घातुकपणाचा अभाव, तप आणि दया हीं दिसून येतात, त्यासच ब्राह्मण असें ह्मणावयाचें. तसेंच, हे सर्पा, ज्या ठिकाणीं प्रविष्ट झालेले लोक केव्हांही शोक पावत नाहींत आणि ज्या सुखदुःखशून्य असणाऱ्या वस्तूस परब्रह्म असें ह्मणतात, तेंच ज्ञेय होय. आतां तुला आणखी काय विचारावयाचें आहे?

सर्प ह्मणालाः—तुझें ह्मणणें बरोबर नाहीं. कारण, सत्य आणि वेद हीं चारही वर्णांचीं

१ टीप—ह्या अध्यायांत ब्राह्मणासंबंधानें जें विवेचन केलेलें आहे तें फार दुर्बोध असल्यामुळें त्यावरून साधारण लोकांचा गैरसमज होणें संभवनीय आहे. यास्तव, त्या संबंधानें थोडेंसें लिहिणें भाग वाटल्यावरून आम्ही तें संक्षिप्तपणें लिहीत आहों.

कोणत्याही ग्रंथांतील तात्पर्यार्थ ठरवावयाचा असेल तर तो उपक्रम, उपसंहार, अभ्यास, अपूर्वता, फल इत्यादिकांवरून ठरविला पाहिजे असा नियम असल्यामुळें, ह्या अध्यायाचें तात्पर्य ठरवितानांही उपक्रम आणि उपसंहार ह्यांचा विचार करणें भाग आहे. तो केला असतां असें दिसून येतें कीं, ह्या अध्यायामध्यें युधिष्ठिरानें सदाचारसंपन्नता हेंच ब्राह्मणाच्या ब्राह्मणत्वाचें कारण आहे असें सिद्ध केलेलें आहे. ह्मणूनच सर्पानें प्रथम ब्राह्मण कोणास ह्मणावें? असा सामान्य प्रश्न करून युधिष्ठिरानें दिलेल्या उत्तरावर, सत्यसंपन्नत्वादिक ब्राह्मणलक्षण शूद्रांच्याही ठिकाणीं दृष्टिगोचर होतें. असा त्याजवर आक्षेप केलेला आहे. ह्यावरून शूद्र ही जाति ठरलेलीच आहे, असें स्पष्ट होत आहे. पुढें युधिष्ठिरानें उत्तर देऊन त्यांत ब्राह्मण हा ब्राह्मण नव्हे व शूद्र हा शूद्र नव्हे असें जें म्हटलें आहे, त्यावरूनही ब्राह्मण आणि शूद्र इत्यादिक जाति ह्या सिद्धच आहेत असें सिद्ध होतें. तसें नसलें तर युधिष्ठिराच्या वरील ह्मणण्याची संगतिच लागणार नाहीं. "जें बावन्नकशी असेल तेंच खरें सुवर्ण; बाकी सर्व माती." असें लोकांमध्यें ह्मणत असतात हें सर्वांसच विदित आहे. पण त्यावरून यावन्नकशी नसेल तें सुवर्ण माती असा अर्थ घ्यावयाचा नसून, बावन्नकशी असणें हा सुवर्णाचा अत्युत्कृष्ट गुण होय इतकेंच सिद्ध करावयाचें असतें. शिवाय, अशा वाक्यांमध्यें ज्या धर्माचें ज्या वस्तूवर विधान करावयाचें असेल तो धर्म त्या वस्तूवर मूळांपासूनच सिद्ध असतो हें लक्ष्यांतच ठेविलें पाहिजे. ह्मणूनच, ज्या ठिकाणीं हीं सत्यादिक लक्षणें दिसून येतील तोच ब्राह्मण असून ज्या ठिकाणीं तीं नसतील तो शूद्र होय असें जें धर्मराजानें सांगितलें आहे. त्यावरून, ज्याच्या ठिकाणीं सत्यादिक आचार नसतील तो शूद्र आणि असतील तो ब्राह्मण असें ठरत नसून, सत्यादिक आचारांनीं संपन्न असणें हें ब्राह्मणाच्या उत्कृष्ट ब्राह्मणत्वाचें द्योतक होय व ज्याच्या ठिकाणीं हे आचार नसतील तो ब्राह्मण शूद्रतुल्य होय असें ठरतें. तसेंच ब्राह्मणत्व हें मूळचेंच सिद्ध आहे असेंही सिद्ध होतें. हीच गोष्ट युधिष्ठिराच्या उत्तरांत शेवटीं जें मनूचें वाक्य दिलें आहे त्यावरून सिद्ध होतें. कारण, त्यांत उपनयनापूर्वी ब्राह्मण शूद्रतुल्य असतो असें म्हटलेलें आहे. सारांश, युधिष्ठिराच्या उत्तरावरून ब्राह्मणादिक वर्ण हे आजन्मसिद्ध असून सदाचारसंपन्नता हें ब्राह्मणाच्या उत्कृष्टतेचें लक्षण आहे असें सिद्ध होत आहे हें सूक्ष्मपणें विचार केल्यास कळून येईल.

प्रमाणें आहेत. ह्मणूनच, सत्यादिरूपी प्रमाणां वरून ब्राह्मणत्वाचा निर्णय करितां यावयाचा नाहीं. शिवाय सत्य, दान, अक्रोध, घातुकत्वाचा अभाव, अहिंसा आणि दया हे जे गुण तूं कथन केलेस, ते शूद्रांच्याही अंगीं असतात. सारांश, त्यांवरूनही ब्राह्मणाचें लक्षण करितां येणें शक्य नाहीं. तसेंच, हे नराधिपते, सुख आणि दुःख ह्यांनीं विरहित असें जें वस्तु तें ज्ञेय होय, असें तूं सांगितलेंस. पण सुख आणि दुःख हीं दोनही ज्या ठिकाणीं नसतील अशा प्रकारचें कांहीं वस्तु असेल असें मला वाटत नाहीं.

युधिष्ठिर ह्मणालाः—शूद्राच्या अंगीं जर हें लक्षण दिसून आलें, अथवा ब्राह्मणाच्या ठिकाणीं हें लक्षण दृष्टिगोचर झालें नाहीं, तर तो शूद्रही शूद्र नव्हे व ब्राह्मणही ब्राह्मण नव्हे. तर, हे सर्पा, ज्याच्या ठिकाणीं पूर्वीं सांगितलेल्या प्रकारचें आचरण दिसून येईल तोच ब्राह्मण, आणि ज्याच्या ठिकाणीं तें दिसून येणार नाहीं तो शूद्र होय असें समजावें. तूं आणखी जें ह्मणालास कीं, सुख आणि दुःख ह्यांनीं विरहित असें दुसरें कोणतेंही स्थानच नाहीं व ह्मणूनच ज्ञेय असें वस्तुच नाहीं, त्याविषयीं ऐक. हे सर्पा, त्या उभयतांनीं विरहित असें कांहीं नाहीं हें तुझें ह्मणणें ठीक आहे; पण शीत आणि उष्ण ह्या दोन गोष्टी परस्परांच्या विरोधी असून कांहीं ठिकाणीं शीतता आणि उष्णता हीं दोन्ही वास्तव्य करीत नाहींत. असें जर आहे, तर मग सुख आणि दुःख ह्या परस्परविरोधी अशा दोनही वस्तूंनीं विरहित असें स्थान कोठें नाहींच असें का ह्मणावयाचें ! अर्थात् तशा प्रकारचें स्थान असलेंच पाहिजे. हे सर्पा, अशी माझी बुद्धि आहे. मग तुला काय वाटत असेल तें असो.

सर्प ह्मणालाः—हे राजा, जर सदाचारावरूनच ब्राह्मण ओळखावयाचा असें तुझें मत आहे, तर मग, हे आयुष्मन्, जोंवर सदाचाराची उत्पत्तिच झाली नाहीं, तोंवर जाति व्यर्थ आहे असें होऊं लागेल.

युधिष्ठिर ह्मणालाः—हे महाज्ञानी महासर्पा, ह्या मनुष्यजन्मामध्यें सर्वही वर्णांचा संकर होणें संभवनीय असल्यामुळें जातीची परीक्षा करणें अशक्य आहे असें माझें मत आहे. कोणता हवा तो पुरुष हव्या त्या स्त्रीचे ठिकाणीं संतति उत्पन्न करूं शकतो. तसेंच वाणी, स्त्रीसंबंध, जन्म आणि मरण हीं देखील सर्वही मनुष्यांस सारखींच आहेत. ह्यामुळें त्यांवरून जातीचा निर्णय करितां येणें अशक्य आहे. ह्याविषयीं वाल्मीकिप्रभृति ऋषिही प्रमाण आहेत. शिवाय ‘ ये यजामहे ’ ह्या वैदिक मंत्रामध्यें सुद्धां ‘ आह्मी जे कोणी आहों ते यज्ञ करीत आहों ’ असें ह्मटलेलें आहे. ह्यावरून जातीविषयींचा संदेह व्यक्त होतो. सारांश, आचार हेंच ब्राह्मणत्वाच्या निर्णयाचें मुख्य साधन आहे असें तत्त्वज्ञ लोकांनीं मानलेलें आहे. ते आचार ह्मणजे संस्कारादिरूपी असून संस्कार ह्मणजे जातकर्मादिक होत. कारण, ‘नालच्छेदन करण्यापूर्वींच पुरुषानें जातकर्म करावें; उपनयनरूपी जें दुसरें जन्म, त्या वेळीं सावित्री हीच बटूची माता असून आचार्य हा पिता असतो. जोंवर उपनयन होऊन वेदाचा अधिकार आला नाहीं, तोंवर ब्राह्मण हा शूद्रासारखाच असतो. ’ असें ब्राह्मणरूपी एकाच व्यक्तीच्या ठिकाणीं जे दोन धर्म असतात त्यांविषयीं प्रत्यक्ष स्वायंभुव मनूनें सांगितलें आहे. जर हा सदाचार नसला तर सर्वही वर्ण शूद्रतुल्य होऊं लागतील. कारण, हे नागश्रेष्ठा, त्यांच्या मध्यें बलवत्तर संकर झालेला दृष्टोत्पत्तीस येतो. ह्मणूनच, हे सर्पश्रेष्ठा महासर्पा, ज्या-

ठिकाणीं संस्काररूपी आचार असतात तोच ब्राह्मण होय असें मीं पूर्वींच सांगितलेलें आहे.

सर्प ह्मणालाः—युधिष्ठिरा, ज्याला ज्ञेय वस्तूचें ज्ञान झालेलें आहे अशा तुझें भाषण मीं श्रवण केलेलें आहे. तेव्हां आतां तुझा बंधु भीमसेन ह्याला मीं कशाला भक्षण करूं? सारांश, मी आतां त्याला सोडून देतों.

अध्याय एकशें एक्यायशींवा.

—:*:—

अजगरयुधिष्ठिरसंवाद.

युधिष्ठिर ह्मणालाः—तूं जरी अशा प्रकारचा झालेला आहेस, तथापि वेद व वेदांगें ह्यांमध्यें पारंगत आहेस. ह्यास्तव कोणतें कर्म केलें असतां उत्कृष्ट प्रकारची गति मिळते तें सांग.

सर्प ह्मणालाः—हे भरतकुलोत्पन्ना, सत्पात्रीं दान केल्यानें, प्रिय आणि सत्य भाषण केल्यानें व हिंसा न करण्यामध्यें गर्क होऊन राहिल्यानें मनुष्य स्वर्गास जातो, असें माझें मत आहे.

युधिष्ठिर ह्मणालाः—दान आणि सत्य ह्यांमध्यें महत्त्व कोणाला आहे, तसेंच प्रिय आणि अहिंसा ह्यांमध्यें गौरव आणि लाघव कोणाला आहे, तें सांग.

सर्प ह्मणालाः—दान, सत्य, तत्त्व, अहिंसा आणि प्रिय ह्यांचें गुरुत्व अथवा लघुत्व हें कार्याच्या गुरुत्वावर आणि लघुत्वावर अवलंबून आहे. कारण, हे राजेंद्रा, कांहीं दानांहून सत्याचीच योग्यता अधिक असून, कांहीं दानांचीही योग्यता अधिक आहे. त्याचप्रमाणें, हे महाधनुर्धरा पृथ्वीपते, प्रिय वाक्यापेक्षां अहिंसेला अधिक महत्त्व आहे व अहिंसेहूनही प्रिय वाक्याला अधिक महत्त्व आहे. ह्याप्रमाणें हे राजा, हें गुरुत्व अथवा लघुत्व कार्यावर अवलंबून आहे. आतां तुला दुसरें जें अभीष्ट असेल तें विचार, ह्मणजे मी त्याचें उत्तर देतों.

युधिष्ठिर ह्मणालाः—हे सर्पा, शरीराचा नाश झाल्यानंतर मनुष्य स्वर्गलोकास कसा जातो, त्या ठिकाणीं त्याला विषयोपभोग कसा घेतां येतो व कर्मफलाची अवश्य प्राप्ति कशी होते, हें सांग.

सर्प ह्मणालाः—हे राजा, मनुष्यपणा, स्वर्गवास आणि तिर्यग्योनि ह्या तीन आपापल्या कर्माच्या योगानें मिळणाऱ्या गति होत. ज्याला मानवरूपी गति मिळाली आहे, तो प्राणी अहिंसापुरःसर दानादिक कर्मे केल्यानें स्वर्गास जातो; आणि हे राजेंद्रा, ह्याहून विपरीत प्रकारचीं कर्मे केलीं असतां मनुष्ययोनीमध्यें अथवा तिर्यग्योनीमध्यें जन्म पावतो. त्यांतील विशेष आतां सांगतों. काम आणि क्रोध ह्यांनीं युक्त असून हिंसा आणि लोभ ह्यांच्या योगानें संपन्न असणारा जो मनुष्य तो मनुष्यत्वापासून भ्रष्ट होऊन तिर्यग्योनीमध्यें जन्म पावतो. मनुष्यत्वप्राप्तीसाठीं तिर्यग्योनीपासूनही मुक्तता होते असें वेदांमध्यें सांगितलेलें आहे. इतकेंच नव्हे, तर गाई आणि अश्व ह्या योनींतून मुक्त झाल्यानंतर देवत्वाचीही प्राप्ति होते असें प्रत्यक्ष दिसून येतें. बा युधिष्ठिरा, ह्याप्रमाणें कर्मे करणारा मनुष्य ह्या तीन प्रकारच्या गति पावत असतो व ज्ञानसंपन्न मनुष्य नित्य अशा परब्रह्माचेच ठिकाणीं आपल्या आत्म्याचा लय करीत असतो. तसेंच, बा युधिष्ठिरा, तो देहाभिमानी जीवरूपी आत्मा धर्म अथवा अधर्म ह्यांच्या तावडींत सांपडून पुनः पुनः उत्पन्न होतो आणि सुखाच्या अभिलाषानें देहसंबंधजन्य फलांचा उपभोग घेत असतो. पण ज्यानें फलाविषयींची आसक्ति सोडून दिलेली आहे, तो लोकांस प्राप्त होणारे जननमरणादिक हे दोष आहेत अशीच भावना करीत असतो.

युधिष्ठिर ह्मणालाः—हे सर्पा, शब्द, स्पर्श, रूप, रस आणि गंध ह्यांचें जर तो जीवात्मा ग्रहण करीत असतो, तर त्याचें अधिष्ठान कोणतें तें बरोबर रीतीनें कथन कर. तसेंच,हे महामते, तुला एकदम सर्व विषयांचें ग्रहण कां करितां येत नाहीं ? असाही माझा प्रश्न आहे तरी, हे पन्नगश्रेष्ठा, तूं त्याचेंही उत्तर दे.

सर्प ह्मणालाः—हे आयुष्मन्, ज्या वेळीं देहाचा आश्रय करून आणि इंद्रियें आपल्या अधीन ठेवून आत्मरूपी द्रव्य यथाविधि भोगांचे उपभोग घेऊं लागतें, त्या वेळीं, हे भरतकुलश्रेष्ठा, त्या जीवात्म्याचीं विषयोपभोगास आधारभूत अशा ह्या शरीरामध्यें ज्ञान, बुद्धि आणि मन अशीं तीन प्रकारचीं साधनें असतात असें सांगितलेलें आहे. तो जीव त्या त्या इंद्रियरूपी द्वारानें निघून मनोरूपी करणाच्या योगानें त्या त्या रूपादिक विषयांकडे जातो; आणि नंतर, हे नरश्रेष्ठा, विषयज्ञान होण्याच्या वेळीं बुद्धि मनामध्यें क्रियाशक्ति उत्पन्न करिते. ह्मणूनच सर्वही विषयांचें एकदम ज्ञान होऊं शकत नाहीं. हे पुरुषश्रेष्ठा, तो आत्मा दोन्ही भिवयांच्या मध्यभागचा आश्रय करून राहिलेला असून तो रूपादिसंपन्न अशा नानाप्रकारच्या द्रव्यांचें ग्रहण करण्याच्या वेळीं उत्कृष्ट अथवा निकृष्ट प्रकारची बुद्धि उत्पन्न करितो. बुद्धि उत्पन्न झाल्यानंतरच कोणत्याही वस्तूचें ज्ञान होतें असा सूज्ञ लोकांचा अनुभव आहे. हे नृपश्रेष्ठा, हा बुद्धि आणि आत्मा ह्या दोहोंच्या भिन्नतेचा प्रकार आत्मप्रकाशक आहे.

युधिष्ठिर ह्मणालाः—मन आणि बुद्धि ह्या दोहोंचें उत्कृष्ट प्रकारचें लक्षण मला सांग. कारण, त्यांचें लक्षण जाणणें हें अध्यात्मज्ञानी लोकांचें मुख्य कर्तव्य आहे.

सर्प ह्मणालाः—ज्याप्रमाणें अग्नीचा संयोग झालेलें लोखंड अग्नीशीं तादात्म्य पावलेलें असतें, त्याप्रमाणें बुद्धि ही आत्म्याशीं अत्यंत तादात्म्य पावलेली असून ती मूळचीच उत्क्रांति वगैरे धर्मांच्या अधीन होऊन गेलेली असते. सारांश, बुद्धि ही आत्म्याचा आश्रय करून राहणारी असून ती स्वतःच्या आश्रयासाठीं आत्म्याची इच्छा करीत असते. बुद्धि ही कार्याच्या अनुरोधानें उत्पन्न होते व कार्यनाश होतांच नष्ट होते. ती नष्ट झाली तरी मन हें उत्पन्न झालेलें असतेंच; ह्यामुळें मनाकडून तिचीं कार्यें घडतात. मात्र बुद्धि ही उपादान कारण असत नाहीं व मन हें उपादान कारण असतें. बा युधिष्ठिरा, मन व बुद्धि ह्यांमध्यें जो भेद आहे तो हाच. ह्याविषयींचें ज्ञान तुलाही चांगलेंच आहे. तेव्हां ह्याविषयीं तुझें मत कसें काय आहे ?

युधिष्ठिर ह्मणालाः—हे बुद्धिमानांमध्यें श्रेष्ठ असणाऱ्या सर्पा, हा तुझा विचार उत्कृष्ट प्रकारचा असून, जें कांहीं ज्ञेय आहे तें तुला समजलेलें आहे. मग तूं कशाला प्रश्न करितोस ? आतां मला एक मोठा संशय आहे. तो हाच कीं, तूं अशा प्रकारें सर्वज्ञ आणि अद्भुत कर्में करणारा असा असून स्वर्गलोकामध्यें वास्तव्य करीत असतांना तुला मोह कसा उत्पन्न झाला ?

अजगराचें पूर्ववृत्त व भीमाची सुटका.

सर्प ह्मणालाः—हे शूरा, मनुष्याची बुद्धि अत्यंत उत्कृष्ट जरी असली, तरी लोभ हा त्याला मोह पाडितो; व ह्मणूनच कोणी प्राणी सुखामध्यें असला ह्मणजे त्याला मोह पडतो अशी माझी बुद्धि आहे. ह्यामुळेंच हे युधिष्ठिरा, ऐश्वर्याच्या योगानें मोह पडून मी मदोन्मत्त झालों व त्यामुळें असा अधःपात होऊन आतां शुद्धीवर आलों आहें. तेव्हां आतां मजविषयींची माहिती तुला सांगतों. हे शत्रुतापना महाराजा, तूं माझें कार्य केलेलें असून, सज्जन अशा तुजशीं भाषण केल्यामुळें माझा अतिशय दुःखदायक असा शाप नष्ट होऊन गेला आहे.

असो; हे युधिष्ठिरा, मी पूर्वी दिव्य विमानांत आरोहण करून स्वर्गांत संचार करीत होतों. त्या वेळीं अभिमानाच्या योगानें मदोन्मत्त होऊन जाऊन मी दुसऱ्या कोणालाही जुमानीत नाहींसा झालों. ह्यामुळें संपूर्ण त्रैलोक्यामध्यें वास्तव्य करणारे ब्रह्मर्षि, देव, गंधर्व, यक्ष, राक्षस आणि पन्नग हे सर्वही मला कर देऊं लागले. हे पृथ्वीपते, मी ज्या ज्या प्राण्यांला केवल दृष्टीनें अवलोकन करीन त्याचें त्याचें तेज आकर्षण करून घेत असें. कारण, माझ्या दृष्टीचें तसें सामर्थ्यच होतें. ह्मणूनच हजार ब्रह्मर्षींना माझी पालखी वहावी लागत असे. हे राजा, ह्याच अन्यायानें मला संपत्तीपासून भ्रष्ट करून सोडिलें. कारण, त्या मुनींमध्यें महामुनि अगस्त्य हे माझी पालखी वाहूं लागले असतां मीं त्यांना पादस्पर्श केला. ह्यामुळें, तूं ह्या संपत्तीपासून भ्रष्ट होऊन सर्प होशील, असें त्यांनीं मला रागारागानें म्हटलें ! तेव्हां माझ्या शरीरावरील भूषणें सर्व खालीं पडलीं आणि मीही तत्काल त्या विमानाच्या अग्रभागावरून खालीं आलों व सर्प बनून अधोमुख होऊन पडूं लागलों. तथापि मला मी ' कोण आहें ' ह्याचें ज्ञान होतें. ह्यामुळें माझ्या शापाचा अंत व्हावा अशी मीं त्या ब्राह्मणाची प्रार्थना केली. मीं म्हटलें कीं, 'हे भगवन् मी मूर्ख असून अनवधानामुळें ही गोष्ट घडलेली आहे. तेव्हां आपण त्याबद्दल क्षमा करा. ' हें ऐकून त्याला दया आली व मी खालीं पडत असतांना तो ह्मणाला कीं, ' धर्मराज युधिष्ठिर हा तुला ह्या शापापासून मुक्त करील; आणि, हे नराधिपते, ह्या भयंकर पातकाच्या आणि अभिमानाच्या फलाचा क्षय झाला ह्मणजे तुला शुभ फलाची प्राप्ति होईल.' हें अगस्त्य मुनीचें तपोबल अवलोकन करून मला आश्चर्य वाटलें; आणि ह्मणूनच ब्रह्म व ब्राह्मण ह्यांविषयीं मीं तुला प्रश्न केला. हे राजा, जाति अथवा कुल हीं कोणत्याही पुरुषाचीं इष्टफलप्राप्तीचीं साधन नसून सत्य, दम, तप, दान, अहिंसा आणि धर्माच्या ठिकाणीं सदोदित आसक्ति हींच इष्टफलप्राप्तीचीं साधनें होत. असो; हे महाराजा, ह्या तुझ्या महाबलाढ्य बंधु भीमसेनाला कोणत्याही प्रकारची बाधा झालेली नाहीं. तुझें कल्याण होवो! आतां मी पुनरपि स्वर्गास जातों.

वैशंपायन ह्मणाले:—असें बोलून अजगरदेहाचा त्याग केल्यानंतर पुनरपि दिव्य स्वरूप धारण करून तो राजा नहुष स्वर्गलोकीं गेला. तदनंतर धर्मात्मा श्रीमान् युधिष्ठिरही आपला बंधु भीम ह्याची भेट घेऊन तो आणि धौम्य मुनि ह्यांच्यासहवर्तमान पुनरपि आश्रमाकडे आला. पुढें त्या ठिकाणीं सर्व ब्राह्मण एकत्र जमल्यानंतर धर्मराज युधिष्ठिर ह्यानें ती घडलेली सर्व हकीकत त्यांना सांगितली. राजा जनमेजया, ती ऐकून ते सर्व ब्राह्मण, त्याचे अर्जुनादिक तीन बंधु आणि कीर्तिसंपन्न द्रौपदी ह्यांनीं लज्जेमुळें मान खालीं घातली. तदनंतर ते सर्वही ब्राह्मणश्रेष्ठ भीमाच्या धाडसाची निंदा करून, पांडवांचें हित व्हावें ह्या इच्छेनें त्याला 'असें करीत जाऊं नको.' असें ह्मणाले. महाबलाढ्य भीम संकटांतून सुटला ह्यामुळें पांडव अत्यंत आनंदित होऊन गेले व प्रेमानें त्या ठिकाणीं विहार करूं लागले.

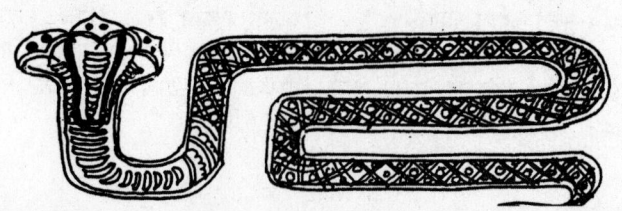

मार्कंडेयसमास्यापर्व.

अध्याय एकशें ब्यायशींवा.

—:०:—

वर्षाकालवर्णन.

वैशंपायन ह्मणाले:—ते त्या अरण्यामध्यें वास्तव्य करीत असतां ग्रीष्म ऋतूचा नाश करणारा व ह्मणूनच सर्वही प्राण्यांस सुखकारक असा वर्षाकाल प्राप्त झाला कृष्णवर्ण मेघ हे आकाश आणि दिशा यांना आच्छादित करून टाकून रात्रंदिवस मोठ्यानें गडगडाट करूं लागले. ग्रीष्मकालाच्या शेवटीं उत्पन्न होणाऱ्या त्या शेंकडों हजारों मेघांनीं सूर्याचें प्रभामंडळ नष्ट होऊन सोडिलें. ह्या मेघामध्यें वीज चमकत असल्यामुळें त्यांची कांति स्वच्छ दिसत होती. ह्या वेळीं भूमीवर गवत वाढलें असून तिजवर डांस आणि सर्प हे मदोन्मत्त होऊन राहिलेले होते. तसेंच वृष्टिरूपी जलाचें सिंचन झाल्यामुळें ती शांत आणि सर्वांच्याही अंतःकरणास आनंद देणारी अशी झालेली होती. त्या वेळीं सर्व जग पाण्यानें भरून गेल्यामुळें सपाट भूमि, खांचखळगे, नद्या किंवा वृक्षपाषाणादिक स्थावर पदार्थ हे कांहींही ओळखूं येईनातसे झाले. ह्या वर्षाकालामध्यें बाणाप्रमाणें अत्यंत वेगानें वाहणाऱ्या व ह्मणूनच जल क्षुब्ध होऊन गेलेल्या नद्या श्वासोच्छ्वास टाकीत आहेत कीं काय असें वाटत होतें व त्यांच्या योगानें त्या अरण्याला एक प्रकारची शोभा आलेली होती. अरण्यामध्यें पर्जन्यवृष्टीच्या योगानें आच्छादित होऊन गेल्यामुळें शब्द करूं लागलेल्या वराहादिक पशूंचे आणि पक्ष्यांचे नानाप्रकारचे शब्द कानांवर येऊं लागले. ह्या वेळीं मोर आणि कोकिळ हे फारच विरळ झाले असून बेडूक मात्र मदोन्मत्त होऊन आनंदाच्या भरांत उड्या मारीत होते.

शरदृतूचें वर्णन.

पांडवांचें काम्यकवनाकडे प्रयाण.

ह्याप्रमाणें मेघांच्या गडगडाटांनीं युक्त असलेला व सर्व जगताला आच्छादित करून सोडणारा तो नानाप्रकारचीं स्वरूपें धारण करणारा वर्षाकाल पांडवांना मरुधन्वप्रदेशामध्यें संचार करीत असतां सुखानें गेला. तदनंतर शरदृतु उत्पन्न झाला. ह्या वेळीं क्रौंच आणि हंस ह्यांची गर्दी उडून गेलेली होती; वनामध्यें आणि पर्वताच्या माथ्यावर गवत वाढलेलें होतें; नद्यांचें पाणी स्वच्छ होऊन गेलेलें होतें; आकाश स्वच्छ झालें असल्यामुळें नक्षत्रांची कांतिही स्वच्छ दिसत होती; व सर्वही प्रदेश पशुपक्ष्यांनीं व्याप्त होऊन गेलेले होते. हा शरत्काल महात्म्या पांडवांस सुखकारक झाला. त्या वेळीं जगतांतील धुरळा जेथल्या तेथें बसला असून, रात्री ह्या मेघसंपर्कामुळें थंडगार आणि ग्रह व नक्षत्रें ह्यांचे समुदाय आणि चंद्र ह्यांच्या योगानें विराजमान दिसूं लागल्या. नद्या आणि सरोवरें ह्यांतील पाणी थंडगार झालें आणि चंद्रविकासी व श्वेतवर्ण कमलें ह्यांच्या योगानें तीं अलंकृत झाल्याप्रमाणें उत्कृष्ट दिसत होतीं त्या वेळीं आकाशाप्रमाणें दिसणाऱ्या तटानें युक्त असलेली व तीरप्रदेशांवर असणाऱ्या वेतांच्या योगानें व्याप्त झालेली आणि पुण्यकारक तीर्थें असलेली जी सरस्वती नदी तिजवर संचार करितांना पांडवांस आनंद होत होता. सरस्वती नदी जलानें भरून गेलेली असून तिचें पाणी स्वच्छ असल्यामुळें ती उत्कृष्ट दिसत होती ह्यामुळें, दृढ धनुष्य धारण करणारे ते वीर पांडव तिला अवलोकन करून आनंद पावूं लागले. जनमेजया, त्या वनामध्यें वास करीत असतांच

अत्यंत पवित्र अशी शरदृतूंतील कार्तिकी पौर्णिमेची रात्र येऊन गेली; आणि कृष्णपक्ष लागतांच, पुण्यकर्में करणाऱ्या महासामर्थ्यसंपन्न तपस्वी लोकांसह त्या भरतकुलश्रेष्ठ पांडवांनीं आपलें उत्कृष्ट प्रकारचें सामानसुमान भरलें व धौम्यमुनि, सारथि आणि पाकाध्यक्ष ह्यांस बरोबर घेऊन काम्यक वनाकडे प्रयाण केलें.

अध्याय एकशें त्र्यायशींवा.

—:०:—

श्रीकृष्णाचें पांडवांकडे आगमन व भाषण.

वैशंपायन ह्मणालेः—हे कुरुकुलोत्पन्ना जनमेजया, काम्यकवनामध्यें गेल्यानंतर मुनिगण आणि द्रौपदी ह्यांसहवर्तमान ते युधिष्ठिरप्रभृति पांडव अतिथींचा सत्कार करीत राहिले. याप्रमाणें त्या ठिकाणीं निर्भयपणें ते वास्तव्य करूं लागल्यानंतर त्या पांडुपुत्रांकडे येऊन अनेक ब्राह्मण त्यांच्या सभोंवतीं बसूं लागले. नंतर अर्जुनाचा प्रिय मित्र असा एक ब्राह्मण ह्मणाला कीं, " उदार अंतःकरण असलेला महाबाहु जितेंद्रिय श्रीकृष्ण येथें येणार आहे. कारण, कुरुकुलश्रेष्ठ असे आपण येथें आलां आहां हें त्याला कळलें असून तो निरंतर तुमची भेट घेण्याची इच्छा करीत आहे व तुमचें कल्याण कसें होईल ह्या विचारांत आहे. तसेंच, अनेक वर्षेपर्यंत आयुष्य असलेले आणि स्वसाध्य व तपश्चर्या ह्यांनीं युक्त असे महातपस्वी मार्कंडेय मुनि लवकरच आपली भेट घेतील."

तो असें बोलत आहे इतक्यांत शैब्य आणि सुग्रीव हे अश्व जोडलेल्या रथांत आरोहण केलेला रथिश्रेष्ठ श्रीकृष्ण दिसूं लागला. ज्याप्रमाणें इंद्राबरोबर इंद्राणी असावी, त्याप्रमाणें त्याजबरोबर सत्यभामा होती. कुरुलकुश्रेष्ठ पांडव ह्यांची भेट घेण्यासाठीं आल्यानंतर रथांतून उतरून देवकीपुत्र ज्ञानसंपन्न श्रीकृष्णानें आनंदानें धर्मराजास आणि बलाढ्यश्रेष्ठ भीमास यथाविधि नमस्कार केला व धौम्य मुनीचें पूजन केलें. त्या वेळीं नकुलसहदेवांनीं त्यास नमस्कार केला. नंतर अर्जुनास आलिंगन देऊन श्रीकृष्णांनीं द्रौपदीचें सांत्वन केलें. वीर अशा अर्जुनाची फार दिवसांनीं गांठ पडल्यामुळें शत्रुनाशक यादवकुलोत्पन्न श्रीकृष्णानें त्याला अवलोकन करून वारंवार आलिंगन दिलें. श्रीकृष्णाची पट्टराणी सत्यभामा हिनेंही पांडवांची प्रिय भार्या द्रौपदी हिला आलिंगन दिलें. पुढें द्रौपदी आणि पुरोहित धौम्य ह्यांसहवर्तमान सर्व पांडव कमलनयन श्रीकृष्णाचें पूजन करून त्याच्या सभोंवतीं उभे राहिले. ह्या वेळीं, दैत्यांचा पराभव करणारा अर्जुन ज्ञानसंपन्न अशा श्रीकृष्णाच्या जवळ बसला असल्यामुळें, ते कार्तिकेय जवळ असलेल्या महात्म्या भगवान् श्रीशंकराप्रमाणें शोभत होते. तदनंतर वनांत घडलेलें सर्व वृत्तांत जसें घडलें होतें त्या रीतीनें सांगून अर्जुनानें ' सुभद्रा कशी काय आहे ? आणि अभिमन्यु कसा काय आहे ? ' असें विचारिलें. पुढें अर्जुन, द्रौपदी आणि पुरोहित धौम्य मुनि ह्यांचा सत्कार करून श्रीकृष्ण त्यांच्या जवळ बसले; आणि राजा युधिष्ठिराची प्रशंसा करीत भाषण करूं लागले. ते ह्मणाले, " हे पांडुपुत्रा राजा युधिष्ठिरा, राज्यप्राप्तीपेक्षां धर्माची योग्यता अधिक आहे व धर्मासाठीं तपश्चर्या करावी असें सांगितलेलें आहे. ह्यामुळेंच सत्य आणि सरलता ह्यांच्या योगानें स्वधर्माचरण करून तूं इहलोक आणि परलोक ह्या दोहोंसही आपल्या हस्तगत केलेलें आहेस. प्रथम ब्रह्मचर्यादिक व्रतें आचरण करून तूं अध्ययन केलेंस नंतर संपूर्ण धनुर्वेदाचें ज्ञान संपादन करून क्षात्रधर्माच्या योगानें द्रव्य मिळविलेंस; आणि

अनादिकालापासून चालत आलेले असे सर्वही यज्ञ केलेस. हे नराधिपते युधिष्ठिरा, ग्राम्यधर्माचे ठिकाणीं तुझी आसक्ति नसून तूं कोणतीही गोष्ट विषयोपभोगाची इच्छा पूर्ण करण्याच्या उद्देशानें करीत नाहींस आणि अर्थाच्या अभिलाषानें धर्माचा त्याग करीत नाहींस. ह्या गोष्टींच्या प्रभावामुळेंच तूं धर्मराज झालेला आहेस. हे कुंतीपुत्रा राजा युधिष्ठिरा, तुला जरी राज्य आणि द्रव्य इत्यादि उपभोग्य वस्तूंची प्राप्ति झाली, तरी देखील दान करावें, सत्य बोलावें, तपश्चर्या करावी, श्रद्धा असावी, ज्ञानसंपन्न असावें, क्षमाशील असावें आणि धैर्य असावें, असाच सदोदित तुझ्या मनाचा कल असतो. हे पांडुपुत्रा, ज्या वेळीं कुरुजांगल प्रदेशांतील लोक द्रौपदी सभेमध्यें व्याकूळ होऊन गेलेली आहे हें पहात होते, त्या वेळचें तें धर्म आणि व्यवहार ह्या दोहोंनाही सोडून असणारें शत्रूंचें वर्तन तुजवांचून दुसऱ्या कोणीं सहन केलें असतें? खरोखर, तुझे सर्व मनोरथ पूर्ण होऊन तूं निःसंशय लवकरच प्रजांचें पालन करूं लागशील. कारण, जर तुझी प्रतिज्ञा पूर्ण झाली असली, तर हे आह्मी कौरवांचा निग्रह करण्याविषयीं तयार आहों." असें भाषण केल्यानंतर यादवश्रेष्ठ श्रीकृष्णानें धौम्यमुनि, भीम, युधिष्ठिर, नकुलसहदेव आणि द्रौपदी ह्यांस सांगितलें कीं, ' तुमच्या सुदैवानें अर्जुन अस्त्रविद्येमध्यें निष्णात होऊन सुखरूपपणें आनंदानें प्राप्त झाला आहे. ' तदनंतर आपल्या सुहृज्जनांसहवर्तमान यादवाधिपति श्रीकृष्ण "खरोखर तुझें पुरें सुदैव ह्मणूनच तुला अर्जुनाची भेट झाली!" असें द्रौपदीला सांगून ह्मणाले, " हे याज्ञसेनि द्रौपदि, तुझे बालावस्थेंत असलेले सुस्वभावी पुत्र धनुर्वेदामध्येंच मुख्यत्वेंकरून आसक्त झालें असून, आपल्या मित्रांसहवर्तमान सज्जनांनीं आचरण केलेल्या मार्गानेंच आचरण करीत असतात. द्रौपदि, तुझ्या पित्यानें आणि बंधूंनीं राज्याधिकार आणि राष्ट्र ह्यांचा लोभ दाखवून जरी बोलावून नेलें तरी देखील ते बाल असतांही त्यांना द्रुपदाच्या अथवा आपल्या मातुलाच्या घरीं करमत नाहीं. ह्मणूनच, धनुर्वेदावर आसक्ति ठेवणें हेंच मुख्य कर्तव्य समजणारे ते तुझे पुत्र थेट आनर्तदेशाचा मार्ग सुधारून यादवनगरीमध्यें--द्वारकेमध्यें--सुखरूपपणें येतात आणि नंतर देवतांची देखील इच्छा करीनातसे होतात. त्या ठिकाणीं, जसें तूं अथवा आर्या कुंती ह्या त्यांना चांगल्या प्रकारें वर्तन लावाल, त्याप्रमाणें—किंबहुना त्याहून अधिकपणें व दुर्लक्ष्य न होऊं देतां सुभद्रा त्यांना सद्वर्तनीं लावीत असते. द्रौपदि, ज्याप्रमाणें अनिरुद्धाला अभिमन्यूला, सुनीथाला आणि भानूला, त्याप्रमाणें तुझ्याही पुत्रांना रुक्मिणीपुत्र प्रद्युम्नच शिक्षण देत असून तो त्यांचा अगदीं आधार होऊन राहिलेला आहे. तसेंच कुमार अभिमन्यु हाही चांगल्या प्रकारचें शिक्षण देणारा असून तो आलस्यशून्य आणि शूर अशा तुझ्या पुत्रांस गदा, खड्ग आणि ढाल धरणें, अस्त्रें सोडणें आणि रथ किंवा अश्व ह्या वाहनांवर आरूढ होणें ह्या गोष्टींविषयींचें शिक्षण देत असतो. शिवाय रुक्मिणीपुत्र प्रद्युम्नही त्यांना उत्कृष्ट प्रकारें शिक्षण देऊन यथाविधि शस्त्रेंही अर्पण करून तुझे पुत्र आणि अभिमन्यु ह्यांनीं केलेले पराक्रम अवलोकन करून संतोष पावत असतो. द्रौपदि, विहार करण्यास योग्य अशी भूमि अवलोकन करून तुझे पुत्र गमन करूं लागले ह्मणजे त्या प्रत्येकाच्या मागून रथ, वाहनें व हत्ती जात असतात."

असें द्रौपदीला सांगितल्यानंतर श्रीकृष्ण धर्मराजास ह्मणाले कीं, " हे राजा, हे यादवकुलोत्पन्न योद्धे, कुक्कुर आणि अंधक हे सर्व-

जण तूं सांगशील त्या ठिकाणीं तुझी आज्ञा पालन करीत राहूं देत; आणि वेगानें धनुर्युद्ध करीत असल्यामुळें जिच्या धनुष्यांच्या योगानें वायु उत्पन्न होतो व जिचा बलराम हा नियंता आहे अशी ही रथ, अश्व, स्वार, पायदळ आणि हत्ती ह्यांनीं युक्त असलेली मथुरानिवासी लोकांची सेना तुझें कार्य करण्याविषयीं प्रवृत्त होऊं दे. कारण, ही तुझ्या ताब्यांत आहे. हे पांडुपुत्रा, पहिल्या प्रतीचा पाप करणारा जो धृतराष्ट्रपुत्र दुर्योधन, त्याला त्याचे मित्र आणि परिवार ह्यांसहवर्तमान नरकासुर अथवा सौभनगराधिपति शाल्व ह्यांच्या मार्गास पोहोंचीव. हे नरेंद्रा, तूं सभेमध्यें जशी प्रतिज्ञा केलेली आहेस त्याचप्रमाणें त्या दुर्योधनाविषयीं खुशाल वाग; आणि यादवयोद्ध्यांनीं ज्यामध्यें वास्तव्य करणाऱ्या शत्रूंचा आणि योद्ध्यांचा वध केला आहे असें हस्तिनापुरच तुझी मार्गप्रतीक्षा करीत राहूं दे. पुढें तुला वाटेल त्या ठिकाणीं स्वेच्छेनुरूप विहार केल्यानंतर यादवयोद्ध्यांनीं शत्रूंचा नाश केल्यामुळें दैन्यशून्य होऊन निष्पाप आणि शोकशून्य बनलेला असा तूं—पूर्वींच तुझ्या प्राप्तीसाठीं तयार होऊन बसलेलें हस्तिनापुर आणि राष्ट्र ह्यांमध्यें प्रवेश कर." हें श्रीकृष्णांनीं सांगितलेलें मत कळून येऊन महात्मा धर्मराज त्यांची प्रशंसा करून आणि त्यांजकडे अवलोकन करून हात जोडून ह्मणाला, "हे कृष्णा, पांडवांचा मुख्य आधार काय तो तूंच आहेस हें अगदीं निःसंशय आहे. कारण, तूंच आह्मां पार्थांचा संरक्षक आहेस. ह्यास्तव, योग्य प्रसंग आला कीं, जें कर्म करावयाचें आहे तें तूं पूर्णपणें करशील ह्याविषयीं मुळींच संशय नाहीं. आह्मीं आपल्या प्रतिज्ञेनुरूप द्वादश वर्षांचा काल निर्जन प्रदेशामध्यें संचार करून काढला. तेव्हां आतां यथाविधि अज्ञातवासाची समाप्ति झाली ह्मणजे मग, कृष्णा, आह्मी सर्व पांडव केवल तुझ्याच हातीं आहों. कृष्णा, तुझाही विचार सदोदित असाच असूं दे. आह्मी पांडव सत्याच्याच ठिकाणीं आसक्त झालों असून दान, धर्म, परिजन, धर्मपत्नी आणि बांधव ह्यांसहवर्तमान आह्मां पांडवांचें संरक्षण करणारा तूंच आहेस."

मार्कण्डेयागमन.

वैशंपायन ह्मणाले:—हे भरतकुलोत्पन्ना, ह्याप्रमाणें श्रीकृष्ण आणि धर्मराज भाषण करीत आहेत तोंच अनेक सहस्त्र वर्षें आयुष्य असलेला महातपस्वी तपोवृद्ध धर्मात्मा मार्कंडेय त्या ठिकाणीं आलेला त्यांस दिसला. तो मुनि अजर, अमर, अत्यंत रूपवान् आणि गुणसंपन्न असल्यामुळें, जसा एखादा पंचवीस वर्षांचा तरुण मनुष्य असावा त्याप्रमाणें दिसत होता. ह्याप्रमाणें हजारों वर्षांचा वृद्ध असा तो मुनि त्या ठिकाणीं येतांच सर्व ब्राह्मणांनीं व पांडवांसहवर्तमान श्रीकृष्णांनीं त्यांचें अर्चन केलें. नंतर तो मुनिश्रेष्ठ बराच विसावा घेऊन बसला असतां ब्राह्मण आणि पांडव ह्यांच्या अनुमतानें त्याला'

श्रीकृष्ण ह्मणाले:—हे मार्कंडेया, पांडव, ब्राह्मण, मी, द्रौपदी आणि सत्यभामा हे सर्व जण आपलें उत्कृष्ट प्रकारचें भाषण श्रवण करण्यासाठीं एकत्र जमलों आहों. तेव्हां पूर्वीं घडलेल्या पवित्र कथा आणि राजे, स्त्रिया व ऋषि ह्यांचे शाश्वत असें सदाचार आह्मांला सांगा.

वैशंपायन ह्मणाले:—ते त्या ठिकाणीं बसतात तोंच अंतःकरण शुद्ध असलेले देवर्षि नारद पांडवांची भेट घेण्याच्या इच्छेनें तेथें प्राप्त झाले. तेव्हां त्या ज्ञानसंपन्न पुरुषश्रेष्ठांनीं यथयोग्य पाद्य, अर्घ्य इत्यादिक देऊन त्या महात्म्याची पूजा केली. नंतर, मार्कंडेय कथा सांगणार असून ती ऐकण्याविषयीं ते सर्व

उत्सुक झालेले आहेत असें कळून येतांच देवर्षि नारद ह्यांनीं ती कथा सांगण्याविषयीं अनुमोदन दिलें; आणि किंचित् हसल्यासारखें करून त्या प्रसंगज्ञ व सनातन अशा नारद मुनींनीं मार्कंडेयास ह्मटलें कीं, हे राजर्षे, पांडवांस जें कांहीं सांगण्याची आपली इच्छा असेल तें सांगा.

ह्याप्रमाणें नारद मुनींनीं भाषण केल्यानंतर महातपस्वी मार्कंडेय ह्मणाले कीं, 'आपण स्वस्थपणानें बसा. कारण, मला पुष्कळ सांगावयाचें आहे.' त्यांनीं ह्याप्रमाणें म्हटल्यानंतर ज्याप्रमाणें मध्यान्हकालाच्या सूर्याकडे पहावें, त्याप्रमाणें तेजःपुंज अशा त्या महामुनीकडे अवलोकन करीत त्या ब्राह्मणांसहवर्तमान सर्वही पांडव स्वस्थपणें बसले.

युधिष्ठिराचा मार्कंडेयांस प्रश्न.

वैशंपायन ह्मणाले:—ते महामुनि भाषण करूं इच्छित आहेत असें अवलोकन करितांच, पांडुपुत्र कुरुराज युधिष्ठिर हा, त्यांनीं कशाविषयींची गोष्ट सांगावी हें सुचविण्यासाठीं भाषण करूं लागला. तो ह्मणाला, "भगवन्, आपणांला देव, दैत्य, महात्मे मुनि आणि सर्वही राजर्षि ह्यांच्या चरित्रांचें ज्ञान आहे. कारण आपण पुरातन आहां. तसेंच आह्मी आपली सेवा करण्यास आपण योग्य आहां असें आमचें मत असल्यामुळें आह्मी आपली चिरकाल मार्गप्रतीक्षा करीत होतों. हा देवकीपुत्र श्रीकृष्ण देखील आम्हांला भेटण्यासाठीं आलेला आहे. तेव्हां हा योग चांगला जुळून आलेला आहे. महाराज, मी सुखापासून भ्रष्ट झालों आहें व दुराचारी धृतराष्ट्रपुत्र सर्व प्रकारें अभ्युदय पावत आहेत, इकडे दृष्टि गेली ह्मणजे माझ्या मनांत असा विचार येऊं लागतो कीं, मनुष्य हाच शुभ अथवा अशुभ कर्मांचा कर्ता असून तो त्यांचीं फलें उपभोगित असतो. मग, हे ब्रह्मज्ञवर्या, मनुष्यांना जें सुख अथवा दुःख प्राप्त होतें तें ईश्वरच देतो असें कसें ह्मणावयाचें! तसेंच, केलेलें कर्म हें ह्याच जन्मामध्यें भोगावें लागतें कीं दुसऱ्या देहामध्यें? हे द्विजश्रेष्ठा, शुभाशुभ कर्में हीं जणू प्राण्यांचा शोधच करीत असतात; पण प्राण्यानें देहत्याग केल्यानंतर इहलोकीं असो अथवा परलोकीं असो, त्याला त्या कर्मांचा योग कसा घडतो? इहलोकीं जें कर्म करावयाचें तें काय इहलोकींचेंच साधन असतें किंवा परलोकींचें? आणि हे भृगुकुलोत्पन्ना, प्राणी मरण पावल्यानंतर त्याचीं कर्में कोठें रहातात? हें मला सांगा.

मार्कण्डेयोक्त पारलौकिक गति.

मार्कंडेय ह्मणाले:—हे वक्तृश्रेष्ठा, तूं जो हा प्रश्न केला आहेस तो अगदीं योग्य असून तुला साजेल असाच आहे. जें कांहीं जाणणें अवश्य आहे त्याचें ज्ञान तुला आहेच; तथापि तूं केवल लोकमर्यादेसाठींच हा प्रश्न करीत आहेस. असो; आतां मनुष्याला इहलोकीं अथवा परलोकीं सुखदुःखांचा उपभोग कसा घ्यावयास मिळतो हें मी तुला सांगतों. तें तूं एकाग्र अंतःकरण करून ऐक. सर्व जगाच्या पूर्वीं उत्पन्न झालेला प्रजाधिपति ब्रह्मदेव ह्यानें केवल धर्माच्या अधीन असलेलीं, निर्बल आणि अत्यंत शुद्ध अशीं प्राण्यांचीं शरीरें पूर्वीं उत्पन्न केलीं होतीं. ह्यामुळें हे कुरुकुलश्रेष्ठा, पूर्वींचे लोक केवळ ब्रह्मस्वरूपी, पुण्यवान्, सत्यवादी, उत्कृष्ट प्रकारचीं व्रतें करणारे आणि अमोघसंकल्प असे होते ते सर्व स्वच्छंदानें आकाशामध्यें जाऊन देवांची भेट घेत असत; आणि नंतर स्वच्छंदपणें संचार करीत करीत पुनः परत येत असत. त्या वेळीं मनुष्यांना मरणही त्यांच्या इच्छेनुरूप प्राप्त होई व ते स्वेच्छेनुरूप संचारही करीत असत, त्यांना बाधा कमी असे; ताप मुळींच नसे; त्यांच्यां सर्वही गोष्टी सिद्ध

होत असत; त्यांना कोणत्याही प्रकारचे उपद्रव होत नसत; देवसमुदाय आणि महात्मे मुनि ह्यांचें त्यांना दर्शन होत असे; ते निर्मत्सर असून इंद्रियनिग्रहसंपन्न असत; त्यांना सर्वही प्रकारच्या धर्मांचें प्रत्यक्ष ज्ञान असे; त्यांना हजारों पुत्र होत असत आणि त्यांना हजारों वर्षें आयुष्यही असे. पुढें तो काल उलटून जाऊन दुसरा आल्यानंतर, भूतलावर संचार करणारे ते लोक काम आणि क्रोध ह्यांनीं घेरून गेले व मायावीपणानें आणि दंभानें उपजीविका करूं लागले. ह्याप्रमाणें लोभ आणि मोह ह्यांच्या तावडींत सांपडल्यामुळें शरीरपात झाल्यानंतर ते पापी लोक आपापल्या शुभ कर्मांच्या अनुरोधानें तिर्यग्योनींत उत्पन्न होऊं लागले अथवा नरकांत पडूं लागले. सारांश, ते नानाप्रकारच्या योनींमध्यें वारंवार उत्पन्न होऊन आपल्या कर्मांचें फल उपभोगूं लागले; व त्यांच्या इच्छा, त्यांचे संकल्प व त्यांचें ज्ञान हीं सर्व निष्फल होऊन जाऊन त्यांची विचारशक्तिही नष्ट होऊं लागली. तसेंच ते प्रत्येकाविषयीं संशय घेणारे व ह्मणूनच क्लेशदायक बनले. अशुभ कर्मांचीं चिन्हेंही त्यांच्या ठिकाणीं प्रायः दृष्टिगोचर होऊं लागलीं. कारण, ज्यांच्या कर्मांचें भयंकर फल उत्पन्न झालें असेल, ते पापी लोक अधमकुलामध्यें उत्पन्न होऊन अनेक प्रकारच्या व्याधींनीं युक्त, अंतःकरण दुष्ट असलेले, पराक्रमशून्य आणि अल्पायुषी बनतात. त्यांना आपले नानाप्रकारचे मनोरथ पूर्ण व्हावे असें वाटत असून ते नास्तिक असतात व त्यांच्या अंतःकरणांत निरनिराळे तरंग उत्पन्न होत असतात. हे कुंतीपुत्रा, मनुष्य मरण पावल्यानंतर त्याला मिळणारी गति त्याच्या स्वतःच्या कर्मावरच अवलंबून असते. आतां ज्ञान्याचा अथवा ज्ञानशून्य मनुष्याचा कर्माशय कोठें असतो; व तो कोणत्या ठिकाणीं वास्तव्य करून त्या पापाचा अथवा पुण्याचा उपभोग घेत असतो, ह्याविषयींचा जो तुझा प्रश्न आहे त्याचें उत्तर सांगतों, ऐक. देवानें पूर्वी जें शरीर उत्पन्न केलें असेल त्या शरीराची प्राप्ति झाल्यानंतर मनुष्य शुभाशुभ कर्मांचा मोठा संचय करून ठेवितो; व तदनंतर आयुष्याच्या शेवटीं बहुतेक क्षीण होऊन गेलेला हा देह सोडून लागलीच एकदम दुसऱ्या योनीमध्यें जन्म पावतो. त्याला मध्यंतरीं जन्मावांचून रहातां येत नाहीं. ह्याप्रमाणें दुसरा जन्म प्राप्त झाला ह्मणजे छायेप्रमाणें सदोदित मागें लागलेलें जें त्याचें स्वतःचें कर्म तें फलद्रूप होऊं लागतें व त्यामुळें तो सुख अथवा दुःख ह्यांचा उपभोग घेण्यास योग्य बनतो. यमधर्माची जशी आज्ञा असेल त्याप्रमाणें मनुष्यास पाप अथवा पुण्य भोगावें लागत असून, पापपुण्याच्याच अनुरोधानें यमाच्या आज्ञेनुसार तो अशुभ अथवा शुभ लक्षणांनीं युक्त होत असतो. त्याला कोणतीही गोष्ट टाळतां येत नाहीं, असें ज्ञानदृष्टि लोकांस दिसून येतें. असो; युधिष्ठिरा, ह्याप्रमाणें मीं तुला ही अज्ञानी लोकांची गति सांगितली. आतां ज्ञानी लोकांची उत्कृष्ट प्रकारची गति सांगतों, ऐक. ज्या मनुष्यांनीं तपश्चर्या केली असेल, जे सर्व वेदांमध्यें आसक्त होऊन राहिलेले असतील आणि जे दृढव्रती, सत्यनिष्ठ, गुरुसेवेमध्यें आसक्त, सुशील, योगधर्माचें उपार्जन करण्याविषयीं तत्पर, क्षमाशील, इंद्रियनिग्रहसंपन्न आणि उत्कृष्ट तेजस्वी असतात, त्यांना दुसरा जन्म फार पवित्र असा मिळतो व ते बहुधा शुभ लक्षणांनीं युक्त होतात. ते जितेंद्रिय असल्यामुळें ऐश्वर्यसंपन्न होतात; व योगधर्म संपादन करण्याविषयीं तत्पर असल्यामुळें निरोगी असतात. त्यांना द्वैतजन्य दुःखा-

पासून उत्पन्न होणाऱ्या भीतीचा उपद्रव होत नाहीं. आपण स्वतः अथवा दुसरा कोणीही मनुष्य स्वर्गभ्रष्ट झाल्याचें, जन्म पावूं लागल्याचें, अथवा गर्भामध्यें वास्तव्य करीत असल्याचें—सारांश, सर्वही प्रकारचें ज्ञान त्यांना ज्ञानदृष्टीच्या योगानें होतें. ज्यांना वैदिक गोष्टींचें प्रत्यक्ष ज्ञान आहे असे ते महात्मे ऋषि ह्या कर्मभूमीमध्यें जन्म घेतल्यानंतर पुनरपि स्वर्गास जातात. असो; हे राजा; मनुष्याला कांहीं गोष्टींची प्राप्ति दैवयोगानें, कांहींची आपोआप आणि कांहींची आपल्या कर्मांच्या योगानें होत असते. ह्याविषयीं तूं भलत्याच प्रकारचे विचार करूं नको. हे वक्तृश्रेष्ठा युधिष्ठिरा, ह्याविषयीं मी तुला आणखीही हें उदाहरण सांगतों.एक.मनुष्यलोकामध्यें ज्याला आपण उत्कृष्ट प्रकारचें श्रेय असें समजतों, तें एखाद्याला ह्याच लोकामध्यें मिळतें, परलोकामध्यें मिळत नाहीं; एखाद्याला परलोकीं मिळतें, इहलोकीं मिळत नाहीं; कोणाला इहलोकीं मिळतें व परलोकींही मिळतें; आणि कित्येकांस इहलोकीं मिळत नाहीं व परलोकींही मिळत नाहीं. हे शत्रुनाशका, ज्यांच्याजवळ विपुल द्रव्य असून जे उत्कृष्ट प्रकारें शरीर अलंकृत करून सदोदित रममाण होऊन राहिलेले असतात, व निरंतर देहसौख्याविषयीं आसक्त झालेले असतात, त्यांना इहलोकींचेंच सौख्य मिळतें, परलोकींचें मिळत नाहीं; जे लोक समाधि लावून, तपश्चर्या करण्यामध्यें आसक्त होऊन आणि अध्ययन करीत राहून आपला देह झिजवीत असतात व प्राण्यांच्या हिंसेपासून निवृत्त होऊन जितेंद्रिय होऊन राहिलेले असतात, त्यांना, हे शत्रुनाशका, परलोकींचेंच सौख्य मिळतें, इहलोकींचें मिळत नाहीं; जे लोक प्रथम धर्माचेंच आचरण करितात व धर्मानें द्रव्य संपादन करून योग्य कालीं स्त्रीशीं विवाह करून यज्ञयागादिक कर्में करितात, त्यांना इहलोकींचें आणि परलोकींचें सौख्य मिळतें; आणि जे मूर्ख लोक विद्या संपादन करीत नाहींत, तपश्चर्या करीत नाहींत, दान देत नाहींत, प्रजोत्पादन करीत नाहींत आणि सुखोपभोगही घेत नाहींत,त्यांना इहलोकींचें व परलोकींचें असें दोनही प्रकारचें सौख्य मिळत नाहीं.युधिष्ठिरा, तुम्ही सर्वहीजण अत्यंत वीर्यसंपन्न, सत्त्वशाली, दिव्य तेज असलेले व उत्कृष्ट प्रकारच्या शरीरांनीं युक्त असून परलोकांतून देवांच्या कार्यासाठी भूतलावर अवतीर्ण झालां आहां व तुम्हीं उत्कृष्ट प्रकारें विद्येचें अध्ययनही केलेलें आहे. तेव्हां, हे शूरहो, स्वभावतःच तपश्चर्या, इंद्रियनिग्रह आणि सदाचार ह्यांचें संपादन करण्याकडे तुमची प्रवृत्ति असल्यामुळें तुम्ही मोठमोठीं कर्में कराल; आणि देव, ऋषि व सर्वही पितृगण ह्यांस उत्कृष्ट प्रकारच्या विधीनें तृप्त करून स्वतःच्या कर्मांच्या योगानें क्रमाक्रमानें पुण्य संपन्न लोकांचें वसतिस्थान अशा स्वर्गलोकीं गमन कराल. ह्यास्तव, सुखोपभोगांस योग्य असणाऱ्या हे कुरुकुलश्रेष्ठा युधिष्ठिरा, तूं आपणास होणाऱ्या ह्या क्लेशांकडे दृष्टि देऊन शंकित होऊं नको.

अध्याय एकशें चौऱ्यायशींवा.

—:०:—

अरिष्टनेमिप्रभाव.

वैशंपायन म्हणाले:—त्या वेळीं महात्मे पांडुपुत्र मार्कंडेय मुनींना म्हणाले, ‘ ब्राह्मणश्रेष्ठांचें महात्म्य ऐकावें अशी आमची इच्छा आहे. तेव्हां तें आम्हांला कथन करा.’ त्यांनीं असें भाषण केल्यानंतर महातेजस्वी, सर्वशास्त्रनिष्णात, महातपस्वी भगवान् मार्कंडेय मुनि असें बोलूं लागले.

मार्कंडेय ह्मणाले:—हैहयवंशाच्या स्थितीस कारणीभूत असा शत्रूंचीं नगरें हस्तगत करणारा कुमार ह्मणून एक रूपसंपन्न राजा होता. तो बलाढ्य राजा मृगया करण्याकरितां संचार करूं लागला. तेव्हां तृण आणि वेली ह्यांनीं आच्छादित झालेल्या एका आरण्यामध्यें अंगावर कृष्णाजिन घेतलेला एक ऋषि त्याला जवळच दिसला. पण त्या अरण्यामध्यें तो ऋषि आहे हें ओळखूं न आल्यामुळें, हरिणच आहे असें समजून त्यानें त्याचा वध केला.पण पुढें तें कर्म घडल्यानंतर तो ऋषि आहे असें कळून आल्यामुळें त्याचें अंतःकरण शोकानें ग्रस्त व ह्मणूनच पीडित होऊन गेलें. तदनंतर तो कमलनेत्र पृथ्वीपति कुमार हैहयवंशांतील प्रख्यात अशा राजाकडे गेला; आणि, बा युधिष्ठिरा, तें घडलेलें सर्व वृत्त ह्मणजे फलें व मूलें भक्षण करून रहाणाऱ्या एका मुनीची आपण हिंसा केली हा वृत्तांत सांगूं लागला. तो ऐकून व त्या ठिकाणीं त्या मुनीला अवलोकन करून त्या सर्व राजांचीं अंतःकरणें दीन होऊन गेलीं;आणि हा मुनि कोणाचा कोण ह्याचा शोध करण्यासाठीं इकडे तिकडे संचार करीत ते लवकरच कश्यपपुत्र अरिष्टनेमि ह्याच्या आश्रमास गेले; व नियमनिष्ठ अशा त्या महात्म्या मुनीस वंदन करून ते सर्वहीजण त्या ठिकाणीं बसले. तेव्हां त्या मुनीनें त्यांचें आतिथ्य करण्याची सामग्री आणली हें पाहून ते त्या महात्म्यास ह्मणाले कीं, ‘ हे मुने, आपणांकडून सत्कार करून घेण्यास आह्मी पात्र नाहीं. कारण, आमच्याकडून वाईट कर्म घडलेलें आहे. ह्मणजे आमच्या हातून ब्राह्मणाची हिंसा घडलेली आहे. ’ हें ऐकून तो ब्रह्मर्षि त्यांना विचारूं लागला कीं, ‘ तुमच्या हातून ब्राह्मणाचा वध कसा घडला व तो वध केलेला ब्राह्मण कोठें आहे हें मला सांगा, आणि मग आपण सर्वजण मिळून माझें तपोबल अवलोकन करा.’ हें ऐकून त्यांनीं ती घडलेली सर्वही हकीकत जशीच्या तशीच त्याला पूर्णपणें सांगितली. पण परत येऊन पाहतात तों त्यांस गतप्राण झालेला तो मुनि कोठेंही दिसला नाहीं. त्यांनीं पुष्कळ शोध केला, पण तो न सांपडल्यामुळें, आपणांला स्वप्न पडलें होतें कीं काय असें वाटून ते लज्जित होऊन गेले व त्यांस कांहीं सुचेनासें झालें. तेव्हां शत्रूंचीं नगरें हस्तगत करणाऱ्या त्या हैहयराजांना तो कश्यपपुत्र मुनि अरिष्टनेमि विचारूं लागला कीं, ‘ हे नृपहो, आपण ज्याचा वध केला तो हाच ब्राह्मण काय? (असें म्हणून आपला पुत्र दाखवून) हाच असेल तर हा माझा पुत्र असून तपोबलसंपन्न आहे. ’

तेव्हां,आपण ज्याची हिंसा केली त्या ऋषीस अवलोकन करितांच, हे राजा, ते राजे अतिशय विस्मय पावले व तोंडानेंही ‘ हें फारच आश्चर्य होय ! ’ असें ह्मणूं लागले व अरिष्टनेमीस ह्मणाले, “ हा पूर्वीं मरण पावला असून पुनरपि जिवंत कसा झाला,आणि ज्या योगानें ह्याला पुनरपि जीविताची प्राप्ति झाली तो तपःप्रभाव म्हणजे काय हें ऐकण्याची आमची इच्छा आहे. ह्यास्तव, हे विप्रा, जर हें आह्मीं ऐकण्यासारखें असेल तर आपण आह्मांला कथन करावें. ” तेव्हां त्यानें उत्तर दिलें कीं, “ हे नृपहो, आमच्यावर मृत्यूची सत्ता चालत नाहीं. ह्याचें कारण मी तुह्मांला सांगतों. संक्षिप्तपणें सांगावयाचें झाल्यास तें कारण ह्मणजे योग हेंच होय. आह्मी केवळ सत्याचीच ओळख ठेवितों, असत्याकडे केव्हांही अंतःकरण वळवीत नाहीं, आणि स्वधर्माचें आचरण करीत असतों, ह्मणूनच आह्मांला मृत्यूची भीति नाहीं. ब्राह्मणांना जें सौख्यकारक असेल तेंच आह्मी त्यांना सांगत असतों, व दुराचरण कर-

ण्याविषयीं आम्ही त्यांना केव्हांही उपदेश करीत नाहीं. ह्मणूनच आम्हांला मृत्यूची भीति नाहीं. आह्मी अतिथींना अन्नपान देतों, पोष्य लोकांना केवळ अन्नच न देतां त्यांचा संमानही करीत असतों, व त्यांचें भोजन झाल्यानंतर जें अवशिष्ट राहील तें भक्षण करितों; ह्यामुळें आह्मांला मृत्यूची भीति नाहीं. आह्मी सहनशील, इंद्रियनिग्रहसंपन्न, क्षमा करणारे, तीर्थयात्रा आणि दान ह्यांमध्यें आसक्त असणारे, व पवित्र देशामध्यें वास्तव्य करणारे आहों; ह्यामुळें आह्मांला मृत्यूची भीति नाहीं. त्याचप्रमाणें आह्मांला सिद्ध लोकांचा नेहमीं समागम असतो, ह्यामुळें आह्मांला मृत्यूची भीति नाहीं. हे निर्मत्सरहो, हें मीं तुह्मांला केवल लेशमात्र सांगितलेलें आहे. आतां आपण सर्वजण परत जा. ह्या पातकापासून तुह्मांला भीति बाळगण्याचें कारण नाहीं." हें ऐकून 'ठीक आहे' असें ह्मणून त्या राजांनीं त्या महामुनीचें पूजन केलें; आणि नंतर, हे भरतकुलश्रेष्ठा, ते आनंदानें आपल्या देशाकडे निघून गेले.

अध्याय एकशें पंचायशींवा.

—:०:—

भूपतीचें महत्त्व.

मार्कंडेय ह्मणालेः—युधिष्ठिरा, पुनरपि ब्राह्मणांचें महाभाग्य मी तुला सांगतों, ऐक. पूर्वी वैन्य नांवाचा एक राजर्षि असून त्यानें अश्वमेध यज्ञाची दीक्षा घेतलेली होती. त्या वेळीं अत्रि मुनि द्रव्य मागण्यासाठीं त्याजकडे गेला होता असें आमच्या ऐकण्यांत आहे. पण तो अत्रि मुनि अत्यंत द्रव्य मिळविण्याची इच्छा करीत नव्हता; कारण, तसें केल्यानें आपला धर्म प्रकटदशेस येईल असें त्यास वाटत होतें व तो प्रकटदशेस येऊं नये अशी त्याची इच्छा होती. तेव्हां त्या महातेजस्वी मुनीनें वनांत जाऊन रहावें हेंच बरें असें मनांत आणलें व आपली धर्मपत्नी आणि पुत्र ह्यांस बोलावून आणून त्यांस सांगितलें कीं, 'आपण ज्याच्या आश्रयानें कोणासही उपद्रव व्हावयाचा नाहीं असें अत्यंत विपुल अरण्यगमनरूपी फल संपादन करणार! तें सर्वेही गुणांनीं अधिक असल्यामुळें तुह्मांला रुचेल असें मला वाटतें.

हें ऐकून, धर्माचेंच विस्तृतपणें आचरण करावें अशा उद्देशानें त्याची स्त्री त्याला ह्मणाली कीं, 'आपण वैन्यराजाकडे जाऊन त्या महात्म्याकडे विपुल द्रव्य मागा. तो राजर्षि यज्ञ करीत आहे ह्यामुळें आपण मागणी केली तर तो आपणांला द्रव्य देईल. हे ब्रह्मर्षे, त्याजकडून विपुल द्रव्य संपादन करून तें आपले पोष्यवर्ग आणि पुत्र ह्यांना विभागून द्या व नंतर इष्ट असेल तिकडे गमन करा. हाच उत्कृष्ट प्रकारचा धर्म होय असें धर्मवेत्त्या लोकांनीं सांगितलेलें आहे.'

अत्रि ह्मणालाः—हे महाभागे, वैन्य हा धर्मक्रिया करणारा आहे असें मला महात्म्या गौतमानें सांगितलेलें आहे. तथापि त्या ठिकाणीं माझा द्वेष करणारे कांहीं ब्राह्मण आहेत असें गौतमानें सांगितलें आहे. ह्यामुळें मी तिकडे जाण्याचा उद्योग करीत नाहीं. कारण, त्या ठिकाणीं मी धर्म, अर्थ, अथवा काम ह्यांसंबंधाच्या कांहीं चांगल्या चांगल्या गोष्टी बोलूं लागलों ह्मणजे ते त्या माझ्या वाणीचा विपरीत अर्थ करूं लागतील अथवा ती निरर्थक आहे असें ह्मणतील. तरी पण, हे महाविदुषि, तुझें सांगणें मला रुचतें, तेव्हां मी तिकडे जातों. कारण, वैन्य मला पुष्कळ द्रव्य व गाई देईल.

असें बोलून तो महातपस्वी अत्रि तत्काळ वैन्याच्या यज्ञाकडे गेला व यज्ञमंडपांत गेल्यावर त्या राजाची स्तुति करून मंगलकारक

वचनांनीं बहुमान करीत करीत तो त्याच्याशीं बोलूं लागला.

अत्रि ह्मणाला:—राजा, तूं धन्य आहेस, सत्ताधीश आहेस आणि पवित्रही आहेस! व ह्मणूनच तूं पहिल्या प्रतीचा राजा आहेस. मुनिजन तुझी स्तुति करीत असतात. तुझ्यासारखा दुसरा धर्मवेत्ता नाहीं.

हें ऐकून महातपस्वी गौतम ऋषि क्रोधानें अत्रीस ह्मणूं लागला.

गौतम म्हणाला:—अत्रे, तूं पुनरपि असें भाषण करूं नको. अजून तुझ्या बुद्धीला स्थैर्य आलेलें नाहीं. अरे, महेंद्र आणि प्रजापति हेच आमच्या स्थितीस मुख्यत्वें करून कारणीभूत आहेत.

हें ऐकून अत्रीनें उत्तर दिलें, 'अरे, ज्याप्रमाणें महेंद्र आणि प्रजापति हे उभयतां पोषण करितात, त्याप्रमाणें हाच पोषण करीत असतो. तुलाच खरोखर मोह पडलेला आहे आणि त्या मोहामुळेंच तुझी ज्ञानशक्ति नष्ट होऊन गेलेली आहे.

गौतम ह्मणाला:—मला ज्ञान आहे. मी मूढ झालेलों नाहीं. तुला मात्र ह्या गोष्टीविषयीं मोह पडलेला आहे. राजाची भेट व्हावी ह्मणूनच तूं ह्या जनसमुदायामध्यें त्याची स्तुति करीत आहेस. तुला उत्कृष्ट धर्म कोणता ह्याचें ज्ञान नाहीं व त्याचें प्रयोजन काय हेंही कळत नाहीं. ह्यामुळें तूं केवळ मोहग्रस्त व बालच (अज्ञानीच) आहेस. तुला जें वृद्धत्व प्राप्त झालेलें आहे तें कोणत्या कारणामुळें कोण जाणे! ह्याप्रमाणें ते उभयतां वादविवाद करीत आहेत असें इतर मुनींच्या दृष्टीस पडलें. ते मुनि वैन्याचा यज्ञ करण्यासाठीं प्रवृत्त होऊन त्या ठिकाणीं आलेले होते. त्यांनीं विचारिलें कीं, 'हे असें काय ह्मणून करीत आहेत? ह्या उभयतांना ह्या वैन्य राजाच्या सभेमध्यें येऊं तरी कोणीं दिलें? आणि हे येथें मोठमोठ्यानें भाषण करीत काय ह्मणून बसलेले आहेत?' तेव्हां उत्कृष्ट प्रकारचा धर्मात्मा धर्मवेत्ता काश्यप मुनि ह्यानें ते त्या ठिकाणीं येऊन विवाद करणारे कोण आहेत हें सांगितलें. तदनंतर त्या सभेमध्यें असणाऱ्या मुनिश्रेष्ठांना गौतम ह्मणाला कीं, 'हे द्विजश्रेष्ठहो, आह्मी उभयतां जो प्रश्न करीत आहों तो तुह्मी ऐका. हा अत्रि वैन्यराजाला 'विधाता' असें ह्मणाला. पण ह्या गोष्टीविषयीं आह्मां उभयतांना मोठा संशय आहे. हें ऐकून तें महात्मे मुनि त्या संशयाची निवृत्ति करण्यासाठीं धर्मवेत्ता सनत्कुमार ह्याजकडे सत्वर निघून गेले. तेव्हां त्यांच्या भाषणाचें तत्त्व ऐकून त्या महातपस्वी सनत्कुमारानें धार्मिक तत्त्वांनीं भरलेलें असें भाषण केलें.

सनत्कुमार ह्मणाला:—ब्राह्मणांस क्षत्रियांचें आणि क्षत्रियांस ब्राह्मणांचें साहाय्य असलें ह्मणजे ते उभयतां मिळून, ज्याप्रमाणें अग्नि आणि वायु हे उभयतां परस्परांच्या साहाय्यानें वनास जाळून सोडतात त्याप्रमाणें शत्रूंचा नाश करितात. राजा, हाच सुप्रसिद्ध असा धर्म असून तोच प्रजापति, इंद्र, शुक्र, जगताचें पोषण करणारा धाता आणि बृहस्पति आहे. तसेंच, ज्या भूमिपालक क्षत्रिय राजाची प्रजापति, विराट्, सम्राट् ह्या शब्दांच्या योगानें स्तुति केली जाते, त्याचा बहुमान करणें हें कोणाला अयोग्य होणार? राजा हा धर्माचा प्रवर्तक असल्यामुळें सर्वांस मुख्यत्वेंकरून कारणीभूत आहे, ह्मणून त्याला पुरायोनि (प्राथमिक कारण) असें ह्मणतात, तो संग्रामामध्यें शत्रूंचा पराजय करितो ह्मणूनच त्याला युधाजित असें ह्मणतात, तो सदोदित प्रजांचें संरक्षण करण्यासाठीं त्यांच्या संनिध रहातो ह्यामुळें त्याला अभीया असें ह्मणतात, आनंदसंपन्न असल्यामुळें त्याला

मुदित असें ह्मणतात, प्रजेचें अस्तित्व त्याजवरच अवलंबून असल्यामुळें त्यासच भव असें ह्मणतात, तो प्रजेस सन्मार्गी लावून स्वर्गगामी करीत असल्यामुळेंच त्याला स्वर्णेता असें ह्मणतात, शत्रूंचा तो एकदम पाडाव करीत असल्यामुळें त्याला सहजित् असें ह्मणतात, व तो विष्णुस्वरूपी असल्यामुळें त्याला बभ्रु असें ह्मणतात. तो उत्पत्तिस्थान, वेदादिकांचें ज्ञान असलेला व सत्याचा आणि धर्माचा प्रवर्तक आहे. अधर्मापासून भयभीत होऊन ऋषींनीं आपलें सामर्थ्य क्षत्रियांच्या ठिकाणीं स्थापन केलें. ज्याप्रमाणें आकाशदेवतांमध्यें वास्तव्य करणारा सूर्य अंधकाराचा नाश करितो, त्याप्रमाणें भूमीवर वास्तव्य करणारा नरपति हा अधर्माचा अत्यंत नाश करितो. ह्यामुळें व शास्त्रप्रामाण्यावरून राजाला प्राधान्य आहे असें सिद्ध होतें. तसेंच 'राजा' ही जी नरपतीला संज्ञा आहे, त्यावरूनहि त्याचें श्रेष्ठत्व व्यक्त होत आहे.

मार्कंडेय ह्मणाले:—ह्याप्रमाणें अत्रीचा पक्ष सिद्ध झाल्यानंतर तो उदार अंतःकरणाचा राजा आनंदित झाला; व ज्यानें त्याची पूर्वी स्तुति केली होती त्या अत्रीला प्रेमानें ह्मणाला, 'हे ब्रह्मर्षे, ज्या अर्थी तूं मला पूर्वी सर्व मनुष्यांमध्यें थोर आणि सर्व देवांच्या बरोबरीचा व श्रेष्ठ असें ह्मणाला होतास, त्या अर्थी आतां मी तुला नानाप्रकारचें विपुल द्रव्य देतों. तुला उत्कृष्ट प्रकारचीं नीलवस्त्रें परिधान केलेल्या व अलंकार धारण केलेल्या एक हजार दासी, दहा कोटि सुवर्णसंज्ञक नाणीं आणि दहा भार[1] सुवर्ण हीं अर्पण करितों. कारण, तूं सर्वज्ञ आहेस असें माझें मत आहे.' ह्मणून त्यानें अत्रीला तें सर्व दिलें. तेव्हां अत्रीनेंही योग्य प्रकारें त्या सर्वांचा स्वीकार केला. नंतर तो महातपस्वी तेजस्वी अत्रि आपल्या घराकडे परत आला आणि प्रेमानें आपल्या पुत्रांना द्रव्य अर्पण करून तो अंतःकरण पवित्र असलेला व इंद्रियनिग्रहसंपन्न अत्रि तपश्चर्या करण्याच्या उद्देशानें वनाकडे निघून गेला.

१ 'भारः स्याद्विंशतितुला विष्णौ पलानां द्विसहस्रके' ॥ असा कोश आहे. ह्यावरून भार शब्दाचा अर्थ दोन हजार पळें ह्मणजे आठ हजार तोळे असा आहे.

अध्याय एकशें शहायशींवा.

तार्क्ष्यसरस्वतीसंवाद.

मार्कंडेय ह्मणाले:—हे शत्रूंचीं नगरें हस्तगत करणाऱ्या वीरा युधिष्ठिरा, ज्ञानसंपन्न तार्क्ष्यमुनीनें प्रश्न केल्यावरून सरस्वतीनें त्याविषयींचें जें उत्तर गायनाच्या स्वरांत सांगितलेलें होतें तें तुला सांगतों, ऐक.

तार्क्ष्य ह्मणाला:—हे सुंदरांगि भद्रे, ह्या लोकामध्यें मनुष्याला श्रेष्ठ जसें काय आहे, व तो कोणत्या प्रकारचें आचरण करूं लागला असतां स्वधर्मभ्रष्ट होत नाहीं, हें मला सांग. तूं मला उपदेश केलास ह्मणजे मी स्वधर्मभ्रष्ट होणार नाहीं. हे सौभाग्यशालिनि, मीं अग्नीला आहुति कशी द्यावी, पूजन कोणत्या वेळीं करावें, काय केलें असतां धर्माचा नाश होणार नाहीं, आणि मी आसक्तिशून्य होऊन सद्गतीस कसा जाईन, हें मला कथन कर.

मार्कंडेय ह्मणाले:—ह्याप्रमाणें त्यानें प्रेमपूर्वक प्रश्न केल्यानंतर, त्या ज्ञानसंपन्न तार्क्ष्यास उत्तर श्रवण करण्याची इच्छा असून तो ब्राह्मण धर्मनिष्ठ आणि हितकारक आहे असें पाहून सरस्वती असें भाषण करूं लागली.

सरस्वती ह्मणाली:—जो प्रत्यहीं स्वाध्यायनिष्ठ असलेला मनुष्य अर्चिरादिक मार्गाच्या योगानें मिळणारें व विशिष्ट प्रदेशीं असणारें

सगुण ब्रह्म जाणतो, तो देवलोकांच्याही पलीकडे असणाऱ्या ब्रह्मलोकामध्यें गमन करितो आणि त्या ठिकाणीं देवांचें त्याजवर प्रेम जडतें. त्या ठिकाणीं रम्य, विस्तीर्ण, शोकांचा नाश करणाऱ्या, उत्कृष्ट प्रकारच्या पुष्पांनीं युक्त असणाऱ्या, मत्स्ययुक्त, उत्कृष्ट घाट असलेल्या व सुवर्णमय कमलांनीं व्याप्त होऊन गेलेल्या कर्दमविरहित पुष्करिणी आहेत. त्यांच्या तीरावर पुण्यसंपन्न लोक अत्यंत आनंदानें वास करितात. त्या वेळीं अत्यंत उत्कृष्ट अशा सुवासानें युक्त असलेल्या, अलंकार धारण करणाऱ्या व सुवर्णाप्रमाणें शरीरकांति असलेल्या अप्सरा येऊन प्रत्येकजण निरनिराळ्या प्रकारें त्यांचा सत्कार करीत असतात. गोप्रदान करणारे लोक देवलोकास जातात; गाडी वाहण्यास समर्थ असणाऱ्या वृषभाचें दान करणारे लोक सूर्यलोकास जातात; वस्त्र देणारा मनुष्य चंद्रलोकास जातो; व सुवर्णदान करणाऱ्या मनुष्यास अमरत्वाची प्राप्ति होते. उत्कृष्ट कांतिसंपन्न, चांगली धार देणारी, उत्कृष्ट प्रकारचें वासरूं असलेली व पळून न जाणारी अशी धेनु ब्राह्मणास अर्पण करणारे लोक त्या धेनूच्या शरीरावर जितके केश असतील तितकीं वर्षेपर्यंत देवलोकामध्यें वास करितात. जो मनुष्य खोडसाळ नसणारा, नांगर ओढूं शकणारा, निस्सीम उत्साहसंपन्न, जूं वहाणारा, सामर्थ्यसंपन्न आणि तरुण असा गाडीला जोडण्याचा बैल अर्पण करितो, त्याला दहा धेनु देणाऱ्या मनुष्यास मिळणारी गति प्राप्त होते. जो मनुष्य धार काढण्याचें काशाचें भांडें, उत्कृष्ट प्रकारचें वस्त्र आणि दक्षिणादिक द्रव्यें ह्यांसहवर्तमान पिंगट वर्णाची गाय अर्पण करितो, त्या दान करणाऱ्या मनुष्याकडे ती धेनु त्या दानगुणाच्या योगानें कामधेनु होऊन येते; त्या धेनूच्या शरीरावर जितके केश असतील तितकीं गोप्रदानें केल्याचें त्याला श्रेय मिळतें; आणि तो आपले पुत्रपौत्रांचा—इतकेंच नव्हे तर सात पिढ्यांपर्यंतच्या सर्व कुलाचा उद्धार करितो. जे लोक उत्कृष्ट प्रकारचीं सुवर्णमय शृंगें केलेली तिलधेनु, धार काढण्याचें काशाचें भांडें आणि उत्कृष्ट सुवर्णरूपी दक्षिणा हीं ब्राह्मणांस अर्पण करितात, त्यांना वसूंचे लोक अनायासें मिळूं शकतात. परलोकीं आपल्या कर्माच्या योगानें भयंकर अंधकारानें युक्त व राक्षसांनीं वेष्टिलेल्या नरकामध्यें पडत असलेल्या मनुष्यास गोप्रदान हें महासागरांतून पार करणाऱ्या व वायूचें साहाय्य असणाऱ्या नौकेप्रमाणें तारून नेतें. जो मनुष्य ब्राह्मविधीनें ब्राह्मणांस कन्यादान देतो, भूमिदान करितो आणि इतरही दानें यथाविधि करितो, तो इंद्रलोकास जातो. हे तार्क्ष्या, जो सदाचारी मनुष्य सतत सात वर्षेंपर्यंत नियमानें अग्नीमध्यें हवन करितो, तो त्या आपल्या कर्माच्या योगानें आपले पूर्वींचे सात पितर आणि पुढच्या सात पिढ्या ह्यांचा आपल्यासहवर्तमान उद्धार करितो.

तार्क्ष्य ह्मणालाः—हे योग्यताशालिनि सरस्वति, अनादिकालापासून चालत आलेले अग्निहोत्रसंबंधीं नियम मी तुला विचारीत आहें, ते तूं मला सांग. तूं मला ते सांगितलेस ह्मणजे मला अग्निहोत्राच्या अनादि नियमांचें ज्ञान होईल.

सरस्वती ह्मणालीः—अशुद्धपणें, हातपाय धुतल्यावांचून, वेदाचें ज्ञान संपादन केल्यावांचून व वदांतील अर्थाचा अनुभव मिळविल्यावांचून होम करूं नये. कारण, देव हे शुचिर्भूतपणाची इच्छा करणारे व दुसऱ्याचें अंतःकरण कसें आहे हें जाणूं इच्छिणारे असल्यामुळें ते श्रद्धाशून्य पुरुषानें अर्पण केलेलें होमद्रव्य ग्रहण करीत नाहींत. हे तार्क्ष्या, देवांस होमद्रव्य अर्पण करण्याच्या कामीं जो श्रोत्रिय

१ दुभती गाय.

नसेल अशा ब्राह्मणाची योजना करूं नये. कारण, तशा प्रकारचा पुरुष जो होम करील तो निष्फल होतो. ज्याचें कुल अथवा शील समजलें नसेल तो अश्रोत्रिय होय असें वेदांत सांगितलेलें आहे. ह्मणूनच अशा प्रकारच्या मनुष्यानें अग्नीमध्यें होम करूं नये. जे मनुष्य द्रव्यशून्य असले तरीही श्रद्धेनें व सत्यनिष्ठेनें राहून होम करून अवशिष्ट राहिलेलें अन्न भक्षण करीत असतात, ते उत्कृष्ट प्रकारच्या सुगंधानें युक्त असणाऱ्या गोलोकास जातात आणि त्या ठिकाणीं त्यांस अविनाशी अशा परब्रह्मरूपी देवतेचें दर्शन होतें.

तार्क्ष्य ह्मणालाः—हे अत्यंत भाग्यशालिनि, तूं ज्ञानमय प्रकाशमान, आणि परमात्मस्वरूपी असून तुझी बुद्धि परमात्मप्राप्तीविषयींचे धर्म अर्थात् ज्ञानकांड आणि कर्मकांड ह्यांच्यामध्यें अत्यंत प्रविष्ट झालेली आहे. असें कळून आल्यामुळें मी तुला विचारितों कीं, हे सुंदरि, तूं कोण आहेस ?

सरस्वती ह्मणालीः—मी अग्निहोत्ररूपी सत्कर्मापासून निर्माण झालें असून ह्या ठिकाणीं ह्या ब्राह्मणश्रेष्ठांचा संशय नष्ट करण्यासाठीं प्राप्त झालें आहें; आणि माझी श्रद्धेकडे प्रवृत्ति असल्यामुळें तुझी गांठ पडल्यानंतर मीं तुला ही गोष्ट बरोबर रीतीनें कथन केली आहे.

तार्क्ष्य म्हणालाः-तुझ्यासारखी दुसरी कोणीही नाहीं. कारण, तूं साक्षात् लक्ष्मीप्रमाणें अत्यंत शोभत आहेस आणि हें तुझें दिव्य स्वरूपही निस्सीमकांतिसंपन्न असून, हे सौभाग्यशालिनि, तुझी बुद्धिही दिव्य आहे.

सरस्वती म्हणालीः---हे विद्वन् मनुष्यश्रेष्ठा विप्रा, यज्ञामध्यें जे उत्कृष्ट उत्कृष्ट पदार्थ अर्पण केले जातात त्यांच्याच योगानें मी वृद्धिंगत आणि स्वरूपसंपन्न होत असतें. तसेंच, हे विद्वन्, काष्ठमय, सुवर्णादि धातुमय अथवा व्रीहिप्रभृति पार्थिव इत्यादिक जें जें कांहीं द्रव्य यज्ञकृत्यामध्यें उपयोगांत आणलें जातें, त्याच्याच योगानें मला ह्या दिव्य स्वरूपाची प्राप्ति होते.

तार्क्ष्य ह्मणालाः—मुनि लोक हे श्रेष्ठ असें समजून हें यज्ञादिरूपी श्रेय श्रद्धेनें संपादन करितात; पण ज्ञानी लोक हे शोक आणि मोह ह्यांनीं शून्य अशा ज्या मोक्षरूपी वस्तूमध्यें प्रविष्ट होतात ती कोणती हें मला सांग. कारण, सांख्यशास्त्रज्ञ आणि योगशास्त्रज्ञ लोक ज्याला श्रेष्ठ आणि अनादि असें ह्मणत असतात, अशा त्या वस्तूचें मला ज्ञान नाहीं.

सरस्वती ह्मणालीः—अध्ययनसंपन्न वेदवेत्ते तपस्वी लोक शोकशून्य होऊन नियमजन्य पुण्याच्या योगानें सर्व श्रेष्ठ वस्तूंहूनही अत्यंत श्रेष्ठ, प्रख्यात आणि अनादि अशा त्या परब्रह्मरूपी वस्तूमध्यें प्रविष्ट होऊन मुक्त झालेले आहेत. ते ज्या ठिकाणीं प्रविष्ट होतात त्या मनोहर परमात्म्यामध्यें विषयरूपी सुगंधानें युक्त असलेला, उपभोगस्थानरूपी हजारों शाखांनीं युक्त असलेला, व परिमाणशून्य असा विषयरूपी वृक्ष असून, त्याच्या अविद्यारूप मूळांतून ज्यांचा प्रवाह निरंतर सुरू आहे अशा भोगवासनारूपी नद्या उत्पन्न होत असतात. ह्या नद्यांतून मधाप्रमाणें मिष्ट आणि उदकाप्रमाणें पोषक असे विषयोपभोगजन्य सौख्याचे प्रवाह चाललेले असतात. ह्या विषयवासनारूपी महानद्या परस्परांशीं संलग्न होऊन न राहतां पुत्रश्वानादिरूपी वाळूवरून चाललेल्या असून, त्या आपल्या प्रवाहामध्यें पडलेल्या पुरुषाला त्या त्या भोगप्रदेशामध्यें नेऊन सोडतात. ह्यांमध्यें असणारे विषयसुखस्वरूपी जलप्रवाह भाजलेल्या सातूंप्रमाणें असतात. कारण, भाजलेल्या सातूंपासून ज्याप्रमाणें दुसरे सातु उत्पन्न होत नाहींत, त्याप्रमाणें त्यांपासून दुसरें सौख्य

उत्पन्न होत नाहीं. तसेंच ते वडे, घारगे इत्यादि पदार्थांप्रमाणें छिद्रयुक्त, मांसाप्रमाणें दुसऱ्यास पीडा दिल्यावांचून न मिळणारे, भाजीपाल्याप्रमाणें सत्व कमी असणारे, पायसाप्रमाणें प्रथम गोड लागणारे पण परिणामीं अत्यंत जड असलेले, व कर्दमाप्रमाणें अंतःकरणरूपी वस्त्राला मलिन करणारे असे आहेत. असो; अग्नि हेंच ज्याचें मुख आहे असा इंद्र व मरुद्गण ह्यांसहवर्तमान सर्व देवांनीं ज्याच्या प्राप्तीसाठीं अनेक यज्ञ केले, तेंच माझें सर्वोत्कृष्ट असें अद्वैतब्रह्मरूपी स्थान होय.

अध्याय एकशें सत्यायशींवा.

—:०:—

वैवस्वतमनूचें चरित्र.

वैशंपायन ह्मणाले:—तदनंतर त्या पांडुपुत्र युधिष्ठिरानें 'मला वैवस्वत मनूचें चरित्र सांगा' असें विप्र मार्कंडेय ह्यांस ह्मटलें.

मार्कंडेय ह्मणाले:—हे नरश्रेष्ठा राजा, सूर्याला ब्रह्मदेवाप्रमाणें कांति असलेला अत्यंत प्रतापसंपन्न आणि महर्षि असा एक पुत्र झाला. त्याचें नांव मनु असें असून तो सामर्थ्य, पराक्रम, लक्ष्मी आणि तपश्चर्या ह्यांच्या योगानें आपल्या पित्याच्या किंबहुना परब्रह्मरूपी आपल्या प्रपितामहाच्याही वर ताण करीत होता. त्या नराधिपतीनें विशाल बदरीवर जाऊन वर हात करून एका पायावर उभा राहून अत्यंत मोठी आणि कडक तपश्चर्या केली. तसेंच डोळे मुळींच न मिटतां त्यानें मस्तक खालीं करून दहा हजार वर्षेंपर्यंत भयंकर तपश्चर्या केली. ह्याप्रमाणें तो ओलीं वल्कलें परिधान करून आणि जटा धारण करून तपश्चर्या करीत असतां कोणे एके समयीं चीरिणीनामक नदीच्या तीरावर येऊन एक मत्स्य त्याला ह्मणूं लागला कीं, "हे भगवन्, मी एक क्षुद्र मत्स्य असून मला बलवान् अशा मत्स्यांपासून भीति आहे. तेव्हां, हे सुव्रता, आपण माझें संरक्षण करावें; नाहीं तर माझा नाश होईल. सामर्थ्यसंपन्न मत्स्य विशेषेंकरून दुर्बल मत्स्याला भक्षण करीत असतात. कारण, आम्हां मत्स्यांची अशा प्रकारची ही शाश्वतिक उपजीविका परमात्म्यानें करून ठेविली आहे. ह्यास्तव आपण ह्या मोठ्या भीतीपासून कृपा करून माझें संरक्षण करावें. मी ह्या भीतिसागरांत मग्न होऊन जात आहें; आपण मजवर उपकार केला तर मी त्याची फेड करीन."

युधिष्ठिरा, हें मत्स्याचें भाषण ऐकून वैवस्वत मनूचें अंतःकरण दयेनें व्याप्त होऊन गेलें; आणि त्यानें त्या मत्स्याला आपल्या हातांत घेऊन उदकाच्या बाहेर काढलें; आणि जवळच एका चंद्रकिरणाप्रमाणें शुभ्र कांति असलेल्या रांजणामध्यें ठेवून त्याची चांगली जोपासना चालविली. ह्यामुळें, हे राजा, तो मत्स्य त्या ठिकाणीं वाढूं लागला व मनुही त्याजवर पुत्राप्रमाणें अधिक प्रेम करूं लागला. बराच काळ निघून गेल्यानंतर तो मत्स्य फार मोठा झाला व त्यामुळें त्या रांजणामध्यें मावेनासा झाला. पुढें एकदां मनूकडे पाहून तो मत्स्य पुनरपि त्याला ह्मणाला कीं, 'हे भगवन्, आपण मला दुसऱ्या एखाद्या चांगल्या ठिकाणीं नेऊन ठेवा.' हें ऐकून त्या भगवान् मनूनें त्याला तेथून काढून एका मोठ्या विहिरीमध्यें नेऊन सोडलें. शत्रूंच्या नगरांस हस्तगत करणाऱ्या राजा मनूनें त्या वापीमध्यें नेऊन ठेवल्यानंतर तो मत्स्य अनेक वर्षेंपर्यंत तेथें राहून वाढला. ती विहीर दोन योजनें लांब आणि एक योजन रुंद होती. तथापि, हे कुंतीपुत्रा प्रजाधिपते युधिष्ठिरा, तो कमलनेत्र मत्स्य त्यामध्यें मावेना व त्याला हालचालही करितां येईना. ह्यामुळें तो पुनरपि मनूला अवलोकन करून

ह्मणाला कीं, 'हे भगवन् साधो, आपण मला समुद्राची पट्टराणी जी गंगानदी तिजमध्यें नेऊन सोडा, ह्मणजे मी तेथें राहीन. अथवा हे तात, जशी आपली इच्छा असेल तसें करीन. मी निर्मत्सरपणें आपल्या आज्ञेमध्यें वागलें पांहिजे. कारण, हे निष्पाप, आपल्याच उपकाराच्या योगानें मी उत्कृष्ट प्रकारें वृद्धिंगत झालों आहें.' ह्याप्रमाणें त्यानें भाषण केल्यानंतर इंद्रियनिग्रहसंपन्न व धैर्यभ्रष्ट न होणाऱ्या भगवान् मनूनें त्या मत्स्याला स्वतः नेऊन गंगानदीमध्यें सोडून दिलें. तदनंतर, हे शत्रुमर्दना, तो कांहीं काळपर्यंत त्या ठिकाणीं वाढला आणि नंतर पुनरपि मनूला पाहून ह्मणाला कीं, 'हे प्रभो, माझें शरीर फार मोठें झालें असल्यामुळें मला गंगानदीमध्यें विहार करितां येत नाहीं. तेव्हां, हे भगवन्, आपण मजवर प्रसन्न होऊन मला सत्वर समुद्रामध्यें नेऊन सोडावें. तदनंतर हे पार्था, मनूनें स्वतः त्या मत्स्याला गंगाजलांतून वर काढून समुद्रामध्यें नेऊन सोडलें. तो मत्स्य जरी अत्यंत मोठा होता तरी देखील तो परमात्मस्वरूपी असल्यामुळें त्याच्या संपर्काच्या योगानें मनूला उत्कृष्ट प्रकारें सौख्य झालें व त्यानें त्याला आपल्या इच्छेप्रमाणें उचलून घेऊन समुद्राकडे नेलें. ज्या वेळीं मनूनें त्या मत्स्याला समुद्रांत नेऊन टाकलें, त्या वेळीं तो मत्स्य किंचित् हसल्यासारखें करून मनूला ह्मणाला कीं, "हे भगवन्, आपण माझें विशेष प्रकारें व पूर्णपणें संरक्षण केलें आहे. तेव्हां आतां प्रसंगानुसार प्राप्त झालेलें एक कार्य मी आपणाला सांगतों, तें ऐका. हे महाभागा भगवन्, लवकरच भूमीवर वास्तव्य करणाऱ्या स्थावरजंगमादिक सर्वही वस्तु नष्ट होऊन जाणार आहेत. सर्वही लोकांना क्षालन करून टाकणारा असा हा काळ अगदीं जवळ येऊन ठेपला आहे. ह्यामुळें आपणाला हितकारक अशी एक गोष्ट मी सुचवीत आहें. स्थावर आणि जंगम ह्यांपैकीं ज्यांना चलनवलन आहे अथवा ज्यांना तें नाहीं त्या सर्वांनाही हा काल मोठा भयंकर प्राप्त झालेला आहे. ह्यास्तव, हे महामुने, आपण बळकट आणि दोरी लावलेली अशी एक नौका तयार करवा आणि सप्तर्षींसहवर्तमान त्या नौकेमध्यें आरोहण करा. तसेंच, पूर्वीं ब्राह्मणांनीं जीं धान्यें सांगितलीं आहेत तीं सर्वही निरनिराळे विभाग करून त्या नौकेंत नेऊन चांगलीं संरक्षण करून ठेवा; आणि, हे मुनिजनप्रिया, त्या नौकेमध्यें आपण माझी मार्गप्रतीक्षा करीत रहा. मी येईन त्या वेळीं मला एक शिंग असेल. त्यावरून, हे तपोनिष्ठा, आपण मला ओळखा. असेंच आपण केलें पाहिजे आतां मीं आपला निरोप घेतला आहे, तेव्हां जातों; त्या मोठ्या जलांतून आपण मजवांचून तरून जाऊं शकणार नाहीं. हे प्रभो, माझ्या ह्या भाषणाविषयीं आपण कोणत्याही प्रकारची शंका बाळगूं नका."

हें ऐकून 'असें करीन' असें मनूनें त्या मत्स्याला उत्तर दिलें. इतकें झाल्यावर परस्परांची अनुज्ञा घेऊन ते आपल्या अभीष्ट स्थानीं निघून गेले. हे महाराजा, शत्रुमर्दका वीरा युधिष्ठिरा, तदनंतर मनूनें मत्स्यानें सांगितल्याप्रमाणें सर्व प्रकारचीं धान्यें घेतलीं आणि नौकेमध्यें चालून त्या उत्कृष्ट नौकेंत बसून तो मोठमोठ्या लाटांनीं युक्त अशा समुद्रामध्यें तरंगत राहिला. त्या वेळीं, हे पृथ्वीपते, मनूनें आपल्या अंतःकरणांत मत्स्याचें ध्यान केलें. हे शत्रूंचीं नगरें हस्तगत करणाऱ्या भरतकुलश्रेष्ठा युधिष्ठिरा, त्यानें आपलें चिंतन केलें आहे असें समजतांच तो मत्स्य शृंग धारण करून सत्वर त्या ठिकाणीं प्राप्त झाला. हे पुरुषश्रेष्ठा, पूर्वीं सांगितल्या प्रकारचें स्वरूप

धारण करून, जसा एखादा पर्वत उत्पन्न झालेला असावा त्याप्रमाणें शृंग धारण करून आलेला तो मत्स्य अवलोकन करितांच मनूनें त्याच्या मस्तकावर असणाऱ्या शिंगावर नौकेच्या दोरीचा फांस टाकला. ह्यामुळें हे शत्रूंचीं नगरें हस्तगत करणाऱ्या युधिष्ठिरा, तो मत्स्य बद्ध होऊन गेला. तदनंतर, हे नराधिपते, त्यानें मनूस तारण्यासाठीं मोठ्या वेगानें ती नौका क्षारसमुद्रामध्यें ओढून नेली. ह्या वेळीं तो समुद्र लाटांच्या स्वरूपानें जणूं नृत्यच करीत होता व जलध्वनीच्या योगानें जणू गर्जनाच करीत होता. तसेंच मोठमोठे वायु त्याला क्षुब्ध करून सोडीत होते. युधिष्ठिरा, त्या वेळीं ती नौका एखाद्या मदोन्मत्त आणि चपल स्त्रीप्रमाणें त्या महासागरामध्यें इकडून तिकडे घिरट्या घालीत होती. त्या वेळीं भूमि, दिशा अथवा विदिशा ह्यांचा मुळीं भास देखील होत नसून, हे नरश्रेष्ठा, आकाश आणि स्वर्ग हीं देखील सर्व जलमय होऊन गेलीं होतीं. हे भरतकुलश्रेष्ठा, अशा रीतीनें त्या वेळीं सर्व लोक जलानें व्याप्त होऊन गेले असून केवळ सप्तर्षि, मनु आणि मत्स्य एवढेंच दृष्टिगोचर होत होतें. हे राजा, ह्याप्रमाणें अनेक वर्षसमूहपर्यंत तो मत्स्य त्या समुद्रामध्यें निरलसपणें ती नौका ओढीत होता. नंतर, हे भरतकुलश्रेष्ठा कुरुनंदना युधिष्ठिरा, हिमालय पर्वताच्या एका उत्कृष्ट अशा शिखराजवळ ती नौका घेऊन जाऊन तो मत्स्य हसत हसत हलकेच ऋषींना ह्मणाला कीं; ' अहो मुनींनो, आपण ही नौका विलंब न करितां ह्या हिमालयाच्या शिखराला बांधून ठेवा ! '

हें त्या मत्स्याचें भाषण ऐकून, हे भरतकुलश्रेष्ठा, त्या ऋषींनीं त्या वेळीं ती नौका हिमालयाच्या शिखराला बांधून ठेविली. ह्यामुळें हिमालयाच्या त्या उत्कृष्ट शिखराला नौबंधन असें नांव पडलें असून, हे भरतकुलश्रेष्ठा कुंतीपुत्रा युधिष्ठिरा, अद्यापही तें त्याच नांवानें प्रसिद्ध आहे. असो; तदनंतर तो हितकारक मत्स्य ऋषींना ह्मणाला कीं, ' मी प्रजांचा अधिपति ब्रह्मा असून मजहून पर असें कांहींही नाहीं. मीं मत्स्याचें स्वरूप धारण करून आपणांला भीतिमुक्त केलें आहे. आतां मनूनें देव, दैत्य आणि मनुष्यें इत्यादिक प्रजा, सर्व लोक आणि ज्यांच्यामध्यें चलनवलनाची शक्ति आहे अथवा ज्यांमध्यें ती नाहीं असे सर्व प्राणी अशा सर्वांची सृष्टि केली पाहिजे. त्याच्या तीव्र तपश्चर्येच्या योगानें आणि माझ्या अनुग्रहानें सृष्टि करण्यास आवश्यक अशा सर्वही गोष्टींची त्याच्या ठिकाणीं स्फूर्ति होईल व त्याविषयीं त्याला मोह पडणार नाहीं.'

असें बोलून तो मत्स्य क्षणामध्यें अंतर्धान पावला. तदनंतर प्रजांची सृष्टि करावी असें मनूच्या मनांत आलें, पण ती कशी करावी ह्याविषयीं त्याला कांहींही सुचेना. तेव्हां तो अतिशय तपश्चर्या करूं लागला; व विपुल तपश्चर्येनें युक्त झाल्यानंतर, हे भरतकुलश्रेष्ठा, तो प्रत्यक्ष मनु योग्य प्रकारें सृष्टि करूं लागला. असो; ह्याप्रमाणें हें मत्स्यावताराचें आख्यान मीं सांगितलें. हें सर्व पातकांचा नाश करणारें मनुचरित्ररूपी मीं सांगितलेलें आख्यान जो मनुष्य पहिल्यापासून श्रवण करील, तो सुखी आणि सर्व अर्थांनीं पूर्ण होऊन स्वर्गलोकास जाईल.

अध्याय एकशें अठ्यायशींवा.

युधिष्ठिराचा प्रश्न.

वैशंपायन ह्मणाले:—तदनंतर तो विनयसंपन्न धर्मराज युधिष्ठिर कीर्तिशाली अशा मार्क-

डेयांस पुनरपि विचारूं लागला. तो ह्मणाला, ' हे महामुने, आपण अनेक सहस्र युगांचे अंत अवलोकन केलेले आहेत. हे ब्रह्मज्ञश्रेष्ठा, ह्या लोकांमध्ये एका महात्म्या ब्रह्मदेवावांचून आपल्यासारखा दुसरा कोणीही दीर्घायुषी दिसून येत नाहीं. ज्या वेळीं हा लोक देव-दानवांनीं विरहित—इतकेंच नव्हे, तर ज्यामध्यें स्थूलाकाश देखील नाहीं असा होऊन गेला होता, त्या वेळीं अर्थात् प्रलयकालीं, हे विप्रा, आपणच ब्रह्मदेवाची सेवा केली; व प्रलयाची समाप्ति होऊन ब्रह्मदेव जागृत झाल्यानंतर तो जरायुज, अंडज, स्वेदज आणि उद्भिज्ज अशा चार प्रकारच्या प्राण्यांची यथायोग्य सृष्टि करीत आहे असें आपण एकट्यानेंच अवलोकन केलेलें आहे. हे द्विजश्रेष्ठा, प्राणनिरोध करून स्थूल जग वायुरूपी बनवून त्या योगानें देहाकार बनलेल्या जलाला इतस्ततः विक्षिप्त करून अर्थात् स्थूल देहाचा लिंगदेहामध्यें लय करून आपण समाधीच्या योगानें प्रत्यक्ष सर्व लोकांचा पितामह जो ब्रह्मा त्याचें तदेकनिष्ठ होऊन आराधन केलें. हे विप्रा, आपण अनेक उपायांनीं सर्व ब्रह्मांडांचें ज्ञान संपादन केलें आहे व घोर तपश्चर्या करून मरीच्यादिक प्रजापतींनाही स्वाधीन करून घेतलेलें आहे. आपल्या ठिकाणीं परमात्म्याचें निरंतर सांनिध्य आहे अशी प्रसिद्धि आहे. परलोकीं गमन करितांना सर्वही लोक आपलें अतिशय नाम-संकीर्तन करितात. हे भगवन्, आपण ब्रह्म-देवानें निर्माण केलेली सृष्टि अनेकवार अवलोकन केलेली आहे. तसेंच, आपण पूर्वी वैराग्य आणि योगाभ्यास ह्यांच्या योगानें प्राप्त झालेल्या ज्ञानदृष्टीच्या योगानें, स्वेच्छेनुरूप स्वरूप धारण करणाऱ्या ब्रह्मदेवानें विष्णूच्या नाभिकमलाच्या मध्यभागीं उत्कृष्ट प्रकारें आरोहण केलेलें पाहिलें आहे. ह्यामुळे आपणावर ब्रह्मदेवाचा अनुग्रह आहे. ह्मणूनच, हे ब्रह्मर्षे, संहार करणारा मृत्यु अथवा देहाचा नाश करणारी जरा हीं आपल्या ठिकाणीं प्रविष्ट होत नाहींत. ज्या वेळीं सूर्य, अग्नि, वायु, चंद्र अथवा अंतरिक्ष ह्यांपैकीं कांहींही अव-शिष्ट राहिलेलें नसून हे सर्वही स्थावरजंगमात्मक लोक नष्ट होऊन केवल समुद्रमय बनून गेलेले होते; देव, दैत्य ह्यांच्या समुदायांचा नाश होऊन गेला होता व मोठमोठ्या सर्पांचाही उच्छेद होऊन गेला होता, त्या वेळीं कमलामध्यें वास्तव्य करणारा सर्वभूताधिपति अपरिमेयात्मा ब्रह्मदेव त्या कमलामध्यें निद्रित झाला असतां आपणच त्याची सेवा केली. हे द्विजश्रेष्ठा, पूर्वी हें सर्व आपल्या समक्ष घडलेलें आहे. ह्यास्तव, जीमध्यें सर्वही गोष्टींचीं कारणें आहेत अशा प्रकारची ही गोष्ट ऐकण्याची इच्छा आहे. कारण, हे द्विजश्रेष्ठा, आपण अनेकवार ह्या जगताचा अनुभव घेतला असल्यामुळें कोणत्याही लोकामध्यें केव्हांही घडून आलेली कोणतीही गोष्ट आपणास विदित नाहीं असें नाहीं.'

युगनिरूपण.

मार्कंडेय ह्मणालेः—आतां मी शाश्वत, अविनाशी, अतींद्रिय, अत्यंत सूक्ष्म, निर्गुण आणि गुणात्मा असा जो स्वयंभु पुराणपुरुष परमात्मा त्याला नमस्कार करून तुला आनंदानें सर्व कांहीं सांगतों. हे पुरुषश्रेष्ठा, पीतवस्त्र परिधान करणारा हा जो श्रीविष्णु आहे, तोच जगताचा उत्पादक आणि त्याला नानाप्रकारचीं स्वरूपें देणारा, प्राण्यांच्या ठिकाणीं जीवरूपानें वास्तव्य करणारा, महाभूतांचाही निर्माता आणि ऐश्वर्यसंपन्न असून त्यालाच अचिंत्य, अत्यंत आश्चर्यस्वरूपी, पवित्र, आद्यंतशून्य, विश्वस्वरूपी, अविनाशी आणि अक्षय्य असें ह्मणतात. हा

कर्ता असून ह्याचा कोणीही कर्ता नाहीं. तसेंच, मनुष्यें जी जी क्रिया करितात तिला तिला हा कारणीभूत असतो. ह्या पुरुषाला ज्याचें ज्ञान आहे त्याचें ज्ञान वेदांनाही नाहीं. हे नृपश्रेष्ठा, ह्या ज्या कांहीं गोष्टी पूर्वी घडून गेलेल्या आहेत त्या सर्व कांहीं आश्चर्यकारकच आहेत. असो; हे पुरुषश्रेष्ठा, संपूर्ण जगताचा क्षय होऊन सृष्टि सुरू झाल्यानंतरचीं जीं पहिलीं चार हजार वर्षें त्याला कृतयुग असें म्हणतात. त्या युगाचा संधिकाल चारशें दिव्य वर्षें असून संध्यांशही तितकाच आहे. या युगानंतर त्रेतायुग लागतें. तें तीन हजार दिव्य वर्षेंपर्यंत असून त्याची संध्या (संधिकाल) व संध्यांशही प्रत्येकीं तीनतीनशें वर्षें असतात. द्वापरयुगाचें प्रमाण दोन हजार वर्षें असून त्याची संध्या आणि संध्यांश ह्यांच्या वर्षांची संख्या प्रत्येकीं दोनदोनशें आहे. कलियुगाचें प्रमाण एक हजार वर्षें असें सांगितलें आहे. त्याची संध्या आणि संध्यांश ह्यांचीं वर्षें प्रत्येकीं शंभर असतात. युधिष्ठिरा, प्रत्येक युगाचा संधिकाल आणि संध्यांश ह्या दोहोंचेंही प्रमाण सारखेंच असतें हें तूं लक्षांत ठेव. कलियुग समाप्त झालें ह्मणजे पुनरपि कृतयुग सुरू होतें. ह्याप्रमाणें ह्या बारा हजार वर्षांना युग असें म्हणतात. हीं एक हजार युगें पूर्ण झालीं ह्मणजे ब्रह्मदेवाचा एक दिवस होतो असें म्हटलें आहे. हे पुरुषश्रेष्ठा, ब्रह्मदेवाच्या दिवसाच्या शेवटीं सर्व बाजूंनीं जगताची परिवृत्ति होते. हाच लोकांचा प्रलय होय असें ज्ञानी लोक समजतात

युगांतकालचे लोकाचार.

हे भरतकुलश्रेष्ठा, ह्याप्रमाणें हजार युगें समाप्त होऊन त्यांतील शेवटच्या युगांतील थोडासा अंश अवशिष्ट राहिला असतां बहुतकरून सर्वही लोक असत्य भाषण करूं लागतात. हे पार्था, त्या वेळीं यज्ञ, दान आणि व्रतें ह्यांचे मुख्य विधि न होतां प्रतिनिधिच होऊं लागतात. ब्राह्मण शूद्रांचीं कर्में करूं लागतात व शूद्र द्रव्यार्जन करून युगसमाप्तीच्या कालीं क्षत्रियधर्मानेंही वागूं लागतात. हें शेवटचें युग ह्मणजे कलियुग होय. त्या कलियुगामध्यें ब्राह्मणांचीं यज्ञ आणि अध्ययन हीं कर्में बंद पडतील; ते दंड आणि कृष्णाजिन ह्यांनीं विरहित होतील आणि सर्वभक्षक बनून जातील. बा युधिष्ठिरा, त्या वेळीं ब्राह्मण जपाचा त्याग करितील व शूद्र जप करण्यामध्यें आसक्त होऊन राहतील. ह्याप्रमाणें जगताची विपरीत स्थिति होऊन जाणें ह्मणजे प्रलयाचें पूर्वरूप होय असें समजावें. हे नराधिपते, ह्या वेळीं पापिष्ठ व असत्य भाषण करण्यामध्यें तत्पर असलेले, आंध्र, शक, पुलिंद, यवन, कांबोज, वाल्हीक, शूर आणि आभीर इत्यादि अनेक म्लेच्छ जातींचे राजे पृथ्वीवर असत्याचा अवलंब करून राज्य करूं लागतील. हे नरश्रेष्ठा, त्या वेळीं कोणीही ब्राह्मण स्वधर्मावर उपजीविका करणार नाहींत व क्षत्रिय आणि वैश्य हे निषिद्ध कर्में करूं लागतील. ह्या वेळीं लोकांचें आयुष्य, बल, वीर्य, पराक्रम, धैर्य आणि शरीराचें प्रमाण हीं स्वल्प होऊन ते सत्यभाषणही थोडेंच करूं लागतील; पुष्कळ प्रदेश ओसाड पडून जातील, पशु आणि सर्प ह्यांनीं सर्व दिशा व्याप्त होऊन जातील, प्रलयकाल प्राप्त झाला ह्मणजे परब्रह्मासंबंधानें व्यर्थ बडबड करणारे लोक उत्पन्न होतील, शूद्र ‘ अरे तुरे ’ करूं लागतील, आणि ब्राह्मण लोक ‘ जी साहेब ’ म्हणूं लागतील ! हे पुरुषश्रेष्ठा, युगाच्या अंतीं अनेक प्रकारचे प्राणी निर्माण होतील. हे प्रजाधिपते, त्य

१ हीं वर्षें मनुष्यांचीं नसून देवांचीं आहेत असें समजावें. मनुष्यांचें एक वर्ष हा देवांचा एक दिवस होय.

वेळीं कोणत्याही सुगंधि वस्तूचा पूर्वीप्रमाणें वास येणार नाहीं आणि कोणत्याही रसामध्यें मिष्टपणा रहाणार नाहीं. हे राजा, प्रलयकालीं स्त्रियांना प्रजा पुष्कळ होऊं लागेल, त्यांच्या शरीराचें प्रमाण अगदीं कमी होऊन जाईल, व त्या सदाचार आणि सुस्वभाव ह्यांचा त्याग करून जननेंद्रियाप्रमाणें मुखाचा उपयोग करूं लागतील. तसेंच, हे राजा, प्रलयकालीं देशामध्यें अन्नाचा विक्रय होऊं लागेल, चव्हाट्यावर वेदांचा विक्रय होऊं लागेल, स्त्रिया द्रव्य घेऊन हव्या त्या पुरुषाशीं रममाण होऊन राहतील, गाई दूध कमी देऊं लागतील, व वृक्षांना पुष्पें व फळें कमी येऊं लागून त्यांजवर अनेक कावळे वास्तव्य करूं लागतील हे पृथ्वीपते, ब्राह्मणलोक लोभानें आणि मोहानें व्याप्त होऊन जाऊन व व्यर्थ धार्मिकत्वाचीं चिन्हें धारण करून ब्रह्महत्यारूपी दोषांनीं युक्त असलेल्या व खोटा दोषारोप करणाऱ्या राजाकडून दानें घेऊं लागतील. हे पृथ्वीपते, ह्या वेळीं ब्राह्मणांना भिक्षेसाठीं दाही दिशा फिरावें लागेल. गृहस्थाश्रमी लोक कराच्या ओझ्यामुळें भयभीत होऊन जातील व त्यामुळेंच साधुसंतांचीं सोंगें घेऊन वेष पालटून चौर्यकर्म करूं लागतील; अथवा व्यापारावर उपजीविका करूं लागतील. हे पुरुषश्रेष्ठा, त्या वेळीं ब्राह्मण, क्षत्रिय आणि वैश्य हे द्रव्यलोभामुळें नखें आणि केश ह्यांचें निरर्थक धारण करतील. तसेंच ब्रह्मचारी लोक अनाचारी, मद्य प्राशन करणारे व गुरुस्त्रीशीं रममाण होणारे निपजून, रक्त आणि मांस हीं ज्यांच्या योगानें वृद्धिंगत होतील अशा प्रकारचींच लौकिक कर्मे करण्याची इच्छा करूं लागतील. हे पुरुषश्रेष्ठा, प्रलयकालीं सर्वही आश्रमांतील लोक नास्तिकपणानें व्याप्त होऊन जाऊन परान्नाचे गुणवाद गाऊं लागतील. हे भरतकुलोत्पन्ना, ह्या वेळीं भगवान् इंद्र वेळचे वेळीं पर्जन्यवृष्टि करणार नाहीं आणि सर्व प्रकारचीं धान्येंही पिकणार नाहींत. हे निष्पापा, त्या वेळीं लोकांचीं अंतःकरणें हिंसेच्या योगानें आनंदित होऊं लागतील व त्यामुळेंच ते अशुद्ध बनून जातील. ह्या वेळीं अधर्माचें अत्यंत फल दृष्टीस पडूं लागेल. हे पृथ्वीपते, त्या वेळीं जो मनुष्य धर्मनिष्ठ निपजेल तो अल्पायुषी आहे असें समजावें. कारण, त्या वेळीं कोणत्याही प्रकारचा धर्म असा राहणारच नाहीं. त्या वेळीं लोक बहुतकरून खोट्या मापांनीं वस्तूंचा विक्रय करूं लागतील; आणि, हे नरश्रेष्ठा, व्यापारी लोक तर नानाप्रकारचीं खोटीं कर्मे करूं लागतील. ह्या वेळीं धर्मिष्ठ लोकांची हानि होऊन अत्यंत पापी असेल त्याची भरभराट होईल. धर्माचें सामर्थ्य कमी होऊन अधर्म बलवान् होईल आणि धर्मिष्ठ लोक अल्पायुषी व दरिद्री होऊन धर्मविरुद्ध वर्तन करणारे लोक दीर्घायुषी आणि ऐश्वर्यसंपन्न होतील. प्रलयकालीं सर्वही प्रजा अधार्मिक बनून त्या अत्यंत धर्मविरुद्ध अशा उपायांचा अवलंब करून नगरांतील विहारप्रदेशांमध्यें नानाप्रकारचे व्यापार करूं लागतील. थोडासा द्रव्यसंचय झाला कीं लोकांस श्रीमंतपणाचा गर्व होऊं लागेल. हे राजा, ह्या वेळीं लोक दुराचारी बनल्यामुळें विश्वासानें व गुप्तपणें ठेवलेल्या ठेवींचा अपहार करण्याविषयीं उद्युक्त होतील. इतकेंच नव्हे, तर ते निर्लज्ज लोक 'ही गोष्ट अशी घडूनच आली नाहीं' असेंही ह्मणूं लागतील. ह्या वेळीं पुरुषभक्षक पशु आणि पक्षी इत्यादिक प्राणी नगरांतील विहारप्रदेशामध्यें व देवालयांतून सारखे पडून राहतील. हे राजा, ह्या वेळीं सातव्या किंवा आठव्या वर्षी स्त्रिया गर्भिणी होतील; दहाव्या बाराव्या वर्षी पुरुषांना पुत्र होऊं लागतील; सोळाव्या वर्षी त्यांचे केश वृद्धपणामुळें

पांढरे होतील आणि त्यांच्या आयुष्याचा सत्वर क्षय होऊं लागेल. हे महाराजा, आयुष्य क्षीण होऊन तरुण लोक वृद्धांप्रमाणें वागूं लागतील; आणि तरुणांचा जो स्वभाव तो वृद्धांच्या ठिकाणीं दृष्टिगोचर होऊं लागेल. स्त्रिया दुष्ट स्वभावाच्या आणि विपरीत आचरण करणाऱ्या बनून पति योग्य असला तरीही त्या त्याला फसवून दास अथवा पशु ह्यांच्याशीं रममाण होऊं लागतील! हे राजा, पति जरी वीर्यसंपन्न असला तरीही स्त्रिया दुसऱ्या पुरुषांचा आश्रय करूं लागतील; आणि तो जिवंत असला तरीही व्यभिचार करूं लागतील. हे महाराजा, सहस्र युगांच्या शेवटींचा तो समय प्राप्त झाला आणि लोकांच्या आयुष्याचा क्षय होऊं लागला म्हणजे अनेक वर्षेंपर्यंत एकसारखी अनावृष्टि होऊं लागेल व नंतर ते भूमितलावरील सर्वही प्राणी निःसत्व आणि क्षुधाक्रांत होऊन बहुतकरून अत्यंत नाश पावतील. तदनंतर, हे नराधिपते, देदीप्यमान अशा सात सूर्यांचा उदय होऊन ते समुद्रांतील आणि नद्यांतील सर्वही जल प्राशन करूं लागतील. हे भरतकुलश्रेष्ठा, ह्या वेळीं वाळलेलीं किंवा ओलीं जीं जीं काष्ठें अथवा तृण असेल तें सर्व भस्म होऊन जाईल; आणि नंतर, हे भरतकुलोत्पन्ना, आदित्यांनीं पूर्वीं शुष्क करून सोडलेल्या त्या लोकांमध्यें संवर्तकनामक अग्नि वायूसहवर्तमान प्रविष्ट होईल व पृथ्वीचा भेद करून पातालामध्यें प्रवेश करून देव, दैत्य आणि यक्ष ह्यांच्या अंतःकरणांत अत्यंत भीति उत्पन्न करील. हे पृथ्वीपते, नागलोक अर्थात् पाताल दग्ध करून टाकणारा तो अग्नि ह्या पृथ्वीवर व तिच्या अधोभागीं जें कांहीं आहे त्या सर्वांचा एका क्षणांत नाश करून टाकील. सारांश, तो अमंगल वायु आणि तो संवर्तक नांवाचा अग्नि हे शेंकडों हजारों कोटि योजनात्मक प्रदेश दग्ध करून सोडतील. तदनंतर प्रदीप्त झालेला व सामर्थ्यसंपन्न असणारा तो अग्नि देव, दैत्य, गंधर्व, यक्ष, सर्प आणि राक्षस ह्यांसहवर्तमान सर्व जगताला दग्ध करून सोडील. पुढें आकाशांत हत्तींच्या कळपांप्रमाणें दिसणारे व विद्युतांच्या मालिकांनीं अलंकृत असलेले व दिसण्यांत अत्यंत आश्चर्यकारक असे मोठमोठाले मेघ उत्पन्न होऊं लागतील. त्यांपैकीं कांहीं नीलवर्ण कमलांप्रमाणें श्याम, कांहीं चंद्रविकासी कमलांसारखे, कांहीं पुष्पांतील केसरांसारखे, कित्येक पीतवर्ण, कित्येक हळदीसारखे, कांहीं काकपक्ष्याच्या अंड्याप्रमाणें दिसणारे, कांहीं कमलपत्रांसारखे, कित्येक हिंगुळाप्रमाणें कांति असलेले, कांहीं मोठमोठ्या नगरांप्रमाणें आकृति असलेले, कांहीं गजसमुदायाप्रमाणें दिसणारे, कित्येक कज्जलाप्रमाणें कृष्णवर्ण व कांहीं मकराप्रमाणें दिसणारे असतील. हे महाराजा, हे सर्वही मेघ विद्युन्मालिकांनीं आच्छादित झालेले, भयंकर आकार असलेले आणि भीत्युत्पादक अशी गर्जना असणारे असे आकाशामध्यें उत्पन्न होऊन आकाशमंडलास व्याप्त करून सोडतील. हे महाराजा, त्या मेघांच्या योगानें पर्वत, वनें आणि खाणी ह्यांसहवर्तमान ही सर्व पृथ्वी जलप्रवाहाच्या योगानें व्याप्त होऊन जाईल. हे पुरुषश्रेष्ठा, ब्रह्मदेवानें प्रेरणा केलेले ते गर्जना करणारे भयंकर मेघ हां हां म्हणतां सर्वही जगताला जलमग्न करून सोडतील. ते जलाचा अत्यंत वर्षाव करून पृथ्वी जलपूर्ण करूं लागतील व त्या योगानें अत्यंत प्रचंड, अमंगळ आणि भयंकर अशा त्या अग्नीचा नाश करून टाकतील व तेथपासून बारा वर्षेंपर्यंत ते मेघ त्या प्रलयकालीं महात्म्या ब्रह्मदेवानें प्रेरणा केल्यामुळें जलधारांनीं जगतास पूर्ण करीत राहतील. हे भरतकुलोत्पन्ना, तदनंतर समुद्र आपल्या

मर्यादेचें उल्लंघन करतील, पर्वतांचा भंग होईल आणि पृथ्वी जलमग्न होऊन जाईल. पुढें आकाशामध्यें सर्वत्र संचार करूं लागलेले ते मेघ वायूच्या वेगाचा आघात होऊन एकदम नष्ट होऊन जातील. तदनंतर, हे नराधिपते भरतकुलोत्पन्ना युधिष्ठिरा, सर्वांस आदिभूत असणारा कमलवासी स्वयंभु ब्रह्मदेव त्या वायूचें प्राशन करून शयन करील. ह्याप्रमाणें सर्व स्थावर-जंगमात्मक विश्व नष्ट होऊन गेलें, देव-दैत्य ह्यांचे समुदाय नाश पावले, यक्ष-राक्षस नामशेष होऊन गेले, मनुष्यांचा नाश झाला आणि श्वापदें व वृक्ष ह्यांचाही नायनाट होऊन जाऊन सर्व जग केवळ समुद्रमय होऊन गेलें, म्हणजे अंतरिक्षशून्य अशा ह्या लोकामध्यें मी एकटाच समुद्राच्या लाटांनीं ताडित होऊन इतस्ततः भ्रमण करूं लागतों. हे भूपतिश्रेष्ठा, पूर्वी ह्या भयंकर समुद्रजलामध्यें संचार करीत असतां कोणाही प्राण्याचें दर्शन न झाल्यामुळें मी अगदीं व्याकूळ होऊन गेलों होतों. हे नराधिपते, त्या वेळीं मी आलस्य न करितां पुष्कळ लांबपर्यंत पोहून गेलों व त्यामुळें श्रमून गेलों. तथापि मला कोठें आधार म्हणून सांपडला नाहीं !

मार्कंडेयमुनींस श्रीविष्णूचें दर्शन व त्यांच्या उदरांत प्रवेश.

पुढें, हे पृथ्वीपते, मला त्या महासागरामध्यें अत्यंत विशाल असा वटवृक्ष दिसला. हे पृथ्वीपते राजा युधिष्ठिरा, त्या वृक्षाच्या एका विस्तीर्ण फांदीवर एक दिव्य आस्तरण घातलेला पलंग असून त्यावर कमल किंवा चंद्र ह्यांच्याप्रमाणें मुख व प्रफुल्ल कमलाप्रमाणें विशाल नेत्र असलेला एक बालक आहे असें माझ्या दृष्टीस पडलें. त्यास पाहतांच, हे पृथ्वीपते, सर्वही लोकांचा नाश झाला असतां हा बालक एकटाच कसा शयन करीत आहे असें मनांत येऊन मला अत्यंत विस्मय वाटूं लागला. ह्यामुळें मी तपोबलानें विचार करूं लागलों तरीही व भूत, भविष्य आणि वर्तमान ह्यांचें मला ज्ञान असतांही तो बालक कोण आहे हें मला कळून येईना. त्या बालकाचा वर्ण जवसाच्या पुष्पाप्रमाणें असून तो श्रीवत्सलांछनानें विभूषित झालेला होता; ह्यामुळें तो प्रत्यक्ष लक्ष्मीचें वसतिस्थान असा श्रीविष्णुच असावा असें मला वाटूं लागलें. तदनंतर कमलाप्रमाणें नेत्र असलेला व श्रीवत्सलांछन धारण करणारा तो कांतिसंपन्न बालक माझ्या कर्णाला सुख होईल अशा प्रकारच्या शब्दांनीं मला म्हणाला, 'हे भृगुकुलोत्पन्ना मार्कंडेया, तुला श्रम झाले असून विश्रांति मिळावी अशी इच्छा आहे हें मला कळून आलें. तेव्हां तूं येथें येऊन इच्छा असेल तितका वेळ बैस; हे मुनिश्रेष्ठा, तूं माझ्या शरीराच्या अंतर्भागीं प्रवेश करून तेथेंच बैस. मीं तुजवर अनुग्रह केला असून तुजसाठीं ह्याच वसतिस्थानाची योजना केलेली आहे.'

हे भरतकुलोत्पन्ना, त्या वेळीं त्या बालकानें मला असें म्हटल्यामुळें दीर्घायुष्य आणि मनुष्यत्व ह्या दोहोंमुळें मला अतिशय खेद होऊं लागला. असो; तदनंतर त्या बालकानें एकदम तोंड उघडिलें, तेव्हां मी दैवयोगानें पराधीन होऊन त्याच्या मुखामध्यें जाऊन पडलों; व पुढें एकदम त्याच्या उदरामध्यें गेल्यानंतर, हे नराधिपते, मला त्या ठिकाणीं सर्व राष्ट्रें व नगरें ह्यांनीं व्याप्त असलेली संपूर्ण पृथ्वी दिसूं लागली. गंगा, शतद्रू, सीता, यमुना, कौशिकी चर्मण्वती, वेत्रवती, चंद्रभागा, सरस्वती, सिंधु, विपाशा, गोदावरी, वस्वोकसारा, नलिनी, नर्मदा, ताम्रा; पवित्रजलसंपन्न आणि शुभकारक अशी वेणा, सुवेणा, कृष्णवेणा, महानदी इरामा, वितस्ता, महानदी कावेरी, शोणनद, विशल्या आणि किंपुना ह्याप्रमाणें, हे पुरु-

षश्रेष्ठा महाराजा युधिष्ठिरा, ह्या व आणखी दुसऱ्याही पृथ्वीवर असणाऱ्या नद्या त्या महात्म्याच्या जठरामध्यें संचार करीत असतांना माझ्या दृष्टीस पडल्या. तदनंतर, हे शत्रुनाशका, जलाचा उत्तम प्रकारचा सांठा, जलचरसमुदायांचें वास्तव्य असलेला व रत्नांच्या उत्पत्तीचें स्थान जो समुद्र तोही माझ्या दृष्टीस पडला. त्या ठिकाणीं तेजाच्या योगानें देदीप्यमान व ह्मणूनच अग्नि किंवा सूर्य ह्यांच्याप्रमाणें कांतिमान् दिसणारें व चंद्रसूर्यांप्रमाणें विराजमान असलेलें आकाश माझ्या दृष्टीस पडूं लागलें. हे राजा, तेथें अरण्यांच्या योगानें सुशोभित असलेली पृथ्वी माझ्या अवलोकनांत येऊं लागली. हे नराधिपते, त्या वेळीं तेथें ब्राह्मण लोक अनेक प्रकारचे यज्ञ करीत होते; क्षत्रिय सर्व वर्णांचें अनुरंजन करण्याविषयीं प्रवृत्त झालेले होते; वैश्य यथायोग्य कृषिकर्म करीत होते; आणि शूद्र लोक ह्या तीनही वर्णांची सेवा करीत होते. पुढें, हे राजा, त्या महात्म्याच्या उदरामध्यें फिरतां फिरतां मला हिमवान्, हेमकूट, निषध, रौप्ययुक्त श्वेतपर्व, गंधमादन, मंदर, महापर्वत नील, सुवर्णमय पर्वत मेरु, महेंद्र, पर्वतश्रेष्ठ विंध्य, मलय आणि पारियात्र हे व आणखी दुसरेही अनेक रत्नांच्या योगानें विभूषित असलेले जेवढे म्हणून पर्वत आहेत ते सर्वही त्याच्या उदरामध्यें दिसले. हे पृथ्वीपते युधिष्ठिरा, सिंह, व्याघ्र इत्यादिक जे कांहीं प्राणी ह्या पृथ्वीतलावर आहेत ते सर्वही मला त्या वेळीं त्या ठिकाणीं संचार करीत असतांना दिसले. हे पुरुषश्रेष्ठा, त्याच्या उदरामध्यें मी दिशांच्या ठिकाणीं संचार करूं लागलों असतां इंद्रादिक सर्वही देवगण मला पूर्णपणें दिसूं लागले. साध्य, रुद्र, आदित्य, गुह्यक, पितर, सर्प, नाग, सुपर्ण, वसु, अश्विनीकुमार, गंधर्व, अप्सरा, यक्ष, ऋषि, तसेंच, हे पृथ्वीपते, दैत्यदानव ह्यांचे समुदाय, नाग, राहु आणि इतर देवशत्रु हेही माझ्या दृष्टीस पडले. हे राजा, लोकांमध्यें जे कांहीं स्थावरजंगम पदार्थ मीं अवलोकन केलेले होते ते सर्वही त्या महात्म्याच्या उदरांत माझ्या दृष्टीस पडूं लागले. हे प्रभो, ह्याप्रमाणें त्याच्या उदरामध्यें फळांचा आहार करून त्वरेनें संचार करीत असतां मीं हें संपूर्ण विश्व अवलोकन केलें. अशा रीतीनें त्याच्या शरीराच्या अंतर्भागीं मीं शंभरांहून अधिक वर्षेपर्यंत वास्तव्य केलें. हे प्रजापालका, मी त्या ठिकाणीं विचार करीत सारखा धावत होतों तरीही मला त्याच्या शरीराचा अंत म्हणून लागेना. हें पाहून, श्रेष्ठ आणि वरप्रद अशा त्याच देवाला मी कायावाचामनेंकरून यथाविधि शरण गेलों.

मार्कण्डेयाचें निर्गमन व श्रीविष्णूस प्रश्न.

तेव्हां, हे पुरुषश्रेष्ठा राजा, त्या महात्म्याचें मुख उघडलें आणि मी एकदम वायुवेगानें त्यांतून बाहेर पडलों. पुढें, हे प्रजापालका नरश्रेष्ठा युधिष्ठिरा, तो महात्मा त्याच वटवृक्षाच्या फांदीवर आपल्या उदरांत सर्व जग घेऊन बालकाच्या वेषानें वास्तव्य करीत आहे असें मीं अवलोकन केलें. हे पुरुषश्रेष्ठा, तो बालक अत्यंत तेजस्वी असून त्यानें श्रीवत्सलांछन धारण केलेलें होतें. तदनंतर पीतवर्ण वस्त्र परिधान केलेला व श्रीवत्सलांछन धारण करणारा तो महाकांतिसंपन्न बालक प्रीतियुक्त होऊन हसल्यासारखें करून मला ह्मणाला, ' हे मुनिश्रेष्ठा मार्कंडेया, ह्या माझ्या शरीरामध्यें वास्तव्य केल्यामुळें तुला श्रम झाले काय, हें मला सांग. ' त्यानें असें भाषण केल्यानंतर एका क्षणांत मला पुनरपि नवीन दृष्टि प्राप्त झाली; आणि तिच्या योगानें मी स्वतःस मुक्त आणि ज्ञानसंपन्न समजूं लागलों. बा युधिष्ठिरा, तदनंतर आरक्तवर्ण तळवे अस-

लेले, उत्कृष्ट प्रकारें शय्येवर ठेवलेले, सुकुमार आणि आरक्तवर्ण अशा अंगुलींनीं विराजमान असलेले आणि स्वभावतःच उत्कृष्ट असे त्याचे चरण मीं आपल्या मस्तकावर घेऊन त्यास वंदन केलें. अत्यंत तेजस्वी अशा त्या महात्म्याचा प्रभाव अवलोकन करून मीं विनयानें हात जोडले; आणि प्रयत्नपूर्वक जवळ जाऊन, ज्याच्या शरीरामध्यें सर्वही भूतें वास्तव्य करीत आहेत अशा त्या कमलनेत्र देवास अवलोकन केलें व हात जोडून नमस्कार करून त्याला ह्मटलें, "हे देवा, आपण आणि आपली ही उत्कृष्ट माया ह्यांचें ज्ञान व्हावें, अशी माझी इच्छा आहे. हे भगवन्, मी मुखाच्या द्वारानें आपल्या शरीरामध्यें प्रविष्ट झालों आणि आपल्या उदरामध्यें सर्वांस अवलोकन केलें. हे देवा, आपल्या शरीरामध्यें देव, दानव, राक्षस, यक्ष, गंधर्व, नाग आणि स्थावरजंगमात्मक सर्व जग हीं वास्तव्य करीत आहेत. हे देवा, मीं जरी आपल्या शरीराच्या अंतर्भागीं एकसारखा त्वरेनें संचार करीत होतों, तरीही आपल्या अनुग्रहानें माझी स्मरणशक्ति नष्ट झाली नाहीं. हे प्रभुवर्या, पुढें माझी इच्छा नसतांही केवळ आपल्या इच्छेनें मी तेथून बाहेर पडलों. हे कमलेक्षणा, आतां प्रशंसनीय अशा आपलें ज्ञान व्हावें अशी माझी इच्छा आहे. तेव्हां ह्या ठिकाणीं आपण प्रत्यक्ष बालकाचें स्वरूप धारण करून आणि हें सर्व विश्व ग्रस्त करून कोणत्या उद्देशानें वास्तव्य करीत आहां ? हे निष्पापा, हें सर्व विश्व आपल्या शरीरामध्यें कशाकरितां राहिलेलें आहे, आणि, हे शत्रुमर्दना, आपण ह्या ठिकाणीं किती वेळपर्यंत राहणार आहां हें सर्व, हे कमलपत्राक्षा देवेश्वरा, ब्राह्मणांवर अनुग्रह करण्याची आपली इच्छा असल्यामुळें आपणाकडून सविस्तर आणि बरोबर रीतीनें ऐकावें अशी माझी इच्छा आहे. कारण, हे प्रभो, मीं जें कांहीं अवलोकन केलें तें फार मोठें आणि कल्पनातीत असें आहे."

ह्याप्रमाणें मी त्या कांतिमान देवाधिदेवास ह्मणालों, तेव्हां तो श्रेष्ठ प्रतीचा वक्ता आपल्या भाषणानें मला आनंदित करीत करीत बोलूं लागला.

अध्याय एकशें एकोणनव्वदावा.

—:०:—

श्रीविष्णूचें स्वस्वरूपकथन.

देव ह्मणालाः—हे विप्रा, खरोखर देवांना सुद्धां माझें वास्तविक ज्ञान नाहीं; तथापि तुजवर माझें प्रेम असल्यामुळें, मी हें विश्व कसें उत्पन्न करितों तें तुला सांगतों. हे ब्रह्मर्षे, तूं पितृभक्त असून मला शरण आलेला आहेस व तुझें ब्रह्मचर्यही मोठें आहे, ह्मणून तुला माझें प्रत्यक्ष दर्शन झालें. मार्कंडेया, मीं पूर्वीं उदकाला 'नार' असें नांव दिलेलें असून तें उदक हेंच माझें सदोदित अयन ह्मणजे आश्रयस्थान असल्यामुळें मला नारायण असें ह्मणतात. सारांश, हे द्विजश्रेष्ठा, माझें नांव नारायण असें असून मी शाश्वत, क्षयशून्य, सर्व प्राण्यांच्या उत्पत्तीचें स्थान व सर्वांचें पोषण व संहार करणारा आहे. मी विष्णु, ब्रह्मा, देवाधिपति इंद्र, यक्ष, कुबेर, प्रेताधिपति यम, शिव, सोम, प्रजाधिपति कश्यप, धाता, विधाता आणि यज्ञ आहें. अग्नि हें माझें मुख, पृथ्वी हे पाय, चंद्रसूर्य हे नेत्र, स्वर्ग हें मस्तक आणि आकाश व दिशा हें श्रोत्र असून माझ्या घर्मजलापासून जलाची उत्पत्ति झालेली आहे. दिशा आणि आकाश हें सर्व माझें शरीर असून वायु हा माझ्या अंतःकरणामध्यें वास्तव्य करीत असतो. मीं विपुलदक्षिणासंपन्न असे अनेकशें यज्ञ केले असून वेदवेत्ते लोक

देवयजनामध्यें वास्तव्य करणाऱ्या अशा माझेंच आराधन करितात. ह्या भूमीवर असणारे स्वर्गाभिलाषी क्षत्रियश्रेष्ठ पृथ्वीपति माझी आराधना करितात व स्वर्गलोकप्राप्तीच्या इच्छेनें वैश्य लोकही माझेंच पूजन करतात. जिच्या अंतीं चार समुद्र असून जी मेरु, मंदर इत्यादि पर्वतांनीं विभूषित आहे, त्या पृथ्वीलाही मीच शेष होऊन मस्तकावर धारण करितों. हे विप्रा, पूर्वी ही पृथ्वी जलामध्यें मग्न होऊन राहिली असतां मीच वराहाचें स्वरूप धारण करून आपल्या वीर्यानें तिचा उद्धार केला. हे ज्ञानसंपन्ना द्विजश्रेष्ठा, मीच वडवाग्नी होऊन सदोदित उदकाचें प्राशन करितों व त्याची उत्पत्तिही करितों. ब्राह्मण हें माझें मुख असून क्षत्रिय बाहु, वैश्य मांड्या व शूद्र हे चरण आहेत. ऋग्वेद, सामवेद आणि अथर्वणवेद हे कांहीं कल्पांत क्रमानें व कांहींमध्यें व्युत्क्रमानें मजपासून उत्पन्न होतात व माझ्याच ठिकाणीं लय पावतात. यमनिष्ठ, शांतीलाच श्रेष्ठ समजणारे, इंद्रियांचा निग्रह करणारे, जिज्ञासु, काम, क्रोध आणि द्वेष ह्यांपासून मुक्त झालेले, समाधिनिष्ठ, पातकशून्य, सत्त्वस्थ, अहंकारविरहित आणि निरंतर अध्यात्मज्ञानपटु असणारे ब्राह्मण ध्यान करून माझीच उपासना करितात. मार्कंडेया, मीच संवर्तकनांवाचा व म्हणूनच जगताचा संहार करणारा अग्नि असून संहारकालीं असणारा सूर्य व वायुही आहें. हे द्विजश्रेष्ठा, आकाशामध्यें दृष्टिगोचर होणारीं नक्षत्रें हीं माझीं रोमरंध्रें होत असें समज. चोहों दिशांच्या ठिकाणीं असणारे रत्नांच्या उत्पत्तीचें स्थान जो समुद्र तें माझें आच्छादन, शयन आणि वसतिस्थान होय देवांच्या कार्यसिद्ध्यर्थ मीच त्या समुद्राचा उत्कृष्ट प्रकारें विभाग केलेला आहे. हे साधुवर्या, काम, क्रोध, हर्ष, भय आणि मोह हे सर्व माझ्याच देहावरील केश होत असें समज. हे विप्रा, सत्य, दान, उग्र तपश्चर्या आणि प्राण्यांची हिंसा न करणें इत्यादिक उत्कृष्ट कर्मं केल्यानें मनुष्यास ज्याची प्राप्ति होते तो मीच होय. मनुष्यें हीं माझ्याच इच्छेनें निर्माण झालेलीं असून तीं माझ्या शरीरामध्यें विहार करीत असतात; व मीं त्यांची ज्ञानशक्ति आक्रांत करून सोडल्यामुळें तीं सर्वही व्यापार माझ्याच इच्छेनें करीत असतात; स्वतःच्या इच्छेनें करीत नाहींत. ब्राह्मणांनीं अंतःकरण शांत करून व क्रोधाचा जय करून उत्कृष्ट प्रकारें वेदाध्ययन आणि नानाप्रकारचे यज्ञ करून माझें आराधन केल्यास त्यांस माझी प्राप्ति होते. हे विद्वन्, दुष्कर्मं करणाऱ्या, लोभानें घेरलेल्या, कृपण, दुष्ट आणि इंद्रियजय न केलेल्या लोकांस ज्याची प्राप्ति होणें अशक्य आहे असा, ज्यांचें अंतःकरण सुसंस्कृत झालेलें आहे अशा लोकांना मिळणारें महाफल असणारा, अज्ञ लोकांना अत्यंत दुष्प्राप्य व समाधीच्या योगानें योगी लोकांनीं सेवन केलेला जो मार्ग तो मीच होय असें समज. हे साधुवर्या, ज्या ज्या वेळीं धर्माची ग्लानि होऊन अधर्माचा उत्कर्ष होऊं लागतो, त्या त्या वेळीं मी रामकृष्णादिकांच्या रूपानें अवतीर्ण होतों. ज्या वेळीं देवश्रेष्ठांच्या हातूनही वध होण्यास अशक्य आणि हिंसेच्या ठिकाणीं अनुरक्त असणारे दैत्य व भयंकर राक्षस ह्या लोकामध्यें उत्पन्न होतील, त्या वेळीं मी मनुष्यशरीर धारण करून शुभ कर्मं करणाऱ्या लोकांच्या गृहामध्यें जन्मग्रहण करीन व त्या सर्वांचाही नाश करून टाकीन. मीच देव, मनुष्यें, गंधर्व, सर्प, राक्षस आणि स्थावर पदार्थ ह्या सर्व प्राण्यांना उत्पन्न करून आपल्या मायेच्या योगानें त्यांचा संहारही

करितों; व पुनः कर्म करण्याच्या वेळीं मर्यादांची रचना करण्याच्या उद्देशानें कल्पनातीत असा मनुष्यदेह निर्माण करून मी त्यामध्यें प्रवेश करितों. कृतयुगामध्यें माझा वर्ण शुभ्र असतो; व त्रेतायुग, द्वापरयुग आणि कलियुग ह्यांमध्यें अनुक्रमें पीत, रक्त आणि कृष्ण असतो. कलियुगामध्यें अधर्म तीन भागांनीं विद्यमान असतो. ह्मणजे प्रत्येक गोष्टींत एक चतुर्थांश धर्म आणि तीन चतुर्थांश अधर्म अशी स्थिति असते. पुढें जगताचा अंत करण्याचा प्रसंग आला ह्मणजे मी एकटाच अत्यंत भयंकर कालाचें स्वरूप धारण करून ह्या स्थावरजंगमात्मक संपूर्ण त्रैलोक्याचा नाश करितों. हे ब्रह्मन्, मी धर्म, अर्थ आणि काम एतद्रूपी, जगतामध्यें जीवस्वरूपानें वास करणारा, सर्वही लोकांस सुख देणारा, जगताच्या उत्पत्तीस कारणीभूत, सर्वत्र वास्तव्य करणारा, अंतशून्य, इंद्रियांचा अधिपति व अत्यंत गतिसंपन्न आहें. ज्याच्या आश्रयानें सर्वही लोक उद्योग करितात तें सर्व प्राण्यांचा नाश करणारें रूपशून्य कालचक्र मी एकटाच चालवीत असतों. हे मुनिश्रेष्ठा, ह्याप्रमाणें प्रत्येक प्राण्याच्या ठिकाणीं माझा आत्मा उत्कृष्ट प्रकारें वास्तव्य करीत असतो. तथापि, हे ब्राह्मणश्रेष्ठा, माझें ज्ञान कोणालाही होत नाहीं. सर्वही लोकांमध्यें भक्त लोक माझी सर्वथैव पूजा करीत असतात. हे निष्पापा ब्राह्मणा, माझ्या उदरामध्यें जें कांहीं तुला दुःख प्राप्त झालें, तें सर्व तुझ्या सुखाच्या उत्पत्तीसाठीं व कल्याणासाठीं होय. तूं लोकांमध्यें ज्या कांहीं स्थावरजंगमात्मक वस्तु अवलोकन केलेल्या आहेस, तें सर्व प्राण्याविषयीं काळजी वहाणारें असें माझेंच सर्व प्रकारचें स्वरूप होय. सर्व लोकांचा पितामह जो ब्रह्मदेव तो माझें अर्धें शरीर असून शंख, चक्र, गदा धारण करणारा जो नारायण तो मी होय. हे ब्रह्मर्षे, सहस्र युगांची प्राप्ति होईतोंपर्यंत जगदात्मरूपी मी सर्व प्राण्यांना मोह उत्पन्न करीत निद्रित होऊन राहतों. ह्याप्रमाणें, मी जरी वस्तुतः बालक नाहीं, तरीही बालकाचें स्वरूप धारण करून, हे मुनिश्रेष्ठा, ब्रह्मदेव जागा होईतोंपर्यंत सर्व काल येथेंच वास्तव्य करीत असतों. हे ब्रह्मर्षिगणपूज्या ब्राह्मणश्रेष्ठा, ब्रह्मदेवाचें स्वरूप धारण करून मींच वारंवार संतुष्ट होऊन तुला वर दिला. हें स्थावरजंगमात्मक सर्व जगत् नष्ट होऊन केवल समुद्रात्मक बनून गेलेलें आहे असें पाहून तूं व्याकूळ होऊन गेलास हें मला समजलें व ह्मणूनच मीं तुला सर्व जग दाखविलें. ज्या वेळीं तूं माझ्या शरीराच्या अंतर्भागीं प्रविष्ट झालास, त्या वेळीं संपूर्ण लोक अवलोकन केल्यामुळें आश्चर्यचकित होऊन तुला कांहीं कळेनासें झालें. तेव्हां, हे ब्रह्मर्षे, मीं तुला आपल्या मुखाच्या द्वारानें सत्वर बाहेर काढिलें आणि देवदैत्यांदिकांसही जाणतां येण्यास अशक्य अशा माझ्या स्वरूपाची ओळख करून दिली. आतां, हे ब्रह्मर्षे, जोंवर तो महातपस्वी ब्रह्मदेव जागा झालेला नाहीं, तोंवर तूं ह्या ठिकाणीं निर्भयपणें आणि खुशाल संचार कर. पुढें सर्व लोकांचा पितामह जो ब्रह्मदेव तो जागा झाला ह्मणजे, हे द्विजश्रेष्ठा, मी त्याच्याशीं ऐक्य पावून प्राण्यांचीं शरीरें, आकाश, पृथ्वी, तेज, वायु, उदक आणि दुसरेही जे कांहीं अवशिष्ट राहिलेले स्थावरजंगमात्मक पदार्थ त्या सर्वांना निर्माण करीन.

मार्कंडेय ह्मणाले:—असें बोलून तो अत्यंत आश्चर्यकारक असलेला देव अंतर्धान पावला व नंतर त्यानें निर्माण केलेल्या नानाप्रकारच्या विचित्र प्रजा माझ्या दृष्टीस पडूं लागल्या. ह्याप्रमाणें, हे सर्वधार्मिकवर्या भरत-

कुलश्रेष्ठा राजा युधिष्ठिरा, प्रलयकाल प्राप्त झाला त्या वेळीं मीं हें आश्चर्य अवलोकन केलें. हे पुरुषश्रेष्ठा, मीं जो पूर्वी कमलपत्राप्रमाणें विशाल नेत्र असलेला देव अवलोकन केला, तो हा तुझा संबंधी असलेला श्रीकृष्ण होय. हे कौंतेया, ह्यानें वरप्रदान केल्यामुळेंच माझी स्मरणशक्ति नष्ट होत नसून दीर्घ आयुष्य आणि इच्छेस वाटेल त्या वेळीं मरणें ह्याही गोष्टी मला प्राप्त झालेल्या आहेत. युधिष्ठिरा, तोच हा अचिंत्यस्वरूपी पुराणपुरुष प्रभु महाबाहु श्रीविष्णु यादवकुळामध्यें श्रीकृष्णाच्या रूपानें जन्म घेऊन जणू क्रीडाच करीत आहे. सारांश, वक्षःस्थलावर श्रीवत्सलांछन धारण करणारा ब्रह्मदेवाचाही पालक, सामर्थ्यसंपन्न, अविनाशी व जगाची उत्पत्ति, स्थिति आणि संहार करणारा, जो विष्णु तोच हा श्रीकृष्ण होय. हे भरतकुलश्रेष्ठहो, आदिदेवस्वरूपी, विजयशील, सर्व प्राण्यांच्या शरीरामध्यें वास्तव्य करणारा, व पीतांबरधारी असा जो हा यदुकुलश्रेष्ठ, त्यास अवलोकन करितांच मला असें स्मरण झालेलें आहे. हा श्रीकृष्ण सर्वही प्राण्यांचा पिता आणि माता आहे. ह्यास्तव हे कुरुकुलश्रेष्ठहो, उत्कृष्ट प्रकारें संरक्षण करणाऱ्या ह्या श्रीकृष्णालाच तुह्मी शरण जा.

वैशंपायन ह्मणाले:—मार्कंडेयांनीं असें सांगतांच ते तिघे कुंतीपुत्र पुरुषश्रेष्ठ उभयतां नकुलसहदेव आणि द्रौपदी ह्या सर्वांनीं श्रीकृष्णास नमस्कार केला. तदनंतर, हे पुरुषश्रेष्ठा जनमेजया, संमाननीय अशा त्या श्रीकृष्णानेंही त्यांचा बहुमान करून अत्यंत हृदयंगम अशा गोड गोड शब्दांनीं त्यांचें यथाविधि सांत्वन केलें.

अध्याय एकशें नव्वदावा.

—:०:—

कलियुगांतील लोकवृत्त व कल्कीचा अवतार.

वैशंपायन ह्मणाले:—पुढें कुंतीपुत्र धर्मानें आपल्या साम्राज्यानंतर होणारी जगताची स्थिति महामुनि मार्कंडेय ह्यांस पुनरपि विचारली.

युधिष्ठिर ह्मणाला:—हे वक्तृश्रेष्ठा भृगुकुलोत्पन्ना मुने मार्कंडेया, युगाच्या आरंभास कारणीभूत अशा काळीं जगताची सृष्टि आणि संहार ह्या ज्या आश्चर्यकारक गोष्टी घडून आल्या, त्या आह्मीं आपल्याकडून ऐकिल्या. पण पुनरपि ह्या कलियुगामध्यें सर्व धर्मामध्यें घोंटाळा होऊन गेला ह्मणजे अवशिष्ट काय राहील हें ऐकण्याविषयींची मला उत्कट इच्छा आहे. त्या युगक्षयाच्या वेळीं मनुष्यांचें वीर्य कोणत्या प्रकारचें असेल, त्यांचे अहारविहार कोणत्या प्रकारचे होतील, त्यांचें आयुष्य किती असेल, ते कोणत्या प्रकारें वास्तव्य करूं लागतील, आणि किती कालमर्यादा होऊन गेल्यानंतर पुनरपि कृतयुग सुरू होईल, हें सर्व आपण मला विस्तारपूर्वक कथन करा. कारण, हे मुने, आपण ह्माविषयींच्या गोष्टी सांगत अहां त्या आश्चर्यकारक आहेत.

ह्याप्रमाणें युधिष्ठिरानें भाषण केलें असतां ते महर्षि मुनिश्रेष्ठ मार्कंडेय, यदुकुलश्रेष्ठ श्रीकृष्ण आणि पांडव ह्यांच्या अंतःकरणास करमणूक करण्यासाठीं पुनरपि भाषण करूं लागले.

मार्कंडेय ह्मणाले:—हे राजेंद्रा युधिष्ठिरा, देवाधिदेवाच्या प्रसादानें मीं जो कांहीं पूर्वी अवलोकन केलेला, ऐकलेला किंवा अनुभविलेला आहे, तो सर्वही ह्या पापमय कालामध्यें पुढें होणारा लोकवृत्तांत मी तुला कथन करितों, ऐक. हे भरतकुलश्रेष्ठा, प्रथम कृतयुगामध्यें कपट आणि लोभादिक उपाधि ह्यांनीं विरहित व सत्यादिक

चार चरणांनीं युक्त असणारा असा श्रेष्ठ धर्म मनुष्यांच्या ठिकाणीं संपूर्णपणें वास्तव्य करील. पुढें त्रेतायुगामध्यें अधर्मानें त्याचा एक पाद ग्रस्त होऊन तो तीनच अंशांनीं राहील. नंतर द्वापरयुगामध्यें अर्ध्या अधर्माची मिसळ होईल. हे भरतकुलश्रेष्ठा, तमोगुणयुक्त कलियुग प्राप्त झाल्यानंतर तीन अंशांनीं अधर्म लोकांना आक्रांत करून सोडितो आणि धर्माचा एक चतुर्थांश मनुष्यांच्या जवळ असतो. हे पांडवा, युगक्रमानें मनुष्याचें आयुष्य, वीर्य, बुद्धि, सामर्थ्य आणि तेज ह्यांचा उत्तरोत्तर ऱ्हास होत जातो. हे युधिष्ठिरा, कलियुगामध्यें लोक धर्माचें जाळें पसरून लोकांना फसवूं लागतील व ब्राह्मण, क्षत्रिय, वैश्य आणि शूद्र हे कपटानें धर्माचरण करूं लागतील. पंडितमन्य लोक सत्याला संक्षेपांत आणतील, सत्याची हानि झाल्यामुळें त्यांचें आयुष्य कमी होईल आणि आयुष्य कमी झाल्यामुळें त्यांना उपजीविका करितां येणेंही अशक्य होईल. विद्या आणि विज्ञान ह्यांनीं ते लोक विरहित होऊन लोभही त्यांना घेरून सोडील व लोभ, क्रोध ह्यांविषयीं तत्पर असणारे आणि कामाविषयीं आसक्त झालेले मूर्ख लोक परस्परांशीं वैर करून वध करण्याची इच्छा करतील; ब्राह्मण, क्षत्रिय आणि वैश्य ह्यांचा परस्परांशीं संकर होऊन ते तप आणि सत्य ह्यांनीं विरहित व म्हणूनच शूद्रतुल्य होऊन जातील. शूद्र लोक क्षत्रिय अथवा वैश्य बनून जातील व क्षत्रिय आणि वैश्य हे निःसंशय शूद्र बनतील. ह्याप्रमाणें युगांतकाल समीप येऊन ठेपला म्हणजे लोकांची स्थिति होईल. वस्त्रांमध्यें तागी वस्त्रांना आणि धान्यांमध्यें हरकांना महत्त्व येईल. युगांतकालीं लोक पत्नी हाच काय तो मित्र असें समजूं लागतील व मत्स्यमांसावर उपजीविका करून राहतील; तसेंच धेनूंचा नाश झाल्यामुळें ते दुधासाठीं शेळ्या-मेंढ्यांची धार काढूं लागतील. जे लोक निरंतर व्रतग्रहण करून राहणारे असतील ते देखील ह्या युगांतकालीं लोभानें पछाडले जातील. युगक्षय होऊं लागला म्हणजे लोक नास्तिक, जप देखील न करणारे व चौर्यकर्म करणारे होऊन परस्परांची हिंसा व चोरी करूं लागतील; नदीच्या तीरावर कुदळ्यांनीं धान्यें पेरूं लागतील, पण तीं देखील ह्या युगान्तकालीं कमीच पिकतील. जे लोक श्राद्धादिक पितृकर्मे आणि इतर दैविक कर्मे ह्यांचें नियमानें आचरण करितात, ते देखील लोभयुक्त होऊन परस्परांवर उपजीविका करूं लागतील. पिता पुत्रावर उपजीविका करूं लागेल, व पुत्र पित्यावर उपजीविका करूं लागेल. युगांतकालीं भक्ष्य पदार्थांची मर्यादा नष्ट होऊन जाईल. ब्राह्मण लोक व्रतांचें आचरण करणार नाहींत, यज्ञ करणार नाहींत व होमही करणार नाहींत. इतकेंच नव्हे, तर हेतुवादाच्या योगानें अत्यंत मोहित होऊन जाऊन ते वेदाचीही निंदा करूं लागतील, आणि निकृष्ट गोष्टींचीही इच्छा करूं लागतील; निमुळत्या प्रदेशावर शेती करूं लागतील, फाईना—इतकेंच नव्हे, तर एक एक वर्षाच्या वासरांनाही औतास जुंपतील; पुत्र पित्याचा व पिताही पुत्राचा वध करील; तथापि उद्विग्न न होतां तो मोठेपणाच्या गोष्टी सांगूं लागेल व अशा दुष्कर्माबद्दल त्याची निंदाही होणार नाहीं. सर्वही जग यज्ञ, याग आणि क्रिया ह्यांनीं विरहित व म्हणूनच म्लेंच्छतुल्य होऊन जाईल आणि त्यांतील आनंद आणि उत्साह हीं पार नाहींतशीं होऊन जातील. लोक बहुधा कृपणांच्या, विधवांच्या आणि ज्यांचे दायाद असतील अशाही लोकांच्या द्रव्याचा अपहार करितील. त्यांचा उत्साह आणि सामर्थ्य हीं कमी होऊन जातील; तथापि ते ताठ्यानेंच वाग-

तील व लोभ आणि मोह ह्यांमध्यें गर्क होऊन जातील. अशाच लोकांच्या व इतरही दुष्टांच्या कथा कानावर आल्यास त्यांना संतोष होऊं लागेल. हे राजा, मायाविषाणाचे आचार आणि मायावी लोकांचा अंगीकार करून दुष्टबुद्धि राजे लोक इतरांना युद्धार्थ आव्हान करूं लागतील. युगांतकालीं राजे क्षत्रिय व लोककंटक बनून स्वतः मूर्ख असतां पंडितमन्य आणि परस्परांच्या वधाविषयीं उद्युक्त असे होतील; ते अभिमानानें धुंद होऊन जाऊन लोभिष्ठ बनतील, प्रजेचें संरक्षण करणार नाहींत, व त्यांना दंड करण्याची आवड लागेल. हे भरतवंशजा, ते निर्दय क्षत्रिय सज्जनांच्याही स्त्रिया व द्रव्य ह्यांचें आक्रमण केल्यामुळें ते विलाप करीत असतांही त्यांचा उपभोग घेतील. कोणीही कोणाच्या मुलीची मागणी करणार नाहींत व कोणी कोणासही आपली कन्या अर्पण करणार नाहींत; तर जो तो मनुष्य आपला आपणच स्त्रीचा अंगीकार करूं लागेल. राजे लोकांचीं अंतःकरणें मूर्ख बनून ते सर्व प्रकारचे उपाय करून दुसऱ्यांच्या द्रव्याचें हरण करूं लागतील, सर्वही जग निःसंशय म्लेंच्छयुक्त बनून जाईल, एक हात देखील दुसऱ्या हाताची चोरी करूं लागेल, पंडितमन्यलोक सत्याला संपुष्टांत आणतील, वृद्ध लोक आपणाला बालक व बालक आपणाला वृद्ध समजूं लागतील, भित्रे लोक स्वतःला शूर समजूं लागतील, व शूर लोक भित्र्यांप्रमाणें खिन्न होऊन जातील. युगांतकालीं कोणीही परस्परांवर विश्वास ठेवणार नाहींत, सर्वही लोक लोभ आणि मोह ह्यांमध्यें गर्क होऊन जातील, युगांतकालीं धर्माची अभिवृद्धि होऊं लागेल, धर्माची प्रवृत्ति मुळींच होणार नाहीं. हे प्रजाधिपते, युगक्षयाच्या वेळीं ब्राह्मण, क्षत्रिय, वैश्य इत्यादिक भेद न राहतां सर्व लोक एकच अर्थात् शूद्रवर्णाचे बनून जातील. युगांतकालीं पिता पुत्राचे अपराध सहन करणार नाहीं, पुत्रही पित्याचे अपराध सहन करणार नाहीं, आणि पत्नीही पतीची शुश्रूषा करणार नाहीं प्रलयकाल जवळ येऊन ठेपला म्हणजे लोक भारतवर्षाचा त्याग करून ज्या देशामध्यें जव अथवा गहूं उत्पन्न होत असतील त्या देशाचा आश्रय करून राहतील. हे प्रजापालका युगांतकाल समीप आला म्हणजे स्त्रिया व पुरुष स्वच्छंदचारी बनून जातील व त्यांस परस्परांचीं आचरणें सहन होणार नाहींत. युधिष्ठिरा, ह्या वेळीं सर्व जग म्लेंच्छरूपी बनून जाईल. कोणीही कोणाचें ऐकणार नाहीं व म्हणूनच कोणीही कोणास सदुपदेश करणार नाहीं. कारण, त्या वेळीं गुरुशिष्यभाव नष्ट होऊन जाईल; आणि म्हणूनच, हे प्रजापालका, त्या वेळीं लोक अज्ञानग्रस्त होऊन जातील. युगांतकाल समीप आला असतां लोकांच्या आयुष्याची परम मर्यादा सोळा वर्षांची होईल व पुढें ते मृत्यु पावूं लागतील. पांचवे अथवा सहावे वर्षी स्त्रियांना संतति होऊं लागेल आणि सात आठ वर्षांचे पुरुष प्रजोत्पादन करण्याविषयीं अत्यंत लंपट होऊन जातील. हे भूपतिश्रेष्ठा, युगांतकालीं स्त्रीला पतीच्या योगानें व पतीला स्त्रीच्या योगानें संतोष होणार नाहीं. लोकांपाशीं द्रव्य कमी होऊं लागेल, तथापि ते व्यर्थ श्रीमंतीचीं चिन्हें धारण करूं लागतील. हिंसाकर्म जोरानें सुरू होईल व प्रलयकालीं कोणीही कोणाला कोणत्याही प्रकारचें दान करणार नाहीं. देशोदेशीं अन्नाचा विक्रय होऊं लागेल, चव्हाट्यावर वेद विकले जातील, व स्त्रियाही द्रव्य घेऊन परपुरुषांशीं रममाण होऊं लागतील. ह्या शेवटच्या काळीं मनुष्यें आचरणानें म्लेंच्छासारखीं सर्वभक्षक

आणि प्रत्येक कर्मामध्यें क्रूर होतील ह्यांत संशय नाहीं.

हे भरतकुलश्रेष्ठा, युगांतकालीं द्रव्यलुब्ध होऊन प्रत्येक मनुष्य क्रयविक्रयामध्यें वाटेल त्यास फसवूं लागेल. युगांतकाल प्राप्त झाला म्हणजे सर्वही लोक जात्याच क्रूरकर्मे आणि परस्परांवर मिथ्या दोषारोप करणारे असे होऊं लागतील; अंतःकरणास बिलकूल व्यथा न होतां ते उद्यानांचा आणि वृक्षांचा नाश करून टाकतील; प्राण्यांना जीविताचा देखील संशय पडूं लागेल; आणि हे राजा, लोक लोभानें पछाडले जाऊन ब्राह्मणांचें द्रव्य उपभोगावयास मिळावें म्हणून ब्रह्महत्या देखील करूं लागतील. ब्राह्मणलोकांना शूद्र पीडा देऊं लागतील व अशा प्रसंगीं संरक्षण करणारा कोणीही न मिळाल्यामुळें ते 'हाय! हाय!' करीत भूतलावर भ्रमण करूं लागतील. युधिष्ठिरा, ज्या वेळीं लोक दुसऱ्यांचा प्राण घेणारे, क्रूर, भयंकर आणि प्राण्यांची हिंसा करणारे असे निपजूं लागतील, त्या वेळीं युगाची समाप्ति होईल. हे कुरुकुलधुरंधरा, ह्या मलयकालीं ब्राह्मण लोक भयभीत होऊन जाऊन व इतस्ततः धावूं लागून नद्या, पर्वत आणि दुर्गम प्रदेश ह्यांचा आश्रय करून राहतील. हे राजा, ब्राह्मणश्रेष्ठांना चोरांकडून आणि दुष्ट राजांकडून पीडा होऊं लागेल व सदोदित कारभारानें पीडित झाल्यामुळें ते काकपक्ष्याप्रमाणें परान्नपुष्ट बनून जातील. सारांश, हे पृथ्वीपते, हा भयंकर युगांतकाल येऊन ठेपला म्हणजे ब्राह्मणलोक शूद्रांचे सेवक बनून आणि धैर्याचा त्याग करून शास्त्रविरुद्ध कर्मे करूं लागतील; शूद्रलोक धर्मोपदेश करूं लागतील आणि ब्राह्मण हे त्याचीच उपासना करूं लागतील व श्रोते बनून त्यांनाच प्रमाण मानूं लागतील. त्या वेळीं हें सर्वही विश्व विपरीत बनून जाईल. म्हणजे निकृष्ट लोक उत्कृष्ट आणि उत्कृष्ट लोक निकृष्ट समजले जातील. ह्या वेळीं लोक थडगीं वगैरेंची पूजा करूं लागतील आणि देवतांचा त्याग करितील. युगसंक्षयाच्या कालीं शूद्र हे ब्राह्मणाची सेवा करीनातसे होतील; आणि महर्षींचे आश्रम, ब्राह्मणांचीं मंदिरें देवतांचीं स्थानें, मठ आणि नागांचीं मंदिरें ह्या सर्वांतील भूमीवर—ज्यांत अस्थि आहेत अशा भिंती दिसूं लागतील. युधिष्ठिरा, जेव्हां लोक धर्मशून्य, मांसभक्षक, आणि मद्यप्राशन करणारे निपजूं लागतील, तेव्हां युगक्षय होईल. हे राजा, ज्या वेळीं फुलाला फूल अथवा फळाला फळ येऊं लागेल, त्या वेळीं युगक्षय होईल. युगसमाप्तिकालीं अकालीं पर्जन्यवृष्टि होऊं लागेल, मनुष्यांच्या क्रिया क्रम सोडून होऊं लागतील व शूद्र लोक ब्राह्मणांचा द्वेष करूं लागतील. पुढें लवकरच सर्वही पृथ्वी म्लेंच्छ लोकांच्या योगानें व्याप्त होऊन जाईल व ब्राह्मणलोक करभाराच्या भीतीनें दाही दिशा पळून जाऊं लागतील. कोणत्याही देशामध्यें कांहीं विशेष उरणार नाहीं. लोक फळें आणि मूळें ह्यांवर उपजीविका करूं लागून आश्रम करून राहतील. ह्याप्रमाणें घोंटाळा माजून गेला म्हणजे लोकांमध्यें मर्यादा उरणार नाहीं शिष्य गुरूंच्या आज्ञेंत वागणार नाहींत—इतकेंच नव्हे, तर त्यांना अप्रिय असलेली गोष्ट करूं लागतील. पुढें, ज्यापाशीं द्रव्य नसेल त्या गुरूची शिष्य निर्भर्त्सना करूं लागतील. द्रव्यसंपादनासाठीं मित्र, संबंधी आणि बांधव हे परस्परांची अपेक्षा न करितां दूरदेशीं प्रवास करूं लागतील. युगांतकालीं सर्वही प्राणी नामशेष होऊन जातील, दिशा प्रज्वलित झाल्यासारख्या दिसतील, नक्षत्रें निस्तेज होऊन जातील, तारका प्रतिकूल होऊं लागतील, वायु क्षुब्ध होऊन जाईल,

अत्यंत भयंकर असे अनेक उल्कापात होऊं लागतील, सूर्य आणखी सहा सूर्यांसहवर्तमान लोकांस संतप्त करूं लागेल, वायूवर वायूचा आघात होऊन प्रचंड शब्द व वृष्टि होऊं लागेल, चोहोंकडे दिशांचा दाह होऊं लागेल त्या वेळीं उदयकालीं आणि अस्तकालीं सूर्यास ग्रहण लागेल, भगवान् इंद्र अकाली पर्जन्य-वृष्टि करूं लागेल, व त्यामुळेंच प्रलयकालीं धान्यें उगवेनातशीं होतील. स्त्रिया सदोदित क्रूर भाषण करणाऱ्या,कठोर आणि रोदनप्रिय अशा बनून जाऊन पतीच्या आज्ञेंत वागेनातशा होतील, युगांतकालीं पुत्र आपल्या मातापितरांचा वध करितील आणि पुत्रांचा आश्रय करून स्त्रियाही पतींचा निःपात करितील. हे महाराजा, युगांतकालीं पर्वकालावांचून देखील सूर्याला ग्रहण लागूं लागेल आणि अग्निही सर्वत्र प्रज्वलित होऊं लागेल. ह्या वेळीं पांथस्थ लोक उदक, भोजन आणि वसतिस्थान ह्यांविषयीं याचना करूं लागतील, पण त्यांस तीं प्राप्त होणार नाहींत व लोकांनीं झिडकारून लावल्यामुळें त्यांना मार्गावरच पडून रहावें लागेल. युगांतकाल समीप येऊन ठेपला म्हणजे निर्घाताचे (परस्परांवर आघात करणाऱ्या वायूचे) कर्णकठोर ध्वनि होऊं लागतील. काकपक्षी, सर्प, गृध्र, पशु आणि इतरही पक्षी कर्णकठोर शब्द करूं लागतील. त्या वेळीं लोक मित्र, संबंधी, स्वजन आणि सेवक ह्यांचा त्याग करूं लागतील आणि क्रमाक्रमानें परदेशाचा, दिगंतरांचा, नगरांचा आणि शहरांचा आश्रय करूं लागतील.त्या वेळीं 'हा ताता! हा पुत्रा!' असे अत्यंत भयंकर शब्द जिकडे तिकडे होऊं लागतील. लोक परस्परांविषयीं आक्रोश करीत भूतलावर पर्यटन करूं लागतील. ह्याप्रमाणें जनसमूहांत जिकडे तिकडे दंगा उडून जाऊन युगक्षय सुरू झाल्यानंतर क्रमाक्रमानें लोकांमध्यें ब्राह्मणादिकांचा उत्कर्ष होऊं लागेल. तदनंतर निराळा काल प्राप्त होऊन लोकांची अभिवृद्धि होण्यासाठीं साहजिक रीतीनेंच पुनरपि दैव अनुकूल होईल. ज्या वेळीं सूर्य, चंद्र आणि पुष्यनक्षत्र असणारा बृहस्पति हे एका राशीस येतील, त्या वेळीं कृतयुगाचा आरंभ होईल. त्या वेळीं वेळेवर पर्जन्यवृष्टि होऊं लागेल, नक्षत्रें शुभकारक होतील आणि ग्रह सरल गतीनें जाणारे व अत्यंत फलदायक होतील. त्या वेळीं क्षेम; सुभिक्ष (सुकाळ) आणि आरोग्य ह्यांची उत्पत्ति होऊन रोग नामशेष होऊन जातील. त्या वेळीं कालाच्या प्रेरणेनें महाबुद्धिमान्; अत्यंत उत्साहसंपन्न आणि महापराक्रमी अशा विष्णुयशानामक ब्राह्मणाच्या रूपानें ब्राह्मणांचें वास्तव्य असलेल्या शंभलनामक उत्कृष्ट गांवामध्यें कल्कीचा अवतार होईल. त्याच्या मनांत येतांच सर्व प्रकारचीं वाहनें; आयुधें; योद्धे; शस्त्रें आणि कवचें हीं त्याजपाशीं येतील व तो त्यांसानें विजय संपादन करून चक्रवर्ती राजा होईल; आणि जिकडे तिकडे घोटाळा माजून गेलेल्या ह्या लोकांत लोकक्षयाचा नाश करणारा; उदार बुद्धीचा आणि देदीप्यमान असा तो ब्राह्मण अवतीर्ण होऊन शांतता करील व सर्व घोटाळ्याचा शेवट लावून युगाची परिवृत्ति करील. तो ब्राह्मण ब्राह्मणांचा परिवार बरोबर घेऊन सर्वत्र वास्तव्य करणाऱ्या क्षुद्र अशा सर्वही म्लेंच्छसमुदायांचा उच्छेद करील.

अध्याय एकशें एक्याणवावा.

—:०:—

कृतयुगाचा आरंभ.

मार्कंडेय म्हणाले:—पुढें तो चोरांचा नाश करून अश्वमेध यज्ञामध्यें ब्राह्मणांस ह्या पृथ्वीचें यथाविधि दान करील; व ब्रह्मदेवानें केलेल्या

उत्कृष्ट मर्यादांची स्थापना करून तो पवित्र कीर्ति व कर्में ह्यांनीं युक्त असलेला ब्राह्मण रम्य अशा अरण्यामध्यें प्रवेश करील. तदनंतर जगतांमध्यें वास्तव्य करणारे सर्वही लोक त्याच्याच आचरणाचें अनुकरण करितील. ह्याप्रमाणें ब्राह्मणांनीं चोरांचा वध केला ह्मणजे क्षेम होईल. तो ब्राह्मणश्रेष्ठ कल्कि आपण जिंकून घेतलेल्या देशामध्यें कृष्णाजिनें, आणि शक्ति त्रिशूल इत्यादिक आयुधें स्थापन करील व शत्रूंचा वध करण्यामध्यें आसक्त होऊन ब्राह्मणांस बहुमान देत देत भूमीवर संचार करूं लागेल व ब्राह्मणही त्याची स्तुति करूं लागतील. 'हायरे पुत्रा ! हाय हाय, हे माते ! हायरे पित्या !' इत्यादिक भयंकर आक्रोश करणाऱ्या शत्रूंचा तो संहार करून सोडील. तदनंतर हे भरतकुलोत्पन्ना, कृतयुग प्राप्त झालें ह्मणजे अधर्माचा नाश आणि धर्माची अभिवृद्धि होऊन लोक कर्मनिष्ठ बनतील. कृतयुगामध्यें नानाप्रकारचीं उपवनें, मठ, तलाव, नानाप्रकारचीं सरोवरें, देवमंदिरें आणि यज्ञकर्में होऊं लागतील. ब्राह्मण साधु होतील; मुनिजन तपोनिष्ठ होतील; पूर्वी पाखंडी लोकांसहवर्तमान असलेले लोक आश्रमधर्माप्रमाणें वागूं लागून सत्यनिष्ठ होतील; कोणतींही धान्यें पेरलीं असतां तीं पिकूं लागतील; कोणत्याही ऋतूमध्यें कोणतींही धान्यें पिकूं लागतील; लोक दानांमध्यें, व्रतांमध्यें आणि नियमांमध्यें आसक्त होऊन राहतील; ब्राह्मणांस धर्मकृत्यांविषयीं इच्छा उत्पन्न होऊन ते जप आणि यज्ञ करण्याविषयीं तत्पर होऊन आनंदयुक्त होतील; राजे लोक धर्माचें पालन करूं लागतील; तसेंच कृतयुगामध्यें वैश्य लोक व्यापार करण्यामध्यें आसक्त होऊन राहतील; ब्राह्मण षट्कर्में[1] करण्यामध्यें, क्षत्रिय पराक्रम गाजविण्यामध्यें आणि शूद्र ब्राह्मणादि वर्णत्रयाची सेवा करण्यामध्यें आसक्त होऊन राहतील. कृतयुग, त्रेतायुग आणि द्वापरयुग ह्यांमध्यें अशाच प्रकारचा धर्म चालेल. शेवटच्या युगकालामध्यें अर्थात् कलियुगामध्यें धर्माचें जें स्वरूप असावयाचें तें तुला पूर्वी सांगितलेंच आहे. हे पांडुपुत्रा, युगांची वर्षसंख्या सर्वांना विदितच आहे. हें सर्व भूतभविष्य मीं ऋषींनीं प्रशंसा केलेल्या वायुप्रोक्त पुराणाचें अर्थात् वायुपुराणाचें स्मरण करून सांगितलें आहे. ह्याप्रमाणें दीर्घायुषी असल्यामुळें मीं हे संसारमार्ग अनेक प्रकारें अवलोकन केलेले आहेत व अनुभवलेलेही आहेत; ते तुला कथन केले. हे धैर्यसंपन्ना युधिष्ठिरा, धर्मसंबंधीं संशयाची निवृत्ति होण्यासाठीं तूं आणखीही माझें सांगणें आपल्या बंधूंसहवर्तमान ऐकून घे. हे धार्मिकश्रेष्ठा, तूं आपलें अंतःकरण प्रत्यहीं धर्मावर जडीव. कारण, हे राजा, ज्याचें अंतःकरण धर्मावर जडलेलें असतें, तो इहलोकीं व परलोकीं सुख पावतो. हे निष्पापा, मी तुला आणखीही जे शुभकारक शब्द सांगणार आहें, तेही तूं ऐक. ते असे कीं, तूं केव्हांही ब्राह्मणांचा तिरस्कार करूं नको. कारण, ब्राह्मण क्रुद्ध झाला ह्मणजे तो प्रतिज्ञेनें लोकांना ठार करून सोडील.

मार्कंडेय मुनींचा युधिष्ठिरास उपदेश.

वैशंपायन ह्मणाले:—मार्कंडेय मुनींचें भाषण ऐकून कुरुकुलश्रेष्ठ अत्यंत कांतिमान् व ज्ञानसंपन्न राजा युधिष्ठिर उत्कृष्ट प्रकारचें भाषण करूं लागला. तो ह्मणाला, ' हे मुने, मी प्रजांचें संरक्षण करीत असतांना कोणत्या धर्माप्रमाणें वागलें पाहिजे, आणि मीं कोणत्या प्रकारचें वर्तन केलें असतां स्वधर्मभ्रष्ट होणार नाहीं, हें आपण सांगा. '

१ यजन, याजन, अध्ययन, अध्यापन, दान आणि प्रतिग्रह हीं ब्राह्मणांचीं षट्कर्में होत.

मार्केडेय ह्मणाले:—सर्व प्राण्यांवर दया करणारा, सर्वांचे हित करणारा, त्यांच्यावर प्रेम करणारा, मत्सर न करणारा, सत्यवादी. मृदुपणानें वागणारा, इंद्रियनिग्रहसंपन्न आणि प्रजेचें संरक्षण करण्यामध्यें आसक्त असलेला असा होऊन तूं धर्माचें आचरण कर; व देव आणि पितर ह्यांचें अर्चन करून अधर्माचा त्याग कर. जें कांहीं प्रमादानें तुझ्या हातून अकर्म घडलें असेल, त्याचा, उत्कृष्ट प्रकारचें दान करून तूं नाश कर. उगीच ताठा न बाळगितां सदोदीत कोणातरी योग्य मनुष्याच्या आज्ञेत वागत जा आणि सर्व पृथ्वी जिंकून घेऊन सुखी व आनंदित हो. हा मीं तुला भूत आणि भविष्य काळचा धर्म कथन केला आहे. तुला ह्या भूतलावरील भूत आणि भविष्य ह्यांपैकीं अज्ञात असें कांहींच नाहीं. ह्यास्तव, बा युधिष्ठिरा, तूं अंतःकरणामध्यें असा क्लेश बाळगूं नको. युधिष्ठिरा, सुज्ञ लोक प्रत्यक्ष कालानें पीडा दिली तरीही मोह पावत नाहींत.कारण,हे महाबाहो,अशा प्रकारचा हा काल सर्व स्वर्ववासी देवतांनाही आलेला आहे. युधिष्ठिरा, कालाच्या प्रेरणेनें लोक वेड्यासारखे होऊन जातात. असो; हे. निष्पापा, मीं जें तुला सांगितलें त्याविषयीं तूं शंका बाळगूं नको. हें माझें सांगणें शंका घेण्यासारखें नाहीं. ह्याविषयीं शंका घेतल्यास तुझ्या धर्माचा लोप होईल. हे भरतकुलश्रेष्ठा, तूं प्रख्यात कुरुवंशामध्यें उत्पन्न झालेला आहेस. तेव्हां कायावाचामनेंकरून ह्या सर्व गोष्टींचें आचरण कर.

युधिष्ठिर ह्मणाला:—हे ब्राह्मणश्रेष्ठा,आपण जीं श्रवणमनोहर वाक्यें मला सांगितलीं आहेत, त्यांप्रमाणें वागून, हे प्रभो, मी आपल्या आज्ञेचें प्रयत्नपूर्वक पालन करीन. हे ब्राह्मणश्रेष्ठा प्रभो, मला लोभ, भीति अथवा मत्सर मुळींच नाहीं. ह्यामुळें आपण जें कांहीं मला सांगितलें आहे तें सर्व मी करीन.

वैशंपायन ह्मणाले:—राजा, जनमेजया, ज्ञानसंपन्न मार्केडेयांचें तें भाषण ऐकूनश्रीकृष्णासहवर्तमान पांडव आणि त्या ठिकाणीं जमलेले सर्वही ब्राह्मणश्रेष्ठ अत्यंत आनंदित झाले व ज्ञानसंपन्न मार्केडेय मुनींनीं सांगितलेली ती कथा ऐकून प्राचीन गोष्टींचें ज्ञान झाल्यामुळें ते सर्वहीजण आश्चर्यचकित होऊन गेले.

अध्याय एकशें ब्याण्णवावा.

—:०:—

राजा परीक्षित् व मंडूककन्या सुशोभना.

वैशंपायन ह्मणाले:—पांडुपुत्र युधिष्ठिरानें पुनरपि 'ब्राह्मणांचें माहात्म्य सांगा' असें मार्कंडेयांस म्हटलें. तेव्हां मार्कंडेय म्हणाले—ब्राह्मणांचें हें एक अपूर्व चरित्र ऐक.

पूर्वी अयोध्येमध्यें परीक्षित् नांवाचा एक पृथ्वीपति राजा होता. तो एकदा मृगया करण्यासाठीं गेला.तेथें एका अश्वानिशीं तो मृगाच्या मागें लागला असतां त्या मृगानें त्याला दूरवर नेलें. मार्गांत श्रम झाल्यामुळें राजा क्षुधेनें आणि तृषेनें आक्रांत झाला. इतक्यांत त्या प्रदेशामध्यें त्याला काळाभोर आणि दाट झाडी असलेला वनसमुदाय दिसला. त्यांत शिरतांच त्या वनसमूहाच्या मध्यभागीं त्याला अत्यंत रमणीय सरोवर दिसलें. तेव्हां अश्वासहवर्तमान त्यानें त्या सरोवरामध्यें स्नान केलें. नंतर विश्रांति घेऊन कमलाचे देंठ अश्वाच्या पुढें घालून तो त्या सरोवराच्या तीरावर निजला. त्या वेळीं मधुर असा गीतध्वनि त्याच्या कानावर आला. तो ऐकून तो विचार करूं लागला कीं, 'ह्या ठिकाणीं मनुष्याचा प्रवेश असल्याचें दिसत नाहीं; मग हा गायनध्वनि कोणाचा बरें असावा?' असा तो

विचार करीत आहे इतक्यांत त्याला अत्यंत रूपवती व ह्मणूनच दर्शनीय अशी एक कन्या फुलें वेंचीत आणि गायन करीत आहे अशी दिसली. पुढें ती राजाच्या जवळ आली तेव्हां तो तिला ह्मणाला कीं, 'हे कल्याणि, तूं कोण? कोणाची आहेस?' तिनें उत्तर दिलें, 'मी कुमारिका आहें.' राजा ह्मणाला, 'तर मग मी तुझी अपेक्षा करीत आहें.' हें ऐकून कन्या ह्मणाली, 'माझ्या कांहीं अटी आहेत त्या मान्य केल्यास तुला माझी प्राप्ति होईल; नाहीं तर होणार नाहीं.' तेव्हां राजानें तिला अट विचारली असतां ती कन्या ह्मणाली कीं, 'मला पाणी दाखवितां कामा नये.' हें ऐकून त्या राजानें 'ठीक आहे' असें ह्मणून तिच्याशीं विवाह केला. विवाह केल्यानंतर तो राजा परीक्षित् अत्यंत आनंदित होऊन क्रीडा करीत कांहींएक न बोलतां तिच्या समागमास राहिला. तो राजा त्या ठिकाणींच राहिला असतां त्याचें सैन्य तेथें आलें व तेथें बसलेल्या राजाच्या सभोंवतीं उभें राहिलें. पुढें राजाही मृदु आस्तरण घातलेल्या पालखींत बसून तिच्यासहवर्तमान आपल्या नगराकडे आला व तेथेंही एकांतामध्यें तिजसहवर्तमान राहूं लागला; जवळ असणाऱ्याही कोणा मनुष्याला त्याचें दर्शन होईनासें झालें. हें पाहून त्याच्या मुख्य प्रधानानें राजासमीप असणाऱ्या स्त्रियांना विचारिलें कीं, 'असें होण्याचें कारण काय?' हें ऐकून त्या स्त्रिया ह्मणाल्या कीं, 'आह्मांला देखील हें अगदीं अपूर्व दिसत आहे कीं, ह्या ठिकाणीं पाणी ह्मणून नेले जात नाहीं!' हें ऐकून अमात्यानें एक जलविरहित असें वन तयार केलें. त्यांत उत्कृष्ट प्रकारचे वृक्ष असून अनेक पुष्पें, फलें व मूलें होती. त्याच्या हद्दीच्या मध्यभागीं गुप्त, चुन्याचा गिलावा केलेली आणि मोत्यांच्या समुदायांनीं खचलेली अशी एक विहीर तयार केली आणि एकांतांत जाऊन राजास सांगितलें कीं, 'हें वन फार उत्कृष्ट प्रकारचें आहे; तेव्हां आपण तेथें उत्तम प्रकारें विहार करा.' हें ऐकून तो राजा त्या राणीसहवर्तमान त्या अरण्यांत गेला. कोणे एके समयीं त्या रम्य अरण्यामध्यें त्यानें तिच्यासहवर्तमान क्रीडा केली. ह्यामुळें श्रमून जाऊन तो क्षुधा आणि तृषा ह्यांनीं पीडित होऊन गेला. इतक्यांत त्याला एक मोगऱ्यांचा मंडप दिसला. तेव्हां तो त्या आपल्या प्रियेसहवर्तमान त्या मंडपांत गेला असतां त्याला चुनेगच्ची, स्वच्छ आणि पाण्यानें भरलेली विहीर दिसली. ती पाहतांच तो त्या आपल्या राणीसहवर्तमान तिच्या तीरावर उभा राहिला आणि आपल्या राणीला ह्मणाला कीं, 'ह्या विहिरीच्या उदकामध्यें तूं बेतानें उतर.' हें त्याचें भाषण ऐकून ती त्या विहिरीमध्यें उतरली आणि जी बुडाली ती पुनः वर आली नाहीं. तेव्हां राजा तिचा शोध करूं लागला, तरी ती त्याला कोठें दिसेना. नंतर त्यानें त्या विहिरींतील सर्व पाणी काढून टाकिलें असतां त्याला एका बिळाच्या तोंडाशीं एक बेडूक दिसला. हें पाहून क्रुद्ध होऊन राजानें आज्ञा केली कीं, 'चोहोंकडचे बेडूक ठार करून टाकावे; आणि ज्याला माझी जरूर असेल त्यानें मेलेले बेडूक नजराणा ह्मणून घेऊन मजकडे यावें!' अशी आज्ञा होतांच सर्वत्र बेडकांचा भयंकर रीतीनें वध होऊं लागला. हें पाहून बेडकांना भीति उत्पन्न झाली आणि त्यांनीं आपल्या राजाला घडलेलें तें वर्तमान जसेंचें तसें निवेदन केलें. तेव्हां तो बेडकांचा राजा तापसाचा वेष घेऊन राजाकडे आला व ह्मणाला, 'राजा, क्रोधाच्या अधीन होऊं नको; प्रसन्न हो. बेडकांचा कांहीं अपराध नाहीं, ह्यामुळें त्यांचा

वध करणें हें तुला योग्य नाहीं. ह्याविषयीं दोन श्लोकही आहेत, ते असेः हे नीतिभ्रष्ट न होणाऱ्या राजा, बेडकांचा वध करण्याची इच्छा करूं नको; आपला कोप आवरून धर. अज्ञ लोकांचें द्रव्य जरी विपुल असलें तरीं त्यांचा नाश होत असतो. तूं प्रतिज्ञा कर आणि जरी बेडूक दिसले तरी त्यांच्यावर कोप करूं नको. पुरे झालें तुझें हें अधर्माचें कृत्य ! हे बेडूक मारल्यानें तुला काय फलप्राप्ति होणार आहे ?'

तो असें बोलूं लागला असतां, प्रियजनाविषयींच्या शोकानें अंतःकरण व्याप्त झालेला तो राजा त्याला ह्मणाला कीं, 'मी कांहीं क्षमा करावयाचा नाहीं. मी त्यांना ठार करणारच ! ह्या दुष्टांनीं माझी प्रिया भक्षण केली. ह्यामुळें मला सर्व प्रकारें ह्या बेडकांचा वध करणें योग्य आहे. हे विद्वन्, ह्या कामीं आपण मला भीड घालूं नका.' हें त्या राजाचें वाक्य ऐकून त्याच्या प्रत्येक इंद्रियाला आणि अंतःकरणाला पीडा होऊं लागली व तो ह्मणाला कीं, 'हे राजा, प्रसन्न हो. मी आयु ह्या नांवाचा बेडकांचा राजा आहे. तुझी जी राणी ती सुशोभना नांवाची माझी कन्या होय. तिचा स्वभावच असा दुष्ट आहे. व ह्मणूनच तिनें पूर्वीं अनेक राजांना फसविलें आहे.' हें ऐकून राजा त्याला ह्मणाला कीं, 'मला तिची जरूर आहे. तीच तूं मला दे.' पुढें पित्यानें—त्या मंडूकराजानें—राजा परीक्षितास ती आपली कन्या दिली आणि तिला 'राजाची सेवा कर.' असें सांगितलें, व पुनः क्रुद्ध होऊन त्यानें आपल्या कन्येला शाप दिला कीं, 'ज्या अर्थीं तूं अनेक राजांना फसविलें आहेस, त्या अर्थीं तुझ्या त्या खोटेपणामुळें तुला ब्रह्मद्वेष करणारीं अपत्यें होतील.'

राजा परीक्षिताचें अंतःकरण तिच्या संभोगसंबंधीं गुणांच्या योगानें जखडून गेल्यासारखें झालें असल्यामुळें तिची प्राप्ति होतांच त्याला त्रैलोक्याचें ऐश्वर्य मिळाल्यासारखें वाटलें व आनंदानें कंठ दाटून येऊन त्यानें त्या मंडूकराजाचा बहुमान करून 'आपण मजवर अनुग्रह केला आहे' असें त्यास ह्मटलें. पुढें तो मंडूकराज आपल्या कन्येचा निरोप घेऊन आल्या मार्गानें निघून गेला. पुढें कांहीं काल निघून गेल्यानंतर त्या राजा परीक्षिताला तिच्या ठिकाणीं शल, दल आणि बल असे तीन पुत्र झाले. पुढें योग्य वेळीं ज्येष्ठ पुत्र शल ह्यास राज्याभिषेक करून पिता राजा परीक्षित् अंतःकरणांत तपश्चर्या करण्याविषयींचा निश्चय करून अरण्यांत निघून गेला.

परीक्षित्पुत्रचरित.

इकडे कोणे एके कालीं शल मृगया करीत असतां मृग पाहून तो त्याच्यामागून रथांतून धावूं लागला आणि 'मला लवकर घेऊन चल.' असें आपल्या सारथ्यास ह्मणाला. हें ऐकून सारथ्यानें उत्तर दिलें कीं, 'आपण ह्याच्या मागें लागूं नका. कारण, जरी आपल्या रथाला वामी नांवाचे अश्व जोडले तरीही आपणाला हा मृग धरितां येणार नाहीं.' हें ऐकून राजा सारथ्याला ह्मणाला, 'वामी ते कोण हें मला सांग.' राजा असें ह्मणाल्यामुळें सारथ्याला एकीकडून त्याचें भय वाटलें व दुसरीकडून अश्वांची माहिती द्यावी तर ते अश्व वामदेवांचे असल्यामुळें तो शाप देईल अशीही त्याला भीति वाटूं लागली. ह्यामुळें त्यानें राजाला कांहींही सांगितलें नाहीं. तेव्हां पुनरपि त्या राजानें खड्ग उगारून त्याला ह्मटलें कीं, 'लवकर सांग, नाहीं तर तुला ठार करीन.' तेव्हां राजाच्या भीतीनें ग्रस्त होऊन सारथ्यानें सांगितलें कीं, 'वामदेवाचे अंतःकरणाइतका वेग असलेले वामी नांवाचे दोन अश्व आहेत.' त्यानें असें

भाषण करितांच राजानें त्याला 'वामदेवाच्या आश्रमाकडे चल' असें सांगितलें. पुढें तो राजा वामदेवाच्या आश्रमांत जाऊन त्या मुनीला म्हणाला कीं, 'हे भगवन्, मीं विद्ध केलेला मृग पळून जात आहे, तेव्हां आपण आपले वामीनामक अश्व देण्याच्या रूपानें माझा बहुमान करा.'

ऋषीनें उत्तर दिलें कीं, 'मी तुला वामी नामक अश्व देतों. परंतु काम केल्यानंतर तूं ते सत्वर माझे मजकडे आणून दिले पाहिजेस.' तेव्हां 'ठीक आहे.' असें सांगून तो मृगाकडे जातांना सारथ्यास म्हणाला कीं, हे सूता, हे अश्व अगदीं रत्नासारखे असल्यामुळें ब्राह्मणांना योग्य नाहींत. तेव्हां हे वामदेवाला परत द्याव-याचे नाहींत!' असें बोलून मृग ग्रहण करून आपल्या नगरांत आल्यानंतर त्यानें ते अश्व अंतःपुरांत ठेविले. इकडे ऋषि विचार करूं लागला कीं, 'हा तरुण राजपुत्र उत्कृष्ट प्रकारचीं वाहनें मिळाल्यामुळें रममाण होऊन राहिला असून तीं परत देत नाहीं, हें किती तरी कष्टदायक आहे!' असा मनामध्यें विचार करून अश्व दिल्यास एक महिना पूर्ण झाल्यानंतर तो शिष्याला म्हणाला कीं, 'आत्रेया, जा आणि राजाला सांग कीं, जर तुझें काम पुरें झालें असेल तर आमच्या गुरुजींचे वामी—नामक अश्व परत दे.' हें ऐकून त्यानें जाऊन राजाला तसें कळविलें. तेव्हां राजानें उत्तर दिलें कीं, 'हें वाहन राजाचें आहे.- अशा प्रकारच्या रत्नांचा उपभोग घेण्यास ब्राह्मण योग्य नाहींत. ब्राह्मणांना अश्व घेऊन काय करावयाचे आहेत? तूं आपला बऱ्या गोष्टीनें परत जा.' हें ऐकून त्यानें तें राजाचें उत्तर आपल्या गुरुजींस जाऊन कळविलें. तें अप्रिय भाषण ऐकतांच वामदेवाचें अंतःकरण कोपानें व्याप्त होऊन गेलें तेव्हां त्यानें स्वतःच जाऊन अश्व देण्याविषयीं राजाला सांगितलें. तरीही राजानें दिले नाहींत हें पाहून वामदेव म्हणाला, 'हे राजा, माझे अश्व परत दे. कारण, ह्यांनीं तुझें अशक्य असेंही कार्य केलेलें आहे. तूं ब्राह्मण आणि क्षत्रिय ह्यांच्यामध्यें फाटाफूट करण्याविषयीं उद्युक्त व्हावेंस आणि वरुणानें भयंकर पाशांच्या योगानें तुझा वध करावा असा प्रसंग येऊं नये.'

राजा म्हणाला:—वामदेवा, सुस्वभावाचे आणि उत्कृष्ट प्रकारें गरीब असलेले बैल हेंच ब्राह्मणांचें वाहन होय. तेव्हां तेच जोडून तूं जिकडे वाटेल तिकडे जा; किंवा तुझ्यासारख्याला वाहनांची जरूरच नाहीं. कारण, प्रत्यक्ष गायत्र्या-दिक छंद (वृत्तांच्या अधिष्ठात्या देवता) तुज-सारख्याला वाहून नेतात.

वामदेव म्हणाला:—स्वर्गलोकांमध्यें जे म्हणून छंद आहेत ते सर्वही मजसारख्याला वाहून नेतात हें खरें आहे. तरी पण, हे राजा, इहलोकांमध्यें माझे आणि मजसारख्या दुसऱ्याही लोकांचे अश्व हेंच वाहन आहे.

राजा म्हणाला:—चार गर्दभ, चार खेंचर-स्त्रिया किंवा चार वायुवेगी अश्व तुला वाहून नेतील, त्यांतून तूं जा. हें वाहन क्षत्रियांचें आहे. सारांश, हे वामी माझेच आहेत; तुझे नव्हत असें समज.

वामदेव म्हणाला:—हे राजा, ब्राह्मणाच्या वस्तूवर उपजीविका करणें हें फार भयंकर आहे, असें सांगितलेलें आहे. तेव्हां जर तूं माझे अश्व देत नसशील तर लोखंडासारखे बळकट शरीर असलेले, धिप्पाड, भयंकर आणि क्रूर कर्मे करणारें व हातीं तीक्ष्ण शूल घेतलेले असे मी तुजवर सोडलेले चार राक्षस तुझा वध करण्याची इच्छा करतील व तुझे चार तुकडे करून चोहों दिशांस घेऊन जातील!

राजा म्हणाला:—वामदेवा, तूं ब्राह्मण वाणीनें, क्रियेनें किंवा अंतःकरणानें माझा वध

करीत आहेस असें ज्यांना कळून येईल, ते माझे लोक माझ्या प्रेरणेवरून हातीं तीक्ष्ण शूल आणि खड्गें घेऊन ह्या ठिकाणींच तुला शिष्यांसहवर्तमान भूमीवर लोळवितील !

वामदेव ह्मणालाः—हे राजा, तूं हे माझे वामी 'पुनः देईन' असें कबूल करून मागून घेतलेले आहेस. तेव्हां जर तुला आपण जिवंत राहणें योग्य वाटत असेल, तर ते माझे वामी अश्व मला सत्वर परत दे.

राजा ह्मणालाः—मृगया ही ब्राह्मणाकरितां निर्माण झालेली नाहीं; अर्थात् मृगयेच्या उपयोगी असणारे हे अश्व तुजपाशीं असावयाचें कारण नाहीं. असो; तूं जरी हें खोटें बोलत आहेस तरीही मी तुला आजपासून दंड करणार नाहीं; इतकेंच नव्हे, तर तुझी प्रत्येक आज्ञा लक्ष्यपूर्वक ऐकून, हे ब्रह्मनिष्ठा, मी पुण्यकारक असे लोक संपादन करीन.

वामदेव ह्मणालाः—ब्राह्मण तपश्चर्येनें युक्त असतात. ह्यामुळें ते वाणीनें, मनानें अथवा कर्मानें कोणी केव्हांही दंड करण्यास योग्य होत नाहींत. ह्याचें ज्याला ज्ञान असेल तो त्या ज्ञानाच्या योगानें श्रेष्ठ आणि आयुष्यसंपन्न होतो व जे असें समजत नाहींत ते अर्थातच अल्पायुषी बनतात.

मार्केडेय ह्मणाले:—हे राजा, वामदेवानें असें भाषण करितांच भयंकर स्वरूप धारण करणारे राक्षस त्या ठिकाणीं निर्माण झाले; व हातामध्यें शूल धारण करणारे ते राक्षस त्या राजाला बांधूं लागले. तेव्हां तो मोठ्यानें असें भाषण करूं लागलाः 'हे ब्रह्मन्, जर इक्ष्वाकुकुलोत्पन्न पुरुष, माझा बंधु, दल आणि प्रजानन हे माझ्या आज्ञेंत वागणारे आहेत, तर मी तुझे अश्व मुळींच सोडणार नाहीं. कारण, पराक्रमशाली पुरुष अशा प्रकारें वागत नसतात !' इतकें तो बोलत आहे तोंच राक्षसांनीं त्याला ठार केलें, ह्यामुळें तो भूमीवर पडला ! राजाचा निःपात केला आहे हें समजून येतांच इक्ष्वाकुकुलोत्पन्न पुरुषांनीं दलास राज्याभिषेक केला. तेव्हां तो ब्राह्मण वामदेव त्या दलराजाकडे जाऊन त्याला ह्मणाला कीं, 'राजा, ब्राह्मणांना दान करावें असें प्रत्येक धर्मग्रंथांत लिहिलेलें आमच्या पाहण्यांत आहे. तेव्हां जर तुला अधर्माची भीति वाटत असेल तर, हे नरश्रेष्ठा, तूं आज माझे वामी मला दे.' हें वामदेवाचें भाषण ऐकून तो राजा क्रोधानें आपल्या सारथ्यास ह्मणाला कीं, 'हे सूता, मला एक असा विलक्षण विषलिप्त बाण दे कीं, ज्या योगानें विद्ध होतांच हा वामदेव भूमीवर पडून राहील आणि कुत्रे खाऊं लागल्यामुळें अत्यंत व्याकूळ झालेला दृष्टीस पडेल !'

वामदेव ह्मणालाः—राजा, तुला पट्टराणीच्या ठिकाणीं एक श्येनजित् नांवाचा पुत्र झाला असून तो दहा वर्षांचा आहे हें मला माहीत आहे. तेव्हां माझ्या भाषणानें तुझ्या अंतःकरणांत प्रेरणा होऊन तूं त्या भयंकर बाणांनीं आपल्या प्रिय पुत्राला ठार करशील !

मार्कंडेय ह्मणाले:—हे राजा, वामदेवानें असें भाषण करितांच दलानें सोडलेला तो तीव्र तेज असलेला बाण अंतःपुरांत गेला व त्यानें राजपुत्राचा प्राण घेतला ! ही वार्ता ऐकून दल भाषण करूं लागला. तो ह्मणाला, 'हे इक्ष्वाकुकुलोत्पन्नहो, मी आपलें प्रिय करीत नाहीं. कारण, मी आज ह्या ब्राह्मणाला क्लेश देदेऊन ठार करणार ! आणा दुसरा तीव्र तेज असलेला बाण ! आणि हे पृथ्वीपतींनो, पहा आज माझें वीर्य !'

वामदेव ह्मणालाः—हे नराधिपते, ज्या अर्थीं तूं हा विषलिप्त भयंकर बाण मजवर सोडण्यासाठीं धनुष्यास जोडीत आहेस, त्या अर्थीं तुला ही

शरवृष्टि करितां येणार नाहीं अथवा धनुष्यास बाणही जोडतां येणार नाहीं.

राजा ह्मणाला:—हे इक्ष्वाकुकुलोत्पन्नहो, पहा, पछाडलें मला ह्यानें! आतां मला बाण सोडतां येईनासा झाला! तेव्हां आतां ह्याचा नाश करण्याविषयीं मला उत्साह वाटत नाहीं. हा आयुष्यमान् वामदेव जिवंत राहूं दे.

वामदेव ह्मणाला:—'राजा, तूं ह्या बाणाच्या योगानें आपल्या ह्या पट्टराणीला स्पर्श केलास ह्मणजे ह्या पातकापासून मुक्त होशील.' हें ऐकून राजानें तसें केलें, तेव्हां राजपुत्री वामदेव मुनींस ह्मणाली.

राजपुत्री ह्मणाली:—वामदेवा, मी ज्या अर्थी ह्या माझ्या पतीला प्रत्यहीं अमुक क्रिया घातुक आहे असें उपदेशपूर्वक सांगत होतें, आणि ब्राह्मणाचें प्रिय करण्याचे उपाय शोधीत होतें, त्या अर्थीं, हे ब्रह्मनिष्ठा, मला आतां पुण्यमय अशा लोकाची प्राप्ति व्हावी.

वामदेव ह्मणाला:—हे सुलोचने, तूंच खरो खर ह्या राजकुलाचें संरक्षण केलें आहेस. तेव्हां तूं अप्रतिम असा वर माग. तो मी तुला देतों. हे अनिंदिते राजपुत्रि, तूं स्वकीयांचें आणि ह्या इक्ष्वाकुराज्याचेंही पालन कर.

राजपुत्री ह्मणाली:— भगवन्, मी आतां असा वर मागतें कीं, 'हा माझा पति पापमुक्त व्हावा; आणि, हे द्विजश्रेष्ठा, आपण पुत्र आणि बांधव ह्यांनीं युक्त असणाऱ्या ह्या माझ्या पतीचें कल्याण चिंतन करावें.'

मार्कंडेय ह्मणाले:—हे कुरुकुलश्रेष्ठा, राजपुत्रीचें हें भाषण ऐकून त्या मुनीनें 'ठीक आहे' असें सांगितलें. तेव्हां त्या राजानें आनंदित होऊन व नमस्कार करून त्याला ते वामीनामक अश्व अर्पण केले.

अध्याय एकशें त्र्याण्णवावा.

—:०:—

इंद्रबकसंवाद व दीर्घायुषी पुरुषांचीं सुखदुःखें.

वैशंपायन ह्मणाले:—जनमेजया, नंतर ऋषि, ब्राह्मण आणि युधिष्ठिर ह्यांनीं मार्कंडेयांस 'बक मुनि कशाच्या योगानें दीर्घायुषी झाला?' असें विचारलें असतां मार्कंडेय त्या सर्वांना सांगूं लागले कीं, 'राजर्षि बक महातपस्वी आणि दीर्घायुषी होता, ह्याविषयीं चर्चा करण्याचें मुळीं कारणच नाहीं.' जनमेजया, हें ऐकून कुंतीपुत्र धर्मराज युधिष्ठिर आपल्या बंधूंसहवर्तमान मार्कंडेयांस विचारूं लागला कीं, 'हे भगवन्, बक आणि दाल्भ्य हे उभयतां महात्मे ऋषि दीर्घायुषी असून देवाधिपति इंद्राचे मित्र व लोकमान्य होते असें ऐकिवांत आहे. तेव्हां बकाचा आणि इंद्राचा जो समागम झाला व त्यामध्यें जें कांहीं त्यांना सुखदुःख झालें, त्याविषयींचा वृत्तांत ऐकण्याची आह्मांला इच्छा आहे; तरी आपण तो बरोबर रीतीनें कथन करा.'

मार्कंडेय ह्मणाले:—राजा, अंगावर रोमांच उभे राहण्यासारखा देव आणि दैत्य ह्या उभयतांमध्यें संग्राम झाला असतां इंद्राला तीनही लोकांचें आधिपत्य प्राप्त झालें. त्या वेळीं पर्जन्य उत्कृष्ट प्रकारें पडूं लागल्यामुळें धान्याची उत्तम प्रकारें समृद्धि होऊं लागली व लोक अत्यंत धर्मनिष्ठ, निरोगी आणि नीतिसंपन्न बनले. सर्वही लोक आनंदित होऊन आपल्या धर्माप्रमाणें वागूं लागले. तेव्हां सर्व प्रजा आनंदित झाल्या आहेत असें पाहून, हे राजा, बल दैत्याचा नाश करणारा देवाधिपति इंद्र आनंदित झाला आणि ऐरावतावर आरोहण करून त्या आनंदित झालेल्या लोकांस अवलोकन करूं लागला. विचित्र आश्रम, नानाप्रकारच्या उत्कृष्ट नद्या, ऐश्वर्यसंपन्न नगरें, खेडीं, देश, प्रजापालन कर-

ण्याविषयीं चतुर व धर्माप्रमाणें वर्तन करणारे राजे, टाकीं, पाणपोया, विहिरी, तलाव आणि नानाप्रकारचीं वेदप्रतिपादित आचरणें करणाऱ्या ब्राह्मणश्रेष्ठांनीं सेवन केलेलीं सरोवरें अवलोकन केल्यानंतर, हे राजा, इंद्र रम्य अशा पृथ्वीवर उतरला; आणि तेथें रमणीय अशा पूर्वदिशेस समुद्रासमीप अनेक प्रकारच्या वृक्षांनीं व्याप्त असलेल्या उत्कृष्ट प्रदेशामध्यें पशुपक्ष्यांचें वास्तव्य असलेलें एक रम्य आश्रमस्थान पाहून त्या ठिकाणीं त्यानें बक मुनींचें दर्शन घेतलें. देवेंद्रास पाहतांच बक मुनीच्या अंतःकरणास आनंद झाला; व पाद्य, आसन, अर्घ्यदान, फळें आणि मूळें ह्यांच्या योगानें त्यानें इंद्राचें पूजन केलें. पुढें स्वस्थ बसल्यानंतर बलदैत्यनाशक वरप्रद देवाधिपति इंद्र बक मुनीला विचारूं लागला कीं, ' हे निष्पापा, तुझ्या जन्माला एक लक्ष वर्षें होऊन गेलीं. तेव्हां, हे ब्रह्मनिष्ठा, दीर्घायु मनुष्याला दुःख काय असतें तें मला सांग. '

बक ह्मणालाः—दीर्घायु मनुष्याला अप्रिय लोकांचा सहवास घडतो, प्रिय जनांचा वियोग होतो आणि असज्जनांशीं व्यवहार करावा लागतो, हें दुःख आहे. तसेंच पुत्र, स्त्रिया, ज्ञाति आणि सुहृद् ह्यांचाही विनाश झाल्यामुळें त्याला कष्टदायक पराधीनपणा भोगावा लागतो; ह्याहून अधिक दुःख तें काय असावयाचें ? मनुष्य द्रव्यशून्य झाला ह्मणजे दुसरे लोक त्याचा अनादर करूं लागतात, ह्याहून मला ह्या त्रैलोक्यामध्यें अधिक दुःखकारक असें कांहीं वाटत नाहीं. दीर्घायु मनुष्यांना, जे लोक कुलीन नसतात त्यांना कुलीनपणा आला आहे, व जे कुलीन असतील त्यांच्या कुलीनत्वाचा क्षय झाला आहे, हें व कित्येकांचा समागम आणि कित्येकांचा वियोग हीं पहावीं लागतात. हे देवा शतक्रतो, (इंद्रा,) कुलीन नसणारे लोक ऐश्वर्यसंपन्न झाले ह्मणजे त्यांचें कुल कसें बदलतें हें तुला प्रत्यक्ष माहीतच आहे. देव, दानव, गंधर्व, मनुष्य, सर्प आणि राक्षस ह्यांचा देखील संपत्तीमुळें विपर्यास होतो; ह्याहून अत्यंत दुःखकारक तें काय असावयाचें ? सत्कुलामध्यें उत्पन्न झालेल्या लोकांस दुष्कुलामध्यें निर्माण झालेल्या लोकांच्या अनुरोधानें वागावें लागतें; पण ते द्रव्यसंपन्न लोक त्या दरिद्र्यांचा अवमान करितात ह्याहून अधिक दुःखदायक तें काय असणार ? लोकांमध्यें हा विपरीत प्रकार पुष्कळ विस्तृतपणें दिसून येतो कीं, ज्यांना मुळींच ज्ञान नाहीं ते सुखी असतात आणि जे ज्ञानी आणि चतुर असतील ते क्लेश पावत असतात. सारांश, ह्या लोकांमध्यें मनुष्यपणा हा अनेक दुःखांनीं पूर्ण असल्यामुळें अत्यंत दुःखदायक आहे असें दिसून येतें.

इंद्र ह्मणालाः—हे महाभागा देवर्षिगणसेविता ब्रह्मनिष्ठा, तूं मला पुनरपि दीर्घायुषी लोकांना सुख कोणतें असतें तें सांग.

बक ह्मणालाः—आठ अथवा दहा दिवसांनीं एक वेळ कां होईना, मनुष्य आपल्या घरीं केवळ भाजी शिजवून त्यावर निर्वाह करितो, परंतु तो मित्र ह्मणविणाऱ्या दुष्ट लोकांचा आश्रय करीत नाहीं, ह्याहून अत्यंत सुखदायक असें दुसरें काय आहे ? इंद्रा, असें करण्यांत त्याला दिवस किती झाले ह्याची कोणी गणना करीत नाहीं, अथवा तो मोठा खादाड आहे असेंही कोणी ह्मणत नाहीं. हेंच आपल्या घरामध्यें नुसती भाजी जरी उकडून खाल्ली तरी त्यामध्यें सुख आहे. कोणाचाही अवलंब न करितां स्वतःच्या वीर्यावर संपादन केलेलें एखादेंच फळ अथवा एखादीच भाजी कां होईना, आपल्या गृहामध्यें सुखानें खाणें हें श्रेयस्कर होय. पण प्रत्यहीं तिरस्कार

भोगून परक्याच्या गृहामध्यें अत्यंत मिष्ट असेंही अन्न भक्षण करीत राहणें श्रेयस्कर नाहीं. असें ह्याविषयीं सज्जनांचें मत आहे. जो मनुष्य घरीं केवल पाणी पिऊन रहावें लागतें ह्मणून कुत्र्याप्रमाणें परान्न भक्षण करून राहण्याची इच्छा करितो, त्या दुष्ट आणि दैन्यसंपन्न मनुष्याच्या त्या भोजनाला धिक्कार असो! जो ब्राह्मणश्रेष्ठ अतिथि आणि पितर ह्यांना दान करून अवशिष्ट राहिलेलें अन्न भक्षण करितो, त्याच्या त्या कृत्याहून सुखकारक असें दुसरें काय आहे? इंद्रा प्रत्यहीं अतिथीला अर्पण करून त्याच अन्नांतील अवशेष भक्षण करणें ह्याहून अत्यंत मिष्ट आणि पवित्र असें दुसरें कांहींही नाहीं. ब्राह्मण अन्नाचे जितके ग्रास सदोदीत भक्षण करतो, तितकीं हजार गोप्रदानें केल्याचें फल अन्नदात्यास मिळतें; आणि त्यानें तारुण्यामध्यें जें पातक केलें असेल तें सर्व निःसंशय नष्ट होऊन जातें. दक्षिणा मिळवून भोजन केलेल्या ब्राह्मणाच्या हातांत असणारें जें जल, तें आपल्या शरीरावर सिंचन करणारा मनुष्य तत्काल पापमुक्त होतो.

ह्या व आणखी अशाच दुसऱ्या अनेक उत्कृष्ट गोष्टी बकमुनीशीं केल्यानंतर इंद्र त्याचा निरोप घेऊन स्वर्गास निघून गेला.

अध्याय एकशें चौऱ्याणवावा.

—:०:—

क्षत्रियमहात्म्य.

वैशंपायन ह्मणाले:—तदनंतर पुनरपि पांडव मार्कंडेयांना म्हणाले कीं, 'आपण आम्हांला ब्राह्मणांचें माहात्म्य सांगितलें; आतां क्षत्रियांचें माहात्म्य ऐकावें अशी आमची इच्छा आहे.' हें ऐकून महर्षि मार्कंडेय त्यांना म्हणाले, "ऐक. आतां मी तुम्हांला क्षत्रियांचें माहात्म्य सांगतों. कुरुकुलामध्यें उत्पन्न झालेला सुहोत्र नांवाचा एक राजा महर्षींची भेट घेऊन परत येत असतां त्याला उशीनरपुत्र राजा शिबि हा समोरून रथांतून येत आहे असें दिसलें. पुढें उभयतांची गांठ पडल्यानंतर त्यांनीं वयाच्या मानानें परस्परांचा बहुमान केला; व परस्परांचाही मान सारखाच आहे असें समजून त्यांनीं परस्परांस मार्ग दिला नाहीं. इतक्यांत नारद तेथें प्रकट झाले आणि म्हणाले कीं, 'अरे, तुम्ही परस्परांचे मार्ग अडवून राहिले आहां हें काय?' तेव्हां त्यांनीं नारदांना सांगितलें कीं, 'ही गोष्ट होणार नाहीं. कारण, धर्माचरण करणाऱ्या वगैरे लोकांनीं जो आपल्याहून श्रेष्ठ असेल त्याला अथवा जो सामर्थ्यसंपन्न असेल त्याला मार्ग द्यावा, असें सांगितलें आहे. आम्ही तर परस्परांचे मित्र झालों आहों. ह्यामुळें लक्ष्यपूर्वक पाहिलें असतां आम्हांतील उत्कृष्टनिकृष्ट भाव नष्ट होऊन गेला आहे. तेव्हां मार्ग कोणी कोणाला द्यावयाचा?' त्यांनीं असें भाषण केलें असतां नारदांनीं तीन श्लोक म्हटले: "हे कुरुकुलोत्पन्ना, क्रूर मनुष्य सुकुमार अंतःकरणाच्या मनुष्यास, सुकुमार अंतःकरणाचा मनुष्य क्रूर मनुष्यास, सज्जनही असज्जनांस आणि असज्जनही सज्जनांस मार्ग देत असतात. मग तुह्मां उभयतांपैकीं एकास मार्ग कां मिळूं नये? तशांत तुम्ही दुसऱ्यावर शेंकडोपट उपकार अधिक करावे इतकेंच नव्हे, तर ते कितीपट अधिक करावे याचा देवामध्येंही निश्चय ठरलेला नाहीं. सारांश, उपकार ह्या दृष्टीनें तरी मार्ग दिला पाहिजे. शिवाय, औशीनर हा तुजपेक्षां स्वभावानें चांगला आहे. तसेंच, हे राजा, दान करून कृपणाला, सत्य भाषण करून असत्य भाषण करणाऱ्याला, क्षमा करून क्रूर कर्म करणाऱ्या मनुष्याला आणि चांगलें कर्म

करून दुष्कर्मे करणाऱ्या मनुष्याला जिंकावें असें आहे. सारांश, तुम्ही उभयतांही औदार्य-संपन्न आहां. तथापि आतां तुम्हां उभयतां पैकीं ज्या कोणा एकाला वाटेल त्यानें बाजूस व्हावें. ह्या योगानेंच श्रेष्ठत्वाची परीक्षा होणार आहे." इतकें बोलून नारद स्तब्ध राहिले. तेव्हां त्यांचें तें भाषण ऐकून कुरुकुलोत्पन्न सुहोत्रानें शिबीला प्रदक्षिणा घालून मार्ग देऊन व अनेक कृत्यांबद्दल त्याची प्रशंसा करून प्रयाण केलें. हें राजाचें माहात्म्य नारदांनीं सांगितलें."

अध्याय एकशें पंचाणवावा.

—:०:—

ययातीचें औदार्य.

मार्कंडेय म्हणाले:—हें आणखी दुसरें ऐका. पूर्वी नहुषपुत्र ययाति राजा राज्य करीत होता. तेव्हां कोणे एके कालीं तो नगरवासी जनामध्यें बसला असतां एक ब्राह्मण गुरुदक्षिणा मागण्याच्या इच्छेनें त्याजकडे येऊन म्हणाला कीं, 'राजा, मी कांहीं अटींवर तुजकडे गुरुदक्षिणेसाठीं भिक्षा मागणार आहें.' हें ऐकून राजा ह्मणाला, 'भगवंतांनीं अट काय ती सांगावी.'

ब्राह्मण ह्मणाला:—हे राजा, ह्या मृत्यु लोकामध्यें कोणाही मनुष्याकडे याचना केली तर तो याचकाचा द्वेष करितो. तेव्हां मी तुला असें विचारितों कीं, हे राजा, मला जें कांहीं इष्ट आहे तें तूं आज कसें देणार ?

राजा ह्मणाला:—हे दानार्हा, मीं दान केल्यानंतर तें केल्याविषयीं केव्हांही बोलत नाहीं माझ्या घरीं याचकानें मागण्यास अयोग्य अशी कांहीं वस्तु आहे असें माझ्या ऐकिवांत नाहीं. सारांश, मजपाशीं जें कांहीं आहे तें सर्व याचकांनीं मागण्यासारखें व मिळण्यासारखें आहे. शिवाय, याचकाची याचना ऐकून त्यास अभीष्ट असलेली वस्तु अर्पण केल्यानें मला अत्यंत सुख होतें. याचना करणारा ब्राह्मण मला फार प्रिय आहे. ह्यास्तव मी तुला हजार गाई देतों. याचना करणाऱ्या मनुष्याविषयीं माझें अंतःकरण क्रुद्ध होत नाहीं व कोणतीही वस्तु याचकास अर्पण केल्यास मला तिजविषयीं हळहळ वाटत नाहीं. इतकें बोलून राजानें त्या ब्राह्मणाला हजार गाई दिल्या. ह्यामुळें ब्राह्मणालाही त्या सहस्र धेनु मिळाल्या.

अध्याय एकशें शहाण्णवावा.

—:०:—

वृषदर्भाचा दानधर्म.

वैशंपायन ह्मणाले:—'पुनरपि क्षत्रियांचें माहात्म्य सांगा' असें पांडुपुत्र युधिष्ठिर म्हणाला. तेव्हां मार्कंडेय मुनि सांगूं लागले:—हे महाराजा, वृषदर्भ आणि सेदुक ह्या नांवांचे दोन राजे नीतिमार्गामध्यें आसक्त असून अस्त्रें व उपास्त्रें ह्यांमध्यें चतुर होते. वृषदर्भानें लहानपणींच ब्राह्मणास सुवर्ण आणि रौप्य ह्यांवांचून दुसरें द्रव्य द्यावयाचें नाहीं असें गुप्त व्रत केल्याचें सेदुकास माहीत होतें. पुढें एकदां कोणी एक वेदाध्ययनसंपन्न ब्राह्मण सेदुकाकडे आला आणि आशीर्वाद देऊन 'गुरुदक्षिणेसाठीं मला आपण एक सहस्र अश्व द्या' अशी याचना करूं लागला. तेव्हां सेदुकानें त्या ब्राह्मणास सांगितलें कीं, 'आपणास अभीष्ट असलेली गुरुदक्षिणा मला देतां येण्याचा संभव नाहीं. ह्यास्तव, तुम्ही वृष-दर्भाकडे जा. तो राजा अत्यंत धर्मज्ञ आहे. तेव्हां, हे ब्राह्मणा, आपण त्याजकडे याचना करा, म्हणजे तो आपणाला दान करील. कारण, असें करणें हें त्याचें गुप्तव्रत आहे.'

हें ऐकून त्या ब्राह्मणानें वृषदर्भाकडे जाऊन सहस्त्र अश्व मागितले. तेव्हां त्या राजानें त्याला कोरड्यानें मारिलें. त्या वेळीं 'मी निरपराधी असतां तूं मला कां मारीत आहेस ?' असें तो ब्राह्मण म्हणाला व नंतर शाप देऊं लागला. तेव्हां राजा त्याला म्हणाला, 'हे ब्राह्मणा, जो दान करीत नाहीं त्याला शाप देणें हें तुज ब्राह्मणाला योग्य आहे काय ?'

ब्राह्मण म्हणालाः—हे राजाधिराज, सेदुकानें मला आपणाकडे पाठविलें म्हणून मी येथें भिक्षा मागण्यासाठीं आलों आणि त्याच्या सांगण्यावरून मीं तुझ्याकडे भिक्षा मागितली.

राजा म्हणालाः—आज मला जो कर मिळेल तो मी तुला उद्यां सकाळीं देईन. ज्याला कोरड्यांनीं मारावयाचें त्याला व्यर्थ हांकलून द्यावयाचें हें कसें घडेल ? असें बोलून त्यानें ब्राह्मणाला आपलें एका दिवसाचें उत्पन्न दिलें. म्हणजे त्यानें एक हजार अश्वांच्या मूल्याहून अधिक द्रव्य दिलें.

अध्याय एकशें सत्याण्णवावा.

—:०:—

शिबीचें धर्मवीर्य.

मार्कंडेय म्हणालेः—एकदां देवांमध्यें गोष्ट निघाली कीं, आपण भूतलावर जाऊन उशीनरपुत्र शिबि ह्याची उत्कृष्ट प्रकारें परीक्षा करावी. तेव्हां 'ठीक आहे; असें करूं या.' असें म्हणून इंद्र आणि अग्नि पुढें आले. त्यांपैकीं अग्नि कपोताचें (कवड्याचें) स्वरूप धारण करून पुढें धावूं लागला व इंद्र श्येनाचें (ससाण्याचें) रूप घेऊन मांसासाठीं त्याच्या मागून धावूं लागला. नंतर राजा शिबि दिव्य आसनावर बसला असतां तो कपोत त्याच्या मांडीवर जाऊन पडला. तेव्हां पुरोहितानें राजाला सांगितलें कीं, 'हा श्येनापासून भ्याला असून जीविताच्या आशेनें प्राणसंरक्षण करण्यासाठीं तुजकडे आलेला आहे. तेव्हां, दिगंताधिपति राजानें आतां द्रव्यदान करून ह्या कृत्याची निष्कृति करावी. कारण, कपोत अंगावर पडणें हें फार भयंकर आहे असें सांगितलेलें आहे.'

पुढें कपोत राजाला म्हणाला, 'मी श्येनाच्या भीतीनें स्वतःचें प्राणसंरक्षण करण्यासाठीं जीविताच्या आशेनें तुजला शरण आलों आहें. मी मुनि असून कपोताच्या शरीरामध्यें संचार केलेला आहे व तूंच माझ्या प्राणांचें संरक्षण करशील म्हणून तुजला शरण आलों आहें. मी वेदाध्ययन करून कृश झालेला ब्रह्मर्षि आहें असें समज. तसेंच मी तपश्चर्या आणि इंद्रियनिग्रह ह्यांनीं युक्त असून गुरूला प्रतिकूल असें भाषणही न करणारा आहें. म्हणूनच मी योग्य आणि निष्पाप आहें, असें तूं समज. मी वेद म्हणतों व छंदही जाणतों. मीं सर्वही वेदांचें अक्षरशः अध्ययन केलेलें आहे. मजसारख्या श्रोत्रियाचें ससाण्याला दान करणें हें चांगलें नव्हे. ह्यास्तव तूं मला ससाण्याकडे देऊं नको. मी कपोत नाहीं.'

हें ऐकून श्येन राजाला म्हणाला, 'संसारामध्यें मनुष्याच्या स्थितींत फेरबदल होत असतो. म्हणजे जो पूर्वजन्मीं पुत्र असेल तो ह्या जन्मीं पिता होतो आणि जो ह्या जन्मीं पिता असेल तोही पुढच्या जन्मीं पुत्र होतो, अशी स्थिति आहे. तूं पूर्वजन्मीं ह्या कपोतापासून उत्पन्न झाला होतास. तेव्हां जन्मांतरींतील जो तुझा पिता त्या ह्या कपोताला घेऊन, हे राजा, तूं मला विघ्न करूं नको.'

'राजा म्हणालाः—हा कपोत आणि हा श्येन हे उभयतां जसें भाषण करीत आहेत तसें शुद्ध भाषण पूर्वीं कोणत्या पक्ष्यानें

केल्याचें कधीं कोणीं पाहिलें आहे काय? तेव्हां आतां हे उभयतां कोण आहेत हें कळून येऊन माझ्या हातून चांगली गोष्ट कशी बरें घडेल? कसेंही असो; शरण आलेल्या प्राण्यास शत्रूच्या स्वाधीन करणें योग्य नाहीं. जो राजा भयभीत होऊन शरण आलेल्या प्राण्याला शत्रूच्या स्वाधीन करितो, त्याच्या राज्यांत वर्षाकालींही वृष्टि होत नाहीं; वेळेवर पेरलेलीं धान्यें उगवत नाहींत व त्याच्या स्वतःवर प्रसंग येऊन कोणीं तरी आपलें संरक्षण करावें अशी जरी त्याला इच्छा झाली तरीही त्याचें संरक्षण करणारा कोणीही मिळत नाहीं. जो मनुष्य भयभीत होऊन शरण आलेल्या प्राण्याला त्याच्या शत्रूच्या स्वाधीन करितो, त्याला झालेली संतति लहानपणींच मृत्यु पावते; पितर त्याच्या गृहामध्यें केव्हांही वास्तव्य करीत नाहींत; आणि देवही त्यानें दिलेलें हव्य ग्रहण करीत नाहींत. जो मनुष्य भयभीत होऊन शरण आलेल्या प्राण्याला त्याच्या शत्रूच्या हवालीं करितो, त्या विचारशून्य पुरुषास मिळालेलें अन्न व्यर्थ होय. तो स्वर्गापासून सत्वर भ्रष्ट होतो. कारण, इंद्रासहवर्तमान देव त्याजवर वज्रप्रहार करितात. सारांश, हा कपोत देणें बरोबर नाहीं. तेव्हां, हे श्येना, जर तुला मांसाची इच्छा असेल, तर ह्या कपोताच्या बदला वृषभाचें मांस आणि भात शिजवून शिबिकुलांतील पुरुष हे तूं ज्या देशामध्यें रममाण होऊन राहशील त्या ठिकाणीं तुला आणून पोहोंचवितील.

श्येन ह्मणालाः–हे राजा, मला वृषभाची इच्छा नाहीं व ह्या कपोताहून अधिक असें दुसरें कोणतेंही मांस मी इच्छीत नाहीं. आज हें भक्ष्य मला देवांनींच दिलें आहे. तेव्हां हा पक्षी नाश करण्यासाठीं तूं मला अर्पण कर.

राजा ह्मणालाः—श्येना, ज्याच्या अवयवांत कोणतीही न्यूनता नाहीं असा वृषभ अथवा एकादी वंध्या गाय ह्या भयभीत झालेल्या पक्ष्यासाठीं त्याचा मोबदला ह्मणून माझेच लोक माझ्याजवळून तुला आणून पोहोंचवितील व असा वृषभ किंवा गाय कोठें आहे हेंही तेच पाहतील. सारांश, तुला कोणत्याही प्रकारचे श्रम पडावयाचे नाहींत. तेव्हां तूं ह्या कपोताची हिंसा करूं नको. श्येना, हा कपोत किती सौम्य आहे हें तुला कळत नाहीं काय? मी आपले प्राणही देईन, पण हा कपोत देणार नाहीं. ह्यास्तव, हे सौम्या, तूं व्यर्थ आपणाला क्लेश करून घेऊं नको. मी कोणत्याही प्रकारें तुला कपोत देणार नाहीं. श्येना, आतां ह्या कपोतासाठीं कोणतें कर्म केलें असतां शिबिकुलांतील राजे प्रसन्न होऊन माझी प्रशंसा करितील आणि कोणत्या योगानें माझ्या हातून प्रिय घडेल तें कृत्य तूं मला सांग. हे श्येना, तूं सांगशील तें मी करीन.

श्येन ह्मणालाः—राजा, तूं आपल्या उजव्या मांडीचें मांस काढून, तें कपोताच्या भारंभार मला दे, ह्मणजे तूं कपोताचें उत्कृष्ट प्रकारचें संरक्षण केल्यासारखें होईल; माझेंही प्रिय केल्यासारखें होईल आणि शिबिकुलोत्पन्न पुरुषही तुझी प्रशंसा करितील. हें ऐकून शिबिराजानें आपल्या उजव्या मांडीतून मांसाचा गोळा काढून ताजव्यांत घातला, पण कपोताचें वजन त्याच्याहीपेक्षां अधिक भरलें. तेव्हां पुनः त्यानें आणखी मांस काढून घातलें, तथापि वजन अधिकच भरलें. ह्याप्रमाणें त्यानें आपल्या शरीरावरील सर्व मांस काढून तागडींत घातलें तरीही कपोताचें वजन अधिकच भरूं लागलें, तेव्हां राजा शिबि स्वतःच तागडींत जाऊन बसला! तथापि त्याच्या अंतःकरणास वाईट ह्मणून वाटलें नाहीं. हें कृत्य

पाहतांच 'कपोताचें तूं संरक्षण केलेंस!' असें ह्मणून श्येन गुप्त झाला. तेव्हां राजा कपोताला ह्मणाला, 'हे कपोता, तूं कोण आहेस हें शिबिकुलोत्पन्न लोक जाणतील. पण हे पक्ष्या, हा श्येन कोण? जो ईश्वर नसेल त्याला अशा प्रकारचें कर्म करितां यावयाचें नाहीं. तेव्हां तूं ह्या माझ्या प्रश्नाचें उत्तर दे.'

कपोत ह्मणाला:—मी वैश्वानर धूमध्वज अग्नि असून श्येन हा वज्रपाणि इंद्र आहे. हे राजा, श्रेष्ठ अशा तुज सुरथपुत्राची उत्कृष्ट प्रकारें परीक्षा करण्यासाठीं आह्मी तुझ्यासमीप आलों होतों. हे राजा, माझ्या मोबदल्यासाठीं तूं तरवारीनें जो हा मांसाचा गोळा काढून दिलास, तोच मी सुवर्णाप्रमाणें वर्ण असलेलें, सुंदर, उत्कृष्टगंधयुक्त आणि कल्याणकारक असें तुझें चिन्ह करितों. हे राजा, ह्या शरीरप्रदेशापासून ह्या प्रजांचे पालन करणारा, कीर्तिसंपन्न आणि देवांना व ऋषींना मान्य असा एक पुत्र उत्पन्न होईल. त्याचें नांव कपोतरोमा असें असावें. ह्याप्रमाणें, हे राजा, वृषभाप्रमाणें बळकट शरीर असलेला, कीर्तीनें चमकणारा, सुरथकुलामध्यें श्रेष्ठ व शूर असा कपोतरोमा नांवाचा उद्भेदानें झालेला पुत्र तुला पहावयास मिळेल.

अध्याय एकशें अठ्याण्णवावा.

—:०:—

पुनश्च शिबिमाहात्म्य.

वैशंपायन ह्मणाले:—पुनरपि माहात्म्य सांगा, असें पांडुपुत्र युधिष्ठिरानें मार्कंडेयांस ह्मटलें. तेव्हां मार्कंडेय असें सांगूं लागले:— विश्वामित्रकुलोत्पन्न अष्टक ह्याच्या अश्वमेध यज्ञामध्यें सर्वही राजे गेले होते. ह्या अष्टकाला प्रतर्दन, वसुमना आणि औशीनर शिबि असे बंधु होते. यज्ञ समाप्त झाल्यानंतर तो आपल्या बंधूंसहवर्तमान रथांतून चालला. पुढें मार्गांत नारद येत आहेत असें पाहून त्या सर्वांनीं त्यांना नमस्कार केला आणि 'आपण रथांत आरोहण करावें' असें सांगितलें. तेव्हां नारद मुनिही 'ठीक आहे' असें ह्मणून रथारूढ झाले. नंतर त्यांच्यापैकीं एकजण देवर्षि नारद ह्यांस म्हणाला कीं, 'भगवन्, आपणाला प्रसन्न करून घेऊन कांहीं प्रश्न करावा अशी इच्छा आहे.' त्यावर नारदांनीं 'कर' असें उत्तर दिलें. तेव्हां तो म्हणाला, 'स्वर्गवासी लोक सर्व प्रकारें आनंदांत असतात. आतां आह्मी चौघेजण आयुष्यमान्नामक स्वर्गावर जाणार आहों. तेव्हां, आम्हांपैकीं प्रथम भूतलावर कोण अवतीर्ण होईल?' नारदांनीं सांगितलें, 'हा अष्टक अवतीर्ण होईल.' त्यानें विचारिलें, 'कारण काय?' नारद ह्मणाले, 'अष्टकाच्या घरीं मीं वास्तव्य केलें होतें. तो मला रथांतून वाहून नेत होता. त्या वेळीं मीं निरनिराळ्या वर्णांनीं युक्त अशा अनेक सहस्र गाई अवलोकन केल्या व 'ह्या गाई कोणाच्या?' म्हणून त्याला प्रश्न केला. त्या वेळीं 'ह्या मीं दिलेल्या आहेत.' असें त्यानें उत्तर दिलें. सारांश, त्यानें आपल्या कर्माची आपणच स्तुति केली. ह्यामुळें हा प्रथम खालीं अवतीर्ण होईल.' पुढें तो ह्मणाला, 'बरें, आतां आम्ही तिघेजण जाऊं. म्हणजे त्यांतील कोण खालीं येईल?' नारद ह्मणाले, 'प्रतर्दन.' त्यानें विचारिलें, 'कारण काय?' नारद ह्मणाले, "मीं प्रतर्दनाच्याही गृहामध्यें वास्तव्य केलें होतें. तो मला रथांतून वाहून नेत होता. पुढें एक ब्राह्मण त्याच्याकडे भिक्षा मागण्यासाठीं आला आणि 'मला तूं अश्व दे.' असें ह्मणाला. तेव्हां 'ठीक आहे, देईन.' असें प्रतर्दनानें उत्तर केलें. पण ब्राह्मणानें 'सत्वर दे' असें ह्मटलें. तेव्हां 'मी ब्राह्म-

णाला लवकरच दान करितों ' असें ह्मणून त्यानें दक्षिणेच्या बाजूचा घोडा त्याला दिला. इतक्यांत दुसराही ब्राह्मण अश्व मागण्यासाठीं आला.तेव्हां त्यालाही तसें सांगून त्यानें रथाच्या डावे बाजूचा अश्व दिला. नंतर पुनः दुसरा एक ब्राह्मण अश्वप्राप्तीच्या इच्छेनें आला, तेव्हां प्रतर्दनानें त्वरेनें धुरीचा घोडा सोडून त्याला दिला. तेव्हां तो निघून गेला. पुनः दुसरा एक ब्राह्मण येऊन अश्व मागूं लागला. तेव्हां 'जाऊन पोहोंचल्यानंतर देईन ' असें त्यानें त्याला सांगितलें. ह्यावर ब्राह्मणानें 'सत्वर दे ' असें ह्मटलें. तेव्हां त्याला अश्व देऊन प्रतर्दनानें स्वतःच रथाची धुरी धरली व ह्मटलें कीं, ' आतां ब्राह्मणांना कांहींही मिळावयाचें नाहीं. ' सारांश, ह्यानें दानही केलें आहे आणि तशा प्रकारचें भाषण करून ब्राह्मणांची असूयाही केली आहे. ह्यामुळें हा खालीं येईल." पुढें तो ह्मणाला, ' दोघेजण स्वर्गास जाऊं. मग कोण खालीं येईल ? ' नारदानें उत्तर दिलें, 'वसुमना खालीं येईल.'त्यानें विचारिलें,'कारण काय ? ' तेव्हां नारद सांगूं लागले, " मीं फिरत फिरत वसुमनाच्या गृहाकडे गेलों होतों, तेव्हां त्या ठिकाणीं त्यानें विहार करण्यासाठीं एक रथ केलेला होता. त्या संबंधानें पुण्याहवाचन चाललेलें होतें.तेव्हां मीं त्याजपाशीं गेलों. पुढें ब्राह्मणांकडून स्वस्तिवाचन करविल्यानंतर त्यानें तो रथ ब्राह्मणांना दाखविला. तेव्हां मीं त्या रथाची प्रशंसा केली. हें पाहून राजा म्हणाला कीं,' आपण ह्या रथाची प्रशंसा करीत आहां, तेव्हां हा रथ मीं आपणालाच दिला आहे.' पुढें कोणे एके कालीं मीं पुनरपि त्याजकडे आलों. त्या वेळींही रथाच्या संबंधानें स्वस्तिवाचन चाललेलें होतें. तेव्हांही मीं ' हा उत्कृष्ट प्रकारचा आहे 'असें ह्मटलें. हें ऐकून 'ह्यावरही आपलाच हक्क आहे' असें राजा ह्मणाला. पुनः तिसऱ्याही स्वस्तिवाचनाच्या वेळीं मीं तेथें गेलों. तेव्हां ब्राह्मणांना रथ दाखवितांना राजा माझा अपमान करून ह्मणाला कीं, ' भगवंतांनीं येऊन पुष्परथाची अनेक पुण्याहवाचनें चांगल्याच प्रकारें साजरीं केलीं ! ' असें द्रोहाचें भाषण केल्यामुळें तो खालीं येईल." पुढें तो ह्मणाला, ' आतां ह्यापैकीं एकटाच अर्थात् अवशिष्ट राहिलेला शिबि गेला; मग कोण खालीं येईल ? '

नारद ह्मणाले:—शिबि स्वर्गाला जाईल आणि मी खालीं येईन.त्यानें विचारिलें, कारण काय ?'

नारद सांगूं लागले:—शिबीची योग्यता मला नाहीं. कारण, एकदा एक ब्राह्मण शिबीकडे आला आणि त्याला म्हणाला कीं, ' हे शिबे, मी अन्नार्थी आहें. ' शिबि ह्मणाला, ' ठीक आहे. मीं काय करावें त्याची आज्ञा व्हावी. ' तेव्हां ब्राह्मणानें सांगितलें, ' हा जो तुझा बृहद्गर्भ नांवाचा पुत्र आहे, त्याला ठार करून संस्कारपूर्वक त्याच्या मांसाचें अन्न तयार करून दे. ह्मणजे मी त्याचा स्वीकार करीन. ' हें ऐकून त्यानें पुत्राला ठार मारिलें व संस्कारपूर्वक यथाविधि अन्न तयार करून तें पात्रांत घालून मस्तकावर घेऊन तो ब्राह्मणाचा शोध करूं लागला. तेव्हां त्याला कोणीं सांगितलें कीं, ' हा तुमचा ब्राह्मण क्रुद्ध झाला असून नगरामध्यें प्रवेश करून आपला जामदारखाना, शस्त्रशाला, पागा आणि गजशाला दग्ध करीत आहे. ' हें ऐकून देखील शिबीची मुखकांति पालटली नाहीं. तो तसाच नगरांत गेला आणि ब्राह्मणाला ह्मणाला कीं, 'भगवन्, हें अन्न तयार झालेलें आहे. ' हें ऐकून ब्राह्मण कांहींही न बोलता आश्चर्यचकित होऊन खालीं तोंड करून बसला. तेव्हां त्यानें ' भगवन्, भोजन करा. ' अशी ब्राह्मणाची विनवणी केली. पुढें दोन घटकांनीं त्यानें वर पाहून

शिबीला ह्मटलें कीं, 'हें तूंच भक्षण कर.' त्यावर शिबीनें उत्तर दिलें, 'ठीक आहे.' इतकें ह्मणून अंतःकरणास वाईट वाटूं न देतां ब्राह्मणाच्या वचनास मान देऊन त्यानें पात्रावरील झांकण काढिलें आणि भोजन करण्याचें मनांत आणिलें इतक्यांत ब्राह्मणानें त्याचा हात धरिला आणि त्याला म्हटलें कीं, 'तूं क्रोधाचा जय केलेला असून तूं ब्राह्मणांना देणार नाहींस असें कांहींच नाहीं.' असें ह्मणून ब्राह्मणानें त्या महाभागाचा बहुमान केला. पुढें शिबि वर पाहूं लागला, तेव्हां उत्कृष्ट सुगंधानें युक्त आणि अलंकार धारण केलेला असा देवकुमाराप्रमाणें दिसणारा आपला पुत्र पुढें उभा आहे असें त्याला दिसलें. ही सर्व गोष्ट घडवून आणल्यानंतर ब्राह्मण त्याच ठिकाणीं गुप्त झाला. तो ब्राह्मण हा विधाता असून त्या राजर्षीची परीक्षा करण्यासाठीं ब्राह्मणाच्या वेषानें आलेला होता. तो अंतर्धान पावल्यानंतर अमात्य राजाला ह्मणाले कीं, 'आपण जाणूनबुजून जें हें केलें त्यांत आपला उद्देश काय?'.

शिबि ह्मणालाः—मी जें हें दान करीत आहें तें कीर्तीसाठीं, द्रव्यप्राप्तीसाठीं अथवा विषयसुखाच्या लालसेनें करीत नसून केवळ पुण्यसंपन्न लोक ह्या मार्गाचें अवलंबन करितात ह्मणूनच हें सर्व करितों. कारण, सज्जन सदोदीत ज्याचें अवलंबन करितात तें उत्कृष्ट होय. म्हणूनच माझी बुद्धि त्या उत्कृष्ट गोष्टीचें अवलंबन करीत आहे.

युधिष्ठिरा, हें शिबीचें अत्यंत उत्कृष्ट असें माहात्म्य मला त्याच्याच तोंडून बरोबर रीतीनें समजलेलें आहे.

अध्याय एकशें नव्याण्णवावा.

—:०:—

इंद्रद्युम्नकीर्ति.

वैशंपायन ह्मणालेः—पुनरपि पांडवांनीं आणि ऋषींनीं मार्कंडेयांना प्रश्न केला कीं, 'आपणाहून पूर्वीं उत्पन्न झालेला असा कोणी आहे काय?' हें ऐकून मार्कंडेय सांगूं लागलेः—इंद्रद्युम्न ह्या नांवाचा एक राजर्षि आहे. तो क्षीणपुण्य होऊन स्वर्गावरून खालीं आला. त्याला वाटलें कीं, माझी कीर्ति निर्मूल झालेली नाहीं. तो मजकडे आला आणि मला विचारूं लागला कीं, 'आपण मला ओळखतां काय?' मी त्याला ह्मणालों कीं, 'आह्मी कांहीं एकत्र वास्तव्य करून राहणारे नाहीं. आह्मी कृच्छ्र, उपवास इत्यादिकांच्या योगानें स्वतःच्या शरीराला ताप देऊन नानाप्रकारचीं कर्में करीत असतों. ह्यास्तव, त्याजविषयींच्या व्यापारांत गढून गेल्यामुळें मला आपली ओळख राहिलेली नाहीं.' त्यावर तो मला ह्मणाला कीं, 'तुह्मापेक्षांही पूर्वीं जन्मलेला असा कोणी आहे काय?' तेव्हां मीं त्याला सांगितलें कीं, 'आहे. हिमवान् पर्वतावर प्रावारकर्ण नांवाचा एक उलूकपक्षी राहत असतो, तो मजपेक्षां वडील आहे. तो कदाचित् आपणाला ओळखील. हिमवानाकडे जाण्याला येथून चांगला मार्ग आहे व तेथेंच तो रहात असतो.' मीं असें सांगितल्यानंतर तो अश्व झाला आणि ज्या ठिकाणीं तो उलूकपक्षी होता त्या ठिकाणीं मला घेऊन गेला. तेथेंही त्या राजानें त्या पक्ष्याला 'तूं मला ओळखतोस काय?' असें विचारिलें. तेव्हां त्यानें क्षणभर विचार केल्यासारखें करून उत्तर दिलें कीं, 'मला आपली ओळख पटत नाहीं.' हें ऐकून राजर्षि इंद्रद्युम्न पुनरपि त्या उलूकपक्ष्यास विचारूं लागला कीं, 'तुजपेक्षां वडील असा कोणी

आहे काय ?' त्यानें उत्तर दिलें, 'आहे. इंद्रद्युम्न म्हणून एक सरोवर आहे, तेथें नाडीजंघ म्हणून एक बकपक्षी रहात असतो. तो मजपेक्षां वडील आहे. त्याला आपण विचारा.' नंतर इंद्रद्युम्न मला आणि उलूकपक्ष्याला घेऊन जेथें नाडीजंघ नांवाचा बक रहात होता त्या सरोवरावर गेला. नंतर आह्मीं त्या बकाला विचारिलें कीं, 'तुला इंद्रद्युम्न राजाची ओळख आहे काय ?' तेव्हां त्यानें क्षणभर विचार करून सांगितलें कीं, 'मला इंद्रद्युम्न राजाची ओळख नाहीं.' तेव्हां आह्मीं त्याला विचारिलें कीं, 'तुझ्यापूर्वीं उत्पन्न झालेला असा कोणी आहे काय ?' त्यानें आह्मांला उत्तर दिलें, 'आहे. ह्याच सरोवरामध्यें अकूपार नांवाचा एक कांसव रहात असतो. तो माझ्यापूर्वीं उत्पन्न झालेला आहे. त्याला कदाचित् ह्या राजाची ओळख असेल. तेव्हां त्या अकूपाराला विचारा.' नंतर त्या बकानें अकूपारनामक कांसवाला अशी विज्ञापना केली कीं, 'आह्मांला तुला कांहीं अभीष्ट गोष्ट विचारावयाची आहे. तेव्हां तूं लवकर इकडे ये.' हें ऐकून तो कांसव त्या सरोवरांतून वर निघून त्याच्या तीरावर आह्मी जेथें उभे होतों तेथें आला. तेव्हां आह्मीं त्याला विचारिलें कीं, 'तुला इंद्रद्युम्न राजाची ओळख आहे काय ?' हें ऐकून त्यानें क्षणभर विचार केला, तेव्हां त्याचें अंतःकरण खिन्न झालें; नेत्र अश्रूंनीं भरून आले; शरीरास कंप सुटला आणि तो निश्चेष्ट झाल्यासारखा झाला ! व हात जोडून ह्मणाला 'मला ह्याची ओळख कशी नसेल ? ह्यानें हजारों वेळ अग्निचयन करून त्या ठिकाणीं यूपांची स्थापना केलेली आहे. ह्यानें दक्षिणेसाठीं ज्या धेनु अर्पण केल्या होत्या त्यांच्या फिरण्यानें हें सरोवर उत्पन्न झालें असून मी ह्या मध्येंच रहात असतों.' कांसवानें हें सर्व सांगितलेलें वर्तमान ऐकल्यानंतर लागलीच देवलोकांतून आलेला रथ तेथें प्रकट झाला; व इंद्रद्युम्नाविषयीं अशी वाक्यें कानावर येऊं लागलीं कीं, 'हे इंद्रद्युम्ना, तुला स्वर्ग प्राप्त झाला आहे, तेव्हां आतां योग्य वाटेल त्या ठिकाणीं गमन कर. तूं कीर्तिसंपन्न आहेस, तेव्हां तुला वाटेल त्या स्थानीं बिनधोक गमन कर. ह्याविषयीं श्लोकही आहेत; ते असेः मनुष्यानें केलेल्या पुण्यकर्माचीं वाचक अशीं वाक्यें आकाश आणि भूमि ह्या दोहोंना स्पर्श करीत असतात, ह्मणजे त्यांमध्यें दुमदुमून राहिलेलीं असतात. तीं वाक्यें जोंवर असतात तोंवर तो पुरुष अस्तित्वांत आहे असें म्हटलें जातें. ज्या कोणा मनुष्याची अपकीर्ति लोकांमध्यें उच्चारली जात असेल तो जोंवर त्या अपकीर्तिवाचक शब्दांचा उच्चार होत असेल तोंवर अधोगति पावतो. ह्यास्तव, अपार सौख्य मिळण्यासाठीं मनुष्यानें सदोदीत उत्कृष्ट प्रकारचें आचरण ठेवावें; व पापिष्ठ विचारांचा त्याग करून धर्माचाच अवलंब करावा.'

हें ऐकून तो राजा म्हणाला, 'मीं ह्या उभयतां वृद्धांना आपापल्या ठिकाणीं पोहोंचवितों तोंवर जरा थांब.' असें म्हणून त्यानें मला व प्रावारकर्णनामक उलूकपक्ष्याला योग्य स्थळीं नेऊन पोहोंचविलें आणि नंतर त्याच वाहनांतून तो योग्य स्थानीं निघून गेला.

मार्कंडेय पांडवांस म्हणालेः—दीर्घायुषी असल्यामुळें मला असल्या गोष्टींचा अनुभव आलेला आहे.

पांडव म्हणालेः—वाहवा ! आपण स्वर्गभ्रष्ट झालेल्या इंद्रद्युम्नाला स्वस्थानीं पोहोंचविलें हें फार चांगलें केलें. हें ऐकून मार्कंडेय त्यांना म्हणाले, 'ह्या देवकीपुत्र श्रीकृष्णानें देखील नरकामध्यें मग्न होऊन जाणाऱ्या नृगसंज्ञक राजाचा त्या संकटांतून उद्धार करून पुनरपि त्याला स्वर्गास पोहोंचविलें.'

अध्याय दोनशेंवा.

—:०:—

निष्फल दानें आणि जन्म.

वैशंपायन ह्मणाले:—राजर्षि इंद्रद्युम्न ह्याला महाभाग्यशाली मार्कंडेयांकडून स्वर्गप्राप्ति झाली हें ऐकल्यानंतर महाराजा युधिष्ठिर पुनरपि त्या मुनीला विचारूं लागला कीं, 'हे मुने, कोणत्या प्रकारच्या स्थितीमध्यें दान केलें असतां मनुष्याला इंद्रलोकाचा अनुभव घ्याव-यास मिळतो, आणि त्याला गृहस्थाश्रमामध्यें, बालावस्थेंत, तारुण्यांत किंवा वृद्धपणामध्यें दानफलाचा भोग घ्यावयास कसा सांपडतो, तें आह्मांला सांगा.'

मार्कंडेय ह्मणाले:—चार प्रकारचें जीवित आणि सोळा प्रकारचीं दानें हीं निष्फल होत. तीं अशीं:–निपुत्रिक, धर्मबहिष्कृत, परान्नावर उपजीविका करणारे आणि केवल स्वत:करितां पाकसिद्धि करणारे ह्यांचे जन्म व्यर्थ होय. ज्या घरामध्यें अतिथीला न देतां व्यर्थ भोजन करीत असतात, तें गृह असत्यपूर्ण जाणावें. प्रथम संन्यास घेऊन पुनरपि गृहस्थ झालेल्या मनुष्यास अथवा पुढच्या आश्रमामध्यें जाऊन पुनरपि मागच्या आश्रमांत येणाऱ्या मनुष्यास केलेलें, अन्यायाचें अवलंबन करून केलेलें, पतित ब्राह्मणांस दिलेलें, चौर्यकर्म करणाऱ्यास दिलेलें, असत्य भाषण करणाऱ्या गुरूस दिलेलें, पापिष्ठास केलेलें, कृतघ्नास केलेलें, ग्रामोपाध्यायास केलेलें, वेदविक्रय करणाऱ्यास केलेलें, शूद्राची पाक-सिद्धि करणाऱ्यास केलेलें, दुर्ब्राह्मणांस दिलेलें, शूद्रस्त्रीशीं विवाह करणाऱ्यास दिलेलें, स्त्रियांना दिलेलें, सर्प धरणाऱ्यास दिलेलें आणि सेव-कास दिलेलें अशीं सोळा प्रकारचीं दानें व्यर्थ होत. अज्ञानानें आवृत झाल्यामुळें भीतीनें अथवा क्रोधानें मनुष्य जें दान करितो, त्याचें फल त्याला सदोदित गर्भामध्यें असतां (अर्थात् अन्यजन्मीं) पूर्णपणें भोगावयास मिळतें; आणि इतर प्रकारें ब्राह्मणास जें दान केलें जातें, त्याचें फल इहजन्मींच मनुष्यास वृद्धपणीं भोगावयास मिळतें. सारांश, हे पृथ्वीपते, स्वर्ग-मार्गाची प्राप्ति होण्याच्या उद्देशानें कोणत्याही स्थितींत कोणत्याही कालीं ब्राह्मणांना सर्व प्रकारचीं दानें करावीं.

ब्राह्मणमाहात्म्य.

युधिष्ठिर ह्मणाला:–ब्राह्मण चार वर्णांतील सर्वही लोकांचें दान घेत असतात. असें असतां ते दुसऱ्याचा उद्धार करितात, तेव्हां असा विशेष त्यांच्या ठिकाणीं कोणता आहे?

मार्कंडेय ह्मणाले:–जप, मंत्र, होम आणि वेदाध्ययन ह्यांच्या योगानें वेदरूपी नौका निर्माण करून ब्राह्मण दुसऱ्यांचा आणि आपला-ही उद्धार करितात. जो मनुष्य ब्राह्मणांना संतुष्ट करितो, त्याला देवता प्रसन्न होतात आणि तो ब्राह्मणांच्या आज्ञेवरून स्वर्गलोकास जातो. युधिष्ठिरा, पितर आणि दैवत ह्यांचें पूजन आणि ब्राह्मणांचें आराधन ह्यांच्या योगानें तूं अपार अशा पुण्यसम्पन्न लोकामध्यें गमन कर-शील ह्यांत संशय नाहीं. मनुष्याचें शरीर कफानें व्याप्त झालें आणि त्याची शुद्धि गत-प्राय होऊन तो मरणोन्मुख झाला तरीही त्यानें पवित्र अशा स्वर्गाच्या प्राप्तीसाठीं ब्राह्म-णांचेंच पूजन करावें. हा राजा, श्राद्धप्रसंगीं अनिंद्य अशा ब्राह्मणांना प्रयत्नपूर्वक भोजन घालावें. दुर्वर्णी, नखें वाईट असलेला, कुष्ठ-युक्त असलेला, मायावी, कुंड आणि गोलक[१]

१ पति जिवंत असतां जाराकडून झालेला पुत्र कुंड; व पतिमरणोत्तर तशा प्रकारें झालेला पुत्र गोलक होय. शास्त्रप्रमाणें ह्यांना श्राद्धभोजनास बोलावितां येत नाहींच, परंतु कोणी प्रेमसंबंधामुळें बोलावील ह्मणून स्पष्ट निषेध केला आहे.

हे व शस्त्रांवर उपजीविका करणारे ब्राह्मण हे प्रयत्नपूर्वक वर्ज्य करावे. कारण, जें श्राद्ध निंदार्ह होतें, तें, ज्याप्रमाणें अग्नि इंधनास जाळितो त्याप्रमाणें कर्त्याला दग्ध करून सोडितें. मूक, अंध, बधिर इत्यादिक ज्या ब्राह्मणांची श्राद्धांत योजना करणें योग्य नाहीं ते वेदपारंगत अशा ब्राह्मणांमध्यें मिश्र झाले असतील तर त्यांची योजना करावी.

दानार्ह ब्राह्मण आणि दानें.

आतां, युधिष्ठिरा, दान कोणास द्यावें आणि कोणता सामर्थ्यसंपन्न मनुष्य दात्याचा व आपला उद्धार करितो तें सांगतों, ऐक. सर्व-शास्त्रज्ञ मनुष्यानें जो सामर्थ्यसंपन्न ब्राह्मण दात्यांचा आणि आपला उद्धार करील अशा ब्राह्मणाला दान करावें. हे कुंतीपुत्रा, अतिथींना भोजन घातल्यानें अग्नींना जसा संतोष होतो, तसा होमद्रव्यांचा होम केल्यानें व पुष्पें अथवा अनुलेपनें अर्पण केल्याच्या योगानें होत नाहीं. ह्यास्तव, तूं सर्व प्रकारें अतिथींना भोजन घालण्याचा प्रयत्न कर. हे राजा, अतिथींना पाद-क्षालनासाठीं उदक, पायांस लावण्यासाठीं घृत, दीप, अन्न आणि वस्तीस जागा हीं जे देतात ते यमाकडे जात नाहींत. देवांचा निर्माल्य काढून टाकणें, ब्राह्मणांचीं उच्छिष्टयुक्त पात्रें स्वच्छ करणें, अलंकार वगैरे घालून त्यांची सेवा करणें आणि अंग रगडणें ह्यांपैकीं, हे नृप-श्रेष्ठा, एक एक कर्म देखील गोप्रदानाहून अधिक योग्यतेचें आहे. कपिलाधेनूचें दान करणारा मनुष्य निःसंशय मुक्त होतो. ह्यास्तव अलंकार-युक्त अशी कपिला धेनु ब्राह्मणास अर्पण करावी. श्रोत्रिय, दरिद्री गृहस्थाश्रमी, अग्नि-होत्री आणि दरिद्री असल्यामुळें पुत्र व स्त्री हीं देखील ज्यास पीडादायक वाटतात तो व आपणावर उपकार न करणारा अशाच ब्राह्म-णाला दान करावें, ऐश्वर्यसंपन्नास करूं नये. हे भरतकुलश्रेष्ठा, समृद्ध ब्राह्मणास दान कर-ण्यांत काय अर्थ आहे ? अर्थात् कांहींही नाहीं. एका ब्राह्मणास एक गाय अर्पण करावी; पुष्कळांत मिळून एक गाय केव्हांही अर्पण करूं नये. त्या धेनूचा विक्रय झाला तर ती दात्याच्या पिढ्यांतील तीन कुलांचा नाश करिते. सारांश, ती दात्याचाही उद्धार करीत नाहीं आणि ब्राह्मणांचा तर मुळींच करीत नाहीं. जो मनुष्य पवित्र अशा ब्राह्मणाला एक सुवर्णसंज्ञक नाणें अर्पण करील त्यास शंभर सुवर्ण दिल्याचें फल कायमचें मिळेल. जो मनुष्य धुरीस जुंपण्याला योग्य आणि बलवान् अशा वृषभाचें दान करितो, तो अनेक संक-टांतून मुक्त होऊन स्वर्गलोकास जातो. जो मनुष्य विद्वान् ब्राह्मणाला भूमिदान करितो, त्या दात्याचे सर्व मनोरथ पूर्ण होतात. ह्या भूतलावर लोक ‘ अन्नदाता कोठें आहे ? ’ म्हणून विचारीत असतात व त्यांना दुसरे त्याचें उत्तरही देत असतात. मार्ग चालून चालून शरीर क्षीण झालेल्या, पायांवर धुरळा बसलेल्या व श्रमपीडित अशा अतिथीला जो सुजाण मनुष्य अन्न कोठें मिळेल तें सांगेल, त्याचीही योग्यता अन्नदात्याइतकीच आहे असें सांगितलें आहे, ह्यांत संशय नाहीं. ह्यास्तव, तूं सर्वही दानें बाजूस ठेवून अन्नदान करीत जा. कारण, ह्यासारखें विलक्षण पुण्य-दायक दुसरें कांहींही नाहीं. जो मनुष्य सु-संस्कृत अन्न ब्राह्मणास यथाशक्ति अर्पण करितो त्याला त्या कर्माच्या योगानें इंद्रलोकाची प्राप्ति होते अन्न हें सर्वांहून श्रेष्ठ आहे; त्याहून श्रेष्ठ दुसरें कांहींही नाहीं. अन्न हाच प्रजापति असून प्रजापति हीच संवत्सराची अधिदेवता आहे. संवत्सराची देवता हाच यज्ञ असून यज्ञ हाच सर्वांचा आधार आहे. कारण, सर्वही स्थावरजंगमात्मक प्राणी यज्ञापासून निर्माण

होतात. म्हणूनच अन्नाची योग्यता सर्वांहून अधिक आहे असें वेदामध्यें सांगितलेलें आहे. ज्यांनीं मोठमोठीं उदकसंपन्न सरोवरें, विहिरी, आड आणि पांथशाळा (धर्मशाळा) हीं केलीं असून जे अन्नदान करीत असतात व जे मधुर भाषण करितात, त्यांच्या कानांवर 'यम' हा शब्द देखील येत नाहीं. जो मनुष्य श्रमानें संपादन केलेलें दान आणि संचय केलेलें वित्त हीं सदाचारी ब्राह्मणास अर्पण करितो, त्याला पृथ्वी प्रसन्न होऊन ती द्रव्याची जणू धारच देऊं लागते. अन्नदान करणारा, सत्य भाषण करणारा व न मागतां दान करणारा ह्या तिघांनाही सारखीच गति मिळते.

यमलोकमार्ग व त्यांतून तरण्याचा उपाय.

वैशंपायन म्हणाले:—पुनरपि बंधूंसहवतमानें युधिष्ठिरानें उत्सुकतेनें महात्म्या मार्कंडेय मुनींस विचारिलें कीं, 'हे महामुने, यमलोकाचा मार्ग कोणता, त्या लोकांत आणि मनुष्यलोकांत अंतर किती आहे, त्याचें प्रमाण केवढें आहे, कोणत्या प्रकारचें आहे, आणि मनुष्यें कोणत्या उपायाच्या योगानें त्यांतून पार पडतात, हें मला सांगा.'

मार्कंडेय म्हणाले:— हे धार्मिकश्रेष्ठा राजा, सर्वांपासूनही गुप्त ठेवण्यासारखें पवित्र आणि ऋषींनीं प्रशंसा केलेलें असें जें हें तूं विचारिलेंस, त्याचें धर्मास अनुसरून असणारें उत्तर मी तुला सांगतों. हे नराधिपते, यमलोकाचा मार्ग सोळा हजार योजनें लांब आहे. हेंच मनुष्यलोक आणि यमलोक ह्यांतील अंतराचें प्रमाण होय. हा मार्ग ओसाड, जलशून्य, भयंकर आणि अरण्याप्रमाणें दिसणारा आहे. त्यामध्यें मार्गें चालून श्रमलेल्या मनुष्यास जेथें विश्रांति घेतां येईल अशी वृक्षच्छाया, जल किंवा वसतिस्थान हीं मुळींच नाहींत. पृथ्वीवर स्त्रिया, पुरुष अथवा इतरही प्राणी ह्या संज्ञेस पात्र असलेले जे कोणी असतात, त्या सर्वांनाही यमाच्या आज्ञेप्रमाणें वागणारे यमदूत बलात्कारानें घेऊन जात असतात. हे पृथ्वीपते, ज्यांनीं ब्राह्मणांना उत्कृष्ट प्रकारचीं अश्वादिकांचीं दानें केलीं असतील, ते लोक त्या वाहनांच्या योगानें तो मार्ग आक्रमण करूं शकतात. ज्यांनीं छत्रदान केलें असेल ते छत्राच्या योगानें सूर्य प्रकाशास प्रतिबंध करून गमन करितात, अन्नदान करणारे लोक ह्या वेळीं तृप्त असतात, ज्यांनीं अन्नदान केलें नसेल त्यांची मात्र तृप्ति होत नाहीं; ज्यांनीं वस्त्रदान केलें असेल ते वस्त्रयुक्त होऊन व ज्यांनीं वस्त्रदान केलें नसेल ते वस्त्रविरहित होऊन गमन करितात; सुवर्णदान करणारे पुरुष उत्कृष्ट प्रकारचे अलंकार धारण करून सुखानें गमन करितात; भूमिदान करणारे लोक सर्व कामना पूर्ण झाल्यामुळें अत्यंत तृप्त होऊन सुखानें गमन करितात; धान्यदान करणारे लोक क्लेश न पावतां गमन करितात; गृहदान करणारे लोक विमानांतून अत्यंत सुखानें गमन करितात; जलदान करणारे लोक तृषाक्रांत न होतां आनंदानें गमन करितात; दीपदान करणारे लोक मार्ग प्रकाशित करीत सुखानें गमन करितात, गोप्रदान करणारे लोक सर्व पातकांपासून मुक्त होऊन सुखानें गमन करितात; एक मासपर्यंत उपवास करणारे लोक हंसयुक्त विमानांतून गमन करितात; सहा दिवसपर्यंत एकसारखा उपवास करणारे लोक मयूरयुक्त विमानांतून गमन करितात. हे पांडुपुत्रा, जो मनुष्य तीन दिवसपर्यंत एकभुक्तव्रत करून राहतो व मध्यें भोजन करीत नाहीं, त्याला अक्षय्य अशा लोकांची प्राप्ति होते. जलदानाचे गुण फार दिव्य असून ते प्रेतलोकामध्यें सुखदायक होतात. कारण त्या ठिकाणीं जलदान करणाऱ्या मनुष्याकरितां पुष्पोदका नांवाची

नदी केली जाते व तिजमध्यें त्यांना थंडगार आणि अमृतासारखें जल प्राशन करावयास मिळतें. जे लोक पाप करणारे असतील त्यांच्या करितां त्या ठिकाणीं पूय (पू) निर्माण केलेला असतो, असो; हे महाराजा, ह्याप्रमाणें ती नदी सर्व प्रकारचे मनोरथ पूर्ण करणारी असते. ह्यास्तव, हे राजेंद्रा, तूं देखील अशा अतिथींचें यथाविधि पूजन करीत जा.मार्गांतून चालल्यामुळें शरीर कृश झालेला व मार्गांतील धुळीनें शरीर भरलेला असा जो अतिथि ' अन्नदाता कोठें आहे ? ' असा प्रश्न करील, अथवा जो आशेनें घरीं येईल, त्याचें प्रयत्नपूर्वक पूजन कर. कारण, तोच ब्राह्मण खरा अतिथि होय. तो जाऊं लागला ह्मणजे त्याच्यामागून इंद्रासहवर्तमान सर्वही देव गमन करूं लागतात व त्याचा बहुमान केल्यास ते प्रसन्न होतात आणि अपमान केल्यास निराश होऊन निघून जातात. ह्यास्तव, हे राजेंद्रा, तूं अशा अतिथींचें यथाविधि पूजन कर. हें तुला शेंकडों वेळ सांगितलें आहे. आतां दुसरें काय ऐकण्याची तुझी इच्छा आहे ?

युधिष्ठिर ह्मणालाः— हे धर्मज्ञा प्रभो, मला आपण सांगितलेली धर्मविषयक पवित्र कथा पुनः पुनः श्रवण करावी अशी इच्छा आहे.

ब्राह्मणमाहात्म्य.

मार्कंडेय ह्मणालेः—हे राजा, मी आतां दुसऱ्या प्रकारच्या धर्माविषयींची सर्व प्रकारच्या पातकांचें हरण करणारी माहिती सांगतों, ती लक्ष्यपूर्वक ऐक.हे भरतकुलश्रेष्ठा, ज्येष्ठ पुष्करावर कपिला धेनूचें दान केल्यानें जें फल मिळतें; तें ब्राह्मणांचें पादप्रक्षालन केल्यानें मिळतें जोंवर ब्राह्मणांचें चरणक्षालन केलेल्या उदकानें भूमि ओली होऊन राहील तोंवर तसें करणाऱ्याचे पितर स्वर्गामध्यें कमलपत्राच्या योगानें जलप्राशन करितात. ब्राह्मणांचें स्वागत केल्यानें अग्नीची, त्यांस आसन दिल्यानें इंद्राची, त्यांचें पादप्रक्षालन केल्यानें पितरांची आणि अन्नदान केल्यानें प्रजाधिपतीची तृप्ति होते. धेनु प्रसूत होण्याच्या वेळीं जोंवर तिच्या वांसराचें मस्तक आणि पाय बाहेर आलेले दिसत आहेत, तोंवरच शुचिर्भूत अंतःकरणानें तिचें दान करावें. जोंवर वांसरूं उत्पत्तिस्थानींच अंतराळीं असलेलें दृष्टीस पडतें, तोंवर अर्थात् जोंवर धेनु प्रसूत झाली नाहीं तोंवर ती पृथ्वीच होय. युधिष्ठिरा, तिचें दान केलें असतां तिच्या आणि तिच्या वांसराच्या शरीरावर जितके केश असतील तितकीं हजार वर्षेंपर्यंत तो दान करणारा मनुष्य स्वर्गलोकामध्यें मान्य होऊन राहतो. जो मनुष्य सुवर्णमय नासिका व खूर करवून तिलांच्या योगानें आच्छादित केलेल्या आणि सर्व प्रकारच्या रत्नांनीं शृंगारलेल्या कृष्णवर्ण धेनूचें दान करितो; आणि, हे भरतकुलोत्पन्ना, जो मनुष्य अशा धेनूचा प्रतिग्रह करून लागलींच सत्पुरुषास तिचें दान करितो, त्याला त्यापासून फलप्राप्ति होते. त्या पुरुषानें समुद्र, गुहा, पर्वत आणि अरण्यें ह्यांनीं युक्त असलेल्या समुद्रवलयांकित पृथ्वीचें दान केल्यासारखें होतें, ह्यांत संशय नाहीं. जो ब्राह्मण गुडघ्यांच्या आंत हात घेऊन पात्र न हालवितां व शब्द न करितां भोजन करील, तो अन्नदात्याचा उद्धार करण्याविषयीं समर्थ होय. हव्य अथवा कव्य जें कांहीं असेल तें सर्व श्रोत्रिय ब्राह्मणास देणेंच योग्य होय. कारण, श्रोत्रियास दान करणें हें प्रज्वलित झालेल्या अग्नीमध्यें होम करण्यासारखें आहे. कोप हेंच ब्राह्मणांचें आयुध होय. ब्राह्मण शस्त्रानें केव्हांही युद्ध करीत नाहींत. ज्याप्रमाणें इंद्र वज्र हातीं घेऊन दैत्यांचा नाश करितो, त्याप्रमाणें ब्राह्मण कोपाच्या योगानें, ज्यावर कोप केला असेल त्यास ठार करितात. हे निष्पापा, जी ऐकून

नैमिषारण्यामध्यें वास्तव्य करणारे मुनि संतुष्ट झाले होते ती ही धर्मसंबंधीं कथा मीं तुला कथन केली. राजा, ह्या कथेचें श्रवण केल्यास लोक शोक, भीति, क्रोध व पातक ह्यांपासून मुक्त होतात.

ब्राह्मणांचा शुचिर्भूतपणा.

युधिष्ठिर ह्मणालाः—हे महाज्ञानसंपन्न धार्मिकश्रेष्ठा, ज्यामुळें ब्राह्मण सदोदित शुद्ध असतो असें शौच कोणतें ?

मार्कंडेय ह्मणालेः—वाक्शौच, कर्मशौच आणि जलात्मक शौच ह्या तीन शौचांच्या योगानें जो युक्त असेल तो ब्राह्मण निःसंशय स्वर्गवासी देव होय. जो ब्राह्मण सायंकालीं आणि प्रातःकालीं पवित्र अशी वेदमाता देवी गायत्री हिचा जप करून संध्योपासना करितो, त्याला ती देवता पवित्र करिते व त्या योगानें त्या ब्राह्मणाचें पातक नष्ट होतें; व म्हणूनच त्यानें समुद्रवलयांकित पृथ्वीचें जरी दान घेतलें तरीही त्याला त्यापासून पापजन्य क्लेश होत नाहींत. तसेंच, आकाशामध्यें जे सूर्यादिक ग्रह आहेत ते जरी भयंकर—फलदायक असले तरीही त्याला सौम्य आणि अत्यंत कल्याणकारक होतात. भयंकर मांसभक्षक घोररूपी आणि धिप्पाड शरीराचे राक्षस त्या ब्राह्मणश्रेष्ठाच्या मागें लागत नाहींत आणि त्याला दरडावणीही दाखवीत नाहींत. अध्यापन करणें, दुसऱ्याकडून होम करविणें, प्रतिग्रह घेणें अथवा अशाच प्रकारचें दुसरें कर्म करणें ह्या योगानें ब्राह्मणांना दोष लागत नाहीं. कारण, ते प्रज्वलित झालेल्या अग्नीसारखे असतात. त्यांनीं वेदाध्ययन उत्कृष्ट प्रकारें केलेलें असो अथवा वाईट प्रकारें केलेलें असो, ते प्राकृत असोत अथवा सुसंस्कृत असोत, त्यांचा अपमान म्हणून करूं नये. कारण, ते भस्मानें आच्छादित झालेल्या अग्नीप्रमाणें असतात. ज्याप्रमाणें प्रदीप्त तेज असलेला अग्नि श्मशानामध्यें असला तरीही दूषित होत नाहीं, त्याप्रमाणें ब्राह्मण विद्वान् अथवा अविद्वान् कसाही असला तरीही तें मोठें दैवतच होय. नगरें जरी तटबंदी केलेलीं असलीं, त्यांना वेशी असल्या व त्यांच्यामध्यें नानाप्रकारचे बंगले असले, तरीही त्यामध्यें ब्राह्मण नसतील तर त्यांना शोभा नसते. हे राजा, वैदिक, व्रतनिष्ठ, ज्ञानसंपन्न आणि तपस्वी असे ब्राह्मण ज्यामध्यें वास्तव्य करीत असतील तेंच खरें नगर होय. जनसमुदायांत ह्मणा, अथवा अरण्यांत ह्मणा, ज्या ठिकाणीं बहुश्रुत ब्राह्मण वास्तव्य करीत असतील त्यालाच नगर असें ह्मणतात; आणि, हे पार्था, तेंच तीर्थ होय. संरक्षण करणारा राजा आणि तपस्वी ब्राह्मण ह्यांच्या समीप जाऊन त्यांचें पूजन केल्यास मनुष्य तत्काल पापमुक्त होतो. पवित्र तीर्थामध्यें स्नान करणें, पवित्र वस्तूंचें नामसंकीर्तन करणें आणि सज्जनाशीं संभाषण करणें हें प्रशस्त होय, असें ज्ञानसंपन्न लोकांनीं सांगितलें आहे. सज्जनाच्या समागमानें पवित्र झालेल्या उत्कृष्टभाषणरूपी जलानें आपला आत्मा पवित्र केला जातो असें सज्जन सदोदीत समजत असतात.

अंतःकरणशुद्धीचें महत्त्व.

युधिष्ठिरा, जर अंतःकरण स्वच्छ नसेल तर त्रिदंडधारण, मौन, जटाभार, शिरोमुंडन, वल्कलांचें अथवा कृष्णाजिनांचें परिधान, व्रताचरण, तीर्थस्नान, अग्निहोत्र, अरण्यवास व शरीरशोषण हीं सर्व व्यर्थ होत. नेत्रादिक सहा इंद्रियांच्या विषयांची शुद्धि असल्यावांचून त्यांचा उपभोग घेतां येणें शक्य आहे. पण शुचिर्भूतपणावांचून त्यांच्या उपभोगाचा त्याग करितां येणें मात्र अशक्य आहे. त्यांतूनही, हे राजेंद्रा, अंतःकरण तर विकार पावणारें आणि निग्रह करण्यास अत्यंत अशक्य असें

आहे. जे महात्मे कायावाचामनेंकरून पातकें करीत नाहींत ते शरीरशोषण नामक नरकामध्यें पडत नाहींत. जो मनुष्य शुक्लवृत्तीनें उपजीविका करणारा व निष्पाप झालेला असतो, त्यानें जर आपल्या कुटुंबांतील मनुष्यांवर दया केली नाहीं अर्थात् त्यांच्याशीं निर्दयपणाचें वर्तन केलें, त्यांना पीडा दिली, तर त्याची ती तपश्चर्या केवळ हिंसाच होय. कारण, केवळ निराहार करून रहाणें हेंच तप आहे असें नाहीं. गृहामध्यें वास केला तरीही निरंतर मुनिवृत्तीनें, शुचिर्भूतपणानें, सुशोभितपणें आणि यावज्जीव दयाळूपणानें वागणारा मनुष्य सर्व पातकांपासून मुक्त होतो. अंतःकरण शुद्ध नसतां केवळ उपवासादिक व्रतें केलीं ह्मणून पापकर्माची निष्कृति होते असें मुळींच नाहीं. कारण, उपवासाच्या योगानें केवळ रक्तमांसलिप्त असा देह तेवढाच शुष्क होतो. शास्त्राच्या योगानें ज्याचें ज्ञान झालें नाहीं अशा तप्तशिलारोहणादिक दुसऱ्याही कांहीं गोष्टी केल्या तरी क्लेश कमी होत नाहींत. कारण, ज्याचें अंतःकरण शुद्ध नसेल त्याचीं पापकर्में अग्नि दग्ध करून टाकीत नाहीं. काया, वाचा व मन यांचा शुचिर्भूतपणा असेल तरच उपवासांच्या योगानें मनुष्यें शुचिर्भूत होतात. केवळ फलमूलांचें भक्षण केल्यानें, मौन धारण केल्यानें अथवा वायुभक्षण करून राहिल्यानेंही शुचिर्भूतपणा येत नाहीं. प्रत्यहीं निरशन करून राहिलें, अग्नीची सेवा केली, उदकामध्यें प्रवेश केला, भूमीवर शयन केलें, अथवा अंतःकरण शुद्ध नसतां ज्ञान संपादन केलें आणि कर्में केलीं, तरीही जरा, मरण आणि व्याधि ह्यांची हानि होत नाहीं व मोक्षरूपी उत्तम पदाची प्राप्तिही होत नाहीं. ज्याप्रमाणें अग्नीनें दग्ध झालेलें बीज पुनरपि उगवत नाहीं, त्याप्रमाणें ज्ञानाच्या योगानें क्लेश दग्ध होऊन गेले ह्मणजे आत्म्याला पुनरपि त्यांचा योग घडत नाहीं. शरीरांतील आत्मा निघून गेला ह्मणजे तीं काष्ठाप्रमाणें अथवा भिंतीप्रमाणें निश्चेष्ट होऊन महासागरांतील फेंसाप्रमाणें नष्ट होऊन जातात ह्यामध्यें संशय नाहीं. जो मनुष्य एका अथवा अर्ध्या श्लोकाचें कां होईना—अध्ययन करून, सर्व प्राण्यांच्या हृदयाकाशामध्यें वास्तव्य करणाऱ्या आत्म्याचें ज्ञान संपादन करितो, त्याचें कर्तव्य असें कांहींही उरलेलें नसतें. 'तत्त्वं' ह्या दोन अक्षरांच्या योगानें शास्त्राचा आशय लक्षांत घेऊन 'सत्यं ज्ञानमनंतं' इत्यादिक मंत्रांच्या योगानें चिन्हित असलेल्या शेंकडों अथवा हजारों उपनिषदांच्या योगानें आत्म्याचा साक्षात्कार होणें हेंच मोक्षप्राप्तीचें सूचक होय. संपूर्णपणें वेदज्ञान संपादन करून परमात्मरूपी तत्त्व जाणल्यानंतर, ज्याप्रमाणें दावाग्नीपासून मनुष्य उद्विग्न होतात त्याप्रमाणें वेदप्रतिपादित कर्मांपासून मनुष्यानें उद्विग्न व्हावें.

आत्मज्ञानाचा उपाय

युधिष्ठिरा, तूं शुष्क तर्काचा त्याग करून श्रुति आणि स्मृति ह्यांचा आश्रय कर. जो मनुष्य अद्वितीय अशा परब्रह्मसंबंधी श्रुतिस्मृतिप्रतिपादित तत्त्व हेतुवादाच्या योगानें जाणण्याची इच्छा करील, त्याला तत्त्वज्ञानरूपी फलाची प्राप्ति व्हावयाची नाहीं. कारण, त्याच्या ठिकाणीं तत्त्वज्ञानाचा विपर्यास झालेला असतो. प्रणवरूपी वेदज्ञानपूर्वकच त्या परब्रह्माचें ज्ञान प्रयत्नानें संपादन करावें. प्रणवरूपी वेद हा त्याची मूर्ति आहे. कारण, प्रणव हा परमात्म्याचा वाचक आहे. सारांश, वेद हेंच तत्त्वज्ञानाचें साधन आहे. आत्मा हा आपोआपच प्रकट होईल असें नाहीं. कारण, ज्याच्या ठिकाणीं वेदाचें पर्यवसान होतें त्या आत्म्याचा (स्वतःचा) साक्षात्कार करून देण्याविषयीं

आत्मा असमर्थ आहे. सारांश, बुद्धीलाच त्याचें ज्ञान होणें शक्य आहे. इंद्रियें शुचिर्भूत असलीं म्हणजे वेदांत सांगितलेलें देवांचें आयुष्य, कर्मसंबंधी इच्छा आणि प्राण्यांचे प्रभाव ह्यांचें फल ह्या लोकांत प्रत्येक युगामध्यें मिळत असतें. तथापि इंद्रियें शुचिर्भूत करण्याच्या उद्देशानें त्या सर्वांचा त्याग केला पाहिजे. सारांश, इंद्रियांचा निरोध करणें हेंच खरें आणि दिव्य असें निरशन व्रत होय; केवल आहार सोडून देणें हेंच निरशन नव्हे. तप केल्यानें मनुष्य स्वर्गास जातो, दानानें सुखोपभोग मिळतो, ज्ञानानें मोक्षप्राप्ति होते व तीर्थस्नानाच्या योगानें पापक्षय होतो.

दानधर्म.

वैशंपायन ह्मणाले:—ह्याप्रमाणें त्यांनीं भाषण केल्यानंतर महाकीर्तिसंपन्न राजाधिराज युधिष्ठिर पुनः ह्मणाला कीं, ‘ हे भगवन्, मी उत्कृष्ट प्रकारचा दानविधि श्रवण करण्याची इच्छा करीत आहें. ’

मार्कंडेय ह्मणाले:—हे राजेंद्रा युधिष्ठिरा, तूं दानधर्माची इच्छा करीत आहेस हें मला सदोदित इष्ट आहे. कारण, त्या धर्माचें गौरव तसें आहे. आतां श्रुति आणि स्मृति ह्यांमध्यें प्रतिपादन केलेलीं दानधर्माचीं रहस्यें मी सांगतों, तीं ऐक जो प्रदेश अश्वत्थवृक्षाच्या पल्लवांनीं वारा घातलेला असेल अर्थात् ज्या ठिकाणीं अश्वत्थवृक्ष असून त्याच्या शाखा वायूच्या योगानें हालत असतील, त्या ठिकाणीं गजच्छाया[१] पर्व असतां केलेल्या श्राद्धाचें फल दहा अयुत कल्पांपर्यंत इहलोकीं क्षीण होत नाहीं. हे पृथ्वीपते, उपजीविकेमाठीं रसयुक्त अन्न देऊन जो मनुष्य धर्मगृहाधिकारी अशा वैश्याच्या वास्तव्याची तजवीज करील, त्यानें सर्व प्रकाराचे यज्ञ केल्याप्रमाणें होतें. ज्या ठिकाणीं नदीचा प्रवाह उलट दिशेस चालला असेल त्या तीर्थरूपी स्थानावर केलेलें चित्रविचित्र अश्वांचें दान, अन्नाच्या इच्छेनें संचार करणाऱ्या अतिथिरूपी इंद्रास केलेलें अन्नदान, ग्रहणाच्या वेळीं केलेलें दान आणि दह्याच्या साईचें दान हीं सर्व अक्षय्य फलदायक होतात; आणि ज्याप्रमाणें मनुष्य नौकेच्या योगानें प्रचंड प्रवाहांतून तरून जातो, त्याप्रमाणें ह्या दानांच्या योगानें सर्व पातकांपासून मुक्त होतो. पर्वकालीं केलेलें दान दुप्पट फलदायक, ऋतूच्या आरंभदिवशीं केलेलें दसपट फलदायक, आणि अयन, विषुव व षडशीतिमुख ह्या संक्रांतींच्या वेळीं केलेलें व चंद्रसूर्यग्रहणांच्या वेळीं केलेलें दान अक्षय्य फलदायक होतें, असें सांगितलेलें आहे. ऋतूच्या आरंभीं दिलेलें दान दशगुणित फल देणारें व ऋतु आणि अयन यांचें संक्रमण ह्या वेळीं केलेलें दान शतगुणित फल देणारें होतें. ग्रहणदिवशीं दिलेलें दान सहस्रगुणित फल देतें व विषुवसंक्रमणाच्या वेळीं दान केलें असतां अक्षय्य फलाची प्राप्ति होते. हे राजा, ज्यानें भूमिदान केलें नसेल त्याला भूमीचा उपभोग घ्यावयास मिळत नाहीं; व ज्यानें वाहनदान केलें नसेल त्याला वाहनारूढ होऊन प्रयाण करावयास मिळत नाहीं. सारांश, मनुष्य ज्या ज्या अभीष्ट वस्तूंचें ब्राह्मणास दान करितो त्या त्या वस्तु दुसरा जन्म प्राप्त होतांच त्यास उपभोगावयास मिळतात. सुवर्ण हें अग्नीचें मुख्य अपत्य आहे, पृथ्वी ही विष्णूची पत्नी आहे,

१ गुरुवारीं अमावास्या असतां अश्वत्थछायेला गजच्छाया असें ह्मणावें असें नीलकंठांनीं महाभारताच्या टीकेंत ह्मटलेलें आहे. पण दुसरीकडे ह्या गजच्छायेचे निरनिराळे प्रकार दिलेले आढळतात. मिताक्षरा, परिभाषा, कृत्यचिंतामणि, वराहसंहिता आणि मलमासतत्त्व पहा.

आणि गाई ह्या सूर्यकन्या आहेत. ह्यास्तव जो मनुष्य सुवर्ण, गाई आणि भूमि ह्यांचें दान करील त्यानें त्रैलोक्यदान केल्यासारखें होतें. दानाहून अधिक श्रेष्ठ आणि शाश्वत असें दुसरें आजपर्यंत ह्या त्रैलोक्यांत कांहीं झालेलें नाहीं आणि पुढेंही होण्याचा संभव नाहीं. मग वर्तमानकाळीं तें कोठून असणार? म्हणूनच अत्यंत बुद्धिमान् लोक त्रैलोक्यामध्यें दान हेंच अतिशय श्रेष्ठ होय असें म्हणतात.

अध्याय दोनशें पहिला.

—:०:—

धुंधुमारचरित.

वैशंपायन ह्मणाले:—राजर्षि इंद्रद्युम्न ह्याला स्वर्गप्राप्ति झाल्याचा वृत्तांत महाभाग्यशाली मार्कंडेय मुनींकडून श्रवण केल्यानंतर, हे भरतकुलश्रेष्ठा महाराजा जनमेजया, राजा युधिष्ठिरानें तपोवृद्ध, दीर्घायुषी आणि निष्पाप अशा मार्कंडेय मुनींस पुनश्च प्रश्न केला. तो म्हणाला:—हे धर्मज्ञा, आपणाला देव, दानव, राक्षस, नानाप्रकारचे राजवंश आणि शाश्वत असे ऋषिवंश ह्यांची माहिती आहे. हे द्विजश्रेष्ठा, आपणाला विदित नाहीं असें कांहींही नाहीं. हे मुने, आपण मनुष्य, पन्नग, राक्षस, देव, गंधर्व, यक्ष, किन्नर आणि अप्सरा ह्यांच्या दिव्य कथा जाणीत आहां. ह्यास्तव, हे द्विजश्रेष्ठा, मजला आपल्या तोंडून हें ऐकण्याची इच्छा आहे कीं, इक्ष्वाकुकुलामध्यें अजिंक्य असा कुवलाश्व म्हणून जो प्रख्यात राजा होऊन गेला, त्याच्या नांवाचा विपर्यास होऊन धुंधुमार अशी संज्ञा त्याला कशी प्राप्त झाली? सारांश, हे भृगुकुलश्रेष्ठा, ज्ञानसंपन्न अशा कुवलाश्व राजाच्या नांवाचा विपर्यास कसा झाला ह्याचें तत्त्व जाणण्याची मला फार इच्छा आहे.

वैशंपायन म्हणाले:—हे भरतकुलोत्पन्ना, युधिष्ठिरानें असें म्हटल्यावर महामुनि मार्कंडेय ह्यांनीं त्याला धुंधुमाराचें आख्यान सांगितलें.

मार्कंडेय ह्मणाले:—ठीक आहे. राजा युधिष्ठिरा, मी आतां तुला हें धुंधुमाराचें अत्यंत धार्मिक असें आख्यान कथन करितों. हे पृथ्वीपते, तो इक्ष्वाकुकुलोत्पन्न पृथ्वीपति राजा कुवलाश्व 'धुंधुमार' ह्या संज्ञेस कसा पात्र झाला तें ऐक.

उत्तंक मुनीचें तप व त्यास वरप्राप्ति.

हा भरतकुलोत्पन्ना कुरुवंशजा युधिष्ठिरा, रम्य अशा मरुधन्वदेशामध्यें उत्तंक नांवाचा एक प्रख्यात महर्षि होता. त्या संपन्न मुनीनें विष्णूचें आराधन करण्याच्या इच्छेनें अनेक वर्षसमुदायपर्यंत आचरण करण्यास अशक्य अशी तपश्चर्या केली. त्या वेळीं प्रसन्न होऊन भगवान् श्रीविष्णूनें त्याला प्रत्यक्ष दर्शन दिलें. तेव्हां श्रीविष्णूस अवलोकन करितांच उत्तंकानें नम्रपणें अनेक प्रकारें त्याची स्तुति केली.

उत्तंक ह्मणाला:—हे महाकांते देवा, देव, दानव, मनुष्यादिक सर्वही प्रजा, स्थावरजंगमात्मक सर्व प्राणी, ब्रह्मा, वेद आणि ज्ञेय वस्तु हीं सर्व आपणच निर्माण केलीं आहेत. हे देवा श्रीविष्णो, आकाश हें आपलें मस्तक, चंद्रसूर्य हे नेत्र, वायु हा श्वासोच्छ्वास, अग्नि हें तेज, सर्व दिशा हे बाहु, महासागर हें उदर, पर्वत ह्या मांड्या, आकाश ह्या पोटऱ्या व पृथ्वी हे पाय असून, औषधी हे आपल्या शरीरावरील केश होत. इंद्र, सोम, अग्नि, वरुण इत्यादिक देवता व दैत्य आणि महासर्प हे सर्व नानाप्रकारचीं स्तुतिस्तोत्रें करीत नम्रपणें आपली सेवा करितात. हे भुवनाधिपते, आपण सर्वही प्राणी व्याप्त करून टाकिलेले आहेत. महावीर्यशाली योगनिष्ठ महर्षि आपली स्तुति करीत असतात. आपण संतुष्ट असलां तर जगतामध्यें स्वास्थ्य उत्पन्न होतें

आणि क्रुद्ध झालां तर भीति उत्पन्न होते. हे पुरुषोत्तमा, आपण एकटेच देवता आणि मनुष्यें ह्यांच्या नानाप्रकारच्या भीतींना दूर करणारे असून सर्वही प्राण्यांस सुखदायक आहां. हे देवा, तीन पावलें टाकून आपण त्रैलोक्य हरण केलें; ऐश्वर्यसंपन्न अशा दैत्यांचा नाशही आपणच केला; आणि आपल्या पदविन्यासाच्या योगानें देवता अत्यंत सुख पावल्या. हे महाकांते, आपण क्रुद्ध होतांच दैत्यांचे अधिपति पराभव पावले. आपणच सर्व प्रकारें प्राण्यांचे उत्पादक आणि संहारकारक आहां व आपलें आराधन केल्यामुळेंच देवता सुखानें सर्व प्रकारें अभ्युदय पावत आहेत.

ह्याप्रमाणें महात्म्या उत्तंकानें स्तुति केल्यानंतर, इंद्रियांचे नियंते श्रीविष्णु प्रसन्न होऊन 'वर माग' असें त्यास म्हणाले.

उत्तंक ह्मणालाः—मला जगतांचा स्रष्टा, शाश्वत आणि दिव्य असा पुरुष श्रीविष्णु ह्याचें दर्शन झालें, एवढ्यानेंच पूर्णपणें वरप्राप्ति झाली आहे.

श्रीविष्णु म्हणालेः—हे साधुश्रेष्ठा, तुझ्या भक्तीच्या योगानें आणि निरिच्छपणानें मी संतुष्ट झालों आहें. तेव्हां, हे ब्रह्मनिष्ठ ब्राह्मणा, तूं मजकडून अवश्य वरग्रहण केलें पाहिजेस.

ह्याप्रमाणें जेव्हां श्रीविष्णु वरग्रहण करण्यासाठीं त्यास आळवूं लागले, तेव्हां, हे भरतकुलश्रेष्ठा, उत्तंकानें हात जोडून वर मागितला. तो ह्मणाला, "हे भगवन् कमलनेत्रा, आपण जर मजला प्रसन्न झालां असाल तर माझी बुद्धि सदोदित धर्म, सत्य आणि इंद्रियनिग्रह ह्यांच्या ठिकाणीं आसक्त होऊन राहूं द्या?आणि, हे ईश्वरा, प्रत्यहीं भक्तीच्या योगानें आपल्या ठिकाणीं माझा अधिक परिचय होऊं द्या."

भगवान् म्हणाले, "हे ब्राह्मणा, माझ्या प्रसादानें तुझ्या ह्या सर्व गोष्टी घडून येतील; व तुझ्या ठिकाणीं योगाची स्फूर्ति होऊन त्याच्या योगानें तूं देवांचें आणि तीनही लोकांचें मोठें कार्य करिशील. सर्व लोकांचा उच्छेद करण्यासाठीं धुंधु या नांवाचा महादैत्य पुढें घोर तपश्चर्या करणार आहे. त्याचा वध कोण करणार हें तुला सांगतों, ऐक. बा उत्तंका, इक्ष्वाकुकुलामध्यें अजिंक्य आणि वीर्यवान् असा बृहदश्व नांवाचा प्रख्यात राजा उत्पन्न होईल व त्याला इंद्रियनिग्रहसंपन्न आणि शुचिर्भूत असा कुवलाश्व नांवाचा पुत्र होईल. पुढें, हे ब्रह्मर्षे, तो भूपतिश्रेष्ठ तुझ्या आज्ञेवरून माझ्या योगबलाचा अवलंब करून धुंधुमार (धुंधुनामक दैत्याचा वध करणारा) होईल." असें त्या उत्तंक ब्राह्मणाला सांगून श्रीविष्णु अंतर्धान पावले.

अध्याय दोनशें दुसरा.

—:०:—

इक्ष्वाकुवंशांतील कांहीं राजे.

मार्कंडेय ह्मणालेः—इक्ष्वाकु राजा स्वर्गवासी झाल्यानंतर शशादास ह्या पृथ्वीची प्राप्ति झाली व तो अत्यंत धार्मिक शशाद अयोध्येमध्यें राजा झाला. शशादाला ककुत्स्थ नांवाचा एक वीर्यवान् पुत्र झाला. ककुत्स्थाचा पुत्र अनेना व अनेनाचा पुत्र पृथु हा होय. पृथूला विश्वगश्व नांवाचा पुत्र झाला. त्याला अद्रि नांवाचा पुत्र झाला. अद्रीला युवनाश्व आणि युवनाश्वाला श्राव नांवाचा पुत्र झाला. श्रावत हा श्रावाचा पुत्र असून ह्यानेंच श्रावस्ती नगरी निर्माण केली. महाबलाढ्य बृहदश्व हा श्रावस्ताचाच पुत्र असून कुवलाश्व हा बृहदश्वाचा पुत्र होय. कुवलाश्वाला एकवीस हजार पुत्र असून ते सर्वहीजण विद्येमध्यें निष्णात, बलाढ्य आणि अजिंक्य असे होते. असो; कुवलाश्व हा गुणांनीं आपल्या पित्याहूनही अधिक होता. पुढें

प्रसंग प्राप्त झाल्यानंतर, हे महाराजा, शूर आणि उत्तम प्रतीचा धार्मिक राजा कुवलाश्व ह्याला त्याचा पिता बृहदश्व ह्यानें राज्याभिषेक केला; आणि आपलें ऐश्वर्य पुत्राकडे दिल्यानंतर तो ज्ञानसंपन्न शत्रुनाशक राजा बृहदश्व तपश्चर्या करण्यासाठीं तपोवनामध्यें निघून गेला.

मार्कंडेय ह्मणालेः—हे प्रजापालका राजा, तो राजर्षि बृहदश्व वनाकडे जावयास निघाला आहे असा वृत्तांत ब्राह्मणश्रेष्ठ उत्तंक ह्यानें ऐकला. तेव्हां उत्कृष्ट प्रकारचा सर्वास्त्रवेत्ता महातेजस्वी नरश्रेष्ठ राजा बृहदश्व ह्याजकडे जाऊन तो उदार अंतःकरणाचा उत्तंक त्याला अरण्यगमनापासून परावृत्त करूं लागला.

उत्तंक मुनीचा बृहदश्वास उपदेश.

उत्तंक ह्मणालाः—हे राजा, संरक्षण करणें हा तुझा धर्म असल्यामुळें तूं प्रथम तेंच करणें योग्य आहे. हे राजा, तुझ्या प्रसादानें आह्मी उद्वेगशून्य होऊं. तसेंच, हे राजा, माहात्म्यसंपन्न अशा तूं पृथ्वीचें पालन केलेंस तरच ती खेदशून्य होईल. ह्यास्तव, तूं अरण्यांत जाऊन राहणें योग्य नाहीं. प्रजांचें पालन करण्यामध्यें इहलोकांत मोठा धर्म घडतो असें दिसून येतें. तसा धर्म अरण्यामध्यें घडत नाहीं. ह्मणूनच तूं अशा प्रकारचे विचार मनांत आणूं नको. हे राजेंद्रा, प्रजांचें पालन करून पूर्वीं राजर्षींनीं जो धर्म संपादन केलेला आहे तशा प्रकारचा धर्म कोठेंही दृष्टिगोचर होत नाहीं. राजानें प्रजांचें संरक्षण केलें पाहिजे असा धर्म आहे. ह्यास्तव, तूंही त्यांचें संरक्षण करणें योग्य आहे. हे पृथ्वीपते, अंतःकरणास उद्वेग न होतां तपश्चर्या करितां येणें मला अशक्य झालें आहे. माझ्या आश्रमासमीप मरुधन्वदेशांतील सपाट प्रदेशामध्यें समुद्र वाळूनें भरून गेलेला आहे. त्या प्रदेशाला उज्जालक असें नांव असून त्याची लांबी व रुंदी अनेक योजनें आहे. त्या ठिकाणीं अत्यंत उत्साही, पराक्रमी, क्रूर आणि अत्यंत भयंकर असा मधुकैटभनामक दैत्यांचा धुंधुनामक पुत्र भूमीच्या अंतर्भागीं वास्तव्य करीत आहे. त्याचा पराक्रम फारच अगाध आहे. हे महाराजा, त्याचा वध केल्यानंतर वनामध्यें गमन करणें तुला योग्य आहे. कारण, तो लोकांचा विनाश करण्यासाठीं व देवांचा आणि प्रजेचा संहार करण्यासाठीं भयंकर तपश्चर्येचा अवलंब करून त्या ठिकाणीं पडून राहिलेला आहे. हे पृथ्वीपते, सर्व लोकांचा पितामह जो ब्रह्मदेव त्याजकडून वर मिळाला असल्यामुळें तो देवता, दैत्य, राक्षस, नाग, यक्ष, आणि सर्वही गंधर्व ह्या सर्वांच्याही हातून वध होण्यास अशक्य असा झालेला आहे. हे राजा, तुझें कल्याण होवो ! तूं त्याचा नाश कर. ह्याच्या उलट तूं विचार करूं नको. कारण, ह्या योगानें तुला शाश्वत, अक्षय आणि निश्चल अशी मोठी कीर्ति प्राप्त होईल. तो क्रूर वालुकेच्या अंतर्भागीं आपलें शरीर आच्छादित करून घेऊन राहिलेला आहे. वर्षाच्या शेवटीं जेव्हां त्याचा श्वास सुरू होतो तेव्हां पर्वत, अरण्यें आणि जंगलें ह्यांसहवर्तमान ही सर्व पृथ्वी डळमळूं लागते. त्याच्या निःश्वासवायूच्या यागानें जी प्रचंड धूळ उडते ती भूमीला हालवून सोडणारी असून एकसारखी सात दिवसपर्यंत सूर्यमार्गाचा आश्रय करून राहते. त्यांतून अग्नीच्या ठिणग्या व ज्वाला आणि धूर निघत असल्यामुळें ती फारच भयंकर असते. ह्यामुळें, हे राजा, मला स्वतःच्या आश्रमामध्यें राहतां येणें अशक्य झालें आहे. ह्यास्तव, हे राजेंद्रा, तूं लोकहिताच्या इच्छेनें त्याचा नाश कर. कारण, तूं त्या दैत्याला ठार केल्यास लोकांमध्यें स्वस्थता उत्पन्न होईल. तूं स्वतःच्या तेजानें त्याचा नाश करण्याविषयीं समर्थ

आहेस असें माझें मत आहे. त्यांतूनही श्रीविष्णु आपल्या तेजाच्या योगानें तुझ्या तेजाची अभिवृद्धि करील. हे पृथ्वीपते, मला श्रीविष्णूनें पूर्वी असा वर दिलेला आहे कीं, जो पृथ्वीपति त्या भयंकर दैत्याचा वध करील त्याच्या शरीरामध्यें दुष्प्राप्य असें विष्णुतेज प्रविष्ट होईल. ह्यास्तव, हे राजा, ह्या भूतलामध्यें दुःसह असणाऱ्या त्या तेजाचें अवलंबन करून तूं त्या भयंकर पराक्रमी राक्षसाचा धुव्वा उडवून दे. हे पृथ्वीपते, धुंधु दैत्य हा महातेजस्वी असल्यामुळें अल्पशा तेजानें त्यास शेंकडों वर्षांनींही दग्ध करितां येणें शक्य नाहीं

अध्याय दोनशें तिसरा.

—:०:—

बृहदश्वाचें उत्तर.

मार्कंडेय ह्मणाले:—हे कुरुकुलश्रेष्ठा, ह्याप्रमाणें उत्तंकानें भाषण केल्यानंतर तो अजिंक्य राजर्षि हात जोडून त्याला ह्मणाला कीं, 'हे ब्रह्मनिष्ठा, आपलें मजकडे येणें व्यर्थ जावयाचें नाहीं. हे भगवन्, हा कुवलाश्वनांवाचा माझा पुत्र धैर्यसंपन्न आणि क्षिप्रकारी असून ह्या भूमीवर अद्वितीय वीर्यवान् आहे. तो परिघाप्रमाणें बाहु असणाऱ्या आपल्या शूर पुत्रांचा परिवार बरोबर घेऊन निःसंशय तुमचें अभीष्ट कार्य करील. ह्यास्तव, हे ब्रह्मन्, आपण आतां मला सोडा. कारण, मीं सांप्रत शस्त्रत्याग केलेला आहे. ह्यावर 'ठीक आहे.' असें त्या अत्यंत तेजस्वी मुनीनें ह्मटल्यानंतर, 'महात्म्या उत्तंक मुनीचें कार्य कर' अशी आपल्या पुत्रास आज्ञा करून तो राजर्षि उत्कृष्ट प्रकारच्या वनामध्यें निघून गेला.

युधिष्ठिर ह्मणाला:—हे भगवन् महातपोधना, हा वीर्यसंपन्न दैत्य कोण, कोणाचा पुत्र अथवा कोणाचा नातू, हें समजावें अशी इच्छा आहे. कारण, हे तपोधना, अशा प्रकारचा महाबलाढ्य दैत्य माझ्या ऐकण्यांत नाहीं. ह्मणूनच, हे महाज्ञानसंपन्न भगवन् मुने, हा सर्व वृत्तांत यथायोग्य आणि सविस्तर जाणण्याची माझी इच्छा आहे.

मधुकैटभवधवृत्त.

मार्कंडेय ह्मणाले:—हे प्रजापालका महाज्ञानसंपन्न राजा, हा सर्व वृत्तांत सविस्तर आणि जशाचा तसाच सांगतों, ऐक. हे भरतकुलश्रेष्ठा, पूर्वी सर्व प्राणी आणि स्थावरजंगमात्मक विश्व नष्ट होऊन केवल समुद्रमय बनून गेलें असतां, ज्याला योग्य सिद्धि झालेले मुनि सर्व लोकांचा महेश्वर, लोकांच्या उत्पत्तीचें स्थान, लोककर्ता, शाश्वत आणि क्षयशून्य श्रीविष्णु असें ह्मणतात, तो भगवान् विष्णु अत्यंत तेजस्वी अशा शेषाच्या प्रचंड शरीरावर योगाच्या योगानें निद्रित झाला. हे महाभागा, लोककर्ता भगवान् अविनाशी श्रीविष्णु प्रचंड अशा शेषशरीराच्या योगानें ह्या पृथ्वीस स्पर्श करून निजला, त्या वेळीं त्याच्या नाभींतून सूर्याप्रमाणें कांति असलेलें एक दिव्य कमल निघालें व त्यांतून त्या कमलामध्यें वास्तव्य करणारा ब्रह्मदेव उत्पन्न झाला. हा ब्रह्मदेव सर्व लोकांचा प्रत्यक्ष जनक असून त्याची कांति सूर्यतुल्य आहे. त्याच्या चार मूर्ति असून त्याला चार मुखें आहेत व त्याला चारही वेदांचें ज्ञान आहे. तो महाबलाढ्य आणि पराक्रमी ब्रह्मदेव स्वतः प्रभावसंपन्न असल्यामुळें इतरांनीं पराजय करण्यास अशक्य आहे. असो; पुढें कांहीं काल निघून गेल्यानंतर मधु आणि कैटभ ह्या दोन अत्यंत वीर्यसंपन्न दैत्यांनीं—ज्याची लांबीरुंदी अनेक योजनें आहे अशा दिव्यसर्पशरीररूपी शयनावर अत्यंत कांतिमान्, किरीट व कौस्तुभ धारण करणारा, पीतवर्ण रेशमी वस्त्र परिधान

करणारा, सौंदर्य आणि कांति ह्यांच्या योगानें युक्त असल्यामुळें शरीर देदीप्यमान दिसणारा व म्हणूनच हजारों सूर्यांच्याप्रमाणें तेजस्वी व दिसण्यांत विस्मयकारक असणारा प्रभु श्रीविष्णु शयन करीत आहे असें पाहिलें. त्यास आणि कमलामध्यें वास्तव्य करणाऱ्या कमललोचन ब्रह्मदेवास अवलोकन करितांच मधु आणि कैटभ ह्या उभयतांस अत्यंत विस्मय वाटला. पुढें ते अत्यंत तेजस्वी अशा ब्रह्मदेवास त्रास देऊं लागले. त्यांजकडून जेव्हां वारंवार त्रास होऊं लागला तेव्हां महाकीर्तिसंपन्न ब्रह्मदेवानें त्या कमळाचा देंठ हालविला, ह्यामुळें श्रीविष्णु जागे झाले. नंतर श्रीष्णूंनीं त्या अत्यंत वीर्यसंपन्न दैत्यांस अवलोकन केलें व त्यांना म्हटलें कीं, ' हे महाबलाढ्यहो, तुमचें स्वागत असो! तुमच्या योगानें मला संतोष होत आहे. ह्यामुळें मी तुह्मांला उत्कृष्ट प्रकारचा वर देतों.' हे महाराजा, हें ऐकून त्या गर्विष्ठ व अतिशय बलाढ्य अशा उभयतां राक्षसांनीं मिळून श्रीविष्णूंस हसून उत्तर दिलें कीं, ' हे देवश्रेष्ठा, आह्मांकडेच तूं वर माग. आह्मी वर देणारे आहों. ह्यामुळें तुला वर देऊं. तेव्हां तूं विचार न करितां तुला कोणता वर पाहिजे तो सांग.'

भगवान् ह्मणाले:—हे वीरहो, मला वरप्राप्तीची इच्छा आहे व म्हणूनच मी आपल्याकडून वरग्रहण करितों. तुह्मी खरोखर वीर्यसंपन्न आहां. तुमच्या तोडीचा दुसरा पुरुष नाहीं. हे अमोघपराक्रमी दैत्यांनो, आतां तुह्मी माझें वध्य व्हावें हीच अभीष्ट गोष्ट लोकहितासाठीं संपादन करण्याची मी इच्छा करीत आहें!

मधुकैटभ ह्मणाले:—आह्मीं स्वच्छंदपणानें वागण्याच्या वेळींही असत्य भाषण केलेलें नाहीं, मग इतर प्रसंगीं तें कोठून करणार? हे पुरुषोत्तमा, आह्मी धर्म आणि सत्य ह्यांमध्यें आसक्त होऊन राहिलों आहों असें तूं समज. बल, रूप, शौर्य, शांति, धर्म, तप, दान, सदाचार, सत्त्व आणि इंद्रियनिग्रह ह्यांमध्यें आमच्या सारखा दुसरा कोणीही नाहीं. हे केशवा, आह्मांवर मोठेंच संकट ओढवलेलें आहे. असो; तूं म्हटलेंस त्याप्रमाणें कर. कारण, कालाचा अतिक्रम करितां येणें अशक्य आहे. पण, हे प्रभो, तूं एक करावेंस अशी आमची इच्छा आहे. हे उत्कृष्ट सुरश्रेष्ठा, कोणत्याही पदार्थांनीं आवृत न झालेल्या अशा आकाशामध्यें तूं आमचा वध करावा; आणि, हे सुलोचना, अन्यजन्मीं आम्हीं तुझे पुत्र व्हावें. हे सुरश्रेष्ठा, हाच वर आह्मी तुजकडून मागून घेतों. देवा, आह्मांला आपण जें देतों ह्मणून सांगितलें आहे तें खोटें होऊं नये.

भगवान् ह्मणाले:—ठीक आहे.मीही असें करीन आणि ह्याहीं सर्व गोष्टी अशा घडून येतील.

पुढें जेव्हां श्रीविष्णु विचार करूं लागले तेव्हां त्यांना पृथ्वीमध्यें अथवा स्वर्गामध्यें अनावृत असा प्रदेश कोठेंही दिसेना. तेव्हां आपल्या मांड्या अनावृत आहेत असें पाहून, हे राजा, त्या देवश्रेष्ठ महाकीर्तिमान् श्रीविष्णूंनीं तीक्ष्ण धार असलेल्या चक्रानें त्या दैत्यांचीं मस्तकें तोडलीं.

अध्याय दोनशें चौथा.

—:०:—

धुंधुदैत्याचा वध.

मार्कंडेय ह्मणाले:—हे महाराजा, त्या मधुकैटभांचा धुंधु ह्या नांवाचा अत्यंत कांतिसंपन्न, महावीर्यशाली आणि पराक्रमी पुत्र होता. तो एका पायावर उभा राहून मोठी तपश्चर्या करूं लागला; त्यामुळें कृश व ह्मणूनच ज्याचें शरीर शिरांनीं व्याप्त झालेलें दिसत आहे असा झाला. त्या वेळीं ब्रह्मदेव प्रसन्न होऊन

कोणी देवतुल्य म्हणून सांगितलेले आहेत तेही दृष्टिगोचर होतात. सर्वही गुरु आणि ज्यांना एकच पति आहे अशा अर्थात् पतिव्रता स्त्रिया हे मान्यच आहेत. त्यांतूनही पतिव्रता जी पतीची सेवा करितात ती फारच दुष्कर असते. ह्यास्तव, हे प्रभो, आह्मांला आपण पतिव्रतांचें माहात्म्य कथन करा. हे निष्पापा, पतिव्रता स्त्रिया ह्या इंद्रियसमुदाय आणि अंतःकरण ह्यांचा निरोध करून आपल्या पतींचेंच देवाप्रमाणें चिंतन करीत राहिलेल्या असतात. हे भगवन् प्रभो, हें त्यांचें करणें मला दुष्कर वाटतें. हे द्विजा, स्त्रिया मातापित्यांची आणि पतीचीही सेवा करितात. ह्या अत्यंत गहन अशा स्त्रीधर्माचरणापेक्षां दुसरें कांहीं कठीण असेल असें मला दिसत नाहीं. हे ब्रह्मन्, उत्कृष्ट प्रकारचें आचरण असणाऱ्या स्त्रिया सदोदित आदरानें आपल्या पतीशीं आणि मातापितरांशीं जें वर्तन करीत असतात तें खरोखर दुष्कर होय. स्त्रियांना पति एकच असतो. त्या खरें भाषण करीत असतात आणि योग्य कालीं पतिसमागम करून दहा महिनेपर्यंत आपल्या जठरामध्यें गर्भधारण करितात. ह्याहून अधिक विस्मयकारक तें कोणतें? हे प्रभो, प्राण देखील वांचतील कीं नाहीं असा अत्यंत संशय पडून व निरुपम वेदनांचा अनुभव घेऊन मोठ्या दुःखानें स्त्रिया पुत्र प्रसवतात; आणि, हे द्विजश्रेष्ठा, अत्यंत प्रेमानें त्यांचें पोषण करितात. तसेंच कांहीं लोक सर्व प्रकारचीं क्रूर कर्मे करण्यामध्यें आसक्त व म्हणूनच निंद्य असतात तरीही स्वतःचें कर्म म्हणून सदोदित तशा प्रकारचें आचरण करितात, हेंही खरोखर दुष्कर होय. ह्यास्तव, हे द्विजा, ह्या क्षत्रियांच्या धर्माचरणाचें तत्त्वही मला स्पष्ट करून सांगा. कारण, हे विप्रा, असल्या क्रूर मनुष्याला महात्म्यांच्या धर्माची प्राप्ति होणें अतिशय अशक्य आहे. ह्यास्तव, हे वक्तृश्रेष्ठा भृगुकुलमुख्या सुव्रता भगवन् मार्कंडेया, आपल्याकडून ह्या प्रश्नाचें उत्तर ऐकण्याची माझी इच्छा आहे.

मार्कंडेय ह्मणाले:—ठीक आहे. आतां, हे भरतकुलश्रेष्ठा, मी उत्तर देण्यास अत्यंत कठीण अशा ह्या प्रश्नाचें तुला बरोबर उत्तर देतों, तें तूं ऐक. कित्येक लोक मातेला अधिक महत्त्व देतात व कित्येक पित्याला अधिक महत्त्व देतात. तथापि माता जें संततीचें पोषण करिते तें अत्यंत दुष्कर होय. पिता तपाच्या योगानें, देवतांच्या पूजनानें, त्यांना प्रणाम करून, सहनशीलतेनें आणि जारणमारणादि उपायांच्या योगानेंही पुत्रप्राप्तीची इच्छा करितो. ह्याप्रमाणें मोठ्या कष्टानें अत्यंत दुर्लभ असा पुत्र प्राप्त झाल्यानंतर, हे वीरा, तो कसा निपजेल ह्याविषयीं तो सदोदित काळजी करीत राहतो. हे भरतकुलोत्पन्ना, पिता आणि माता हे आपल्या पुत्राला शौर्याच्या योगानें आणि दानाच्या योगानें कीर्ति मिळावी आणि त्याला ऐश्वर्य व संतति ह्यांची प्राप्ति होऊन त्यानें धर्मनिष्ठ असावें अशी इच्छा करितात. ह्यामुळें जो पुरुष त्यांची ही आशा सफल करितो तोच धर्मवेत्ता होय. हे राजेंद्रा, पिता आणि माता हे ज्याला सदोदित प्रसन्न असतात त्याला इहलोकीं आणि परलोकीं उत्कृष्ट प्रकारची कीर्ति मिळून शाश्वत असा धर्म घडतो. तसेंच स्त्रियांना कोणत्याही प्रकारचीं यज्ञकर्में नकोत, श्राद्ध नको, आणि उपवास नको. त्या जी पतीची शुश्रूषा करीत असतात तिच्या योगानेंच त्यांना स्वर्गप्राप्ति होते.

अध्याय दोनशें सहावा.

—:०:—

पतिव्रतेचें माहात्म्य.

मार्कंडेय ह्मणाले:—हे भरतकुलोत्पन्ना,

वेदाध्ययन करणारा, तपस्वी आणि धर्मनिष्ठ असा एक कौशिक नांवाचा ब्राह्मणश्रेष्ठ होता. तो शिक्षादिक अंगें आणि उपनिषदें ह्यांसहवर्तमान वेदांचें अध्ययन करीत असे. पुढें कोणे एके समयीं तो एका वृक्षाच्या मुळाशीं वेदपठन करीत असतां वृक्षावर एक बगळा येऊन बसला आणि त्यानें त्या ब्राह्मणाच्या अंगावर पुरिषोत्सर्ग केला. तेव्हां त्या पक्ष्याकडे पाहून ब्राह्मण क्रुद्ध झाला व त्याचें वाईट होण्याविषयीं चिंतन करूं लागला. ह्याप्रमाणें अत्यंत क्रोधानें पछाडलेल्या ब्राह्मणानें अनिष्टचिंतन करून अवलोकन करितांच तो पक्षी भूतलावर पडला! बगळा गतप्राण आणि निश्चेष्ट होऊन पडला आहे असें पाहतांच कारुण्यामुळें ब्राह्मणास पश्चात्ताप झाला व त्यामुळें तो त्याजविषयीं शोक करूं लागला आणि ह्मणाला कीं, 'क्रोधाच्या तावडींत सांपडल्यामुळें मजकडून हें दुष्कृत्य घडलें.'

मार्कंडेय ह्मणाले:—असें वारंवार ह्मणून तो विद्वान् भिक्षा मागण्यासाठीं एका ग्रामामध्यें शिरला; आणि, हे भरतकुलश्रेष्ठा, पवित्र अशा गृहामध्यें जातजात तो पूर्वीं जेथें गेला होता त्याच गृहामध्यें गेला. त्या ठिकाणीं त्यानें 'भिक्षा घाला' असें ह्मटलें असतां त्या गृहांतील स्त्रीनें त्याला 'उभे रहा' असें सांगितलें. पुढें ती स्त्री भिक्षा वाढावयाचें पात्र स्वच्छ करीत आहे इतक्यांत, हे भरतकुलश्रेष्ठा, क्षुधेनें अत्यंत पीडित झालेला तिचा पति एकाएकीं गृहामध्यें आला. पतीस अवलोकन करितांच त्या साध्वीनें ब्राह्मणाला भिक्षा घालावयाचें सोडून देऊन प्रथम आपल्या भर्त्यासच पाद्य, आचमनीय आणि आसन दिलें व नंतर त्या सुंदरीनें अत्यंत मिष्ट असे भक्ष्य व भोज्य पदार्थ ह्यांचा आहार देऊन त्याची सेवा केली. युधिष्ठिरा, ती प्रेमशालिनी स्त्री प्रत्यहीं भर्त्याचें उच्छिष्ट भक्षण करीत असे व पतीसच दैवत असें समजून त्याच्या विचारानें वागत असे. ती दुसरीकडे मुळींच लक्ष न देतां कायावाचामनेंकरून केवळ पतीचीच सेवा करीत असे व सर्व प्रकारें पतीवर प्रेम करून त्याच्या सेवेंत रममाण होऊन राही. ती सदाचारी, शुचिर्भूत, पोष्यवर्गाचें हित व्हावें अशी इच्छा करणारी आणि दक्ष असून, जी गोष्ट पतीला हितकारक असेल तीच अनुकूलपणें करीत असे. ती जितेंद्रिय असून देवता, अतिथि, पोष्य, श्वश्रू आणि श्वशुर ह्यांच्या सेवेविषयीं सदोदित तत्पर असे. ह्याप्रमाणें पतिसेवा करीत असतां भिक्षेची प्रतीक्षा करीत उभा राहिलेल्या त्या ब्राह्मणाकडे दृष्टि जाऊन त्या सुंदरीस त्याला भिक्षा घालण्याची आठवण झाली. तेव्हां, हे भरतकुलश्रेष्ठा, ती कीर्तिसंपन्न स्त्री लज्जित झाली आणि भिक्षा घेऊन ब्राह्मणास वाढावयासाठीं निघाली तेव्हां ब्राह्मण ह्मणाला, 'हे सुंदरांगि स्त्रिये, तूं मला 'उभे रहा' ह्मणून सांगून अडवून पाडिलेंस व माझी रवानगीही केली नाहींस हें काय?'

मार्कंडेय ह्मणाले:—हे नरेंद्रा, तो ब्राह्मण क्रोधानें संतप्त झाला असून आपल्या तेजानें जणू प्रदीप्त होऊन गेला आहे असें पाहून ती साध्वी सांत्वनपूर्वक भाषण करूं लागली.

स्त्री म्हणाली:—हे विद्वन्, आपण मला क्षमा करा. पति हें माझें मोठें दैवत असून तो श्रमून क्षुधाक्रांत होऊन प्राप्त झाल्यामुळें मीं त्याची सेवा केली.

ब्राह्मण ह्मणाला:—तुला ब्राह्मण श्रेष्ठ वाटत नसून पति श्रेष्ठ वाटतो काय? आणि गृहस्थाश्रमांतील धर्माप्रमाणें वागत असतां तूं ब्राह्मणांचा अपमान करतेस काय? अगे, इंद्र देखील ह्या ब्राह्मणांना नमस्कार करीत असतो; मग ह्या भूतलावरील मनुष्यांची कथा काय? हे गर्विष्ठे, हें जरी तुला स्वतः समजत नसलें,

तरी वृद्धांच्या तोंडून हें कधीं ऐकिलेंही नाहींस काय? ब्राह्मण हे अग्नितुल्य असून ते पृथ्वी दग्ध करून सोडण्याविषयीं देखील समर्थ आहेत!

स्त्री म्हणालीः—हे तपोधना ब्रह्मर्षे, आपण क्रोध सोडून द्या. मी कांहीं बगळा नव्हें! आपण जरी क्रुद्ध झालां तरी ह्या क्रुद्ध दृष्टीनें माझें काय करणार? मी ब्राह्मणांचा केव्हांही अपमान करीत नाहीं. कारण, ते ज्ञानसंपन्न आणि देवतुल्य आहेत. ह्यास्तव, हे निष्पापा विप्रा, आपण ह्या माझ्या अपराधाची क्षमा करणें योग्य आहे. मी ज्ञानसंपन्न ब्राह्मणांचें तेज आणि माहात्म्य जाणत आहें, ब्राह्मणानेंच क्रोधानें ह्या समुद्राचें जल खारट व म्हणूनच प्राशन करण्यास अयोग्य असें करून सोडलें. तसेंच, दंडकारण्यामध्यें प्रदीप्त झालेला ज्यांचा क्रोधाग्नि अद्यापि शांत झालेला नाहीं त्या प्रज्वलित, तपोयुक्त व अंतःकरण सुसंस्कृत असलेल्या मुनींचें माहात्म्य मला माहीत आहे. ब्राह्मणांचा अपमान केल्यामुळेंच अगस्ति मुनींची गांठ पडून अत्यंत दुरात्मा क्रूर महादैत्य वातापि त्याच्या उदरामध्यें जीर्ण होऊन गेला. याप्रमाणें महात्म्या ब्राह्मणांचे नानाप्रकारचे प्रभाव, विपुल क्रोध व प्रसाद हीं माझ्या ऐकण्यांत आहेत. तथापि, हे निष्पापा ब्राह्मणा, हा जो अतिक्रम माझ्या हातून घडला त्याची आपण मला क्षमा करणें योग्य आहे. हे द्विजा, पतिसेवेच्या योगानें जो धर्म घडेल तोच मला आवडतो. पति हेंच माझें सर्व देवतांमध्यें श्रेष्ठ असें दैवत आहे. हे द्विजश्रेष्ठा, मी कोणत्याही प्रकारें भेद न मानतां त्याची सेवा हा धर्म करीत असतें. हे ब्राह्मणा, ह्या पतिसेवेचें फल कसें आहे तें पहाः कारण, तूं क्रोधानें बगळा दग्ध केलास हें मला समजलें. हे द्विजश्रेष्ठा, क्रोध हा शरीरामध्यें वास्तव्य करणारा मनुष्यांचा शत्रु आहे. जो क्रोध आणि मोह ह्या दोहोंचा त्याग करितो, त्यालाच देव ब्राह्मण असें समजतात. जो ब्राह्मण इहलोकीं सत्य भाषण करितो, गुरूला संतुष्ट करितो आणि दुसऱ्यांनीं पीडा दिली तरीही त्यांस पीडा देत नाहीं, त्यासच देव ब्राह्मण असें समजतात. जो ब्राह्मण जितेंद्रिय, धर्मतत्पर, अध्ययननिष्ठ, शुचिर्भूत व काम आणि क्रोध ह्यांस स्वाधीन ठेवणारा असेल, त्यासच देव ब्राह्मण असें समजतात. ज्या धर्मवेत्त्या विद्वान् मनुष्याला सर्व लोक आपल्यासारखे वाटत असतात, त्या सर्व प्रकारच्या धर्माचरणामध्यें आसक्त असणाऱ्या पुरुषास देव ब्राह्मण असें समजतात. जो ब्राह्मण अध्ययन करवितो व स्वतः अध्ययन करितो, स्वतः यज्ञ करितो व दुसऱ्याकडूनही यज्ञ करवितो, आणि यथाशक्ति दानही करितो त्याला देव ब्राह्मण असें समजतात. जो दानशूर द्विजश्रेष्ठ ब्रह्मचर्यामध्यें अध्ययन करील, व अध्ययनसंपन्न झाल्यानंतर त्याजकडे दुर्लक्ष करणार नाहीं, त्यासच देव ब्राह्मण असें समजतात. ब्राह्मणांचें ज्याच्या योगानें कल्याण होईल तें त्यांना सांगावें. ब्राह्मण सत्य भाषण करीत असल्यामुळें त्यांचें अंतःकरण असत्य भाषणामध्यें रममाण होत नाहीं. हे द्विजश्रेष्ठा, अध्ययन, बाह्येंद्रियनिग्रह, सरलता आणि अंतरिंद्रियनिग्रह हा ब्राह्मणांचा धर्म आहे असें देव जाणत असतात. त्यांतूनही सत्य आणि सरलता हा श्रेष्ठ प्रतीचा धर्म होय असें धर्मवेत्ते लोक समजत असतात. शाश्वत धर्माचें स्वरूप जरी जाणतां येणें अशक्य आहे, तरी सत्य हाच त्याचा आधार आहे. ज्या विषीला श्रुतिवचन प्रमाण असतें तो धर्म होय असें ज्ञानवृद्ध मन्वादिकांचें आज्ञाभूत वचन आहे. हे द्विजश्रेष्ठा, धर्म सूक्ष्मच आहे, तथापि त्याचे अनेक प्रकार दृष्टिगोचर होतात. आपणही धर्मवेत्ते, अध्ययननिष्ठ आणि शुचिर्भूत

आहां. तथापि, हे भगवन्, आपणाला धर्माचें हें तत्त्व समजलेलें नाहीं असें माझ्या बुद्धीला वाटतें. ह्यास्तव, हे द्विजा, जर आपणाला उत्कृष्ट प्रकारच्या धर्माचें ज्ञान नसेल, तर मिथिला-नगरामध्यें जाऊन आपण तें धर्मव्याधाला विचारावें. हा धर्मव्याध सत्यवादी आणि जितें-द्रिय असून मातापितरांची सेवा करीत मिथिले-मध्यें वास्तव्य करीत असतो. तो आपणाला धर्म सांगेल. हे द्विजश्रेष्ठा, आपलें कल्याण असो. आपण आपल्या इच्छेस वाटेल त्या ठिकाणीं गमन करा. हे अनिंद्य ब्राह्मणा, बोल-ण्यामध्यें जो कांहीं मजकडून अतिक्रम घडला असेल त्या सर्वांची आपण क्षमा करा. कारण, जे धर्माचरण करीत असतात त्या सर्वांना स्त्रिया अवध्य आहेत !

ब्राह्मण ह्मणालाः—हे कल्याणि, तुझें कल्याण असो. मी तुला प्रसन्न झालों आहें. माझा क्रोध नाहींसा झाला. तूं माझा तिरस्कार केलास तथापि तो माझें अत्यंत कल्याण कर-णारा आहे. असो; हे साध्वि, तुझें कल्याण होवो. मी आतां जातों आणि मला साध्य करावयाचें आहे तें करितों.

मार्कंडेय ह्मणालेः—तिनें जावयास सांगि-तल्यानंतर तो द्विजश्रेष्ठ कौशिक स्वतःची निंदा करीत आपल्या घरीं गेला.

अध्याय दोनशें सातवा.

—:०:—

धर्मव्याधोपाख्यान.

मार्कंडेय ह्मणालेः—स्त्रीनें सांगितलेल्या त्या आश्चर्यकारक वृत्तांताविषयीं विचार करून तो ब्राह्मण स्वतःच आपली निंदा करूं लागला व अपराधी मनुष्याप्रमाणें दिसूं लागला. तद-नंतर, धर्माचें ज्ञान सूक्ष्म आहे असा विचार करून तो ह्मणाला कीं, ‘ मनुष्यानें श्रद्धा ठेवून वागलें पाहिजे. ह्यास्तव मी आतां मिथिलेमध्यें जातों. कारण, ज्याचा आत्मा कृतार्थ झाला आहे असा धर्मव्याध त्या ठिकाणीं वास्तव्य करीत असतो. मी आजच त्या तपोधनाला धर्मविषयक प्रश्न करण्यासाठीं जातों. ’ असा मनामध्यें विचार करून व बगळ्याच्या वृत्तांता-विषयींचा जो प्रत्यय आला होता त्यावरून आणि उत्कृष्ट प्रकारच्या धार्मिक भाषणावरून त्या स्त्रीच्या बोलण्यावर विश्वास ठेवून तो ब्राह्मण कौतुकानें मिथिलानगरीकडे जावयास निघाला पुढें कांहीं अरण्यें, गांव आणि नगरें उल्लंघन केल्यानंतर जनकराजानें उत्कृष्ट प्रकारें संरक्षण केलेल्या मिथिला नगरीमध्यें तो जाऊन पोहोंचला. ही उत्कृष्ट नगरी धर्म-मर्यादेनें व्याप्त झाली असून तिजमध्यें यज्ञा-दिक उत्सव चाललेले होते. तिला वेशी असून तिजमध्यें बंगले होते. वाडे आणि तट ह्यांच्या योगानें तिला शोभा आलेली होती. ती नगरी मोठमोठीं मंदिरें आणि विक्रेय वस्तु ह्यांनीं युक्त होती. तिजमध्यें मोठमोठाले मार्ग असून ते चांगल्या प्रकारें विभागलेले होते. तिजमध्यें अश्व, रथ, गज आणि अनेक योद्धे असून ती हृष्टपुष्ट अशा लोकांनीं व्याप्त व प्रत्यहीं उत्सवानें गजबजून गेलेली होती. जीमध्यें अनेक प्रकारच्या गोष्टी चालल्या आहेत अशा प्रकारच्या त्या रम्य नगरीमध्यें प्रवेश केल्यानंतर तो ब्राह्मण जातां जातां ‘ धर्मव्याध कोठें आहे ? ’ ह्मणून विचारूं लागला. तेव्हां ब्राह्मणांनीं तो त्याला दाखविला. त्या ठिकाणीं गेल्यानंतर त्यानें पाहिलें तों तो तपस्वी धर्म-व्याध वध करण्याच्या ठिकाणीं मृगांच्या आणि महिषांच्या मांसाचा विक्रय करीत आहे असें त्याच्या दृष्टीस पडलें. तेव्हां गिऱ्हाइकांची गर्दी आहे असें पाहून तो ब्राह्मण एका बाजूस उभा राहिला, पण धर्मव्याधास ब्राह्मण आल्याचें

कळून आल्यामुळें तो त्वरेनें एकाएकीं उठला आणि ज्या ठिकाणीं एकांतांत तो ब्राह्मण उभा राहिलेला होता तेथें आला.

व्याध ह्मणालाः—हे भगवन् द्विजश्रेष्ठा, मी आपणाला प्रणाम करितों. आपलें स्वागत असो. मी व्याध आहें. आपलें कल्याण होवो! मी आपलें काय कार्य करूं ह्याविषयींची मला आज्ञा व्हावी. आपणाला त्या पतिव्रतेनें मिथिलेकडे जा असें सांगितलें व ह्मणूनच आपण कोणत्या उद्देशानें येथें आलां आहां हें सर्व मला कळून आलें!

हें त्याचें वाक्य ऐकून तो ब्राह्मण अतिशय आश्चर्यचकित झाला आणि 'हें दुसरें आश्चर्य होय!' असें आपल्या मनांत ह्मणूं लागला. पुढें त्याला व्याध ह्मणाला कीं, 'हे भगवन् निष्पापा, आपण ज्या ठिकाणीं उभे आहां, तो प्रदेश अयोग्य आहे.ह्यास्तव,जर आपणाला रुचत असेल तर आपण उभयतां गृहामध्यें जाऊं.'

मार्कंडेय ह्मणालेः—नंतर आनंदित होऊन ब्राह्मणानें 'ठीक आहे' असेंच त्याला उत्तर दिलें. तेव्हां तो ब्राह्मणालाच पुढें करून गृहामध्यें गेला; आणि रम्य अशा त्या गृहामध्यें प्रवेश केल्यानंतर त्यानें आसन देऊन ब्राह्मणाचा बहुमान केला. पुढें पाद्य आणि आचमनीय ह्यांचा स्वीकार करून सुखानें बसल्यानंतर तो ब्राह्मण त्या व्याधाला बोलूं लागला कीं,'हें कर्म तुला योग्य आहे असें मला वाटत नाहीं. बा व्याधा, ह्या तुझ्या घोर कृत्यानें मला फारच ताप होत आहे.'

धर्मव्याधाचें स्वकर्मसमर्थन.

व्याध म्हणालाः— हे द्विजा, हें कर्म माझ्या वाडवडिलांपासून चालत आलेलें असल्यानें तें माझ्या कुलाला योग्य आणि श्रेष्ठ आहे. सारांश, मी स्वधर्मानें वागत आहें; ह्यामुळें, हे द्विजा, आपण मजवर कोप करूं नये. हे द्विजश्रेष्ठा, विधात्यानें पूर्वीं मला जें स्वकर्म लावून दिलें आहे त्याचें पालन करून मी आपल्या वृद्ध मातापितरांची प्रयत्नपूर्वक सेवा करीत असतों. मी असत्य भाषण करीत नाहीं, कोणाशीं मत्सर करीत नाहीं, यथाशक्ति दान करितों, देवता, अतिथि आणि पोष्यवर्ग ह्यांनीं भक्षण करून अवशिष्ट राहिलेल्या अन्नावर उपजीविका करितों, कोणाला दोष देत नाहीं, व कोणाची निंदाही करीत नाहीं. हे द्विजश्रेष्ठा, पूर्वजन्मीं केलेलें बलवत्तर कर्म प्राण्याची पाठ सोडीत नाहीं. कृषि, पशुपालन आणि व्यापार हें लोकांचें इहलोकींचें उपजीविकेचें साधन असून राजनीति आणि तीन वेद ही विद्या होय. ह्याच्याच योगानें लोक अस्तित्वांत आहेत. सेवाकर्म हा शूद्रांचा, कृषि हा वैश्यांचा, संग्राम हा क्षत्रियांचा व ब्रह्मचर्य, तप, वेदाध्ययन आणि सत्य भाषण हा सदोदित ब्राह्मणांचा धर्म होय असें सांगितलें आहे. राजा स्वकर्मामध्यें आसक्त झालेल्या प्रजांचें न्यायानें पालन करितो आणि जे कोणी धर्मविरुद्ध आचरण करीत असतील त्यांना त्यांच्या कर्माकडे लावतो. राजांची सदोदित भीति बाळगिली पाहिजे.कारण ते प्रजांचे अधिपति आहेत.ज्याप्रमाणें बाणांच्या योगानें मृगाचें निवारण करावें, त्याप्रमाणें ते विरुद्ध कर्में आचरण करणाऱ्या लोकांचें निवारण करितात. हे ब्रह्मर्षे, त्या जनकाच्या राज्यामध्यें धर्मविरुद्ध आचरण करणारा असा कोणीही मनुष्य नाहीं. हे ब्राह्मणश्रेष्ठा, येथें चारही वर्ण आपल्या कर्मामध्यें आसक्त होऊन राहिलेले आहेत. हा जनक राजा दुराचरण करणारा मनुष्य जरी आपला पुत्र असला तरी तो दंड्य आहे असें समजून त्याला दंड करितो व धार्मिकाला त्रास देत नाहीं. त्यानें उत्कृष्ट प्रकारें हेरांची योजना केलेली असून तो सर्वांकडे न्यायानें पहात

असतो. हे द्विजश्रेष्ठा, लक्ष्मीसंपादन, राज्य आणि दंड करणें हीं क्षत्रियाचीं कर्में होत. राजे लोक आपल्या धर्माप्रमाणें वागून विपुल संपत्ति संपादन करूं इच्छितात. तसेंच राजा हा सर्वही वर्णांचा संरक्षक आहे. असो; हे ब्रह्मनिष्ठा, मी स्वतः वराह, महिष इत्यादिक प्राण्यांची हिंसा करीत नसून दुसऱ्यांनीं ज्यांचा वध केला असेल त्यांचाच निरंतर विक्रय करीत असतों; मी मांसभक्षण करीत नाहीं; ऋतुकालींच पत्नीशीं गमन करीत असतों; आणि, हे द्विजा, सदोदित नक्तभोजन करीत असून एकादश्यादिक नित्य उपवासही करीत असतों. जो मनुष्य दुराचारी दिसत असतो तो देखील कदाचित् सदाचारी असतो; आणि जो प्राण्यांची हिंसा करण्यामध्यें आसक्त असतो तोही धार्मिक असण्याचा संभव असतो. राजांच्या दुर्वर्तनामुळें धर्माचा अत्यंत घोटाळा होऊन जातो, अधर्माची प्रवृत्ति होते व त्यामुळेंच प्रजांमध्यें संकर होतो. राजांच्याच अपराधामुळें भेसूर, खुजे, कुबडे, मस्तक तेवढें मोठें असलेले, क्लीब, अंध, बहिरे आणि नेत्र अत्यंत वर आलेले असे लोक निर्माण होतात. सारांश, राजांच्याच अधर्मानें प्रजेचें सदोदित अकल्याण होत असतें; पण हा जनकराजा स्वधर्मामध्यें आसक्त असणाऱ्या आपल्या सर्व प्रजाजनांवर सदोदित अनुग्रह करून त्यांजकडे न्यायानें पहात असतो. असो; जे लोक माझी प्रशंसा करितात अथवा निंदा करितात,त्या सर्वांना मी उत्कृष्ट प्रकारचें कर्म करून संतोष देत असतों. जे स्वतःच्या धर्माप्रमाणें वागून उपजीविका करून स्वधर्मामध्यें आसक्त होऊन राहतात, दुसऱ्या कोणावर आपल्या उपजीविकेचा भार टाकीत नाहींत, व स्वभावतःच उद्योगी आणि जितेंद्रिय असतात, ते खरोखर पृथ्वीपतिच होत. सदोदित यथाशक्ति अन्नदान करणें, सहनशीलता असणें, निरंतर धर्मामध्यें आसक्त होऊन राहणें व सर्वही प्राण्यांचा त्यांच्या योग्यतेप्रमाणें सदोदित बहुमान करणें हे मनुष्याच्या अंगीं आवश्यक असणारे सर्वही गुण वैराग्यावांचून त्याच्या ठिकाणीं असूं शकत नाहींत. ह्मणून मनुष्यानें असत्य भाषण करण्याचें सोडून द्यावें; कोणीं प्रार्थना केल्यावांचूनच त्याचें प्रिय करावें; कामामुळें असो, गडबडीमुळें असो अथवा द्वेषामुळें असो, धर्माचा केव्हांही त्याग करूं नये; इष्ट गोष्ट घडून आली ह्मणून अत्यंत आनंदित होऊं नये; आणि अप्रिय झालें ह्मणून ताप करून घेऊं नये. द्रव्यविषयक संकटें प्राप्त झालीं तरीही गडबडून जाऊं नये आणि त्यामुळें धर्माचा त्यागही करूं नये; धर्मभिन्न असें जर दुसरें कांहीं कर्म असेल तर त्याचें आचरण करूं नये व धार्मिक कृत्यांमध्येंही ज्या ठिकाणीं विकल्प असेल तेथें जी गोष्ट आपणाला कल्याणकारक अशी वाटत असेल ती करण्याचें मनांत आणावें. दुसऱ्यानें आपलें वाईट केलें ह्मणून उलट आपण त्याचें वाईट न करितां सदोदित सौजन्यानेंच वागावें. कारण, जो पाप करण्याची इच्छा करीत असतो त्याचा आपोआपच घात होतो. दुसऱ्याचें वाईट करणें हें कर्म पापी आणि असज्जनांचें असून तें त्यांनाच शोभण्यासारखें आहे. जे लोक धर्म नाहीं असें समजून शुचिर्भूत लोकांचा उपहास करीत असतात ते धर्मावर श्रद्धा नसल्यामुळें निःसंशय नाश पावतात. ज्याप्रमाणें आंत वारा भरलेला एखादा चामड्याचा फुगा असावा त्याप्रमाणें दुष्ट मनुष्य सदोदित फुगलेला असतो. मूर्ख आणि गर्विष्ठ अशा लोकांचा विचार निःसार असतो; व ज्याप्रमाणें दिवसा सहस्रकिरण आपलें स्वरूप

लोकांना दाखवीत असतो, त्याप्रमाणें त्यांचें अंतरंगच लोकांना त्यांची ओळख करून देत असतें. मूर्ख मनुष्य केवल आत्मप्रशंसा केली ह्मणून केव्हांही लोकांमध्यें शोभा पावत नाहीं आणि जो विद्यासंपन्न असेल तो जरी अस्वच्छ असला तरीही देदीप्यमान होऊन राहतो. पण लोकांमध्यें मात्र कोणी दुसऱ्याची निंदा न करणारा व स्वतःची प्रशंसा न करणारा असा गुणसंपन्न मनुष्य उघडकीस आलेला दिसत नाहीं. मनुष्याला आपल्या दुष्कर्माचा पश्चात्ताप होऊं लागला ह्मणजे तो पाप करण्याचें सोडून देतो. हे द्विजश्रेष्ठा, मनुष्यानें कोणतेंही सत्कर्म करून पापापासून मुक्त व्हावें. हे ब्रह्मन्, धर्माविषयीं अशा प्रकारचीं वचनें कानांवर आलेलीं आढळतात. मनुष्याला पूर्वी केलेल्या पातकांचें जरी ज्ञान नसलें, तरीही तो मागाहून धर्मशील झाल्यानंतर त्या पातकांचा नाश करूं शकतो. हे शोभासंपन्न द्विजा, लोक प्रमादानें इहलोकीं जें पाप करीत असतात, त्याचा नाश धर्माचरणानें होतो. जो मनुष्य पापकर्म करून मी ह्या कर्मात नव्हतों असें लोकांस भासवीत असतो, त्याला देवता आणि त्याच्या स्वतःच्या हृदयामध्यें वास्तव्य करणारा परमात्मा हे अवलोकन करीत असतात. जो मनुष्य वस्त्रांचीं छिद्रें ज्याप्रमाणें रफू वगैरे करून बंद करितात त्याप्रमाणें द्रव्यादिकांच्या अभावामुळें अर्ध्यावरच विच्छिन्न होणारीं सज्जनांचीं धर्मकृत्यें द्रव्यादिक अर्पण करून पूर्ण करितो, त्या श्रद्धासंपन्न आणि कोणाचाही मत्सर न करणाऱ्या पुरुषानें मोक्षरूपी कल्याणप्राप्तीची इच्छा करावी. कारण त्याला मोक्षप्राप्ति होते. पाप केल्यानंतर जरी मनुष्याला मुक्त होण्याची इच्छा झाली, तरी ज्याप्रमाणें मोठ्या मेघपटलांतून चंद्रमा मुक्त होतो त्याप्रमाणें तो सर्वही पातकांपासून मुक्त होतो. ज्याप्रमाणें सूर्य उदय पावण्याच्या वेळीं प्रथम अंधकाराचा नाश करितो, त्याप्रमाणें मनुष्य मोक्षाचा अवलंब करण्याच्या वेळीं सर्व प्रकारच्या पातकांपासून मुक्त होतो. हे द्विजश्रेष्ठा, लोभ हेंच पापाचें अधिष्ठान होय. कारण, द्रव्यलोभी लोक पापकर्मे करितात. हे फारसे बहुश्रुत नसलेले लोक मूळचे अधार्मिक असतात; तथापि ज्याप्रमाणें एखादा कूप तृणानें आच्छादित झालेला असावा त्याप्रमाणें ते धर्मरूपी प्रावरणानें आच्छादित झालेले असतात. ह्यामुळें त्यांच्या ठिकाणीं वरवर इंद्रियनिग्रह, शुचिर्भूतपणा आणि धर्मसंबंधीं प्रलाप हें सर्व असतें पण शिष्टाचार मात्र असणें अत्यंत अशक्य असतें.

शिष्ट आणि शिष्टाचार.

मार्कंडेय ह्मणाले:—हे नरश्रेष्ठा, तदनंतर त्या महाज्ञानी ब्राह्मणानें धर्मव्याधास विचारिलें कीं, 'शिष्टाचार मला कसा जाणतां येईल ? हे धार्मिकश्रेष्ठा महामते व्याधा, हें आपणांकडून ऐकण्याची माझी इच्छा आहे. तेव्हां तें आपण मला यथायोग्यपणें सांगा. आपलें कल्याण होवो.'

व्याध म्हणाला:—हे द्विजश्रेष्ठा, यज्ञ, दान, तप, वेद आणि सत्य ह्या पांच पवित्र गोष्टी शिष्टाचारामध्यें नियमानें असतात. जे मनुष्य काम, क्रोध, दंभ, लोभ आणि वक्रता ह्यांना स्वाधीन ठेवून केवल धर्माच्याच योगानें संतुष्ट होऊन राहतात, तेच शिष्ट होत असें शिष्टांचें मत आहे. ते स्वभावतःच यज्ञ आणि अध्ययन ह्यांमध्यें आसक्त झालेले असून त्यांना दुर्वर्तनाचा संबंध नसतो. सदाचाराचें पालन करणें हें शिष्टांचें दुसरें लक्षण होय. हे ब्रह्मन्, गुरुजनांची सेवा, सत्य भाषण, क्रोधाचा अभाव आणि दान हीं चार शिष्टाचारामध्यें निय-

मानें असतात. शिष्टाचाराकडे अंत:करण जडविल्यानें आणि तेथें त्याची पूर्णपणें स्थापना केल्यानें मनुष्यास जी वृत्ति प्राप्त होते ती ह्याहून अन्य प्रकारचें आचरण केल्यानें मिळणें अशक्य आहे. सत्य हेंच वेदाचें रहस्य असून इंद्रियनिग्रह हें सत्याचें आणि दान हें इंद्रियनिग्रहाचें रहस्य होय. हें रहस्य शिष्टाचारामध्यें सदोदित वास्तव्य करीत असतें. जे लोक बुद्धीला मोह झाल्यामुळें धर्माचरणाचा मत्सर करीत असतात, ते दुर्मार्गगामी असल्यामुळें, जे लोक त्यांचे अनुयायी बनतील त्यांनाही पीडा होते. जे लोक शिष्ट असतात ते अत्यंत नियमनिष्ठ, वेद आणि दानधर्म ह्यांविषयीं तत्पर, धर्ममार्गावर आरूढ झालेले आणि खरे धर्मनिष्ठ असतात. शिष्टाचारसंपन्न असणारे लोक आपल्या गुरूच्या मतानें वागून धार्मिक कृत्यांकडेच लक्ष्य देत असतात व इतर प्रकारच्या विचारांचा निग्रह करितात. हे ब्राह्मणा, आपण ज्ञानाचा अवलंब करून व धार्मिकांची सेवा करून; ज्यांनीं धर्ममर्यादा सोडली आहे अशा पापिष्ठ विचारांचें अवलंबन करणाऱ्या क्रूरांचा त्याग करा, आणि धैर्यरूपी नौका तयार करून काम आणि लोभ इत्यादिक ग्रहांनीं व्याप्त होऊन गेलेली व पंचेंद्रियवृत्तिरूपी जलानें युक्त असलेली जी विषयसुखरूपी नदी तींतून प्रवास करून जन्ममरणरूपी दुर्गम प्रदेशांतून तरून जा. ज्याप्रमाणें शुभ्र वस्त्रावर दिलेला रंग उत्कृष्ट दिसतो, त्याप्रमाणें क्रमाक्रमानें संचय केलेला ज्ञानयोगरूपी महाधर्म शिष्टाचार असेल तर उत्कृष्टपणा पावतो. कोणाचीही हिंसा न करणें आणि सत्य भाषण करणें हें सर्वही प्राण्यांस उत्कृष्ट प्रकारें हितकारक असतें. अहिंसा हाच उत्कृष्ट प्रकारचा धर्म असून सत्य हाच त्याचा आधारस्तंभ आहे. सत्याचाच अवलंब करून इतरही धार्मिक गोष्टींची प्रवृत्ति होत असते. सत्य हें अत्यंत श्रेष्ठ असून शिष्टाचारसंपन्न लोक त्याचें अवलंबन करीत असतात. सदाचार हा सज्जनांचा धर्म असून, तीच सज्जन कोणता हें ओळखण्याची खूण आहे. प्राणी ज्या स्वभावाचा असेल त्या स्वभावाचेंच तो अवलंबन करीत असतो व ह्मणूनच दुराचारी आणि अविचारी अशा लोकांच्या हातून कामक्रोधादिक दोष घडतात. जें कर्म शास्त्रास अनुसरून असेल तो धर्म आणि जो अनाचार ह्मणून शास्त्रांत सांगितलेला असेल तो अधर्म होय असें मनुप्रभृति शिष्ट लोकांनीं शास्त्रामध्यें सांगितलेलें आहे. जे पुरुष क्रुद्ध होत नाहींत, वृथा दोष देत नाहींत, अहंकार बाळगीत नाहींत, मत्सर करीत नाहींत आणि सरळ व शांतिसंपन्न असतात, ते शिष्टाचारसंपन्न होत. तसेंच जे तीनही वेदांचें अध्ययन करून ज्ञानसंपन्न बनलेले, शुचिर्भूत, सद्वर्तनी, विचारशील, गुरुजनांची सेवा करणारे आणि इंद्रियनिग्रहसंपन्न असतात, तेही शिष्टाचारसंपन्न होत. ज्यांचें धैर्य क्षीण झालेलें नाहीं व ज्यांनीं आचरण केलेलीं कर्में इतरांस दुष्कर आहेत, त्या स्वत:च्याच कर्मानें पूज्य होऊन राहिलेल्या लोकांचा उग्रपणा नष्ट होऊन जातो. अनादि सार्वकालिक व ह्मणूनच अविनाशि अशा त्या सदाचाररूपी धर्माकडे शुचिर्भूतपणें लक्ष्य देणारे ज्ञानी लोक स्वर्गास जातात. तसेंच आस्तिक, अभिमानशून्य, ब्राह्मणांचा सत्कार करणारे आणि शास्त्रज्ञान व सदाचार ह्यांनीं संपन्न असणारे सज्जन स्वर्गामध्यें वास्तव्य करितात. वेदामध्यें सांगितलेला जो धर्म तोच मुख्य असून, मन्वादि धर्मशास्त्रांत सांगितलेल्या धर्माची योग्यता त्याहून कमी आहे; व वेदप्रतिपादित, धर्मशास्त्रांत सांगितलेला आणि शिष्टांनीं आचरण केलेला शिष्टाचार

हे धर्माचे तीन भेद आहेत. त्यांपैकीं वेदोक्त धर्म हा श्रेष्ठ असून अवशिष्ट राहिलेल्या दोहोंची योग्यता त्याहून कमी आहे. पूर्णपणें वेदाध्ययन, तीर्थस्नान, विद्यांमध्यें पारंगतत्व, क्षमा, सत्य, सरलत्व आणि शुचिर्भूतपणा हे आचार सज्जनांच्या ठिकाणीं दृष्टिगोचर होतात. सज्जन हे नेहमीं ब्राह्मणप्रिय असून सर्वेही प्राण्यांवर दया करीत असतात; ते हिंसा न करण्यामध्यें तत्पर असतात व केव्हांही कठोर भाषण करीत नसतात. शुभ अथवा अशुभ कर्मांच्या फलाचा संचय झाला ह्मणजे स्वर्ग अथवा नरक हा त्याचा परिणाम भोगावा लागतो हें जे ओळखून असतात, तेच शिष्ट होत असें सज्जनांचें मत आहे. जे न्यायशील, सद्‌गुणसम्पन्न, सर्व लोकांच्या हिताची इच्छा करणारे, साधु व ह्मणूनच स्वर्ग जिंकून घेणारे, निष्पाप, सन्मार्गानें वागणारे, दान करणारे, आपल्या संपत्तींत सर्वांचाही विभाग आहे असें समजणारे, दीन लोकांवर अनुग्रह करणारे, सर्वांस पूज्य असणारे, शास्त्रज्ञानासच द्रव्य समजणारे, तपोनिष्ठ आणि सर्वेही पाण्यांवर दया करणारे असतात तेच शिष्ट होत असें सज्जनांचें मत आहे. जे लोक दीन मनुष्यांस दान करून अवशिष्ट राहिलेल्या द्रव्यावर उपजीविका करून असतात, त्यांना सुखदायक अशा स्वर्गादि लोकांची व इहलोकीं संपत्तीची प्राप्ति होते. सज्जनांस साधुसमागम झाला ह्मणजे ते स्वतःच्या शक्तीचें अतिक्रमण करून लोकव्यवहार, धर्म आणि आत्महित ह्यांजवर दृष्टि देऊन दान करीत असतात; व त्यामुळें जरी आपल्या कुटुंबाला आणि पोष्यवर्गाला पीडा झाली तरीही त्यांच्या अंतःकरणाच्या एकाग्रतेचा भंग होत नाहीं. ह्याप्रमाणें वर्तन करणाऱ्या सज्जनांचा सदोदित अभ्युदय होत असतो. अहिंसा, सत्य भाषण, घातुकपणाचा अभाव, सरलता, द्रोहशून्यत्व, अभिमानशून्यता, लोकलज्जा, सहिष्णुता, इंद्रियनिग्रह आणि शांति या गुणांनीं संपन्न असणारे ज्ञानी, धैर्यसंपन्न, प्राण्यांवर दया करणारे व काम आणि द्वेष ह्यांनीं युक्त नसणारे जे सज्जन ते लोकांस प्रमाणभूत होत. द्रोह न करणें, दान देणें आणि सदोदित सत्य भाषण करणें ह्या तीन गोष्टी सज्जनांच्या ठिकाणीं उत्कृष्ट प्रकारें वास्तव्य करीत असतात, असें सज्जन ह्मणतात. धर्माचें आचरण करण्याविषयीं ज्यांचा दृढनिश्चय आहे ते शिष्टाचारसंपन्न महात्मे सज्जन, सर्वेही प्राण्यांवर दया करणारे, दुसऱ्यांचें दुःख जाणणारे व सदोदित अत्यंत संतुष्ट असतात व अत्युत्कृष्ट धर्ममार्ग आक्रमण करीत असतात. कोणासही नांवें न ठेवणें, क्षमा, शांति, संतोष, प्रिय भाषण, कामक्रोधांचा त्याग, शिष्टाचाराचें अवलंबन आणि शास्त्रास अनुसरून कर्म करणें हा सज्जनांचा अत्युत्कृष्ट मार्ग होय. जे लोक सदोदित धर्माच्या अनुरोधानें वागून शिष्टाचाराचें अवलंबन करितात ते ज्ञानरूपी प्रासादावर आरूढ होऊन संसाररूपी महाभीतीपासून मुक्त होतात. हे द्विजश्रेष्ठा, लोकांचें आचरण नानाप्रकारचें असून तें पुण्यरहित आणि पापयुक्त असतें ह्याकडे ते दृष्टि देत असतात. ह्याप्रमाणें, हे द्विजश्रेष्ठा ब्रह्मन्, माझ्या बुद्धीप्रमाणें आणि मीं ज्याप्रमाणें ऐकिलें आहे त्याप्रमाणें हे शिष्टाचाराचे गुण आपणाला बहुमानपूर्वक कथन केले आहेत.

अध्याय दोनशें आठवा.

—:०:—

हिंसेविषयीं धर्मव्याधाचें मत.

मार्कंडेय ह्मणाले:—हे युधिष्ठिरा, नंतर धर्मव्याधानें ब्राह्मणास ह्मटलें कीं, हे विप्रा, मी जें कर्म आचरण करीत असतों तें निःसंशय

घोर आहे. पण काय करावें? दैव बलवत्तर आहे आणि पूर्वजन्मींचें कर्मही दुस्तर आहे! ह्मणूनच हा पूर्वजन्मीं केलेल्या पातकांच्या योगानें मजकडून कर्मरूपी दोष घडत आहे. हे ब्रह्मन्, या दोषांचा नाश करण्याविषयीं मी प्रयत्न करितों, पण कांहीं उपाय नाहीं हे द्विजश्रेष्ठा, प्राण्यांचें दैवच प्रथम त्यांचा वध करीत असतें. ह्यामुळें प्रत्यक्ष वध करणारा मनुष्य हा त्या कर्मास केवळ निमित्तमात्र होय. ह्मणूनच आह्मी ह्या कर्मास केवळ निमित्तमात्र आहों. तसेंच ज्या वध केलेल्या प्राण्यांचें मांस मी विकितों, त्यांनाही या मांसाचा देवता, अतिथि व पोष्यवर्ग ह्यांच्या भक्षणाच्या कामीं व पितरांच्या पूजनामध्यें उपयोग झाल्यानें धर्म घडेल. औषधि, लता, पशु, मृग आणि पक्षी हे प्राण्यांचे भक्ष्य पदार्थ होत, अशी श्रुति असल्याचें माझ्या ऐकण्यांत आहे. उशीनरपुत्र क्षमासंपन्न राजा शिबि ह्याला स्वतःच्या मांसप्रदानाच्या योगानेंच दुष्प्राप्य अशा स्वर्गाची प्राप्ति झाली. हे द्विजा, पूर्वीं रंतिदेवाच्या पाकशालेमध्यें प्रतिदिवशीं दोन हजार पशूंचा वध होत असे. तसेंच, तो प्रत्यहीं मांस आणि अन्न ह्यांचें दान करीत असतां त्याच्या घरीं प्रत्यहीं दोन हजार धेनूंचाही वध होत असे. तथापि, हे द्विजश्रेष्ठा, त्या राजाची अप्रतिम कीर्ति झाली. चातुर्मासामध्यें पशूंचा सदोदित वध होत असतो, अग्नीला मांसाची इच्छा असते, अशीही श्रुति असल्याचें ऐकण्यांत आहे. हे ब्रह्मन्, यज्ञामध्यें ब्राह्मण निरंतर पशूंचा वध करीत असतात व ते मंत्राच्या योगानें संस्कृत झाले ह्मणजे स्वर्गासही जातात. हे ब्रह्मन्, जर पूर्वीं अग्नींनीं मांसाची इच्छा केली नसती तर मांस हें कोणाचेंही भक्ष्य झालें नसतें. हे द्विजश्रेष्ठा, मुनींनीं ह्या मांसभक्षणाचा विधिही सांगितलेला आहे. देवता आणि पितर ह्यांना यथाविधि व श्रद्धेनुसार अर्पण करून जो सदोदित मांसभक्षण करितो त्याला मांसभक्षणाचा दोष लागत नाहीं. कारण, अशा रीतीनें मांसभक्षण करणारा मनुष्य मांसभक्षण न करणाराच होतो अशी श्रुति असल्याचें ऐकितों. ह्याचप्रमाणें ऋतुकालीं स्त्रीसमागम करणारा ब्राह्मण ब्रह्मचारी होतो असेंही सांगितलेलें आहे. ह्याचप्रमाणें सत्य आणि असत्य ह्यांचाही निर्णय करून विधि सांगितलेला आहे. हे द्विजा, पूर्वीं शापग्रस्त झालेल्या सौदास राजानें मनुष्येंही भक्षण केलीं होतीं. मग ह्याविषयीं मला काय बरें वाटेल? तथापि प्राणिहत्या योग्य आहे असें मला वाटत नाहीं; आणि ह्मणूनच, हे द्विजश्रेष्ठा, मी हा केवळ स्वधर्म आहे असें समजून ह्याचा त्याग करीत नाहीं आणि माझें प्राक्तन असें समजून मी ह्या कर्मावर उपजीविका करितों. कारण, हे ब्रह्मन् स्वकर्माचा त्याग करणाऱ्यास अधर्म घडतो असें दिसून येतें. स्वकर्मामध्यें आसक्त होऊन राहणारा मनुष्य मूर्तिमंत धर्मच होय असा सिद्धांत आहे. पूर्वजन्मीं केलेलें कर्म प्राण्याला सोडीत नसतें. कर्माविषयींचा निर्णय करितांना विधात्यानें हा एक विधि सांगितलेला आहे. तो असा कीं, क्रूर कर्में करावीं लागत असणाऱ्या पुरुषानेंही मनांत असा विचार करावा कीं, 'माझ्या हातून शुभ कर्म कसें घडेल? आणि ह्या पापकर्म करण्याच्या तडाक्यांतून मी कसा सुटेन?' असा विचार केल्यानें त्या घोर कर्माचें बहुधा परिमार्जन होतें. मी असा विचार करीत असतों. त्याशिवाय दान, सत्य भाषण, गुरुजनांची सेवा, ब्राह्मणांचें पूजन आणि धर्माचरण ह्यांमध्येंही मी निरंतर आसक्त असतों. हे द्विजश्रेष्ठा, मी अभिमान आणि वादविवाद ह्यांपासून परावृत्त झालों आहें. कित्येक लोक

कृषि हें कर्म उत्कृष्ट होय असें मानीत असतात, पण तीमध्यें अतिशय हिंसा घडते. कारण, मनुष्य नांगरानें नांगरूं लागला ह्मणजे त्याच्या हातून भूमिगत आणि इतरही अनेक प्राण्यांचा वध घडतो. ह्याविषयीं आपणाला काय वाटतें? हे द्विजश्रेष्ठा, व्रीहिप्रभृति जीं धान्याचीं बीजें सांगितलेलीं आहेत तीं सर्वही सजीव असतात. मग त्याविषयीं आपणाला काय वाटतें? कित्येक लोक पशूंना आक्रमण करून ठार करितात व भक्षणही करितात. हे द्विजा, मनुष्यें वृक्ष आणि औषधी ह्यांना तोडतात. पण, हे ब्रह्मन्, वृक्षांमध्यें, फलांमध्यें आणि जलामध्येंही अनेक जीवजंतु असतात. त्याविषयीं आपणाला काय वाटतें? हे ब्रह्मन्, हें सर्वही विश्व प्राण्यांवर उपजीविका करणाऱ्या प्राण्यांनींच व्याप्त झालेलें आहे. उदाहरणार्थ, मत्स्य मत्स्याला भक्षण करितात. त्याविषयीं आपणाला काय वाटतें? हे द्विजश्रेष्ठा, प्राणी हे नानाप्रकारच्या प्राण्यांवर उपजीवनही करीत असतात व ते परस्परांस भक्षणही करीत असतात. तेव्हां त्याविषयीं आपणाला काय वाटत आहे? तसेंच, हे विप्रा, अनेक प्राणी भूमीवरून एकसारखे फिरत असतात आणि मनुष्याकडून पायांनीं त्यांचा वध घडतो, तेव्हां त्याविषयीं आपणाला काय वाटतें? तसेंच मनुष्यें बसतांना, निजतांना, जाणून अथवा न जाणून अनेक प्राण्यांचा वध करीत असतात. त्याविषयीं आपणाला काय वाटतें? हें सर्व आकाश आणि पृथ्वी हीं प्राण्यांनीं व्यापून टाकिलेलीं आहेत; व ह्मणूनच अज्ञानानें कां होईना, त्यांची हिंसा घडतेच. तेव्हां आपणाला त्याविषयीं काय वाटतें? पूर्वी आश्चर्यचकित झालेल्या लोकांनीं अहिंसा हें तत्त्व सांगितलें आहे हें खरें; पण, हे द्विजश्रेष्ठा, ह्या लोकामध्यें प्राण्यांची हिंसा न करणारे असे कोण आहेत? पुष्कळ प्रकारें विचार केला ह्मणजे असें खास वाटतें कीं, हिंसा न करणारा असा कोणीही नाहीं. हे द्विजश्रेष्ठा, यति हे हिंसा न करण्यामध्यें आसक्त होऊन राहिलेले असतात; पण त्यांच्या हातून देखील हिंसा ही घडतेच. आतां ती त्यांच्या प्रयत्नामुळें पुष्कळ कमी होते ही गोष्ट निराळी. जे लोक सत्कुलामध्यें उत्पन्न झालेले आणि मोठे गुणसंपन्न आहेत असें दिसून येतें, ते मोठमोठीं घोर कर्में करितात; तथापि त्यांस लज्जा वाटत नाहीं. मित्र मित्रांना, शत्रु शत्रूंना आणि सर्वच लोक प्रायः सन्मार्गानें वागणाऱ्या मनुष्याला चांगल्या दृष्टीनें पहात नाहींत. आपला एखादा आप्त जरी ऐश्वर्यसंपन्न झाला तरीही दुसऱ्या आप्तांना आनंद होत नाहीं. स्वतःस पंडित समजणार मूर्ख गुरूचीही निंदा करीत असतात. सारांश, हे द्विजश्रेष्ठा, धर्माशीं ज्याचा संबंध आहे परंतु जो अधर्म आहे असा पुष्कळ विपरीत प्रकार लोकांमध्यें दिसून येतो; तेव्हां त्याबद्दल आपणाला काय वाटतें? धर्म आणि अधर्म ह्यांविषयींच्या कृत्यांसंबंधानें आणखी पुष्कळ बोलतां येण्यासारखें आहे. असो; जो मनुष्य स्वकर्मनिष्ठ असतो त्यालाच विपुल कीर्तीची प्राप्ति होते.

अध्याय दोनशें नववा.

—:०:—

धर्मव्याधाचें पूर्वकर्मविचार.

मार्कंडेय ह्मणाले:—हे सर्वधार्मिकश्रेष्ठा युधिष्ठिरा, पुनरपि धर्मव्याधानें सूक्ष्मदृष्टीनें ब्राह्मणश्रेष्ठास असें म्हटलें.

धर्मव्याध म्हणाला:—वेद हेंच धर्माचें प्रमाण होय, असें मन्वादि ज्ञानवृद्ध लोकांचें सांगणें आहे. धर्माचें ज्ञान अत्यंत सूक्ष्म

असून त्याच्या अपार अशा अनेक शाखा आहेत. प्राणांतिक प्रसंगीं आणि विवाहाच्या ठिकाणीं असत्य भाषण करणें भाग पडतें. ह्या वेळीं असत्य भाषणानेंच सत्य भाषण केल्याचें फल मिळतें. कारण, जें प्राण्यांना अत्यंत हितकारक असेल तेंच सत्य होय असा निश्चय आहे. सारांश, अशा. प्रसंगीं विपरीतपणानें वागल्यास धर्म घडतो. पहा हें धर्माचें सूक्ष्म स्वरूप ! हे साधुवर्या, मनुष्य जें शुभ अथवा अशुभ कर्म करीत असतो, त्याचें फल त्याला अवश्य मिळत असतें ह्यांत संशय नाहीं. पण ज्या वेळीं पुरुष संकटांत सांपडतो त्या वेळीं तो देवांनाच दोष देत असून त्या मूर्खाच्या लक्ष्यांत आपले कर्मदोष मुळींच येत नाहींत. हे द्विजश्रेष्ठा, मूर्ख, कपटी आणि चंचल बुद्धीचा जो मनुष्य असतो, त्याला सुखकारक गोष्टी सदोदित दुःखकारक होतात व दुःखकारकही सदोदित सुखकारक होतात, असा विपर्यास घडतो. त्याला स्वतःची बुद्धि, सुशिक्षितपणा अथवा पराक्रम पार पाडूं शकत नाहीं. जर कर्माचें फल उद्योगाच्या अधीन असतें, तर ज्या ज्या मनुष्यानें आपल्या अभिलाषानुरूप ज्या ज्या गोष्टीची इच्छा करावी,ती ती त्याला अवश्य मिळाली असती. पण इंद्रियनिग्रहसंपन्न, कार्यदक्ष आणि बुद्धिमान् असे सज्जन जरी आपापलीं कर्मे करून अगदीं क्षीण होऊन गेले तरीही त्यांना फलप्राप्ति झाल्याचें दिसत नाहीं; पण प्राण्यांच्या हिंसेविषयीं आणि लोकांस फसविण्याविषयीं उद्युक्त असलेला दुसरा एखादा मनुष्य सदोदित सुखानें नांदत असतो. एखादा मनुष्य कांहीं कार्य न करितां स्वस्थ बसून राहिला तरीही संपत्ति त्याजकडे आपण होऊन येते आणि एखाद्या मनुष्यानें अनेक कर्मे केलीं तरीही त्याला हवी ती वस्तु प्राप्त होत नाहीं. पुत्राभिलाषी दैन्यसंपन्न पुरुषांनीं देवांचें आराधन व तपश्चर्या हीं केल्यानंतर मातेनें दहा महिने गर्भामध्यें वागविलेले पुरुष उत्पन्न होतात, पण ते कुलदूषक बनतात. दुसरे लोक त्याच देवताराधनादिक विपुल अशा मंगलकृत्यांच्या योगानें जन्म पावतात व पित्यानें संचय करून ठेवलेली धन, धान्य व इतर सुखोपभोगाचीं साधनें ह्यांच्या योगानें युक्त व कुलीन् बनतात. मनुष्याला होणारे रोगही कर्मजन्य असतात ह्यांमध्यें संशय नाहीं. ज्याप्रमाणें व्याध क्षुद्र पशूंचें निवारण करीत असतात त्याप्रमाणें मनुष्यें ह्या व्याधींचें निवारण करितात. हे द्विजा, असें व्याधाकडून मृगांचें निवारण केलें जातें त्याप्रमाणें ज्यापाशीं औषधांचा संग्रह आहे अशा चतुर वैद्याकडून व्याधींचें निवारण केलें जातें. हे धार्मिकश्रेष्ठा, ज्यांना भोजनाची सोय आहे ते संग्रहिणीनें पीडित झाल्यामुळें भोजन करूं शकत नाहींत; आणि दुसरे अनेक बाहुबलसंपन्न लोक क्लेश पावत असून त्यांना कष्टानें भोजन मिळतें. प्रचंड असा कर्मरूपी प्रवाह ह्या शोकमोहांनीं व्याप्त होऊन गेलेल्या व साहाय्यशून्य लोकांला एकदा आपल्यामध्यें ओढून नेतो व पुढें एकसारखा वाहून नेत असतो. सारांश, जग हें कर्माच्या अधीन आहे. जर तें तसें नसून स्वातंत्र्यसंपन्न असतें तर मग कोणीही मरण पावले नसते. कोणीही क्षीण झाले नसते, सर्वांचे सर्व मनोरथ पूर्ण झाले असते आणि अप्रिय गोष्ट कोणालाही पहावी लागली नसती. प्रत्येक मनुष्याला आपण सर्वही लोकांच्या वर ताण करावी अशी इच्छा असते व त्यासाठीं तो यथाशक्ति प्रयत्नही करीत असतो; तथापि तसें घडून येत नाहीं. पुष्कळ लोक सारख्याच नक्षत्रावर आणि मंगलकारक योगावर जन्म-

लेले असतात; तथापि त्यांच्या कर्मविषयक फलांमध्यें मोठेंच वैषम्य दिसून येतें. हे ब्रह्मन्, जी वस्तु स्वतःच्या अधीन असणें योग्य आहे अशाही वस्तूवर कित्येकांची सत्ता चालत नाहीं. केवळ उद्योगाच्या योगानें इहलोकामध्यें फलप्राप्ति होते हें मत देहात्मवादी चार्वाकांचें आहे; वस्तुतः तशी स्थिति नाहीं. अर्थात् ज्या कर्माचें फल इहलोकीं मिळालेलें नाहीं त्याचें फल अन्यत्र मिळतें. कारण, हे ब्रह्मन्, जीव हा शाश्वत असून सर्वही प्राण्यांचें केवल शरीरच इहलोकीं अशाश्वत आहे अशी श्रुति आहे. त्यामुळें शरीराची हिंसा केली असतां देहाचा तेवढा नाश होतो आणि कर्मरूपी बंधनानें जखडून गेलेला जीव दुसऱ्या शरीरामध्यें प्रविष्ट होतो.

जीव शाश्वत आहे.

ब्राह्मण म्हणालाः—हे कर्मज्ञश्रेष्ठा, जीव हा शाश्वत आहे हें कशावरून? हें जाणण्याची मला इच्छा आहे.

व्याध म्हणालाः—देहाचा भेद झाला म्हणून जीवाचा नाश होतो असें नाहीं; ह्मणूनच, तो मरण पावला असें जें मूढ लोक ह्मणतात तें मिथ्या होय. जीव हा केवल शरीरभेद होऊन निघून जातो आणि अशा प्रकारें त्याला अन्य शरीराची प्राप्ति होणें हेंच मरण होय. मनुष्यानें ह्या मृत्युलोकामध्यें जें कर्म केलें असेल त्याचा उपयोग त्याच्यावांचून दुसरा कोणीही घेत नसतो, व ह्मणूनच त्यानें जें कर्म केलें असेल त्याचें फल त्यालाच भोगावें लागतें. कारण, केलेल्या कर्माचा नाश हा भोगल्यावांचून केव्हांही होत नाहीं. ह्मणूनच इहजन्मीं जे अत्यंत पुण्यशील असतील तेच अन्यजन्मीं पुण्यसंपन्न बनतात व जे इहजन्मीं पापाचरण करणारे असतात ते अन्यजन्मीं नराधम बनतात. सारांश, इहलोकीं मनुष्यांचीं कर्में त्यांची पाठ सोडीत नाहींत व त्यामुळें त्यांचा संस्कार घडल्यानंतर तो अन्यजन्मीं त्याच्या अनुरोधानें उत्पन्न होतो.

मनुष्यजन्मप्राप्ति व पुण्यपापसंबंध.

ब्राह्मण म्हणालाः—हे साधुवर्या, मनुष्य जन्मास कसा येतो? आणि त्याला पापपुण्यांच्या योगानें पुण्यसंपन्न अथवा पापसंपन्न अशा जातींची कशी प्राप्ति होते?

व्याध म्हणालाः—हे द्विजश्रेष्ठा, प्राणी जन्मास कसा येतो हें ज्या ग्रंथामध्यें स्पष्टपणें सांगितलेलें आहे त्या ग्रंथांत ह्या प्रश्नाचें असें उत्तर दिलें आहे कीं, हीं शरीरें आणि अन्य घटादिक पदार्थ इत्यादि जें कांहीं दिसत आहे तें केवळ कर्माचेंच स्वरूप होय. तेंच मी संक्षेपानें व लवकर आपणाला सांगतों. कर्मरूपी बीजाचा संचय केल्यानंतर त्याच्या अनुरोधानें शुभकर्म करणारा मनुष्य शुभ योनीमध्यें व पापकर्में करणारा मनुष्य पापयोनीमध्यें पुनरपि जन्मास येतो. शुभकर्मांचें आचरण केल्यास मनुष्यास देवयोनीची प्राप्ति होते; मिश्र प्रकारचीं कर्में केल्यास तो अन्यजन्मीं मनुष्य होतो; तामस कर्माच्या योगानें त्याला तिर्यग्योनीची प्राप्ति होते; आणि केवळ पापाचरण करणारा मनुष्य अधोगतीस जातो. ह्याप्रमाणें मनुष्य स्वतः आचरण केलेल्या कर्मांची फलें उपभोगीत जन्म, जरा, मृत्यु इत्यादिक दुःखांनीं सदोदित पछाडून जाऊन नानाप्रकारच्या योनींमध्यें संचार करीत असतो. कर्मरूपी बंधनानें बद्ध झालेले जीव हजारों तिर्यग्योनि आणि नरक ह्यांमध्यें प्रवेश करून सारखे फिरत राहिलेले असतात. प्राणी हा आपण केलेल्या त्या त्या कर्मांच्या योगानें मरणोत्तर दुःख पावतो व त्या दुःखाचा प्रतिघात करण्यासाठीं त्याला पापिष्ठ योनीची

प्राप्ति होते. पण त्या योनीमध्येंही तो नव्या नव्या कर्मांचा संग्रह करितो; व त्यामुळें, अपथ्य-भक्षण करणाऱ्या रोगग्रस्त मनुष्याप्रमाणें त्याचें फल भोगीत असतो. प्राणी हा वस्तुतः सदोदित दुःखग्रस्त झालेला असतो. मध्यें ज्याला तो सुख अशी संज्ञा देत असतो तो केवल दुःखाचा अभाव होय. कारण, संसारामध्यें खरें सुख मुळींच नसतें. तो दुःखालाच सुख समजत असतो. ह्यामुळें त्याच्या अज्ञानरूपी बंधाची निवृत्ति झालेली नसते म्हणून व कर्मांचाही उदय झाल्यामुळें तो नानाप्रकारच्या दुःखांनीं युक्त होऊन संसारामध्यें चक्राप्रमाणें भ्रमण करीत असतो. त्याच्या अज्ञानरूपी बंधनाची जर निवृत्ति झाली आणि सत्कर्मांच्या आचरणानें तो अत्यंत शुद्ध झाला तर, हे द्विजश्रेष्ठा, तो तपश्चर्येचा उद्योग करूं लागतो व नानाप्रकारचीं कर्मे करून सद्गतीस जातो. तसेंच, कर्मबंधाची निवृत्ति होऊन जर तो उत्कृष्ट प्रकारच्या कर्मांच्या योगानें शुद्ध झाला, तर ज्या ठिकाणीं गमन केल्यानें पुनरपि शोक करावा लागत नाहीं अशा लोकास जातो. मनुष्य पाप करूं लागला ह्मणजे तो स्वभावतःच पापवृत्ति बनतो व त्यामुळें त्याच्या पापाचा शेवट म्हणून केव्हांही होत नाहीं. ह्यास्तव, पुण्य करण्याविषयींचाच प्रयत्न करावा व पापकर्म वर्ज्य करावें. जो मनुष्य मत्सरशून्य आणि कृतज्ञ असेल त्याचें कल्याण होतें आणि त्याला सुखें, धर्म, अर्थ व शेवटीं स्वर्ग ह्यांची प्राप्ति होते. संसारसंपन्न, इंद्रियनिग्रह केलेला, नियमनिष्ठ, मनोनिग्रहसंपन्न आणि ज्ञानवान् अशा मनुष्याला इहलोकीं व परलोकींही साहजिक रीतीनें सुखाची प्राप्ति होते. ह्यासाठीं, हे द्विजा, सज्जनांनीं सांगितलेल्या धर्मानें वागावें; शिष्टाप्रमाणें कर्मे आचरण करावीं; आणि लोकांना क्लेश न देतां उपजीविकेचें साधन मिळविण्याची इच्छा करावी. वेदवेत्ते आणि शास्त्रनिष्णात असे धर्मोपदेश करणारे लोक आहेत; त्यांच्या उपदेशानुसार तूं कर्मे करीत जा. कारण, अशा प्रकारें कर्मे केल्यानें लोकांमध्यें धर्मसंकर होत नाहीं. सुज्ञ मनुष्याला धर्माच्या योगानें आनंद होतो व तो धर्मावरच आपली उपजीविका करीत असतो; आणि, हे द्विजश्रेष्ठा, त्या धर्माच्या योगानें जें द्रव्य प्राप्त झालें असेल त्याच्या योगानें, ज्यामध्यें कांहीं गुण आहेत असें त्याला दिसून आलेलें असतें त्या धर्मरूपी वृक्षाच्या मूलावरच सिंचन करीत असतो व त्यामुळें तो धर्मात्मा बनून जातो. अशा रीतीनें त्याचें अंतःकरणही संतुष्ट होतें; व तो मित्रजनांसहवर्तमान संतुष्ट होऊन इहलोकीं आणि परलोकींही आनंदांत राहतो. त्या सज्जनश्रेष्ठाला अभीष्ट अशा शब्दांची, स्पर्शाची, रूपाची, गंधाची आणि प्रभुत्वाची जी प्राप्ति होते तें धर्माचेंच फल होय असें सांगितलेलें आहे. पुढें, हे महाब्राह्मणा, धर्माचें फल मिळालें तरीही त्याचें समाधान होत नाहीं व ज्ञानदृष्टीच्या योगानें संसाराकडे अवलोकन करून तो वैराग्यसंपन्न बनूं लागतो. ज्ञानदृष्टि मनुष्य रागद्वेषादिक दोषांचा अनुयायी केव्हांही होत नाहीं. तो स्वेच्छेनुरूप वैराग्यसंपन्न होतो; तथापि धर्मत्याग करीत नाहीं. मात्र हा लोक स्वभावतःच क्षय पावणारा आहे असें पाहून सर्वसंन्यास करण्याविषयीं तो प्रयत्न करूं लागतो; व नंतर केवल उपाय केल्यावांचून नव्हे—तर उपाय करून मोक्षप्राप्तीविषयीं प्रयत्न करूं लागतो. अशा रीतीनें तो वैराग्यसंपन्न होऊन पापकर्माचा त्याग करितो व धर्मनिष्ठ बनून अत्यंत श्रेष्ठ असा मोक्ष मिळवितो. तप हेंच प्राण्यांच्या मोक्षास कारण असून शम आणि दम त्याचें मूळ आहे. त्या तपाच्या अवलंबनानें, अंतः-

करणांत ज्यांची इच्छा असेल त्या सर्वही अभीष्ट वस्तूंची प्राप्ति होते. हे द्विजश्रेष्ठा, इंद्रियांचा निरोध, सत्य आणि दम यांच्या योगानें श्रेष्ठ अशा ब्रह्मपदाची प्राप्ति होते.

ब्राह्मण ह्मणाला:—हे नियमश्रेष्ठा, इंद्रियें कोणाला ह्मणतात? तीं कोणतीं? त्यांचा निग्रह कसा करावा? निग्रह केल्यानें फल काय मिळतें? आणि त्याच्या फलाची प्राप्ति कशी होते? हे धार्मिकश्रेष्ठा, हें सर्व तात्त्विकपणें जाणण्याची मला इच्छा आहे. ह्यास्तव तें आपण सांगा.

अध्याय दोनशें दहावा.

—:०:—

मनुष्य पापी कसा बनतो?

मार्कंडेय ह्मणाले:—हे नराधिपते युधिष्ठिरा, ब्राह्मणानें असें भाषण केल्यानंतर धर्मव्याधानें त्याला काय उत्तर दिलें ते ऐक.

व्याध ह्मणाला:—हे द्विजश्रेष्ठा, रूपरसादिकांच्या ज्ञानाविषयीं प्रथम अंतःकरण प्रवृत्त होतें; व त्याला त्या ज्ञेय पदार्थाची प्राप्ति झाली ह्मणजे तें राग आणि द्वेष ह्यांनीं युक्त होतें. तदनंतर मनुष्य त्या वस्तूच्या प्राप्तीसाठीं मोठमोठीं कर्में करूं लागतो व अभीष्ट अशा रूपाचा व गंधाचा वारंवार अनुभव घेऊं लागतो. त्या योगानें राग उत्पन्न होतो व लागलीच द्वेषही उत्पन्न होतो. द्वेषानंतर लोभाचा व लोभानंतर मोहाचा त्याच्यावर पगडा बसतो. ह्याप्रमाणें लोभानें ग्रस्त व रागद्वेषांच्या योगें पीडित होऊन गेलेल्या मनुष्याची धर्मावर बुद्धि जडत नाहीं. व तो केवळ धर्माचें ढोंग माजवूं लागतो. तो दंभानेंच धर्माचरण करितो व कुटिलपणानेंच द्रव्यसंपादन करणें त्याला आवडूं लागतें. हे द्विजश्रेष्ठा, कुटिलपणानें द्रव्यप्राप्ति होऊं लागली ह्मणजे मनुष्याची बुद्धि त्यामध्येंच रममाण होऊं लागते व तो पाप करण्याची इच्छा करूं लागतो. हे द्विजश्रेष्ठा, हितचिंतक आणि ज्ञानी लोक त्या वेळीं त्याचें निवारण करूं लागले ह्मणजे श्रुतीमध्यें सांगितलेलीं वचनें भलत्याच तऱ्हेनें लावून त्यांच्या आधारानें तो 'मी असंग आहें, मी शांत आहें.' इत्यादिक उत्तरें देऊं लागतो. ह्याप्रमाणें अंतःकरणांत पापाचें चिंतन करणें, पापजनक भाषण करणें आणि पापमय क्रिया करणें असा तीन प्रकारचा अधर्म त्याच्या हातून रागरूपी दोषाच्या योगानें घडतो. ह्याप्रमाणें तो अधर्माविषयीं प्रवृत्त झाला ह्मणजे त्याचे चांगले गुण नष्ट होऊन जातात व पापकर्में करूं लागल्यामुळें समानशील पुरुषांशींच त्याची मैत्री जडते. त्यामुळें तो इहलोकीं दुःख पावतो व परलोकींही क्लेश भोगतो. अशा रीतीनें मनुष्य पापशील बनतो. आतां धर्मप्राप्ति कशी होते तें सांगतों, ऐक. जो मनुष्य ज्ञानदृष्टीनें पूर्वीच हे दोष अवलोकन करितो व सुख आणि दुःख ह्या दोहोंमध्येंही निर्विकारपणें राहून साधुसेवा करितो, त्याच्या हातून चांगले उद्योग घडूं लागतात आणि त्या योगानें त्याची बुद्धि धर्मामध्यें रममाण होऊन राहते.

ब्राह्मण ह्मणाला:—धर्मव्याधा, जें सांगणारा कोणी नाहीं असें प्रिय आणि धर्मानुसारी भाषण तूं करीत आहेस. ह्यामुळें, दिव्यप्रभावसंपन्न असा तूं कोणी तरी अत्यंत मोठा ऋषिच आहेस असें माझें मत आहे.

ब्रह्मविद्या.

व्याध ह्मणाला:—महाभाग्यशाली ब्राह्मण हे पितृस्थानीय असून सदोदित अग्रस्थानाचा उपभोग घेणारे आहेत. ह्यास्तव, विचारी मनुष्यानें सर्व प्रकारें इहलोकीं त्यांचें प्रिय केलें पाहिजे. हे ब्राह्मणश्रेष्ठा, त्यांना जें प्रिय असतें तें मीं त्या ब्राह्मणांना नमस्कार

करून आपणाला सांगतों. ही ब्रह्मविद्या आपण मजकडून ऐका. हें सर्व विश्व ह्मणजे पंचमहाभूतें, आत्मा आणि मन हींच आहेत व तें आत्मस्वरूपी असल्यामुळें कर्मांच्या योगानें त्याची प्राप्ति करून घेतां येणें अशक्य आहे. ह्या ब्रह्माहून अत्यंत श्रेष्ठ असें दुसरें कांहींही नाहीं. आकाश, वायु, अग्नि, जल आणि पृथ्वी हीं पंचमहाभूतें व शब्द, स्पर्श, रूप, रस, आणि गंध हे त्यांचे गुण हे सर्व त्या परब्रह्माचेच आहेत. कारण, शब्दादिक गुण पंचमहाभूतांचे असून पंचमहाभूतें हीं मायेचीं कार्यें आहेत. आणि माया ही ब्रह्माचाच आश्रय करून आहे. ह्यामुळें,ज्याप्रमाणें जलतरंगावर असणारा चंचलपणा जलतरंग हें ज्याचें कार्य आहे त्या जलामध्यें प्रतिबिंबित झालेल्या चंद्रबिंबावर आरोपित होतो, ह्मणजे जलतरंग हालूं लागल्यामुळें जलांत पडलेलें चंद्रप्रतिबिंब हालत आहे असें ह्मणून हालणें हा गुण चंद्रबिंबाचा आहे असें ज्याप्रमाणें मानतात,त्याप्रमाणेंच पंचमहाभूतें व त्यांचें गुण हे परमात्म्याचेच गुण होत असें सांगितलेलें आहे. आकाशादिक पंचमहाभूतें व त्यांचे शब्दादिक गुण ह्या गुणांचेही तार, मंद्र इत्यादिक सर्व प्रकारचे गुण दृष्टिगोचर होतात. ज्याप्रमाणें लोखंड अग्नीमध्यें तापविलें ह्मणजे चौकोनीपणा वगैरे लोखंडाच्या गुणाचा अग्नीवर आरोप केला जातो आणि अग्नीच्या दाहकत्वादि गुणांचा लोखंडावर आरोप केला जातो, अर्थात् ते परस्परांचे गुण बनतात, त्याप्रमाणेंच आत्मा आणि तद्भिन्न पदार्थ ह्यांचीही गुणांसंबंधानें स्थिति आहे. उदाहरणार्थ,आत्म्याच्या आनंदादि गुणांचा मनावर आणि मनाच्या सुखदु:खादि गुणांचा आत्म्यावर आरोप केला जातो. ईश, हिरण्यगर्भ आणि जीव ह्या तिहींमध्यें पहिल्या पहिल्या वस्तूंच्या गुणांचा पुढच्या पुढच्या वस्तूंवर बहुधा आरोप केला जातो. पण पुढच्या पुढच्या वस्तूंच्या सर्व गुणांचा आरोप पूर्वींपूर्वींच्या वस्तूंवर सर्वथा होत नाहीं; कांहीं गुणांचा मात्र होतो. शब्दादिक पाच जे विषय सांगितले त्यांहून चेतना हा एक सहावा पदार्थ असून त्यासच मन असें ह्मणतात. हे सहा, सातवी बुद्धि, आठवा अहंकार, पांच इंद्रियें, जीव, रज, सत्त्व आणि तम मिळून ह्या सतरा वस्तूंच्या समुदायास अव्यक्त अर्थात् माया अशी संज्ञा आहे. पांच ज्ञानेंद्रियें व मन आणि बुद्धि मिळून सात इंद्रियें, व मंतव्य (विचारणीय), बोद्धव्य (ज्ञेय) आणि शब्दादिक पांच मिळून ब्रह्मेंद्रियांनीं ज्यांचें ज्ञान होतें अथवा होत नाहीं असे बुद्धिरूपी गुहेमध्यें लीन होऊन राहिलेले त्यांचे सात विषय हे चौदा, आकाशादिक पांच,आत्मा, अहंकार आणि सत्त्वादिक तीन मिळून चोवीस वस्तूंस व्यक्ताव्यक्त असें ह्मणतात. हा सर्व वस्तुसमूह भोग्य असून परमात्मा हा त्याचा भोक्ता आहे. ह्याप्रमाणें मीं आपणाला हें सर्व सांगितलें. आतां पुन: काय ऐकण्याची आपली इच्छा आहे?

अध्याय दोनशें अकरावा.

—:०:—

पंचमहाभूतांचे गुण व इन्द्रियनिग्रह.

मार्कंडेय ह्मणाले:—हे भरतकुलोत्पन्ना, धर्मव्याधानें असें भाषण केल्यानंतर तो ब्राह्मण पुनरपि अंत:करणाचा आनंद वृद्धिंगत करणारी गोष्ट बोलूं लागला.

ब्राह्मण ह्मणाला:—हे धार्मिकश्रेष्ठा, पांच जीं महाभूतें सांगितलीं आहेत त्यांपैकीं प्रत्येकाचे गुण मला सांगा.

व्याध ह्मणाला:—भूमि, जल, तेज, वायु, आणि आकाश हीं पंचमहाभूतें असून त्यांतील पहिलें पहिलें महाभूत पुढच्या पुढच्या महाभूताहून गुणानें अधिक आहे; ह्मणजे प्रत्येकाचे

गुण आपल्या पुढच्या महाभूताहून अधिकआहेत. ते त्यांचे गुण मी आपणाला सांगतों. हे ब्रह्मन्, भूमीचे गुण पांच असून जल, तेज, वायु आणि आकाश ह्यांचे क्रमानें चार,तीन,दोन आणि एक असे आहत. शब्द,स्पर्श,रूप, रस व गंध हे सर्वांहून अत्यंत उत्कर्षसंपन्न असे पांच गुण भूमीमध्यें आहेत. हे सुव्रता द्विजश्रेष्ठा, शब्द, स्पर्श, रूप आणि रस हे चार उदकाचे; शब्द, स्पर्श आणि रूप हे तेजाचे आणि शब्द व स्पर्श हे वायूचे गुण असून शब्द हा एकच गुण आकाशाचा आहे. हे ब्रह्मन्, ह्याप्रमाणें पंचमहाभूतांमध्यें असणारे पंधरा गुण सर्वही प्राण्यांमध्यें वास्तव्य करीत असून सर्वही लोक ह्या गुणांच्याच आश्रयानें राहिलेले आहेत. पंचमहाभूतें परस्परांस सोडून रहात नाहींत. तीं सदोदित एकत्र होऊन रहातात. ज्या वेळीं चराचरामध्यें वास्तव्य करणारीं हीं पंचमहाभूतें विषमत्व पावतात अर्थात् त्यांचें प्रमाण कमीअधिक होतें, त्या वेळीं कालाच्या अनुरोधानें प्राणी दुसऱ्या शरीरामध्यें प्रविष्ट होतो. ह्या महाभूतांचा लय उलट क्रमानें व उत्पत्ति सरळ क्रमानें होते. कारण, भूमीचा जलामध्यें, जलाचा अग्नीमध्यें, अग्नीचा वायूमध्यें आणि वायूचा आकाशामध्यें लय होत असून, आकाशापासून वायूची, वायूपासून अग्नीची, अग्नीपासून जलाची आणि जलापासून भूमीची उत्पत्ति होते. पंचभूतघटित असे विभाग प्रत्येक पदार्थामध्यें दिसून येतात. त्या विभागांच्याच योगानें हें स्थावरजंगमात्मक विश्व व्याप्त होऊन गेलेलें आहे. इंद्रियांस ज्या ज्या वस्तूचें ज्ञान होतें त्याला त्याला व्यक्त असें ह्मणतात; व जें जें इंद्रियास अगोचर व ह्मणूनच अनुमानग्राह्य असतें त्यास अव्यक्त असें म्हणतात. ह्या शब्दादि गुणांपैकीं आपापल्या विषयांचें ग्रहण करणारीं जीं इंद्रियें त्यांचा निग्रह करून मनुष्य जसजसा शरीरास तपश्चर्यारूपी क्लेश देईल, तसतसें त्याला आपण परमात्मरूपी असल्यामुळें सर्व लोकांमध्यें व्याप्त होऊन राहिलों असून आपल्या ठिकाणींही सर्व लोक वास्तव्य करीत आहेत असें ज्ञान होऊं लागतें. ह्याप्रमाणें प्रत्येक स्थितीमध्यें ज्याला सर्वही प्राण्यांचें ज्ञान झालें आहे अशा ब्रह्मस्वरूपी होऊन गेलेल्या मनुष्याचा संसारजनक अशुभ कर्मांशीं संबंध जडत नाहीं. अशा रीतीनें योगी मनुष्यानें मायात्मक क्लेशांचें अतिक्रमण केल्यानंतर,ज्या योगानें जीवितात्मक लोकसंबंधी वृत्ति प्रकाशमान होते त्या ज्ञानरूपी मार्गाच्या योगानें त्याला परमपुरुषार्थरूपी मोक्षाचें ज्ञान होतें. सारांश, तो मुक्त होतो. मुक्त झालेला जीव हा आद्यंतशून्य,स्वयंभू, अविनाशी,दृष्टांतवर्जित व ह्मणूनच तर्कानें जाणतां येण्यास अशक्य आणि अतींद्रिय असतो, असें बुद्धीचा नियंता जो परमात्मा त्यानें आपल्या निःश्वासरूपी वेदामध्यें सांगितलेलें आहे. हे विप्रा, मला तूं जें हें विचारीत आहेस तें सर्व घडून येण्यास तप हेंच कारण आहे. इंद्रियांचें संयमन केलें तरच तप घडतें; नाहीं तर घडत नाहीं. स्वर्ग आणि नरक हे जे दोन पदार्थ ते सर्व केवळ इंद्रियेंच होत. कारण, त्यांचा निग्रह केल्यास तीं स्वर्गदायक होतात आणि तीं मोकळीं सोडल्यास नरकप्रद होतात. हा संपूर्ण समाधिविधि ह्मणजे सर्व इंद्रियांचा निग्रह करणेंच होय. कारण, इंद्रियें हींच त्यांचा निग्रह केला असतां तपाच्या साधनास कारणीभूत असून निग्रह न केल्यास संपूर्ण नरकाचें मूल आहेत. इंद्रियांची विषयांच्या ठिकाणीं अत्यंत आसक्ति झाल्यास मनुष्य निःसंशय रागद्वेषादिरूप दोष पावतो आणि त्यांचेंच संयमन केल्यास त्याला सिद्धि मिळते. आपल्या ठिकाणीं निरंतर वास्तव्य

करणाऱ्या ह्या मन आणि पांच ज्ञानेंद्रियें ह्मणून सहा इंद्रियांचें नियमन करण्याचें सामर्थ्य ज्याला प्राप्त होतें, त्या जितेंद्रिय पुरुषाला पापाचा स्पर्श देखील होत नाहीं. मग तन्मूलक अनर्थांचा संबंध कोठून जडणार? पुरुषाचें शरीर हा रथ असून आत्मा हा सारथि आणि इंद्रियें अश्व आहेत, असें सांगितलेलें आहे. सावधपणें असणारा व क्षेमयुक्त असा ज्ञानसंपन्न पुरुष जसा एखादा रथस्थ पुरुष असावा त्याप्रमाणें त्या सहनशील अशा उत्कृष्ट अश्वांच्या योगानें मार्गक्रमण करितो. शरीरामध्यें वास्तव्य करणाऱ्या ह्या बलाढ्य अशा इंद्रियरूपी अश्वांच्या इंद्रियवृत्तिरूपी काढण्या जो वीर आंवरून धरितो तो उत्कृष्ट प्रकारचा सारथि होय. मार्गामध्यें मोकळे सुटलेल्या अश्वांप्रमाणें विषयांच्या बाजूस अत्यंत मोकळीं सुटलेलीं जीं इंद्रियें त्यांचें नियमन करण्याविषयीं धैर्य केलें पाहिजे. धैर्याच्या योगानें त्यांचा निग्रह खात्रीनें करितां येतो. इंद्रियें विषयाकडे धावूं लागलीं ह्मणजे जर मनही त्यांच्यामागून जाऊं लागलें, तर तें ज्याप्रमाणें वायु हा नौकेला जलामध्यें दूर घेऊन जातो त्याप्रमाणें मनुष्याच्या बुद्धीस हरण करतें. मनुष्यें अज्ञानामुळें फलप्राप्तीच्या इच्छेनें ज्यांच्या ठिकाणीं अत्यंत आसक्त होऊन रहातात, त्याच इंद्रियांना स्वाधीन ठेवणाऱ्या ध्यानशील पुरुषास ध्यानजन्य परमात्मसाक्षात्काररूपी फलाची प्राप्ति होते.

अध्याय दोनशें बारावा.

—:०:—

सत्त्वादिगुणविचार.

मार्कंडेय ह्मणाले:—हे भरतकुलोत्पन्ना, ह्याप्रमाणें धर्मव्याधानें सूक्ष्म तत्त्व कथन केलें असतां तो ब्राह्मण पुनरपि अंतःकरण एकाग्र करून सूक्ष्मपणें प्रश्न करूं लागला.

ब्राह्मण ह्मणाला:—आपणाला मी प्रश्न करीत आहें. तेव्हां आपण सत्त्व, रज आणि तम ह्या द्रव्यांचे गुण बरोबर रीतीनें मला सांगा.

व्याध ह्मणाला:—हें ठीक आहे. आपण जें मला विचारिलें तें मी आपणाला सांगतों. आतां ह्या सत्त्वादिकांचे निरनिराळे गुण आपण ऐका. ह्या गुणांपैकीं तम हा गुण मोहात्मक असून रज हा गुण प्रवृत्तीस कारणीभूत आहे व सत्त्वगुण हा ज्ञानास अत्यंत कारणीभूत असल्यामुळें तोच ह्यांमध्यें श्रेष्ठ होय असें सांगितलेलें आहे. तमोगुणानें उद्ध्वस्त करून सोडलेला पुरुष कोपिष्ठ, तामसी, आळशी, अज्ञानी, मोहयुक्त, निद्राशील आणि विचारशून्य असतो. हे ब्रह्मर्षे, ज्याची वाणी प्रवृत्तिमार्गाकडे लागलेली असेल, जो मसलत करीत असेल, मत्सर करीत नसेल, आशायुक्त असेल, नम्र नसेल आणि अभिमानी असेल, तो नरश्रेष्ठ रजोगुणी होय. जो मनुष्य विपुलज्ञानसंपन्न, धैर्ययुक्त, आशाशून्य, मत्सर न करणारा, कोपिष्ठ नसणारा, बुद्धिमान् आणि सहिष्णु असेल, तो सात्त्विक होय. सात्त्विक पुरुष ज्ञानसंपन्न झाला ह्मणजे त्याला राजस आणि तामस अशा लोकवर्तनापासून क्लेश होऊं लागतात व त्याला ज्ञेयाचें ज्ञान झालें ह्मणजे तर तो त्या लोकवर्तनाची निंदा करूं लागतो. पूर्वींपासूनच त्याच्या ठिकाणीं वैराग्याचीं लक्षणें दिसूं लागतात; त्याचा अहंकार नष्ट होतो, कौटिल्य नष्ट होतें, आणि त्याच्या ठिकाणीं मृदुत्व उत्पन्न होतें. तदनंतर त्याच्या मानापमानादिक द्वंद्वांचा परस्परांकडूनच उपशम होतो; व त्याला कोणत्याही गोष्टीसंबंधानें कोणत्याही प्रकारचा संशय ह्मणून राहत नाहीं. हे ब्रह्मन्, मनुष्य जरी शूद्रजाती-

मध्यें उत्पन्न झाला तरीही त्यानें सदाचाराचें अवलंबन केल्यास त्याला जन्मांतरीं वैश्यत्वाची अथवा क्षत्रियत्वाची प्राप्ति होते; आणि तो सरलतेचा अवलंब करून वागूं लागला ह्मणजे अन्यजन्मीं त्याला ब्राह्मणत्वाचीही प्राप्ति होते. हे ब्रह्मन्, ह्याप्रमाणें मीं आपणाला गुण कथन केले. आतां आपणाला पुनरपि काय श्रवण करण्याची इच्छा आहे ?

अध्याय दोनशें तेरावा.

—:०:—

अध्यात्मविचार.

ब्राह्मण ह्मणालाः—ज्ञान, प्रवृत्ति आणि मोह इत्यादिकांस आधारभूत जो विज्ञानरूपी तेजोमय धातु, तो ह्या पार्थिव शरीरामध्यें प्राप्त झाल्यानंतर शरीराभिमानी कसा बनतो ? आणि नाडीरूपी निरनिराळ्या मार्गांच्या योगानें संचार करून वायु हा शरीरामध्यें चलनवलनादिरूपी क्रिया कशा उत्पन्न करितो ?

मार्कंडेय ह्मणालेः—युधिष्ठिरा, ब्राह्मणानें असा प्रश्न केल्यानंतर धर्मव्याधानें त्या महात्म्याला उत्तर दिलें.

व्याध ह्मणालाः—बुद्धिरूपी अग्नि हा परमात्म्याचा उपाधि बनतो व त्याच्यामध्यें परमात्म्याचें प्रतिबिंब पडलें ह्मणजे तो शरीरामध्यें चेतना उत्पन्न करितो. प्राण हा परमात्मा आणि बुद्धि ह्या दोहोंचाही उपाधि असून तोच चलनवलनादिक क्रिया उत्पन्न करीत असतो. भूत, वर्तमान आणि भविष्य हें जें जें कांहीं आहे तें तें सर्व प्राणावरच अवलंबून आहे. म्हणूनच सर्व प्राण्यांच्या अस्तित्वास कारणीभूत असणाऱ्या त्या श्रेष्ठ अशा प्राणरूपी परब्रह्माची आह्मी उपासना करितों. परमात्मा आणि बुद्धि ह्या दोहोंनीं युक्त असणारा तो प्राणच सर्वांच्या ठिकाणीं वास्तव्य करणारा जीव होय. उपाधीचा नाश झाला असतां तो जीवच सर्व प्राण्यांच्या ठिकाणीं चेतना उत्पन्न करणारा परमात्मस्वरूपी सनातन पुरुष अर्थात् परमात्मा बनतो; व तोच उपाधीनें युक्त झाला ह्मणजे, ज्यास महान् अशी संज्ञा आहे ती बुद्धि, अहंकार आणि पंचमहाभूतांचे अर्थात् तज्जन्य इंद्रियांचे विषयही तोच बनतो. ह्याप्रमाणें अंतर्भागीं आणि बाह्यभागीं वास्तव्य करणारा तो प्राणच अंतर्भागीं वास्तव्य करणारें विज्ञान आणि बाह्यभागीं असणारे देहेंद्रियादिक ह्यांचें संरक्षण करितो. ह्याप्रमाणें उपाधीमध्यें प्रवेश झाल्यामुळें जीवत्वप्राप्ति झाल्यानंतर त्याला समानसंज्ञक वायुत्वाची प्राप्ति होते व नंतर तो निरनिराळ्या प्रकारें प्राप्त होणाऱ्या गतीचा आश्रय करितो. तोच मूत्राशय, पुरीषाशय आणि जठराग्नि ह्यांचा आश्रय करून मूत्र आणि पुरीष ह्यांना त्या त्या ठिकाणीं पोहोंचवूं लागला ह्मणजे त्याला अपान असें ह्मणतात. तोच प्रयत्न, कर्म आणि बल ह्या तिहींस कारणीभूत झाला ह्मणजे त्याला अध्यात्मवेत्ते लोक उदान असें ह्मणतात. मनुष्याच्या शरीरांतील प्रत्येक सांध्यामध्यें जो वायु वास्तव्य करीत असतो त्याला व्यान असें ह्मणतात. जठराग्नि हा धातूंच्या ठिकाणीं व्याप्त होऊन राहिलेला असून तो वायूच्या प्रेरणेनें

१ अश्रेयांश्रेयसीं जातिं गच्छत्यासप्तमाद्युगात्। 'निकृष्ट प्रतीचा वर्ण उत्कृष्ट वर्णाच्या संसर्गानें सातव्या जन्मीं उत्कृष्ट जातीचा बनतो.' अशी मनुस्मृति आहे. ह्यावरून एकाच जन्मामध्यें जाति बदलणें शक्य नाहीं असें सिद्ध होतें; व ह्मणूनच स्मृतीशीं विरोध न येण्यासाठीं आम्ही असा अर्थ केला आहे. मूळ वचनांत जरी जन्मांतरवाचक पद नाहीं तरीही तें वचनांतराच्या अनुरोधानें त्यामध्यें घेणें योग्य आहे व म्हणूनच आम्हीं तसें घेतलें आहे.

रसादिक धातु आणि वातपित्तादिक दोष ह्यांच्या स्थितीस कारणीभूत होऊन शरीरामध्यें संचार करूं लागतो. प्राणांचा परस्परसंयोग होऊं लागला ह्मणजे त्यांच्या संघर्षणानें जो उष्मा उत्पन्न होतो त्यासच जठराग्नि असें ह्मणतात. हा प्राण्यांचें अन्न पचन करीत असतो. हृदयामध्यें वास्तव्य करणारा प्राण नाभीमध्यें वास्तव्य करणाऱ्या समानामध्यें जाऊन मिळतो; आणि गुदस्थानीं वास करणारा अपान हा कंठप्रदेशीं वास करणाऱ्या उदानामध्यें जाऊन मिळतो. ह्यामुळें प्राण, अपान आणि समान ह्यांच्या संघर्षणानें नाभिदेशामध्यें जठराग्नि उत्पन्न होऊन तो सप्तधातुमय शरीर उत्कृष्ट प्रकारें वृद्धिंगत करितो. ह्या अग्नीच्या संचारमार्गाची मर्यादा गुदद्वारापर्यंत असते. त्याचा जो गुदद्वारापर्यंत प्रवेश होतो त्यासच अपान असें ह्मणतात. ह्या अपानापासून प्राणांचे सर्वही गमनमार्ग अर्थात् नाडीमार्ग उत्पन्न होतात. अग्नीचा वेग धारण करणारा जो प्राण तो गुदद्वाराच्या शेवटीं जाऊन थडकतो व तेथून पुनः वर येऊन जठराग्नीस वर फेंकतो. नाभीच्या खालच्या बाजूस पक्वाशय असून वर आमाशय आहे. नाभिप्रदेशीं वास्तव्य करणाऱ्या जठराग्नीमध्यें सर्वही इंद्रियें लीन होऊन जातात. प्राणानें प्रेरणा केलेल्या व हृदयांतून ऊर्ध्वभागीं, अधोभागीं व आडव्या प्रदेशामध्यें पसरलेल्या सर्व नाड्या अन्नरस वाहून नेत असतात. ज्या मार्गाच्या योगानें योगी लोक ह्या परब्रह्माकडे जातात तो हा गुदप्रदेशापासून मस्तकापर्यंत असणारा योगी लोकांचा मार्ग होय. श्रमाचा जय करणारे आणि सर्वत्र समदृष्टि ठेवणारे धैर्यसंपन्न ज्ञानी लोक आपला आत्मा मस्तकामध्येंच ठेवितात. ह्याप्रमाणें प्राण आणि अपान हे सर्वही प्राण्यांच्या ठिकाणीं व्याप्त होऊन राहिलेले आहेत. हा आत्मा दहा इंद्रियें आणि मन मिळून अकरा पदार्थांनीं बनलेल्या लिंगशरीराशीं तादात्म्य पावलेला असून तो प्राण, श्रद्धा, आकाश, वायु, अग्नि, जल, पृथ्वी, इंद्रिय, मन, अन्न, वीर्य, तप, मंत्र, कर्म, लोक आणि नाम ह्या सोळा कलांच्या समुदायानें आवृत होऊन गेलेला व ह्मणूनच वस्तुतः मूर्तिमंत नसतांही मूर्तिमान् झालेला आणि कर्माच्या निरंतर अधीन होऊन राहिलेला आहे असें समज. तपेलीमध्यें ठेविलेल्या अग्नीप्रमाणें जो त्या षोडश कलांमध्यें वास्तव्य करितो तोच प्राप्य असा आत्मा होय. त्या अविनाशी आत्म्याच्या स्वरूपाचें ज्ञान समाधीच्या योगानें होतें. ह्याप्रमाणें समाधीच्या योगानें ज्याच्या स्वरूपाचें ज्ञान होत असून जो प्रकाशक परमात्मा कमलपत्रावर असणाऱ्या जलबिंदूप्रमाणें कर्मफलरूपी धर्माधर्मादि लेपांचा संपर्क न होतां त्या षोडश कलांमध्यें वास्तव्य करीत असतो, तोच परमात्मा होय. सत्त्व, रज आणि तम ह्यांचे जे प्रवृत्त्यादिक धर्म ते सर्व जीवाचा आश्रय करून राहिल्यामुळें जीवाचींच स्वरूपें आहेत असें दिसतें. जीव हा आत्म्याचेंच गौण स्वरूप असून आत्मा हा त्याहून श्रेष्ठ व निर्गुण असा आहे. जेवढे ह्मणून सचेतन पदार्थ आहेत ते सर्वही जीवाचे उपभोग्य होत. तो आत्माच जीवाचें धारण करून चलनवलनादिक क्रिया करितो आणि ईश्वराच्या स्वरूपानें सर्व जगांतील चलनवलनादि व्यापार उत्पन्न करितो. ज्यानें ही सर्व भूमि निर्माण केली तो परमात्मा त्याच्याही पलीकडे आहे असें शरीरतत्त्ववेत्ते लोक समजतात. ह्याप्रमाणें परमात्मा सर्वही प्राण्यांचे ठिकाणीं प्रकटरूपानें वास्तव्य करीत असतो; तथापि ब्रह्मवेत्त्यांमध्यें श्रेष्ठ अशा लोकांस सूक्ष्म बुद्धीच्या योगानें त्याचें ज्ञान होत असतें. अंतःकरणाची शुद्धि झाली

म्हणजे मनुष्य शुभाशुभ कर्माचा नाश करूं शकतो व परमात्मनिष्ठ होऊन आत्यंतिक सुखाचा अर्थात् मोक्षाचा उपभोग घेतो. ज्याप्रमाणें तृप्त झालेला पुरुष सुखानें निद्रेचा उपभोग घेतो, अथवा ज्याप्रमाणें निर्वात प्रदेशामध्यें उत्कृष्ट प्रकारें लावलेला दीप शांतपणें जळत असतो, त्याप्रमाणें कोणत्याही प्रकारची क्षुब्धता न होणें, हें अंतःकरणशुद्धीचें लक्षण होय. हे विप्रा, रात्रीच्या पूर्वभागीं आणि उत्तरभागीं सदोदित अंतःकरण समाधिनिष्ठ करून व प्रत्यहीं हलकें अन्न भक्षण करून चित्तशुद्धि झालेल्या पुरुषानें अंतःकरणामध्यें परमात्म्याचें चिंतन करावें. म्हणजे, ज्याप्रमाणें प्रदीप्त अशा दीपानें इतर पदार्थ दिसतात त्याप्रमाणें अंतःकरणरूपी दीपाच्या योगानें त्याला परमात्म्याचें दर्शन होतें. ह्याप्रमाणें निर्गुण आत्म्याचें दर्शन होतांच, हे विप्रा, तो तत्काळ मुक्त होतो. सर्व प्रकारच्या उपायांनीं लोभाचा आणि क्रोधाचा अत्यंत निग्रह करणें हेंच पवित्र तप असून संसारसागरांतून पार करणारा हा उत्कृष्ट प्रकारचा सेतु आहे. मनुष्यानें सदोदित क्रोधापासून तपाला, मत्सरापासून धर्माला, मानापमानापासून विद्येला आणि प्रमादापासून स्वतःला जपलें पाहिजे. क्रूरत्वाचा अभाव हा श्रेष्ठ प्रतीचा धर्म असून क्षमा हें उत्कृष्ट प्रकारचें बल, आत्मज्ञान हेंच उत्कृष्ट प्रकारचें ज्ञान आणि सत्यनिष्ठता हेंच उत्कृष्ट प्रकारचें व्रत आहे. सत्य भाषण हें श्रेयस्कर असून सत्य हेंच ज्ञानाचें व हिताचें साधन आहे. प्राण्यांस जें अत्यंत हितकर असेल तेंच सत्य होय असें निश्चयपूर्वक मानलेलें आहे. ज्या मनुष्याचे सर्वही उद्योग सदोदित फलाशारूपी बंधनानें रहित असतात व म्हणूनच जो यज्ञयागादिक सर्वही क्रियांच्या फलाचा त्याग करितो, तोच संन्यासी व तोच ज्ञानी होय. गुरु जरी असला तरीही ब्रह्मयोग अर्थात् परब्रह्माचा साक्षात्कार हा वाणीनें वर्णन करितां येणें अशक्य आहे. म्हणूनच त्याला तो शिष्यास केवळ वर्णन करून सांगतां यावयाचा नाहीं, तर लक्षणेनें त्याचें ज्ञान करून देतां येईल. ह्या ब्रह्मयोगानें दुःखसंपर्काचा वियोग होत असतो. ह्यासच योग अशी संज्ञा आहे असें समजावें. योगी मनुष्यानें कोणत्याही प्राण्याची हिंसा न करितां सदोदित मित्रभावाचें अवलंबन करून वागावें. हें अशा प्रकारचें जीवित प्राप्त झालें असून त्यामध्यें कोणाशीं वैर करणें अर्थात् वैर करून तें जीवित निष्फल घालविणें योग्य नाहीं. आत्मज्ञान हेंच सदोदित उत्कृष्ट प्रकारचें असून निष्किंचनपणा, अत्यंत संतुष्टता, निरिच्छता आणि चलवृत्तीचा अभाव हें त्या ज्ञानाचें उत्कृष्ट साधन होय. कोणत्याही वस्तूचा परिग्रह करावयाचें सोडून देऊन व ऐहिक आणि पारलौकिक सुखांविषयीं पूर्ण विरक्त बनून अंतःकरणाचा निग्रह करावा. परमात्मप्राप्तीची इच्छा करणाऱ्या मननशील मनुष्यानें सदोदित तपोनिष्ठ, जितेंद्रिय, मनोनिग्रहसंपन्न आणि उपभोग्य वस्तूंच्या ठिकाणीं आसक्तिशून्य असें होऊन रहावें. केवळ परब्रह्मामध्यें लीन होऊन गेल्यामुळें लौकिक आचार अथवा वेदप्रतिपादित यज्ञादिक कर्में ह्यांत कांहीं गुण नाहीं असें वाटूं लागणें, स्त्रीप्रभृति भोग्य वस्तूंवर आसक्ति नसणें, परब्रह्मप्राप्तीविषयींचेंच कार्य करणें, त्यांत विच्छेद पडूं न देणें, अद्वितीय ब्रह्माचा साक्षात्कार करणें व सुखसंपन्न असणें हें ब्रह्मप्राप्तीसंबंधाचें आचरण होय. जो मनुष्य सुख आणि दुःख ह्या दोहोंचाही त्याग करितो व कोणत्याही ठिकाणीं आसक्त होऊन रहात नाहीं, त्याला पूर्णपणें परब्रह्माची प्राप्ति होते. हे द्विजश्रेष्ठा,

मीं जसें ऐकिलें आहे त्याप्रमाणें हें सर्व संक्षिप्तपणें आपणाला सांगितलें आहे. आतां पुनरपि काय ऐकण्याची आपली इच्छा आहे?

अध्याय दोनशें चौदावा.

—:०:—

ब्राह्मणास धर्मव्याधाच्या मातापितरांचें दर्शन.

मार्कंडेय म्हणाले:—युधिष्ठिरा, ह्याप्रमाणें धर्मव्याधानें संपूर्ण मोक्षधर्म सांगितल्यानंतर अंतःकरणामध्यें अत्यंत आनंदित होऊन तो ब्राह्मण त्याला म्हणाला, 'आपण मला जें हें सांगितलें तें सर्व अगदीं न्यायास अनुसरून आहे. आपणाला धर्मामध्यें समजलेलें नाहीं असें कांहींही मुळींच दिसत नाहीं.'

व्याध म्हणाला:—हे द्विजश्रेष्ठा, हें झालें. आतां, ज्या योगानें मला ही सिद्धि प्राप्त झाली तो माझा प्रत्यक्ष धर्म आपण अवलोकन करा. हे धर्मज्ञ भगवान्, उठा आणि गृहामध्यें जाऊन माझ्या मातापितरांना अवलोकन करा.

मार्कंडेय म्हणाले:—धर्मव्याधानें असें भाषण करितांच ब्राह्मणानें गृहामध्यें प्रवेश केला, तोंच त्याला अत्यंत सुंदर व म्हणूनच हृदयाकर्षक अशी चौसोपी दिसली. तिजकडे पाहतांच पहाणाऱ्याच्या अंतःकरणांत अत्यंत आदर उत्पन्न होत असे. ही चौसोपी देवमंदिरासारखी असून देवता देखील तिजला पूज्य समजत असत. तिजमध्यें शय्या आणि आसनें ह्यांची गर्दी झाली असून उत्कृष्ट प्रकारच्या सुगंधानें ती भरून गेलेली होती. तेथेंच एका उत्कृष्ट आसनावर शुभ्र वस्त्र परिधान करणारे धर्मव्याधाचे पूज्य मातापितर आहार करून अत्यंत संतोषानें बसलेले होते. त्यांस अवलोकन करितांच धर्मव्याधानें त्यांच्या चरणीं मस्तक ठेविलें. तेव्हां ते वृद्ध म्हणाले, 'ऊठ ऊठ! हे धर्मज्ञा, धर्म तुझें संरक्षण करो. तुझ्या शुचिर्भूतपणानें आम्ही संतुष्ट झालों आहों. तुला दीर्घायुष्याची प्राप्ति होवो. तसेंच इष्ट गति, तप, ज्ञान आणि उत्कृष्ट प्रकारची बुद्धि ह्यांचीही प्राप्ति होवो. हे पुत्रा, तुज सत्पुत्राकडून प्रत्यहीं वेळेवर आमची पूजा होत आहे. देवतांमध्यें देखील तुला आम्हांवांचून दुसरें कोणतें दैवत नाहीं. शुचिर्भूतपणामुळें तूं ब्राह्मणांस योग्य अशा इंद्रियनिग्रहानें युक्त आहेस. हे पुत्रा इंद्रियनिग्रह व आम्हां उभयतांचें पूजन ह्यामुळें पित्याचे पितामह आणि प्रपितामह हे तुजवर सदोदित प्रसन्न असतात. कायावाचामनेंकरून तुजकडून आमच्या शुश्रुषेंत कांहींही न्यून पडत नाहीं. तसेंच सांप्रत तुझ्या बुद्धीमध्यें आमच्या शुश्रुषेवांचून दुसरा कोणताही प्रकार दृष्टीस पडत नाहीं. बाळा, जमदग्निपुत्र परशुरामानें ज्याप्रमाणें आपल्या वृद्ध मातापितरांचें उत्कृष्ट प्रकारें पूजन केलें, तसेंच किंबहुना त्याहून अधिक तूं तें सर्व केलेलें आहेस.'

इतकें झाल्यानंतर धर्मव्याधानें त्या उभयतांना तो ब्राह्मण आल्याचें वर्तमान कळविलें. तेव्हां त्यांनीं स्वागत करून त्या ब्राह्मणाचें अर्चन केलें. त्या वेळीं ब्राह्मणानेंही त्यांनीं केलेल्या पूजेचा बहुमानपूर्वक स्वीकार करून त्यांना विचारिलें कीं, 'पुत्र आणि पोष्यवर्ग ह्यांसहवर्तमान आपण ह्या गृहामध्यें खुशाल आहां ना? आपली शरीरप्रकृति ह्या ठिकाणीं चांगली असते ना?'

वृद्ध म्हणाले:—हे भगवन् विप्रा, ह्या गृहामध्यें आम्ही आणि आमचे भृत्यवर्ग हे सर्व सुखरूप आहों. आपलें आगमन ह्या ठिकाणीं निर्विघ्नपणें झालें ना?

मार्कंडेय म्हणाले:—ह्यावर ब्राह्मणानें आनंद-

पूर्वक 'होय' असें त्यांना उत्तर दिलें. नंतर धर्मव्याध त्याजकडे पाहून बोलूं लागला.

व्याध म्हणालाः—हे भगवन्, पिता आणि माता ही उभयतांच माझें उत्कृष्ट प्रकारचें दैवत असून, देवतांच्या उद्देशानें जें कांहीं करावयाचें तें मी ह्यानांच करीत असतों. ज्याप्रमाणें इंद्रप्रभृति सर्वही तेहतीस देवता एकंदर लोकांना पूज्य आहेत, त्याचप्रमाणें हे वृद्ध मला पूज्य आहेत. ब्राह्मण लोक पूजासामग्री आणून ज्याप्रमाणें देवतांचें अर्चन करितात, त्याप्रमाणें मीही निरलसपणें ह्यांचें अर्चन करितों. हे ब्रह्मन्, पिता आणि माता हीं उभयतांच माझें श्रेष्ठ असें दैवत असल्यामुळें मी त्यांना पुष्पें, फलें आणि रत्नें इत्यादिकांच्या योगानें संतुष्ट करितों. हे द्विजा, ज्ञानसंपन्न लोकांनीं जे गार्हपत्यादिक अग्नि, यज्ञ आणि चार वेद सांगितलेले आहेत, ते माझे सर्व हीं उभयतांच आहेत. माझे प्राण, माझी भार्या, माझा पुत्र आणि माझा मित्रवर्ग हे सर्व ह्यांच्याचकरितां असल्यामुळें मी आपल्या भार्यापुत्रांसहवर्तमान प्रत्यहीं ह्यांची सेवा करीत असतों. हे द्विजश्रेष्ठा, मी स्वतः ह्यांना स्नान घालितों, ह्यांचें पादप्रक्षालन करितों आणि ह्यांना आहार अर्पण करितों. ह्यांना अनुकूल असेल तेंच बोलतों, ह्यांना अप्रिय असेल त्याचा त्याग करितों, आणि ह्यांना प्रिय असलेली गोष्ट जरी धर्मविरुद्ध असली तरीही ती करितों. ह्याप्रमाणें, हे द्विजश्रेष्ठा, असें करणें हाच मोठा धर्म आहे, हें जाणून मी आलस्यत्यागपूर्वक सदोदित ह्यांची शुश्रुषा करीत असतों. हे ब्रह्मन्, अभ्युदयाचा अभिलाष करणाऱ्या मनुष्याला पांच गुरु आहेत. ते पिता, माता, अग्नि, आत्मा आणि गुरु हे होत. हे द्विजश्रेष्ठा, ह्यांच्याविषयीं जो उत्कृष्ट प्रकारचें वर्तन करितो, त्यानें प्रत्यहीं अग्नीची सेवा केल्याप्रमाणें होतें. असें करणें हा गृहस्थाश्रमांतील असणारा मनुष्याचा सनातन धर्म आहे.

अध्याय दोनशें पंधरावा.

—:०:—

धर्मव्याधाचा ब्राह्मणास उपदेश.

मार्कंडेय ह्मणालेः—ह्याप्रमाणें ब्राह्मणास त्या उभयतां मातापितररूपी गुरूंची ओळख करून दिल्यानंतर पुनरपि धर्मात्मा व्याध त्याला ह्मणाला, "हे ब्राह्मणा, मला ह्या योगानें ज्ञानदृष्टीची प्राप्ति झाली आहे. पहा हें तपोबल! हें आपणास दाखविण्यासाठींच त्या पतिसेवातत्पर, इंद्रियनिग्रहसंपन्न आणि सत्यशील अशा पतिव्रतेनें आपणाला 'मिथिलेमध्यें एक व्याध राहत असतो; तो आपणाला धर्म कथन करील.' असें सांगितलें होतें."

ब्राह्मण ह्मणालाः—सत्यनिष्ठ आणि सदाचारसंपन्न अशा त्या पतिव्रतेच्या वाक्याचें आपणाला स्मरण झालें, ह्यावरूनच, हे नियमनिष्ठा, आपण धर्मज्ञ आणि गुणवान् आहां अशी माझी खात्री झाली.

व्याध ह्मणालाः—हे प्रभो द्विजश्रेष्ठा, त्या पतिव्रतेनें त्या वेळीं जें मजविषयीं आपणाला सांगितलें त्याचें ज्ञान मला निःसंशय त्या वेळीं झालें तथापि आपल्यावर अनुग्रह करण्याच्या बुद्धीनें मीं पुनः तें आपल्या प्रत्ययास आणून दिलें. बा द्विजा, आतां मी आपणाला कांहीं हितकारक असे शब्द सांगतों, ते ऐका. हे अनिंद्य द्विजश्रेष्ठा, आपण मातापितरांचा अपमान केला असून त्यांनीं पाठवून दिल्यावांचूनच केवळ वेदपठन करण्यासाठीं घरांतून बाहेर पडलां हें अगदीं अयोग्य केलें. आपल्या शोकानें ते आपले विचारशील वृद्ध मातापितर अंध बनून गेले आहेत. ह्यास्तव, त्यांना संतुष्ट

करण्यासाठीं आपण निघून जा; उगीच धर्माचें अतिक्रमण होऊं देऊं नका. आपण तपस्वी, महात्मे आणि सदोदित धर्मनिष्ठ आहां हें खरें आहे; पण मातापितरांच्या सेवेवांचून हें सर्व निष्फल होय. ह्यास्तव, आपण सत्वर त्यांना प्रसन्न करून घ्या. हे ब्रह्मन्, माझ्या ह्या भाषणावर विश्वास ठेवा. ह्याविरुद्ध वर्तन करणें आपणाला योग्य नाहीं. हे विप्रर्षे, आपणाला मी कल्याणाची गोष्ट सांगतों. आपण आजच तिकडे निघून जा.

ब्राह्मण म्हणाला:—आपण जें हें सांगितलें तें निःसंशय सत्य आहे. ह्यामुळें, हे धर्माचरणगुणसंपन्ना, मला संतोष होत आहे. आपलें कल्याण होवो.

व्याध ह्मणाला:—आपण अगदीं देवतांच्या तोडीचे असून निरंतर धर्माच्या अनुरोधानें वर्तन करीत आहां. आतां, हे द्विजश्रेष्ठा, आपण आलस्याचा त्याग करून सत्वर मातापितरांच्या समीप जा; आणि अनादि, अविनाशी, दिव्य व पुण्यसंपन्न नसणाऱ्या लोकांस दुष्प्राप्य असें मातापितरपूजनरूपी धर्माचें आचरण करा. ह्याहून श्रेष्ठ असा दुसरा कोणताही धर्म आहे असें मला वाटत नाहीं.

ब्राह्मण ह्मणाला:—मी येथें आलों व मला आपला समागम घडला हें खरोखर माझें सुदैव होय. आपल्यासारखें धर्मज्ञान करून देणारे पुरुष ह्या जगामध्यें दुर्लभ आहेत. हजारांमध्यें एखादा सुद्धां मनुष्य धर्मवेत्ता असेल किंवा नाहीं ह्याविषयीं संशय आहे. हे पुरुषश्रेष्ठा, आपल्या ह्या सत्यनिष्ठेनें मजला संतोष झाला आहे. आपलें कल्याण असो ! आज मी नरकांत पडत होतों, पण आपण माझा उद्धार केला. हे निष्पापा, आपलें दर्शन मला झालें हें माझें सुदैव होय. हे पुरुषश्रेष्ठा, ज्याप्रमाणें राजा ययाति पतित झाला असतां त्याच्या सज्जन अशा कन्यापुत्रांनीं त्याचा उद्धार केला, त्याप्रमाणें आपण माझा उद्धार केला आहे. आतां मी आपल्या सांगण्यावरून मातापितरांची शुश्रुषा करीन. पुण्यसंपन्न मनुष्यांवाचून इतरांस धर्माविषयींचा निर्णय जाणतां येत नाहीं. आपण शूद्रयोनीमध्यें उत्पन्न झालां असल्यानें आज क्षात होण्यास कठीण असा जो सनातन धर्म तो शूद्रजातींमध्यें वास्तव्य करीत आहे; मी आपणाला शूद्र समजत नाहीं. आपण शूद्रयोनीमध्यें जन्मास आलां ह्याचें कारण केवल आपली भवितव्यता हें होय. हे महामते, कोणत्या विशिष्ट कर्मामुळें आपणाला त्या शूद्रत्वाची प्राप्ति झाली हें जाणण्याची माझी इच्छा आहे. ह्यास्तव, आपण इच्छापूर्वक व शुचिर्भूत अंतःकरणानें तो सर्व सत्य वृत्तांत सांगा.

धर्मव्याधास पूर्वजन्मीं ब्राह्मणशाप.

व्याध ह्मणाला:—हे द्विजश्रेष्ठा, मला ब्राह्मणाची आज्ञा अनुल्लंघनीय आहे. ह्यास्तव, हे निष्पापा, हें सर्व माझें पूर्वजन्माचें वृत्त सांगतों, ऐका. मी पूर्वजन्मामध्यें ब्राह्मण असून एक श्रेष्ठ ब्राह्मणाचा पुत्र होतों. माझें कुल उत्कृष्ट प्रकारचें होतें व मी वेदाध्ययनसंपन्न आणि वेदांगांमध्यें पारंगत असा होतों. तथापि, हे ब्रह्मन्, मला स्वतःच्याच दोषामुळें ही अवस्था प्राप्त झाली. त्या वेळीं धनुर्विद्येचेंच मुख्यत्वेंकरून अवलंबन करणारा कोणी एक राजा माझा मित्र होता, त्याच्या संसर्गानें मीही धनुर्विद्येमध्यें श्रेष्ठ प्रतीचा बनलों. ह्याच वेळीं तो राजा आपले मुख्य मुख्य योद्धे आणि मंत्री ह्यांना बरोबर घेऊन मृगया करण्यासाठीं निघाला. त्या वेळीं मीही त्याच्याबरोबर होतों. पुढें त्यानें आश्रमाच्या समीप वास्तव्य करणाऱ्या अनेक मृगांचा वध केला. नंतर हे द्विजश्रेष्ठा, मींही एक भयंकर बाण सोडला. तेव्हां निमुळतीं पेरें असलेल्या त्या बाणाचा प्रहार एका ऋषीवर

झाला. त्यासरशी भूमीवर पडून तो मुनि प्रतिध्वनि होईल अशा रीतीनें ओरडून ह्मणाला कीं, 'मीं कोणाचाही कोणत्याही प्रकारचा अपराध केला नाहीं. मग हें पातक कोणीं केलें?'

हे प्रभो, तो मृग असावा असें वाटल्यावरून मी एकाएकीं त्याच्याजवळ गेलों; तेव्हां मला निमुळतीं पेरें असलेल्या माझ्या बाणानें तो ऋषि विद्ध झाला आहे असें दिसून आलें व हें अकार्य घडल्यामुळें माझ्या अंतःकरणास अत्यंत क्लेश होऊं लागले. तेव्हां मीं 'हें माझ्या हातून नकळत घडलें आहे' असें उग्र तपश्चर्या असलेल्या त्या भूमीवर कण्हत पडलेल्या ब्राह्मणास ह्मटलें; आणि 'आपण ह्या सर्व कर्माची मला क्षमा करा' असेंही सांगितलें. तेव्हां तो मुनि अंतःकरणांत क्रोधाचा संचार झाल्यामुळें मला " हे क्रूरा, तूं शूद्रयोनीमध्यें उत्पन्न होऊन व्याध होशील!" असें ह्मणाला.

अध्याय दोनशें सोळावा.

—:०:—

धर्मव्याधावर मुनीचा अनुग्रह.

व्याध ह्मणालाः—हे द्विजश्रेष्ठा, ह्याप्रमाणें जेव्हां त्या ऋषीनें शाप दिला, तेव्हां 'महाराज, माझें संरक्षण करा.' असें ह्मणून मी त्याची विनवणी करूं लागलों आणि ह्मणालों कीं, 'हे मुने, आज्ञ हें अकार्य माझ्या हातून नकळत घडलें आहे; तेव्हां, हे भगवन्, आपण प्रसन्न होऊन मला त्या सर्वाबद्दल क्षमा करा!'

ऋषि ह्मणालाः—एकदां दिलेला शाप अन्यथा व्हावयाचा नाहीं. ह्यामुळें ही गोष्ट निःसंशय अशीच घडून येणार. तथापि दयाशीलपणामुळें आज मी तुजवर कांहींसा अनुग्रह करितो. तो असा कीं, तूं जरी शूद्रजातीमध्यें उत्पन्न झालास तरीही धर्मवेत्ता होशील आणि मातापितरांची शुश्रुषा करशील ह्यामध्यें संशय नाहीं. त्या मातापितरांच्या शुश्रुषेनें तुला मोठी सिद्धि मिळेल, पूर्वजन्माचें स्मरण राहील आणि स्वर्गप्राप्ति होईल. ह्याप्रमाणें पापाचा क्षय झाला ह्मणजे तूं पुनरपि ब्राह्मणजन्म पावशील.

हे मनुष्यश्रेष्ठा, ह्याप्रमाणें त्या उग्र तेज असलेल्या ऋषीनें पूर्वी मला शाप दिला व मजवर अनुग्रहही केला. नंतर मीं त्याच्या शरीरांत लागलेला बाण काढला आणि त्याला आश्रमांत घेऊन गेलों, तोंच तेथें त्याचा प्राण गेला! हे द्विजश्रेष्ठा, ह्याप्रमाणें माझ्या पूर्वजन्मीं घडलेला हा सर्व वृत्तांत मीं आपणाला निवेदन केला. आतां मी लवकरच स्वर्गास जाणार!

ब्राह्मण आणि धर्मव्याध ह्यांचा संवाद.

ब्राह्मण म्हणालाः—हे महाबुद्धे, मनुष्याला अशीं दुःखें आणि सुखें हीं येतच असतात. तेव्हां आपण त्याविषयीं अंतःकरकरणाला वाईट वाटूं देऊं नका. आपणाला पूर्वजन्मींचें ज्ञान आहे, ह्यामुळें पूर्वी दुष्कर कर्म केल्याचें कळून आलें; पण त्यास नाइलाज आहे. लोकवृत्तांताचीं तत्त्वें आपणाला अवगतच आहेत व आपण निरंतर धर्मतत्पर आहां. स्वजातीस उचित अशीं कर्में केल्यानें दोष लागत नाहीं हें आपणाला माहीतच आहे; ह्यामुळें इहजन्मीं आपल्या हातून पातक घडावयाचें नाहीं. आतां आपण कांहीं काळ इहलोकीं वास्तव्य करा, ह्मणजे शापाचा अंत होऊन आपणाला ब्राह्मणजन्माची प्राप्ति होईल. ह्या जन्मामध्यें देखील मीं आपणाला निःसंशय ब्राह्मणाप्रमाणेंच मानतों. कारण, ब्राह्मण दांभिक आणि प्रायः पापिष्ठ बनून पातित्यास कारणीभूत अशीं शास्त्रविरुद्ध कर्में करूं लागला ह्मणजे तो शूद्रतुल्य होतो. आणि शूद्रही इंद्रियनिग्रह, सत्य आणि धर्माचरण ह्यांजविषयीं निरंतर उद्युक्त असेल तर त्याला मी ब्राह्मणासारखा समजतों. कारण, त्याचें आच-

रण ब्राह्मणासारखें असतें. हे नरश्रेष्ठा, कर्मदोषाच्या योगानें भयंकर दुर्गतीची प्राप्ति होते, त्यास उपाय नाहीं. आतां आपल्या दोषांचा क्षय होण्याचा काल अगदीं जवळ आला आहे असें मला वाटतें. ह्यास्तव, आपण अंतःकरणास वाईट वाटूं देऊं नका. आपल्यासारखे लौकिक आचाराच्या अनुकरणाचें ज्ञान असलेले व सदोदित धर्माचें मुख्यत्वेंकरून अवलंबन करणारे लोक केव्हांही खिन्न होऊन बसत नाहींत.

व्याध ह्मणालाः—मनुष्यानें ज्ञानाच्या योगानें मानसिक दुःखांचा आणि औषधांच्या योगानें शारीरिक दुःखांचा नाश करावा. हेंच त्याच्या ज्ञानाचें सामर्थ्य होय. त्यानें अज्ञानासारखें होऊन बसूं नये. अनिष्ट गोष्टींचा संबंध जडणें आणि इष्ट गोष्टींचा वियोग घडणें ह्यांच्या योगानें अल्पबुद्धि मनुष्यास मानसिक दुःखांचा योग घडतो. सत्त्वादिक गुणांचीं जीं सुख, दुःख आणि मोह हीं कार्यें, त्यांच्याशीं प्राण्याचा संबंध जडतो व वियोगही होतो. ह्यांपैकीं कोणत्याही कार्याबद्दल शोक करणें योग्य नाहीं. अनिष्टप्राप्ति झाली आहे असें कळून येतांच मनुष्यांना तत्काल वैराग्य प्राप्त होतें व नंतर त्या अनिष्टाच्या परिहाराचा जर कांहीं उपाय दिसला तर तोही तीं करतात. अनिष्टप्राप्ति झाली ह्मणून शोक केल्यानें कांहींही उपयोग होत नाहीं इतकेंच नव्हे, तर त्यापासून केवल संताप मात्र होतो. जे विचारी लोक ज्ञानाच्या योगानें तृप्त होऊन सुख आणि दुःख ह्या दोहोंचाही त्याग करितात ते सुखानें नांदतात. मूर्ख लोक निरंतर असंतुष्ट असतात व ज्ञानी संतोष पावत असतात. असंतोषाचा शेवट केव्हांही होत नसून संतोष हेंच उत्कृष्ट प्रकारचें सुख आहे. जे ज्ञानमार्गास लागले आहेत ते लोक उत्कृष्ट प्रकारची गति कोणती ह्याचें ज्ञान असल्यामुळें शोक करीत नाहींत. मनुष्यानें केव्हांही मनाला खेद होऊं देऊं नये. कारण, खेद हेंच तीव्र विष असून तें क्रुद्ध झालेल्या सर्पाप्रमाणें, ज्यास ज्ञानप्राप्ति झालेली नाहीं त्यास ठार करितें. पराक्रम करण्याची वेळ समीप येऊन ठेपली असतां ज्या पुरुषाला खेद घेरून सोडितो त्याचें तेज नष्ट होतें व त्याला पुरुषार्थाची प्राप्ति होत नाहीं. कर्म करूं लागलें ह्मणजे त्याचें कांहीं तरी फल अवश्य दृष्टीस पडतें. पण खिन्न होऊन बसलें ह्मणजे मात्र कांहींही चांगलें होत नाहीं. दुःखमुक्त होण्याचा जर कांहीं उपाय सुचला तर दुःखाविषयीं शोक करीत न बसतां तो उपाय करण्याची सुरवात करावी आणि त्या दुःखांतून सुटून सुखी व्हावें. उत्कृष्ट प्रकारची गति कोणती ह्याचें ज्ञान असल्यामुळें ब्रह्मपदीं पोहोंचलेले ज्ञानसंपन्न लोक पंचमहाभूतें नश्वर आहेत असें समजून त्यांविषयीं शोक करण्याचें सोडून देतात. हे विद्वन्, मी देखील शोक करीत नसून केवल शापाचा अंत होण्याच्या कालाची प्रतीक्षा करीत राहिलों आहें. हे सज्जनश्रेष्ठा, पूर्वीं सांगितलेलीं उदाहरणें मला अवगत असल्यामुळें मी केव्हांही क्षीण होऊन जात नाहीं.

ब्राह्मण ह्मणालाः—हे धर्मवेत्त्या, आपण ज्ञानसंपन्न आणि बुद्धिमान् आहां. कारण, आपले विचार मोठमोठे आहेत. आपण ज्ञानप्राप्तीच्या योगानें तृप्त झालेले आहां; ह्यामुळें मला आपणासंबंधानें आतां वाईट वाटत नाहीं. असो; आतां मी आपला निरोप घेतों. धर्म आपलें संरक्षण करो. हे धार्मिकश्रेष्ठा, धर्माकडे केव्हांही दुर्लक्ष्य होऊं देऊं नका.

मार्कंडेय ह्मणालेः—ह्यावर धर्मव्याधानें हात जोडून 'ठीक आहे' असें उत्तर दिलें. नंतर तो ब्राह्मणश्रेष्ठ त्यास प्रदक्षिणा घालून निघून

गेला. तेथून गेल्यानंतर त्या प्रशंसनीय ब्राह्मणानें आपल्या वृद्ध मातापितरांची यथायोग्य शुश्रूषा केली. बा धार्मिकश्रेष्ठा युधिष्ठिरा, मला तूं ज्या धर्माविषयीं प्रश्न केला होतास त्यासंबंधाची सर्वही माहिति, पतिव्रतेचें आणि ब्राह्मणांचें माहात्म्य व धर्मव्याधानें सांगितलेली मातापितरांची शुश्रूषा हीं तुला कथन केलीं.

युधिष्ठिर ह्मणालाः—हे सर्व धर्मज्ञश्रेष्ठा ब्रह्मनिष्ठा मुनिवर्या, हें धर्मव्याख्यान अत्युत्कृष्ट असून अतिशय आश्चर्यकारक आहे. हे विद्वन्, ह्याच्या श्रवणाच्या योगानें सुख होत असल्यामुळें हा माझा काल केवल एका क्षणासारखा गेला हे भगवन्, हा उत्कृष्ट प्रकारचा धर्म कितीही ऐकला तरी माझी तृप्ति होत नाहीं.

अध्याय दोनशें सतरावा.

—:०:—

अग्नीपासून अंगिरा मुनीस पुत्रप्राप्ति.

वैशंपायन म्हणाले:—ही धर्मसंबंधीं उत्कृष्ट कथा श्रवण केल्यानंतर धर्मराजानें मार्कंडेय मुनींस पुनरपि प्रश्न केला.

युधिष्ठिर ह्मणालाः—भगवन्, पूर्वीं अग्नि वनाकडे कसा निघून गेला व तो नष्ट झाल्यानंतर महातेजस्वी अंगिरा ह्यानें स्वतः अग्नि होऊन होमद्रव्यें ज्यांचीं त्यांस कशीं पोहोंचविलीं ? अग्नि एकच असून कर्मामध्यें तो अनेक प्रकारचा आहे असें दिसतें हें कसें ? मुने, हें सर्व जाणावयाची माझी इच्छा आहे. तसेंच कुमार कार्तिकेय हा कसा उत्पन्न झाला ? तो अग्नीचा पुत्र कसा झाला ? रुद्रापासून त्याची उत्पत्ति कशी झाली ? आणि गंगा व कृत्तिका ह्यांच्या ठिकाणीं त्याचें जन्म कसें झालें ? हे भृगुकुलश्रेष्ठा महामुने मार्कंडेया, हें सर्व आपल्याकडून यथायोग्यपणें श्रवण करावें अशी माझी इच्छा आहे. कारण, मला त्याविषयीं उत्सुकता आहे.

मार्कंडेय ह्मणालेः—ह्याविषयीं हा एक पूर्वींचा इतिहास सांगत असतात. त्यामध्यें अग्नि क्रुद्ध होऊन तपश्चर्या करण्यासाठीं वनाकडे कसा गेला व भगवान् अंगिरा स्वतःच अग्नि बनून आपल्या कांतीनें लोकांना प्रकाशित करून अंधकाराचा नाश कसा करूं लागला, हें सर्व सांगितलेलें आहे. हे महाबाहो, पूर्वीं महाभाग्यशाली अंगिरामुनि आश्रमामध्यें वास्तव्य करून उत्कृष्ट प्रकारची तपश्चर्या करूं लागला. त्या वेळीं त्याच्यापुढें अग्निही फिका पडला. अशा प्रकारचें स्वरूप धारण करून अंगिरा सर्वही जगतास प्रकाशित करूं लागला. तेव्हां तेजस्वी अग्नि तपश्चर्या करीत असतां त्याच्या तेजानें संतप्त व अतिशय म्लान झाला व त्याला कांहीं सुचेनासें झालें. नंतर भगवान् अग्नि मनांत ह्मणूं लागला कीं, ' मी तपश्चर्या करीत राहिल्यामुळें माझें अग्नित्व नष्ट झालें असून लोकांकरितां ब्रह्मदेवानें ह्या जगतामध्यें दुसऱ्या अग्नीची योजना केली आहे. तेव्हां आतां मी पुनरपि अग्नि कसा होईन ? ' असा विचार करून त्यानें अग्नीप्रमाणें लोकांस तप्त करणारा महामुनि अंगिरा ह्याचें दर्शन घेतलें व हलकेच भीतभीत तो त्याजपासून दूर जाऊं लागला. तेव्हां अंगिरा त्याला म्हणाला कीं, 'लोकांची काळजी वहाणारा असा तूं लवकरच अग्नि होशील. ज्यामध्यें प्राण्यांचा संचार आहे अशा त्रैलोक्याला तुझी माहिती आहे. हे अंधकारनाशका, ब्रह्मदेवानें प्रथम अंधकाराचा नाश करण्यासाठीं तुजलाच निर्माण केलें. तेव्हां आतां तूं लवकरच स्वतःच्या अधिकारावर आरूढ हो.'

अग्नि ह्मणालाः—जगतामध्यें माझी कीर्ति नष्ट झाली असून आपणच अग्नि झालेले आहां.

ह्यामुळें अग्नि ह्या रूपानें लोक आपणालाच ओळखतील; मला ओळखणार नाहींत, ह्यास्तव मीं आतां अग्नीचा अधिकार सोडून देतों आणि आपणच मुख्य अग्नि व्हा व मी प्राजापत्य-संज्ञक दुसरा अग्नि होतों.

अंगिरा ह्मणालाः—हे देवा अग्ने, प्रजेला ज्या योगानें स्वर्गसुखाची प्राप्ति होईल असें पुण्य कर; तूंच अंधकारनाशक अग्नि हो आणि लवकरच मला एक पहिल्या प्रतीचा पुत्र दे.

मार्कंडेय ह्मणालेः—हें अंगिरा मुनीचें भाषण ऐकून, हे राजा, त्या वेळीं अग्नीनें अंगिरा मुनीला बृहस्पतिनामक पुत्र दिला. अंगिरा मुनीला अग्नीपासून प्रथमच पुत्र उत्पन्न झाला आहे असें कळून येतांच, हे भरतकुलोत्पन्ना, देवांनीं येऊन त्याला त्याचें कारण विचारिलें व त्यानेंही त्यांना तें सांगितलें. तेव्हां देवांना तें अंगिरामुनीचें भाषण पटलें. असो; आतां ब्राह्मणांमध्यें अनेक प्रकारच्या कर्मांच्या योगानें प्रख्यात असलेले व नानाप्रकारचीं फळें देणारे अनेक प्रकारचे जे महातेजस्वी अग्नि आहेत ते मी तुला कथन करितों.

अध्याय दोनशें अठरावा.

—:०:—

अंगिरा मुनीची संतति.

मार्कंडेय ह्मणालेः—हे कुरुकुलधुरंधरा, ब्रह्मदेवाचा जो तिसरा पुत्र अंगिरा त्याची सुभा ह्या नांवाची स्त्री होती. तिला झालेली संतति सांगतों, ऐक. अंगिरा मुनीस बृहत्कीर्ति, बृहज्ज्योति, बृहद्ब्रह्मा, बृहन्मना, बृहन्मंत्र, बृहद्भास आणि बृहस्पति हे पुत्र असून त्या सर्वही संततीमध्यें रूपानें अप्रतिम असणारी अशी देवी भानुमती नांवाची एक पहिली कन्या होती. अंगिरामुनीची दुसरी कन्या रागा ही होय. तिला रागा असें नांव पडण्याचें कारण—तिजवर सर्वही प्राण्यांचा अनुराग (प्रेम) होता हें होय. लोक जिला रुद्राची कन्या असें ह्मणतात ती, सूक्ष्मपणामुळें दिसते न दिसते अशी असणारी सिनीवाली (ज्या दिवशीं चंद्राची कला थोडी दिसते अशी अर्थात् चतुर्दशीयुक्त अमावास्या) ही अंगिरामुनीची तिसरी कन्या होय. जिच्या प्रकाशामुळें लोकांना रात्रीं देखील परस्परांचें रूप अवलोकन करितां येतें ती अर्चिष्मती (शुद्ध पौर्णिमा) ही अंगिरा मुनीची चौथी कन्या; जिच्या दिवशीं होमद्रव्यांच्या योगानें देवतांस उद्देशून होम केला जातो ती हविष्मती (प्रतिपदायुक्त पौर्णिमा) ही पांचवी; पवित्र अशी महिष्मती (चतुर्दशीयुक्त पौर्णिमा)ही सहावी; हे महामते, कांतिसंपन्न अशा सोमादिक महायज्ञांमध्यें महामति ह्या नांवानें जी प्रसिद्ध आहे ती सातवी; आणि ज्या भगवतीस अवलोकन करितांच लोक विस्मय पावतात, ती एककलात्मक आणि स्वल्प अंश असलेली कुहु हीं अंगिरामुनीची आठवी कन्या होय.

अध्याय दोनशें एकोणिसावा.

—:०:—

अग्निवंशकथन.

मार्कंडेय ह्मणालेः—चंद्रानें बळकावलेली बृहस्पतीची जी कीर्तिसंपन्न तारानामक भार्या होती, तिला सहा अग्नि आणि एक कन्या अशीं सात अपत्यें झालीं. ज्याला होमद्रव्याची पहिली आहुति देतात तो महानियमनिष्ठ शंयुनामक अग्नि हा बृहस्पतीचा पहिला पुत्र होय. चातुर्मास्यामध्यें वैश्वदेव, वरुणप्रभास, साकमेध आणि शुनासीरीय ह्या चारही पर्वांमध्यें ज्याला हविर्दान केलें जातें, आणि अश्वमेध यज्ञामध्यें इष्टाच्या जवळच ज्याला प्रथम पशु दिला जातो, तो अनेक प्रकारच्या

कांतींनीं युक्त असणाऱ्या ज्वालांनीं प्रदीप्त झालेला असा वीर्यसंपन्न शंयुनामक अग्नि होय. सत्यासत्या ह्या नांवाची सौंदर्यामध्यें अप्रतिम असणारी धर्मकन्या, ती शंयूची भार्या असून तिला त्याजपासून कांतिमान् अग्नि हा पुत्र व उत्कृष्ट प्रकारच्या नियमनिष्ठ तीन कन्या झाल्या. यज्ञामध्यें पहिल्या आज्यभागानें ज्याचें पूजन केलें जातें तो भरद्वाजनामक अग्नि हा शंयूचा पहिला पुत्र होय. सर्वही पौर्णमास यागांमध्यें ज्याला स्रुवेनें घेतलेलें आज्यरूपी होमद्रव्य अर्पण केलें जातें, तो भरतनामक अग्नि हा शंयूचा दुसरा पुत्र होय. त्याला दुसऱ्या तीन कन्या असून तो भरतच त्यांचें पोषण करीत असे. त्या भरताला भरत ह्या नांवाचा एक पुत्र आणि भरती नांवाची एक कन्या झाली. ह्या पोषण करणाऱ्या भरतपुत्र भरताला पावक नांवाचा अग्नि हा पुत्र झाला. हे भरतकुलश्रेष्ठा, त्या पावक अग्नीला महान् असेंही दुसरें नांव असून तो अतिशय पूज्य होता. भरद्वाजाला वीरा ह्या नांवाची भार्या होती. ती वीरनामक अग्नीची जन्मदात्री (माता) होय. ज्याप्रमाणें सोमाला हळू हळू आहुति देतात, त्याप्रमाणें ह्या वीरसंज्ञक अग्नीलाही घृताची आहुति देऊन त्याचा याग करावा असें ब्राह्मण ह्मणतात. आग्नेय हव्याच्या नंतरचें ह्मणजे दुसरें हवि ज्याला सोमाच्या बरोबरच मिळतें तोच हा वीरसंज्ञक अग्नि होय. ह्यालाच रय, प्रभु, रथाध्वा आणि कुंभरेता असें ह्मणतात. त्या वीरनामक अग्नीला शरयू नामक स्त्रीपासून सिद्धि[1] नांवाची एक कन्या झाली. तिनें आपल्या कांतीनें सूर्याला आच्छादित करून सोडिलें. हा भरद्वाज अग्नीमध्यें टाकलेली आहुति सूर्याला पोहोंचवितो आणि त्याचें आह्वान करण्यासाठीं सदोदित उभा असतो, असें ऐकण्यांत आहे. जो कीर्ति, तेज आणि शोभा ह्यांच्यापासून केव्हांही च्युत होत नाहीं, तो निश्चवननामक अग्नि केवळ पृथ्वीची स्तुति करीत असतो. सारांश, हा अग्नि ह्मणजे स्तुतीचें साधन जी वाणी तिची अभिमानिनी देवता होय. निष्पाप, दोषमुक्त, शुद्ध आणि तेजाच्या योगानें प्रज्वलित असा विपाप नांवाचा अग्नि हा निश्चवनाचाच पुत्र होय. ह्यालाच सत्य असें नांव असून हाच दिव्यरूपी धर्माचा कर्ता आहे. इहलोकामध्यें परस्परांस शिव्याशाप देणाऱ्या प्राण्यांच्या पातकाची निष्कृति करीत असल्यामुळें ह्या अग्नीसच निष्कृति असें नांव आहे. हा ज्या ठिकाणीं लोकांचा संचार असतो अशा प्रदेशास शोभा देत असतो. ज्याच्या योगानें लोक दुःखपीडित होऊन आक्रोश करूं लागतात तो बृहस्पतीचा दुःखकारक स्वन ह्या नांवाचा पुत्र होय. जो सर्व जगताच्या बुद्धीला आक्रमण करून राहतो; त्या बृहस्पतीच्या तिसऱ्या पुत्राला विश्वजित् अग्नि असें अध्यात्मवेत्ते लोक ह्मणतात. हे भरतकुलोत्पन्ना, जो प्राण्यांनीं भक्षण केलेल्या अन्नाचें पाचन करीत असून ज्याला अंतराग्नि असें ह्मणतात तो सर्व लोकांमध्यें प्रख्यात असलेला विश्वभुक् ह्या नांवाचा यज्ञसंबंधीं अग्नि होय. हा अग्नि ब्रह्मचारी, जितेंद्रिय आणि निरंतर विपुल व्रतांचें आचरण करणारा असून पाकयज्ञामध्यें ब्राह्मण ह्याचें पूजन करीत असतात. गोमतीनामक पवित्र नदी ही त्याची प्रिया असून धर्मक्रिया करणारे लोक त्याच्याच ठिकाणीं सर्व गृह्य कर्में करीत असतात. जो परम भयंकर वडवाग्नि जलप्राशन करीत असतो तोच शरीरामध्यें असणारा उदानसंज्ञक

१ कांहीं टीकाकार सिद्धि ही कन्या नसून पुत्र होता असें ह्मणतात.

अग्नि असून ह्यालाच ऊर्ध्वभाक् असें नांव आहे. हा ब्रह्मनिष्ठ असून प्रणवादिकांचा अभिमानी आहे. ज्याला उद्देशून गृहामध्यें उत्तरेच्या बाजूस प्रत्यहीं होमद्रव्य अर्पण केलें जातें, व ज्याच्या योगानें आज्यहोम शुभकारक होतो, त्या अग्नीला स्विष्टकृत् असें म्हणतात. हा श्रेष्ठ आहे. जो अग्नि शांतिसंपन्न अशा प्राण्यांच्या ठिकाणीं क्रोधरूपानें अवतीर्ण होतो त्याला मन्यु अथवा क्रुद्ध असें म्हणतात. ह्या क्रुद्ध अग्नीला रस (घर्म) हा पुत्र आणि मन्यंती ह्या नांवाची एक कन्या झाली. ह्या कन्येसच स्वाहा असें नांव असून ती भयंकर आणि क्रूर कन्या सर्वही प्राण्यांमध्यें वास्तव्य करिते. स्वर्गांत सौंदर्यामध्यें कोणीही ज्याच्या तोडीचा नाहीं असा जो अग्नि तो अप्रतिम असल्यामुळें देवांनीं काम असें त्याचें नांव ठेविलें. मी शत्रूंचा पराजय करीन असा उत्साह धरून क्रुद्ध होऊन व हातीं धनुष्य घेऊन रथावर आरूढ झालेला माला धारण करणारा जो अग्नि संग्रामामध्यें शत्रूंचा नाश करितो, त्यास अमोघ असें नांव आहे. हे महाभाग्यशाली युधिष्ठिरा, तीनही उक्थ्यसंज्ञक वेदभागामध्यें ज्याची स्तुति केलेली आहे व ज्यापासून परासंज्ञक महा वाचा निर्माण झाली असून जो अग्न्युपासकांना मोक्षरूपी विश्रांति देतो असें वेदवेत्ते लोक ह्मणतात, त्या अग्नीस उक्थ्य असें नांव आहे.

अध्याय दोनशें विसावा.

—:०:—

उक्थ्यादि अग्नींची संतति.

मार्कंडेय ह्मणालेः—" कीर्तीमध्यें ब्रह्मदेवाच्या तोडीचा आणि धर्मनिष्ठ असा पुत्र व्हावा" ह्मणून त्या पूर्वीं सांगितलेल्या उक्थ्यानें अनेक वर्षेंपर्यंत पुत्रप्राप्तीच्या उद्देशानें कडक तपश्चर्या केली. त्या वेळीं, ज्यास काश्यप असें दुसरें नांव आहे तो उक्थ्य, प्राणपुत्र, प्राण, आंगिरस आणि च्यवन अशीं ज्यांस हीं दुसरीं दोन नांवें आहेत असा अग्नि, आणि त्रिसुवर्चक किंवा सुवर्चक हे पांचजण मिळून महाव्याहृति ह्मणून ध्यान करूं लागल्यामुळें जगदुत्पादक पंचवर्णयुक्त व अत्यंत कांतिसंपन्न असा परमात्मा तेजाच्या रूपानें अवतीर्ण झाला. हे भरतकुलोत्पन्ना, त्याचें मस्तक प्रज्वलित झालेल्या अग्नीसारखें बाहु सूर्यतुल्य, चर्म आणि नेत्र सुवर्णतुल्यकांतियुक्त आणि पोटऱ्या कृष्णवर्ण होत्या. ह्याप्रमाणें त्या उक्थ्यादि पांच पुरुषांनीं तपश्चर्येच्या योगानें निर्माण केलेला पंचवर्णयुक्त जो तो देव त्याला पांचजन्य असें नांव पडलें. ह्यालाच तप असेंही दुसरें नांव आहे. हा त्या पांचजणांच्याही वंशाच्या स्थितीस कारणीभूत होतो. त्या प्रजेची सृष्टि करणाऱ्या महातेजस्वी पांचजन्यानें दहा हजार वर्षें तपश्चर्या करून पितरांचा अग्नि अर्थात् दक्षिणाग्निनामक भयंकर अग्नि उत्पन्न केला.त्यानें मस्तकापासून बृहद्रथंतर, मुखापासून तरसाहर,नाभीपासून अहंकाराभिमानी रुद्र, बलापासून इंद्र, प्राणापासून वायु आणि अग्नि, बाहूंपासून मंत्रब्राह्मणात्मक वेद आणि पंचमहाभूतें ह्यांची सृष्टि करून नंतर पितरांचे पांच पुत्र निर्माण केले. त्यांपैकीं बृहद्रथ, वासिष्ठ ह्याचा पुत्र प्रणिधि, काश्यप, उक्थ्य ह्याचा महत्तर, अंगिराचा धैर्यसंपन्न भानु, सुवर्चकाचा सौभर आणि प्राणाचा अनुदात्त हा पुत्र होय. ह्याप्रमाणें हे पंचवीस पुत्र निवेदन केले. नंतर त्यानें यज्ञाचा अपहार करणारे असे पंधरा दीप्तिसंपन्न असुर निर्माण केले. त्यांपैकीं सुभीम, अतिभीम, भीम, भीमबल आणि अबल ह्या यज्ञापहार करणाऱ्या पांच देवांची त्या

तपानें प्रथम सृष्टि केली. नंतर सुमित्र, मित्रवान्, मित्रज्ञ, मित्रवर्धन आणि मित्रधर्मा ह्या पांचांची उत्पत्ति केली. नंतर सुरप्रवीर, वीर, सुरेश, सुवर्चा आणि सुरहंता ह्या पांच देवांस त्यानें निर्माण केलें. हे पांचपांचजण निरनिराळे मिळून तीन ठिकाणीं वास्तव्य करितात व त्या ठिकाणीं राहून यज्ञ करणाऱ्या लोकांनीं अग्नीमध्यें अर्पण केलेले पदार्थ स्वर्गांतून अपहार करून आणितात.हे अग्नीशीं स्पर्धा करून त्याच्यामध्यें हवन केलेलें विपुल होमद्रव्य हाणून पाडतात व हरण करितात. वेदिकेच्या बाहेर जें होमद्रव्य पडलें असेल तें सर्व त्यांनीं घ्यावें, असें यज्ञक्रियानिपुण अशा लोकांनीं ठरविलें; तेव्हां ज्या ठिकाणीं अग्नि असेल तेथें त्यांस जातां येईनासें झालें. ते अग्निचयन सुरू झालें ह्मणजे यजमानानें हवन केलेलें आज्य खालीं न पडूं देतां वरचेवर हरण करून घेतात. पण रक्षोघ्न मंत्र ह्मणून त्यांचा प्रशम झाला ह्मणजे मात्र ते यज्ञद्रव्यासंबंधीं अपहार करीत नाहींत. असो; भूमीचा अवलंब करून राहणारा बृहदुक्थ्य हाही तपाचाच पुत्र असून अग्निहोत्रहोम करण्याच्या वेळीं ह्या भूतलावर सज्जन त्याला उद्देशून आहुति देत असतात. रथंतरनामक अग्नि हाही तपाचाच पुत्र असें सांगितलेलें आहे. त्या मित्रविंदास अध्वर्यु होमद्रव्य अर्पण करीत असतात. असो; ह्याप्रमाणें पुत्र निर्माण केल्यानंतर अत्यंत संतुष्ट होऊन तो महाकीर्तिसंपन्न तप त्या आपल्या पुत्रांसहवर्तमान आनंदांत राहूं लागला.

अध्याय दोनशें एकविसावा.

—:०:—

अग्निवंश.

मार्कंडेय ह्मणाले:— मोठमोठ्या अनेक नियमांच्या योगानें भरतनामक अग्नि उत्पन्न झाला. ह्यालाच पुष्टिमति असें नांव आहे. हा संतुष्ट झाल्यास पुष्टि देतो. त्याला भरत असें नांव पडण्याचें कारण तो सर्व लोकांचें भरण (पोषण) करितो हें होय. शिवनामक जो अग्नि आहे तो शक्तीची पूजा करण्यामध्यें तत्पर असतो. ह्यास्तव शिव असें नांव पडण्याचें कारण—तो सर्वही दुःखपीडित लोकांचें शिव (कल्याण) करीत असतो, हें होय. तपनामक अग्नीचें तप अत्यंत वृद्धिंगत झालेलें आहे असें पाहून त्याचा उद्धार करण्यासाठीं त्याला पुरंदर नांवाचा ज्ञानसंपन्न पुत्र झाला. तसेंच, त्या तपापासून उष्म्याच्या योगानें उष्मानामक पुत्र झाला.हा प्राण्यांच्या ठिकाणीं उष्णतेच्या रूपानें वास्तव्य करीत असतो. तसेंच प्राजापत्य हें ज्याला दुसरें नांव आहे असा मनुनामक अग्नि तपानें निर्माण केला. वेदपारंगत ब्राह्मण ज्याला शंभुनामक अग्नि ह्मणतात तोही तपाचाच पुत्र असून, ब्राह्मण ज्याला आवसथ्य असें ह्मणतात तो महाकांतिसंपन्न आणि प्रदीप्त असणारा अग्निही ह्याचाच पुत्र होय. सारांश, ज्यांना यज्ञामध्यें सोमाचा अंश मिळतो असे, बलदायक, देवतांस होमद्रव्यें पोहोंचविणारे आणि सुवर्णाप्रमाणें कांति असणारे असे हे पांच पुत्र तपानें निर्माण केले. हे महाभागा, जो सायंकालीं श्रमून जाऊन अग्नीचें स्वरूप धारण करितो व घोर असुर आणि नानाप्रकारचीं मनुष्यें ह्यांना उत्पन्न करितो तो सूर्यही तपानेंच निर्माण केलेला आहे. मनु आणि भानु हे तपाचे दोन पुत्र अंगिरानें निर्माण केलेले आहेत. वेदपारंगत ब्राह्मण ह्या भानूसच बृहद्भानु असें ह्मणतात. सुप्रभा आणि सूर्यकन्या बृहद्भासा ह्या दोन भानूच्या भार्या असून त्यांना सहा पुत्र आहेत. त्यांना झालेली संतति सांगतों, ऐक. जो दुर्बल प्राण्याला बल देतो

तो बलनामक अग्नि हा भानूचा पहिला पुत्र होय. जो शांतिसंपन्न प्राण्यांमध्यें भयंकर क्रोधाच्या रूपानें संचार करितो तो मन्युमान्-नामक अग्नि हा भानूचा दुसरा पुत्र होय. दर्श-पौर्णिमासयागांमध्यें ज्याला आहुति अर्पण केली जाते तो विष्णुनामक अग्नि हा भानूचा तिसरा पुत्र असून त्यालाच धृतिमान् असेंही नांव आहे. हे तीन सुप्रजेपासून भानूस झालेले पुत्र होत. आग्रयणनामक हव्य इंद्रासहवर्तमान ज्याला उद्देशून द्यावयाचें असें सांगितलें आहे तो आग्रयणनामक अग्नि भानूचाच पुत्र होय. जो चातुर्मास्यामध्यें नियमानें हवन करण्याच्या हविर्द्रव्यांचें उत्पत्तिस्थान असून ग्रहविरहित आणि चार पुत्रांनीं युक्त असतो, तो वैश्वदेव-संज्ञक अग्निही भानूचाच पुत्र असून स्तुभ हा त्याचाच पुत्र होय. हे तीन बृहद्भासेपासून भानूस झालेले पुत्र होत. मनूचीच विशा नामक एक भार्या होती. तिला एक कन्या, अग्नि व सोम ह्या दोन देवता आणि दुसरे पांच अग्नि अशीं एकंदर आठ अपत्यें झालीं. चातुर्मास्या-मध्यें पर्जन्यासहवर्तमान ज्याचें उत्कृष्ट प्रकारच्या होमद्रव्यानें पूजन केलें जातें तो श्रीमान् अग्नि वैश्वानर हा मनूचा पहिला पुत्र होय. जो सामर्थ्यसंपन्न अग्नि सर्वही लोकांचें अन्न पचन करितो तो मनूचा दुसरा पुत्र असून त्याला विश्वपति असें नांव आहे. ज्याच्या योगानें हवन केलेले पदार्थ शुभफलदायक होतात तो स्विष्टकृत् नांवाचा श्रेष्ठ अग्नि मनूचाच पुत्र होय. रोहिणी नांवाची जी हिरण्यकशिपूची सुंदर कन्या होती ती कर्म-संज्ञक अग्नीची भार्या होऊन शोभूं लागली. हा कर्मसंज्ञक अग्नि ह्मणजे सुप्रसिद्ध प्रजापति होय. संनिहित, अकल्मष, कपिल आणि अग्रणी हे चार ह्याचे पुत्र होत. जो प्राण्यांच्या शरीरामध्यें वास्तव्य करून त्यांचा देह चालवितो तो शब्द आणि रूप ह्यांच्या ज्ञानास साधनी-भूत असणारा अग्नि संनेहितसंज्ञक होय. देव-यान आणि पितृयान ह्या दोहोंच्या प्राप्तीस कारणीभूत असणारा, पातकांचा नाश करणारा व क्रोधाचा आश्रय करून असणारा जो अग्नि तो अकल्मष होय. ज्याला नियमनिष्ठ कपिल महर्षि असें ह्मणतात तो कपिलनामक अग्नि होय. हाच सांख्यशास्त्राचा प्रवर्तक आहे. मनुष्यें प्रत्यहीं मनुष्ययज्ञासाठीं वैश्वदेवाच्या शेवटीं ज्याला अग्रसंज्ञक आहुति अर्पण करितात, त्या नानाप्रकारच्या कर्मामध्यें असणाऱ्या अग्नीला अग्रणी असें नांव आहे. अग्निहोत्र दूषित झालें असतां त्याच्या प्रायश्चित्तासाठीं हे व आणखी पृथ्वीवर प्रख्यात असलेले दुसरेही भयंकर अग्नि कर्मसंज्ञक अग्नीनें उत्पन्न केले. अग्नि-होत्रांतील अग्नींचा एखादे वेळीं वायूच्या योगानें परस्परांस स्पर्श झाला तर आठ कपालांवर संस्कार केलेल्या पुरोडाशाच्या योगानें शुचि-नामक अग्नीला उद्देशून इष्टि करावी. दक्षिणा-ग्नीचा जर इतर दोन अग्नींशीं संपर्क झाला तर आठ कपालांवर संस्कार केलेल्या पुरोडाशाच्या योगानें वीतिनामक अग्नीला उद्देशून इष्टि करावी. अग्नि आपापल्या ठिकाणीं असतां जर त्यांना दवाग्नीचा स्पर्श झाला तर आठ कपालांवर संस्कार केलेल्या पुरोडाशाच्या योगानें शुचिनामक अग्नीला उद्देशून इष्टि करावी अग्निहोत्रांतील अग्नीला जर रजस्वलादिकांचा स्पर्श झाला तर वसुमान्नामक अग्नीला उद्देशून आठ कपालांवर संस्कार केलेल्या पुरोडाशाच्या योगानें इष्टि करावी. जर एखादा मनुष्य गत-प्राण झाल्याचें कानावर येईल अथवा पशु मरण पावूं लागतील तर सुरभिमान्नामक अग्नीला उद्देशून आठ कपालांवर संस्कृत केलेल्या पुरोडाशाच्या योगानें इष्टि करावी. ज्या ब्राह्मणाच्या हातून रोगग्रस्त झाल्यामुळें

तीन दिवसपर्यंत अग्निहोत्रहोम घडला नसेल त्यानें उत्तराग्नीला उद्देशून आठ कपालांवर संस्कृत केलेल्या पुरोडाशाच्या योगानें इष्टि करावी. ज्याचे दर्श अथवा पौर्णिमास हे याग मध्येंच बंद पडले असतील त्यानें पथिकृतसंज्ञक अग्नीला उद्देशून आठ कपालांवर संस्कार केलेल्या पुरोडाशाच्या योगानें इष्टि करावी. अग्निहोत्रांतील अग्नीला जर बाळंतिणीच्या अग्नीचा स्पर्श झाला तर अग्निमान्नामक अग्नीला उद्देशून आठ कपालांवर संस्कार केलेल्या पुरोडाशाच्या योगानें इष्टि करावी.

अध्याय दोनशें बाविसावा.

—:०:—

पुनश्च अग्निवंश.

मार्कंडेय ह्मणाले:—जलामध्यें जो सुप्रसिद्ध सहनामक अग्नि वास्तव्य करीत आहे त्याची मुदितानामक अत्यंत प्रिय अशी भार्या होती. हा अग्निच भूर्लोक आणि भुवर्लोक ह्यांचें पालन करणारा असून त्यानें अद्भुतनामक एक श्रेष्ठ अग्नि उत्पन्न केला. तो अग्नि सर्व प्राण्यांचा अधिपति असून त्यांच्या ठिकाणीं आत्मस्वरूपानें वास्तव्य करितो व जगाचें पोषण करितो अशी ब्राह्मणांमध्यें उपदेशपरंपरा प्रसिद्ध आहे. तो सर्वही महाभूतांचा उत्पादक असल्यामुळें नियंता व ह्मणूनच संपूर्ण ऐश्वर्य, ज्ञान, कीर्ति, लक्ष्मी, वैराग्य आणि धर्म ह्या सहा गुणांनीं संपन्न असणारा भगवान् व प्रत्यहीं विश्वामध्यें संचार करणारा आहे. ह्याच अग्नीचें गृहपति ह्या नांवानें प्रत्यहीं यज्ञामध्यें पूजन होतें व हाच लोकांनीं हवन केलेलें हविर्द्रव्य देवतांना पोहोंचवितो. आप् हें ज्याला दुसरें नांव आहे त्या सहसंज्ञक अग्नीचा पुत्र आत्म्याच्या ठिकाणीं बुद्धीचा लय करणारा आणि लोकत्रयाचा संहार करणारा जो अग्नि त्यास महाद्भुत अशी संज्ञा आहे. ह्या महाद्भुत अग्नीचा पिता भूर्लोकाचा आणि भुवर्लोकाचा पोषक आहे. त्या अद्भुताला भरतसंज्ञक अग्नि हा पुत्र झाला. हा अग्नि मृत झालेल्या प्राण्यांना दग्ध करीत असतो. अग्निष्टोमामध्यें उत्कृष्ट प्रकारच्या यज्ञास साधनीभूत असा जो नियतसंज्ञक अग्नि तो भरताचा पुत्र होय. त्या प्रभुत्वसंपन्न सहसंज्ञक श्रेष्ठ अग्नीचा शोध देवता प्रत्यहीं करीत असतात. त्या अग्नीनें नियतसंज्ञक अग्नि येत आहे असें पाहून भीतीनें समुद्रामध्यें प्रवेश केला. पण देव त्या ठिकाणींही त्या त्या दिशेस संचार करून त्याचा शोध करूं लागले. त्या वेळीं अंगिरामुनीस अवलोकन करून अग्नि ह्मणाला, ' हे वीरा, मी अत्यंत दुर्बल झालों आहें. ह्यास्तव, तूंच देवांना हविर्द्रव्य पोहोंचीव आणि अग्नि हो. एवढें माझें प्रिय कर.' अंगिरामुनीस अशी आज्ञा करून अग्नि तेथून दुसऱ्या ठिकाणीं गेला. तेव्हां मत्स्य तो कोठें आहे हें सांगूं लागले. ह्यामुळें क्रुद्ध होऊन अग्नि त्यांना ह्मणाला कीं, ' तुह्मी अनेक प्रकारांनीं प्राण्यांच्या भक्ष्यस्थानीं पडाल.' ह्याप्रमाणें त्यांना ह्मटल्यानंतर अग्नि अंगिरा मुनींना पूर्वीप्रमाणेंच ' आपण अग्नि व्हा.' असें ह्मणाला. त्या वेळीं देवांच्या सांगण्यावरून अंगिरामुनींनीं त्याची अत्यंत विनवणी केली, तरीही तो हविर्द्रव्यें पोहोंचविण्यास कबूल होईना. इतकेंच नव्हे, तर त्यानें आपल्या अग्निमय शरीराचाही त्याग करून पृथ्वीमध्यें प्रवेश केला. त्यानें भूमीला स्पर्श करून निरनिराळे धातु उत्पन्न केले. त्यानें आपल्या शरीरांतील पूयाच्या योगानें तेजोमय गंधक, अस्थींपासून देवदारु व कफापासून स्फटिक उत्पन्न केला. त्याच्या पित्तापासून पाच उत्पन्न झाली; यकृतापासून पोलाद उत्पन्न झालें; तसेंच

काष्ठ, पाषाण आणि लोखंड हींही त्याच्याचपासून उत्पन्न झाली. त्याच्या नखांपासून अभ्रकाचे पत्रे आणि शिरांच्या समुदायांपासून पोंवळीं उत्पन्न झालीं. हे राजा; त्याच्या शरीरापासून आणखीही दुसरे सुवर्णपारदादि नानाप्रकारचे धातु निर्माण झाले. ह्याप्रमाणें आपल्या शरीराचा त्याग करून तो अत्यंत तपश्चर्या करूं लागला, तेव्हां भृगु, अंगिरा इत्यादिक मुनींनीं तपश्चर्या करून पुनरपि त्याला स्वकार्य करण्याविषयीं उद्युक्त केलें. त्यांच्या तपाच्या योगानें तुष्ट होऊन तो अग्नि अत्यंत तेजस्वी होऊन प्रदीप्त झाला; तथापि अंगिरा मुनींस अवलोकन करून पुनरपि महासागरामध्यें प्रविष्ट झाला. ह्याप्रमाणें अग्नि नष्ट झाला असतां जगतास भीति उत्पन्न होऊन त्यानें अंगिरामुनींचाच आश्रय केला व देवही त्याचेंच अर्चन करूं लागले. तेव्हां अंगिरामुनीनें अग्नीपासून सर्व प्राण्यांचा संहार होत आहे असें पाहून महासागराचें मंथन केलें आणि त्या ठिकाणीं अग्नीला अवलोकन करून नंतर लोकांची सृष्टि केली. ह्याप्रमाणें पूर्वीं नष्ट झालेल्या अग्नीस अंगिरामुनीनें बोलावून आणिलें. तेव्हांपासून तो सर्व प्राण्यांनीं हवन केलेलें हविर्द्रव्य सदोदित देवांना पोहोंचवीत असतो. ह्याप्रमाणें हविर्द्रव्यें पोहोंचवूं लागल्यानंतर वेदामध्यें सांगितलेलीं नानाप्रकारचीं हवनस्थानें त्यानें निर्माण केलीं व तेथें भ्रमण करीत तो नानाप्रकारच्या देशांमध्यें संचार करूं लागला. सिंधुनद, पंचनद, देविका, सरस्वती, गंगा, शतकुंभा, शरयू, गंडकी, चर्मण्वती, मही, मेध्या, मेधातिथी, ताम्रवती, कौशिकी, तमसा, नर्मदा, गोदावरी, वेणा, उपवेणा, भीमा, वडवा, भारती, सुप्रयोगा, कावेरी, मुर्मरा, तुंगवेणा, कपिला आणि शोण ह्या ज्या नद्या सांगितलेल्या आहेत त्या पूर्वीं सांगितलेल्या धिष्ण्यांच्या (स्थानांच्या) माता होत. असो; अद्भुतनामक अग्नीची भार्या प्रिया ही असून विभुप्रभृति अग्नि हे त्याचे पुत्र होत. हे अग्नि जितके सांगितले आहेत तितक्याच प्रकारचे सोमयागही आहेत. अत्रीच्या वंशामध्येंही पुष्कळ अग्नि उत्पन्न झाले. ते अग्निही ब्रह्मदेवाची मानस प्रजा होय. अत्रिमुनीला पुत्र निर्माण करण्याची इच्छा झाली, तेव्हां त्यानें अंतःकरणामध्यें त्या अग्नींचेंच चिंतन केलें. त्या वेळीं त्या ब्रह्मर्षीच्या देहापासून अग्नि पुत्राच्या रूपानें बाहेर पडले. असो; युधिष्ठिरा, ह्याप्रमाणें शोभासंपन्न आणि अंधकाराचा नाश करणारे महात्मे असंख्यात अग्नि कसे उत्पन्न झाले हें मीं तुला सांगितलें. ज्याप्रमाणें वेदामध्यें अद्भुतसंज्ञक अग्नीचा महिमा वर्णन केलेला आहे त्याप्रमाणें सर्वांचाही आहे. हा भगवान् अग्नि जरी अनेक स्वरूपें धारण करणारा आहे तरीही तो एकच असून श्रेष्ठ आहे. ज्याप्रमाणें ज्योतिष्टोम हा यज्ञ उद्भिदादिक अनेक रूपें धारण करून प्रकट झाला, त्याप्रमाणेंच अंगिरा मुनीपासून अग्नि नानाप्रकारचीं रूपें धारण करून प्रकट झाला. असो; ह्याप्रमाणें नानाप्रकारच्या मंत्रांनीं ज्याचें पूजन केलें असतां जो प्राण्यांनीं हवन केलेलें होमद्रव्य देवतांस पोहोंचवितो तो अग्नीचा अत्यंत मोठा वंश मीं तुला कथन केला.

अध्याय दोनशें तेविसावा.

—:०:—

इंद्रकृत देवसेनासंरक्षण.

मार्कंडेय ह्मणालेः—हे निष्पापा, मी तुला अग्नीचे नानाप्रकारचे वंश कथन केले. आतां हे कुरुकुलोत्पन्ना, तूं ज्ञानसंपन्न अशा कार्तिकेयाच्या जन्माचा वृत्तांत श्रवण कर. अद्भुतसंज्ञक अग्नीला एक अत्यंत तेजस्वी आणि

अद्भुत असा पुत्र ब्रह्मर्षींच्या स्त्रियाकडून झाला, हें मी पुढें सांगणार आहें. हा पुत्र ब्राह्मणांचें हित करणारा आणि कीर्तीची अभिवृद्धि करणारा होता. पूर्वीं देव आणि दैत्य हे स्वतंत्रपणें वागून परस्परांचा वध करूं लागले; तेव्हां भयंकर स्वरूप धारण करणाऱ्या दैत्यांनीं देवांचा पराजय केला. ते आपल्या सैन्याचा नानाप्रकारें वध करूं लागले आहेत असें पाहून, आपणांस सेनापति कोण मिळेल ह्याविषयींची इंद्राला अत्यंत चिंता पडली. तो मनांत ह्मणूं लागला कीं, जो वीर्याचा अवलंब करून, दैत्यांनीं पराजय केलेल्या देवसैन्याचें संरक्षण करील, अशा एखाद्या महाबलाढ्य पुरुषाचा मला शोध केला पाहिजे. ' ह्याप्रमाणें ह्या गोष्टीचा मनामध्यें अतिशय विचार करीत करीत तो मानसपर्वतावर गेला असतां त्या ठिकाणीं एका स्त्रीनें केलेला दुःखसूचक व म्हणूनच भयंकर आवाज त्याच्या कानीं आला; तो असा कीं, "कोणी तरी पुरुष मजकडे धावून येऊन माझें संरक्षण करूं दे आणि माझा पति मला देऊं दे किंवा आपणच माझा पति होऊं दे." हें ऐकून इंद्रानें तिला " भिऊं नको! तुला भिण्याचें कारण नाहीं !" असें म्हटलें, तोंच त्याला पुढें असलेला केशीनामक दैत्य दिसला. त्यानें मस्तकावर किरीट व हातांत गदा धारण केलेली असून शरीर धिप्पाड व आरक्तवर्ण असल्यामुळें तो गैरिकादिक धातूंनीं युक्त असणाऱ्या पर्वताप्रमाणें दिसत होता. नंतर त्या कन्येला हातीं धरून इंद्र त्याला म्हणाला .' अरे नीच कर्में करणाऱ्या दुष्ट, ह्या कन्येला तूं काय म्हणून हिरावून नेऊं इच्छित आहेस? मी इंद्र आहें, समजलास ! तूं आतां हिला पीडा देण्याचें सोडून दे. '

केशी ह्मणाला:––इंद्रा, मी हिची इच्छा केलेली आहे. तेव्हां तूं हिला सोडून दे. म्हणजे तुला जिवंतपणीं आपल्या नगरास जातां येईल.

असें बोलून केशीनें इंद्राचा वध करण्यासाठीं गदा फेंकली. पण ती येऊं लागतांच इंद्रानें वज्राचा प्रहार करून मध्येंच तोडून टाकली. तेव्हां क्रुद्ध होऊन केशीनें इंद्रावर पर्वताचें शिखर फेंकलें. पण, हे राजा, तें पर्वतशिखर येत आहे असें पहातांच इंद्रानें वज्रप्रहार करून तेंही भग्न करून टाकलें. ह्यामुळें तें खालीं पडून केशीला त्याचा तडाखा लागला. तेव्हां तो अत्यंत पीडित होऊन व त्या महाभाग्यशाली कन्येला सोडून देऊन पळून गेला. ह्याप्रमाणें तो दैत्य निघून गेल्यानंतर इंद्रानें त्या कन्येस विचारिलें, " हे सुमुखि, तूं कोण? कोणाची? आणि येथें काय करीत असतेस?"

अध्याय दोनशें चोविसावा.

—:०:—

कार्तिकेयचरिताचा उपक्रम.

कन्या ह्मणाली:––मी देवसेना ह्या नांवानें प्रख्यात असलेली प्रजापतीची कन्या होय. माझी भगिनी दैत्यसेना ही पूर्वीं केशी दैत्यानें हरण करून नेली. आह्मी उभयतां भगिनी आपल्या मैत्रिणींसहवर्तमान प्रजापतीची अनुज्ञा घेऊन ह्या मानसपर्वतावर विहार करण्यासाठीं येत होतों. तेव्हां हा महादैत्य केशी प्रत्यहीं आह्मांला हरण करून नेण्याविषयीं इच्छा करीत असे. इंद्रा, त्या वेळीं दैत्यसेनेचें मन त्याजवर गेलें, पण मला मात्र त्याची इच्छा झाली नाहीं. तेव्हां तो तिला घेऊन गेला; आणि,हे भगवन्, मी मात्र तुमच्या प्रभावाच्या योगानें त्याच्या तडाक्यांतून सुटलें. असो; हे देवेंद्रा, आतां आपण मला दुर्जय असा एखादा पति द्यावा अशी माझी इच्छा आहे.

इंद्र ह्मणाला:—तर मग तूं माझ्या मावशीची कन्या आहेस. कारण, दक्षकन्या अदिति ही माझी माता आहे. आतां तूं मला स्वतःचें सामर्थ्य कथन करावेंस अशी इच्छा आहे.

कन्या ह्मणाली:—हे महाबाहो, मी अबला आहें. तथापि माझ्या पित्यानें वर दिल्यामुळें मला देव आणि दैत्य ह्यांस पूज्य असणारा व बलाढ्य असा पति मिळणार!

इंद्र ह्मणाला:—हे अनिंदिते देवि, तुझ्या पतीचें सामर्थ्य कोणत्या प्रकारचें असणार ह्याविषयीं तुझें वाक्य ऐकण्याविषयीं इच्छा आहे.

कन्या ह्मणाली:—जो महावीर्यसंपन्न आणि अत्यंत बलाढ्य पुरुष देव, दानव, यक्ष, किन्नर, पन्नग, राक्षस आणि दुष्ट दैत्य ह्यांचा पराजय करील व तुझ्यासहवर्तमान सर्व प्राण्यांचाही पराजय करूं शकेल तोच ब्राह्मणांचें हित करणारा व कीर्तीची अभिवृद्धि करणारा पुरुष माझा पति होईल.

मार्कंडेय ह्मणाले:—तिचें हें भाषण ऐकून इंद्र अत्यंत दुःखी होऊन विचार करूं लागला कीं, 'ही देवी ज्या प्रकारचा पति सांगत आहे तसा तर कोणी नाहीं.' इतक्यांत त्या सूर्यतुल्य कांति असणाऱ्या इंद्रानें उदयकालीन श्रीसूर्य आणि त्याच्या मंडलामध्यें प्रवेश करणारा महाभाग्यशाली चंद्र ह्यांस अवलोकन केलें. ह्या अमावास्येच्या प्रवृत्तिकालीं रौद्रमुहूर्तीं उदयगिरीवर देव आणि दैत्य ह्यांमध्यें संग्राम चालला आहे असेंही त्याच्या दृष्टीस पडलें. तसेंच, त्या भगवान् इंद्राला पूर्वदिशा आरक्तवर्ण मेघांनीं युक्त असून समुद्राचें उदकही आरक्तवर्ण झालेलें आहे असें दिसलें. भृगु आणि अंगिरा ह्यांच्या गोत्रांमध्यें उत्पन्न झालेल्या पुरुषांनीं निरनिराळे मंत्र ह्मणून हवन केलेलें हव्य घेऊन अग्नि सूर्यामध्यें प्रवेश करीत आहे असेंही त्याच्या दृष्टोत्पत्तीस आलें. ह्या वेळीं सूर्य चोविसाव्या पर्वास अर्थात् वर्षाच्या शेवटच्या अमावास्येस असून तो पापस्थानीं आहे व सूर्यामध्यें प्रविष्ट झालेला चंद्रही क्रूर आहे असें त्याला कळून आलें. ह्याप्रमाणें चंद्र आणि सूर्य एका राशीस प्राप्त झाले असून त्यांचा तो समागम भीतिजनक आहे असें पाहून इंद्र विचार करूं लागला कीं, 'ह्या वेळीं चंद्र आणि सूर्य ह्यांना भयंकर परिवेष (खळें) पडलेला दिसत आहे व त्यावरून ह्याच रात्रीच्या शेवटीं मोठें युद्ध होणार असें सूचित होत आहे. तसेंच ह्या सिंधुनदीचा प्रवाहही अत्यंत रक्तमय दिसत आहे. अग्नीप्रमाणें प्रज्वलित मुख असलेली कोल्ही शब्द करीत सूर्याकडे मुख करून ओरडूं लागली आहे. हा सर्व योगसमुदाय मोठा भयंकर आहे. तसेंच हा चंद्र, सूर्य आणि अग्नि ह्यांचा समागमही अत्यंत तेजस्वी आणि आश्चर्यकारक दिसत आहे. ह्यांपैकीं चंद्र जो पुत्र निर्माण करील तो ह्या देवीचा पति होईल. अग्निही त्या सर्व गुणांनीं युक्त आहे व तो देवताही आहे. तेव्हां त्यानें जरी पुत्र निर्माण केला तर तोही या देवीचा पति होईल.' ह्याप्रमाणें विचार करून त्याच वेळीं भगवान् इंद्र देवसेनेला बरोबर घेऊन ब्रह्मलोकास गेला आणि ब्रह्मदेवास ह्मणाला कीं, 'ह्या देवीला योग्य असा सज्जन व शूर पति द्या.'

ब्रह्मदेव ह्मणाला:—हे दैत्यमर्दका, तूं हें कार्य जसें करावयाचें मनांत आणलें आहेस त्याप्रमाणें तो पुत्र बलाढ्य आणि मोठा पराक्रमी होऊन तुझ्यासहवर्तमान देवांचा सेनापति होईल व तोच वीर ह्या देवीचा पति होईल.

हें ऐकून ब्रह्मदेवास नमस्कार करून व त्या कन्येस बरोबर घेऊन, ज्या ठिकाणीं महाबलाढ्य वसिष्ठप्रभृति श्रेष्ठ श्रेष्ठ ब्राह्मण व देवर्षि होते तेथें त्यांनीं यज्ञामध्यें हवन केलेल्या सोमाचें

पान करण्यासाठीं व त्यांच्या तपाचा भाग संपादन करण्यासाठीं इंद्र निघून गेला. त्या ठिकाणीं सोमरस प्राशन करण्याच्या इच्छेनें इंद्रप्रभृति देवता गेल्यानंतर त्या महात्म्या मुनींनीं यथायोग्य यज्ञ केला व अत्यंत प्रज्वलित झालेल्या अग्नीमध्यें सर्व देवतांना उद्देशून होमद्रव्य अर्पण केलें. त्यांनीं आव्हान करितांच आश्चर्यकारक प्रभु अग्नि सूर्यमंडलांतून निघून मौन धारण करून त्या ठिकाणीं आला आणि त्यानें ब्राह्मणांनीं हवन केलेलें नानाप्रकारचें होमद्रव्य घेऊन देवांना अर्पण केलें.

अग्नीचा मुनिस्त्रियांविषयीं अभिलाष व वनप्रवेश.

हे भरतकुलश्रेष्ठा, तेथून निघून जातेवेळीं अग्नीला त्या महात्म्या मुनींच्या स्त्रिया दृष्टीस पडल्या. त्या आपापल्या आसनावर बसून सुखानें झोंप घेत होत्या. त्यांचा वर्ण सुवर्णाच्या वेदिकेप्रमाणें असून त्या चंद्रकलेप्रमाणें स्वच्छ. अग्नीच्या ज्वालेप्रमाणें जाज्वल्यमान आणि तारकांप्रमाणें विस्मयकारक दिसत होत्या. ह्या वेळीं अग्नीचें अंतःकरण त्यांजवर जडल्यामुळें त्यांचीं इंद्रियें क्षुब्ध होऊन गेलीं. ह्याप्रमाणें त्या ब्राह्मणश्रेष्ठांच्या भार्या अवलोकन करून अग्नि विषयवासनेच्या आधीन होऊन गेला; तथापि त्याच्या मनांत पुनरपि असा विचार आला कीं, 'मी क्षुब्ध होऊन गेलों हें न्याय्य नाहीं. आज मी ज्यांची इच्छा करींत आहें त्या ह्या ब्राह्मणश्रेष्ठांच्या स्त्रिया साध्वी आणि निरिच्छ आहेत. कारणावांचून मला ह्यांनें दर्शन अथवा स्पर्शही घडावयाचा नाहीं. तेव्हां मी आतां गार्हपत्यामध्यें प्रविष्ट होऊन त्यांना वारंवार अवलोकन करितों.'

मार्कंडेय ह्मणाले:—असा विचार करून गार्हपत्याचा अवलंब केल्यानंतर, सुवर्णाप्रमाणें कांति असणाऱ्या त्या सर्व स्त्रियांना स्पर्श केलासा करून तो त्यांजकडे अवलोकन करीत आनंदानें राहिला. त्या श्रेष्ठ प्रतीच्या स्त्रियांवर अंतःकरण जडवून त्यांची इच्छा करीत तो अग्नि पराधीन झाल्याप्रमाणें होऊन त्या ठिकाणीं चिरकाल राहिला; तथापि त्या ब्राह्मणस्त्रियांची त्याला प्राप्ति झाली नाहीं. ह्यामुळें अंतःकरण मदनानें संतप्त होऊन देहत्यागाचा निश्चय करून तो वनांत निघून गेला. त्या वेळीं दक्षकन्या स्वाहा हिचें अंतःकरण त्याजवर प्रथम गेलें. ती प्रेमळ स्त्री पुष्कळ दिवसपर्यंत त्याची गांठ घेण्याची संधि पहात होती. पण तो देव अग्नि सावध झाल्यामुळें त्या अनिंद्य स्त्रीला ती संधि मिळाली नाहीं. तेव्हां तो अग्नि वनांत निघून गेला आहे व तो खरोखरच कामानें संतप्त झाला आहे असें कळतांच त्या सुंदरीनें विचार केला कीं, 'मीच सप्तर्षींच्या स्त्रियांचीं स्वरूपें धारण करून त्यांच्या स्वरूपानें मोहित झालेल्या अग्नीचा उपभोग घेतें. कारण, मीही कामपीडित झालेली आहें. असें केल्यानें त्याचेंही प्रेम जडेल आणि माझेही मनोरथ पूर्ण होतील.'

अध्याय दोनशें पंचविसावा.

—:०:—

स्वाहादेवीचीं वेषांतरें व अग्निसमागम.

मार्कंडेय ह्मणाले:—अंगिरा मुनीची सुशील, रूपसंपन्न आणि गुणवती अशी एक शिवानामक भार्या होती. तिचें स्वरूप प्रथम धारण करून, हे प्रजाधिपते, ती देवी स्वाहा अग्नीच्या समीप गेली आणि ह्मणाली कीं, 'हे अग्ने, मी कामानें संतप्त झालेली आहें, तेव्हां तूं माझा अंगिकार कर. असें जर न केलेस तर मी मेलेंच असें खात्रीपूर्वक समज. हे अग्ने, मी अंगिरामुनीची शिवानामक भार्या आहें. मी

इतर मुनिस्त्रियांशीं मसलत करून आणि हा निश्चय ठरवून येथें आलें आहें.'

अग्नि ह्मणाला:—मी कामपीडित झालों आहे असें तूं कसें ओळखलेंस? व सप्तर्षींच्या ज्या स्त्रिया तूं सांगितल्यास त्या कशा काय आहेत?

शिवा ह्मणाली:—आमचें निरंतरच तुजवर प्रेम आहे, पण आम्हांला तुझी भीति वाटते ह्मणूनच इतका विलंब! तुझ्या चर्येवरून तुझा भाव ओळखून मला इतर स्त्रियांनीं तुझ्यासमीप पाठवून दिल्यामुळें मी समागमाच्या उद्देशानें येथें प्राप्त झालें आहें. तेव्हां ह्या वेळीं जें योग्य असेल तें विलंब न करितां आचरण कर. कारण, हे अग्ने, इतर स्त्रिया माझी वाट पहात आहेत, तेव्हां मला गेलें पाहिजे.

मार्कंडेय म्हणाले:—पुढें प्रेम आणि आनंद ह्यांनीं युक्त होऊन अग्नीनें ह्या शिवेशीं समागम केला.त्या वेळीं त्या देवीनें त्याचें वीर्य हातामध्यें घेतलें व मनामध्यें विचार केला कीं, 'ह्या अरण्यामध्यें जर लोकांना माझें हें स्वरूप दृष्टीस पडेल ते अग्नीशीं समागम केल्याचा खोटाच दोष ब्राह्मणस्त्रियांना लावतील. ह्यास्तव, ही गोष्ट गुप्त ठेवण्यासाठीं मी गरुडस्त्रीचें स्वरूप धारण करितें, ह्मणजे मला ह्या वनांतून सुखानें निघून जातां येईल.

कार्तिकेयाची उत्पत्ति.

मार्कंडेय ह्मणाले:—नंतर गरुडस्त्रीचा वेष धारण करून ती त्या प्रचंड अरण्यांतून निघून गेली. तेव्हां तिला शरनामक तृणविशेषाच्या समुदायांनीं अत्यंत आच्छादित झालेला श्वेतनामक पर्वत दिसला. दृष्टीमध्यें विष असलेले सात फणांचे अद्भुत नाग त्या पर्वताचें संरक्षण करीत असून तो राक्षस, पिशाचें, भयंकर भूतसमुदाय, राक्षसी आणि अनेक पशुपक्षी ह्यांनीं भरून गेलेला होता. पुढें तिनें त्या पर्वताच्या अत्यंत दुर्गम अशा पृष्ठभागावर एकदम जाऊन एका सुवर्णकुंडामध्यें तें अग्नीचें वीर्य त्वरेनें फेंकून दिलें. ह्याप्रमाणें महात्म्या सातही ऋषींच्या स्त्रियांचीं स्वरूपें धारण करून तिनें अग्नीशीं समागम करावयाचें मनांत आणिलें. पण अरुंधतीचा दिव्य प्रभाव आणि तिची अप्रतिम पतिसेवा ह्यामुळें तिचें मात्र स्वरूप धारण करणें तिला शक्य झालें नाहीं; ह्यामुळें, हे पुरुषश्रेष्ठा, त्या स्वाहादेवीनें इतर सहा स्त्रियांचीं स्वरूपें धारण करून अग्नीशीं समागम केला आणि त्या कामाविष्ट झालेल्या स्वाहादेवीनें प्रतिपदेदिवशीं सहा वेळ अग्नीचें वीर्य त्या कुंडामध्यें नेऊन टाकिलें. तें वीर्य त्या कुंडामध्यें पतन पावतांच तेजानें व्याप्त होऊन गेलें. व त्याजपासून एक पुत्र झाला. ह्याप्रमाणें ऋषींना पूज्य असलेलें तें पतन पावलेलें अग्नीचें वीर्य स्कंदत्व पावलें. अर्थात्, त्या पुत्राला स्कंद हें नांव प्राप्त झालें. ह्या कुमाराला सहा मस्तकें, बारा कर्ण. बारा नेत्र, बारा बाहु, एक कंठ आणि एक उदर होतें. द्वितीयेदिवशीं त्या कुमाराचे अवयव स्पष्ट दिसूं लागले; तृतीयेदिवशीं तो बालक झाला व चतुर्थीदिवशीं तो अंगें आणि प्रत्यंगें ह्यांनीं युक्त झाला. त्या वेळीं तो आरक्तवर्ण व विद्युल्लतेनें युक्त अशा प्रचंड मेघानें आच्छादित झालेल्या व अत्यंत प्रचंड अशा आरक्तवर्ण मेघामध्यें उदय पावलेल्या सूर्याप्रमाणें शोभूं लागला. त्यानें अंगावर शहारे आणणारें धनुष्य हातामध्यें घेतलें. हें दैत्यांना छिन्नविच्छिन्न करून सोडणारें धनुष्य श्रीशंकरांनीं ठेविलेलें होतें. तें श्रेष्ठ धनुष्य घेऊन तो बलाढ्य कुमार स्थावरजंगम प्राण्यांनीं युक्त असलेल्या तीनही लोकांना जणूं मोहीत करीत गर्जना करूं लागला. त्याचा तो प्रचंड मेघाच्या गर्जनेसारखा आवाज कांनीं पडतांच

चित्र आणि ऐरावत हे महागज उड्डाण करूं लागले. ते उभयतां येत आहेत असें पाहतांच सूर्यतुल्य कांति असलेल्या त्या बालावस्थेंत असणाऱ्या अग्निपुत्रानें त्यांना दोन हातांत धरिलें व दुसऱ्या एका हातांत एक मयूर व आणखी एका हातांत जवळच असलेला धिप्पाड शरीराचा एक अत्यंत मोठा बलवान् कुक्कुट घेऊन तो क्रीडा करूं लागला. त्या बलाढ्य कुमारानें दोन हातांनीं एक बलाढ्य प्राण्यांनाही भयभीत करून सोडील असा शंख घेऊन फुंकला आणि दोन हातांनीं तो आकाशावर प्रहार करूं लागला. तो क्रीडा करितेवेळीं जेव्हां हसूं लागला, तेव्हां मुखांच्या योगानें त्रैलोक्यास जणूं प्राशनच करींत आहेसें वाटलें. तो प्रचंड शरीरसंपन्न आणि अद्भुतपराक्रमशाली कुमार उदयाचलावर आरूढ झालेल्या सूर्याप्रमाणें त्या पर्वताच्या अग्रभागीं बसला आणि आपल्या नानाप्रकारच्या मुखांच्या योगानें त्या त्या दिशा अवलोकन करूं लागला व नानाप्रकारचे पदार्थ दृष्टीस पडतांच पुनरपि गर्जना करूं लागला. त्याची ती गर्जना ऐकतांच लोक अनेकवार पडूं लागले आणि भयभीत व खिन्न होऊन त्याला शरण गेले. ज्या नानाप्रकारच्या वर्णीतील लोकांनीं त्याचा आश्रय केला, त्या अत्यंत महाबलाढ्य लोकांना ब्राह्मण हे पारिषद असें ह्मणूं लागले. पुढें त्या महाबाहु कुमारानें उठून त्या लोकांना धीर दिला आणि धनुष्य घेऊन श्वेतनामक महापर्वतावर बाण सोडले. त्यानें बाणांच्या योगानें हिमवानाचा पुत्र क्रौंच ह्याचा भेद केला. त्या वेळीं जें त्या पर्वतास छिद्र पडलें त्यांतूनच हंस आणि गृध्र पक्षी मेरुपर्वतास जातात. तो पर्वत चूर होऊन अत्यंत पीडासूचक शब्द करीत पडला, तेव्हां दुसरेही पर्वत अत्यंत आक्रोश करूं लागले. ह्याप्रमाणें अत्यंत पीडित झालेल्या त्या पर्वतांचा आवाज ऐकल्यानंतरही त्या अतिशय बलाढ्य कुमाराचा धीर खचला नाहीं; इतकेंच नव्हे, तर तो प्रगल्भबुद्धि कुमार शक्ति उगारून गर्जना करूं लागला व तात्काळ त्या महात्म्यानें ती स्वच्छ अशी शक्ति फेकून दिली. तिच्या योगानें तत्काल त्या श्वेतपर्वताचे एक भयंकर शिखर भिन्न होऊन गेलें. ह्याप्रमाणे त्याने प्रहार केल्यामुळें विदीर्ण होऊन श्वेत पर्वत इतर पर्वतांसहवर्तमान पृथ्वीचा त्याग करून उडून गेला. ह्यामुळें पृथ्वी अत्यंत पीडित होऊन जिकडून तिकडून चूर होऊन गेली. परंतु दुःखाकुल झाल्यानंतर जेव्हां तो त्या स्कंदाकडे गेली, तेव्हां त्याचा आश्रय मिळाल्यामुळें पुनरपि बलसंपन्न होऊन शोभूं लागली. नंतर पर्वतही त्याला नमस्कार करून भूमीवर जाऊन राहिले व पुढें शुक्लपक्षांतील पंचमीदिवशीं लोक त्या स्कंदाची सेवा करूं लागले.

अध्याय दोनशें सव्विसावा.

—:०:—

सप्तर्षींचा भार्यात्याग.

मार्कंडेय ह्मणाले:—तो महाधैर्यसंपन्न आणि अत्यंत बलाढ्य कार्तिकेय उत्पन्न होतांच मोठमोठे भयंकर असे नानाप्रकारचे उत्पात उत्पन्न झाले. स्त्रिया आणि पुरुष ह्यांमध्यें विपरीतपणा दिसूं लागला; शीतोष्णादिक द्वंद्वांचा विपर्यास होऊं लागला; ग्रह, दिशा आणि आकाश हीं प्रदीप्त दिसूं लागलीं आणि पृथ्वी अत्यंत आक्रोश करूं लागली. लोकांविषयींची काळजी वहाणारे ऋषि चोहोंकडे ते महाभयंकर उत्पात अवलोकन करून उद्विग्न झाले आणि लोकांकरितां शांति करूं लागले. जे लोक त्या चैत्ररथवनामध्यें राहत होते ते अग्नीनेंच सप्तर्षींच्या सहा भार्यांशीं समागम करून हा आह्मांवर मोठा

अनर्थ आणला आहे ! ' असें ह्मणूं लागले.ज्या लोकांनीं गरुडाचें स्वरूप धारण करून जात असलेली स्वाहादेवी अवलोकन केलेली होती, त्यांनीं त्या गरुडस्त्रीस ' तूंच हें संकट आह्मांवर आणलेंस ' असें म्हटलें. कारण, हें कर्म स्वाहादेवीचें आहे असें लोकांना मुळींच कळून आलें नाहीं. पुढें त्यांचें तें भाषण ऐकून ' हा माझा पुत्र आहे ' असें ह्मणून ती गरुडस्त्री हळू हळू स्कंदाजवळ गेली आणि त्याला ' मी तुझी माता आहें ' असें ह्मणाली. नंतर, आपल्या स्त्रियांस महातेजस्वी पुत्र झाला आहे असें ऐकून सप्तर्षींपैकीं सहाजणांनीं एका देवी अरुंधतीखेरीज इतर सहा स्त्रियांचा त्याग केला. त्या वनामध्यें वास्तव्य करणारे लोकही सहा स्त्रियांकडूनच ह्या पुत्राची उत्पत्ति झाली आहे असें ह्मणूं लागले; पण स्वाहा ही " हा माझाच पुत्र आहे हें मला माहीत आहे. तुम्ही ह्मणतां तशी गोष्ट नाहीं. " असें सप्तर्षींना वारंवार ह्मणूं लागली. ह्या वेळीं महामुनि विश्वामित्र हा एक इष्टि करून, कामसंतप्त झालेल्या अग्नीच्या पाठीमागून अदृश्यपणें जाऊं लागला. तेव्हां त्याला तो सर्व वृत्तांत जशाचा तसा कळून आला. पुढें विश्वामित्रानें प्रथम त्या कुमाराला शरण जाऊन त्याची दिव्य स्तुति करण्यास आरंभ केला. तसेंच, त्या महामुनीनें मंगलकारक अशीं त्या कुमाराचीं सर्वही कर्में करून त्याचे विवाहापूर्वीचे जातकर्मादिक तेरा संस्कारही केले. तसेंच, लोकांच्या हितासाठीं त्यानें त्या षण्मुख कुमाराचें माहात्म्य वर्णन केलें व त्यास कुक्कुट, देवी शक्ति आणि पारिषद ह्यांची प्राप्ति करून दिली. ह्यामुळें विश्वामित्र मुनि कुमाराला प्रिय झाला. पुढें महामुनि विश्वामित्राला स्वाहादेवीनेंच ऋषिपत्नींचीं निरनिराळीं स्वरूपें धारण केलीं होतीं असें कळून आल्यामुळें त्यानें सर्व मुनींना 'आपल्या स्त्रियांकडे कांहीं अपराध नाहीं' असें सांगितलें. पण तो खरा वृत्तांत त्याच्या तोंडून ऐकिल्यानंतरही त्या ऋषींनीं लोकापवादाच्या भीतीनें सर्वेही स्त्रियांचा त्याग केला.

इंद्रास देवांची प्रार्थना.

मार्केडेय ह्मणाले:—स्कंदाचा पराक्रम ऐकिल्यानंतर सर्व देव मिळून इंद्राला ह्मणाले कीं, ' इंद्रा, ह्या स्कंदाचा तूं सत्वर वध कर; विलंब करूं नको. कारण, ह्याचें बल फारच दुःसह आहे. हे महाबलसंपन्ना इंद्रा, जर तूं त्याचा वध केला नाहींस तर तो तुझा, आमचा आणि सर्व त्रैलोक्याही निग्रह करून स्वतः इंद्र होईल.' तेव्हां इंद्र पीडित होऊन त्यांना म्हणाला कीं, ' हा बालक मोठा बलाढ्य आहे. ह्यामुळें तो संग्रामामध्यें पराक्रम गाजवून प्रत्यक्ष विधात्याचाही नाश करून टाकील. हें खरें आहे; तरी पण ह्या बालकाचा वध करण्याविषयीं मला उत्साह होत नाहीं.' इंद्रानें असें भाषण करितांच " तुझ्या अंगीं सामर्थ्य नाहीं ह्मणूनच तूं असें बोलतोस. असो; आतां यथेष्ट वीर्यसंपन्न असणाऱ्या ब्राह्मीप्रभृति सर्व लोकमातांनीं स्कंदाकडे जावें आणि त्याला ठार करावें. " असें देवांनीं ह्मटलें.

लोकमाताकृत स्कंदसंरक्षण.

हें ऐकून ' ठीक आहे ' असें ह्मणून त्या लोकमाता त्या कुमाराकडे निघून गेल्या व सामर्थ्यामध्यें ज्याच्या तोडीचा कोणीही नाहीं अशा त्या कुमारास अवलोकन करितांच खिन्नवदन होऊन व ह्याचा वध करणें अशक्य आहे असा विचार करून त्या त्याला शरण गेल्या आणि ह्मणाल्या कीं, ' हे महाबलसंपन्ना, आम्ही तुजविषयींच्या प्रेमानें व्याकुल झालेंल्या असून आम्हांला पान्हा फुटला आहे, तेव्हां तूं आमचा पुत्र होऊन आम्हां सर्वांचें

अभिनंदन कर.' हें त्यांचें भाषण ऐकून प्रभु स्कंदानें त्यांचें स्तनपान करण्याचें मनांत आणिलें. ह्याप्रमाणें त्यांचे मनोरथ पूर्ण करून बहुमान केल्यानंतर अत्यंत बलाढ्य असा आपला पिता अग्नि येत आहे असें त्यानें अवलोकन केलें. तेव्हां त्यानें त्या मातृगणांसह वर्तमान अग्नीचें पूजन केलें. पुढें रुद्र त्याच्या सभोवतीं गराडा देऊन त्याचें संरक्षण करीत राहिला. ब्राह्मीप्रभृति सर्व मतृगणांच्या क्रोधापासून जी एक स्त्री उत्पन्न झाली होती ती दाई होऊन हातीं शूल घेऊन आपल्या पुत्राप्रमाणें स्कंदाचें संरक्षण करूं लागली. रक्त भक्षण करणारी आरक्त समुद्राची क्रूर कन्या ही त्या स्कंदाला आलिंगन देऊन त्याचें पुत्राप्रमाणें संरक्षण करूं लागली. नंतर अग्नीनेंही लौकिकस्वरूप धारण केलें; व बोकडासारखें मुख व पुष्कळ प्रजा ह्यांनीं युक्त होऊन, जशी खेळण्याच्या पदार्थांनीं एखाद्या बालकाची करमणूक करावी त्याप्रमाणें तो आपल्या योगानें पर्वतावर असणाऱ्या त्या कार्तिकेयाची करमणूक करूं लागला.

अध्याय दोनशें सत्ताविसावा.

—:०:—

इंद्र व कार्तिकेय ह्यांचा संग्राम व इंद्राचें कार्तिकेयास शरण जाणें

मार्कंडेय ह्मणाले:—नंतर उपग्रहांसहवर्तमान ग्रह, ऋषि, ब्राह्मीप्रभृति माता, आपल्या सामर्थ्याच्या योगानें धुंद होऊन गेलेले अग्निप्रभृति पारिषदगण आणि स्वर्गामध्यें वास्तव्य करणारे इतरही अनेक भयंकर प्राणी मातृगणांसहवर्तमान स्कंदासभोंवतीं उभे राहिले. तेव्हां, त्यांच्याशीं युद्ध केल्यास जय मिळण्याचा संशय आहे असें पाहून विजयाविषयीं अभिलाष असणारा देवाधिपति इंद्र ऐरावतावर आरोहण करून आणि देवांना बरोबर घेऊन निघाला. ह्याप्रमाणें सर्व देवसमुदायांनीं युक्त असलेला तो बलाढ्य इंद्र स्कंदाचा वध करण्याच्या इच्छेनें हातीं वज्र घेऊन अत्यंत त्वरेनें निघाला, त्या वेळीं त्याजबरोबर असलेले देवांचें सैन्य उग्र, अत्यंत वेगसंपन्न, प्रचंडकांतियुक्त, चित्रविचित्र ध्वज असलेलें, कवचें धारण करणारें, अनेक प्रकारचीं वाहनें व धनुष्यें ह्यांनीं युक्त असलेलें, उत्कृष्ट प्रकारचीं वस्त्रें परिधान करणारें, अलंकार धारण केलेलें व शोभासंपन्न असें होतें. ह्याप्रमाणें वध करण्याच्या इच्छेनें इंद्र येऊं लागतांच कुमारही इंद्रावर चालून जाऊं लागला. हें पाहून देवांच्या सेनेस आनंदित करीत महाबलाढ्य इंद्र हा अग्निपुत्र कुमाराचा वध करण्याच्या इच्छेनें त्वरेनें मार्गक्रमण करूं लागला व देवता आणि श्रेष्ठ मुनि बहुमान करीत असतां तो कार्तिकेयाच्या समीप येऊन ठेपला. तदनंतर देवांसहवर्तमान त्या देवेंद्रानें सिंहनाद केला. तो शब्द ऐकतांच कार्तिकेयानेंही समुद्राप्रमाणें गर्जना केली. त्याच्या त्या प्रचंड गर्जनेच्या योगानें देवांच्या सैन्यास कांहींही सुचेनासें झालें व तें खवळून गेलेल्या समुदायाप्रमाणें अस्ताव्यस्तपणें जिकडे तिकडे पळूं लागलें. देव आपला वध करण्यासाठीं आले आहेत असें पाहतांच अग्निपुत्र कार्तिकेयानें क्रुद्ध होऊन आपल्या मुखांतून भडकून गेलेल्या अग्नीच्या ज्वाला निर्माण केल्या; व त्याच्या योगानें त्यानें भूमितलावर थरथरां कांपत असलेलें तें देवसैन्य दग्ध करून सोडलें. तेव्हां मस्तकें, शरीरें, आयुधें आणि वाहनें प्रदीप्त होऊन खालीं पडलेले ते देवतांचे सैनिक एकदम अस्ताव्यस्त होऊन पडलेल्या तारकांच्या समुदायाप्रमाणें भासूं लागले. ह्याप्रमाणें दग्ध होऊं लागल्यामुळें ते देव इंद्राचा त्याग करून त्या अग्निपुत्र कार्तिकेयाला शरण गेले व

त्यामुळें शांति पावले. ह्याप्रमाणें देवांनीं आपला त्याग केल्यानंतर इंद्रानें कार्तिकेयावर वज्रप्रहार केला. हे महाराजा, त्यानें सोडलेल्या त्या वज्रानें तत्काल महात्म्या स्कंदाच्या शरीराची उजवी बाजू फोडून टाकली. ह्याप्रमाणें स्कंदावर वज्राचा प्रहार होतांच त्याजपासून एक दुसरा पुरुष उत्पन्न झाला. ह्या तरुण पुरुषानें अंगावर सुवर्णमय चिलखत चढविलेलें होतें, हातीं शक्ति घेतलेली होती आणि दिव्य कुंडलें धारण केलेलीं होतीं तो पुरुष स्कंदाच्या शरीरांत वज्रप्रवेश झाल्यामुळें उत्पन्न झाला म्हणून विशाख असें त्याचें नांव पडलें. ह्याप्रमाणें तो प्रलयकालीन अग्नीप्रमाणें कांति असलेला दुसरा पुरुष अवलोकन करितांच इंद्र भयभीत होऊन हात जोडून त्या स्कंदाला शरण गेला. तेव्हां अत्यंत सौजन्यसंपन्न अशा त्या स्कंदानें त्याला व त्याच्या सैन्याला अभय दिलें. ह्यामुळें आनंदित होऊन देव वाद्यें वाजवूं लागले.

अध्याय दोनशें अठ्ठाविसावा.

—:o:—

स्कंदाचें पारिषद.

मार्कंडेय ह्मणाले:—आतां, युधिष्ठिरा, दिसण्यामध्यें आश्चर्यकारक आणि भयंकर असे स्कंदाचे पारिषद सांगतों; ऐक. स्कंदाला वज्रप्रहार होतांच—जन्मलेल्या आणि गर्भामध्यें वास करणाऱ्या बालकांना हरण करून नेणारे भयंकर कुमार त्या ठिकाणीं उत्पन्न झाले व त्या वज्रप्रहारापासून महाबलाढ्य कन्याही निर्माण झाल्या. ते कुमार त्या विशाखासच आपला पिता समजूं लागले. पुढें त्या भगवान् विशाखानें आपलें मुख बोकडासारखें केलें; आणि सर्व पुत्र व कन्यासमुदाय ह्यांस बरोबर घेऊन संग्रामामध्यें संरक्षण करीत करीत तो कोसल देशामध्यें गेला व त्या ठिकाणीं भद्रशाख ह्या नांवानें प्रसिद्ध होऊन राहिला. संग्रामामध्यें ब्राह्मीप्रभृति माता त्याला अवलोकन करीत होत्या. पुढें भूतलावरील लोक स्कंदासच त्या कुमाराचा पिता असें ह्मणूं लागले. महाबलाढ्य रुद्रासच अग्नि अर्थात् कार्तिकेयाचा पिता व उमा देवीसच स्वाहा अर्थात् कार्तिकेयाची माता असें मानूं लागले. पुत्रेच्छु आणि पुत्रवान् लोक सदोदित ज्यांना उद्देशून याग करीत असतात, त्या काकीप्रभृति कन्या तप नामक अग्नीपासून उत्पन्न झाल्या होत्या. त्या स्कंदाकडे आल्या तेव्हां त्यांना ‘ मी काय करूं ? ’ असें त्यानें विचारिलें. तेव्हां कुमारी ह्मणाल्या. ‘ आह्मी तुझ्या अनुग्रहानें सर्व लोकांच्या उत्कृष्ट व पूज्य माता व्हावें, हें एवढें आमचें प्रिय कर. ’ ह्यावर अंतःकरण उदार असलेल्या त्या स्कंदानें “ ठीक आहे. तुम्ही शुभ आणि अशुभ अशा निरनिराळ्या प्रकारच्या व्हा. ” असें पुनःपुनः त्यांस सांगितलें. नंतर स्कंदाला आपला पुत्र समजून तो मातृगण निघून गेला. काकी, हलिमा, मालिनी, बृंहिता, आर्या, पलाला आणि वैमित्रा ह्या त्या सात शिशुमाता होत. ह्यांना स्कंदाच्या प्रसादानें आरक्तवर्ण नेत्र असलेला, वीर्यसंपन्न, भयंकर आणि अत्यंत कठोर असा एक शिशु नांवाचा पुत्र झाला होता. त्या सात माता आणि तो शिशुनामक पुत्र मिळून, हे वीरा, स्कंद आणि त्या माता ह्यांजपासून निर्माण झालेल्या त्या देवतांस वीराष्टक असें ह्मणत असून, छागवक्त्रासहवर्तमान ह्या अष्टकामच नवक असें ह्मणतात. हा छागवक्त्र ह्मणजे स्कंदाचें जें छागासारखें मुख आहे तेंच होय असें समज. हें मुख त्याच्या सहा मुखांपैकींच एक असून, हे राजा, मातृगण प्रत्यहीं त्याचें अर्चन करीत असतात. हें मुख

त्याच्या सहाही मुखांमध्यें श्रेष्ठ असून त्याच्याच योगानें भद्रशाखानें दिव्य शक्ति निर्माण केली असें सांगतात. हे प्रजाधिपते, ह्याप्रमाणें हा नानाप्रकारचा वृत्तांत शुक्ल पंचमीस घडला आणि षष्ठीदिवशीं त्या ठिकाणीं घनघोर संग्राम झाला.

अध्याय दोनशें एकोणतिसावा.

—:०:—

स्कंदास देवसैनापत्याभिषेक.

मार्कंडेय ह्मणाले:—सुवर्णमय कवच, माळा, तुरा आणि किरीट धारण करणारा, सुवर्णाप्रमाणें नेत्र असलेला, महाकांतिमान्, आरक्तवर्ण वस्त्र परिधान करणारा, तीक्ष्ण दंष्ट्रा असलेला, हृदयंगम, सर्वसुलक्षणसंपन्न, त्रैलोक्यासही अत्यंत प्रिय असणारा, वरप्रद, शूर, तरुण आणि निर्मल कुंडलें धारण करणारा तो कार्तिकेय बसल्यानंतर कमलाप्रमाणें सुकुमार आणि आल्हादकारक स्वरूपु धारण करणारी मूर्तिमंत लक्ष्मी त्याजकडे आली व तिनें त्याचा स्वीकार केला. लक्ष्मीची प्राप्ति झाल्यानंतर बसलेला तो विपुल कीर्तिसंपन्न श्रेष्ठ कुमार लोकांना पौर्णिमेच्या चंद्राप्रमाणें दिसूं लागला. तदनंतर महात्मे ब्राह्मण त्या महाबलाढ्य कार्तिकेयाचें पूजन करूं लागले व त्या ठिकाणीं असणारे महर्षि स्कंदाला असें ह्मणूं लागले कीं, "हे अग्निपुत्रा, तुझें कल्याण असो! तूं लोकांना सुखदायक हो. सहा दिवसांमध्यें उत्पन्न होऊन तूं सर्व लोकांना वश केलेंस; आणि हे देवश्रेष्ठा, त्यांना अभयही दिलेंस. सारांश, तूं त्रैलोक्याच्या भीतीचा नाश करणारा असल्यामुळें इंद्र हो."

स्कंद ह्मणाला:— हे तपोधनहो, इंद्र ह्या लोकांचें काय काय करीत असतो? आणि तो देवाधिपति प्रत्यहीं देवसमुदायांचें पालन कसें करितो?

ऋषि ह्मणाले:—इंद्र हा प्राण्यांच्या बलाची, तेजाची, संततीची आणि सुखाची अभिवृद्धि करितो. तो प्रसन्न झाल्यास सर्वही मनोरथ पूर्ण करितो. तसेंच बलसंज्ञक दैत्याचा नाश करणारा तो इंद्र दुराचारी लोकांचा संहार करून सदाचारी लोकांना त्यांच्या अभीष्ट वस्तु अर्पण करितो आणि सर्व प्राण्यांना आपल्या आज्ञेनें त्या त्या कार्याकडे लावतो. ज्या वेळीं सूर्य नसेल त्या वेळीं तो सूर्य होतो; चंद्र नसेल त्या वेळीं चंद्र बनतो; व कारण पडेल तेव्हां तो अग्नि, वायु व पृथ्वीही होतो. हेंच इंद्रानें करावयाचें कर्म होय. इंद्राच्या अंगीं विपुल सामर्थ्य असतें, आणि तूंही सामर्थ्यसंपन्न आहेस. ह्मणूनच हे वीरा, तूं आमचा इंद्र हो.

इंद्र ह्मणाला:—हे महाबाहो, तूंच आह्मां सर्वांना सुखदायक असा इंद्र हो. हे सज्जनश्रेष्ठा, तूं ज्ञानीही आहेस. ह्यास्तव, आज स्वतःला इंद्रपदावर राज्याभिषेक करून घे.

स्कंद ह्मणाला:—इंद्रा, तूंच विजयसंपादनामध्यें आसक्त होऊन अव्यग्रपणें ह्या त्रैलोक्याचें पालन कर. मी तुझा सेवक आहें. मला इंद्रपदाच्या प्राप्तीची इच्छा नाहीं.

इंद्र ह्मणाला:—हे वीरा, तुझें सामर्थ्य अद्भुत आहे. तेव्हां तूंच इंद्र होऊन देवांच्या शत्रूंचा वध कर. हे शूरा, बलहीन आणि पराजय पावलेला असा मी जर इंद्रपदावर राहिलों, तर तुझ्याशौर्यानें आश्चर्यचकित होऊन गेलेले लोक मला तुच्छ समजूं लागतील आणि आह्मां उभयतांमध्यें फाटाफूट करण्याविषयीं निरलसपणें प्रयत्न करतील. हे प्रभो, तूं मजपासुन भिन्न झालास ह्मणजे लोकांमध्यें दोन तट होतील; आणि, हे महाबलाढ्या, त्यांच्यांमध्यें द्वैत उत्पन्न होऊन त्यांचा निश्चय ठरला ह्मणजे त्या प्राण्यांतील भेदामुळें आह्मां उभयतांमध्यें

संग्राम सुरू होईल; आणि, बा स्कंदा, त्या संग्रामामध्यें तूं माझा खात्रीनें पराजय करशील. ह्यास्तव, तूंच इंद्र हो. आतां त्याविषयीं विचार करूं नको.

स्कंद ह्मणालाः—इंद्रा, तुझें कल्याण असो. तूंच त्रैलोक्याचा व माझा राजा आहेस. तेव्हां आतां मी तुझी कोणती आज्ञा करूं तें सांग.

इंद्र ह्मणालाः—हे महाबलाढ्या, मी तुझ्या सांगण्यावरून इंद्र होईन. आतां हें तूं निश्चयपूर्वक केलेलें भाषण जर खरें असेल; आणि, हे स्कंदा, माझी आज्ञा करण्याची जर तुला इच्छा असेल, तर मी सांगतों तें ऐक. हे महाबलाढ्या, तूं देवांच्या सेनापतीच्या पदावर स्वतःस अभिषेक करून घे.

स्कंद ह्मणालाः—दैत्यांच्या विनाशासाठीं, देवतांच्या कार्यसिद्धीसाठीं आणि गोब्राह्मणांच्या हितासाठीं तूंच मला सेनापतिपदावर अभिषिक्त कर.

मार्कंडेय ह्मणालेः—तदनंतर सर्व देवगणांसहवर्तमान इंद्रानें त्याला अभिषेक केला. तेव्हां महर्षिपूजन करीत असतां तो अत्यंत शोभूं लागला. त्या वेळीं त्याच्यावर जें सुवर्णमय छत्र धरलें होतें, तें प्रदीप्त झालेल्या अग्नीवर जसें त्याचें प्रभामंडल असावें त्याप्रमाणें दिसत होतें. नंतर, हे शत्रुतापना पुरुषश्रेष्ठा युधिष्ठिरा, विश्वकर्म्यानें केलेली सुवर्णमय दिव्य माला कीर्तिसंपन्न अशा प्रत्यक्ष श्रीशंकरानें देवी पार्वतीसहवर्तमान त्या ठिकाणीं येऊन स्वतः त्याच्या कंठांत घातली आणि अत्यंत संतुष्ट होऊन भगवान् शंकरांनीं त्याचा बहुमान केला. द्विज रुद्रालाच अग्नि असें ह्मणत असतात व स्कंद हा अग्नीचा पुत्र आहे. अर्थात् तो रुद्राचाच पुत्र होय. रुद्रानें जें आपलें वीर्य टाकून दिलें होतें त्याचाच श्वेतपर्वत झाला. तें अग्नीचें वीर्य त्या श्वेतपर्वतावर कृत्तिकांनीं ग्रहण केलें. तेव्हां रुद्र त्याचा बहुमान करीत आहे असें पाहून सर्व देव त्यापासून उत्पन्न झालेल्या ह्या गुणसंपन्नश्रेष्ठ असलेल्या कार्तिकेयाला रुद्रपुत्र असें ह्मणूं लागले. रुद्रानें अग्नीच्या शरीरामध्यें प्रवेश केला व त्यामुळें हा स्कंद उत्पन्न झाला. ह्मणूनच ह्याला रुद्रपुत्र असें ह्मणतात. हे भरतकुलोत्पन्ना, रुद्ररूपी अग्नीपासून स्वाहा आणि सहा स्त्रिया ह्यांना हा सुरश्रेष्ठ स्कंद झाला. ह्मणूनच त्याला रुद्रपुत्र असें ह्मणतात. तो शरीर दैदीप्यमान असलेला श्रीमान् अग्निपुत्र निर्मल अशीं आरक्तवर्ण वस्त्रें परिधान करीत असल्यामुळें रक्तवर्ण दोन मेघांच्या योगानें शोभणाऱ्या सूर्याप्रमाणें दिसूं लागला. अग्नीनें त्याला कुक्कुटयुक्त व शृंगारलेला असा एक ध्वज दिला. हा आरक्तवर्ण ध्वज त्याच्या रथावर उभारल्यानंतर प्रलयकालीन अग्नीप्रमाणें दिसूं लागला. जी सर्व प्राण्यांमध्यें चलनवलनादिक क्रिया, कांति, शांति आणि बल ह्यांच्या स्वरूपानें वास्तव्य करिते, ती देवतांच्या विजयाची अभिवृद्धि करणारी शक्ति त्याच्या अग्रभागीं असते. त्याच्या शरीरामध्यें नैसर्गिक असें एक कवच प्रविष्ट झालें असून तें सदैव तो युद्ध करूं लागला कीं प्रकट होतें. हे प्रजाधिपते, शक्ति, धर्म, बल, तेज, सौंदर्य, सत्य, उन्नति, ब्राह्मणहितकर्तृत्व, मोहशून्यता, भक्तसंरक्षण, शत्रुनाशन आणि लोकपालन हे गुण स्कंदाच्या ठिकाणीं जन्मतःप्रभृति सिद्ध आहेत.

स्कंदाचा देवसेनेशीं विवाह.

असो; ह्याप्रमाणें सर्व देवसमुदायानें सेनापतिपदावर अभिषेक केल्यानंतर, अलंकार धारण केलेला तो प्रख्यात आणि अंतःकरण उत्कृष्ट असलेला कार्तिकेय पूर्ण चंद्रबिंबाप्रमाणें शोभूं लागला. त्या वेळीं त्याच्या सभोंवतीं इष्ट असे वेदघोष होऊं लागले; देवांचीं उत्कृष्ट

प्रकारचीं वाद्यें वाजूं लागलीं; देव आणि गंधर्व ह्यांचीं गायनें होऊं लागलीं; व संतुष्ट, आनंदित आणि उत्कृष्ट प्रकारचे अलंकार धारण करणारे सर्व अप्सरांचे समुदाय, इतरही देवता व पिशाचें हीं त्याच्या सभोंवतीं जमलीं. तेव्हां देवांनीं सेनापतिपदावर अभिषेक केला असतां तो अग्निपुत्र कार्तिकेय त्यांच्याशीं क्रीडा करून शोभा पावूं लागला. कार्तिकेयास सेनापतित्वाचा अभिषेक केला, तेव्हां ज्याप्रमाणें अंधकाराचा नाश करून उदय पावलेल्या सूर्याकडे अवलोकन करावें त्याप्रमाणें स्वर्गवासी देवता त्याजकडे पाहूं लागल्या. तदनंतर 'आपण आमचे अधिपति आहां' असें ह्मणत हजारों देवसेना त्याजकडे आल्या. त्या सर्व येऊन पोहोंचल्यानंतर त्यांनीं त्याचा बहुमान व स्तुति केली असतां सर्व प्राणिसमुदयानें वेष्टित अशा त्या भगवान् स्कंदानें त्यांना धीर दिला. इकडे सेनापतीच्या पदावर स्कंदास अभिषेक केल्यानंतर, इंद्रानें पूर्वीं जिला केशिदैत्याच्या तडाख्यांतून सोडविली होती त्या देवसेनेचें त्याला स्मरण झालें; व ब्रह्मदेवानें तिजकरितां हाच पति योजून ठेवला असावा असा विचार करून त्यानें अलंकार धारण करणाऱ्या देवसेनेस आणि स्कंदास म्हटलें "हे सुरश्रेष्ठा, ब्रह्मदेवानें तूं उत्पन्न होण्यापूर्वींच या कन्येला तुझी भार्या करून ठेविली आहे. ह्यास्तव, तूं आपल्या कमलाप्रमाणें कांति असलेल्या हातानें ह्या देवीचा उजवा हात मंत्रोच्चारपूर्वक यथाविधि ग्रहण कर." ह्याप्रमाणें इंद्रानें सांगतांच त्यानें यथाविधि तिचें पाणिग्रहण केलें. त्या वेळीं मंत्रवेत्त्या बृहस्पतीनें त्या ठिकाणीं जप आणि हवन केलें. ह्याप्रमाणें देवसेना ही स्कंदाची पट्टराणी झाली अशी लोकांमध्यें ख्याति आहे. ह्या सुखप्रद अशा स्कंदपत्नीस ब्राह्मण लोक षष्ठी, लक्ष्मी, आशा, सिनिवाली, कुहू, सद्वृत्ति आणि अपराजिता असें ह्मणतात. ज्या वेळीं देवसेनेला शाश्वत असा स्कंद पति मिळाला त्या वेळींच प्रत्यक्ष देवी लक्ष्मीनें मूर्तिमंत होऊन त्याचा आश्रय केला. पंचमीदिवशीं श्रीनें स्कंदाचा आश्रय केला, म्हणूनच त्या पंचमीला श्रीपंचमी असें ह्मणतात. ह्यामुळें षष्ठीही पूज्य तिथि समजली गेली आहे.

अध्याय दोनशें तिसावा.

—:०:—

स्कंदमाता.

मार्कंडेय ह्मणाले:—इंद्रानें देवांचा सेनापति केल्यानंतर लक्ष्मीनें सेवन केलेल्या त्या कार्तिकेयाकडे सप्तर्षींपैकीं सहांच्या धर्मनिष्ठ आणि अत्यंत सदाचारी अशा स्त्रिया गेल्या व त्या सामर्थ्यसंपन्न देवसेनापति कार्तिकेय ह्यास ह्मणाल्या कीं, "हे पुत्रा, आमच्या देवतुल्य पतींनीं निष्कारण कोपानें आमचा त्याग केला आहे, ह्यामुळें आह्मी पवित्र स्थानापासून भ्रष्ट झालों आहों. त्यांनीं आमचा त्याग केला ह्याचें कारण—तूं आह्मांपासून उत्पन्न झालास अशी त्यांना कोणीं बातमी दिली आणि ती खरी आहे असें त्यांना वाटलें, हें होय. ह्यास्तव, हे प्रभो, आतां तूं आमचें रक्षण कर व तुझ्या प्रसादानें आह्मांला अक्षय स्वर्गप्राप्ति होऊं दे. तूं आमचा पुत्र व्हावेंस अशी आमची इच्छा आहे तेव्हां ती पूर्ण करून तूं ऋणमुक्त हो."

स्कंद ह्मणाला:—हे अनिंद्य स्त्रियांनो, आपण माझ्या माताच असून मीही आपलाच पुत्र आहें. आपली जशी इच्छा आहे त्याप्रमाणें सर्व घडून येईल.

मार्कंडेय ह्मणाले:—पुढें इंद्र भाषण करूं इच्छीत आहे असें पाहून "काय कार्य आहे? सांग." असें त्याला स्कंदानें विचारिलें. तेव्हां इंद्र बोलूं लागला. तो ह्मणाला,

"रोहिणीची कनिष्ठ भगिनी अभिजित् ही तिच्याशीं स्पर्धा करूं लागली व ज्येष्ठपणाची प्राप्ति व्हावी ह्या इच्छेनें तपश्चर्या करण्यासाठीं वनामध्यें निघून गेली. सारांश, एक नक्षत्र आकाशापासून भ्रष्ट झालें. तेंव्हां ब्रह्मदेवानें युगादि काल धनिष्ठा नक्षत्रापासून ठरविला व त्यापूर्वी तो रोहिणीपासून होता. कसेंही मानलें तरी आतां नक्षत्रांच्या भोगकालाची संख्या सारखीच होणार, अर्थात् एक नक्षत्राच्या भोगाचा काल अवशिष्ट राहणार. ह्यामुळें मला कांहीं सुचेनासें झालें आहे. आपलें कल्याण होवो! आपण ब्रह्मदेवाचें साहाय्य घेऊन ह्या उत्कृष्ट अशा कालाविषयींचा विचार करा." असें इंद्रानें भाषण करितांच कृत्तिका स्वर्गामध्यें निघून गेल्या; अर्थात् कृत्तिकांच्या योगानेंच त्या नक्षत्रसंख्येची पूर्ति झाली. तें कृत्तिकानक्षत्र सात मस्तकांनीं शोभत असून आकाशामध्यें चमकत आहे. अग्नि ही त्या नक्षत्राची देवता होय. पुढें गरुडाची माता विनता ही स्कंदास ह्मणाली कीं, 'तूं माझा पिंडदाता पुत्र आहेस. ह्यास्तव, तुझ्यासहवर्तमान एकत्र बसावें अशी माझी इच्छा आहे.'

स्कंद ह्मणालाः—ठीक आहे. तुला नमस्कार असो! आतां तूं पुत्रवात्सल्यानें मला आज्ञा कर. हे देवि, तुझी स्नुषा (देवसेना) सदोदित तुझा बहुमान करील आणि तूं मजपाशीं राहशील.

मार्कंडेय ह्मणालेः—नंतर ब्राह्मीप्रभृति सर्वही मातृगण स्कंदाकडे येऊन ह्मणाला, 'ज्ञानी लोक सर्व लोकांच्या माता ह्मणून आमची स्तुति करीत असतात. तेव्हां आह्मीं तुझ्या माता व्हावें अशी इच्छा आहे. ह्यास्तव, तसें करून तूं आमचा बहुमान कर.'

स्कंद ह्मणालाः—तुह्मी माझ्या माता आहां आणि मीही तुमचा पुत्र आहें. आतां मी आपलें जें अभीष्ट कार्य केलें पाहिजे तें कथन करा.

माता ह्मणाल्याः—हे देवश्रेष्ठा, पूर्वी ज्या लोकमाता ठरविलेल्या आहेत त्यांचें स्थान आह्मांला मिळावें व त्यावर त्यांचा अधिकार असूं नये. तसेंच, आह्मीं लोकांस पूज्य व्हावें; त्यांनीं होऊं नये. त्यांनीं तुजसाठीं आमच्या प्रजा नष्ट केल्या आहेत. कारण, तुजमुळें आमच्या पतींनीं आमचा त्याग केला व त्या योगानें आह्मांला संतति व्हावयाची ती झाली नाहीं.

स्कंद ह्मणालाः—मी जरी तुह्मांला प्रजा दिली तरीही ती आपणांला मिळणें शक्य नाहीं. कारण, मीं प्रार्थना केली तरीही मुनिजन आपला अंगीकार करणार नाहींत. तेव्हां आतां तुमच्या मनास वाटेल ती दुसरी प्रजा मी तुह्मांला देईन. ती कोणती देऊं हें सांगा.

माता ह्मणाल्याः—आतां आह्मी त्या ब्राह्म्यादि मातांच्याच प्रजांचा, तुझा आणि त्यांचे जे निरनिराळे अधिपति आहेत त्यांचाही अंगीकार करूं इच्छितों. ह्यास्तव, तूं त्यांना आह्मांकडे दे.

स्कंद ह्मणालाः—मी आपणांला प्रजा देतों. पण आपण जें सांगितलें तें मात्र कष्टदायक आहे. असो; आपलें कल्याण होवो. ज्या प्रजा आपणांला प्रणाम करितील त्यांचें आपण संरक्षण करा.

स्कंदग्रह व त्यांचीं कर्में.

माता ह्मणाल्याः—हे स्कंदा, तुझें कल्याण असो. तुझ्या इच्छेप्रमाणें आह्मी त्या मातांचें संरक्षण करूं. हे प्रभो, चिरकाल तुझा सहवास घडावा असें आमच्या अंतःकरणाला वाटतें.

स्कंद ह्मणालाः—मनुष्यांच्या संततीस सोळा वर्षे होऊन ती तरुण होईतोंपर्यंत तुह्मी नानाप्रकारचीं स्वरूपें धारण करून त्यांना पीडा देत जा. मीही तुह्मांला आपलें अविनाशी

आणि भयंकर स्वरूप अर्पण करितों. त्यासहवर्तमान तुम्ही बहुमान पावत सुखानें रहाल.

मार्कंडेय ह्मणाले:—नंतर मनुष्यांच्या प्रजांना भक्षण करण्यासाठीं स्कंदाच्या शरीरांतून एक अग्नीप्रमाणें कांति असलेला अत्यंत तेजस्वी पुरुष बाहेर आला व तो क्षुधेनें पीडित आणि बेशुद्ध होऊन एकदम भूमीवर पडला. नंतर स्कंदानें अनुज्ञा दिल्यावर तो भयंकर स्वरूप धारण करणारा असा एक ग्रह बनला. त्या ग्रहालाच ब्राह्मणश्रेष्ठ हे स्कंदापस्मार असें ह्मणतात. महाभयंकर जी विनता तिला शकुनिग्रह असें ह्मणतात. पूतना असें एका राक्षसीला ह्मणतात, तोच पूतनाग्रह होय असें समजावें. भयंकर स्वरूप धारण करणारी, क्रूर आणि कष्टदायक अशी जी एक पिशाचस्त्री आहे तिला शीतपूतना असें ह्मणतात. ती दिसण्यामध्यें भयंकर असणारी स्त्री मनुष्यस्त्रियांचे गर्भ हरण करिते. अदितीला रेवती असें ह्मणतात. रैवत हा तिचा ग्रह आहे. तो अत्यंत भयंकर महाग्रह बालकांना हरण करून नेतो. दैत्यांची माता जी दिति तिला मुखमंडिका असें ह्मणतात. ती दुर्जयस्त्री बालकांच्या मांसानें अत्यंत आनंद पावते. हे कुरुकुलोत्पन्ना, पूर्वी स्कंदापासून उत्पन्न झालेले जे कुमार व कुमारिका सांगितले तेही सर्व महाग्रह असून गर्भभक्षक आहेत; व ते आणि त्यांपैकीं जे पुरुष ते त्या स्कंदापासून उत्पन्न झालेल्या स्त्रियांचेच पति आहेत असें सांगितलें आहे. हे क्रूर कर्म करणारे ग्रह बालकें उत्पन्न होतांच त्यांना ग्रहण करितात. हे राजा, ज्ञानसंपन्न लोक जिला धेनूंची माता असें ह्मणतात त्या सुरभिसंज्ञक धेनूवर आरोहण करून शकुनिनामक ग्रह ह्या भूतलावरील बालकांना भक्षण करितो. हे प्रजाधिपते, देवी सरमा ह्या नांवाची श्वानांची जी माता आहे तीही सदोदित मनुष्यस्त्रियांचे गर्भ ग्रहण करीत असते. वृक्षांची जी माता आहे तिला करंजनिलया असें नांव असून ती सौम्य, वरप्रद आणि सदोदित प्राण्यांवर अनुग्रह करणारी आहे, ह्मणूनच पुत्राभिलाषी लोक करंजवृक्षाच्या ठिकाणीं तिला नमस्कार करितात. ह्यांशिवाय, ज्यांना मांस आणि मद्य प्रिय आहे असे हे दुसरे अठरा ग्रह आहेत. ते दहा दिवसपर्यंत बाळंतिणीच्या खोलींत वास्तव्य करितात. नागमाता कद्रु ही आपलें शरीर सूक्ष्म करून गर्भिणीच्या शरीरांत प्रवेश करिते व त्या ठिकाणीं राहून तिचा गर्भ भक्षण करिते. ह्यामुळें त्या गर्भिणीला सर्परूपी संतति होते. गंधर्वांची जी माता आहे ती गर्भ ग्रहण करून निघून जाते. म्हणूनच गर्भिणी स्त्रीचा गर्भ नाहींसा झाल्याचें दिसून येतें. अप्सरांची जी अरिष्टानामक माता आहे ती गर्भग्रहण करून तेथेंच राहते. ह्यामुळें स्त्रियांचा गर्भ स्तब्ध होऊन राहतो, ह्मणजे पुष्कळ दिवसपर्यंत प्रसूति होत नाहीं, असे ज्ञानीलोक म्हणतात. लोहित समुद्राची जी कन्या तीच स्कंदाची दाई होय. तिला लोहितायनी असें नांव असून कदंबवृक्षाच्या ठिकाणीं तिचें पूजन करितात. ज्याप्रमाणें पुरुषांमध्यें रुद्र त्याप्रमाणेंच स्त्रियांमध्यें आर्या ही आहे. ही आर्या स्कंदाची माता असून मनोरथ पूर्ण होण्यासाठीं ह्या आर्येचें निराळें पूजन करितात. ह्याप्रमाणें हे अर्भकांचे महाग्रह मीं तुला कथन केले. हे सोळा वर्षेंपर्यंत बालकांना अशुभ असतात. ह्यांपैकीं जे मातृगण सांगितले व जे पुरुषही निवेदन केले त्या सर्वही ग्रहांस स्कंदग्रह असें नांव आहे, असें मनुष्यांनीं सदोदित समजावें आणि त्यांच्या शांत्यर्थ अभिषेक, धूप, अंजन, बलिदान आणि पूजन व विशेषेंकरून स्कंदाची पूजा हीं करावी. हे राजा, ह्याप्रमाणें उत्कृष्ट प्रकारें

पूजा करून व प्रणाम करून बहुमान केला ह्मणजे ते सर्वही ग्रह मनुष्यांना शुभ फल, आयुष्य आणि वीर्य देतात. आतां, सोळा वर्षांनंतर मनुष्यांना जे ग्रह असतात ते मी महेश्वराला नमस्कार करून तुला कथन करितों. जो मनुष्य जागृदवस्थेंत अथवा निद्रावस्थेंत देवांना अवलोकन करितो तो सत्वर उन्मत्त होतो.त्याला देवग्रह असें ह्मणतात.मनुष्य बसला असतां अथवा निजला असतां पितरांचें दर्शन होऊन तो सत्वर उन्मत्त होतो. तो पितृग्रह होय असें समजावें. जे लोक सिद्ध पुरुषांचा अपमान करितात अथवा सिद्ध पुरुष क्रुद्ध होऊन ज्याला शाप देतात, तो तत्काल उन्मत्त बनतो. तो सिद्धग्रह होय असें समजावें. जो नानाप्रकारच्या गंधाचें अवघ्राण करितो व नानाप्रकारच्या रसांची गोडी घेतो तो तत्काल वेडा होऊन जातो. ह्याला राक्षसग्रह असें ह्मणतात. दिव्य गंधर्व ह्या भूतलावरील ज्या पुरुषांच्या शरीरामध्यें प्रवेश करितात तो सत्वर उन्मत्त होऊन जातो. तोच गंधर्वग्रह होय. ज्या मनुष्यावर पिशाचें आरोहण करितात तो तत्काल वेडा होतो. त्याला पैशाचग्रह असें ह्मणतात. कांहीं ठरीव काल आला ह्मणजे यक्ष ज्या पुरुषाच्या शरीरामध्यें प्रवेश करितात तो तत्काल वेडा होऊन जातो. तोच यक्षग्रह होय असें समजावें. रागद्वेषादिक दोषांचा प्रकोप झाल्यामुळें ज्या मनुष्याच्या अंतःकरणास कांहींही सुचेनासें होतें तो तत्काल वेडा बनून जातो. त्याचा प्रशम शास्त्रोक्त विधानानें करितां येतो. व्याकुलपणा, भीति आणि भयंकर वस्तूंचें अवलोकन ह्यांच्या योगानें मनुष्याला तत्काल उन्माद होतो. त्या वेळीं त्याला धीर देणें हाच त्याच्या प्रशमनाचा उपाय होय. कोणी क्रीडा करण्याची इच्छा करणारा, कोणी उपभोगाचा अभिलाष करणारा आणि कोणी अपहार करण्याची वांच्छा करणारा ह्याप्रमाणें ग्रहाचे तीन प्रकार आहेत. हे ग्रह मनुष्यांना त्यांच्या वयाच्या सत्तर वर्षेंपर्यंत पीडा देत असतात.त्यापुढें ज्वर हाच प्राण्यांना ग्रहाप्रमाणें पीडा देत असतो. ज्यांची इंद्रियें विषयासक्त नाहींत अशा पुरुषांना, सुखदुःखादि द्वंद्वें सहन करणाऱ्यांना, शुचिर्भूतांना, आलस्यशून्यांना, आस्तिकांना व श्रद्धालु पुरुषांना ग्रह वर्ज्य करीत असतात. ह्याप्रमाणें मीं तुला मनुष्यांच्या ग्रहांचे प्रकरण कथन केलें. जे लोक श्रीशंकराचे भक्त असतात त्यांना ग्रह स्पर्श देखील करीत नाहींत.

अध्याय दोनशें एकतिसावा.

—:०:—

स्वाहा देवीस स्कंदाचें वरप्रदान.

मार्कंडेय ह्मणालेः—स्कंदानें जेव्हां ह्याप्रमाणें मातेचें प्रिय केलें, तेव्हां त्याला स्वाहा ह्मणाली कीं, ' तूं माझा औरस पुत्र आहेस. ह्यास्तव तूं अत्यंत दुर्लभ अशी माझी एक प्रिय गोष्ट करावीस अशी इच्छा आहे. ' हें ऐकून ' तुझी कोणती प्रिय गोष्ट केली पाहिजे ? ' असें स्कंदानें तिला विचारिलें.

स्वाहा म्हणालीः—हे महाबाहो, मी स्वाहा नांवाची दक्ष प्रजापतीची प्रिय कन्या असून बालपणापासून माझें अंतःकरण सदोदित अग्नीवर जडलेलें आहे. तथापि, हे पुत्रा, मी कामवासनेनें युक्त झालें आहे हें अग्नीला बरोबर कळलेलें नसून मला मात्र सर्वकाळ अग्नीचा सहवास घडावा अशी इच्छा आहे.

स्कंद ह्मणालाः—हे देवि, सन्मार्गानें वागणारे ब्राह्मण अग्नीमध्यें जें कांहीं हव्यकव्य अर्पण करावयाचें तें सर्व हातीं घेतल्यानंतर स्वाहा असें ह्मणून अग्नीमध्यें हवन करितील;

आणि असें झालें ह्मणजे, हे कल्याणि, अग्नि सदोदित तुझ्यासहवर्तमान वास्तव्य करील.

मार्कंडेय ह्मणाले:—स्कंदानें असें भाषण केल्यानंतर स्वाहा संतुष्ट झाली व नंतर त्यानें तिची पूजा केली. पुढें आपला पति अग्नि ह्याच्यासहवर्तमान तिनें स्कंदाचा बहुमान केला.

कार्तिकेयास ब्रह्मदेवाचा उपदेश.

तदनंतर प्रजाधिपति ब्रह्मदेव कार्तिकेयाला ह्मणाले कीं, 'त्रिपुरासुराचा नाश करणारा जो तुझा पिता महादेव त्याजकडे गमन कर. कारण, रुद्रानें अग्नीच्या शरीरामध्यें व उमेनें स्वाहा देवीच्या शरीरामध्यें प्रवेश केल्यानंतर त्या उभयतांकडून सर्व लोकांच्या हितार्थ अजिंक्य अशा तुझी उत्पत्ति झाली आहे. महात्म्या रुद्रानें उमेच्या ठिकाणीं जें वीर्यसिंचन केलें तेंच ह्या पर्वतावर पडलें व त्याजपासून मिंजिकामिंजिकनामक दिव्य स्त्रीपुरुषांची उत्पत्ति झाली. त्या वीर्याचा कांहीं अवशिष्ट भाग लोहितसमुद्रामध्यें पडला व कांहीं सूर्यकिरणांमध्यें संक्रांत होऊन कांहीं भूमीवर व कांहीं वृक्षांमध्यें सक्त होऊन राहिला. ह्याप्रमाणें तें शुक्र पांच विभाग होऊन पडलें तें वीर्य ज्या ठिकाणीं पडलें त्या ठिकाणीं नानाप्रकारचीं स्वरूपें धारण करणारे, घोर आणि मासभक्षक असे तुझे पारिषद उत्पन्न झाले. ह्याची माहिती ज्ञानसंपन्न लोकांस आहे.' हें ऐकून 'ठीक आहे' असें उत्तर देऊन प्रगल्भ विचार असणाऱ्या पितृवत्सल कार्तिकेयानें आपला पिता महेश्वर ह्याची पूजा केली.

श्वेत पर्वतावर कार्तिकेयाचें वास्तव्य.

मार्कंडेय ह्मणाले:—द्रव्याची इच्छा असेल त्या पुरुषांनीं त्या पांच गणांचें पूजन करावें व रोगांचा प्रशम होण्यासाठींही त्यांचेंच पूजन करावें. बालकांचें कल्याण व्हावें अशी ज्यांची इच्छा असेल त्यांनीं रुद्रापासून निर्माण झालेल्या मिंजिकामिंजिकनामक स्त्रीपुरुषांना सदोदित प्रणाम करावा. ज्यांना संतति व्हावी अशी इच्छा असेल त्यांनीं वृक्षाच्या ठिकाणीं रुद्रवीर्यापासून उत्पन्न झालेल्या मनुष्यमांसभक्षक ज्या वृद्धिकानांवाच्या स्त्रीदेवता आहेत त्यांना प्रणाम करावा.

हे राजा, ह्याप्रमाणें हे पिशाचांचे अनेक गण सांगितलेले आहेत. आतां पताकेसहवर्तमान घंटेचा वृत्तांत सांगतों, श्रवण कर. ऐरावताच्या वैजयंती ह्मणून प्रसिद्ध असणाऱ्या दोन घंटा होत्या. त्या ज्ञानसंपन्न इंद्रानें स्वतः आणून स्कंदास दिल्या. त्यांपैकीं एक विशाखाला व दुसरी स्कंदाला दिली. विशाख आणि कार्तिकेय ह्या उभयतांच्याही पताका आरक्तवर्णच आहेत. स्कंद उत्पन्न झाला त्या वेळीं त्याला देवतांनीं ज्या खेळण्याच्या वस्तु दिल्या होत्या त्यांच्या योगानेंच तो महाबलाढ्य देव कार्तिकेय आनंद पावूं लागला. तो पिशाचें आणि देवता ह्यांनीं वेष्टिलेला व लक्ष्मीनें सेवन केलेला देदीप्यमान कार्तिकेय त्या पर्वतावर शोभूं लागला; आणि ज्याप्रमाणें उत्कृष्ट प्रकारच्या द्रव्यांनीं युक्त असणारां मंदरसंज्ञक पर्वत किरणसंपन्न अशा सूर्याच्या योगानें शोभतो, त्याप्रमाणें सुंदर अरण्यांनीं युक्त असलेला तो पर्वतही त्या वीराच्या योगानें शोभूं लागला. तो श्वेतपर्वत प्रफुल्ल अशा संतानकसंज्ञक देववृक्षांचीं अरण्यें, करवीरांचीं वनें, पारिजात, जास्वंदी व अशोक ह्यांची झाडी, कदंबवृक्षांचा समुदाय, दिव्य पशूंचे कळप आणि दिव्य पुरुषांचे समूह ह्यांच्या योगानें शोभूं लागला. त्या ठिकाणीं सर्व देवसमुदाय आणि एकंदर देवर्षि हे ज्यांचा नाद खवळून गेलेल्या समुद्राप्रमाणें आहे अशीं मेघाप्रमाणें ध्वनि असलेलीं वाद्यें वाजवूं लागले. त्या ठिकाणीं दिव्य

गंधर्व आणि अप्सरा हे नृत्य करूं लागले आणि इतरही प्राणी आनंदित होऊन गेल्यामुळें त्यांचा प्रचंड आनंदध्वनि कानावर येऊं लागला. ह्याप्रमाणें इंद्रासहवर्तमान सर्वही विश्व श्वेतपर्वतावर जाऊन आनंदानें स्कंदाकडे अवलोकन करूं लागले; पण त्यांना अवलोकन करण्याचा कंटाळा ह्मणून येईना.

श्रीशंकरांचें भद्रवटाकडे प्रयाण.

मार्कंडेय ह्मणाले:—ज्या वेळीं अग्निकुमार भगवान् कार्तिकेयाला सेनापतीच्या पदावर अभिषेक झाला, तेव्हां भगवान् श्रीमान् प्रभु श्रीशंकर आनंदित होऊन सूर्याप्रमाणें कांति असलेल्या रथांतून पार्वतीसहवर्तमान भद्रवटाकडे निघून गेले.ह्या वेळीं त्यांच्या उत्कृष्ट रथाला एक हजार सिंह जोडले असून कालानें प्रेरणा केलेले ते शुभ्रवर्ण सिंह आकाशामध्यें उड्डाण करीत होते. उत्कृष्ट प्रकारचे आयाळ असलेले ते सिंह आकाशास जणू प्राशन करीत आणि स्थावरजंगमात्मक प्राण्यांना भयभीत करीत आकाशांतून जाऊं लागले. ज्याप्रमाणें इंद्रधनुष्यानें युक्त असलेल्या मेघांमध्यें विद्युल्लतेसहवर्तमान सूर्य शोभतो, त्याप्रमाणें त्या रथामध्यें आरूढ झालेले श्रीशंकर पार्वतीसहवर्तमान शोभत होते. त्यांच्या अग्रभागीं नरवाहन भगवान् कुबेर आपल्या सुंदर पुष्पक विमानांत आरोहण करून गुह्यकांसहवर्तमान चालला होता; वरप्रदान करणारे वृषभध्वज श्रीशंकर गमन करूं लागले त्या वेळीं इंद्र ऐरावतावर आरोहण करून त्यांच्या पाठीमागून चालला होता; माला धारण करणाऱ्या व जबडा पसरलेल्या अनेक यक्षराक्षसांच्या योगानें सुशोभित दिसणारा अमोघ नांवाचा महायक्ष त्यांच्या उजव्या बाजूनें चालत होता; व त्याच्याही उजव्या बाजूनें विचित्र प्रकारचें युद्ध करणारे अनेक देव, वसु आणि रुद्र ह्यांच्यांशीं मिळून चाललेले होते. घोर अशा शेंकडों व्याधींनीं सर्व बाजूंनीं वेष्टिलेला भयंकर स्वरूप धारण करणारा यमही मृत्यूसहवर्तमान त्यांतून चाललेला होता. यमाच्या मागून उत्कृष्ट प्रकारचे अलंकार घातलेला व तीन टोकें असलेला रुद्राचा विजयनामक भयंकर तीक्ष्ण शूल चाललेला होता. अनेक प्रकारच्या जलचर प्राण्यांचा परिवार बरोबर असलेला व हातीं उग्र पाश धारण करणारा भगवान् जलाधिपति वरुण त्या विजयनामक त्रिशूलास गराडा देऊन हलकेहलके चालला होता. विजयाच्या पाठीमागून गदा, मुसल, शक्ति इत्यादिक उत्कृष्ट प्रकारच्या आयुधांनीं वेष्टिलेला रुद्राचा पट्टा चालला होता. हे राजा, पट्टयाच्या पाठीमागून अत्यंत कांतिसंपन्न असें रुद्राचें छत्र व त्याच्याही मागून महर्षि समुदायांनीं सेवन केलेला कमंडलु चाललेला होता. त्याच्या उजव्या बाजूनें कांतिमान् असा दंड जातांना देदीप्यमान दिसत होता व त्याच्या बरोबर भृगु, अंगिरा इत्यादिक ऋषि असून देवताही त्याचें वारंवार पूजन करीत होत्या. ह्या सर्वांच्या पाठीमागून उज्वल अशा रथामध्यें आरूढ होऊन रुद्र आपल्या तेजाच्या योगानें सर्व देवतांना आनंदित करीत चाललेला होता. ऋषि, देवता, गंधर्व, भुजंग,नदी, डोह, समुद्र, अप्सरांचे समुदाय, नक्षत्रें, ग्रह, देवांचे कुमार आणि नानाप्रकारचीं स्वरूपें धारण करणाऱ्या स्त्रिया रुद्राच्या पाठीमागून चालल्या होत्या. ह्या स्त्रिया श्रेष्ठ प्रतीच्या आणि स्वरूपानें सुंदर असून त्या पुष्पवृष्टि करीत होत्या. पर्जन्यही शंकरांना नमस्कार करीत त्यांच्या मागून जात होता. सोमानें शुभ्रवर्ण छत्र त्यांच्या मस्तकावर धरिलें होतें; अग्नि आणि वायु हे चवऱ्या घेऊन उभे राहिले होते; हे राजा, शोभासंपन्न इंद्र हा सर्व राजर्षींना

बरोबर घेऊन श्रीशंकरांची स्तुति करीत त्यांच्या मागून चालला होता; तसेंच गौरी, विद्या, गांधारी, केशिनी आणि मित्रसहाह्वया ह्या दिव्य स्त्रिया सावित्रीसहवर्तमान पार्वतीच्या पाठीमागून चालल्या होत्या व त्यांमध्येंच ज्ञानसंपन्न लोकांनीं निर्माण केलेले सर्वही विद्यांचे समुदाय होते. सैन्याच्या अघाडीला राहून इंद्रासहवर्तमान सर्व देव श्रीशंकरांची आज्ञा होईल त्याप्रमाणें वर्तन करीत होते. श्मशानामध्यें निरंतर व्यापृत होऊन राहिलेला व लोकांना आनंद देणारा जो पिंगल नामक यक्षाधिपति तो हातीं पताका घेऊन पुढें चालला होता. ह्यालाच राक्षसग्रह असें नांव आहे.

श्रीशंकरांचें कार्तिकेयास वरप्रदान.

ह्याप्रमाणें ह्या परिवारासहवर्तमान श्रीशंकर सुख होईल अशा रीतीनें भद्रवटाकडे जाऊं लागले. श्रीशंकरांच्या पुढें अथवा मागें उभें राहून गमन करावयास सांपडेलच अशी खात्री नाहीं. कारण, त्याला पुण्यबळाची आवश्यकता आहे. मनुष्य उत्कृष्ट प्रकारचीं कर्में करून रुद्रनामक देवतेच्या रूपानें इहलोकीं श्रीशंकराचें पूजन करितात. कांहीं लोक त्यालाच शिव असें ह्मणतात; कित्येक ईश असें ह्मणतात; कांहीं रुद्र ह्मणतात व कांहीं पितामह असेंही ह्मणतात. सारांश, नानाप्रकारच्या भावना करून लोक श्रीशंकरांची पूजा करीत असतात. असो; श्रीशंकर जाऊं लागले त्या वेळीं देवसैन्यानें वेष्टिलेला, व ब्राह्मणांचें हित करणारा देवसेनापति कार्तिकेय त्या देवाधिपति शंकरांच्या पाठीमागून चालूं लागला. तेव्हां ' तूं आलस्याचा त्याग करून सदोदित सातव्या वायुस्कंधाचें संरक्षण करीत रहा. ' असें श्रीशंकरांनीं त्यास सांगितलें.

स्कंद ह्मणालाः—हे प्रभो, मी सप्तम वायुस्कंधाचें पालन करीन. पण आणखीही दुसरें कांहीं कार्य मीं करावयाचें असेल तर तें मला सत्वर सांगा.

रुद्र ह्मणालाः—हे पुत्रा, तीं तीं कार्यें करण्याच्या वेळीं तूं सदोदित माझें दर्शन घेत जा. कारण, माझ्या दर्शनानें आणि भक्तीनें तुझें अतिशय कल्याण होईल.

मार्कंडेय ह्मणालेः—असें बोलून महेश्वरानें स्कंदाला आलिंगन दिलें व त्याची रवानगी केली.

देवदानवसंग्राम.

ह्याप्रमाणें स्कंदाची रवानगी करितांच मोठमोठे उत्पात होऊं लागले. हे महाराजा, त्या वेळीं नक्षत्रांसहवर्तमान आकाश एकदम प्रज्वलित झालें व त्या योगानें सर्व देव मोहित होऊन गेले; सर्व विश्वही अत्यंत मूर्च्छित झालें; पृथ्वी डळमळून नाद करूं लागली व सर्व जग अंधकारमय बनून गेलें. ह्याप्रमाणें ही भयंकर स्थिति अवलोकन करितांच श्रीशंकर, महाभाग्यशालिनी पार्वती व महर्षींसहवर्तमान सर्व देव क्षुब्ध होऊन गेले; आणि त्यांना कांहीं सुचेनासें झालें. इतक्यांत पर्वत किंवा मेघ ह्यांच्यासारखें नानाप्रकारचीं आयुधें ग्रहण केलेलें, भयंकर आणि प्रचंड सैन्य दिसूं लागलें. तें असंख्यात असणारें भयंकर सैन्य नानाप्रकारचे शब्द उच्चारून गर्जना करीत करीत संग्राम करण्यासाठीं देवता आणि भगवान् शंकर ह्यांजवर चालून आलें; व त्यानें देवांच्या सैन्यावर अनेक बाणसमुदाय, पर्वत, शतघ्नी, इटें, परिघ आणि गदा हीं आयुधें फेंकलीं. ह्याप्रमाणें प्रचंड आयुधें धारण करणारे ते भयंकर दैत्य देवांवर हल्ला करूं लागले, तेव्हां एका क्षणांत तें सर्व देवसैन्य पराङ्मुख होऊन पळूं लागलें आहे असें दिसून आलें. दैत्यांनीं त्यांचे योद्धे आणि हत्ती कापून काढले आणि मोठमोठे रथ व आयुधें हीं

छिन्नविच्छिन्न करून सोडलीं. ह्याप्रमाणें त्यांनीं पीडित करून सोडल्यामुळें तें देवतांचें सैन्य पराङ्मुख होऊन गेलें, तरीही दैत्य त्यांचा वध करूं लागले. ह्यामुळें, अग्नीनें प्रायः दग्ध करून सोडलेल्या व मोठमोठे वृक्ष असलेल्या वनाप्रमाणें तें देवसैन्य रणांगणांत पटापट खालीं पडूं लागलें. ह्याप्रमाणें त्या प्रचंड संग्रामामध्यें दैत्यांकडून वध होऊं लागला असतां मस्तकें आणि देह छिन्नविच्छिन्न झालेले देव पळून जाऊं लागले, पण त्यांना कोणी त्राता मिळाला नाहीं. तेव्हां दानवांकडून पीडित होऊन तें देवसैन्य पळून जाऊं लागलें आहे असें पाहून बलदैत्याचा संहार करणारा इंद्र त्याला धीर देऊन भाषण करूं लागला. तो ह्मणाला, ' शूरहो, तुमचें कल्याण असो ! तुह्मी भीतीचा त्याग करून शस्त्रें ध्या आणि पराक्रम गाजविण्याचें मनांत आणा. तुमच्या अंतःकरणाला कोणत्याही प्रकारची व्यथा होऊं देऊं नका. जिंका ह्या अत्यंत दुराचारी भयंकर दैत्यांना ! वीरहो, हा मी तुमच्याबरोबर आहें. करा ह्या प्रचंड दैत्यांवर चाल, ह्मणजे तुमचें कल्याण होईल ! '

हें इंद्राचें भाषण ऐकून देवांना धीर आला आणि ते इंद्राचा आश्रय करून दैत्यांशीं युद्ध करूं लागले. तदनंतर सर्व देव, महाबलाढ्य मरुत् आणि वसूंसहवर्तमान महाभाग्यशाली साध्य हेही युद्ध करण्याविषयीं उद्युक्त झाले. तेव्हां त्यांनीं क्रुद्ध होऊन त्या संग्रामामध्यें दैत्यसैन्यावर जीं शस्त्रें आणि जे बाण सोडिले ते दैत्यांच्या शरीरांतील विपुल रक्त प्राशन करूं लागले. त्या दैत्यांचीं शरीरें फोडून जेव्हां ते तीक्ष्ण बाण बाहेर पडूं लागले, तेव्हां पर्वतांतून बाहेर पडणाऱ्या भुजंगांप्रमाणें दिसूं लागले. हे राजा, बाणांच्या योगानें छिन्नविच्छिन्न झालेले ते दैत्यांचे अनेक देह जसे मेघांचे तुकडे असावे त्याप्रमाणें सर्वत्र पडूं लागले. सारांश, त्या युद्धामध्यें नानाप्रकारच्या बाणांनीं ग्रस्त करून सर्वही देवगणांनीं तें दैत्यसैन्य पराङ्मुख करून सोडिलें व नंतर आनंदित झालेले ते सर्वही देव अस्त्रें उगारून आनंदानें गर्जना करूं लागले आणि अनेक वाद्यें वाजवूं लागले. ह्याप्रमाणें देव आणि दैत्य हे जेव्हां परस्परांशीं भिडले, तेव्हां त्यांच्यामध्यें भयंकर युद्ध सुरू होऊन रक्त आणि मांस ह्यांचा चिखल होऊन गेला. इतक्यांत पुनरपि देवांवर एकदम संकट ओढवल्याचें दृष्टोत्पत्तीस येऊं लागलें. कारण, पुनरपि लागलीच दैत्य हे देवतांचा भयंकर वध करूं लागले; व दैत्यांच्या वाद्यांचे आवाज आणि दुंदुभींचा प्रचंड ध्वनि आणि दैत्याधिपतींचे भयंकर सिंहनाद सुरू झाले.

कार्तिकेयकृत महिषासुरवध.

पुढें त्या भयंकर दैत्यसैन्यांतून महिष नांवाचा एक महाबलाढ्य दैत्य प्रचंड पर्वत घेऊन बाहेर पडूं लागला. तेव्हां, मेघांनीं वेष्टिलेल्या सूर्याप्रमाणें दिसणाऱ्या त्या पर्वत उचलून घेतलेल्या व परिवारानें युक्त असलेल्या दैत्यास अवलोकन करितांच, हे राजा, देव पलायन करूं लागले. पण महिषानें त्यांचा पाठलाग करून त्यांच्यावर पर्वत फेंकून दिला. हे राजा, तो भयंकर पर्वत पडतांच देवांचे दहा हजार सैनिक ठार होऊन भूमीवर पडले. नंतर, ज्याप्रमाणें क्षुद्र पशूंवर सिंहानें झडप घालावी त्याप्रमाणें त्या दानवांना बरोबर घेऊन तो महिषनामक दैत्य देवांना भयभीत करीत त्या संग्रामामध्यें त्यांच्यावर वेगानें चालून गेला. तो चालून येत आहे असें पाहतांच इंद्रासहवर्तमान सर्व देव संग्रामामध्यें आयुधें आणि ध्वज फेंकून देऊन पळून जाऊं लागले. तदनंतर तो महिषासुर कोपाविष्ट होऊन रुद्राच्या रथाकडे गेला आणि त्याजवर चाल

करून त्यानें त्याच्या रथाची दांडी धरिली. ह्याप्रमाणें जेव्हां क्रुद्ध होऊन महिषासुर एकदम रुद्राच्या रथासमीप आला, तेव्हां पृथ्वी आणि आकाश ह्यांतून एकसारखा शब्द होऊं लागला; महर्षींना कांहीं सुचेनासें झालें आणि मेघाप्रमाणें दिसणारे धिप्पाड दैत्य गर्जना करूं लागले. कारण, आतां आपणांला खात्रीनें जय मिळणार असें त्यांना वाटत होतें. असा प्रसंग येतांच भगवान् रुद्र त्या युद्धामध्यें महिषासुरावर प्रहार करूं लागला; व त्यानें त्या दुरात्म्याचा वध करणारा जो कार्तिकेय त्याचें त्या वेळीं स्मरण केलें. इकडे भयंकर महिषासुरही रुद्राचा रथ अवलोकन करून देवांना संत्रस्त करीत आणि दैत्यांना आनंदित करीत गर्जना करूं लागला. ह्याप्रमाणें देवांवर तो भयंकर प्रसंग येऊन ठेपला असतां क्रुद्ध झाल्यामुळें सूर्यासारखा प्रज्वलित दिसणारा कार्तिकेय त्या ठिकाणीं आला. त्यानें आरक्तवर्ण वस्त्र परिधान केलें होतें; आरक्तवर्ण माळ व अलंकार धारण केले होते; त्याचे अश्वही आरक्तवर्ण होते; त्या महाबाहु प्रभु कार्तिकेयानें सुवर्णाचें चिलखत अंगावर चढविलें होतें व तो सुवर्णाप्रमाणें कांति असलेल्या सूर्यतुल्य रथामध्यें आरूढ झालेला होता. त्यास अवलोकन करितांच समरांगणामध्यें असलेलें दैत्यांचें सैन्य एकदम पळून जाऊं लागलें तेव्हां, हे राजेंद्रा, त्या महाबलाढ्य कार्तिकेयानेंही त्या महिषासुरास विदारण करून सोडणारी जाज्वल्यमान अशी आपली शक्ति त्याजवर सोडली. ती सुटतांच तिनें त्या महिषासुराचें मस्तक तोडून टाकलें. ह्यामुळें तो दैत्य गतप्राण होऊन पडला ! त्याचें तें पर्वतप्राय मस्तक जेव्हां पडूं लागलें, तेव्हां उत्तरकुरुप्रदेशांत जाण्याचें सोळा योजनें विस्तीर्ण असलेलें द्वार बंद पडलें. ह्यामुळें तेथून जातां येईनासें झालें व ह्मणूनच अद्यापिही त्या द्वारानें उत्तरकुरुप्रदेशाकडे अनायासें जातां येत नाहीं. पुढें स्कंदानें वारंवार फेंकलेली ती शक्ति हजारों दैत्यांना ठार करून पुनरपि त्याच्या हस्तामध्यें प्राप्त झाली, असें देवांच्या आणि दैत्यांच्या दृष्टीस पडूं लागलें. कार्तिकेयानें प्रायः बाणांच्याच योगानें इतर दैत्यांचा वध केला व दुर्जय अशा त्याच्या हजारों पारिषदांनीं अवशिष्ट राहिलेले व भीतीनें ग्रस्त होऊन गेलेले भयंकर दैत्य ठार करून भक्षण केले. त्यांनीं अत्यंत आनंदित होऊन त्या दैत्यांना भक्षण करीत व त्यांचें रक्त प्राशन करीत एका क्षणांत सर्व दैत्य नाहींतसे करून टाकिले. कीर्तिसंपन्न कार्तिकेयानेंही–ज्याप्रमाणें सूर्य अंधकाराचा, अग्नि वृक्षाचा आणि वायु मेघांचा फडशा पाडितो त्याप्रमाणें शत्रूंचा पराजय केला; आणि नंतर देव बहुमान करूं लागतांच श्रीशंकरास प्रणाम करून उभा राहिलेला तो कार्तिकेय किरण पसरलेल्या सूर्याप्रमाणें शोभूं लागला. जेव्हां शत्रूंचा नाश करून कार्तिकेय श्रीशंकराकडे जाऊं लागला, तेव्हां इंद्र त्याला आलिंगन देऊन ह्मणाला कीं, ' हे स्कंदा, तूं ज्याचा वध केलास त्या ह्या महिषासुराला ब्रह्मदेवानें वर दिलेला होता. हे महाबाहो विजयिश्रेष्ठा, ज्याला देव तृणतुल्य वाटत होते तो हा देवकंटक तूं नाहींसा करून टाकिलास आणि कज्जलाप्रमाणें काळेकुट्ट असलेले शेंकडों दैत्य तूं संग्रामामध्यें ठार करून सोडिलेस. त्यांनीं आह्मांला पूर्वी ताप दिला होता. तुझ्या पारिषदांनींही दैत्यांचे शेंकडों समुदाय भक्षण करून टाकिले. खरोखर तूं प्रभु श्रीशंकराप्रमाणें संग्रामामध्यें शत्रूंना अजिंक्य आहेस. हे देवा, हें तुझें कृत्य पहिलें ह्मणून प्रसिद्ध होईल व ह्यामुळें त्रैलोक्यामध्यें तुझी अक्षय्य कीर्ति होईल. तसेंच, हे महाबाहो, देवही तुझ्या

अधीन होऊन राहतील.' ह्याप्रमाणें भाषण करून भगवान् श्रीशंकरांनीं अनुज्ञा दिल्यानंतर इंद्र देवांसहवर्तमान निघून गेला व श्रीशंकर भद्रवटाकडे गेले आणि सर्व देवही परत फिरले. त्या वेळीं ' तुह्मी स्कंदास माझ्याचप्रमाणें समजत जा.' असें श्रीशंकरांनीं देवांना सांगितलें.

ह्याप्रमाणें त्या अग्निपुत्र कार्तिकेयानें महर्षि बहुमान करीत असतां एकाच दिवसांत सर्व दैत्यगणांचा वध करून त्रैलोक्य हस्तगत केलें. जो ब्राह्मण एकाग्र अंतःकरणानें हा स्कंदाच्या उत्पत्तीचा वृत्तांत पठन करील त्याला इहलोकीं पुष्टीची प्राप्ति होऊन परत्र स्कंदलोकाची प्राप्ति होईल.

अध्याय दोनशें बत्तिसावा.

—:०:—

कार्तिकेयाची नामावली.

युधिष्ठिर ह्मणाला:—हे भगवन् द्विजश्रेष्ठा, त्रैलोक्यप्रसिद्ध अशीं ह्या महात्म्या स्कंदाचीं नामें श्रवण करावीं अशी माझी इच्छा आहे.

वैशंपायन ह्मणाले:—पांडुपुत्र युधिष्ठिरानें असें भाषण करितां व महातपस्वी महात्मे भगवान् मार्कंडेय हे ऋषींच्या संनिध भाषण करूं लागले.

मार्कंडेय ह्मणाले:—आग्नेय, स्कंद, दीप्तकीर्ति, अनामय, मयूरकेतु, धर्मात्मा, भूतेश, महिषार्दन, कामजित्, कामद, कांत, सत्यवाक्, भुवनेश्वर, शिशु, शीघ्र, शुचि, चंड, दीप्तवर्ण, शुभानन, अमोघ, अनय, रौद्र, चंद्रानन, दीप्तशक्ति, प्रशांतात्मा, भद्रकृत्, कूटमोहन, षष्ठीप्रिय, धर्मात्मा, पवित्र, मातृवत्सल, कन्याभर्ता, विभक्त, स्वाहेय, रेवतीसुत, प्रभु, नेता, नैगमेय, सुदुश्चर, सुव्रत, ललित, बालक्रीडनकप्रिय, खचारी, ब्रह्मचारी, शूर, शरवणोद्भव, विश्वामित्रप्रिय, देवसेनाप्रिय, वासुदेवप्रिय, प्रिय आणि प्रियकृत्. ह्याप्रमाणें हीं कार्तिकेयाचीं दिव्य नामें जो पठन करील त्याला द्रव्य, कीर्ति आणि स्वर्ग ह्यांची निःसंशय प्राप्ति होईल.

मार्कंडेय ह्मणाले:—मी देव, ऋषि आणि शक्ति ह्यांनीं सेवित, अतर्क्य, अत्यंत वीर्यसंपन्न व शक्ति धारण करणाऱ्या षण्मुख कार्तिकेयाचीं नामांच्या योगानें स्तुति करीत असतों. हे कुरुवीरा, तीं स्तुतींतील नामें तूं श्रवण कर. तीं अशीं:—हे कार्तिकेया, तूं ब्राह्मण्य (ब्राह्मणांचा हितकर्ता), ब्रह्मज (वेदोक्त गर्भाधानादि संस्कारांच्या योगानें उत्पन्न झालेला), ब्रह्मवेत्ता (वेदार्थज्ञ), ब्रह्मेशय (कर्मनिष्ठ आणि ब्रह्मनिष्ठ), ब्रह्मोपासकांमध्यें श्रेष्ठ, ब्रह्मप्रिय, ब्रह्मनिष्ठाप्रमाणें आचरण असलेला व ब्रह्मज्ञ असून ब्राह्मणांना ब्रह्मपदीं पोहोंचविणाराही तूंच आहेस. तूंच स्वाहा, स्वधा, अत्यंत पवित्र, वेदमंत्रामध्यें स्तुति केलेला, प्रख्यात व सहा जिव्हांनीं युक्त असून संवत्सर, सहा ऋतु, अयनें, मास, अर्धमास आणि दिशा हीं आहेस. तूं कमलनेत्र, कमलमुख, सहस्रमुख व सहस्रबाहु आहेस. तूंच लोकपाल श्रेष्ठ असें हव्य असून सर्वही सुरासुरांची काळजी वाहणारा आहेस. तूंच प्रचंड असा सेनापति, सामर्थ्यसंपन्न, ऐश्वर्यशाली आणि शत्रूंचा पराजय करणारा, हजारों प्राण्यांचें उत्पत्तिस्थान, हजारों प्राण्यांच्या संतोषास कारणीभूत आणि हजारों पदार्थांचा भोक्ता असून भूमि आहेस. हे कार्तिकेया, तुझीं मस्तकें, स्वरूपें आणि चरण अनंत असून तूं शक्ति धारण करणारा आहेस. हे देवा, तूंच आपल्या इच्छेनें गंगा, स्वाहा, पृथ्वी आणि कृत्तिका ह्यांचा पुत्र झालेला आहेस. हे षण्मुखा, तूं स्वतःच्या इच्छेस वाटेल तसलीं नानाप्रकारचीं स्वरूपें धारण करितोस व मयूरांशीं क्रीडा करितोस; तूंच दीक्षा, सोम, मरुत्, धर्म, वायु, पर्वताधि-

पति आणि इंद्र आहेस. तूंच शाश्वताहूनही शाश्वत व प्रभूहूनही प्रभु असून उग्र धनुष्य धारण करणारा, सत्याचा प्रवर्तक, दैत्यांचा अंतक, शत्रूंचा जेता आणि देवांमध्यें श्रेष्ठ आहेस. अत्यंत सूक्ष्म आणि श्रेष्ठ असें जें तप आहे तेंही तूंच असून तूंच इंद्रियगोचर आणि अतींद्रिय वस्तूंचा ज्ञाता, इतकेंच नव्हे तर इंद्रियगोचर आणि अतींद्रिय वस्तूही आहेस. हे महात्मन्, धर्म, अर्थ, काम आणि मोक्ष ह्यांचीही उत्पत्ति तुजपासूनच होत असून हें संपूर्ण विश्व तुझ्याच तेजानें व्याप्त झालेलें आहे. मीं स्तवन केलेल्या हे शक्तिसंपन्ना, हे लोकाधिपते वीरा द्वादशनेत्रा द्वादशबाहो, तुला नमस्कार असो. याहून उत्कृष्ट व अधिक अशा तुझ्या स्वरूपाचें ज्ञान मला नाहीं.

युधिष्ठिरा, जो ब्राह्मण एकाग्र अंतःकरणानें हा स्कंदाचा जन्मवृत्तांत पठन करील, ब्राह्मणांकडून श्रवण करील, अथवा ब्राह्मणांनीं पठन केला असतां श्रवण करवील, त्याला द्रव्य, आयुष्य, कीर्ति, कांति, पुत्र, शत्रुपराजय पुष्टि आणि तुष्टि ह्यांची प्राप्ति होऊन शेवटीं स्कंदलोकाचीही प्राप्ति होईल.

द्रौपदीसत्यभामासंवादपर्व

अध्याय दोनशें तेहेतिसावा.

—:०:—

सत्यभामेस द्रौपदीचें स्वाचारनिवेदन.

वैशंपायन ह्मणाले:—त्या वेळीं ब्राह्मण आणि महात्मे पांडव बसले असतां द्रौपदी आणि सत्यभामा ह्या दोघीजणी मिळून तेथें आल्या; आणि, हे राजेंद्रा, फार दिवसांनीं गांठ पडल्यामुळें अत्यंत संतुष्ट होऊन त्या तेथें सुखानें हंसत बसल्या. त्या प्रिय भाषण करणाऱ्या स्त्रिया कौरव आणि यादव ह्यांजविषयींच्या चित्रविचित्र कथा परस्परांस सांगूं लागल्या. पुढें सत्राजिताची कन्या कृष्णाची पट्टराणी सुंदरी सत्यभामा एकांतामध्यें द्रौपदीला ह्मणाली, "द्रौपदि, तूं इंद्रादि लोकपालतुल्य व परस्परांशीं अत्यंत मिळून असणारे वीर जे पांडव त्यांना कोणत्या प्रकारच्या आचरणानें आपल्या अधीन ठेविले आहेस ? आणि,हे कल्याणि,ते केवळ तुझ्या आधीन आहेत व तुजवर कोप करीत नाहींत हें कसें ? हे प्रियदर्शने, सर्व पांडव खरोखर तुझ्या मुखाकडे सारखे पहात असतात. तेव्हां ह्याचें तत्त्व काय तें मला सांग. हें काय व्रताचरणाचें फल आहे? किंवा तप आहे ? अथवा स्नानविधीचा, मंत्राचा किंवा औषधांचा हा प्रभाव आहे ? अथवा हें विद्येचें किंवा मुळ्यांचें सामर्थ्य आहे ? कीं जप, होम अथवा औषधें हींच ह्यांचें कारण आहेत? हे पांचालराजपुत्रि द्रौपदि, ऐश्वर्य आणि कीर्ति ह्यांची अभिवृद्धि करणारें हें कारण तूं मला कथन कर, ह्मणजे मी त्याचा अवलंब करीन व त्या योगानें श्रीकृष्ण सदोदित माझ्या अधीन होऊन राहील." इतकें बोलून कीर्तिसंपन्न सत्यभामा थांबली. तेव्हां महाभाग्यशालिनी पतिव्रता द्रौपदी तिला उत्तर देऊं लागली. ती ह्मणाली, "सत्यभामे, तूं मला जें विचारीत आहेस तें आचरण असाध्वी स्त्रियांचें आहे. असज्जनांनीं आचरण केलेल्या त्या मार्गाचें वर्णन मजकडून कसें होणार? अशा प्रकारचा प्रश्न करणें अथवा मीं तशा प्रकारचें आचरण केलें असेल असा संशय येणेंही तुला योग्य नाहीं. कारण, तूं ज्ञानसंपन्न असून श्रीकृष्णाची प्रिय पट्टराणी आहेस. आपली स्त्री आपणाला वश करण्यासाठीं मंत्रांच्या आणि मुळ्यांच्या साधनांत गढून गेली आहे असें ज्या वेळीं पतीला कळून येईल, त्याच वेळीं गृहामध्यें प्रविष्ट झालेल्या सर्पाची जशी भीति बाळगावी त्याप्रमाणें तो तिची भीति बाळगूं लागेल. तो भीति बाळगूं लागला ह्मणजे शांति कोठून असणार ? व शांति नसली ह्मणजे सुख तरी कोठून मिळणार ? मंत्रतंत्र केल्यानें स्त्रियांना पति केव्हांही वश होत नाहीं. पति वश करण्यासाठीं मुळ्यांचा प्रयोग करणें हेंही निष्फल—इतकेंच नव्हे,तर प्रसंगविशेषीं घातुकही होतें. कारण, त्या मुळ्या एखादे वेळीं शत्रूंनींही पाठवून दिलेल्या असून त्या अत्यंत भयंकर असे मूर्तिमंत रोगच असतात. शत्रूंचा वध करण्याची इच्छा असलेले लोक मुळ्या देण्याचा प्रचार पाडून त्यांच्या योगानें विषही देत असतात. तसेंच, कांहीं चूर्णेंही अशीं आहेत कीं, मनुष्य जिव्हेनें ज्या पदार्थांना स्पर्श करितो अथवा त्वचेवर लावून ज्यांचा उपभोग घेतो त्या पदार्थांत तीं मिळविलीं असतां त्या पुरुषाला निःसंशय व सत्वर ठार करितात. कित्येक स्त्रियांनीं असा प्रयोग करून आपले पति जलोदररोगानें युक्त, कुष्ठ झालेले, वृद्धत्व पावलेले, पुरुषत्वशून्य बनलेले, जड, अंध आणि बधिर असे करून सोडले आहेत. पापी मनुष्याच्या अनुरोधानें वागणाऱ्या त्या

दुष्ट स्त्रिया पतींना रोगग्रस्त करून सोडतात. स्त्रीनें पतीला अप्रिय असेल ती गोष्ट केव्हांही करूं नये. हे यशस्विनि सत्यभामे, मी महात्म्या पांडवांशीं कोणत्या प्रकारचें वर्तन ठेवितें तें सर्व खरें खरें सांगतें, ऐक. मी अहंकार, काम आणि क्रोध ह्यांचा त्याग करून सदोदित शुचिर्भूतपणें पांडव आणि त्यांच्या इतर स्त्रिया ह्यांची सेवा करितें. मी मत्सराचा समूळ नाश करून आणि आपलें अंतःकरण केवळ आपल्या आचरणावर जडवून पतींचें मन राखण्यासाठीं निरभिमानीपणानें त्यांची शुश्रूषा करीत असतें. मी आपलें भाषण, उभें राहणें, पाहणें, बसणें, चालणें आणि अभिप्रायसूचक कटाक्षविक्षेप करणें ह्यांमध्यें देखील त्यांना दोष दिसेल कीं काय ? असा नेहमीं संशय बाळगून सूर्य, अग्नि व चंद्र ह्यांच्या तोडीचे, भयंकर उत्साहशाली, प्रतापसंपन्न आणि केवळ दृष्टिमात्रानेंच शत्रूंचा नाश करणारे महारथी जे पांडव त्यांची सेवा करीत असतें. देव असो, मनुष्य असो, गंधर्व असो, तरुण असो, उत्कृष्ट प्रकारें अलंकार धारण केलेला असो, द्रव्यसंपन्न असो, अथवा सुंदर असो, पतीवांचून इतर पुरुष मला मान्य वाटत नाहींत. पतीनें भोजन केल्यावांचून मी भोजन करीत नाहीं; त्यांनीं स्नान केल्यावांचून मी स्नान करीत नाहीं; व त्यांनीं शयन केल्यावांचून मी शयन करीत नाहीं. मी आपल्या चाकरमाणसांशींही सदोदित अशा प्रकारचें वर्तन ठेवितें. ह्मणजे त्यांनीं भोजन केल्यावांचून मी भोजन करीत नाहीं, त्यांनीं स्नान केल्यावांचून स्नान करीत नाहीं व त्यांनीं शयन केल्यावांचून शयन करीत नाहीं. पति शेताकडून, अरण्यांतून अथवा गांवाहून घरीं आला ह्मणजे त्याला उत्थापन देऊन व आसन आणि भोजन देऊन मी त्यांचें अभिनंदन करितें; तसेंच, भांडीं स्वच्छ ठेवितें, अन्न मिष्ट करून पतीला वाढतें, अंतःकरणाचें संयमन करितें व घर झाडून संवरून स्वच्छ ठेवितें. ज्या योगानें कोणाचाही तिरस्कार होईल असें भाषण मी करीत नाहीं, दुष्ट स्त्रियांची संगति धरीत नाहीं, व सदोदित आलस्याचा त्याग करून पतीला अनुकूल असेल तीच गोष्ट करितें. थट्टेवांचून हसणें आणि वारंवार दारांत उभें राहणें ह्यांचा मला तिटकारा आहे. मी स्वतःच्या गृहांतील उपवनामध्येंही फार वेळ राहण्याचें सोडून देतें. मला कोणत्याही प्रकारें पतीचा वियोग मुळींच इष्ट नसतो. तथापि कांहीं कुटुंबसंबंधीं कामामुळें जर पति प्रवासास गेला तर मी नियमनिष्ठ होऊन पुष्पें आणि अनुलेपनें ह्यांचा त्याग करितें. माझा पति ज्याचें प्राशन करीत नाहीं, ज्याचा स्वीकार करीत नाहीं अथवा जें भक्षण करीत नाहीं, तें सर्व मीही वर्ज्य करितें. हे श्रेष्ठ स्त्रिये, मी नियमनिष्ठ होऊन पतीच्या उपदेशाप्रमाणें वागतें आणि उत्कृष्ट प्रकारें अलंकार धारण करून अत्यंत शुचिर्भूतपणें पतीला प्रिय आणि हितकारक असतील त्या गोष्टी करण्याविषयीं तत्पर होऊन राहतें. तसेंच पूर्वीं भिक्षा, बलि, श्राद्ध, पर्वकालीं स्थालीपाक, संमाननीय मनुष्यांचें पूजन आणि आदरसत्कार हे जे कुटुंबसंबंधीं धर्म माझ्या सासूनें मला सांगितले आहेत, आणि दुसरेही जे कांहीं मला माहीत आहेत, त्या सर्वांचें मी रात्रंदिवस आळस न करितां अवलंबन करीत असतें. विनय आणि नियम ह्यांचा सदोदित सर्व प्रकारें आश्रय करून सुकुमार, सज्जन, सत्यशील व खरे धर्मनिष्ठ असे जे माझे पति त्यांची क्रुद्ध झालेल्या भुजंगाप्रमाणें भीति बाळगून मी सेवा करीत असतें. केवल पतीचा आश्रय करून राहणें हाच स्त्रियांचा शाश्वत धर्म होय असें माझें मत आहे. तोच

देव व तोच मोक्ष होय. त्याच्यावांचून दुसरी गति नाहीं. त्यास अप्रिय असेल ती गोष्ट कोण बरें करील ? मी शयन, भोजन अथवा अलंकारधारण ह्यांमध्यें पतीचा केव्हांही अतिक्रम करीत नाहीं व केव्हांही सासूची निंदा करीत नाहीं; व सदोदित नियंत्रितपणें चालतें. तसेंच, हे सुंदरि, मी कोणत्याही गोष्टींत प्रमाद होऊं देत नाहीं, नेहमीं उद्योगशील असतें व गुरुजनांची शुश्रूषा करितें, ह्मणूनच पति मला वश आहेत. मी स्वतः वीरमाता सत्यवादिनी आर्या कुंती हिची खाणेंपिणें आणि वस्त्रपात्र इत्यादिकांची व्यवस्था ठेवून शुश्रूषा करितें. वस्त्रें, भूषणें किंवा भोजन ह्यांमध्यें तिचा केव्हांही अतिक्रम करीत नाहीं व पृथ्वीप्रमाणें क्षमाशील असणाऱ्या त्या कुंतीची केव्हांही निंदा करीत नाहीं. पूर्वी युधिष्ठिराच्या मंदिरामध्यें प्रत्यहीं आठ हजार ब्राह्मण प्रथम सुवर्णपात्रामध्यें भोजन करीत होते. प्रत्येकाच्या सेवेला तीस तीस दासी ठेवून युधिष्ठिर ज्यांचें पोषण करीत होता असे अध्ययन समाप्त झालेले अविवाहित पुरुष व गृहस्थाश्रमी ह्यांची संख्या अठ्यायशीं हजार होती. ह्याशिवाय ज्यांना सुवर्णाच्या पात्रांतून उत्कृष्ट प्रकारें तयार केलेलें अन्न पोहोंचविण्यांत येत असे अशा उर्ध्वरेत्या यतींची संख्या दहा हजार होती; पण मी त्या सर्वही वेदवादी ब्राह्मणांना वैश्वदेवानंतर प्रथमच अर्पण करावयाचें अन्न देऊन अन्नपान आणि वस्त्रें ह्यांच्या योगानें त्यांचा योग्य प्रकारें बहुमान करीत असें. पूर्वी आमच्या येथें गोठ आणि बाहुभूषणें धारण करणाऱ्या, कंठांत सुवर्णाच्या माळा घालणाऱ्या, उत्कृष्ट प्रकारचे अलंकार धारण करणाऱ्या, बहुमूल्य पुष्पमाला धारण करणाऱ्या, चंदनाचें लेपन लावणाऱ्या, रत्न व सुवर्ण धारण करणाऱ्या, गायन आणि नृत्य ह्यांमध्यें निष्णात असणाऱ्या, वर्णानें उत्तम आणि चर्येनेंही सुंदर अशा दहा हजार दासी होत्या. त्यांपैकीं प्रत्येकीचें नांव, चर्या, स्वभाव, भोजन, वस्त्रें ह्यांची व त्यांनीं काम केलें कोणतें व न केलें कोणतें ह्याची मी माहिती घेत असें. तसेंच त्या ज्ञानसंपन्न कुंतीपुत्र युधिष्ठिराच्या दुसऱ्या दहा हजार दासी रात्रंदिवस हातांमध्यें पात्रें घेऊन अतिथींना अन्न वाढीत असत. युधिष्ठिर ज्या वेळीं इंद्रप्रस्थामध्यें वास्तव्य करीत होता, त्या वेळीं एक लक्ष अश्व व एक लक्ष गज इतका त्याचा लवाजमा असे. तो राजा पृथ्वीचें पालन करीत होता त्या वेळीं त्याजपाशीं हें सर्व होतें व त्या वेळीं मी त्यांना करावयाचीं कामें सांगत असें आणि त्या मनुष्यादिकांची व त्यांनीं केलेल्या कामांची संख्या ऐकून घेत असें. तसेंच, अंतःपुरांतील सर्व स्त्रियांनीं व सर्व सेवकांनीं व गोपाळ आणि मेषपालक ह्यांपर्यंतच्या सर्व लोकांनीं काय केलें आणि काय न केलें ह्या सर्वांची मला माहिती असे. हे यशस्विनी कल्याणि सत्यभामे, राजा युधिष्ठिर ह्याचें सर्व ऐश्वर्य व त्याचा जमाखर्च केवळ मला एकटीलाच माहीत असे. हे सुमुखि, ते भरतकुलश्रेष्ठ पांडव सर्वही गृहकृत्यांचा भार मजवर सोंपवून शास्त्राभ्यास करीत असत. अल्प धैर्याच्या मनुष्याला वाहतां येणार नाहीं असा तो कार्यभार मजवर पडला ह्मणजे मी सुखाला अजीबात फांटा देऊन रात्रंदिवस काम करण्यामध्यें गढून जात असें. ज्याप्रमाणें दुसऱ्यास आक्रांत करितां न येणारा वरुणाच्या द्रव्यसंचयानें पूर्ण असणारा समुद्र असावा, त्याप्रमाणें धर्मनिष्ठ अशा माझ्या पतींचा जो खजिना होता त्याची माहिती केवळ मलाच एकटीला होती. रात्र असो अथवा दिवस असो, त्यांना क्षुधा आणि तृषा लागली कीं

मी साहाय्य करीत असतें. सारांश, कुरुकुलोत्पन्न पांडवांची शुश्रूषा करण्याच्या कामीं मला रात्र आणि दिवस ह्यांची योग्यता सारखीच वाटते. मी प्रतिदिवशीं त्यांच्यापूर्वीं उठतें व ते निजल्यानंतर निजतें. सत्यभामे, हेंच माझें पतींना वश करण्याचें साधन होय. हें महावशीकरण कसें करावें याची मला चांगली माहिती आहे. मी असाध्वी स्त्रियांचें आचरण केव्हांही करावयाची नाहीं व मला त्याची इच्छाही नाहीं.'

वैशंपायन ह्मणाले:—हें धर्माला बिलकूल सुटून नसणारें धर्मनिष्ठ द्रौपदीचें भाषण ऐकून सत्यभामा तिचा सत्कार करून ह्मणाली, 'हे पांचालि, मी तुझी अपराधी आहें; मला क्षमा कर. सखीजन बुद्धिपूर्वक थट्टा करीत असतात ह्मणूनच मजकडून हा अपराध घडला!

अध्याय दोनशें चौतिसावा.

—:०:—

द्रौपदीचा सत्यभामेस उपदेश.

द्रौपदी ह्मणाली:—गडे, आतां मी तुला पतीचें अंतःकरण आकर्षण करून घेण्याचा हा एक निभ्रांत असा मार्ग सांगतें. ह्या मार्गानें तूं वागूं लागलीस ह्मणजे इतर स्त्रियांकडून आपल्या पतीचें स्वतःकडे आकर्षण करून घेऊं शकशील. सत्यभामे, देवलोकासहवर्तमान जे लोक आहेत त्या सर्वांमध्यें पतीसारखें दुसरें दैवत नाहीं. कारण, पति संतुष्ट झाला तर त्याच्या अनुग्रहानें सर्व अभीष्ट वस्तूंची प्राप्ति होते आणि तो क्रुद्ध झाला तर सर्व अभीष्टांचा नाश होतो. संतति, नानाप्रकारचे सुखोपभोग, शय्या, आसनें, दिसण्यांत सुंदर अशीं वस्त्रें, सुगंधि पदार्थ, विपुल कीर्ति आणि स्वर्ग ह्या सर्वांची प्राप्ति पतीच्याच योगानें होते. ह्या लोकांत सुखानें सुखाची प्राप्ति केव्हांही होत नाहीं. ह्मणूनच पतिव्रता स्त्री दुःख भोगून सुख मिळविते. ह्यास्तव, तूं शरीरक्लेश भोगून प्रेमानें आणि मैत्रीनें श्रीकृष्णाचें आराधन कर तसेंच, हळू हळू उत्कृष्ट पुष्पमाला, सरलपणानें वर्तन, नानाप्रकारच्या सुगंधि पदार्थांचें अर्पण ह्यांच्या योगानें तूं त्याची अशी सेवा कर कीं, ज्या योगानें तो मजवर हिचें 'प्रेम आहे' असें समजून निरंतर तुझ्याच संनिध राहूं लागेल. द्वारामध्यें पति येतांच त्याचा शब्द ऐकून तूं गृहामध्यें उठून उभी राहून त्याचा बहुमान करीत जा; आणि तो गृहांत येतांच त्वरेनें आसन, पादोदक इत्यादिक देऊन त्याचें पूजन करीत जा. सत्यभामे, दासी कोठें निघून गेली असली तर आपणच उठून सर्व काम करावें. 'ही सत्यभामा सर्व प्रकारें माझी सेवा करीत आहे' असें तुझ्याविषयीं श्रीकृष्णाला कळून येऊं दे. पति जें कांहीं तुजपाशीं बोलेल तें जरी गुप्त ठेवण्यासारखें नसलें तरीही बाहेर फोडूं नको. कारण, तुझी एखादी सवत ती गोष्ट श्रीकृष्णाला जाऊन कळवील व त्या योगानें त्याची तुजवरील प्रीति उडेल. आपल्या पतीस प्रिय असणारे, त्याजवर प्रेम करणारे आणि त्याचें हित करणारे जे लोक असतील त्यांना नानाप्रकारच्या उपायांनीं भोजन घालीत जा; आणि जे त्याचे शत्रु असतील, त्याच्या बाजूला नसतील, त्याचे अहित करणारे असतील आणि कपट करण्याविषयीं तत्पर असतील, त्यांजपासून तूं सर्वदा अलग रहा. पुरुषांशीं वर्तन ठेंविते वेळीं तूं मद आणि बेसावधपणा ह्यांचा त्याग करून मौन धारण कर व अंतःकरणाचा निग्रह कर. प्रद्युम्न आणि सांब हे जरी तुझे कुमार आहेत, तरीही तूं एकांतांत त्यांच्याजवळ केव्हांही बसूं नको. अत्यंत कुलीन, पापशून्य आणि साध्वी अशा स्त्रियांशीं सदोदित सख्य कर; आणि कोपिष्ठ, दुसऱ्यांचा अपमान करणाऱ्या, खादाड, चोर,

दुष्ट आणि चंचल अंतःकरणाच्या स्त्रियांचा त्याग कर. असें करणें हेंच कीर्तिकारक, ऐश्वर्याची अभिवृद्धि करणारें, मनोरथ पूर्ण करणारें व शत्रुनाशक आहे. सारांश, तूं मोठमोठीं मूल्यवान् आभरणें, उट्या आणि उत्कृष्ट प्रकारचा सुगंध हीं धारण करून पतीचें आराधन कर.

अध्याय दोनशें पसतिसावा.

—:०:—

सत्यभामेचें द्रौपदीशीं सांत्वनपूर्वक व उत्तेजनपर भाषण.

वैशंपायन ह्मणाले:—मार्कंडेयादि ब्राह्मण आणि महात्मे पांडव ह्यांच्याशीं अनुकूल अशा गोष्टी करीत राहिल्यानंतर शेवटीं योग्य प्रकारें भाषण करून श्रीकृष्ण रथांत बसण्याच्या वेळीं सत्यभामेस हांक मारूं लागले. तेव्हां सत्यभामा द्रौपदीला आलिंगन देऊन एकाग्रपणें आणि प्रेमानें हृदयाकर्षक भाषण करूं लागली.

ती ह्मणाली:—द्रौपदि, तूं काळजी बाळगूं नको, दुःख होऊं देऊं नको आणि त्यामुळें जाग्रणेंही होऊं देऊं नको. कारण, देवतुल्य अशा पतींनीं जिंकून घेतलेल्या पृथ्वीची तुला लवकरच प्राप्ति होईल. हे कृष्णलोचने, अशा प्रकारच्या सदाचारसंपन्न आणि सुलक्षणी पुरुषांना आणि तुजसारख्या स्त्रियांना चिरकालपर्यंत क्लेश भोगावे लागत नाहींत. शिवाय ह्या निष्कंटक आणि शत्रुशून्य अशा पृथ्वीचा तुला तुझ्या पतींसहवर्तमान अवश्य उपभोग घ्यावयास सांपडेल असें मीं तज्ज्ञ लोकांच्या तोंडून ऐकिलें आहे. द्रौपदि, धृतराष्ट्रपुत्रांचा वध करून वैराची फेड केल्यानंतर पृथ्वी युधिष्ठिराच्या स्वाधीन झालेली तुझ्या दृष्टीस पडेल. गर्वानें धुंद होऊन गेलेल्या ज्या कौरवस्त्रियांनीं तुला घालवून देते वेळीं हास्य केलें, त्यांचे मनोरथ विध्वस्त होऊन गेले आहेत असें तुला लवकरच पहावयास सांपडेल. द्रौपदि, तूं दुःखाकुल होऊन गेली होतीस त्या वेळीं ज्यांनीं तुझें अप्रिय केलें, त्या सर्वांनीं यमसदनाचाच मार्ग सुधारला आहे असें समज. द्रौपदि, धर्म आणि भीम ह्यांजपासून झालेले प्रतिविंध्य आणि सुतसोम, अर्जुनापासून झालेला श्रुतकर्मा, नकुलापासून झालेला शतानीक आणि सहदेवापासून झालेला श्रुतसेन हे सर्वही तुझे पुत्र अस्त्रविद्येमध्यें निष्णात झालेले असून ते खुशाल आहेत. हे अभिमन्यूप्रमाणेंच संतोषानें द्वारकेमध्यें अत्यंत रममाण होऊन राहिलेले असतात आणि तुझ्याप्रमाणेंच सुभद्रा त्यांच्यावर सर्व प्रकारें प्रेम करीत असते. ती तुजसंबंधानें अथवा त्यांच्या संबंधानें मुळींच भिन्नभाव मनांत आणीत नाहीं. इतकेंच नव्हे, तर त्यांच्या योगानें तिच्या अंतःकरणाला शांति वाटून ती आनंदित होते आणि त्यांच्या दुःखामुळें ती दुःखी व सुखामुळें सुखी होते. प्रद्युम्नमाता देखील सर्व प्रकारें त्यांचें पालनपोषण करीत असते. श्रीकृष्ण देखील त्यांच्यावर भानुप्रभृतींपेक्षां अधिक प्रेम करितात. माझे श्वशुर देखील त्यांना अन्नवस्त्र देण्यांत निरंतर तत्पर असतात. बलरामप्रभृति अंधकवृष्णिकुलांतील सर्वही लोक त्यांचें पालनपोषण करीत असतात. कारण, हे प्रेमवति द्रौपदि, त्यांचें प्रद्युम्नावर आणि तुझ्या त्या पुत्रांवर सारखेंच प्रेम आहे.

राजा, इत्यादिक प्रकारें प्रिय, सत्य, हृदयाल्हादक आणि मनासारखें भाषण केल्यानंतर ती श्रीकृष्णाच्या रथाकडे जावयास निघाली. जाते वेळीं त्या कृष्णाच्या पट्टराणीनें द्रौपदीस प्रदक्षिणा घातली आणि नंतर ती प्रेमशालिनी सत्यभामा श्रीकृष्णाच्या रथावर आरूढ झाली. नंतर यादवश्रेष्ठ श्रीकृष्णानेंही मंदहास्य करून द्रौपदीला धीर दिला आणि शीघ्रगामी अश्व वळवून आपल्या नगराकडे प्रयाण केलें.

घोषयात्रापर्व.

अध्याय दोनशें छत्तिसावा.

—:०:—

धृतराष्ट्राचे पांडवांविषयीं उद्गार.

जनमेजय ह्मणालाः—अरण्यामध्यें वास्तव्य करणाऱ्या व शीत, उष्ण, वायु आणि ऊन ह्यांच्या योगानें शरीरें कृश झालेल्या त्या नरश्रेष्ठ पांडवांनीं त्या पवित्र अरण्यांतील सरोवराजवळ आल्यानंतर काय केलें ?

वैशंपायन ह्मणालेः—त्या सरोवरावर आल्यानंतर पांडवांनीं आपल्या बरोबरच्या लोकांना सोडून दिलें; व तेथें गृह तयार करून ते रम्य अरण्यें, पर्वत आणि नदीच्या तीरावरील प्रदेश ह्यांतून संचार करूं लागले. अशा प्रकारें ते वीर अरण्यामध्येंवास्तव्य करूं लागल्यानंतर अध्ययनसंपन्न, तपोनिष्ठ आणि वेदवेत्ते वृद्ध ब्राह्मण त्यांच्याकडे येऊं लागले व ते नरश्रेष्ठही त्यांची पूजा करूं लागले. एकदा गोष्टी करण्यामध्यें चतुर असणारा एक ब्राह्मण पृथ्वीवर संचार करीत करीत पांडवांकडे गेला; आणि त्यांची गांठ घेतल्यानंतर तो साहजिक रीतीनें विचित्रवीर्यपुत्र राजा धृतराष्ट्र ह्याजकडे गेला. तेव्हां कौरवश्रेष्ठ वृद्ध राजा धृतराष्ट्र ह्यानें आदरातिथ्य केल्यानंतर बसून तो त्याच्या विनंतीवरून त्याला युधिष्ठिर, भीम, अर्जुन, नकुल आणि सहदेव ह्यांचा वृत्तांत सांगूं लागला. त्यानें सांगितलें कीं, त्या सर्वांचीं शरीरें वायु आणि ऊन ह्यामुळें पीडित झालीं असून ते सर्वही कृश होऊन भयंकर दुःखाच्या जबड्यांत पडलेले आहेत आणि जिचे पति शूर आहेत ती द्रौपदी देखील अत्यंत क्लेश होत असल्यामुळें अनाथासारखी होऊन गेली आहे. ह्या त्याच्या गोष्टी ऐकतांच कारुण्यामुळें विचित्रवीर्यपुत्र राजा धृतराष्ट्र ह्याच्या अंतःकरणास अतिशय ताप होऊं लागला. ते राजपुत्र आणि राजपौत्र पांडव अरण्यामध्यें दुःखप्रवाहांत पडले आहेत असें ऐकतांच त्याचें अंतःकरण दैन्यग्रस्त होऊन गेलें आणि त्याच्या मुखांतून—ज्यांच्या संपर्कानें शरीराचा वर्ण पालटेल इतके उष्ण श्वासोच्छ्वास निघूं लागले. तथापि कसा तरी धीर धरून व हें सर्व कृत्य घडून येण्यास आपणच कारण आहों असें मनांत आणून तो ह्मणाला, “ काय ? सत्यनिष्ठ, शुचिर्भूत व सदाचरणसंपन्न असा जो अजातशत्रु धर्मराज माझ्या पुत्रांहून ज्येष्ठ असून पूर्वीं रंकुनामक मृगांच्या लोंकरीनें केलेल्या गाद्यांवर शयन करीत असे. तो आज भूमितलावर शयन करीत आहे ना ? अरेरे ! पूर्वीं ज्या इंद्रतुल्य युधिष्ठिराला मागध आणि सूत ह्यांचे समुदाय स्तुति करून जागा करीत असत, त्याच आतां भूतलावर पडणाऱ्या धर्मराजाला उत्तररात्रीं पक्षिसमुदाय जागा करीत असतील. ज्याचें शरीर कोपानें व्याप्त होऊन गेलेलें असतें तो भीमसेन अशा प्रकारच्या स्थितीला योग्य नसतां वायु आणि ऊन ह्यांच्या योगानें शरीर कृश होऊन द्रौपदीच्या समक्ष भूतलावर पडून कसा बरें शयन करीत असेल ? धर्मराजाच्या स्वाधीन असणाऱ्या विचारशील सुकुमार अर्जुनाचे सर्वही अवयव अगदीं म्लान होऊन गेल्यासारखे झाले असतील आणि त्याला कोपामुळें रात्रभर झोंपही येत नसेल. तसेंच नकुलसहदेव, द्रौपदी, युधिष्ठिर आणि भीमसेन हे सौख्यशून्य झाले आहेत असें पाहून तो उग्रतेज असलेला अर्जुन सर्पाप्रमाणें सारखे सुस्कारे टाकीत असेल आणि त्या योगानें क्रुद्ध होऊन गेल्यामुळें त्याला रात्रभर झोंपही येत नसेल ! तसेंच सुखोपभोगास योग्य असतां दुःखी झालेले व स्वर्गवासी देवतांप्रमाणें अत्यंत रूपसंपन्न

असणारे जे नकुलसहदेव—त्यांच्या क्षुब्धतेस जरी धर्म आणि सत्यनिष्ठा हीं प्रतिबंध करीत असलीं तरीही ते खास क्षुब्ध होऊन गेले असतील व ह्मणूनच त्यांना अगदीं झोंपही येत नसेल! अत्यंत बलवान् वायुपुत्र भीम हा सामर्थ्यानें वायूच्या तोडीचा आहे. तथापि ज्येष्ठबंधुरूपी पाशानें जखडून गेल्यामुळें तो केवल सुस्कारे टाकून आपला कोप सहन करीत आहे; आणि संग्रामामध्यें शत्रूंहून अधिक योग्यता असतांही धर्म आणि सत्यनिष्ठा ह्यांनीं प्रतिबद्ध होऊन गेल्यामुळें माझ्या पुत्रांचा वध करण्याची इच्छा करून त्या कालाची प्रतीक्षा करीत भूमीवर संचार करीत राहिलेला आहे. युधिष्ठिराला कपटानें जिंकल्यानंतर दुःशासनानें जीं कठोर भाषणें केलीं तीं त्या भीमसेनाच्या शरीरामध्यें प्रविष्ट झालीं असून, ज्याप्रमाणें तृणापासून उत्पन्न झालेला अग्नि इंधनाला दग्ध करितो त्याप्रमाणें तीं त्याच्या शरीराला दग्ध करीत आहेत! धर्मपुत्र युधिष्ठिर हा कधींही पापचिंतन करणार नाहीं आणि अर्जुन देखील त्याच्याच अनुरोधानें वागत असेल, पण ज्याप्रमाणें वायूच्या योगानें अग्नि भडकून जावा त्याप्रमाणें ह्या वनवासाच्या योगानें भीमाचा कोप मात्र अतिशय वृद्धिंगत झाला असेल. त्या कोपानें होरपळून जाऊन तो वीर भीमसेन बोटें मोडून माझ्या पुत्रपौत्रांना जणू दग्ध करीत अत्यंत भयंकर उष्ण सुस्कारे टाकीत असेल. गांडीव धनुष्य धारण करणारा अर्जुन आणि भीमसेन हे उभयतांही खवळून जाणारे असून जगताचा संहार करणाऱ्या प्रत्यक्ष यमाच्या तोडीचे आहेत. ह्यामुळें ते वज्रतुल्य बाण फेंकूं लागले ह्मणजे शत्रूंचें सैन्य अवशिष्ट ठेवणार नाहींत. दुर्योधन, शकुनि, सूतपुत्र कर्ण आणि अत्यंत जडबुद्धि दुःशासन ह्यांना वृक्षाच्या अग्रभागीं असणाऱ्या मोहोळांत मध आहे हें दिसत आहे, पण तो काढावयास गेलें तर पडावें लागेल हें मात्र कळत नाहीं. ह्मणूनच ते द्यूताचा अवलंब करून राज्याचा अपहार करीत आहेत. 'मनुष्य शुभाशुभ कर्म करून त्याच्या फलप्राप्तीची मार्गप्रतीक्षा करीत राहतो व फलप्राप्ति होतांच पराधीन बनल्यासारखा होऊन वेडा बनून जातो. मग त्या मनुष्याची त्या कृत्यापासून सुटका कशी होणार? उत्कृष्ट शेत, वेळेवर बीजाची पेरणी आणि योग्य वेळीं पर्जन्यवृष्टि इतकाही योग जुळून आला तरीही केव्हां केव्हां फलप्राप्ति होत नाहीं ह्याचें कारण दैवाची अनुकूलता नसते हेंच होय. दैव जर अनुकूल नाहीं तर दुर्योधनाचे तरी मनोरथ कसे पूर्ण होतील? असे विचार माझ्या मनांत येतात. ज्या अर्थी सन्मार्गानें वागणाऱ्या पांडुपुत्र युधिष्ठिरानें द्यूत करण्यास अनुमोदन दिलें ही गोष्ट चांगली केली नाहीं, आणि मींही आपल्या दुष्ट पुत्राच्या अधीन होऊन त्या कृत्यास अनुमोदन दिलें त्या अर्थी हा कौरवांचा संहारकाल अगदीं जवळ येऊन ठेपला आहे. वायूला जरी कोणीं हालविलें नाहीं तरी तो खात्रीनें वाहणार; गर्भिणी झालेली स्त्री खात्रीनें प्रसूत होणार; दिवसाच्या आरंभीं रात्री आणि रात्रीच्या आरंभीं दिवसाचा नाश खात्रीनें व्हावयाचाच. सारांश, ज्या गोष्टी अवश्य होणाऱ्या आहेत त्या केव्हांही चुकावयाच्या नाहींत व ह्मणूनच आह्मांला ह्या पातकाचें फल मिळणार हेंही निःसंशय ठरलेलें आहे! आतां हा विचार माझ्या मनांत पूर्वीच कां आला नाहीं असें कदाचित् कोणी ह्मणेल; पण जर मनुष्यांना असा विचार सुचत असता तर मग आमच्यासारख्या लोकांनीं अन्यायानें द्रव्यार्जन कां केलें असतें? बरें, आह्मी मूर्ख आहों असें जर ह्मणावें, तर पूर्वीच्या राजांनीं

तरी अशा रीतीनें द्रव्यार्जन कां केलें असत ? आणि जें द्रव्य संपादन केलें त्याचें दान सज्जनांनीं सुद्धां धर्मादिकांसाठीं कोणत्याही प्रकारें काय ह्मणून केलें नसतें ? सारांश, द्रव्यसंपादन करणें आणि संपादन केलेल्या द्रव्याचें संरक्षण करणें ह्यांविषयींचे मनुष्याच्या बुद्धीचे जे स्वाभाविक विकार असतात ते अपरिहार्य होत. आतां, द्रव्यसंपादनच केलें नाहीं तर काय हरकत आहे असें ह्मणावें, तर द्रव्याच्याच योगानें साध्य होणाऱ्या ज्या व्यावहारिक गोष्टी आहेत त्यांचा प्रसंग आला ह्मणजे द्रव्य नसल्यास मनुष्यावर संकट ओढवतें आणि 'हें कार्य मज निर्धनाच्या हातून कोठून घडणार ?' अशी त्याला चिंता पडते. ह्यावर कोणी ह्मणेल कीं, 'जर आतां द्रव्य हें अनर्थकारक आहे असें तुला कळून येत आहे, तर तूं पांडवांचा अंश सुखानें सोडून दे; ह्मणजे तुझा नाश होण्याची भीति नाहीं.' हें खरें आहे. पण जें द्रव्य एकत्र जुळलेलें आहे, तें पुत्र, पशु इत्यादिकांप्रमाणें अत्यंत प्रिय असल्यामुळें आतां त्याचे दोन विभाग कसे करितां येतील? मुळींच करितां यावयाचे नाहींत. कारण, बुडक्या मडक्यांत असलेलें पाणी हळू हळू बाहेर पडतें तसें हें माझें द्रव्य बाहेर जावें अशी मी इच्छा करीत असतों; व त्याचा प्रवाहही बाहेर जाऊं नये अशी माझी इच्छा असते. ह्मणूनच द्रव्याचें संरक्षण केलें पाहिजे. त्याचा थोडा अथवा अर्धा भाग त्यांना देणें योग्य नाहीं. द्रव्याचें जर संरक्षण केलें नाहीं तर तें शेंकडों द्वारांनीं बाहेर पसरूं लागेल. ह्यावर कोणी ह्मणेल कीं, 'जर द्रव्यनाश करावयाचा नाहीं असें तूं मनांत आणिलेंस तर तुझ्या पुत्रांचा नाश होईल.' पण ह्यांत कांहीं अर्थ नाहीं. कारण, केलेल्या कर्माचें जें कांहीं फल तें केव्हांही चुकत नाहीं. मग प्रत्यक्ष दुःखदायक असा अर्थनाश तरी कां करावा ? असो; अर्जुन हा अरण्यांतून निघून इंद्रलोकाला गेला. पहा, हें त्याचें वीर्य ! तेथेंही चार प्रकारच्या अस्त्रांचें ज्ञान संपादन करून तो पुनरपि इहलोकीं आला. अर्जुनावांचून दुसरा कोणता मनुष्य शरीरासहवर्तमान स्वर्गास गेल्यानंतर पुनरपि परत येण्याची इच्छा करणार आहे ? अर्थात् कोणीही नाहीं. हा अर्जुन कालानें पछाडल्यामुळें आसन्नमरण झालेल्या माझ्या अनेक पुत्रांच्या मत्यूची प्रतीक्षा करीत आहे. हा सव्यसाची अर्जुन धनुर्धर असून त्याच्या त्या गांडीव धनुष्याचा वेगही अत्यंत भयंकर आहे. त्याचीं तीं अस्त्रेंही दिव्य असल्यामुळें त्याचें तेज इहलोकीं कोण सहन करूं शकणार ?

दुर्योधन नसतां राजा धृतराष्ट्रानें केलेलें हें भाषण ऐकून शकुनीनें जाऊन तें सर्व कर्णाला कळविलें. तेव्हां तो क्षुद्रबुद्धि कर्णही खिन्न झाला!

अध्याय दोनशें सदतिसावा.

—:०:—

दुर्योधनास शकुनि व कर्ण ह्यांचा उपदेश.

वैशंपायन ह्मणालेः—त्या वेळीं तें धृतराष्ट्राचें भाषण ऐकिल्यानंतर योग्य वेळीं कर्णासहवर्तमान शकुनि दुर्योधनापाशीं बोलूं लागला. तो ह्मणालाः—हे भरतवंशजा, पांडव वीरांना स्वतःच्या शौर्यानें हांकलून दिल्यामुळें आतां स्वर्गाचा उपभोग घेणाऱ्या इंद्राप्रमाणें तूं ह्या पृथ्वीचा उपभोग घे. हे प्रजाधिपते, पूर्व, दक्षिण, पश्चिम आणि उत्तर ह्या दिशांस वास्तव्य करणारे सर्वही राजे तूं आपणाला करभार देणारे केले आहेस. हे राजा, जी देदीप्यमान ज्वाळेसारखी होऊन पूर्वीं पांडवांचें सेवन करीत होती तीच लक्ष्मी आज तुझ्या बंधूंनीं आणि तूं संपादन केलेली आहेस. कारण, हे राजा,

युधिष्ठिर इंद्रप्रस्थामध्यें असतांना त्याच्या ठिकाणीं चमकत असलेली जी लक्ष्मी आह्मीं पाहिली होती तीच आज आह्मांला तुझ्या ठिकाणीं दिसत आहे. हे राजेंद्रा, तुझे शत्रु थोड्याच काळांत शोकानें अगदीं कृश होऊन गेले आहेत. हे महाबाहो, आपल्या बुद्धिसामर्थ्यानें त्या राजा युधिष्ठिरापासून हरण केलेली ही लक्ष्मी विशेषच चमकत आहे असें दिसून येतें. तसेंच, हे शत्रुवीरनाशका राजेंद्रा, " काय आज्ञा आहे ?" असें ह्मणत सर्व राजे तुझ्या आज्ञेंत राहिलेले आहेत. हे राजा, पर्वत, वनें, गांवें, नगरें, खाणी, अरण्यप्रदेश इत्यादिकांनीं युक्त आणि पर्वतांच्या योगानें सुशोभित दिसणारी अशी ही सर्व समुद्रवलयांकित पृथ्वी केवळ तुझी आहे. हे राजा, ब्राह्मण तुला नमस्कार करितात आणि भूपतिही तुझा बहुमान करितात. ज्याप्रमाणें देवांमध्यें सूर्य प्रकाशमान दिसतो त्याप्रमाणें तूं आपल्या शौर्यानें इहलोकीं प्रकाश पावत आहेस. ज्याप्रमाणें यमराज रुद्रांनीं, इंद्र मरुद्गणांनीं अथवा नक्षत्राधिपति चंद्र नक्षत्रांनीं वेष्टिल्यामुळें शोभत असतो, त्याप्रमाणें कौरवांनीं युक्त असल्यामुळें तूं शोभत आहेस. जे तुझी आज्ञा मान्य करीत नाहींत अथवा तुझ्या आज्ञेंत वागत नाहींत ते संपत्तिशून्य बनतात. ह्याचें उदाहरण अरण्यामध्यें वास्तव्य करणारे संपत्तिशून्य पांडव हे आह्मांला आज धडधडीत दिसत आहेत. हे महाराजा, द्वैतवनांतील सरोवरावर वनवासी ब्राह्मणांसहवर्तमान पांडव राहत असतात असें ऐकण्यांत आहे. तेव्हां अत्यंत लक्ष्मीसंपन्न असणारा तूं तिकडे जाऊन सूर्याप्रमाणें आपल्या तेजानें त्या पांडवांना संतप्त कर. राज्यावर असणारा संपत्तीनें युक्त आणि विपुलद्रव्यसंपन्न असणारा तूं तेथें जाऊन राज्यभ्रष्ट, लक्ष्मीशून्य आणि ऐश्वर्यहीन अशा पांडवांना अवलोकन कर. अत्यंत कुलीनतेनें युक्त असणाऱ्या व अत्यंत कल्याणसंपन्न अशा तुजला, ज्याप्रमाणें नहुषपुत्र ययातीला अवलोकन करावें त्याप्रमाणें पांडवांना अवलोकन करूं दे. कारण, हे प्रजाधिपते, मनुष्याच्या ठिकाणीं चमकणारी जी लक्ष्मी त्याच्या मित्राप्रमाणें शत्रूच्याही दृष्टीस पडते तीच खरी जोरदार होय. ज्याप्रमाणें पर्वताच्या शिखरावर असणारा मनुष्य भूमीवर असणाऱ्या मनुष्यास पहातो, त्याप्रमाणें सुखांत असणाऱ्या पुरुषानें संकटांत असलेल्या आपल्या शत्रूची भेट घेणें ह्याहून उत्कृष्ट प्रकारचें अत्यंत सुखकारक असें दुसरें काय आहे ? हे नृपश्रेष्ठा, शत्रूचें दुःख अवलोकन केल्यानें जो आनंद होतो तो पुत्र, द्रव्य अथवा राज्य ह्यांचीही प्राप्ति झाल्यानें होत नाहीं. आपले मनोरथ पूर्ण झालेला जो मनुष्य वल्कलें आणि कृष्णाजिनें परिधान करून आश्रमामध्यें राहिलेल्या अर्जुनास अवलोकन करील त्याला कोणतें ह्मणून सुख होणार नाहीं ? अर्थात् सर्वच प्रकारचें सुख मिळेल. आतां उत्कृष्ट प्रकारचीं वस्त्रें परिधान करणाऱ्या तुझ्या भार्या,—जिनें वल्कलें आणि कृष्णाजिनें ह्यांच्या योगानें आपलें शरीर आच्छादित केलें आहे अशा त्या दुःख पावलेल्या द्रौपदीस अवलोकन करूं देत आणि तिला पुनरपि एकदां आपलें जीवित कंटाळवाणें वाटूं दे; व संपत्तीपासून भ्रष्ट झाल्यामुळें ती स्वतःला आणि स्वतःच्या जीविताला निंद्य समजूं दे. ह्या वेळीं उत्कृष्ट अलंकार धारण केलेल्या तुझ्या भार्या अवलोकन केल्या ह्मणजे जसें तिच्या मनाला वाईट वाटेल, तसें पूर्वी सभेमध्यें सुद्धां वाईट वाटणें शक्य नाहीं.

वैशंपायन ह्मणाले:—जनमेजया, ह्याप्रमाणें दुर्योधनाला सांगितल्यानंतर भाषणाच्या शेवटीं कर्ण आणि शकुनि हे स्वस्थ बसले.

अध्याय दोनशें अडतिसावा.

—:०:—

घोषयात्रानिश्चय.

वैशंपायन ह्मणालेः—कर्णाचें भाषण श्रवण करितांच प्रथम राजा दुर्योधनाला आनंद झाला; पण पुनरपि तो दीन होऊन असें ह्मणाला कीं, " हे कर्णा, तूं जें हें सांगतो आहेस तें सर्व माझ्या मनांत आहे. पण पांडव जेथें आहेत तेथें जाण्याविषयीं मला पित्याचें अनुमोदन मिळणार नाहीं. कारण, राजा धृतराष्ट्र हा त्या वीरांच्या संबंधानें अश्रु ढाळीत असतो आणि पांडव तपानें युक्त असल्यामुळें आह्मांला भारी आहेत असेंही तो मानीत असतो. आतां आह्मांला काय करण्याची इच्छा आहे हें जरी राजा धृतराष्ट्राला कळून आलें, तरीही तो पुढच्या काळाविषयीं जपून वागत असल्यामुळें अनुज्ञा देईल असें वाटत नाहीं. हे महाकांते, वनामध्यें वास्तव्य करणाऱ्या पांडवांचा उच्छेद करण्यावांचून द्वैतवनांत जाण्याचें मला दुसरें कांहीं कारणही नाहीं. ह्यामुळें दुसऱ्या कांहीं मिषानेंही जातां यावयाचें नाहीं. जेव्हां द्यूताचा प्रसंग येऊन ठेपला तेव्हां विदुरानें मला, तुला आणि शकुनीला काय ह्मटलें हें तुला माहीतच आहे. हीं सर्व वाक्यें आणि दुसराही जो कांहीं विलाप आहे तो मनांत आला ह्मणजे जाणें किंवा न जाणें ह्याविषयीं माझा कांहींच निश्चय ठरत नाहीं. अरण्यामध्यें द्रौपदीसहवर्तमान क्लेश पावत असलेल्या भीमाला आणि अर्जुनाला अवलोकन करावें असें माझ्या अंतःकरणाला अत्यंत आनंदपूर्वक वाटत आहे. कारण, पांडवांनीं वल्कलें आणि कृष्णाजिनें परिधान केलेलीं आहेत, हें पाहिल्यानें मला जो आनंद होईल तो ही पृथ्वी मिळाल्यानेंही होणार नाहीं. कर्णा, द्रुपदराजाची कन्या द्रौपदी काषायवस्त्र परिधान करून अरण्यामध्यें वास्तव्य करीत आहे असें जें मला पहावयास मिळेल त्याहून अधिक असें काय आहे? अर्थात् कांहींही नाहीं. पण आह्मांला ज्या योगानें त्या वनांत जातां येईल आणि ज्या योगानें राजा धृतराष्ट्र मला जाण्यास अनुमोदन देईल असा कांहीं उपाय मात्र मला दिसत नाहीं. तेव्हां, तूं शकुनीला आणि दुःशासनाला मदतीस घेऊन, ज्या योगानें आह्मांला त्या वनाकडे जातां येईल असा कांहीं उपाय बरोबर रीतीनें शोधून काढ. मीं देखील जावें किंवा न जावें हें आज ठरवून नंतर उद्यां सकाळीं राजा धृतराष्ट्राकडे जाईन. त्या ठिकाणीं मी आणि कुरुकुलश्रेष्ठ भीष्म हे उभयतां बसलों ह्मणजे शकुनीसहवर्तमान तूं येऊन तुला जो उपाय सुचला असेल तो सांग. नंतर त्यावर भीष्म जे भाषण करितील तें ऐकून घेऊन मग मी भीष्माची समजूत घालीन व जाण्याचा निश्चय ठरवीन."

ह्यावर 'ठीक आहे' असें ह्मणून सर्वही आपापल्या घरीं निघून गेले. पुढें रात्र निघून जाऊन उजाडल्यानंतर कर्ण दुर्योधनाकडे आला आणि हसत हसत त्याला ह्मणाला कीं, 'हे प्रजाधिपते, मला जो हा उपाय सुचला आहे तो सांगतों, ऐक. हे राजा, द्वैतवनांतील सर्वही गौळवाडे तुझी मार्गप्रतीक्षा करीत आहेत, तेव्हां तिकडे जाण्याच्या मिषानें आपणांला निःसंशय जातां येईल; आणि राजा, घोषयात्रा (गौळवाडे पाहण्यासाठीं फिरणें) करण्यासाठीं सदोदित फिरणें योग्य आहे; ह्यामुळें तुझा पिताही तुला अनुज्ञा देईल.' ह्याप्रमाणें जेव्हां ते घोषयात्रा करण्याचें ठरवूं लागले तेव्हां गांधारदेशाधिपति शकुनि हसत हसत ह्मणाला, 'हां! हां! मला देखील हाच उपाय अगदीं निर्बाध आहे असें वाटतें. ह्या योगानें

राजा धृतराष्ट्र आपणांला परवानगी देईल एवढेंच नव्हे, तर आणखी बोधही करील. हे राजा, गौळवाडे म्हणून जेवढे आहेत ते सर्व द्वैतवनामध्यें असून ते तुझ्या येण्याची वाट पहात आहेत. ह्यामुळें ह्या घोषयात्रेच्या निमित्तानें आपणांला निःसंशय तिकडे जातां येईल. हे कुरुश्रेष्ठा, इतकें भाषण झाल्यावर त्या सर्वांनीं हसून परस्परांस टाळी दिली; आणि तसेंच करावयाचें असा त्यांनीं निश्चय ठरविला.

अध्याय दोनशें एकोणचाळिसावा

—:०:—

धृतराष्ट्राची दुर्योधनाच्या प्रयाणास अनुज्ञा.

वैशंपायन म्हणालेः—जनमेजया, तदनंतर ते सर्वही धृतराष्ट्राच्या भेटीस गेले व त्याला क्षेम विचारून त्यानेंही क्षेम असल्याचें विचारल्यानंतर बसले. पुढें त्यांनीं पूर्वींच तयार करून ठेविलेला संगम नांवाचा गवळी आपल्या गाई जवळच आहेत असें धृतराष्ट्राला सांगूं लागला. नंतर, राजा जनमेजया, कर्ण आणि शकुनि हे प्रजाधिपति नृपश्रेष्ठ धृतराष्ट्र ह्याला म्हणाले कीं, ‘ सांप्रत हे गौळवाडे रम्य प्रदेशामध्यें असून त्यांतील जनावरांची खानेसुमारी करण्याचा आणि वांसरांच्याही खाणाखुणा पाहण्याचा समय प्राप्त झालेला आहे. शिवाय, हे राजा, हा काळ मृगया करण्यासही योग्य आहे. ह्यास्तव तूं दुर्योधनाला तिकडे जाण्याविषयीं अनुमोदन दे. ’

धृतराष्ट्र म्हणालाः—बा कर्णा, मृगया ही चांगलीच असून गाईंची तपासणी करणें हेंही योग्य आहे. कारण, गवळ्यांवर विश्वास ठेवणें ठीक नाहीं, हें तत्त्व माझ्या लक्षांत आहे. तथापि ते पुरुषश्रेष्ठ पांडव तेथें जवळच वास्तव्य करीत असतात असें मीं ऐकिलेलें आहे, म्हणून तुम्हांला तेथें जाण्याविषयीं मी अनुमोदन देत नाहीं. कर्णा, त्यांना आपण कपटानें जिंकलेलें आहे व ते अरण्यामध्यें कृश होऊन राहिलेले आहेत हें खरें आहे, तरीही ते महराथी नियमानें तपश्चर्या करीत असल्यामुळें सामर्थ्यसंपन्न आहेत. धर्मराजाला कांहीं क्रोध यावयाचा नाहीं, पण भीमसेन मात्र फार कोपिष्ठ आहे. त्यांतूनही यज्ञसेनाची कन्या द्रौपदी ही तर केवळ प्रत्यक्ष आग आहे. शिवाय तुम्हीही दर्प आणि मोह ह्यांनीं युक्त आहां. ह्यामुळें त्यांचा कांहीं अपराध कराल आणि ते नंतर तुम्हांला भस्म करून टाकतील. कारण, त्यांच्या अंगीं तपोबल आहे. अथवा क्रोधरूपी अग्नीनें व्यापून गेलेले ते वीर हातीं शस्त्रें घेऊन व कमरेला तरवारी लटकावून सर्वजण मिळून शस्त्रांच्याच तेजानें तुम्हांला दग्ध करून टाकतील. आतां तुम्ही पुष्कळजण असल्यामुळें कोणत्या तरी प्रकारानें त्यांच्याशीं झोंबाझोंबी कराल, पण तें फार वाईट आणि असह्य असें होईल, असें माझें मत आहे. कारण, महाबाहु अर्जुन इंद्रलोकीं जाऊन दिव्य अस्त्रें संपादन करून वनामध्यें परत आलेला आहे. तो पूर्वी अस्त्रविद्येमध्यें निष्णात झाला नव्हता तरीही त्यानें सर्व पृथ्वी जिंकून घेतली. मग आतां अस्त्रविद्येंत निष्णात झाल्यावर त्या महारथी अर्जुनाला तुमचा वध देखील करितां येणार नाहीं काय ? आतां तुम्ही माझें सांगणें ऐकून तेथें नियंत्रितपणें रहाल; पण तेथें स्वच्छंदपणें न राहतां अशा उद्विग्नपणानें राहणें तुम्हांला कष्टदायक होईल. शिवाय तुमच्या सैन्यांतील कांहीं लोक युधिष्ठिराला त्रास देतील आणि तें कृत्य जरी अज्ञानानें घडलेलें असलें तरीही त्यामुळें तुमच्यावर दोष येईल. तेव्हां गाईंची खानेसुमारी करणारे लोक तेवढेच

तिकडे जाऊं देत ह्मणजे झालें. दुर्योधना, तूं स्वतः तिकडे जाणें हें कांहीं मला बरें वाटत नाहीं.

शकुनि ह्मणाला:—ज्येष्ठ पांडुपुत्र युधिष्ठिर हा धर्मवेत्ता असून, हे भरतकुलोत्पन्ना, त्यानें बारा वर्षेंपर्यंत अरण्यामध्यें वास्तव्य करावयाचें अशी प्रतिज्ञा भरसभेंत केलेली आहे, तेव्हां तो कांहीं आह्मांवर कोप करावयाचा नाहीं; आणि इतरही सर्व पांडव धर्मनिष्ठ असून ते त्याच्याच अनुरोधानें वागतात. ह्यामुळें त्यांच्यापासूनही भीति बाळगण्याचें कारण नाहीं. आह्मांला केवळ मृगया करण्याची बलवत्तर इच्छा असून त्यांतल्या त्यांत गाईंची खानेसुमारी करण्याचाही आमचा अभिलाष आहे; पण पांडवांचें दर्शन घेण्याचा आमचा मानस नाहीं. शिवाय तेथें आह्मी कोणत्याही प्रकारें कांही वाईट कर्म करणार नाहीं इतकेंच नव्हे, तर ते जेथें राहेले आहेत त्या प्रदेशांतही आह्मी जाणार नाहीं.

वैशंपायन ह्मणाले:—ह्याप्रमाणें शकुनीनें धृतराष्ट्रास सांगितल्यामुळेंच त्यानें दुर्योधन आणि त्याचे अमात्य ह्यांना जाण्याची अनुज्ञा दिली ती कांहीं त्यानें स्वतःच्या इच्छेनें दिली नाहीं.

दुर्योधनाचें द्वैतवनाकडे प्रयाण.

ह्याप्रमाणें अनुज्ञा मिळतांच तो भरतकुलश्रेष्ठ दुर्योधन बरोबर मोठें सैन्य, दुःशासन, कर्ण आणि बुद्धिमान् शकुनि ह्यांना घेऊन निघाला. त्या वेळीं त्यांच्याबरोबर त्याचे इतरही बंधु असून हजारों स्त्रियाही होत्या. तो महाबाहु द्वैतवनांतील सरोवर अवलोकन करण्यासाठीं निघाला, तेव्हां त्याच्या मागून सर्व नगरवासी लोकही आपल्या स्त्रियांना बरोबर घेऊन त्या वनाकडे जावयास निघाले. त्या वेळीं त्याच्या बरोबर आठ हजार रथ, तीस हजार हत्ती, अनेक हजार पायदळ आणि नऊ हजार अश्व होते. त्याशिवाय छकडे, बाजार, वेश्या, व्यापारी, स्तुतिपाठक आणि मृगया करणारे शेंकडों, हजारों लोकही बरोबर होते. तदनंतर हे राजा, वर्षाकालीं क्षुब्ध झालेल्या वायूचा जसा ध्वनि होतो त्याप्रमाणें दुर्योधनाच्या प्रयाणाचा सूचक असा वाद्यादिकांचा अत्यंत प्रचंड ध्वनि झाला. ह्याप्रमाणें आपल्या सर्व वाहनांसह द्वैतवनसरोवराकडे निघाल्यानंतर दोन कोस जाऊन राजा दुर्योधनानें मुक्काम केला.

अध्याय दोनशें चाळिसावा.

—:o:—

दुर्योधनाची मृगया.

वैशंपायन ह्मणाले:—नंतर राजा दुर्योधन ठिकठिकाणीं मुक्काम करीत गौळवाड्यासमीप गेला व तेथें त्यानें तळ दिला. त्याच्या बरोबर असणाऱ्या इतर लोकांनींही त्यानें सांगितलेल्या—रम्य झाडी व उदक असलेल्या सर्वगुणसंपन्न अशा—ठिकाणीं वास्तव्य केलें. त्याचप्रमाणें कर्ण, शकुनि आणि दुर्योधनाचे सर्वही बंधु ह्यांनींही आपलीं वसतिस्थानें त्याच्या जवळच केलीं. पुढें त्यानें शेंकडों हजारों गाई पाहिल्या व त्या सर्वांच्या खुणा आणि संख्या ह्यांची तपासणी केली. त्यानें वांसरांना खुणा करविल्या, जवळ आलेल्या वांसरांच्या खुणा तपासून पाहिल्या, व ज्या धेनूंचीं वांसरें लहान होतीं त्यांना प्रसूत होऊन किती काळ लोटला आहे हें ठरविलें. ह्याप्रमाणें गाईंची खानेसुमारी करून तीन वर्षांपासून पुढील गाईंची गणना केल्यानंतर तो कुरुनंदन दुर्योधन त्या ठिकाणीं विहार करूं लागला. त्या वेळीं गवळीही त्याच्या सभोंवतीं जमलेले होते. त्याच्याप्रमाणें त्याचे नागरिक लोक आणि हजारों सैनिक त्या ठिकाणीं देवांप्रमाणें क्रीडा करूं लागले. तदनंतर नृत्यवाद्यांमध्यें चतुर व उत्तम प्रकारचे गाणारे गवळी

आणि उत्कृष्ट प्रकारें शृंगारलेल्या त्यांच्या कन्यका हे दुर्योधनाकडे आले. तेव्हां स्त्रीसमुदायानें वेष्टिलेल्या दुर्योधनानें आनंदानें त्यांना त्यांच्या योग्यतेनुसार द्रव्य आणि नानाप्रकारचीं अन्नपानें अर्पण केलीं. पुढें त्या सर्वांनीं मिळून व्याघ्र, महिष, हरिणें, गवे आणि वराह ह्यांना चोहोंकडून हुसकून लाविलें. नंतर दुर्योधनानें त्या पशूंचा आणि अनेक गजांचा बाणांच्या योगानें वध करून रम्य अशा प्रदेशामध्यें हरिणांना धरविलें. पुढें, हे भरतवंशजा जनमेजया, गोरसाचा आणि इतरही भोग्य वस्तूंचा उपयोग करीत व रम्य अशीं अरण्यें व मदोन्मत्त झालेल्या भ्रमरांचें वास्तव्य असलेलीं आणि मयूरांच्या शब्दांनीं युक्त असणारीं उपवनें अवलोकन करीत करीत क्रमाक्रमानें मदोन्मत्त भ्रमरांचा संचार असलेल्या, मयूरांच्या ध्वनीनें व्याप्त होऊन गेलेल्या, सातविणीच्या वृक्षांची गर्दी असलेल्या आणि पुन्नाग व बकुल ह्या वृक्षांनीं युक्त असलेल्या द्वैतवनांतील सरोवराजवळ तो गेला. हे प्रजाधिपते, त्या वेळीं त्या ठिकाणीं वास्तव्य करीत असलेला वज्रधारण करणाऱ्या इंद्राप्रमाणें समृद्धिसंपन्न असणारा धर्मपुत्र राजर्षि युधिष्ठिर तत्काल समाप्त होणारा एक यज्ञ दिव्य विधीच्या योगानें आणि वन्य सामग्रीच्या योगानें करीत होता. हे कुरुकुलोत्पन्ना, तो ज्ञानसंपन्न प्रजाधिपति युधिष्ठिर आपली धर्मपत्नी द्रौपदी हिच्यासहवर्तमान त्या सरोवराच्या समीपच गृह करून राहिलेला होता; असो.

गंधर्व व दुर्योधनसेना ह्यांचा संवाद.

हे भरतकुलोत्पन्ना, इकडे दुर्योधनानें तेथें उपवनें आणि वसतिस्थानें सत्वर तयार करा अशी आपल्या हजारों सेवकांना आज्ञा केली. तेव्हां ते आज्ञाधारक लोक ' जशी आज्ञा ' असें म्हणून उपवनें तयार करण्यासाठीं द्वैतवनसरोवरावर गेले. पुढें त्या धृतराष्ट्रपुत्राचा सेनानायक द्वैतवनामध्यें प्रवेश करीत आहे इतक्यांत त्याला त्या वनाच्या तोंडाशींच गंधर्वांनीं प्रतिबंध केला. कारण, हे प्रजापालका राजा जनमेजया, त्या ठिकाणीं पूर्वींच गंधर्वाधिपति चित्रसेन आपल्या गणांचा परिवार बरोबर घेऊन क्रीडा करण्यासाठीं कुबेरमंदिरांतून येऊन राहिलेला होता. त्या विहारशील गंधर्वाधिपतीबरोबर अप्सरांचें समुदाय आणि अनेक देवकुमार होते. त्यानें तें सर्व सरोवर व्याप्त करून टाकिलें आहे असें पाहून, हे राजा, दुर्योधनाचे सेवक मागें फिरले आणि ज्या ठिकाणीं राजा दुर्योधन होता, तेथें गेले. तेव्हां त्याचें भाषण ऐकतांच त्या गंधर्वांना हांकून लावा असें सांगून, हे कुरुकुलोत्पन्ना, त्यानें युद्धमदानें धुंद झालेल्या आपल्या सैनिकांना पाठवून दिलें. राजा दुर्योधनाची ती आज्ञा ऐकतांच सैन्यांतील पुढारी लोक द्वैतवनसरोवरावर गेले आणि गंधर्वांना असें म्हणाले कीं, ' धृतराष्ट्राचा बलाढ्य पुत्र जो राजा दुर्योधन तो येथें क्रीडा करावयासाठीं येणार आहे. तेव्हां तुम्ही येथून निघून जा. ' त्याप्रमाणें त्यांनीं सांगितल्यानंतर, हे प्रजापालका, गंधर्वांनीं हसत हसत त्या लोकांना असें कठोर उत्तर दिलें. ते म्हणाले, " तुमचा जो अल्पबुद्धि राजा सुयोधन त्याला मुळीं शुद्धिच नाहीं, म्हणूनच तो आम्हां देवांनाही वैश्यांना करावी त्याप्रमाणें आज्ञा करीत आहे. तुम्ही देखील अल्पबुद्धि असून मृत्यूचीच इच्छा करीत आहां ह्यांत संशय नाहीं. म्हणूनच तुम्ही अविचारीपणानें आम्हांला असें बोलत आहां. आतां तुम्ही सर्वहीजण ज्या ठिकाणीं तो कुरुकुलोत्पन्न राजा असेल तिकडे तरी जा, नाहीं तर आजच्या आजच आम्हांबरोबर युद्ध करून यमसदनास

तरी जा!" ह्याप्रमाणें गंधर्वांनीं सांगितल्यानंतर ते सैन्यांतील पुढारी लोक धावत धावत ज्या ठिकाणीं दुर्योधन होता तेथें गेले.

अध्याय दोनशें एकेचाळिसावा.

—:०:—

दुर्योधनगंधर्वसंग्राम.

वैशंपायन ह्मणाले:—हे महाराजा,तदनंतर त्या सर्वहीजणांनीं मिळून दुर्योधनाकडे जाऊन गंधर्व कौरवांविषयीं जें कांहीं बोलले तें सर्व सांगितलें. तेव्हां, हे भरतकुलोत्पन्ना, गंधर्वांनीं सैन्याला प्रतिबंध केल्यामुळें प्रतापशाली धृतराष्ट्रपुत्र दुर्योधन क्रोधानें व्याप्त होऊन जाऊन आपल्या सैन्याला ह्मणूं लागला कीं, "माझ्या विरुद्ध वागणाऱ्या ह्या लोकांना तुह्मी शिक्षा करा. मग तो सर्व देवांसहवर्तमान इंद्र जरी असला तरीही हरकत नाहीं!" दुर्योधनाचें हें भाषण ऐकतांच सर्वही महाबलाढ्य धृतराष्ट्रपुत्र आणि हजारों योद्धे सज्ज झाले व प्रतिबंध करणाऱ्या सर्व गंधर्वांचा मोड करून प्रचंड सिंहनादाच्या योगानें दाही दिशा व्याप्त करून सोडीत सोडीत बलात्कारानें त्या वनामध्यें शिरले. तेव्हां त्या कौरववीरांना दुसऱ्या गंधर्वांनीं प्रतिबंध केला. हे राजा, ते गंधर्व सामोपचारानेंच निषेध करीत असल्यामुळें त्यांना न जुमानतां ते कौरववीर त्या प्रचंड अरण्यामध्यें शिरूं लागले. ते धृतराष्ट्रपुत्र आणि त्यांचा राजा हे जेव्हां कांहीं सांगून ऐकेनात, तेव्हां त्या सर्व गंधर्वांनीं जाऊन चित्रसेनाला तो वृत्तान्त निवेदन केला. तेव्हां त्या असहिष्णु चित्रसेन गंधर्वानें 'ह्या दुष्टांना शिक्षा करा!' असें कौरवांविषयीं त्यांस सांगितलें. हे भरतकुलोत्पन्ना जनमेजया, ह्याप्रमाणें चित्रसेनाची अनुज्ञा मिळतांच ते सर्वही गंधर्व आयुधें घेऊन धृतराष्ट्रपुत्रांवर चालून गेले. ते गंधर्व शस्त्रें उगारून वेगानें धावून येत आहेत असें पाहतांच दुर्योधनाच्या समक्ष त्याचे सर्वही वीर दाही दिशा पळून जाऊं लागले. ते सर्व धृतराष्ट्रपुत्र संग्रामांतून तोंड काढून पळूं लागले आहेत असें पाहिलें तरी कर्ण मागें फिरला नाहीं. इतकेंच नाहीं, तर गंधर्वांचें सैन्य आपणावर चालून येत आहे असें पहातांच कर्णानें क्षुरप्र, भल्ल, वत्सदंत इत्यादि अनेक प्रकारचे पोलादी बाण सोडून त्यांना प्रतिबंध केला व चलाखपणामुळें शेंकडों गंधर्वांवर प्रहार करीत व गंधर्वांचीं मस्तकें तोडून पाडीत पाडीत एका क्षणांत त्या महारथी बुद्धिमान् सूतपुत्र कर्णानें चित्रसेनाचें सर्वही सैन्य बाणांनीं व्याप्त करून सोडलें. तेव्हां पुनरपि शेंकडों हजारों गंधर्व त्या ठिकाणीं येऊं लागले. तेव्हां तें चित्रसेनाचें सैन्य मोठ्या वेगानें धावून येऊं लागल्यामुळें एका क्षणांत सर्व पृथ्वी जणू गंधर्वमय होऊन गेली. नंतर राजा दुर्योधन, सुबलपुत्र शकुनि, दुःशासन, विकर्ण आणि दुसरेही धृतराष्ट्रपुत्र गरुडाप्रमाणें ध्वनि असलेल्या रथामध्यें आरोहण करून त्या गंधर्वसैन्याचा वध करूं लागले; व पुनरपि कर्णाला पुढें करून व मोठा रथसमुदाय आणि अश्वसमूह बरोबर घेऊन ते गंधर्वांशीं युद्ध करूं लागले आणि कर्णाचें संरक्षण करीत करीत गंधर्वांना वेढा देऊं लागले. तेव्हां ते सर्व गंधर्वही त्यांच्याशीं येऊन भिडले. ह्यामुळें त्या वेळीं अंगावर शहारे आणून सोडणारें अत्यंत तुंबळ युद्ध सुरू झालें. त्या वेळीं बाणांच्या योगें पीडित झाल्यामुळें ते गंधर्व जरा मऊ आले. ते पीडित झाले आहेत असें पाहून कौरव मोठ्यानें गर्जना करूं लागले. ह्याप्रमाणें गंधर्वांना त्रस्त करून सोडलें आहे असें पाहतांच असहिष्णु चित्रसेनानें क्रुद्ध होऊन त्यांचा वध करण्याविषयींच्या दृढनिश्चयानें आसनावरून उडी

टाकली; आणि युद्धाच्या विलक्षण प्रकारांची माहिती असल्यामुळें तो मायावी अस्त्रांचा अवलंब करून युद्ध करूं लागला. ह्यामुळें त्या चित्रसेनाच्या मायेनें सर्व कौरव मूर्च्छित होऊन गेले. त्यावेळीं, हे भरतकुलोत्पन्ना, दुर्योधनाचा एकेक योद्धा दहा दहा गंधर्वांशीं टक्कर देत होता. पण पुढें त्या प्रचंड सैन्याकडून पीडा होऊं लागल्यामुळें, हे राजा, ते सर्वही कौरवयोद्धे भयभीत होऊन आणि मुठींत जीव घेऊन संग्रामांतून पळून जाऊं लागले. ह्याप्रमाणें सैन्याचा आणि सर्वही धृतराष्ट्रपुत्रांचा मोड होऊं लागला तरी देखील, हे राजा, सूर्यपुत्र कर्ण एखाद्या पर्वताप्रमाणें तेथें निश्चलपणें उभा राहिला व दुर्योधन, कर्ण आणि सुबलपुत्र शकुनि हे बिलकूल जखम न होतां त्या संग्रामामध्यें गंधर्वांशीं युद्ध करूं लागले. तेव्हां ते सर्वही शेंकडों हजारों गंधर्व मिळून वध करण्याच्या इच्छेनें संग्रामांत कर्णावर चालून गेले आणि त्या महाबलाढ्य गंधर्वांनीं खड्गें, पट्टे, शूल, गदा इत्यादि आयुधें हातीं घेऊन ठार करण्याच्या इराद्यानें कर्णाला वेढा दिला. कांहींजणांनीं त्याच्या रथाचें जूं छिन्नविच्छिन्न करून सोडलें; दुसऱ्यांनीं त्याचा ध्वज मोडून पाडिला; इतर कांहीं लोकांनीं रथाची दांडी मोडली; दुसऱ्या कित्येकांनीं अश्वांचा निःपात केला; कित्येकांनीं सारथ्याला भूमीवर लोळविलें; दुसऱ्या कांहीं जणांनीं छत्र छिन्नविच्छिन्न केलें; कित्येकांनीं रथाचा टप उध्वस्त केला; आणि इतरांनीं कर्णाचें किरीट नष्टभ्रष्ट करून सोडलें. ह्याप्रमाणें अनेक हजार संख्या असलेल्या गंधर्वांनीं जेव्हां तिळातिळाएवढे तुकडे करून रथ उडवून दिला, तेव्हां ढालतरवार हातीं घेऊन रथांतून कर्णानें खालीं उडी टाकली व विकर्णाच्या रथावर चढून त्या संग्रामांतून सुटून जाण्यासाठीं अश्व हांकले.

अध्याय दोनशें बेचाळिसावा.

—:०:—

गंधर्वांचें दुर्योधनग्रहण व दुर्योधनसैन्याचें पांडवांस शरण जाणें.

वैशंपायन ह्मणाले:—हे महाराजा, गंधर्वांनीं महारथी कर्णाचा पराभव करितांच दुर्योधनाचें सर्व सैन्य सैरावैरां पळूं लागलें. तेव्हां ते सर्वही धृतराष्ट्रपुत्र समरापासून पराङ्मुख होऊन पलायन करीत आहेत असें पाहून देखील दुर्योधन पराङ्मुख झाला नाहीं; इतकेंच नव्हे, तर गंधर्वांचें तें प्रचंड सैन्य चाल करून येत आहे असें पाहून त्या शत्रुमर्दक दुर्योधनानें त्याजवर बाणांचा भयंकर वर्षाव केला. तथापि त्या शरवृष्टीला न जुमानतां गंधर्वांनीं दुर्योधनाला ठार करण्याच्या इराद्यानें घेऊन त्याचा रथ चोहोंकडून घेरून सोडला; आणि त्याच्या रथाचें जूं, दांडी, टप, ध्वज, सारथि, अश्व, कणा आणि बसण्याची गादी ह्या सर्वांचे बाणांच्या योगानें तिळातिळाएवढे तुकडे तुकडे करून सोडले. तेव्हां महाबाहु चित्रसेनानें धावून जाऊन, रथ नष्ट झाल्यामुळें भूमीवर पडलेल्या दुर्योधनाला जिवंतच पकडला. ह्याप्रमाणें त्या नृपश्रेष्ठाला पकडतांच रथांत असणाऱ्या दुःशासनालाही सभोंवतीं गराडा देऊन गंधर्वांनीं पकडला. दुसरे कित्येक गंधर्व विविंशति आणि चित्रसेन ह्यांना घेऊन पळून गेले. दुसरे कित्येक विंद, अनुविंद आणि सर्वही राजस्त्रिया ह्यांना घेऊन पळून जाऊं लागले. ह्याप्रमाणें गंधर्व पाठलाग करूं लागल्यानंतर दुर्योधनाचे सर्वही योद्धे पूर्वी पराभव पावलेल्या योद्ध्यांसहवर्तमान पांडवांकडे गेले. सारांश, ते गंधर्व पृथ्वीपाते दुर्योधनाला घेऊन जाऊं लागल्यानंतर छकडे, व्यापारी, वेश्या, रथ आणि त्यास जोडावयाचीं जनावरें या सर्वांसहवर्तमान ते पांडवांना शरण गेले.

सैनिक ह्मणाले:—पांडवहो, सर्वांवर प्रेम करणारा महाबाहु महाबलाढ्य राजा दुर्योधन ह्याला गंधर्व हरण करून नेत आहेत. ह्यास्तव आपण साहाय्य करण्यासाठीं त्याच्या मागोमाग धावत जा. दुःशासन, दुर्विषह आणि दुर्जय ह्या सर्वांना आणि राजस्त्रियांनाही गंधर्व बांधून घेऊन जात आहेत.

दुर्योधनसैनिकांस भीमसेनाचें उत्तर.

वैशंपायन ह्मणाले:—ह्याप्रमाणें दीन आणि व्याकूळ होऊन आक्रोश करीत दुर्योधनाचे अमात्य आपल्या राजाची प्राप्ति व्हावी ह्या इच्छेनें युधिष्ठिराकडे गेले. तेव्हां पीडित आणि दीन होऊन युधिष्ठिराकडे संरक्षणाची भिक्षा मागणाऱ्या दुर्योधनाच्या त्या वृद्ध अमात्यांना भीमसेन ह्मणाला, "आह्मीं मोठ्या प्रयासानें हत्ती-घोडे सज्ज करून जें करावयाचें तेंच गंधर्वांनीं केलेलें आहे. कौरवांनीं मनांत आणलें होतें एक आणि हें घडून आलें भलतेंच! ही त्या दुष्टपणें द्यूत करणाऱ्या राजाची दुष्ट मसलत होय, समजलांत! निर्बल मनुष्याचा कोणीं द्वेष केल्यास दुसरेच त्याचा निःपात करितात असें आमच्या ऐकण्यांत आहे; आणि तेंच हें अमानुष कृत्य गंधर्वांनीं आमच्या प्रत्ययास आणून दिलें. आमचें प्रिय करण्यासाठीं तयार असलेला कोणी तरी पुरुष आहे; आणि आह्मीं स्वस्थ बसलों असतां त्यानें आमच्या डोक्यावरील हा आम्हांला सुखावह वाटणारा भार उतरला हें खरोखर सुदैव होय! संकटांत पडून थंडी, वारा व ऊन सहन करीत असणाऱ्या आणि तपश्चर्येच्या योगानें कृश झालेल्या आमची सुखामध्यें असलेला तो दुष्ट भेट घेऊं इच्छित होता अँ? अधर्माचें आचरण करणाऱ्या त्या कुरुकुलोत्पन्न दुष्टाच्या आचरणाचें जें अनुकरण करितील त्यांना देखील स्वतःचा पराभव झालेला पहावा लागावयाचा. ज्यानें त्याला असें करण्याविषयींचें शिक्षण दिलें असेल त्यानेंही हा खास अधर्म केला हेंही मी तुमच्या समक्ष सांगतों. कारण, कुंतीपुत्र हे कोणाचा घातपात करणारे नाहींत!" ह्याप्रमाणें जेव्हां कुंतीपुत्र भीमसेन अपशब्द बोलूं लागला तेव्हां 'हा असला कठोरपणा करण्याचा काल नव्हे' असें युधिष्ठिर त्याला म्हणाला.

अध्याय दोनशें त्रेचाळिसावा.

—:०:—

युधिष्ठिराचा पांडवांस उपदेश व अर्जुनाची प्रतिज्ञा.

युधिष्ठिर ह्मणाला:—बा भीमा, हे कौरव संकटांत सांपडून भीतीनें पीडित होऊन आपलें संरक्षण व्हावें ह्या इच्छेनें आम्हांकडे आले आहेत असें असतां तूं त्यांना अशा प्रकारें काय बोलत आहेस? भीमा, जातीजातीमध्यें आपसांत फाटाफूट होते, कलह होतात आणि वैरही करण्याचा प्रसंग येतो; पण आपल्या कुलाला योग्य असें जें आचरण करावयाचें त्याचा मात्र नाश होत नसतो. म्हणूनच जर एखादा कोणी तरी बाहेरचा पुरुष आपल्या ज्ञातींतील लोकसमुदायाला आक्रमण करून घेऊन जाण्याची इच्छा करूं लागला तर त्या परकी मनुष्यानें केलेला हा अपमान सज्जन सहन करीत नसतात. त्या दुर्बुद्धि गंधर्वाला आह्मी येथें चिरकाल वास्तव्य करीत आहों हें माहीत आहे. असें असतां आमचा अपमान करून त्यानें ही आह्मांस अप्रिय असलेली गोष्ट केली आहे. हे सामर्थ्यसंपन्ना भीमा, गंधर्वानें दुर्योधनाला बलात्कारानें पकडून नेला आणि कौरवांच्या स्त्रियांला परपुरुषांचा संपर्क झाला ह्यामुळें आमच्या कुलाचा घात झाला आहे. ह्मणूनच, हे नरश्रेष्ठहो, तुह्मी शरण आलेल्या लोकांच्या

संरक्षणासाठीं आणि आपल्या कुलाच्याही रक्षणासाठीं सज्ज व्हा. उठा, विलंब लावूं नका. हे वीरा, अर्जुन, नकुल, सहदेव आणि अजिंक्य असा तूं हे सर्वही नरश्रेष्ठ मिळून गंधर्व घेऊन जात असलेल्या दुर्योधनाला सोडवा. हे नरश्रेष्ठहो, हे धृतराष्ट्रपुत्रांचे सुवर्णमय ध्वजांनीं युक्त आणि सर्व प्रकारच्या शस्त्रांनीं युक्त असलेले निर्मल रथ आहेत; ह्या सदैव सज्ज असणाऱ्या, शस्त्रविद्येमध्यें निष्णात असणाऱ्या इंद्रसेनादिक सारथ्यांच्या अधीन असलेल्या व गर्जना करणाऱ्या रथांवर आरोहण करा; आणि, बाबांनो, आलस्य न करितां रणांगणांत जाऊन दुर्योधनाची सुटका करण्यासाठीं युद्ध करण्याचा प्रयत्न करा. भीमा, कोणीही जरी क्षत्रिय असला तरी तो ह्या ठिकाणीं शरणार्थी ह्मणून आलेल्या मनुष्याचें केवळ आपल्या सामर्थ्यानें संरक्षण करील; मग तूं करशील ह्यांत आश्चर्य काय ? 'अहो, धावा ! संरक्षण करा ! ' अशी प्रार्थना करणाऱ्या व हात जोडून शरण आलेल्या शत्रूंना देखील केवल पहात रहाणें ह्यांत काय पुरुषार्थ आहे ? हे पांडवहो, वरप्रदान, राज्यप्राप्ति व पुत्रजन्म ह्यांची आणि शत्रूची कां होईना— क्लेशांतून सुटका करणें ह्या एका गोष्टीची योग्यता सारखीच आहे. शिवाय दुर्योधनानें अशा संकटांत सांपडून तुझ्या बाहुबलाच्या आश्रयानें जीवितप्राप्तीची इच्छा करावी, ह्याहून अधिक असें दुसरें काय आहे ? भीमा, मीं जर यज्ञ सुरू केला नसता तर स्वतःच धावून गेलों असतों. कारण, मला ह्यामध्यें कांहीं विचारणीय असें वाटत नाहीं. हे कुरुनंदना भीमा, सामोपचारानेंच दुर्योधनाची सुटका होईल, अशा रीतीनें तूं सर्व प्रकारच्या उपायांनीं प्रयत्न करून पहा; आणि जर गंधर्वराजानें सामोपचारानें ही गोष्ट कबूल केली नाहीं तर सौम्य असा पराक्रम करून दुर्योधनाची सुटका कर. पण, भीमा, सौम्यसें युद्ध केलें तरीही त्यानें कौरवांना सोडलें नाहीं तर मात्र हव्या त्या उपायांनीं शत्रूंचा निग्रह करून त्यांची सुटका केली पाहिजे. भीमा, तुह्मांला निरोप सांगणें हेंच आज मला शक्य आहे. कारण, हे भरतकुलोत्पन्ना, आज माझी यज्ञक्रिया सुरू आहे.

वैशंपायन ह्मणालेः—हें अजातशत्रु युधिष्ठिराचें भाषण ऐकतांच अर्जुनानें आपल्या ज्येष्ठ बंधूच्या आज्ञेवरून कौरवांना सोडविण्याची प्रतिज्ञा केली.

अर्जुन ह्मणालाः—जर गंधर्वांनीं सामोपचारानें धृतराष्ट्रपुत्रांना सोडून दिलें नाहीं, तर आज ही भूमि गंधर्वराज चित्रसेन ह्याचें रक्त प्राशन करील !

राजा जनमेजया, सत्यवादी अर्जुनाची ती प्रतिज्ञा श्रवण करितांच कौरवांच्या अंतःकरणांत पुनः धीर आला.

अध्याय दोनशें चवेचाळिसावा.

—:०:—

पांडवगंधर्वयुद्ध.

वैशंपायन ह्मणालेः—हें युधिष्ठिराचें भाषण श्रवण करितांच भीमसेनप्रभृति त्या सर्वही नरश्रेष्ठांचीं मुखें आनंदानें विकसित होऊन ते उठले. हे भरतकुलोत्पन्ना, त्या महारथी पुरुषांनीं सुवर्णमय, चित्रविचित्र आणि अभेद्य अशीं चिलखतें चढविलीं; आणि नानाप्रकारचीं दिव्य आयुधें ग्रहण केलीं. त्या वेळीं ते सर्व हातीं धनुष्य घेतलेले, अंगांत चिलखत चढविलेले, ध्वजयुक्त असलेले आणि रथारूढ झालेले पांडव जणू प्रज्वलित झालेले अग्निच असे दिसत होते. पुढें उत्कृष्ट प्रकारच्या सामग्रीनें परिपूर्ण असणाऱ्या

व वेगसंपन्न अश्व जोडलेल्या रथांमध्यें आरोहण करून ते रथिश्रेष्ठ पांडव सत्वर जाऊं लागले. तेव्हां कौरवांच्या सैन्यामध्यें प्रचंड गर्जना होऊं लागली. ते सर्वही महारथी पांडुपुत्र मिळून प्रयाण करीत आहेत असें पाहतांच ते आकाशगामी व विजयश्रीनें शोभणारे गंधर्व न म्याल्याप्रमाणें एका क्षणांत त्या वनामध्यें परत आले; आणि नंतर युद्धाविषयीं उद्युक्त झालेल्या व लोकपालांप्रमाणें प्रज्वलित दिसणाऱ्या त्या रथारूढ चारही पांडवांस अवलोकन करून ते सर्वही गंधमादन पर्वतावर वास्तव्य करणारे गंधर्व सैन्यामध्यें व्यूहाची रचना करून युद्धासाठीं सज्ज होऊन उभे राहिले. तेव्हां, हे भरतकुलोत्पन्ना जनमेजया, ज्ञानसंपन्न धर्मपुत्र राजा युधिष्ठिर ह्याच्या वचनास मान देऊन पांडवांनीं सौम्य क्रमानेंच युद्धाचा उपक्रम केला. पण जेव्हां त्या गंधर्वाधिपति चित्रसेनाच्या क्षुद्रबुद्धि सैनिकांकडून सौम्य उपचारानें आपलें अभीष्ट सिद्ध करून घेतां येणें शक्य दिसेना, तेव्हां त्या दुर्जय अशा गंधर्वांस शत्रुतापन अर्जुन 'माझा बंधु राजा दुर्योधन ह्यास सोडून द्या.' असें त्या संग्रामामध्यें सामोपचारानें ह्मणाला. कीर्तिसंपन्न अर्जुनानें असें भाषण करितांच गंधर्व मोठ्यानें हसून ह्मणाले, "बा अर्जुना, ज्यानें आज्ञा केलेलीं कर्मे करून आह्मी शांति पावून संचार करीत आहों त्याचेंच सांगणें आम्ही ह्या भूतलावर मान्य करीत असतों; आणि, हे भरतकुलोत्पन्ना, तो एकटा जशी आज्ञा करील त्याप्रमाणें आम्ही वागतों. अर्जुना, आह्मांला आज्ञा करणारा असा ह्या एका देवाधिपतीवांचून दुसरा कोणीही नाहीं." ह्याप्रमाणें गंधर्वांनीं भाषण केल्यानंतर कुंतीपुत्र अर्जुन पुनरपि त्यांना असें ह्मणाला, "परस्त्रियांना स्पर्श करणें आणि मनुष्यांशीं जाऊन भिडणें हें निंद्य कर्म गंधर्व-राजानें करणें योग्य नाहीं. ह्यास्तव, हे महावीर्यसंपन्नहो, तुह्मी धर्मराजाच्या आज्ञेवरून ह्या धृतराष्ट्रपुत्रांना सोडून द्या. हे गंधर्वहो, जर तुह्मी सामोपचारानें ह्या धृतराष्ट्रपुत्रांना सोडून देणार नाहीं, तर मी स्वतःच पराक्रम करून दुर्योधनाची सुटका करीन." असें बोलून सव्यसाची अर्जुनानें प्रत्येक गंधर्वावर तीक्ष्ण बाण सोडले. तेव्हां ते सामर्थ्यामुळें उन्मत्त होऊन गेलेले स्वर्गवासी गंधर्वही बाण सोडीत पांडवांशीं येऊन भिडले. ह्यामुळें, हे भारता, ते वेगसंपन्न गंधर्व आणि भयंकर वेग असलेले पांडव ह्या उभयतांमध्यें तुंबळ युद्ध जुंपलें.

अध्याय दोनशें पंचेचाळिसावा.

—:०:—

अर्जुनकृत गंधर्वपराजय.

वैशंपायन ह्मणाले:—तदनंतर सुवर्णमय माला धारण करणाऱ्या व दिव्यास्त्रसंपन्न अशा गंधर्वांनीं प्रज्वलित असलेले बाण सोडीत सोडीत पांडवांना चोहोंकडून वेढा दिला. हे राजा, त्या वेळीं पांडववीर चारच असून हजारों गंधर्व त्या संग्रामामध्यें त्यांच्याशीं येऊन भिडले ही गोष्ट आश्चर्य करण्यासारखी आहे. ज्याप्रमाणें कर्ण आणि दुर्योधन ह्या उभयतांच्या रथांचे गंधर्वांनीं शेंकडों तुकडे करून टाकिले होते, त्याप्रमाणें पांडवांच्याही रथांचे तुकडे करण्याचा त्यांनीं उपक्रम केला. पण, हे राजा, त्या पुरुषश्रेष्ठ पांडवांनीं अनेक बाणांची वृष्टि करून रणांगणामध्यें चाल करून येणाऱ्या त्या शेंकडों गंधर्वांचा चांगला समाचार घेतला. शरवृष्टीनें चोहोंकडून व्याप्त होऊन जाऊं लागल्यामुळें त्या गंधर्वांना पांडुपुत्रांच्या आसपास फिरकावयासही सांपडेना. त्या वेळीं अत्यंत क्रुद्ध होऊन गेलेला अर्जुन अतिशय क्रुद्ध

झालेल्या गंधर्वांवर नेम धरून प्रचंड अशीं दिव्य अस्त्रें सोडूं लागला. सामर्थ्यानें धुंद होऊन गेलेल्या त्या अर्जुनानें आग्नेयास्त्र सोडून त्या युद्धांत हजारोंच्या हजारों गंधर्व यमसदनास पाठविले; हे राजा, बलाढ्यश्रेष्ठ महाधनुर्धर भीमसेनानेंही तीक्ष्ण बाण सोडून शेंकडों गंधर्व ठार करून सोडले; आणि, हे राजा, बलानें धुंद होऊन गेलेले माद्रीपुत्र नकुलसहदेवही युद्ध करीत करीत आपल्या पुढें असणाऱ्या शत्रूंना धरून ठार करूं लागले. ह्याप्रमाणें जेव्हां ते महारथी पांडव वध करूं लागले, तेव्हां धृतराष्ट्रपुत्रांना घेऊन ते गंधर्व आकाशांत उडून जाऊं लागले. ते उडून जात आहेत असें पाहतांच कुंतीपुत्र अर्जुनानें प्रचंड बाण सोडून त्यांना चोहोंकडून घेरून सोडलें. तेव्हां पिंजऱ्यांत अडकून राहिलेल्या पक्ष्यांप्रमाणें शरजालानें बद्ध होऊन गेलेले ते गंधर्व क्रुद्ध होऊन अर्जुनावर गदा, शक्ति आणि खड्ग ह्यांचा वर्षाव करूं लागले. पण अस्त्रज्ञश्रेष्ठ अर्जुनानें त्या आयुधवृष्टीचा चुराडा उडवून देऊन त्या गंधर्वांच्या शरीरावर बाणांचे प्रहार केले. तेव्हां त्यांचीं मस्तकें, चरण आणि बाहु हीं छिन्न होऊन पडूं लागल्यामुळें शिळांची वृष्टिच होत आहे कीं काय असा भास होऊं लागला व त्यामुळें शत्रूंच्या अंतःकरणांत भीति उत्पन्न होऊं लागली. ह्याप्रमाणें महात्मा पांडुपुत्र अर्जुन जेव्हां वध करूं लागला तेव्हां आकाशामध्यें असणाऱ्या त्या गंधर्वांनीं शरवृष्टि करून भूमीवर असणाऱ्या त्या अर्जुनाला व्याप्त करून सोडलें; पण शत्रुतापन तेजस्वी अर्जुनानें ती त्यांची शरवृष्टि उडवून देऊन पुनरपि त्यांना बाणांनीं विद्ध करून सोडलें. त्या वेळीं कुरुनंदन अर्जुन स्थूलकर्ण, इंद्रजाल, सौर, आग्नेय आणि सौम्य हीं अस्त्रें सोडूं लागला. ह्यामुळें, ज्याप्रमाणें इंद्राकडून दैत्यांना ताप व्हावा त्याप्रमाणें कुंतीपुत्र अर्जुनाच्या बाणांनीं दग्ध होऊन जाऊं लागल्यामुळें गंधर्व अत्यंत विषण्ण होऊन गेले. ते वर जाऊं लागले तर अर्जुनानें सोडलेलें शरजाल त्यांना प्रतिबंध करीत असे; आणि इकडे तिकडे फांकूं लागले तर अर्जुन बाण सोडून त्यांना प्रतिबंध करीत असे.

अर्जुनकृत चित्रसेनपराजय.

हे भरतकुलोत्पन्ना, ह्याप्रमाणें कुंतीपुत्र अर्जुनानें गंधर्वांस त्रस्त करून सोडलें आहे असें पाहून चित्रसेन गंधर्व हातीं गदा घेऊन अर्जुनावर धावून येऊं लागला. तेव्हां तो जवळ येत आहे तोंच त्वरा करून अर्जुनानें बाण सोडून त्या संग्रामांत निवळ लोखंडाचीच केलेली अशा त्याच्या त्या गदेचे सात तुकडे केले. ह्याप्रमाणें वेगसंपन्न अर्जुनानें बाणांच्या योगानें गदेचे अनेक तुकडे करून सोडले असें पाहतांच तिरस्कारिणी विद्येच्या योगानें आपलें शरीर आच्छादित करून तो अर्जुनाशीं युद्ध करूं लागला. पुढें त्यानें ज्या दिव्य अस्त्रांचा प्रयोग केला तीं सर्वही अस्त्रें वीर अर्जुनानें दिव्य अस्त्रें सोडून परत फिरविलीं. महात्मा अर्जुन ह्याप्रमाणें जेव्हां अस्त्रें परत फिरवूं लागला तेव्हां तो बलाढ्य गंधर्वाधिपति मायेचें अवलंबन करून अदृश्य झाला. तो अदृश्य होऊन प्रहार करीत आहे असें पाहतांच अर्जुनानें दिव्य अस्त्राचें अभिमंत्रण केलेल्या आकाशगामी बाणांचा त्याजवर प्रहार केला व नानाप्रकार करणारा तो अर्जुन क्रुद्ध होऊन शब्दवेधनामक अस्त्राचा अवलंब करून, अंतर्धान पावलेल्या त्या गंधर्वांचा वध करूं लागला.

पांडवचित्रसेनसमागम.

तेव्हां महात्म्या अर्जुनाच्या त्या अस्त्रांनीं वध होऊं लागल्यामुळें त्याचा प्रिय मित्र चित्र-

सेन हा त्यांजपुढें आपलें स्वरूप प्रकट करून म्हणाला, ' अर्जुना, ह्या संग्रामांत मी तुझा मित्र आहें असें समज. ' हें ऐकून आपला मित्र चित्रसेन निर्बल झाला आहे असें पाहतांच पांडवश्रेष्ठ अर्जुनानें सोडलेल्या त्या अस्त्राचा उपसंहार केला. तेव्हां अर्जुनानें अस्त्रांचा उपसंहार केला हें पाहतांच इतरही सर्व पांडवांनीं पळत असलेल्या आपल्या अश्वांना थांबविलें; बाणांचे वेग बंद केले आणि धनुष्येंही खालीं ठेविलीं. नंतर चित्रसेन, भीम, अर्जुन आणि नकुलसहदेव हे परस्परांचें कुशल विचारून रथामध्येंच उभे राहिले.

अध्याय दोनशें शेहेचाळिसावा.

—:०:—

गंधर्वांनीं दुर्योधनास पकडण्याचें कारण.

वैशंपायन म्हणाले:—तदनंतर अत्यंत कांतिसंपन्न महाधनुर्धर अर्जुन गंधर्वांच्या सैन्यामध्यें उभा राहून हसत हसत चित्रसेनाला असें विचारूं लागला कीं, ' हे वीरा, कौरवांचा निग्रह करण्याविषयींचा हा उद्योग तूं काय म्हणून केलास? आणि दुर्योधनास व त्याच्या स्त्रियांना काय म्हणून बद्ध करून सोडिलेंस ?'

चित्रसेन ह्मणाला:—अर्जुना, तुम्ही अनाथाप्रमाणें क्लेश भोगीत वनामध्यें रहात आहां असें कळून आल्यानंतर, ' आतां आपण सुखांत असून हे पांडव संकटांत आहेत; तेव्हां अशा दुःस्थितींत आपण ह्यांना जाऊन भेटावें. ' असें जें ह्या दुष्ट दुर्योधनानें आणि कर्णानें मनांत आणिलें होतें, तें इंद्राला स्वर्गामध्येंच कळलें, आणि हे तुमचा व यशस्विनी द्रौपदीचा उपहास करण्यासाठीं प्राप्त झाले असून ह्यांच्या मनांतून काय करावयाचें आहे तें कळून येऊन इंद्रानें मला सांगितलें कीं, ' जा आणि दुर्योधन व त्याचे अमात्य ह्यांना बांधून इकडे घेऊन ये. मात्र संग्रामामध्यें अर्जुन आणि त्याचे बंधु ह्यांचें तूं रक्षण कर. कारण, तो पांडुपुत्र तुझा शिष्य आहे आणि प्रिय मित्रही आहे. '

ह्याप्रमाणें देवाधिपति इंद्रानें सांगितल्यामुळें मी सत्वर ह्या ठिकाणीं आलों आणि त्या दुष्टाला बद्ध करून सोडलें. आतां इंद्राच्या आज्ञेवरून मी ह्या दुष्टालाही घेऊन स्वर्गावर जातों.

अर्जुन ह्मणाला:—चित्रसेना, जर माझें प्रिय करण्याची तुझी इच्छा असेल, तर धर्मराजाच्या निरोपाप्रमाणें तूं दुर्योधनाला सोडून दे. कारण, हा आमचा बंधु आहे.

गंधर्वादिकांचें युधिष्ठिरदर्शन व दुर्योधनाची सुटका.

चित्रसेन म्हणाला:—अर्जुना, धर्मराज आणि द्रौपदी ह्यांना फसवून प्रत्यहीं संतोष पावणाऱ्या ह्या दुष्टाला सोडून देणें योग्य नाहीं. कुंतीपुत्र धर्मराज युधिष्ठिर ह्याला ह्याच्या मनांतून काय करावयाचें होतें हें माहीत नाहीं, म्हणूनच त्यानें असा निरोप पाठविला. हें आमचें सांगणें ऐकून आतां तूं तुझी इच्छा असेल त्याप्रमाणें कर.

वैशंपायन म्हणाले:—तदनंतर त्या सर्वांनींही राजा युधिष्ठिराकडे जाऊन दुर्योधनाचें तें सर्वही कृत्य सांगितलें. तेव्हां गंधर्वाचें तें भाषण ऐकून अजातशत्रु धर्मराजानें कौरवांना सोडविलें व त्या सर्वही गंधर्वांची प्रशंसा केली. तो म्हणाला, " आपण सर्व सामर्थ्यसंपन्न असून आपल्याबरोबर सैन्य होतें तरीही ह्या दुराचारी धृतराष्ट्रपुत्र सुयोधनाचा, त्याच्या अमात्यांचा व आप्तइष्टांचा वध केला नाहीं हें सुदैव होय. बा चित्रसेना, गंधर्वांनीं हा मजवर मोठा उपकार केला. ह्या दुष्टाला सोडून दिलें म्हणूनच आमच्या कुलाची अब्रू गेली नाहीं. आतां

आपणांला जें इष्ट असेल त्याविषयीं तुम्ही आम्हांला आज्ञा करा; तुमच्या दर्शनानें आमचे सर्व मनोरथ पूर्ण झाल्यामुळें आम्हांला संतोष होत आहे. जा आतां तुम्ही; विलंब लावूं नका. " ह्याप्रमाणें पांडुपुत्रांची अनुमति मिळतांच अप्सरांसहवर्तमान चित्रसेनप्रभृति गंधर्व आनंदित होऊन निघून गेले. नंतर कौरवांनीं संग्रामामध्यें प्रहार केल्यामुळें जे गतप्राण होऊन पडले होते त्या गंधर्वांना इंद्रानें अमृताची वृष्टि करून सजीव केलें. असो; ह्याप्रमाणें दुष्कर कर्म करून आपले सर्व दायाद आणि सर्वही राजस्त्रिया ह्यांना सोडविल्यानंतर पांडवांस संतोष झाला. त्या वेळीं कौरव आणि त्यांचे स्त्री-पुत्र बहुमान करूं लागल्यामुळें ते महात्मे महारथी पांडव यज्ञामध्यें असलेल्या अग्नींप्रमाणें शोभूं लागले.

दुर्योधनास युधिष्ठिराचा उपदेश.

तेव्हां गंधर्वांच्या हांतून सुटलेल्या बंधुयुक्त दुर्योधनास युधिष्ठिर प्रेमानें असें सांगूं लागला कीं, ' बाबारे, अशा प्रकारचें धाडस पुनः केव्हांही करूं नको. कारण, हे भरतकुलोत्पन्ना, धाडस करणाऱ्या लोकांना सुख होत नाहीं. असो; हे कुरुनंदना, आतां तूं आपल्या बंधूंसहवर्तमान सुखानें व इच्छेस वाटेल त्या रीतीनें आपल्या गृहाकडे जा. तूं आपल्या मनाला वाईट वाटूं देऊं नको.

दुर्योधनाचें प्रयाण.

वैशंपायन ह्मणाले:—ह्याप्रमाणें पांडुपुत्र धर्मराजानें अनुज्ञा दिल्यानंतर राजा दुर्योधन त्याला वंदन करून आपल्या नगराकडे जावयास निघाला. ह्या वेळीं तो लाज्जित होऊन गेला होता; त्याचीं इंद्रियें नष्ट होऊन गेल्यासारखीं झालीं होतीं व अपमान झाल्यामुळें त्याच्या शरीराचे जणूं तुकडे तुकडे होऊं लागल्यामुळें तो अगदीं व्याकुल होऊन गेला होता.

ह्याप्रमाणें तो दुर्योधन निघून गेल्यानंतर, ब्राह्मण ज्याचा बहुमान करूं लागले आहेत असा तो कुंतीपुत्र युधिष्ठिर देवांनीं वेष्टित असलेल्या इंद्राप्रमाणें आपले बंधु आणि तपोधन मुनि ह्यांनीं वेष्टित व आनंदित होऊन त्या द्वैतवनामध्यें विहार करूं लागला ?

अध्याय दोनशें सत्तेचाळिसावा.

—:०:—

कर्णकृत दुर्योधनाभिनंदन.

जनमेजय ह्मणाला:—पापिष्ठ दुर्योधन हा अत्यंत दुष्ट, आत्मश्लाघा करणारा, गर्वानें ताठून गेलेला, स्वतःचें शौर्य आणि औदार्य ह्यांच्या योगानें पांडवांस तुच्छ समजणारा व सार्वकाल अहंपणाचीं भाषणें करणारा असल्यामुळें शत्रूंनीं त्याला बद्ध केला व नंतर महात्म्या पांडवांनीं युद्ध करून त्याला सोडविला, ह्यामुळें त्याला हस्तिनापुरांत प्रवेश करण्याचें कठीण वाटलें असेल असें मला वाटतें. ह्यास्तव, हे वैशंपायन मुने, लज्जेनें युक्त व शोकानें अंतःकरण व्याकुल झालेल्या त्या दुर्योधनानें आपल्या नगरांत कसा प्रवेश केला हें आपण मला सविस्तर सांगा.

वैशंपायन ह्मणाले:—धर्मराजानें पाठवून दिल्यानंतर धृतराष्ट्रपुत्र राजा दुर्योधन लज्जेनें मान खालीं घालून व खिन्न आणि अत्यंत दुःखी होऊन आपल्या नगराकडे जावयास निघाला. त्या वेळीं चतुरंग सैन्य त्याच्या मागून चाललें होतें व त्याची बुद्धि शोकानें ग्रस्त झाली असून तो आपला पराभव कसा झाला ह्याविषयीं विचार करीत होता. त्यानें मार्गामध्यें जेथें उत्कृष्ट प्रकारचें गवत आणि उदक होतें अशा प्रदेशावर रथादिक वाहनें सोडलीं आणि उत्कृष्ट प्रकारच्या रम्य अशा प्रदेशावर आपल्या इच्छेनुरूप तळ देऊन हत्ती, घोडे आणि पाय-

दळ ह्यांचीही वस्ती योग्य ठिकाणीं करविली. पुढें एकदा रात्रीच्या शेवटीं राहूनें ग्रस्त केलेल्या चंद्राप्रमाणें निस्तेज होऊन अग्नीप्रमाणें कांतिमान् अशा पर्यंकावर राजा दुर्योधन बसला असतां कर्ण त्याजकडे येऊन ह्मणाला, "हे गांधारीपुत्रा, तूं जिवंत असून पुनः तुझी माझी भेट झाली हें खरोखर सुदैव होय. इच्छेनुरूप स्वरूप धारण करणाऱ्या गंधर्वांचा तूं पराजय केलास हेंही सुदैव असून, हे कुरुनंदना, विजयाची इच्छा करून संग्राम करण्याविषयीं उद्युक्त झालेल्या तुझ्या सर्वही महारथी बंधूंनीं शत्रूंचा पराजय केलेला मी पहात आहें हेंही माझें सुदैवच होय.तुझ्या समक्षच मजवर सर्वही गंधर्व चाल करून आले, तेव्हां सैन्यामध्यें फाटाफूट होऊं लागली,तरी मला स्थिरस्थावर करितां येईना.ह्या वेळीं माझ्या शरीरास जखमा होऊन मला अत्यंत पीडा झाल्यामुळें मी तेथून पळून गेलों. पण, हे भरतकुलोत्पन्ना, स्त्रिया, सैन्य आणि वाहनें ह्यांसहवर्तमात तुम्ही मुळींच जखम न होतां व कोणताही अनिष्ट प्रसंग न ओढवतां त्या अमानुष युद्धांतून सुटलां असें मी पहात आहें ह्याचें मात्र मला अतिशय आश्चर्य वाटतें. हे भरतकुलोत्पन्ना महाराजा, संग्रामामध्यें तूं आपल्या बंधूंसहवर्तमान जें हें कृत्य केलेंस तें करणारा असा ह्या लोकामध्यें कोणीही पुरुष नाहीं !"

वैशंपायन म्हणाले:—ह्याप्रमाणें कर्णानें भाषण केल्यानंतर अश्रूंच्या योगानें कंठ दाटून आल्यामुळें अस्पष्ट शद्बांनीं राजा दुर्योधन त्या अंगदेशाधिपतीस ह्मणाला.

अध्याय दोनशें अठ्ठेचाळिसावा.

—:०:—

दुर्योधनाचें संग्रामवृत्तनिवेदन.

दुर्योधन ह्मणाला:—कर्णा, तुला ह्या गोष्टीची माहिती नाहीं म्हणूनच मी तुझ्या भाषणाला दोष देत नाहीं. कारण, तुला मींच आपल्या पराक्रमानें गंधर्वरूपी शत्रूंचा पराजय केला असें वाटत आहे. हे महाबाहो, मजसहवर्तमान माझ्या बंधूंनीं पुष्कळ वेळपर्यंत गंधर्वांना झुंजविलें आणि उभय पक्षांचाही संहार केला. पण जेव्हां ते शूर गंधर्व अतिशय मायावीपणानें युद्ध करूं लागले तेव्हां मात्र त्यांच्याशीं आमचें युद्ध बरोबरीनें होईना, ह्यामुळें आह्मी संग्रामामध्यें पराजय पावलों इतकेंच नव्हे, तर सेवक, अमात्य, पुत्र, स्त्रिया, सैन्य आणि वाहनें ह्यांसहवर्तमान आह्मी बंधनांत पडलों आणि ते गंधर्व आह्मांला विशाल अशा आकाशमार्गानें घेऊन जाऊं लागल्यामुळें आह्मी अत्यंत दुःख पावलों. तेव्हां आमचे कांहीं सैनिक आणि महारथी अमात्य शरणप्रद अशा पांडवांच्या सन्निध जाऊन दीनपणें त्यांना ह्मणाले कीं, 'ह्या धृतराष्ट्रपुत्र राजा दुर्योधननास—त्याचे बंधु, अमात्य आणि स्त्रिया ह्यांसहवर्तमान—आकाशाचा अवलंब करणारे गंधर्व पकडून नेत आहेत. ह्यास्तव तुम्ही त्या भार्यायुक्त नरपतीला सोडवा ! तुमचें कल्याण होवो ! कौरवस्त्रियांना परपुरुषांचा हस्तस्पर्श होऊं देऊं नका !'

ह्याप्रमाणें त्यांनीं भाषण केलें असतां ज्येष्ठ पांडुपुत्र धर्मात्मा युधिष्ठिर ह्यानें सर्व पांडवांचीं मनें वळवून त्यांना आह्मांला सोडविण्याविषयीं आज्ञा केली. तेव्हां ते सर्वही पुरुषश्रेष्ठ महारथी पांडव त्या ठिकाणीं आले आणि जरी अंगीं सामर्थ्य होतें तरीही सामोपचारपूर्वक गंधर्वांकडे आम्हांविषयीं मागणी करूं लागले. पण ते जेव्हां सामोपचारानें आह्मांला सोडून देईनात तेव्हां अर्जुन, भीम आणि बलानें धुंद होऊन गेलेले नकुलसहदेव ह्यांनीं गंधर्वांवर अनेकवार बाणांची वृष्टि केली. तेव्हां ते

सर्वही गंधर्व युद्ध करण्याचें सोडून देऊन आनंदित अंतःकरणानें आह्मांला ओढीत ओढीत स्वर्गाकडे प्रयाण करूं लागले तदनंतर त्या गंधर्वसैन्याच्या आसमंताद्भागीं बाणांचा वेढा पडला असून अर्जुन दिव्य अस्त्रें सोडीत आहे असें आमच्या दृष्टीस पडूं लागलें. ह्याप्रमाणें अर्जुनानें तीक्ष्ण अशा बाणांच्या योगानें दाही दिशा व्याप्त करून सोडल्या आहेत, असें पाहतांच अर्जुनाचा मित्र चित्रसेन ह्यानें त्याला दर्शन दिलें. तेव्हां त्यानें व अर्जुनानें परस्परांस आलिंगन दिल्यानंतर परस्परांनीं परस्परांस कुशल प्रश्न विचारिले. ह्याप्रमाणें परस्परांची भेट झाल्यानंतर चिलखतें काढून ते सर्वही गंधर्ववीर पांडवांमध्यें मिसळले; व नंतर चित्रसेन आणि अर्जुन ह्यांनीं परस्परांचा बहुमान केला.

अध्याय दोनशें एकोणपन्नासावा.

—:०:—

दुर्योधनाचा प्रायोपवेशनाविषयीं निश्चय.

दुर्योधन ह्मणाला:—चित्रसेनाची भेट झाली त्या वेळीं शत्रुवीरांचा वध करणारा अर्जुन हसत हसत त्याला म्हणाला कीं, ' हे गंधर्वश्रेष्ठा, तूं आमच्या बंधूंना सोडून देणेंच योग्य आहे. कारण, जोंवर पांडव जिवंत आहेत तोंवर इतरांकडून ह्यांचा पराभव होणें शक्य नाहीं. ' ह्याप्रमाणें महात्म्या अर्जुनानें भाषण करितांच, कर्णा, आह्मी सुखापासून भ्रष्ट झालेल्या भार्यायुक्त पांडवांना अवलोकन करूं अशी जी मसलत करून निघालों होतों ती सर्व त्या गंधर्वांनें सांगितली. त्याच्या तोंडांतून ते शब्द निघूं लागतांच मला लाज वाटून ह्या वेळीं भूमिप्रवेश करण्यासाठीं विवर सांपडेल तर बरें असा विचार मनांत येऊं लागला. पुढें पांडवांसहवर्तमान गंधर्वांनीं युधिष्ठिराकडे जाऊन व आमचा तो दुष्ट विचार आणि आह्मांला बद्ध केल्याचें वृत्तही त्याला सांगून स्त्रियांच्या समक्ष दीन व शत्रूंच्या अधीन होऊन बद्ध झालेल्या मजला त्याच्या पुढें नेलें. ह्याहून अधिक असें दुसरें दुःख तें कोणतें? ज्यांना मीं हांकलून दिलें असून ज्यांचा मी सदोदित द्वेष करीत असतों त्यांनींच मज दुर्बुद्धीला सोडविलें आणि जीवदानही दिलें ! हे वीरा, त्या प्रचंड संग्रामाध्यें जरी मरण आलें असतें तरीही तें मला सुखदायक झालें असतें. पण अशा स्थितींत जिवंत राहिलों हें कांहीं बरें झालें नाहीं. गंधर्वांकडून मला मृत्यु आला असता तर पृथ्वीवर माझी कीर्ति झाली असती आणि इंद्रलोकांत मला अक्षय सद्गति मिळाली असती. असो; हे नरश्रेष्ठहो, आतां जें करण्याविषयींचा माझा निश्चय ठरला आहे तें सांगतों ऐका. मी आतां येथें प्रायोपवेशन[1] करणार ! तेव्हां आपण आतां गृहाकडे जा आणि माझे सर्व बंधु आतां आपल्या नगराकडे जाऊं देत. तसेंच, माझे जे कर्णप्रभृति मित्र आणि इतरही बांधव आहेत ते सर्व दुःशासनाला पुढारी करून आतां नगराकडे प्रयाण करूं देत. शत्रूंकडून अपमान झाल्यामुळें मी आतां नगराकडे येणार नाहीं. जो मी पूर्वी शत्रूंची मानखंडना करून मित्रांचा संमान करीत होतों, तोच आज मित्रांच्या शोकाला आणि शत्रूंच्या हर्षाभिवृद्धीला कारण झालों आहें. आतां जर मी हास्तिनापुरास गेलों तर राजा धृतराष्ट्राला सांगूं तरी काय ? भीष्म, द्रोण, कृप, अश्वत्थामा, विदुर, संजय, बाल्हिक, सौमदत्ति आणि दुसरेही संमाननीय वृद्ध लोक, ब्राह्मण, श्रेष्ठ श्रेष्ठ व्यापारी आणि तटस्थ वृत्तीनें वागणारे इतरही लोक मला काय ह्मणतील ? आणि त्यांनीं जर मला कांहीं विचारिलें तर मी उत्तर तरी काय देऊं ? जो

१ उपवास करून मरणें.

मी शत्रूंच्या छातीवर आणि मस्तकावर पाय देऊन उभा राहिलों होतों तोच आज स्वतःच्या दोषामुळें खालीं आलों आहें. ह्यामुळें आतां मी भीष्मादिकांशीं भाषण तरी काय करूं? उद्धट लोकांना लक्ष्मी, विद्या आणि ऐश्वर्य ह्यांची जरी प्राप्ति झाली तरी ते फार दिवस सुखामध्यें रहात नाहींत. ह्याचें उदाहरण मदानें धुंद होऊन गेलेला असा मीच आहें. खरोखर हें कर्म करणें योग्य नव्हतें, तरीही मोहामुळें मी दुर्बुद्धि स्वतः हें कष्टदायक दुराचरण करून त्यामुळेंच मृत्यूच्या तावडींत सांपडलों. असो; आतां मी प्रायोपवेशन करणार! माझ्यानें आतां जिवंत राहणें होणार नाहीं. कारण, असा कोण मनुष्य आहे कीं जो आपल्या शत्रूंनीं आपणांला संकटांतून सोडविलें असतांही जिवंत राहील? त्यांतूनही मी मानी असतां पराक्रमशून्य झाल्यामुळें शत्रूंनीं माझा उपहास केला आणि पराक्रमशाली पांडवांनींही मजकडे अनादरपूर्वक अवलोकन केलें.

दुर्योधनाचा दुःशासनास उपदेश.

वैशंपायन ह्मणाले:—अशा प्रकारें चिंतेनें व्याप्त होऊन गेल्यानंतर तो दुःशासनाला ह्मणाला कीं, "हे भरतकुलोत्पन्ना दुःशासना, मी सांगतों तें ऐकून घे. मी तुला अभिषेक करितों, तूं राजा हो; आणि कर्ण व शकुनि ह्यांनीं संरक्षण केलेल्या ह्या विशाल भूमीचें पालन कर. ज्याप्रमाणें इंद्र मरुद्गणाचें संरक्षण करितो त्याप्रमाणें तूं आपल्या बंधूंचें विश्वासानें पालन कर. देव जसे इंद्राच्या साहाय्यानें उपजीविका करितात त्याचप्रमाणें ते तुझ्या साहाय्यानें आपली उपजीविका चालवूं देत. तूं दुर्लक्ष्य न करितां सदोदित ब्राह्मणांच्या उपजीविकेची व्यवस्था करीत जा, व आपल्या बंधूंना आणि मित्रांना सदोदित आधार दे. ज्याप्रमाणें विष्णु देवगणांवर लक्ष्य ठेवितो त्याप्रमाणें तूं आपल्या ज्ञातींतील लोकांवर लक्ष्य ठेव आणि वडील मनुष्यांचेंही पालन करीत जा. जा आतां! मित्रांना आनंद दे आणि सर्व शत्रूंची निर्भर्त्सना करीत पृथ्वीचें पालन करीत जा."

दुःशासनाचा शोक.

असें म्हणून त्याच्या गळ्याला मिठी मारून दुर्योधनानें पुनरपि त्याला 'जा' असें सांगितलें. त्याचें तें भाषण ऐकतांच दुःशासनाचा कंठ दाटून आला; आणि तो अत्यंत दुःखपीडित होऊन आपल्या त्या ज्येष्ठ बंधूला नमस्कार करून व हात जोडून घोगऱ्या आवाजानें बोलूं लागला. प्रथम तो अंतःकरणास ताप होऊन 'मजवर अनुग्रह कर' असें म्हणून भूमीवर पडला आणि त्याच्या पायांवर मस्तक ठेवून दुःखाश्रु ढाळूं लागला व म्हणाला कीं, 'अशी गोष्ट घडणार नाहीं. ही सर्व पृथ्वी दुभंगून जाईल; स्वर्गाचे तुकडे होतील; सूर्य आपल्या कांतीचा त्याग करील; चंद्र आपल्या किरणांचा शीतलपणा सोडील; वायु शीघ्रगामित्व सोडून देईल; हिमवान् पर्वत चालूं लागेल; समुद्रांतील जल अगदीं आटून जाईल; आणि अग्निही आपल्या उष्णतेचा त्याग करील; पण, हे राजा, तुजवांचून मी पृथ्वीचें पालन करणार नाहीं!" असें म्हणून तो पुनः पुनः 'प्रसन्न हो' असें दुर्योधनास म्हणूं लागला आणि तूंच आमच्या कुलांत शंभर वर्षेंपर्यंत राजा होऊन रहा असेंही म्हणाला.

तदनंतर, हे भरतकुलोत्पन्ना जनमेजया, तो संमाननीय दुःशासन आपल्या ज्येष्ठ बंधूच्या चरणांला स्पर्श करून मोठ्यानें रोदन करूं लागला. ह्याप्रमाणें दुःशासन आणि दुर्योधन हे उभयतांही दुःखित झाले आहेत असें कळून येतांच कर्णाच्या अंतःकरणास पीडा होऊन तो त्यांजकडे जाऊन बोलूं लागला. तो म्हणाला:—हे कुरुकुलोत्पन्नहो, एखाद्या

ग्राम्य मनुष्यानें मूर्खपणामुळें खिन्न होऊन बसावें त्याप्रमाणें तुह्मी काय ह्मणून खिन्न होऊन बसत आहां ? अरे, मनुष्य जर शोक करूं लागला तर त्याच्या शोकाची केव्हांही निवृत्ति व्हावयाची नाहीं. जर शोक करूं लागलेल्या पुरुषाचा शोक दुःखाचें निवारण करूं शकत नाहीं, तर मग शोक करीत बसणाऱ्या तुह्मां उभयतांना ह्या शोकामध्यें सामर्थ्य तरी काय आहे असें वाटत आहे ? अरे, धीर धरा, उगीच शोक करीत बसून शत्रूंना आनंदित करूं नका. (दुर्योधनाकडे वळून) हे राजा, पांडवांनीं जें तुला सोडविलें तें त्यांनीं आपलें कर्तव्यच बजाविलेलें आहे. कारण, राष्ट्रामध्यें वास्तव्य करणाऱ्या लोकांनीं सदोदित राजाचें प्रिय केलें पाहिजे. अरे, तूं त्यांचें पालन करितोस म्हणूनच ते शांतपणानें वास्तव्य करीत आहेत. अशी स्थिति असल्यामुळें एखाद्या ग्राम्य मनुष्याप्रमाणें शोक करीत बसणें हें कांहीं तुला बरें नाहीं. तूं प्रायोपवेशनाचा निश्चय करितांच हे तुझे बंधु खिन्न होऊन गेले आहेत. चल ऊठ आणि आपल्या बंधूंना धीर दे, म्हणजे तुझें कल्याण होईल ! ”

अध्याय दोनशें पन्नासावा.

—:०:—

कर्णाचा दुर्योधनास उपदेश.

कर्ण म्हणालाः—हे राजा, तूं कांहीं कमी धैर्यसंपन्न आहेस असें मला वाटत नाहीं. तथापि, हे शत्रुनाशका वीरा, तूं एकाएकीं शत्रूंच्या अधीन झाल्यानंतर पांडवांनीं तुला सोडविलें ह्यांत आश्चर्य तें काय ? हे कुरुकुलोत्पन्ना, सैनिक आणि राष्ट्रामध्यें वास्तव्य करणारे ओळखीचे अथवा अनोळखीचे लोक ह्यांनीं राजाचें प्रिय केलें पाहिजे. जे श्रेष्ठ पुरुष असतात ते प्रायः शत्रूंच्या सैन्यास क्षुब्ध करून सोडतात. एखादे वेळीं शत्रु त्यांना धरितात आणि सैनिक लोकही त्यांना सोडवितात. हें असें चालावयाचेंच. तसेंच, राजाच्या राष्ट्रामध्यें जे लोक सैनिकाचा धंदा करून रहात असतात त्या सर्वांनीं एकत्र जुळून राजासाठीं योग्य प्रकारें प्रयत्न केला पाहिजे. असें जर आहे, तर मग, राजा, तुझ्याच राष्ट्रामध्यें वास्तव्य करणाऱ्या पांडवांनीं साहजिक रीतीनें तुला सोडविलें ह्यांत मनाला वाईट वाटण्यासारखें तें काय आहे ? हे नृपश्रेष्ठा, तूं आपली सेना बरोबर घेऊन निघालास तेव्हांच पांडव तुझ्या पाठोपाठ गेले नाहींत हें मात्र ठीक झालेलें नाहीं. कारण ते शूर, बलाढ्य आणि संग्रामांतून पलायन करणारे असून पूर्वींच तुझे दास झाले आहेत. ह्यामुळें त्यांनीं तुला साहाय्य केलें पाहिजे. तूं अद्यापि पांडवांच्या रत्नांचा उपभोग घेत आहेस; पण पहा त्यांची धैर्यसंपन्नता ! त्यांनीं कांहीं प्रायोपवेशन केलें नाहीं. असो; हे राजा, तुझें कल्याण होवो ! ऊठ, उगीच विलंब करूं नको. हे नृपते, राजाच्या राष्ट्रामध्यें वास्तव्य करणाऱ्या लोकांनीं राजास प्रिय असतील त्या गोष्टी अवश्य केल्याच पाहिजेत ! मग तसें झालें म्हणून मनाला वाईट काय वाटून घ्यावयाचें आहे ? हे शत्रुमर्दना राजेंद्रा, मी सांगतों त्याप्रमाणें जर तूं आचरण केलें नाहींस, तर मी तुझ्या चरणांची शुश्रूषा करीत येथेंच राहीन. कारण, हे नरश्रेष्ठा, मला तुजवांचून जिवंत राहण्याचा उत्साह नाहीं. शिवाय, हे राजा, तूं जर प्रायोपवेशन करूं लागलास तर राजांच्या उपहासास पात्र होशील.

वैशंपायन ह्मणाले:—कर्णानें जरी असें सांगितलें तरी राजा दुर्योधनानें स्वर्गगमनाविषयीं निश्चय केला असल्यामुळें त्याच्या सांगण्याप्रमाणें उठावयाचें मनांत आणिलें नाहीं.

अध्याय दोनशें एकावन्नावा.

—:०:—

दुर्योधनास शकुनीचा उपदेश.

वैशंपायन ह्मणाले:—असहिष्णु राजा दुर्योधन प्रायोपवेशन करूं लागला असतां, हे राजा, सुबलपुत्र शकुनि त्याचें सांत्वन करण्यासाठीं बोलूं लागला.

शकुनि ह्मणाला:—हे कुरुकुलोत्पन्ना, कर्णानें जें फार योग्य भाषण केलें तें तूं ऐकिलेंच आहेस. अरे, मीं ही विशाल संपत्ति हरण केली असें असतां तूं मोहानें तिचा त्याग करीत आहेस हें काय? हे राजा, आज तूं अज्ञानामुळें प्राणत्याग करूं इच्छित आहेस; ह्यामुळें, गुरुजनांची सेवा तुझ्याकडून घडलेली नाहीं असें आज मला कळून येत आहे. मनुष्याचा हर्ष अथवा दैन्य अतिशय वाढल्यास तो जरी लक्ष्मीची प्राप्ति झाली असली तरी पाण्यांत पडलेल्या कच्च्या मडक्याप्रमाणें नाश पावतो. दुर्योधना, जो राजा अत्यंत भीरु, अतिशय निर्वीर्य, दीर्घसूत्री, प्रमादशील आणि व्यसनाक्रांत होऊन गेलेला असेल त्याचा आश्रय प्रजा करीत नाहींत. अरे, तुझा सत्कार केला तरीही जर तुला शोक होत आहे तर मग ह्याच्या उलट घडल्यास काय होईल? पांडवांनीं जें तुझें कल्याण केलें तें तूं शोकाचा अवलंब करून नाहींसें करून टाकूं नको. हे राजेंद्रा, तूं ज्या गोष्टीविषयीं आनंद बाळगून पांडवांचा सत्कार केला पाहिजेस त्याच गोष्टीविषयीं शोक करीत आहेस हें तुझें आचरण अगदीं विपरीत आहे. ह्यास्तव, तूं आतां शांतीचा अवलंब कर आणि पांडवांनीं जें तुझें कल्याण केलें आहे त्याचें स्मरण करून त्यांना राज्य अर्पण करून धर्म व कीर्ति ह्यांचें संपादन कर. ही क्रिया करण्याचा निश्चय केल्यास तूं कृतज्ञ होशील. ह्यास्तव, पांडवांशीं उत्कृष्ट प्रकारच्या बंधुप्रेमानें वागून आणि त्यांची योग्य प्रकारची व्यवस्था करून त्यांना त्यांच्या पित्याचें राज्य दे, ह्मणजे तुला सुखप्राप्ति होईल!

दुर्योधनाची हितचिंतकांस आज्ञा व निश्चयाची दृढता.

वैशंपायन ह्मणाले:—हें शकुनीचें भाषण श्रवण करून व बंधुप्रेमामुळें शोकाकुल होऊन, पायांवर लोळत असलेल्या शत्रुमर्दक वीर दुःशासनाकडे पाहून दुर्योधनानें त्याला उठविलें आणि आपल्या उत्कृष्ट बाहूंनीं आलिंगन देऊन त्याच्या मस्तकाचें अवघ्राण केलें. त्या वेळीं कर्ण आणि शकुनि ह्यांचीं भाषणें ऐकून राजा दुर्योधन अत्यंत खिन्न झाला आणि अंतःकरण लज्जेनें व्याप्त होऊन अतिशय निराश होऊन बसला. कर्णादिकांचें तें भाषण ऐकतांच शोकाकुल होऊन तो आपल्या हितचिंतकांस ह्मणाला, 'धर्म, धन, सौख्य, ऐश्वर्य, सत्ता व सुखोपभोग ह्यांच्याशीं मला कांहींही कर्तव्य नाहीं. जा, मला उगीच अडथळा करूं नका. माझा हा प्रायोपवेशनाचा विचार अगदीं ठरलेला आहे. ह्यास्तव, तुम्ही सर्वजण नगराकडे जा आणि माझ्या गुरुजनांचा बहुमान करीत जा.' असें बोलतांच त्यांनींही त्या शत्रुमर्दक राजा दुर्योधनास उत्तर दिलें कीं, 'हे भरतकुलोत्पन्ना राजेंद्रा, आतां जी तुझी गति होईल तीच आमची! तुझ्यावांचून आह्मी त्या नगरामध्यें प्रवेश तरी कसा करावा?

वैशंपायन ह्मणाले:—ह्याप्रमाणें हितचिंतकांनीं, अमात्यांनीं, बंधूंनीं आणि स्वजनांनीं नानाप्रकारें सांगितलें तरीही दुर्योधनाचा निश्चय ढळला नाहीं. त्यानें निश्चयपूर्वक दर्भासन आंथरिलें आणि जलस्पर्श करून पवित्र होऊन भूमितलावर आसन ठोकलें.

दुर्योधनाचा पातालप्रवेश.

ह्याप्रमाणें तो नृपश्रेष्ठ दर्भ आणि वल्कलें हींच वस्त्रांच्या ऐवजीं परिधान करून, अतिशय नियमनिष्ठ होऊन, मौन धारण करून, बाह्य क्रियांचा त्याग करून व केवल मानसिक क्रिया सुरू ठेवून स्वर्गप्राप्तीच्या इच्छेनें भूतलावर बसला. तेव्हां त्याचा तो निश्चय कळून येतांच, पूर्वी देवांनीं पराजित केलेले पाताल-वासी दानव आणि दैत्य हे दुर्योधनाचा नाश झाल्यास आपल्या पक्षाची हानि होईल असें समजून दुर्योधनास आव्हान करण्यासाठीं बृहस्पति आणि उशना ह्यांनीं सांगितलेल्या मंत्रांच्या योगानें कांहीं यज्ञकर्म करूं लागले. तसेंच, त्या मंत्रनिष्णात दैत्यदानवांनीं अथर्व-वेदोक्त मंत्रांच्या योगानें उपनिषदांमध्यें ज्या ज्या मंत्र आणि जप ह्यांनीं युक्त अशा क्रिया आहेत त्या सर्व केल्या. त्या वेळीं वेदवेदांग-पारंगत व अतिशय दृढव्रती ब्राह्मण एकाग्र अंतःकरणानें मंत्रोच्चारपूर्वक दुग्धरूपी होम-द्रव्याचें अग्नीमध्यें हवन करीत होते. त्या कर्माची समाप्ति होतांच, हे राजा, एक अत्यंत आश्चर्यकारक कृत्या उत्पन्न होऊन जांभया देत आली आणि ‘ काय करूं ?’ असें ह्मणाली. तेव्हां दैत्य अंतःकरणामध्यें अत्यंत आनंदित होऊन ‘दुर्योधनराजाला इकडे घेऊन ये’ असें तिला ह्मणाले. ह्यावर ‘ठीक आहे’ असें ह्मणून प्रतिज्ञा करून, ज्या ठिकाणीं राजा दुर्योधन होता त्या ठिकाणीं ती एका निमेषमात्रामध्यें गेली आणि त्याला घेऊन पातालामध्यें जाऊन एका मुहूर्तामध्येंच तिनें त्याला आणल्याचें वर्तमान दैत्यांना कळविलें. तेव्हां तिनें रात्रीं आणिलेल्या त्या राजा दुर्योधनाला अवलोकन करून ते अंतःकरण आनंदित झाल्यामुळें नेत्र किंचित् विकसित झालेले दैत्यपुत्र एकत्र जमून त्याला अभिमानानें ह्मणूं लागले.

अध्याय दोनशें बावन्नावा.

—:०:—

दैत्यांचा दुर्योधनास उपदेश.

दानव ह्मणालेः—हे भरतकुलधुरंधरा राजेंद्रा सुयोधना, तुजपाशीं मोठमोठ्या वीरांचा परिवार वास्तव्य करीत आहे असें असतां हें प्रायोपवेशनाचें साहस तूं काय ह्मणून केलेंस ? आत्मघात करणारा मनुष्य अधोगतीस जाऊन अपकीर्तिकारक अशा लोकापवादासही पात्र होतो. शिवाय तुजसारखे बुद्धिमान् पुरुष असलीं पापबहुल, मुळावरच गदा आणणारीं आणि कर्तव्याच्या विरुद्ध असलेलीं कार्यें करण्याविषयीं प्रवृत्त होत नाहींत. ह्यास्तव, हे राजा, धर्म, अर्थ आणि सुख ह्यांचा नाश करणारा, कीर्ति, प्रताप आणि वीर्य ह्यांचा फडशा पाडणारा आणि शत्रूंच्या हर्षवृद्धीस कारणी-भूत असलेला हा विचार तूं सोडून दे. हे प्रभो, तूं आमच्या तोंडून स्वतःचें दिव्यत्व आणि स्वतःच्या शरीराची उत्पत्ति ह्यांचें तत्त्व ऐकून घे आणि धीर धर. हे राजा, आह्मीं पूर्वी तपश्चर्या करून श्रीशंकरांकडून तुझी प्राप्ति करून घेतली; तुझ्या शरीराचा वरचा भाग वज्रसमुदायांच्या योगानें निर्माण केलेला असून, हे निष्पापा, स्वरूपाच्या योगानें स्त्रियांचीं अंतःकरणें हरण करूं शकणारा असा हा तुझ्या शरीराचा खालचा भाग देवी पार्वतीनें पुष्पांच्या योगानें निर्माण केलेला आहे. तथापि तो शस्त्रें आणि अस्त्रें ह्यांच्या योगानें भेद करितां येण्यास अशक्य आहे. हे नृपश्रेष्ठा, ह्याप्रमाणें श्रीशंकर आणि देवी पार्वती ह्या उभयतांनीं तुझा देह निर्माण केला अस-ल्यामुळें तूं दिव्य पुरुष आहेस; मनुष्य नाहींस. शिवाय दिव्यास्त्रज्ञानसंपन्न, शूर आणि अत्यंत उत्साही भगदत्तप्रभृति क्षत्रिय तुझ्या शत्रूंचा क्षय करितील. ह्यास्तव तूं आतां

विषाद बाळगूं नको; तुला कोणत्याही प्रकारची भीति नाहीं. तुला साहाय्य करण्यासाठीं वीर्यसंपन्न दानव पृथ्वीवर अवतीर्ण झालेले आहेत. दुसरे कांहीं दैत्य भीष्म, द्रोण, कृप, इत्यादिकांच्या शरीरांमध्यें प्रवेश करितील व देहांमध्यें त्यांचा प्रवेश झाला ह्मणजे ते दयेला झुगारून देऊन शत्रूंशीं संग्राम करूं लागतील; आणि, हे कुरुकुलश्रेष्ठा, ते संग्रामामध्यें प्रहार करूं लागले ह्मणजे पुत्र असोत, बंधु असोत, पिता असो, आप्त असोत, शिष्य असोत, ज्ञाति असोत, बालक असोत अथवा वृद्ध असोत, त्यांना सोडावयाचे नाहींत. दानवांनीं शरीरांत संचार करून अंतःकरण आक्रांत करून सोडलें ह्मणजे ते पराधीन बनून जाऊन प्रेमाला दूर झुगारून देऊन शस्त्रप्रहार करूं लागतील. हे कुरुश्रेष्ठा, त्या सर्वही पुरुषश्रेष्ठांना युद्धामुळें आनंद होऊं लागेल, त्यांचीं अंतःकरणें कलुषित होऊन जातील, विधात्यानें लिहिलेल्या ललाटरेषेच्या अनुरोधानें ते अज्ञानमोहित होऊन जातील, शौर्याचा अवलंब करून ' माझ्या तडाख्यांतून जिवंत सुटणार नाहींस ' असें एकमेकांस बोलत बोलत शस्त्रास्त्रें सोडूं लागतील, आणि आत्मप्रशंसा करीत लोकांचा संहार करूं लागतील. ह्या वेळीं दैवबलसंपन्न महात्मे महाबलाढ्य पांच पांडवही त्यांच्याशीं युद्ध करून त्यांचा वध करितील. तथापि, हे पृथ्वीपते, क्षत्रियकुलांमध्यें अवतीर्ण झालेले दैत्य व राक्षस ह्यांचे समुदायही गदा, मुसळें, शूल इत्यादिक लहानमोठीं शस्त्रें घेऊन संग्रामामध्यें तुझ्या शत्रूंशीं पराक्रमानें युद्ध करितील. हे वीरा, आतां तुझ्या अंतःकरणांत अर्जुनासंबंधानें भीति आहे हें खरें. तथापि आह्मीं अर्जुनाच्या वधाचा उपाय ठरवून ठेविलेला आहे. तो असा कीं, हे वीरा, पूर्वीं कृष्णानें वध केलेल्या नरकासुराचा आत्मा त्र कर्णाचा देह धारण करून अवतीर्ण झालेला आहे. तो तें वैर लक्ष्यांत ठेऊन कृष्ण व अर्जुन ह्यांच्याशीं युद्ध करील. इतकेंच नव्हे, तर तो श्रेष्ठ प्रतीचा योद्धा महारथी कर्ण अत्यंत पराक्रमी असल्यामुळें संग्रामामध्यें अर्जुनाचा आणि सर्वही शत्रूंचा पराभव करील. हें कळून येतांच इंद्र अर्जुनाचें संरक्षण करण्यासाठीं कर्णाचीं कुंडलें आणि कवच ह्यांचा कपटानें अपहार करील. ह्यास्तव आह्मीं ह्या कामीं शेंकडों हजारों दैत्यांची योजना केलेली आहे. ते संशप्तक ह्या नांवानें प्रख्यात असलेले दैत्य वीर्यसंपन्न अर्जुनाचा वध करितील. ह्यास्तव तूं शोक करूं नको. हे राजा, तुला निष्कंटक अशा ह्या पृथ्वीचा उपभोग घ्यावयास मिळेल; म्हणूनच तूं खिन्न होऊं नको. असा खेद करणें हें तुजसारख्याला योग्य नाहीं. शिवाय, हे कुरुकुलोत्पन्ना, तुझा नाश झाला ह्मणजे आमच्याही पक्षाची हानि होईल. कारण, तूंच सदोदित आमचा आधार असून पांडव हे देवांना आधारभूत आहेत. असो; हे वीरा, जा तूं आतां ! आपले विचार मात्र कोणत्याही प्रकारें बदलूं देऊं नको.

दुर्योधनाचें प्रत्यागमन व पूर्वविचारत्याग.

वैशंपायन ह्मणाले:—असें भाषण केल्यानंतर त्या श्रेष्ठ श्रेष्ठ दैत्यदानवांनीं दुर्जय अशा नृपश्रेष्ठ दुर्योधनाला आलिंगन दिलें; आणि, हे भरतकुलोत्पन्ना जनमेजया, त्या नृपश्रेष्ठ दुर्योधनास धीर देऊन, त्याचे विचार दृढ करून आणि त्याच्याशीं प्रिय भाषण करून ' जा, तुला विजयप्राप्ति होईल ! ' असा आशीर्वाद देऊन त्याला परत पाठवून दिलें. त्यांनीं परत पाठवितांच, पूर्वीं ज्या ठिकाणीं तो महाबाहु प्रायोपवेशन करीत बसलेला होता त्या ठिकाणीं त्याच कृत्येनें पुनरपि त्याला आणून

सोडिलें व त्या वीराला तेथें ठेवून व त्याचें पूजन करून त्याची अनुज्ञा मिळतांच ती कृत्या तेथेंच अंतर्धान पावली. हे भरतकुलोत्पन्ना जनमेजया, ती कृत्या अंतर्धान पावतांच स्वप्नाप्रमाणें घडून आलेल्या ह्या सर्व गोष्टींविषयीं राजा दुर्योधन विचार करूं लागला. मी संग्रामामध्यें पांडुपुत्रांचा पराभव करीन असें त्याला वाटूं लागलें; व संशप्तक दैत्य हे शत्रूंचा वध करणाऱ्या अर्जुनाला ठार करण्याविषयीं योग्य आणि समर्थ आहेत असें तो मानूं लागला. ह्याप्रमाणें, हे भरतकुलश्रेष्ठा जनमेजया, पांडवांचा पराजय होईल अशी दुर्बुद्धि धृतराष्ट्रपुत्र दुर्योधनाला आशा वाटूं लागली व नरकासुराच्या आत्म्याचा शरीरांत संचार झाल्यामुळें कर्णही अर्जुनाचा वध करण्याविषयींचा क्रूर विचार करूं लागला. इष्टार्थसाधनाविषयीं ज्यांचीं अंतःकरणें उत्सुक झालीं आहेत असे संशप्तक नांवाचे वीर राक्षसही रज आणि तम ह्या गुणांनीं आक्रांत होऊन अर्जुनाचा वध करण्याची इच्छा करूं लागले. हे राजा जनमेजया, भीष्म, द्रोण, कृप इत्यादिकांचीं अंतःकरणेंही दानवांनीं आक्रांत करून सोडलीं व ह्मणूनच त्यांचें पांडवांवरील प्रेम पूर्वींसारखें राहिलें नाहीं. तथापि राक्षसांचा वृत्तांत राजा दुर्योधनानें कोणालाही कळविला नाहीं.

कर्णाचें भाषण.

पुढें रात्रीच्या शेवटीं पृथ्वीपति दुर्योधनाकडे येऊन व हात जोडून सूर्यपुत्र कर्ण हसत हसत युक्तिप्रयुक्तीनें बोलूं लागला. तो ह्मणाला, " हे कुरुकुलोत्पन्ना, मनुष्य मरण पावला ह्मणजे त्याच्या हातून शत्रूंचा जय होत नाहीं. पण तो जिवंत असला ह्मणजे मात्र त्याला आपलें नानाप्रकारचें कल्याण झालेलें पहावयास मिळतें. हे कुरुकुलोत्पन्ना, मृत मनुष्याला इहलोकींच्या कल्याणाची प्राप्ति कोठून होणार? आणि त्याला जय तरी कोठून प्राप्त होणार? दुर्योधना, हा विषादाचा, भीतीचा अथवा मरण्याचा काळ नव्हे." इतकें भाषण केल्यानंतर तो महाबाहु दुर्योधनास आलिंगन देऊन पुनरपि ह्मणाला, " हे शत्रुनाशका राजा, ऊठ, असा पडला आहेस काय? आणि शोक तरी कशाकरितां करितोस? अरे, पूर्वीं ज्यानें आपल्या शत्रूंना संतप्त करून सोडलें तोच तूं आज मृत्यूची इच्छा काय ह्मणून करीत आहेस? आतां जर अर्जुनाचा पराक्रम पाहून तुला भीति उत्पन्न झाली असेल, तर मी तुझ्यापुढें अशी खरी प्रतिज्ञा करितों कीं, 'मी संग्रामामध्यें अर्जुनाला ठार करून सोडीन!' हे प्रजापालका, पांडवांचें अज्ञातवासरूपी तेरावें वर्ष समाप्त होतांच मी शपथपूर्वक शस्त्र ग्रहण करून पांडवांस तुझ्या अधीन करून सोडीन."

दुर्योधनाचें नगराकडे प्रयाण.

ह्याप्रमाणें कर्णानें भाषण केल्यामुळें, त्याचप्रमाणें दैत्यांनीं सांगितल्यामुळें व दुःशासनादिकांनीं प्रणामही केल्यामुळें दुर्योधन उठला; आणि त्या दैत्यांचें भाषण श्रवण केल्यानंतर आपल्या अंतःकरणांतील विचार कायम करून त्या नरश्रेष्ठानें रथ, गज आणि अश्व ह्यांनीं व्याप्त होऊन गेलेल्या व पायदळांची गर्दी असलेल्या आपल्या सेनेस गमन करण्याविषयीं आज्ञा केली. तेव्हां, राजा जनमेजया, तें प्रचंड सैन्य भागीरथीच्या प्रवाहाप्रमाणें प्रयाण करूं लागलें. जनमेजया, रथ, गज आणि पदाति ह्यांनीं व्याप्त होऊन गेलेली ती सेना श्वेतवर्ण छत्रें, पताका आणि अत्यंत शुभ्रवर्ण चामरें ह्यांच्या योगानें, मेघपटल नष्ट होऊन जाण्याचा काल प्राप्त झाला असतां ज्यामध्यें शरदृतूची शोभा अस्पष्टपणें दृष्टिगोचर होऊं लागली आहे अशा आकाशाप्रमाणें अत्यंत शोभूं लागली. पुढें ब्राह्मणश्रेष्ठ विजयप्राप्तीचे आशीर्वाद

देऊन राजाधिराजाप्रमाणें स्तुति करूं लागले असतां अत्यंत कांतीच्या योगानें प्रकाशत असलेला धृतराष्ट्रपुत्र प्रजाधिपति दुर्योधन लोकांकडून मुजरे घेत पुढें चालूं लागला. हे राजेंद्रा जनमेजया, त्याच्या बरोबर कर्ण आणि द्यूत करणारा सुबलपुत्र शकुनिही होता. ह्याप्रमाणें तो नृपश्रेष्ठ प्रयाण करूं लागला तेव्हां त्याचे दुःशासनप्रभृति सर्वही बंधु, भूरिश्रवा, सोमदत्त आणि महाराज बाल्हिक हेही नानाप्रकारचे रथ, अश्व आणि गजश्रेष्ठ ह्यांवर आरूढ होऊन त्याच्या पाठीमागून जाऊं लागले; आणि, हे राजेंद्रा, पुढें थोड्याच वेळांत ते कुरुकुलश्रेष्ठ आपल्या नगरामध्यें गेले.

अध्याय दोनशें त्रेपन्नावा.

—:०:—

दुर्योधनास भीष्मांचा उपदेश.

जनमेजय ह्मणालाः—महात्मे पांडव त्या वनामध्यें वास्तव्य करीत असतां इकडे महाधनुर्धर धृतराष्ट्रपुत्रांनीं आणि सूर्यपुत्र कर्ण, महाबलाढ्य शकुनि, भीष्म, द्रोण व कृप ह्या सज्जनश्रेष्ठांनींही काय केलें तें मला कथन करा.

वैशंपायन ह्मणालेः—पांडव ह्या स्थितीमध्यें असतां त्यांनीं सोडवून पाठवून दिलेला दुर्योधन हस्तिनापुरांत आला. तेव्हां, हे महाराजा, भीष्म दुर्योधनाला असें ह्मणाला कीं, "बा दुर्योधना, पूर्वी तूं तपोवनाकडे जाऊं लागलास तेव्हांच तुझें जाणें मला आवडत नाहीं असें मीं सांगितलें, पण तूं त्याप्रमाणें वागला नाहींस. ह्मणूनच, हे वीरा, तुला शत्रूंनीं बलात्कारानें पकडला आणि धर्मज्ञ पांडवांनीं त्यांतून तुझी सुटका केली. तरीही तुला लज्जा वाटत नाहीं. हे गांधारीपुत्रा राजा दुर्योधना, तुझें सैन्य आणि तूं आक्रोश करीत असतां तुमच्या समक्ष त्या वेळीं भयभीत होऊन सूतपुत्र कर्ण त्या गंधर्वांच्या संग्रामांतून पळून गेला. ह्यावरून, हे महाबाहो, तुझा, महात्म्या पांडवांचा आणि दुर्बुद्धि सूतपुत्र कर्णाचाही पराक्रम काय आहे तो दृष्टोत्पत्तीस येत आहे. हे धर्मवत्सला नृपश्रेष्ठा, धनुर्वेद, शौर्य आणि धर्म ह्यांच्यामध्यें कर्णाला पांडवांच्या चतुर्थांशाचीही योग्यता नाहीं. ह्मणूनच, हे संधिज्ञश्रेष्ठा, ह्या आपल्या कुलाची अभिवृद्धि होण्यासाठीं तूं त्या महात्म्या पांडवांशीं संधि करावास हेंच मला योग्य वाटतें."

हे राजा, ह्याप्रमाणें भीष्मानें भाषण केलें असतां प्रजाधिपति धृतराष्ट्रपुत्र दुर्योधन हसून शकुनीसहवर्तमान एकदम तेथून निघून गेला तेव्हां तो महाबलाढ्य धृतराष्ट्रपुत्र निघून जात आहे असें कळून येतांच कर्ण व दुःशासनप्रभृति महाधनुर्धरही त्याच्या मागोमाग निघून गेले. ह्याप्रमाणें, हे राजा, ते निघून जात आहेत असें पाहून कौरवांचा पितामह भीष्म लाजेनें मान खालीं घालून आपल्या गृहाकडे निघून गेला. महाराजा जनमेजया, तो निघून जातांच प्रजाधिपति धृतराष्ट्रपुत्र दुर्योधन पुनरपि त्या ठिकाणीं येऊन आपल्या मंत्र्यांबरोबर विचार करूं लागला. तो म्हणाला, 'आह्मांला हितकारक काय होईल? आतां आमचें कोणतें कर्तव्य अवशिष्ट राहिलें आहे आणि तें कोणत्या प्रकारें उत्कृष्ट बजावतां येईल? ह्या हितकारक गोष्टीविषयीं आज आपण विचार करूं या.'

कर्णाचा दिग्विजयाविषयींचा विचार.

ह्यावर कर्ण ह्मणालाः—हे कुरुकुलोत्पन्ना दुर्योधना, मी जें तुला आतां सांगणार आहें तें ऐकून घे. हा भीष्म सदोदित आमची निंदा आणि पांडवांची स्तुति करीत असतो. ह्यावरून तुझ्याशीं त्याचा द्वेष आहे हें उघड आहे; आणि त्यामुळेंच, हे महाबाहो, त्यानें माझ्याशीं द्वेष करणें योग्यच आहे. ह्मणूनच, हे नरेश्वरा, तो

प्रत्यहीं तुझ्याजवळ माझी निंदा करीत असतो. ह्यास्तव, हे भरतकुलोत्पन्ना शत्रुनाशका राजा दुर्योधना, तुझ्या समक्ष भीष्मानें पांडवांच्या कीर्तीसंबंधानें आणि तुझ्या निंदेसंबंधानें जे उद्गार काढले ते आतां मी सहन करूं शकत नाहीं. ह्यास्तव, हे राजा, तूं भृत्य, सैन्य आणि वाहनें ह्यांसहवर्तमान मला अनुज्ञा दे, ह्मणजे मीं पर्वत आणि लहानमोठीं अरण्यें ह्यांसहवर्तमान सर्व पृथ्वी जिंकून सोडतों. बलाढ्य अशा पांडवांनीं चौघांनीं मिळून सर्व भूमि जिंकून घेतली; पण ती मी एकटाच निःसंशय जिंकून घेतों. पाहूं दे त्या कुलकुलाधम दुर्बुद्धि भीष्माला ! जो निंदेस योग्य नसणाऱ्याची निंदा आणि प्रशंसेस अपात्र असणाऱ्याची प्रशंसा करीत आहे, तो आज माझें सामर्थ्य पाहून स्वतःचीच निंदा करूं दे. राजा, मला अनुज्ञा दे; खरोखर ह्या कामीं तुला खात्रीनें जय मिळेल हें मी आयुधाची शपथ घेऊन तुला प्रतिज्ञापूर्वक खरें सांगत आहें.

हे भरतकुलश्रेष्ठा राजा जनमेजया, हें कर्णाचें भाषण ऐकून प्रजाधिपति दुर्योधन अत्यंत आनंदित होऊन त्याला म्हणाला, ' हे कर्णा, महाबलाढ्य असा तूं माझें हित करण्याविषयीं निरंतर आसक्त आहेस, ह्यामुळें मी आजकाल धन्य आहें; मजवर अनुग्रह केल्यासारखा झाला आहे आणि माझ्या जन्माचें साफल्य झालें आहे. हे वीरा, ज्या वेळीं सर्व शत्रूंचा धुव्वा उडवून देण्याचें तुझ्या मनांत येईल त्या वेळीं तूं निघून जा आणि मलाही योग्य ती आज्ञा कर. तुझें कल्याण होवो ! '

ह्याप्रमाणें बुद्धिमान् दुर्योधनानें सांगितल्यानंतर त्या महाधनुर्धर कर्णानें आपल्याबरोबर येणाऱ्या सर्वही लोकांस आज्ञा केली आणि शुभ दिवशीं शुभदेवतायुक्त नक्षत्रावर व सुमुहूर्तीं प्रयाण केलें. त्या वेळीं त्यानें मांगलिक स्नान केलें असून ब्राह्मण त्याचा बहुमान करीत होते; व इतर लोकही उत्कृष्ट शब्दांच्या योगानें त्याची प्रशंसा करीत होते. ह्याप्रमाणें प्रयाण करितांच कर्णाच्या रथध्वनीनें सर्वही स्थावरजंगमात्मक त्रैलोक्य दुमदुमून गेलें.

अध्याय दोनशें चौपन्नावा.

—:०:—

कर्णाचा दिग्विजय.

वैशंपायन ह्मणाले:—हे भरतकुलश्रेष्ठा जनमेजया, तदनंतर बरोबर मोठें सैन्य घेऊन महाधनुर्धर कर्णानें रमणीय अशा द्रुपदनगरास वेढा दिला; आणि प्रचंड संग्राम करून त्यानें वीर द्रुपदाला आपल्या अधीन करून घेऊन सुवर्ण, रौप्य आणि नानाप्रकारचीं रत्नें हीं ग्रहण केलीं; आणि, हे नृपश्रेष्ठा, त्यानें त्यास करही द्यावयास लाविलें. ह्याप्रमाणें त्याला जिंकल्यानंतर त्याचे अनुयायी जे राजे होते त्या सर्वांनाही जिंकून त्यांनाही त्यानें कर देणें भाग पाडलें. तदनंतर उत्तर दिशेस जाऊन त्यानें तेथील राजांना आपल्या हस्तगत केलें. त्यानें प्रथम भगदत्ताला जिंकलें आणि शत्रूंशीं युद्ध करीत करीत तो हिमवान्नामक प्रचंड पर्वतावर चढला आणि तेथील सर्वही बाजूंस प्रयाण करून त्यानें सर्वही राजांस शरण यावयास लाविलें. त्यानें हिमवान् पर्वतावरील सर्वही राजांस जिंकून त्यांना कर द्यावयास लाविलें. नंतर नेपालदेशामध्यें जे राजे होते त्यांना जिंकून तो त्या पर्वतावर पूर्वेकडे चाल करून गेला. त्यानें अंग, वंग, कलिंग, शुंडिक, मिथिल, मागध आणि कर्कखंड ह्यांना आपल्या ताब्यांत घेऊन आवशीर, योद्धच आणि अहिच्छत्र हे प्रदेश जिंकून घेतले. ह्याप्रमाणें पूर्वेकडील प्रदेश जिंकल्यानंतर तो वत्सभूमीकडे गेला; व केवळ मृत्तिकायुक्त असणाऱ्या त्या वत्स-

भूमीस जिंकून घेतल्यानंतर मोहनसंज्ञक नगर, त्रिपुरी आणि कोशला हीं सर्व जिंकून घेऊन व चोहोंकडून कर ग्रहण करून तो दाक्षिणदिशेकडे वळला; आणि त्या ठिकाणीं मोठमोठ्या महारथींना जिंकल्यानंतर त्यानें दक्षिणदेशांतील नृपांपैकीं रुक्मीशीं युद्ध केलें. तेव्हां तुंबळ युद्ध केल्यानंतर रुक्मी कर्णाला म्हणाला कीं, 'हे राजेंद्रा, तुझ्या पराक्रमानें आणि सामर्थ्यानें मी संतुष्ट झालों आहें. ह्यास्तव, मी आतां तुला विघ्न करणार नाहीं. हा कालपर्यंत मीं केवळ क्षात्रधर्माचें पालन केलें. पण आतां संतुष्ट झालों असून मी तुझी इच्छा असेल तितकें द्रव्य अर्पण करितों. ' हें ऐकून रुक्मीची भेट घेऊन कर्ण पांड्य आणि शैल ह्या प्रदेशांकडे गेला. त्यानें संग्रामामध्यें केरल आणि नील ह्या प्रदेशांचे अधिपति वेणुदारिपुत्र आणि इतरही जे नृपश्रेष्ठ दाक्षिणदिशेस वास्तव्य करीत होते त्या सर्वांना कर द्यावयास लाविलें. तदनंतर त्या सूतपुत्र कर्णानें शिशुपालास जिंकून त्याच्या आसपास असणाऱ्या भूपतींसही आपल्या अधीन करून घेतलें. नंतर अवंतिप्रदेशांतील राजांना ताब्यांत घेऊन त्या महाबलाढ्य कर्णानें पश्चिमदिशेकडील राजांचाही पराजय केला. त्यानें पश्चिमदिशेस जाऊन तेथें असलेल्या यवन आणि बर्बर ह्या राजांना कर द्यावयास लाविलें. ह्याप्रमाणें पूर्व, पश्चिम आणि दक्षिण ह्या सर्व पृथ्वीवरील दिशा जिंकल्यानंतर त्या वीरानें म्लेंच्छ, अरण्यवासी व पर्वतावासी राजे, मद्र, रोहितक, आग्नेय आणि मालव ह्या सर्व नृपसमुदायांचा पराजय केला. तदनंतर त्या नीतिवेत्त्या सूतपुत्र कर्णानें अग्निजित्प्रभृति महारथी नृपसमुदायांना जिंकून शशक आणि यवन ह्यांचा पराजय केला.

कर्णाचें प्रत्यागमन व धृतराष्ट्रदर्शन.

ह्याप्रमाणें सर्व पृथ्वी जिंकून व तिजवर आपला अंमल बसवून तो पुरुषश्रेष्ठ हस्तिनापुराकडे आला. तो महाधनुर्धर कर्ण येतांच, हे महाराजा जनमेजया, प्रजाधिपति धृतराष्ट्रपुत्र दुर्योधन आपले बंधु, पिता आणि आप्तइष्ट ह्यांसहवर्तमान त्याला सामोरा गेला आणि संग्रामामध्यें चमकणाऱ्या त्या कर्णाचा यथाविधि आदरसत्कार करून त्यानें आनंदानें त्याचें तें कृत्य सर्वांच्या कानांवर घातलें. नंतर तो कर्णाला म्हणाला, 'कर्णा, तुझें कल्याण असो! भीष्म, द्रोण, कृप अथवा बाल्हिक ह्यांजकडून ज्या गोष्टीची मला प्राप्ति झाली नव्हती त्याच गोष्टीची आज मला तुजकडून प्राप्ति झाली. असो; ह्याजविषयीं फार बोलून काय करावयाचें आहे? कर्णा, आतां मी सांगतों तें ऐक. हे सज्जनश्रेष्ठा महाबाहो, तूं माझा पालनकर्ता असल्यामुळें मी आज आश्रयसंपन्न झालों आहें. हे पुरुषश्रेष्ठा, सर्वही पांडवांना अथवा इतरही अत्यंत अभ्युदयसंपन्न राजांना तुझ्या षोडशांशाचीही सर यावयाची नाहीं. असो; हे महाधनुर्धरा कर्णा, ज्याप्रमाणें इंद्रानें अदितीचें दर्शन घेतलें होतें, त्याप्रमाणें आतां तूं धृतराष्ट्र आणि कीर्तिमती गांधारी ह्यांचें दर्शन घे.'

असें दुर्योधनानें सांगितल्यानंतर, हे राजा, हस्तिनापुरामध्यें कांहीं ठिकाणीं आनंदसूचक ध्वनि प्रकट होऊं लागला; अनेक लोक पांडवांचे पक्षपाती असल्यामुळें हाहाकार करूं लागले, कित्येक लोक कर्णाची प्रशंसा करूं लागले; कांहीं निंदा करूं लागले व इतर नृपति तटस्थवृत्तीनें स्वस्थ राहिले. असो; हे राजेंद्रा जनमेजया, ह्याप्रमाणें पर्वत, वनें, आकाश, समुद्र, उपवनें, लहानमोठे देश, पत्तनें, नगरें, द्वीपें आणि दलदलीचे प्रदेश ह्यांनीं भरून

गेलेली सर्व पृथ्वी जिंकून घेऊन व तिजवरील भूपतीवर आपला अंमल बसवून आणि त्यांजकडून अक्षय्य असें द्रव्य संपादन करून बऱ्याचशा काळानें तो सूतपुत्र कर्ण दुर्योधनाकडे आला; आणि, हे शत्रुमर्दका राजा जनमेजया, त्या वीरानें गृहामध्यें प्रवेश करून धृतराष्ट्र आणि गांधारी ह्यांचें दर्शन घेतलें. त्या धर्मवेत्त्या नरश्रेष्ठानें पुत्राप्रमाणें त्या उभयतांचे पाय धरिलें व धृतराष्ट्रानेंही त्याला प्रेमानें अलिंगन देऊन सोडला. हे भरतकुलोत्पन्ना जनमेजया, तेव्हांपासून राजा दुर्योधन आणि सुबलपुत्र शकुनि हे कर्णाकडून संग्रामामध्यें पांडवांचा पराजय लवकरच होईल असें समजूं लागले.

अध्याय दोनशें पंचावन्नावा.

—:०:—

दुर्योधनाचा राजसूय यज्ञ करण्याचा विचार.

वैशंपायन ह्मणाले:—हे प्रजापालका राजा, ह्याप्रमाणें पृथ्वी जिंकून घेतल्यानंतर शत्रुवीरांचा वध करणारा सूतपुत्र कर्ण दुर्योधनास असें बोलूं लागला.

कर्ण म्हणाला:—हे कुरुकुलोत्पन्ना दुर्योधना, मी जें तुला सांगणार आहें तें तूं ऐकून घे व नंतर, हे शत्रुमर्दना, त्याप्रमाणें सर्व कर. हे नृपश्रेष्ठा वीरा, आज ही सर्व निष्कंटक पृथ्वी तुझी आहे. तेव्हां, ज्यानें शत्रूंचा वध केला आहे असा उदार अंतःकरणाचा इंद्र स्वर्गाचें पालन करितो त्याप्रमाणें तूं हिचें पालन कर.

वैशंपायन म्हणाले:—ह्याप्रमाणें कर्णानें भाषण करितांच पुनरपि राजा दुर्योधन त्याला म्हणाला, 'हे पुरुषश्रेष्ठा, ज्या मजवर तूं अनुरक्त असून माझा साहाय्यकर्ता आणि माझ्या कार्यसिद्धीविषयीं उद्युक्त झालेला आहेस, त्या मला कांहींही दुर्लभ नाहीं. पण माझ्या मनांत एक गोष्ट आहे, ती तूं बरोबर रीतीनें ऐकून घे. कर्णा, पांडवांनीं केलेला राजसूयनामक मोठा आणि उत्कृष्ट यज्ञ अवलोकन केल्यामुळें मलाही तो करण्याची इच्छा उत्पन्न झाली आहे. ह्यास्तव, ती तूं पूर्ण कर.'

ह्याप्रमाणें दुर्योधनानें सांगितल्यानंतर कर्ण त्याला ह्मणाला कीं, 'हे नृपश्रेष्ठा, आज सर्वही भूपति तुझ्या ताब्यांत आहेत. तेव्हां आतां तूं ब्राह्मणश्रेष्ठांना बोलावून आण आणि यथाविधि सर्व साहित्य आणि यज्ञाचीं साधनें जमा कर. वेदपारंगत अशा ऋत्विजांना बोलावून आण. हे शत्रुमर्दका राजा, ते यथाशास्त्र यज्ञकर्म करूं देत; आणि, हे भरतकुलश्रेष्ठा, विपुल-अन्नपानयुक्त असलेला व अत्यंत वैभवसंपन्न असा हा तुझा राजसूय महायज्ञ चालू होऊं दे.'

राजा जन्ममेजया, ह्याप्रमाणें कर्णानें सांगितल्यानंतर दुर्योधनानें आपल्या पुरोहितास आणवून त्यास असें सांगितलें कीं, 'ज्यामध्यें उत्कृष्ट प्रतीची आणि विपुल दक्षिणा आहे असा राजसूयनामक श्रेष्ठ यज्ञ तूं मजसाठीं यथाशास्त्र कर.'

पुरोहिताचा दुर्योधनास उपदेश.

ह्यावर त्या ब्राह्मणश्रेष्ठानें उत्तर दिलें कीं, 'हे कौरववर्या नृपश्रेष्ठा, जोंवर युधिष्ठिर जिवंत आहे तोंवर तुझ्या कुलांत हा श्रेष्ठ यज्ञ मला करितां येणें शक्य नाहीं. शिवाय, हे नृपश्रेष्ठा, तुझा दीर्घायुषी पिता धृतराष्ट्र अद्यापि जिवंत आहे; ह्यामुळेंही तूं हा यज्ञ करणें हें शास्त्रविरुद्ध आहे. ह्यास्तव, हे प्रभो राजेंद्रा, राजसूयाच्या तोडीचाच दुसरा एक मोठा यज्ञ आहे तोच तूं कर. हें माझें सांगणें ऐक. हे पृथ्वीपते, आज जे हे पृथ्वीपति तुला कर अर्पण करीत आहेत, ते सर्व कराच्या रूपानें अलंकारमय अथवा साधें सुवर्ण तुला अर्पण

करूं देत; आणि, हे भरतकुलोत्पन्ना नृपश्रेष्ठा, त्याचा नांगर करून तूं यज्ञमंडपाची भूमि नांगर; आणि नंतर त्या ठिकाणीं, ज्यामध्यें विपुल अन्नसंतर्पण आहे व जो करण्यास कोणत्याही बाजूनें प्रतिबंध नाहीं असा अत्यंत शुचिर्भूत यज्ञ चालू होऊं दे. हा जो यज्ञ तुजकडून व्हावयाचा त्याचें नांव वैष्णव यज्ञ असें असून तो सज्जनांनीं करण्यास योग्य आहे. हा यज्ञ अनादि श्रीविष्णूवांचून कोणींही केलेला नाहीं. हा महायज्ञ राजसूयनामक श्रेष्ठ यज्ञाशीं टक्कर देऊं शकेल. ह्यास्तव, हे भरतकुलोत्पन्ना, तुझ्या कल्याणासाठीं हा करणें हेंच आम्हांला इष्ट वाटत आहे. कारण, हा यज्ञ निर्विघ्नपणें पार पडून तुझा मनोरथही पूर्ण होईल.'

वैष्णव यज्ञ करण्याचा निश्चय.

ह्याप्रमाणें त्या ब्राह्मणांनीं भाषण केल्यानंतर पृथ्वीपति धृतराष्ट्रपुत्र दुर्योधन कर्ण, शकुनि आणि आपले बंधु ह्यांना ह्मणाला कीं, 'ब्राह्मणांनीं केलेलें हें सर्व भाषण मला निःसंशय इष्ट वाटत आहे. ह्यास्तव, तुह्मांलाही जर हें बरें वाटत नसेल तर विलंब न करितां आपलें मत सांगा.' असें त्यानें भाषण करितांच त्या सर्वांनीं 'हो, असेंच!' असें उत्तर दिलें. तदनंतर राजा दुर्योधनानें अधिकारारूढ लोकांना आज्ञा केली; व सर्वही शिल्पी लोकांना क्रमाक्रमानें नांगर करण्याविषयीं हुकूम केला. तेव्हां त्यांनीं त्याच्या आज्ञेप्रमाणें सर्व कांहीं केलें.

अध्याय दोनशें छप्पन्नावा.

—:०:—

दुर्योधनाचा वैष्णव यज्ञ.

वैशंपायन ह्मणाले:—तदनंतर श्रेष्ठ श्रेष्ठ शिल्पी, आमात्यवर्य आणि महाज्ञानी विदुर ह्यांनीं धृतराष्ट्रपुत्र दुर्योधनाला 'हे राजा, प्रसंगप्राप्त अशा ह्या श्रेष्ठ यज्ञाची सर्व तयारी झाली असून सुवर्णाचा महामूल्यवान् नांगरही तयार केलेला आहे' असें कळविलें. हे प्रजापालका जनमेजया, हें ऐकून नृपश्रेष्ठ दुर्योधनानें तो श्रेष्ठ यज्ञ सुरू करण्याची आज्ञा केली. तेव्हां तो सर्व गोष्टींनीं संपूर्ण व अत्यंत पवित्र यज्ञ सुरू झाला व गांधारीपुत्र दुर्योधन ह्यानें क्रमाप्रमाणें यथाशास्त्र दीक्षा ग्रहण केली.

ह्यामुळें धृतराष्ट्र, महाकीर्तिसंपन्न विदुर, भीष्म, द्रोण, कृप, कर्ण आणि कीर्तिमती गांधारी ह्यांस आनंद झाला. त्या वेळीं दुर्योधनानें ब्राह्मणांना आणि राजांना निमंत्रण करण्यासाठीं शीघ्रगामी दूत पाठविले. तेव्हां ते आपलीं वाहनें त्वरेनें हांकून ठरल्याप्रमाणें जाऊं लागले. इतक्यांत जाऊं लागलेल्या त्या दूतांपैकीं एकाला दुःशासन ह्मणाला कीं, 'अरे, तूं द्वैतवनांत जा आणि पापिष्ठ पांडवांना व तेथें असणाऱ्या इतर ब्राह्मणांना निमंत्रण कर.' हें ऐकून त्या दूतानें द्वैतवनांत जाऊन सर्वही पांडवांस नमस्कार करून सांगितलें कीं, 'नृपश्रेष्ठ कुरुकुलधुरंधर महाराज दुर्योधन स्वतःच्या पराक्रमानें विपुल द्रव्य संपादन करून यज्ञ करीत असून त्या ठिकाणीं नाना देशांहून ब्राह्मण आणि राजे जात आहेत. हे राजा, त्या महात्म्या कौरवानेंच मला इकडे पाठविलें आहे. तो प्रजाधिप धृतराष्ट्रपुत्र दुर्योधन आपणांस निमंत्रण करीत आहे; तरी आपण जाऊन त्याच्या अंतःकरणास अभीष्ट असलेला तो यज्ञ अवलोकन करा.' हें दूताचें भाषण श्रवण करून नृपश्रेष्ठ राजा युधिष्ठिर ह्मणाला, 'पूर्वजांच्या कीर्तीची अभिवृद्धि करणारा राजा दुर्योधन हा श्रेष्ठ प्रतीचा यज्ञ करीत आहे ही फार आनंदाची गोष्ट आहे. आह्मी देखील तिकडे येऊं, पण सांप्रत मात्र कोणत्याही प्रकारें

आह्मांस येतां येत नाहीं. कारण, तेरावें वर्ष समाप्त होईतोंपर्यंत आह्मांला आपल्या प्रतिज्ञेचें पालन केलें पाहिजे' हें धर्मराजाचें भाषण ऐकिल्यानंतर भीम ह्मणाला, 'तेरावें वर्ष समाप्त झाल्यानंतर जेव्हां रणयज्ञामध्यें प्रजाधिपति धर्मराज युधिष्ठिर हा शस्त्रास्त्रांपासून उत्पन्न झालेल्या प्रदीप्त अग्नीमध्यें त्या दुर्योधनाची आहुति देऊं शकेल तेव्हांच तो तिकडे जाईल; आणि तो पांडुपुत्र जेव्हां धृतराष्ट्रपुत्रांवर क्रोधरूपी घृताचा अभिचार करील तेव्हां मीही तिकडे येईन असें तूं जाऊन दुर्योधनाला कळीव.' हे राजा जनमेजया, त्या वेळीं इतर पांडवांनीं कांहींही अप्रिय भाषण केलें नाहीं. पुढें त्या दूतानेंही जाऊन घडलेला सर्व वृत्तान्त धृतराष्ट्रपुत्र दुर्योधन ह्यास निवेदन केला. असो; हे महाभागा जनमेजया, इकडे अनेक देशांचे अधिपति नरश्रेष्ठ राजे आणि ब्राह्मण हे धृतराष्ट्राच्या नगरांत आले. व त्यांचा त्यांच्या योग्यतेनुसार यथासांग व यथाशास्त्र आदरसत्कार झाल्यामुळें अतिशय आनंदित व संतुष्ट होऊन राहिले. त्या वेळीं, हे राजेन्द्रा, सर्व कौरवांनीं वेष्टिलेला धृतराष्ट्र अत्यंत आनंदयुक्त होऊन विदुराला ह्मणाला कीं, 'हे विदुरा, ज्या योगानें यज्ञमंदिरांत सर्वही लोक सुख पावतील व त्यांना अन्न मिळेल अशी व्यवस्था विलंब न लावितां कर.' हे शत्रुमर्दना जनमेजया, हें ऐकून धर्मवेत्त्या विदुरानें सर्वही वर्णांतील लोकांचा त्यांच्या त्यांच्या योग्यतेनुरूप आदरसत्कार केला. त्यानें भक्ष्यें, पेय पदार्थ, अन्नपान, सुगंधि माला आणि नानाप्रकारचीं वस्त्रें त्यांजकडे आनंदपूर्वक नेऊन दिलीं. यज्ञास येणाऱ्या लोकांसाठीं वीर दुर्योधनानें त्यांच्या त्यांच्या योग्यतेनुसार यथाशास्त्र वसतिस्थलें केलेलीं होतीं. असो; यज्ञ समाप्त झाल्यानंतर राजाधिराज दुर्योधनानें हजारों ब्राह्मण व राजे ह्यांचें आल्हादकारक शब्दांनीं गौरव केलें व नानाप्रकारच्या बहुमूल्य वस्तु अर्पण करून सत्कार केला व त्यांना निरोप दिल्यानंतर त्यानें कर्ण आणि शकुनि ह्यांसहवर्तमान हस्तिनापुरांत प्रवेश केला

अध्याय दोनशें सत्तावन्नावा.

—:०:—

दुर्योधनाचा नगरप्रवेश.

वैशंपायन ह्मणालेः—हे महाराजा नृपश्रेष्ठा जनमेजया, धैर्यच्युत न होणारा महाधनुर्धर दुर्योधन नगरामध्यें प्रवेश करूं लागला त्या वेळीं बंदिजन आणि इतर लोकही त्याची स्तुति करूं लागले; व त्याच्यावर माताच्या लाह्या आणि चंदनाचें चूर्ण उधळून 'हे राजा, तुझा हा यज्ञ निर्विघ्नपणें पार पडला हीं आनंदाची गोष्ट होय.' असें म्हणूं लागले. प्रसंगोचित भाषणाचें ज्ञान नसलेले दुसरे कितीएक लोक 'हा तुझा यज्ञ कांहीं युधिष्ठिरानें केलेल्या यज्ञाच्या तोडीचा नाहीं. इतकेंच नव्हे, तर ह्याला त्याच्या षोडशांशाचीही योग्यता यावयाची नाहीं.' असें ह्मणाले. दुर्योधनाचे हितचिंतक 'हा यज्ञ सर्वांच्याही वर ताण करणारा असून हा केल्यामुळें भरत, मांधाता, नहुष आणि ययाति हे सर्व राजे पवित्र होऊन स्वर्गास गेले आहेत,' असें बोलूं लागले. ह्या प्रकारचीं आपल्या हितचिंतकांचीं शुभ भाषणें श्रवण करीत करीत तो प्रजाधिपति दुर्योधन नगरामध्यें गेला; आणि, राजा, त्यानें आपल्या मातापितरांच्या आणि कर्ण, द्रोण, कृप व ज्ञानसंपन्न विदुर इत्यादिकांच्या चरणांस वंदन केलें. पुढें कनिष्ठ बंधूंनीं वंदन केल्यानंतर बंधूंस आनंदित करणारा तो दुर्योधन मुख्य आसनावर बसला व त्याचे बंधुही त्याच्या सभोंवतीं बसले. तेव्हां कर्ण उत्थापन देऊन

त्या दुर्योधनास ह्मणाला कीं, "हे भरतकुलश्रेष्ठा, हा तुझा महायज्ञ तडीस गेला ही आनंदाची गोष्ट होय. आतां हे नरश्रेष्ठा, ज्याप्रमाणें आज मी तुझें अभिनंदन करीत आहें, त्याचप्रमाणें तूं पांडवांचा वध करून राजसूय यज्ञ केलास ह्मणजे पुनरपि मी तुझें अभिनंदन करीन.' हें ऐकून दुर्योधनही त्याला ह्मणाला कीं,' तूं म्हटलेंस तें सत्य आहे. हे नरश्रेष्ठा, ह्या दुष्ट पांडवांचा वध करून राजसूय महायज्ञ केला ह्मणजे तूं अशा प्रकारेंच माझा अभ्युदय करशील.' हे महाराजा जनमेजया, ह्याप्रमाणें भाषण करून कर्णास आलिंगन दिल्यानंतर त्या भरतकुलोत्पन्न दुर्योधनास राजसूयसंज्ञक श्रेष्ठ यज्ञाविषयीं काळजी लागून राहिली; व तो नृपश्रेष्ठ आपल्या समीप असणाऱ्या कौरवांस ह्मणाला, ' हे कौरवहो, सर्वही पांडवांस ठार करून मी तो विपुलद्रव्यसाध्य राजसूयनामक श्रेष्ठ यज्ञ केव्हां करीन, असें मला झालें आहे.

कर्णाची अर्जुनवधाविषयीं प्रतिज्ञा.

ह्यावर त्याला कर्ण सांगूं लागला कीं, ' हे नृपश्रेष्ठा, ऐक. जोंवर अर्जुनाला ठार केला नाहीं तोंवर मी पादक्षालन करणार नाहीं, मांसभक्षण करणार नाहीं, मद्यप्राशन न करण्याचा नियम करीन व कोणींही याचना केली तर त्यास ' नाहीं ' असें ह्मणणार नाहीं.' ह्याप्रमाणें कर्णानें संग्रामामध्यें अर्जुनास ठार करण्याची प्रतिज्ञा केल्यामुळें महाधनुर्धर महारथी धृतराष्ट्रपुत्र मोठ्यानें आनंदघोष करूं लागले व आतां आपण पांडवांना खास जिंकलेंच असें समजूं लागले. असो; पुढें सर्व नरश्रेष्ठांची रवानगी करून, दुर्योधनानेंही—ज्याप्रमाणें कुबेरानें चैत्ररथनामक उपवनामध्यें प्रवेश करावा त्याप्रमाणें गृहामध्यें प्रवेश केला. नंतर, हे भरतकुलोत्पन्ना जनमेजया, ते सर्व महाधनुर्धरही आपापल्या घरीं निघून गेले.

युधिष्ठिराच्या कल्पना.

इकडे दुर्योधनाच्या दूतानें केलेल्या भाषणानें अंतःकरणांत चळवळ उडून गेल्यामुळें पांडव एकसारखे त्या गोष्टीचाच विचार करूं लागले व त्यामुळें त्यांना कोणत्याही गोष्टीपासून सुख होईनासें झालें. इतक्यांत हे राजेंद्रा, हेरांनीं येऊन कर्णानें अर्जुनाचा वध करण्याची प्रतिज्ञा केल्याचा वृत्तान्त कळविला. तो ऐकतांच, हे प्रजाधिपते, युधिष्ठिर अत्यंत उद्विग्न होऊन गेला व कर्णाचें कवच अभेद्य असून त्याचा पराक्रमही मोठा विलक्षण आहे असें वाटूं लागल्यामुळें व स्वतःच्या आत्यंतिक क्लेशांचें स्मरण झाल्यामुळें त्याला शांति मिळेनाशी झाली. ह्याप्रमाणें चिंतेनें व्याप्त होऊन गेल्यामुळें त्या महात्म्याच्या अंतःकरणांत, आपण अनेक हिंस्र पशु आणि मृग ह्यांनीं व्याप्त असलेलें द्वैतवन सोडून गेलों आहों; संग्रामामध्यें चमकणाऱ्या कर्णाचें दुर्योधनास साहाय्य मिळालें असून तो प्रत्यहीं भूपतींचें प्रिय करण्याविषयीं प्रवृत्त होऊन आपले वीर बंधु, भीष्म, द्रोण आणि कृप ह्यांच्या सहवासांत राहून पृथ्वीचें पालन करीत आहे; आणि हे शत्रुतापना राजा जनमेजया, ' दान आणि उपभोग हेंच द्रव्याचें फळ होय ' असा मनामध्यें निश्चय करून त्या वीर दुर्योधनानें विपुलदक्षिणासंपन्न असणारे यज्ञ करून ब्राह्मणश्रेष्ठांचा बहुमान केला आहे, व आपल्या बंधूंचेंही प्रिय केलें आहे ' अशा कल्पना येऊं लागल्या.

मृगस्वप्नोद्भवपर्व.

अध्याय दोनशें अठ्ठावन्नावा.

—:०:—

मृगांची प्रार्थना व पांडवांचा द्वैतवनत्याग.

जनमेजय ह्मणालाः— हे भगवन्, दुर्योधनास गंधर्वांपासून सोडविल्यानंतर महाबलाढ्य पांडुपुत्रांनीं त्या वनामध्यें काय केलें हें मला कथन करा.

वैशंपायन ह्मणालेः—पुढें रात्रीं त्या द्वैतवनांत कुंतीपुत्र युधिष्ठिर निजला असतां दुःखाश्रु येऊं लागल्यामुळें कंठ दाटून आलेले कांहीं हरिण त्याच्या स्वप्नांत आले. त्यांच्या शरीरास कंप सुटला असून त्यांनीं हात जोडले आहेत असें पाहतांच राजेन्द्र युधिष्ठिर त्यांना ह्मणाला कीं, ‘ तुह्मांला जें कांहीं बोलावयाचें इच्छा असेल तें बोला. तुह्मांला काय हवें आहे ? ’ ह्याप्रमाणें कीर्तिसंपन्न कुन्तीपुत्र युधिष्ठिरानें भाषण केल्यानंतर, पांडवांनीं वध करून अवशिष्ट राहिलेले ते मृग बोलूं लागले. ते ह्मणाले, “ हे भरतकुलोत्पन्ना ! आम्ही तुमच्या हातून वध होऊन अवशिष्ट राहिलेले द्वैतवनवासी मृग आहों. हे महाराजा, आमचा समूळ नाश न व्हावा एतदर्थ आपण आतां आपलें वसतिस्थान बदला. आपण सर्वेही बंधु शूर आणि अस्त्रविद्येमध्यें निष्णात आहां; ह्यामुळें आम्हां वनवासी मृगांचे कळप आतां थोडेच अवशिष्ट राहिले आहेत. ह्यास्तव, हे महाज्ञानी राजेंद्रा युधिष्ठिरा,त्यांपैकीं बीजरूपानें वास्तव्य करणाऱ्या आमची आतां आपल्या अनुग्रहानें अभिवृद्धि होवो अशी आह्मी प्रार्थना करितों. ” हें ऐकून केवल बीजरूपानें अवशिष्ट राहिलेल्या व भयभीत होऊन थरथरां कांपूं लागलेल्या त्या मृगांस अवलोकन करितांच, सर्व प्राण्यांचें हित करण्यामध्यें आसक्त असलेला धर्मराज युधिष्ठिर अत्यंत दुःखाकुल झाला; व ‘ ठीक आहे. जसें तुह्मी सांगत आहां त्याप्रमाणें करीन. ’ असें त्यांना ह्मणाला. इतकें झाल्यानंतर रात्रीच्या शेवटीं जागा झाल्यावर त्या मृगांविषयीं दयायुक्त होऊन त्यानें आपल्या सर्व बंधूंना “ राजा, तुझें कल्याण असो. आतां आह्मी केवळ बीजभूत अवशिष्ट आहों. तेव्हां आम्हांवर दया कर. ” असें वध होऊन अवशिष्ट राहिलेल्या मृगांनीं रात्रीं स्वप्नांत येऊन निवेदन केल्याचा वृत्तान्त कळविला. तेव्हां ते ह्मणाले, “ खरेंच. आह्मीं ह्या वनचरांवर दया केली पाहिजे. कारण आज एक वर्ष आठ महिने झाले, आह्मीं ह्यांचाच उपयोग करीत आहों. तेव्हां आतां पुनरपि विपुलमृगसंपन्न व मरुभूमीचें केवळ मस्तकच असें जें रम्य आणि श्रेष्ठ काम्यकवन तृणबिंदुनामक सरोवराच्या जवळ आहे तेथेंच आपण अवशिष्ट राहिलेले दिवस संपेतोंपर्यंत विहार करीत आनंदानें राहूं. ” हे राजा, असा विचार करून त्या धर्मनिष्ठ सर्वही पांडवांनीं तेथून सत्वर प्रयाण केलें. तेव्हां त्या द्वैतवनामध्यें जे त्यांच्या सहवासास होते ते सर्वही ब्राह्मण त्यांच्याबरोबर असून इंद्रसेनादिक सेवक त्यांच्या पाठीमागून चालले होते. ह्याप्रमाणें तेथून निघाल्यानंतर उत्कृष्ट प्रकारचे भक्ष्य पदार्थ आणि शुद्ध जल ह्यांनीं युक्त असणाऱ्या अशा काम्यकवनाकडे जाणाऱ्या मार्गानें जातां जातां, ज्यामध्यें तपश्चर्या सुरू आहे असें पवित्र व मुनिजनांच्या आश्रमांनीं युक्त असलेलें काम्यकवन त्यांच्या दृष्टीस पडलें. तेव्हां ज्याप्रमाणें पुण्यसंपन्न लोक स्वर्गामध्यें प्रवेश करितात त्याप्रमाणें ह्या ब्राह्मणश्रेष्ठांनीं वेष्टित असलेल्या भरतकुलश्रेष्ठ पांडवांनीं त्या वेळीं त्या अरण्यामध्यें प्रवेश केला.

व्रीहिद्रौणिकपर्व.

अध्याय दोनशें एकोणसाठावा.

—:०:—

युधिष्ठिराची अस्वस्थता.

वैशंपायन ह्मणालेः—हे भरतकुलश्रेष्ठा जनमेजया, वनामध्यें वास्तव्य करीत असतां त्या महात्म्या पांडवांचीं अकरा वर्षें मोठ्या कष्टानें निघून गेलीं. त्या वेळीं सुखोपभोगास योग्य असणाऱ्या त्या पांडवांना जरी फलमूलादिकांचा आहार करावा लागत असे, तरीही जें प्रसंगानें प्राप्त होईल तेंच उत्कृष्ट प्रकारचें सुख होय असा विचार करून त्या पुरुषश्रेष्ठांनीं सर्व दुःख सहन केलें. महाबाहु राजर्षि युधिष्ठिर ह्याला मात्र, आपल्या अपराधामुळेंच आपल्या बंधूंस अत्यंत कष्ट भोगावे लागत आहेत असें एकसारखें मनांत येत असल्यामुळें हृदयामध्यें जणू बाणांचीं टोंकेंच खुपसलीं आहेत अशी स्थिति होऊन सुखानें झोंपही येत नसे. द्यूतकर्माचें तें दुष्ट स्वरूप त्या वेळीं एकसारखें त्याच्या डोळ्यांपुढें उभें राहूं लागलें; कर्णाच्या कर्णकठोर भाषणाचें त्याला स्मरण होऊं लागलें; व ह्मणूनच अंतःकरणामध्यें कोपरूपी प्रचंड विष धारण करणारा तो पांडुपुत्र युधिष्ठिर दीन होऊन केवळ सुस्कारे टाकूं लागला. अर्जुन, नकुलसहदेव, कीर्तिसंपन्न द्रौपदी आणि सर्वांमध्यें उत्कृष्ट प्रकारचा बलाढ्य महातेजस्वी भीम ह्या सर्वांनीं केवळ युधिष्ठिराकडे दृष्टि देऊन तें आत्यंतिक दुःख सहन केलें. पुढें आतां आपल्या दुःखाचे थोडेच दिवस राहिले आहेत असें वाटून ते उत्साहसूचक आणि क्रोधसूचक आचरणें करूं लागले ह्यामुळें त्यांचें रूपांतरच झालें आहे किंवा काय असें वाटूं लागलें.

पांडवांस व्यासांचा उपदेश.

ह्याप्रमाणें कांहीं काळ लोटल्यानंतर महायोगी सत्यवतीपुत्र व्यास पांडवांस भेटावयासाठीं आले. ते येत आहेत असें पाहतांच कुंतीपुत्र युधिष्ठिरानें सामोरें जाऊन त्या महात्म्याचें यथाविधि स्वागत केलें व प्रणाम करून त्यांना संतुष्ट करीत तो जितेंद्रिय पांडुपुत्र ते बसल्यानंतर सेवा करण्याच्या इच्छेनें त्यांच्या जवळच बसला, ते आपले पौत्र वनामध्यें वन्य आहारावर उपजीविका करीत राहिल्यामुळें कृश होऊन गेले आहेत असें पाहून व्यासमुनींचा कंठ अश्रूंच्या योगानें दाटून आला व सद्गदित होऊन ते अनुग्रह करण्याच्या इच्छेनें भाषण करूं लागले. ते ह्मणाले, “ हे महाबाहो धार्मिकश्रेष्ठा युधिष्ठिरा, ऐक. अरे, तपश्चर्या केल्यावांचून ह्या लोकामध्यें मनुष्यांना विपुल सुखाची प्राप्ति होत नाहीं. सुख आणि दुःख ह्या जोडीची मनुष्याला क्रमानें प्राप्ति होत असते. हे पुरुषश्रेष्ठा, कोणाही मनुष्याला अमर्यादित अशा सुखाची प्राप्ति होत नाहीं व ह्मणूनच सद्विचारसंपन्न ज्ञानी पुरुष प्रत्येक वस्तूला उदय आणि अस्त हे असतातच असें समजून सुखप्राप्तीबद्दल आनंदही मानीत नाहीत व दुःखप्राप्तीसंबंधानें शोकही करीत नाहींत. मनुष्यांवर जर सुखाचा प्रसंग आला तर तें त्यांनीं भोगलें पाहिजे; व दुःख ओढवलें तरी तेंही सहन केलें पाहिजे. मनुष्यानें धान्यें पेरणाऱ्या पुरुषाप्रमाणें जें जें ज्या ज्या वेळीं प्राप्त होईल त्याचा त्याचा अवलंब करीत असावें. हे भरतकुलोत्पन्ना युधिष्ठिरा, तपाहून श्रेष्ठ असें दुसरें कांहींही नाहीं; तपाच्या योगानेंच परब्रह्माची प्राप्ति होते. सारांश, ज्याची तपाच्या योगानें प्राप्ति होत नाहीं असें कांहीं नाहीं, हें तूं समज. हे महाराजा, सत्य, सरळपणा, क्रोधाचा अभाव, आपण संपादन केलेल्या

द्रव्याचा अंश सर्वांनाही देणें, सुखदुःखादि द्वंद्वें सहन करणें, शांति, निर्मत्सरपणा, हिंसेचा अभाव, शुचिर्भूतपणा आणि इंद्रियनिग्रह हीं कर्में सदाचारी मनुष्यास पवित्र करणारीं आहेत. ज्या मूर्खांचें प्रेम केवळ अधर्मावर असेल त्यांना केवल तिर्यग्गतीचा अवलंब करावा लागतो व त्या कष्टदायक योनीमध्यें जन्म पावल्यानंतर त्यांना सुखप्राप्ति होत नाहीं. जें कर्म इहलोकीं करावें त्याच्याच फलाचा परलोकीं उपभोग घ्यावा लागतो. ह्यास्तव, मनुष्यानें आपलें शरीर तपश्चर्या आणि नियम ह्यांनीं संपन्न असें करावें. हे राजा, दान करण्याचा समय प्राप्त झाला ह्मणजे निर्मत्सर होऊन आनंदित अंतःकरणानें प्रणाम व सत्कार करून ब्राह्मणांना यथाशक्ति दान करावें. सत्यवादी मनुष्याला दीर्घायुष्याची प्राप्ति होते; सरलतेनें वागणाऱ्यास आयास होत नाहींत; क्रोध आणि मत्सर हीं न करणाऱ्यास अत्यंत सुखप्राप्ति होते; सुखदुःखादि द्वंद्वें सहन करून सदोदित शांतिनिष्ठ होऊन राहिलेल्या पुरुषास मुळींच क्लेश होत नाहींत; सुखदुःखादि द्वंद्वें सहन करणाऱ्या मनुष्यास आपली संपत्ति शत्रूकडे गेली आहे असें दिसून आलें तरीही ताप होत नाहीं; आपल्या संपत्तीमध्यें दुसऱ्यांचाही विभाग आहे असें समजणारा व दान करणारा मनुष्य सुखी आणि भोगसंपन्न होतो; हिंसा न करणारा मनुष्य अत्यंत निरोगी होतो; संमाननीय लोकांचा संमान करणारा मनुष्य मोठ्या कुलामध्यें जन्म पावतो; आणि जितेंद्रिय पुरुषास दुःखाचा केव्हांही संपर्क होत नाहीं. सारांश, ज्या मनुष्याच्या बुद्धीची प्रवृत्ति शुभ कर्मांकडे असेल, तो मनुष्य जरी मरण पावला, तरीही त्या सद्विचारामुळें अन्य जन्मींही त्याला उत्कृष्ट प्रकारचीच बुद्धि होते.

दान आणि तप ह्यांच्या गौरवागौरवाविषयीं विचार.

युधिष्ठिर ह्मणालाः—हे महामुने भगवन्, दानधर्म अथवा तप ह्यांपैकीं परलोकीं अधिक उपयोगीं पडणारें असें काय आहे ? आणि आचरण करण्यास अशक्य असें काय आहे ?

व्यास ह्मणालेः—बा युधिष्ठिरा, ह्या भूतलावर दानाहून दुष्कर असें दुसरें कांहींही नाहीं. प्रत्येक मनुष्याला द्रव्याविषयींची मोठी आशा असते आणि तें तर कष्टानें मिळत असतें. हे महामते, धैर्यसंपन्न लोक द्रव्यप्राप्तीसाठीं आपल्या प्रिय अशा प्राणांचीही उपेक्षा करून समुद्र किंवा अरण्य ह्यांमध्यें प्रवेश करितात; कित्येक कृषि आणि पशुपालन ह्या कर्मांचा अंगीकार करितात; आणि कित्येक तर द्रव्याच्या अभिलाषामुळें दास बनून जातात. सारांश, द्रव्य हें कष्टानें प्राप्त होणारें असल्यामुळें त्याचा त्याग करणें अत्यंत कठीण आहे. दानाहून दुसरी करितां येण्यास अशक्य अशी गोष्ट कोणतीही नाहीं. ह्मणूनच दान हें मला संमत आहे. मात्र तें करितांना ' न्यायानें संपादन केलेल्या द्रव्याचें योग्य वेळीं व सत्पात्र अशा सज्जनास दान केलें पाहिजे. ' हा दानधर्मासंबंधीं विशेष लक्ष्यांत ठेविला पाहिजे. अन्यायानें संपादन केलेल्या द्रव्याच्या योगानें जो दानधर्म केला जातो, तो दानकर्त्याचें मोठ्या संकटापासून संरक्षण करीत नाहीं. युधिष्ठिरा, योग्य वेळीं आणि शुद्ध अंतःकरणानें सत्पात्रीं थोडें दान केलें तरीही तें परलोकीं अनंतफलदायक होतें असें सांगितलेलें आहे. ह्याविषयीं एक पूर्वींचा दृष्टांत सांगत असतात. ह्या दृष्टांतांत एक द्रोण[1]भर भाताचें दान केल्यामुळें मुद्गलास काय फल मिळालें हें सांगितलेलें आहे.

१ द्रोण=आदमण.

अध्याय दोनशें साठावा.

—:०:—

मुद्गलाचा दानधर्म.

युधिष्ठिर ह्मणालाः—हे भगवन्, त्या महात्म्या मुद्गलानें द्रोणभर व्रीहींचें दान कसें केलें, कोणाला केलें आणि कोणस्या प्रकारच्या विधीनें केलें हें मला आपण कथन करा. हे भगवन्, प्रत्यक्ष धर्माची मूर्तिच अशा आपणाला ज्याच्या आचरणाच्या योगानें संतोष होत असेल त्या धर्मनिष्ठ पुरुषाचें जन्म सफल होय असें मी समजतों.

व्यास ह्मणाले:—हे राजा, पूर्वी सत्यवादी, निर्मत्सर, जितेंद्रिय आणि धर्मात्मा असा मुद्गलनामक मुनि शिलोंञ्छवृत्तीनें[१] कुरुक्षेत्रामध्यें रहात होता. तो नियमानें अतिथींचा सत्कार करणारा, कर्मनिष्ठ आणि कपोतवृत्तीचें अवलंबन करून—स्वल्प संग्रह करून—राहणारा महातपस्वी इष्टिकृतनांवाचें सत्र करूं लागला व स्त्रीपुत्रांसहवर्तमान पंधरा दिवसांतून एकदां आहार करूं लागून कपोतवृत्तीनें तो पंधरा दिवसांत एक द्रोणभर भात मिळवूं लागला. त्या वेळीं दर्शपौर्णमास करीत देवता आणि अतिथि ह्यांजकडे उपयोग करून अवशिष्ट राहील तेवढ्याच अन्नानें तो निर्मत्सरपणें शरीरयात्रा चालवीत असे. हे महाराजा, प्रत्येक पर्वदिवशीं देवांसहवर्तमान साक्षात् त्रिभुवनाधिपति इंद्र त्यानें अर्पण केलेला हविर्भाग ग्रहण करीत असे. ह्याप्रमाणें मुनिवृत्तीनें वागणारा तो ब्राह्मण दर्शपूर्णमास करून अत्यंत आनंदित अंतःकरणानें अतिथींना अन्नदान करीत असे. तो निर्मत्सर महात्मा त्या द्रोणभर भाताचे केलेलें तें अन्न अर्पण करूं लागला, ह्मणजे अवशिष्ट राहिलेलें अन्न अतिथि दिसतांच वाढूं लागे आणि ज्ञानसंपन्न असे शेंकडों ब्राह्मण तें भक्षण करीत असत. कारण, त्या मुनीचा तो दानधर्म शुचिर्भूतपणें घडत असल्यामळें त्या अन्नाची अभिवृद्धि होत असे.

दुर्वासकृत मुद्गलसत्त्वपरीक्षण व अनुग्रह.

हे राजा, सदाचारी आणि धर्मनिष्ठ अशा त्या मुद्गलाचें नांव दिगंबर अशा दुर्वास मुनींच्या कानांवर गेलें, तेव्हां तेही त्याजकडे आले. हे पांडवा, त्यांनीं उन्मत्ताप्रमाणें अनियमित वेष धारण केलेला होता; त्यांच्या मस्तकास केश नव्हते व ते नानाप्रकारचे कर्णकठोर शब्द उच्चारीत होते. ह्याप्रमाणें मुद्गलाजवळ गेल्यानंतर 'हे द्विजश्रेष्ठा, मी अन्नाच्या इच्छेनें तुजकडे आलों आहें असें समज.' असें त्यांनीं त्यास ह्मटलें. तेव्हां अतिथींचा सत्कार करण्याचें व्रतच असलेल्या मुद्गलानें 'आपलें स्वागत असो.' असें ह्मणून त्यांना उत्कृष्ट प्रकारचें पाद्य आणि आचमनीय दिलें; व नंतर, क्षुधाक्रांत झालेल्या व उन्मत्ताचें स्वरूप धारण केलेल्या त्या दुर्वासमुनींस त्या नियमनिष्ठ मुद्गलानें अत्यंत श्रद्धापूर्वक अन्न अर्पण केलें. त्या वेळीं तें चवदार असलेलें सर्वही अन्न उन्मत्ताचें स्वरूप धारण करणाऱ्या एकट्या क्षुधेनें आक्रांत झालेल्या मुनीनें भक्षण केलें व मुद्गलानेंही त्याला तें वाढलें. ह्याप्रमाणें सर्व अन्न भक्षण केल्यानंतर आपल्या उच्छिष्ट अन्नानें शरीर माखून ते आल्या मार्गानें निघून गेले. ह्याप्रमाणें दुसऱ्या दिवशींही भोजनाचा समय प्राप्त होतांच दुर्वासमुनींनीं येऊन उञ्छवृत्तीनें राहणाऱ्या त्या ब्राह्मणाचें सर्वही अन्न भक्षण करून टाकिलें. ह्यामुळें भोजन न मिळून तो मुनि पुनरपि मार्गावर धान्याचे कण शोधूं लागला; क्षुधेमुळें मुद्गलास कोणत्याही प्रका-

१ मार्गांवर पडलेले धान्याचे कण वेंचून घेऊन त्यांजवर उपजीविका करणें ह्यास उञ्छवृत्ति; आणि तशाच प्रकारचीं कणसें वगैरे जमा करून उपजीविका करणें ह्याला शिलवृत्ति असें ह्मणतात.

रचा विकार होऊं शकला नाहीं. तो ब्राह्मणश्रेष्ठ जरी स्त्रीपुत्रांसहवर्तमान उञ्छवृत्तीनें रहात होता तरीही दुर्वासाच्या ह्या कृत्यामुळें त्याच्या अंतःकरणांत क्रोधाचा, मत्सराचा अथवा अनादराचा मुळींच प्रवेश झाला नाहीं व तो गडबडूनही गेला नाहीं. असो; अशा रीतीनें कृतनिश्चय झालेले दुर्वास मुनि उञ्छवृत्तीनें राहणाऱ्या त्या मुनिश्रेष्ठाकडे सहादां अगदीं वेळच्यावेळीं आले. तथापि त्याच्या अंतःकरणास कोणत्याही प्रकारचा विकार झाला आहे असें त्यांस दिसून आलें नाहीं. इतकेंच नव्हे, तर ज्याची सत्त्वशुद्धि झाली आहे अशा त्या मुनीचें अंतःकरण केवल निर्मल आहे असेंही त्यांच्या दृष्टोत्पत्तीस आलें. ह्यामुळें संतुष्ट होऊन ते मुद्गलमुनीस ह्मणाले कीं, "ह्या लोकांमध्यें तुजसारखा निर्मत्सर असा दाता नाहीं. क्षुधा ही धर्माला आणि चेतनेला दूर घालवून देऊन धैर्य हरण करते. रसाकडे धाव घेणें हा जिव्हेचा स्वभाव असल्यामुळें ती प्राण्यांच्या अंतःकरणास तिकडे खेंचीत असते. आहार हेंच प्राण्यांच्या अस्तित्वाचें कारण असून मन हें निग्रह करण्यास अत्यंत कठीण व चंचल आहे. मनाची आणि इंद्रियांची एकाग्रता होणें हेंच तप होय असा सिद्धान्त आहे. श्रमानें संपादन केलेल्या द्रव्याचा त्याग करणें हेंही कष्टदायक आहे. तथापि, हे साधो, तूं शुद्ध अंतःकरणानें तें सर्वही यथायोग्य घडवून आणिलें आहेस. तुझा समागम झाल्यामुळें आम्ही प्रसन्न झालों असून तूं आह्मांवर अनुग्रह केल्यासारखा झाला आहे. इंद्रियनिग्रह, धैर्य, स्वसंपादित द्रव्यांमध्यें इतरांसही विभाग देणें, सुखदुःखादिक द्वंद्वें सहन करणें, शांति, दया, सत्य आणि धर्म हीं सर्वही तुझ्या ठिकाणीं वास्तव्य करीत आहेत. तूं सत्कर्माच्या योगानें स्वर्गादि लोक हस्तगत केलेले आहेस व ह्मणूनच तुला श्रेष्ठ अशा गतीची प्राप्ति झालेली आहे. वाहवारे तुझें दान ! हे सदाचारनिष्ठा, तुजसंबंधानें स्वर्गवासी देवांनीं अशी दवंडी पिटविली आहे कीं, तूं शरीरासहवर्तमान स्वर्गास जाणार !"

देवदूताचें आगमन व त्यास मुद्गलाचा प्रश्न.

ह्याप्रमाणें दुर्वासमुनि भाषण करीत आहेत तोंच देवदूत विमान घेऊन मुद्गलमुनीकडे आला. त्या विमानास हंस, सारस इत्यादिक पक्षी जोडले असून तें लहान लहान घांटांच्या मालिकांनीं शृंगारलेलें, दिव्य, सुगंधयुक्त, इच्छेनुरूप गमन करणारें आणि चित्रविचित्र वर्णाचें होतें. तेथें येतांच तो देवदूत ब्रह्मर्षि मुद्गल ह्यास ह्मणाला कीं, 'हे मुने तुला उत्कृष्ट प्रकारची सिद्धि प्राप्त झाली आहे. ह्यास्तव, आपल्या कर्माच्या योगानें संपादन केलेल्या ह्या विमानामध्यें तूं आरोहण कर.' ह्याप्रमाणें तो देवदूत भाषण करूं लागला असतां मुद्गलमुनि त्यास ह्मणाला कीं, 'हे देवदूता, स्वर्गामध्यें वास्तव्य करणाऱ्या लोकांचे गुण तुझ्या तोंडून ऐकावे अशी माझी इच्छा आहे. त्या ठिकाणीं वास्तव्य करणाऱ्या लोकांचे गुण कोणते ? तप कोणत्या प्रकारचें असतें ? निश्चय कोणत्या प्रकारचा असतो ? सुख काय असतें? आणि दोष कोणता असतो? सज्जनांची मैत्री सात पदें उच्चारल्यानें होते असें ह्मणतात; व ह्मणूनच, हे प्रभो मित्रत्वाचें नातें पुढें करून मी तुला हा प्रश्न करीत आहें. ह्यास्तव, तूं निःशंकपणें ह्यांतील खरें तत्त्व आणि त्यांपैकीं मजला हितकारक असणाऱ्या गोष्टी कथन कर. ह्मणजे तें ऐकून मी तुझ्या सांगण्यावरून काय तो निश्चय ठरवीन.'

अध्याय दोनशें एकसष्टावा.

—:०:—

स्वर्गाचे गुणदोष.

देवदूत ह्मणाला:—हे महर्षे, तुझे विचार फार श्रेष्ठ आहेत. कारण, तूं बहुमान्य स्वर्गाची प्राप्ति झाली असतांही अनभिज्ञ मनुष्याप्रमाणें विचारच करीत आहेस. स्वर्गलोक हा वर असून त्यासच स्वर् अशी संज्ञा आहे. हे मुने, हा लोक ऊर्ध्वभागीं असून तो ब्रह्मप्राप्तीचा मार्ग आहे. ह्या ठिकाणीं सदोदित विमानांचा संचार असतो. मुद्गला, ज्यांनीं तप अथवा महायज्ञ केले नाहींत ते असत्यवादी आणि नास्तिक हे त्या लोकीं गमन करूं शकत नाहींत. तर, जे धर्मात्मे, जितेंद्रिय, शांतिसंपन्न, सुखदुःखादि द्वंद्वें सहन करणारे, निर्मत्सर आणि दानधर्मनिष्ठ असतात ते व संग्रामामध्यें मृत झालेले शूर हेच त्या ठिकाणीं जातात. शमदमादिक उत्कृष्ट प्रकारच्या धर्माचें आचरण करणाऱ्या पुरुषांस त्या ठिकाणीं सदाचारी लोकांस मिळणारी सद्गति मिळते. मौद्गल्या, साध्य, विश्वेदेव, महर्षि, याम, धाम, गंधर्व आणि अप्सरा ह्या देवसमुदायांचे अभीष्ट वस्तूंनीं पूर्ण असलेले निरनिराळे अनेक तेजोमय उत्कृष्ट लोक त्या ठिकाणीं आहेत. मुद्गला, तेथें तेहतीस हजार योजनें उंच असलेला मेरु पर्वत असून त्यांवर देवांचीं नंदनादिक पवित्र उपवनें व पुण्यकर्मे करणाऱ्या लोकांचीं विहारस्थानें आहेत. त्या ठिकाणीं क्षुधा, तृषा, ग्लानि, शीत, उष्ण आणि भीति हीं नसून बीभत्स व अशुभ असेंही कांहीं नाहीं. हे मुने, त्या ठिकाणीं चोहोंकडे चित्ताकर्षक सुगंध, सुखकारक स्पर्श असलेले पदार्थ आणि श्रवणेंद्रिय व अंतःकरण ह्यांस आकर्षण करून घेणारे शब्द असून शोक, जरा, आयास अथवा विलाप हीं मुळींच नाहींत. हे मुने, स्वतःचें सत्कर्मच ज्याच्या प्राप्तीस कारणीभूत आहे अशा त्या स्वर्गलोकाचें स्वरूप अशा प्रकारचें आहे. पुण्यकर्माच्याच योगानें त्या ठिकाणीं उत्पन्न होणाऱ्या लोकांचीं शरीरें कर्मजन्य असून तीं तेजोमय असतात; मातापितरांपासून निर्माण झालेलीं नसतात. त्या पुरुषांस घर्म, दुर्गंध आणि मूत्रपुरीष हीं नसतात; त्यांच्या वस्त्रांना मळाचा संपर्क होत नाहीं व त्यांच्या दिव्यगंधसम्पन्न सुंदर माळा म्लान होऊन जात नाहींत. हे ब्रह्मनिष्ठा, त्यांना अशाच प्रकारच्या विमानाचीही प्राप्ति होते. हे महामुने, ईर्ष्या, शोक आणि ग्लानि ह्यांपासून दूर असलेले व मोह आणि मात्सर्य ह्यांनीं रहित असणारे स्वर्गसंपादक लोक त्या ठिकाणीं सुखानें वास्तव्य करीत असतात. हे मुनिश्रेष्ठा, तशा प्रकारच्या पुरुषांस मिळणारे दिव्यगुणसंपन्न असणारे लोक त्या लोकामध्यें वर वर असून, हे ब्रह्मनिष्ठा, आपल्या शुभ कर्मांच्या योगानें पवित्र झालेले ऋषि जेथें गमन करितात, ते तेजोमय ब्राह्मणसंज्ञक शुभ लोक त्यांमध्यें प्रथम आहेत. स्वर्गलोकांत ऋभुनामक दुसऱ्या देवता आहेत. ह्या देवतांचें आराधन इतर देवता करीत असतात. कारण, ह्या देवांच्याही देवता आहेत. त्यांचे लोक अतिशय पुढें आहेत ते लोक श्रेष्ठ प्रकारचे असून स्वयंप्रकाश असल्यामुळें चमकणारे व मनोरथ पूर्ण करणारे आहेत. त्यांना स्त्रियांकडून होणारा ताप अथवा लोकांच्या ऐश्वर्यासंबंधीं मत्सर हीं नसतात. ते आहुतीवरही उपजीविका करीत नाहींत अथवा अमृतही प्राशन करीत नाहींत. त्यांचीं शरीरें जरी अनिर्वचनीय आणि दिव्य आहेत तरी तीं स्थूल नसतात. ते सनातन देवाधिदेव जरी सुखांत आहेत तरी सुखाचा अभिलाष करीत नाहींत; व कल्पाची परिवृत्ति झाली तरीही परिवर्तन

पावत नाहींत. मग त्यांना जरा अथवा मृत्यु कोठून असणार? हे मुने, त्यांना हर्ष, प्रीति, सुख, दुःख, राग आणि द्वेष हीं असत नाहींत. मौद्गल्या, देव देखील ह्या श्रेष्ठ गतीचा-ह्या लोकांचा अभिलाष करीत असतात. पण तें अत्युत्कृष्ट अशा सिद्धीचेंच फल असल्यानें विषसुखांत पडलेल्या लोकांस मिळणें अशक्य आहे. श्रेष्ठ प्रतीच्या नियमांचें आचरण केल्यानें अथवा यथाविधि दानें दिल्यानें ज्ञानसम्पन्न मनुष्यांस ज्यांच्या लोकांची प्राप्ति होते असे हे देव तेहतीस आहेत. असो; हें दानाचें फल तुला सुखानें प्राप्त झालेलें आहे. ह्यास्तव, तपश्चर्येच्या योगानें ज्याची कांति उज्ज्वल झाली आहे असा तूं पुण्याच्या योगानें संपादन केलेल्या ह्या गतीचा उपभोग घे. हे विप्रा, येथवर जें तुला सांगितलें तें स्वर्गसुख होय. अशा प्रकारचे लोक अनेक आहेत. ह्याप्रमाणें मीं तुला स्वर्गाचे गुण सांगितले; आतां दोषही सांगतों, ऐक. स्वर्गामध्यें आपण केलेल्या कर्माच्या फलाचाच उपभोग घेतला जातो; दुसरें कर्म केलें जात नाहीं. सारांश, त्या ठिकाणीं मूळ भांडवलाचीच मोड करून निर्वाह करावा लागतो आणि त्याच्या शेवटीं पतन पावावें लागतें. हा दोष होय असें माझें मत आहे. ज्यांचें अंतःकरण सुखानें घेरून सोडलें आहे अशा लोकांचें पतन होणें, असंतुष्टता, दुसऱ्यांचें उज्ज्वल ऐश्वर्य अवलोकन करून अंतकरणास ताप होणें ह्या गोष्टी स्वर्गामध्यें वास्तव्य करणाऱ्या लोकांना लागलेल्या असतात हें अतिशय वाईट आहे. स्वर्गभ्रष्ट होणाऱ्या प्राण्यांचें ज्ञान नष्ट होऊं लागतें, त्यांना मलाचा संपर्क होतो आणि माळा म्लान होऊं लागतात. ह्मणूनच स्वर्गभ्रष्ट होऊं लागलेल्या प्राण्याला माला म्लान झाल्या कीं भीति वाटूं लागते. मौद्गल्या, हे भयंकर दोष ब्रह्मलोकापर्यंतचे जे एकंदर लोक आहेत त्या सर्वांमध्येंही आहेत. पुण्यसंपन्न लोकांसंबंधानें स्वर्गांत अयुतावधि चांगल्याही गोष्टी असतात. हे मुने, स्वर्गभ्रष्ट होणाऱ्या लोकांमध्यें हा एक श्रेष्ठ गुण असतो कीं, शुभकर्माच्या संस्कारानें त्यांना मनुष्यजन्म प्राप्त होतो व त्या ठिकाणीं तो महाभाग सुखी होतो. पण जर त्याला त्या ठिकाणीं ज्ञान झालें नाहीं तर मात्र तो अधोगतीस जातो. कारण, ह्या ठिकाणीं जें कर्म करावें त्याचेंच फल परलोकीं उपभोगावयास मिळतें. हे ब्रह्मन्, हा भूलोक हीच कर्मभूमि आहे.

मुद्गल ह्मणालाः—तूं हे स्वर्गाचे मोठेच दोष सांगितलेस. आतां जो दुसरा एखादा निर्दोष लोक असेल तो मला सांग.

देवदूत ह्मणालाः—ब्रह्मलोकाच्याही ऊर्ध्वभागीं शुद्ध, सनातन आणि तेजोमय असें श्रीविष्णूचें उत्कृष्ट स्थान आहे, ह्यासच परब्रह्म असें समजतात. हे विप्रा, ज्यांचीं अंतःकरणें विषयांवर जडलीं आहेत अथवा दंभ, लोभ, महाक्रोध, मोह आणि द्रोह ह्यांनीं ज्यांच्यावर हल्ला केला आहे ते लोक त्या ठिकाणीं जात नाहींत; तर जे ममत्वशून्य, अहंकारविरहित, सुखदुःखादि द्वंद्वांचा संपर्क नसणारे, जितेंद्रिय आणि ध्यानयोगनिष्ठ असतील तेच त्या ठिकाणीं जातात. मुद्गला, ह्याप्रमाणें तूं मला जें विचारिलें होतेंस तें हें सर्व मीं तुझ्याच प्रसादानें कथन केलें आहे. असो; हे साधो, आतां आपण गमन करूं या; विलंब नको.

व्यास ह्मणालेः—हें वाक्य ऐकून मुनिश्रेष्ठ मौद्गल्यानें मनामध्यें विचार केला आणि देवदूताला ह्मटलें, ' बा देवदूता, तुला नमस्कार असो. जा तूं खुशाल. कारण, मोठमोठ्या दोषानें युक्त असणाऱ्या ह्या स्वर्गाशीं अथवा तेथील सुखाशीं मला कांहींही कर्तव्य नाहीं.

स्वर्गभ्रंशाच्या शेवटीं स्वर्गवासी लोकांना अत्यंत दुःख आणि भयंकर ताप भोगावा लागतो. ह्यास्तव मला स्वर्गाची इच्छा नाहीं. आतां, ज्या ठिकाणीं गमन करणारे लोक शोक पावत नाहींत, पीडित होत नाहींत अथवा स्थानभ्रष्ट होत नाहींत, तेंच अंतशून्य असणारें स्थान मी शोधून काढणार !' असें बोलून त्या शिलोञ्छवृत्तीनें राहणाऱ्या धर्मनिष्ठ मुनीनें देवदूतास परत पाठविलें; उत्कृष्ट प्रकारच्या शांतीचा अवलंब केला व निंदा आणि स्तुति ह्यांना सारखेंच समजून व ढेंकूळ पाषाण आणि सुवर्ण ह्यांची योग्यता सारखीच समजूं लागून तो शुद्ध ज्ञानयोगाचा अवलंब करून ध्याननिष्ठ होऊन राहिला; आणि त्या ध्यानयोगामुळें योगसामर्थ्य व उत्कृष्ट प्रकारचें ज्ञान हीं संपादन करून तो शाश्वत असें जें मोक्षरूपी उत्कृष्ट फल त्याप्रत पावला. असो; हे कुंतीपुत्रा, तूं देखील विशाल अशा राज्यापासून भ्रष्ट झाल्यामुळें शोक करूं नको. कारण, तपाच्या योगानें तुला त्याची प्राप्ति होईल. ज्याप्रमाणें रथचक्राच्या आरा त्याच्या धावेकडे फेराफेरानें येत असतात, त्याप्रमाणेंच प्राण्याला सुखानंतर दुःख आणि दुःखानंतर सुख क्रमाक्रमानें प्राप्त होतें. ह्मणूनच, हे निस्सीमपराक्रमी युधिष्ठिरा, पितृपितामहांनीं उपभोगिलेल्या राज्याची तुला तेराव्या वर्षानंतर प्राप्ति होईल. तुझ्या अंतःकरणाची काळजी दूर होऊं दे.

वैशंपायन म्हणालेः——ह्याप्रमाणें पांडुपुत्र युधिष्ठिराला सांगितल्यानंतर ज्ञानसंपन्न भगवान् व्यास मुनि तपश्चर्या करण्यासाठीं पुनरपि आश्रमाकडे निघून गेले.

P. RAJANI

द्रौपदीहरणपर्व.

अध्याय दोनशें बासष्टावा.

—:०:—

दुर्वासमुनीचें दुर्योधनास वरप्रदान.

जनमेजय ह्मणालाः—हे भगवन् वैशंपायना, ह्याप्रमाणें मुनिजनांशीं आश्चर्यकारक गोष्टी करून आनंद पावत व सूर्यानें दिलेल्या अक्षय अन्नाच्या योगानें आणि नानाप्रकारच्या अरण्यवासी मृगांच्या मांसाच्या योगानें—द्रौपदीचें भोजन होईपर्यंत येणाऱ्या ब्राह्मणांना आणि अन्नासाठीं आलेल्या दुसऱ्याही लोकांना तृप्त करीत ते महात्मे पांडव वनामध्यें वास करीत असतां, पापमय आचरण असलेल्या व दुःशासन आणि कर्ण ह्यांच्या मतानें वागणाऱ्या दुर्योधनप्रभृति सर्व धृतराष्ट्रपुत्रांनीं त्यांच्याशीं कोणत्या प्रकारचें वर्तन ठेविलें हें मी विचारीत आहें. ह्यास्तव आपण मला कथन करा.

वैशंपायन ह्मणालेः—अरण्यामध्यें पांडवांचें वर्तन नगरामध्यें वास्तव्य करतांना जसें होतें तसेंच आहे असें ऐकून, हे महाराजा, दुर्योधनाच्या अंतःकरणांत त्यांच्याविषयीं पापबुद्धि उत्पन्न झाली. तेव्हां ते दुष्ट धृतराष्ट्रपुत्र कर्णदुःशासनप्रभृति कपटपटु पुरुषांसहवर्तमान नानाप्रकारच्या उपायांनीं पांडवांचें वाईट करण्याविषयीं विचार करूं लागले. इतक्यांत अत्यंत कीर्तिसंपन्न तपस्वी धर्मात्मा दुर्वासनामक मुनि अयुतावधि शिष्यांसहवर्तमान साहजिक रीतीनें त्या ठिकाणीं आला. तो अत्यंत कोपिष्ठ मुनि प्राप्त झाला आहे असें पाहतांच विनयशील श्रीमान् दुर्योधनानें आपल्या बंधूसहवर्तमान नम्रपणें व सहिष्णुतेनें निमंत्रण देऊन त्याचें यथाविधि पूजन केलें; आणि तो स्वतः त्याच्या दासाप्रमाणें होऊन राहिला. ह्याप्रमाणें कांहीं दिवसपर्यंत तो मुनिश्रेष्ठ त्या ठिकाणीं राहिला; आणि, हे महाराजा, त्याच्या शापाची भीति वाटल्यामुळें राजा दुर्योधन रात्रंदिवस निरलसपणें त्याची सेवा करूं लागला. हे प्रजाधिपते, तो मुनि दुर्वास 'मला क्षुधा लागली आहे; सत्वर अन्न दे.' असें ह्मणून स्नानास जाई आणि पुष्कळ वेळानें परत येई; व नंतर 'आज मी भोजन करीत नाहीं; कारण मला क्षुधा नाहीं.' असें ह्मणून एकदम गुप्त होई; पण पुनः अकस्मात् त्वरेनें येऊन 'मला भोजन घाल.' असें ह्मणत असे. एखादे वेळीं सत्त्व घेण्याविषयीं तत्पर असणारा तो मुनि मध्यरात्रींच उठे व पूर्वी सांगितल्याप्रमाणें अन्न तयार करविल्यानंतर त्याची निंदा करून भोजन करीत नसे. अशा रीतीनें तो वागत असतांही दुर्योधनाच्या वृत्तींत कांहीं बदल झाला नाहीं व तो क्रुद्धही झाला नाहीं. हें पाहून, हे भरतकुलोत्पन्ना, ज्याचा अवमान करितां येणें अशक्य आहे असा तो दुर्वासमुनि संतुष्ट होऊन "मी वरप्रदान करण्यास तयार आहें." असें दुर्योधनास म्हणाला.

दुर्वासमुनि म्हणालाः—दुर्योधना, तुझें कल्याण असो. जो तुला वाटत असेल तो वर मागून घे. कारण, ह्या वेळीं मी संतुष्ट झालों असल्यामुळें तुला न्याय्य गोष्टीपैकीं दुष्प्राप्य असें कांहींही नाहीं.

वैशंपायन ह्मणालेः—अंतःकरण सुसंस्कृत असलेल्या त्या महर्षीचें हें भाषण ऐकून दुर्योधनाला स्वतःचा पुनर्जन्म झाल्यासारखें वाटूं लागलें; आणि, हे राजा, हा मुनि संतुष्ट झाल्यास त्याजकडे काय मागावयाचें ह्याचा कर्ण दुःशासन इत्यादिकांनीं पूर्वींच विचार केला असल्यामुळें तेंच मागण्याचा निश्चय करून तो दुर्बुद्धि दुर्योधन अत्यंत आनन्दयुक्त होऊन

असा वर मागूं लागला. तो ह्मणाला, " हे ब्रह्मन्, आपण शिष्यांसहवर्तमान ज्याप्रमाणें माझे अतिथि होऊन राहिलां, त्याचप्रमाणें आमच्या कुळांतील श्रेष्ठ व आह्मांहून ज्येष्ठ असणारा धर्मात्मा सद्गुणी आणि सदाचारसंपन्न महाराज युधिष्ठिर आपल्या बंधूंच्या परिवारासहवर्तमान वनामध्यें वास्तव्य करीत असतो, त्याचेही आपण अतिथि व्हावें. मजवर जर आपली कृपा असेल, तर ज्या वेळीं कीर्तिसंपन्न सुकुमार आणि सुंदरी अशी राजपुत्री द्रौपदी सर्व ब्राह्मणांना आणि पतींना वाढल्यानंतर स्वतः भोजन करून विश्रांति घेत सुखानें बसली असेल तेव्हांच आपण तेथें जा. "

ह्यावर ' तुझ्या संतोषार्थ मी असें करीन.' असें उत्तर देऊन विप्रश्रेष्ठ दुर्वास आल्या मार्गानें तेथून चालता झाला. तेव्हां, दुर्योधनाला आपण कृतार्थ झालों असें वाटलें; आणि कर्णाच्या हातांत हात घालून तो अत्यंत आनंद पावूं लागला. तेव्हां बंधूंसहवर्तमान राजा दुर्योधनाला कर्ण आनंदानें असें ह्मणाला.

कर्ण ह्मणालाः—हे कुरुकुलोत्पन्ना, तुझा मनोरथ उत्कृष्ट प्रकारें पूर्ण झाला हें सुदैव होय. अशा रीतीनें तुझा अभ्युदय होत आहे ही आनंदाची गोष्ट आहे. तसेंच, तुझे शत्रुही आतां दुस्तर अशा दुःखसागरामध्यें खात्रीनें मग्न होऊन जाणार हेंही सुदैवच होय. दुर्वासमुनीच्या क्रोधापासून उत्पन्न झालेल्या अग्नीमध्यें पडल्यामुळें ते पांडुपुत्र आतां आपल्याच मोठ्या पातकामुळें दुस्तर अशा नरकरूपी घोर अंधकारामध्यें जाऊन पडणार हें खास !

वैशंपायन ह्मणालेः—राजा जनमेजया, ह्याप्रमाणें झाल्यानंतर अंतःकरण संतुष्ट झालेले ते कपटपटु दुर्योधनप्रभृति कौरव हसत हसत आपल्या गृहाकडे निघून गेले.

अध्याय दोनशें त्रेसष्टावा.

—:०:—

दुर्वासमुनीचें पांडवांकडे अतिथीच्या रूपानें आगमन.

वैशंपायन ह्मणालेः—पुढें एकदा पांडव सुखानें बसले असून द्रौपदीही भोजन करून बसली आहे असें कळून येतांच, अयुतावधि शिष्यांचा परिवार बरोबर घेऊन दुर्वासमुनि त्या वनामध्यें आला. तेव्हां तो येत आहे असें पाहतांच धर्मभ्रष्ट न होणारा श्रीमान् राजा युधिष्ठिर आपल्या बंधूंसहवर्तमान त्यास सामोरा गेला आणि त्यानें हात जोडून उत्तम रीतीनें दुर्वासमुनीला आणून श्रेष्ठ अशा आसनावर बसविलें व यथाविधि पूजा करून आतिथ्य स्वीकारण्याविषयीं निमंत्रण दिलें; आणि ' हे भगवन् आपण आन्हिक आटोपून लवकरच या. ' असेंही सांगितलें. तेव्हां तो निष्पाप मुनि ' हा युधिष्ठिर शिष्यांसहवर्तमान मला कसें भोजन देऊं शकेल ? ' ह्याचा विचार न करितां शिष्यांसहवर्तमान स्नानास निघून गेला. ह्याप्रमाणें तो सर्व मुनिसमुदाय मिळून जाऊन जलामध्यें बुड्या मारूं लागला.

द्रौपदीकृत कृष्णस्तव.

हे राजा, इकडे स्त्रियांमध्यें श्रेष्ठ असणारी पतिव्रता द्रौपदी अन्न कसें तयार होईल ह्याविषयीं विचार करूं लागली. जेव्हां तिला तें तयार होण्याचें कांहीं साधन दिसेना, तेव्हां ती आपल्या अंतःकरणांत कंसाचा ध्वंस करणाऱ्या श्रीकृष्णाचें चिंतन करूं लागली. ती ह्मणाली, " हे वासुदेवा, हे जगन्नाथा, हे दासदुःखनाशका, हे विश्वात्मका, हे विश्वजनका, हे विश्वसंहारका, हे प्रभो, हे अक्षया, हे शरणागतपालका, हे गोपाला, हे प्रजापालका, हे परात्परा, हे आकूति आणि चित्ति ह्या चित्तवृत्तींच्या प्रवर्तका, मी तुला प्रणाम करीत

आहें. हे श्रेष्ठा, हे वरप्रदा, हे अनंता, तूं आह्मां निराश्रितांचा आश्रय हो. हे पुराणपुरुषा, हे प्राण, अंतःकरण इत्यादिकांच्या वृत्तीस अगोचर असणाऱ्या, हे सर्वाध्यक्षा, हे अध्यक्षश्रेष्ठा, तुला मी शरण आलें आहें. हे शरणागतवत्सला देवा, कृपा करून माझें संरक्षण कर. ज्याचा वर्ण नीलकमलपत्राप्रमाणें श्यामल आहे, ज्याचे नेत्र कमलाच्या गाभ्याप्रमाणें आरक्तवर्ण आहेत, जो पीतांबर परिधान करितो, व चमकणारें कौस्तुभरूपी भूषण धारण करितो, तो तूंच सर्व प्राण्यांचा आदि व अंत असून सर्वांचा श्रेष्ठ असा आधारही आहेस. अतींद्रियाहून अत्यंत अतींद्रिय असें जें तेज तेंही तूंच असून, विश्वामध्यें आत्म्याच्या स्वरूपानें वास्तव्य करणारा व सर्वत्र गमन करणारा आहेस. सर्व संपत्तीचा केवळ सांठाच असा जो तूं त्या तुजला प्रकृतिरूपी मुख्य बीज असें ह्मणत असतात. हे देवेश्वरा, तूं पालनकर्ता असल्यामुळें मला कोणत्याही संकटाची भीति नाहीं. ज्याप्रमाणें पूर्वी तूं मला सभेमध्यें दुःशासनापासून सोडविलेंस त्याचप्रमाणें ह्याही संकटापासून माझा उद्धार कर."

श्रीकृष्णाचें आगमन.

वैशंपायन ह्मणालेः—ह्याप्रमाणें द्रौपदीनें स्तवन केलें असतां तिजवर संकट आलें आहे असें जाणून भक्तवत्सल देवाधिदेव जगन्नायक अचिंत्यगति प्रभु श्रीकृष्ण जवळ बसलेल्या रुक्मिणीला सोडून देऊन त्वरेनें त्या ठिकाणीं आला. तेव्हां अत्यंत आनंदानें त्याला नमस्कार करून द्रौपदीनें दुर्वासमुनीच्या आगमनाचा वृत्तान्त त्याला कळविला. तो ऐकून श्रीकृष्ण तिला ह्मणाला, 'द्रौपदि, मी क्षुधेमुळें अतिशय व्याकुल होऊन गेलों आहें. ह्यास्तव, अगोदर मला भोजन वाढ आणि नंतर इतर सर्व कर.' हें ऐकून द्रौपदी उठली आणि ह्मणाली, 'सूर्यानें दिलेल्या स्थालीमध्यें माझें भोजन होईतोंपर्यंत अन्न असतें; पुढें असत नाहीं. आतां तर माझें भोजन झालें आहे. ह्यामुळें, हे देवा, अन्न अवशिष्ट नाहीं.' ह्यावर कमलनयन भगवान् श्रीकृष्ण ह्मणाला, 'द्रौपदि, ही थट्टेची वेळ नव्हे; कारण, मी क्षुधेनें आणि श्रमानें फार व्याकुल होऊन गेलों आहें. जा लवकर आणि ती स्थाली आणून मला दाखीव.' ह्याप्रमाणें आग्रहपूर्वक सांगून त्या यदुकुलश्रेष्ठानें तिजकडून स्थाली आणविली; आणि त्या स्थालीच्या गळ्याशीं भाजी चिटकून राहिली आहे असें पाहून ती भक्षण करून ह्मटलें कीं, 'ह्या अन्नाच्या योगानें ऐश्वर्यसंपन्न विश्वात्मा यज्ञभोक्ता देव श्रीहरि संतोष पावो व प्रसन्न होवो.' असें ह्मणून क्लेशनाशक महाबाहु श्रीकृष्णानें 'भोजन करण्यासाठीं मुनींना लवकर बोलाव' असें सहदेवास सांगितलें.

दुर्वासमुनीचें शिष्यांसह पलायन.

तेव्हां, हे नृपश्रेष्ठा, भागीरथीमध्यें स्नान करण्यासाठीं गेलेल्या त्या दुर्वासप्रभृति सर्वही मुनींस महाकीर्तिमान् सहदेव भोजनार्थ आह्वान करण्यासाठीं त्वरेनें निघून गेला. त्या वेळीं ते मुनि जलामध्यें उतरून अघमर्षण करीत होते. तेव्हांच त्यांना अन्नरसयुक्त ढेंकर येऊं लागून ते अतिशय तृप्त झाले व त्या उदकांतून वर येऊन परस्परांकडे पाहूं लागले. पुढें ते सर्वही मुनि दुर्वासाकडे पाहून ह्मणाले कीं, 'आपण राजा युधिष्ठिराकडून अन्न तयार करवून स्नानाकरितां आलों; पण, हे ब्रह्मर्षे, आकंठ अन्न भक्षण केल्याप्रमाणें आमची तृप्ति झाली असल्यानें आतां आह्मी भोजन तरी कसूचें करणार! आह्मीं व्यर्थ स्वयंपाक करविला. आतां ह्यावर काय करावें?'

दुर्वास ह्मणालाः—आह्मीं व्यर्थ स्वयंपाक

करवून त्या राजर्षींचा मोठा अपराध केला आहे. आतां क्रूर दृष्टीनें केवल अवलोकन करून पांडव आह्मांला दग्ध करून न सोडोत ह्मणजे झालें. कारण, हे विप्रहो, ज्ञानसंपन्न राजर्षि अंबरीष ह्याच्याप्रभावाचें स्मरणअसल्यामुळें मला श्रीहरीच्या चरणांचा आश्रय करणाऱ्या मनुष्याची अतिशय भीति वाटते. हे सर्व महात्मे पांडव धर्मनिष्ठ, शूर, विद्येचें अध्ययन केलेले, व्रतस्थ, तपोनिष्ठ, सदाचारासक्त आणि प्रत्यहीं केवळ श्रीकृष्णाचाच आश्रय करून असणारे असे आहेत. ह्यामुळें, जर ते क्रुद्ध झाले तर कापसाच्या राशीला दग्ध करून टाकणाऱ्या अग्नीप्रमाणें आह्मांला दग्ध करून सोडतील. ह्यास्तव, शिष्यहो, आतां तुह्मी ह्यांना न विचारतांच लवकर येथून पळ काढा !

वैशंपायन ह्मणाले:—ह्याप्रमाणें गुरु दुर्वास मुनीनें सांगितल्यानंतर ते सर्वही ब्राह्मण पांडवांची अतिशय भीति वाटून दाही दिशांस पळून गेले. पुढें सहदेवाला भागीरथीमध्यें ते मुनिश्रेष्ठ न दिसल्यामुळें तो तिच्या घांटावर इकडे तिकडे त्यांचा शोध करीत संचार करूं लागला. पुढें ते सर्वही पळून गेले आहेत असें तेथील तपस्वीलोकांच्या तोंडून ऐकून त्यानें युधिष्ठिराकडे येऊन तो वृत्तान्त निवेदन केला. तदनंतर ते सर्वही जितेंद्रिय पांडव ते परत येण्याची वाट पहात कांहीं वेळपर्यंत बसले व नंतर 'हा दुर्वासमुनि अकस्मात् मध्यरात्रीं येऊन आमचा छळ करील. मग दुर्दैवानें प्राप्त झालेल्या ह्या संकटांतून आह्मांला कसें पार पडतां येईल ?' अशी एकसारखी चिंता करून वारंवार सुस्कारे टाकूं लागले. हें पाहून श्रीकृष्ण त्यांना प्रत्यक्ष दर्शन देऊन असें ह्मणाला.

श्रीकृष्ण ह्मणाला:—हे पार्थहो, द्रौपदीनें माझें चिंतन केल्यामुळें, ह्या अत्यंत कोपिष्ठ ऋषीपासून तुह्मांवर संकट ओढवणार असें जाणून मी त्वरेनें येथें आलों आहें. आतां तुह्मांला त्या दुर्वासमुनीची थोडी सुद्धां भीति नाहीं. कारण, तो तुमच्या तेजाला भिऊन पूर्वींच पळून गेला आहे. पांडवहो, जे निरंतर धर्मनिष्ठ असतात त्यांना केव्हांहीं क्लेश भोगावे लागत नाहींत. असो; तुमचें निश्चयानें कल्याण होवो ! आतां मी तुमचा निरोप घेतों. येतों तर !

वैशंपायन ह्मणाले:—श्रीकृष्णानें केलेलें हें भाषण ऐकून पांडवांचें अंतःकरण स्वस्थ झालें व काळजी दूर होऊन द्रौपदीसहवर्तमान ते पांडव त्याला ह्मणाले, 'हे प्रभो श्रीकृष्णा, तूं पालनकर्ता असल्यामुळें, महासागरामध्यें बुडत असतां नौका सांपडलेल्या मनुष्याप्रमाणें आम्हीं ह्या दुस्तर संकटांतून पार पडलों. तुझें कल्याण होवो ! जा तूं आतां सुखरूपपणें.'

ह्याप्रमाणें, हे प्रभो जनमेजया, पांडवांनीं अनुज्ञा दिल्यानंतर श्रीकृष्ण आपल्या नगरीकडे निघून गेला आणि महाभाग्यशाली पांडवही ह्या वनांतून त्या वनांत जाऊन क्रीडा करीत आनंदित अंतःकरणानें वास्तव्य करूं लागले. हे राजा, तूं जें मला विचारलें होतेंस तें मीं तुला ह्याप्रमाणें सांगितलें आहे. ह्याप्रमाणें दुष्ट धृतराष्ट्रपुत्रांनीं वनामध्यें वास्तव्य करणाऱ्या पांडवांवर जीं जीं संकटें आणलीं तीं तीं व्यर्थ गेलीं.

अध्याय दोनशें चौसष्टावा.

—:०:—

जयद्रथाचें काम्यकवनांत आगमन व द्रौपदीकडे दूतप्रेषण.

वैशंपायन ह्मणाले:—ते भरतकुलश्रेष्ठ महारथी पांडव अनेक मृग असणाऱ्या त्या काम्यकवनामध्यें संचार करीत देवांप्रमाणें विहार करीत होते. हे शत्रुमर्दना जनमेजया, नानाप्रकारचे वनप्रदेश आणि ऋतुमानाप्रमाणें अत्यंत

प्रफुल्ल होऊन गेलेल्या वनपंक्ति अवलोकन करीत करीत ते मृगयाशील इंद्राच्या तोडीचे पांडव त्या प्रचंड अरण्यामध्यें संचार करून कांहीं काळपर्यंत विहार करीत राहिले. पुढें एकदां अत्यंत प्रदीप्त तप असलेला महर्षि तृणबिंदु आणि पुरोहित धौम्य ह्यांच्या अनुज्ञेवरून द्रौपदीला आश्रमांत ठेवून ते पुरुषश्रेष्ठ शत्रुतापन पांडव ब्राह्मणांच्या कार्यासाठीं मृगया करण्याकरितां एकदम चोहों दिशांस निघून गेले. ह्याच वेळीं सिंधुदेशाधिपति महाकीर्तिसंपन्न वृद्धक्षत्राचा पुत्र जयद्रथ हा विवाह करण्याच्या इच्छेनें शाल्व देशाकडे चालला होता. तो बरोबर राजास योग्य असा मोठा लवाजमा घेऊन अनेक भूपतींसहवर्तमान जातां जातां काम्यकवनामध्यें आला. तेव्हां त्याला त्या निर्जन अरण्यामध्यें आश्रमाच्या द्वारांत उभी असलेली पांडवांची कीर्तिसंपन्न प्रिय पत्नी द्रौपदी दृष्टीस पडली. नीलमेघाला सुशोभित करणाऱ्या विद्युल्लतेप्रमाणें त्या वनप्रदेशास सुशोभित करणाऱ्या कांतीमुळें शरीर चमकत असलेल्या त्या उत्कृष्टरूपसंपन्न अनिंद्य स्त्रीला अवलोकन करितांच ते सर्वही लोक हात जोडून ही कोणी तरी अप्सरा, देवकन्या अथवा देवांनीं निर्माण केलेली मायाच असावी अशा दृष्टीनें तिजकडे पाहूं लागले. तदनंतर अंतःकरण दुष्ट असलेला सिंधुदेशाधिपति वृद्धक्षत्रपुत्र जयद्रथ त्या सुंदरांगीस अवलोकन करून आश्चर्यचकित झाला व कामवासनेनें मोहित होऊन कोटिकास्यनामक राजाला ह्मणाला, 'अरे, ही सुंदरी कोणाची बरें असावी ? मला वाटतें कीं, बहुतकरून ही मनुष्यस्त्री नसावी. ही अत्यंत सौंदर्यसंपन्न स्त्री जर मिळाली तर मग मला विवाहाचें कांहींही प्रयोजन नाहीं. कारण, मी हिलाच घेऊन आपल्या गृहाकडे जाईन. ह्यास्तव, हे सौम्या, तूं जा, आणि ही सुंदरी कोणाची, आणि ह्या कांटेरी वनामध्यें कोठून व कशाकरितां आलेली आहे हे समजून घे. सर्व लोकांमध्यें सौंदर्यसंपन्न, मध्यभाग कृश व नेत्र विशाल असलेली ही सुंदरी आज मला वरील काय ? आणि मीही ह्या श्रेष्ठ स्त्रीची प्राप्ति झाल्यामुळें कृतकृत्य होईन काय ? हे कोटिका, जा आणि ह्या सर्वाचा शोध कर आणि हिचा पति कोण हेंही समजून घे.' हें ऐकून कुंडलें धारण करणारा तो कोटिकास्य रथांतून खालीं उडी टाकून तिजकडे गेला आणि कोल्ह्यानें व्याघ्रस्त्रीस विचारावें त्याप्रमाणें तो तिला विचारूं लागला.

अध्याय दोनशें पांसष्टावा.

—:०:—

कोटिकास्याची द्रौपदीस पृच्छा.

कोटिक ह्मणालाः—हे सुंदरि, कदंबवृक्षाची शाखा वांकवून ह्या आश्रमामध्यें एकटीच उभी राहिलेली व रात्रीं चमकत असलेल्या वायूनें हालविलेल्या अग्नीच्या ज्वालेप्रमाणें झळकत असलेली तूं कोण आहेस ? तूं अत्यंत रूपसंपन्न असून ह्या अरण्यांत तुला भीति वाटत नाहीं काय ? तूं काय देवी आहेस ? कीं यक्षस्त्री आहेस ? कीं उत्कृष्ट अप्सरा आहेस ? किंवा दानवाची अथवा दैत्यश्रेष्ठाची स्त्री आहेस ? अथवा सर्पराजाची मूर्तिमंत कन्या आहेस ? कीं वनामध्यें संचार करणारी राक्षसस्त्री आहेस ? अथवा तूं राजा वरुणाची, यमाची, धनाधिपति कुबेराची, प्रजापतीची, विधात्याची अथवा प्रभु सविता ह्याची पत्नी आहेस ? अथवा तूं इंद्रमंदिरांतून ह्या ठिकाणीं आलेली आहेस ? आम्ही कोण, हें तूं आह्मांला मुळींच विचारीत नाहींस व आह्मांलाही तुझा पति कोण आहे ह्याची येथें मुळींच माहिती

मिळत नाहीं. ह्यास्तव, हे कल्याणि, आह्मी अत्यंत बहुमानपूर्वक तुझें कुल आणि पति ह्यांविषयीं प्रश्न करीत आहों. तरी तूं आपले बंधु, पति आणि कुल ह्यांचो खरी खरी माहिती देऊन येथें काय कार्य करीत असतेस तेंही सांग. लोक ज्याला कोटिकास्य ह्या नांवानें ओळखतात तो मी सुरथराजाचा पुत्र आहें; आणि हा जो चयनावर असलेल्या व आहुति दिलेल्या अग्नीप्रमाणें सुवर्णमय रथामध्यें बसलेला आहे तो कमलपत्रामाणें विशाल लोचन असलेला त्रिगर्तदेशाचा अधिपति असून त्या वीराचें क्षेमंकर असें नांव आहे. ह्याच्या पलीकडे जो आहे तो कुलिंददेशाधिपतीचा वरिष्ठ व महाधनुर्धर असा पुत्र आहे. हा मोठे आणि दीर्घ नेत्र असलेला व निरंतर पर्वतावर वास्तव्य करीत असल्यामुळें उत्कृष्ट प्रकारच्या पुष्पांनीं गजबजून गेलेला भूपति तुजकडे पहात आहे. हा जो पुष्करणीच्या जवळ श्यामवर्ण दर्शनीय तरुण पुरुष उभा आहे तो इक्ष्वाकुलोत्पन्न राजा सुभव ह्याचा पुत्र असून, हे सुंदरि, तो शत्रूंचा वध करणारा आहे. ज्याचें सैन्य जाऊं लागलें ह्मणजे अंगारक, कुंजर, गुह्यक, शत्रुंजय, संजय, सुप्रवृद्ध, भयंकर, भ्रमर, रवि, शूर, प्रताप आणि कुहन हे यज्ञामध्यें प्रज्वलित झालेल्या अग्नीप्रमाणें दिसणारे सौवीरक देशामध्यें वास्तव्य करणारे बारा राजपुत्र आरक्तवर्ण अश्व जोडलेल्या रथांमध्यें आरोहण करून ध्वज घेऊन मागून जातात, तो हा सौवीरराजाचा पुत्र. ज्या ह्याच्या मागून सहा हजार रथी, गज, अश्व आणि पायदळ चाललेलें असतें, तो जयद्रथ, हे सुंदरि, तुझ्या कानावर कदाचित् आला असेल. हे जे ह्याच्या मागून तरुण चालले आहेत ते सौवीर देशांतील श्रेष्ठ असे वीर असून अत्यंत धैर्यसंपन्न व बलाढ्य असे बलाहक, अनीकविदारण इत्यादिक नांवें असलेले त्याचे दुसरे बंधु होत. मरुद्गण ज्याचें संरक्षण करीत आहेत अशा इंद्राप्रमाणें ह्या सहाय्यकर्त्या पुरुषांनीं संरक्षण केला जाणारा हा राजा इकडे येत आहे. असो; हे सुंदरि, आह्मांला तुझी माहिती नाहीं. ह्यास्तव तूं कोणाची स्त्री व कोणाची कन्या आहेस हें आह्मांला सांग.

अध्याय दोनशें सहासष्टावा.

—:०:—

द्रौपदीचें उत्तर.

वैशंपायन ह्मणाले:---ह्याप्रमाणें त्या शिबिकुलोत्पन्न नृपश्रेष्ठानें विचारल्यानंतर त्याजकडे पाहून ती वृक्षाची शाखा हळूच सोडून देऊन आपल्या अंगावरचें रेशमी वस्त्र सावरीत सावरीत राजकन्या द्रौपदी बोलूं लागली. ती ह्मणाली, 'हे राजपुत्रा, मजसारखीनें तुझ्याशीं प्रत्यक्ष भाषण करणें योग्य नाहीं हें माझ्या बुद्धीला कळत आहे. तथापि तुझ्या भाषणाचा अनुवाद करून सांगणारा दुसरा कोणी पुरुष अथवा स्त्री ह्या ठिकाणीं नाहीं. कारण, मी सांप्रत येथें एकटीच आहें, ह्मणूनच तुझ्याशीं स्वतःच भाषण करीत आहें. नाहीं तर स्वधर्मनिष्ठ असल्यामुळें मी एकटीच ह्या अरण्यामध्यें तुझ्याशीं कसें भाषण करीन? असो; हे भल्या मनुष्या, आतां मी तुला सांगतें तें ऐकून घे. ज्याला लोक कोटिकास्य ह्या नांवानें ओळखितात असा तूं सुरथराजाचा पुत्र आहेस हें मला कळून आलें. ह्यास्तव, हे शिबिकुलोत्पन्ना, मीही तुला आपले बंधु आणि प्रख्यात असलेलें कुल सांगतें. हे शिबिकुलोत्पन्ना, मी राजा द्रुपदाची कन्या असून कृष्णा ह्या नांवानें मला लोक ओळखितात. मीं पांच पुरुषांना पति ह्या नात्यानें वरिलें असून पूर्वीं खांडवप्रस्थामध्यें गेलेले ते पुरुष तूं ऐकिलेलेच आहेस. युधिष्ठिर, भीमसेन, अर्जुन आणि पुरुषश्रेष्ठ माद्रीपुत्र नकुलसहदेव

हेच ते पुरुष होत. ते पांडव मला ह्या ठिकाणीं ठेवून चार दिशा विभागून घेऊन तिकडे मृगया करण्याकरितां गेले आहेत. त्यांपैकीं पूर्वेकडे राजा युधिष्ठिर, दक्षिणेकडे भीमसेन, पश्चिमेकडे अर्जुन आणि उत्तरेकडे नकुलसहदेव हे गेले आहेत. मला वाटतें, त्या रथिश्रेष्ठ पांडवांची येथें येण्याची वेळ अगदीं जवळ आली आहे. ह्यास्तव, तुह्मी अश्व सोडून येथें उतरा आणि त्यांच्याकडून आदरातिथ्य घेऊन जा. कारण, धर्मपुत्र महात्मा युधिष्ठिर ह्याला अतिथींची प्रीति असल्यामुळें तो तुह्मांला पाहून संतुष्ट होईल. ' ह्याप्रमाणें शैब्यपुत्र कोटिकास्य ह्याला सांगितल्यानंतर ती प्रख्यात चंद्रमुखी द्रुपदकन्या ते अतिथि आले आहेत असा विचार करून आपलें कार्य करण्यासाठीं त्या पर्णशालेंत निघून गेली.

अध्याय दोनशें सदुसष्टावा.

—:०:—

कोटिकास्याचें जयद्रथास द्रौपदीवृत्तनिवेदन.

वैशंपायन ह्मणालेः—हे भरतकुलोत्पन्ना जनमेजया, ते जयद्रथादिक राजे तशा रीतीनें बसले असतां कोटिकास्यानें येऊन आपला आणि द्रौपदीचा जो संवाद झाला तो सर्वही कळविला. तेव्हां तें कोटिकास्याचें भाषण ऐकून सौवीरदेशाधिपति जयद्रथ त्याला ह्मणाला कीं, ' ती श्रेष्ठ स्त्री केवळ भाषण करूं लागली तरीही जर माझें अंतःकरण तिच्या ठिकाणीं रममाण होऊन रहातें, तर मग तूं परत तरी कसा आलास.कोण जाणे ! हे महाबाहो, मला तर खरोखर तिचें दर्शन झाल्यामुळें इतर स्त्रिया केवळ वानरीसारख्या दिसत आहेत, हें मी तुला खरें सांगतों. केवल दर्शन होतांच तिनें माझें अंतःकरण अगदीं हरण करून घेतलें आहे. ह्यास्तव, हे शैब्या, ती जर मनुष्यस्त्री असली तर तिचा वृत्तान्त मजला कथन कर. '

कोटिक ह्मणालाः—ती द्रुपदराजाची कन्या कीर्तिमती द्रौपदी असून पांचही पांडवांची अत्यंत संमाननीय अशी पट्टराणी आहे व ती साध्वी सर्वही पांडवांना प्रिय आणि अतिशय मान्य आहे. ह्यास्तव, हे सौवीरा, तूं हिला बरोबर घेऊन सौवीरदेशाकडे निघून जा.

जयद्रथाची द्रौपदीस प्रार्थना व तिजकडून त्याचा निषेध.

वैशंपायन ह्मणालेः—ह्याप्रमाणें त्यानें सांगितल्यानंतर दुष्ट वासना असलेला सौवीर आणि सिंधु ह्या देशांचा अधिपति जयद्रथ ' द्रौपदीची गांठ घेतों ' असें म्हणाला; व आपल्याबरोबर दुसरे सहाजण घेऊन, सिंहाच्या पिंजऱ्यांत जाणाऱ्या लांडग्याप्रमाणें पांडवांच्या पवित्र आश्रमांत जाऊन द्रौपदीला म्हणाला, ' हे सुंदरि, तूं खुशाल आहेसना ? तुझे पतिही सुखरूप आहेत ना ? आणि ज्यांचें कुशल असावें अशी तुझी इच्छा आहे तेही सुखरूप आहेत ना ? '

द्रौपदी म्हणालीः—राजा, राष्ट्र, कोश आणि बल ह्यांसंबंधानें तुझें सर्व ठीक आहे ना ? तूं एकटाच समृद्धिशाली शिबि, सौवीर आणि सिंधु ह्या देशांचें व दुसरेही जे कांहीं देश तूं संपादन केले आहेस त्यांचें न्यायानें पालन करीत आहेस ना ? कुरुकुलोत्पन्न कुंतीपुत्र राजा युधिष्ठिर, त्याचे बंधु, मी आणि दुसऱ्याही ज्या पुरुषांसंबंधानें तूं प्रश्न करीत आहेस ते सर्व खुशाल आहों. हे राजपुत्रा, हें पाद्य आणि आसन घे. मी तुला सकाळच्या उपहारासाठीं पन्नास मृग देतें. ह्याशिवाय ऐणेय, पृषत, न्यंकु, हरिण, शरम, शश, ऋक्ष, रुरु, शंबर, गवय, मृग, वराह, महिष आणि दुसऱ्याही ज्या कांहीं पशूंच्या अनेक

जाति आहेत त्या सर्व तुला कुंतीपुत्र युधिष्ठिर स्वतःच अर्पण करील.

जयद्रथ ह्मणालाः—कल्याण असो त्या उपहाराचें ! तूं मला सर्वच कांहीं दिल्यासारखें झालें आहे. आतां केवळ तूं ये आणि माझ्या रथावर आरोहण करून सुख पाव ह्मणजे झालें. ज्यांचें वैभव नष्ट झालें आहे व राज्य शत्रूंनीं हरण करून घेतलें आहे आणि ह्मणूनच जे दीन व बुद्धिशून्य होऊन गेले आहेत अशा पांडवांच्या अनुरोधानें वागणें तुला योग्य नाहीं. सुज्ञ स्त्रिया वैभवहीन झालेल्या पतीची सेवा करीत नसतात. आपली विचारपूस करणाऱ्या पुरुषाची आपणही विचारपूस करावी हें योग्यच आहे.पण त्याची संपत्ति नष्ट झाली ह्मणजे त्याच्याजवळ राहणें योग्य नाहीं असा नियमच आहे. पांडवांची संपत्ति नष्ट झाली असून ते कायमचेच राज्यभ्रष्ट झालेले आहेत. ह्यास्तव, तूं आतां त्यांच्यावर प्रेम करून दुःख पावण्याचें पुरे कर. हे सुंदरि, आतां तूं माझी भार्या हो आणि ह्यांना सोडून दे, ह्मणजे तुला सुख लागेल. तूं माझ्या सहवासास राहिलीस ह्मणजे तुला सर्वही सिंधु आणि सौवीर ह्या देशांची प्राप्ति होईल.

वैशंपायन ह्मणालेः—ह्याप्रमाणें सिंधुदेशाधिपति जयद्रथानें अंतःकरणास कंपित करून सोडणारें भाषण करितांच द्रौपदी भ्रुकुटि वक्र करून एकदम तेथून निघून गेली. मध्यें मध्यें ती सुंदरी त्याचा तिरस्कार करून आणि बोलणें थांबवून ‘ कांहीं लाज धर; असें बोलूं नको. ’ असें ह्मणत होती व पति येण्याची वाट पहात त्याच्या वाक्याशीं वाक्य लढवून त्याला लुब्धही करीत होती.

अध्याय दोनशें अडुसष्टावा.

—:०:—

द्रौपदीकृत जयद्रथनिर्भर्त्सना.

वैशंपायन ह्मणालेः—जयद्रथाचें भाषण ऐकून द्रौपदीचें सुंदर मुख क्रोधामुळें उत्पन्न झालल्या आरक्ततेनें ग्रस्त होऊन गेलें, नेत्र लाल झाले आणि भ्रुकुटि कांहींशा वक्र झाल्या. पुढें ती मुख स्फुरण पावत असलेली द्रुपदराजकन्या पुनरपि सुवीरराष्ट्राधिपति जयद्रथास ह्मणाली, “ अरे मूर्खा, कीर्तिमान्, पराक्रमरूपी जालीम विष असलेले, महारथी, इंद्राच्या तोडीचे, स्वतःच्या कर्मामध्यें आसक्त असलेले आणि यक्ष, राक्षस इत्यादिकांच्या समूहांमध्यें सांपडले तरीही न डगमगणारे जे पांडव त्यांच्या वर वरचढ करून बोलण्याला तुला लज्जा तरी कशी वाटत नाहीं ! अथवा दुष्ट लोकांना प्रशंसनीय असें कांहींच वाटत नसतें. ह्मणूनच, अहो वीरश्रेष्ठ, आपल्यासारखे कुत्र्याच्या तोडीचे पुरुष हे वानप्रस्थाश्रमीं असो, गृहस्थाश्रमी असो, तपस्वी असो अथवा विद्येमध्यें पारंगत झालेला असो, त्याच्यावर सारखे भुंकत असतात. मला वाटतें, एवढ्या ह्या तुझ्या क्षत्रियसमुदायांत असा कोणीही नाहीं कीं, जो आज रसातळीं जाणाऱ्या तुजला हातीं धरून वर काढील. अरे, तूं धर्मराजाला जिंकण्याची इच्छा करणें ह्मणजे हातामध्यें दंडोखा घेतलेल्या एखाद्या पुरुषानें पर्वतशिखराप्रमाणें धिप्पाड व मदोन्मत्त झाल्यामुळें गंडस्थलांतून दानोदक क्षरण पावत असलेल्या अशा हिमालयाच्या पायथ्याशीं संचार करणाऱ्या हत्तीला त्याच्या कळपांतून दूर करण्याची इच्छा करणेंच होय. अरे, झोंपीं गेलेल्या महाबलाढ्य सिंहाला लाथ मारून त्याच्या मिशा तूं अज्ञानामुळें उपटीत आहेस; पण जेव्हां खवळून गेलेला भीमसेन तुझ्या दृष्टीस पडेल त्या वेळीं तुला पळच

काढावा लागेल. तूं क्रुद्ध झालेल्या भयंकर अर्जुनाशीं युद्ध करणें ह्मणजे महाबलाढ्य आणि अत्यंत भयंकर अशा पर्वतांच्या दऱ्यांत उत्पन्न होऊन तेथेंच वाढलेल्या व घोरत असलेल्या भयंकर सिंहाला चरणाच्या अग्रभागांनीं लाथ देणें होय. अरे, तूं कनिष्ठ पांडुपुत्र नरश्रेष्ठ नकुलसहदेव ह्यांच्याशीं युद्ध करूं इच्छित आहेस; पण असें करण्यांत तूं मदोन्मत्तपणानें दोन जिव्हा असलेल्या तीक्ष्णमुखी कृष्णसर्पाच्या पुच्छावरच पाय देत आहेस ! हें लक्ष्यांत ठेव. ज्याप्रमाणें वेळू, केळी अथवा देवनळ हे आपल्या नाशासाठींच फळ धरीत असतात, वृद्धिंगत होण्यासाठीं धरीत नाहींत; अथवा खेंकडी आपल्या नाशाकरितांच गर्भ धारण करीत असते, त्याप्रमाणें त्या पांडवांनीं संरक्षण केलेल्या मजला तूं ग्रहण करीत आहेस ! ”

द्रौपदीजयद्रथसंवाद.

जयद्रथ ह्मणालाः—माहीत आहे ! द्रौपदि, माहीत आहे मला ते राजपुत्र कोणत्या प्रकारचे आहेत तें ! पण असल्या भीति दाखविण्याच्या गोष्टी सांगून आज आह्मांला भयभीत करितां येणें तुला शक्य नाहीं. कारण, द्रौपदि, आह्मी सर्वहीजण कृषि, व्यापारी लोकांचे मार्ग, किल्ले, सेतु, गजबंधन, खनि आणि आकर ह्यांवरील करांचें ग्रहण आणि ओसाड देशांत वसाहत करणें ह्या आठ कर्मांनीं व प्रभुशक्ति, मंत्रशक्ति,उत्साहशक्ति,प्रभुसिद्धि,मंत्रसिद्धि आणि उत्साहसिद्धि,प्रभूदय, मंत्रोदय आणि उत्साहोदय हीं नऊ मिळून ह्या सतरा गोष्टींनीं युक्त असणाऱ्या उच्च कुलामध्यें जन्म पावलों असून शौर्य, तेज, धैर्य, दाक्षिण्य, दान व ऐश्वर्य ह्या सहा गुणांच्या योगानें पांडवांहून अधिक असल्यामुळें त्यांना निकृष्ट समजत आहों. तेव्हां तूं आतां सत्वर गजावर अथवा रथावर आरूढ हो; आणि जर तुझी इच्छा नसेल तर हवें असल्यास पांडवांचा पराजय केल्यानंतर दीनवाणेपणानें ह्या सौवीर राजाचा अनुग्रह व्हावा अशी पुनरपि प्रार्थना कर.

द्रौपदी ह्मणालीः—मी महाबलाढ्य असतां सौवीरराजाला दुर्बल आहें असें वाटतें, पण मी कशी आहें हें प्रख्यातच आहे. ह्यास्तव, जरी दंगाधोपा झाला तरीही सौवीरराजाशीं दीनपणाचें भाषण करणार नाहीं. अरे, एका रथामध्यें आरूढ झालेले कृष्णार्जुन हे उभयतां जिचा शोध काढतील त्या माझा प्रत्यक्ष इंद्र देखील कोणत्याही प्रकारें अपहार करूं शकणार नाहीं; मग गरीब बिचारा एखादा मनुष्य कोठून करूं शकणार ? आणि कदाचित् तूं असा प्रकार केलासच, तर शत्रूंच्या वीरांचा धुव्वा उडविणारा व द्वेष्ट्यांचीं अंतःकरणें चूर करून सोडणारा अर्जुन तृण दग्ध करून सोडणाऱ्या ग्रीष्मकालांतील अग्नीप्रमाणें माझ्यासाठीं तुझ्या सैन्यांत प्रवेश करील आणि अंधकवृष्णिकुलोत्पन्न वीरांसहवर्तमान श्रीकृष्ण व आनंदित स्वभावाचे महाधनुर्धर सर्व केकय राजपुत्र हेही माझा शोध करूं लागतील. त्या वेळीं अर्जुनाच्या हातास आघात करून त्याच्या प्रत्यंचेंतून सुटलेले व गर्जना करणाऱ्या मेघाप्रमाणें ध्वनि असलेले ते गांडीवधनुष्यांतून सुटलेले वेगानें जाणारे,भयंकर बाण अतिशय घोर शब्द करूं लागतील. पक्षिसमुदायांप्रमाणें अतिशय शीघ्र वेगानें जाणारे गांडीवधनुष्यांतून सुटलेले ते प्रचंड शरसमुदाय आणि प्रतापशाली अर्जुन हे जेव्हां तुझ्या दृष्टीस पडतील तेव्हां तूं आपल्या अकलेची निंदा करूं लागशील. अरे, गांडीवधनुष्य धारण करणारा अर्जुन खवळून जाऊन शंखाचा आणि हस्ततलत्राणाचा घोष करीत जेव्हां तुझ्या छातीवर वारंवार शरप्रहार करील, तेव्हां तुझ्या अंतःकरणाची स्थिति काय होईल ? अरे नीचा,

हातीं गदा घेऊन चाल करून येणारा भीम आणि असहिष्णुत्वामुळें उत्पन्न झालेलें क्रोधरूपी विष ओकणारे व दाही दिशा चाल करून जाणारे माद्रीपुत्र नकुलसहदेव हे केवल दृष्टीस पडले तरीही तुला चिरकाल क्लेश भोगावे लागतील. अथवा, मी आपल्या अत्यंत संमाननीय अशा पतींचा केव्हांही केवल अंतःकरणाच्या योगानें देखील कोणत्याही प्रकारचा अतिक्रम करीत नाहीं हें सत्य आहे, त्या अर्थी त्या सत्याच्याच प्रभावानें आज पांडव तुला आक्रांत करून फरफरां ओढीत आहेत असें माझ्या दृष्टीस पडेल. अरे घातक्या, जरी तूं मला ओढूं लागलास तरीही मी गडबडून जाणें शक्य नाहीं. कारण, जरी तसें झालें तरी त्या कुरुकुलोत्पन्न वीर पांडवांची आणि माझी गांठ पडलीच आणि मी पुनरपि ह्या काम्यकवनामध्यें आलेंच ह्मणून समज.

जयद्रथाचें द्रौपदीहरण.

वैशंपायन म्हणाले:—हें ऐकून ते तिला धरण्याची इच्छा करूं लागले. तेव्हां ती विशालनेत्रा त्यांजकडे पाहून दरडावून ' नका, नका माझ्या अंगाला हात लावूं. ' असें म्हणाली व भयभीत होऊन आक्रोश करीत पुरोहित धौम्यमुनींस हांका मारूं लागली. तरीही जयद्रथानें तिच्या अंगावरील वस्त्रास धरिलें. तेव्हां तिनें त्याला हिसका मारिला. त्यासरशीं तो दुष्ट मूळें उपटून पडलेल्या वृक्षाप्रमाणें भूमीवर पडला. पुढें जेव्हां ते सर्वजण मोठ्या वेगानें तिला धरूं लागले, तेव्हां ती राजपुत्री द्रौपदी धौम्यमुनींच्या चरणांस वंदन करून वारंवार सुस्कारे टाकीत रथावर चढली.

धौम्य म्हणाला:—जयद्रथा, त्या महारथी पांडवांना जिंकल्यावांचून तूं हिला घेऊन जाणें शक्य नाहीं. अरे, पुरातन कालापासून चालत आलेल्या क्षत्रियधर्माकडे तरी कांहीं दृष्टि दे. अरे, हें पापरूपी नीच कर्म तूं करीत आहेस, पण धर्मराजप्रभृति पांडववीरांची गांठ पडली म्हणजे तुला त्याचें फल निःसंशय भोगावें लागेल.

वैशंपायन म्हणाले:—इतकें भाषण केलें तरीही जेव्हां ते त्या कीर्तिसंपन्न राजपुत्री द्रौपदीला ओढून नेऊं लागले, तेव्हां धौम्यमुनि त्यांच्या पायदळांतून तिच्या मागोमाग जाऊं लागले.

अध्याय दोनशें एकोणसत्तरावा.

—:०:—

धर्मराजास अपशकुन.

वैशंपायन म्हणाले:—इकडे पृथ्वीवर निरनिराळ्या ठिकाणीं संचार करणारे अत्यंत श्रेष्ठ धनुर्धर पांडव सर्व दिशांकडे जाऊन संचार करून मृग, वराह आणि महिष ह्यांचा वध केल्यानंतर एकत्र जुळले. तदनंतर मृग आणि हिंस्र पशूंचे समुदाय ह्यांनीं व्याप्त होऊन गेलेलें व पक्ष्यांच्या कलकलाटानें गजबजून गेलेलें तें प्रचंड काम्यकवन अवलोकन करून व तेथें ओरडणाऱ्या मृगांचे शब्द ऐकून युधिष्ठिर त्या आपल्या बंधूंना ह्मणाला, 'हें पहा—सूर्यप्रकाशानें देदीप्यमान झालेल्या दिशांकडे जाऊन हे पशु आणि पक्षी क्रूरपणाचे शब्द करीत आहेत व त्यावरून आम्हांला भयंकर श्रम होणार असून शत्रु ह्या प्रचंड अरण्यास पीडा देत आहेत असें सुचवीत आहेत; तेव्हां आतां लवकर मागें परता. पुरे झाले मृग आम्हांला ? कारण, आतां माझ्या मनाला ताप झाल्यामुळें तें होरपळून जाऊं लागलें आहे ! तसेंच, माझ्या शरीरांत असणारा हा जीव शोकग्रस्त होऊन व बुद्धीला मोहानें आच्छादित करून तडफड करूं लागला आहे. ह्या वेळीं मला काम्यकवन गरुडांनीं जलवासी सर्प हरण करून घेतलेल्या सरोवराप्रमाणें अथवा

शत्रूंनें संपत्तीचें हरण केलेल्या अराजक राष्ट्राप्रमाणें किंवा मद्यपान करणाऱ्या लोकांनीं ज्यांतील मद्यरूपी रसाचें प्राशन केलें आहे अशा कुंभाप्रमाणें शून्य दिसत आहे ! ”

पांडवांचें प्रत्यागमन.

हें ऐकून, वेगांत वायूलाही मागें सारणाऱ्या व प्रचंड वेगसंपन्न सिंधुदेशोद्भव अश्व जोडलेल्या त्या विशाल आणि उत्कृष्ट रथांत बसलेले ते नरवीर पांडव त्या वेळीं आश्रमाकडे प्रयाण करूं लागले. ह्याप्रमाणें ते परत फिरूं लागले असतां मोठ्यानें शब्द करणारा एक कोल्हा त्यांच्या डाव्या बाजूला येऊन मोठ्यानें ओरडला. तेव्हां त्याविषयींचा विचार करून धर्मराज भीमाला व अर्जुनाला म्हणाला, ‘ ज्या अर्थीं हा निकृष्ट जातीचा कोल्हा आमच्या डाव्या बाजूस येऊन शब्द करीत आहे, त्या अर्थीं त्या दुष्ट कौरवांनीं आह्मांला न जुमानतां आश्रमांत येऊन बलात्कार करून दंगा केला आहे हें अगदीं उघड आहे. ’ असें बोलत मृगया करून त्या वनामध्यें प्रवेश करीत असतां बालावस्थेंत असलेली आपल्या प्रियेची दासी दाईची कन्या रडत असतांना त्यांच्या दृष्टीस पडली. तेव्हां, राजा जनमेजया, रथावरून उडी टाकून इंद्रसेन त्वरेनें धावत धावत तिकडे गेला आणि अगदीं जवळ जाऊन तिला विचारूं लागला.

द्रौपदीच्या दासीकडून द्रौपदीवृत्तज्ञान.

तो ह्मणाला, ‘तूं भूमीवर पडून अशी रडत कां आहेस ? आणि तुझें हें मुख फिकट व म्लान कां झालेलें आहे ? अत्यंत क्रूर कर्में करणाऱ्या दुष्ट शत्रूंनीं राजपुत्री द्रौपदीशीं तर झोंबाझोंबी केली नाहीं ना ? कीं तिला त्यांनीं पळवून नेली ? असें जर असेल, तर कल्पनातीत स्वरूप असलेली व कुरुकुलश्रेष्ठ पांडवांचें दुसरें शरीरच अशी ती विशालनयना सत्यनिष्ठ पतिव्रता कोणीं नेली व कोणीकडे नेली हें खरें सांग. ती देवी जरी भूमीमध्यें प्रविष्ट झाली असेल, स्वर्गामध्यें गेलेली असेल, अथवा समुद्रामध्यें शिरलेली असेल, तरीही ती ज्या ठिकाणीं असेल त्या ठिकाणीं पांडव जातील. कारण, धर्मपुत्र युधिष्ठिराला तसाच संताप झालेला आहे. शत्रूंचा धुव्वा उडविणारे व क्लेश सहन करणारे जे हे अजिंक्य पांडव त्यांना प्राणाप्रमाणें अत्यंत प्रिय असलेल्या द्रौपदीस उत्कृष्ट प्रकारच्या रत्नाप्रमाणें हरण करण्याची कोणता मूर्ख मनुष्य इच्छा करीत आहे ? त्याला ह्या द्रौपदीचे संरक्षक कोणी आहेत अथवा ती पांडवांचें बाह्यभागीं संचार करणारें असें हृदयच आहे हें समजलें नाहीं काय ? आज हे धार दिलेले भयंकर आणि श्रेष्ठ बाण कोणाच्या शरीराचा भेद करून भूमीमध्यें प्रवेश करणार आहेत कोण जाणे ! असो; तिच्याविषयीं आतां तूं शोक करूं नको. अग भित्रे, द्रौपदी पुनः खास परत येईल असें समज. कारण, सर्वही शत्रूंना ठार करून पांडव पुनः द्रौपदीला प्राप्त करून घेतील. ’

हें ऐकून विचार करून त्या दाईच्या कन्येनें त्या सुमुख इंद्रसेनास सांगितलें कीं, ‘ ह्या इंद्रतुल्य अशा पांचही पांडवांस तृणतुच्छ समजून जयद्रथानें द्रौपदीला झोंबाझोंबी करून पळवून नेली आहे. हे पहा—तो जातांना जे मार्ग तयार झाले ते अद्यापि अगदीं ताजे आहेत आणि तो जात असतां मोडून पडलेले वृक्षही अद्यापि म्लान झालेले नाहींत. ह्यास्तव आपला मोर्चा तिकडे वळवा व लवकर पाठलाग करा ! कारण, ती राजकन्या अद्यापि दूर गेलेली नाहीं. हे इंद्रतुल्य पुरुषहो, मोठमोठीं सुंदर चिलखतें चढवा ! अत्यंत कठीण अशीं धनुष्यें आणि बाण घ्या ! व लवकर तिच्या शोधाला लागा ! नाहीं तर निर्भ-

त्र्सेना आणि दंड ह्यांच्यामुळें मूढ होऊन गेलेल्या व ह्मणूनच कांहीं सुचेनासें झालेल्या द्रौपदीस म्लान वदन करून, ज्याप्रमाणें उत्कृष्ट प्रकारच्या घृतानें भरलेली स्रुचा भस्मामध्यें ओतावी त्याप्रमाणें आपली तनु कोणा तरी अयोग्य पुरुषाला अर्पण करावी लागेल! आणि तसें झालें ह्मणजे कोंड्याच्या अग्नीमध्यें होमद्रव्यांचें हवन केल्यासारखें होईल, पुष्पांची माला श्मशानांत पडून चुरडून गेल्यासारखी होईल, ऋत्विज् बेशुद्ध होऊन गेल्यामुळें यज्ञांतील सोमरस श्वानांनीं प्राशन केल्याप्रमाणें होईल, अथवा प्रचंड वनामध्यें मृगया करून कोल्ह्यानें कमलयुक्त सरोवरांत प्रवेश केल्याप्रमाणें होईल! ह्यास्तव, मोठमोठ्या यज्ञामध्यें जिचा प्रसार झालेला आहे अशा श्रुतीची ज्याप्रमाणें एखादा ग्राम्य मनुष्य नासधूस करून टाकतो, त्याप्रमाणें जोंवर त्यानें ह्या द्रौपदीची अवस्था केली नाहीं तोंवर तुम्ही त्याचा पाठलाग करा. ज्याप्रमाणें यज्ञांतील पुरोडाशाला श्वानानें स्पर्श करावा, त्याप्रमाणें एखाद्या दुष्कृत्यें करणाऱ्या पुरुषाचा तुमच्या प्रियेच्या सुंदर नासिका व मनोहर नेत्र ह्यांनीं युक्त व चंद्राप्रमाणें स्वच्छ कांति असलेल्या प्रसन्न अशा मुखाला स्पर्श होऊं नये. ह्यास्तव, तुम्ही त्वरेनें ह्या मार्गावरून जाऊन त्याचा पाठलाग करा! उगीच येथें वेळ दवडूं नका. जोंवर तो दुष्ट भूपति दूर गेला नाहीं तोंवर धांवा लवकर!'

पांडवांची जयद्रथावर चाल.

युधिष्ठिर ह्मणाला:—हे भद्रे, फीर आतां परत आणि बंद कर हें बोलणें! उगीच आमच्याजवळ कठोर भाषणें करूं नको. राजे झाले अथवा राजपुत्र झाले तरी ते सामर्थ्यानें धुंद होऊन गेले ह्मणजे फसावयाचेच.

वैशंपायन ह्मणाले:—इतकें बोलून सर्पाप्रमाणें वारंवार फुस्कारे टाकीत ते पांडव तत्काळ त्याच मार्गाच्या अनुरोधानें आपल्या प्रचंड धनुष्याच्या प्रत्यंचा ओढीत प्रयाण करूं लागले. तेव्हां त्यांना त्या सैन्यांतील अश्वांच्या टापांनीं उडालेला धुरळा आणि पायदळामध्यें 'धाव! धाव!' ह्मणून भीमाला मोठ्यानें हांक मारणारा धौम्यमुनि हे दृष्टीस पडले. तेव्हां अंतःकरण खिन्न झालेले ते राजपुत्र 'आपण खुशाल चला' असा धौम्यमुनीस धीर देऊन आमिषाच्या लोभानें धांव घेणाऱ्या ससाण्याप्रमाणें वेगानें त्या सैन्यावर धावून गेले. द्रौपदीचा अवमान झाल्यामुळें पूर्वींच खवळून गेलेल्या व पराक्रमामध्यें इंद्राची बरोबरी करणाऱ्या त्या पांडवांचा क्रोध जयद्रथ आणि त्याच्या रथांत असलेली आपली प्रिया दृष्टीस पडतांच भडकून गेला आणि भीम, अर्जुन, नकुल, सहदेव आणि राजा युधिष्ठिर ह्या सर्वही महाधनुर्धर वीरांनीं जयद्रथाला मोठ्यानें हांक मारली. तेव्हां त्या शत्रूंना दिशाभूल झाल्यासारखें झालें!

अध्याय दोनशें सत्तरावा.

—:०:—

द्रौपदीकडून जयद्रथास पांडवांची माहिती.

वैशंपायन ह्मणाले:—पुढें भीमसेन आणि अर्जुन हे दृष्टीस पडल्यामुळें त्या वनांत त्या वेळीं त्या कोपिष्ठ क्षत्रियांमध्यें अत्यंत भयंकर कल्होळ उसळून गेला. तेव्हां त्या कुरुकुलश्रेष्ठ पांडवांच्या ध्वजांचे अग्रभाग अवलोकन करून दुष्ट जयद्रथ राजा रथामध्यें असलेल्या देदीप्यमान अशा द्रौपदीला स्वतः ह्मणाला, 'द्रौपदि, हे पांच प्रचंड रथ इकडे येत आहेत; ह्यावरून हे तुझे पतिच येत असावे असें मला वाटतें. हे सुंदरि, तुला त्यांची माहिती

आहे. तेव्हां तूं ह्या पांडवांपैकीं रथारूढ असा पुढील पुरुष कोण हें निवेदन कर.'

द्रौपदी ह्मणाली:—अरे मूर्खा, तूं पूर्वीं अत्यंत घोर आणि आयुष्याचा नाश करणारें कर्म केलेलें आहेस. तेव्हां आतां तुला ह्या धनुर्धरांच्या माहितीचा काय उपयोग? हे पहा भिडलेच येऊन माझे वीर पति! आतां ह्या संग्रामांत तुम्हांपैकीं कोणीही अवशिष्ट राहणार नाहीं. असो; तूं आसन्नमरण झालेला आहेस, तेव्हां तूं विचारलेल्या सर्व गोष्टी तुला सांगणें हा धर्म आहे, ह्मणून सांगतें. ह्या वेळीं धर्मराज आणि त्याचे कनिष्ठ बंधु दृष्टीस पडत असल्यामुळें मला दुःखही होत नाहीं अथवा तुझी भीतिही वाटत नाहीं. ज्याच्या ध्वजाच्या अग्रभागीं नंद आणि उपनंद नांवांच्या सुंदर मृदंगांचा मधुर आवाज होत आहे व जो सुवर्णाप्रमाणें शुद्ध आणि गौरवर्ण, नासिका स्थूल असलेला, सडपातळ व विशालनेत्र असा आहे, त्या ह्या कुरुकुलामध्यें श्रेष्ठ असणाऱ्या माझ्या पतीस धर्मपुत्र युधिष्ठिर असें ह्मणतात. स्वधर्मांतील गोष्टींच्या सिद्धान्तांचें ज्ञान असलेल्या युधिष्ठिराकडे ज्यांना कांहीं कार्य कर्तव्य असेल असे लोक सदोदित येत असतात. हा धर्मनिष्ठ नरवीर शत्रु जरी शरण आला तरी त्याला प्राणदान करील. ह्यास्तव, हे मूर्खा, तूं स्वतःच्या कल्याणार्थ शस्त्र खालीं ठेवून हात जोडून ह्याला शरण जा. आतां तुला ह्याच्या पलीकडे दांतओंठ खात असलेला, भृकुटीस भृकुटि मिळालेला व रथारूढ झालेला जो महाबाहु वाढलेल्या वृक्षाप्रमाणें दिसत आहे तो हा वृकोदर नांवाचा माझा पति होय. त्याच्या रथाला उत्तम रीतीनें सजविलेले, बलाढ्य आणि कुलीन अश्व जोडलेले असतात. ह्याचीं कृत्यें अमानुष असल्यामुळें ह्याला भूतलावर भीम असें नांव पडलें आहे. ह्याचा कोणीं अपराध केला तर त्याची बाकी रहात नाहीं. ह्याला वैराचें केव्हांही विस्मरण पडत नसून त्या वैराचा शेवट लावल्यानंतरच हा परत फिरतो; पण तसें करूनही तो फारसा शांत होत नाहीं. हा त्याच्या पलीकडे जो धनुर्धरश्रेष्ठ, धैर्यसंपन्न, कीर्तिशाली, जितेंद्रिय, वृद्ध पुरुषांची सेवा करणारा, नरवीर व युधिष्ठिराचा बंधु आणि शिष्य आहे तो धनंजय नांवाचा माझा पति होय. हा कामामुळें, भीतीमुळें अथवा लोभामुळें धर्माचा त्याग करणार नाहीं, कोणाचा घातही करणार नाहीं अथवा नीच कर्मही करणार नाहीं. हा अग्नीप्रमाणें तेजस्वी असलेला कुंतीपुत्र अर्जुन शत्रूंचा वेग सहन करून त्यांचा धुव्वा उडवून देणारा आहे. ज्याला सर्वही धार्मिक गोष्टींच्या सिद्धान्तांचें ज्ञान आहे, जो भयपीडित झालेल्या लोकांची भीति दूर करितो, जो विद्वान् आहे, ज्याचें स्वरूप सर्व पृथ्वींत उत्तम आहे असें म्हणतात व सर्वही पांडव आपल्या प्राणाहूनही अधिक योग्यतेच्या आणि आपल्या अनुरोधानें वागणाऱ्या ज्या पुरुषाचें संरक्षण करीत असतात, तो हा वीर माझा नकुल नांवाचा पति होय. त्याच्याच जवळ जो दुसरा पुरुष आहे तो खड्गयुद्ध करणारा, विलक्षण हातचलाखी असलेला, ज्ञानसंपन्न व संमाननीय असा सहदेव होय. हे मूर्खा, ज्याप्रमाणें दैत्यसैन्यामध्यें इंद्राचें कृत्य दिसून येतें त्याप्रमाणें आतां संग्रामामध्यें ह्याचें कृत्य तुला दिसून येईल. अस्त्रविद्येमध्यें निष्णात, बुद्धिमान्, विचारशील, राजा युधिष्ठिराचें प्रिय करणारा, चंद्रसूर्याप्रमाणें तेजस्वी, सर्व पांडवांपैकीं कनिष्ठ, त्यांना प्रिय असलेला, बुद्धीमध्यें ज्याच्या तोडीचा दुसरा कोणीही नाहीं असा, वक्ता, सिद्धान्तज्ञ, चांगल्या गोष्टींविषयींचा निर्णय समजणारा, शूर, सदैव असहिष्णु असणारा ज्ञानसंपन्न आणि विद्वान् असा

हा माझा सहदेव नावांचा पति आहे. हा प्राणत्याग करील अथवा अग्निप्रवेशही करील, पण धर्मबाह्य भाषण करणार नाहीं. सदोदित क्षत्रियधर्माचें आचरण करण्यांत आसक्त असलेला हा विचारसंपन्न नरवीर कुंतीला प्राणाहूनही प्रिय आहे. आतां रत्नानें भरलेली नौका समुद्रामध्यें मकराच्या पृष्ठावर लागून जशी फुटून जावी त्याप्रमाणें तुझ्या ह्या सेनेची स्थिति झाली आहे; अर्थात् तिजमध्यें गडबड उडवून देऊन तींतील सर्वही योद्धे पांडवांनीं ठार केले आहेत असें तुझ्या दृष्टीस पडेल. असो; मोहामुळें ज्यांना तुच्छ समजून तूं दुष्कृत्य करण्याविषयीं प्रवृत्त झालास, त्या ह्या पांडवांची माहिती मीं तुला सांगितली. आतां देहास कांहींही अपाय न होतां जर तूं ह्यांच्या तडाख्यांतून सुटलास, तर तुला ह्या जन्मांतच पुनर्जन्माची प्राप्ति झाली असें होईल!

वैशंपायन ह्मणाले:—तदनंतर ते जणू पांच इंद्रच असे दिसणारे पांच पांडव, भयभीत होऊन हात जोडणाऱ्या पायदळास सोडून देऊन क्रुद्ध होऊन रथसैन्यावर गेले; आणि त्यांनीं त्याला चोहोंकडून घेरून बाणांच्या वर्षावानें चोहोंकडे अंधकार पाडून सोडला.

अध्याय दोनशें एकाहत्तरावा.

—:०:—

पांडवजयद्रथसंग्राम.

वैशंपायन ह्मणाले:—ह्या वेळीं 'थांबा, मारा, धावा लवकर!' असें म्हणून सिंधुदेशाधिपति जयद्रथ आपल्या जवळ असलेल्या त्या राजांना प्रोत्साहन देऊं लागला. तेव्हां भीमसेन, अर्जुन, नकुल, सहदेव आणि युधिष्ठिर ह्यांना अवलोकन केल्यामुळें त्या संग्रामांत सैन्याचा प्रचंड शब्द होऊं लागला; व अत्यंत सामर्थ्यसंपन्न व्याघ्राप्रमाणें असलेल्या त्या नरव्याघ्रांस अवलोकन करितांच शिबि, सौवीर आणि सिंधु ह्या कुलांतील राजे खिन्न होऊन गेले. नंतर सुवर्णानें मढविलेली, विलक्षण प्रकारची उंची असलेली व सर्व बाजूंनीं खिळे असलेली लोखंडी गदा घेऊन भीम हा मृत्यूनें प्रेरणा केलेल्या त्या जयद्रथावर धावून गेला. पण त्याच्या मध्यें पडून कोटिकास्यानें भीमसेनाला प्रचंड रथसमुदायाचा वेढा देऊन युद्ध चालविलें. त्या वेळीं अनेक वीर आपल्या बाहुबलानें शक्ति, तोमर, व बाण इत्यादि आयुधें फेंकून त्याला व्याप्त करून सोडीत होते. तरीही न डगमगतां सिंधुराज जयद्रथाच्या सैन्याच्या अघाडीस असलेला एक हत्ती, त्याजवरील महात आणि चौदा पदाति ह्यांना भीमानें गदाप्रहार करून ठार केलें. सौवीरदेशाधिपति जयद्रथाशीं जाऊन भिडण्याची इच्छा करणाऱ्या अर्जुनानें त्याच्या सैन्याच्या अघाडीस असलेल्या पर्वतप्रदेशवासी पांचशें महारथी वीरांचा वध केला. त्या वेळीं त्या संग्रामांत स्वतः युधिष्ठिरानें उत्कृष्ट प्रकारें प्रहार करणाऱ्या व अत्यंत श्रेष्ठ अशा शंभर सुवीर देशांतील वीरांचा वध केला. त्या युद्धांत हातीं खड्ग घेतलेला नकुल रथांतून उडी टाकून भूमींत जसें बीज पेरावें त्याप्रमाणें पादचारी योद्धयांचीं मस्तकें वारंवार छिन्न करून पेरीत आहे असें दिसून आलें. सहदेव रथारूढ होऊन गजावरून युद्ध करणाऱ्या लोकांशीं जाऊन भिडला; व ज्याप्रमाणें मोरांना वृक्षावरून खालीं पाडावें त्याप्रमाणें त्यानें शरप्रहार करून त्यांना खालीं पाडलें. तदनंतर हातीं धनुष्य घेतलेला त्रिगर्तदेशाधिपति आपल्या प्रचंड रथांतून खालीं उतरला आणि त्यानें गदेचा प्रहार करून धर्मराजाचे चारही अश्व ठार केले. तेव्हां तो पायानें चालत जवळ येतांच कुंती-

पुत्र धर्मराजानें अर्धचंद्र बाण सोडून त्याचें वक्षःस्थल विद्ध करून सोडिलें. ह्यामुळें वक्षःस्थल फुटून जाऊन तो त्रिगर्ताधिपति तोंडांतून रक्त ओकीत धर्मराजाच्या समोरच मूळें तुटलेल्या वृक्षाप्रमाणें पडला. पुढें रथास जोडलेले अश्व ठार झाल्यामुळें इंद्रसेनासहवर्तमान धर्मराज आपल्या रथांतून उडी टाकून सहदेवाच्या प्रचंड रथामध्यें गेला. इकडे नकुलाशीं तोंड देऊन क्षेमंकर आणि महामुख ह्या उभयतां योद्धयांनीं त्याजवर तीक्ष्ण बाणांचा वर्षाव चालविला. तथापि तोमररूपी जलाची वृष्टि करीत असल्यामुळें वर्षाकाळाच्या मेघाप्रमाणें असलेल्या त्या योद्धयावर एक एक बाण सोडून माद्रीपुत्र नकुलानें त्यांना ठार करून सोडलें. नंतर गजयानाचें ज्ञान असलेला त्रिगर्तदेशाधिपति सुरथ हा त्याच्या रथाच्या धुरीपाशीं जाऊन हत्तीकडून त्याच्या रथास हिसके देऊं लागला. तेव्हां नकुल ढालतरवार हातीं घेऊन निर्भयपणें त्या रथांतून खालीं उतरला व ज्यामध्यें उत्कृष्ट प्रकारें फिरतां येईल अशा प्रदेशाचा आश्रय करून पर्वताप्रमाणें निश्चलपणें उभा राहिला. हें पाहून सुरथानें सोंड अतिशय उंच असलेला व क्रुद्ध झालेला तो आपला श्रेष्ठ प्रतीचा हत्ती नकुलाचा वध करावयासाठीं त्याजवर सोडला. तेव्हां तो जवळ येतांच नकुलानें खड्गप्रहार करून त्याची सोंड आणि दांत हीं मुळापासून तोडून टाकिलीं. ह्यामुळें, लहान लहान घांटींच्या माळांनीं शृंगारलेला तो हत्ती मोठ्यानें गर्जना करीत खालीं तोंड करून पडला व त्यामुळें त्याजवर असलेला महात आपटून चूर होऊन गेला. ह्याप्रमाणें तें मोठें कृत्य केल्यानंतर तो शूर माद्रीपुत्र महारथी नकुल भीमसेनाच्या रथांत येऊन सुखानें बसला; भीमानेंही क्षुरप्रनामक बाण सोडून संग्रामांत आपणावर चालून येणाऱ्या कोटिकास्य राजाच्या रथाचे अश्व हांकीत असलेल्या सारथ्याचें मस्तक उडवून दिलें. तथापि त्या राजास आपला सारथि ठार झाला आहे असें कळून आलें नाहीं; पण सारथि ठार झाल्यामुळें त्याचे अश्व त्या संग्रामामध्यें सैरावैरां पळूं लागले. तेव्हां प्रहार करण्यामध्यें श्रेष्ठ अशा भीमानें संग्रामांतून पराङ्मुख होणाऱ्या त्या सारथि ठार झालेल्या कोटिकास्याजवळ जाऊन करतलांतून फेंकलेल्या इट्यानें त्याला ठार करून सोडलें. इकडे अर्जुनानें तीक्ष्ण बाण सोडून त्या सर्व बारा सौवीरकुलोत्पन्न योद्धयांचीं धनुष्यें व मस्तकें तोडून टाकिलीं. शिबि, इक्ष्वाकु, त्रिगर्त आणि सैंधव ह्यांच्या कुलामध्यें उत्पन्न झालेले योद्धेही बाणांच्या तडाक्यांत सांपडल्यामुळें त्यांनाही त्या अतिरथी अर्जुनानें संग्रामामध्यें ठार करून सोडलें. त्या वेळीं अर्जुनानें पताकायुक्त गज आणि ध्वजयुक्त अनेक महारथी योद्धे उद्ध्वस्त करून टाकिले आहेत असें दिसूं लागलें; व त्या सर्व संग्रामामध्यें मस्तकें नसलेलीं शरीरें व केवल मस्तकें ह्यांच्या योगानें सर्व भूमि आच्छादित होऊन गेली. त्या ठिकाणीं ठार केलेल्या वीरांच्या मांसानें आणि रक्तानें श्वान, गृध्र, डोमकावळे, भासपक्षी, कोल्हीं व कावळे तृप्त होऊं लागले.

द्रौपदीप्रत्याहरण व जयद्रथपलायन.

ह्याप्रमाणें ते वीर ठार झाले असतां सिंधुदेशाधिपति जयद्रथानें भयभीत होऊन द्रौपदीला सोडून देऊन पळून जाण्याचें मनांत आणिलें; व सैन्याची गर्दी उडून गेली असतां द्रौपदीस खालीं उतरून तो नराधम आपला जीव वांचविण्याच्या इच्छेनें, ज्या मार्गानें आला होता त्याच मार्गानें वनाकडे धावून जाऊं लागला. तेव्हां धौम्यमुनीच्या पुढें असलेल्या द्रौपदीला अवलोकन करून धर्मराजानें

वीर सहदेवाकडून तिला रथांत बसविली. इकडे जयद्रथ पळून गेल्यामुळें पळूं लागलेलें सैन्य भीमानें 'मी तुमचा वध करितों' असें सांगून सांगून शरप्रहार करून ठार केलें. पण जयद्रथ पळूं लागला आहे असें पाहून अर्जुनानें त्याच्या सैन्याचा वध करीत असणाऱ्या भीमसेनास थांबविलें.

अर्जुन ह्मणाला:—ज्याच्या अपराधामुळें आम्हांला ह्या दुर्धर क्लेशाची प्राप्ति झालेली आहे, तो जयद्रथ ह्या संग्रामप्रदेशांत कोठें दिसत नाहीं. तेव्हां, भीमा, तूं त्याचाच शोध लाव. तुझें कल्याण असो. ह्या योद्धयांना भूमीवर लोळविल्यानें तुला काय फल मिळणार आहे? हें करणें फायद्याचें नाहीं असें मला वाटतें. तुझें कसें काय मत आहे?

वैशंपायन ह्मणाले:-ज्ञानसंपन्न अर्जुनानें असें भाषण केल्यानंतर भाषणपटु भीमसेन युधिष्ठिराकडे पाहून बोलूं लागला. तो ह्मणाला, 'शत्रूंचे श्रेष्ठ श्रेष्ठ योद्धे आह्मी ठार केले असून ते प्रायः दाही दिशांकडे पळून गेले आहेत. ह्यास्तव, हे राजा, द्रौपदीला घेऊन तूं येथून परत जा; आणि, हे राजेंद्रा, नकुलसहदेव व महात्मा धौम्य ह्यांच्यासहवर्तमान आश्रमांत गेल्यानंतर द्रौपदीचें सांत्वन कर. हा सिंधुदेशाधिपति मूर्ख जयद्रथ जरी पातालांत जाऊन राहिला असला आणि प्रत्यक्ष इंद्र जरी त्याचा सारथि असला तरीही माझ्या तडाक्यांतून तो जिवंत सुटावयाचा नाहीं.'

युधिष्ठिर ह्मणाला:—हे महाबाहो, जरी तो सिंधुदेशाधिपति दुष्ट आहे तरीही धृतराष्ट्राची कन्या दुःशला आणि कीर्तिसंपन्न गांधारी ह्यांजकडे लक्ष्य दे आणि तूं त्याचा वध करूं नको.

वैशंपायन ह्मणाले:—हें ऐकून इंद्रियें व्याकूळ होऊन गेलेली, लज्जाशील आणि ज्ञानसंपन्न द्रौपदी क्रुद्ध झाली व भीम आणि अर्जुन ह्या उभयतां पतींस भयंकर रीतीनें ह्मणाली, जर तुह्मांला माझें अभीष्ट कर्तव्य असेल तर त्या नराधम सैंधववंशाधम दुष्ट दुर्बुद्धि कुलदूषकाचा वध केला पाहिजे. जो शत्रु प्रत्यक्ष भार्येचा अपहार करणारा अथवा राज्याचा अपहार करणारा असेल तो जरी संग्रामामध्यें प्रार्थना करूं लागला तरीही त्यास सोडूं नये.

ह्याप्रमाणें तिनें सांगितल्यानंतर ते उभयतां नरश्रेष्ठ जेथें जयद्रथ होता तिकडे गेले आणि राजा युधिष्ठिर द्रौपदीला घेऊन आपल्या पुरोहितासहवर्तमान परत फिरला. आश्रमांत जातांच त्याला आसनें आणि घट ह्यांची नासधूस झाली असून मार्कंडेयादिक ब्राह्मणांनीं आश्रम गजबजून गेला आहे असें दिसून आलें. नंतर द्रौपदीविषयीं हळहळत असलेल्या त्या समाधिनिष्ठ ब्राह्मणांची भेट घेऊन तो महाज्ञानी युधिष्ठिर भार्येसहवर्तमान आपल्या बंधूंच्या मध्यभागीं बसला. तेव्हां सिंधु आणि सौवीर ह्या देशांतील योद्धयांना जिंकून द्रौपदीला घेऊन परत आलेल्या त्या राजास पाहून ते ब्राह्मण अत्यंत आनंदित झाले. पुढें त्या ब्राह्मणांनीं वेष्टिलेला धर्मराज तेथेंच बसला व प्रेमशील द्रौपदी नकुलसहदेवांसहवर्तमान आश्रमांत निघून गेली.

जयद्रथाचा शोध व पाठलाग.

इकडे भीमसेन आणि अर्जुन हे आपला शत्रु एका कोसावर आहे असें ऐकून स्वतःच घोडे हांकीत वेगानें धांवून जाऊं लागले. त्या वेळीं अर्जुनानें एक आश्चर्यकारक गोष्ट केली. ती ही कीं, त्यानें आपणापासून एका कोसावर असलेले जयद्रथाचे अश्व ठार करून सोडले. तो दिव्यास्त्रज्ञानसंपन्न असून संकटकालींही गडबडून न जाणारा असल्यामुळें त्यानें अस्त्रांचें अभिमंत्रण केलेल्या बाणांच्या

योगानें हें दुष्कर कर्म केलें. पुढें ते उभयतां वीर भीमार्जुन अश्व ठार झाल्यामुळें भयभीत झालेल्या व अंतःकरण व्याकूळ होऊन गेलेल्या एकट्या जयद्रथावर चाल करून गेले. इकडे जयद्रथ अश्व ठार झाले आहेत असें पाहून अत्यंत दुःख पावला; आणि अर्जुन पराक्रमाचीं कृत्यें करीत आहे असें पाहून पळण्याविषयीं उत्साह धरून जिकडे अरण्य होतें तिकडे पळून गेला. ह्याप्रमाणें पलायन करण्यांत शूर असलेल्या जयद्रथास अवलोकन करून महाबाहु अर्जुन त्याचा पाठलाग करून बोलूं लागला. तो ह्मणाला, 'अरे, तुझ्या अंगीं जर असलेंच वीर्य होतें तर मग बलात्कारानें स्त्री घेऊन जाण्याची कशाला इच्छा करीत होतास ? अरे राजपुत्रा, फीर मागें, पलायन करणें तुला योग्य नाहीं. अरे, आपल्या अनुयायांना शत्रूंमध्यें टाकून तूं पलायन करीत आहेस हें काय ? '

ह्याप्रमाणें अर्जुन बोलूं लागला तरीही जयद्रथ मागें फिरेना; असें पाहून बलाढ्य भीमसेन 'थांब थांब !' असें ह्मणून एकदम त्याजवर चालून गेला. तेव्हां दयाळू अर्जुनानें त्याला 'त्याचा वध करूं नको' असें सांगितलें.

जयद्रथविमोक्षणपर्व.

अध्याय दोनशें बहात्तरावा.

—:०:—

जयद्रथाची मानहानि व सुटका.

वैशंपायन ह्मणाले:— भीमसेन आणि अर्जुन हे उभयतां बंधु आपला वध करण्याविषयीं उद्युक्त झाले आहेत असें पाहून अत्यंत दुःखी झालेला जयद्रथ कोठेंही न गुंततां जीविताच्या इच्छेनें धावूं लागला. तेव्हां कोपिष्ठ आणि बलाढ्य भीमसेनानें रथांतून उतरून धावून जाऊन त्याचा केशपाश धरला, त्याला वर उचलून खालीं आपटला, त्याच्या मस्तकाला घेरून त्याला तडाखे दिले, व पुनः जेव्हां शुद्धीवर येऊन तो उठण्याची इच्छा करूं लागला, तेव्हां महाबाहु भीमानें त्याच्या मस्तकावर लत्ताप्रहार केला. ह्यामुळें तो विलाप करूं लागला! नंतर भीमानें त्याला गुडघ्यानें प्रहार केला व हातानें चपाटे मारिले. त्यामुळें अतिशय प्रहारानें पीडित होऊन तो राजा जयद्रथ मूर्च्छित झाला. तथापि भीमसेनाचा कोप शांत झाला नाहीं. तेव्हां, हे जनमेजया, दुःशलेसंबंधानें धर्मराजानें जें कांहीं सांगितलें होतें तें सांगून अर्जुनानें त्याचें निवारण केलें. तेव्हां—

भीमसेन ह्मणालाः—त्या क्लेशमय स्थितीस योग्य नसणाऱ्या द्रौपदीस त्रास देणारा हा दुराचारी नराधम माझ्या हातून जिवंत राहणार नाहीं. पण माझ्या हातून घडणें तरी काय शक्य आहे? अर्थात् कांहींही नाहीं! कारण, तो दयाशील राजा आणि मूर्ख बुद्धीचा तूं हे उभयतांही मला सदोदित अडथळा करीत असतां. असें बोलून भीमसेनानें अर्धचंद्र बाणाच्या योगानें कांहींही न बोलतां त्या जयद्रथाच्या मस्तकाचे पांच पाट काढिले आणि त्याची निंदा करून तो ह्मणाला, "अरे मूर्खा, जर तुला जिवंत रहावें अशी इच्छा असेल, तर त्याचा उपाय मी सांगतों तो ऐक. तूं 'मी तुमचा दास आहें.' असें चार मंडळींत आणि सभांत म्हटलें पाहिजेस; ह्मणजे मी तुला जीवदान देईन. कारण, हा युद्धांत जय मिळविलेल्या लोकांपुढें त्यांच्या शत्रूंनीं करण्याचा विधि आहे." असें म्हणून भीम त्याला फरफरां ओढूं लागला. तेव्हां 'ठीक आहे, असें करितों!' असें जयद्रथानें संग्रामामध्यें चमकणाऱ्या त्या नरश्रेष्ठ भीमसेनाला सांगितलें. पुढें तो भूमीवर पडून तडफड करीत असतां कुंतीपुत्र भीमसेनानें त्याला बांधून रथामध्यें नेऊन ठेविलें. ह्या वेळीं तो जयद्रथ बेशुद्ध झाला असून त्याचें अंग धुळीनें भरून गेलें होतें. नंतर त्या रथावर बसून भीमसेन अर्जुनाच्या मागून चालला व आश्रमामध्यें बसलेल्या युधिष्ठिरासमीप येऊन त्यानें तशा स्थितींत असलेला जयद्रथ त्याला दाखविला. तेव्हां युधिष्ठिर त्याला पाहून हसला व 'सोडून द्या ह्याला!' असें म्हणाला. पुढें भीमानें युधिष्ठिराला सांगितलें कीं, 'हा दुरात्मा पांडवांचा दास झाला आहे, असें द्रौपदीस कळवा.' ह्यावर त्याचा ज्येष्ठ बंधु युधिष्ठिर ह्यानें भीमाला प्रेमानें सांगितलें कीं, 'जर मी तुला मान्य असेन तर ह्या दुराचारी जयद्रथाला सोड.' आणि द्रौपदीही युधिष्ठिराकडे पाहून भीमाला ह्मणाली कीं, 'हा युधिष्ठिराचा दास झाला आहे व शिवाय तूं त्याचे पांच पाटही काढले आहेस; तेव्हां दे आतां ह्याला सोडून!'

राजा जनमेजया, हें ऐकून भीमानें सोडल्यानंतर विव्हल होऊन गेलेल्या त्या जयद्रथानें राजा युधिष्ठिराला व तेथें असलेल्या त्या मुनींकडे पाहून त्यांनाही नमस्कार केला. नंतर अर्जुनानें तशा रीतीनें पकडलेल्या जयद्रथाकडे पाहून दयाशील धर्मपुत्र राजा युधिष्ठिर त्याला

ह्मणाला, ' तूं दास्यमुक्त झाला आहेस. जा, सोडला तुला ! पुनः असें केव्हांही करूं नको ! धिक्कार असो स्त्रियांचा अभिलाष करणाऱ्या तुला ! तूं स्वतः हलकट आहेस आणि तुझे साहाय्यकर्तेही हलकटच आहेत. अरे, तुजवांचून दुसरा कोणता नराधम अशा प्रकारचें कृत्य करणारा आहे ! ' असें बोलल्यानंतर दुष्कृत्यें करणारा तो जयद्रथ गतप्राण झाल्यासारखा झाला आहे असें कळून येतांच विचार करून भरतकुलश्रेष्ठ राजा युधिष्ठिरानें त्याजवर कृपा केली व सांगितलें, ' तुझी बुद्धि धर्मावर अधिकाधिक आसक्त होऊं दे. अधर्मावर केव्हांही मन जडवूं नको ! जयद्रथा, तुझें कल्याण असो. जा तूं आतां आपले अश्व, रथ व पायदळ घेऊन !'

जयद्रथाचें तप व वरप्राप्ति.

धर्मराजानें असें सांगितल्यानंतर लज्जेनें मान खालीं वांकवून जयद्रथ कांहीं वेळ स्तब्ध राहिला; व नंतर दुःखाकुल होऊन गंगाद्वाराकडे निघून गेला. त्यानें श्रीशंकरास शरण जाऊन विपुल तपश्चर्या केली. तेव्हां वृषभध्वज श्रीशंकर त्याला प्रसन्न झाले व त्यानें केलेल्या पूजेचा प्रत्यक्ष स्वीकार करून त्यांनीं त्याला वर दिला. तेव्हां त्यानेंही तो ग्रहण केला. जनमेजया, त्याविषयींचा वृत्तांत सांगतों, ऐक. राजा जयद्रथानें ' माझ्या हातून संग्रामामध्यें रथारूढ झालेल्या सर्वेही पांडवांचा पराजय व्हावा.' असें म्हटलें. तेव्हां श्रीशंकरांनीं म्हटलें, " असें होणार नाहीं. कारण, त्यांचा पराजय होणें अथवा वध होणें अशक्य आहे. तथापि प्रत्यक्ष देवाधिपति इंद्रच असा जो नर ही संज्ञा असलेला महाबाहु अर्जुन, त्यावांचून तूं इतरांचें संग्रामामध्यें निवारण करूं शकशील. कारण, अर्जुनानें बदरिकाश्रमामध्यें तपश्चर्या केली असून त्याला प्रत्यक्ष श्रीविष्णूचें साहाय्य आहे व ह्मणूनच तो सर्वही लोकांना अजिंक्य—इतकेंच नव्हे, तर प्रत्यक्ष देवांनाही आक्रांत करितां येण्यास अशक्य असा आहे. त्याला मीं दिलेल्या पाशुपतनामक अप्रतिम बाणाची प्राप्ति झाली असून इंद्रादिक लोकपालांकडूनही वज्रादिक मोठमोठे बाण मिळालेले आहेत. शिवाय त्याचा साहाय्यकर्ता जो श्रीकृष्ण तो तर देवाधिदेव, अनंतस्वरूपी, देवांचाही जनक असा प्रभु श्रीविष्णु आहे. प्रकृतीमध्यें चेतना उत्पन्न करणारा पुरुष, अतींद्रिय, विश्वाच्या ठिकाणीं जीवस्वरूपानें वास्तव्य करणारा व ह्मणूनच विश्वस्वरूपी शरीर असलेला जो परमात्मा तो तोच आहे. युगांतसमय प्राप्त झाला ह्मणजे तोच कालाग्नीचें स्वरूप घेऊन जगतास दग्ध करून सोडतो; आणि पर्वत, समुद्र, द्वीपें, टेंकड्या, अरण्यें, जंगलें, आणि पातालतलामध्यें वास्तव्य करणारे नागलोक ह्या सर्वांनाही तो दग्ध करूं लागला ह्मणजे आकाशामध्यें अत्यंत प्रचंड व नानाप्रकारचा वर्ण असलेले मेघ उत्पन्न होतात. ते भयंकर गर्जना करीत असून त्यांच्यामध्यें विद्युल्लतांची मालिका चमकत असते. ह्याप्रमाणें ते मेघ उत्पन्न झाले ह्मणजे सर्वही दिशांस पसरून चोहोंकडे वर्षाव करूं लागतात; व त्या योगानें त्या प्रलयकालीं अग्नीचा नाश करून रथाच्या कण्याप्रमाणें स्थूल असणाऱ्या जलधारांनीं सर्व जग भरून सोडतात. ह्याप्रमाणें झाल्यानंतर सर्वही स्थावरजंगम नष्ट होऊन जाऊन चंद्र, सूर्य, वायु, ग्रह आणि नक्षत्रें इत्यादिकांनीं विरहित होऊन हें विश्व केवल समुद्रमय बनून गेलें ह्मणजे चार हजार युगांची समाप्ति होईपर्यंत ही पृथ्वी जलमग्न होऊन राहते. तदनंतर अनंत नेत्र, अनंत चरण आणि अनंत मस्तकें असणारा अतींद्रिय असा श्रीनारायणसंज्ञक पुरुष झोंप घेण्याच्या इच्छेनें हजार फणा असल्यामुळें विक्राळ दिसणारा,

हजार सूर्यसमुदायांप्रमाणें अपरिमित कांति असलेला, कुंदपुष्प, चंद्र, मौक्तिकमाला, गोदुग्ध, मृणाल अथवा चंद्रविकासी कमल ह्यांच्याप्रमाणें शुभ्रवर्ण असलेला जो शेष त्याचा मंचक करून त्याजवर त्या समुद्रामध्यें शयन करितो व त्यामुळें अंधकारानें व्याप्त असलेली आपली रात्र तो प्रभु निर्माण करितो. पुढें सत्त्वगुणाची अभिवृद्धि होऊन तो परमात्मा जागा होतो व हा सर्व लोक ओसाड झाला आहे असें अवलोकन करितो. श्रीविष्णूच्या ह्या कृत्यासंबंधानें एक श्लोक ह्मणत असतात. तो असा: " जल ही परमात्म्याची मूर्तिच असून त्याला नार असें नांव आहे असें आमच्या ऐकण्यांत आहे; व तेंच त्या परमात्म्याचें अयन (आश्रयस्थान) आहे, ह्यामुळें त्याला नारायण (नार+अयन) असें ह्मणतात. " पुढें त्या सनातन परमात्म्यानें जगताची सृष्टि करण्याविषयीं विचार चालविला तोंच त्याच्या नाभींतून एक कमल उत्पन्न झालें व त्यांतून चतुर्मुख ब्रह्मदेव बाहेर पडला. त्या नाभिकमलामध्यें एकदम येऊन बसल्यानंतर सर्व जग ओसाड होऊन गेलें आहे असें पाहून ब्रह्मदेवानें आपल्या योग्यतेचे मरीचिप्रभृति महर्षि असे नऊ मानसपुत्र निर्माण केले. त्यांनीं सर्व चराचर प्राणी आणि यक्ष, राक्षस, भूतें, पिशाचें, सर्प व मनुष्यें ह्यांची सृष्टि केली. तो जगन्नायक परमात्मा ब्रह्मदेवाच्या स्वरूपानें जगताची सृष्टि करितो; विष्णुस्वरूपानें त्याचें संरक्षण करितो व रुद्ररूपानें संहार करितो. कारण, त्या प्रजाधिपति ईश्वराचीं हीं ब्रह्मादिक तीन स्वरूपें आहेत. जयद्रथा, वेदपारंगत असणारे ब्रह्मनिष्ठ मुनि अद्भुत कर्में करणाऱ्या श्रीविष्णूचीं जीं कृत्यें कथन करीत असतात तीं तुझ्या ऐकण्यांत नाहींत. पूर्वीं हें भूतल जेव्हां चोहोंकडून जलानें व्याप्त होऊन केवल समुद्रमय बनून गेलें, तेव्हां वर्षाकालांतील रात्रीं ज्याप्रमाणें खद्योत इतस्ततः संचार करितो, त्याप्रमाणें केवल आकाशामध्यें संचार करून तो आश्रयासाठीं पृथ्वीचा शोध करूं लागला; व ती जलमग्न होऊन गेली आहे असें पाहून त्याच्या अंतःकरणांत तिला वर काढण्याची इच्छा उत्पन्न झाली. तेव्हां आतां मीं कोणत्या प्रकारचें स्वरूप धारण करून ह्या पृथ्वीला जलांतून वर काढावी असा विचार करून व दिव्य दृष्टीनें अवलोकन करून त्यानें जलक्रीडेसाठीं इष्ट असलेल्या वराहस्वरूपाचें स्मरण केलें व वेदमय आणि यज्ञस्वरूपी असें वराहस्वरूप धारण केलें. त्याची लांबी शंभर योजनें असून रुंदी दहा योजनें होती; ह्यामुळें त्याचा आकार एखाद्या प्रचंड पर्वताप्रमाणें दिसत होता. त्याच्या दंष्ट्रा तीक्ष्ण असून त्या देदीप्यमान दिसत होत्या; त्याचा वर्ण नीलवर्ण मेघासारखा असून आवाज प्रचंड मेघसमुदायाच्या गडगडाटासारखा होता. ह्याप्रमाणें यज्ञवराहाचें स्वरूप धारण करून त्या प्रभूनें जलामध्यें प्रवेश केला व एका दाढेनें पृथ्वी वर काढून स्वस्थानीं स्थापन केली. मग पुनरपि त्या महाबाहु श्रीविष्णूनें अपूर्व शरीर धारण केलें. त्या शरीरास अपूर्व असें ह्मणण्याचें कारण—तें अर्धें मनुष्याचें व अर्धें सिंहाचें होतें. तें स्वरूप धारण करून हातावर हात आपटीत तो दैत्याधिपति हिरण्यकशिपु ह्याच्या सभेमध्यें गेला. तेव्हां देवांचा शत्रु दैत्यांचा आदिपुरुष दितिपुत्र हिरण्यकशिपु ह्याचे नेत्र त्या अपूर्व पुरुषास अवलोकन करितांच क्रोधानें लाल होऊन गेले. तदनंतर माला धारण करणारा व नीलमेघसमूहाप्रमाणें दिसणारा देवशत्रु तो दैत्यवीर हिरण्यकशिपु शूल उगारून मेघांच्या गडगडाटाप्रमाणें गर्जना करीत त्याजवर धावून गेला; तेव्हां त्या नारसिंहाचें स्वरूप

धारण करणाऱ्या अत्यंत बलाढ्य विष्णूनें जवळ जाऊन नखांनीं त्या दैत्यास विदारण करून सोडलें. ह्याप्रमाणें शत्रूंचा वध करणाऱ्या त्या दैत्यास ठार केल्यानंतर कमलनेत्र प्रभूनें लोकहितार्थ दुसरें स्वरूप धारण केलें. तो श्रीमान् कश्यपमुनींचा पुत्र झाला. त्याला अदितीनें गर्भामध्यें धारण केलें. पुढें हजार वर्षें पूर्ण होऊन गेल्यानंतर अदिति प्रसूत झाली व तिला उत्कृष्ट प्रकारचा पुत्र झाला. त्याची कांति जगतास आच्छादित करून सोडणाऱ्या मेघासारखी व नेत्र देदीप्यमान असून आकार खुजा होता. त्यानें हातीं दंड, कमंडलु व वक्षःस्थलावर श्रीवत्सरूपी भूषणही धारण केलेलें होतें; त्याच्या मस्तकावर जटा होत्या व कंठांत यज्ञोपवीत होतें. ह्याप्रमाणें बालरूप धारण करून तो भगवान् दानवाधिपति बलीच्या यज्ञमंडपांत गेला. त्या वेळीं त्याच्याबरोबर बृहस्पति होता. येथें वामनस्वरूपी त्या परमात्म्यास अवलोकन करितांच बलि आनंदित झाला, व ' हे ब्राह्मणा, तुझ्या दर्शनानें मी संतुष्ट झालों आहें, तेव्हां तुला काय देऊं तें साग. ' असें ह्मणाला. ह्यावर वामन उत्तर देऊं लागला. प्रथम त्यानें ' तुझें कल्याण होवो ' असें ह्मटलें व नंतर हसत हसत सांगितलें कीं, ' हे दानवाधिपते मला तीन पावलें टाकतां येतील एवढी भूमि दे. ' हें ऐकून अंतःकरणांत प्रसन्न झालेल्या बलीनें त्या अत्यंत तेजस्वी असलेल्या ब्राह्मणास भूमि दिली. तदनंतर जेव्हां तो श्रीविष्णु पावलें टाकूं लागला तेव्हां त्याचें अत्यंत आश्चर्यकारक असें दिव्य स्वरूप प्रकट झालें. त्या वेळीं क्षुब्ध न होणारा सनातन देव श्रीविष्णु ह्यानें तीन पावलें टाकून सत्वर सर्व पृथ्वी हरण केली व इंद्रास अर्पण केली. ह्याप्रमाणें हा वामनावताराचा वृत्तान्त मीं तुला कथन केला. ह्या अवतारामुळेंच देव प्रकट स्थितीस आले व जगतासही वैष्णव असें नांव पडलें. तोच भगवान् विष्णु दुर्जनांचा निग्रह करण्यासाठीं व धर्माचें संरक्षण करण्यासाठीं ह्या मनुष्यलोकांत यदुकुलामध्यें अवतीर्ण झालेला आहे. ह्यासच श्रीकृष्ण असें ह्मणतात. हे सिंधुदेशाधिपते जयद्रथा, ' वेदवेत्ते पुरुष अनादि, अनंत, उत्पत्तिशून्य, प्रभुत्वसंपन्न, प्रकाशमान आणि लोकनमस्कृत अशा ज्या परमात्म्याची स्तुति करितात आणि त्यानें केलेल्या कृत्यांचें गायन करीत असतात, व ज्या शंख, चक्र, गदा आणि श्रीवत्स धारण करणाऱ्या व पीतवर्ण रेशमी वस्त्र परिधान करणाऱ्या देवास अजिंक्य असें ह्मणतात, तोच श्रीकृष्ण अस्त्रवेत्त्यांमध्यें श्रेष्ठ अशा अर्जुनाचें संरक्षण करीत असतो. तो शत्रुवीरनाशक अद्वितीय पराक्रमी श्रीमान् कमलनेत्र अर्जुनासहवर्तमान एकाच रथावर आरूढ होऊन त्याला साहाय्य करीत असतो. ह्मणूनच ज्याचा वेग सहन करितां येणें अशक्य आहे अशा त्या अर्जुनाचा पराजय देवांनाही करितां येणें शक्य नाहीं. मग संग्रामामध्यें अर्जुनाचा पराजय मनुष्यांपैकीं कोण करणार? ह्मणूनच, जयद्रथा, एका अर्जुनावांचून युधिष्ठिराचें इतर सर्व सैन्य व चार पांडव ह्या शत्रूंचा तूं एक दिवसपर्यंत पराजय करशील. '

वैशंपायन ह्मणालेः—ह्याप्रमाणें जयद्रथास सांगितल्यानंतर सर्वपापसंहारक, पार्वतीपति, जीवांचा नियंता, दक्षयज्ञविध्वंसक, त्रिपुरासुरनाशक, भगनेत्रनाशक, भगवान् श्रीशंकर खुजे, विक्राळ, कुबडे, नेत्र आणि कर्ण उग्र असलेले व नानाप्रकारचीं आयुधें उगारलेले जे आपले भयंकर पारिषद त्यांच्यासह त्याच ठिकाणीं अंतर्धान पावला. नंतर अल्पबुद्धि जयद्रथही आपल्या गृहाकडे निघून गेला आणि इकडे पांडवही त्या काम्यकवनामध्यें वास्तव्य करूं लागले.

रामोपाख्यानपर्व.

अध्याय दोनशें त्र्याहात्तरावा.

—:०:—

युधिष्ठिराचा मार्केडेयमुनींस प्रश्न.

जनमेजय म्हणालाः—ह्याप्रमाणें अप्रतिम क्लेश भोगून द्रौपदीला परत आणिल्यानंतर पुढें नरश्रेष्ठ पांडव काय करूं लागले ?

वैशंपायन ह्मणालेः—ह्याप्रमाणें जयद्रथाचा पराजय करून द्रौपदीला सोडविल्यानंतर धर्मराज युधिष्ठिर मुनिगणांसहवर्तमान बसला व द्रौपदीहरणाचा वृत्तान्त श्रवण करून हळहळणाऱ्या त्या महर्षींमध्यें असलेल्या मार्केडेयांस असें म्हणाला.

युधिष्ठिर म्हणालाः—हे भगवन्, आपण देवर्षींमध्यें प्रख्यात भूतभविष्यवेत्ते आहां. ह्यास्तव मी आपणांस माझ्या अंतःकरणांतील एक संशय विचारतों तो आपण नाहींसा करा. ही द्रुपदाची कन्या कोणाच्या उदरीं जन्मास आली नसून वेदिकेच्या मध्यभागांतून उत्पन्न झाली आहे व ही महाभाग्यशालिनी महात्म्या पांडूची सून आहे. पण मला वाटतें, विधात्यानें ललाटीं लिहिलेली दैवरेषा आणि प्राण्यांचें भवितव्य हीं बलवत्तर असून त्यांचा अतिक्रम करितां येणें शक्य नाहीं. म्हणूनच, ज्याप्रमाणें एखाद्या पवित्र मनुष्यावर चोरी केल्याचा खोटाच आळ यावा, त्याप्रमाणें धर्मवेत्त्या आणि धर्मनिष्ठ अशा आमच्या भार्येवर असा प्रसंग आला. वस्तुतः द्रौपदीनें कोणत्याही प्रकारचें पातक केलेलें नाहीं अथवा कांहीं निंद्य कर्महो केलेलें नाहीं. इतकेंच नव्हे, तर ब्राह्मणांविषयीं तिनें अतिशय उत्कृष्ट प्रकारें धर्माचें आचरण केलेलें आहे. असें असतां मूर्खबुद्धि राजा जयद्रथानें तिला बलात्कारानें हरण केली म्हणूनच त्याच्या मस्तकाचे केश गेले व संग्रामांत साहाय्यकर्त्यांसहवर्तमान त्याचा पराजय झाला; आणि आम्हीं त्या सिंधुपाल जयद्रथाचें सैन्य ठार करून द्रौपदीला परत आणली. असो; अशा प्रकारें दुसऱ्यानें भार्या हरण करून नेण्याचा हा प्रसंग आह्मांवर अकल्पित गुदरला. शिवाय हा दुःखदायक वनवास, मृगयेवर उपजीविका, वनामध्यें वास्तव्य केल्यामुळें वनवासी मृगांची हिंसा आणि खोटीं कृत्यें करणाऱ्या आपल्या बांधवांनीं हद्दपार करणें हें सर्व खरोखर दुःखदायक आहे. तेव्हां मजहून अत्यंत अभागी असा एखादा पुरुष आपल्या पहाण्यांत अथवा ऐकण्यांत आला आहे काय ?

अध्याय दोनशें चौऱ्याहात्तरावा.

—:०:—

रामादिकांचें जन्म.

मार्केडेय ह्मणालेः—हे भरतकुलश्रेष्ठा, रामानें अशा प्रकारचें अनुपम दुःख भोगलें आहे. कारण, मदाबलाढ्य राक्षसाधिपति दुरात्मा रावण ह्यानें मायेचा अवलंब करून व जटायुनामक गृध्राचा वध करून वेगानें त्या रामाची भार्या जानकी आश्रमांतून हरण करून नेली. पुढें सुग्रीवाच्या सामर्थ्याचें अवलंबन करून, समुद्रावर सेतु बांधून आणि तीक्ष्ण बाणांनीं लंका दग्ध करून त्यानें तिला परत आणली.

युधिष्ठिर ह्मणालाः—राम कोणत्या कुलामध्यें जन्मलेला होता व त्याचें वीर्य आणि पराक्रम हीं कोणत्या प्रकारचीं होतीं ? तसेंच रावण हा कोणाचा पुत्र आणि त्याचें त्याच्याशीं वैर कशासाठीं पडलें ? हे भगवन्, हें सर्व आपण मला उत्कृष्ट प्रकारें कथन करावें. कारण, क्लेश न होतां कर्मे करणाऱ्या रामाचें चारित्र ऐकण्याची माझी इच्छा आहे.

मार्कंडेय ह्मणालेः—इक्ष्वाकुवंशामध्यें अज ह्मणून एक राजा होऊन गेला. त्याला सर्वकाल अध्ययन करणारा व शुचिर्भूत असा दशरथ नांवाचा एक पुत्र होता. त्याला राम, लक्ष्मण, शत्रुघ्न व महाबलाढ्य भरत असे धर्मतत्त्वामध्यें निष्णात असलेले चार पुत्र झाले. त्यापैकीं रामाची माता कौसल्या आणि भरताची कैकेयी ही असून शत्रुतापन लक्ष्मण आणि शत्रुघ्न हे उभयतां सुमित्रेचे पुत्र होत. हे प्रभो, जनक ह्मणून एक विदेहदेशाचा अधिपति होता; त्याला सीता म्हणून एक कन्या होती. ही रामाची प्रिय पट्टराणी असून तिला प्रत्यक्ष विश्वकर्म्यानें निर्माण केलेली होती. ह्याप्रमाणें, हे प्रजाधिपते, राम आणि सीता ह्या उभय तांच्या जन्माचा वृत्तान्त मीं तुला कथन केला. आतां रावणाच्याही जन्माचें वृत्त सांगतों.

कुबेर आणि विश्रवा यांची उत्पत्ति.

स्वयंभू, सर्व लोकांचा अधिपति, महातपस्वी व जगदुत्पादक साक्षात् ब्रह्मदेव हाच रावणाचा पितामह होय. त्याला पुलस्त्य ह्मणून एक प्रिय मानस पुत्र होता. त्याला वैश्रवण नांवाचा एक सामर्थ्यसंपन्न पुत्र गोसंज्ञक स्त्रीपासून झाला. तो आपल्या पित्याचा त्याग करून पितामहाकडे गेला. ह्यामुळें पित्यानें त्याजवर क्रुद्ध होऊन आपल्या देहापासून दुसरा एक देह निर्माण केला. त्या उत्पन्न झालेल्या पुरुषाचें नांव विश्रवा असें असून तो ब्राह्मण त्याच्या अर्ध्या शरीरापासून उत्पन्न झाला होता; हा उत्पन्न होण्याचें कारण वैश्रवणाचा प्रतिकार करणें हें होय. इकडे ब्रह्मदेवानें अंतःकरणांत संतुष्ट होऊन वैश्रवणास अमरत्व, धनाधिपतित्व, लोकपालत्व, श्रीशंकराशीं सख्य, नलकूबरनामक पुत्र आणि राक्षससमुदायांनीं युक्त असलेली लंकानामक राजधानी हीं अर्पण केलीं. तसेंच त्याला प्रभूनें इच्छेनुरूप संचार करणारें पुष्पक नांवाचें विमान, यक्षांचें आधिपत्य आणि राजाधिराजत्व हींही अर्पण केलीं.

अध्याय दोनशें पंचाहत्तरावा.

—:०:—

रावणादिकांचें जन्म.

मार्कंडेय ह्मणालेः—पुलस्त्याच्या अर्ध्या देहापासून कोपामुळें जो विश्रवानामक मुनि उत्पन्न झाला, तो क्रोधामुळें वैश्रवणाकडे अवलोकन करूं लागला. तेव्हां, हे राजा, तो आपला पिता क्रुद्ध झाला आहे असें जाणून राक्षसाधिपति कुबेर त्याला प्रसन्न करण्याविषयीं प्रयत्न करूं लागला. तो राजा कुबेर लंकेमध्यें रहात होता. त्यानें आपल्या पित्याची सेवा करण्यासाठीं तीन राक्षसस्त्रिया अर्पण केल्या. नृत्य, गायन इत्यादिकांमध्यें निष्णात असलेल्या पुष्पोत्कटा, राका आणि मालिनी ह्या नांवांच्या त्या तीन सुंदर स्त्रिया स्वतःचें कल्याण व्हावें ह्या इच्छेनें एकमेकींवर चढाओढ करून सदोदित त्या महात्म्या मुनीस संतुष्ट करण्याविषयीं उद्युक्त होऊन राहिल्या. तेव्हां त्या भगवान् महात्म्या विश्रवा मुनीनें त्यांना वर देऊन प्रत्येकीला तिच्या इच्छेनुरूप लोकपालांच्या तोडीचे पुत्र दिले. त्या वेळीं पुष्पोत्कटेचे ठिकाणीं—सामर्थ्यामध्यें ज्यांच्या तोडीचा ह्या भूमीवर कोणीही नाहीं असे कुंभकर्ण आणि दशकंठ (रावण) असे दोन राक्षसाधिपति पुत्र झाले. मालिनीला एक बिभीषण हाच पुत्र झाला. राकेपासून खर आणि शूर्पणखा ह्या जोडीची उत्पत्ति झाली. त्यांपैकीं बिभीषण हा स्वरूपानें सर्वांहून अधिक असून महाभाग्यशाली, धर्मसंरक्षक आणि कर्मनिष्ठ होता. राक्षसश्रेष्ठ दशकंठ हा सर्वांमध्यें श्रेष्ठ, अत्यंत उत्साही, मोठा वीर्यवान्, अतिशय बलाढ्य आणि महापराक्रमी होता, राक्षस कुंभकर्ण हा संग्रामामध्यें सर्वांहूनही

अधिक श्रेष्ठ असून मायावी, पाहिजे त्या वेळीं संग्रामास तयार असणारा आणि भयंकर असा होता. खर हा धनुर्युद्ध करण्यांत मोठा पराक्रमी आणि ब्रह्मद्वेष्टा असा होता शूर्पणखा ही स्वभावतः भयंकर आणि योगी लोकांना विघ्न करणारी होती. हे सर्वही पुत्र वेदवेत्ते, शूर व उत्कृष्ट सदाचारी असून आपल्या पित्यासहवर्तमान गंधमादन पर्वतावर रममाण होऊन राहिले होते.

रावणादिकांची तपश्चर्या व वरप्राप्ति.

पुढें त्यांना आपल्या पित्यासहवर्तमान बसलेला अत्यंत ऐश्वर्यसंपन्न नरवाहन कुबेर दिसला. तेव्हां त्यांना त्याचें ऐश्वर्य सहन झालें नाहीं व त्यामुळेंच त्यांनीं तपश्चर्या करण्याचा निश्चय केला आणि लागलीच भयंकर तपश्चर्या करून ब्रह्मदेवास संतुष्ट केलें. त्यांपैकीं दशकंठ अत्यंत एकाग्र अंतःकरणानें वायुभक्षण आणि पंचाग्निसाधन करीत एक हजार वर्षेंपर्यंत एका पायावर उभा राहिला; कुंभकर्ण नियमनिष्ठ आणि मिताहारी होऊन केवल भूमीवर शयन करून राहिला; उपवास करण्यामध्यें आसक्त असणारा, ज्ञानसंपन्न, जपनिष्ठ व उदार अंतःकरण असलेला बिभीषण प्रत्यहीं वृक्षावरून गळलेलें एक पत्र भक्षण करून तितकाच कालपर्यंत तपश्चर्या करीत होता; व खर आणि शूर्पणखा हीं उभयतां आनंदित अंतःकरणानें तपश्चर्या करणाऱ्या त्या पुरुषांची सेवा आणि संरक्षण करीत होतीं. ह्याप्रमाणें एक हजार वर्षें पूर्ण झाल्यानंतर दुर्जय दशकंठ आपलें मस्तक तोडून अग्नीमध्यें हवन करूं लागला. तेव्हां जगन्नायक भगवान् ब्रह्मदेव संतुष्ट झाला व त्यानें स्वतः येऊन त्या सर्वांसही निरनिराळे वर देण्याचा लोभ दाखवून तपश्चर्येपासून परावृत्त केलें.

ब्रह्मदेव ह्मणालाः—हे पुत्रहो, मी 'प्रसन्न झालों आहें. ह्यास्तव, तुह्मी एका अमरत्वावांचून कोणता हवा तो वर मागून त्या, ह्मणजे त्याप्रमाणें घडून येईल. पुरे करा आतां ही तपश्चर्या! (रावणाला उद्देशून) तूं महत्त्वप्राप्तीच्या अभिलाषानें आपल्या ज्या ज्या मस्तकाचें अग्नीमध्यें हवन केलेंस, तीं सर्वही मस्तकें तुझ्या शरीरावर उत्पन्न होतील; तथापि तुझें शरीर विरूप होणार नाहीं. इतकेंच नव्हे, तर तुला इच्छेस येईल तेंही स्वरूप धारण करितां येईल व तूं संग्रामामध्यें शत्रूंचा पराजय करणारा होशील ह्यांत संशय नाहीं.

रावण ह्मणालाः—गंधर्व, देव, दैत्य, यक्ष राक्षस, सर्प, किन्नर आणि भूतें ह्यांजकडून माझा पराभव होऊं नये.

ब्रह्मदेव ह्मणालाः—तूं जे हे सर्व सांगितलेस त्यांजपासून अर्थात् मनुष्याखेरीज इतरांपासून तुला भीति नाहीं. कारण, मी तशी व्यवस्था केलेली आहे. तुझें कल्याण होवो!

मार्कंडेय ह्मणालेः—ब्रह्मदेवानें असें भाषण करितांच दशकंठ संतुष्ट झाला. कारण, त्या दुर्बुद्धि मनुष्यभक्षक राक्षसाला मनुष्यें तृणतुच्छ वाटत होतीं. पुढें ब्रह्मदेवानें कुंभकर्णालाही तसेंच विचारिलें. तेव्हां तमोगुणानें अंतःकरण ग्रस्त होऊन गेल्यामुळें त्यानें प्रचंड निद्रा मागून घेतली. ह्यावर 'ठीक आहे,' असें ह्मणून, हे प्रभो, ब्रह्मदेव बिभीषणाला वारंवार ह्मणाला कीं, 'मी तुला प्रसन्न झालों आहें; वर माग!' ह्यावर बिभीषण म्हणालाः—हे भगवन्, मी जरी अत्यंत संकटांत सांपडलों असलों, तरीही मला अधर्म करण्याची इच्छा होऊं नये; आणि न शिकतांच माझ्या ठिकाणीं ब्रह्मास्त्राची स्फूर्ति व्हावी.

ब्रह्मदेव म्हणालाः—हे शत्रुतापना, राक्षसकुलामध्यें जन्म झालेला असतांही ज्या अर्थीं

तुझी बुद्धि अधर्माकडे जात नाहीं त्या अर्थीं मी तुला अमरत्वच देतों.

रावणास लंकेच्या राज्याची प्राप्ति.

मार्कंडेय ह्मणाले:—हे प्रजापालका, ह्याप्रमाणें वरप्राप्ति झाल्यानंतर रावणानें संग्रामामध्यें जिंकून कुबेराला लंकेंतून बाहेर काढलें. तेव्हां तो भगवान् कुबेर लंकेचा त्याग करून राक्षस आणि किन्नर ह्यांसहवर्तमान गंधमादन पर्वतावर जाऊन राहिला. त्या वेळीं त्याच्या मागून गंधर्व आणि यक्षही गेले. ह्या वेळीं रावणानें पाडाव करून त्याचें पुष्पक विमान घेतलें. तेव्हां कुबेरानें त्याला शाप दिला कीं, 'हें विमान तुला तर वाहून नेणार नाहीं इतकेंच नव्हे, तर जो संग्रामामध्यें तुझा वध करील त्यालाच तें वाहून नेईल; आणि ज्या अर्थीं तूं आपल्या पित्याचा अनादर केला आहेस त्या अर्थीं लवकरच तुझा नाशही होईल!'

हे महाराजा, ह्या वेळीं अत्यंत कांतिसंपन्न धर्मात्मा बिभीषण सन्मार्गाकडे लक्ष्य देऊन कुबेराच्याच मागून निघून गेला. तेव्हां संतुष्ट होऊन त्याचा बंधु ज्ञानसंपन्न कुबेर ह्यानें त्याला यक्ष आणि राक्षस ह्यांच्या सैन्याचें आधिपत्य दिलें. इकडे राक्षस आणि महाबलाढ्य पुरुषभक्षक पिशाच ह्या सर्वांनीं मिळून दशकंठास राज्याभिषेक केला. तदनंतर सामर्थ्यानें धुंद होऊन गेलेल्या व इच्छेस वाटेल तसें स्वरूप धारण करणाऱ्या त्या आकाशगामी दशकंठानें दैत्यांना आणि देवांना पादाक्रांत करून त्यांचीं सर्व रत्नें हरण केलीं. ह्याप्रमाणें यथेष्ट बलसंपन्न असलेला तो दशकंठ देवांना देखील भीति उत्पन्न करून सर्व लोकांस त्रास देऊन ओरडावयास लावूं लागला, म्हणूनच त्याला रावण असें म्हणतात.

अध्याय दोनशें शहात्तरावा.

—:०:—

वानरादिकांची उत्पत्ति.

मार्कंडेय म्हणाले:—तदनंतर सर्व ब्रह्मर्षि, सिद्ध आणि सप्तर्षि अग्नीला पुढें करून ब्रह्मदेवाला शरण गेले.

अग्नी म्हणाला:—भगवंतांनीं पूर्वीं वर देऊन विश्रवामुनीच्या ज्या महाबलाढ्य दशकंठनामक पुत्रास अवध्य करून सोडलें, तो महाबलाढ्य राक्षस सर्वही प्रजांना नानाप्रकारें त्रास देत आहे. ह्यास्तव भगवंतांनीं आमचें संरक्षण करावें. कारण, आमचें संरक्षण करणारा दुसरा कोणीही नाहीं.

ब्रह्मदेव म्हणाले:—हे अग्ने, संग्रामामध्यें देवांना अथवा दैत्यांना त्याचा पराजय करितां यावयाचा नाहीं. तेव्हां त्याजवर काय करावयाचें हें मीं ठरविलेलें आहे. आतां त्याचा निग्रह होण्याचा काल अगदीं जवळ येऊन ठेपला आहे. कारण, प्रहार करणाऱ्यांमध्यें श्रेष्ठ चतुर्भुज श्रीविष्णु हा माझ्या सांगण्यावरून तीच गोष्ट करण्यासाठीं अवतीर्ण झालेला आहे. तो तें कार्य करील.

मार्कंडेय म्हणाले:—तदनंतर ब्रह्मदेव त्यांच्या समीपच इंद्राला म्हणाले कीं, 'तूं सर्व देवगणांसहवर्तमान भूतलावर अवतीर्ण हो; आणि, हे देवहो, तुम्ही श्रीविष्णूच्या साहाय्यासाठीं सर्व अस्वली आणि वानरी ह्यांच्या ठिकाणीं यथेष्ट रूप आणि बल ह्यांणीं युक्त असलेले वीर्यसंपन्न पुत्र निर्माण करा.' ह्याप्रमाणें ब्रह्मदेवानें सांगितल्यानंतर सर्वही देव, गंधर्व आणि दानव ह्यांनीं अंशाअंशानें सत्वर भूमीवर अवतीर्ण होण्याचा विचार केला. नंतर सर्व देवांसहवर्तमान ऋषि पृथ्वीवर अवतीर्ण झाले व त्या महात्म्यांनीं, सिद्धांनीं आणि किन्नरांनीं महाबलाढ्य वानर निर्माण केले.

दशकंठाचा वध करण्याविषयीं उत्साह धारण करणारे, स्वेच्छेनुरूप शरीर ग्रहण करणारे, अमर्यादपराक्रमशाली आणि शूर असे त्यांनीं निर्माण केलेले ते वानर दहा हजार होते. ज्या देवाचें जें स्वरूप, जो वेष आणि ज्या प्रकारचें तेज होतें त्या त्या देवाचे पुत्र त्या सर्व गुणांनीं युक्त असेच निर्माण झाले. असो; तदनंतर वरप्रद ब्रह्मदेवानें त्या ऋष्यादिकांच्या समक्षच दुंदुभिनामक गंधर्वस्त्रीस 'देवांच्या कार्यसिद्धीसाठीं तूंही गमन कर.' अशी आज्ञा केली.

तेव्हां तें ब्रह्मदेवाचें भाषण ऐकून ती गंधर्वस्त्री दुंदुभी ह्या मनुष्यलोकामध्यें एक कुबडी स्त्री होऊन जन्मास आली. तिचें नांव मंथरा असें होतें. इंद्रप्रभृति सर्व देवश्रेष्ठांनींही वानरें आणि अस्वलें ह्यांच्या स्त्रियांच्या ठिकाणीं पुत्र निर्माण केले. ते सर्वही पुत्र कीर्तीनें आणि सामर्थ्यानें आपल्या पित्यांच्याच तोडीचे असून पर्वताचीं शिखरें भग्न करणारे, साल, ताल, इत्यादिक वृक्ष आणि शिला हीं आयुधें ग्रहण करणारे, वज्राप्रमाणें बळकट शरीर असलेले, बुद्धिसामर्थ्यसंपन्न, यथेष्ट वीर्य आणि बल असलेले, युद्धविशारद, दहा हजार हत्तींचें बल असलेले, वेगांत वायूची बरोबरी करणारे व इच्छेस वाटेल त्या ठिकाणीं वास्तव्य करणारे होते. ह्यांपैकीं कांहीं केवळ वनामध्येंच राहणारे होते. असो; ह्याप्रमाणें सर्व तजवीज केल्यानंतर लोकांची सृष्टि करणाऱ्या भगवान् ब्रह्मदेवानें मंथरेस तिनें काय काय करावयाचें व तें कसकसें करावयाचें ह्याविषयींचा उपदेश केला. तेव्हां त्याचें तें सांगणें लक्ष्यांत घेऊन वैर पेटविण्यामध्यें आसक्त असणाऱ्या व मनाप्रमाणें वेग असलेल्या त्या मंथरेनें इकडे तिकडे संचार करीत करीत ब्रह्मदेवानें सांगितल्याप्रमाणें तें सर्व केलें.

अध्याय दोनशें सत्याहत्तरावा.

—:०:—

रामाचा वनवास.

युधिष्ठिर ह्मणाला:—भगवानांनीं मला रामादिकांचे निरनिराळे जन्म झाल्याचा वृत्तान्त सांगितला. आतां, हे ब्रह्मन्, रामानें वनाकडे गमन करण्याचें कारण काय हें ऐकण्याची माझी इच्छा आहे, तरी आपण तें सांगा. हे ब्रह्मन्, दशरथपुत्र वीर रामलक्ष्मण हे उभयतां बंधु आणि कीर्तिसंपन्न जानकी ह्यांनीं वनाकडे प्रयाण काय ह्मणून केलें.

मार्कंडेय ह्मणाले:—हे राजा, कर्मनिष्ठ, धर्मासक्त आणि वृद्धांची सदोदित सेवा करणाऱ्या दशरथास पुत्र होतांच आनंद झाला. पुढें त्याचे ते महातेजस्वी पुत्र क्रमाक्रमानें मोठे झाले व वेद आणि रहस्यासहवर्तमान धनुर्वेद ह्यांमध्यें पारंगत झाले. हे राजा, ह्याप्रमाणें ब्रह्मचर्याचें आचरण केल्यानंतर जेव्हां त्यांचा विवाह झाला, तेव्हां दशरथ संतुष्ट आणि सुखी झाला. त्या पुत्रांपैकीं राम हा ज्येष्ठ होता. ह्याला राम असें नांव पडण्याचें कारण तो प्रजेला रममाण करीत होता हें होय. तो ज्ञानसंपन्न राम मनोहर असल्यामुळें पित्याच्याही अंतःकरणास आनंदित करीत होता. असो; पुढें 'आपण वृद्ध झालों आहों' असें वाटून तो ज्ञानसंपन्न राजा दशरथ रामाला यौवराज्याभिषेक करण्याविषयीं आपले धर्मवेत्ते मंत्री आणि पुरोहित ह्यांजबरोबर विचार करूं लागला. तेव्हां त्या सर्व मंत्रिश्रेष्ठांनींही 'असें करण्याची ही वेळच आली आहे.' असें आपलें मत दिलें. हे कुरुनंदना, आरक्तवर्ण नेत्र असलेला, महाबाहु, मत्त गजाप्रमाणें मंदमंद गमन करणारा, आजानुबाहु, वक्षःस्थल विशाल असलेला, मस्तकावर नीलवर्ण आणि कुरळे केश असलेला, कांतीनें देदीप्यमान, शूर,

संग्रामामध्यें इंद्राच्या तोडीचा, सर्व धर्मामध्यें पारंगत असणारा, बुद्धीनें बृहस्पतीची बरोबरी करणारा, सर्व प्रजांचें प्रेम असलेला, सर्व विद्यांमध्यें निष्णात असलेला, जितेंद्रिय, शत्रूंचीही दृष्टि व अंतःकरण आकर्षण करणारा, दुष्ट जनांचा निग्रह आणि धर्मनिष्ठांचें संरक्षण करणारा, धैर्यसंपन्न, आक्रांत करितां येण्यास अशक्य असलेला, शत्रूंना पराजित करणारा, स्वतः पराजय न पावणारा व कौसल्येचा आनंद वृद्धिंगत करणारा आपला पुत्र जो राम त्यास अवलोकन करून राजा दशरथ अत्यंत संतुष्ट झाला; व रामाच्या गुणांचें चिंतन करून तो वीर्यसंपन्न महातेजस्वी दशरथ पुरोहितास आनंदानें ह्मणाला कीं, 'आपलें कल्याण होवो! हे ब्रह्मन्, आज रात्रीं पुष्य नक्षत्र असून चांगला योग येणार आहे. तेव्हां आपण यौवराज्याभिषेकाचें सर्व साहित्य जमा करून रामाला निमंत्रण करा. पुरवासी लोक आणि मंत्री ह्यांच्या साहाय्यानें मी माझा पुत्र राम ह्याला पुष्य नक्षत्राच्या ज्या भागावर यौवराज्याभिषेक करणार आहे तो उद्यां आहे.'

हें राजाचें भाषण ऐकून मंथरा त्या वेळींच कैकेयीकडे गेली आणि ह्मणाली, 'कैकेयि, आज राजानें तुझ्या अतिशय दुर्भाग्याची ख्यातिच केली ह्मणावयाची! अग अभागिनि, आज क्रुद्ध झालेला भयंकर सर्प तरी तुला दंश करूं दे ह्मणजे बरें होईल! खरोखर सुदैव त्या कौसल्येचें, कीं जिच्या पुत्राला अभिषेक होणार आहे! तुझें दैव चांगलें आहे कोठें? म्हणूनच तुझ्या पुत्राला राज्य मिळावयाचें नाहीं!'

हें भाषण ऐकून, सर्व प्रकारच्या अलंकारांनीं विभूषित असलेली, वेदिकेप्रमाणें मध्यभागीं कृश असणारी, उत्कृष्ट स्वरूपसंपन्न व सुहास्यशालिनी कैकेयी एकांतांत पतीची गांठ घेऊन जणू हसत हसत आणि प्रेम व्यक्त करीत मधुर शब्दांनीं बोलूं लागली, 'हे सत्यप्रतिज्ञा राजा, मला पूर्वींच तूं जो एक वर देण्याचें कबूल केलें आहेस तो देऊन तूं त्या संकटांतून मुक्त हो!'

राजा ह्मणालाः---हो हो! हा मी तुला वर देत आहें. जो तुला वाटत असेल तो मागून घे. सांग—आज कोणत्या अवध्य मनुष्याचा वध करूं? आणि कोणत्या वध्य मनुष्याला सोडून देऊं? कोणाला द्रव्य दान करूं? आणि कोणाचें द्रव्य हरण करूं? ह्या भूलोकांत ब्राह्मणद्रव्याखेरीज जें कांहीं द्रव्य आहे तें सर्व माझें आहे. मी ह्या पृथ्वीमध्यें चातुर्वर्ण्याचें संरक्षण करणारा राजाधिराज आहें. ह्यास्तव, हे कल्याणि, तुला कोणता वर हवा आहे तें सांग, विलंब लावूं नको.

राजाच्या ह्या भाषणावरून त्याचा अभिप्राय ओळखून व त्याच्यावर आपलें वजन बसलें आहे असें जाणून कैकेयी ह्मणाली, 'राजा, तूं जो रामाला अभिषेक करण्याचा ठरविला आहेस तोच भरताला होऊं दे आणि राम अरण्यामध्यें जाऊन राहूं दे. सारांश, त्यानें दंडकारण्यामध्यें वल्कलें व कृष्णाजिनें परिधान करून आणि जटा धारण करून चौदा वर्षेंपर्यंत मुनिवृत्तीनें रहावें!' हें अप्रिय आणि परिणामीं भयंकर असणारें तिचें भाषण ऐकतांच, हे भरतकुलश्रेष्ठा, दुःखाकुल झाल्यामुळें दशरथानें पुढें कांहींही भाषण केलें नाहीं. नंतर कैकेयी आपल्या पित्याजवळ तसें बोलली असें कळून आल्यानंतर वीर्यसंपन्न धर्मात्मा राम राजा दशरथाचें भाषण सत्य व्हावें ह्या उद्देशानें अरण्यामध्यें निघून गेला. युधिष्ठिरा, तुझें देव बरें करो! त्या वेळीं त्याची भार्या जनककन्या वैदेही सीता आणि कांतिसंपन्न धनुर्धारी लक्ष्मण हीं उभयतां त्याच्या

बरोबर अरण्यांत निघून गेलीं. ह्याप्रमाणें रामवनाकडे निघून गेल्यानंतर राजा दशरथ मरण पावला. तेव्हां राम निघून गेला आहे व राजा दशरथाची अशी स्थिति झालेली आहे असें कळून येतांच कैकेयीनें मातुलगृहीं असलेल्या भरतास बोलावून आणवून ह्मटलें कीं, 'दशरथ स्वर्गास गेला असून रामलक्ष्मण वनवास भोगीत आहेत. ह्यास्तव आतां तूं निष्कंटक व सुखकारक अशा ह्या विपुल राज्याचा स्वीकार कर.

हें ऐकून तो धर्मात्मा भरत तिला ह्मणाला, 'हाय! हाय! हे कुलदूषिके, तूं हें क्रूरपणाचें कृत्य केलेंस. आपल्या पतीला ठार केलास, द्रव्यलुब्ध होऊन ह्या कुलाचा उच्छेद केलास, आणि माझ्या माथीं अपकीर्ति आणिलीस! माझे आई, घे आतां आपले मनोरथ फेडून!' असें ह्मणून तो रडूं लागला आणि सर्व प्रजांच्या सन्निध आपलें चरित्र शुद्ध असल्याविषयीं खात्री करून तो रामाला परत आणण्याच्या उत्कट इच्छेनें त्याच्या मागोमाग वनांत गेला. ह्या वेळीं अत्यंत दुःखी झालेल्या त्या भरतानें कौसल्या, सुमित्रा आणि कैकेयी ह्यांस वाहनांतून पुढें पाठवून दिलें; व बरोबर शत्रुघ्नास घेऊन वसिष्ठ, वामदेव, इतरही हजारों ब्राह्मण आणि राजधानींत व देशांत वास्तव्य करणाऱ्या प्रजा ह्यांसहवर्तमान तो रामास परत आणण्याच्या इच्छेनें गमन करूं लागला. तेव्हां त्याला चित्रकूट पर्वतावर तपस्वी लोकांचे अलंकार धारण करणाऱ्या धनुर्धर रामाचें आणि लक्ष्मणाचेंही दर्शन झालें. पुढें पित्याच्या आज्ञेप्रमाणें वागणाऱ्या रामानें त्याला परत पाठविलें; तेव्हां तो त्याच्या पादुकांचा बहुमान करीत नंदिग्रामामध्यें राहून राज्य करूं लागला. नंतर पुनरपि नगरवासी व देशवासी प्रजा आपणाकडे येतील अशी शंका आल्यामुळें राम शरभंगमुनीच्या आश्रमाकडे जाण्याच्या उद्देशानें प्रचंड वनामध्यें निघून गेला व शरभंगाच्या आश्रमाकडे गेल्यानंतर त्या मुनीचा सत्कार करून तो दंडकारण्यामध्यें गोदावरी नदीच्या रम्य तीराचा आश्रय करून वास्तव्य करूं लागला. तेव्हां शूर्पणखेनें जनस्थानवासी खरनामक दैत्याशीं त्याचें मोठें वैर पाडिलें.

रावणाचें सीताहरणार्थ प्रयाण.

त्या वेळीं तपस्वी लोकांचें संरक्षण करण्यासाठीं धर्मवत्सल रामानें भूमीवरील चौदा हजार राक्षसांचा वध केला; आणि महाबलाढ्य खर व दूषण ह्या राक्षसांचाही वध करून त्या ज्ञानसंपन्न राघवानें पुनरपि तें धर्मारण्य स्वस्तिक्षेमसंपन्न करून सोडिलें. ह्याप्रमाणें रामानें त्या राक्षसांचा वध केल्यानंतर लक्ष्मणानें जिची नासिका आणि ओष्ठ छिन्न केले आहेत अशी ती शूर्पणखा आपल्या बंधूचें वसतिस्थान जी लंका तेथें गेली; व दुःखानें आक्रांत झालेली व मुखावर वाळलेलें रक्त लागलेली ती राक्षसी रावणाकडे जाऊन त्याच्या पायांवर लोळूं लागली. तेव्हां तिला तशा प्रकारें विद्रूप झालेली पाहून रावणाच्या अंगांत क्रोधाचा संचार होऊन गेला; व दांतओंठ खात एकदम आसनावरून उडी घेऊन आपल्या अमात्यांना बाहेर पाठवून देऊन एकांतांत तो तिला ह्मणाला, 'हे कल्याणि, माझी आठवण न धरितां व मला तुच्छ समजून कोणीं तुला अशी केली? कोणता हा पुरुष तीक्ष्ण शूलाजवळ जाऊन त्याला आपल्या सर्व अवयवांनीं आलिंगन देत आहे? कोण हा आपल्या मस्तकावर अग्नि ठेवून बिनघोरपणें सुखानें झोंप घेत आहे? अगे, भयंकर विषारी सर्पाला पायांनीं लाथ मारणारा हा आहे तरी कोण? कोण हा मानेवर आयाळ असलेल्या सिंहाच्या दाढा धरून उभा रहात आहे?'

ह्याप्रमाणें तो रावण बोलूं लागला असतां,

ज्याप्रमाणें रात्रीं दग्ध होणाऱ्या वृक्षाच्या रंध्रांतून अग्नीच्या ज्वाला बाहेर पडतात त्याप्रमाणें त्याच्या मुखनासिकादि द्वारांतून तेजाच्या ज्वाला बाहेर पडूं लागल्या. नंतर त्याच्या त्या भगिनीनें रामाचा पराक्रम, त्याचा आणि खरदूषणांचा संग्राम आणि राक्षसांचा पराभव हा सर्व वृत्तान्त सांगितला. तेव्हां आपल्या ज्ञातीचा वध झाला आहे असें कळून येऊन कालानें प्रेरणा केलेल्या त्या रावणानें पुढें काय करावयाचें तें ठरविलें;आणि भगिनीचें सांत्वन करून व नगरांतील कृत्यांची व्यवस्था लावून आकाशमार्गानें गमन केलें. पुढें त्रिकूट आणि कालपर्वत ओलांडल्यानंतर मकरांचें वसतिस्थान असा अगाध जल असलेला गंभीर महासमुद्र त्याच्या दृष्टीस पडला. तेव्हां त्याचेंही उल्लंघन करून तो रावण कोणत्याही प्रकारची व्यग्रता नसणारें महात्म्या श्रीशंकराचें प्रिय स्थान जें गोकर्ण तेथें गेला आणि पूर्वीं रामाच्या भीतीनेंच तपश्चर्येचा आश्रय करून राहिलेल्या आपल्या मारीचनामक दैत्याची त्यानें भेट घेतली.

अध्याय दोनशें अठ्याहत्तरावा.

—:०:—

मारीचवध व सीताहरण.

मार्कंडेय ह्मणालेः—रावण आला आहे असें पाहतांच मारीचानें गडबडीनें उठून फळें, मूळें इत्यादिक सत्कारसाधक पदार्थ अर्पण करून त्याचें आदरातिथ्य केलें. पुढें तो विश्रांति घेऊन बसल्यानंतर त्याजपाशीं बसून तो भाषणज्ञ मारीच भाषणपटु रावणाशीं भाषण करूं लागला. तो ह्मणाला, ‘ आज तुझी कांति नेहमींसारखी दिसत नाहीं ! तुझ्या नगरामध्यें स्वस्तिक्षेम आहे ना? सर्व प्रजाजन पूर्वींप्रमाणेंच तुझी सेवा करीत आहे ना? तूं येथें येण्यासारखें असें काय कार्य आहे तें सांग. तें जरी अत्यंत दुर्घट असलें तरीही मीं केलेंच ह्मणून समज. ’ हें ऐकून रावणानें त्याला रामाचें तें सर्व कृत्य निवेदन केलें व क्रोध आणि असहिष्णुता ह्यांनीं युक्त असल्यामुळें त्यानें पुढें काय काय करावयाचें तें संक्षेपानेंच सांगितलें. हें ऐकून मारीचही रावणाला थोडक्यांतच ह्मणाला, ‘ रावणा, तूं रामापुढें जाऊं नको. मला त्याच्या वीर्याची माहिती आहे त्या महात्म्याच्या बाणाचा वेग सहन करण्याची कोणाला शक्ति आहे ? खरोखर मीं जो सर्वसंगपरित्याग केला त्याचें कारण तो पुरुषश्रेष्ठच आहे. अरे, कोणीं दुष्टानें तुला हें तुझ्या नाशाचें द्वार दाखवून दिलें ? ’ ह्यावर क्रुद्ध होऊन रावण त्याची निर्भर्त्सना करीत ह्मणाला कीं, आमचें सांगणें जर ऐकिलें नाहींस तर तुला खात्रीनें मरावें लागेल. ’ हें ऐकून मारीचानें विचार केला कीं, ‘ कांहीं केलें तरीही मरण अवश्य येणार आहे; तर मग योग्य पुरुषाच्या हातूनच तें आलेलें बरें. तेव्हां आतां मी ह्याच्याच मताप्रमाणें करितों.’ असा विचार करून मारीचानें त्या राक्षसश्रेष्ठ रावणास ह्मटलें, ‘ मीं तुला काय साहाय्य केलें पाहिजे तें सांग, ह्मणजे आतां जरी माझें शरीर माझ्या स्वाधीन नाहीं तरीही मी तें करीन. ’ ह्यावर रावण ह्मणाला, ‘ तूं जा आणि रत्नरूपी आश्चर्यकारक केश व रत्नमय शृंगें ह्यांनीं युक्त असणाऱ्या मृगाचें स्वरूप घेऊन सीतेला लुब्ध कर. तुला पहातांच सीता निःसंशय रामाला तुझा वध करण्याविषयीं प्रवृत्त करील व त्या निमित्तानें तो निघून गेला ह्मणजे सीता माझ्या हातीं येईल आणि मग मी तिला घेऊन जाईन. असें केलें ह्मणजे तिच्या वियोगानें अनायासेंच त्या दुष्टाचें अस्तित्व नाहींसें होईल ! एवढेंच तूं मला साहाय्य कर. ’

ह्याप्रमाणें रावणानें सांगितल्यानंतर आपणच आपली और्ध्वदेहिक क्रिया करून मारीच हा पुढें चाललेल्या रावणाच्या मागून अत्यंत दुःखानें जाऊं लागला. पुढें क्लेश न होतां कर्में करणाऱ्या रामाच्या आश्रमाकडे गेल्यानंतर त्यानें पूर्वी ठरलें होतें त्याप्रमाणें सर्व केलें. त्या वेळीं रावण मस्तकाचें मुंडन केलेला व हातीं कमंडलु आणि त्रिदंड धारण करणारा संन्यासी होऊन व मारीच मृगाचें स्वरूप धारण करून त्या ठिकाणीं गेला. तदनंतर मृगाचें स्वरूप धारण करणाऱ्या त्या मारीचानें आपलें शरीर सीतेच्या दृष्टीस पाडलें. त्याला पाहतांच भवितव्यतेच्या प्रेरणेमुळें सीतेनें रामास त्याला धरण्याविषयीं सांगितलें. तेव्हां तिला प्रिय असलेली ती गोष्ट करण्यासाठीं रामानें सत्वर हातीं धनुष्य घेऊन व लक्ष्मणाला तिचें संरक्षण करण्यासाठीं ठेवून मृग ग्रहण करण्याच्या इच्छेनें प्रयाण केलें. त्या वेळीं हातीं धनुष्य घेतलेला, पाठीशीं बाणांचे भाते बांधलेला व खड्ग, गोधा आणि अंगुलित्राण ग्रहण करणारा तो राम तारकामय मृगाच्या मागून धावणाऱ्या रुद्राप्रमाणें त्या मृगाच्या मागून धावूं लागला. तेव्हां कांहीं वेळ गुप्त व्हावें व पुनः दृष्टीस पडावें अशा रीतीनें जातां जातां तो मृगरूपी राक्षस रामाला पुष्कळ दूर घेऊन गेला. तेव्हां रामाला तो कोण आहे हें समजलें; व राक्षस आहे असें कळून येतांच, समयसूचकता असलेल्या रामानें एक अमोघ बाण त्या मृगस्वरूपी राक्षसावर सोडला. तेव्हां त्या बाणाचा आघात होतांच रामाप्रमाणें आवाज काढून तो राक्षस ' हाय ! हाय ! हे सीते ! अरे लक्ष्मणा ! ' असें ह्मणून दुःखाकुल स्वरानें आक्रोश करूं लागला. तो त्याचा करुणस्वर सीतेच्या कानीं पडला; तेव्हां ती जिकडून तो शब्द आला तिकडे धावूं लागली. हें पाहून लक्ष्मण तिला ह्मणाला, तूं उगीच शंका घेऊं नको. अग, भित्रे, रामाला प्रहार करणारा आहे कोण ? हे सुहास्यशालिनि, तुला एका क्षणांत आतां आपला पति राम दृष्टीस पडेल. '

ह्याप्रमाणें लक्ष्मणानें सांगितलें असतां ती स्त्रीस्वभावाच्या अधीन होऊन रोदन करीत लक्ष्मणाविषयींच शंका घेऊं लागली व सदाचार हाच अलंकार असलेली ती पतिव्रता साध्वी सीता त्याला कठोर शब्दांनीं बोलूंही लागली. ती ह्मणाली, ' अरे मूर्खा, तूं जी गोष्ट मनांत आणली आहेस ती घडून यावयाची नाहीं. मी शस्त्र घेऊन स्वतःच आपला वध करून घेईन, पर्वताच्या शिखरावरून उडी टाकीन अथवा अग्नीमध्यें प्रवेश करीन; पण ज्याप्रमाणें व्याघ्रस्त्री कोल्ह्याकडे जात नाहीं त्याप्रमाणें माझा पति राम ह्याचा त्याग करून मी कोणत्याही प्रकारें तुज नीचाचा अंगीकार करणार नाहीं ! '

ह्या प्रकारचें भाषण ऐकतांच, ज्याला राम प्रिय आहे असा तो सदाचारी लक्ष्मण कानांवर हात ठेवून, राम जिकडून गेला होता त्या मार्गानें चालता झाला. पुढें आतां हिचें संरक्षण कसें होणार असें मनांत येत असल्यामुळें सीतेकडे अवलोकन करीत करीत, रामाचीं पावलें उठलेलीं पाहून त्याच्या अनुरोधानें लक्ष्मण निघून गेला. इतक्यांत भस्मानें आच्छादित झालेल्या अग्नीप्रमाणें संन्याशाचा वेष धारण केल्यामुळें ओळखतां न येणारा व ह्मणूनच वस्तुतः सौम्य नसतांही सौम्य दिसणारा रावण त्या अनिंद्य स्त्रीस हरण करण्याच्या इच्छेनें तेथें प्रकट झाला. तेव्हां फलें, मूळें इत्यादि भक्ष्य पदार्थ अर्पण करण्यासाठीं सीतेनें त्याला निमंत्रण दिलें. पण त्या सर्वांचा अनादर करून व आपलें स्वरूप प्रकट करून तो राक्षसश्रेष्ठ

रावण सीतेचें सांत्वन करूं लागला. तो म्हणाला, ' सीते, मी रावण ह्या नांवानें प्रसिद्ध असलेला राक्षसांचा अधिपति आहें. माझी लंका नांवाची रम्य नगरी राजधानी असून ती समुद्राच्या पलीकडे आहे. त्या नगरीमध्यें आलीस म्हणजे तूं स्त्रीपुरुषांमध्यें माझ्या-सहवर्तमान शोभूं लागशील. ह्यास्तव, हे सुंदरि, तूं माझी भार्या हो आणि ह्या तपस्वी रामाचा त्याग कर. ' ह्या प्रकारचीं त्याचीं भाषणें ऐकून सुंदरी सीता कानांवर हात ठेवून म्हणाली, ' असें बोलूं नको. नक्षत्रां सहवर्तमान आकाशखालीं पडेल, पृथ्वीचे तुकडे तुकडे होऊन जातील आणि अग्निही शीतल होईल, पण मी रघुकुलोत्पन्न रामाचा त्याग करणार नाहीं ! अरे, जिनें एकदा कमलवनामध्यें असणाऱ्या मदोन्मत्त महा-गजाचा आश्रय केला तीच गजस्त्री डुकराकडे कशी जाईल ? अरे, माध्वीकसंज्ञक आणि मधापासून उत्पन्न झालेलें मद्य ह्या मद्यांचें जिनें प्राशन केलें आहे अशी कोणी तरी स्त्री पेज पिण्याची इच्छा करील काय ? '

ह्याप्रमाणें त्याच्याशीं भाषण करून क्रोधा-मुळें ओष्ठ स्फुरण पावत असलेली ती सीता वारंवार हात झाडीत आश्रमांत जाऊं लागली. तेव्हां मागोमाग धावत जाऊन रावणानें कठोर शब्दांनीं निर्भर्त्सना करून त्या सुंदरीस आश्र-मांत जाण्यास प्रतिबंध केला, तेव्हां तिला कांहींही सुचेनासें झालें. नंतर रावण तिला केसाला धरून घेऊन आकाशांत उडून गेला. तो तिला घेऊन जाऊं लागला तेव्हां ती बिचारी ' राम ! राम ! ' असें म्हणून रडत असतांना पर्वतावर वास्तव्य करणाऱ्या जटायुनामक गृध्रानें पाहिली.

~~~~~~~

अध्याय दोनशें एकोणशींवा.

—:०:—

जटायुवध व रावणाचा लंकाप्रवेश.

मार्कंडेय म्हणाले:—दशरथाचा जटायु म्हणून एक मित्र होता; हा अरुणाचा पुत्र होय. गृध्रराज महावीर संपाति हा ह्याचाच बंधु होय. आपल्या स्नुषेप्रमाणें असणारी सीता रावणाच्या मांडीवर आहे असें पाहतांच तो जटायु पक्षी क्रोधानें राक्षसाधि-पति रावणावर धावून गेला आणि त्याला म्हणाला, ' सोड, सोड ह्या सीतेला ! अरे निशाचरा, जोंवर मी जिवंत आहें तोंवर तुला हिचें हरण कसें करितां येणार ? आतां जर ह्या माझ्या स्नुषेला तूं सोडली नाहींस तर माझ्या तडाक्यांतून जिवंतपणीं सुटणार नाहींस. ' असें म्हणून त्यानें राक्षसाधिपति रावणाला नखांनीं अत्यंत ओरबाडलें आणि पंखांचे व चोंचीचे शेंकडों प्रहार करून त्याला जर्जर करून सोडलें. तेव्हां ज्याप्रमाणें पर्वतांतून जलप्रवाह सुटावे त्याप्रमाणें रावणाच्या अंगां-तून अतिशय रक्त वाहूं लागलें. ह्याप्रमाणें रामाचें प्रिय आणि हित करण्याच्या इच्छेनें तो पक्षिश्रेष्ठ गृध्र जटायु वध करूं लागला, तेव्हां रावण अतिशय क्रुद्ध होऊन त्याजवर धावून गेला आणि त्यानें खड्ग घेऊन त्याचीं दोन्ही पंखें तोडून टाकिलीं. ह्याप्रमाणें एखाद्या मेघाच्या तुकड्याप्रमाणें धिप्पाड असलेल्या गृध्रराज जटायूस मृतप्राय करून व सीतेला आपल्या मांडीवर घेऊन तो राक्षस आकाशांत उडून गेला. त्या वेळीं सीता ही ज्या ठिकाणीं आश्रमप्रदेश, सरोवर अथवा नदी दिसत असेल त्या त्या ठिकाणीं आपल्या अंगावरील अलंकार काढून टाकूं लागली. तिला एका पर्वताच्या टेंकडीवर श्रेष्ठ असे पांच वानर दिसले. तेव्हां त्या विचारशील स्त्रीनें आपल्या
~~~~~~~

अंगावरील दिव्य असें मोठें वस्त्र त्या ठिकाणीं टाकून दिलें. तें वाऱ्यानें उडविलेलें अत्यंत पीतवर्ण वस्त्र मेघाच्या मध्यभागीं चमकणाऱ्या विजेप्रमाणें त्या पांच वानरश्रेष्ठांच्या मध्यभागीं येऊन पडलें. पुढें अभिमानी लंकाधिपति रावणानें समुद्राचें उल्लंघन करून नंदनवनासारख्या आपल्या मंदिरामध्यें सीतेस नेऊन ठेविलें. ह्याप्रमाणें आपल्या नगरीमध्यें जाण्यास त्या राक्षसाधिपति रावणाला फारसा वेळ लागला नाहीं. सारांश, सीतेला घेऊन आकाशांतून गमन करणारा तो राक्षसाधिपति रावण गगनचुंबित मंदिरें असलेली, रम्य, अनेक द्वारें असलेली, चित्तास रमविणारी, तट आणि बुरूज ह्यांच्या योगानें दुर्गम असलेली व विश्वकर्म्यानें निर्माण केलेली जी आपली नगरी लंका तिजमध्यें प्रविष्ट झाला.

ह्याप्रमाणें रावणानें सीता हरण केली असतां त्या प्रचंड सुवर्णमृगास ठार करून ज्ञानसंपन्न राम परत येत असतां लक्ष्मण त्याच्या दृष्टीस पडला. तेव्हां त्याला पाहून "राक्षसांचा संचार असलेल्या ह्या अरण्यामध्यें सीतेला सोडून देऊन तूं इकडे कसा आलास?" असें म्हणून त्यानें त्याची निर्भर्त्सना केली. मृगरूपधारी राक्षसानें आपणाला दूर नेणें आणि आपल्या बंधूचें येणें ह्यांजविषयीं विचार करितांच त्याच्या अंतःकरणाला ताप होऊं लागला आणि तो निर्भर्त्सना करीत करीतच त्वरेनें येऊन लक्ष्मणाला ह्मणाला, 'लक्ष्मणा, सीता जिवंत आहे काय? मला वाटतें ती जिवंत नसावी!' हें ऐकून, सीतेनें शेवटीं जें अयोग्य भाषण केलें होतें तें सर्व लक्ष्मणानें त्याला निवेदन केलें. तेव्हां अंतःकरण दग्ध झाल्याप्रमाणें होऊन राम आश्रमाकडे धावत जाऊं लागला. त्या वेळीं त्याला रावणानें मृतप्राय करून सोडलेला पर्वतासारखा धिप्पाड गृध्र जटायु दिसला. त्यास पहतांच हा कोणी राक्षस असावा अशी शंका येऊन लक्ष्मणासहवर्तमान राम धनुष्याची प्रत्यंचा ओढून त्याजवर धावून गेला. हें पाहून तो तेजस्वी गृध्रराज त्या उभयतांस ह्मणाला, 'तुमचें कल्याण असो! मी दशरथाचा मित्र गृध्रराज जटायु आहें.' हें त्याचें भाषण ऐकून आपलीं सुंदर धनुष्यें खालीं करून ते उभयतां 'हा कोण आमच्या पित्याचें नांव घेत आहे?' असें ह्मणूं लागले. तदनंतर त्यांना दोन्ही पंखें तुटलेला तो पक्षी दिसला व त्यानें सीतेसाठीं युद्ध करीत असतां रावणाकडून आपला वध झाल्याचें वृत्त त्यांना कळविलें. त्या वेळीं 'रावण कोणत्या दिशेनें गेला?' असें रामानें त्यास विचारिलें असतां मस्तक हालवून खुणेनेंच त्यानें दिशा दाखविली आणि प्राण सोडला. तेव्हां त्याच्या खुणेवरून रावण दक्षिण दिशेकडे गेला असें ओळखून रामानें आपल्या पित्याच्या त्या मित्राचा सत्कारपूर्वक और्ध्वदेहिक संस्कार केला. तदनंतर आश्रमाकडे आल्यावर पहातात तों तेथील आसनें आणि घट हीं अस्ताव्यस्त झालीं असून घागरी फुटल्या आहेत आणि शेंकडों कोल्ह्यांची त्या ठिकाणीं गर्दी झाली असून तेथें कोणीही मनुष्य नाहीं असें दिसून आलें. हें पाहून सीतेला हरण करून नेल्यामुळें पीडित व दुःखशोकांनीं व्याप्त झालेले ते उभयतां शत्रुतापन रामलक्ष्मण दक्षिण दिशेस अनुलक्षून दंडकारण्यांत निघून गेले.

कबंधवध व गन्धर्वदर्शन.

त्या वनामध्यें लक्ष्मणासहवर्तमान संचार करीत असतां रामाला चोहोंकडे पळणारे हरणांचे अनेक कळप दृष्टीस पडले आणि झपाट्यानें पसरणाऱ्या दावाग्नीच्या शब्दासारखा प्राण्यांचा भयंकर शब्दही त्याच्या कानांवर आला. नंतर एका क्षणांतच दिसण्यांत भयंकर

असणारा कबंधनामक राक्षस त्या उभयतांच्या दृष्टीस पडला. तो मेघ किंवा पर्वत ह्यांच्याप्रमाणें प्रचंड आणि नीलवर्ण असून त्याचा स्कंधप्रदेश वृक्षाप्रमाणें असून बाहु मोठे आणि उदर व मुख हीं प्रचंड होतीं व त्याची विशाल दृष्टि एकसारखी आपल्या छातीकडे लागलेली होती. पुढें त्या राक्षसानें साहजिक रीतीनेंच लक्ष्मणाच्या हातास धरिलें. ह्यामुळें, हे भरतकुलोत्पन्ना युधिष्ठिरा, लक्ष्मण तात्काल खिन्न होऊन गेला व राक्षस तोंडाकडे खेंचून नेऊं लागल्यामुळें रामाकडे पाहून बोलूं लागला. तो ह्मणाला, 'पहा ही माझी अवस्था! रामा, राक्षसाकडून सीतेचें हरण, मजवर ओढवलेलें हें संकट, तुझा राज्यभ्रंश आणि पित्याचें मरण हीं पाहून, आतां तूं सीतेसहवर्तमान अयोध्येस जाऊन पितृपितामहक्रमानें प्राप्त झालेल्या पृथ्वीच्या राज्यावर आरूढ झाला आहेस असें मला पहावयास सांपडणार नाहीं असें मला वाटतें! जे धन्य आहेत तेच दर्भ, लाह्या आणि शमीपत्रें ह्यांच्या योगानें अभिषेक केलेल्या तुज आर्याचें—ज्यावरील मेघ नष्ट झाले आहेत अशा—चंद्राप्रमाणें असलेलें मुख अवलोकन करितील!' ह्याप्रमाणें तो बुद्धिमान् लक्ष्मण नानाप्रकारें विलाप करूं लागला. तेव्हां गडबडून जाण्याच्या वेळींही न गडबडणारा राम त्याला ह्मणाला, 'हे नरश्रेष्ठा, खिन्न होऊं नको. मी जर येथें उभा आहें तर ह्या राक्षसाची कांहीं किंमत नाहीं. तोड ह्याचा उजवा हात! हा पहा मीं डावा तोडून टाकिला!' असें बोलत बोलत रामानें अत्यंत तीक्ष्ण अशा आपल्या खड्गानें तिळाच्या कांड्याप्रमाणें कबंधाचा बाहु तोडून पाडिला. तेव्हां आपला बंधु राम उभा आहे असें पाहून बलाढ्य लक्ष्मणानेंही त्याचा उजवा हात खड्गानें तोडून पाडिला. नंतर लक्ष्मणानें त्याच्या बगलेवर प्रहार केला. ह्यामुळें तो धिप्पाड कबंध राक्षस गतप्राण होऊन भूमीवर पडला. तदनंतर त्याच्या शरीरांतून सूर्याप्रमाणें जाज्वल्यमान् असणारा एक दिव्य आकाराचा पुरुष निघून आकाशाचा आश्रय करून राहिला आहे असें दिसलें. तेव्हां उत्कृष्ट प्रकारचा वक्ता राम त्याला म्हणाला कीं, 'तूं कोण हें मी विचारीत आहें. तर तूं मनःपूर्वक सांग कीं, हें काय आश्चर्य आहे? मला तर ह्या गोष्टीसंबंधानें फारच विस्मय वाटत आहे.' हें ऐकून त्यानें उत्तर दिलें कीं, 'हे राजा, मी विश्वासु गंधर्व असून ब्राह्मणांच्या शापानें मला ही राक्षसयोनि प्राप्त झाली. तुझी भार्या सीता लंकेमध्यें वास्तव्य करणारा राजा रावण ह्यानें हरण करून नेली आहे. ह्यास्तव तूं सुग्रीवाकडे जा. तो तुला साहाय्य करील. ऋष्यमूक पर्वताच्या जवळच अयुतावधि हंसकारंडवादिक पक्षी आणि उत्कृष्ट जल असलेलें पंपानामक सरोवर आहे. त्याच्याजवळच सुवर्णमाला धारण करणाऱ्या वालीनामक वानराधिपतीचा बंधु सुग्रीव आपल्या चार सचिवांसहवर्तमान वास्तव्य करीत आहे. त्याची भेट घेऊन तूं आपल्या दुःखाचें कारण सांग. त्याचा स्वभावही तुझ्यासारखाच आहे. ह्यास्तव तो तुला साहाय्य करील. आतां आह्मीं तुला इतकेंच सांगणें शक्य आहे कीं, जानकी तुझ्या दृष्टीस पडेल. कारण, त्या वानराधिपतीला रावणाच्या मंदिराची खात्रीनें माहिती आहे.' इतकें बोलून तो महाकांतिमान् दिव्य पुरुष अंतर्धान पावला. तेव्हां वीरश्रेष्ठ उभयतां रामलक्ष्मण विस्मय पावले.

अध्याय दोनशें ऐशींवा.

—:o:—

रामाचें सुग्रीवाशीं सख्य.

मार्कंडेय ह्मणाले:—तदनंतर रावणानें सीता हरण करून नेल्यामुळें दुःखाकुल झालेला राम तेथून जवळच असलेलें विपुल कमलें आणि उत्पलें ह्यांनीं युक्त असणारें जें पंपासरोवर त्याजवर गेला. त्या वेळीं अमृतासारखा वास येत असलेला अतिशय थंडगार वारा अंगास लागूं लागल्यामुळें रामास त्या अरण्यामध्यें आपल्या प्रियेची आठवण होऊं लागली. तेव्हां मदनाच्या बाणांनीं संतप्त होऊन गेल्यामुळें तो राजेंद्र राम आपल्या प्रियेचें स्मरण करीत विलाप करूं लागला. हें पाहून लक्ष्मण त्याला ह्मणाला, ' हे संमानदायका, इंद्रियनिग्रहसंपन्न आणि ज्ञानवृद्धासारखें आचरण असलेल्या पुरुषास जसा व्याधि स्पर्श करूं शकत नाहीं, त्याप्रमाणें तुला ह्या अशा स्थितीचा स्पर्श देखील होणें योग्य नाहीं. तुला सीतेचा आणि रावणाचा वृतान्त कळलेला आहे. तेव्हां आतां आपल्या बुद्धीनें आणि उद्योगानें तूं तिला प्राप्त करून घे. आतां आपण पर्वतावर वास्तव्य करणाऱ्या वानरश्रेष्ठ सुग्रीवाकडे जाऊं. मी तुझा शिष्य, सेवक आणि साहाय्यकर्ताही आहें, ह्यास्तव तूं धीर धर.'

ह्याप्रमाणें लक्ष्मणानें नानाप्रकारें सांगितल्यानंतर रामाला स्वस्थता आली आणि तो लागलीच पुढील कार्यास लागला. नंतर पंपासरोवरांतील जल प्राशन करून आणि पितरांचेंही तर्पण करून ते उभयतां वीर बंधु रामलक्ष्मण तेथून निघाले. तेव्हां अनेक फलें, मूळें आणि वृक्ष असलेल्या ऋष्यमूक पर्वताजवळ गेल्यानंतर त्या वीरांना पर्वताच्या अग्रभागीं असलेले पांच वानर दिसले. त्या वेळीं सुग्रीवानें प्रत्यक्ष हिमालयाप्रमाणें शुभ्रवर्ण व धिप्पाड असलेला आपला बुद्धिमान् मंत्री हनुमान् ह्यास त्यांच्याकडे पाठविलें. तेव्हां तो येतांच प्रथम त्याच्याशीं संभाषण करून नंतर ते उभयतां सुग्रीवाकडे गेले. हे राजा, त्या वेळीं रामानें वानराधिपति सुग्रीवाशीं सख्य केलें. तदनंतर रावण घेऊन जात असतां सीतेनें जें वानरांकडे टाकून दिलें होतें तें वस्त्र त्या वानरांनीं—रामानें आपलें कार्य सांगितल्यानंतर—त्यास दाखविलें. तेव्हां ओळख पटविणारें तें वस्त्र मिळाल्यानंतर रामानें स्वतः वानरश्रेष्ठ सुग्रीवास पृथ्वींतील वानरांच्या आधिपत्याचा अभिषेक केला व संग्रामामध्यें वालीचा वध करण्याची प्रतिज्ञा केली. तसेंच, हे राजा, सुग्रीवानेंही सीतेला पुनः परत आणण्याची प्रतिज्ञा केली.

वालीवध.

ह्याप्रमाणें परस्परांशीं बोलून ठराव करून आणि परस्परांच्या ठिकाणीं विश्वास उत्पन्न करून ते सर्वजण मिळून किष्किंधेजवळ आले व युद्ध करण्याच्या इच्छेनें उभे राहिले. तेथें येतांच जलप्रवाहाप्रमाणें गंभीर ध्वनि असलेल्या सुग्रीवानें गर्जना केली, ती वालीला सहन झाली नाहीं. तेव्हां त्याची भार्या तारा त्याचा निषेध करूं लागली. ती ह्मणाली, 'ज्या अर्थीं हा बलाढ्य वानर सुग्रीव गर्जना करीत आहे, त्या अर्थीं तो कोणाच्या तरी आश्रयानेंच येथें आलेला असावा असें मला वाटतें. ह्मणूनच तूं ह्या वेळीं बाहेर पडणें योग्य नाहीं.' हें ऐकून उत्कृष्ट प्रकारचा वक्ता तिचा पति वानराधिपति सुवर्णमाला धारण करणारा वाली त्या चंद्रमुखी तारेला ह्मणाला कीं, 'तुला सर्वही प्राण्यांच्या शब्दांचें ज्ञान असून तूं मोठी बुद्धिमती आहेस. तेव्हां ज्याच्यावर माझ्या बंधुत्वाचा केवळ आळ आलेला आहे तो हा सुग्रीव कोणाच्या आश्रयानें येथें प्राप्त झालेला आहे हें पहा.' हें ऐकून, चंद्रप्रमाणें

उज्ज्वल कांति असलेली सुज्ञ तारा क्षणभर विचार करून आपल्या पतीस ह्मणाली, ' हे कपिराज मी तुला सर्व सांगतें, ऐक. ज्याच्या पत्नीचा अपहार झाला आहे अशा दशरथपुत्र धनुर्धर रामानें त्याच्याच जोडीचा जो सुग्रीव त्याच्याशीं सख्य केलें आहे. ह्यामुळें, जो एकाचा मित्र अथवा शत्रु तोच दुसऱ्याचाही अशी त्या उभयतांची स्थिति झालेली आहे. शिवाय त्या रामाचा बंधु बुद्धिमान् आणि अजिंक्य असा महाबाहु सुमित्रापुत्र लक्ष्मण हा त्याच्या कार्याची सिद्धि करण्याविषयीं तयार होऊन राहिलेला आहे. तसेंच मैंद, द्विविद, वायुपुत्र हनूमान् आणि ऋक्षराज जांबवान् हे त्या सुग्रीवाचे मंत्री असून ते सर्वही महात्मे बुद्धिमान् आणि बलाढ्य आहेत. शिवाय त्यांना रामाच्या शौर्यबलाचा आश्रय मिळाला आहे. ह्यामुळें ते तुझा नाश करण्याविषयीं समर्थ आहेत.' ह्याप्रमाणें तिनें केलेलें हितकारक भाषण त्या वानराधिपति वालीनें मध्येंच थांबविलें आणि तिचें अंतःकरण सुग्रीवावर जडलें असावें अशी शंका घेऊन त्या तारेला कठोर बोलून तो मत्सरी वाली आपल्या गुहेच्या तोंडांतून बाहेर पडला आणि माल्यवान् पर्वतासमीप उभा राहिलेल्या सुग्रीवास ह्मणाला, ' हे जीविताचा अभिलाष करणाऱ्या सुग्रीवा, अरे! पूर्वीं तुला मीं अनेकवार जिंकला आणि केवल ज्ञातीपैकीं आहे असें समजून सोडून दिला, मग आतां तूं पुनरपि मरण्याची इतकी त्वरा काय ह्मणून करीत आहेस ?' ह्याप्रमाणें त्यानें भाषण करितांच शत्रूंचा नाश करणारा सुग्रीव रामाला जणू सूचना देण्यासाठींच, मृत्यु जवळ येऊन ठेपलेल्या त्या आपल्या बंधूला सहेतुक शब्दांनीं ह्मणाला, ' हे राजा, तूं माझें राज्य आणि स्त्री ह्यांचें हरण केलेलें आहेस, ह्यास्तव माझ्या जीविताचें सामर्थ्य किती आहे हें दाखविण्यासाठींच मी येथें आलों आहें, समजलास?' ह्याप्रमाणें परस्परांशीं नानाप्रकारचीं भाषणें करून साल, ताल इत्यादि वृक्ष आणि शिळा हींच आयुधें घेऊन ते वाली आणि सुग्रीव संग्रामामध्यें परस्परांवर चाल करून गेले, त्या उभयतांनींही परस्परांवर प्रहार केले, ते भूमीवर पडले, आश्चर्यकारक रीतीनें संचार करूं लागले आणि परस्परांवर मुष्टिप्रहार करूं लागले. त्या वेळीं नखें आणि दांत ह्यांच्या योगानें परस्परांस जखमा केल्यामुळें त्यांतून गळणाऱ्या रक्ताचा शरीरावर केवळ अभिषेकच झालेले ते उभयतां वीर प्रफुल्ल झालेल्या पळसाच्या वृक्षांप्रमाणें शोभूं लागले. ह्याप्रमाणें युद्ध चालू झाल्यानंतर त्या उभयतांमध्यें जेव्हां कांहींएक फरक दिसेना, तेव्हां हनुमानानें सुग्रीवाच्या कंठांत एक माळ घातली. त्या वेळीं कंठांत घातलेल्या त्या माळेच्या योगानें तो वीर सुग्रीव मेघमाळेच्या योगानें शोभणाऱ्या मलयनामक महापर्वताप्रमाणें शोभूं लागला. ह्याप्रमाणें सुग्रीवाच्या शरीरावर माळेची खूण केली आहे असें पाहून महाधनुर्धर रामानें, ज्याप्रमाणें एखाद्या लक्ष्याला उद्देशून बाण सोडण्यासाठीं धनुष्याची प्रत्यंचा आकर्षण करावी त्याप्रमाणें वालीला उद्देशून बाण सोडण्यासाठीं आपल्या श्रेष्ठ धनुष्याची प्रत्यंचा ओढली. त्यानें धनुष्य आकर्षण करितांच जेव्हां टणत्कार झाला तेव्हांच वाली भयभीत होऊन गेला व लागलीच त्याच्या वक्षःस्थलावर शरप्रहार झाला. ह्याप्रमाणें वक्षःस्थल विदीर्ण होऊन वाली रक्त ओकत पडला असतां त्याला लक्ष्मणासहवर्तमान तेथें येऊन उभा राहिलेल्या रामाचें दर्शन झालें. तेव्हां त्याची निर्भर्त्सना करून मूर्च्छित होऊन तो भूमीवर पडला. नंतर आकाशांतून भूमि-

तळावर पडलेल्या चंद्राप्रमाणें असलेल्या त्या वालीचें तारेनें दर्शन घेतलें. ह्याप्रमाणें वालीला ठार केल्यानंतर सुग्रीवाला किष्किंधा नगरीची आणि जिच्या पतीचा निःपात झाला आहे अशा चंद्रमुखी तारेची प्राप्ति झाली. पुढें ज्ञानसंपन्न रामानें चार महिनेपर्यंत उत्कृष्ट अशा माल्यवान पर्वताच्या पृष्ठभागीं वास्तव्य केलें. त्या वेळीं सुग्रीव त्याची सेवा करीत होता.

सीतेचा लंकावास.

इकडे मदनानें हल्ला करून सोडलेल्या रावणानेंही लंका नगरीस गेल्यानंतर नंदनवनाप्रमाणें शोभायमान असलेल्या मंदिरांत सीतेला ठेविली. हें मंदिर अशोकवनिकेच्या जवळच असून एखाद्या मुनीच्या आश्रमासारखें होतें. त्या ठिकाणीं सदोदित पतीचें स्मरण करीत असल्यामुळें शरीर कृश झालेली, तापसीचा वेष धारण करणारी व सदोदित उपवास आणि तप करणारी ती विशालनेत्रा सीता फळें आणि मूळें भक्षण करून दुःखानें वास्तव्य करीत होती. त्या वेळीं राक्षसाधिपति रावणानें इटें, खड्ग, परशु, मुद्गर आणि अलातनामक आयुधें धारण करणाऱ्या राक्षसींना तिचें संरक्षण करण्याविषयीं आज्ञा केली. त्यांपैकीं कोणाला दोन व कोणाला तीन नेत्र असून कोणाच्या ललाटावरच नेत्र होते. कोणाची जिव्हा लांब होती तर कोणाला मुळींच जिव्हा नव्हती; कोणाला तीन स्तन होते; कोणास एकच पाय होता; कोणाला तीन वेण्या होत्या आणि कोणाला एक नेत्र होता. ह्या व देदीप्यमान नेत्र आणि उंटासारखे केश असलेल्या दुसऱ्याही अनेक स्त्रिया रात्रंदिवस निरलसपणें सीतेच्या सभोंवतीं बसत असत; आणि भयंकर ध्वनि असलेल्या त्या क्रूर पिशाचस्त्रिया सदोदित त्या विशाललोचना सीतेची कठोर शब्दांनीं निर्भर्त्सनाही करीत असत. 'हिला खाऊं या, फाडूं या, करा हिचे तिळातिळाएवढे तुकडे! कारण, ही आमच्या अधिपतीचा अवमान करून ह्या ठिकाणीं जिवंत राहिली आहे!' ह्याप्रमाणें मोठ्यानें ओरडून निर्भर्त्सना करून जेव्हां त्या पुनः पुनः भीति दाखवूं लागल्या, तेव्हां पतिशोकानें व्याप्त होऊन गेलेली सीता सुस्कारे टाकून त्यांना ह्मणाली, 'हे श्रेष्ठ स्त्रियांनो, खा एकदा मला लवकर! ज्याच्या मस्तकावर नीलवर्ण कुरळे केश आहेत अशा त्या कमलनयन रामावांचून जगण्याची मला मुळींच इच्छा नाहीं. नाहीं तर खरोखर त्या जीवितवल्लभाचा वियोग झाल्यामुळें तालवृक्षावर चढलेल्या नागिणीप्रमाणें मी आहार न करितां आपलें शरीर शुष्क करून घेईन. पण त्या रघुकुलोत्पन्न रामावांचून दुसऱ्या पुरुषाच्या जवळही मी जाणार नाहीं. हे मी खरें सांगत आहें असें समजा आणि ह्यापुढें तुह्मांला जें कर्तव्य असेल तें करा.' हें ऐकून, गर्दभाप्रमाणें स्वर असलेल्या त्या सर्वही स्त्रिया तें सर्व सांगण्यासाठीं आदरपूर्वक राक्षसाधिपति रावणाकडे निघून गेल्या. त्या सर्व निघून गेल्यानंतर त्रिजटानामक धर्मज्ञ व प्रिय भाषण करणारी राक्षसी सीतेचें सांत्वन करूं लागली.

त्रिजटाकृत सीतासांत्वन.

त्रिजटा ह्मणाली:—गडे सीते, मी तुला कांहीं सांगणार आहें. तूं मजवर विश्वास ठेव आणि भीतीचा त्याग करून मी सांगतें तें ऐक. हे सुंदरि, अविंध नांवाचा ज्ञानसंपन्न, बुद्धिमान् आणि वृद्ध असा एक श्रेष्ठ राक्षस आहे. तो रामाचा हितचिंतक असून त्यानें तुजसाठीं मजपाशीं कांहीं सांगितलेलें आहे. तो ह्मणाला कीं, माझ्या सांगण्यावरून तूं सीतेला धीर देऊन आणि शांत करून असें सांग कीं, लक्ष्मण ज्याचा अनुयायी आहे तो तुझा पति बलाढ्य

राम सुखरूप आहे. तो श्रीमान् राम तुझ्यासाठीं उद्योग करीत असून त्यानें इंद्रतुल्य पराक्रम असलेल्या वानराधिपतीशीं सख्य केलेलें आहे. म्हणूनच, हे मित्रे, ह्या लोकनिंद्य रावणाची तुला भीति वाटावयास नको. हे आल्हादकारिणि, त्याला कुबेरपुत्र नलकूबर ह्याचा शाप झाला आहे व त्यामुळेंच तुझें संरक्षण होत आहे. पूर्वी ह्या दुष्टानें स्नुषेप्रमाणें असणाऱ्या रंभा नामक स्त्रीला स्पर्श केला तेव्हां त्याला शाप झाला आहे. ह्यामुळें हा अजितेंद्रिय रावण वश न झालेल्या स्त्रीशीं समागम करूं शकत नाहीं. शिवाय सुग्रीवानें संरक्षण केलेला तुझा ज्ञानसंपन्न पति लवकरच लक्ष्मणासहवर्तमान इकडे येईल आणि लवकरच तुला ह्यांतून सोडवील. कारण, पौलस्त्यकुलाचा घात करणाऱ्या ह्या दुष्ट रावणाच्या विनाशाचीं सूचक व जीं पहाणें अनिष्टास कारणीभूत होतें अशीं महाभयंकर स्वप्नें पडत आहेत. हा दुरात्मा हलकट कृत्यें करणारा निशाचर फार क्रूर असून ह्याचें आचरण दुष्ट असल्यामुळें तो स्वभावतःच सर्वांच्याही भीतीस वृद्धिंगत करणारा आहे. अंतःकरण मृत्यूनें ग्रस्त करून सोडल्यामुळें जो सर्व देवांशीं स्पर्धा करीत असतो, त्या ह्या दुष्टाचा विनाश होईल असें सुचविणारीं स्वप्नें मीं पाहिलीं आहेत. तीं अशीं:—हा दशकंठ तेलानें स्नान करून मस्तकाचें मुंडन करून पंकामध्यें मग्न होत आहे व ज्याला गर्दभ जोडले आहेत अशा रथामध्यें जणू नृत्य करीत उभा राहिला आहे; तसेंच ह्या कुंभकर्णादिक राक्षसांचेही केश मस्तकावरून खालीं पडले असून ते नग्न होऊन रक्तवर्ण माला व उट्या धारण करून दक्षिणदिशेकडे चालले आहेत; मस्तकावर किरीट असलेला, शुभ्रवर्ण माला व अनुलेपनें धारण करणारा आणि श्वेतवर्ण छत्र असलेला एकटा बिभीषणच शुभ्रवर्ण पर्वतावर आरूढ झाला आहे व त्याचे चार मंत्रीही शुभ्रवर्ण माला आणि उट्या धारण करून श्वेतपर्वतावर आरूढ झाले आहेत व ते आह्मांला ह्या भीतीपासून मुक्त करीत आहेत असें मीं पाहिलें. रामाच्या अस्त्रानेंही सर्व समुद्रवलयांकित पृथ्वी व्याप्त झाली असून तो तुझा पति आपल्या कीर्तीनें ही संपूर्ण पृथ्वी भरून टाकणार आहे व लक्ष्मणही अस्थिसमुदायावर आरूढ होऊन मध आणि खीर प्राशन करीत आहे व सर्वही दिशांना दग्ध करण्याची इच्छा करीत आहे असें मीं स्वप्नांत पाहिलें असून, तूं तर रोदन करीत आहेस, तुझें शरीर रक्तानें भिजून गेलें आहे व एक व्याघ्र तुझें संरक्षण करीत असून तूं उत्तरेकडे जात आहेस असेंही मीं वारंवार स्वप्नांत पाहिलें आहे. ह्यावरून, हे सीते, लवकरच तुझ्या पतीची आणि तुझी भेट होईल." असें अविंध्यानें सांगितलें असल्यामुळें,हे सीते, लौकरच तुझी आणि लक्ष्मणासहवर्तमान रामाची भेट होईल.

हें त्रिजटेचें भाषण ऐकून त्या बालमृगलोचना सीतेस पुनरपि पतीच्या समागमाविषयीं आशा वाटूं लागली. पुढें त्या अत्यंत भयंकर आणि क्रूर पिशाचस्त्रिया रावणाकडून येऊन पाहूं लागल्या तों त्यांना सीता पूर्वीप्रमाणेंच त्रिजटेसह बसली आहे असें दिसलें.

अध्याय दोनशें एक्यायशींवा.

—:०:—

रावणाची सीतेस प्रार्थना.

मार्कंडेय ह्मणाले: —पुढें पतिशोकामुळें व्याकुल होऊन गेलेली, वस्त्रें मलिन होऊन गेलेली, मणिमंगलसूत्रावांचून इतर अलंकार नसलेली, राक्षसींनीं सेवा केली जाणारी व शिलातलावर विलाप करीत बसलेली जी सीता तिचें मदनाच्या

बाणांच्या योगानें पीडित होऊन गेलेल्या रावणानें दर्शन घेतलें व तो तिच्या जवळ गेला. देव, गंधर्व, यक्ष आणि किन्नर ह्यांच्याकडूनही जो संग्रामामध्यें पराभव पावला नाहीं तोच रावण मदनानें व्याकूळ होऊन अशोकवनिकेकडे जाऊं लागला. त्या वेळीं त्यानें दिव्य वस्त्र परिधान केलें होतें; अत्यंत स्वच्छ असणारीं रत्नकुंडलें धारण केलीं होतीं; त्याच्या मस्तकावर चित्रविचित्र पुष्पमालांनीं केलेला मुकुट असल्यामुळें तो मूर्तिमंत वसंतऋतूप्रमाणें दिसत होता; तो जरी मूळचाच कल्पवृक्षाप्रमाणें दिसणारा असून आणखीही प्रयत्नपूर्वक अलंकृत केलेला होता, तरीही श्मशानांतील किंवा श्मशानमंदिरांतील वृक्षाप्रमाणें भयंकर होता. असो; तो राक्षस त्या सुंदरी सीतेच्या जवळ गेल्यानंतर रोहिणीनक्षत्रासमीप आलेल्या शनैश्चरसंज्ञक ग्रहाप्रमाणें दिसूं लागला. नंतर मदनाच्या बाणांचे आघात झालेला तो रावण भयभीत झालेल्या हरिणीप्रमाणें दुर्बल असलेल्या त्या सुंदरी सीतेस असें ह्मणूं लागला, ‘ सीते, पुरे झालें आतां हें एवढें ! एवढ्यानें तूं आपल्या पतीवर अनुग्रह केल्यासारखें झालें. आतां, हे सुंदरि, तूं मजवर अनुग्रह करून वेणीफणी वगैरे शरीरसंस्कारही कर. हे सुंदरि, तूं मोठमोठीं मूल्यवान् वस्त्रें परिधान करून आणि अलंकार धारण करून माझा अंगीकार कर व माझ्या सर्वही स्त्रियांमध्यें मुख्य होऊन रहा. देवकन्या, गंधर्वस्त्रिया, दानवकन्या आणि दैत्यस्त्रिया ह्या सर्व माझ्या स्त्रिया आहेत. चौदा कोटि पिशाचें माझ्या अगदीं आज्ञेंत असून नीच कर्में करणाऱ्या मनुष्यभक्षक राक्षसांची संख्या त्यांच्याहून दुप्पट आहे. तसेंच त्यांच्या तिप्पट यक्ष माझ्या आज्ञेंत वागत असून कांहीं थोड्या यक्षांनीं माझा बंधु धनाध्यक्ष कुबेर ह्याचा आश्रय केला आहे. हे सुंदरि, ज्याप्रमाणें माझ्या बंधूची त्याप्रमाणें मी मद्यपान करण्याच्या ठिकाणीं असलों ह्मणजे माझीही सेवा गंधर्व आणि अप्सरा सर्वदा करीत असतात. मी देखील ब्रह्मर्षि विश्रवा मुनींचा पुत्र असून केवळ पांचवा लोकपालच आहें अशी माझी कीर्ति प्रसिद्ध आहे. सुंदरि, ज्याप्रमाणें इंद्राचे भक्ष्यभोज्य पदार्थ आणि नानाप्रकारचीं पेय द्रव्यें दिव्य असतात त्याप्रमाणें माझींही आहेत. आतां होऊं दे एकदा समाप्त हें तुझें वनवासरूपी फल देणारें दुष्कर्म ! सुंदरि, जशी मंदोदरी तशीच तूंही माझी भार्या हो. ’

सीताकृत रावणनिषेध.

ह्याप्रमाणें त्यानें भाषण केल्यानंतर सुमुखी सीता आपलें मुख फिरवून व त्याच्या आणि आपल्या मध्यें तृण ठेवून बोलूं लागली. त्या वेळीं पति हेंच दैवत असणाऱ्या त्या सुंदरी सीतेच्या नेत्रांतून एकसारखे अमंगल दुःखाश्रु गळत असून त्यांचा परस्परसंलग्न व ताठ अशा तिच्या स्तनांवर अभिषेक होत होता. ती त्या हलकट रावणास ह्मणाली, ‘ हे राक्षसाधिपते, तूं अशा प्रकारचें भाषण वारंवार करीत आहेस आणि खेदकारक असें हें तुझें भाषण मज अभागिनीच्याही कानांवर येत आहे. असो; हे भल्या पुरुषा, तुझें कल्याण होवो. आतां तूं आपलें अंतःकरण ह्या गोष्टीपासून परावृत्त कर. कारण, मी परस्त्री असून पति हेंच सदोदित माझें दैवत असल्यामुळें तुला माझी प्राप्ति होणें अशक्य आहे. शिवाय मी तुझी भार्या होण्याच्याही उपयोगाची नाहीं. कारण, मी एक दीन अशी मनुष्यस्त्री आहें. मजसारख्या व्याकुल झालेल्या स्त्रीला दूषित केल्यानें तुला काय बरें आनंद होणार आहे ? अरे, तुझा पिता ब्रह्मकुलामध्यें उत्पन्न झालेला असून प्रत्यक्ष ब्रह्मदेवाच्या तोडीचा ब्राह्मण होता व तूंही लोकपालांच्या बरोबरीचा

आहेस. असें असतां तूं धर्माचें पालन काय ह्मणून करीत नाहींस ? अरे, श्रीशंकराचा मित्र प्रभुत्व संपन्न जो यक्षाधिपति धनेश्वर कुबेर तो आपला बंधु आहे असें सांगतांना तुला लज्जा तरी कशी वाटली नाहीं ? ' असें बोलून सीता आपलें मुख वस्त्रानें आच्छादित करून रडूं लागली. त्या वेळीं त्या सुंदरीचें वक्षःस्थल आणि कंठ हीं थरथर कांपूं लागलीं. ती सुंदरी ज्या वेळीं रडूं लागली त्या वेळीं तिच्या मस्तकावर असलेली, अतिशय घट्ट बांधलेली, अत्यंत कृष्णवर्ण व स्निग्ध अशी वेणी कृष्णवर्ण नागिणीप्रमाणें दिसत होती. असो; तें सीतेचें निष्ठुर भाषण ऐकून दुष्टबुद्धि रावण--जरी त्याचा सीतेनें निषेध केला तरीही तिला पुनरपि ह्मणूं लागला, ' हे सीते, मदन माझ्या शरीराला हवा तितका त्रास देऊं दे; तथापि, हे सुहासिनी सुंदरि, मी तुझी इच्छा असल्यावांचून तुजशीं समागम करावयाचा नाहीं. मनुष्ययोनीमध्यें उत्पन्न झाल्यामुळें आमचें भक्ष्य असणारा जो राम त्याच्याच अनुरोधानें तूं अद्यापिही वागत आहेस,तेव्हां आतां मी तुला करणार तरी काय? '

ह्याप्रमाणें त्या सुंदरांगीस बोलून तो राक्षसाधिपति त्याच ठिकाणीं अंतर्धान पावला आणि इष्ट दिशेकडे निघून गेला; व राक्षसस्त्रियांनीं वेष्टिलेली ती शोकामुळें कृश झालेली सीता तेथेंच राहिली. त्या वेळीं त्रिजटा तिची सेवा करीत होती.

अध्याय दोनशें ब्यायशींवा.

—:०:—

सीतेचा शोध.

मार्कंडेय ह्मणालेः—इकडे सुग्रीवानें संरक्षण केला जाणारा लक्ष्मणासहवर्तमान राम माल्यवान पर्वताच्या पृष्ठभागीं वास्तव्य करीत असतां त्याला एकदा आकाश स्वच्छ झालें आहे असें दिसलें; व त्या स्वच्छ आकाशामध्यें त्याच्या मागून ग्रह, नक्षत्रें आणि तारका गमन करीत आहेत असा निर्मल चंद्रही दिसला. ह्याप्रमाणें त्या पर्वतावरच वास्तव्य करीत असतां एकदा प्रभातकालीं चंद्रविकासी, नीलवर्ण आणि सूर्यविकासी कमलांच्या सुगंधानें युक्त असणारा थंडगार वारा लागल्यामुळें तो एकाएकीं झोंपेंतून उठला आणि सीता राक्षसाच्या मंदिरामध्यें अटकेंत आहे असें स्मरण झाल्यामुळें अंतःकरणास वाईट वाटून तो धर्मात्मा वीर अशा लक्ष्मणास ह्मणाला कीं, ' हे लक्ष्मणा, किष्किंधा नगरीमध्यें जा आणि स्वार्थ साधण्याविषयीं पंडित, कृतघ्न आणि ग्राम्यधर्मामध्यें आसक्त अशा त्या वानराधिपति सुग्रीवाचा अभिप्राय काय आहे तो पहा. अरे, ज्या मूर्ख कुलाधमाला मीं राज्याभिषेक केला व ह्मणूनच सर्वही वानर, गोपुच्छ आणि ऋक्ष (रीस)हे ज्याची सेवा करीत असतात; तसेंच, हे महाबाहो रघुकुलधुरंधरा लक्ष्मणा, मीं तुझ्यासहवर्तमान त्या किष्किंधेच्या उपवनामध्यें जाऊन ज्याच्यासाठीं वालीला ठार करून सोडला त्या नीच वानराच्या कृतघ्नतेला ह्या भूतलावर तोडच नाहीं असें मला वाटतें. ह्मणूनच, हे लक्ष्मणा, तो मूर्ख आपण अशा स्थितींत राहून मजकडे लक्ष्यही देत नाहीं. मला वाटतें, त्याला प्रतिज्ञापालन करावयाचें ज्ञानच नाहीं. मीं त्याच्यावर उपकार केला असतां ज्याचें अंतःकरण केवल कामसुखामध्यें गढून गेलें आहे असा तो सुग्रीव जर क्षुद्र बुद्धीनें माझा अवमान करीत असेल, आणि माझें कार्य करण्याविषयीं उद्युक्त न होतां झोंप घेत पडला असेल, तर ज्या मार्गानें वाली गेला त्याच मार्गानें त्यालाही तूं यमसदनाकडे पाठीव; आणि जर तो वानरश्रेष्ठ आमचें कार्य करण्या-

विषयीं तत्पर असेल तर, हे ककुत्स्थकुलोत्पन्ना, त्याला घेऊन ये; त्वरा कर; विलंब लावूं नको.' ह्याप्रमाणें बंधूनें सांगितल्यानंतर ज्येष्ठ बंधूची आज्ञा व त्याचें हित करण्यामध्यें आसक्त असलेला लक्ष्मण—ज्याच्या प्रत्यंचेस बाण जोडला आहे असें सुंदर धनुष्य घेऊन निघाला व किष्किंधा नगरीच्या द्वारांत आल्यानंतर त्यानें नगरामध्यें प्रवेश केला. त्या वेळीं त्याला कोणींही प्रतिबंध केला नाहीं. पुढें तो क्रुद्ध झाला आहे असें वाटून वानरराज सुग्रीव त्याला सामोरा गेला व त्याच्या आगमनानें संतुष्ट होऊन भार्येसहवर्तमान त्या विनयशील वानरराज सुग्रीवानें त्याचें बहुमानपूर्वक योग्य स्वागत केलें. तदनंतर, ज्यास कोणाचीही भीति नाहीं असा लक्ष्मण त्याला रामाचा निरोप सांगूं लागला. तेव्हां, हे राजेंद्रा, तो सर्व ऐकून घेऊन नम्रपणें हात जोडून आपले सेवक आणि भार्या ह्यांसहवर्तमान असलेला तो वानराधिपति सुग्रीव संतोषपूर्वक त्या नरश्रेष्ठ लक्ष्मणास असें ह्मणाला, 'लक्ष्मणा, मी बुद्धीनें दुष्ट, कृतघ्न अथवा निर्दयही नाहीं. मीं सीतेच्या शोधाविषयीं काय प्रयत्न केला आहे तो ऐक. मीं सर्वही सुशिक्षित वानर चोहोंकडे पाठवून दिले असून सर्वांचीही महिन्यानें परत येण्याची मुदत ठरविली आहे. हे वीरा, त्या वानरांनीं पर्वत, वनें, पुरें, ग्राम, नगरें आणि खागी ह्यांसहवर्तमान सर्व समुद्रवलयांकित पृथ्वीमध्यें सीतेचा शोध करावयाचा आहे. असो; तो महिना आतां पांच दिवसांनीं भरणार आहे. नंतर रामासहवर्तमान तुला आपलें मोठें अभीष्ट कार्य झालें आहे असें ऐकावयास सांपडेल.' ह्याप्रमाणें ज्ञानसंपन्न वानरश्रेष्ठ सुग्रीवानें सांगितल्यानंतर महात्म्या लक्ष्मणानें रोषाचा त्याग करून सुग्रीवाचा बहुमान केला; व नंतर सुग्रीवाला बरोबर घेऊन माल्यवान् पर्वताच्या पृष्ठभागीं वास्तव्य करणाऱ्या रामाजवळ येऊन त्यानें त्या कार्याचा आरंभ झाल्याचें वृत्त निवेदन केलें. ह्याप्रमाणें चाललें आहे तोंच तिन्ही दिशांस जाऊन शोध करून आलेले हजारों वानरश्रेष्ठ त्या ठिकाणीं आले. परंतु जे दक्षिण दिशेस गेले होते ते मात्र आले नाहींत. त्या आलेल्या वानरांनीं रामास सांगितलें कीं, 'आह्मीं समुद्रवलयांकित सर्व पृथ्वी धुंडाळिली, पण सीतेचें अथवा रावणाचें दर्शन झालें नाहीं.' हें ऐकून राम दुःखाकुल झाला. तथापि जे वानरश्रेष्ठ दक्षिण दिशेकडे गेले होते त्यांची आशा बाळगून तो ककुत्स्थकुलोत्पन्न जीव धरून राहिला. पुढें दोन महिने होऊन जाण्याइतका काल निघून गेल्यानंतर कांहीं वानर त्वरेनें सुग्रीवाकडे येऊन सांगूं लागले कीं, 'हे वानरश्रेष्ठा, तूं आणि वालीनें संरक्षण केलेल्या विशाल आणि वृद्धिंगत अशा मधुवनांतील वृक्ष हनुमान्, वालीपुत्र अंगद आणि, हे राजा, तूं जे दक्षिणदिशेकडे शोध करण्यासाठीं दुसरेही वानर पाठविले होतेस ते मोडून टाकीत आहेत!' त्यांनीं चालविलेला हा अन्याय ऐकून त्यांच्या हातून कार्यसिद्धि झाली असावी असें सुग्रीवाला वाटूं लागलें. कारण, कार्यसिद्धि झाल्यानंतरच सेवकांच्या हातून त्या आनंदाच्या भरांत अशा तऱ्हेचें आचरण घडत असतें. पुढें त्या वानरश्रेष्ठ बुद्धिमान् सुग्रीवानें तो वृत्तान्त रामास सांगितला. तेव्हां रामानेंही त्यांस सीतेचें दर्शन झालें असावें असें अनुमानानें ताडलें. पुढें विसावा घेतल्यानंतर हनुमत्प्रभृति ते वानरही सुग्रीव रामलक्ष्मणांच्या सन्निध बसला असतां त्याजकडे आले. तेव्हां हनुमानाची गति आणि मुखकांति अवलोकन करितांच, हे भरतकुलोत्पन्ना, रामाला 'ह्यानें सीता पाहिली असावी'

अशी पुनरपि खात्री वाटूं लागली. नंतर मनोरथ पूर्ण झालेल्या त्या मारुतिप्रभृति वानरांनीं राम, सुग्रीव आणि लक्ष्मण ह्यांस यथाविधि प्रणाम केला व ते नम्र होऊन उभे राहिले. तेव्हां धनुष्यबाण हातीं घेऊन रामानें त्यांना विचारिलें कीं, ' तुह्मी मला वांचविणार काय? तुमची कार्यसिद्धि झाली काय? मी संग्रामामध्यें शत्रूंना ठार करून व जानकीला परत आणून अयोध्येंत जाऊन पुनः राज्य करीन काय? खरोखर भार्येचा अपहार करून शत्रूंनीं अवमान केला असल्यामुळें आतां सीतेला सोडविल्यावांचून आणि संग्रामांत शत्रूंना ठार केल्यावांचून जिवंत रहाण्याचा मला उत्साह होत नाहीं. ' ह्याप्रमाणें रामानें भाषण करितांच मारुति उत्तर देऊं लागला. तो ह्मणाला, ' रामा, मी तुला प्रिय सांगतों. मला सीतेचें दर्शन झालें. आह्मी पर्वत, अरण्यें आणि खाणी ह्यांसहवर्तमान सर्व दाक्षिण दिशा धुंडाळून थकून गेलों व आमची मुदतही संपली. नंतर एक प्रचंड गुहा आमच्या दृष्टीस पडली. ही गुहा अनेक योजनें लांब असून तिच्यामध्यें अंधकार होता. तसेंच तिजमध्यें अतिशय झाडी असून कीटकही वास्तव्य करीत होते. त्यामुळें ती फारच बिकट झालेली होती. तथापि आह्मी तिजमध्यें शिरलों. पुढें पुष्कळसा मार्ग चालून गेल्यानंतर आह्मांला सूर्यप्रकाश दिसला व तेथेंच मध्यें एक दिव्य मंदिर दिसलें. रामा, हें मंदिर मयसंज्ञक दैत्याचें असून तेथें प्रभावती नांवाची एक तापसी तपश्चर्या करीत होती. त्या ठिकाणीं तिनें दिलेलीं नानाप्रकारचीं भक्ष्यें आणि पेय द्रव्यें भक्षण केल्यामुळें आम्ही सामर्थ्यसंपन्न झालों व तिनें सांगितलेल्या मार्गानें तेथून निघालों. तेव्हां आह्मांला क्षारसमुद्राच्या जवळच सह्य, मलय आणि महापर्वत दर्दुर ह्यांचें दर्शन झालें. पुढें आह्मी मलय पर्वतावर चढलों. तेव्हां समुद्र आमच्या दृष्टीस पडल्यामुळें आह्मी दुःखाकुल, खिन्न, जीविताविषयीं अत्यंत निराश आणि गळाल्यासारखे होऊन गेलों. ज्यामध्यें तिमिसंज्ञक महामत्स्य, मकर आणि इतर मत्स्य ह्यांचें वास्तव्य आहे असा तो महासमुद्र अनेक शत योजनें विस्तीर्ण आहे असा विचार मनांत येतांच आह्मांला अत्यंत वाईट वाटूं लागलें. तेव्हां आह्मी निराहार करीत राहण्याचा संकल्प करून तेथेंच बसलों. तदनंतर एकदा आमच्या गोष्टी चालल्या असतां जटायुनामक गृध्राची कथा निघाली. तेव्हां पर्वताच्या शिखराप्रमाणें धिप्पाड स्वरूप धारण केलेला व प्रत्यक्ष दुसरा गरुडच कीं काय असा एक पक्षी आमच्या दृष्टीस पडला. त्यानें प्रथम आह्मांला भक्षण करण्याचा विचार केला होता. पण नंतर तो आमच्याजवळ येऊन ह्मणाला कीं, ' अरे, कोण हा माझा बंधु जटायु ह्याच्या गोष्टी सांगत आहे? मी त्याचा ज्येष्ठ बंधु पक्षिश्रेष्ठ संपाति आहें आह्मी उभयतां परस्परांच्या स्पर्धेनें सूर्यमंडलावर आरोहण करूं लागलों तेव्हां हीं माझीं पंखें दग्ध होऊन गेलीं, पण जटायूचीं दग्ध झालीं नाहींत. त्या वेळेपासून तो माझा प्रिय बंधु गृध्रराज जटायु माझ्या दृष्टीस पडला नाहीं. सारांश, मीं त्याला पाहून पुष्कळ काळ लोटून गेला. कारण, माझीं पंखें दग्ध झाल्यामुळें मी ह्या महापर्वतावर पडलों. ' ह्याप्रमाणें तो बोलत असतां आह्मीं त्याला त्याच्या बंधूचा वध झाल्याचें कळविलें आणि तुजवर आलेलें हें संकटही संक्षेपानें निवेदन केलें. तेव्हां, हे शत्रुनाशका राजा, ती अत्यंत अप्रिय गोष्ट कानीं पडतांच संपातीचें अंतःकरण खिन्न होऊन तो आम्हांला पुनरपि विचारूं लागला कीं, ' हे वानरश्रेष्ठहो, तो राम कोण?

सीतेची वार्ता काय आहे? आणि जटायूचा वध कसा झाला? हें सर्व ऐकण्याची माझी इच्छा आहे.' हें ऐकून मीं त्याला तुजवर संकट आल्याचा हा सर्व वृत्तान्त आणि आमचा प्रायोपवेशन करण्याचा उद्देश हीं सर्व सविस्तर सांगितलीं. तेव्हां त्या पक्षिराजानें आह्मांला असें सांगून पुढील कार्य करण्याविषयीं उद्युक्त केलें. तो ह्मणाला, 'रावण मला माहीत आहे आणि त्याची लंकानांवाची प्रचंड नगरीही मीं पाहिलेली आहे. ती ह्या समुद्राच्या पलीकडे त्रिकूटनामक पर्वताच्या दऱ्यांमध्यें आहे. तेथें सीता असेलच. ह्याविषयीं मला मुळींच संशय वाटत नाहीं.' हें त्याचें भाषण ऐकतांच हे शत्रुतापना, आह्मीं उठलों आणि समुद्र उल्लंघन करण्याचा विचार करूं लागलों. पण तसें करण्याचा जेव्हां कोणालाही उत्साह होईना, तेव्हां वायूचा आश्रय करून मी शंभर योजनें विस्तीर्ण असलेला तो महासागर तरून गेलों. मध्यें मीं एक जलवासिनी राक्षसी ठार केली. पुढें रावणाच्या अंतःपुरांत मला साध्वी सीतेचें दर्शन झालें. ती एकसारखी उपवास आणि तप करीत असून पतीच्या दर्शनाचा अत्यंत अभिलाष करीत आहे. त्या बिचारीच्या मस्तकावरील केसांच्या जटा झाल्या असून सर्वांग मलानें व्याप्त होऊन गेलें आहे व ती कृश आणि दीन होऊन गेलेली आहे. मीं निरनिराळ्या खुणांवरून तिला सीता अशी ओळखली व एकांतांत जाऊन तिची गांठ घेऊन ह्मणालों कीं, 'हे सीते, मी रामाचा एक दूत वायुपुत्र वानर असून तुझें दर्शन घेण्यासाठीं आकाशमार्गानें येथें आलों आहें. राजपुत्र उभयतां रामलक्ष्मण सुखरूप असून सर्व वानरांचा अधिपति सुग्रीव त्यांचें संरक्षण करीत आहे. सीते, लक्ष्मणासहवर्तमान रामानें तुला कुशल सांगितलें आहे व सुग्रीवानेंही मित्रभावानें तुला कुशल विचारिलें आहे. आतां त्वकरच सर्व वानरांसहवर्तमान तुझा पति येथें येईल. हे देवि, तूं मजवर विश्वास ठेव; मी वानर आहें; राक्षस नव्हे.' हें ऐकून क्षणभर चिंतन करून सीतेनें मला उत्तर दिलें कीं, 'तूं हनुमान् आहेस असें मला अविंध्याच्या सांगण्यावरून समजलेलें आहे. हे महाबाहो, हा अविंध्य वृद्धांना मान्य असलेला एक राक्षस आहे. त्यानेंच तुजसारख्या मंत्र्यांनीं युक्त असलेल्या सुग्रीवाचा वृत्तान्त मला कथन केला. ये तर आतां तूं.' असें ह्मणून, ज्याच्या योगानें ती पवित्र सीता हा कालपर्यंत जीव धरून राहिली आहे तें हें रत्न तिनें मजपाशीं खुणेसाठीं दिलें; आणि, हे पुरुषश्रेष्ठा, खूण पटण्यासाठींच तिनें चित्रकूटनामक महापर्वतावर असतांना तूं काकपक्ष्यावर इषिकानामक तृण फेंकल्याची गोष्टही सांगितली. ह्याप्रमाणें तिचा अनुग्रह झाल्यानंतर मीं ती लंकानगरी दग्ध करून इकडे आलों.' ह्याप्रमाणें हनुमानानें प्रिय भाषण केल्यामुळें रामानें त्याचा बहुमान केला.

अध्याय दोनशें त्र्यायशींवा.

—:०:—

वानरसैन्यागमन व श्रीरामाचें लंकेकडे प्रयाण.

मार्कंडेय ह्मणालेः—तदनंतर राम त्या वानरांसहवर्तमान तेथें बसला असतां सुग्रीवाच्या आज्ञेवरून सर्वही वानरश्रेष्ठ तेथें येऊं लागले. वालीचा श्वशुर श्रीमान् सुषेण हा एक हजार कोटि वेगसंपन्न वानर बरोबर घेऊन रामाकडे आला. महावीर्यसंपन्न वानरश्रेष्ठ गज आणि गवय हे उभयतां प्रत्येकीं शंभर कोटि वानर बरोबर घेऊन तेथें आलेले दिसूं लागले. हे महाराजा, गोलांगूल आणि दिसण्यामध्यें भयंकर असलेला

गवाक्ष हे उभयतां साठ साठ हजार कोटि वानरें बरोबर घेऊन येत आहेत असें दिसूं लागलें. गंधमादन पर्वतावर वास्तव्य करणारा प्रख्यात गंधमादन हा बरोबर एक लक्ष कोटि वानर घेऊन आला. महाबलाढ्य आणि बुद्धिमान् पनसनामक वानर पन्नास कोटि वानरांस बरोबर घेऊन आला. अत्यंत वीर्यसंपन्न श्रीमान् दधिमुखनांवाचा वृद्ध वानर भयंकर तेजस्वी अशा वानरांचें प्रचंड सैन्य घेऊन आला. मुखावर पांढरा पट्टा असलेली व भयंकर कर्मे करणारीं शंभर कोटि कृष्णवर्ण अस्वलें बरोबर घेऊन जांबवान् तेथें आलेला दिसूं लागला. ह्याप्रमाणें, हे महाराजा, हे आणि दुसरेही वानरसमुदायांचे असंख्यात अधिपति रामाच्या कार्यासाठीं त्या ठिकाणीं जमले. त्या वेळीं इकडे तिकडे धावणाऱ्या, पर्वताच्या शिखराप्रमाणें धिप्पाड शरीर असलेल्या व सिंहाप्रमाणें गर्जना करणाऱ्या त्या वानरांचा प्रचंड शब्द कानांवर येऊं लागला. त्या वानरांपैकीं कांहीं पर्वताच्या शिखरासारखे, कित्येक महिषतुल्य, कांहीं शरत्कालीन मेघाप्रमाणें शुभ्र कांति असलेले, व कित्येक हिंगुळाप्रमाणें आरक्त वर्ण मुखें असलेले होते. ते सर्व वानर कोणी उड्या मारीत, कोणी धावत, कोणी आकाशांतून तरंगत व कोणी धूळ उडवीत त्या ठिकाणीं आले. पुढें सुग्रीवाचें अनुमोदन घेऊन त्या जलपूर्ण समुद्राप्रमाणें भासणाऱ्या प्रचंड वानरसैन्यानें तेथें तळ दिला. ह्याप्रमाणें ते वानरश्रेष्ठ चोहोंकडून तेथें जमल्यानंतर शुभ तिथि, शुभ नक्षत्र आणि शुभ मुहूर्त पाहून तें व्यूहरचना केलेलें सैन्य बरोबर घेऊन सुग्रीवासहवर्तमान श्रीमान् राम सर्व लोकांस जणू उडवून देत प्रयाण करूं लागला. त्या वेळीं वायुपुत्र हनुमान् त्या सैन्याच्या अग्राडीस असून कोणाचीही भीति नसलेला लक्ष्मण पिछाडीचें संरक्षण करीत होता. त्या सैन्यांतून मोठमोठ्या वानरांनीं वेष्टित असल्यामुळें ग्रहांनीं वेष्टिलेल्या चंद्रसूर्याप्रमाणें दिसणारे रघुकुलोत्पन्न रामलक्ष्मण गोधा आणि अंगुलित्राण बांधून चालले होते. त्या वेळीं सालतालप्रभृति वृक्ष आणि शिला हीं आयुधें ग्रहण केलेलें तें वानरसैन्य सूर्योदयाच्या वेळीं जसें एखादें अतिशय मोठें साळीचें शेत दिसावें त्याप्रमाणें सुशोभित दिसत होतें. ह्याप्रमाणें नल, नील, अंगद, क्राथ, मैंद आणि द्विविद ह्या वानरांनीं संरक्षण केलेली ती अत्यंत प्रचंड सेना—ज्या ठिकाणीं पुष्कळ फळें आणि मूळें असतील अशा प्रशस्त प्रदेशांत व विपुल मध आणि मांस ह्यांनीं युक्त, जलसंपन्न व सुखकारक अशा पर्वतांच्या पठारांवर मुक्काम करीत करीत रामाच्या कार्यसिद्ध्यर्थ प्रयाण करूं लागली व लवकरच क्षारसमुद्रावर गेली.

समुद्रोल्लंघन.

समुद्राच्या तीरावरील अरण्यांत गेल्यानंतर दुसऱ्या समुद्राप्रमाणें दिसणाऱ्या अनेकध्वजयुक्त असलेल्या त्या सैन्यानें तेथें तळ दिला. नंतर वानरश्रेष्ठांमध्यें बसून श्रीमान् दशरथपुत्र राम सुग्रीवाशीं प्रसंगप्राप्त असें भाषण करूं लागला. तो ह्मणाला, ‘ हें सैन्य मोठें प्रचंड असून समुद्र तर अतिशय दुस्तर आहे. तेव्हां आतां ह्याला उल्लंघन करून जाण्याला तुमच्या मतें कोणता उपाय आहे ? ’ त्या वेळीं कांहीं अत्यंत अभिमानी वानर बोलूं लागले कीं, आह्मी समुद्राचें उल्लंघन करण्याविषयीं समर्थ आहों, परंतु हें काम सर्वांच्या हातून घडावयाचें नाहीं. नंतर कित्येकांनीं नौकेंतून जाण्याचा विचार कळविला; व कांहीं नानाप्रकारच्या डोणग्यांतून जाण्याविषयीं उद्युक्त झाले. तेव्हां ‘ असें नव्हे. ’ असें ह्मणून सांत्वन करीत राम त्या सर्वांना ह्मणाला कीं, ‘ हे वीरहो, हा समुद्र शंभर योजनें विस्तीर्ण

असल्यामुळें सर्वच वानर त्याचें उल्लंघन करण्याविषयीं समर्थ नाहींत. ह्यामुळें हा तुमचा विचार शेवटास जाण्यासारखा नाहीं. शिवाय आमच्या सैन्यास पलीकडे नेऊन पोहोंचविण्याइतक्या नौकाही नाहींत. आतां व्यापारी लोकांच्या नौका घ्यान्या ह्मणाल तर मजसारखा मनुष्य त्यांना कसा उपसर्ग देऊं शकेल? शिवाय ही संधि साधून शत्रु आमच्या ह्या प्रचंड सैन्याचा वध करील. ह्यामुळें होड्या, डोणगीं इत्यादि साधनांच्या योगानें समुद्र तरून जाणें हें मला अशा प्रसंगीं पसंत नाहीं. आतां मी कांहीं उपाय करून समुद्राचें आराधन करितों व उपवास करीत भूमीवर पडून रहातों. ह्मणजे तो मला दर्शन देईल; व जर त्यानें मला दर्शन दिलें नाहीं आणि मार्गही दाखविला नाहीं, तर मग मी अग्नि आणि वायु ह्यांनाही मागें सारणारीं मोठमोठीं उज्ज्वल आणि अकुंठित अस्त्रें सोडून त्याला दग्ध करीन.'

असें बोलून लक्ष्मणासहवर्तमान रामानें स्नान करून समुद्राच्या जवळच दर्भमय आस्तरणावर शयन केलें. तेव्हां नद आणि नदी ह्यांचा स्वामी जलचर प्राण्यांनीं व्याप्त असलेला जो श्रीमान् देव समुद्र त्यानें रामाला स्वप्नामध्यें दर्शन दिलें; आणि, हे कौसल्यापुत्रा, ह्मणून हांक मारून तो रत्नाच्या शेंकडों खाणींनीं व्याप्त असलेला समुद्र मधुर भाषेंत बोलूं लागला. तो ह्मणाला, ' हे पुरुषश्रेष्ठा,ह्या प्रसंगीं मी तुला काय साहाय्य करूं तें सांग. कारण, मी इक्ष्वाकुवंशज व ह्मणूनच तुझ्या ज्ञातीपैकीं आहें.' ह्यावर राम म्हणाला, ' हे नदनदीपते, तूं माझ्या सैन्याला मार्ग द्यावास अशी इच्छा आहे. ह्या मार्गानें जाऊन मी पौलस्त्यकुलदूषक रावणाचा वध करीन. आतां मी मागत असतां जर तूं अशा रीतीनें मला मार्ग दिला नाहींस, तर दिव्य अस्त्रांचें अभिमंत्रण केलेल्या बाणांच्या योगानें मी तुला शुष्क करून टाकीन.'

हें रामाचें भाषण ऐकून समुद्र दुःखाकुल झाला व हात जोडून उभा राहून बोलूं लागला. तो ह्मणाला, ' रामा तुला प्रतिबंध करण्याची माझी इच्छा नाहीं. कारण, मी तुला विघ्न करणारा नाहीं. तेव्हां तूं मी सांगतों तें ऐक आणि नंतर जें कांहीं कर्तव्य असेल तें कर. जर तुझ्या आज्ञेवरून मीं तुला सैन्यासहवर्तमान जाण्यास मार्ग दिला तर दुसरेही लोक धनुष्याच्या जोरावर मला अशीच आज्ञा करूं लागतील. तेव्हां असें करूं नको. तर ह्या ठिकाणीं शिल्पी लोकांमध्यें अत्यंत मान्य असलेला विश्वकर्मसंज्ञक देवांच्या त्वष्ट्याचा पुत्र बलाढ्य नलसंज्ञक वानर आहे. तो मजमध्यें काष्ठ, तृण किंवा शिळा जें कांहीं फेंकील तें मी धारण करीन व तोच तुझा सेतु होईल.' इतकें बोलून अंतर्धान पावल्यानंतर राम नलास ह्मणाला कीं, ' तूं समर्थ आहेस असें माझें मत आहे. ह्यास्तव समुद्रावर सेतु बांध,' असें ह्मणून त्याच्या द्वारानें रामानें दहा योजनें रुंद आणि शंभर योजनें लांब असा एक सेतु करविला. हा सेतु नलसेतु ह्या नांवानें अद्यापिही पृथ्वीवर प्रसिद्ध आहे. असो; रामाच्या आज्ञेला मान देऊन तो पर्वताप्रमाणें धिप्पाड असलेला नलसंज्ञक वानर सेतु बांधण्यासाठीं निघून गेला.

बिभीषणागमन.

राम तेथें असतांनाच राक्षसाधिपति रावणाचा बंधु धर्मात्मा बिभीषण आपल्या चार मंत्र्यांसहवर्तमान त्याजकडे आला. तेव्हां महाशय रामानें स्वागत करून त्याला आपल्याजवळ ठेवून घेतलें. पण सुग्रीवाला तो रावणाचा हेर असावा अशी शंका आली. पण रामाला त्याचे निष्कपटपणाचे व्यापार व त्याच्या आचरणाचें उत्कृष्ट प्रकारचें धोरण ह्यावरून जेव्हां त्याचें खरें

स्वरूप कळून आलें. तेव्हां त्यानें त्याचा बहुमान केला आणि सर्व राक्षसांच्या राज्यावर त्याला अभिषेक करून लक्ष्मणाचा सल्लागार आणि मित्र केला. पुढें, हे राजा, बिभीषणाच्याच अनुमतानें पुढें एका महिन्यानें त्यानें सैन्यासहवर्तमान त्या सेतूवरून जाऊन समुद्राचें उल्लंघन केलें; व लंकेंत गेल्यानंतर त्यानें लंका नगरीच्या अनेक उपवनांत जाऊन तीं प्रचंड उपवनें वानरांकडून उद्ध्वस्त करून सोडलीं.

शुकसारणागमन व अंगददूतप्रेषण.

तदनंतर शुक आणि सारण ह्या नांवांचे रावणाचे दोन मंत्री वानराचें स्वरूप धारण करून त्याजकडे आले असतां बिभीषणानें त्यांना धरिलें. पुढें त्यांनीं स्वतःचें राक्षसी स्वरूप प्रकट केलें. तेव्हां रामानें त्यांना आपलें सैन्य दाखवून सोडून दिलें व प्रथम त्या उपवनांत सैन्याचा तळ देऊन नंतर सुज्ञ वानर अंगद ह्यास रावणाकडे दूत ह्या नात्यानें पाठविलें.

अध्याय दोनशें चौऱ्यायशींवा.

—:०:—

अंगदाची शिष्टाई.

मार्कंडेय ह्मणाले:—विपुल अन्न, उदक फळें व मूळें ह्यांनीं युक्त असणाऱ्या त्या वनांत सैन्याचा तळ दिल्यानंतर राम त्याचें यथाविधि संरक्षण करूं लागला. इकडे रावणानेंही लंकेमध्यें यथाशास्त्र सर्व युद्धाची तयारी चालविली. लंका ही मूळचीच शत्रूंनीं हल्ला चढविण्यास अशक्य होती; कारण, तिचा तट आणि दरवाजेही बळकट होते. तसेंच तिच्या सभोंवतीं जे खैराच्या शंकूंनीं व्याप्त झाले असून अगाध जलानें युक्त व मत्स्य, नक्र इत्यादिकांच्या योगानें भरून गेले आहेत असे उल्लंघन करितां येण्यास अशक्य असणारे सात खंदक होते, नगराच्या सर्वही द्वारांमध्यें कायमच्या आणि फिरत्या चौक्या असून त्यांजवर पुष्कळ पायदळ, विपुल गज आणि अश्व होते. त्या चौक्यांना मोठमोठीं दारें असून तेथें तोफाही असल्यामुळें शत्रूंना त्यांजवर हल्ला करितां येणें अशक्य होतें. त्यांच्या सभोंवतीं बुरूज असून तेथें तोफेचे गोळे ठेवलेले होते. शत्रूंच्या सैन्यांत फेंकून देण्यासाठीं आंत विषारी सर्प घालून ठेवलेले घट घेऊन तयार असलेले शिपाईही त्या ठिकाणीं होते; तसेंच तेथें राळेची पूड, मुसळें, पलिते, बाण, तोमर, परशु आणि शतघ्नी व मुद्गरसंज्ञक आयुधें असून मेणही होतें. असो;

रामाजवळून निघाल्यानंतर अंगद लंकेच्या द्वाराशीं आला आणि राक्षसराज रावणास आपण आल्याचें वृत्त कळवून तो निर्भयपणें आंत शिरला. त्या वेळीं तो महाबलाढ्य अंगद मेघमालांनीं वेष्टिलेल्या सूर्याप्रमाणें अनेक कोटि राक्षसांच्या मध्यभागीं शोभूं लागला. नंतर सभोंवतीं बसलेल्या अमात्यांनीं वेष्टित अशा रावणाजवळ जाऊन व त्याला हांक मारून तो श्रेष्ठ अंगद त्याला रामाचा निरोप सांगूं लागला. तो ह्मणाला:—हे राजा, कोसलदेशाधिपति महाकीर्तिसंपन्न रामानें तुला प्रसंगप्राप्त असा हा निरोप सांगितला आहे तो ऐकून घे आणि त्याप्रमाणें आचरणही ठेव. जितेंद्रिय नसलेला व अन्याय करण्यामध्यें गढून गेलेला राजा मिळाला ह्मणजे देश आणि नगरें हीं देखील अन्यायानें व्याप्त होऊन जातात व नाश पावतात. सीतेला बलात्कारानें हरण करून तूं एकट्यानेंच माझा अपराध केला आहेस, पण तें तुझें कृत्य इतर निरपराधी लोकांच्याही वधास कारणीभूत होणार आहे. पूर्वी सामर्थ्य आणि दर्प ह्यांनीं व्याप्त होऊन गेल्यामुळें तूं वनामध्यें संचार करणाऱ्या ऋषींची जी हिंसा केलीस, देवतांचा जो अवमान

केलास, राजर्षींना जें ठार केलेंस आणि विलाप करणाऱ्या स्त्रियांचा जो वध केलास त्या सर्व अन्यायाचें हें फल जवळ येऊन ठेपलें आहे. कारण, मी तुझा आणि तुझ्या अमात्यांचा आतां वध करणार आहें. तेव्हां तूं युद्ध करून आपलें पौरुष प्रकट कर. अरे निशाचरा, मी मनुष्य आहें तरीही पहा आतां माझ्या धनुष्याचें वीर्य! अरे, आतां तूं जनकनंदिनी सीतेला सोडून दे; नाहींतर माझ्या तडाक्यांतून मुळींच सुटावयाचा नाहींस. कारण, मी आपल्या तीक्ष्ण बाणांनीं हें सर्व विश्व राक्षसरहित करून सोडीन!

अंगदप्रत्यागमन.

ह्याप्रमाणें भाषण करणाऱ्या दूताचे आपल्या कानीं पडलेले ते कठोर शब्द राजा रावणास सहन झाले नाहींत. ह्यामुळें तो क्रोधानें बेभान होऊन गेला. पुढें आपल्या पोषकाच्या अंतःकरणांतील अभिप्राय जाणणाऱ्या चार राक्षसांनीं जाऊन, ज्याप्रमाणें पक्ष्यांनीं वाघास धरावें त्याप्रमाणें अंगदाचे चार अवयव (दोन हात व दोन पाय) धरिले. ह्याप्रमाणें ते राक्षस अंगाशीं येऊन भिडल्यानंतर अंगद त्यांना घेऊन एकदम आकाशांत उडून गेला आणि गच्चीवर शिरला. तो वेगानें उडूं लागला तेव्हां ते राक्षस अतिशय आघातामुळें पीडित होऊन भूमीवर पडले व त्यांचीं वक्षःस्थलें चूर होऊन गेलीं. इकडे गच्चीवर बसलेला तो अंगद तेथून उडी मारून सर्व लंका उल्लंघन करून आपल्या सैन्याजवळ आला. पुढें कोसलदेशाधिपति रामास तो सर्व वृत्तान्त निवेदन करून त्यानें अभिनंदन केल्यानंतर त्या तेजस्वी अंगद वानरानें विश्रांति घेतली.

लंकेवर हल्ला.

तदनंतर त्या सर्वही वायुवेगी वानरांकडून एकदम हल्ला करवून रामानें लंकेचा तट फोडून टाकिला. नंतर बिभीषण आणि ऋक्षाधिपति जांबवान् ह्यांना पुढें करून लक्ष्मणानें हल्ला करितां येण्यास अशक्य असलेलें लंकानगरीचें दक्षिणद्वार धुळीस मिळवून सोडिलें. त्या वेळीं युद्धामध्यें शोभणारे, उंटासारख्या वर्णाचे, आरक्तवर्ण व शुभ्रवर्ण शंभर हजार कोटि वानर लंकेवर चाल करून गेले. तीन कोटि अस्वलेंही त्या वेळीं त्या ठिकाणीं आलेलीं होतीं. त्यांचे बाहु, हात आणि पायांच्या नळ्या हे अवयव लांब असून वर्ण धुरकट होता. त्यांपैकीं कांहीं वानर उड्या मारीत उड्डाण करीत होते; कांहीं उड्या मारून खालीं पडत होते व कांहीं पुढें धावून जात होते. ह्यामुळें उडालेल्या धुरळ्यानें सूर्याची कांति नष्ट होऊन तो दिसेनासा झाला. त्या वेळीं, हे राजा, साळीचीं लोंबें, शिरसाचीं फुलें, बालसूर्य आणि तागाचीं पुष्पें ह्यांच्याप्रमाणें पिंगट वर्ण असलेल्या त्या वानरांनीं आपल्या गर्दीमुळें तो लंकानगरीचा तट सभोंवतीं आपल्या शरीरकांतीनें पिंगट करून सोडला आहे असें पाहून त्या नगरीमध्यें वास्तव्य करणारे राक्षस, स्त्रिया आणि वृद्ध हे सर्व आश्चर्यचकित होऊन गेले. पुढें लंकानगरींत शिरतांच त्या वानरांनीं रत्नमय स्तंभ आणि मनोरे उद्ध्वस्त करून सोडले व कांहींनीं युद्ध करण्याच्या (तोफा वगैरे) यंत्रांवर लावलेलीं शृंगेंही मोडून उपटून काढून फेंकून दिलीं; व चक्रें, गोफणी आणि पाषाण हीं सर्व घेऊन मोठ्यानें गर्जना करीत आपल्या बाहूंच्या योगानें लंकेमध्यें फेंकून दिलीं. त्या वेळीं लंकेच्या तटावर जे कांहीं राक्षसगण होते तेही वानर चाल करून येऊं लागल्यामुळें अनेक मार्गांनीं पळून जाऊं लागले. पुढें लाखों लोकांच्या टोळ्या करून कांहीं स्वेच्छेनुरूप स्वरूप धारण करणारे विद्रूप राक्षस आपल्या राजाच्या आज्ञेवरून शस्त्रांचा वर्षाव करीत

लंकेतून बाहेर पडले; अत्यंत पराक्रम करून अरण्यवासी वानरांस पळवून लावून ते पुनरपि लंकेचा तट सुशोभित करूं लागले; व उडदाच्या राशीप्रमाणें कृष्णवर्ण असलेल्या व भयंकर दिसणाऱ्या निशाचरांनीं पुनरपि तो तट वानरशून्य करून सोडिला. त्या प्रसंगीं राक्षसांनीं फेंकलेल्या शूलांच्या योगानें शरीरें भग्न झाल्यामुळें कित्येक वानरश्रेष्ठ पडले आणि वानरांनीं स्तंभ व वेशींच्या वेशी उचलून फेंकल्यामुळें अनेक राक्षसही चूर होऊन पडले. ते उभयतां राक्षस आणि वानरवीर परस्परांना नखांनीं ओरबाडीत; हातांनीं तोडीत असत व परस्परांच्या केशांस धरून युद्ध करीत असत. ह्याप्रमाणें युद्ध चालू झाल्यानंतर वानर आणि राक्षस ह्या दोनही पक्षांचे वीर मृतप्राय होऊन जरी गर्जना करीत भूमीवर पडले तरीही त्यांनीं परस्परांस सोडलें नाहीं. त्या वेळीं राम जलवृष्टि करणाऱ्या मेघाप्रमाणें बाणांचा वर्षाव करूं लागला. तेव्हां त्या बाणांनीं लंकेंत जाऊन त्या राक्षसांना ठार करून सोडलें. दृढ धनुष्य धारण करणाऱ्या व श्रांत न होणाऱ्या लक्ष्मणानेंही 'पाडतों! पाडतों!' असें बजावून किल्ल्यावर असणाऱ्या त्या राक्षसांना बाण मारून भूमीवर पाडलें. ह्याप्रमाणें लंकेमध्यें दंगा उडवून दिल्यानंतर रामाच्या आज्ञेवरून सर्व सैन्य परत आलें. ह्या प्रसंगीं त्यांनीं राक्षसांवर केलेला एकही प्रहार व्यर्थ गेला नाहीं इतकेंच नव्हे, तर शेवटीं जयही मिळविला.

अध्याय दोनशें पंचायशींवा.

—:०:—

रावणयुद्धाचा आरंभ.

मार्कंडेय ह्मणाले:—तदनंतर ते वानरसैनिक आपल्या तळावर येत आहेत तोंच पर्वण, पतन, जंभ, खर, क्रोधवश, हरि, प्ररुज, अरुज, प्रघस इत्यादि रावणाचे अनुयायी अनेक क्षुद्र राक्षस आणि पिशाच त्यांजकडे येऊं लागले. ते दुरात्मे अदृश्य स्वरूप घेऊन त्या वानरांवर चाल करून येत असतां अंतर्धानविद्येचें ज्ञान असलेल्या बिभीषणानें त्यांची अंतर्धानशक्ति नष्ट करून सोडली. तेव्हां, हे राजा, ते सर्वही दृष्टीस पडूं लागले असतां दूर दूर उड्या मारणाऱ्या बलाढ्य वानरांनीं ठार केल्यामुळें सर्वजण गतप्राण होऊन भूमीवर पडले. हें वानरांचें कृत्य सहन न झाल्यामुळें रावण आपल्या सैन्यासहवर्तमान लंकेतून निघाला. तदनंतर शुक्रशास्त्रांत वर्णिलेल्या विधींचें ज्ञान असलेला जणू दुसरा शुक्रच व राक्षस आणि पिशाच ह्यांच्या भयंकर सैन्यांनीं वेष्टिलेला अशा त्या रावणानें आपल्या सैन्यांत शुक्रानें सांगितल्याप्रमाणें व्यूहाची रचना करून वानरांशीं युद्ध सुरू केलें. इकडे आपल्या सैन्यांत व्यूहाची रचना करून रावण निघूं लागतांच रामानेंही बृहस्पतीनें सांगितलेल्या रीतीप्रमाणें आपल्याही सैन्यांत त्या राक्षसांच्या उलट व्यूहरचना केली. तदनंतर त्या ठिकाणीं रावण रामाशीं भिडून युद्ध करूं लागला व लक्ष्मण इंद्रजिताशीं, सुग्रीव विरूपाक्षाशीं, निखर्वट ताराशीं, नल तुंडाशीं आणि पटुश पनसाशीं युद्ध करूं लागला. किंबहुना त्या युद्धप्रसंगीं ज्याला ज्याला ज्याचा ज्याचा मारा सहन करितां येणें शक्य आहेसें वाटलें तो तो स्वतःच्या बाहुबलाचें अवलंबन करून त्याच्या त्याच्याशीं जाऊन भिडला. ह्याप्रमाणें अंगावर शहारे आणून सोडणारें व भीरु जनांस भयभीत करून सोडणारें तें पूर्वीं देवदैत्यांमध्यें चाललेल्या युद्धासारखें भयंकर युद्ध अधिकाधिक वाढूं लागलें. त्या वेळीं रावणानें शक्तींचा, शूलांचा आणि खड्गांचा वर्षाव करून रामाला व्याप्त

करून सोडिलें व रामानेंही अत्यंत पाजळलेले पोलादी तीक्ष्ण बाण सोडून रावणास व्याप्त करून सोडिलें. तसेंच मर्मभेदक बाण सोडून लक्ष्मणानें इंद्रजितास व अनेक बाण सोडून इंद्रजितानेंही लक्ष्मणास विद्ध करून सोडलें; आणि बिभीषणानें प्रहस्तावर व प्रहस्तानेंही बिभीषणावर कंकपक्ष्याचीं पंखें लावलेल्या तीक्ष्ण बाणांचा निर्भयपणें वर्षाव केला. त्या वेळीं तीं सामर्थ्यसंपन्न प्रचंड अस्त्रें जेव्हां परस्परांशीं येऊन भिडूं लागलीं, तेव्हां सर्व चराचर त्रैलोक्य दुःखाकुल होऊन गेलें.

अध्याय दोनशें शहायशींवा.

—:o:—

प्रहस्त व धूम्राक्ष ह्यांचा वध.

मार्कंडेय ह्मणाले:—तदनंतर संग्रामकर्मांत कठोर असणाऱ्या प्रहस्तानें एकाएकीं येऊन गर्जना करून बिभीषणावर गदेचा प्रहार केला. पण त्या भयंकर वेग असलेल्या गदेचा आघात झाला तरीही तो महाबाहु बिभीषण डगमगला नाहीं. इतकेंच नव्हे, तर हिमवान् पर्वताप्रमाणें अत्यंत निश्चल उभा राहिला. तदनंतर बिभीषणानें शेंकडों घंटा लावलेली एक प्रचंड शक्ति घेऊन अभिमंत्रण करून त्या प्रहस्ताच्या मस्तकावर सोडली. तेव्हां वज्राप्रमाणें वेग असणाऱ्या त्या शक्तीनें वेगानें जाऊन मस्तक उडवून दिल्यामुळें तो राक्षस वायूनें भग्न होऊन पडलेल्या वृक्षाप्रमाणें दिसूं लागला. ह्याप्रमाणें प्रहस्त राक्षसाचा संग्रामामध्यें वध झालेला पाहून धूम्राक्ष मोठ्या वेगानें वानरांवर चाल करून आला. तेव्हां त्याचें तें दिसण्यांत भयंकर असलेलें मेघतुल्य सैन्य अवलोकन करितांच एकदम त्या वानरश्रेष्ठांनीं संग्रामामध्यें आपली फळी फोडली. ह्याप्रमाणें ते वानरश्रेष्ठ फळी फोडून जात आहेत असें पहातांच वायुपुत्र कपिश्रेष्ठ हनुमान् त्या राक्षसाशीं युद्ध करावयास निघाला. तेव्हां तो वायुपुत्र युद्ध करण्यासाठीं ठाकला आहे असें पाहतांच, हे राजा, सर्वही वानर मोठ्या त्वरेनें मागें परतले. तेव्हां परस्परांवर धावणाऱ्या त्या रामरावणसैन्यांमध्यें अंगावर शहारे येतील असा प्रचंड ध्वनि होऊं लागला. नंतर तो भयंकर संग्राम सुरू होऊन रक्ताचा चिखल होऊन गेल्यानंतर धूम्राक्षानें बाण सोडून त्या वानरसैन्यास पळवून लाविलें व तो राक्षसश्रेष्ठ हनुमानावरही धावून येऊं लागला. तेव्हां शत्रूचा पराजय करणाऱ्या वायुपुत्र हनुमानानें वेगानें जाऊन त्याला तोंड दिलें. ह्यामुळें युद्ध करून परस्परांचा पराजय करण्याची इच्छा करणाऱ्या इंद्र आणि प्रल्हाद ह्या उभयतांचें ज्या प्रकारचें युद्ध झालें होतें त्याच प्रकारचें भयंकर युद्ध वानरवीर आणि राक्षसवीर ह्यांमध्यें होऊं लागलें. त्या वेळीं तो राक्षस गदा आणि परिघ ह्यांच्या योगानें त्या वानरावर प्रहार करूं लागला आणि तो वानरवीर हनुमान्ही खोड आणि विस्तार ह्यांनीं युक्त असलेल्या वृक्षांच्या योगानें राक्षसावर प्रहार करूं लागला. तदनंतर वायुपुत्र हनुमानानें अतिशय क्रुद्ध होऊन धूम्राक्षास त्याचा रथ, अश्व आणि सारथि ह्यांसहवर्तमान ठार करून सोडलें. ह्याप्रमाणें राक्षसश्रेष्ठ धूम्राक्षाचा वध झालेला पाहून आपणांस खात्रीनें जय मिळेल असें वाटल्यामुळें इतर वानरही राक्षसांच्या सैनिकांवर प्रहार करूं लागले. ह्याप्रमाणें विजयश्रीनें शोभणाऱ्या बलाढ्य वानरांकडून वध होऊं लागल्यामुळें ते राक्षस आशेचा भंग होऊन भीतीमुळें धावत धावत लंकेकडे निघून गेले; आणि तेथें गेल्यानंतर पराजित झालेल्या व ठार केलेल्या सैन्यांतून अवशिष्ट राहिलेल्या त्या

राक्षसांनीं आपला राजा रावण ह्यास घडलेला तो सर्व वृत्तान्त जशाचा तसाच निवेदन केला.

कुंभकर्ण निर्गमन.

तेव्हां वानरश्रेष्ठांनीं प्रहस्ताचा आणि सैन्यासहवर्तमान महाधनुर्धर धूम्राक्षाचा वध केल्याचें वर्तमान त्यांच्या तोंडून ऐकून रावण अतिशय मोठा सुस्कारा टाकून व आपल्या श्रेष्ठ आसनावरून उडी मारून खालीं येऊन ह्मणाला कीं, 'आतां कुंभकर्णानें कार्य करण्याची वेळ आली आहे.' असें बोलून प्रचंड ध्वनि असलेलीं नानाप्रकारचीं वाद्यें वाजवून त्यानें झोंपीं गेलेल्या अतिशय झोंपाळू अशा त्या कुंभकर्णास जागा केला. ह्याप्रमाणें मोठ्या प्रयत्नानें त्यास जागा केल्यानंतर तो झोंप जाऊन अव्यग्रपणें स्वस्थ बसला असतां, ज्यावर भयंकर प्रसंग ओढवला आहे असा तो राक्षसाधिपति दशकंठ महाबलाढ्य कुंभकर्णाला ह्मणाला, "कुंभकर्णा, धन्य आहे तुझी कीं, ज्याची निद्रा ही अशा प्रकारची आहे आणि ह्मणूनच ज्याला हा दारुण महाभयंकर प्रसंग आलेला कळत नाहीं! अरे, हा पहा राम सेतूच्या योगानें समुद्राचें उल्लंघन करून वानरांसहवर्तमान येऊन आह्मां सर्वांना तुच्छ समजून प्रचंड संग्राम करीत आहे. मीं त्याची भार्या जनककन्या सीता हरण करून आणली असून तो तिला परत घेऊन जाण्यासाठीं महासागरावर सेतु बांधून येथें आलेला आहे व त्यानेंच आमच्या प्रहस्तप्रभृति मोठमोठ्या लोकांचा वध केला आहे. ह्यास्तव, हे शत्रुनाशका, आतां तुजवांचून त्याचा वध करणारा दुसरा कोणीही नाहीं. ह्मणूनच, हे बलाढ्यश्रेष्ठा शत्रुमर्दना कुंभकर्णा, आज तूं चिलखत चढवून बाहेर पड आणि रामप्रभृति सर्वही शत्रूंना ठार करून सोड. तूं निघालास ह्मणजे दूषणाचे कनिष्ठ बंधु वज्रवेग आणि प्रमाथी हे उभयतांही मोठें सैन्य बरोबर घेऊन तुझ्यामागून येतील." ह्याप्रमाणें वेगसंपन्न कुंभकर्णास सांगितल्यानंतर रावणानें वज्रवेग आणि प्रमाथी ह्या उभयतांस पुढें जें कांहीं करावयाचें त्याविषयीं आज्ञा केली. त्यावर 'ठीक आहे' असें रावणास सांगून दूषणाचे कनिष्ठ बंधु ते उभयतां वीर कुंभकर्णास पुढारी करून नगरांतून सत्वर बाहेर पडले.

अध्याय दोनशें सत्यायशींवा.

—:०:—

कुंभकर्ण वध.

मार्कंडेय ह्मणाले:—पुढें त्या अनुयायांसह आपल्या नगरांतून निघाल्यानंतर कुंभकर्णानें विजयश्रीनें शोभत असलेलें तें वानरसैन्य अवलोकन केलें;व रामास अवलोकन करण्याच्या इच्छेनें तो त्या सैन्याकडे पाहूं लागला असतां त्यास हातीं धनुष्य घेऊन उभा राहिलेला लक्ष्मण दिसला. तदनंतर त्या कुंभकर्णाला चोहोंकडून सत्वर वेढा देऊन ते वानर मोठमोठ्या अनेक वृक्षांच्या योगानें त्याजवर प्रहार करूं लागले व कांहींनीं भीतीचा अगदींच त्याग करून त्याला नखांनीं ओरबाडलें. ह्याप्रमाणें नानाप्रकारें युद्धमार्गाचें अवलंबन करून संग्राम करीत करीत ते वानरश्रेष्ठ अनेक प्रकारच्या भयंकर आयुधांनीं राक्षसेंद्र कुंभकर्णास ताडण करूं लागले; पण तो हसत हसतच वानरांस भक्षण करूं लागला. त्यानें बल, चंडबल आणि वज्रबाहु ह्या वानरांस भक्षण करून टाकलें. हें त्या कुंभकर्ण राक्षसाचें त्रासदायक कर्म अवलोकन करून भयभीत होऊन गेलेले तारप्रभृति वानर मोठ्यानें ओरडून आक्रोश करूं लागले. तेव्हां वानरसमुदायाधिपतीसहवर्तमान सर्व सैन्याचा तो मोठ्यानें चाललेला आक्रोश कानांवर पडतांच सुग्रीव हा निर्भयपणें कुंभकर्णावर चाल

करून गेला; आणि त्याजवर वेगानें तुटून पडून त्या थोर विचार असलेल्या महावेगसंपन्न कपिश्रेष्ठ महात्म्या सुग्रीवानें त्याच्या मस्तकांत जोरानें वृक्षाचा प्रहार केला. ह्याप्रमाणें प्रहार करितां करितां सुग्रीवाच्या त्या शालवृक्षाचे तुकडे होऊन गेले, पण त्यामुळें कुंभकर्णास यत्किंचितही व्यथा झाली नाहीं. मात्र त्या वृक्षाचा स्पर्श झाल्यामुळें जागृत होऊन कुंभकर्ण एकदम गर्जना करून आपल्या दोन्हीं हातांनीं सुग्रीवास बलात्कारानें धरून घेऊन जाऊं लागला. ह्याप्रमाणें कुंभकर्ण राक्षस सुग्रीवास घेऊन जाऊं लागला आहे असें पाहतांच मित्रांस आनंद देणारा सुमित्रासुत वीर लक्ष्मण कुंभकर्णावर धावून गेला व जवळ गेल्यानंतर त्या शत्रुवीरनाशक लक्ष्मणानें सुवर्णमय पंख लावलेला महावेगसंपन्न प्रचंड बाण कुंभकर्णावर सोडला. तेव्हां तो बाण त्याच्या शरीरावरील कवच आणि शरीर ह्या दोहोंचाही भेद करून रक्ताच्या योगानें सिक्त होऊन भूमीला विदीर्ण करीत करीत तिजमध्यें प्रविष्ट झाला. ह्याप्रमाणें वक्षःस्थल भिन्न झाल्यामुळें वानराधिपति सुग्रीवाला सोडून देऊन व शिलारूपी प्रचंड आयुध उगारून कुंभकर्ण लक्ष्मणावर धावून आला, पण तो धावून येत असतांच लक्ष्मणानें त्वरा करून—ज्यांच्या अग्रांस धार दिली आहे अशा क्षुरप्रनामक दोन बाणांच्या योगानें त्यानें वर केलेले दोन हात तोडून टाकिले! तेव्हां तो चतुर्भुज झाला! नंतर लक्ष्मणानें अस्त्रलाघव दाखवीत दाखवीत त्याचे ते शिलारूपी आयुध घेतलेले सर्वही भुज तोडून टाकिले. तेव्हां त्यानें आपलें धिप्पाड शरीर आणि अनेक पाय, मस्तकें व भुज असलेलें स्वरूप धारण केलें. तेव्हां त्या पर्वतसमूहाप्रमाणें दिसणाऱ्या राक्षसास लक्ष्मणानें ब्रह्मास्त्र सोडून विदीर्ण करून टाकिलें ह्यामुळें त्या दिव्यास्त्राचा आघात झालेला तो महावीर्यसंपन्न राक्षस प्रचंड अशनीच्या (विजेच्या) योगानें दग्ध झालेल्या कोमलपल्लवयुक्त वृक्षाप्रमाणें भूमीवर पडला. ह्याप्रमाणें तो वृत्रासुराच्या तोडीचा वेगवान् कुंभकर्ण गतप्राण होऊन भूमीवर पडला आहे असें पाहतांच राक्षस भीतीनें पळून जाऊं लागले. तेव्हां त्या पळून जाणाऱ्या वीरांना पाहून दूषणनामक राक्षसाचे कनिष्ठ बंधु वीर देऊन रागारागानें लक्ष्मणावर धावून आले. ह्याप्रमाणें ते वज्रवेग आणि प्रमाथी हे उभयतां राक्षस चाल करून येत असतां लक्ष्मणानें गर्जना करून त्यांजवर बाण सोडिले. तदनंतर, हे युधिष्ठिरा, ज्ञानसंपन्न लक्ष्मण आणि दूषणाचे कनिष्ठ बंधु ह्यांमध्यें अंगावर शहारे आणणारें अतिशय तुंबळ युद्ध सुरू झालें. त्या वेळीं लक्ष्मणानें त्या दोघांही राक्षसांवर बाणांची प्रचंड वृष्टि केली आणि त्या अत्यंत क्रुद्ध झालेल्या दोघां राक्षसवीरांनींही लक्ष्मणावर बाणांचा वर्षाव केला. ह्याप्रमाणें महाबाहु लक्ष्मण व वज्रवेग आणि प्रमाथी ह्यांमध्यें केवळ दोन घटकांपर्यंत हा अत्यंत भयंकर संग्राम झाला. तदनंतर एक पर्वताचें शिखर घेऊन चाल करून जाऊन वायुपुत्र हनुमानानें वज्रवेग राक्षसाचा प्राण घेतला; आणि नीलसंज्ञक महाबलाढ्य वानरानें प्रचंड शिळा घेऊन धावून जाऊन दूषणाचा कनिष्ठ बंधु प्रमाथी ह्याचा धुव्वा उडविला. तदनंतर पुनरपि परस्परांवर धावून जाणाऱ्या रामरावणसैन्यामध्यें अनिष्टकारक संग्राम सुरू झाला. त्या वेळीं वानर शेंकडों राक्षसांवर आणि राक्षसही वानरांवर प्रहार करूं लागले. पण त्यांत वानर ठार न होतां प्रायः राक्षसांचाच वध होऊं लागला.

अध्याय दोनशें अठ्ठयायशींवा.

—:०:—

इंद्रजितयुद्ध व रामलक्ष्मणपतन.

मार्कंडेय ह्मणाले:—तदनंतर अनुयायांसहवर्तमान कुंभकर्ण, महाधनुर्धर प्रहस्त आणि अत्यंत तेजस्वी धूम्राक्ष ह्यांचा शत्रूंनीं संग्रामांत वध केला, हें ऐकून रावण इंद्रजित् ह्या नांवाच्या आपल्या वीर्यसंपन्न पुत्रास ह्मणाला कीं, "हे शत्रुनाशका, आतां तूंच लक्ष्मणासहवर्तमान राम आणि सुग्रीव ह्यांचा वध कर. हे माझ्या सत्पुत्रा, तूं संग्रामामध्यें वज्र धारण करणाऱ्या शचीपति इंद्राचाही पराजय करून अत्यंत उज्ज्वल कीर्ति संपादन केलीस. ह्यास्तव, शस्त्रग्रहण करणाऱ्यांमध्यें श्रेष्ठ अशा हे शत्रुनाशका, तूं अंतर्धान पावून अथवा प्रकटपणें ज्यांच्या अमोघत्वासंबंधानें वर मिळाला आहे अशा दिव्य बाणांच्या योगानें शत्रूंना ठार करून सोड. हे निष्पापा, प्रत्यक्ष राम, लक्ष्मण आणि सुग्रीव हे देखील तुझ्या बाणांचा स्पर्श सहन करण्याविषयीं समर्थ नाहींत; मग त्यांचे अनुयायी कोठून समर्थ असणार ? ह्मणूनच, हे महाबाहो निष्पापा, प्रहस्त आणि कुंभकर्ण ह्या उभयतांनींही जो केला नाहीं तो खराचा शत्रुनाशरूपी बहुमान संग्रामामध्यें तूंच कर. हे पुत्रा, तूं पूर्वीं ज्याप्रमाणें इंद्राचा पराजय करून मला आनंदित केलें होतेंस, त्याप्रमाणेंच आज तीक्ष्ण बाणांच्या योगानें शत्रूंना त्यांच्या सैनिकांसहवर्तमान ठार करून मला आनंदित कर." ह्याप्रमाणें सांगतांच 'ठीक आहे.' असें ह्मणून, हे राजा, इंद्रजित् चिलखत चढवून रथामध्यें आरूढ झाला व संग्रामाकडे प्रयाण करूं लागला. तदनंतर आपलें नांव स्पष्टपणें शत्रूंच्या कानांवर घालून त्या राक्षसश्रेष्ठानें शुभ लक्षणांनीं संपन्न असलेल्या लक्ष्मणास युद्धार्थ आह्वान केलें. तेव्हां लक्ष्मण धनुष्यबाण हातीं घेऊन क्षुद्र मृगांस भयभीत करून सोडणाऱ्या सिंहाप्रमाणें आपल्या करतलाच्या ध्वनीनेंच शत्रूंना भयभीत करीत त्याजवर धावून गेला. नंतर परस्परांवर चढाओढ करणाऱ्या त्या उभयतां दिव्यास्त्रवेत्त्या जयाभिलाषी पुरुषांमध्यें भयंकर युद्ध सुरू झालें. त्या वेळीं जेव्हां रावणपुत्राला बाणांच्या योगानें लक्ष्मणावर वरचढ करितां येईना, तेव्हां त्या बलाढ्यश्रेष्ठानें अतिशय मोठा प्रयत्न केला व प्रचंड वेग असलेलीं तोमरसंज्ञक अस्त्रें सोडून लक्ष्मणास पीडा देण्याचें आरंभिलें. पण ते बाण येत आहेत तोंच लक्ष्मणानें तीक्ष्ण बाण सोडून त्यांना छिन्न करून टाकिलें; ह्यामुळें त्यांचे तुकडे होऊन ते भूमीवर पडले. तेव्हां महावेगसंपन्न श्रीमान् वालिपुत्र अंगदानें वृक्ष उगारून धावून जाऊन इंद्रजिताच्या मस्तकावर प्रहार केला. पण तेवढ्यानें न गडबडून जातां इंद्रजित् त्याजवर इटा फेंकणार तोंच लक्ष्मणानें त्याचा तो इटा तोडून टाकिला. तदनंतर जवळच असलेल्या त्या वानरश्रेष्ठ वीर अंगदाच्या उजव्या बगलेवर रावणपुत्र इंद्रजितानें गदेचा प्रहार केला. पण त्या प्रहाराकडे लक्ष्य न देतां त्या बलाढ्य वालिपुत्र अंगदानें रागारागानें इंद्रजितावर एक शालवृक्षाचें खोड फेंकलें. युधिष्ठिरा, इंद्रजिताचा वध करण्यासाठीं अंगदानें क्रोधानें फेंकलेल्या त्या वृक्षस्कंधाच्या योगानें इंद्रजिताचा रथ चूर होऊन अश्व आणि सारथिही ठार होऊन गेले. तेव्हां, राजा, अश्व आणि सारथि ठार झालेल्या त्या रथांतून उडी टाकून रावणपुत्र इंद्रजित् मायेच्या योगानें त्याच ठिकाणीं अंतर्धान पावला. तेव्हां त्या राक्षसाच्या माया अनेक असून तो अंतर्धान पावला आहे असें कळून येतांच राम त्या ठिकाणीं येऊन त्या सैन्याचें संरक्षण करूं लागला. तदनंतर त्या इंद्रजितानें—ज्यांच्या

अमोघत्वाविषयीं वर मिळाला आहे असे बाण रामावर आणि महाबलाढ्य लक्ष्मणावर फेंकून त्यांचे सर्व अवयव विद्ध करून सोडले. तेव्हां मायेच्या योगानें अंतर्धान पावलेल्या व म्हणूनच अदृश्य झालेल्या त्या रावणपुत्र इंद्रजिताशीं राम आणि लक्ष्मण हे उभयतां वीर युद्ध करूं लागले; पण पुनः त्यानें रागानें त्या पुरुषश्रेष्ठांच्या सर्व अवयवांवर शेंकडों हजारों बाण फेंकले. ह्याप्रमाणें निरंतर बाण फेंकणाऱ्या त्या अदृश्य दैत्याचा शोध करण्यासाठीं प्रचंड शिळा घेऊन वानर आकाशामध्यें उडून गेले. तेव्हां त्या अदृश्य राक्षसानें त्या उभयतां रामलक्ष्मणांप्रमाणेंच त्या वानरांनाही बाणांच्या योगानें विद्ध करून सोडलें. ह्याप्रमाणें मायेनें आच्छादित झालेला रावणपुत्र अतिशय शरप्रहार करूं लागल्यामुळें बाणांच्या योगानें व्याप्त होऊन गेलेले ते उभयतां वीर बंधु रामलक्ष्मण जसे आकाशांतून चंद्रसूर्य भूमीवर पडावे त्याप्रमाणें पडले !

अध्याय दोनशें एकोणनव्वदावा.

—:०:—

इंद्रजिताचा वध.

मार्केडेय म्हणाले:—ते उभयतां बंधु रामलक्ष्मण पडले आहेत असें पाहतांच इंद्रजितानें पुनरपि वरप्रसादानें मिळविलेले बाण सोडून त्यांना बद्ध करून सोडिलें. ह्याप्रमाणें इंद्रजितानें बाणरूपी बंधनाच्या योगानें संग्रामामध्यें बद्ध करून सोडिलेले ते पुरुषश्रेष्ठ वीर पिंजऱ्यामध्यें असलेल्या पक्ष्यांप्रमाणें शोभूं लागले. पुढें शेंकडों बाणांनीं व्याप्त होऊन ते उभयतां वीर भूमीवर पडले आहेत असें पाहतांच वानरश्रेष्ठ सुग्रीव हा सुषेण, मंद, द्विविद, कुमुद, अंगद, हनुमान्, नील, तार आणि नल इत्यादि वानरांसहवर्तमान त्यांच्या सभोंवतीं जाऊन उभा राहिला. तदनंतर तशा प्रकारचीं कर्में केलेल्या बिभीषणानें त्या ठिकाणीं येऊन प्रज्ञास्त्राच्या योगानें त्या उभयतांस शुद्धीवर आणिलें. नंतर दिव्य मंत्राचा प्रयोग केलेल्या विशल्यासंज्ञक महौषधीच्या योगानें, त्यांच्या शरीरांत शिरलेलीं बाणांचीं टोंकें सुग्रीवानें एका क्षणांत नाहींतशीं करून टाकिलीं. ह्याप्रमाणें शुद्धीवर येऊन शरीरांतील बाणांचीं टोंकेंही नाहींतशीं झाल्यानंतर ते उभयतां नरश्रेष्ठ उभे राहिले. पुढें क्षणभरानें त्या महारथींची गुंगी व श्रम हीं हीं नष्ट झालीं. तदनंतर, हे युधिष्ठिरा, इक्ष्वाकुकुलोत्पन्न रामाची पीडा नष्ट झाली आहे असें पाहून बिभीषण हात जोडून त्यास असें म्हणाला कीं, ‘ हे शत्रुमर्दना, कुबेराच्या आज्ञेवरून हें उदक घेऊन एक गुह्यक श्वेतपर्वतावरून इकडे आला आहे. हे महाराजा, अंतर्धान पावलेल्या प्राण्यास पाहतां यावें ह्यासाठीं कुबेरानें तुजला हें जल अर्पण केलें आहे. ह्या उदकाच्या योगानें नेत्र स्वच्छ केले ह्मणजे तुला आणि तूं ज्याला हें देशील त्या मनुष्याला अंतर्धान पावलेले प्राणी दिसूं लागतील.”

ह्यावर ‘ठीक आहे’ असें ह्मणून तें संस्कार केलेलें उदक घेऊन रामानें आणि उदार अंतःकरण असलेल्या लक्ष्मणानेंही नेत्रक्षालन केलें; व सुग्रीव, जांबुवान्, हनुमान्, अंगद, मैंद, द्विविद आणि नील ह्या प्रायः सर्व वानरश्रेष्ठांनींही तें उदक लावून आपले नेत्र शुचिर्भूत केले. तेव्हां बिभीषणानें जसें सांगितलें होतें त्याप्रमाणें सर्व घडून येऊं लागलें. सारांश, हे युधिष्ठिरा, एका क्षणांत त्यांच्या दृष्टींना अतीन्द्रिय पदार्थही दिसूं लागले. इकडे पूर्वी सांगितलेलें कृत्य करून व तें आपलें कृत्य पित्यास निवेदन करून इंद्रजित् त्वरेनें पुनरपि रणांगणाच्या अग्रभागीं आला. तेव्हां तो

अतिशय क्रुद्ध होऊन पुनरपि युद्ध करण्याच्या इच्छेनें धांवून येत आहे असें पाहतांच लक्ष्मणानें बिभीषणाच्या मताप्रमाणें वागून त्याजवर चाल केली; आणि पूर्वी मिळविलेल्या विजयश्रीनें शोभणाऱ्या व वध करूं इच्छिणाऱ्या त्या इंद्रजितावर, त्यानें आन्हिक कर्म करण्यापूर्वींच, बिभीषणाकडून खूण मिळाल्यामुळें क्रुद्ध होऊन बाणांचा प्रहार केला. तेव्हां परस्परांचा पराजय करण्याविषयीं इच्छा करणाऱ्या त्या उभयतां वीरांमध्यें इंद्र आणि प्रल्हाद ह्यांमध्यें चाललेल्या युद्धाप्रमाणें अत्यंत विलक्षण प्रकारचें आणि आश्चर्यकारक युद्ध झालें. त्या वेळीं इंद्रजितानें मर्मभेदक तीक्ष्ण बाणांच्या योगानें लक्ष्मणास आणि लक्ष्मणानेंही अग्नीसारखा स्पर्श असलेल्या बाणांच्या योगानें इंद्रजितास विद्ध करून सोडलें. लक्ष्मणाच्या त्या बाणांचा स्पर्श होतांच क्रोधानें बेभान होऊन जाऊन रावणपुत्र इंद्रजितानें लक्ष्मणावर विषारी सर्पांच्या तोंडीचे आठ बाण फेंकिले. तेव्हां वीर लक्ष्मणानें अग्नीप्रमाणें स्पर्श असलेले तीन बाण सोडून इंद्रजिताचे प्राण हरण केले. युधिष्ठिरा, त्याचा वृत्तान्त मी सांगतों, ऐक. लक्ष्मणानें एका बाणाच्या योगानें त्याचा ज्यामध्यें धनुष्य होतें तो व दुसऱ्या बाणाच्या योगानें ज्यामध्यें बाण होता तो हात तोडून भूमीवर पाडिला; आणि तिसऱ्या अतिशय धार असलेल्या चकचकीत बाणाच्यायोगानें त्यानें कर्णामध्यें देदीप्यमान कुंडलें असलेलें सुंदरनासिकायुक्त असें तें त्याचें शिर उडवून दिलें. तेव्हां ज्याचे भुज आणि स्कंधप्रदेश तोडून टाकिले आहेत असें तें इंद्रजिताचें धड भयंकर दिसूं लागलें. ह्याप्रमाणें त्याला ठार केल्यानंतर बलाढ्यश्रेष्ठ लक्ष्मणानें अस्त्रांच्या योगानें त्याच्या सारथीचाही वध केला. नंतर त्या रथाचे अश्व तो रथ लंकेमध्यें घेऊन गेले; तेव्हां त्या रथांत आपला पुत्र नाहीं असें रावणास दिसून आलें!

रावणाचा सीतावध विचार व अविंध्यकृत निषेध.

पुढें आपल्या पुत्राचा वध झाला आहे असें पाहून भीतीमुळें अंतःकरण गडबडून जाऊन रावण शोक आणि मोह ह्यांनीं व्याकुल होऊन सीतेचा वध करण्याविषयीं उद्युक्त झाला; व हातीं खड्ग घेऊन तो दुष्ट अशोकवनिकेमध्यें रामाच्या दर्शनाविषयीं अत्यंत आशा करीत बसलेल्या सीतेवर वेगानें धावून गेला. तेव्हां, हे युधिष्ठिरा, त्या दुर्विचारी राक्षसाचा तो दुष्ट निश्चय पाहून अविंध्यनामक राक्षसानें त्या अतिशय क्रुद्ध झालेल्या रावणाचा कोप कोणत्या युक्तीनें शांत केला तें ऐक.

तो ह्मणालाः—रावणा, तूं देदीप्यमान अशा ह्या महाराजपदावर आरूढ झालेला आहेस, तेव्हां ह्या स्त्रीचा वध करणें तुला योग्य नाहीं. अरे, ही ज्या अर्थी स्त्रीच आहे आणि त्यांतूनही बंधनांत पडलेली व ह्मणूनच तुझ्या अधीन आहे, त्या अर्थी हिचा वध झाल्यासारखाच आहे. केवल शरीरभेद केला ह्मणजेच हिचा वध झाला असें मला वाटत नाहीं. तेव्हां तूं हिच्या पतीलाच ठार कर. कारण, त्याचा वध झाला ह्मणजे हिचाही झाल्यासारखा होईल. खरोखर, प्रत्यक्ष इंद्रालाही पराक्रमांत तुझी योग्यता नाहीं. कारण, तूं संग्रामांत इंद्रासह सर्व देवांस अनेक वेळ त्रस्त करून सोडिलें आहेस.

ह्याप्रमाणें नानाप्रकारचीं भाषणें करून त्या वेळीं अविंध्य राक्षसानें क्रुद्ध झालेल्या त्या रावणाचा कोप शांत केला व त्यानेंही तें त्याचें सांगणें मान्य केलें. पुढें तरवार म्यानांत घालून युद्धासाठीं निघण्याचा विचार करून त्या राक्षसानें (रावणानें) 'माझा रथ सज्ज करा' अशी आपल्या सेवकांस आज्ञा केली.

अध्याय दोनशें नव्वदावा.

—:०:—

रामरावणसंग्राम.

मार्कंडेय ह्मणाले:—तदनंतर संग्राममध्यें शत्रूंनीं आपल्या प्रिय पुत्रास पाडिल्यामुळे क्रुद्ध होऊन रावण सुवर्ण आणि रत्नें ह्यांच्या योगानें सुशोभित केलेल्या रथावर आरूढ होऊन निघाला. त्या वेळीं त्याच्या बरोबर नानाप्रकारचीं आयुधें हातीं घेतलेल्या भयंकर राक्षसांचा परिवार होता. ह्याप्रमाणें निघाल्यानंतर वानरसमुदायांच्या अधिपतींशीं टक्कर देत देत तो रामावर चाल करून जाऊं लागला. इतक्यांत मैंद, नील, नल, अंगद, हनुमान् आणि जांबवान् ह्या वानरांनीं आपलें सैन्य बरोबर घेऊन, क्रुद्ध झालेल्या त्या रावणास वेढा दिला व त्या रावणाच्या देखत ते श्रेष्ठ श्रेष्ठ ऋक्ष आणि वानर वृक्षांच्या योगानें त्याच्या सैन्याचा विध्वंस करूं लागले. ह्याप्रमाणें शत्रूंकडून आपल्या सैन्याचा वध होत आहे असें पाहतांच मायावी राक्षसाधिपति रावणानें माया निर्माण केली. त्या वेळीं शेंकडों हजारों राक्षस बाण, शक्ति, ऋष्टि (एक प्रकारचें खड्ग) हातीं घेऊन त्याच्या शरीरांतून बाहेर पडले आहेत असें दिसूं लागलें. तेव्हां रामानें दिव्यास्त्र सोडून त्या सर्व राक्षसांचा वध केला. तदनंतर राक्षसाधिपति रावणानें पुनरपि माया निर्माण केली; आणि, युधिष्ठिरा, रामाचीं आणि लक्ष्मणाचीं अनेक स्वरूपें धारण करून तो रावण रामलक्ष्मणांवर धावून जाऊं लागला तेव्हां रामलक्ष्मणांस पीडा देण्यासाठीं ते राक्षस हातीं धनुष्य घेऊन प्रथम रामावर धावून आले. ती राक्षसाधिपतीची माया अवलोकन करितांच इक्ष्वाकुकुलोत्पन्न लक्ष्मणानें न गडबडतां रामास 'आपल्यासारखें स्वरूप धारण करणाऱ्या ह्या दुष्ट राक्षसांना ठार कर.' असें मोठ्यानें सांगितलें. तेव्हां रामानें स्वतःप्रमाणें दिसणाऱ्या त्या व इतरही राक्षसांना ठार करून सोडिलें.

इंद्ररथागमन.

तदनंतर हिरव्या वर्णाचे अश्व जोडलेला सूर्याप्रमाणें कांति असलेला रथ घेऊन इंद्राचा सारथि मातलि त्या संग्राममध्यें रामाकडे आला.

मातलि ह्मणाला:—हे ककुत्स्थकुलोत्पन्ना, हा हिरव्या वर्णाचे अश्व जोडलेला इंद्राचा उत्कृष्ट प्रकारचा विजयी रथ आहे. हे पुरुषश्रेष्ठा, ह्या उत्कृष्ट रथांतून जाऊन इंद्रानें शेंकडों वेळ दैत्यांचा आणि दानवांचा वध केला आहे. ह्यास्तव, हे नरश्रेष्ठा, संग्राममध्यें मी चालवीत असलेल्या ह्या रथांतून जाऊन तूं सत्वर रावणाचा वध कर; विलंब लावूं नको.

ह्याप्रमाणें मातलीनें जरी खरें सांगितलें तरीही रामास 'ही राक्षसाची माया असावी' असा संशय आला. तेव्हां बिभीषणानें त्याला सांगितलें कीं, 'हे नरश्रेष्ठा, ही दुरात्म्या रावणाची माया नव्हे. ह्यास्तव, हे महाकांते, तूं सत्वर ह्या इंद्राच्या रथामध्यें आरोहण कर.

रावणवध.

हें ऐकून ककुत्स्थकुलोत्पन्न राम आनंद पावला व बिभीषणास ' ठीक आहे ' असें सांगून त्या रथांत आरोहण करून क्रोधानें रावणावर चाल करून गेला. तेव्हां सर्वही प्राण्यांमध्यें हाहाकार होऊन गेला व स्वर्गामध्यें दिव्य दुंदुभींचा आणि सिंहनादांचा ध्वनि होऊं लागला. पुढें दशकंठ आणि राजपुत्र राम ह्या उभयतांमध्यें ज्याला दुसरीकडे कोठेंही तोड नाहीं अशा प्रकारचें प्रचंड युद्ध होऊं लागलें. त्या वेळीं रावणानें इंद्राच्या वज्राप्रमाणें असलेला व उगारलेला जणू ब्रह्मदंडच असा दिसणारा एक अत्यंत भयंकर शूल रामावर फेंकला, पण रामानें तीक्ष्ण बाणांच्या योगानें

त्याचे तुकडे तुकडे करून टाकिले. हें त्याचें दुष्कर कर्म पाहतांच रावणाच्या अंतःकरणांत भीतीचा प्रवेश झाला, पण लागलीच क्रुद्ध होऊन त्या रावणानें रामावर सहस्रावधि किंवा अयुतावधि तीक्ष्ण बाण आणि नानाप्रकारचीं शस्त्रें फेंकिलीं; व नंतर भुशुंडी, शूल, मुसळें, परशु, नानाप्रकारच्या शक्ति, शतघ्नी आणि क्षुरप्रसंज्ञक तीक्ष्ण बाणही सोडले. तेव्हां तो रावणाच्या मायेचाच परिणाम आहे असें पाहून सर्वही वानर भीतीनें चोहोंकडे पळून जाऊं लागले. तदनंतर अग्र व फळ उत्कृष्ट असलेला व सुवर्णमय पंखें लावलेला एक उत्कृष्ट बाण भात्यांतून काढून रामानें त्याजवर ब्रह्मास्त्राची योजना केली. त्या उत्कृष्ट बाणावर रामानें ब्रह्मास्त्राचें अभिमंत्रण केलें आहे असें पाहतांच इंद्रप्रभृति देव आणि गंधर्व आनंदित होऊन गेले; व रामानें शत्रूवर फेंकण्यासाठीं ब्रह्मास्त्र उचलतांच देव, दानव आणि किन्नर ह्यांस रावणाच्या आयुष्याचा अवशेष अगदीं स्वल्प राहिला आहे असें वाटूं लागलें. तदनंतर अप्रतिम तेज असलेला व उगारलेल्या ब्रह्मदंडाप्रमाणें दिसणारा तो रावणाचा वध करणारा भयंकर बाण रामानें फेंकला. युधिष्ठिरा, धनुष्य अतिशय ओढून रामानें तो बाण सोडतांच त्यापासून निर्माण झालेल्या भयंकर ज्वालांनीं युक्त असलेल्या अग्नीनें चोहों बाजूंनीं वेष्टित होऊन तो राक्षसश्रेष्ठ रावण रथ, अश्व आणि सारथि ह्यांसहवर्तमान प्रज्वलित होऊन गेला. ह्याप्रमाणें क्लेश न होतां कर्मे करणाऱ्या रामानें रावणाचा वध केलेला पहातांच गंधर्व आणि चारण ह्यांसहवर्तमान सर्व देव आनंदित होऊन गेले. तदनंतर पंचमहाभूतांनींही त्या महाभाग्यशाली रावणाचा त्याग केला व ब्रह्मास्त्राच्या तेजानें त्याला सर्व लोकांपासून भ्रष्ट करून सोडलें. त्याच्या शरीरांतील मांस, रक्त इत्यादि धातुही ब्रह्मास्त्राच्या योगानें दग्ध होऊन अगदीं नाहींतशा होऊन गेल्या. त्या इतक्या कीं, त्यांचें भस्म सुद्धां दृष्टीस पडलें नाहीं.

अध्याय दोनशें एक्याण्णवावा.

—:०:—

सीताशुद्धि.

मार्कंडेय ह्मणालेः—ह्याप्रमाणें देवांचा द्वेष करणाऱ्या त्या हलकट राक्षसाधिपति रावणाचा वध केल्यानंतर लक्ष्मण आणि मित्रगण ह्यांसहवर्तमान रामाला आनंद झाला. ह्याप्रमाणें रावणाचा वध झाल्यानंतर ऋषिश्रेष्ठांसहवर्तमान देवांनीं जयसूचक शब्दांनीं युक्त असलेले आशीर्वाद देऊन त्या महाबाहु रामाचा बहुमान केला व सर्व देवता त्या कमलपत्राप्रमाणें नेत्र असलेल्या रामाची स्तुति करूं लागल्या. ह्याप्रप्राणें गंधर्वांनीं पुष्पवृष्टि करून व स्वर्गवासी देवांनीं स्तुति करून रामाचा बहुमान केला व तदनंतर ते सर्वही आल्या मार्गानें जाऊं लागले. ह्यामुळें, हे धैर्यभ्रष्ट न होणाऱ्या युधिष्ठिरा, त्या वेळीं आकाश एखाद्या महोत्सवानें युक्त असल्याप्रमाणें दिसूं लागलें. असो; ह्याप्रमाणें शत्रूंचीं नगरें जिंकून येणाऱ्या महाकीर्तिसंपन्न प्रभु रामानें रावणाचा वध केल्यानंतर बिभीषणास लंका अर्पण केली. तदनंतर बिभीषणानें आदरसत्कार केलेल्या सीतेस पुढें करून अविंध्यनांवाचा एक उत्कृष्ट बुद्धिमान् वृद्ध अमात्य लंकेंतून निघाला व दीनपणाचा अवलंब करून येऊन ककुत्स्थकुलोत्पन्न महात्म्या रामास " हे महात्मन्, आपण ह्या सदाचारी देवी जानकीचा स्वीकार करा. " असें म्हणाला. हें त्याचें भाषण ऐकतांच इक्ष्वाकुकुलोत्पन्न रामानें त्या उत्कृष्ट रथांतून खालीं उतरून दुःखाश्रूंनीं व्याप्त झालेल्या सीतेस अवलोकन केलें. नंतर

शोकामुळें कृश होऊन गेलेल्या, सर्वांगावर मळ वाढलेल्या, केशांच्या जटा झालेल्या व वस्त्रें कृष्णवर्ण होऊन गेलेल्या त्या रथारूढ झालेल्या सर्वांगसुंदर सीतेस अवलोकन केल्यानंतर, तिला रावणाचा स्पर्श झाला असावा अशी शंका येऊन राम ह्मणाला कीं, हे विदेहराजकन्ये सीते, जा आतां तूं! कारण, तुझी सुटका झालेली आहे. मीं जें अवश्य कर्तव्य होतें तें केलें. हे कल्याणि, तुला मी पति मिळालें असून राक्षसाच्या मंदिरामध्येंच वृद्धावस्था प्राप्त होऊं नये ह्मणूनच मी ह्या निशाचराला ठार केला, ह्यांत तुझा पुनरपि स्वीकार करावा हा हेतु नाहीं. कारण, ज्याला धर्मशास्त्राच्या सिद्धांताचें ज्ञान आहे असा मजसारखा पुरुष, एखादे वेळीं कां होईना, शत्रूच्या हस्तगत झालेल्या स्त्रीचा क्षणभर तरी कसा स्वीकार करील? अर्थात् मुळींच करणार नाहीं! ह्मणूनच, हे सीते, तूं सदाचारी असलीस अथवा तशी नसलीस तरीही श्वानाच्या जिह्वेचा स्पर्श झालेल्या होमद्रव्याप्रमाणें तुझा उपभोगाकरितां स्वीकार करावा असा मला उत्साह वाटत नाहीं!' हें भयंकर भाषण ऐकतांच ती सुंदरी देवी सीता दुःखाकुल होऊन शस्त्रानें तोडलेल्या केळीप्रमाणें एकदम भूमीवर पडली; व रामाच्या दर्शनानें झालेल्या आनंदाच्या योगानें जी तिच्या मुखावर कांति उत्पन्न झाली होती, ती आरशावर सोडलेल्या श्वासाप्रमाणें एका क्षणांत पुनरपि नष्ट होऊन गेली. तदनंतर तें रामाचें भाषण ऐकून लक्ष्मणासहवर्तमान सर्वही वानर गतप्राण झाल्यासारखे निश्चेष्ट होऊन गेले. रामानें उच्चारलेले ते शब्द सहन न झाल्यामुळें सीतेनें लक्ष्मणाला ह्मटलें कीं, "मजसाठीं अग्नि प्रज्वलित कर. कारण, रामाचा विश्वास बसला पाहिजे आणि लोकांचीही खात्री झाली पाहिजे. ह्यास्तव, मी अग्निप्रवेश करणार!" ह्या गोष्टीला रामाचेंही अनुमोदन आहे असें कळून येतांच लक्ष्मणानें तत्काल काष्ठांची एक मोठी राशि करून तिजमध्यें अग्नि पेटविला; आणि नंतर तो शत्रुमर्दक रामाच्या समीप येऊन स्वस्थ उभा राहिला. तदनंतर सर्व लोक आणि देव व राक्षस ह्यांच्या स्त्रिया अवलोकन करीत असतां त्यांच्या समक्ष सीतेनें रामाला भक्तिपूर्वक प्रदक्षिणा घातली; आणि त्या त्या देवतांना प्रणाम करून अग्नीजवळ गेल्यानंतर ती हात जोडून ह्मणाली कीं, 'ज्या अर्थी माझें अंतःकरण रामावांचून दुसरीकडे जात नाहीं, त्या अर्थी सर्व लोकांस साक्षीभूत असलेला हा अग्नि सर्व बाजूंनीं माझें संरक्षण करो.' ह्याप्रमाणें बोलून त्या साध्वी सीतेनें अग्नीस प्रदक्षिणा घातली व नंतर निर्भय अंतःकरणानें त्या प्रदीप्त झालेल्या अग्नीमध्यें प्रवेश केला. तदनंतर अंतःकरण शुद्ध असलेल्या कमलयोनि जगदुत्पादक ब्रह्मदेवानें विमानांतून रामास दर्शन दिलें. तसेंच इंद्र, अग्नि, वायु, यम, वरुण, भगवान् कुबेर, निष्पाप असे सप्तर्षि व हंस जोडलेल्या कांतिसंपन्न महामूल्य विमानामध्यें आरोहण केलेला तेजःपुंज दिव्य स्वरूप धारण करणारा राजा दशरथ ह्या सर्वांनींही त्याला दर्शन दिलें. ह्यामुळें देव आणि गंधर्व ह्यांनीं व्याप्त होऊन गेलेलें तें सर्व अंतरिक्ष शरदृतूमध्यें तारकांच्या योगानें चित्रविचित्र झालेल्या गगनतलाप्रमाणें शोभूं लागलें. तदनंतर अग्नींतून उठून येऊन ती कीर्तिशालिनी कल्याणी सीता त्या सर्व देवतांमध्यें बसलेल्या आणि विशाल वक्षस्थल असलेल्या रामाला ह्मणाली कीं, 'हे राजपुत्रा, मी कांहीं तुजवर दोष ठेवीत नाहीं. कारण, तुला स्त्रियांचा आणि पुरुषांचा व्यवहार माहीत आहे. तेव्हां आतां मी सांगतें तें ऐक.

जो सर्वही प्राण्यांच्या शरीराच्या अंतर्भागीं संचार करीत असतो तो वायु, जर मी पातकाचें आचरण करीत असलें तर माझे प्राण हरण करूं दे. तसेंच, मी जर पातक करीत असलें तर अग्नि, उदक, आकाश, पृथ्वी आणि वायु हीं पंचमहाभूतेंही माझा प्राण हरण करोत. हे वीरा, ज्या अर्थी स्वप्नामध्यें देखील तुजवांचून दुसरा कोणीही पुरुष मीं मनामध्यें आणिलेला नाहीं, त्या अर्थी देवांनीं गांठून दिलेला असा तूंच माझा पति हो.' तदनंतर त्या महात्म्या वानरांस आनंदित करून सोडणारी व सर्व लोकांना समजण्यासारखी अशी पुण्यकारक व मनोहर वाणी आकाशामध्यें होऊं लागली.

वायु ह्मणाला:—हे रघुकुलोत्पन्ना रामा, मी सर्वदा संचार करणारा वायु आहें. हे राजा, ही सीता निष्पाप आहे. ह्यास्तव तूं ह्या आपल्या भार्येचा स्वीकार कर.

अग्नि ह्मणाला:—हे रघुनंदना, मी प्राण्यांच्या शरीराच्या अंतर्भागीं वास्तव्य करीत असतों. हे ककुत्स्थकुलोत्पन्ना, सीतेकडे अत्यंत स्वल्प असाही अपराध नाहीं.

वरुण ह्मणाला:—हे रघुकुलोत्पन्ना रामा, प्राण्यांच्या देहामध्यें मजपासूनच सर्व रसांची उत्पत्ति होते. मी तुला सांगतों कीं, तूं ह्या सीतेचा स्वीकार केला पाहिजेस.

ब्रह्मदेव ह्मणाला:—हे पुत्रा, तुझें आचरण राजर्षींसारखें आहे. ह्यामुळें असें घडून यावें हें कांहीं आश्चर्यकारक नाहीं. तथापि, हे साधो ककुत्स्थकुलोत्पन्ना सदाचारी रामा, माझें हें सांगणें ऐक. हे वीरा, देव, गंधर्व, सर्प, यक्ष, दानव आणि महर्षि ह्यांचा जो हा शत्रु तूं आज संग्रामामध्यें पाडला आहेस, तो पूर्वी माझ्या प्रसादानें सर्वही प्राण्यांस अवध्य होऊन गेला होता. पुढें कांहीं कारणामुळें कांहीं कालपर्यंत मीं ह्या दुष्टाची उपेक्षा केली. पण नंतर त्या दुष्टानें स्वतःचा वध होण्यासाठींच सीता हरण करून नेली. त्या वेळीं नलकूबराकडून रावणाला शाप देऊन मीं हिचें संरक्षण केलें. "जर आपल्या अथवा दुसऱ्या कोणत्याही स्त्रीचा तिच्या इच्छेवांचून रावण उपभोग घेईल, तर त्याच्या मस्तकाचे खात्रीनें शेंकडों तुकडे तुकडे होतील!" असा पूर्वी त्याला नलकूबरानें शाप दिला होता. ह्यास्तव, हे महाकांते, तूं ह्या गोष्टीविषयीं शंका न घेतां हिचा स्वीकार कर. देवांप्रमाणें कांति असणाऱ्या हे रामा, तूं देवांचें मोठेंच कार्य केलेलें आहेस. तेव्हां त्यांचें हें क्षुद्र कार्य तूं साहजिकच करशील.

दशरथ ह्मणाला:—बाळा, मी तुझा पिता दशरथ आहें. मला तुझ्या ह्या आचरणानें संतोष झाला आहे. तुझें कल्याण होवो! आतां मी तुला अनुज्ञा देतों. ह्यास्तव, हे पुरुषश्रेष्ठा, तूं राज्य कर.

राम ह्मणाला:—जर तूं माझा पिता आहेस तर, हे राजेंद्रा, मी तुला प्रणाम करितों. आतां तुझ्या आज्ञेवरून मी रम्य अशा अयोध्या नगरीमध्यें जाईन.

रामाचा सीतास्वीकार व अयोध्याप्रयाण.

मार्कंडेय ह्मणाले:—हे पुरुषश्रेष्ठा, आरक्तवर्ण नेत्रप्रांत असलेल्या रामाला पुनरपि त्याचा पिता आनंदानें ह्मणाला कीं, "हे महाद्युते, आज ह्या ठिकाणीं तुझीं चौदा वर्षें पूर्ण होऊन गेलीं आहेत. तेव्हां आतां तूं अयोध्येंत जाऊन राज्य करूं लाग." तदनंतर देवतांना नमस्कार करून सुहृज्जनांनीं अभिनंदन केलेल्या रामानें, इंद्रानें जसा इंद्राणीचा स्वीकार करावा त्याप्रमाणें सीतेचा अंगीकार केला. तदनंतर त्या शत्रुतापनानें त्या अविंध्य राक्षसास वर

दिला आणि द्रव्य देऊन त्रिजटा राक्षसीचाही बहुमान केला. पुढें इंद्रप्रभृति देवांसहवर्तमान ब्रह्मदेवानें " हे कौसल्यानंदना, मी तुला आज अभीष्ट असे कोणते वर अर्पण करूं ? " असें रामास विचारिलें. तेव्हां रामानें धर्मनिष्ठता, शत्रूकडून पराजय न होणें आणि राक्षसांनीं ठार केलेल्या वानरांचें पुनरुज्जीवन होणें हे वर मागून घेतले. त्यावर ब्रह्मदेवानें ' ठीक आहे ' असें ह्मणतांच, हे महाराजा, वानर सजीव होऊन उठले. त्या वेळीं महाभाग्यशाली सीतेनें " हे सिंहलोचना हनुमाना, रामाची कीर्ति आहे तोंपर्यंत तूं जिवंत रहाशील व माझ्या अनुग्रहानें सदोदित तुजकडे दिव्य उपभोग्य वस्तु येतील. असा हनुमानास आशीर्वाद दिला. तदनंतर साहजिक रीतीनें कोणतेंही कर्म करणारे ते वानरादिक अवलोकन करीत असतां इंद्रप्रभृति सर्व देव अंतर्धान पावले. त्या वेळीं रामाचा आणि सीतेचा समागम झालेला पाहून अत्यंत आनंदित झालेला इंद्राचा सारथि सुहृज्जनांमध्यें रामाला असें ह्मणाला, ' हे अमोघपराक्रमा रामा, तूं खरोखर देव, गंधर्व, यक्ष, मनुष्यें, राक्षस आणि सर्प ह्या सर्वांचें हें दुःख दूर केलें आहेस. जोंवर ही भूमि अस्तित्वांत राहील तोंवर दैत्य, गंधर्व, यक्ष, राक्षस आणि पन्नग हे तुझें चरित्र कथन करितील. ' असें बोलून त्या शस्त्रधरश्रेष्ठ रामाची अनुज्ञा घेऊन व त्याचें पूजन करून तो मातलि सूर्याप्रमाणें कांति असलेल्या त्या रथावर आरोहण करून तेथून निघून गेला. तदनंतर लंकेच्या संरक्षणाची व्यवस्था करून बिभीषणानें बहुमान केल्यानंतर त्याला व सुग्रीवप्रभृति सर्व वानरांना बरोबर घेऊन लक्ष्मणासहवर्तमान रामानें सीतेला पुढें करून पुनरपि त्या सेतुमार्गानें समुद्राचें उल्लंघन केलें. तदनंतर इच्छेनुरूप गमन करणाऱ्या त्या विराजमान अशा आकाशगामी पुष्पकविमानानें युक्त असलेला व मुख्य मुख्य अमात्यांनीं वेष्टिलेला तो इंद्रियनिग्रहसंपन्न पृथ्वीपति पूर्वीं ज्या ठिकाणीं आपण शयन केलें होतें त्याच समुद्रतीरावरील प्रदेशावर सर्व वानरांसहवर्तमान जाऊन राहिला. तदनंतर योग्य वेळीं त्या वानरांना बोलावून आणून त्यांचा बहुमान करून व रत्नें देऊन त्यांना संतुष्ट करून रामानें त्यांची रवानगी केली. ह्याप्रमाणें ते श्रेष्ठ श्रेष्ठ वानर, गोपुच्छ आणि ऋक्ष निघून गेल्यानंतर सुग्रीवासहवर्तमान राम पुष्पक विमानांत आरोहण करून सीतेला तें अरण्य दाखवीत दाखवीत पुनरपि किष्किंधेकडे आला. ह्या वेळीं त्याच्या मागें बिभीषणही होता. किष्किंधेंत आल्यानंतर शस्त्रास्त्रप्रहार करणाऱ्यांमध्यें श्रेष्ठ अशा रामानें पराक्रम गाजविलेल्या अंगदास यौवराज्याचा अभिषेक केला व नंतर त्या सर्व लोकांना बरोबर घेऊन लक्ष्मणासहवर्तमान रामानें आलेल्या मार्गानें आपल्या अयोध्यानगरीकडे प्रयाण केलें. अयोध्या नगरीजवळ आल्यानंतर राष्ट्राधिपति रामानें भरताकडे हनुमान् हा आपला दूत पाठविला. तेव्हां भरताचे सर्व मनोगत हेतु काय आहेत ते ताडून व त्याला तें सर्व प्रिय वृत्त निवेदन करून मारुति परत आल्यानंतर राम नंदिग्रामास गेला. त्या ठिकाणीं भरताच्या अंगावर मळ वाढला असून त्यानें वल्कलें परिधान केलेलीं आहेत व पुढें पादुका ठेवून तो आसनावर बसला आहे असें त्यानें अवलोकन केलें. त्या वेळीं, हे भरतकुलश्रेष्ठा, भरत आणि शत्रुघ्न ह्यांची भेट झाल्यामुळें लक्ष्मणासहवर्तमान रामाला आनंद झाला. तदनंतर आपल्या ज्येष्ठ बंधूची भेट झालेले ते भरतशत्रुघ्न सीतेचेही दर्शन झाल्यामुळें अतिशय आनंद पावले. तदनंतर अरण्यवासांतून परत आलेल्या त्या रामाला भरतानें अतिशय आनंदानें व अत्यंत

सत्कारपूर्वक त्याची ती राज्यरूपी ठेव परत दिली. पुढें शास्त्रसंमत दिवस पाहून श्रवण नक्षत्रावर वसिष्ठ आणि वामदेव ह्या उभयतांनीं मिळून त्या शूर रामास राज्याभिषेक केला. ह्याप्रमाणें अभिषेक झाल्यानंतर रामानें आपल्या सुहृज्जनांसहवर्तमान कपिश्रेष्ठ सुग्रीव आणि पुलस्त्यकुलोत्पन्न बिभीषण ह्यांस गृहांकडे जाण्याची अनुज्ञा दिली; व प्रेम आणि आनंद ह्यांनीं युक्त होऊन व नानाप्रकारच्या उपभोग्य वस्तु अर्पण करून त्या उभयतांचा बहुमान केल्यानंतर एकाग्र अंतःकरणानें त्यांचें इतिकर्तव्य त्यांना सांगून दुःखानें परत पाठवून दिलें. तसेंच त्या रघुकुलोत्पन्न रामानें पुष्पक विमानाचें पूजन करून तें प्रेमपूर्वक कुबेरासच अर्पण केलें. तदनंतर देवर्षींसहवर्तमान त्या रामानें अतिथि लोकांकरितां द्वारें मोकळीं ठेवून गोमतीनदीच्या समीप प्रशंसनीय असे दहा अश्वमेध यज्ञ केले.

अध्याय दोनशें ब्याण्णवावा.

—:०:—

मार्कंडेयकृत युधिष्ठिरसांत्वन.

मार्कंडेय ह्मणाले:—हे महाबाहो, ह्याप्रमाणें पूर्वीं अत्यंत तेजस्वी रामालाही वनवासजन्य अतिशय भयंकर दुःख प्राप्त झालें. ह्यास्तव, हे शत्रुतापना पुरुषश्रेष्ठा, तूं शोक करूं नको. कारण, तूं क्षत्रिय आहेस आणि ज्याचा शेवट काय होणार हें अगदीं निश्चित आहे अशा बाहुवीर्याच्या मार्गाचेंच अवलंबन केलेलें आहेस. तुझ्या ठिकाणीं अत्यंत सूक्ष्म असें देखील कोणत्याही प्रकारचें पातक नाहीं. इंद्रासहवर्तमान सर्व देवदैत्यही अशा प्रसंगीं ह्या मार्गाचें अवलंबन करूं शकणार नाहींत. इंद्रानें मरुतांचें साहाय्य घेऊनच वृत्रासुर, दुर्जय नमुचि दैत्य आणि राक्षसी दीर्घजिह्वा ह्यांचा वध केला. सारांश, ज्याला साहाय्य असतें त्याच्या सर्वही गोष्टी सर्व प्रकारें घडून येतात. अरे, धनंजय, भयंकर पराक्रमी बलाढ्यश्रेष्ठ भीम आणि माद्रीपुत्र तरुण वीर महाधनुर्धर नकुलसहदेव हे ज्याचे बंधु आहेत त्याला संग्रामामध्यें अजिंक्य असें काय आहे ? हे शत्रुतापना, हे जर तुझे साहाय्यकर्ते आहेत तर मग तूं काय ह्मणून विषाद पावत आहेस ? जे हे तुझे बंधु मरुद्गणांसहवर्तमान प्रत्यक्ष इंद्राच्याही सैन्याचा पराजय करण्याविषयीं समर्थ आहेत, त्याच ह्या प्रत्यक्ष देवांप्रमाणें असणाऱ्या महाधनुर्धरांच्या साहाय्यानें, हे भरतकुलश्रेष्ठा, तूंही संग्रामामध्यें आपल्या सर्व शत्रूंचा पराजय करिशील. अरे, ह्या तुझ्या महात्म्या बंधूंनीं दुष्कर संग्रामकर्म करून, वीर्यानें मत्त होऊन गेलेल्या बलाढ्य दुष्ट जयद्रथानें हरण करून नेलेली द्रौपदी परत आणली व त्यामुळें पराजित होऊन जयद्रथ राजा तुझ्या अधीन झाला ह्या गोष्टींकडेही तूं लक्ष्य दे. राजा, रामाला कोणी अशा प्रकारचें साहाय्य करणारा नसतांही त्यानें भयंकर पराक्रमी दशकंठ राक्षसाचा संग्रामामध्यें वध करून पुनरपि सीतेला परत आणलें. त्या वेळीं मर्कट, वानर, अस्वलें इत्यादिक भिन्नभिन्न जातींमध्यें उत्पन्न झालेले प्राणी हेच त्याचे साहाय्यकर्ते होते; ह्याचाही तूं आपल्या मनांत विचार कर. सारांश, हे भरतकुलश्रेष्ठा कुरुकुलधुरंधरा युधिष्ठिरा, तूं शोक करूं नको. हे शत्रुतापना, तुझ्यासारखे महात्मे शोक करीत नसतात.

वैशंपायन ह्मणाले:—ह्याप्रमाणें ज्ञानसंपन्न मार्कंडेय मुनींनीं सांत्वन केल्यानंतर तो उदार अंतःकरणाचा राजा युधिष्ठिर दुःखाचा त्याग करून पुनरपि त्यांना असें ह्मणाला.

पतिव्रतामाहात्म्यपर्व.

अध्याय दोनशें त्र्याण्णवावा.

—:०:—

सावित्रीचें जन्म.

युधिष्ठिर ह्मणालाः—हे महामुने, मला ह्या द्रुपदराजकन्येविषयीं जसें वाईट वाटतें, तसें राज्य गेल्यामुळें अथवा ह्या बंधूसंबंधानेंही वाटत नाहीं. त्या दुष्ट कौरवांनीं द्यूतामध्यें आह्मांला त्रास दिला, पण त्यांतून द्रौपदीनें आह्मांला तारिलें. असें असतां हिला ह्या वनांतून जयद्रथानें बलात्कार करून हरण करून नेलें. असो; ज्याप्रमाणें ही द्रुपदराजकन्या महाभाग्यशाली आहे, त्याप्रमाणें दुसरी एखादी पतिव्रता पूर्वी तुमच्या पहाण्यांत अथवा ऐकण्यांत आलेली आहे काय ?

मार्कंडेय ह्मणालेः—राजा युधिष्ठिरा, कुलीन स्त्रियांचें ऐश्वर्य कोणत्या प्रकारचें असतें आणि तें सावित्रीनें कोणत्या प्रकारें प्राप्त करून घेतलें हें मी तुला सांगतों, ऐक. मद्रदेशामध्यें एक अत्यंत धर्मनिष्ठ अश्वपतिनांवाचा मूर्तिमन्त धर्मच असा राजा होऊन गेला. हा ब्राह्मणांचें हित करणारा, अन्तःकरणाचा उदार, सत्यप्रतिज्ञ, जितेंद्रिय, यज्ञयाग करणारा, दाता, दक्ष, नगरवासी व राष्ट्रवासी प्रजेस प्रिय असणारा व सर्व प्राण्यांचें हित करण्यामध्यें आसक्त असणारा असा होता. पण त्या क्षमाशील, सत्यवादी, जितेंद्रिय राजाला वय होऊन गेलें तरीही सन्तति झाली नाहीं ह्यामुळें ताप होऊं लागला; आणि सन्तति उत्पन्न व्हावी ह्यासाठीं त्यानें कडक नियमांचा अवलंब केला. तो नियमित वेळीं परिमित आहार करून ब्रह्मचर्यानें व जितेंद्रियपणें राहूं लागला; आणि, हे नृपश्रेष्ठा, व्रतस्थ राहून सावित्रीमन्त्रानें एक लक्ष हवन करून तिसऱ्या दिवसाच्या शेवटीं एक वेळच आहार करूं लागला. हा नियम आचरण करीत तो अठरा वर्षेंपर्यंत राहिला. ह्याप्रमाणें अठरा वर्षें पुरीं होतांच सावित्रीनें संतुष्ट होऊन हवनकुंडांतून निघून अत्यंत आनंदानें त्या राजास प्रत्यक्ष दर्शन दिलें व ती वरप्रद देवता त्या राजाला असें ह्मणाली.

सावित्री ह्मणालीः—हे पृथ्वीपते, तुझें शुद्ध ब्रह्मचर्य, दम, सर्व प्रकारचे नियम आणि सर्व प्रकारें भक्ति ह्यांच्या योगानें मी संतुष्ट झालें आहें. ह्यास्तव, हे मद्रदेशाधिपते अश्वपते, तूं तुजला इष्ट वाटेल तो वर मागून घे व धर्माकडे केव्हांही दुर्लक्ष्य करूं नको.

अश्वपति ह्मणालाः—हे देवि, मीं धर्मप्राप्तीच्या इच्छेनें अर्थात् संतति व्हावी एतदर्थ तपश्चर्येचा उद्योग केला आहे ह्यास्तव, मला कुलाचा उद्धार करणारे अनेक पुत्र व्हावे. हे देवि, तूं जर प्रसन्न झाली असशील तर मीच हा वर मागून घेत आहें, कारण, संतति हाच उत्कृष्ट प्रकारचा धर्म होय असें मला ब्राह्मणांनीं सांगितलें आहे.

सावित्री ह्मणालीः—हे राजा, पूर्वीच मीं हा तुझा मनोरथ ओळखून तुझ्या पुत्राविषयीं भगवान् ब्रह्मदेवाकडे गोष्ट काढली होती. हे सौम्या, त्या ब्रह्मदेवाच्या प्रसादानेंच ह्या भूतलामध्यें तेजस्वी असणारी एक कन्या तुला लवकरच होईल. आतां ह्यावर तूं पुनः कांहीं भाषण करूं नको. हें मी तुला ब्रह्मदेवाच्या आज्ञेवरून संतोषपूर्वक सांगत आहें.

मार्कंडेय ह्मणालेः—त्यावर 'ठीक आहे' असें ह्मणून सावित्रीचें तें भाषण अश्वपतिराजानें मान्य केलें आणि ही गोष्ट लवकर घडून यावी असें ह्मणून पुनरपि तिची विनवणी केली. मग सावित्री अंतर्धान पावल्यानंतर

आपल्या नगरास जाऊन तो वीर धर्माप्रमाणें प्रजांचें पालन करीत आपल्या राज्यामध्यें वास्तव्य करूं लागला. पुढें कांहीं काल निघून गेल्यानंतर त्या दृढव्रती राजापासून धर्माचरणनिष्ठ अशा त्याच्या ज्येष्ठ स्त्रीच्या ठिकाणीं गर्भ राहिला. हे भरतकुलश्रेष्ठा, त्या मनुकुलोत्पन्न राजपुत्रीचा तो गर्भ आकाशामध्यें असणाऱ्या शुक्लपक्षांतील चंद्राप्रमाणें वृद्धिंगत होऊं लागला पुढें प्रसवकाल प्राप्त झाल्यानंतर तिला एक कमललोचना कन्या झाली. तेव्हां आनंदित होऊन त्या नृपश्रेष्ठानें तिचे जातकर्मादि संस्कार केले. त्या वेळीं, सावित्रीमंत्राचें हवन केल्यामुळें ती कन्या निर्माण झाली असून सावित्रीनेंच प्रसन्न होऊन ती दिली, ह्यामुळें ब्राह्मणांनीं आणि तिच्या पित्यानेंही तिचें नांव ‘ सावित्री ’ असें ठेविलें. पुढें मूर्तिमंत जणू लक्ष्मीच अशी ती नृपकन्या दिवसेंदिवस वाढूं लागली व काहीं कालानें तारुण्यांत आली. तेव्हां उत्कृष्ट मध्य आणि विशाल नितंबभाग ह्यांनीं युक्त असणाऱ्या व सुवर्णाची जणू पुतळीच अशा त्या कन्येस अवलोकन करितांच ही देवकन्याच प्राप्त झाली आहे असें लोकांस वाटूं लागलें. तेव्हां तिच्या तेजानें दिपून गेल्यामुळें, कमलपत्राप्रमाणें नेत्र असलेल्या व तेजानें जणू प्रज्वलित होऊन राहिलेल्या त्या कन्येस कोणींही वरिलें नाहीं.

सावित्रीचें वरावलोकनार्थ प्रयाण.

पुढें एकदा पर्वकालीं मस्तकावरून स्नान करून, देवदर्शन घेऊन, आणि अग्नीमध्यें यथाविधि होम करून तिनें ब्राह्मणांचे आशीर्वाद घेतले; व देवपूजन करून अवशिष्ट राहिलेलीं पुष्पें घेऊन ती मूर्तिमंत लक्ष्मी देवीच कीं काय अशी कन्या आपल्या महात्म्या पित्याकडे आली आणि त्याच्या चरणांस नमस्कार करून व प्रथम त्याला तीं अवशिष्ट राहिलेलीं पुष्पें अर्पण करून ती सुंदरी हात जोडून त्या नृपतीच्या समीप उभी राहिली. तेव्हां देवतेप्रमाणें स्वरूप असलेल्या त्या तारुण्यांत आलेल्या आपल्या कन्येकडे अवलोकन करून व तिजसंबंधानें कोणीही वर मागणी करीत नाहीं असें पाहून तो नृपति दुःखित झाला.

राजा ह्मणालाः—मुली,हा तुझ्या विवाहाचा काल आहे,पण अद्यापि मजकडे कोणींही मागणी केलेली नाहीं. तेव्हां आतां गुणांनीं आपणाला साजेल असा पति तूं स्वतःच शोधून काढ; आणि अशा प्रकारचा जो तुला इष्ट पुरुष असेल तो मला कळीव, ह्मणजे मी विचार करून त्याला तुझें दान करीन व तूंही त्याला आपल्या इच्छेप्रमाणें वर. हे कल्याणि, असें करितां येतें असें ब्राह्मणांनीं धर्मशास्त्र पठण करितांना मीं ऐकिलेलें आहे. त्याप्रमाणेंच मीही तुला सांगत आहें, तें तूं ऐक. कन्यादान न करणाऱ्या पित्यास,योग्यकालीं समागम न करणाऱ्या पतीस आणि मातेचा पति (अर्थात् आपला पिता) मृत झाला असतां तिचें संरक्षण न करणाऱ्या पुत्रास दोष लागतो. हें माझें सांगणें ऐकून तूं पति शोधून काढण्याची त्वरा करून, ज्या योगानें मला देवता नांवें ठेवणार नाहींत असें कर.

मार्कंडेय ह्मणालेः—ह्याप्रमाणें कन्येला सांगितल्यानंतर त्यानें वृद्ध मंत्र्यांना तिच्या बरोबर जाण्याविषयीं आज्ञा केली व तिला जा ह्मणून सांगितलें. तेव्हां लाजल्यासारखी होऊन ती बिचारी सावित्री पित्याच्या चरणांस वंदन करून य त्याचें भाषण मान्य करून कोणत्याही प्रकारचा विचार न करितां निघाली. ह्याप्रमाणें बरोबर वृद्ध मंत्र्यांचा परिवार असलेली ती सावित्री सुवर्णमय रथामध्यें आरूढ होऊन राजर्षींच्या रम्य अशा तपोवनाकडे जाऊं लागली; आणि, बा युधिष्ठिरा, त्या

ठिकाणीं वृद्धांच्या चरणांस वंदन करून क्रमाक्रमानें ती सर्वही वनामध्यें फिरली. ह्याप्रमाणें ब्राह्मणश्रेष्ठांस द्रव्यदान करीत करीत ती राजकन्या निरनिराळ्या देशांमध्येंही फिरली.

अध्याय दोनशें चौऱ्याण्णवावा.

—:०:—

अश्वपतिनारदसंवाद.

मार्कंडेय ह्मणाले:—पुढें एकदा मद्राधिपति राजा अश्वपति हा नारद मुनींची गांठ पडल्यामुळें त्यांच्याशीं गोष्टी करीत सभेमध्यें बसला होता. इतक्यांत सर्व तीर्थें व आश्रम फिरून सावित्री मंत्र्यांसहवर्तमान पित्याच्या मंदिरामध्यें आली व आपला पिता नारदमुनींसहवर्तमान बसला आहे असें पाहून त्या कल्याणीनें उभयतांच्याही चरणीं मस्तक ठेवून त्यांना प्रणाम केला तेव्हां नारद अश्वपतीला म्हणाले, ' राजा, ही तुझी कन्या कोठें गेली होती ? आली कोठून ? आणि ही तारुण्यांत आली असतांही तूं हिला एखाद्या वराला कां देत नाहींस ? '

अश्वपति म्हणाला:—मीं ह्याच कार्यासाठीं तिला पाठविली होती. ती आजच परत आली आहे. ह्यास्तव, हे देवर्षे हिनें कोणता पति वरला आहे तें तिच्याच तोंडून ऐका.

मार्कंडेय ह्मणाले:—तदनंतर ' विस्तरपूर्वक सांग, असें पित्यानें सांगितल्यानंतर तें त्याचें भाषण मान्य करून ती कल्याणी बोलूं लागली

सावित्री ह्मणाली:—शाल्वदेशामध्यें द्युमत्सेन ह्या नांवानें प्रख्यात असलेला एक धर्मात्मा क्षत्रिय पूर्वीं राजा होता. पुढें तो अंध झाला. तेव्हां त्या ज्ञानसंपन्न पुरुषाचे नेत्र नष्ट झाले आहेत आणि पुत्रही बालावस्थेंत आहे अशी संधि साधून जवळच असणाऱ्या त्याच्या एका पूर्वीच्या शत्रूनें त्याचें राज्य हरण केलें. तेव्हां लहान मूल असलेल्या आपल्या भार्येला बरोबर घेऊन तो वनाकडे जावयास निघाला आणि एका मोठ्या अरण्यांत जाऊन मोठमोठीं व्रतें आचरण करूम तपश्चर्या करूं लागला. त्याचा जो नगरामध्यें झालेला आणि उत्कृष्ट प्रकारें तपोवनामध्यें वाढलेला सत्यवान् नांवाचा पुत्र आहे, तोच मला योग्य असा पति आहे. असें समजून मीं त्याला मनानें वरिलेला आहे.

नारद ह्मणाले:—अरेरे ! राजा ह्या सावित्रीनें नकळत त्या गुणसंपन्न सत्यवानाला वरिलें हें फारच वाईट केलें ! त्याचा पिता सत्य भाषण करितो व माताही सत्य बोलते म्हणून ब्राह्मणांनीं त्याचें सत्यवान् असें नांव ठेविलें. बालपणीं ह्याला अश्व प्रिय असल्यामुळें हा अश्वांचीं मृत्तिकेचीं चित्रें करी आणि चित्रेंही काढी. ह्यामुळेंच त्याला चित्राश्व असेंही म्हणत असत.

राजा म्हणाला:—महाराज, तो राजपुत्र सत्यवान् सांप्रतही तेजस्वी, बुद्धिमान्, क्षमासंपन्न, शूर आणि पितृभक्त आहे ना ?

नारद म्हणाले:—तो सूर्याप्रमाणें तेजस्वी, इंद्राप्रमाणें वीर आणि पृथ्वीप्रमाणें क्षमासंपन्न असून बुद्धीमध्यें बृहस्पतीच्या तोडीचा आहे.

अश्वपति म्हणाला:—तो राजपुत्र सत्यवान् दाता, ब्राह्मणांचें हित करणारा, रूपवान्,उदार आणि प्रियदर्शन (ज्याचें दर्शन घेण्याची अंतःकरणांत अभिरुचि उत्पन्न व्हावी) असा आहेना?

नारद म्हणाले:—तो स्वशक्त्यनुरूप दान करण्याच्या कामीं संकृतिपुत्र रंतिदेव ह्याच्या तोडीचा असून उशीनरपुत्र शिबीप्रमाणें ब्राह्मणांचा हितकर्ता व सत्यवादी आहे. तसेंच तो बलाढ्य द्युमत्सेनपुत्र ययातीसारखा उदार, चंद्रासारखा प्रियदर्शन आणि स्वरूपानें जणू अश्विनीकुमारांप्रमाणें एक असा आहे. तो सुखदुःखादिक द्वंद्वें सहन करणारा, सौम्य, शूर, सत्यनिष्ठ, जितेंद्रिय, सर्व प्राण्यांशीं मित्रभावानें वागणारा, मात्सर्यशून्य, लोकलज्जासम्पन्न आणि

कांतिमान् आहे. सरळपणा हा प्रत्यहीं त्याच्याच ठिकाणीं वास्तव्य करीत असून मर्यादा अशी खरोखर त्याचीच ! असें तपोवृद्ध आणि आचारवृद्ध लोक संक्षेपतः सांगत असतात.

अश्वपति ह्मणाला:—हे भगवन्, आपण तो सर्वगुणसंपन्न आहे असें सांगितलें आहे, तेव्हां आतां जर त्याच्यामध्यें कांहीं दोष असतील तर तेही मला सांगा.

नारद ह्मणाले:—त्याच्यामध्यें एकच दोष असून तो सर्व गुणांना पादाक्रांत करून राहिलेला आहे. कोणीं प्रयत्न केला तरी देखील त्या दोषाचें अतिक्रमण करितां येणें शक्य नाहीं. तो सत्यवान् आजपासून एक वर्षानें आयुष्यक्षय होऊन मरण पावेल ! हा एकच दोष त्याच्यामध्यें आहे, दुसरा कोणताही नाहीं.

राजा ह्मणाला:—सावित्री, इकडे ये. हे कल्याणि, आतां तूं दुसऱ्या पुरुषास वर.कारण त्या सत्यवानाच्या ठिकाणीं असणारा एक मोठा दोष सर्व गुणांना आक्रांत करून राहिलेला आहे. कारण, तो आयुष्य क्षीण झाल्यामुळें आजपासून वर्षानें मरण पावणार आहे, असें देवतांनाही पूज्य असणाऱ्या भगवान् नारदांनीं मला सांगितलें आहे.

सावित्री ह्मणाली:—दायविभाग एकदाच होत असतो; कन्यादान एकदाच होत असतें; आणि ' देतों ' असेंही एकदाच ह्मणत असतात. सारांश, ह्या तीन गोष्टी सज्जनांच्या हातून एकदाच घडत असतात,—त्या पुनःपुनः बदलत नाहींत. ह्मणूनच, तो दीर्घायु असो अथवा अल्पायु असो, सगुण असो अथवा निर्गुण असो, एकदा मीं पति ह्मणून वरला आहे. ह्यास्तव, मी आतां दुसऱ्याला वरणार नाहीं. प्रथम कोणत्याही गोष्टीचा मनांत निश्चय करून नंतर ती शब्दांनीं उच्चारली जाते व त्यानंतर ती कृतींत उतरते. सारांश, वाणी व कृति ह्या मनाच्या निश्चयानेंच होणार असल्यामुळें मन हेंच मला प्रमाण आहे.

नारद ह्मणाले:—हे नरश्रेष्ठा, तुझी कन्या जी ही सावित्री तिचा निश्चय ठाम होऊन गेलेला आहे. ह्यामुळें आतां तिला ह्या गोष्टीपासून परावृत्त करितां येणें कोणत्याही प्रकारें शक्य नाहीं. शिवाय सत्यवानाच्या अंगीं जे गुण आहेत ते दुसऱ्या पुरुषामध्यें नाहींत. ह्यास्तव, तूं त्यालाच तिचें दान करावेंस हें मला बरें वाटतें.

राजा ह्मणाला!—आपण जें हें सांगितलें तें फिरवितां येण्यासारखें नाहीं व खरेंही आहे. ह्यास्तव, मी आतां तसें करितों. कारण, आपण माझे गुरु आहां.

नारद ह्मणाले:—तुझी कन्या सावित्री हिचें दान निर्विघ्नपणें होवो व तुह्मां सर्वांचें कल्याण होवो! येतों तर मी आतां !

मार्कंडेय ह्मणाले:—असें बोलून नारद मुनि उठून स्वर्गाकडे निघून गेले आणि राजानेंही आपल्या कन्येच्या विवाहाची तयारी केली.

अध्याय दोनशें पंचाणववा.

—:०:—

सावित्रीविवाह.

मार्कंडेय ह्मणाले:—पुढें कन्यादानाविषयींच्या त्या गोष्टीचा विचार करीत राजानें विवाहाचें तें सर्व साहित्य जुळविलें आणि वृद्ध ब्राह्मणांना व पुरोहितांसहवर्तमान सर्व ऋत्विजांना बोलावून आणून कन्येसहवर्तमान प्रयाण केलें. पुढें, ज्यामध्यें द्युमत्सेनाचा आश्रम होता त्या पवित्र अरण्यामध्यें गेल्यानंतर तो राजा ब्राह्मणांसहवर्तमान पायांनीं चालतच त्या राजर्षीजवळ गेला. तेव्हां त्या ठिकाणीं

एका शालवृक्षाखालीं दर्भासनावर बसलेला तो नेत्रहीन झालेला महाभाग्यशाली नृपति दृष्टीस पडला. तदनंतर संमाननीय अशा त्या राजर्षीची पूजा केल्यानंतर अतिशय मितस्थ भाषेनें त्यानें आपलें नांव त्याला कळविलें. तेव्हां त्याला अर्घ्य, आसन आणि मधुपर्कासाठीं गाय अर्पण केल्यानंतर त्या धर्मवेत्त्या राजा द्युमत्सेनानें त्या अश्वपति राजास 'कोणीकडे येणें झालें ?' असें विचारिलें. तेव्हां त्यानें त्याला आपला सर्व उद्देश व सत्यवानासंबंधानें आपलें इतिकर्तव्य हीं सर्व निवेदन केलीं.

अश्वपति ह्मणाला:—हे राजर्षे, सावित्री नांवाची ही माझी एक उत्कृष्ट कन्या आहे. ह्यास्तव, हे धर्मज्ञा, आपण आपल्या धर्माप्रमाणें स्नुषा करण्यासाठीं तिचा स्वीकार करा.

द्युमत्सेन ह्मणाला:—आह्मी राज्यभ्रष्ट झालों असून नियमनिष्ठ व तपस्वी होऊन वनवासाचा आश्रय करून संचार करीत आहों. तेव्हां अशा वनवासास अयोग्य असणारी आपली कन्या ह्या आश्रमामध्यें हा क्लेशदायक वनवास भोगीत कशी राहूं शकेल ?

अश्वपति ह्मणाला:—सुख आणि दुःख उत्पन्न होत असतें व नाशही पावत असतें, हें ज्या अर्थीं माझी कन्या आणि मी जाणून आहों, त्या अर्थीं मजसारख्याला आपण असें सांगणें योग्य नाहीं. कारण, हे राजा, मी ह्या गोष्टीचा निश्चय ठरवून आपल्याकडे आलों आहें व प्रेमानें आपल्या पायीं नम्र झालों आहें. ह्यास्तव आपण माझ्या आशेचा भंग करूं नका. मी प्रेमानें आपल्याकडे आलों आहें. असें असतां आपण माझा निषेध करणें योग्य नाहीं. आपण माझ्या बरोबरीचे व मला योग्य आहां आणि मीही आपणांला तसाच आहें. तेव्हां आपण ही माझी कन्या आपली स्नुषा अर्थात् सत्यवानाची भार्या ह्मणून ग्रहण करा.

द्युमत्सेन ह्मणाला:—आपल्याशीं शरीरसंबंध व्हावा हें मला पूर्वींपासूनच इष्ट आहे; पण मी राज्यभ्रष्ट झालों आहें ह्मणून हा असा विचार मनांत आला. असो; मी ज्या गोष्टीची पूर्वींपासूनच इच्छा करीत होतों ती ही गोष्ट आतां आजच घडून येऊं द्या. कारण, आपण माझे प्रिय अतिथि आहां. ह्यामुळें आपणांस इष्ट असलेली गोष्ट सत्वर केली पाहिजे.

इतकें बोलणें झाल्यानंतर सर्वही आश्रमवासी ब्राह्मणांना तेथें आणवून त्या उभयतां राजांनीं सत्यवान् आणि सावित्री ह्यांचा यथाविधि विवाह करविला. ह्याप्रमाणें कन्यादान करून योग्यतेनुरूप लवाजमा दिल्यानंतर तो राजा अश्वपति अत्यंत आनंदित होऊन आपल्या मंदिराकडे गेला. त्या वेळीं सर्वगुणसंपन्न भार्या मिळाल्यामुळें सत्यवानाला व अंतःकरणास इष्ट असलेल्या पतीची प्राप्ति झाल्यामुळें सावित्रीलाही आनंद झाला. असो; पिता निघून गेल्यानंतर आपले सर्व अलंकार काढून ठेवून सावित्रीनें वल्कलें परिधान केलीं व मुनिवृत्तीस योग्य असें भगवें वस्त्र ग्रहण केलें. तदनंतर शुश्रूषा, सद्गुण, नम्रता इंद्रियदमन आणि सर्वांच्या इच्छेप्रमाणें वर्तन ह्या गोष्टींच्या योगानें तिनें सर्वांनाही संतुष्ट केलें. तिनें स्नानादिक शरीरसंस्कार व वस्त्रप्रावरणादिक इतर सर्व गोष्टी ह्यांच्या योगानें सासूला संतुष्ट ठेवलें; देवाप्रमाणें सत्कार करून व हितकारक मितभाषण करून श्वशुराला संतुष्ट केलें; आणि प्रिय भाषण, कार्यदक्षता, शांति व एकांतांतील सेवा ह्यांच्या योगानें पतीसही संतुष्ट केलें. ह्याप्रमाणें, हे भरतकुलोत्पन्ना, त्या वेळीं तीं सर्व त्या आश्रमामध्यें वास्तव्य करूं लागल्यानंतर कांहीं काल निघून गेला. त्या वेळीं कामामध्यें गढून गेल्यामुळें सदोदित उभी असणाऱ्या व म्लान होऊन जाणाऱ्या त्या सावि-

त्रीच्या अंतःकरणांत नारद मुनीनीं पूर्वीं सांगितलेलें तें वाक्य एकसारखें घोळत होतें.

अध्याय दोनशें शहाणववावा.

—:०:—

सावित्रीचें व्रताचरण व पतीसह वनप्रयाण.

मार्कंडेय ह्मणाले:—पुढें पुष्कळ काळ निघून गेल्यावर, हे राजा, सत्यवानाला ज्या वेळीं मृत्यु येणार होता तो काल प्राप्त झाला. सावित्री एक एक दिवस झाला कीं अवशिष्ट राहिलेल्या दिवसांची गणना करीत असे. कारण, तिच्या अंतःकरणांत नारद मुनींनीं सांगितलेलें तें वाक्य एकसारखें घोळत होतें. पुढें, आजपासून चौथ्या दिवशीं सत्यवानाला मृत्यु येणार असें कळून आल्यानंतर ती भक्तिसंपन्न स्त्री त्रिरात्र व्रत करण्याच्या उद्देशानें रात्रंदिवस उभी राहिली. तो तिनें केलेला नियम ऐकतांच द्युमत्सेन राजा अत्यंत दुःखित झाला व उठून सावित्रीची समजूत करण्यासाठीं तिला असें ह्मणाला.

द्युमत्सेन म्हणाला:—हे राजकन्ये, तूं हा फारच कडक नियम आरंभिलेला आहेस. कारण, तीन दिवसपर्यंत एकसारखें उभें राहणें हें अतिशय कठीण आहे.

सावित्री म्हणाली:——हे तात, आपण ह्याविषयीं काळजी करूं नका. मी हें व्रत तडीस नेईन. कारण, मीं हें निश्चयानें आरंभिलेलें आहे; आणि निश्चय हेंच कार्य तडीस जाण्याचें कारण आहे.

द्युमत्सेन म्हणाला:——तूं आपलें व्रत मोड असें मी तुला कोणत्याही प्रकारें सांगूं शकत नाहीं. कारण, तूं तें तडीस नें असेंच मजसारख्यानें सांगणें योग्य आहे.

मार्कंडेय म्हणाले:——ह्याप्रमाणें बोलून तो उदारांतःकरण द्युमत्सेन थांबला. पण सावित्री एकसारखी उभी राहिल्यामुळें काष्ठाप्रमाणें निश्चल दिसूं लागली. पुढें, हे भरतकुलश्रेष्ठा, दुसऱ्या दिवशीं पतीला मरण येणार ह्मणतांना सावित्रीची आदल्या दिवशींची रात्र दुःखाकुलपणांतच निघून गेली. पुढें आजच तो पतिमरणाचा दिवस आहे असें कळून आल्यानंतर सावित्रीनें दिवसाच्या पूर्वभागीं करावयाच्या सर्व क्रिया करून सूर्य उदयाचलापासून चार हात वर आल्यानंतर प्रदीप्त झालेल्या अग्नीमध्यें होम केला व सर्व वृद्ध ब्राह्मणांना आणि सासूसासऱ्यांना क्रमानें नमस्कार करून व हात जोडून ती विनयानें उभी राहिली. तेव्हां तपोवनामध्यें वास्तव्य करणाऱ्या सर्व मुनींनीं तिला हितकारक आणि शुभ असे—वैधव्य न येण्याविषयींचे आशीर्वाद दिले. त्यावर सावित्रीनें 'तथास्तु' असें ह्मणून मनःपूर्वक त्या तपस्वी लोकांच्या उक्तींचा अंगीकार केला. पुढें नारदाचें भाषण मनांत घोळत असल्यामुळें अत्यंत दुःखाकुल होऊन गेलेली ती राजकन्या सावित्री त्या कालाची आणि त्या मुहूर्ताची प्रतीक्षा करीत राहिली. पुढें, हे भरतकुलश्रेष्ठा, एकांतामध्यें बसलेल्या त्या राजपुत्री सावित्रीस तिचे सासूसासरे प्रेमानें ह्मणूं लागले.

सासूसासरे ह्मणाले:——तूं जसें सांगितलें होतेंस त्याप्रमाणें व्रत तडीस नेलेंस. आतां तुझा भोजन करण्याचा समय प्राप्त झाला आहे. ह्यास्तव, तें करून नंतर पुढें काय करावयाचें असेल तें कर.

सावित्री ह्मणाली:-सूर्यास्तानंतर माझी कांहीं इष्ट गोष्ट करून नंतर भोजन करावयाचें असा माझा विचार आहे आणि त्याप्रमाणें मीं संकल्पही केलेला आहे.

मार्कंडेय ह्मणाले:—ह्याप्रमाणें सावित्री भोजनासंबंधानें भाषण करीत असतां सत्यवान् खांद्यावर परशु घेऊन अरण्यामध्यें जावयास

निघाला. त्या वेळीं सावित्री त्याला ह्मणाली कीं, ' आपण एकटेच जाऊं नका. मीही आपल्याबरोबर येतें. कारण, आपणांला सोडून रहाण्याचा मला धीर होत नाहीं !'

सत्यवान् ह्मणालाः—सुंदरि, तूं पूर्वीं केव्हांही वनांत गेलेली नाहींस; मार्गही बिकट आहे; आणि तूं व्रतसंबंधीं उपवास केल्यामुळें क्षीणही झालेली आहेस. तेव्हां तुला पायांनीं कसें चालतां येईल ?

सावित्री ह्मणालीः—मी उपवासानें म्लान झालेली नाहीं, मला श्रमही झालेले नाहींत व वनांत जाण्याविषयीं मला उत्साहही आहे. ह्यास्तव, आपण माझा निषेध करणें योग्य नाहीं.

सत्यवान् ह्मणालाः—जर येण्याची तुला हौसच आहे तर मीही तुला प्रिय असलेली ही गोष्ट करीन. पण तूं माझ्या वडिलांना विचारून ये. कारण, हा दोष मजवर येऊं नये.

मार्कंडेय ह्मणालेः—हें ऐकून ती महाव्रतनिष्ठ सावित्री सासूसासऱ्यांस ह्मणाली कीं, हा माझा भर्ता फळें आणण्यासाठीं मोठ्या अरण्यांत जात आहे. यास्तव, आपणां उभयतांच्या अनुज्ञेनें त्याच्याबरोबर वनांत जावयास निघावें अशी माझी इच्छा आहे. कारण, आज मला त्याचा विरह सहन करितां येणें शक्य नाहीं. आपला हा पुत्र वडिलांच्या आणि अग्निहोत्राच्या कार्यासाठीं वनाकडे निघाला आहे, ह्मणूनच त्याचें निवारण करितां येत नाहीं; नाहीं तर निवारण करितां आलें असतें. शिवाय, मला आश्रमांत येऊन कांहीं थोडा काल उणा, नाहीं तर वर्ष झालें आहे. पण तेव्हांपासून मी आश्रमांतून बाहेर पडलें नाहीं. ह्यामुळें हें प्रफुल्ल झालेलें वन अवलोकन करण्याची मला फार इच्छा झाली आहे.

द्युमत्सेन ह्मणालाः—सावित्रीच्या पित्यानें मला ती सून ह्मणून जेव्हां अर्पण केली तेव्हांपासून आजपर्यंत तिनें मजकडे कोणत्याही प्रकारची याचना केल्याचें मला स्मरत नाहीं. सारांश, ही हिची पहिलीच प्रार्थना आहे. तेव्हां आपल्या इच्छेप्रमाणें ही माझी स्नुषा आपला मनोरथ पूर्ण करून घेऊं दे. (सावित्रीकडे वळून) मुली, मार्गांत सत्यवानाकडे दुर्लक्ष्य मात्र होऊं देऊं नको हो !

मार्कंडेय ह्मणालेः—ह्याप्रमाणें त्या उभयतांनीं अनुज्ञा दिल्यानंतर ती कीर्तिसंपन्न सावित्री अंतःकरणांत दुःख होतें तरीही हसत हसत पतीबरोबर निघून गेली. तदनंतर मयूरसमुदायांचें वास्तव्य असलेलीं आश्चर्यकारक अनेक रम्य वनें त्या विशाललोचनेनें अवलोकन केलीं. पुढें ' निर्मल प्रवाह असलेल्या नद्या आणि प्रफुल्ल झालेले हे उत्कृष्ट प्रकारचे वृक्ष अवलोकन कर ' असें सत्यवानानें सावित्रीस मधुर शब्दांनीं सांगितलें, त्या वेळीं ती अनिंद्य स्त्री सावित्री प्रत्येक स्थितीमध्यें पतीकडे सूक्ष्मपणें अवलोकन करीत होती; व नारद मुनींच्या भाषणाचें स्मरण होत असल्यामुळें आतां वेळ येतांच हा खात्रीनें मृत्यु पावणार असें समजून ती मंदगति सावित्री आपल्या पतीच्या मागून चालली होती; आणि त्या काळाकडे लक्ष्य जातांच तिच्या अंतःकरणाचीं दोन शकलें झाल्यासारखीं होत होतीं !

अध्याय दोनशें सत्याणववा.

—:०:—

सत्यवानाचा मृत्यु.

मार्कंडेय ह्मणालेः—नंतर भार्येस बरोबर घेऊन गेलेला तो वीर्यसंपन्न सत्यवान् फळें काढून घेऊन त्यांच्या योगानें टोपली भरून नंतर लांकडें तोडूं लागला. ह्याप्रमाणें लांकडें तोडूं लागतांच त्याच्या अंगास घाम आला व त्या श्रमानें त्याच्या मस्तकांत वेदना उत्पन्न

झाली. तेव्हां श्रमानें पीडित झालेला तो सत्यवान् आपल्या प्रिय पत्नीजवळ जाऊन ह्मणाला.

सत्यवान् ह्मणालाः—सावित्री, ह्या श्रमानें माझ्या मस्तकांत वेदना उत्पन्न झाली आहे आणि माझे सर्व अवयव म्लान होऊन गेले असून अंतःकरण खिन्न झाल्यासारखें झालें आहे. तसेंच, हे मितभाषिणि, माझें अंतःकरण अस्वस्थ झाल्यासारखें भासत असून मस्तक अनेक शूलांच्या योगानें विद्ध झाल्यासारखें वाटत आहे. ह्यास्तव, हे कल्याणि, मला आतां निजावें असें वाटतें. आतां उभें राहण्याची मला शक्ति नाहीं.

राजा युधिष्ठिरा, हें ऐकून सावित्री आपल्या पतीजवळ गेली आणि त्याचें मस्तक आपल्या मांडीवर ठेवून घेऊन भूतलावर बसली. तदनंतर नारद मुनींच्या भाषणाचा विचार करीत असल्यामुळें त्या तपोनिष्ठ सावित्रीला तो दिवस, तो मुहूर्त, तो क्षण आणि ती वेळ जुळून आली आहे असें वाटलें. पुढें दोन घटका होत आहेत तोंच तिला सत्यवानाच्या जवळ येऊन त्याजकडे अवलोकन करीत असलेला एक पुरुष दिसला. त्यानें आरक्तवर्ण वस्त्र परिधान केलें होतें; मस्तकावर किरीट धारण केलें होतें. त्याचें शरीर फार सुंदर व तेज सूर्यासारखें होतें; त्याच्या शरीराचा वर्ण सांवळा पण किंचित् गोरेपणावर असून नेत्र आरक्तवर्ण होते; आणि त्यानें हातांत पाश धारण केलेला होता व तो भयंकर दिसत होता. त्याला अवलोकन करितांच सावित्रीच्या हृदयास कंप सुटला व ती एकदम उठून हलकेच पतीचें मस्तक खालीं ठेवून हात जोडून दुःखाकुलपणें ह्मणाली.

सावित्रीयमसंवाद.

सावित्री ह्मणालीः—आपण देव आहां, हें मी ओळखिलेलें आहे. कारण, हें आपलें शरीरच अमानुष आहे. ह्यास्तव, हे देवाधिपते, आपण माझी इच्छा असल्यामुळें एवढें सांगा कीं, आपण आहां कोण ? आणि काय करूं इच्छीत आहां ?

यम ह्मणालाः—सावित्री, तूं पतिव्रताही आहेस आणि तपोनिष्ठही आहेस. ह्यामुळेंच मी तुजशीं भाषण करितों. हे कल्याणि, तूं मला यम समज. हा जो तुझा पति राजपुत्र सत्यवान् त्याचें आयुष्य नष्ट झालेलें आहे. तेव्हां आतां मी ह्याला बद्ध करून घेऊन जाणार ! हेंच माझें येथें कर्तव्य आहे असें समज.

सावित्री ह्मणालीः—हे भगवन् , मनुष्यांना नेण्यासाठीं आपले दूत येत असतात, असें ऐकण्यांत आहे. मग, हे प्रभो, आपण येथें स्वतः काय ह्मणून आलां ?

ह्याप्रमाणें तिनें विचारिल्यानंतर पितरांचा अधिपति भगवान् यम तिच्या अभीष्टसिद्ध्यर्थ तिला आपलें सर्व कर्तव्य यथास्थितपणें सांगूं लागला. तो ह्मणाला, ' हा सत्यवान् धर्मसंपन्न, रूपवान् आणि गुणांचा जणू समुद्रच आहे. ह्यामुळें ह्याला माझ्या दूतांनीं नेणें योग्य नाहीं. ह्मणूनच मी स्वतः आलों आहें. '

इतकें बोलून नंतर यमानें सत्यवानाच्या देहांतून पाशानें बद्ध केलेला व आपल्या अधीन झालेला असा एक अंगठ्याएवढा पुरुष जोरानें ओढून काढिला. तेव्हां, प्राण वर काढल्यामुळें सत्यवानाचें तें शरीर श्वासोच्छ्वासशून्य, निस्तेज, चलनवलनादिक्रियारहित आणि दिसण्यांतही अप्रिय होऊन गेलें. तदनंतर यम त्याला बांधून घेऊन दक्षिणेकडे तोंड करून प्रयाण करूं लागला. तेव्हां नियमपूर्वक आचरण केलेल्या व्रताच्या योगानें अत्यंत सिद्धि पावलेली ती महाभाग्यशाली पतिव्रता सावित्री दुःखाकुल होऊन यमाच्याच मागून जाऊं लागली. हें पाहून

यम ह्मणाला, ' सावित्रि, फीर आतां मागें ! आणि ह्याचें और्ध्वदेहिक कर. तूं पतीच्या ऋणाची फेड केली आहेस आणि जेथवर जावयाचें तेथवर ह्याच्या मागून गेलीही आहेस. '

सावित्री ह्मणाली:—माझ्या पतीला जिकडे नेलें जाईल अथवा तो स्वतः जिकडे गमन करील तिकडेच मींही जावें हा सनातन धर्म आहे. तप, गुरुभक्ति, पतिप्रेम, व्रत आणि आपला अनुग्रह ह्यांच्या योगानें माझी गतिही अकुंठित आहे. धर्मशास्त्रांतील तत्त्वांचें ज्ञान असलेले लोक सात पावलें बरोबर चालल्यास अथवा सात पदें बोलल्यास मैत्री होते असें ह्मणतात, ह्यामुळें आतां आपली व माझी मैत्री जडली आहे. ह्मणूनच मैत्रीच्या अनुरोधानें मी कांहीं सांगणार आहें तें ऐका. ' ज्ञानसंपन्न लोक ब्रह्मचर्य, गृहस्थ, वानप्रस्थ आणि संन्यास ह्या आश्रमांतील धर्मांचें आचरण करीत असतात व हा धर्म आत्मज्ञानाचें साधन आहे असे उद्गार काढीत असतात. ह्मणूनच आश्रमधर्म हा मुख्य होय असें सज्जन ह्मणत असतात. त्यांतूनही, आपणास उचित अशा एका आश्रमधर्माचें सज्जनांस मान्य होईल अशा रीतीनें आचरण केल्यास इतर आश्रमांतील धर्म आपोआप त्याच्यामागून येतात. ह्मणूनच, आपणास योग्य अशा एका आश्रमधर्माचें आचरण करिते वेळीं दुसऱ्या अथवा तिसऱ्या आश्रमधर्माची इच्छाही करूं नये. सारांश, आश्रमधर्मांतही स्वोचित आश्रमाचेंच अनुष्ठान करणें मुख्य होय. ' असें सज्जनांनीं सांगितलेलें आहे. ह्यास्तव; आपण माझ्या पतीला नेऊन ह्या आमच्या गार्हस्थ्यधर्माचा विध्वंस करूं नका.

यम ह्मणालाः—सावित्रि, जा आतां परत ! जींतील प्रत्येक स्वररूपी अक्षर आणि व्यंजनें हीं देखील सहेतुक आहेत, अशा ह्या तुझ्या वाणीनें मी संतुष्ट झालों आहें. ह्यास्तव तूं वर मागून घे. हे अनिंदिते, मी ह्या सत्यवानाच्या जीवितावांचून तुला सर्व कांहीं देईन.

सावित्री ह्मणाली:—माझा श्वशुर अंध व स्वराज्यभ्रष्ट होऊन वनाचा अवलंब करून आश्रमामध्यें राहिलेला आहे. तो आपल्या प्रसादाच्या योगानें दृष्टि प्राप्त होऊन अग्नि किंवा सूर्य ह्यांप्रमाणें तेजस्वी व बलाढ्य भूपति होवो.

यम ह्मणालाः—हे अनिंदिते सावित्रि, मी तुला वर देत आहें. ह्यास्तव तूं जें जें कांहीं बोललीस त्याप्रमाणें सर्व घडून येईल. आतां तुला मार्ग चालल्यामुळें ग्लानि आल्यासारखी दिसत आहे तेव्हां तूं परत जा. तुला उगीच श्रम नकोत.

सावित्री ह्मणाली:—पतीच्या संनिध असतांना मला श्रम कोठून होणार ? जिकडे पति असेल तिकडेच मीं जावयाचें हें अगदीं निश्चित आहे. ह्यास्तव, आपण जिकडे पतीस नेत असाल तिकडेच मीही जाणार ! असो; हे देवाधिपते, आतां पुनरपि माझें ह्मणणें ऐकून घ्या. सज्जनांचा श्रेष्ठ असा समागम एकदाच घडला ह्मणजे त्याला संगत व तदनंतर पुढें समागम घडल्यास मैत्री असें ह्मणतात. सत्पुरुषांशीं संगतच झालें तरीही तें निष्फल होत नाहीं. ह्मणूनच सज्जनांच्या समागमास राहिलें पाहिजे.

यम ह्मणालाः—तूं जें हें भाषण केलेंस तें माझ्या अंतःकरणास हवें आहे अशा प्रकारचें, ज्ञानी लोकांच्याही बुद्धीस वृद्धिंगत करणारें आणि हितकारक आहे. ह्यास्तव, हे सुंदरि, तूं पुनरपि ह्या सत्यवानाच्या जीवितावांचून दुसरा कोणताही वर मागून घे.

सावित्री ह्मणाली:—माझ्या ज्ञानसंपन्न श्वशुराचें पूर्वीं शत्रूंनीं हरण केलेलें राज्य त्याला मिळावें आणि त्याच्या हातून स्वधर्माचा त्याग घडूं नये हा मी आपणापाशीं दुसरा वर मागून घेतें.

यम ह्मणालाः—तुझा श्वशुर जो नृपति द्युमत्सेन त्याला स्वराज्याची प्राप्ति होईल व त्याच्या हातून स्वधर्मत्यागही घडणार नाहीं. असो; हे राजपुत्रि, मीं हा तुझा मनोरथ पूर्ण केला आहे. तेव्हां आतां परत फीर. तुला उगीच श्रम नकोत.

सावित्री ह्मणालीः—आपण ह्या सर्व प्रजा नियमानें बद्ध करून टाकिल्या असून ह्यांचें नियमन करून यांना स्वेच्छेप्रमाणें घेऊनही जातां. ह्मणूनच, हे देवा, यम अशी आपली प्रसिद्धि झालेली आहे. असो; आतां मी आणखी कांहीं भाषण करितें तें ऐका. कोणाही प्राण्याचा क्रियेनें, अंतःकरणानें अथवा वाणीनें द्वेष न करणें, इतकेंच नव्हे, तर त्याजवर अनुग्रह करणें आणि त्याला दान करणें हा सज्जनांचा सनातन धर्म होय. ह्या लोकामध्यें देखील प्रायः अशाच प्रकारची रीति आहे. सामान्य मनुष्यें सुद्धां सामर्थ्यसंपन्न असून मृदु अर्थात् दुसऱ्यास पीडा न देणारीं अशीं असतात; आणि सज्जन तर शत्रु देखील जरी आपल्या पुढें आले तरी त्यांजवर दया करीत असतात.

यम ह्मणालाः—एखाद्या तृषाक्रांत झालेल्या मनुष्यास मिळालेलें उदक जसें असावें तशा प्रकारचें हें तूं उच्चारलेलें वाक्य तृप्तिकारक आहे. ह्यास्तव, हे कल्याणि, तूं पुनरपि ह्या ठिकाणीं ह्या सत्यवानाच्या जीविताखेरीज तुझ्या इच्छेस वाटेल तो वर मागून घे.

सावित्री ह्मणालीः—माझा पिता पृथ्वीपति आहे, पण त्याला संतति नाहीं. ह्यास्तव, त्याला कुलाची अभिवृद्धि करणारे शंभर औरस पुत्र व्हावे हा तिसरा वर मी आपणाजवळ मागून घेतें.

यम ह्मणालाः—हे कल्याणि, तुझ्या पित्याला अत्यंत तेजस्वी आणि कुलाची अभिवृद्धि करणारे शंभर पुत्र होतील. हा तुझा मनोरथ पूर्ण झाला आहे. तेव्हां आतां, हे राजकन्ये, तूं परत जा. कारण, तूं मार्गापासून दूर आलेली आहेस.

सावित्री ह्मणालीः—पतीच्या संनिध असल्यामुळें मला हें कांहीं दूर नाहीं. कारण, माझें मन ह्याहीपेक्षां दूर धावत आहे. असो; जातां जातांच माझ्या तोंडांत असलेले हे कांहीं शब्द सांगतें तेवढे ऐकून घ्या. आपण विवस्वानाचे (सूर्याचे) प्रतापशाली पुत्र आहां. ह्मणूनच आपणाला ज्ञानसंपन्न लोक वैवस्वत असें ह्मणतात. तसेंच आपण सर्वांस सारखाच लागू केलेला जो धर्म त्याच्या अनुरोधानें ह्या प्रजा वागत असतात. ह्मणूनच, हे ईश्वरा, आपणाला ह्या लोकामध्यें धर्मराज असें ह्मणत असतात. खरोखर मनुष्याचा सज्जनांवर जो विश्वास असतो तो स्वतःवर देखील नसतो. प्रत्येक मनुष्य विशेषेंकरून सज्जनांवर प्रेम करण्याची इच्छा करीत असतो. कोणत्याही प्राण्याचा विश्वास ह्मणून जो जडतो त्याचें कारण प्रेमच होय व सज्जनाचे ठिकाणीं तें असतें ह्मणून लोक विशेषेंकरून सज्जनांवर विश्वास ठेवितात.

यम ह्मणालाः—हे कल्याणि स्त्रिये, तूं जें हें भाषण केलेंस अशा प्रकारचें भाषण तुजवांचून दुसऱ्या कोणाच्याही तोंडून मीं ऐकिलेलें नाहीं. ह्या तुझ्या भाषणानें मीं संतुष्ट झालों आहें. ह्यास्तव, ह्या सत्यवानाच्या जीविता-वांचून चौथा वर मागून घे आणि निघून जा.

सावित्री ह्मणालीः—मजपासून सत्यवानास बल आणि वीर्य ह्यांच्या योगानें शोभणारे व आह्मां उभयतांच्याही कुलाचा उद्धार करणारे शंभर औरस पुत्र व्हावे. हा चौथा वर मी आपणापाशीं मागतें.

यम ह्मणालाः—हे स्त्रिये, तुला आनंददायक व बलवीर्यशाली शंभर पुत्र होतील.

असो; हे राजकन्ये, तुला उगीच श्रम नकोत. जा आतां परत. तूं फारच लांबवर आली आहेस.

सावित्री ह्मणाली:--सज्जनांचें धर्माचरण सदोदित अढळ असतें. ते धर्माचरणाच्या कामीं केव्हांही मागें पाय काढीत नसतात व त्यामुळें तें करितांना दुःखही पावत नसतात. तसेंच, सज्जनांशीं झालेला सज्जनांचा समागम केव्हांही निष्फल होत नसतो; सज्जन केव्हांही भीति पावत नसतात; सज्जन सत्याच्या योगानें सूर्याचें संरक्षण करीत असतात; व सज्जन तपोबलाच्या योगानें भूमीचें पोषण करीत असतात. सारांश, हे धर्मराज, सज्जन हेच पूर्वी होऊन गेलेल्या व पुढें होणाऱ्या अर्थात् वर्तमानकालीं असणाऱ्याही लोकांस आधारभूत आहेत; व सज्जन सज्जनांमध्यें असले ह्मणजे ते केव्हांही क्लेश पावत नसतात. 'श्रेष्ठ लोकांनीं ह्या मार्गाचा अवलंब केलेला आहे.' असें समजून सज्जन दुसऱ्याचें कार्य करीत असतात; व त्याकरितां ते प्रत्युपकाराची अपेक्षा करीत नाहींत. सज्जनांवर अनुग्रह केला तर तो निष्फल होत नाहीं; त्यांना दिलेलें द्रव्य नष्ट होत नाहीं; व त्यांचा बहुमान केला तरीही तो फुकट जात नाहीं. ही स्थिति सदोदित सज्जनांच्या ठिकाणीं नियमानें वास्तव्य करीत असते ह्मणूनच ते संरक्षणकर्ते असतात.

यम ह्मणाला:—हे पतिव्रते, तूं माझ्या अंतःकरणास अनुकूल असलेलें व उत्कृष्ट पदें आणि विपुल अर्थ ह्यांनीं युक्त असलेलें हें धर्मसंबंधीं भाषण जसजसें करीत आहेस, तसतशी माझी तुजवर उत्कृष्ट प्रकारची भक्ति बसत आहे. ह्यास्तव, तूं अप्रतिम असा वर मागून घे.

सावित्री ह्मणाली:—हे संमानदायका, इतर वरांमध्यें "सत्यवानाच्या जीवितावांचून" हें माझ्या पापाचें फलच असें जें वाक्य होतें तें ह्या वरामध्यें नाहीं. ह्यास्तव, मी हा सत्यवान् जिवंत होऊं दे असा वर मागून घेतें. कारण, पतीवांचून मी अशा स्थितींत राहणें ह्मणजे मरणेंच आहे. मला पतीवांचून सुखाची, स्वर्गाची अथवा लक्ष्मीचीही इच्छा नसून पतीचा वियोग होत असेल तर जिवंत राहण्याचीही इच्छा नाहीं. पूर्वी आपणच मला शंभर पुत्र होतील असा वर दिला; आणि आपणच माझ्या पतीलाही घेऊन चाललां आहां; तेव्हां तो वर खरा व्हावा तरी कसा? म्हणूनच हा सत्यवान् जिवंत होवो असा मी वर मागतें व आपण तो द्या, ह्मणजे आपलेंच भाषण खरें होईल!

ह्यावर 'ठीक आहे' असें म्हणून तो पाश सोडून देऊन अंतःकरण आनंदित झालेला सूर्यपुत्र धर्मराज यम सावित्रीस असें म्हणाला, 'हे स्वकुलानंदकारिणि कल्याणि सावित्री, हा तुझा पति मीं सोडून दिला आहे. आतां हा निरोगी, तुझें पोषण करणारा व मनोरथ पूर्ण होणारा असा होईल व त्याचें आयुष्य चारशें वर्षें होऊन त्याला तुझ्या साहाय्यानें धर्मप्राप्ति होईल. तसेंच, हा सत्यवान् यज्ञयाग करून धर्माच्या योगानें प्रख्यात होऊन तुझ्या ठिकाणीं शंभर पुत्र उत्पन्न करील व ते सर्वही क्षत्रियकुलोत्पन्न राजे पुत्रपौत्रादिकांनीं युक्त होतील; आणि ते तुझ्या नांवानें प्रसिद्ध होऊन इहलोकामध्यें कीर्तीच्या रूपानें अक्षय होऊन रहातील. त्याचप्रमाणें तुझी माता मालवी हिच्या ठिकाणीं पुत्रपौत्रादिकांनीं युक्त व ह्मणूनच शाश्वत असे मालवनामक पुत्र अर्थात् तुझे बंधु होतील आणि हे क्षत्रिय प्रत्यक्ष देवांच्या तोडीचे निपजतील.'

सत्यवानाचें पुनरुज्जीवन व सावित्रीशीं संवाद.

ह्याप्रमाणें तिला वर दिल्यानंतर तो प्रतापशाली धर्मराज यम सावित्रीला परत पाठवून

आपल्या मंदिराकडे निघून गेला. तो निघून गेल्यानंतर पतीची प्राप्ति झालेली सावित्री ज्या ठिकाणीं तिच्या पतीचें गतप्राण झालेलें शरीर पडलें होतें त्या ठिकाणीं गेली; व आपला पति भूमीवर पडला आहे असें पाहून त्याच्याजवळ जाऊन त्याला आपल्यापाशीं घेऊन व त्याचें मस्तक आपल्या मांडीवर ठेवून भूमीवर बसली. तेव्हां तो पुनरपि जिवंत होऊन प्रवासांतून आल्याप्रमाणें वारंवार प्रेमानें सावित्रीकडे पाहून बोलूं लागला.

सत्यवान् ह्मणालाः—अरे ! मी पुष्कळ वेळ निजलों ! मला कां बरें उठविलें नाहींस ? आणि मला ज्यानें ओढून नेलें होतें तो श्याम-वर्ण पुरुष कोठें आहे ?

सावित्री ह्मणालीः—हे नरश्रेष्ठा, आपण माझ्या मांडीवर पुष्कळ वेळपर्यंत निजलां; प्रजांचें संयमन करणारा तो भगवान् देव यम निघून गेला. हे महाभाग्यशाली राजपुत्रा, आपण झोंपेंतून जागे झाले आहां आणि आपण विसावाही घेतला आहे. यास्तव, जर शक्य असेल तर उठा; ही पहा आतां रात्र पडूं लागली.

मार्कंडेय ह्मणालेः—तदनंतर सुखानें झोंप घेऊन तींतून उठावें त्याप्रमाणें शुद्धीवर येऊन उठलेला तो सत्यवान् सर्व दिशांकडे आणि वनप्रदेशाकडे अवलोकन करून म्हणाला, “ सुंदरि, फळें हरण करण्यासाठीं मी तुजबरो-बर निघालों; पुढें येथें आल्यानंतर काष्ठें तोडीत असतां माझ्या मस्तकांत कळ येऊं लागली; तेव्हां त्या शिरोव्यथेनें संतप्त झाल्यामुळें मला फार वेळ उभें राहतां येईना म्हणून मी तुझ्या मांडीवर निजलों, येवढ्या गोष्टीची हे कल्याणि, मला स्मृति आहे. तूं मला मांडीवर घेतल्या-नंतर निद्रेनें माझ्या अंतःकरणास घेरलें; तद-नंतर माझ्या डोळ्याला फार भयंकर अंधेरी आली व लागलीच एक महातेजस्वी पुरुष दिसूं लागला. तेव्हां, हे सुंदरि, तुला जर माहिती असेल तर तें काय हें मला सांग; तें काय मला स्वप्नच पडलें किंवा खरोखर घडलें ? ” यावर सावित्री त्याला म्हणाली, आतां रात्र पडूं लागली आहे. तेव्हां, हे राजपुत्रा, येथें काय काय वृतान्त घडला तें मी उद्यां निवेदन करीन. उठा, उठा, आपलें कल्याण होवो ! हे सुव्रता, आतां आपल्या पित्याचें दर्शन घ्या. ही पहा रात्र पडली, सूर्य अस्तास गेला. या वेळीं क्रूरपणानें भाषण करणारे निशाचर संचार करूं लागले आहेत. पशु अरण्यांत संचार करीत असल्यामुळें होणारे वृक्षांच्या पर्णांचे आवाज ऐकूं येत आहेत, ह्या कोल्ह्या नैर्ऋत्य दिशेकडे उभ्या राहून भयंकर रीतीनें आवाज काढीत आहेत, ह्यामुळें माझ्या अंतःकरणाचा थरकांप होऊन जात आहे.

सत्यवान् म्हणालाः—हें वन फारच भयंकर असून अंधकारानेंही व्याप्त होऊन गेलें आहे, यामुळें तुला मार्गही कळावयाचा नाहीं व जातांही यावयाचें नाहीं.

सावित्री म्हणालीः—आज हें वन दावाग्नीनें दग्ध झाल्यामुळें शुष्क झालेल्या वृक्षांवर वारा लागून पेटत असलेला अग्नि कोठें कोठें दिसत आहे; तेव्हां तेथून अग्नि आणून मी चोहोंकडे पेटवून देतें. शिवाय येथें काष्ठेंही आहेत, तेव्हां आपण काळजी सोडून द्या. कदाचित् आप-णाला चालतां येणें शक्य नसेल; कारण, आपण अद्यापिही रुग्णावस्थेंत आहां असें दिसत आहे; तेव्हां जर असें असेल व हें अरण्य अंधकारानें व्याप्त झाल्यामुळें आपणांस मार्ग कळणें शक्य नसेल तर, हे निष्पापा, आपली इच्छा असल्यास आपण उभयतां एक रात्र येथें राहून आपल्या मताप्रमाणें उद्यां

सकाळीं वनांतील मार्ग दिसूं लागल्यानंतर निघून जाऊं.

सत्यवान् ह्मणालाः–आतां माझ्या मस्तकाची व्यथा शांत झाली असून शरीरालाही स्वस्थता आल्यासारखें वाटत आहे. तेव्हां आतां तुझ्या अनुग्रहानें मातापितरांची भेट घ्यावी अशी माझी इच्छा आहे. कारण, मी केव्हांही आश्रमांत अवेळीं गेलेला नाहीं. संध्याकाळ होण्यापूर्वीच माझी माता मला बाहेर जाण्याविषयीं प्रतिबंध करीत असते. मी जरी दिवसां कोठेंही निघून गेलों तरीही माझे मातापितर काळजी करीत रहातात व माझा पिता आश्रमवासी लोकांसहवर्तमान माझा शोध करूं लागतो. पूर्वी मला येण्यास वेळ लागल्यामुळें अत्यंत दुःखाकुल होऊन " तूं फार वेळानें येतोस " असें मला माझे मातापितर अनेक वेळ बोलले आहेत; तेव्हां आज माझ्या संबंधानें त्यांची स्थिति कशी झाली असेल याची मला काळजी वाटत आहे. खरोखर मी डोळ्यांपुढें नसल्यानें त्यांना अतिशय दुःख होत असेल. पूर्वी ते माझे प्रेमळ मातापितर एकदा रात्रीं मला विलंब झाल्यामुळें अत्यंत दुःखाकुल होऊन नेत्रांतून अश्रु ढाळीत मला अनेकवार ह्मणाले कीं, " बाळा तुझ्यावांचून आह्मी एक क्षणभरही जिवंत राहणार नाहीं. मुला, जोंवर तूं सुखरूप आहेस तोंवरच खरोखर आमचें जीवित! तूं अंध झालेल्या आह्मां वृद्धांची दृष्टि आहेस; तूंच आमच्या वंशाचा आधारही आहेस; आणि आमचा पिंड, कीर्ति व वंश हीं सर्व तुजवरच अवलंबून आहेत. " हे सुंदरि , माझे मातापितर वृद्ध असून त्यांना आधार काय तो मीच आहें; तेव्हां जर रात्रीं मी त्यांना दिसलों नाहीं तर त्यांची अवस्था काय होईल? माझा पिता आणि उपकार करणारी माझी माता ह्या उभयतांना बुचकळ्यांत पाडणाऱ्या ह्या निद्रेचा मला फारच राग आलेला आहे. मी देखील संकटांत पडलों असून मला फारच दुःख होत आहे. खरोखर मातापितरांवांचून जिवंत राहण्याची मला उत्सुकता नाहीं. मी आश्रमांत गेलों नाहीं तर अन्तःकरण घोंटाळून जाऊन माझा अंध पिता प्रत्येक वेळीं आश्रमांतील लोकांना विचारीत असतो. हे कल्याणि, मला माझ्या पित्याविषयीं आणि आपल्या पतीच्या अनुरोधानें वागणाऱ्या अत्यंत दुर्बल मातेविषयीं जितकें वाईट वाटतें, तितकें स्वतः संबंधानेंही वाटत नाहीं. कारण, आज ह्या माझ्या कृत्यानें ते फार काळजींत पडले असतील. ते जिवंत आहेत तोपर्यंत त्यांच्या अनुरोधानें वागून मीं त्यांचें पोषण केलें पाहिजे. त्यांच्याच जिवावर मी जगलों आहें. त्यांना अभीष्ट असेल तेंच केलें पाहिजे असें मी समजतों.

मार्कंडेय ह्मणालेः–असें बोलून तो पितृप्रिय आणि पितृभक्त धर्मात्मा सत्यवान् दुःखाकुल होऊन हात वर करून मोठ्यानें रडूं लागला. तेव्हां शोकाकुल झालेल्या आपल्या पतीची ती अवस्था अवलोकन करून धर्मनिष्ठ सावित्री त्याच्या नेत्रांतील अश्रु पुसून ह्मणाली, " जर मीं कांहीं तप केलें असेल, दान केलें असेल, अथवा हवन केलें असेल, तर माझ्या सासूसासऱ्यांना, पतीला व मला ही रात्र सुखकारक होवो. मीं स्वच्छंदपणानें गोष्टी करतांनाही केव्हां असत्य भाषण केल्याचें मला स्मरत नाहीं, ही गोष्ट सत्य असल्यामुळें तिच्या प्रभावानें माझे सासूसासरे जिवंत राहोत. "

सत्यवानाचें सावित्रीसह आश्रमाकडे प्रयाण.

सत्यवान् म्हणालाः—सावित्रि, मला मातापितरांचें दर्शन घेण्याची इच्छा आहे. चल, उशीर लावूं नको. सुंदरि, मी तुला सत्य

स्मरून सांगतों कीं, माझ्या मातापितरांवर कांहीं अनिष्ट प्रसंग आलेला जर माझ्या दृष्टीस पडेल तर मी कांहीं जिवंत राहणार नाहीं. यास्तव जर तुझें धर्माकडे लक्ष्य असेल, मीं जिवंत रहावें अशी जर तुझी इच्छा असेल, आणि जर तुला माझें अभीष्ट कर्तव्य असेल, तर आपण उभयतां आश्रमाकडे जाऊं.

मार्कंडेय ह्मणाले:—तदनंतर प्रेमशालिनी सावित्रीनें उठून आपले केश बांधले आणि पतीला हातानें धरून उठविलें, तेव्हां सत्यवान् उठला आणि आपल्या अंगावरून हात फिरवून चोहोंकडे अवलोकन केल्यानंतर फळें भरलेल्या त्या टोपलीकडे पाहूं लागला. तेव्हां त्याला सावित्री म्हणाली, " हीं फळें आपणांस उद्यां नेतां येतील. आतां आपणांला मार्गांतून सुखरूपपणें जातां यावें म्हणून मी हा परशु तेवढा बरोबर घेतें. " असें म्हणून फळें भरलेली टोपली वृक्षाच्या फांदीस अडकवून ठेवून परशु घेऊन ती पतीच्या सन्निध आली. तदनंतर आपल्या डाव्या खांद्यावर पतीचा हात ठेवून घेऊन व उजव्या हातानें त्याला आलिंगन देऊन ती गजगामिनी सुंदरी गमन करूं लागली.

सत्यवान् म्हणाला:—हे भीरु, मी इकडून पुष्कळ वेळां गेलों असल्यानें मला येथील मार्ग माहीत आहेत. शिवाय, वृक्षांच्या फटींतून पडलेल्या चंद्रप्रकाशानें मार्ग दिसतही आहे. त्यावरून, आम्हीं ज्या मार्गानें येऊन फळें तोडिलीं तोच हा मार्ग आहे; यास्तव, हे कल्याणि, तूं आलीस तशीच चालूं लाग.मार्गाविषयीं कांहीं विचार करूं नको. हा जो पुढें पलाशवृक्षांचा समुदाय दिसत आहे तेथें मात्र दोन मार्ग झाले आहेत. त्यांपैकीं उत्तरेकडील मार्गानें जा. चल लवकर. आतां मला स्वस्थता वाटत आहे; शक्तिही आली आहे आणि मातापितरांना अवलोकन करण्याचीही अतिशय इच्छा झाली आहे. असें बोलत बोलत तो आश्रमाकडे त्वरेनें गेला.

अध्याय दोनशें अठ्याण्णवावा.

—:०:—

सत्यवानाची आणि त्याच्या मातापितरांची भेट.

मार्कंडेय म्हणाले:—त्याच वेळीं महाबली द्युमत्सेनाचें अंधत्व नष्ट झाल्यामुळें त्याला सर्व कांहीं निर्मल दृष्टीनें अवलोकन करितां येऊं लागलें. तेव्हां, हे भरतकुलश्रेष्ठा, आपल्या शैब्यकुलोत्पन्न भार्येसहवर्तमान तो पुत्राचा शोध करण्यासाठीं सर्व आश्रमांतून फिरला व त्याची भेट न झाल्यामुळें अत्यंत दुःखाकुल झाला. ते उभयतां भार्यापति आश्रम, नदीतीर, वनें व सरोवरें यांजवर रात्रीं पुत्राचा शोध करण्यासाठीं फिरूं लागले. त्या वेळीं कशाचा तरी शब्द झाला कीं लागलीच आपला पुत्र आला असें वाटून ते वर तोंड करून पहात आणि हा सावित्रीसहवर्तमान सत्यवानच येत आहे असें म्हणत असत. याप्रमाणें चालतां चालतां त्यांचे पाय रूक्ष होऊन गेले; पाषाण वगैरे लागल्यामुळें त्यांना भेगाही पडल्या व कांटे वगैरे लागल्यामुळें जखमा होऊन त्यांजवर रक्ताचा जणू अभिषेकच झाला, व शरीरही दर्भ आणि कंटक यांनीं विद्ध होऊन गेलें. तथापि वेडे होऊन गेल्यासारखे होऊन ते पुत्राचा शोध करण्यासाठीं धावूं लागले. हें पाहून त्या सर्व आश्रमवासी ब्राह्मणांनीं जवळ जाऊन सभोंवतीं उभे राहून धीर देऊन त्यांना त्यांच्या आश्रमांत आणलें. तदनंतर त्या वृद्ध तपस्वी ब्राह्मणांनीं त्यांच्या सभोंवतीं बसून व पूर्वीच्या राजांच्या गोष्टींतील कांहीं आश्चर्यकारक भाग सांगून

त्याला आणि त्याच्या भार्येला धीर दिला. त्यामुळें जरी त्यांना धीर आला तरीही ते उभयतां वृद्ध पुत्रदर्शनाची इच्छा असल्यामुळें व त्याच्या बालावस्थेंतील आचरणाचें स्मरण होऊं लागल्यामुळें, अत्यंत दुःखाकुल होऊन केविलवाण्या स्वरानें " हाय, हाय ! हे पुत्रा, हे साध्वि स्नुषे ! तुह्मी कोठें आहां ? आहां कोठें ? " असें ह्मणत रोदन करूं लागले. तेव्हां सत्यवादी ब्राह्मण त्यांना असें ह्मणाले.

सुवर्चा म्हणाला:—ज्या अर्थी सत्यवानाची भार्या सावित्री तप, इंद्रियदमन आणि सदाचार ह्यांनीं युक्त आहे, त्या अर्थी सत्यवान् जिवंत आहे.

गौतम ह्मणाला:—मीं सांग वेदांचें अध्ययन केलें आहे; पुष्कळ तपाचाही मोठा संचय केला आहे; कुमारावस्थेंत ब्रह्मचर्यानें वागून गुरु आणि अग्नि ह्यांना संतुष्ट केलें आहे; एकाग्र अंतःकरणानें सर्वही व्रतांचें आचरण केलें आहे व केवळ वायुभक्षण करून सदोदित उपवासही केले आहेत. ह्या तपोबलानें मला दुसऱ्यांच्या अंतःकरणांत काय करावयाची इच्छा आहे तें समजतें. त्यावरून सत्यवान् जिवंत आहे असें मीं सांगतों. तें खरें आहे असें समज.

शिष्य म्हणाला:—ज्या अर्थी माझ्या गुरुजींच्या तोंडांतून निघालेलें वाक्य केव्हांही खोटें होत नाहीं, त्या अर्थी सत्यवान् जिवंत आहे.

ऋषि म्हणाले:—ज्या अर्थी सत्यवानाची भार्या सावित्री वैधव्योत्पत्ति न करणाऱ्या सर्व सुलक्षणांनीं युक्त आहे, त्या अर्थी सत्यवान् जिवंत आहे.

भारद्वाज म्हणाले:—ज्या अर्थी सत्यवानाची भार्या सावित्री तप, दम आणि सदाचार ह्यांनीं युक्त आहे त्या अर्थी तो जिवंत असलाच पाहिजे.

दाल्भ्य म्हणाले:-ज्या अर्थी तुला दिसूं लागलें आहे आणि सावित्री व्रत करून आहार केल्यावांचून निघून गेली आहे, त्या अर्थी सत्यवान् जिवंत असला पाहिजे.

धौम्य ह्मणाले:—ज्या अर्थी तुझा पुत्र सत्यवान् सर्वगुणसम्पन्न, लोकप्रिय आणि दीर्घायुष्यसूचक लक्षणांनीं युक्त आहे, त्या अर्थी तो जिवंत आहे.

मार्कंडेय ह्मणाले:—ह्याप्रमाणें त्या सत्यवादी तपस्वी लोकांनीं आश्वासन दिल्यानंतर त्या प्रत्येकाची योग्यता लक्ष्यांत आणून त्याला जरा धीर आला. तदनंतर त्याच रात्रीं पुढें दोन घटकांनीं आपला पति सत्यवान् ह्यासह सावित्री आश्रमाकडे आली व आनंदानें आंत गेली.

ब्राह्मण ह्मणाले:—हे पृथ्वीपते; तुला पुत्राची भेट झाली आणि दृष्टिही आली हें पाहून आम्ही सर्वजण तुझ्या अभ्युदयाविषयीं आपापसांत प्रश्न करीत आहों. हे राजा, पुत्राचा समागम, सावित्रीचें दर्शन आणि स्वतःच्या दृष्टीची प्राप्ति ह्या तीन गोष्टी घडून आल्यामुळें, तुझा अभ्युदय होऊं लागला आहे, हें पाहून आम्हांला आनंद वाटतो. आह्मी सर्वजणांनीं जें सांगितलें होतें तें तसेंच घडून येणार ह्यांत संशय नाहीं. लवकरच तुझा पुनः पुनः अभ्युदय होऊं लागेल. इतकें बोलून, हे युधिष्ठिरा, ते सर्व ब्राह्मण त्या ठिकाणीं अग्नि प्रदीप्त करून पृथ्वीपति द्युमत्सेन ह्याजपाशीं बसले. तेथेंच द्युमत्सेनाची पत्नी शैब्या व सत्यवान् हेही बसले; व शोकरहित झालेली सावित्री प्रथम एकीकडे उभी राहून नंतर त्या सर्वांची अनुज्ञा मिळाल्यावर तेथें बसली. हे युधिष्ठिरा, तदनंतर राजासहवर्तमान बसलेले ते सर्वही अरण्यवासी मुनि कौतुकानें राजपुत्र सत्यवान् ह्यास विचारूं लागले.

सावित्री आणि सत्यवान् ह्यांचें वनवृत्तनिवेदन.

ऋषि ह्मणाले:—हे प्रभो, तूं आपल्या भार्येसहवर्तमान पूर्वींच न येतां इतक्या अपरात्रीं कां आलास? तूं तेथें कशांत गुंतलेला होतास? राजपुत्रा, आपल्या पित्याला, मातेला आणि आह्मांलाही तूं कां काळजींत पाडलेंस हें कांहीं समजत नाहीं. तें सर्व सांग.

सत्यवान् ह्मणाला:—पित्याची आज्ञा मिळाल्यानंतर सावित्रीसहवर्तमान मी निघून गेलों व पुढें काष्ठें तोडीत असतां माझें मस्तक दुखूं लागलें व त्याच्या वेदनेमुळें मला चिरकाल झोंप लागली असें वाटलें. मीं पूर्वीं केव्हांही इतका वेळ झोंप घेतलेली नाहीं. पुढें आपणां सर्वांना काळजी लागूं नये ह्मणूनच मी लागलीच अशा अपरात्रीं आलों. ह्याहून ह्या गोष्टीचें दुसरें कांहीं कारण नाहीं.

गौतम ह्मणाले:—तुझा पिता द्युमत्सेन ह्याला अकस्मात् दृष्टि प्राप्त झाली ह्याचें कारण काय तें मला माहीत नाहीं. तेव्हां तें सावित्री सांगूं शकेल. (सावित्रीकडे वळून) सावित्री, हें तुजकडून ऐकण्याची माझी इच्छा आहे. तुला प्रत्यक्ष आणि अतीन्द्रिय ह्या सर्वांचेंही ज्ञान आहे. कारण, सावित्रि, तूं तेजाच्या योगानें केवळ सावित्री देवताच आहेस हें मला माहीत आहे. तुला ह्याचें कारण माहीत आहे. तेव्हां जर तें गुप्त ठेवण्यासारखें नसेल तर आम्हांला खरें खरें सांग.

सावित्री ह्मणाली:—आपली जी समजूत झाली आहे ती अगदीं खरी आहे. आपले विचार केव्हांही भलतेच असावयाचे नाहींत. मला गुप्त ठेवण्यासारखें असें कांहीं नाहीं. तेव्हां मी खरा वृत्तान्त सांगतें, तो ऐका. महात्म्या नारदानें माझ्या पतीला मृत्यु येणार असें पूर्वीं सांगितलें होतें. तो दिवस आज आला होता, म्हणूनच मी ह्याला सोडून राहिलें नाहीं. हा झोंपीं गेल्यानंतर दूतासहवर्तमान प्रत्यक्ष यम आला आणि ह्याला बांधून दक्षिण दिशेकडे घेऊन जाऊं लागला. त्या वेळीं मीं त्या प्रभूचें सत्य वाणीनें स्तवन केलें, ह्यामुळें त्यानें मला पांच वर दिले आहेत. तें सांगतें, ऐका. दृष्टीची प्राप्ति होणें आणि स्वराज्य मिळणें हे दोन वर माझ्या श्वशुरासंबंधाचे असून, माझ्या पित्याला शंभर पुत्र आणि मला स्वतःला शंभर पुत्र व्हावे असे दोन वर मिळाले आहेत. माझा भर्ता सत्यवान् ह्याला पांचव्या वरानें चारशें वर्षें आयुष्याची प्राप्ति झाली आहे. पतीच्या जीवितासाठींच मीं हें व्रत आचरण केलें. हें सर्व कारण अर्थात् मीं भोगलेल्या अत्यंत दुःखाचा सुखकारक परिणाम कसा झाला हें मीं आपणांला विस्तरपूर्वक सांगितलें.

ऋषि म्हणाले:—हे साध्वि, दुःखांनीं व्याप्त होऊन जाऊन अंधकाररूपी डोहामध्यें गटंगळ्या खात असलेल्या ह्या राजाच्या कुलाचा सदाचार आणि व्रत ह्यांनीं युक्त व ह्मणूनच पवित्र आणि कुलीन अशा तूं उद्धार केला आहेस.

मार्कंडेय म्हणाले:—ह्याप्रमाणें त्या श्रेष्ठ स्त्रीची प्रशंसा व आदरसत्कार करून राजा द्युमत्सेन आणि त्याचा पुत्र ह्यांची अनुज्ञा घेऊन, त्या ठिकाणीं आलेले ते ऋषि आनंदानें व सुखानें आपापल्या गृहाकडे निघून गेले.

अध्याय दोनशें नव्याण्णवावा.

—:०:—

द्युमत्सेनास राज्यप्राप्ति.

मार्कंडेय म्हणाले:—पुढें ती रात्र निघून जाऊन सूर्योदय झाल्यानंतर दिवसाच्या पूर्वभागीं करावयाचीं कर्में करून ते सर्व तपस्वी त्या ठिकाणीं जुळले. त्या वेळीं सावित्रीनें

माहात्म्य पुनःपुनः सांगितलें तरीही त्या मुनिश्रेष्ठांची तृप्ति होईना. तदनंतर, हे युधिष्ठिरा, शाल्वदेशाहून त्या राजाचे सर्वही मंत्री तेथें आले व त्यांनीं आपल्यांपैकीं अमात्यानें त्या शत्रूला ठार केला असें सांगितलें. ह्याप्रमाणें तो शत्रु, त्याचे साहाय्यकर्ते आणि बांधव ह्या सर्वांचाही मंत्र्यानें वध केला आहे असें कानांवर घातल्यानंतर त्यांनीं घडलेला सर्व वृतान्त, शत्रूच्या सैन्याचें पलायन, द्युमत्सेनासंबंधानें " तो दृष्टिसंपन्न असो अथवा अंध असो, तोच आमचा राजा झाला पाहिजे. " असें सर्व प्रजांचें एकमत हींही सर्व निवेदन केलीं आणि सांगितलें कीं, " हे राजा, ह्या निश्चयामुळेंच आम्हांला तुजकडे पाठविलें आहे. तसेंच हीं वाहनें आणि हें चतुरंग सैन्यही ह्या ठिकाणीं आलेलें आहे. ह्यास्तव, हे राजा, तूं नगराकडे प्रयाण कर. तुझें कल्याण होवो ! नगरामध्यें तुझा जय झाल्याची आम्हीं दवंडी पिटविली आहे. ह्यास्तव, तूं आतां चिरकाल पितृपितामहक्रमानें प्राप्त झालेल्या राज्यपदावर आरूढ हो ! "

इतकें बोलून त्या सौंदर्यसंपन्न राजाला दृष्टीची प्राप्ति झाली आहे असें पाहून आश्चर्यामुळें नेत्र विकसित झालेल्या त्या सर्व लोकांनीं मस्तक नम्र करून त्याला प्रणाम केला. पुढें त्या आश्रमवासी वृद्ध ब्राह्मणांना नमस्कार करूनद्युमत्सेन नगराकडे प्रयाण करूं लागला. त्या वेळीं ब्राह्मणांनींही त्याचा बहुमान केला. त्याच्या मागून त्याची भार्या शैब्या हीही अत्यंत कांतिमान् अशा उत्कृष्ट प्रकारचें आस्तरण घातलेल्या पालखींतून सावित्रीसह नगराकडे प्रयाण करूं लागली. त्या वेळीं त्यांच्या बरोबर सैन्यही होतें. नगरांत गेल्यानंतर पुरोहितांनीं प्रेमपूर्वक द्युमत्सेनाला राज्याभिषेक केला व त्याचा पुत्र महात्मा सत्यवान् ह्यास यौवराज्याभिषेक केला. पुढें पुष्कळसा काळ निघून गेल्यानंतर सावित्रीला शूर, कीर्तीची अभिवृद्धि करणारे व संग्रामापासून परावृत्त न होणारे असे वराच्या अनुरोधानें शंभर पुत्र झाले. तसेंच, मद्रदेशाधिनाथ अश्वपति ह्याजकडून मालवीनामक त्याच्या भार्येच्या ठिकाणीं अत्यंत बलाढ्य असे सावित्रीचे शंभर सख्खे बंधु उत्पन्न झाले.

ह्याप्रमाणें सावित्रीनें आपला, पित्याचा, मातेचा, सासऱ्याचा, सासूचा आणि पतीच्या सर्व वंशाचा संकटांतून उद्धार केला. त्याचप्रमाणें सावित्रीच्या तोडीची जी ही तुमची कुलीन स्त्री सदाचारामुळें बहुमान्य असलेली कल्याणी द्रौपदी, तीही तुम्हां सर्वांचा उद्धार करील.

वैशंपायन म्हणालेः—हे राजा, ह्याप्रमाणें त्या महात्म्या मार्कंडेय मुनींनीं सांत्वन केल्यानंतर तो पांडुपुत्र युधिष्ठिर शोकरहित आणि निष्काळजी होऊन त्या वेळीं काम्यकवनामध्यें वास्तव्य करूं लागला. असो; जो मनुष्य सावित्रीचें हें उत्कृष्ट प्रकारचें आख्यान श्रवण करील तो सुखी होईल; त्याचे सर्व मनोरथ पूर्ण होतील व त्याला दुःख प्राप्त होणार नाहीं.

कुंडलाहरणपर्व.

अध्याय तीनशेंवा.

—:०:—

सूर्याचा कर्णास उपदेश व कर्णाचें उत्तर.

जनमेजय ह्मणाला:—हे ब्रह्मन्, पूर्वीं लोमशानें इंद्राच्या सांगण्यावरून पांडुपुत्र युधिष्ठिराला " तुला जी मोठी कडक भीति आहे व जी तूं कोठेंही सांगितलेली नाहींस ती अर्जुन येथून गेल्यानंतर मी नाहींशी करीन. " असें सांगितलें होतें. पण, हे जपनिष्ठश्रेष्ठा, त्या धर्मात्म्या युधिष्ठिरानें जें कोणालाही सांगितलें नाहीं असें कर्णापासून उत्पन्न होणारें मोठें भय कोणतें ?

वैशंपायन ह्मणाले:—हे नृपश्रेष्ठा भरतकुलधुरंधरा, आतां तूं विचारिल्यामुळें मी तुला ही गोष्ट सांगतों, ऐक. पांडवांच्या वनवासाचें बारावें वर्ष निघून जाऊन तेरावें लागलें, तेव्हां त्यांचा हितकर्ता इंद्र कर्णाकडे भिक्षा मागण्यासाठीं उद्युक्त झाला. तेव्हां इंद्राचा अभिप्राय कळून येतांच, हे महाराजा, प्रकाशमय किरणशाली सूर्य कुंडलांसाठीं कर्णाकडे आला. हे राजेंद्रा, उत्कृष्ट प्रकारच्या आस्तरणांनीं आच्छादित असलेल्या बहुमूल्य शय्येवर तो ब्राह्मणांचें हित करणारा सत्यवादी कर्ण अगदीं बिनघोरपणानें झोंप घेत असतां सूर्यानें त्याला स्वप्नामध्यें दर्शन दिलें; आणि, हे भरतकुलोत्पन्ना, पुत्रप्रेमामुळें अतिशय दयायुक्त होऊन योगैश्वर्यसूचक आकार असलेल्या वेदवेत्त्या ब्राह्मणाचें स्वरूप घेतलेल्या सूर्यानें कर्णाला त्याच्या हितार्थ सांत्वनपूर्वक असें सांगितलें. तो म्हणाला, " बा सत्यनिष्ठश्रेष्ठा महाबाहो कर्णा, मी प्रेमामुळें तुला अत्यंत हितकारक अशी गोष्ट सांगत आहें, तें माझें सांगणें तूं ऐक. पांडवांचें हित करण्याच्या उद्देशानें इंद्र ब्राह्मणाचा वेष घेऊन तुजकडून कुंडलें हरण करण्यासाठीं येईल. तुजकडे याचना केली म्हणजे तूं दान करतोसच व कोणाकडेही याचना करीत नाहींस, हा तुझा स्वभाव जसा सर्व जगताला तसा त्यालाही माहीत आहे. बा कर्णा, ब्राह्मण जें द्रव्य अथवा दुसरेंही कांहीं मागतील तें तूं त्यांना देतच असतोस, नाहीं असें कोणालाही म्हणत नाहींस, असें लोक सांगत असतात. तुझा स्वभाव अशा प्रकारचा आहे असें कळून आल्यामुळेंच इंद्र कुंडलें आणि कवच हीं तुजकडे मागण्यासाठीं येणार आहे. तेव्हां तो मागूं लागला म्हणजे तूं त्याला कुंडलें न देतां केवळ आपल्या शक्तीप्रमाणें त्याची समजूत कर. ह्यांतच तुझें अत्यंत कल्याण आहे. बा कर्णा, तो कुंडलांसंबंधानें बोलूं लागला कीं, लागलीच अनेक प्रकारचीं कारणें सांगून व इतर नानाप्रकारचीं द्रव्यें देऊन तूं वारंवार त्याला प्रतिबंध कर. रत्नें, स्त्रिया, धेनु, नानाप्रकारचीं द्रव्यें हीं अर्पण करून व नानाप्रकारच्या गोष्टी सांगून तूं त्या कुंडलें मिळवूं इच्छिणाऱ्या इंद्राला परावृत्त कर. कर्णा, तूं जर हीं जन्मतःप्रभृति प्राप्त झालेलीं उत्कृष्ट कुंडलें अर्पण केलींस तर तुझ्या आयुष्याचा क्षय होऊन तूं मृत्यूच्या अधीन होशील. हे संमानदायका, तुजकडे कुंडलें असलीं म्हणजे संग्रामामध्यें शत्रूंना तुझा वध करितां येणें शक्य नाहीं, हें माझें सांगणें लक्ष्यांत ठेव. हीं दोन रत्नकुंडलें अमृतापासून निर्माण झालेलीं आहेत. ह्यास्तव, कर्णा, जर तुला जीवित प्रिय असेल तर तूं तीं चांगलीं जतन करून ठेव. "

कर्ण म्हणाला:—अतिशय सख्य दाखवून मला असें सांगणारे आपण कोण आहां हें ऐकण्याची माझी इच्छा आहे. ह्यास्तव, हे भग-

वन्, ब्राह्मणवेष धारण करणारे आपण कोण आहां हें सांगा.

ब्राह्मण ह्मणालाः—बा कर्णा, मी सूर्य असून मित्रभावानें तुला सांगत आहें. तूं हें माझें सांगणें ऐक. कारण, ह्यांत तुझें अत्यंत कल्याण आहे.

कर्ण ह्मणालाः—ज्या अर्थी आज आपण प्रभु सूर्य माझें हित व्हावें ह्या इच्छेनें मला सांगत आहां, त्या अर्थी माझें अत्यंत कल्याणच आहे. तथापि मी आपणांला सांगतों तें ऐका. मी वरप्रद अशा आपली विनवणी करितों आणि प्रेमानें सांगतों कीं, जर मी आपणांला प्रिय असेन तर मला आपण ह्या व्रतापासून परावृत्त करूं नका. हे सूर्या, मी ब्राह्मणश्रेष्ठांना खरोखर प्राण सुद्धां अर्पण करीन. हें माझें व्रत ह्या सर्व जगताला पूर्णपणें माहीत आहे म्हणूनच, हे ग्रहश्रेष्ठा देवोत्तमा, पांडवांच्या हितासाठीं इंद्र ब्राह्मणाचा वेष घेऊन भिक्षा मागावयास मजकडे आला तर मीं कुंडलें आणि उत्कृष्ट प्रकारचें कवच त्याला अर्पण करीन. असें केल्यानें त्रैलोक्यामध्यें प्रख्यात असलेली माझी कीर्ति नष्ट होणार नाहीं. मजसारख्यानें प्राणसंरक्षणासाठीं अपकीर्तिकारक कर्म करणें योग्य नाहीं. ज्या योगानें कीर्ति होईल असें मरण देखील योग्य आणि लोकमान्य आहे. ह्यास्तव बल, वृत्र इत्यादिकांना ठार करणारा इंद्र जर मजकडे भिक्षा मागण्यासाठीं आला, तर मी त्याला कवचासह कुंडलें अर्पण करणार ! तो पांडवांच्या हितासाठीं जर मजकडे कुंडलें मागावयास आला तर तें मला कीर्तिकारक होऊन त्याची मात्र अपकीर्ति होईल. हे सूर्या, मी आपलें जीवितही देऊन ह्या लोकामध्यें कीर्तीचा अंगीकार करीन. कारण, कीर्तिमान् मनुष्य स्वर्गास जातो व ज्याला कीर्ति नाहीं तो नाश पावतो. कीर्ति ही मातेप्रमाणें असून ती मनुष्याला जगतामध्यें जिवंत ठेवते आणि अपकीर्ति ही मनुष्य जिवंत असला तरीही त्याला मृत करून सोडते. हे लोकेश्वरा सूर्या, हा फार प्राचीन असलेला श्लोक प्रत्यक्ष ब्रह्मदेवानें म्हटलेला आहे; ह्यावरून कीर्ति हेंच मनुष्याचें आयुष्य आहे असें ठरतें. परलोकीं कीर्ति हाच मनुष्याचा मुख्य आधार असून इहलोकीं देखील शुद्ध अशी कीर्ति आयुष्याची अभिवृद्धि करणारी आहे. म्हणूनच मी माझ्या शरीराबरोबर निर्माण झालेलीं हीं कुंडलें अर्पण करून शाश्वत कीर्ति मिळविणार! मी ब्राह्मणांना यथाविधि दान करून, संग्रामरूपी अग्नीमध्यें शरीराची आहुति देऊन, इतरांनीं करण्यास अशक्य असें कृत्य करून आणि युद्धांत शत्रूंचा पराजय करून केवल कीर्ति संपादन करणार ! संग्रामामध्यें भयभीत झालेल्या लोकांना अभय देऊन व जीवितार्थी लोकांना, वृद्धांना, बालांना आणि ब्राह्मणांना मोठ्या संकटांतून सोडवून मी स्वर्गप्राप्तीस साधनीभूत जी उत्कृष्ट कीर्ति ती ह्या लोकामध्यें संपादन करीन. कारण, जीवितानेंही प्रदान करून कीर्तीचें रक्षण करणें हें माझें कर्तव्य आहे. कारण, माझें व्रतच तशा प्रकारचें आहे. ह्यास्तव, हे देवा, ब्राह्मणाच्या वेषानें आलेल्या इंद्राला ही उत्कृष्ट भिक्षा देऊन मी ह्या जगतामध्यें उत्तम प्रकारच्या गतीस जाईन.

अध्याय तीनशें पहिला.

—:०:—

कर्णास सूर्याचा पुनश्च उपदेश.

सूर्य ह्मणालाः—कर्णा, तूं आपलें आपल्या मित्रांचें, पुत्रांचें, भार्यांचें, मातेचें आणि पित्याचें अहित करूं नको. हे बलाढ्यश्रेष्ठा, शरीरास विरुद्ध नसेल अशाच प्रकारचीं

शौर्यादिकांच्या योगानें मिळणारी अथवा दानादिकांच्या योगानें प्राप्त होणारी व स्वर्गामध्यें शाश्वतपणें टिकणारी कीर्ति प्राण्यांनीं मिळविणें इष्ट आहे. असें असतां ज्या अर्थी तूं प्राणास बाध आणून शाश्वत कीर्ति मिळविण्याची इच्छा करीत आहेस,त्या अर्थी ती कीर्ति तुझे प्राण घेऊन निघून जाईल ह्यांत कांहीं संशय नाहीं.हे पुरुषश्रेष्ठा, मनुष्य जिवंत असला ह्मणजे पिता, माता, पुत्र आणि ह्या लोकामध्यें त्याचे दुसरेही जे कोणी बांधव असतील त्यांना त्याच्यापासून सुखप्राप्ति करून घेतां येते. तसेंच, हे नरश्रेष्ठा, त्याच्या शौर्यानें राजे लोकही आपली कार्यसिद्धि करून घेतात, हेंही तूं लक्ष्यांत ठेव. हे महाकांते, मनुष्य जिवंत असला तरच त्याला कीर्ति मिळणें चांगलें. कारण, प्राणी मरण पावून भस्म होऊन गेला म्हणजे त्याला त्या कीर्तीचा उपयोग काय ? मृत मनुष्याला कीर्तीचें ज्ञानही नसून जिवंतपणींच तो कीर्तीचा उपभोग घेत असतो. मृत मनुष्याची कीर्ति म्हणजे प्रेताच्या गळ्यांतील पुष्पमालाच होय. कर्णा, तूं माझा भक्त आहेस आणि भक्तिमान् लोकांचें संरक्षण करणें हा माझा धर्म आहे. म्हणून मी तुझ्या हिताच्या इच्छेनें हें तुला सांगत आहें. हे महाबाहो, ' हा माझी अत्यंत भक्ति करणारा भक्त आहे,' असें तुजसंबंधानें वाटल्यामुळें माझ्या अंतःकरणांत तुजविषयीं प्रेम उत्पन्न झालें आहे. ह्यास्तव, तूं माझ्या सांगण्याप्रमाणें कर. शिवाय ह्यांत देवांचें कांहीं गौप्य आहे, म्हणूनच मी सांगतों तें तूं निःशंकपणें कर. हे नरश्रेष्ठा, देवांचें हें रहस्य तुला जाणतां येणें शक्य नाहीं. म्हणूनच मीही तें तुला सांगत नाहीं, प्रसंग आला म्हणजे तें तुझें तुलाच कळेल. कर्णा, मीं तुला एकदां सांगितलें तेंच पुनः सांगतों कीं, इंद्रानें जरी तुजकडे कुंडलांची याचना केली तरीही तूं त्याला तीं देऊं नको. हे महाकांते, ह्या दोन सुंदर कुंडलांच्या योगानें तूं निर्मल आकाशामध्यें विशाखा नक्षत्राच्या दोन तारकांच्या मध्यभागीं असणाऱ्या चंद्राप्रमाणें शोभत आहेस. अरे, पुरुष जिवंत असूनच त्याला कीर्ति मिळणें हें चांगलें. हे सर्व लक्ष्यांत घे; आणि, बा कर्णा, कुंडलांसाठीं आलेल्या इंद्राला तूं नाहीं म्हणून सांग. हे निष्पापा, हेतुयुक्त अशीं नानाप्रकारचीं वाक्यें पुनः पुनः सांगून तुला कुंडलांविषयींची इंद्राची इच्छा नष्ट करितां येणें शक्य आहे. ह्यास्तव, हे कर्णा, हेतुयुक्त अर्थाची उपपत्ति असलेलीं व माधुर्यगुणानें अलंकृत अशीं भाषणें करून इंद्राचा हा विचार दूर कर. हे पुरुषश्रेष्ठा, तूं सदोदित अर्जुनाशीं स्पर्धा करीत असतोस; व पुढें युद्धांत शूर अर्जुनाची आणि तुझी गांठ पडेल, त्या वेळीं जर तुझ्याजवळ कुंडलें असलीं तर प्रत्यक्ष इंद्र हा ज्याचा सहाय्यकर्ता आहे त्या अर्जुनालाही संग्रामामध्यें तुझा पराजय करितां येणें शक्य नाहीं. ह्यास्तव, कर्णा, जर संग्रामामध्यें अर्जुनाचा पराजय करण्याचीं तुझी इच्छा असेल तर तूं इंद्राला हीं कुंडलें देऊं नको.

अध्याय तीनशें दुसरा.

—:०:—

कर्णसूर्यसंवाद.

कर्ण म्हणाला:—हे भगवन् सूर्या, आपण ज्याप्रमाणें जाणत आहां त्याप्रमाणें मी आपला भक्त आहें. पण हे अत्यंततीक्ष्णकिरणयुक्ता, द्यावयाचें नाहीं असें मला कांहींही नाहीं. सूर्या, मी आपल्याविषयीं सदोदित भक्तियुक्त असल्यामुळें आपण मला जसे प्रिय आहां तसे स्त्री, पुत्र, स्वतःचें शरीर किंवा मित्र हेही प्रिय नाहींत; आणि, हे भास्करा, महात्मे लोक

प्रिय आणि भक्त अशा लोकांवर त्यांस इष्ट असलेलें प्रेम करीत असतात, हेंही आपणांला माहीतच आहे. " कर्ण माझा प्रिय भक्त आहे आणि त्याला स्वर्गांत मजवांचून दुसऱ्या देवतेची ओळख सुद्धां नाहीं. " असें समजूनच भगवंतांनीं हें मला माझें हित सांगितलें आहे. पण,हे तीक्ष्णकिरणा,मी पुनरपि मस्तकानें प्रणाम करून व पुनः पुनः विनवणी करून म्हणतों कीं, आपण मला क्षमा करा.मला जितकी असत्याची भीति वाटते तितकी मृत्यूची देखील वाटत नाहीं. ह्मणूनच विशेषेंकरून कोणत्याही सत्पात्र ब्राह्मणाला जीविताचेंही प्रदान करावें लागलें तरी मला त्याबद्दल विचार पडावयाचा नाहीं. हे देवा, पांडुपुत्र अर्जुनाविषयीं आपण जें मला बोललां त्यावर मी आपणांला सांगतों कीं,हे भास्करा, आपल्या अंतःकरणास अर्जुनामुळें माझ्यासंबंधीं काळजी वाटून जें दुःख होत आहे तें नष्ट होऊन जाऊं द्या. कारण,मी संग्रामामध्यें अर्जुनाला पराजित करीन. हे देवा, परशुरामापासून आणि महात्म्या द्रोणापासून मीं जें प्रचंड अस्त्रबल संपादन केलें आहे तें आपणांला विदितच आहे. ह्यास्तव, हे देवश्रेष्ठा, आपण ह्या माझ्या व्रताला आपली अनुमति द्या. इंद्रानें जर मजपाशीं भिक्षा मागितली तर मी त्याला स्वतःचें जीवित सुद्धां अर्पण करीन!

सूर्य म्हणाला:—बा कर्णा, आतां जर तूं इंद्राला हीं उत्कृष्ट कुंडलें देणारच, तर तूंही विजयप्राप्तीसाठीं त्याजकडून प्रचंड शक्ति तरी मागून घे आणि सांग कीं, हे इंद्रा, मी हीं कुंडलें तुला खात्रीनें देतों.' कर्णा, तुजकडे हीं कुंडलें असलीं ह्मणजे कोणाही प्राण्याच्या हातून तुझा वध होणें शक्य नाहीं. म्हणूनच, हे वत्सा, दैत्यनाशक इंद्र अर्जुनाकडून संग्रामामध्यें तुझा नाश व्हावा ह्या इच्छेनें तुजकडून कुंडलें हरण करूं इच्छित आहे. ह्यास्तव, तूंही पुनः पुनः प्रिय भाषण करून त्याची मर्जी संपादन कर; आणि ज्याची इच्छा निष्फल होत नाहीं अशा त्या देवाधिपति इंद्राची प्रार्थना कर कीं, 'हे इंद्रा, आपण मला शत्रूंचा धुव्वा उडवून देणारी अशी एक अमोघ शक्ति द्या, ह्मणजे मीही आपणांला हीं कुंडलें आणि हें उत्कृष्ट प्रकारचें कवच अर्पण करीन,'असा नियम करूनच तूं इंद्राला कुंडलें अर्पण कर. कर्णा, त्या शक्तीच्या योगानें संग्रामांत तुला शत्रूंचा वध करितां येईल. कारण, हे महाबाहो, ती देवेंद्राची शक्ति एकदा सोडली म्हणजे शेंकडों अथवा हजारोंही शत्रूंचा वध केल्यावांचून परत हातांत येत नसते.

वैशंपायन म्हणाले:—ह्याप्रमाणें बोलून सूर्य एकदम अंतर्धान पावला. तदनंतर दुसरे दिवशीं जपाच्या शेवटीं ते स्वप्न कर्ण सूर्याला निवेदन करूं लागला.त्यानें जें स्वप्न रात्रीं जसें पाहिलें होतें तसें सर्व क्रमाक्रमानें बरोबर त्याला सांगितलें. तें ऐकून राहुनाशक भगवान् सूर्य 'हें बरोबर आहे,' असें त्याला जणू हसत हसत ह्मणाला. त्यावरून शत्रुवीरनाशक कर्ण 'हें सर्व खरेंच आहे.' असें जाणून शक्तीच्याच इच्छेनें इंद्राची मार्गप्रतीक्षा करूं लागला.

अध्याय तीनशें तिसरा.

—:०:—

कुंतिभोजराजाचें ब्राह्मणास वचन व कुंतीस उपदेश.

जनमेजय ह्मणाला:—हे सज्जनश्रेष्ठा, सूर्यानें जें ह्या प्रसंगीं कर्णाला सांगितलें नाहीं तें गुह्य कोणतें? तीं कुंडलें कोणत्या प्रकारचीं होतीं? कवचही कशा प्रकारचें होतें आणि तीं कवचकुंडलें त्याला कोठून मिळालीं? हे तपो-

धना, हें ऐकण्याची माझी इच्छा आहे. ह्यास्तव आपण कथन करा.

वैशंपायन म्हणालेः—राजा, आतां तुला मी सूर्याचें तें रहस्य सांगतों आणि तीं कुंडलें कोणत्या प्रकारचीं होतीं व कवच कशा प्रकारचें होतें हेंही कथन करितों. पूर्वी एक ब्राह्मण कुंतिभोजनामक राजाकडे आला. त्याचें तेज फार प्रखर असून तो अतिशय उंच, प्रत्येक अवयव निर्दोष असल्यामुळें पहाण्यालायक शरीर असलेला, श्मश्रु, दंड व जटा धारण करणारा, तेजाच्या योगानें जणू प्रज्वलित झाल्यासारखा दिसणारा, मधाप्रमाणें पिंगट वर्ण असलेला, मधुर भाषण करणारा व तप आणि अध्ययनरूपी भूषणांनीं युक्त असा होता. तो महातपस्वी कुंतिभोजराजाकडे येऊन म्हणाला कीं, ‘ हे निर्मत्सरा, तुझ्या गृहीं भिक्षा सेवन करून रहावें अशी माझी इच्छा आहे. पण तूं अथवा तुझ्या अनुयायांनीं माझें कांहीं अप्रिय करितां कामा नये. ह्याप्रमाणें हे निष्पापा, जर तुला रुचत असेल तर मी तुझ्या घरीं राहीन व माझ्या इच्छेप्रमाणें निघून जाऊन पुनः परत येईन. मात्र माझी शय्या आणि आसन ह्यांसंबंधानें कोणाकडूनही अपराध होतां कामा नये. ’

हें ऐकून त्याला कुंतिभोजानें प्रेमपूर्वक ‘ फार उत्कृष्ट ! असें होऊं द्या ’ असें म्हटलें व पुनरपि त्याला सांगितलें कीं ‘ हे महाज्ञानसंपन्न, सुस्वभाव आणि सद्वर्तन ह्यांनीं युक्त असलेली, नियमनिष्ठ, साध्वी आणि प्रेमळ अशी पृथा नांवाची माझी एक कन्या आहे. ती आपलें आराधन करीत आपणाजवळ राहील,—आपला अनादर करणार नाहीं. आपणालाही तिच्या सुस्वभावानें आणि सद्वर्तनानें सुख होईल. ’

ह्याप्रमाणें ब्राह्मणाला सांगून व त्याचा यथाविधि बहुमान करून तो राजा आपल्या पृथा नांवाच्या विशाललोचना कन्येकडे जाऊन म्हणाला, ‘ मुली, हा महाभाग्यशाली ब्राह्मण आमच्या घरीं वास्तव्य करूं इच्छित असून तुझ्या हातून त्या ब्राह्मणाचें आराधन होईल अशा विश्वासानें मीही ‘ ठीक आहे ’ असें म्हणून त्याला वचन दिलें आहे. ह्यास्तव तूं माझें वाक्य सर्वथैव खरें कर आणि हा महातेजस्वी स्वाध्यायनिष्ठ भगवान् तपस्वी ब्राह्मण जें जें मागेल तें तें निर्मत्सरपणें अर्पण कर. कारण, ब्राह्मण हें उत्कृष्ट असें मूर्तिमंत तेज असून ब्राह्मण हेंच श्रेष्ठ असें प्रत्यक्ष तप आहे. तसेंच ब्राह्मणांच्या नमस्कारांमुळेंच सूर्य आकाशामध्यें विराजमान होऊन राहिलेला आहे. ह्या संमानार्ह ब्राह्मणांचा मान न ठेविल्यामुळें वातापि दैत्याचा व तालजंघाचा ब्रह्मदंडाच्या योगानें वध झाला. असो; बाले, सांप्रत मीं हा प्रचंड कारभार तुजवर टाकिला आहे. ह्यास्तव, तूं सदोदित नियमनिष्ठपणें राहून ब्राह्मणाचें आराधन कर. हे आनंदकारिणी, बालपणापासूनच तुझें सर्वही ब्राह्मणांवर, गुरुजनांवर आणि बांधवांवर लक्ष्य आहे, हें मला माहीत आहे. तसेंच तूं सर्व सेवक, मित्र, संबंधी लोक, माता आणि मी ह्या सर्वांचीं अंतःकरणें आपल्या सद्वर्तनानें वेधून सोडिलेलीं आहेस. हे सुंदरांगि, तुझ्या उत्कृष्ट प्रकारच्या वर्तनामुळें नगरांत, अंतःपुरांत व सेवक लोकांतही कोणी मनुष्य तुजसंबंधानें असंतुष्ट नाहीं. तथापि, हे पृथे, तूं माझी कन्या आहेस आणि अद्यापि बालावस्थेंतच आहेस; ह्यामुळें तुला कांहीं उपदेश करावा असें मला वाटतें. तूं यदुकुलामध्यें उत्पन्न झालेली असून शूरसंज्ञक यादवाची प्रिय कन्या आहेस. त्या तुझ्या प्रेमळ पित्यानें बालपणींच मजकडे तुला अर्पण केली. तूं वसुदेवाची भगिनी व माझ्या कन्यांमध्यें श्रेष्ठ

अशी आहेस. पूर्वी आपलें पहिलें अपत्य मला देण्याचें वचन दिल्यामुळें तुझ्या पित्यानें तुला मजकडे दिली व त्यामुळें तूं माझी कन्या झालेली आहेस. सारांश, तूं अशा सत्कुलामध्यें उत्पन्न झालेली आहेस व ह्या सत्कुलामध्येंच वाढलेली आहेस, ह्यामुळें एका सुखांतून दुसऱ्या सुखांत आल्याप्रमाणें अथवा एका डोहांतून दुसऱ्या डोहांत आल्याप्रमाणें तुझी स्थिति झालेली आहे. हे कल्याणि, विशेषेंकरून दुष्कुलांत उत्पन्न झालेल्या व मोठ्या संकटानें नियंत्रितपणानें वागूं लागलेल्या तरुण स्त्रिया अज्ञपणामुळें बहुधा विकारवश होतात; पण, पृथे, तुझें जन्म राजकुलामध्यें झालें असून स्वरूपही विस्मयकारक आहे. तसेंच, हे प्रेमशालिनि, तूं नानाप्रकारच्या सद्गुणांनीं संपन्न झालेली आहेस व गुण संपादनही करीत आहेस. ह्यास्तव तूं गर्व, दंभ आणि अभिमान सोडून ह्या वरप्रद विप्राचें आराधन कर; म्हणजे, हे प्रेमवति पृथे, तुझें कल्याण होईल. हे निष्पापे कल्याणि, असें केल्यानें तुझें खात्रीनें कल्याण होईल. पण जर ह्या द्विजश्रेष्ठाला कोप आणशील तर मात्र माझें सर्व कुल दग्ध होऊन जाईल.

अध्याय तीनशें चौथा.

—:०:—

कुंतीची ब्राह्मणसेवेकडे योजना.

कुंती म्हणाली:—हे राजा, आपण वचन दिल्याप्रमाणें मी नियमनिष्ठपणें आराधन करण्यासाठीं ब्राह्मणाकडे जात जाईन.हे राजेंद्रा, हें मी आपणांला खोटें सांगत नाहीं. आधीं ब्राह्मणाचें पूजन करावें असें स्वभावतःच मला वाटतें; व त्यांतूनही हें आपलें प्रिय केल्यापासून माझेंही अतिशयकल्याण होणार आहे.असो; तो भगवान् जरी संध्याकाळीं, रात्रीं अथवा मध्यरात्रीं आला तरीही मजवर कोप करावयाचा नाहीं. हे नरश्रेष्ठा राजेन्द्रा, आपल्या आज्ञेंत वागून व ब्राह्मणांचें पूजन करून मी स्वतःचें हित करून घेणार, हा मला एक लाभच आहे. ह्यास्तव, हे राजेन्द्रा, आपण निश्चिंत असा. आमच्या गृहांत वास्तव्य करीत असतां त्या ब्राह्मणाचें कांहीं अप्रिय व्हावयाचें नाहीं हें मी आपणांला खरें सांगतें. हे निष्पापा राजा, जें ह्या ब्राम्हणाला प्रिय असेल आणि आपणाला हितकारक असेल तें करण्याचा मी प्रयत्न करीन. त्याविषयीं आपल्या अंतःकरणाला काळजी नसावी. हे पृथ्वीपते, महाभाग्यशाली ब्राह्मणांचें पूजन केलें असतां ते उद्धार करण्याविषयीं समर्थ असतात व ह्याच्या उलट घडलें तर ते वध करण्याविषयींही समर्थ असतात; हें जाणून असल्यामुळें मी त्या ब्राह्मणश्रेष्ठाला संतुष्ट करीन. हे राजा, मजसंबंधानें त्या ब्राह्मणाकडून आपणाला कोणत्याही प्रकारची पीडा होणार नाहीं. हे राजेन्द्रा, पूर्वीं सुकन्येसाठीं ज्याप्रमाणें च्यवनमुनि नृपतीच्या अकल्याणास कारणीभूत झाला होता त्याप्रमाणें जर अपराध घडला तर ब्राह्मण राजाच्या अकल्याणास कारणीभूत होतात. ह्यास्तव, हे नरेन्द्रा, आपण ह्या ब्राह्मणासंबंधानें जसें सांगितलें त्याप्रमाणें उत्कृष्ट प्रकारच्या नियमानें मी ह्या ब्राह्मणश्रेष्ठाची सेवा करीन. ह्याप्रमाणें भाषण करणाऱ्या त्या आपल्या कन्येला पुनः पुनः आलिंगन देऊन व प्रोत्साहन देऊन राजानें अशा अशा रीतीनें वागलें पाहिजे म्हणून तिला सर्व सांगितलें.

राजा म्हणाला:—हे अनिंदिते कल्याणि पृथे, ह्याप्रमाणें तूं माझ्या हितासाठीं, स्वतःसाठीं आणि कुलासाठीं निःशंकपणें अशा रीतीनें ही गोष्ट केली पाहिजेस. ह्याप्रमाणें त्या कन्येला सांगून महाकीर्तिसंपन्न व ब्राह्मणवत्सल कुंतिभोजानें ही आपली कन्या पृथा त्या ब्राह्मणाच्या स्वाधीन केली आणि सांगितलें कीं,

' हे ब्रह्मन्, ही माझी कन्या अप्रौढ आणि सुखामध्यें वाढलेली आहे, ह्यामुळें तिच्या हातून जर कांहीं अपराध घडला तर तो आपण मनांत आणूं नये. महाभाग्यशाली ब्राह्मण हे वृद्ध, बाल आणि तपस्वी ह्यांनीं जरी अपराध केला तरी त्यांजवर केव्हांही प्रायः कोप करीत नाहींत. कारण, अपराध जरी मोठा असला तरीही ब्राह्मणांनीं क्षमा केली पाहिजे. हे द्विजश्रेष्ठा, ही आपल्या शक्त्यनुसार आणि उत्साहानुरूप जें आराधन करील त्याचा आपण स्वीकार करा.' ह्यावर ब्राह्मणानें 'ठीक आहे.' असें सांगितल्यामुळें राजाचें अंतःकरण संतुष्ट होऊन राजानें हंस अथवा चंद्रकिरण ह्यांप्रमाणें शुभ्रवर्ण असलेलें एक मंदिर त्याच्या स्वाधीन केलें. त्या ठिकाणीं अग्निशालेंत त्या ब्राह्मणासाठीं एक देदीप्यमान आसन घालून ठेविलें होतें व आहार करण्याच्या वगैरे सर्व वस्तुही राजा त्याजकडे पाठवून देत होता. पुढें आलस्य आणि अभिमान ह्यांचा त्याग करून ती राजकन्या त्या ब्राह्मणाचें आराधन करण्याविषयीं अत्यंत प्रयत्न करूं लागली. त्या ठिकाणीं त्या ब्राह्मणाजवळ गेल्यानंतर शुचिर्भूतपणाविषयीं तत्पर असलेली ती साध्वी पृथा (कुंती) सेवा करण्यास योग्य अशा त्या ब्राह्मणाची यथाविधि सेवा करून त्याला देवाप्रमाणें संतुष्ट करूं लागली.

अध्याय तीनशें पांचवा.

—:०:—

कुंतीची ब्राह्मणसेवा व वरप्राप्ति.

वैशंपायन ह्मणालेः—हे महाराजा, ती सदाचारसंपन्न कन्या प्रशंसनीय नियमांनीं युक्त असणाऱ्या त्या ब्राह्मणास शुद्ध अंतःकरणानें संतुष्ट करूं लागली. हे राजेंद्रा, तो द्विजश्रेष्ठ एखादे वेळीं 'प्रातःकाळीं येईन' असें सांगून निघून जाऊन सायंकाळीं अथवा रात्रींही येत असे; पण तो कोणत्याही वेळीं आला तरी ती कन्या भक्ष्य पदार्थ आणि शय्या, आसन इत्यादिक उपचारही दिवसेंदिवस अधिकाधिक अर्पण करून सदोदित त्यांचें आराधन करीत असे. त्याचें अन्नपान, शय्या आणि आसन इत्यादिक उपचार दिवसेंदिवस वाढत्या प्रमाणावरच असत; कमी होत नसत. हे राजा, त्या ब्राह्मणानें जरी त्या वेळीं निर्भर्त्सना, अपशब्दांचा प्रयोग आणि अप्रिय भाषण हीं केलीं तरी ती त्याचें अप्रिय करीत नसे. तो ब्राह्मण येण्याची वेळ टळून गेली तरीही येत असे; कित्येक वेळ येतही नसे आणि आला म्हणजे अत्यंत दुर्लभ असें अन्न देण्याविषयींही सांगत असे. पण ती कुंती जशी कांहीं पूर्वीं तयारीच केलेली असावी त्याप्रमाणें त्याला तें तें अन्न अर्पण करीत असे. हे राजेंद्रा, ती श्रेष्ठ आणि निंदेस पात्र नसणारी अत्यंत जितेंद्रिय कन्या शिष्य, पुत्र अथवा भगिनी ह्यांप्रमाणें वागून जसजशी सेवा करूं लागली तसतसा त्या ब्राह्मणश्रेष्ठाच्या अंतःकरणांत संतोष उत्पन्न होऊं लागला, तिच्या सुस्वभावानें आणि सद्वर्तनानें तो ब्राह्मणश्रेष्ठ संतुष्ट झाला व तिचें अंतःकरण एकाग्र व्हावें ह्यासाठीं पुनःपुनः अतिशय प्रयत्न करूं लागला. हे भरतकुलोत्पन्ना जनमेजया, तिचा पिता सकाळसंध्याकाल "मुली, तुझ्या सेवेनें ब्राह्मण संतुष्ट होत आहे ना?" असें विचारीत असे; व त्यावर ती यशस्विनी कन्या 'अतिशय संतुष्ट होतो.' असेंच उत्तर देत असे. ह्यामुळें त्या उदारांतःकरण कुंतिभोज राजाला अतिशय आनंद होत असे. पुढें एक वर्ष पूर्ण झाल्यानंतर कुंतीचें हित करण्याविषयीं आसक्त असणाऱ्या त्या मुनिश्रेष्ठाला जेव्हां तिच्या ठिकाणीं कांहींही पातक आहे असें दिसलें नाहीं, तेव्हां अंतःकरण संतुष्ट होऊन तो ब्राह्मण

तिला म्हणाला कीं, 'हे कल्याणि, तुझ्या सेवेनें मी संतुष्ट झालों आहें. ह्यास्तव, मनुष्यांना इहलोकीं दुर्लभ असणारे व ज्यांच्या योगानें कीर्ति मिळवून तूं इतर स्त्रियांना मागें सारशील असे वर मागून घे.'

कुंती म्हणाली:—हे वेदज्ञश्रेष्ठा, आपण व पिता हे उभयतां ज्या अर्थीं मजवर प्रसन्न झालां आहां, त्या अर्थीं माझे सर्व मनोरथ पूर्ण झाले आहेत. तेव्हां आतां मला वर नको.

ब्राह्मण म्हणाला:—हे सुहास्यमुखि कल्याणि, जर तुला मजकडून वर नको असतील तर देवतांना आह्वान करण्यासाठीं हा मंत्र घे. ह्या मंत्राच्या योगानें तूं ज्या ज्या देवाला आह्वान करशील तो तो, हे कल्याणि, तुला वश होऊन राहील. तो देव अभिलाषयुक्त असो अथवा निरभिलाषी असो, ह्या मंत्रानें तो प्रसन्न होऊन तुझ्या ताब्यांत येईल आणि एखाद्या सेवकाप्रमाणें नम्र होऊन राहील.

वैशंपायन म्हणाले:—हे राजा, शापाच्या भीतीमुळें ती अनिंद्य कन्या त्या ब्राह्मणश्रेष्ठानें सांगितलेली ही दुसरी गोष्ट नाकबूल करण्याविषयीं समर्थ झाली नाहीं. तदनंतर, हे राजा, अथर्वशिर उपनिषदामध्यें असलेल्या अनेक मंत्रसमुदायांचा त्या ब्राह्मणानें त्या सुंदरांगी कुंतीस उपदेश केला. हे राजेंद्रा, ह्याप्रमाणें मंत्र दिल्यानंतर तो ब्राह्मण कुंतिभोजास म्हणाला कीं, 'हे राजा, मी येथें सुखानें राहिलों व तुझ्या कन्येनें माझा संतोष केला; मला तुझ्या गृहामध्यें ठेवून घेतलें आणि सदोदित उत्कृष्ट प्रकारें माझें आराधनही केलें. आतां मी जातों.' असें म्हणून तो अंतर्धान पावला. तो ब्राह्मण तेथेंच अंतर्धान पावला असें पाहतांच राजानें आश्चर्यचकित होऊन कुंतीची प्रशंसा केली.

अध्याय तीनशें सहावा.

—:०:—

कुंतीचें मंत्रद्वारा सूर्याला आव्हान.

वैशंपायन म्हणाले:—तो ब्राह्मणश्रेष्ठ निघून गेल्यानंतर कांहीं कारणामुळें ती कन्या त्या मंत्रसमुदायांच्या बलाबलाविषयीं विचार करूं लागली. 'मला त्या महात्म्यानें दिलेला हा मंत्रसमुदाय कोणत्या प्रकारचा बरें असेल? आतां मी लवकरच त्याचें सामर्थ्य पहातें.' असा विचार करीत आहे तोंच तिला रजोदर्शन झालें. ह्याप्रमाणें कन्यकावस्थेंतच रजस्वला झाल्यामुळें ती अप्रौढ कुंती लज्जित झाली. तदनंतर बहुमूल्य शय्येवर शयन करण्यास पात्र असलेली ती कुंती राजमंदिराच्या गच्चीवर जाऊन बसली. तेव्हां पूर्वेस उगवणारें सूर्यमंडल तिच्या दृष्टीस पडलें. तेव्हां त्या सुंदरीचें अंतःकरण आणि दृष्टि एकसारखी त्या सूर्यमंडलावर जडली. प्रातःसंध्यासमयींच्या त्या सूर्याच्या रूपानें तिला कांहीं तापही झाला नाहीं; इतकेंच नव्हे, तर तिची दृष्टि एकदम दिव्य झाली आणि अंगामध्यें कवच घातलेला व कुंडलांच्या योगानें विभूषित असलेला दिव्यस्वरूपशाली देव सूर्य तिला दिसूं लागला. तेव्हां, हे राजा, त्या मंत्राचें सामर्थ्य पहाण्याची अत्यंत इच्छा उत्पन्न होऊन त्या सुंदरीनें त्या देवास आह्वान केलें. त्या वेळीं इंद्रियांना उदकस्पर्श करून जेव्हां ती सूर्याला आह्वान करूं लागली तेव्हां, हे राजा, मधाप्रमाणें पिंगलवर्ण नेत्र असलेला, महाबाहु, शंखाप्रमाणें कंठ असलेला, आणि बाहुभूषणें व किरीट धारण करणारा तो सूर्य योगबलानें आपलीं दोन स्वरूपें करून एका स्वरूपानें दिशांना जणू प्रज्वलित करीत त्वरेनें त्या ठिकाणीं आला. तदनंतर अत्यंत मोहक व सामोपचाराच्या शब्दांनीं तो कुंतीला म्हणाला कीं, 'हे कल्याणि, मजवर तुझ्या मंत्राचा प्रभाव

पडल्यामुळें मी तुझ्या अधीन होऊन गेलों आहें. ह्यास्तव, हे राज्ञि, मी आतां तुझें कोणतें कार्य करूं तें सांग, म्हणजे तें करीन.'

कुंती म्हणाली:—हे भगवन्, आपण जेथून आलां तिकडे निघून जा. मीं केवळ कौतुकानें आपणांला आह्वान केलें होतें. ह्यास्तव, हे भगवन्, कोप करूं नका.

सूर्य म्हणाला:—सुंदरि, तूं मला सांगतेस त्याप्रमाणें मी जाईन. पण देवाला आह्वान केल्यानंतर त्याला फुकट परत पाठविणें योग्य नाहीं. सुंदरि, सूर्याकडून आपणाला पुत्र व्हावा व तो वीर्यानें लोकांमध्यें अप्रतिम असून उपजतांच कवच आणि कुंडलें ह्यांनीं युक्त असावा अशी तुझी इच्छा आहे. ह्यास्तव, हे गजगामिनि, तूं मला आपली काया अर्पण कर. म्हणजे तुझ्या मनोदयाप्रमाणें तुला पुत्र होईल. हे सुहास्यमुखि कल्याणि, तुझ्याशीं समागम केल्यानंतर मी निघून जाईन; आणि जर तूं आज ही मला प्रिय असलेली गोष्ट केली नाहींस तर मी क्रुद्ध होऊन तुला, त्या ब्राह्मणाला आणि तुझ्या पित्याला शाप देईन व तुझ्या पायीं मी त्या सर्वांना दग्ध करून सोडीन ह्यांत संशय नाहीं. तसेंच, ज्याला तुझ्या उन्मत्तपणाचें ज्ञान नाहीं त्या तुझ्या उन्मत्त पित्यालाही दग्ध करून सोडीन; आणि तुझा स्वभाव व वर्तन हीं न जाणतां ज्यानें तुला मंत्र दिला त्या ब्राह्मणालाही मी आज चांगली शिक्षा करीन. हे सुंदरि, स्वर्गामध्यें इंद्रप्रभृति सर्व देवता तूं मला फसविल्यामुळें हसल्यासारखें करून मजकडे पहात आहेत. तूंच पहा ह्या देवसमुदायाकडे! मीं तुला पूर्वींच ही दिव्य-दृष्टि दिलेली आहे, त्या योगानेंच तुला माझें दर्शन झालें.

वैशंपायन म्हणाले:—तदनंतर, ज्याप्रमाणें कांतिशाली किरणसंपन्न प्रचंड सूर्य असावा त्याप्रमाणें आपापल्या स्थानीं विराजमान होऊन राहिलेले स्वर्गामध्यें वास्तव्य करणारे ते सर्वही देव त्या राजकन्येनें अवलोकन केले. त्यांना पहातांच लाजल्यासारखी होऊन ती बाला राजकन्या भीतीनें सूर्यास ह्मणाली, 'हे सूर्या, तूं आपल्या विमानाकडे निघून जा. कारण, मी कन्या असून असलें दुराचरण करणें कष्ट-दायक आहे. पिता, माता आणि दुसरींही जीं कोणी वडील मनुष्यें आहेत त्यांनाच माझ्या ह्या देहाचें दान करण्याचा अधिकार आहे; मला तो नाहीं. मी धर्माचा लोप करणार नाहीं. कारण, ह्या लोकामध्यें स्त्रियांच्या सद्व-र्तनाचीच प्रशंसा होत असते व तेंच देहाच्या संरक्षणासही कारणीभूत आहे. हे सूर्या, मीं मंत्रबलाची परीक्षा करण्यासाठीं बालस्वभावानें तुला आह्वान केलें. पण मी बालावस्थेंत आहें असें समजून, हे प्रभो, तूं मला त्याबद्दल क्षमा कर.'

सूर्य म्हणाला:—तूं बालावस्थेंत आहेस म्हणूनच मी तुला पुत्र देत आहें; दुसरीला अशी पुत्रप्राप्ति व्हावयाची नाहीं. म्हणूनच, हे कुमारिके कुंति, तूं मला आपलें शरीर अर्पण कर. म्हणजे, हे सुंदरि, तुलाही शांति मिळेल. हे प्रेमशालिनि सुंदरि, हें आगमन व्यर्थ दवडून अर्थात् तुझ्याशीं समागम न करतां परत जाणें मला योग्य नाहीं. कारण, हे सुंदरांगि, त्या योगानें मी लोकांमध्यें उपहासास पात्र होईन; आणि, हे कल्याणि, मला सर्व देवताही नांवें ठेवूं लागतील. ह्यास्तव, तूं माझ्याशीं समागम कर, म्हणजे तुला माझ्या तोडीचा पुत्र होईल; आणि तूं सर्व लोकांमध्यें श्रेष्ठ होशील ह्यांत संशय नाहीं.

अध्याय तीनशें सातवा.

—:०:—

कुंती आणि सूर्य यांचा समागम.

वैशंपायन म्हणाले:—ह्याप्रमाणें ती विचार-

शील कन्या जरी नानाप्रकारचीं मधुर भाषणें करूं लागली, तरीही तिला सूर्याचें मन वळविणें शक्य झालें नाहीं. ह्याप्रमाणें जेव्हां त्या अंधःकारनाशक सूर्याचा निषेध करितां येणें शक्य होईना, तेव्हां, हे राजा, ती बाला पुष्कळ वेळपर्यंत विचार करीत राहिली. ती मनांत ह्मणूं लागली, 'माझा पिता आणि ब्राह्मण हे जर निरपराधी आहेत तर मग माझ्यामुळें क्रुद्ध झालेल्या ह्या सूर्याचा त्यांना कसा बरें शाप होईल? मनुष्य जरी बालावस्थेंत असला तरी त्यानें अज्ञानामुळें—पापांचा समूळ नाश करून टाकणाऱ्या—तेजोमय अथवा तपोमय पुरुषांशीं अतिशय लगट करूं नये. मला तर आज फार भीति वाटत असून ह्यानें माझा हात घट्ट धरलेला आहे; पण स्वतःचें दान स्वतःच करणें हें दुष्कृत्य मीं कसें करावें?'

वैशंपायन ह्मणाले:—ह्याप्रमाणें अंतःकरणांत पुष्कळ विचार करीत असतां ती शापामुळें भिऊन गेली व मोहानें शरीर व्याप्त होऊन जाऊन हसत हसत त्या देवाला लज्जेमुळें बारीक होऊन गेलेल्या आवाजानें ह्मणाली. हे राजा, त्या वेळीं तिला आपल्या बांधवांची भीति वाटत होती व शापामुळेंही ती भयभीत झाली होती.

कुंती ह्मणाली:—हे देवा, माझा पिता, माता आणि इतरही बांधव जिवंत आहेत. तेव्हां ते जिवंत असतां अशा प्रकारचा धर्मलोप होणें योग्य नाहीं. हे देवा, माझा तुजशीं समागम होणें हें जर शास्त्रसंमत नसलें तर माझ्या पायीं ह्या लोकांत ह्या माझ्या कुलाच्या कीर्तीचा नाश होईल. आतां, हे प्रकाशशालिश्रेष्ठा, बांधवांनीं दान केल्यावांचून असें करणें धर्म आहे असें जर तुझें मत असेल, तर मी तुझा मनोरथ पूर्ण करितें. पण मीं जरी दुष्कर असें हें शरीरदान तुजला केलें तरीही माझें सतीत्व कायम ठेवणें हें तुला करितां येईल. कारण, प्राण्यांचा धर्म, शौर्यादिकांपासून अथवा दानादिकांपासून होणारी कीर्ति आणि आयुष्य हीं तुजवरच अवलंबून आहेत.

सूर्य ह्मणाला:—हे सुहास्यमुखि सुंदरि, तुझा पिता, माता अथवा इतरही वडील मनुष्यें ह्यांचा तुजवर अधिकार नाहीं. तुझें कल्याण असो. मी तुला सांगतों तें ऐक. हे सुंदरि, कन्या शब्दाची उत्पत्ति कम् धातूपासून झाली असून त्याचा अर्थ हव्या त्या पुरुषाची इच्छा करूं शकणारी असा आहे; ह्मणूनच, हे सुंदरि, कन्या ही स्वतंत्र आहे. तिजवर कोणाचाही अधिकार नाहीं. हे प्रेमशालिनि, असें करण्यांत तूं कोणत्याही प्रकारचा अधर्म केला आहेस असें होणार नाहीं. कारण, मला लोकांचें हित करण्याची इच्छा असल्यामुळें मी अधर्माचरण कसें करीन? सुंदरि, सर्व स्त्रिया आणि पुरुष ह्यांमध्यें आडपडदा नसणें हीच लोकांची मूळची स्वाभाविक स्थिति असून इतर विवाहादिक संस्कार सर्वही कृत्रिम आहेत. ह्यास्तव, तूं जरी माझ्याशीं समागम केलास तरी पुनरपि कुमारिकाच राहशील आणि तुला अत्यंत शौर्यसंपन्न व अतिशय कीर्तिमान् असा पुत्र होईल.

कुंती ह्मणाली:—हे अंधकारनाशका, जर तुजपासून मला पुत्र झाला तर तो महाबाहु, शूर, महाबलाढ्य व कुंडलें आणि कवच ह्यांनीं युक्त असा व्हावा.

सूर्य ह्मणाला:—तो महाबाहु कुंडलें आणि दिव्य कवच धारण करणारा असा उत्पन्न होईल. आणि, हे कल्याणि, त्याच्या त्या (कुंडलकवचरूपी) दोनही वस्तु अमृतमय असतील.

कुंती ह्मणाली:—तूं जो माझ्या ठिकाणीं उत्पन्न करणार त्या माझ्या पुत्राला जर हीं कुंडलें आणि उत्कृष्ट प्रकारचें कवच हीं अमृतमयच प्राप्त व्हावयाचीं असतील तर, हे भगवन् देवा,

तुजशीं माझा समागम होऊं दे. पण तो माझा पुत्र तुझ्यासारखें स्वरूप, वीर्य, धैर्य आणि बल ह्यांनीं संपन्न असून धर्मनिष्ठ असावा.

सूर्य ह्मणाला:—हे सुंदरि राजकन्ये, अदितीनें मला जीं कुंडलें अर्पण केलीं आहेत तींच मी त्याला अर्पण करीन आणि हें कवचही देईन.

कुंती ह्मणाली:—फार उत्तम! असें जर असेल तर, हे भगवन्, मी तुजशीं समागम करीन. पण सूर्या, तूं सांगत आहेस त्याप्रमाणें पुत्र मात्र झाला पाहिजे हो!

वैशंपायन म्हणाले:–ह्यावर 'ठीक आहे' असें म्हणून योगमय स्वरूप धारण करणाऱ्या त्या राहुशत्रु सूर्यानें समीप जाऊन तिच्या नाभीला स्पर्श केला. तेव्हां सूर्याच्या तेजानें ती कन्या व्याकुळ झाल्यासारखी झाली आणि कांहीं सुचेनासें होऊन शय्येवर पडली.

सूर्य म्हणाला:–हे सुंदरि, जातों मी आतां. तुला सर्व योद्ध्यांमध्यें श्रेष्ठ असा पुत्र होईल; आणि तूंही कुमारिकाच राहशील!

वैशंपायन म्हणाले:–तदनंतर ती बाला लज्जित होऊन, हे राजेंद्रा, तेथून निघालेल्या अत्यंत कांतिसंपन्न सूर्याला 'तथास्तु' असें म्हणाली. सारांश, सूर्यानें त्याप्रमाणें भाषण केल्यानंतर लज्जित झालेली व मोहानें व्याप्त होऊन गेलेली ती कुंतिराजकन्या सूर्याची प्रार्थना करीत–भग्न होऊन जाणाऱ्या लतेप्रमाणें त्या पवित्र शय्येवर पडली. तेव्हां आपल्या तेजानें तिला मोहित करून व योगबलानें तिच्या शरीरांत प्रवेश करून सूर्यानें तिचें लक्ष्य आपणाकडे वेधून घेतलें; तथापि त्यानें तिला दूषित केली नाहीं. पुढें ती बाला कुंती शुद्धीवर आली.

अध्याय तीनशें आठवा.

—:०:—

कुंतीकृत कर्णपरित्याग.

वैशंपायन ह्मणाले:—हे राजा, तदनंतर माघमासांतील शुक्लपक्षामध्यें आकाशांत उदय पावणाऱ्या चंद्राप्रमाणें कुंतीच्या ठिकाणीं गर्भ उत्पन्न झाला. तेव्हां बांधवांच्या भीतीनें त्या बालावस्थेंत असणाऱ्या सुंदरी कुंतीनें तो गर्भ गुप्तपणें धारण केला व लोकांसही तिची ती अवस्था कळून आली नाहीं. स्त्रियांमध्यें देखील आपली अवस्था गुप्त ठेवण्याविषयीं दक्ष असणारी कन्यांच्या अंतःपुरामध्यें असलेली ती बाला कुंती अशा स्थितींत आहे असें एका दाईच्या कन्येवांचून दुसऱ्या कोणालाही कळून आलें नाहीं. तदनंतर गर्भधारणकाल निघून गेल्यावर त्या सुंदरीला कुमारिकावस्थेमध्येंच सूर्याच्या प्रसादानें देवासारखी कांति असलेला एक पुत्र झाला. त्याच्या अंगांत कवच होतें व कानांत सुवर्णमय उज्ज्वल कुंडलें होतीं. त्याचे नेत्र सिंहासारखे असून स्कंधप्रदेश वृषभासारखा होता. सारांश, तो आपला पिता सूर्य ह्यासारखा होता. तो उत्पन्न होतांच दाईचा विचार घेऊन त्या सुंदरीनें त्या बालकास एका पेटीमध्यें ठेवून ती अश्वनदीमध्यें सोडून दिली. त्या पेटींत चोहोंकडे उत्कृष्ट प्रकारचें आस्तरण घातलें होतें; तिला मेणाचें रोगण केलेलें होतें; व ती तुळतुळीत आणि सुखकारक असून तिजवर उत्कृष्ट प्रकारचें झांकणही होतें. राजा, कुमारिकावस्थेमध्यें गर्भधारण करणें अयोग्य आहे असें जरी तिला माहीत होतें, तरीही ती कुंती पुत्रप्रेमामुळें करुणस्वरानें शोक करूं लागली. ती पेटी अश्वनदीच्या जलामध्यें सोडून देतांना ती रडत रडत काय म्हणाली तें सांगतों, ऐक. ती म्हणाली, 'बाळा, अंतरिक्ष, पृथ्वी, दिव्य प्राणी आणि जलचर

ह्याजकडून तुला मार्ग सुखकारक होवो. तुला कोणीही शत्रु नसोत; आणि, हे पुत्रा, जर ते असतील तर तुजपाशीं येतांच त्यांच्या अंतःकरणांतील द्वेषबुद्धि नष्ट होवो. उदकाधिपति राजा वरुण उदकामध्यें आणि अंतरिक्षामध्यें वास्तव्य करणारा सर्वगामी वायु अंतरिक्षामध्यें तुझें संरक्षण करो. हे पुत्रा, ज्यानें दिव्य विधीच्या योगानें मला तुझी प्राप्ति करून दिली तो तुझा पिता कांतिमानामध्यें श्रेष्ठ असणारा सूर्य सर्वत्र तुझें संरक्षण करो. आदित्य, वसु, रुद्र, साध्य, विश्वेदेव, इंद्रासहवर्तमान मरुत् आणि दिक्पालांसहवर्तमान दिशा—सारांश, सर्वही देवता सुखामध्यें आणि दुःखामध्यें तुझें संरक्षण करोत. जरी तूं परदेशामध्यें असलास तरीही ह्या कवचाच्या खुणेवरून मी तुला ओळखीन. पुत्रा, तुझा पिता देदीप्यमान किरणशाली भगवान् देव सूर्य खरोखर धन्य होय की, जो नदीच्या प्रवाहामध्यें असलेल्या तुजला दिव्य दृष्टीनें अवलोकन करील. तसेंच हे देवजन्या पुत्रा, जी तुला पुत्र असें मानील आणि तूंही तृषित होऊन जिचें स्तनपान करशील ती तरुण स्त्री खरोखर धन्य होय! सूर्याप्रमाणें कांति असलेला, दिव्य कवच धारण करणारा, दिव्य कुंडलांच्या योगानें विभूषित असलेला; कमलपत्राप्रमाणें विशाल नेत्र असलेला, आरक्तवर्ण कमलदलाप्रमाणें उज्ज्वल कांति असलेला, व उत्कृष्ट ललाट आणि सुंदर केशाग्रे ह्यांनीं युक्त अशा तुजला जी पुत्र असें मानणार आहे तिनें कोणतें बरें स्वप्न पाहिलें असेल? बाळा, तूं धुळीनें शरीर व्याप्त होऊन जाऊन भूमीवर रांगत असतांना आणि अस्पष्ट व मधुर शब्द उच्चारीत असतांना जे तुला अवलोकन करतील ते खरोखर धन्य होत! पुत्रा, जे धन्य असतील त्यांनाच हिमालयांतील अरण्यांत उत्पन्न झालेल्या सिंहाप्रमाणें तारुण्यांत आलेल्या तुझें दर्शन घडेल.' हे राजा, ह्याप्रमाणें करुणस्वरानें पुष्कळ प्रकारें विलाप करून त्या वेळीं कुंतीनें ती पेटी अश्वनदीच्या प्रवाहांत सोडून दिली. ह्याप्रमाणें पुत्रदर्शनाविषयीं अत्यंत उत्सुक असलेली व ह्मणूनच त्याजविषयींच्या शोकानें व्याकुल होऊन गेलेली ती कमलनयना कुंती आपल्या दाईला बरोबर घेऊन पित्याला कळेल ह्या भीतीनें मध्यरात्रींच ती पेटी नदीमध्यें सोडून देऊन पुनरपि राजमंदिरांत आली. पुढें ती पेटी अश्वनदींतून चर्मण्वती नदींमध्यें,चर्मण्वतींतून यमुनेमध्यें आणि यमुनेंतून भागीरथीमध्यें गेली. पुढें उदकाच्या लाटांनीं वाहून नेलें जाणारें तें त्या पेटींतील मूल गंगेंतून सूताच्या प्रदेशामध्यें चंपानगरीजवळ गेलें.त्या वेळीं विधात्यानें ठरवून ठेवलेली भवितव्यता आणि अमृतापासून उत्पन्न झालेलीं तीं दिव्य कवचकुंडलें ह्यांच्यामुळेंच तो जिवंत राहिला होता.

अध्याय तीनशें नववा.

—:०:—

राधेस कर्णाची प्राप्ति.

वैशंपायन ह्मणालेः—ह्याच वेळीं धृतराष्ट्राचा मित्र अधिरथ ह्या नांवानें प्रसिद्ध असलेला सूत (सारथि) आपल्या स्त्रीसहवर्तमान गंगेवर गेला. राजा, त्याची भार्या ह्या भूतलावर रूपानें अप्रतिम होती. तिचें नांव राधा असें होतें. त्या महाभाग्यशाली स्त्रीस संतति झाली नव्हती. तिनें पुत्रासाठीं पुष्कळ प्रयत्न केला होता. त्या वेळीं गंगेंतून साहजिक रीतीनें वाहून येणारी ती पेटी तिच्या दृष्टीस पडली. तिजला संरक्षणकारक कंकण बांधलें होतें व दूर्वादलादिकांनीं ती सुशोभित केली असून भागीरथीच्या लहान मोठ्या लाटांतून निर्जन प्रदेशांत ती येऊन लागली होती. तेव्हां त्या सुंदरीनें कौतुकानें तेथें आलेली

ती पेटी पुढें ओढली व नंतर अधिरथ सूतास कळविलें.त्यानेंही ती पेटी घेऊन पाण्यांतून वर काढली आणि ती किल्लीनें उघडली. तेव्हां त्याला तीमध्यें बालसूर्याप्रमाणें कांति असलेलें, सुवर्णमय कवच धारण करणारें, उज्ज्वल कुंडलांनीं युक्त व म्हणूनच देदीप्यमान मुख असलेलें एक मूल दिसलें. तेव्हां भार्येसहवर्तमान त्या सूताचे नेत्र आश्चर्यानें विकसित झाले. नंतर तो त्या बालकास भार्येच्या मांडीवर ठेवून तिला म्हणाला, ' हे भीरु सुंदरि, माझ्या जन्मापासून आजच काय तें मला असें आश्चर्य पहावयास सांपडलें. मला वाटतें कीं, हें देवाचेंच मूल आह्मांकडे आलेलें आहे. मला संतति नसल्यामुळें देवांनीं हा पुत्र दिला आहे हें खास ! ' असें बोलून, हे राजा, त्यानें तो पुत्र राधेकडे दिला. तेव्हां राधेनेंही कमलाच्या गाभ्याप्रमाणें सुकुमार, कांतिसंपन्न, दिव्यस्वरूपी असा तो देवगर्भाप्रमाणें असलेला पुत्र यथाविधि ग्रहण केला आणि त्याचें यथाविधि पोषणही चालविलें. तेव्हां तो वीर्यसंपन्न पुत्र वाढूं लागला. तेव्हांपासून तिला आणखीही दुसरे औरस पुत्र झाले. वसु- (सुवर्ण) मय कवचकुंडलें धारण करणाऱ्या त्या बालकाला अवलोकन करून ब्राह्मणांनीं ' वसुषेण ' असें त्याचें नांव ठेविलें. ह्याप्रमाणें तो अमित पराक्रमी बालक सूताचा पुत्र झाला व वसुषेण आणि वृष ह्या नांवांनीं प्रसिद्धि पावला. तो वीर्यवान् सूतपुत्र अंगदेशामध्यें वाढला. तेव्हां तो दिव्य कवच धारण करीत असल्यामुळें कुंतीनें हेराच्या द्वारानें त्याचा शोध लावला. पुढें कांहीं कालानें तो पुत्र मोठा झाला आहे असें पाहून अधिरथ सूतानें त्याला हस्तिनापुराकडे पाठवून दिला. तेव्हां तो द्रोणाचार्यांकडे अस्त्रविद्या शिकावयास राहिला व त्यामुळेंच त्या वीर्यसंपन्न कुमाराची दुर्योधनाशीं मैत्री जडली. ह्याप्रमाणें द्रोण, कृप आणि परशुराम ह्यांजकडून चारही प्रकारचा अस्त्रसमुदाय संपादन करून तो लोकविख्यात आणि श्रेष्ठ असा धनुर्धर झाला; व धृतराष्ट्रपुत्र दुर्योधन ह्याशीं मैत्री जडल्यामुळें पांडवांचें अप्रिय करण्यामध्यें आसक्त होऊन तो महात्म्या अर्जुनाशीं युद्ध करण्याची इच्छा करूं लागला. हे प्रजापालका, तो अर्जुनाशीं सदोदित स्पर्धा करीत असे व अर्जुनही कर्णाला पाहिल्यापासून त्याच्याशीं स्पर्धा करीत असे. सारांश, हे महाराजा, कर्णाची सूर्यापासून उत्पत्ति झाली असून तो सूताच्या वंशामध्यें पडला. हीच सूर्याविषयींची गुप्त गोष्ट होय, ह्यांत संशय नाहीं. तो कुंडलें आणि कवच ह्यांनीं युक्त आहे असें पाहून व ह्मणूनच संग्रामामध्यें वध करितां येण्यास अशक्य आहे असें समजून युधिष्ठिर काळजींत पडला. असो; हे राजेंद्रा, ज्या वेळीं भर दोनप्रहरीं स्नान करून कर्ण हात जोडून सूर्याची स्तुति करीत असे, त्या वेळीं ब्राह्मण द्रव्यप्राप्तीच्या इच्छेनें त्याजकडे येत असत. कारण, त्या वेळीं ब्राह्मणांस द्यावयाचें नाहीं असें त्याला कांहींही नसे. पुढें ब्राह्मणाचें स्वरूप घेऊन इंद्र 'भिक्षां देहि' ह्मणून त्याजकडे आला. तेव्हां कर्णानें त्याला ' स्वागत असो ' असें उत्तर दिलें.

अध्याय तीनशें दहावा.

—:०:—

कर्णाला इंद्रापासून अमोघ शक्तीची व इंद्रास कर्णापासून कवचकुंडलांची प्राप्ति.

वैशंपायन ह्मणाले:—ब्राह्मणाच्या वेषानें आलेल्या इंद्रास अवलोकन करितांच कर्णानें ' स्वागत असो ' असें त्याला सांगितलें. पण त्याच्या मनांत काय आहे हें त्याला कळलें नाहीं. तेव्हां अधिरथपुत्र कर्णानें विचारलें, 'मी आपणाला ज्यांच्या कंठामध्यें सुवर्णमय अलंकार आहेत

अशा तरुण स्त्रिया, किंवा ज्यांमध्यें पुष्कळ गोसमुदाय आहेत अशीं गांवें ह्यांपैकीं काय देऊं?'

ब्राह्मण म्हणाला:—कंठामध्यें सुवर्णमय अलंकार असणाऱ्या तरुण स्त्रिया अथवा दुसरेही जे कांहीं प्रीतिवर्धक पदार्थ आहेत ते तूं ह्या ठिकाणीं मला द्यावेस अशी माझी इच्छा नाहीं. तुमची ज्यांना इच्छा असेल त्यांना तूं ते अर्पण कर. हे निष्पापा, तूं सत्यप्रतिज्ञ असशील तर तुझ्याबरोबरच उत्पन्न झालेलें हें कवच व तशाच प्रकारचीं हीं कुंडलें हीं मला काढून दे. हे परंतपा, हेंच तूं मला सत्वर द्यावेंस अशी मला इच्छा आहे. कारण, सर्व लाभांत हा लाभ अतिशय श्रेष्ठ आहे असें माझें मत आहे.

कर्ण म्हणाला:—हे विप्रा, तुला हवें तर भूमि, तरुण स्त्रिया, धेनु व पुष्कळ वर्षें राहील इतकें अन्न देईन. पण हीं कवचकुंडलें मागूं नको.

वैशंपायन म्हणाले:—ह्याप्रमाणें नानाप्रकारचीं भाषणें करून कर्ण प्रार्थना करूं लागला तरीही, हे भरतकुलश्रेष्ठा, त्या ब्राह्मणानें दुसऱ्या कोणत्याही वस्तूची याचना केली नाहीं. कर्णानें यथाशक्ति त्याचें सांत्वन केलें, यथाविधि बहुमान केला, पण तो द्विजश्रेष्ठ दुसऱ्या कोणत्याही वस्तूची इच्छा करीना. ह्याप्रमाणें जेव्हां तो ब्राह्मणश्रेष्ठ दुसरी वस्तु मागून घेईना, तेव्हां राधापुत्र कर्ण पुनरपि हसत हसत त्याला म्हणाला कीं, ' हे विप्रा, अमृतापासून निर्माण झालेलीं हीं कुंडलें आणि कवच हीं माझ्याबरोबरच उत्पन्न झालेलीं असून ह्यांच्यामुळें मी ह्या जगतामध्यें अवध्य आहें, म्हणून मला ह्यांचा त्याग करितां येत नाहीं. ह्यास्तव, हे ब्राह्मणश्रेष्ठा, ज्यांतील शत्रूंचा नाश करून सोडला आहे असें स्वस्तिक्षेमसंपन्न विशाल पृथ्वीचें राज्य हवें असेल तर तूं मजकडून खुशाल मागून घे; पण हीं कवचकुंडलें मागूं नको. कारण, हे द्विजश्रेष्ठा, मजबरोबरच उत्पन्न झालेल्या ह्या कवचकुंडलांचा वियोग झाल्यास मी शत्रूच्या हातीं सांपडूं शकेन. '

वैशंपायन म्हणाले:—पुढें जेव्हां भगवान् इंद्र दुसरें कांहींही मागून घेईना, तेव्हां कर्ण हसून पुनरपि त्याला म्हणाला, ' हे प्रभो देवाधिदेवा इंद्रा, तुला मीं पूर्वींच ओळखिला आहे. तुला तूं मागत आहेस ती वस्तु व्यर्थ (मोबदला मिळाल्यावांचून) देणें शक्यही नाहीं आणि न्यायाचेंही नाहीं. कारण, तूं प्रत्यक्ष देवांचा अधिपति, इतरही सर्व प्राण्यांचा सत्ताधारी आणि उत्पादक आहेस. ह्यास्तव, तूं मला वर दिला पाहिजेस. इंद्रा, मीं जर तुला कुंडलें व कवच हीं अर्पण केलीं तर वध्य होईन आणि तूंही लोकांच्या उपहासास पात्र होशील. ह्यास्तव, हे इंद्रा, मोबदला देऊन तूं हीं कुंडलें आणि उत्कृष्ट कवच खुशाल घेऊन जा; नाहीं तर मात्र मी देणार नाहीं.'

इंद्र म्हणाला:—मी तुजकडे येत आहें हें पूर्वीं सूर्याला समजलें असून त्यानेंच तुला तें सर्व सांगितलें ह्यांत संशय नाहीं. असो; कांहीं हरकत नाहीं. बा कर्णा, तुझ्या इच्छेप्रमाणें होऊं दे. मात्र तूं माझ्या वज्रावांचून इतर तुझ्या इच्छेस वाटेल तें मागून घे. ' तदनंतर आनंदित झालेला कर्ण आपले मनोरथ पूर्ण झाले असें समजून इंद्राकडे येऊन अमोघ शक्तीसंबंधानें याचना करूं लागला.

कर्ण म्हणाला:—' इंद्रा, माझें कवच आणि कुंडलें हीं घेऊन, सैन्याच्या अघाडीस शत्रुसमुदायांना ठार करून सोडणारी तुझी अमोघ शक्ति तूं मला दे. 'हें ऐकून, हे पृथ्वीपते, क्षणभर विचार करून इंद्र त्या शक्तीसंबंधानें कर्णाला असें ह्मणूं लागला, ' कर्णा, मला तुझ्या शरीराबरोबर उत्पन्न झालेलें कवच आणि कुंडलें दे आणि मी सांगतों त्या अटीवर ही शक्ति ग्रहण कर. ही शक्ति अमोघ असून माझ्या

हातांतून सुटतांच शत्रूंना ठार करिते व दैत्यांचा वध करीत असणाऱ्या माझ्या हातीं येते. ती ही शक्ति तुझ्या हातांत आली म्हणजे बलाढ्य, गर्जणारा व तुला अत्यंत ताप देणारा असा तुझा एक शत्रु नष्ट करून पुनः मजकडे येईल.'

कर्ण म्हणालाः—ज्याच्यापासून मला भीति असेल अशा गर्जणाऱ्या व मला ताप देणाऱ्या एकाच शत्रूस रणांत ठार करण्याची इच्छा आहे.

इंद्र म्हणालाः—तूं गर्जना करणाऱ्या एका बलाढ्य शत्रूला संग्रामामध्यें ठार करशील. पण तुला ज्या एका शत्रूचा वध करण्याची इच्छा आहे त्याचें संरक्षण महात्मा कृष्ण करीत आहे. ज्याला वेदवेत्ते लोक वराह, अपराजित, नारायण आणि अचिंत्य असें ह्मणतात तोच कृष्ण त्याचें संरक्षण करीत आहे.

कर्ण म्हणालाः—असेना कां असें ! हे भगवन्, तूं मला एका वीराचा वध करण्यासाठीं अमोघ शक्ति दे, म्हणजे मी मला ताप देणाऱ्या शत्रूचा वध करीन; व मीही कुंडलें आणि कवच माझ्या शरीरावरून कापून काढून तुला अर्पण करीन. पण मीं माझे अवयव कापले म्हणून मला विद्रूपपणा मात्र येऊं नये.

इंद्र म्हणालाः—कर्णा, ज्या अर्थी तूं असत्याची इच्छाही करीत नाहींस, त्या अर्थी तूं कोणत्याही प्रकारें विद्रूप होणार नाहींस व तुझ्या शरीरावर जखमही राहणार नाहीं. हे वक्तृश्रेष्ठा कर्णा, तुझ्या पित्याचा वर्ण व तेज हीं जशीं आहेत त्याप्रमाणेंच तुलाही वर्णाची व तेजाची प्राप्ति होईल. कर्णा, दुसरीं शस्त्रें असतांना आणि जयाबद्दल संशय नसतांना जर तूं ही शक्ति सोडलीस अथवा बेसावधपणानें सोडलीस तर ती तुझ्या शत्रूवर न जातां तुजवरच पडेल!

कर्ण म्हणालाः—इंद्रा, जर मी अतिशयच संशयांत पडलों तर तुझ्या सांगण्याप्रमाणें मी ही तुझी शक्ति सोडीन, हें तुला खरें सांगतों.

वैशंपायन म्हणालेः—हे प्रजापालका, असें ह्मणून ती जाज्वल्यमान शक्ति इंद्राकडून घेतल्यानंतर तीक्ष्ण शस्त्र घेऊन कर्ण आपले अवयव कापूं लागला. ह्याप्रमाणें तो आपलें शरीर कापीत आहे असें पहातांच सर्व देव, दानव आणि मनुष्यें सिंहनाद करूं लागलीं; पण त्याच्या मुखावर कोणत्याही प्रकारचा विकार उत्पन्न झाला नाहीं. पुढें कर्णानें आपलें शरीर कापलें असून देखील तो नरवीर वारंवार हसत आहे असें पाहून दिव्य दुदुंभि वाजूं लागले व दिव्य पुष्पांची मोठी वृष्टि झाली. ह्याप्रमाणें आपल्या शरीरावरून कापून काढून त्यानें तें ओलें कवच व कर्णांतून कापून काढून तीं कुंडलेंही इंद्राला अर्पण केलीं. ह्या कृत्यामुळेंच त्याचें नांव कर्ण असें पडलें. तदनंतर कर्णाला फसवून व लोकांमध्यें त्याला कीर्तिसंपन्न करून, आपण पांडवांचें कार्य केलें असें इंद्र मानूं लागला आणि नंतर हसत हसत स्वर्गाकडे निघून गेला. ह्याप्रमाणें कर्णाला इंद्रानें लुबाडून घेतलें असें ऐकतांच सर्वही धृतराष्ट्रपुत्र दीन आणि गर्व भंग झाल्यासारखे होऊन गेले; व इंद्रानें सूतपुत्र कर्णाला तशा स्थितीस पोहोंचविलें असें ऐकतांच अरण्यामध्यें वास्तव्य करणारे पांडव आनंदित होऊन गेले.

जनमेजय म्हणालाः—त्या वेळीं ते पांडव वीर कोठें वास्तव्य करीत होते, त्यांनीं ही प्रिय वार्ता कोणाच्या तोंडून ऐकली, आणि बारावें वर्ष निघून गेल्यानंतर त्यांनीं काय केलें, हें भगवंतांनीं मला स्पष्ट रीतीनें सांगावें.

वैशंपायन म्हणालेः—त्या पांडवांनीं जयद्रथाला काम्यकाश्रमांतून पिटाळून लावून द्रौपदीला प्राप्त करून घेतल्यानंतर ब्राह्मणांसहवर्तमान मार्कंडेय मुनींकडून देवर्षींचें प्राचीन चरित्र विस्तारपूर्वक श्रवण केलें.

आरणेयपर्व.

अध्याय तीनशें अकरावा.

मृगान्वेषण.

जनमेजय ह्मणालाः—ह्याप्रमाणें जयद्रथानें भार्येचें हरण केल्यावर अत्यंत क्लेश पावून द्रौपदीची प्राप्ति करून घेतल्यानंतर पुढें पांडवांनीं काय केलें ?

वैशंपायन म्हणाले:—ह्याप्रमाणें द्रौपदीचें हरण झाल्यामुळें अतिशय क्लेश पावून नियमभ्रष्ट न झालेला राजा युधिष्ठिर आपल्या बंधूंसहवर्तमान काम्यकवनाचा त्याग करून, मिष्ट फळें आणि मूळें ह्यांनीं युक्त व चित्रविचित्र अनेक वृक्षांनीं युक्त आणि रम्य अशा द्वैतवनांत पुनरपि आला. त्या ठिकाणी मितस्थ आहार करणारे ते सर्व पांडव आपली भार्या द्रौपदी हिच्यासहवर्तमान फलांचा आहार करून राहूं लागले. कुंतीपुत्र राजा युधिष्ठिर, भीमसेन, अर्जुन आणि पांडूला माद्रीपासून झालेले पुत्र नकुलसहदेव हे सर्व शत्रुतापन धर्मात्मे पराक्रमी पांडव ब्राह्मणांसाठीं परिणामीं सुखावह असणारे क्लेश भोगीत होते. त्या वनामध्यें वास्तव्य करीत असतां त्या कुरुकुलश्रेष्ठांना असा कोणता क्लेश भोगावा लागला तो मी तुला सांगतों, ऐक. हे राजा, एकदा एका तपस्वी ब्राह्मणाची अरणि आणि मंथा ह्यांवर एक हरिण आपलें शिंग घांसूं लागला, ह्यामुळें ती त्याच्या शिंगाला अडकली. तेव्हां ती घेऊन तो महामृग त्वरेनें धांवूं लागला व मोठ्या वेगानें उड्या मारीत मारीत तो थोडक्याच वेळांत आश्रमापासून दूर निघून गेला. तदनंतर, हे कुरुकुलश्रेष्ठा, हरिण आपल्या अरणि आणि मंथा घेऊन चालला आहे असें पाहून तो ब्राह्मण अग्निहोत्राच्या संरक्षणाच्या इच्छेनें त्वरेनें, जेथें पांडव होते त्या ठिकाणीं आला व वनामध्यें बंधूंसहवर्तमान बसलेल्या युधिष्ठिराजवळ सत्वर येऊन तो संताप पावलेला ब्राह्मण त्याला म्हणाला, ‘ मीं अरणि आणि मंथा हीं वृक्षाला अडकवून ठेविलेलीं होतीं. त्यावर एक मृग शिंग घांसूं लागला ह्यामुळें तीं त्याच्या शिंगांत अडकलीं. तेव्हां तो महामृग तीं घेऊन त्वरेनें निघून गेला. तो महावेगवान् असल्यामुळें त्वरेनें उड्या मारीत मारीत आश्रमापासून दूर निघून गेला. राजा, माझ्या अग्निहोत्राचा लोप होऊं नये एतदर्थ आपण सर्व पांडव त्याच्या मार्गानें जाऊन त्या महामृगाला पकडून त्या अरणि आणि मंथा घेऊन या. ’

ब्राह्मणाचें हें भाषण ऐकून युधिष्ठिराच्या अंतःकरणास वाईट वाटलें आणि तो कुंतीपुत्र आपल्या बंधूंसहवर्तमान हरिणाचा शोध करण्यासाठीं धांवून जाऊं लागला. त्या वेळीं त्या सर्वही नरश्रेष्ठांनीं अंगांत चिलखतें चढविलीं असून धनुष्यें घेतलेलीं होतीं. ह्याप्रमाणें ब्राह्मणासाठीं प्रयत्न करीत असतां त्यांनीं लवकरच त्या मृगाचा पाठलाग केला. ते महारथी पांडव कर्णी, नालीक, नाराच इत्यादिक बाण फेंकीत होते व त्यांना तो मृग जवळच आहे असेंही दिसत होतें. पण त्यांना त्याला विद्ध करतां आलें नाहीं. ह्यामुळें जेव्हां ते प्रयत्न करूं लागले तेव्हां तो महामृग दिसेनासा झाला व तो न दिसल्यामुळें ते विचारी पांडव श्रमले व दुःख पावले ! तदनंतर क्षुधा आणि तृषा ह्यांनीं शरीर व्याप्त होऊन गेल्यामुळें ते पांडव त्या निबिड वनामध्यें एका थंडगार छाया असलेल्या वटवृक्षाजवळ येऊन बसले. त्या वेळीं नकुल दुःखाकुल होऊन क्रोधानें आपल्या कुरुकुलोत्पन्न ज्येष्ठ बंधूला

म्हणाला, ‘ आमच्या ह्या कुलामध्यें धर्मलोप केव्हांही झाला नसून आलस्यामुळेंही कोणाचा कार्यलोप झाला नाहीं. इतकेंच नव्हे, तर कोणीही प्राणी कार्यासाठीं आला तर आम्हीं त्याला नकारार्थी उत्तर दिलेलें नाहीं. मग, राजा, आह्मी असे मरणप्राय संकटांत कां पडलों आहों ? ’

अध्याय तीनशें बारावा.

—:०:—

नकुलादिकांचें पतन.

युधिष्ठिर ह्मणालाः—दुःखाची मर्यादा, त्याच्या प्राप्तीचें कारण अथवा त्याचें फल हें मुळींच ठरलेलें नाहीं. कारण, प्रारब्धरूपी धर्म पुण्य आणि पाप ह्या दोहोंच्या फलांचा विभाग करीत असतो.

भीम ह्मणालाः—द्रौपदीची इच्छा करून जेव्हां दुर्योधनानें द्रौपदीला दासीप्रमाणें सभेंत नेली, तेव्हां मीं त्याला तेथेंच ठार करून सोडला नाहीं ह्मणूनच आह्मी अशा दुस्तर संकटांत सांपडलों आहों !

अर्जुन ह्मणालाः—सारथ्याचा पोर कर्ण जेव्हां अस्त्राप्रमाणें तीक्ष्ण शब्द बोलूं लागला, तेव्हां अत्यंत कडक भाषणें मीं सहन केलीं, त्यामुळेंच आह्मी ह्या भयंकर संकटांत पडलों आहों.

सहदेव ह्मणालाः—हे भरतकुलोत्पन्ना, ज्या वेळीं फाशांचें द्यूत करून शकुनीनें तुला जिंकिलें त्या वेळीं मीं त्याचा तेथल्या तेथेंच वध केला नाहीं म्हणून आह्मी अशा संकटांत पडलों आहों.

वैशंपायन ह्मणालेः—तदनंतर राजा युधिष्ठिर नकुलाला ह्मणाला, ‘ नकुला, वृक्षावर चढून चोहोंकडे अवलोकन कर आणि जवळच कोठें उदक अथवा उदकाच्याच योगानें उत्पन्न होणारे वृक्ष आहेत काय तें पहा. कारण, बा नकुला, हे तुझे बंधु श्रमून गेले असून तृषाक्रांत झालेले आहेत. ’ ह्यावर ‘ ठीक आहे. ’ असें उत्तर देऊन नकुल सत्वर वृक्षावर चढला व आसमंताद्भागीं अवलोकन करून ज्येष्ठ बंधूला ह्मणाला, ‘ राजा, उदकाच्या तीरावरच उत्पन्न होणारे पुष्कळ वृक्ष मला दिसत आहेत व त्या ठिकाणीं सारस पक्ष्यांचा ध्वनिही होत आहे. ह्यामुळें तेथें निःसंशय उदक असलें पाहिजे. ’ हें ऐकून खरा धैर्यसंपन्न कुंतीपुत्र युधिष्ठिर त्याला ह्मणाला कीं, ‘ हे सौम्या, लवकर जाऊन ह्या बाणांच्या भात्यांतून पाणी घेऊन ये. ’ ह्यावर ‘ ठीक आहे. ’ असें उत्तर देऊन नकुल त्या आपल्या ज्येष्ठ बंधूच्या आज्ञेवरून जिकडे उदक होतें तिकडे धावत धावत गेला व लवकरच तेथें पोहोंचला. तें सारस पक्ष्यांचा परिवार असलेलें स्वच्छ उदक अवलोकन करितांच नकुलाला जल प्राशन करण्याची इच्छा झाली. तेव्हां आकाशांतून कांहीं शब्द त्याच्या कानांवर आले. ते शब्द यक्षाचे होते.

यक्ष ह्मणालाः—बाबारे, तूं हें जल प्राशन करण्याचें अथवा तें घेऊन जाण्याचें साहस करूं नको. कारण, हें सरोवर पूर्वीपासून माझ्या ताब्यांत आहे. ह्यास्तव हे माद्रीपुत्रा, प्रथम माझ्या प्रश्नांचीं उत्तरें दे आणि नंतर तूं हें उदक प्राशन कर आणि घेऊनही जा.

ह्या त्याच्या भाषणाला न जुमानतां नकुलानें अत्यंत तृषाक्रांत झाल्यामुळें तें थंडगार जल प्राशन केलें. तेव्हां तो लागलीच तेथें पडला ! इकडे नकुलाला उशीर लागल्यामुळें कुंतीपुत्र युधिष्ठिर आपला बंधु शत्रुमर्दक वीर सहदेव ह्यास ह्मणाला, ‘ सहदेवा, तुजहून ज्येष्ठ असलेल्या आमच्या बंधूला—नकुलाला—जाऊन फार वेळ झाला. तेव्हां तूं जाऊन आपल्या बंधूला आण आणि उदकही घेऊन ये. ’

ह्यावर सहदेवही ‘ ठीक आहे. ’ असें ह्मणून

नकुल ज्या दिशेकडे गेला होता तिकडे जाऊं लागला. तेव्हां त्याला भूमीवर गतप्राण होऊन पडलेला आपला बंधु नकुल दिसला. तेव्हां भ्रातृशोकानें अतिशय संतप्त आणि तृषेच्या योगानें अत्यंत पीडित होऊन गेल्यामुळें तो त्या उदकाकडे धावत जाऊं लागला. तेव्हां पुनरपि आकाशवाणी झाली कीं, 'बाबारे, जलप्राशन करण्याचें साहस करूं नको. कारण ह्या उदकावर पूर्वीपासून माझा हक्क आहे. तूं माझ्या प्रश्नांचीं उत्तरें दे आणि मग इच्छेस वाटेल तितकें जल प्राशन कर व घेऊनही जा.' पण सहदेवानें तृषाक्रांत झाल्यामुळें त्या वाक्याकडे लक्ष्य न देतां तें शीतल उदक प्राशन केलें. ह्यामुळें तोही लागलीच गतप्राण होऊन पडला!

नंतर इकडे कुंतीपुत्र युधिष्ठिर अर्जुनाला ह्मणाला कीं, 'हे शत्रुनाशका अर्जुना, तुझें कल्याण असो! तुझे दोन बंधु उदक आणण्याकरितां निघून गेले, त्यांना घेऊन ये आणि जलही आण. बा अर्जुना, दुःख पावलेल्या आह्मां सर्वांना तूंच काय तो आधार आहेस.

ह्याप्रमाणें धर्मराजानें सांगतांच धनुष्यबाण घेऊन व कमरेस खड्ग लटकावून बुद्धिमान् अर्जुन त्या सरोवरावर गेला. तेव्हां त्या पुरुषश्रेष्ठ श्वेतवाहन अर्जुनाला त्या ठिकाणीं गतप्राण होऊन पडलेले ते उदक आणण्यासाठीं गेलेले आपले बंधु दिसले. गाढ निद्रेंत असल्याप्रमाणें ते उभयतां पडले आहेत असें पहातांच अत्यंत दुःखाकुल होऊन तो पुरुषश्रेष्ठ कुंतीपुत्र अर्जुन धनुष्य सज्ज करून त्या अरण्यामध्यें पाहूं लागला. पण त्याला त्या प्रचंड वनामध्यें कोणीही प्राणी दिसला नाहीं. तदनंतर श्रांत होऊन गेल्यामुळें अर्जुनही उदकाकडे धावून गेला असतां जातां जातांच आकाशांतून त्याच्या कानांवर कांहीं शब्द आलेः 'हे कुंतीपुत्रा, तूं ह्या उदकासन्निध कशाला जातोस? स्वतःच्या सामर्थ्यानें कांहीं तुला हें घेऊन जातां यावयाचें नाहीं. पण, हे भरतकुलोत्पन्ना, जर तूं मीं केलेल्या प्रश्नांचीं उत्तरें देशील तर तुला हें जल प्राशन करितां येईल व घेऊनही जातां येईल.' ह्याप्रमाणें प्रतिबंध केल्यामुळें अर्जुन म्हणाला कीं, 'तूं कोण असशील तो प्रत्यक्ष येऊन मला प्रतिबंध कर, म्हणजे माझ्या बाणांच्या योगानें तुझे पूर्णपणें तुकडे तुकडे होऊन जातील आणि पुनरपि तुला असें बोलतां यावयाचें नाहीं.' असें बोलून अर्जुनानें अभिमंत्रण केलेल्या अस्त्रांचा सर्व दिशांवर वर्षाव केला व शब्दवेधीपणा दर्शवीत तो कर्णी, नालीक, नाराच इत्यादिक बाण सोडूं लागला. हे भरतकुलश्रेष्ठा, ह्याप्रमाणें अमोघ बाण सोडून शत्रूंचा वध करणाऱ्या त्या तृषाक्रांत झालेल्या अर्जुनानें त्या अनेक बाणांचा आकाशामध्यें देखील वर्षाव केला. हें पाहून यक्ष ह्मणाला, 'अर्जुना, तूं असलें कृत्य करून काय उपयोग? माझ्या प्रश्नांचीं उत्तरें दे आणि नंतर जलप्राशन कर. उत्तर न देतां जर प्राशन करशील तर तें प्राशन करितांच नाहींसा होऊन जाशील.' असें यक्षानें सांगितलें तरीही त्या कुंतीपुत्र सव्यसाची अर्जुनानें त्या भाषणास तुच्छ समजून जलप्राशन केलें. तेव्हां तोही लागलीच गतप्राण होऊन पडला!

तदनंतर इकडे कुंतीपुत्र युधिष्ठिर भीमसेनाला म्हणाला, 'हे शत्रुतापना भारता भीमा, नकुल सहदेव व अर्जुन हे उदक आणण्यासाठीं गेल्याला फार वेळ होऊन गेला. तेव्हां तुझें कल्याण असो! तूं त्यांनाही घेऊन ये आणि उदकही आण.' ह्यावर 'ठीक आहे' असें उत्तर देऊन भीमसेनही ज्या ठिकाणीं त्याचे कनिष्ठ बंधु गतप्राण होऊन पडलेले होते त्या ठिकाणीं

गेला. त्यांना पहातांच त्या तृषाक्रांत झालेल्या भीमसेनास दुःख झालें व यक्षराक्षसादिकांचेंच हें काम असावें असें त्या महाबाहूला वाटलें. तेव्हां आज खात्रीनें युद्ध करावें लागणार असाही विचार त्याच्या मनांत आला. नंतर प्रथम उदक प्राशन करावें असा विचार करून तो तृषाक्रांत झालेला पुरुषश्रेष्ठ भीम उदकाकडे धावून जाऊं लागला. हें पाहून यक्ष ह्मणाला, 'बाबारे, हें धाडस करूं नको. ह्या सरोवरावर पूर्वींपासूनच माझा अधिकार आहे. हे कुंतीपुत्रा, तूं माझ्या प्रश्नांचीं उत्तरें दे; नंतर जल प्राशन कर व घेऊनही जा.' ह्याप्रमाणें अपरिमित तेजस्वी अशा त्या यक्षानें सांगितलें, तरीही त्या वेळीं त्या प्रश्नांचीं उत्तरें न देतां भीमानें जलप्राशन केलें व तोही लागलीच गतप्राण होऊन पडला!

तदनंतर, हे पुरुषश्रेष्ठा, पुष्कळ विचार केल्यानंतर अंतःकरण होरपळून जात असलेला तो महाबाहु पुरुषश्रेष्ठ कुंतीपुत्र राजा युधिष्ठिर जेथें मनुष्याचा शब्दही नाहीं अशा त्या प्रचंड अरण्यामध्यें गेला. त्या अरण्यांत रुरुसंज्ञक हरिणें, वराह आणि पक्षी संचार करीत होते; श्यामवर्ण आणि झगझगीत दिसणाऱ्या वृक्षांनीं तें सुशोभित झालेलें होतें व भ्रमर आणि पक्षी आपल्या मधुर वाणीनें त्याची जणू स्तुतिच करीत आहेत असें भासत होतें. त्या अरण्यांतून जातां जातां त्या महायशस्वी श्रीमान् युधिष्ठिराला सुवर्णकमलांच्या समुदायानें सुशोभित असलेलें व जणू विश्वकर्म्यानेंच निर्माण केल्याप्रमाणें दिसणारें तें सरोवर दिसलें. त्यांत कमलवल्लीसमूह असून तें निर्गुडी, वेत, केतकी, कण्हेर, पिंपळ इत्यादि तीरावर असणाऱ्या वृक्षांनीं चाहोंकडून वेष्टिलेलें होतें. तेथें येऊन तें सरोवर अवलोकन करितांच श्रमपीडित झालेला तो युधिष्ठिर आश्चर्यचकित होऊन गेला!

अध्याय तीनशें तेरावा.

—:०:—

यक्षप्रश्न.

वैशंपायन ह्मणाले:—युगान्तसमयीं जसे सर्व प्राणी मृत होतात, तसे ते आपले इंद्रतुल्य पराक्रमी बंधु स्वर्गापासून पतन पावलेल्या लोकपालांप्रमाणें मरून पडलेले आहेत, असें त्यानें पाहिलें. धनुष्य आणि बाण अस्ताव्यस्त होऊन गतप्राण झालेला अर्जुन, तसेंच भीम, नकुल व सहदेव हे आपले मृत झालेले बंधु निश्चेष्ट पडलेले पाहून धर्मराजानें एक मोठा सुस्कारा टाकिला, त्याचे नेत्र शोकाश्रूंनीं भरून आले, आणि तेथें पडलेल्या त्या आपल्या सर्व भावांना पाहून तो महापराक्रमी धर्मराज अतिशय चिंताक्रांत होऊन अत्यंत शोक करूं लागला! तो म्हणाला, "भीमा, हे महाबाहो, 'गदेच्या योगानें मी सुयोधनाच्या मांड्या रणांत फोडून टाकीन' अशी तूं प्रतिज्ञा केली होतीस; परंतु आज तुज वीराचा वध झाल्यामुळें ती सर्व व्यर्थ कीं रे झाली आहे! हे कुरुकुलाची कीर्ति वृद्धिंगत करणाऱ्या भीमा, मनुष्यांच्या वाचा असत्य होत असतात हें मला माहीत आहे; तथापि तुमच्या त्या दिव्य वाणी अनृत कशा व्हाव्या? अर्जुना, तूं जन्मलास त्याच वेळीं देवांनीं तुझ्या संबंधानें सांगून ठेविलेलें आहे कीं, 'हे कुन्ति, हा तुझा पुत्र पराक्रमानें इंद्रापेक्षांही कमी नाहीं.' आणि उत्तरपारियात्र पर्वतावरील सर्व प्राण्यांनीं सांगून ठेविलेलें आहे कीं, 'हा आपलें गतवैभव पुनः सहज प्राप्त करून घेईल; संग्रामामध्यें ह्याला कोणी जिंकणारा नाहीं; आणि ह्याला कोणीही अजिंक्य नाहीं!' असा हा महाबलाढ्य अर्जुन आज कसा बरें मृत्युवश झाला! हाय हाय! ज्या वीराच्या आधारावर आह्मीं हीं महादुःखें सहन केलीं, तो हा अर्जुन माझ्या

सर्व आशा नष्ट करून भूमीवर लोळत पडलेला आहे! अरेरे! युद्धामध्यें प्रमत्त असणारे आणि नेहमीं शत्रूंचा वध करणारे हे भीमार्जुन सर्व अस्त्रांमध्यें पारंगत असतांना आज कसे बरें शत्रूच्या अधीन झाले? हाय हाय! हे नकुलसहदेव गतप्राण होऊन पडलेले पहात असूनही मज दुष्टाचें हृदय अद्याप विदीर्ण होत नाहीं, तस्मात् खरोखर हें दगडाचेंच असलें पाहिजे! हे नरश्रेष्ठहो, तुह्मी शास्त्रज्ञ, देशकालज्ञ, तपोयुक्त आणि पराक्रमी असे असतां, आपल्याला उचित असें कर्म न करितां आज येथें कां बरें लोळत पडलेले आहां? हे अपराजितहो, शरीराला क्षतही न पडतां आणि धनुष्याचा भंगही न होतां तुह्मी असे जमिनीला खिळून जाऊन कां बरें निश्चेष्ट पडलेले आहां?"

वैशंपायन सांगतातः—निश्चल अशा पर्वत-शिखरांप्रमाणें गाढ झोंपीं गेलेल्या त्या आपल्या भावांना पाहून त्या महाबुद्धिमान् धर्मराजाचें अंग घामानें भिजून गेलें, त्याला अतिशय खेद झाला आणि त्याची स्थिति अत्यंत कष्टतर झाली! असो; ह्याप्रमाणें भ्रात्यांना उद्देशून भाषण केल्या-वर शोकसागरांत मग्न झाल्यामुळें व्याकुल झालेला तो धर्मात्मा नरश्रेष्ठ भ्रात्यांच्या मरणाचें कारण मनामध्यें शोधूं लागला. तो धर्मराज देश आणि काल ह्यांना जाणणारा होता. कोणत्या ठिकाणीं आणि कोणत्या वेळीं कसें आचरण करावें हें त्यास पूर्ण अवगत होतें; परंतु पुष्कळ विचार करून पाहिलें तरी त्या महापराक्रमी व महाबुद्धिमान् धर्मराजाच्या कांहींच लक्ष्यांत येईना. तेव्हां, आतां सांगितल्याप्रमाणें अनेक प्रकारें शोक केल्यावर तो धर्मपुत्र युधिष्ठिर विचार करूं लागला कीं, "हे वीर कोणीं बरें मारले असावे? ह्यांच्या शरीरावर तर मुळींच शस्त्रप्रहार झालेला दिसत नाहीं; आणि ह्या ठिकाणीं कोणाचें पाऊलही उमटलेलें दिसत नाहीं; तस्मात्, ज्यानें माझ्या भावांचा वध केला आहे तें कोणी तरी मोठें भूत असावें. तेव्हां आतां जलप्राशन करून या गोष्टीचा स्वस्थांतःकरणानें नीट विचार करावा; अथवा प्रथमतः ह्या उदकाचीच परीक्षा करून पहावी हें बरें. कां कीं, कदाचित् सुयोधनानें हें आह्मांस कांहीं तरी मृत्यु येण्याचें साधन करून ठेविलें असेल. किंवा सदैव कुटिल बुद्धि धारण करणाऱ्या त्या गांधारराज शकुनीनें कांहीं तरी केलें नसेल कशावरून? हो—ज्याला चांगलें आणि वाईट हीं दोन्ही सारखींच आहेत, त्या दुष्कर्मी मूढ पुरुषाचा कोण बरें समंजस पुरुष भरवसा धरील? अथवा त्या दुरात्म्याच्या गुप्तपणें असणाऱ्या लोकांनींच हा कांहीं तरी प्रयोग करून ठेविला असावा!"

अशा प्रकारें धर्मराजानें त्यांच्या मरणा-विषयीं पुष्कळ विचार केला, परंतु कांहींच निश्चय होईना. शेवटीं तो मनांत ह्मणूं लागला, "सुयोधनानें हें उदक विष मिसळून दूषित केलें असावेंसें वाटत नाहीं. कां तर, हे जरी मरून पडलेले आहेत, तरी ह्यांची कळा पाल-टलेली दिसत नाहीं. ह्या माझ्या भ्रात्यांच्या मुखावरील कांति जशीच्या तशीच प्रसन्न आहे." ह्याप्रमाणें विचार करून तो आणखी ह्मणूं लागला. 'ह्या एकेक नरश्रेष्ठाचें बल शेंकडों हजारों वीरांच्या बरोबरीचें असतां कालांतक यमावांचून त्यांच्याशीं सामना बांधण्यास दुसरा कोण समर्थ आहे?' असा विचार करून तो त्या जलाशयांत उतरला, तों उतरतां उतरतांच आकाशांतून एक वाणी त्याच्या कानांवर आली.

यक्ष ह्मणालाः—शेवाळ आणि मत्स्य भक्षण करून राहणारा मी बक असून, माझ्याच योगें तुझे हे धाकटे भाऊ प्रेतस्थितीला गेलेले आहेत. हे राजपुत्रा, मीं विचारिलेल्या प्रश्नांची

उत्तरें जर तूं न देशील, तर तूंही पांचवा गतप्राण होशील. हे तात, साहस करूं नको. ह्या उदकावर पूर्वीपासून माझा हक्क आहे तेव्हां, हे कौन्तेया, आधीं माझ्या प्रश्नांचीं उत्तरें देऊन मग तूं उदक प्राशन कर आणि पाहिजे तर घेऊनही जा.

युधिष्ठिर ह्मणालाः—प्रथम आपण रुद्र, वसु अथवा मरुत् ह्यांपैकीं कोणत्या देवांतील मुख्य आहां हें मी आपणांस विचारतों. कां तर, हें सामान्य पक्ष्याचें कृत्य नव्हे ! हिमालय, पारियात्र, विंध्य आणि मलय ह्या चार पर्वतांप्रमाणें असलेल्या ह्या माझ्या महातेजस्वी भ्रात्यांचा वध करणारे आपण कोण ? हे बलवानांमध्यें श्रेष्ठ, आपण ह्यांचा वध केला हें फारच मोठें आणि अतिशय अद्भुत असें कृत्य केलें आहे. कां कीं, ह्यांच्या बरोबर महायुद्धामध्यें देव, गंधर्व, असुर अथवा राक्षस ह्यांपैकीं कोणाच्यानेंही टिकाव धरवत नाहीं. ह्यांचा वध करण्यामध्यें आपला काय उद्देश आहे हें मला कळत नाहीं आणि आपली काय अपेक्षा आहे हेंही समजत नाहीं. आपण कोण हें कळण्याविषयीं मला फार उत्कंठा लागली आहे, आणि अतिशय भीति उत्पन्न झाल्यामुळें मन उद्विग्न होऊन मस्तक भ्रमण करूं लागलें आहे. तेव्हां, भगवन् मी आपणांस विचारतों कीं, आपण येथें आहां हे कोण ?

यक्ष ह्मणालाः—तुझें कल्याण असो ! मी यक्ष आहें; जलामध्यें संचार करणारा पक्षी—बक नाहीं. हे तुझे महातेजस्वी भ्राते सर्व मींच मारिले आहेत.

वैशंपायन ह्मणालेः—राजन्, यक्षाचें हें अशुभ आणि कठोर भाषण श्रवण करतांच तो धर्मराज उदकामध्यें उभा होता तेथून दूर जाऊन उभा राहिला तों, ज्याचें शरीर तालवृक्षाप्रमाणें प्रचंड असून नेत्र अत्यंत भयंकर आहेत असा यक्ष वृक्षाच्या आश्रयाला उभा असलेला त्याच्या दृष्टीस पडला ! नंतर तो पर्वतोपम आणि अग्नि व सूर्य ह्यांप्रमाणें कांतिमान् यक्ष मेघगर्जनेसारख्या गंभीर स्वरानें दटावीत दटावीत ह्मणाला, " राजा, मीं पुष्कळ वेळां निवारण केलें असतांही त्यास न जुमानतां हे तुझे भ्राते बलात्कारानें उदक घेऊं लागले, ह्मणून मीं ह्यांचा वध केला. राजा, ज्याला आपले प्राण हवे असतील, त्यानें ह्या उदकाचें सेवन करतां कामा नये. ह्याकरितां, हे पृथापुत्रा, तूं साहस करूं नको. ह्या उदकावर पूर्वीपासून माझा हक्क आहे. तेव्हां, हे कौंतेया, आधीं माझ्या प्रश्नांचीं उत्तरें देऊन मग तूं उदक प्राशन कर; आणि पाहिजे तर घेऊनही जा. "

युधिष्ठिर ह्मणालाः—यक्षा, तूं ज्याचा प्रथम स्वीकार केला आहेस, त्या ह्या उदकाची मी इच्छा करीत नाहीं हे पुरुषश्रेष्ठा, आपल्याच तोंडानें आपली प्रशंसा करणें ह्याला सत्पुरुष चांगलें ह्मणत नाहींत. अस्तु; तुझ्या प्रश्नांचीं उत्तरें मी यथामति देतों; विचार तूं मला.

यक्ष विचारतोः—सूर्याला कोण उदित करतो ? त्याचे साहाय्यकर्ते कोण आहेत ? त्याला अस्तास कोण नेतो ? आणि तो कशाच्या आधारानें असतो ?

युधिष्ठिर उत्तर देतोः—ब्रह्मापासून सूर्याचा उदय होतो; देव हे त्याचे साहाय्यकर्ते आहेत; धर्म त्याला अस्तास नेतो; आणि सत्याच्या आधारानें हा असतो.

यक्ष विचारतोः—पुरुष श्रोत्रिय कशानें होतो ? त्याला महत्प्राप्ति—ब्रह्मप्राप्ति—कशानें होते ? तो साहाय्यवान् कशानें होतो ? आणि राजन्, तो बुद्धिमान् कशानें होतो ?

धर्मराज उत्तर देतोः—श्रुतीचें—वेदांचें—अध्ययन केल्यानें पुरुष श्रोत्रिय होतो; तपाच्या

योगें त्याला ब्रह्मप्राप्ति होते; तो धैर्याच्या योगें साहाय्यवान् होतो; आणि गुरुजनांच्या सेवेनें तो बुद्धिमान् होतो.

यक्ष प्रश्न करितोः—ब्राह्मणांचें देवत्व कोणतें? त्यांचें सदाचरण कोणतें? त्यांचा मानवी धर्म कोणता? आणि त्यांचें असदाचरण कोणतें?

युधिष्ठिर उत्तर देतोः—स्वाध्याय—वेदाध्ययन—हें ह्यांचें देवत्व होय; तप हें ह्यांचें सदाचरण होय; मरण हा ह्यांचा मानवी धर्म होय; आणि परनिंदा हें ह्यांचें असदाचरण होय.

यक्ष प्रश्न करितोः—क्षत्रियांचें देवत्व कोणतें? त्यांचें सदाचरण कोणतें? त्यांचा मानवी धर्म कोणता? आणि त्यांचें असदाचरण कोणतें?

युधिष्ठिर उत्तर देतोः—बाण आणि अस्त्रें हेंच क्षत्रियांचें देवत्व होय; यज्ञ करणें हें ह्यांचें सदाचरण होय; भय हा ह्यांचा मानवी धर्म होय; आणि पाठीशीं घातलें त्याचा त्याग करणें हें ह्यांचें असदाचरण—दुराचरण होय.

यक्ष प्रश्न करितोः—यज्ञसंबंधीं मुख्य साम कोणतें? तत्संबंधीं मुख्य यजुर्मंत्र कोणता? यज्ञाला आधारभूत असें एक काय आहे? व कशाशिवाय यज्ञाचें अस्तित्व असूं शकत नाहीं?

युधिष्ठिर उत्तर देतोः—प्राण हेंच यज्ञसंबंधीं मुख्य साम होय; मन हाच तत्संबंधीं मुख्य यजुर्मंत्र होय; ऋग्वेद हाच एक यज्ञाला मुख्य आधारभूत आहे; आणि त्याच्याचशिवाय यज्ञाचें अस्तित्व असूं शकत नाहीं.

यक्ष प्रश्न करितोः—सर्व प्रकारें देवांची तृप्ति करणारांमध्यें श्रेष्ठ कोण? पितरांचें संतर्पण करणारांमध्यें उत्तम कोण? इहलोकीं स्वस्थतेची इच्छा करणारांना उत्तम साधन कोणतें आणि संततीची इच्छा करणारांना श्रेष्ठ काय?

युधिष्ठिर उत्तर देतोः—सर्व प्रकारें तृप्ति करणारांमध्यें पर्जन्य श्रेष्ठ; पितरांचें संतर्पण करणारांमध्यें बीज उत्तम; इहलोकीं स्वस्थतेची इच्छा करणारांना गाई हें उत्तम साधन; आणि संततीची इच्छा करणारांना पुत्र[1] श्रेष्ठ होय.

यक्ष विचारतोः—इंद्रियांचे अर्थ जे शब्दादि विषय त्यांचा उपभोग घेणारा, बुद्धिमान्, लोकमान्य आणि सर्व प्राण्यांना संमत असा कोणता पुरुष जिवंत असून मेल्याप्रमाणें होय?

युधिष्ठिर उत्तर देतोः—देवता, अतिथि, सेवक, पितर आणि आत्मा ह्या पांचांना जो कांहींच अर्पण करीत नाहीं, तो नर जिवंत असूनही मेलेला होय.

यक्ष विचारतोः—पृथ्वीपेक्षां जड काय? आकाशापेक्षां उंच काय? वायूपेक्षां शीघ्रगति कोण? आणि तृणापेक्षांही हलकें कोण?

युधिष्ठिर उत्तर देतोः—पृथ्वीपेक्षां माता जड; आकाशापेक्षां पिता उंच; वायूपेक्षां मन शीघ्रगामी; आणि तृणापेक्षांही चिंता हलकी.

यक्ष प्रश्न करितोः—निजला असतां ज्याचे डोळे मिटत नाहींत असा कोण? उत्पन्न झालें असतांही ज्याला कांहीं हालचाल नसते असें काय? कोणाला हृदय नाहीं? आणि वेगानें वृद्धिंगत होत असतें असें काय?

युधिष्ठिर उत्तर देतोः—निजला असतांही डोळे मिटत नाहींत असा मत्स्य आहे; उत्पन्न झालें असतांही ज्याला कांहीं हालचाल नसते असें अंडें आहे; दगडाला हृदय नाहीं; आणि नदी वेगानें वृद्धिंगत होत असते.

यक्ष विचारतोः—प्रवाशाला मित्र कोण? सज्जनाला घरीं मित्र कोण? रोगपीडिताला मित्र कोण? व आसन्नमरण झालेल्यांना मित्र कोण?

---

१ 'पुन्नाम्नो नरकाद्यस्मात् त्रायते पितरं सुतः। तस्मात् पुत्र इति प्रोक्तः' नरकापासून पितरांचें तारण करणारा तोच पुत्र होय. एरव्हीं काय थोडे मुलगे जन्मास येतात! पण 'वायां शिणली त्याची माय!'

धर्मराज उत्तर करितोः-व्यापाऱ्यांचा काफला हा प्रवाशाला मित्र; सज्जनाला घरीं भार्या हा मित्र होय; रोगपीडिताला औषध मित्र होय; व आसन्नमरण झालेल्यांना दान मित्र होय.

यक्ष विचारतोः-हे राजेन्द्रा, सर्व भूतांचा अतिथि कोण ? सनातन धर्म कोणता ? अमृत कोणतें ? आणि हें सर्व जगत् कोण ?

युधिष्ठिर उत्तर देतोः—अग्नि हा सर्व भूतांचा अतिथि; मोक्षधर्म हा सनातन धर्म; गाईचें दूध हें अमृत; आणि वायु हें सर्व जगत्.

यक्ष विचारतोः—एकटा कोण संचार करतो ? उत्पन्न झाल्यावरही पुनः कोण उत्पन्न होतो ? शैत्याचें औषध काय ? आणि मोठें भांडार कोणतें ?

युधिष्ठिर उत्तर देतोः—सूर्य हा एकटा संचार करितो; चन्द्रमा पुनः उत्पन्न होतो; शैत्याचें औषध अग्नि आहे; आणि भूमि हें मोठें भांडार होय.

यक्ष प्रश्न करितोः—धर्माच्या पर्यवसानाचें मुख्य स्थान कोणतें ? यशःप्राप्तीचें मुख्य साधन कोणतें ? स्वर्गप्राप्तीचें मुख्य साधन कोणतें ? आणि सुखाचें मुख्य निधान कोणतें ?

युधिष्ठिर उत्तर देतोः-धर्माच्या पर्यवसानाचें मुख्य स्थान ह्मणजे दक्षता; यशःप्राप्तीचें मुख्य साधन ह्मणजे दान; स्वर्गप्राप्तीचें मुख्य साधन ह्मणजे सत्य; आणि सुखप्राप्तीचें मुख्य निधान ह्मणजे शील.

यक्ष विचारतोः-मनुष्याचा आत्मा कोण ? त्याचा दैवकृत सखा कोण ? त्याचें जीवन कोणतें ? व त्याला मुख्य आधार काय आहे ?

युधिष्ठिर उत्तर देतोः-पुत्र हा मनुष्याचा आत्मा होय; भार्या हा त्याचा दैवकृत सखा होय; पर्जन्य हें त्याचें उपजीवन होय; आणि दान हा त्याचा मुख्य आधार होय.

यक्ष प्रश्न करितोः-द्रव्यप्राप्तीच्या साधनांमध्यें उत्तम साधन कोणतें ? धनांमध्यें उत्तम धन कोणतें ? लाभांमध्यें श्रेष्ठ लाभ कोणता ? आणि सुखांमध्यें श्रेष्ठ सुख कोणतें ?

युधिष्ठिर उत्तर देतोः—दक्षपणा हें द्रव्यप्राप्तीचें मुख्य साधन; विद्या हें धनांमध्यें उत्तम धन; आरोग्य हा लाभांमध्यें श्रेष्ठ लाभ; आणि संतोष हें सुखांमध्यें श्रेष्ठ सुख.

यक्ष विचारतोः-इहलोकीं श्रेष्ठ धर्म कोणता? अक्षय्य फलद्रूप होणारा धर्म कोणता? कशाचें नियमन केलें असतां दुःख करण्याची पाळी येत नाहीं ? आणि कोणाची संगति केली असतां ती वांया जात नाहीं ?

युधिष्ठिर उत्तर देतोः—आश्रिताचें रक्षण हा श्रेष्ठ धर्म होय; ऋग्यजुःसामसंमत वैदिक धर्म अक्षय्य फलद्रूप होणारा होय; मनाचें संयमन केलें असतां दुःख करण्याची पाळी येत नाहीं; आणि सज्जनांची संगति केली असतां ती वायां जात नाहीं.

यक्ष प्रश्न करतोः-कशाचा त्याग केल्यामुळें मनुष्य सर्वांना प्रिय होतो ? कशाचा त्याग केला असता दुःख करावें लागत नाहीं? कशाचा त्याग केला असतां तो संपत्तिमान् होतो? आणि कशाचा त्याग केल्यानें तो सुखी होतो ?

युधिष्ठिर उत्तर देतोः-मानाचा (आढ्यतेचा)त्याग केला ह्मणजे मनुष्य सर्वांना प्रिय होतो; क्रोधाचा त्याग केल्यानें त्याला दुःख करावें लागत नाहीं; काम (आशा) सोडिल्यानें तो संपत्तिमान् होतो; आणि लोभाचा त्याग केल्यानें तो सुखी होतो.

यक्ष विचारतोः-ब्राह्मणाला द्रव्य द्यावयाचें तें कशाकरितां ? नटनर्तकादिकांना द्यावयाचें तें कशाकरितां ? सेवकवर्गाला द्यावयाचें तें कशाकरितां ? आणि राजाला द्यावयाचें तें कशाकरितां ?

युधिष्ठिर उत्तर देतोः—ब्राह्मणाला धर्मा-

करितां द्यावयाचें; नटनर्तकादिकांना कीर्तीकरितां द्यावयाचें; सेवकवर्गाला द्यावयाचें तें त्यांच्या पोषणाकरितां; आणि राजाला द्यावयाचें तें आपल्या अभ्युदयाकरितां.

यक्ष प्रश्न करितोः—हें जगत् कशानें व्याप्त आहे ? कशामुळें हें प्रकाशित होत नाहीं ? कशामुळें मनुष्य मित्रांचा त्याग करण्यास तयार होतो ? आणि कशामुळें तो स्वर्गप्राप्तीला मुकतो ?

धर्मराज उत्तर देतोः—हें जगत् अज्ञानानें व्याप्त आहे; अंधकारामुळें हें प्रकाशित होत नाहीं; लोभामुळें मनुष्य मित्रत्याग करण्यास तयार होतो; आणि विषयसंगामुळें तो स्वर्गप्राप्तीस मुकतो.

यक्ष विचारतोः—मृत पुरुष कोणता ? राष्ट्र कसें मृत होतें ? मृत श्राद्ध कोणतें ? आणि यज्ञ कसा मृत होतो ?

धर्मराज उत्तर देतोः—दरिद्री पुरुष मृत होय; राजा नसला ह्मणजे राज्य मृत होतें; वेदाध्ययनतत्पर ब्राह्मणांच्या अभावीं होणारें श्राद्ध मृत; व यज्ञ दक्षिणारहित झाल्यास मृत होतो.

यक्ष प्रश्न करतोः— अनुकरणीय आचरण कोणाचें ? उदक कशाला ह्मटलें आहे ? व अन्न कोणतें ? आणि विष कोणतें ? त्याचप्रमाणें श्राद्धाला योग्य काल कोणता ? हें तूं कथन कर; आणि मग जल प्राशन कर व हवें तर घेऊनही जा.

युधिष्ठिर उत्तर देतोः—अनुकरणीय आचरण संतांचें; आकाशापासून उदकवृष्टि होते, ह्मणून त्यालाच जल ह्मटलें आहे; बैल हेंच अन्नाच्या उत्पत्तीचें मुख्य साधन; आशा हेंच विष आणि स्वाध्यायतत्पर ब्राह्मणांची अनुकूलता हाच श्राद्धाला योग्य काल होय. यक्षा, मला तर हें असें वाटतें, मग तुला काय वाटत असेल कोण जाणे !

यक्ष विचारतोः—तपाचें लक्षण कोणतें ह्मटलें आहे ? दम कशाला ह्मणतात ? उत्तम क्षमा कोणती ह्मटली आहे ? आणि लज्जा कशाला ह्मणतात ?

युधिष्ठिर उत्तर देतोः—स्वधर्माचरण हें तपाचें लक्षण होय; मनःसंयम हा दम होय; सुखदुःख सारख्याच वृत्तीनें सहन करणें ही क्षमा; आणि दुष्कृत्यापासून पराङ्मुख होणें ह्याचें नांव लज्जा.

यक्ष विचारतोः—राजन्, ज्ञान कशाला ह्मणतात ? शम कशाला ह्मटलें आहे ? उत्तम दया कोणती ह्मटली आहे ? आणि आर्जव कशाला ह्मटलें आहे ?

युधिष्ठिर उत्तर देतोः—तत्त्वार्थाचा-आत्मज्ञानाचा–बोध हें ज्ञान; चित्ताचें स्थैर्य हा शम; सर्वांच्या सुखाची इच्छा धरणें ही उत्तम दया; आणि चित्ताची समता हें आर्जव.

यक्ष विचारतोः—मनुष्याचा दुर्जय असा शत्रु कोण ? अक्षय्य असा व्याधि कोणता ? साधु कोणाला ह्मटलें आहे ? आणि असाधु कोणाला ह्मटलें आहे ?

युधिष्ठिर उत्तर देतोः—क्रोध हा मनुष्याचा दुर्जय शत्रु होय; लोभ हा अक्षय व्याधि होय; भूतमात्राच्या हिताविषयीं तत्पर असणाऱ्या पुरुषाला साधु आणि निर्दय पुरुषाला असाधु ह्मटलें आहे.

यक्ष विचारतोः—राजन्, मोह कशाला ह्मणतात ? मान कशाला ह्मटलें आहे ? आलस्य ह्मणजे काय समजावें ? आणि शोक ह्मणजे काय ?

युधिष्ठिर उत्तर देतोः—धर्मसंबंधीं अज्ञान हा मोह, आत्माभिमान हा मान, धर्मानुष्ठान न करणें हें आलस्य आणि अज्ञान हा शोक असें ह्मटलें आहे.

यक्ष प्रश्न करतोः—ऋषींनीं स्थैर्य कशाला

ह्मटलें आहे ? धैर्य कशाला ह्मटलें आहे ? उत्कृष्ट स्नान कोणतें सांगितलें आहे ? आणि इहलोकीं मुख्य दान कोणतें कथन केलें आहे ?

युधिष्ठिर उत्तर देतोः—स्वधर्माचे ठायीं स्थिरता हें स्थैर्य, इंद्रियनिग्रह हें धैर्य, मनोमलाचा त्याग हें स्नान आणि भूतमात्राचें रक्षण हें दान होय.

यक्ष विचारतोः—कोणत्या पुरुषाला पंडित असें समजावें ? नास्तिक कोणाला ह्मणतात ? मूर्ख कोण ? काम कोणता ? आणि मत्सर कोणता ?

युधिष्ठिर ह्मणतोः—धर्मज्ञ पुरुषाला पंडित असें समजावें; नास्तिकाला मूर्ख ह्मणावें; संसाराला कारणीभूत असणारी वासना हा काम;व अंतःकरणाचा संताप हा मत्सर असें ह्मणतात.

यक्ष प्रश्न करतोः—अहंकार कशाला ह्मटलें आहे ? दंभ कशाला ह्मणतात ? उत्तम दैव कोणतें ह्मटलें आहे ? आणि पैशून्य ह्मणतात तें काय ?

युधिष्ठिर उत्तर देतोः—अत्यंत अज्ञान हा अहंकार; ध्वज ज्याप्रमाणें सर्वांच्या अवलोकनांत येतो त्याप्रमाणें लोकांच्या निदर्शनास येऊन त्यांनीं आपली प्रशंसा करावी ह्या हेतूनें केलेला धर्म तो दंभ होय; दानफल हें उत्कृष्ट दैव असें ह्मटलें आहे; आणि परनिंदा हें पैशून्य होय.

यक्ष प्रश्न करितोः—धर्म, अर्थ व काम हे परस्पर विरोधी आहेत; तेव्हां नित्य एकमेकांशीं विरुद्ध असणाऱ्या ह्या तिघांचा एकत्र संगम केव्हां होतो ?

युधिष्ठिर उत्तर देतोः—जेव्हां धर्म आणि आपली भार्या हीं परस्परांला वश होऊन एकमेकांच्या अनुरोधानें वागूं लागतात, तेव्हां ह्या परस्परविरुद्ध अशा धर्मार्थकामांचा एकत्र संगम होतो. कारण, धर्मानुष्ठाला भार्या अनुकूल झाली ह्मणजे धर्म, भार्येला धर्म अनुकूल झाला ह्मणजे धर्माचरणद्वारा अर्थ आणि भार्येच्या द्वारा काम हे तिन्ही अर्थ साधतात आणि अशा प्रकारें त्यांचा एकत्र संगम होतो.

यक्ष विचारतोः—हे भरतकुलश्रेष्ठा, अक्षय्य नरक कशानें प्राप्त होत असतो ? मीं विचारिलेल्या ह्या प्रश्नाचें उत्तर सत्वर दे.

युधिष्ठिर सांगतोः—अकिंचन अशा ब्राह्मणाला जो स्वतः बोलावून आणून त्याला ‘ नाहीं. ’ ह्मणून ह्मणतो, त्याला अक्षय्य नरक प्राप्त होतो. वेद, धर्मशास्त्र, द्विज, देव, आणि पितृधर्म ह्यांशीं जो मिथ्याचरण करतो —ज्यासंबंधानें जें कर्तव्य असेल तें करीत नाहीं—त्याला, अथवा त्याचप्रमाणें जवळ द्रव्य असूनही जो लोभामुळें त्याचें दान करीत नाहीं, अथवा त्याचा उपभोगही घेत नाहीं आणि द्रव्य प्रत्यक्ष दिसत असतांही जो ‘ नाहीं ’ ह्मणून ह्मणतो, त्याला अक्षय्य नरक प्राप्त होतो.

यक्ष प्रश्न करितोः—राजन्,कुल, आचरण, स्वाध्याय आणि वेदार्थज्ञान ह्यांपैकीं कशामुळें ब्राह्मण्य प्राप्त होतें हें तूं सुनिश्चितपणें सांग.

युधिष्ठिर उत्तर देतोः—बा यक्षा, ऐक. हें पहा—कुल, स्वाध्याय आणि वेदार्थज्ञान ह्यांपैकीं कोणतेंच द्विजत्वाचें कारण नव्हे; आचरण-सदाचरण—हेंच द्विजत्वाचें निःसंशय कारण होय. ब्राह्मणानें काय पाहिजे तें करून आपल्या सदाचरणाचें रक्षण करावें. जोंपर्यंत तो सदाचारापासून ढळला नाहीं, तोंपर्यंत त्याला हीनत्व प्राप्त झालें तरी तो हीन होत नाहीं; पण एकदां का तो सदाचारापासून ढळला, कीं त्याचा घात झालाच ह्मणून समजावें. शास्त्राचें अध्ययन करणारे, अध्यापन करणारे आणि इतर चिंतन—विचार—करणारे हे सर्व तत्तद्व्यसनी झालेले मूर्ख होत; जो

क्रियावान्—शास्त्रसंमत असें आचरण करणारा—तोच खरा पंडित होय. चारी वेदांचें अध्ययन केलेलें असून जर तो दुर्वृत्त—दुराचारी—असेल, तर तो शूद्रापेक्षांही नीच होय. जो अग्निहोत्राविषयीं तत्पर व जितेंद्रिय असेल, तोच ब्राह्मण होय.

यक्ष विचारतोः—प्रिय भाषण करणाराला काय प्राप्त होतें ? विचारपूर्वक कार्य करणाराला काय प्राप्त होतें ? पुष्कळ मित्र करणाराला काय प्राप्त होतें ? आणि धर्माचे ठिकाणीं रत असणाराला काय प्राप्त होतें ?

युधिष्ठिर उत्तर देतोः—प्रिय भाषण करणारा सर्वांना प्रिय होतो; विचारपूर्वक कार्य करणाराचा उत्तरोत्तर उत्कर्षच होत जातो; पुष्कळ मित्र करणारा सुखानें नांदतो; व धर्माचे ठिकाणीं रत असणाराला उत्तम गति प्राप्त होते.

यक्ष ह्मणतोः—आनंदित कोण असतो ? आश्चर्य कोणतें ? मार्ग कोणता ? आणि वार्ता काय ? ह्या माझ्या चार प्रश्नांचीं उत्तरें दे, ह्मणजे मृत झालेले हे तुझे भ्राते जिवंत होतील.

युधिष्ठिर सांगतोः—यक्षा, प्रत्येक पांचव्या किंवा सहाव्या दिवशीं कां होईना, पण जो स्वतःच्या घरीं असेल तो भाजीपाला शिजवून त्याच्यावर निर्वाह करितो, जो कधीं ऋण काढीत नाहीं आणि कधीं प्रवास करीत नाहीं, तो सदा आनंदित असतो. दररोज प्राणी यमाच्या घरीं जातात हें पहात असतांही बाकीचे लोक आपली शाश्वती मानीत असतात, ह्यापेक्षां अधिक असें दुसरें कोणतें आश्चर्य आहे ? तर्कानें निभाव लागत नाहीं; श्रुति पहाव्या तर त्या अर्थदृष्ट्या परस्परांपासून भिन्न दिसतात; असा एकही ऋषि नाहीं कीं ज्याचें मत इतर ऋषींच्या मताशीं विसंगत न होतां प्रमाण भरतां येईल; आणि धर्माचें तत्त्व गूढ स्थलीं ठेविलेलें आहे. ह्मणून, थोर पुरुष ज्या मार्गानें गेले तोच मार्ग;—त्याचेंच सामान्य जनांनीं अनुकरण करावें. ह्या महामोहमय जगद्रूप कढईच्या खालीं सूर्यरूप अग्नीनें प्रज्वलित केलेल्या दिवस आणि रात्र एतद्रूप इंधनांचा जाळ लावून हा जगद्भक्षक काल महिने आणि ऋतु एतद्रूप पळ्यानें त्यांत सर्व भूतें ढवळून शिजवीत आहे ही वार्ता !

यक्ष ह्मणतोः—हे शत्रुतापना, तूं माझ्या प्रश्नांचीं यथायोग्य उत्तरें दिलीं आहेस. आतां पुरुष कोणाला ह्मणावें हें सांग आणि सर्व संपत्तीनें युक्त असा नर कोण हेंही निवेदन कर.

युधिष्ठिर सांगतोः—पुण्यकर्माच्या योगें जोंपर्यंत मनुष्याचा कीर्तिदुंदुभि दिगंत गाजत आहे, तोंपर्यंत त्याला पुरुष असें ह्मणावें. ज्याला प्रिय व अप्रिय, सुख व दुःख आणि येऊन गेलेलें व पुढें येणारें हीं दोन्ही सारखींच असतात, तो पुरुष सर्व संपत्तीनें युक्त होय.

यक्ष ह्मणालाः—राजन्, पुरुष कोण आणि सर्वसंपत्तिमान् नर कोण हें तूं बरोबर सांगितलेंस. तेव्हां आतां, ह्या तुझ्या भावांपैकीं तुला कोणता एक हवा असेल तो जिवंत होईल.

युधिष्ठिर ह्मणालाः—यक्षा, श्यामवर्ण, आरक्तनेत्र, विशाल वक्षःस्थलाचा आणि प्रचंड शालवृक्षाप्रमाणें देहधारी असा हा महापराक्रमी नकुल जिवंत होवो !

यक्ष ह्मणतोः—धर्मराजा, अरे ! हा भीमसेन तुला प्रिय आहे, आणि अर्जुन तर तुमचा मुख्य आधार आहे; असें असतां, नकुल—सावत्र भाऊ—जिवंत असावा असें तुला कसें वाटतें ? अरे ! ज्याचें बल दहा हजार हत्तींच्या बरोबरचें आहे त्या ह्या भीमसेनाला सोडून नकुल जिवंत रहावा अशी इच्छा तूं करीत आहेस हें काय ? धर्मा, सर्व पांडव ज्याच्या बाहुबलाच्या भरंवशावर असतात, त्या ह्या अर्जुनाला डावलून तूं नकुल जिवंत रहावा

अशी इच्छा करीत आहेस ह्या शहाणपणाला काय ह्मणावें ?

युधिष्ठिर ह्मणतोः—आपण जर धर्माचा घात केला, तर तो धर्मच आपला घात करतो; आणि आपण जर धर्माचें रक्षण केलें तर तोही आपलें रक्षण करतो; तस्मात् आपल्या हातून धर्मघात घडल्यामुळें त्यानें आपला घात करूं नये ह्मणून मी धर्माचा त्याग करूं इच्छित नाहीं. परमार्थदृष्टीनें पाहतां निष्पक्षपातित्व हाच श्रेष्ठ धर्म होय असें मला वाटतें; आणि ह्मणूनच निष्पक्षपातित्वानेंच वागण्याची माझी इच्छा आहे. ह्याकरितां, यक्षा, नकुल जिवंत होवो. हे यक्षा, मला लोक असें समजतात कीं, हा राजा सदैव धर्मशील आहे; तेव्हां मी स्वधर्मापासून केव्हांही ढळणार नाहीं. ह्याकरितां, यक्षा, नकुल जिवंत होवो. माझ्या पित्याला भार्या दोन—कुंती आणि माद्री. तेव्हां त्या दोघीही पुत्रवती असाव्या असें माझ्या विचारास येतें. मला जशी कुंती तशीच माद्री; त्यांच्यामध्यें मला भेद मुळींच वाटत नाहीं. दोन्हीं मातांशीं सारखें वर्तन ठेवण्याची माझी इच्छा आहे. ह्मणूनच, यक्षा, नकुल जिवंत होवो.

यक्ष ह्मणतोः—हे भरतश्रेष्ठा, ज्यापेक्षां अर्थ व काम ह्यांपेक्षां तुला निष्पक्षपातरूप धर्मच श्रेष्ठ वाटत आहे, त्यापेक्षां तुझे सर्व भ्राते सजीव होवोत.

अध्याय तीनशें चौदावा.

—:०:—

नकुलादिकांचें जीवन व वरप्राप्ति.

वैशंपायन ह्मणालेः—ह्याप्रमाणें त्या यक्षमुखांतून वचन निघतांच ते पांडव उठले आणि तत्क्षणीं त्यांची क्षुधा-तृषा सर्व नाहींशी झाली.

युधिष्ठिर ह्मणालाः—अहो, ह्या सरोवरामध्यें एका पायावर उभे राहिलेले व सर्वांला अजिंक्य असे आपण आहां तरी कोण ? आपण यक्ष असाल असें तर कांहीं मला वाटत नाहीं मग आपण कोणी देव आहां, का अष्टवसु, रुद्र किंवा मरुद्गण यांपैकीं श्रेष्ठ असे कोणी आहां किंवा स्वर्गाधिपती वज्रपाणि इंद्रच आहां ? आपण असे कोणी तरी असल्यावांचून कांहीं ह्या माझ्या भ्रात्यांचा निःपात तुमच्यानें करवला नाहीं हें खास. कारण, ह्यांतील प्रत्येकजण लाख लाख योद्ध्यांशीं एकेकटा युद्ध करील असे हे सर्वही सामर्थ्यवान् आहेत तेव्हां अशांना जिंकणारा कांहीं सामान्य योद्धा असणें संभवनीय नाहीं. शिवाय, माझ्या मनाला दुसरा एक मोठा चमत्कार वाटतो तो हा कीं, आपल्या वचनाप्रमाणें जे हे उठले, ते जणू काय झोंपेंतूनच जागे झाले असे दिसत आहेत. झालेल्या गोष्टीचा यत्किंचित्ही परिणाम त्यांच्या शरीरावर किंवा मनावर दिसत नाहीं. ह्यामुळें एकदा असेंही माझ्या मनांत येतें कीं, आपण कोणी तरी आमचे सुहृद् किंवा प्रत्यक्ष जनक असून आमची परीक्षा पाहण्याकरितां मुद्दाम हें कृत्य केलें.

यक्ष म्हणालाः—हे भरतवंशजश्रेष्ठा स्थिरपराक्रमी धर्मराजा, तुझी कल्पना झाली ती बरोबर आहे. मी तुझा जनक असून परीक्षा पाहण्याकरितांच येथें आलों. यश, सत्य, इंद्रियदमन, शौच, सरलता, न्ही, मनस्थैर्य, दान, स्वधर्माचरण आणि ब्रह्मचर्य ह्या माझ्या तनु होत. अहिंसा, समता, शांति, तपश्चर्या, शौच आणि अमत्सर हीं माझ्या प्राप्तीचीं द्वारें आहेत. धर्मराजा, पंचमहायज्ञांविषयीं तूं नेहमीं तत्पर असून काम, क्रोध, लोभ, मोह, मद व मत्सर ही षट्पदीही सुदैवानें तूं जिंकिली आहेस. ह्यामुळें तूं मला सदैव प्रिय आहेस. ह्या षट्पदीपैकीं

काम व क्रोध हीं दोन पदें कारणरूप आहेत; पुढलीं लोभ व मोह हीं दोन मध्यम आहेत; आणि शेवटलीं मद व मत्सर हीं दोन विपत्तीला कारणभूत होणारीं आहेत हे निष्पापा, तुझें कल्याण असो ! मी धर्म असून तुझी परीक्षा पाहण्याकरितांच येथें आलों आहें. तुझ्या निष्पक्षपातानें मीं संतुष्ट झालों असून तुला कांहीं तरी वर द्यावा अशी माझी इच्छा आहे. याकरितां, हे राजेंद्रा, तुला पाहिजे तो वर तूं मागून घे. मी तो तुला मोठ्या आनंदानें देईन. जे पुरुष माझे भक्त आहेत त्यांना दुर्गति कधींही प्राप्त होत नाहीं.

युधिष्ठिर म्हणालाः—महाराज, आपण मला वर देण्यास तयार आहां, तर मला पहिला वर हा द्यावा कीं, ज्या ब्राह्मणाच्या दोन्ही अरणी मृग घेऊन गेला आहे त्याचे अग्नि लुप्त होऊं नयेत

यक्ष म्हणालाः—हे प्रभो कुंतीपुत्रा, तुझी परीक्षा पाहण्याकरितां मींच मृग्वेष घेऊन त्या ब्राह्मणाच्या दोन्हीं अरणी हरण करून नेल्या.

वैशंपायन ह्मणालेः—असें सांगून ‘ हा वर मी तुला देतों ’ असें तर त्या भगवान् धर्मानें युधिष्ठिराला उत्तर दिलेंच; पण तो आणखी असेंही म्हणाला कीं, ‘ हे देवतुल्य युधिष्ठिरा, तुझें कल्याण असो ! तूं आणखीही एक वर मागून घे. ’ तेव्हां

युधिष्ठिर ह्मणालाः—महाराज, आमचा बारा वर्षें वनवास संपून आतां पुढें आम्हांस एक वर्ष अज्ञातवास भोगावयाचा आहे. तर त्या वर्षीं आह्मी कोठेंही राहिलों असतां आम्हांस कोणीं ओळखूं नये, हा वर आपण मला द्यावा.

वैशंपायन ह्मणालेः—धर्मराजाचें तें भाषण ऐकतांच “ हा वर तुला दिला. ” असें त्या भगवान् धर्मानें त्यास उत्तर देऊन शिवाय त्या सत्यपराक्रमी कुंतीपुत्र युधिष्ठिराला आश्वासन देण्याच्या उद्देशानें त्यानें असें निश्चयात्मक सांगितलें कीं, ‘ बा भरतकुलोत्पन्ना युधिष्ठिरा, तूं मुळींच भिऊं नको. तुह्मी आपल्या नेहमींच्या रूपानें जरी ह्या पृथ्वीवर संचार करीत राहिलां, तरी सुद्धां त्रैलोक्यांतील कोणीही प्राणी तुह्मांस ओळखणार नाहीं. ’

ह्याप्रमाणें अभय दिल्यानंतर तो भगवान् धर्म ह्मणाला, ‘ हे कुरुवंशजश्रेष्ठहो, आतां तुह्मी आपल्या मनानें जसें ठरविलें असेल त्याप्रमाणें रूपें धारण करून हें एक वर्ष तुह्मी विराटाच्या नगरांमध्यें गुप्तपणानें रहा. माझ्या प्रसादाच्या योगानें तुह्मास कोणीही ओळखणार नाहीं. ’ नंतर त्यानें त्या अरणी त्यास दिल्या आणि सांगितलें कीं, ‘ तुझ्या परीक्षेकरितां मृगवेषानें मीं ज्या ह्या अरणी त्या ब्राह्मणाच्या हरण केल्या होत्या त्या त्याच्या त्यास देऊन टाक. ’ व शेवटीं तो कृपाळू भगवान् धर्म ह्मणाला, ‘ हे विनयसंपन्न पुत्रा, तुझ्या अंगचे गुण पाहून तुला आणखीहीं वर द्यावा असें मला वाटतें. राजा, तूं माझ्यापासून उत्पन्न झाला असून विदुरही माझ्या अंशापासूनच झालेला आहे.

युधिष्ठिर ह्मणालाः—हे तात, प्रत्यक्ष सनातन भगवान् देवाधिदेवाचें मला दर्शन झालें आहे; त्या अर्थीं आपण संतुष्ट होऊन जो वर मला द्याल त्याचा मी आनंदानें स्वीकार करीन. प्रभो, लोभ, मोह व क्रोध ह्यांना मीं नेहमीं जिंकावें व दान, तप व सत्य ह्यांविषयीं माझें मन सतत आसक्त होऊन रहावें, हा वर आपण मला द्या

धर्म ह्मणालाः—हे पांडुपुत्रा, तूं मूर्तिमान् धर्मच असून ह्या गुणांनीं स्वभावतःच संपन्न आहेस. तथापि, तुझ्या इच्छेप्रमाणें हाही वर मीं तुला दिला.

वैशंपायन सांगतातः—ह्याप्रमाणें भाषण

करून तो लोकरक्षक भगवान् गुप्त झाला. नंतर सुखानें झोंप लागून उठलेले ते सर्व पांडव एकत्र जुळले आणि मोठ्या उत्साहानें त्या सर्व वीरांनीं ज्याच्या अरणी हरिणानें नेल्या होत्या त्या तपस्वी ब्राह्मणाच्या आश्रमाकडे जाऊन त्याच्या त्या अरणी त्यास दिल्या. हें आख्यान पठन करणें अत्यंत पुण्यप्रद होय. ह्यांत, पांडवांचें पुनरुज्जीवन व यमधर्म आणि युधिष्ठिर ह्या पितापुत्रांचा कीर्ति वृद्धिंगत करणारा समागम हा इतिहास आहे. जो जितेंद्रिय व मनोनिग्रही पुरुष हें आख्यान नेहमीं पठन करितो तो पुत्रवान् व पौत्रवान् होऊन शतायु होतो. त्याचें मन अधर्म, मित्रांमध्यें भेद पाडणें, परस्वापहार व परदारागमनादि नीच कृत्यें ह्या गोष्टींकडे कधींही वळत नाहीं.

अध्याय तीनशें पंधरावा.

—:०:—

अज्ञातवासविचार.

वैशंपायन सांगतातः—पांडव मोठे सत्यपराक्रमी, आचरणशुद्ध, ज्ञानी आणि इंद्रियनिग्रही होते. भगवान् धर्मानें आज्ञा दिल्यानंतर ते सर्व एकत्र जुळले व तेरावें वर्ष गुप्त राहून कशा प्रकारें अज्ञातवासांत काढावें ह्या गोष्टीचा त्यांनीं एकमेकांत विचार ठरविला. नंतर त्यांच्या बरोबर जे त्यांचे भक्त व तपस्वी वनामध्यें आलेले होते त्यांना आपला विचार सांगून त्यांची आज्ञा घेण्याकरितां ते त्यांजकडे गेले आणि हात जोडून त्यांच्यापुढें उभे राहिले. त्यांस युधिष्ठिर ह्मणाला, "महाराज, धृतराष्ट्रपुत्रांनीं कपटानें आमचें राज्य हरण करून आह्मांस अनेक वेळां कसें निर्धन केलें तें सर्व आपण जाणतच आहां. ठरावाप्रमाणें आह्मी बारा वर्षें वनवास भोगला असून आतां तेरावें वर्ष आह्मांस अज्ञातवासांत काढावयाचें आहे. तें आह्मी गुप्त राहून काढणार आहों. कारण, त्या दिवसांत आह्मांस कोणींही ओळखतां उपयोगी नाहीं. दुरात्मा सुयोधन, कर्ण व शकुनि हे आमच्याशीं अत्यंत वैरभावानें वागत असल्यामुळें आह्मांस उघडकीला आणण्याकरितां ते स्वतः दक्ष आहेतच आणि शिवाय त्यांनीं आमच्या शोधार्थ ठिकठिकाणीं हेरही ठेविले आहेत. अशा स्थितींत आपणां सर्वांसह आह्मी असणें सयुक्तिक नाहीं. कारण, त्यामुळें आह्मी कदाचित् उघडकीस येऊं; आणि तसें झालें म्हणजे मग आमच्या बरोबर असलेल्या सर्वांना आणि आह्मी जेथें असूं त्या नगरांतील लोकांनाही ते अत्यंत त्रास देतील. ह्याकरितां आपण आह्मांला आपणांपासून जाण्याची आज्ञा द्यावी. ह्मणजे असें केल्यानें आह्मी पुनः आपल्या राज्यांत येऊं आणि नंतर आपणां सर्वांसह सुखानें स्वराज्याचा उपभोग घेऊं."

वैशंपायन सांगतातः—ह्याप्रमाणें बोलत असतां तो शुद्ध धर्मपुत्र राजा युधिष्ठिर दुःख व शोक ह्यांनीं अगदीं व्याप्त झाला; त्याचे नेत्र अश्रूंनीं भरून आले; व कंठ सद्गदित होऊन त्यास मूर्च्छा आली. त्याची ती झालेली स्थिति पाहून सर्व ब्राह्मणांनीं त्यास धैर्य दिलें आणि धौम्य मुनींनीं मोठ्या गंभीर व अर्थयुक्त शब्दांनीं भाषण करून त्याचें समाधान केलें.

धौम्य मुनि ह्मणालेः—राजा, तूं भिऊं नको. तूं जितेंद्रिय, सत्यप्रतिज्ञ आणि मनोनिग्रही आहेस. अशा प्रकारचे पुरुष कसल्याही संकटप्रसंगीं धैर्य सोडीत नाहींत बाबारे, असलीं संकटें कांहीं तुझ्यावरच आलीं आहेत असें नाहीं. तीं देवांवरही आलेलीं आहेत व त्या महात्म्यांनींही शत्रूंचा निग्रह करण्याकरितां अनेक वेळां अनेक ठिकाणीं गुप्तपणें राहून दिवस काढिले आहेत. इंद्रावर एकदा असाच प्रसंग आला होता, तेव्हां त्यानें निषध

देशाला जाऊन एका पर्वताच्या शिखरावरील आश्रमामध्यें राहून शत्रुनिग्रहाचा प्रयत्न केला. प्रत्यक्ष भगवान् विष्णूनें दैत्यांच्या नाशाकरितां अश्वमुख धारण करून कित्येक काळपर्यंत अदितीच्या उदरीं गर्भाशयांत अज्ञातस्थितींत वास्तव्य केलें. बलीचें राज्य हरण करण्याकरितां भगवान् विष्णूनें ब्राह्मणवेष धारण केला होता हें तुला ठाऊक आहेच. देवकार्याकरितां अग्नीनें जलांत प्रवेश करून तेथें तो गुप्त रीतीनें राहिला होता हें तूं जाणतोसच. हे धर्मज्ञ युधिष्ठिरा, शत्रुनिग्रहाकरितां हरीनें इंद्रवज्रांत प्रवेश केला आणि गुप्तपणानें तेथें कसें कर्म केलें तो इतिहास तुला विदित आहेच. बा निष्पापा, देवकार्याकरितां और्व ब्रह्मर्षि मांडीमध्यें गुप्त राहिले होते हें तुझ्या कानांवर आलेलें आहेच. त्याचप्रमाणें, सर्व जगाला प्रकाशमान् करणारा महातेजस्वी जो भगवान् सूर्य त्यानेंही गुप्त राहून आपले सर्वही शत्रु दग्ध केले. महापराक्रमी विष्णूनेंही दशरथाचे गृहीं गुप्तपणानें राहून रावणाचा वध केला. तात्पर्य काय कीं, मोठमोठ्या अनेक महात्म्यांनीं गुप्तपणानें वास करून जसे युद्धामध्यें आपले शत्रु जिंकले, तसेच तूंही जिंकशील.

अशा प्रकारें आपल्या बुद्धीनें धौम्य मुनींनीं अनेक गोष्टी सांगून व प्रमाणें दाखवून त्या धर्मज्ञ युधिष्ठिराचें समाधान केलें, तरी सुद्धां 'कपटानें शत्रूंचा वध करणें' ही गोष्ट त्या सद्वर्तनी युधिष्ठिराला मान्य झाली नाहीं. तेव्हां महापराक्रमी, महाबलाढ्य व बलवानांमध्यें श्रेष्ठ अशा भीमसेनानें हर्षयुक्त वाणीनें भाषण केलें.

भीमसेन ह्मणालाः—हे महाराजा युधिष्ठिरा, धर्माकडे व तुझ्या इच्छेकडे लक्ष्य ठेवून आजपर्यंत गांडीवधनुर्धारी अर्जुनानेंही कोणतें साहस तुझ्या इच्छेबाहेर केलें नाहीं. त्याचप्रमाणें, शत्रूंचा नाश करणें म्हणजे ज्यांना कांहींच वाटत नाहीं, अशा त्या महापराक्रमी नकुलसहदेवांनाही मी नेहमीं आवरून धरीत आलों. त्या अर्थीं हें सिद्ध आहे कीं, तुझ्या आज्ञेबाहेर आम्ही एक पाऊलही टाकणार नाहीं. तूं जी आज्ञा करशील ती आम्हांस शिरसा मान्य आहे. तूं जेव्हां आज्ञा करशील तेव्हांच आम्ही शत्रूंना जिंकूं.

वैशंपायन सांगतातः—ह्याप्रमाणें भीमसेनानें केलेलें भाषण ऐकून ब्राह्मण संतुष्ट झाले. त्यांनीं त्या पांडवांना उत्तम आशीर्वाद दिला आणि त्यांचा निरोप घेऊन कांहीं आपापल्या घरीं जाण्यास निघाले व कांहीं तेथेंच राहिले. जे सर्व वेदवेत्ते मुनि व यति तेथें राहिले होते त्यांची इच्छा—पुनः पांडवांची भेट होईपर्यंत तेथून जावयाचें नाहीं अशी होती. त्या धनुर्धारी वीर पांडवांनीं त्यांचा आशीर्वाद व निरोप घेतला व द्रौपदीसह ते तेथून निघाले.

नंतर तेथून ते प्रस्थानाकरितां एक कोसभर दूर गेल्यावर दुसऱ्या दिवसापासून अज्ञातवास करण्यास त्यांनीं आरंभ केला. ते सर्व पांडव सर्वशास्त्रवेत्ते व मंत्रवेत्ते असून कालाला अनुसरून वागणारे होते. संधि केव्हां करावा व विग्रह केव्हां करावा, हें ते चांगलें जाणत असत. प्रसंगीं ते सर्व एकमेकांचा विचार घेऊन जसें ठरेल तसेंच वर्तन करीत असत. त्याचप्रमाणें आतां पुढें काय काय व कसकसें वागावयाचें तें ठरविण्याकरितां ते एके ठिकाणीं बसले.